மதுரை முற்றுகை

ஆசிரியர்

நாவலாசிரியர் ஆர். வெங்கடேஷ் தமிழகத்தின் தென்கோடியில் உள்ள தேவகோட்டையில் பண்டைய ஜமீன்தார் பரம்பரையைச் சேர்ந்தவர். வரலாற்று ஆய்வுகளில் மிகுந்த ஈடுபாடு உடையவர். இருமொழி விற்பன்னர். தமிழ், ஆங்கிலம் இரண்டிலும் எழுத்தாற்றல் கொண்டவர். இதுவரை மூன்று சரித்திர நாவல்களைத் தமிழில் எழுதியிருக்கிறார். அவற்றுள் 'காவேரியின் மைந்தன்' என்ற நாவல் அமரர் கல்கி கிருஷ்ணமூர்த்தி இயற்றிய பொன்னியின் செல்வன் நாவலின் தொடர்ச்சியாகும். வாஸ்து சாத்திரத்திலும் மிகுந்த ஆர்வம் உடைய இவர் பல நாடுகளில் உள்ள கட்டடங்களுக்கு வாஸ்து சாத்திர வழிகாட்டியாகவும் இருக்கிறார்.

மொழியாக்கம் செய்யப்பட்டுள்ள இந்த நாவல் '*Gods, Kings & Slaves - Siege of Madurai*' ஆங்கிலத்தில் வெங்கடேஷ் எழுதிய முதல் நாவலாகும்.

*

மொழிபெயர்ப்பாளர்

சத்தியப்பிரியன் என்ற புனைபெயரில் பல வருடங்களாக எழுதி வரும் பிரபாகர் ஏற்கெனவே கிழக்கு பதிப்பகத்திற்காக 'மெய்ப்பொய்கை' என்ற சிறுகதைத் தொகுப்பை மொழி பெயர்த்திருக்கிறார். அமரர் கல்கி சிறுகதை போட்டியில் பலமுறை பரிசு வென்றவர். ஆனந்த விகடனில் இவரது நாவல் இரண்டாம் பரிசு பெற்றது குறிப்பிடத்தக்கது. விகடன், கல்கியில் நெடுந்தொடர் எழுதியிருக்கிறார். எழுத்துப் பணிக்காக வங்கிப் பணிக்கு விருப்ப ஓய்வு கொடுத்து முழு நேர எழுத்தாளராக இயங்கி வருகிறார்.

மதுரை முற்றுகை

ஆர். வெங்கடேஷ்

தமிழில்: சத்தியப்பிரியன்

கிழக்கு

மதுரை முற்றுகை

Madurai Muttrugai

R. Venkatesh ©

First Edition: December 2023

712 Pages

Printed in India.

ISBN : 978-93-86737-92-2

Kizhakku - 1343

Kizhakku Pathippagam
177/103, First Floor, Ambal's Building, Lloyds Road,
Royapettah, Chennai - 600 014. Ph: +91-44-4200-9603
Email : support@nhm.in Website : www.nhm.in

kizhakkupathippagam kizhakku_nhm

Author's email id: abhivencat1965@gmail.com

Cover Image: *Artist Shanmugavel*

Kizhakku Pathippagam is an imprint of New Horizon Media Private Limited

அர்ப்பணிப்பு

லக்ஷ்மிக்கு...
அவள் இந்த நாவலை நிச்சயமாகப்
படிக்க மாட்டாள். ஆனால், அவள் இல்லாமல்
இது சாத்தியமே இல்லை.

உள்ளே

பாகம் மூன்று

நன்றி

பாலகனாக இருந்த பருவத்திலேயே எனது சின்னஞ்சிறு கரங்களைப் பற்றி நூலகம் என்ற சொற்களின் உலகிற்கு அழைத்துச் சென்று எனக்கு நூல்களை அறிமுகப்படுத்திய எனது தந்தைக்குத்தான் நான் முதலில் நன்றி சொல்லிக் கொள்ள விரும்புகிறேன். கூடவே எனது தாயாருக்கும். அவர் இப்போது இருந்தால் இந்த நாவலை வாசித்திருப்பார்.

அதன் பின்பு சரித்திரப் புனைக்கதை எழுத்தாளரான அமரர் கல்கி. கிருஷ்ணமூர்த்திக்கு நான் நன்றி கூறக் கடமைப்பட்டவன். அவரது இரண்டு புகழ்பெற்ற நாவல்களின் தொடர்ச்சியாக நான் இரண்டு நாவல்களை எழுதியுள்ளேன்.

பொன்னியின் செல்வன் வரலாற்றுக் குழுமத்தின் உறுப்பினர் களுக்கும் நான் நன்றியைத் தெரிவித்துக் கொள்கிறேன். அவர்கள் தான் இந்த வரலாற்று ஆய்வு நாவலைக் கொண்டு வருவதற்கும், அதன் பிரதி திருத்தங்களின் போதும் உடன் உறுதுணையாக இருந்தவர்கள். குறிப்பிட்டுச் சொல்ல வேண்டுமென்றால் ஸ்வேதா சம்பத், பர்வதவர்த்தினி, ஆகியோரைச் சொல்ல வேண்டும். இவர்களையும்விட உற்சாகமூட்டுபவர்கள் கிடைப்பது அரிது. ஒரு நாவலாசிரியருக்கு ஒரு நாவல் எழுதும் காலம் மிகவும் கொந்தளிப்பான காலம். குடும்பத்தின் ஆதரவு மிகவும் தேவைப்படும் காலங்கள். உறுதுணையாக விளங்கிய லக்ஷ்மிக்கும், அக்ஷய்க்கும் தனி நன்றிகள்.

இறுதியாக இந்த நாவல் ஆங்கிலத்தில் வெளிக்கொணர்வதற்கு உறுதுணையாக நின்ற எனது பதிப்பாசிரியர்கள் அமிஷ் ராஜ் முல்மி அவர்களுக்கும், தீபாலி சிங் அவர்களுக்கும் எனது நன்றி. இவர்கள்தாம் எனது கதை சொல்லும் திறத்தின் மீது நம்பிக்கை கொண்டு எனது நாவலை மெருகுபடுத்தி, செம்மைப்படுத்தி வாசிப்பு நேர்த்தியைக் கூட்டி வாசகர்களிடம் கொண்டு சேர்த்தவர்கள்.

*

பூர்வாங்கம்

மதுரை

அவன் பிறப்பு, முறை தவறிய பிறப்பு!

தனது வாழ்வில் பின்னர் நிகழ இருக்கும் பல யுத்தங்களில் அவன் வெற்றி வாகை சூடப் போகின்றான் என்றாலும் அவனது பெற்றோர் குறித்து எழுந்த சினம் அவனுக்குத் தணியவில்லை.. அவன் உடலில் ஓடுவது ராஜரத்தம் என்ற உண்மை கூட அவன் மேல் விழுந்த கறையை அகற்றவில்லை.

வீரா ஓர் இளவரசன்தான்; அதில் எவ்வித ஐயப்பாடுமில்லை. அவன் ரத்தநாளங்களில் ஓடுவதும் ராஜரத்தம்தான்; எள்முனை சந்தேகமும் கிடையாது. ஆனால் அவன் தந்தை வழி மூலமே அரசகுலத்தைச் சேர்ந்தவனாக அறியப்பட்டான். தாய்வழியில் இல்லை.

முறை தவறிப் பிறந்த அனைத்து சிறுவர்களும் தினமும் தங்கள் பெற்றோர்களை எண்ணி வருந்துவதில்லை. ஆனால் இன்று மூன்று வயதே நிரம்பிய அந்தச் சின்னஞ்சிறு பாலகனின் மனதில் இந்தக் கறை அழுத்தமாகப் பதிந்ததற்குக் காரணம் உள்ளது. அன்று நாடு முழுவதும் அவன் தந்தையின் திருமணம் குதூகலமாகக் கொண்டாடப்பட இருந்தது.

வீராவின் அன்னை தாரா, பாண்டிய அரசின் பட்டத்து இளவரசரான குலசேகரப் பாண்டியனின் ஆசைநாயகி. சம்பிரதிகள் என்னதான் ஒரு நாட்டிய நங்கை புகழின் உச்சத்தில் இருந்தாலும் அவளது பெயரை மண்டலம் ஆளும் பாண்டிய ராஜனின் பெயருடன் எழுதமாட்டார்கள். பாண்டியர்கள் சிவபெருமானின் வழித் தோன்றல்களாக மதுரையை ஆண்டு வருபவர்கள். தேவர் உலகில் இருந்து ஒரு துளி அமிருதம் - மதுரம் - பூமியில் சிந்திய இடத்தில்

தோன்றிய நகரம் என்பதால் மதுரை. இம்மாதிரி புகழ் பெற்று விளங்கும் கீர்த்தி மிக்க மதுரை நகரத்தின் அரச வாரிசின் பெயருடன் ஒரு நடன மங்கையின் பெயரை இணைத்து எழுதமாட்டார்கள். குலசேகரனும் தாராவின் மீதிருந்த அமரத்துவக் காதலின் காரணமாக வெகுநாட்கள் திருமணத்தை மறுத்து வந்தவன் ஒரு நிலைக்குப் பிறகு எதிர்க்கும் திறனில்லாதவன் ஆனான். பட்டத்து இளவரசன் மற்றுமொரு ராஜரத்தம் ஓடும் பெண்ணைத்தான் பட்டமகிஷியாக ஏற்றுக்கொள்ள முடியும் என்பது அரச விதி. முடிவாக அவன் அப்படி ஒரு ராஜரத்தம் ஓடும் பெண்ணை மணக்க முன்வந்த போது மண்டலமே ஆனந்தத்தில் திளைத்தது இருவரைத் தவிர. ஒன்று அவனது ஆசைநாயகி தாரா; மற்றொன்று பாலகன் வீரா.

இதற்கு முன்னர் ஓர் ஆசைநாயகியின் மைந்தன் பாண்டியர்களின் அரியணையில் அமர்ந்ததாகச் சரித்திரம் இல்லை. என்னதான் வீரா முதலில் பிறந்தவன் என்ற முன்னுரிமையைக் கொண்டவன் என்றாலும் அவன் சிரசில் முத்துமணி மகுடம் அலங்கரிக்காது. பாண்டிய ராஜ்ஜியத்தின் அத்தாணி மண்டபம் புனிதமானது. அரசாணி மண்டபத்தில் அமர்ந்துதான் மதுரையின் காவல் தெய்வம் மீனாட்சியம்மை அரசாண்டு வந்தாள். அரச பரம்பரையில் வந்த மங்கை ஒருத்தியைத் தனது தந்தை பாண்டிய மன்னர் மணந்து கொண்ட பின்னர் அவன் இனிமேல் பாண்டிய பேரரசின் அரியணையை நினைத்துக் கூடப் பார்க்க முடியாது.

வீரா திருமணக் கொண்டாட்டங்களை ஆர்வத்துடன் பார்த்தான். இனிவரும் காலங்களில் தனது இளமைப் பருவத்தின் வண்ணமயமான நினைவுகளை அவன் இந்தத் திருமண நிகழ்ச்சியிலிருந்துதான் தொடங்க வேண்டியிருக்கும். அவர்கள் இருவரையும் மதித்து ஒரு வார்த்தை கூடக் கூறாமல் நடைபெறும் திருமணத்தில் தாராவிற்கும், வீராவிற்கும் உடன்பாடில்லை. எந்த மனைவி தனது கணவன் மற்றொரு பெண்ணை மணக்கச் சம்மதிப்பாள்? எதனை அவர்கள் சூரிய சந்திரர்கள் போல நிலையானது என்று நம்பியிருந்தனரோ அதனை நிதர்சனம் தட்டிப் பறித்துவிட்டது. தான், தனது தாய், தனது தந்தை இந்த மூவர் மட்டுமே இந்த உலகம் என்று நம்பிய அந்தப் பிஞ்சு உள்ளத்தில் யதார்த்தம் வேறு ஒரு கதை சொன்னது.

மதுரையின் அளப்பரிய நிதிக்குவை நெடுநாட்கள் செலவழிக்கப்படாமல் பூட்டி வைக்கப்பட்டிருந்ததால் மன்னருக்கு அதனை வாரியிறைக்கவும், சிற்றரசர்களின் வாயை அடைக்கவும்

ஒரு கொண்டாட்டம் வேண்டியிருந்தது. என்னதான் இருப்பினும் அது அரண்மனைத் திருமணம். திருமண விழா ஆரம்பமானதும் கதிரவனுக்கு மேல் திசையில் சென்று மறைய மனமின்றித் தவிப்பது போலத் தோன்றியது. திருமண விழா நடக்கும் மண்டபத்தில் பதினாயிரம் விளக்குகள் இரவைப் பகலாக்கி ஒளிர்ந்தன. லட்சக்கணக்கில் மின்மினிப் பூச்சிகள் ஒரே இடத்தை வந்தடைந்ததைப் போல அந்த மண்டபம் மின்னியது. கிட்டத்தட்ட அனைத்து இல்லங்களின் மாடங்களில் ஏற்றப்பட்ட விளக்குகளின் சுடர்கள் காற்றில் அசைந்தன. ஒவ்வொரு இல்லமும் தங்கத் தோரணங்களை விளக்கு மாடங்களில் அலங்கரித்து அந்த விழாவில் பங்கு கொண்டதைப் போலத் தோன்றியது. தெருவில் சுற்றித் திரியும் விடலைச் சிறுவர்கள் கூடக் கைகளில் நுனியில் கங்கு எரியும் நார்க் கயிற்றைச் சுற்றியபடி திரிந்தனர். இரவைப் பகலாக்கும் பொருட்டு நகரில் இருந்த நகரத்தார் என்று அழைக்கப்படும் வாணிகர்கள் பீப்பாய் பீப்பாய்களாகக் கடுகு எண்ணெய் தானம் அளித்திருந்தனர். அந்த எண்ணெய் மூலம் இரவு முழுவதும் வீதியில் இருந்த விளக்குகள் எரிந்து கொண்டிருந்தன. அவர்கள் இதுபோன்று எப்போதும் தங்கள் ராஜ விசுவாசத்தைக் காட்டுபவர்கள் அல்லர்.

பாண்டிய மண்டலத்தில் நெடுங்காலமாக அமைதி தாண்டவமாடியது. கைப்பற்றப்பட்ட சிற்றரசர்களும் ஒவ்வொரு வருடமும் கப்பம் கட்டி மதுரை நகரக் கருவூலங்களை நிரப்பிய வண்ணம் இருந்தனர். அவர்களது எதிரிகள் அனைவரும் தொலைதூரத் தேசங்களில் வாழ்ந்திருந்தனர். உள்நாட்டுக் கலகம் ஒன்று நடந்து முடிந்து ஒரு சதாப்தம் ஆகிறது. அதன் நினைவுகள் மட்டும் நகரின் மூத்தோர் இல்லங்களில் நிழலாடின. என்றென்றும் நிலையான ஆட்சியைப் பாண்டியர்கள் கொடுப்பார்கள் என்பதும், என்றும் அழியாத அமைதியைக் கட்டிக் காப்பவர்கள் என்றும் பெயர் பெற்று விளங்கினர். அமைதி என்றால் யுத்தம் இல்லாத அமைதியன்று. அமைதி என்றால் என்ன? போர்க்காலங்களில் வீட்டில் உள்ள ஆண்மக்களை யுத்தத்திற்கு இழுத்துச் செல்லாமல் இருப்பதும், மக்களின் செல்வவளங்களைப் பகை மன்னன் தாக்குதல் நடத்திச் சூறையாடாமல் இருந்தாலே யுத்த அபாயமின்றி இல்லங்கள் அமைதியுடன் திகழுமல்லவா? வரி வசூலிப்பதும், அதற்கேற்ற வசதிகளை அரசாங்கம் செய்து தருவதுமான மக்களுக்கும் அரசுக்கும் இடையில் சுமுகமான உறவு இருந்து வந்தது.

ஆருடர்களும், தீர்க்கதரிசிகளும் நடக்கும் திருமணம் பாண்டியர்களின் வரலாற்றை மாற்றியமைக்கும் என்று

கூறினார்கள். புலன்களுக்கு அகப்படாத தெய்வங்கள் சில நேரங்களில் மனிதர்கள் பிரார்த்தனைகளுக்குச் செவி சாய்த்து விடுகின்றனர். சில நேரங்களில் அவர்கள் வேண்டியதை அளிப்பது கூடத் தண்டனையாக மாறிவிடுவது உண்டு.

பாண்டிய ராஜ்ஜியம் முழுவதும் ஆனந்தக் கூச்சலில் ஆர்ப்பரித்துக் கொண்டிருக்க, அரண்மனை அந்தப்புரம் மட்டும் அமைதியை எதிரொலித்துக் கொண்டிருந்தது. சாளரங்களின் கதவுகள் மூடியிருந்தால் அந்தப்புரத்தின் உள்ளே கேட்கும் ஓசை வெளியில் கேட்காது. அப்படி ஓர் அமைப்புடன் அந்தப்புரம் எழுப்பப்பட்டிருந்தது. உட்புறக் கொந்தளிப்புகள் வெளியில் கேட்காதவாறு ஒரு கட்டடத்தைக் கட்டி முடிக்கும் திறன் எந்தக் கொத்தனும், தச்சனும் பெற்றிருக்கவில்லை.

வீராவின் தாய் வாய் திறந்து ஒரு வார்த்தை பேசி வாரம் ஒன்றாகிறது. ஆரம்பத்தில் மன்னருக்கும், தாராவிற்கும் நடுவில் ஒரு வெற்றி வீரனுக்கும் அவன் கைப்பற்றிய பொருளுக்கும் நடுவில் என்ன உறவு இருக்குமோ அதே உறவுதான் நீடித்தது. பணிவும், பொறுமையும் ஓர் ஆசைநாயகியின் குணங்கள். தாராவும் அந்தக் குணங்கள் பொருந்தவே தனது விதியை எண்ணி வாழ்ந்தாள். அவனுடன் தனது பஞ்சணையைப் பகிர்ந்து கொண்டாலும் அவன் மீது அவளுக்கிருந்த காதலை நெடுநாட்கள் மூடி மறைக்க இயலவில்லை. அடைக்கலம் அளித்தவன் என்பதையும் மீறி அவனது அன்பு வேறு திசை நோக்கிச் செல்வதை அவளும் உணராமல் இல்லை. ஒரு நிலையில் குலசேகரனும் அவள் மீது காதல் வயப்படத் தொடங்கினான்.

ஓர் ஆண் மகவு தோன்றியதும் இருவர் இடையில் இருந்த உறவு மேலும் வலுப்பெற்றது. வீரா அதிர்ஷ்டம் நிறைந்தவன். இதனை அவன் உணர்ந்து கொள்ளவில்லையே தவிர அவன் தாய்க்கு நன்கு தெரிந்திருந்தது. காமத்தில் முளைத்த வித்து இல்லை; அவன் காதலில் முளைத்த வித்து. எனவே இந்த மண்ணில் முளைக்கவும், தழைக்கவும் அவனுக்கும் ஒரு வாய்ப்பு அளிக்கப்பட்டது. அரண்மனையின் பிற ஆசைநாயகிகள் கருத்தரித்தால் பிறக்கும் ஆண்மகவு அரண்மனைப் பெண்டிரை மயக்கிவிடுவான், அதன் மூலம் தீராத குழப்பங்களும், சிக்கல்களும் நேருமென்று முளையிலேயே கிள்ளி எறியப்படுவது வழக்கம். ஒரு கைப்பிடி எள்ளை கருத்தரித்த ஆசைநாயகிகளை விழுங்கச் செய்து கருவைக் கலைப்பது அரச வழக்கம்.

மரணத்துடன் வீராவின் முதல் போராட்டம் அது. முளைப்பதற்கு முன்னரே கருகிய பயிராகி இருப்பான் அவன்.

இது குறித்துக் குலசேகரனுக்கு எதுவும் தெரிந்திருக்க வாய்ப்பில்லை. தாரா தனது மகவைச் சுமக்கிறாள் என்பது தெரிந்து அவன் பெரு மகிழ்வுற்றான். தாராவைக் கண்ணும் கருத்துமாகப் பார்த்துக் கொண்டான். தனது முறைதவறிப் பிறந்த மைந்தனுக்கு வேண்டும் என்கிற வரையில் சீர் செனத்திகளைச் செய்தான். அவனுக்கு நாமகரணம் சூட்டினான். சிறுவனுக்கு அரச அந்தஸ்து வழங்கினான். தாராவின் நிலையும் அந்தப்புரத்தில் நிலையானது. பட்டத்து இளவரசருடன் திருமணம் என்ற பேச்சிற்கு வழியில்லாத போது தாய்மை நிலை அவளுக்கு அரண்மனையில் தனி அந்தஸ்தைப் பெற்றுத் தந்தது. மூன்று வருடங்கள் சென்ற பின்னர் அந்தப் பதவிக்கு ஆபத்து நேரிட்டது.

மன்னருடன் இதுநாள் வரையில் உடன்படாத குலசேகரன் இறுதியில் சோழ நாட்டு இளவரசியை மணக்கச் சம்மதித்தான்.

தாரா தனது மகனைத் தழுவியபடி கண்ணீர் சிந்தினாள். மகன் அவள் பிடியை உதறிவிட்டு மாடத்தில் நின்று திருமண விழாவைக் கண்டு களித்தான். தோல் முரசங்களின் தாளத்திற்கேற்ப அடிக்கப்படும் ஒலியைக் கேட்டுக் குதியாட்டம் போடாத சிறுவர்கள் இருப்பார்களோ? இசைஞர்களின் வயிற்றுக்குள் மது செல்வது அதிகரிக்க இசை நாராசமாக ஒலிக்கத் தொடங்கியது. முரசம் தாளமின்றி ஒலித்தது. காற்றின் மூலம் இசை எழுப்பும் கருவிகள் சுதி சேராமல் ஒலிக்கத் தொடங்கின. ஆனால் ஒருவரும் அதனை அத்தனை நுணுக்கமாகக் கவனிக்கவில்லை. பல லட்சம் ஜனங்களின் கண்களுக்குத் தாராவும் அவள் மைந்தன் வீராவும் புலப்படாமல் மறைந்திருந்தனர். அந்தத் தேசம் பட்டத்து இளவரசர் மீதிருந்த உரிமையைத் தட்டிப் பறித்தது.

சிறிது நேரம் சென்றதும் அவனுக்கு அலுப்பு ஏற்படவே அங்கிருந்து உள்ளே வந்தவன் தின்பண்டம் கிடைக்குமா என்று அலைந்தான். வெளியில் இருந்த இருட்டு அச்சமூட்டுவதாக இருந்தது. தாழ்வாரத்தில் ஒன்றோ இரண்டோ விளக்குகள்தாம் எரிந்தன. இரவில் அரண்மனை அந்தப்புரம் விளக்கின் ஒளிவெள்ளத்தில் எப்போதும் மிதந்து கொண்டிருக்கும். இன்று இருளோ என்று இருப்பது எவரும் அந்தப்புரத்தில் இல்லை என்பதை உணர்த்தியது. அங்கிருப்போர் அனைவரும் நடக்கும் திருமண வைபவங்களைக் காணச் சென்றிருந்தனர். அந்த இருளைக் கண்ட அச்சத்தில்

திகிலடைந்த சிறுவன் வீரா தாயின் மடியில் அடைக்கலம் புகுந்தான். ஓடிப்போய்த் தாயைத் தனது பிஞ்சுக் கரங்களால் பின்புறத்திலிருந்து தழுவினான். வெளிச்சுவரை வெறித்துப் பார்த்துக் கொண்டிருந்த அவனது தாயார் அவன் தழுவியதைப் பெரிதாகப் பொருட்படுத்தவில்லை. அவள் கவனம் வெளியில் நடைபெற்ற விழாக் கொண்டாட்டங்களில் மூழ்கியிருந்தது.

அவனது தந்தை அவர்களை ஒருவாரம் ஆன பின்னரும் வந்து பார்க்கவில்லை. அரச குடும்பங்களில் திருமண விழாக்கள் எப்போதும் மூன்று தினங்களுக்குக் கொண்டாடப்படுவது வழக்கம். மணமகள், மணமகன் இருவரது பிரதேசங்களிலும் நடைபெறும். மூன்றாம் நாள் மணமகன் பட்டுத் துணியால் அலங்கரிக்கப்பட்ட உயர்சாதிக் குதிரை ஒன்றின் மீது சர்வ அலங்காரங்களுடன் ஏறி அமர்ந்து கொண்டு மணமகளின் இல்லத்திற்கு ஊர்வலமாகச் செல்வான். பெரிய பரிவாரம் ஒன்று அவனைப் பின்தொடரும். பொதுவாக இளவரசன் இல்லத்திலிருந்து பெரிய அணிவகுப்பில் இளவரசியின் இருப்பிடம் சென்று அவளை மணக்க வேண்டும். பாண்டியர்கள் பலம் படைத்தவர்களாகத் திகழ்ந்ததால் சோழ தேசத்திலிருந்து இளவரசியின் பெற்றோரும் சுற்றமும் மதுரை நகரம் வந்திருந்தனர். அவர்களுக்குத் தங்குவதற்கு வசதியாக விடுதிகளும், சத்திரங்களும் ஏற்பாடு செய்து தரப்பட்டிருந்தன. திருமணம் நிகழும் மண்டபம் விசாலமானதாகவும் எல்லாவித வசதிகளும் உடையதாகவும் இருந்தது. அரண்மனைக் குடிமக்கள் அந்தத் திருமண மண்டபத்தை மிக அழகான முறையில் அலங்கரித்திருந்தனர்.

இந்த மூன்று தினங்களில் தனது தாயின் வயது பத்து ஆண்டுகள் கூடிப்போனது போல வீரா உணர்ந்தான். சென்ற வாரம் வரை அரண்மனையில் அவள் ஒருத்திதான் இளவரசனின் மனம் கவர்ந்த மங்கையாகக் கர்வத்துடன் வலம் வந்தாள். இன்று அவள் தூக்கி வீசப்பட்ட கந்தல் துணி. இதுவரை தான் அனுபவித்து வந்த சலுகைகள் எல்லாம் ஒவ்வொன்றாகப் பறிக்கப்படும். அங்கிருக்கும் அந்தப்புர மகளிரின் சூழ்ச்சிகளுக்குப் பலியாக நேரிடும்.

திருமணம் சோழ இளவரசியுடன் நிச்சயம் ஆன உடனேயே அதனால் தோன்றவிருக்கும் விளைவுகள் அவளுக்கு விளங்கிவிட்டது. அந்தப்புரத்திலிருந்த மற்ற அனைவருக்கும் தெரிந்த சங்கதி தாராவிற்கு இறுதியில் தெரிவிக்கப்பட்டது. பாண்டியன் குலசேகரன் அவளை இறுதியாகச் சந்தித்த அன்று

கூறினான். அதன் பிறகு அவன் அவர்கள் வசித்த மாளிகைக்கு வருவதை நிறுத்திக் கொண்டான்.

அதன் பிறகு அந்தப்புரத்தில் வசித்தோரின் நடவடிக்கைகளில் சட்டென்று ஒரு மாற்றம் தெரிந்தது. தனது அனைத்து இரவுகளையும் தாராவுடன் செலவழித்த இளவரசர் அரச மரபுள்ள ஒரு சோழ இளவரசிக்காகத் தாராவை ஒதுக்கிவிட்டான். அரசவையினர் இப்போது அவர்கள் மீது செலுத்திய பார்வையில் அன்பிற்குப் பதில் துவேஷம் மிகுந்து காணப்பட்டது. ஆரம்பத்தில் வாய்க்குள் முணுமுணுத்துக் கொண்டிருந்தவர்கள் இப்போது காதுபடப் பேசத் தொடங்கிவிட்டனர். தாரா தனது வருத்தத்தை, சொந்த வெறுப்பை வெளியில் காட்டாமல், வலுக்கட்டாயமாக ஒருவரிடமும் தனது துயரத்தைப் பகிர்ந்து கொள்ளாமல் அந்தப்புரத்தில் தனது ஆதங்கத்தைப் பகிர்ந்து கொள்ள மனிதர்களே கிடையாது என்பது போலத் தனித்தே இருக்கத் தொடங்கினாள். தாரா வீராவின் முன்னிலையில் அழவில்லை, ஆனால் தனது தாய் உள்ளுக்குள் கலங்குவதை மகன் அறிந்து கொண்டான். அன்று முழுவதும் அவன் இறைவனிடம் பட்டத்து இளவரசிக்கு அன்று மாலைக்குள் விபரீதம் ஏதாவது நேர வேண்டும் என்று வேண்டிக் கொண்டான். ஒன்று அவள் குதிரையிலிருந்து இறங்கும் போது தவறிக் கீழே விழுந்து கால்களை உடைத்துக் கொள்ள வேண்டும். அல்லது வானம் பிளந்தது போல மழை பொழிந்து திருமண நிகழ்ச்சிகள் நடைபெறாமல் போக வேண்டும். மழைக் கடவுள் வருணன் மனம் இரங்கினாலும் கொட்டும் மழையால் எவ்வாறு ஒரு திருமண ஏற்பாட்டினைத் தடுத்து நிறுத்த இயலும்?

திருமணம் முடிந்ததும் இளவரசர் தனது புதிய மனைவியுடன் தேர் ஒன்றில் ஏறி ஊரார் பார்க்கும் வண்ணம் நகர வீதிகளில் உலா வந்தார். வழி மருங்கிலும் குடிமக்கள் சாரை சாரையாக நின்று கரவொலி எழுப்பித் தங்களது ஆனந்தத்தை வெளிப்படுத்தினர்.

அந்தப்புர மகளிர் பெரும் ஆரவாரத்துடன் தங்கள் இல்லங்கள் நோக்கித் திரும்பிக் கொண்டிருந்தனர். அவர்களது உரத்த பேச்சு சப்தம் அவனைப் பாதிக்கவே அவன் வேகமாகக் கதவை அறைந்து சாத்திவிட்டு அங்கிருந்து அகன்றான். தனது தாயாரை அவர்கள் பழிச் சொல்லுக்கும், கேலிப் பேச்சுக்கும் ஆளாக்குவதைக் கேட்க அவனுக்கு விருப்பமில்லை. பல காலமாகத் தாராவின் அந்தஸ்து மிக்க ஆசைநாயகியின் நிலைக்கு அவர்கள் மனதில் கொழுந்துவிட்டு எரிந்த நஞ்சு இன்று வார்த்தைகளில் மிருதுவாகக்

கக்கப்படும். அந்தப் பெண்களில் ஒருத்தி அவன் அருகில் வந்து ஓர் இனிப்புப் பண்டத்தை நீட்டினாள்.

‘எடுத்துக் கொள். உன் தந்தையின் திருமண இனிப்பு.’

அவன் மறுத்துத் தலையாட்டினான்.

‘அவர் உங்களுக்கு அளிக்கும் பிரியாவிடை இனிப்பு என்று எண்ணி எடுத்துக் கொள்.’

மற்ற பெண்கள் கேளாததைக் கேட்டது போல விழுந்து விழுந்து சிரித்தனர். அவன் அங்கிருந்து அகன்று தனது தாயாரின் மாளிகைக்குள் நுழைந்தான். சயன அறையில் அவன் தாயார் உறங்கிக் கொண்டிருந்தாள். அவனுக்கு உறக்கம் வரவில்லை. அவன் விழித்திருக்கத் தீர்மானித்தான். எப்படியேனும் அவனது தந்தை அவனைக் காண அந்த இரவு அங்கே வருவார் என்று நம்பினான். அவன் நம்பிக்கையைக் குலசேகரன் வீணடிக்கவில்லை.

எதிர்காலத்தைக் குறித்து மானுடர்கள் எண்ணுவது முக்காலும் நடந்துவிடும். எனினும் அடுத்த சில மணித்துளிகளில் என்ன நேரும் என்பதை அவர்களால் தெளிவாகக் கூற இயலாது. தனது வாளின் சுழற்சியைப் போலக் குலசேகரன் இறுதியான தீர்மானத்துடன் அனைத்து விமர்சனங்களுக்கும் ஒரு முற்றுப்புள்ளியை வைத்தான். வீராவும் அவன் தாயாரும் இனி நெடுங்காலம் தனியாக இருக்க வேண்டியதில்லை.

இளவரசன் குலசேகரன் தனது முதல் நாள் இரவை இளவரசியுடன் செலவிடாது தனது துணைவியுடன் செலவிட வந்திருந்தான். அவள் சயன அறையில் உறங்கிக் கொண்டிருப்பதைக் கண்ணுற்று அவன் வாய்விட்டுச் சிரித்தான். அவன் அந்த இரவில் அங்கு வருவான் என்று தாரா சற்றும் எதிர்பார்த்திருக்கவில்லை. அவளிடம் வெளிப்படுத்த வார்த்தைகள் இன்மையால் எந்த அரசவைப் புலவர்கள் இமயம் போன்ற தோள்கள் என்று வருணிப்பார்களோ அவனுடைய அந்தத் தோள்களில் தனது முகத்தைப் புதைத்துக் கண்ணீரால் நனைத்தாள். குலசேகரன் அவள் கூந்தலைத் தடவி ஆறுதல் வார்த்தைகளை மொழிந்தான். அந்த உன்னதமான காட்சிக்கு வீரா ஒருவன் மட்டும் சாட்சி. அவன் அவர்கள் எதிரில் அமைதியாக வீற்றிருந்தான். சிறிது நேரம் சென்ற பின்னர்தான் அவர்கள் இருவரும் அந்த அறையினுள் தங்கள் மைந்தனும் இருப்பதை உணர்ந்தனர். அவனும் ஓடிப்போய்த் தன் பிஞ்சுக் கரங்களால் அவர்களைத் தழுவிக் கொண்டான். தனது தாயின்

முகபாவம் விநோதமாக இருந்ததைக் கண்ணுற்றான். அவள் கண்களிலிருந்து கண்ணீர் வைகையாற்று வெள்ளமெனப் பாய்ந்தது. ஆனால் அவள் வாய்விட்டுச் சிரித்த வண்ணம் இருந்தாள்.

குலசேகரன் தனது திருமணநாள் முதல் இரவைத் தான் திருமணம் செய்துகொள்ள இயலாத ஒரு பெண்ணுடன் செலவிட்டான். ஆனால் அவன் திருமணம் புரிந்து கொண்ட புதுமணப்பெண் அன்றைய இரவைத் தனது பள்ளியறையில் தனித்துச் செலவிட்டுக் கொண்டிருந்தாள்.

இதன் விளைவுகளை அவன் இப்போது உணரமாட்டான். ஆனால் பின்னாளில் ஒருமுறை அவன் உணரும் காலம் ஒன்று வரும். குலசேகரன் திருமணம் ஆன அன்றே ஆசைநாயகியின் இல்லத்திற்குப் புரிந்த வருகை வீராவைப் பட்டத்து வாரிசு வரிசையில் கொண்டு நிறுத்தியது. பட்டமகிஷி அவனுக்கு ஓர் ஆண் மகவை ஈன்ற போது குலசேகரன் வீரா பிறந்த சமயம் எத்தனை மகிழ்ச்சியில் திளைத்தானோ அதே அளவு மகிழ்ச்சி அவனுக்கு அப்போதும் பிறந்தது. 'இந்த இரண்டு புதல்வர்களும் எனது இரு விழிகள்' என்று அவன் பெருமை பொங்கக் கூறினான். ஆனால் இரண்டு விழிகளுக்கும் ஒரே பார்வை இல்லாமல் போனது.

*

குஜராத்

ஜோதிடர் சோமநாதர் தனது கைகளிலிருந்த ஜாதகக் கட்டங்களைப் பார்த்துப் பேரதிர்ச்சியில் உறைந்து நின்றார். தனது அறுபது வருட ஆருட வாழ்வில் அந்த ஜோதிடர் இதுபோன்று ஒரு ஜாதகத்தைப் பார்த்ததில்லை. பத்து வருடங்களுக்கு ஒருமுறை பரணியில் உள்ள ஜாதகங்களை எடுத்துப் புதிய பனையோலைகளில் நகல் எடுப்பது வழக்கம் என்பதால் அவரிடம் இருந்த ஜாதகக் கட்டுகள் அனைத்துமே அவருக்கு மனப்பாடமாக இருந்தன. இந்த ஜோதிடக் கலையில் எதுவும் இதுதான் என்று அறுதியிட்டுக் கூறமுடியாது. இதுதான் என்ற தெளிவில்லாமல் ஒன்றுக்கொன்று முரண்பட்ட முடிவுகளைத் தருபவை அவை. ஜாதகக் கட்டுகளைக் கொண்டு வருபவர்களை அந்த ஜோதிடக் கலை என்றும் மகிழ்ச்சியில் ஆழ்த்தியதில்லை. மற்ற கலைகளைப் போலப் பிரசித்தி பெற்றதா என்றால் அதுவும் இல்லை. அப்படி ஒரு கலையில் அவர்

நுணுக்கங்களைக் கற்றவராக விளங்கினார். ஆனால் இன்று அவர் வெளியில் ஓரடி வைத்து எடுப்பதற்குக் கூடச் சுணங்கினார். உடலுக்கு நோவு வரக் கூடாதா என்று ஏங்கினார். தனது முன்னால் இருந்த ஜாதகக் கட்டைப் பார்த்து விழித்தவாறு இருந்தார். அவர் என்ன சொல்லுவாரோ என்று அந்த அறையில் காத்திருந்த பல ஜோடி விழிகளை அவர் அலட்சியம் செய்தார். அவரது பதைபதைப்பை எவரும் கவனித்ததாகத் தெரியவில்லை. உடல் நடுக்கத்தை மேல் உத்தரியம் மறைத்துக் கொண்டிருந்தது. அவர் நெற்றியில் பூத்த வியர்வைத் துளிகளுக்கு அங்குக் கூடியிருந்த கூட்டமும், காற்றோட்டமில்லாத அந்த அறையும் ஒரு காரணமாகும் என்று மற்றவர்கள் எண்ணலாம். ஆனால் அதன் உண்மையான காரணம் அவருக்கு மட்டும்தான் தெரியும்.

தான் சிறுவனாக இருந்த காலத்திலிருந்து, தனது தந்தை ஜாதகங்களுக்குப் படிவம் எடுப்பதும் அவற்றைப் பல ஆண்டுகள் காப்பதும், ஒவ்வொரு ஜாதகத்திலும் அதில் உள்ள கோள் நிலைகளுக்கு ஏற்ப பலன் குறித்து வைப்பதையும் கண்ணுற்று வந்த அவருக்கு அதுவே பழகிய கலையானது. ஒவ்வொரு ஜாதகத்தையும் கணிக்கும் போது ஏற்படும் இடையறாத காலக் கணிப்பும், பின்வருபவற்றை முன் உரைத்தலும் தீர்க்க இயலாத சிக்கல்கள் நிறைந்த இதுதான் நடக்கும் என்று கூற முடியாத பல பிரச்னைகளுக்குப் பன்னிரண்டு ராசிக் கட்டங்கள் மூலம் தீர்வு கூற முடியும் என்ற கணிதப் பூர்வமான உண்மைதான் அவருக்கு அந்தக் கலையில் ஆர்வத்தை வளர்த்தது. தந்தையே குருவானார். இருபது வருடப் பாடம்.

ஒவ்வொரு ஜாதகமும் மற்றொன்றைப் போல இருப்பதில்லை. இரட்டைக் குழந்தைகளின் ஜாதகங்கள் கூட ஒன்றுக்கொன்று வேறுபட்டு இருக்கும். இரண்டரை தினங்களுக்கு ஒருமுறை சந்திரன் ஒரு வீட்டிலிருந்து அடுத்த வீட்டிற்குச் செல்லும். சூரியன் ஒரு திங்களுக்கு ஒருமுறை வீடு மாறும். வியாழன் வருடம் ஒருமுறையும், சனி இரண்டரை ஆண்டுகளுக்கு ஒரு முறையும் இருக்கும் வீட்டிலிருந்து அடுத்த வீட்டிற்கு மாறுவது வழக்கம். இரு துருவங்களில் எதிரெதிராக அமைந்திருக்கும் ராகுவும் கேதுவும் மற்ற கோள்களை வட்டப் பரிதியில் சுற்றி வருபவை.

கோள்கள் அவனுடைய சிநேகிதர்கள் போல இருந்தனர். கட்டங்களில் உள்ள கோள்களுடன் அவர் பேசுவார். இரவில் வானில் நட்சத்திரங்கள் தோன்ற ஆரம்பித்தவுடன் ஒவ்வொரு

கோளையும் அந்தந்த இடங்களில் அடையாளம் காண்பது அவரது வழக்கம். பார்வை மங்கத் தொடங்கியவரையில் அவர் கோள்களைத் தினமும் பார்த்து வருவது தினப்படி வழக்கமாகவே இருந்தது. இந்தக் கணத்தில் ஒரு கிரஹம் ஆகாயத்தில் இந்த இடத்தில் இருக்கும் என்று துல்லியமாகக் கூறினால் அந்த இடத்தில்தான் அந்தக் கிரஹம் ஒரு புள்ளி கூட விலகாமல் இருக்கும். செவ்வாயை அதன் சிவந்த ரூபத்தின் மூலமும், வியாழனை அதன் அளவிலும், வெள்ளியை அதன் நீலப் புஷ்பராகம் போன்ற பிரகாசத்திலும் அடையாளம் காட்டுவார்.

சோமநாதர் அந்தச் சின்னஞ்சிறு மழலையின் முகத்தை ஏறிட்டுப் பார்த்தார். அதன் கண்களைக் கூர்ந்து கவனித்தார். இன்று அந்தச் சின்னஞ்சிறு பிஞ்சின் முதல் பிறந்த தினம். ஊரைக் கூட்டி அதன் தந்தை முதலாமாண்டு பிறந்தநாள் விழா கொண்டாடிக் கொண்டிருந்தார். சோமநாதர் குழந்தையைப் பார்த்துச் சிரித்தார். அதுவும் தனது தெய்வீகச் சிரிப்புடன் அவரைப் பார்த்துக் குதூகலித்தது. ஒருவேளை அவரது வெண்தாடியில் இருந்த கருஞ்சிகை அதனை மகிழ்வுறச் செய்ததோ, அன்றி அவரது முகத்தில் படர்ந்த அனுபவச் சுருக்கங்கள் அதற்கு வினோதமாகத் தெரிந்ததோ? ஒருவேளை அந்த மழலையின் ஜாதகத்தினால் அவருக்கு ஏற்பட்ட சங்கடத்தைக் கண்டு சிரிக்கிறதோ? இறுதியாக எண்ணியதுதான் சரியாக இருக்கும் போல.

அந்த மழலையின் தந்தை உள்ளூரில் ஒரு பெரிய வணிகர். சோமநாதரிடம் மிகுந்த பற்றும், நம்பிக்கையும் உள்ளவர். பனியா பிரிவைச் சேர்ந்தவர். அவரது வீட்டில் உள்ள அனைவருக்கும் அவர்தான் ஜாதகம் கணித்துக் கொடுத்திருக்கிறார். நூறு வருடப் பஞ்சாங்கம் வைத்துக் கொண்டு கோள்களின் பாதையைக் கணித்துச் சொல்வார். ஆனால் அன்று அவருக்கு அவனது ஜாதகத்தைக் கணிக்க அதிக நேரம் எடுக்கவில்லை. அவனது ஜாதகத்தைக் கணித்து முடித்ததும் அவருக்குத் திக் என்றது. இந்தக் குழந்தையின் ஜாதகம் பெரும் திகிலை ஏற்படுத்தியது. நற்செயலுக்கும், தீச்செயலுக்கும் இடையில் ஜாதகக்காரன் மேற்கொள்ள இருக்கும் போராட்டம் பன்னிரண்டு கட்டங்களில் நிழலாடியது.

அவன் மாவீரனாகத் திகழ்வான் என்பதில் ஐயம் இல்லை, ஆனால் சேருமிடம் சரியில்லாமல் இருக்கும்.

பிறந்தநாள் விருந்திற்கு வந்தவர்களின் பேரிரைச்சல் அவரது சிந்தையைத் தடை செய்தது. அனைவரும் பாலகனின் ஜாதக ராசி

எப்படி இருக்கும் என்பதை அறிய ஆவல் மேலிடக் காத்திருந்தனர். அவர் கூட்டத்தைப் பார்வையிட்டார். இருக்கட்டும், அவர்கள் தங்கள் மனம் போல ஆரவாரத்துடன் இருக்கட்டும். ஒவ்வொருவருக்கும் தங்களது ஜாதகக் கட்டங்கள் கூறுவது குறித்துத் தெளிவான அறிவு இருந்தால் இது போன்று கூச்சலிடமாட்டார்கள்.

பாலகனின் முதலாமாண்டு நிறைவுவிழா அவனது தந்தையால் எத்தனை சிறப்பாகக் கொண்டாட இயலுமோ அத்தனை சிறப்புடன் கொண்டாடப்படுகிறது. ஹிந்துக்களுக்கு ஆயுஷ் ஹோமம் எனப்படும் முதலாம் ஆண்டு நிறைவு விழா முக்கியமான சமஸ்காரங்களில் ஒன்று. இன்னும் பல முக்கிய சமஸ்காரங்களும் உடன் நிறைவேற்றப்படுவது வழக்கம். முடியிறக்கும் வைபவமும், காது குத்திக் கடுக்கன் மாட்டும் வைபவமும் உடன் நிகழ்த்தப்படும். அன்றுதான் பாலகர்களின் ஜாதகங்கள் கணிக்கப் படுவது வழக்கம். அவர்களது குஜராத் நாட்டின் வாயிலில் முகமதியர்கள் அவர்கள் நாட்டைச் சூறையாடவும், அவர்கள் பெண்களை மானபங்கப்படுத்தவும் காத்திருந்த காலம் அது. எது எப்படியானாலும் இது போன்று கொண்டாட்டங்களைக் கொண்டு வரும் நிகழ்ச்சிகளை குஜராத்திய மக்கள் நடத்தத் தவறியதே இல்லை.

முகமதியர்கள் அவர்கள் தேசத்திற்குள் புகுந்து ஒரு சதாப்தத்திற்கு மேலிருக்கும். கைக்கெட்டும் தொலைவில் பகைவர்கள் முற்றுகையிட்ட நிலை; சோமனாதபுரியில் சிவாலயம் நான்காவது முறை தரைமட்டமாக்கப்பட்டது. ஆயினும் அவர்கள் அங்கிருந்து தப்பித்து தெற்கு திசை நோக்கிச் செல்லாமல் இருந்ததற்குக் காரணம் சோலங்கி அரசிற்குப் பின்னர் பதவி ஏற்ற வாகேலா அரசு, முகமதியர்களைத் துணிவுடன் எதிர்த்து நின்றதுதான். சபர்மதி ஆற்றின் கரையில் குஜராத் சமஸ்தானத்தின் எல்லைப் பகுதியான கர்னாவதியில் சோதனைச் சாவடி வேற்று மனிதர்களால் ஊடுருவ முடியாத வண்ணம் கடுமையான காவலுடன் அமைக்கப்பட்டிருந்தது. எந்த ஓர் இஸ்லாமியரும் அந்தச் சோதனைச் சாவடியைத் தாண்டி உட்புக முடியாத வண்ணம் அந்தச் சோதனைச் சாவடி அமைக்கப்பட்டிருந்தது. கர்ணாவதி சோதனைச் சாவடி வீழ்ந்தால் அது குஜராத் வீழ்ந்தது மாதிரி. குஜராத் வீழ்ந்தது என்றால் பாரதத்தின் தெற்குப் பகுதி சமஸ்தானங்கள் எல்லாம் வீழ்ந்தது மாதிரி.

எண்ணிலடங்கா உயிர்ச் சேதமும், கணக்கிலடங்கா பொருட்சேதமும் தலைமுறை தலைமுறையாகத் தொடர ஒவ்வொரு முறை அடி வாங்குவதும் மீண்டும் எழுவதுமே

குஜராத்திய நாட்டு மக்களின் தலைவிதியாக இருந்தது. இப்போது மீண்டும் புதிதாகக் கிளம்பிய புரளியின்படி முகமதியர்கள் படையெடுத்து வருகிறார்கள் என்ற பீதியில் மக்கள் இருந்தனர். பேரழிவை முன்னமே உணர்ந்த மக்களில் பலர் தங்களது உடைமைகளைக் கிடைத்த விலைக்கு விற்றுவிட்டுத் தங்கள் எதிர்காலத்தைப் புதிதாகப் புனரமைத்துக் கொள்ள வேறு வேறு பிரதேசங்களை நோக்கிப் பயணிக்கத் தொடங்கினர். தென்கோடி முனையில் தங்களைப் போன்றே இரண்டு நெறியிலும் உள்ள கடவுள்களை வணங்கும் கருப்பு நிறமுடைய மக்களுடன் இணைந்து வாழ ஆரம்பித்தனர். குஜராத்திய நாட்டைவிட்டு நகராமல் வசித்த மக்கள் செவிகளில் அவ்வாறு தப்பிச் சென்றவர்கள் விடுத்த எச்சரிக்கை செவிடன் காதில் ஊதிய சங்கினைப் போலப் பயனின்றிப் போனது. அவர்களது வாழ்க்கைப் போய்க் கொண்டிருந்தது. முகமதியர்கள் காத்திருந்தனர். ராஜபுத்திர அரசர்கள் ஏற்படுத்திக் கொடுத்த ஸ்திரத் தன்மையும் சேர்ந்து கொண்டு அவர்களை மேலும் வளம் சேர்க்கும் நிலைக்குக் கொண்டு சென்றது. அந்த வளமே முகமதியரை மீண்டும் படையெடுக்கச் செய்வதற்குப்போதுமானதாக இருந்தது.

ஜோதிடர் அந்தப் பாலகனை மீண்டும் ஒருமுறை பார்த்தார். பட்டுத் துணியில் ஆடை. அதன் ஓரங்களில் வெள்ளிச் சரிகை இழையோடும் பூ வேலைப்பாடுகள் சூரிய ஒளிபட்டுப் பிரகாசித்துக் கொண்டிருந்தது. பட்டு சீனப்பட்டு. தெற்கு திசையின் மூலமாக வந்தது. மங்கோலியர்கள் சீனர்களின் வடக்குப் பகுதியின் வியாபார வாசல்களை இழுத்து மூடிவிட்டனர். எனவே அவர்கள் வியாபாரம் தெற்கில் உள்ள தேசங்களின் வழியாகவே நடந்தேறியது. இது எதுவுமே அறிந்து கொள்ளாமல் அந்தப் பாலகன் பால் வெண்மைச் சிரிப்பை வழங்கிக் கொண்டிருந்தான். தனது உடையில் இருமுறை சிறுநீர் கழித்துவிட்டான். நல்லூழ் காரணமாக அவனது உடையை மாற்றாமல் இருந்ததால் பசுவின் தொழுவத்தில் அடிக்கும் முடை நாற்றம் அவன் மீதும் வீசியது.

பாலகனை அதன் தந்தை மடியில் ஏந்திக் கொண்டிருந்தார். இப்படி ஒரு பிள்ளையைப் பெறுவதற்கு அவர்கள் எத்தனை புண்ணியத் தலங்களுக்கு நடையாய் நடந்திருப்பார்களோ? எத்தனை பூஜைகள்? எத்தனை வேண்டுதல்கள்? அவன் காணாமல் கிடைத்த மாமணி; பொக்கிஷம். சோமநாதருக்குச் சற்றுக் குற்ற உணர்வாகவே இருந்தது. அவனது தந்தையும் கூட அவனது பிறப்பிற்கும் வாழ்விற்கும் ஒரு காரணம். ஆனால் அந்தப்

பாலகனின் பெற்றோரின் ஜாதகங்களில் இது போன்ற முன் நிமித்தங்கள் எதுவும் இருப்பதாகத் தெரியவில்லை. ஒருவேளை அவர்தான் நுட்பமான குறியீடுகளைக் கவனிக்கத் தவறிவிட்டாரோ?

அவரது இதயம் விம்மித் தணிந்தது. ஜாதகம் கணிக்கப்பட்ட உடன் பொதுவான பலன்களைக் கூறிவிட வேண்டும். அதுதான் வழமை. பாலகனின் பெற்றோர் அவர் முகத்தைப் பார்த்தபடி நின்றனர். அந்த சின்னஞ்சிறு குழந்தையைக் கண்களில் நீர் மல்கப் பார்த்தார். அவர் மனதில் சொல்ல முடியாத வேதனை ஒன்று கொதித்துக் கொண்டிருந்தது.

அந்த ஜாதகப் பலன்களைக் கூறாமல் தப்பித்துக் கொள்ளவும் வழிகள் இல்லை. எந்தெந்தப் பலன்களைக் கூறினால் அவை கேட்பவரை இன்பத்தில் ஆழ்த்துமோ அந்தந்தப் பலன்களை மட்டும் கூறி விடலாம். எஞ்சியிருக்கும் முக்கியமான பலன்களில் மீண்டும் ஒரு முறை நன்கு அலசி ஆய்ந்து கூற அவருக்குச் சற்று கால அவகாசம் தேவைப்பட்டது. எனவே அவர் அவர்கள் அனைவரையும் சன்னிதானத்திற்குள் சென்று இறைவனை வழிபட்டு வரும்படி வேண்டினார். அவர்களுக்குச் சற்று ஏமாற்றம் என்றாலும் மகிழ்வுடன் கிளம்பி அருகில் இருந்த கோயில் சன்னதிக்குச் சென்றனர். அந்தப் பாலகனும் தன்னுடன் வருபவர்களைக் கண்ட ஆனந்தத்தில் தனது தந்தையின் தோள்களை ஓங்கி ஓங்கி உதைத்தான். சாலையில் இருந்தவர்கள் அவன் தந்தையைப் பார்த்துக் கையசைத்தனர். அவர் அந்த ஊரில் பிரபலமான வியாபாரி. பிரபலமான பனியா. அவரது அரண்மனைத் தொடர்புகள் காரணமாக அந்தச் சமஸ்தானத்தின் மன்னன் ராணா ராஜசேகரன் கூட அந்தப் பாலகனின் பிறந்தநாள் வைபவத்திற்கு வெகுமதி அனுப்பியிருந்தான்.

கூச்சலும் கும்மாளமுமாக அவர்கள் கோயிலுக்குள் நுழைந்தனர். பட்டருக்கு வேண்டுமென்ற காணிக்கை அளிக்கப்பட்டு 'சந்தாராம்' என்று புதிதாக நாமகரணம் சூட்டப்பட்டிருந்த பாலகனுக்குச் சிறப்புப் பூஜைகளும், வழிபாடுகளும் தொடங்கின. கணீர் குரலில் பட்டர் பூசை மந்திரங்களை உச்சரித்தாலும் சமஸ்கிருதத்தில் அவை இருந்ததால் அதன் பொருள் புரியாமல் வெளியில் நின்றவர்கள் அவர் கூறுவதைக் கேட்டுக் கொண்டிருந்தனர். பூசை முடிந்த பின்னர் அவர்கள் அனைவருக்கும் பிரசாதம் வழங்கப்பட்டது. அங்கிருந்த அந்தக் கூட்டம் கிளம்பி கோயில் குளத்தை நோக்கிச்

சென்றது. கோயில் குளக்கரையில்தான் ஒரு வயது பூர்த்தியான பிள்ளைகளுக்கு முடி இறக்குவது வழக்கம்.

சதுரமான குளம். சுற்றிப் படிக்கட்டுகளும் மேடைகளும் இருந்தன. ஒரு வயதான கிழவர் தோள்களில் அழுக்கடைந்த துணி ஒன்றைப் போட்டுக் கொண்டு கையிலிருந்த கூர்மையான மயிர் மழிக்கும் கத்தி ஒன்றையும், கூர்மையான ஊசி ஒன்றையும் அருகிலிருந்த பானை நீரில் கழுவினார். அந்தப் பாலகனுக்குப் பரிச்சயமில்லாத அந்தக் கிழவனைக் கண்ட அச்சத்தில் கலங்கி அழுதானே அன்றித் தனக்கு நேரப்போவதை நினைத்து அல்ல. தனது பிஞ்சுக் கரங்களால் பலம் கொண்ட மட்டும் தன் எதிர்ப்பைத் தெரிவித்தும் பலனில்லை. முரட்டுக் கரங்கள் அவன் காதைத் துளை போடுவதிலும், தலையை மழுங்க அடிப்பதிலும் உறுதியாக இருந்தன.

அந்தக் கூட்டம் கோயிலுக்குத் திரும்ப எத்தனித்த வேளையில்தான் சோமநாதர் அந்த ஜாதகத்தை மீண்டும் ஒருமுறை பார்த்தார். ஒரு பச்சை நிற பட்டுத் துணியின் மீது சோழிகளை உருட்டிப் போட்டார். மல்லாந்து கவிழ்ந்தவற்றின் எண்ணிக்கையைக் கணக்கில் எடுத்துக் கொண்டு மனதால் அவன் ஜாதகத்தைக் கணித்தார். அவர் கட்டங்களில் எவற்றைக் கணித்திருந்தாரோ அதையே சோழிகளின் பிரஷ்ணமும் கூறின. அழிவையும் மரணத்தையும் கொண்டு வரும் ஜாதகம் அது. ஜோதிடரின் மேனி நடுக்குற்றது. இந்தப் பாலகனின் ஜாதகம் சனியின் ஆதிக்கத்தில் உள்ள ஜாதகம். வலியையும் வேதனையையும் இவன் கடந்து செல்வதோடு மற்றவர்களுக்கும் அவற்றை அளிக்க வல்ல ஜாதகம்.

தனது கணிப்பில் முக்கியமான சில விஷயங்கள் விட்டுப் போனது நினைவில் எழுந்தது. சூரியனும், சனியும் நட்புக் கோள்களாக அவனது கட்டங்களில் அமைந்துள்ளன. இது எப்படித் தனது பார்வையிலிருந்து தப்பியது? இந்தப் பாலகன் ஆளப் பிறந்தவன். ஒருவேளை இவன் ஒரு மன்னனாக ஏன் சக்கரவர்த்தியாகக் கூட மண்ணை ஆளலாம். லட்சக்கணக்கான மக்களை இவன் ஆட்சி செய்து தனது கட்டுப்பாட்டின் கீழ் கொண்டு வருவான். இவை அனைத்துமே ஒரு பாலகனின் ஜாதகத்தில் சாத்தியமா? அதுவும் ஒரு பனியாவின் மகனால்?

சோமநாதருக்குத் தமது தொழிலில் எப்போதும் ஒரு வெறுப்பு இருக்கும். மற்ற தொழில்களைப் போலன்றி ஒரு மனிதனின் உள்ளும் புறமும் அறிந்து கொண்டு பின்வரும் காலங்களில் நிகழப்போகும் துன்பங்களுக்கு நிகழ்காலத்தில் வேதனைப்படும்

அவலம் மற்றத் தொழில்களில் கிடையாது. ஒவ்வொரு ஜாதகம் கணிப்பதற்கும் அவர் பெற்றுக் கொள்ளும் கூலி அவரது உயிர் வளர்க்கப்போதுமானதாக இருப்பினும் ஒவ்வொரு ஜாதகத்தையும் கணித்து முடித்த பின்னர் அதில் தோன்றும் சாதக பாதகங்களுக்குத் தான் உணர்ச்சி வயப்பட நேர்வதை அவரால் தவிர்க்க முடிவதில்லை. அவர் தனது தலையைச் சிலிர்த்துக் கொண்டார். அதோ பாலகனின் உறவினர் கோயில் பூசைகளை முடித்துத் திரும்பிக் கொண்டிருந்தனர். மொத்தக் கூட்டமும் அவர் முன்னால் மண்டியிட்டுச் சம்மணம் போட்டு சொற்பொழிவிற்கு வந்தவர்களைப் போல அமர்ந்தனர். மொத்தக் கூட்டத்தையும் கட்டுக்குள் கொண்டு வந்தவர் போல அவர் முதலில் பேசாமல் இருந்தார்.

நாடகபாணியில் தனது தொண்டையை மெதுவாகக் கனைத்து, ‘இந்தச் சிறுவன் சந்தாராமிற்கு மிகப் பிரமாதமான எதிர்காலம் உள்ளது. ஹிந்துஸ்தானின் மன்னன் ஆவதற்கான அறிகுறிகளை இவனது கோள் நிலைகள் சொல்கின்றன.’ அதனைக் கேட்டதும் அங்குக் கூடியிருந்தவர்களிடம் ஓர் உற்சாகம் தொற்றிக் கொண்டது. ஒரே ஒருவன் மட்டும் அதனை ஏற்றுக்கொள்ளாமல் எள்ளி நகையாடியதைக் கண்டார்.

‘மன்னர் கரண் ராயர் செவிகளில் இந்தச் செய்தி போக வேண்டும், பிறகு இருக்கிறது சங்கதி’ என்ற அந்த மனிதனின் எள்ளலுக்குக் கூடியிருந்தவர்கள் கை தட்டி ஆர்ப்பரித்தனர். கூட்டம் மகிழ்ச்சியுடன் கிளம்பியது. தாங்கள் கணித்தவற்றில் நிச்சயமாக நிகழும் என்ற ஹேஷ்யங்களைத்தான் பெரும்பாலும் ஜோதிடர்கள் கூறுவார்கள் என்றாலும் அவை யாவுமே அவர்கள் கூறிய வண்ணம் நிகழ்வதில்லை என்று அவர்களுக்குத் தெரியும்.

மேலும் சில ஜாதகங்களைப் பார்த்துவிட்டு ஜோதிடர் சோமநாதர் வெளியில் இறங்கி நடக்கத் தொடங்கினார். உச்சிக்குச் சென்ற கதிரவன் ஊரைச் சுட்டெரித்துக் கொண்டிருக்க, அவருக்கு மேனி சில்லிட்டுக் கிடந்தது. நிகழப்போகும் சம்பவங்கள் கண்முன்னர் நிழலாடின. அதன் முரண்பாடு அவரது மேனியை நடுக்குறச் செய்தது. அவர் கூறும் பொய்களை ஏற்றுக்கொள்பவர்கள் உண்மையை எள்ளி நகையாடினர்.

*

பாகம் ஒன்று

அத்தியாயம் 1

அடிப்பதற்கு ஓர் அண்ணன்

இரண்டு சிறுவர்களும் கண்களில் வெறுப்பு உமிழ்ந்த வண்ணம் ஒருவரை ஒருவர் முறைத்துப் பார்த்தனர். கண் சிமிட்டும் நேரத்திற்குள் சோழ தேசத்துச் சிறுவனின் கழுத்தை வீராவின் கரங்கள் நெரித்துக் கொண்டிருந்தன. குரல் வளையில் கிடுக்கிப் பிடியாக வீராவின் கரங்கள் இறுகின. அந்தச் சிறுவன் உயிருக்கு மன்றாடினான். வீராவின் செவிகளில் அவன் சகாக்கள் உற்சாகப்படுத்திய கரகோஷம் மட்டுமே விழுந்தது.

'வேசி மகனே! விடு அவனை. அவன் ஓர் இளவரசன்.' உற்சாகக் கோஷத்தின் மத்தியில் ஒரு பெண்ணின் குரல் கீச்சிட்டது.

கூட்டம் அமைதியானது. அந்தப் பெண்ணின் குரல் செல்ல வேண்டிய இடத்திற்குச் சரியாகப் போய்ச் சேர்ந்தது. அவன் பிறப்பு எப்படி ஆயினும் வீரா பட்டத்து அரசரின் மகன். இந்தச் சோழர்கள் எப்போதும் அடிமைகள். அந்தச் சிறுமியின் வார்த்தைகளின் வீரியமும் விஸ்தீரணமும் மிக அதிகம் என்று தெரிந்தும் சோழ தேசத்துச் சிறுவர்கள் கூட வாய் மூடிக் கிடந்தனர். வீரா விறைப்பானான். தன் பிடியில் சிக்கித் தவித்த அந்த வாலிபனைப் பலங்கொண்டு உதறித் தள்ளினான். அந்த வாலிபன் சில அடிகள் தள்ளிப் போய் வீழ்ந்தான்.

வீரா குரல் வந்த திசையில் திரும்பினான். அந்தப் பெண்ணின் அருகில் இருந்தவர்கள் வீராவின் பார்வையைச் சந்திக்கத் துணிவின்றி நான்கடி விலகி நின்றனர். அந்தப் பெண்ணும் தன் சொல்லில் உறுதியாக நின்றாள். பின் வாங்குவது என்பது, தான் சொன்ன சொல்லைத் திரும்பிப் பெறுவது போல. அவன் அவளைக்

கொலை செய்தாலும் அந்தக் கூட்டத்தில் ஒரு சுண்டுவிரல் கூடத் தனது எதிர்ப்பைக் காட்டாது என்று அவளுக்குத் தெரியும். வீரா அவளை நோக்கி அடியெடுத்து வைத்தான். அவள் விடாமல் அவன் கண்களை உற்று நோக்கினாள். அவன் அருகில் நெருங்க நெருங்கச் சுவாசக் காற்று புயற்காற்று போலக் காதில் கேட்டது. அவளை நெருங்கிய கணம் அவன் நின்றான். அவன் சுற்றும் முற்றும் பார்வையை ஓடவிட்டான். அவன் பார்வையில் ஒரு மின்னல் மினுங்கியது.

அவன் திரும்பிய அந்த ஒரு நொடியில் தனது துணிச்சல் வடிந்த நிலையிலிருந்த அந்தப் பெண் அரண்மனையில் இருந்த தெய்வ சன்னிதானத்திற்குள் அடைக்கலம் புக எண்ணினாள். வீராவிற்கு அவள் எண்ணம் தெரிந்தது. அவள் தப்ப முயன்றதும் அவன் அவள் மேலாடையைப் பற்றி இழுத்தான். அவளது சொக்காயைக் கிழித்தான். அவள் வீறிட்டு ஓலமிட்டாள். அவளைத் தர தரவென்று இழுத்து அருகில் இருந்த பாசி படர்ந்த குளத்திற்குக் கொண்டு சென்றான். கார்காலம் சென்றுவிட்டதால் குளத்தின் நீரளவு குறைந்திருந்தது. வாய்க்கால்கள் வற்றி குளத்தில் தண்ணீர் சேறும் சகதியுமாக மண்டிக் கிடந்தது. வீரா இப்போது பிடியைத் தளர்த்தி அவள் பின்னியக் கூந்தலைப் பற்றி அவள் தலையைக் குளத்து நீரில் அமிழ்த்தினான். அவள் 'ஹா.. ஹா..' என்று மூச்சுத் திணறி தலையை வேகத்துடன் நீரிலிருந்து எடுத்த போது மேலும் பலம் கொண்டு நீரில் அமிழ்த்தினான். அவன் நண்பர்களும் பகைவர்களும் வீராவைப் பேச்சு மூச்சின்றிப் பின்தொடர்ந்தனர். அந்தக் காட்சியைப் பார்த்து உறைந்து நின்றனர்.

இறுதியாக அவளை ஒரு முறை நீரில் அமிழ்த்திய வீரா, 'கொழுத்து வீங்கிய தவளையே, நீ எங்கு இருக்க வேண்டுமோ அங்கேயே கிட' என்று எக்களித்தான். அவளுடைய சகோதரர்கள் கூட அவன் செய்கைக்கு நடுங்கியபடிச் சிரித்தனர். சினம் அடங்கியதும் வீரனும் அந்த நகைப்பில் சேர்ந்து கொண்டான்.

*

முளையிலேயே கிளர்வது பங்காளிப் பகை. ஒட்டிப் பிறக்கும் இரட்டையர்களில் ஒன்று வெளி வரும் போது தனது சகோதரனுடன் போட்டி போட்டு அவனது முடியையோ சதையையோ கையில் கொண்டு கருப்பையிலிருந்து வெளியில் வரும் என்பார்கள். வீரா, களத்தில் ஆடவேண்டிய போர்கள் எத்தனையோ இருந்தாலும் தனது மாற்றாந்தாய் சகோதரன் சுந்தரன் என்று பிறந்தானோ

அன்றிலிருந்து அவனுடன் ஒரு யுத்தம் தீராமல் தொடர்ந்து கொண்டே இருக்கிறது.

வீரா, சுந்தரனை முதன் முதலில் பார்த்த நாள் இன்றும் நினைவில் அழியாமல் அவன் கண்முன்னர் நிழலாடிய வண்ணம் உள்ளது. அரச பரம்பரைக்கு அடுத்த வாரிசு வந்து பிறந்தது என்ற சேதியைக் கேட்டு நாடு முழுவதும் உற்சாகம் கரை புரண்டோடிய நேரம். குலசேகரனே நேரில் வந்து இந்தச் சேதியை வீரனிடம் சொன்னார்.

வியக்கத்தக்க வகையில் அந்தச் சேதியை முதன் முதலில் கேட்ட போது வீராவிற்குச் சிறிதும் சினம் ஏற்படவில்லை. அத்தனை விவரம் அவனுக்கு அப்போது கிடையாது. குலசேகரன் அரச வாரிசுக்குத் தொட்டிலிடும் வைபவத்திற்கு வீராவையும் அழைத்துச் செல்ல எண்ணினார்.. இதனை அறிந்து கொண்ட தாரா அதற்குச் சம்மதம் அளிக்கவில்லை. அது வீண் பகையை வளர்க்கும் என்பது அவளுக்குத் தெரியும். ஆனால் குலசேகரன் வற்புறுத்தினார்.

‘நீ எதற்கு வருத்தப்படுகிறாய்? அரண்மனையில் உள்ளவர்கள் வீராவையும் அரண்மனையைச் சேர்ந்தவன் என்றே கொண்டாடப் போகிறார்கள். எப்போதும் அன்னையின் முந்தானையைச் சுற்றித் திரிவது வீரனுக்கு அழகன்று. இந்த ராஜ்ஜியத்தை அவன் ஆளவேண்டும் என்று ஆசைப்பட்டால் இப்படி அன்னையின் பின்னால் ஒளிந்து கொண்டால் முடியுமா?’ என்றார்.

அவன் தாய் அவனை அலங்கரித்தாள். புத்தம் புதிய உடுப்புகளை அணிந்துவிட்டாள். வீரா முரண்டு பிடித்ததையும் மீறி அவன் முகத்தில் இருந்த தூசியையும் அழுக்கையும் நீரினால் கழுவி சுத்தம் செய்தாள். முகவாயை ஒரு கையால் பிடித்து இறுக்கியபடி சிகைக்கு எண்ணெய் பூசி வகிடெடுத்து அழகாகச் சீவிவிட்டாள்.

அரண்மனையில் மகிழ்ச்சி ஆரவாரத்தில் இருந்த குடிமக்கள் வீரா நுழைந்ததும் சட்டென்று அமைதியானார்கள். அரசரைச் சுற்றியிருந்தவர்கள் நடுவில் எழுந்த வெறுப்பை வீரா மோப்பம் பிடித்தான். குலசேகரன் வீராவை அரசர் மாறவர்ம சுந்தரரிடம் அழைத்துச் சென்றார். இருவரும் அரசர் காலில் வீழ்ந்து வணங்கினார்கள். அரசரால் அதற்கு மேல் பொறுத்துக் கொள்ள முடியவில்லை. இவன் யார்? இவனும் தன்னுடைய ஊனிலும் குருதியிலும் உருவானவன்தானே?

சிறுவன் அருகில் வந்ததும் அவன் முதுகில் செல்லமாகத் தட்டிக் கொடுத்து தூக்கி மடியில் அமர்த்திக் கொண்டார். குலசேகரரையும்

அருகில் உள்ள மணிகளால் ஆன உயர்ந்த ஆசனத்தில் அமருமாறு சாடை காட்டினார்.

அரசரின் மடியில் வீரா நடுங்கிக் கொண்டிருந்தான். அரசர் அருகிலிருந்து பார்க்கும் போது பெரிய பூதம் போலக் காட்சியளித்தார். நிலை தடுமாறாமல் அவர் மடியில் அமரச் சிறிது சிரமமாக இருந்தது. அரசர் கைகளை நீட்டினார். அதன் அர்த்தம் தெரிந்த காவலாளி ஓர் இனிப்பை அதில் வைத்தான். அரசர் கையில் இருந்த இனிப்பை வீரனிடம் கொடுத்தார். வீரா வாயில் எச்சில் ஒழுக அந்த இனிப்பை நக்கித் தின்னத் தொடங்கினான். அரசரின் மடி அவனுடைய உமிழ் நீரால் நனைந்தது.

வீராவின் தந்தைக்கு அருகில் உயரமான தோற்றத்தில் வேற்று ஆள் ஒருவர் சமதையாக அமர்ந்திருந்தார். அவர் மடியில் ஒரு சிறுமி அமர்ந்திருந்தாள். அந்தப் புதியவர் அவனது தந்தையை விட மெலிந்த தோற்றம் கொண்டவராகத் தோன்றினார். இருவர் முகத்திலும் ஒரு சில ஒற்றுமைகளை வீரா அடையாளம் கண்டான். அந்தப் புதியவரின் பெயர் விக்கிரமன் என்றும் அவர் தனது சிற்றப்பன் என்றும் தனது தந்தை குலசேகரரின் சகோதரர் என்பதும் பின்னால் தெரிய வந்தது. விக்கிரமன் அரியணையின் அடுத்த வாரிசு. அவர் மடியில் இருந்த சிறுமியை வீரா உற்றுப் பார்த்தான். ஆறு வயதுச் சிறுமி. பட்டுப் பாவாடையும் சொக்காயும் அணிந்திருந்தாள். அவள் கன்னத்தில் விழுந்த குழியும், கண்ணேறு படாமல் இருக்க வைக்கப்பட்டிருந்த கருப்பு திருஷ்டிப் பொட்டும் இன்னும் அவனுக்கு மறக்கவில்லை. அவள் அவனைப் பார்த்து முறுவலித்தாள். அவன் பதிலுக்குச் சிரித்தான்.

இரண்டு ஆளுமைகளின் மடியில் இருந்த சிறுவர்கள் நட்பால் பாலம் அமைக்க அன்பெனும் சுண்ணத்தைப் பூசிக் கொண்டிருந்தார்கள்.

வைபவம் ஆரம்பமானது. அரசர் தொட்டிலுக்கு அருகில் அழைத்துச் செல்லப்பட்டார். அரசர் வீராவைக் கீழே இறக்கிவிட்டு அவன் முதுகில் செல்லமாகத் தட்டினார். அரசர் மெதுவாகத் தொட்டில் இருக்கும் இடம் நோக்கி நகரும் வேளையில் கையில் உள்ள தித்திப்பை உமிழ் நீர் ஒழுக வீரா நக்கியபடி பாரத வர்ஷத்தின் பாதிப் பகுதியை அரசாண்ட பாண்டிய மன்னர்கள் பரம்பரை பரம்பரையாக அமரும் சிங்காதனத்தில் அமர்ந்திருந்தான். தந்தை குலசேகரன் ஓசையெழுப்பாமல் அவன் அருகில் விரைந்து வந்து அவசர அவசரமாக அவனைப் பாட்டனார் மாறவர்ம சுந்தரர் அமர்ந்திருந்த சிங்காதனத்திலிருந்து பற்றி இழுத்ததன் காரணம்

வீராவிற்கு அப்போது விளங்கவில்லை. பின்னால் விளங்கியது. அந்தச் சிங்காதனத்தில் எழிலுடன் பொருத்தப்பட்டிருந்த முத்து மாலைகளும், சிங்காதனத்தின் பட்டு மெத்தையும் அதன் மீது தான் அமர்ந்திருந்த செருக்கும் இன்னும் அவன் நினைவைவிட்டு அகலவில்லை. குலசேகரரின் இந்தச் செய்கை பலர் கண்களில் பட்டது. பின்னர் பலருக்கும் தெரிய வந்தது.

வைபவம் நடக்கும் இடத்திற்கு அவன் தந்தையும் செல்லவே வீரா தன்னந் தனியனானான். அவனிடம் ஆர்வம் மேலோங்கியது. அவனும் கூட்டத்தை விலக்கிக் கொண்டு தொட்டிலின் அருகில் சென்றான். முகம் முழுவதும் சுருக்கம் சுருக்கமாகக் கொசு வலை போர்த்தியது போலக் கிடந்த அந்தச் சின்னஞ்சிறு சிசு அவன் கண்களுக்கு அசிங்கமாகத் தோன்றியது. வீராவிற்கு அவனைத் துளி கூடப் பிடிக்கவில்லை. தொட்டிலின் மரச் சட்டங்களை வீரா பற்றி இழுத்ததும் அதில் தொங்கவிடப்பட்டிருந்த முத்து மாலைகளிலிருந்த முத்துக்கள் ஒன்றோடு ஒன்று உராய்ந்து ஓசை எழுப்பின. அந்த ஓசை தொட்டிலில் இருந்த பாலகனை எழுப்பியது. அவன் பெருங்குரல் எடுத்து அழத் தொடங்கினான். சகோதரர்கள் இருவரும் பகைமையைப் பகிர்ந்து கொண்டனர். வெறுப்பின் முதல் குரல் காலம் பூராவும் தொடர்வதற்குக் கட்டியம் கூறியது.

சேடியர் குழந்தையின் அழுகுரல் கேட்டுத் தொட்டில் அருகே விரைந்தனர். வீராவை அங்கிருந்து இழுத்து அப்புறப்படுத்தினர். அவர்கள் அவனைப் புறம் தள்ளியதால் விலாவில் ஏற்பட்ட வலியை வீரா ஆராய்ந்து கொண்டிருந்த போது தன் தோள்மீது ஒரு நேச ஸ்பரிசம் படரவே திரும்பினான். அவள்தான் அந்தச் சிறுமி. அவள் அவனைத் தனது ஆசனத்தில் அமரச் செய்தாள். தந்தையின் தோற்றச் சாயலுடன் விளங்கிய அந்தப் புதிய மனிதர் அவன் தலையில் ஆதரவுடன் தடவிக் கொடுத்து அவனைப் பார்த்து முறுவலித்தார்.

குலசேகரர் தனது அந்தப்புரம் நுழைந்ததும் தாராவைப் பார்த்து முறுவலித்தபடி, ‘நீ வந்து அந்தக் காட்சியைப் பார்த்திருக்க வேண்டும். நான் இவனைப் பாண்டிய மன்னர்களின் பரம்பரைச் சிங்காதனத்திலிருந்து ஓசைப்படாமல் அப்புறப்படுத்த எத்தனை சிரமப்பட்டுப் போனேன் தெரியுமா? கள்வன். இவன் தந்தையைப் போல இவனுக்கும் பாண்டியர் குலச் சிங்காதனத்தின் மீது ஒரு கண் இருக்கிறது போலும். இந்த ராஜ்ஜியத்தை ஆள்வதில் அத்தனை

அவசரம் அவனுக்கு, அவனது தந்தையைப் போல' என்று பெருமையுடன் கூறினார்.

*

காலங்கள் உருண்டோடின. பாண்டியர்கள் அமைதியாக ஆட்சி புரிந்து வந்தனர். பெரிய அரண்மனை. சுற்றிலும் வைகையின் கால்வாய்கள் ஓடுகின்றன. அரண்மனையின் மையப்பகுதியில் அரசரின் அந்தப்புரமும், தர்பாரும் அமையப் பெற்றிருந்தன. அதனைத் தொடர்ந்து அமைந்திருந்த மாளிகைகள் மற்ற அரச குடும்பத்தினர் வசிப்பதற்கு எழுப்பப்பட்டிருந்தன. பட்டத்திற்கு அடுத்த வாரிசு என்பதால் குலசேகரனின் மாளிகை அரச மாளிகைக்கு அருகில் அமைந்திருந்தது. அதன் அருகில் இருந்த அந்தப்புர மாளிகையில் தாராவும் அவள் புதல்வனும் குடியிருந்தனர். அவர்கள் பகுதியில் நான்கு அறைகளும் ஒரு மாடமும் இருந்தன. முன்பகல் நேரம் முழுவதும் அரண்மனைச் சிறுவர்களுக்குக் கல்வி போதனை என்ற பெயரில் ஹிம்சை இருக்கும். பாடம் சொல்லிக் கொடுக்க வரும் உபாத்தியாயர்களைச் சிறுவர்கள் அழ அழப் பண்ணுவார்கள். ஓர் உபாத்தியாயனும் தனது உபாத்தியாயத்தை முழுவதும் முடித்ததில்லை. அரண்மனைச் சிறுவர்களின் அழிச்சாட்டியம் எத்தனை திடம் படைத்த உபாத்தியாயரின் மனதையும் பலமிழக்கச் செய்துவிடும். வயது கணக்கே இல்லை, ஆண் பெண் பாலர் இருவருக்கும் ஒரே உபாத்தியாயர். இப்போது வீராவிற்கு வயது பன்னிரண்டு; மீனாவிற்குப் பத்து; இளையவன் சுந்தரனுக்கு ஏழு.

பாட போதனை என்ற இம்சை முடிந்ததும் சிறுவர்கள் ஒன்றாகக் கூடி விளையாடுவார்கள். மீனாதான் சற்றேறக்குறைய இருபது சிறுவர் சிறுமியர் உள்ள கூட்டத்தின் தலைவி. அவள் தந்தை விக்கிரமன், குலசேகரனுக்கு முன்பே திருமணம் புரிந்து ஒரே மகளாக மீனாவைப் பெற்றவர். பாண்டிய மன்னர்களின் குல வழக்கப்படி முதல் பெண் குழந்தைக்கு மதுரையம்பதியின் காவல் தெய்வம் மீனாட்சியம்மையின் பெயர் வைக்கப்படுவது வழமை என்பதால் விக்கிரமன் அவளுக்கு மீனா என்று பெயர் சூட்டினார். மீனா தனது கூட்டாளிகளாக ஒன்றுவிட்ட சகோதர சகோதரிகளைச் சேர்த்துக் கொண்டு அரண்மனைச் சிறுவர்களைப் போலில்லாமல் வீதியில் ஆடித் திரியும் சிறுவர்களைப் போல விளையாடுவாள். பால் தொழுவத்திற்குச் சென்று அங்குள்ள தயிர் வெண்ணெய் போன்றவற்றை எவர் அனுமதியுமின்றி அள்ளித்

தின்றுவிடுவார்கள். மரக்கிளைகளில் தொங்கும் தேன்கூட்டைச் சிதறடித்துத் தெருவில் போவோர் வருவோரைத் தேனீக்கள் கொட்டுவதைப் பார்த்துக் கை கொட்டுவார்கள். வைகையின் கால்வாய் அரண்மனைக்குள் பாய்வதால் அதில் விழுந்து குதியாட்டம் போடுவார்கள். மீன் அங்காடித் தெருவில் ஈக்களைப் போல அழுக்கும் பாசியும் அவர்கள் உடைகளில் ஒட்டிக் கொள்ளும். அவர்கள் போடும் ஆட்டத்தில் மாலையில் எந்தத் தாய்மார்களாலும் தங்கள் பிள்ளைகளை இனம் கண்டு கொள்ள இயலாது. நாய்க்குட்டிகளைப் போல அவர்கள் நடுவில் பெருங்கூச்சல்களும் ஓலங்களும் எப்போதும் அடையாளம் காட்டும்.

மாலைப் பொழுதுகள் அமைதிக்கும் கதைகளுக்குமான பொழுதுகள். எப்போதும் தன்னைச் சுற்றிக் குழுமும் யுவன்களுக்கும், யுவதிகளுக்கும் விக்கிரமன்தான் கதை சொல்லுவான். விக்கிரமனின் அந்தப்புரத் தாழ்வாரத்தில் தீவட்டிகளும் விளக்குகளும் ஏற்றி வைக்கப்பட்டுப் பகல் போலக் காட்சி அளிக்கும்.

கதைகள் என்றால் சாதாரணக் கதைகள் இல்லை. விக்கிரமனின் அரச பாரம்பரியத்தையும், அவனது பாண்டிய மண்ணைப் பற்றியும் பெருமையுடன் கூறும் கதைகள். எந்த அம்மையிடமிருந்து பாண்டியர்களின் பரம்பரை தொடர்கிறதோ எந்த அம்மைக்கு மீன் போன்ற விழிகள் உள்ளனவோ அந்த மீனாட்சி அம்மையைப் பற்றிய கதைகள். முன் ஒரு காலத்தில் மதுரை அரசியின் சிலம்பைத் திருடிவிட்டான் என்று தவறாகக் குற்றம் சாற்றப்பட்ட ஒரு வணிகனைக் கொன்ற மன்னவன் கதையை ஒருநாள் கூறுவான். ஒரு முலையிழந்த அந்தத் திருமாப்பத்தினி எத்துணை துணிச்சலுடன் அரச சபையில் வழக்காடி, தனது கணவன் கள்வனல்லன் என்று நிரூபித்து, மதுரையை எரித்த கதை. மதுரை மாநகரைக் கொழுந்துவிட்டு எரியச் செய்த தீயின் வெப்பம் இன்னமும் தணியாத கதை. நீதி தவறிய பாண்டியனின் உயிரைப் பறித்த கதை.

வீரா ஐயத்துடன் கேள்வி எழுப்புவான். ‘அது எவ்வாறு சிற்றப்பா ஒரு பெண்ணின் அவலம் மதுரையம்பதி முழுவதையும் எரிக்கலாம்?’

விக்கிரமன், ‘ மன்னர் மக்கள் விருப்பத்தின் பிரதிபலிப்பு. மன்னரை மனம் போன போக்கில் மக்கள் நடக்கவிட்டால் விளைவு வெறும் சாம்பல்தான்’ என்று பதில் கூறுவான். இந்தப் பதில் அவன் காதுகளில் வெகுகாலம் ரீங்காரமிட்ட வண்ணம் இருந்தது.

வீராவிற்கு ஏழு வயதுப் பருவமான போது அவன் தந்தைக்கு முடிசூட்டினார்கள். ஒருநாள் மாறவர்ம மாமன்னர் ரத்த வாந்தி எடுத்துத் தன் மூச்சை நிறுத்திக் கொண்டார். சிறுவர்கள் இருவரும் அரண்மனை மண்டபத்தில் கால் கடுக்க நின்று பாண்டிய நாடு முழுவதும் தனது பாட்டனாருக்குச் செய்த இறுதி அஞ்சலியைப் பார்வையிட்டனர். இறந்த மன்னவர் மீது அரண்மனைப் பெண்டிர் ஒப்பாரி இட்டு அழுதனர். தலையிலும் மார்பிலும் அடித்துக் கொண்டு அடித்துக் கொண்டு அழுதனர். மன்னரின் உடல் இடுகாட்டில் இடுவதற்காக வீதியில் கொண்டு செல்லப்பட்டது.

சிறுவர்களை இடுகாட்டிற்கு அழைத்துச் செல்ல மறுத்துவிட்டனர். அவர்களது தந்தைமார்கள் இடுகாட்டிலிருந்து திரும்பிய போது அடையாளம் தெரியாத வண்ணம் இருவரும் தலையை மழுங்கச் சிரைத்துக் கொண்டு வந்தனர். தாடியும், மீசையும் கூட மழிக்கப்பட்டிருந்தன. இன்னொரு மாற்றமும் நிகழ்ந்தது. எந்த மகுடம் அவனது பாட்டனாரின் தலையை அலங்கரித்ததோ அதே மகுடம் அவன் தந்தையின் தலையில் விளங்கத் தொடங்கியது. மெச்சத் தகுந்த இயல்பான மாற்றம். அந்த மாற்றத்தை அனைவரும் ஆனந்தத்துடன் கொண்டாடினார்கள்.

பிள்ளைகளின் பாரம்பரியமும் தொடர்ந்தது. எவ்வித வழக்காடல்களும் இன்றிச் சிறார் கூட்டத் தலைவியாக மீனா விளங்கினாள். வீராவைத் தன்னுடனேயே அடுத்த நிலையில் வைத்துக் கொண்டாள். இதற்கு முதல் எதிர்ப்பு சுந்தரனிடமிருந்து கிளம்பியது. காலம் கருதியிருப்பார் கலங்காது ஞாலம் கருதுபவர். இது வள்ளுவர் வாக்கு. அவனது அதிர்ஷ்ட வானில் விடிவெள்ளி முளைத்தது போல அவனுடைய அன்னை பிறந்த சோழ மண்டலத்திலிருந்து பத்துப் பன்னிரண்டு ஒன்றுவிட்ட சகோதரர்கள் ஒரு படையாகக் கிளம்பி பாண்டிய மண்ணை வந்தடைந்தார்கள். அவர்களுக்கும் பாண்டியர்களின் குடிக்கும் அதிக வேறுபாடு தெரியவில்லை. அவர்கள் கண்ணுக்குத் தெரிந்ததெல்லாம் சுந்தரனை மட்டும்தான். எனவே அவர்களது விசுவாசம் முழுவதும் அவனிடம்தான்.

மீனாவின் கீழ் இயங்கிய சிறுவர்களுக்கு அந்தச் சோழக் கொழுந்துகளைப் பார்த்ததும் கண்களில் தேவையில்லாத வெறுப்பு வளர்ந்தது. சோழ மண்டலத்தை வளம் மிக்கப் பிரதேசமாக மாற்றிக் காவிரிக் கரையின் மண்ணில் வளர்ந்த திமிருடன் அந்தச் சிறுவர்கள் வலம் வந்தனர். வற்றாத நீருடன் ஓடும் ஆறு நாட்டு வளமையின் அடையாளம். தமிழகத்தின் மற்ற பகுதிகளில் உள்ளவர்கள் நீருக்கு

ஆலாய்ப் பறந்து கொண்டிருக்க, காவிரி பாயும் சோழ பூமியில் நீர் ஒவ்வொரு வயல்வெளியின் மடையைத் தட்டி உள்ளே புகுந்து கொண்டிருந்தது. அதே நேரம் பாண்டிய மண்ணின் வைகை நதியில் கார்காலத்தில் ஒருவன் தலை கீழாக நின்றால் கூட மூழ்கமாட்டான். வற்றாத ஜீவநதியான காவிரி சோழக் குடிகளுக்கு வளத்துடன் இறுமாப்பையும் சேர்த்துத் தந்திருக்கிறது. அவர்களைப் பார்த்ததும் வீராவிற்கு முதலில் எழுந்த எண்ணம் இதுதான். ‘இவர்கள் சாதாரணக் குடிமக்களாக இருக்கும் போதே இந்தளவிற்குத் திமிரும் செருக்கும் கொண்டு அலைகிறார்களே; இவர்கள் ஆளும் வர்க்கமாக மாறிவிட்டால் இன்னும் என்னவெல்லாம் ஆட்டம் போடமாட்டார்கள்?’

சுந்தரன் மளமளவென்று செயலில் இறங்கினான். சந்தர்ப்பத்தைப் பயன்படுத்திக் கொண்டான். சரிக்குச் சரியாக ஒரு குழுவை உண்டாக்கினான். சுந்தரன் நேரம் கிடைக்கும் போதெல்லாம் மீனாவின் குழுவின் மீது தாக்குதலைத் தொடங்கினான். கிடைக்கும் சந்தர்ப்பங்களில் இரு அணியினரும் மோதிக் கொண்டே இருந்தனர். மீனாவால் இந்த அழுத்தத்தைச் சமாளிக்க இயலவில்லை. அவள் தலைமைக்குச் சவால் விடுக்கப்பட்டது. அவளது தேவதா விசுவாசிகளில் சிலர் சற்று ஊசலாடத் தொடங்கினார்கள். அந்தச் சவாலை அவள் எதிர்நீச்சல் போட்டுச் சமாளிப்பதற்கு வீராவின் எதற்கும் கலங்காத உறுதியும், மாறாத வைராக்கியமுமே காரணம்.

அந்தச் சோழ கும்பலில் சுமந்தா என்ற பெண்பிள்ளை ஒருத்தியும் இருந்தாள். அவளைப் பார்த்ததும் பளிச்சென்று கண்ணில் படுவது உடலுக்குப் பொருந்தாத தலையின் அமைப்பும், அதிலிருந்து கிளம்பிய பாம்பு போன்ற பின்னலும்தான். வீராவிற்கும் அந்தச் சிறுமிக்கும் இடையில் எப்படியோ சொல்ல முடியாத வெறுப்பு வளர்ந்தது. விளையாட்டில் வீரா தோற்றாலோ அல்லது மண்ணில் வீழ்ந்தாலோ முதல் கேலிச் சிரிப்பு அவளிடமிருந்துதான் கிளம்பும். இவள்தான் வீராவை வேசி மகன் என்று ஏசியவள்.

*

சுமந்தாவிற்கு வீராவின் கோபம் தணிந்ததா என்று உறுதியாகத் தெரியவில்லை. அவள் முன்னால் இடுப்பில் இரண்டு கரங்களையும் மமதையுடன் பிடித்து முகத்தில் ஒரு குரூரச் சிரிப்புடன் வீரா நின்று கொண்டிருந்தான். அவள் முகத்தில் ஓடிய வெறுப்பு மறையாமல் இருந்தது. தனது பின்னலைக் காய வைப்பதில் கவனமாக இருந்தாள். வீரா தலையைத் திருப்பி வாய்விட்டுச் சிரித்தான்.

அந்தக் கணத்தில் சுமந்தா இவனை வாழ்நாள் முச்சூடும் வெறுக்க வேண்டும் என்று தீர்மானம் செய்து கொண்டாள்.

இந்த நிகழ்ச்சி நிச்சயம் தந்தையின் செவிகளுக்குப் போய்ச் சேரும். விசாரணையில் என்ன நடந்தது என்பதை அனைத்துத் தரப்பிலிருந்தும் விசாரித்து அறிந்து கொள்ளமாட்டார்.. அவள் வெளியில் வரும்போது நறுமணம் வீசும் மலர் போல வெளியில் வருவாள். இவன் துர்நாற்றம் பிடித்த மாட்டுக் கொட்டிலில் வேலை பார்க்கும் சிறுவனைப் போல வெளியில் வருவான். இருந்தால் என்ன? அவனுக்குக் கவலையில்லை. தன் தாயைப் பழித்துப் பேசிய சுடுசொல்லை விடவா இனி வேறு ஒன்று அவனைச் சுடப் போகிறது? அல்லது.. அவன் வியந்தான். ஒருவேளை அவளுக்கு உண்மை தெரியாமலே இருக்குமோ?

அந்த நிகழ்ச்சிக்குப் பிறகு ஓய்வு தினங்களைச் சோழ தேசத்துச் சிறுவர்களின் கூட்டம் சொந்த மண்ணிற்குத் திரும்பிச் செல்லும் வரையில் இரண்டு குழுவும் ஒற்றுமையாக நாட்களைக் கழித்தனர் என்றுதான் சொல்ல வேண்டும். முன்பு விளையாடிய விளையாட்டுகளைத் தொடர்ந்தனர் என்றாலும் ஒருநாள் மீனா விளையாட வருவதற்கு மறுத்தாள். அவளை அழைக்கச் சென்ற சிறுவர்கள் எல்லோரும் கதவிற்குப் பின்புறம் நின்ற பெண்களால் விரட்டியடிக்கப்பட்டனர். மறுவாரமே அரண்மனை முழுவதும் தோரணமும், பந்தலுமாக விழாக்கோலம் பூண்டது. யாழின் நரம்புகளும், முழவின் மேற்தோலும் அதிரத் தொடங்கின. அரச குடும்பத்தினரின் வருகை அதிகரிக்கத் தொடங்கியது. சிறுவர்களுக்கு ஒரு சமயம் இப்படி அடுக்கடுக்காக நிகழ்ச்சிகளின் விந்தை ஒருபுறம்; அவர்களை அரண்மனை மகளிர் அண்ட விடாமல் விரட்டுவதால் எழுந்த வருத்தம் ஒருபுறமுமாகத் திரிந்தனர்.

வீராவிற்கும், சுந்தரனுக்கும் என்ன நிகழ்கிறது என்பது விளங்கவில்லை எனினும் இனிமேல் மீனா அவர்களுடன் சரிக்குச் சரியாக விளையாட வரமாட்டாள் என்பது மட்டும் விளங்கியது. அவள் நடத்தையிலும் இதுவரை தோன்றாத மாற்றம் ஏற்பட்டது. முன்பு போல அவள் வீராவை ஆரத்தழுவிக் கொள்வதில்லை. பேச்சும் ஓரிரு வார்த்தைகளுடன் சுருங்கிவிட்டது. அவன் கேள்விகளுக்குப் பதில் வெறும் தலையசைப்பு அல்லது கண் ஜாடை அவ்வளவுதான். மீனா மங்கைப் பருவம் அடைந்துவிட்டாள்.

மீனாவின் விலகலுக்குப் பின்னர் சிறுவர்களின் அரச வரிசையில் மாற்றம் ஏற்பட்டது. வீரா, சுந்தரன் இருவரும் சமாதானக்

கொடியைப் பறக்கவிட்டதால் சிறுவர்களின் நடுவில் கூட்டாட்சி நிலவியது. புதிய தலைவர்களைப் பின்பற்றிய ஏனைய சிறுவர்களிடம் அவர்கள் எதிர்ப்புணர்வை வளர்த்தனர். வரைமுறைகள் மீறப்பட்டன. அரண்மனை வளாகம் ஹதகளமானது. சிறுவர்களின் அட்டகாசச் செயல்கள் பெருகின. மூத்தவர்களுக்குப் பிள்ளைகள் புரியும் அட்டகாசங்கள் கண்களுக்குப் படாமல் இல்லை. இருந்தும், அட்டூழியம் செய்யும் சிறுவர்களை அடக்காமல் இருந்தனர். தங்கள் இல்லத்தின் புழக்கடையில் இருக்கும் மாமரத்தின் மீது கல் எறிபவன் நாளையே பாண்டிய தேசத்தின் மன்னன் ஆனாலும் ஆகலாம் நமக்கேன் வம்பு என்று பேசாமல் இருந்தனர்.

அவர்கள் புரிந்த அட்டகாசங்கள் பொறுமையின் எல்லையைத் தாண்டிச் சென்ற போது விக்கிரமன் தலையிட நேர்ந்தது. இரண்டு யுவராஜன்களுக்கும் நடுவில் பகைமை வளர்வது விக்கிரமனுக்குக் கவலையை வளர்த்தது. பாண்டிய மண்டலத்தை ஆளும் மன்னனாக அரண்மனைக்குள் நிலவிய அந்தப் பகைமை அவருக்கு வருத்தத்தை அளித்தது என்றாலும், ஒரு வீரனாக இந்தப் பகையுணர்வு உள்ளே பூட்டி வைக்கப்பட்டிருக்கும் ஆற்றலுக்கான வடிகால் என்பதும் விளங்கியது. ஆற்றல் மிக்க இளம்பிராய இளவரசர்கள் கேவலம் சாதாரண மாம்பழத்திற்குச் சண்டை போட்டுக் கொள்கிறார்கள். ஒரு சொல் ஆணையிட்டால் போதாதா.. நூற்றுக் கணக்கான சேவகர்கள் ஆயிரம் மாம்பழங்களைக் காலடியில் கொண்டு கொட்டமாட்டார்களா? யுவன்களின் இரண்டு அன்னைமார்களும் வரவழைக்கப்பட்டனர். அன்றே இருவரது எதிர்காலமும் உறுதியாக நிர்ணயிக்கப்பட்டது. அன்னையர் இருவரும் அரைகுறை நிம்மதிப் பெருமூச்சுவிட்டனர். சபையினர் ஆரவாரக் கூச்சல் எழுப்பினர். இரண்டு சிறுவர்களையும் ராஜாதித்தியன் என்ற குருவின் கீழ் குருகுலவாசம் பயில அனுப்பி வைக்கப் போவதாக மன்னவர் அறிவித்ததும் எவருக்கும் வருத்தம் ஏற்படவில்லை. மாறாக மகிழ்ச்சி ஆரவாரமே பெருகியது. காரணம் ராஜாதித்தியன் ஒரு காலத்தில் இந்த மண்ணின் உன்னத வீரனாகத் திகழ்ந்தவர்.

குருகுலக் கல்விமுறை என்பது காலம் காலமாகத் தொடரும் கல்வி முறை. பாண்டிய தேசத்தில் இதுபோன்ற குருகுலக் கல்விச் சாலைகள் ஏராளம் இருந்தன. காணிக்கை தொகையாகப் பொன்னோ நாணயங்களோ பெறப்படுவதில்லை. ஒவ்வொரு போகத்திலும் விளையும் விளைச்சல் பொருள்களே குருதட்சிணை. பெரும்பாலும் குருகுலக் கல்விச் சாலைகள் அந்தணர்களால்

நடத்தப்பட்டன. அந்த அந்தணர்களின் தீர்மானம் ஒரு பரம்பரையில் உள்ள ஞானமும் கல்வியும் அடுத்த பரம்பரைக்குக் கொண்டு செல்வது மட்டும்தான். அபூர்வமாக ஒரு சில குருகுலங்களைச் சிறந்த வீரர்களும் நடத்துவதுண்டு. அத்தகைய குருகுலங்களில் சிறந்த போர்முறைகள் போதிக்கப்படுகின்றன. ஆனால் போர்க்கலையைக் கற்பிப்பதில் ராஜாதித்தியன் குருமார்களுக்கே பயிற்சி அளிக்கும் திறன் படைத்தவர். ராஜாதித்தியனும் விக்கிரமனும் சோழர்களை எதிர்த்து வடதிசை முற்றுகைகளில் ஒன்றாகப் போர் புரிந்தவர்கள்.

இரண்டு சத வருடங்களாகச் சோழ மண்டலத்தின் நுகத்தடி பாண்டியர்களின் கழுத்தை நெரித்துக் கொண்டிருந்தது. ஒரு நீண்ட மன்னர்களின் வரிசை பாண்டியர்களின் விடுதலைக்கான முயற்சிகளை முறியடித்து வந்தது. இறுதியாக ஆண்ட மன்னர்களில் சிலர் சோழ பாண்டியர்கள் என்று கூடப் பெயர் சூட்டிக் கொண்டனர். எல்லாம் மக்களை ஏமாற்றுவதற்காக. ஒரு சோழன் பாண்டியனின் முகமூடியை அணிந்து கொள்ள முடியுமா? இல்லை புலியால்தான் மீனாக மாற முடியுமா? பாண்டியர்கள் எதையும் மறக்கவில்லை.

சோழ சாம்ராஜ்ஜியம் தூள் தூளாகச் சிதறிய போது ஒரு பாண்டிய யுவராஜா முத்துச் சிங்காதனத்தைக் கைப்பற்றித் தனது குலத்தின் சுதந்திரத்தைப் பிரகடனப்படுத்தினான். அவன் அரியணை ஏறியதும் செய்த முதல் வேலை சோழர்களிடமிருந்து வரி வசூலிக்க ஆணை பிறப்பித்ததுதான். இறுதியாகச் செய்தது போர்க்களத்தில் அவர்களை வீழ்த்தியது. அதன் பிறகு தமிழகமெங்கும் பாண்டியர்களின் மீன் கொடிதான் பறந்தது. இலங்கையின் பல பகுதிகளைக் கைப்பற்றினார்கள். சோழர்கள் இப்போது பாண்டியர்களுக்குக் கப்பம் கட்டுகின்றனர்.

சில காலமாகப் போர் எதுவும் இல்லை என்பதால் ராஜாதித்தியனின் குருகுலம் பொலிவிழந்து காணப்பட்டது. அரிய வீரர்களின் புதல்வர்கள் எவரும் அங்கு கல்வி பயில வரவில்லை. இலங்கையில் நிகழ்ந்த ஓரிரு போர்களைத் தவிரப் பெரிய யுத்தங்கள் பாண்டிய மண்ணில் நிகழவில்லை. எல்லைப் பகுதிகளும் பாதுகாப்புடன் திகழ்ந்தன. பணிந்துவிட்ட மன்னர்கள் கப்பம் கட்டுகின்றனர். வெறும் அடிதாங்கிகளாக நிற்கின்றனர். அவர்களது போர் வியூகம், அவர்கள் எடுத்துச் செல்ல வேண்டிய ஆயுதம், படையின் அளவு போன்றவை கூடப் பாண்டிய சாம்ராஜ்ஜியத்தால் முடிவு

செய்யப்படுகிறது. எந்த எதிரியும் எல்லைப் பகுதிகளில் காலடி கூட வைக்க முடியாது. அமைதி நிலவும் காலத்தில் போர் குருகுலங்களை எவர் கண்டுகொள்ளப் போகிறார்கள்?

விக்கிரமனின் மனதில் குருகுலத்தைப் பற்றிய நினைவுகள் பசுமையாக உள்ளன. அழிந்து கொண்டிருக்கும் அந்தக் குருகுலத்திற்கு இளவரசர் இருவரின் சேர்க்கை மீண்டும் புத்துயிர் அளிக்கும். பெருங்குடி மக்கள் இனிமேல் தங்கள் பிள்ளைகளையும் குருகுலத்தில் சேர்த்தால் யுவராஜாக்களுடன் பரிச்சயம் ஏற்படும் என்ற எண்ணத்தில் கொண்டு வந்து சேர்ப்பார்கள். விக்கிரமன் அளிக்கப் போகும் பெருங்கொடையால் குருகுலம் தன்னைப் புதுப்பித்துக் கொள்ளும். பாடசாலையைப் புதுப்பிப்பதோடு இரு இளவரசர்களுக்கும் போர்ப் பயிற்சி அளித்தது மாதிரியும் இருக்கும், அவர்கள் ஆற்றலுக்கு வடிகால் தேடியது மாதிரியும் இருக்கும். அப்படி ஏதாவது எஞ்சியிருக்கிறதா என்ன? விக்கிரமன் தனக்குத் தானே கேட்டுக் கொண்டார்.

அந்தக் குருகுலம் ஓர் ஆற்றின் கரையில் இருந்தாலும் ஆற்றிலிருந்து விலகி சற்று மேடான இடத்தில்தான் அமைந்திருந்தது. மற்ற மூன்று பகுதிகளிலும் அடர்ந்த காடு பரவியிருக்க அந்த ஆறு ஒன்றுதான் குடிமக்களுடன் இருந்த ஒரே தொடர்பு. ஒரு மாறுபட்ட நோக்கத்துடன் அந்த இடம் குருகுலப் பயிற்சிக்காகத் தேர்வு செய்யப்பட்டிருந்தது. அதன் பிரதானம் வசதியான இடம் என்பதில்லை. பல்வேறு போர்த்தந்திரங்களும் கற்றுக் கொடுப்பதற்காக அப்படி ஓர் இடம் தேர்வு செய்யப்பட்டிருந்தது.

சகல வசதிகளுடன் கூடிய அரண்மனை வாசத்தில் இருந்துவிட்டு அந்தக் குடிலில் வசிப்பது அவர்களுக்கு முள் படுக்கையில் படுப்பதைப் போல இருந்தது. வெற்றுக் குடிசைகள். வெறும் ஓலையாலும் தட்டிகளாலும் ஆன குடிசைகள். ஓரிரு சமயம் சுந்தரனைத் தனியாக விட்டுவிட்டு ஓடிப்போய்விடலாமா என்று வீராவிற்குத் தோன்றும். தான் எந்த இடத்திலும் தப்பிக்கவோ ஓடி ஒளியவோ கூடாது என்ற தெளிவிற்கு அவன் வந்துவிட்டான்.

*

அத்தியாயம் 2

அந்தப்புர நங்கை

சோமநாதபுரி மகாதேவன் ஆலயத்தின் மீது ஆப்கான் தேசத்தைச் சேர்ந்த மகமது ஏற்படுத்திய தாக்குதல்களின் துயர நினைவுகள் குஜராத் தீபகற்பத்தில் அழியாமல் இன்னும் அலைந்து கொண்டுதான் இருந்தது. எத்தகைய ஒப்பற்ற ஆலயம் அது. அதனை மகமது கஜனி தரை மட்டமாக்கிச் சின்னாபின்னமாக்கிவிட்டான். அவனது தாக்குதலில் ஐம்பதாயிரத்திற்கும் மேலாக ஆண்களும், பெண்களும், குழந்தைகளும் கொன்று குவிக்கப்பட்டனர். மகமதின் ஆட்கள் மூர்க்கத்தனமாக நடந்து கொண்டார்கள். கண்ணில் பட்டப் பெண்களைக் கற்பழித்தும், கையில் கிடைத்ததை அபகரித்தும் அட்டகாசம் புரிந்தனர். ஆலயத்திலிருந்த லிங்கம் உடைத் தெறியப்பட்டது. அதன் பின்னங்கள் கஜினி நகருக்குக் கொண்டு செல்லப்பட்டு மேலும் சீர்குலைக்கப்பட்டன.

மகமது படையெடுப்பின் போது தீபகற்பத்தின் மூன்று வாயில்களும் மூடப்பட்டுப் புற உலகுடன் தொடர்பு துண்டிக்கப்பட்டது. வட ராஜபுத்திர சமஸ்தானங்களில் மீண்டும் வர்த்தகமும், வியாபாரமும் பெருகத் தொடங்கிய போது குஜராத் மட்டும் மற்ற வட தேசங்களுடன் தொடர்பில்லாமல் இருந்தது. தெற்கு குஜராத் பகுதியை ராமச்சந்திர யாதவர் ஆண்டு வந்தார். இவருக்கும் வட குஜராத்தை ஆண்ட கரண் ராயர் மன்னருக்கும் நெடுநாட்பகை.

‘குடிப்பிறப்புதான் இங்கு முன் நிற்கும்’ என்றுதான் ராயரின் முழக்கமாக இருந்தது. ‘யாதவர்கள் வெறும் கோவலர்கள். இடையர் சாதியைச் சேர்ந்தவர்கள். ராயர் குடி தேவலோகத்திலிருந்து இறங்கி வந்த குடி.’

ராம் என்று அனைவராலும் செல்லமாக அழைக்கப்படும் சந்தாராம் கரண் ராயரின் உறவினனான ராணா ராஜசேகரனின் சமஸ்தானத்தில்

வாழ்ந்து வந்தான். ராமின் தந்தை பண்டசாலை அதிகாரிக்குக் கையூட்டு அளித்துக் குறுகிய காலத்தில் செல்வந்தர் ஆனவர். ராணாவின் மொத்தக் குடும்பத்திற்கும் அழகு சாதனங்கள் வழங்குவதற்கு ஓர் ஒப்பந்தத்தைப் போட்டுக் கொண்டு மெல்ல முன்னேறி தனக்குப் போட்டியே இல்லாமல் பார்த்துக் கொண்டார். புத்திசாலியான வியாபாரி. அந்த வணிகர் இப்போது ராணாவிற்கு அடுத்த செல்வந்தராகத் திகழ்ந்தார். ராணாவின் அந்தப்புரப் பெண்களுக்கு அவர் விலையுயர்ந்த பொருள்களைத் தருவித்துக் கொடுப்பதன் மூலம் கோடி கோடியாகச் செல்வத்தைப் பெருக்கினார். மொத்த தேசத்தின் வியாபாரக் கதவுகள் முகமதியரால் மூடப்பட்டிருந்த காலங்களிலும் இவர் தனது திறமையால் பொருள்களை அந்தப்புரப் பெண்களுக்குக் வரவழைத்துக் கொடுத்து மகிழ்வூட்டினார்.

சிறுவனாக இருந்த காலம் தொட்டே அந்தப்புரத்தில் நுழைவதற்கு ராமிற்கு அனுமதி வழங்கப்பட்டது. காலங்கள் செல்லச் செல்ல அவன் வாலிபனாக மாறிக் கொண்டிருந்தான். அவன் உதட்டின் மேல் அரைகுறையாகப் படரத் தொடங்கிய மீசை மயிரினை யாரும் கவனிப்பதில்லை. அவர்களுக்கு அவன் இன்னும் சிறுவன்தான்.

ராம் ஒன்பது வயதான பிராயத்தில் தெருவில் மற்ற போக்கிரிப் பசங்களைப் போலத்தான் திரிந்து கொண்டிருந்தான். தனக்குத் தானே பேசியபடி சுற்றித் திரிவது அவனது வழக்கம். ஒருமுறை அவன் தந்தையிடம் சிக்கினான். அவர் அவனைச் சாட்டையால் விளாசி எடுத்துவிட்டார். அவனது தாயார் அரவணைத்துக் கேட்ட போது தனது செவிகளுக்குள் எவரோ அமர்ந்து விடாது பேசிக் கொண்டிருந்ததாகக் கூறினான். கலவரப்பட்டுப் போன அந்தத் தாய் தன் மகனை ஒரு ஜோதிடரிடம் அழைத்துச் சென்றாள். ஜோதிடர் அந்தச் சிறுவனைப் பார்த்ததும் திகிலில் அதிர்ச்சி அடைந்தார். அப்போது நடந்து கொண்டிருந்த சிறுவனின் தசாபுத்தியைக் குறித்து என்னவோ முணுமுணுத்தார். அவர்கள் இருவரும் அங்கிருந்து அகன்றதும் வியர்வை ஆறாக ஓடும் தனது மேனியைக் கையிலிருந்த துவர்த்தினால் துடைத்துக் கொண்டார். ‘எதற்காக இந்தச் சிறுவன் மீண்டும் மீண்டும் என்னைச் சுற்றி வட்டமிடுகிறான்?’

ராமிற்கு ஒன்பது வயது ஆனபோது அவன் தந்தை அவனைக் கடையில் அமர்த்தித் தொழில் கற்றுக் கொடுத்தார். ராமும் மெல்ல மெல்ல வியாபாரத்தின் நெளிவு சுழிவுகளைக் கற்றுக் கொண்டான். வருங்காலத்தில் அவனும் அவன் தந்தையைப் போலப் பானை வயிற்றுடன் கல்லாவின் முன் அமர்ந்து நாணயங்களை வாங்கிக்

குவிக்க வேண்டுமல்லவா? கடையில் பண்டம் வாங்க வந்த பெண்கள் அவன் கவனத்தைக் கலைத்ததில்லை. அங்கு வரும் பெண்கள் மிக எளிமையாக, அநாகரீகமாக இருந்தனர். அவன் மனதுக்குப் பிடித்த பெண்கள் இதுபோல அடிக்கடி அங்காடித் தெருக்களுக்கு வருவதில்லை. அவனுக்கு அவர்கள் இருக்கும் இடம் தெரியும். அதுதான் அரண்மனை அந்தப்புரம்.

ராம் வாழும் உலகத்திலிருந்து ஓர் அந்தப்புரம் முற்றிலும் வேறுபட்டது என்பது அவனுக்குத் தெரியும். நுணுக்கமான வேலைப்பாடுகளால் கட்டப்பட்டிருந்த ஒவ்வொரு அறையும் கண்களைவிட்டகலா அற்புதம். அந்தப் பெரிய சபை, அழகிய தோட்டங்கள் எல்லாமே ஆடவர்களின் பாலுணர்வைத் தூண்டும் வண்ணம் அமைக்கப்பட்டிருந்தன. தோட்டத்தில் மீன்கள் வசிக்கும் குளம் ஒன்று இருந்தது. நடுவில் ஒரு செயற்கை நீரூற்று இருந்தது. நன்கு வடிவமைக்கப்பட்ட ஊற்றுக் கண்ணிலிருந்து கிளம்பி மேல் எழும் நீரூற்று மீண்டும் தரையில் பூக்களைப் போலச் சிதறுவதைப் பார்ப்பதற்கு அற்புதமாக இருந்தது. புற உலகில் வியர்வையின் துர்நாற்றம் வீசினால் அந்தப்புரத்தின் உள்ளே அத்தரும், ஜவ்வாதும், பன்னீரும் மணக்கும்.

கடை வியாபாரத்தில் அவன் தந்தை அவனுக்கு வியாபாரத்தில் நல்ல பயிற்சி அளித்தார். பயிற்சிக் காலத்தில் அவனுக்கு இருந்த ஒரே உற்சாகம் ராணாவின் அந்தப்புரம் சென்று மகளிரோடு வியாபாரம் செய்ததுதான். அந்தப் பெண்களுக்கும் அவனோடு வம்படித்து வியாபாரம் பேசப் பிடிக்கும். அவன் ஒருவன்தான், ராணாவிற்குப் அடுத்து உள்ளே அனுமதிக்கப்பட்ட ஒரே ஆண்மகன். திடீரென்று ராணாவின் வருகை அந்தப்புரத்தில் அதிகரிக்கத் தொடங்கியது. அந்த மாவீரர் ஆஜானுபாகுவாக இருந்தார். அவருடைய இடுப்புப் பட்டியின் நீளம் அதிகரித்தும், தலைமுடியின் நீளம் குறைந்து கொண்டும் வரத்தொடங்கியது.. ராம் அவரை நேருக்கு நேர் சந்திக்க நேர்ந்தால் தலையைக் குனிந்து வணங்கி பாதையோரம் இரண்டடி பின்வாங்கி நிற்பான். சில நேரங்களில் ராணா அவனை ஒரு முறுவலுடன் பார்ப்பார். ஆனால் ஒருமுறை கூட அவன் வருகைக்குத் தடை சொன்னதில்லை. ராம் சில நேரங்களில் ராணாவிடமே நேரில் சென்று சீனப் பட்டோ, லாகிரி வஸ்துக்களையோ கொண்டு கொடுப்பான்.

அந்தப்புரக் காவலுக்குப் பெரும்பாலும் ஆப்பிரிக்கத் தேசத்திலிருந்து அழைத்து வரப்பட்ட கறுப்பின அலிகளே இருந்தனர். அவர்கள் இடுப்பில் செருகி வைத்துள்ள பட்டாக் கத்தி

பார்ப்பதற்குக் கசாப்புக்கடையில் இறைச்சியை வெட்டப் பயன்படுத்தப்படும் வெட்டுக் கத்தியைப் போலிருக்கும்.. அவர்கள் எவரும் அவனைத் தடுத்தது இல்லையென்றாலும் அங்குமிங்கும் காவல் காத்து நடந்து கொண்டிருக்கும் அவர்கள் அவனைக் கடக்கும் போது ராமிற்குக் கைகால்கள் நடுங்கும்.

*

ராமிற்கு இப்போது வயது பதினேழு. பருவம் எய்துவதற்கு முன்பாகவே பெண்களைத் திருமணம் செய்து புகுந்த வீட்டிற்கு அனுப்பி வைக்கும் பூமி அது. அவனுடைய சுற்றத்தில் அவன் ஒத்த இளைஞர்களுக்குத் திருமணமும் ஆகி அவர்களது மனைவிமார்கள் கையில் ஒன்றும் வயிற்றில் ஒன்றுமாகப் பிள்ளைகளைப் பெற்றுத் தள்ளிக் கொண்டிருந்தார்கள். அவனுக்கும் திருமணம் செய்து கொள்ள ஆசைதான். என்ன செய்வது அவனுடைய குடும்ப ஜோதிடர் குறுக்கே நின்றார். அழகும் குணமும் நிறைந்த பல பெண்களின் ஜாதகங்களை அவனுடைய பெற்றோர் அனுப்பிக் கொண்டிருக்க ஜோதிடர் சோமநாதன் அத்தனை ஜாதகங்களையும் நிராகரித்துக் கொண்டிருந்தார். ராமின் கோபம் எல்லை மீறும். 'இந்தக் கிழட்டு ஜோதிடருக்கு இப்படி ஒரு நம்பிக்கையா? நான்தான் இந்த ஹிந்துஸ்தானத்தை ஆளப் போகிறவன் என்று சொல்லித் திரிகிறாரே.' தனது பிரும்மச்சாரியத்தின் மீது அவருக்கு ஏன் அப்படி ஒரு முக்கியத்துவம்?'

ஜோதிடர் அறிவுறுத்தியபடி அருகில் இருந்த சிவன் ஆலயத்திற்கு ராம் தினம் சென்று வணங்கிவிட்டு வருவான். தினமும் கோயில் வாசலில் பூ கட்டி விற்கும், முகம் முழுவதும் சுருக்கங்கள் நிறைந்த, மூதாட்டி ஒருத்தியிடம் பூச்சரம் வாங்கிக் கொண்டு போய் சுவாமிக்குக் கொடுத்து வணங்கிவிட்டு வருவான்.

ஒருநாள் கோயிலில் இருக்கும் போது வாசலில் ஆரவாரத்துடன் ஒரு பல்லக்கு வந்து இறங்கியது. அரண்மனைப் பல்லக்கு. ராமிற்குக் குஷியானது. இரண்டு வாரங்களாக அவன் அரண்மனை பக்கமே செல்லவில்லை. அவன் அவசர அவசரமாக வெளியில் இருந்த மட்பாண்டத்திலிருந்து நீரெடுத்துக் கால்களைக் கழுவியபடி இரண்டிரண்டு படிகளாகத் தாவி ஏறியபடி சன்னிதானத்திற்குள் நுழைந்தான். பளிங்குத் தரை ஈரமாக இருந்ததால் அவன் கால் வழுக்கித் தடுமாறி சன்னதி முன்பு கீழே நிலை தடுமாறி வழுக்கிச் சென்றான். மறுகணம் ஊழின் முடிவு எட்டியது போல அவன் தூண் ஒன்றின் மீது மோதி தொப்பென்று கீழே விழுந்தான். அவன்

வலியில் முனகிய போது சோழி சுழற்றிப் போட்டது போல கலகல என்ற சிரிப்பு சப்தம் கேட்டுத் திரும்பிப் பார்த்தான். அவன் மீண்டும் கண்களை விழித்துப் பார்த்த போது இதுவரை அவன் சந்தித்திராத பேரழகைத் தரிசித்தான்.

அவள் வதனத்தின் மீது வைத்த விழிகளை அகற்றாமலேயே அவன் எழுந்து தன் உடைகளைச் சீர் திருத்திக் கொண்டான். அவளுடன் இருந்தவர்களும் கலகலவென்று சிரித்தனர். அர்ச்சகருக்கு அவர்கள் சன்னதி முன்பு அப்படிச் சிரித்தது பிடிக்காமல் அதட்டி அமைதியாக இருக்கச் சொன்னார். மீண்டும் ஒரு முறை விழுந்து விடக்கூடாது என்று எண்ணியபடி அவமானத்துடன் கீழே விழுந்த அவன் மேல் உத்தரியத்தை எடுத்துக் கொண்டான். பெண்களின் சிரிப்பு ஒருகணம் மட்டும்தான். அதன் பிறகு அந்தப் பெண்கள் கடவுளிடம் வேண்டிக் கொள்ளத் தொடங்கிவிட்டனர். ஒரு தூணின் பின்னால் மறைந்து நின்றபடி ராம் அந்தப் பெண்ணின் முகத்தை மீண்டும் ஒரு முறை பார்த்தான். அவள் மெய் மறந்து பக்தியுடன் தனது இரு கரங்களையும் மார்பின் அருகில் குவித்து இறைவனிடம் பிரார்த்தித்துக் கொண்டிருந்தாள். இளவேனிற்காலத்து நிலவு போல அவள் வதனம் ஜொலித்துக் கொண்டிருந்தது. ராம் முழு நிலவை விழுங்க வரும் அரவம் போல விழிகளால் அவள் முகத்தை விழுங்கிக் கொண்டிருந்தான்.

பூசை முடியும்வரை ராம் காத்திருந்தான். அவள் சன்னதியைவிட்டு வெளியில் வரும்போது அவளது முக தரிசனம் அவனுக்குக் கிடைத்தது. அரச குடும்பத்தைச் சேர்ந்தவளாக இருக்க வேண்டும் என்று எண்ணினான். மன்னர் கரண் ராயரின் மனைவிகளில் ஒருத்தியான கமலா தேவி ஒரு பேரழகி என்று கேள்விப் பட்டிருக்கிறான். அரசி இந்தப் பெண்ணைப் போலப் பிரமாதமான அழகியாக இருத்தல் வேண்டும் என்று எண்ணிக் கொண்டான்.

பெண்கள் இறுதியாக ஒருமுறை சந்நிதானத்தில் உள்ள இறைவனைத் தொழுதுவிட்டுக் கீழே இறங்கிச் செல்வதை ராம் தூணின் மறைவிலிருந்து பார்த்து நின்றான். அந்தப் பளிங்குப் படிகளில் அவர்களது இடை அங்கிகள் வட்டமிட்டுப் பறந்ததைப் பார்த்துப் பரவசமானான்.

வாசல் வரை சென்ற அரண்மனைப் பெண்கள் வேக வேகமாக வாசலில் நின்று கொண்டிருந்த பல்லக்குகளில் முண்டியடித்து ஏறினார்கள். பல்லக்குத் தூக்கிகள் அவசர அவசரமாக மூடு திரைகளை இழுத்துவிட்டு மக்களின் வெறித்த பார்வையிலிருந்து

அவர்களை மறைத்தனர். பல்லக்குத் தூக்கிகள் இலகுவாகப் பல்லக்கைத் தூக்கி, நடையின் தாளத்திற்கு ஏற்ப வாய்விட்டுப் பாடியபடி, சுமையைத் தூக்குவது தோள்களுக்கு வலிக்காமல் சுமந்து சென்றனர். பல்லக்குகள் நகரும் வரையில் ராம் காத்திருந்தான். மூன்றாவது பல்லக்கில்தான் அந்த நிலவுப் பெண் அமர்ந்திருந்தாள்.

கட்டாயம் இதுவரை அவன் பார்த்த பெண்களில் அவள்தான் பேரழகி. சந்தேகமில்லை. தோளை யாரோ தொட்டு இழுப்பது போல் இருக்கவே திரும்பிப் பார்த்தான். வேறு ஒன்றுமில்லை வியர்வையில் நனைந்து போயிருந்த அவன் குழல் கற்றையில் ஒன்றுதான் தோள்களில் அவ்வண்ணம் புரண்டு கொண்டிருந்தது. வாயிலில் போவோர் வருவோரிடம் பிச்சை எடுத்து நின்ற பிச்சைக்காரன் திருவோட்டில் ராம் கையில் இருந்த இரண்டு வெள்ளி நாணயங்களைப் போட்டுவிட்டு நகரத் தொடங்கினான். எதிர்பாராமல் தனக்குக் கிடைத்த பெரும்பேற்றை எண்ணி அவன் வாயடைத்து நின்றான்.

அந்த வாலிபன் கோயில் சந்நிதானத்தில் வழுக்கி விழுந்தது நினைவுக்கு வர பல்லக்கில் அமர்ந்திருந்த அந்த அழகி, 'களுக்'கென்று மீண்டும் ஒருமுறை சிரித்தாள். அவளுடன் இருந்த ராணாவின் ஆசைநாயகி ஒருத்தி, 'சௌலா! மற்றவர்களைப் பார்த்து நீ இப்படிச் சிரிப்பது தகாது. ராணாவின் ஆசை நாயகிக்கு இது அழகில்லை' என்றாள்.

ராணாவைப் பற்றிக் கூறியதும் சௌலாவின் உற்சாகம் வடிந்தது. மற்ற ஆசைநாயகிகள் சௌலா முகம் மாறியதற்கு வருத்தப்பட்டனர். ராணாவின் அந்தப்புரத்திற்கு அவள் அழைத்து வரப்பட்ட நாளிலிருந்து இன்று வரை அவள் முகத்தில் சிரிப்பு என்ற ஒன்றை அவர்கள் கண்டதில்லை. சற்று நேரத்திற்கு முன்பு இந்த மங்கையின் முகம்தான் சிரிப்பில் எப்படி ஜொலித்தது!

சௌலா வாய்மூடிக் கிடந்தாள். அவளது சஞ்சலமற்ற சிந்தனை ராணாவின் அந்தப்புரத்திலிருந்து எப்படித் தப்பிச் செல்வது என்பது குறித்தே இருந்தது. எத்தனைக்கு எத்தனை ஆடம்பரமான வாழ்வை அந்தப்புரப் பெண்கள் அனுபவித்தார்களோ அந்தளவு அவமானங்களையும் சந்திக்க வேண்டிவந்தது. நகரத்தில் பஞ்சம் தலை விரித்தாடினாலும் கூட அந்தப்புர மகளிருக்கு அறுசுவை உணவுதான் பரிமாறப்பட்டது. அபினும் மதுவும் அந்தப்புரமெங்கும் வெள்ளமாக வழிந்தோடியது. கை தட்டினால்

போதும் அனைத்து வேலைகளையும் செய்து முடிக்கக் கறுப்பின அடிமைகள் அந்தப்புரம் எங்கும் இருந்ததால் மகளிரின் உள்ளங்கைகள் கூடத் தேயாமல் மென்மையாக விளங்கின.

ஆனால் சௌலாவைப் பொறுத்தவரை அந்தப்புரம் என்பது வசதிகளுடன் கூடிய பெரிய அழகிய சிறை. அதன் கதவுகளை உடைத்துக் கொண்டு பறந்து செல்லும் நாளிற்காகக் காத்திருந்தாள். அவள் தீர்மானம் செய்துவிட்டால் அவளைப் பெரிய கத்தியுடன் வாயிலில் காவல் புரியும் பாதுகாவலனோ அல்லது ராணாவின் படையோ கூடத் தடுத்து நிறுத்த முடியாது. அவள் சந்தர்ப்பத்திற்காகக் காத்திருந்தாள்.

அந்தப் பெண் மீதிருந்து நினைப்பை ராம் அகற்ற முடியாமல் தவித்தான். தினம் ஏதாவது நொண்டிச் சாக்குடன் அந்தப்புரம் நுழைவது அவனது வாடிக்கையானது. அதிக விலைமதிப்பில்லாத அற்பப் பொருளை விற்க வேண்டுமானாலும் அந்தப்புரம் செல்லத் தொடங்கினான். சில சந்தர்ப்பங்களில் அவளைப் பார்க்கவும் செய்வான். ஆனால் அவளுடைய தோற்றமும் பாவமும் நெருங்க முடியாமல் செய்தன. மற்ற பெண்களைப் போல அவள் தோற்றமளிக்கவில்லை. தனித்தே இருந்தாள். எப்போதும் ஏதோ ஒரு யோசனையிலேயே இருந்தாள். முகம் எப்போதும் சிடுசிடுவென்று இருக்கும். இன்று கோயில் சந்நிதானத்தில் சிரித்த போது எத்தனை அழகுடன் காணப்பட்டாள். அப்படி ஒரு மலர்ந்த முகம் அவளுக்கு அந்தப்புரத்தில் இல்லை.

ஒருநாள் நல்லூழின் காற்று ராமின் மீது வீசியது. ராம் அந்தப்புரத்தில் நுழையும் போது சௌலாவின் கண்கள் ஜாடை பேசின. அவன் அவள் அருகில் சென்றான். ஏதோ ஒன்று அவன் கால்கள் அவனைப் பின்னுக்கு இழுத்தது. அவனுக்கு மூச்சு நின்றுவிடும் போலிருந்தது.

அவள் மிகவும் மென்மையாக, ‘எனக்கு ஒரு குடுவை நிறைய மலைத்தேன் கொண்டு வந்து தர முடியுமா?’ என்று கேட்டாள். அவள் ஆணையிட்டால் போதும் அவன் எதனைச் செய்வதற்கும் சித்தமாய் இருந்தான். ஆனால் அன்று அவள் கேட்டதும் அதிர்ச்சியில் வார்த்தை இழந்த ஊமையைப் போலானான். ‘ஆகட்டும்’ என்ற ஒற்றை வார்த்தை அவன் நாவிலிருந்து திக்கித் திணறி வந்தது.

மறுநாளே ஒரு குடுவை மலைத்தேனுடன் போய் நின்றான். ஒரு கறுப்பின அலி அப்போது அவர்களைக் கடந்து சென்றதால் அவள் சட்டென்று வாயை மூடிக்கொண்டாள். வெறுப்புடன் கூடிய

எரிச்சலின் நிழல் அவள் முகத்தை மறைத்தது. அவளுக்கு அந்த இடம் சற்றும் பிடிக்கவில்லை என்பதை முகம் சொன்னது. எதுவும் கூறாமல் அவனிடமிருந்து தேனைப் பெற்றுக் கொண்டு அங்கிருந்து அகன்றாள்.

அவனுக்கு மகிழ்ச்சி ஒருபுறமும், ஆவலுடன் சேர முடியாத இயலாமையின் வேதனை ஒருபுறமுமாகத் தவித்தான். சிலநாட்கள் அவள் அவனைக் கண்டு கொள்ளவேமாட்டாள். சில நாட்கள் அவள் பார்வை அவன் உடலைத் துளைத்து ஊடுருவிச் செல்வது போலிருக்கும். ஒருநாள் அவன் துணிச்சலை வரவழைத்துக் கொண்டு அவளிடம், 'வேறு எதுவும் உங்களுக்கு வேண்டாமா?' என்று கேட்டுவிட்டான். இந்த முறை அவன் வார்த்தைகளில் தடுமாற்றம் இல்லை. உறுதி இருந்தது.

'சும்மா கதை விடாதே. நீ என்னுடன் பேச வேண்டும் என்றுதான் இப்படிக் கேட்கிறாய்?' என்றாள் அவள்.

ராமிற்கு திக் என்றானது. ஒருகணம் அந்த அலியின் பட்டாக்கத்தியின் கூர்மை கண் முன் வந்து போனது. 'என் தலை மீது அடித்து சத்தியம் செய்கிறேன் அம்மணி. அத்தகைய இழிவான நோக்கம் எனக்குச் சிறிதும் கிடையாது.' அவன் பயத்தில் மிரண்டு போய் உளறினான். சீர்கெட்டுப் போன சுவாசத்துடன் காத்திருந்தான்.

'நல்லது' என்று அவள் கூறிய போது அவள் முகத்தில் தோன்றிய புன்னகை அதற்கு முன்பிருந்த இகழ்ச்சியைத் துடைத்து எறிந்தது. 'நீ தாராளமாக என்னுடன் பேசலாம். நான் இருக்கும் இடத்திற்கு வரலாம். உன்னால் கொண்டு வரவே முடியாத பொருள்களைத் தான் நான் கொண்டு வரப் பணிப்பேன். நீயும் தோற்றுப் போய் என்னிடம் வந்து உனது இயலாமையைத் தெரிவிப்பாய் பார்' என்றாள்.

அவள் மீது ஏற்பட்ட காதல் எண்ணங்களை அவன் முற்றிலும் விரட்டி விட நினைத்தாலும் பகலில் அவளுடைய நினைவுகளாலும், இரவில் அவளைப் பற்றிய கனவுகளாலும் அலைக்கழிந்தான். அவள் மீது மையல் ஏற ஏற அவனுக்கு மண்ணுலகம் கண்களிலிருந்து மறையத் தொடங்கியது. அவளை மறுமுறை சந்திக்கும் போது அவளிடம் என்ன பேசலாம் என்பதிலேயே சிந்தை இருந்தது. காரணமே இன்றி அவன் அந்தப்புரத்திற்கு அடிக்கடி செல்லத் தொடங்கினான். நேரம் காலம் எதுவுமின்றி இதற்கு முன்பு அவன் சென்ற போதெல்லாம் அவனுக்கு ஏற்படாத நடுக்கமும், சுய பிரக்ஞையும் இரண்டு வாட்ட

சாட்டமான அலிகள் காவல் புரிந்த வாயிலைக் கடந்து உள்ளே செல்லும் போது ஏற்பட்டது. அவர்களுக்கும் அவனது நோக்கம் புரியாமல் இல்லை, இருப்பினும் அவன் உள்ளே நுழைவதை அவர்கள் தடுக்கவில்லை.

அந்தப்புரத்தில் வேண்டிய மட்டும் ஆடம்பரங்களை அங்கிருக்கும் பெண்கள் அனுபவித்தனர். இருப்பினும் அந்தப்புரம் பெண்களுக்கு ஓர் அழகிய சிறை. பெண்கள் அந்தப்புரத்தில் ஒரு தவிப்போடுதான் காலத்தைத் தள்ளிக் கொண்டிருந்தனர். அங்கிருந்து வெளியேற வேண்டும் என்று அவர்கள் செய்து கொள்ளும் தீர்மானத்தின் உறுதி அவர்கள் தளிர் விரல்களை விட மென்மையானது. தங்களது இயலாமை காயங்களை அவர்கள் தமக்குள் சண்டையிட்டுக் கொள்வதன் மூலம் அவர்களே கீறிவிட்டுக் கொண்டனர். அவர்களது உள்மனக் காயங்களின் ஊற்றுக் கண்ணாக விளங்கிய ராணாவை எதிர்க்க வழியின்றி, அவர்கள் தமக்குள் சண்டையிட்டுக் கொண்டனர். அந்தப்புரத்திற்கு ஒரே ஒரு வழிதான் இருந்தது. அந்த வழியில் பெண்கள் உள்ளே வரலாம். வெளியே செல்ல இயலாது.

*

சௌலாவும் ராமும் திரையிட்டு மூடப்பட்ட ஒரு மூலையில் உட்கார்ந்து மற்ற பெண்கள் மற்றும் கறுப்பின அடிமைக் காவலர்கள் கண்களில் மண்ணைத் தூவிவிட்டு மணிக்கணக்காகப் பேசுவார்கள். அது ஓர் அந்தப்புரம்தான் அல்லவா? வெகு சீக்கிரமே அவர்களது இந்தச் செயல் மற்ற மகளிரின் புருவங்களை உயர்த்தியது. மன்னனிடமிருந்து ராம் ஓலை வாங்கப் போகும் நாள் வெகு தொலைவில் இல்லை என்று நிச்சயம் செய்து கொண்டார்கள். அவர்கள் இருவரும் ஒழுக்கக்கேடான செயல்கள் எதுவும் புரியாமல் இருக்க வேண்டும், பிறகு ராணாவின் காதுகளுக்கு எட்டினால் இருவர் தலையும் தரையில் உருள்வது உறுதி. அவர்கள் எவரும் மாட்சிமை மிகு மன்னரின் காதுகளுக்கு இந்தச் சேதியைக் கொண்டு செல்லவில்லை. காரணம் இது ஒருவகை எதிர்ப்பைக் காட்டும் வழி. இன்னொன்று அந்த இருவர் மட்டும்தான் முதன் முதலாக வரம்பை மீறினார்கள் என்பது கிடையாது.

ஒருசில பெண்கள் அவனைச் சீண்டினார்கள். 'ராம், சௌலாவின் தேவை என்னவென்று கேட்டாயா?' அவர்களின் சீண்டல் அவனிடம் குழப்பமான மனோநிலையையே ஏற்படுத்தியது. தனக்குள் அந்தச் சீண்டலை அவன் ரசித்தாலும், வாயில் காப்போர்

இருவரின் செவிகளில் விழுந்து தனக்கு சௌலா மேல் இருக்கும் விருப்பம் தெரிந்துவிட்டால் என்ன செய்வது என்ற அச்சமும் ஒருசேர எழுந்தது.

ஒருநாள் மாலைப் பொழுது. அவன் உள்ளே நுழைந்த போது ஏதோ விபரீதம் நிகழ்ந்திருக்க வேண்டும். எங்கும் மரண அமைதி. அவள் வழக்கம் போலத் தோற்றமளிக்கவில்லை. கண்களின் சோகத்தின் சாயல் நிழலாடியது.

'என்ன நேர்ந்தது?' அவன் மெதுவாகக் கேட்டான்.

அவள் கன்னங்களில் நீர்க் கோடுகள் கோலமிட்டன. 'ஒன்றுமில்லை..' அவள் விசும்பினாள். அவளுடைய கன்னங்களில் விரல் தடம் பதிந்து சிவந்து போயிருப்பதைப் பார்த்தான். அவளை அடித்திருக்கிறார்கள். உடலெங்கும் குப்பென்று திகிலின் தாக்கம் பரவியது. அவனுடன் அவளுக்கு உள்ள தொடர்பு மன்னர் வரை சென்றுவிட்டதோ? அதற்குத்தான் அவளுக்குத் தண்டனையா? அப்படியே இருந்தாலும் தோல் உரியும்படி சவுக்கடி வாங்க வேண்டியது அவன்தானே தவிர அவள் இல்லை.

அந்தப்புரத்தில் இருந்த நீராழியின் அருகில் அமர்ந்தபடி அவர்கள் மற்ற மகளிர் கவனத்தைக் கவராமல் பேசினார்கள்.

'உன்னை அவர்கள் அடிக்கக் காரணம்?'

'நான் தப்பிச் செல்ல முயன்றேன்.'

ராம் நிஜமாகவே வியந்தான். 'தப்பிச் செல்லவா? நீங்கள் எதற்குத் தப்பிச் செல்ல வேண்டும்? கரண் ராயரின் அரண்மனையை விட வேறு எந்த இடமும் உங்கள் அந்தப்புரத்தைப் போலச் சிறப்புடன் இருக்காது. உங்களுக்கு வீட்டு நினைப்பு இன்னும் போகவில்லை என்று எண்ணுகிறேன். சரியாகிவிடும்' என்றான்.

அவனை மறுப்பது போலப் பார்த்தாள். 'என்ன மாதிரியான வாழ்க்கை இது ராம்? இங்கிருப்பவர்கள் ராணாவின் காமத்திற்கு ஆட்பட்டு இங்கேயே வாழ்ந்து இங்கேயே சாக வேண்டுமா?' என்று ஆவேசமாகக் கேட்டவள் மேலும் தொடர்ந்தாள். 'இந்தமுறை நான்மாட்டிக் கொண்டுவிட்டேன். ஒருநாள் இல்லை ஒருநாள் நான் இந்த இடத்தைவிட்டுத் தப்பி விடுவேன்? அந்தப்புரமா இது? இல்லை வேசிகளின் மாளிகை' என்றாள்.

சௌலா கடற்புறத்திலிருந்து அழைத்து வரப்பட்டவள். எந்தக் கடல் அருகில் அவள் வளர்ந்தாளோ அந்த சமுத்திரம் போலவே அவளும்

எல்லைகளில்லாமல் வளர்ந்து வந்தாள். அவள் தந்தை உப்பளங்களிலிருந்து உப்பு எடுத்து ஊருக்குள் சென்று விற்று வருவார். நாடு முழுவதும் பஞ்சம் தலை விரித்தாடினாலும் அந்த உப்பு வியாபாரிக்கு அதிர்ஷ்டம் குடை விரித்தது. சௌலாவின் தந்தை ஒரு தேர்ந்த வியாபாரி. மழைக்காலம் தொடங்கு முன்னர் உப்பளங்களிலிருந்து உப்பை உற்பத்தி செய்து கிடங்குகளில் பாதுகாப்பாக எடுத்து வைப்பது வழக்கம். அதன்பிறகு அந்த உப்புக் குவியலைத் துணி மூட்டைகளில் கட்டி, விலங்குத் தோல் கொண்டு மூடி மழைக்காலங்களில் அதிக விலைக்கு விற்று லாபம் சம்பாதித்தார்.

பதினான்கு வயதுப் பிராயத்திற்குண்டான செழுமையும் அழகும் இளமையும் கொண்டு விளங்கிய சௌலாவிற்குத் திருமணம் முடிக்க அவள் தந்தை முடிவு செய்தார். அனைவருக்கும் ஓலை அனுப்பப்பட்டது. உப்பு வியாபாரியின் அழகிய மகள் திருமணப் பருவத்தை அடைந்துவிட்டாள். பல நல்ல வரன்கள் வாசல் கதவைத் தட்டிய அதே நேரம் விதியும் தன் பங்கிற்குத் தட்டியது. சௌலாவின் தந்தை மழையிலிருந்து பாதுகாப்பாக அவரது உப்புக் குவியல்களை ஒரு கிட்டங்கியில் பத்திரப்படுத்தி வைத்திருந்தார். ஆனால் ஒருநாள் அடித்த புயற்காற்றில் அவரது கிட்டங்கியின் கூரை வீசி எறியப்பட்டது. வியாபாரியின் கண் எதிரிலேயே அவருடைய செல்வம் மழை நீரில் கரைந்து போய்க் கொண்டிருந்தது. கடன் கொடுத்தவர்கள் வல்லூறுகளைப் போல அவனைச் சுற்றி வட்டமிட்டனர். அவர்கள் நோக்கமெல்லாம் அவனை அப்படியே விழுங்கிவிட வேண்டும் என்பதில்தான் இருந்தது.

பல கடன்காரர்களும் ராணாவிற்கு இணையாக அதிக வட்டியில் கடன் கொடுத்துக் கடன் கொடுத்தவர்களின் கழுத்தை இறுக்குவதில் வல்லவர்களாக விளங்கினர். கடன்காரர்களுக்குக் கொடுத்த கடனை வசூலிப்பதில் சிரமம் எதுவும் ஏற்படவில்லை. கடன் வசூலிக்க அவர்கள் மேற்கொள்ளும் கொடூரமான வழிமுறைகள் அப்படி.

அழகிய பெண்கள் என்றால் ராணாவும் ஒரு வல்லூறுதான். வட்டமிட்டுக் கொத்திச் செல்ல வந்துவிடுவான். நாடெங்கும் ஆட்கள் அனுப்பப்பட்டு அழகிய பெண்கள் இருந்தால் மோப்பம் பிடித்து அவர்களை அந்தப்புரத்தில் அடைக்கும் பணியில் அமர்த்தப்பட்டனர். சௌலாவின் தந்தைக்கு உப்புத் தொழிலில் ஏற்பட்ட நட்டத்தைக் கேள்விப்பட்டதும் அவன் ஒரு திட்டத்தை முன் வைத்தான். தந்தையின் கடனை அடைக்கப்பட வேண்டுமானால் மகள் அவன் அந்தப்புரத்தை அலங்கரிக்க

வேண்டும். தந்தை வேறுவழி எதுவுமின்றிச் சம்மதித்தார். சௌலா அந்தப்புரம் என்ற கொட்டிலில் அடைக்கப்பட்டாள். இருப்பினும் ராணா அவளை உடனே தனது மஞ்சத்தை அலங்கரிக்க முயலவில்லை. அவளைத் தட்டிக் கொடுத்துத் தேற்ற முயன்றான். அவளோ தொடமுயன்ற அவனைச் சிங்கக்குட்டி போலச் சீறினாள். கடந்த ஆறு மாதங்களாக ராணா கொடிய மேக நோய்க்கு ஆட்பட்டு அவதிப்பட்டு வந்தான். அந்த நோயானது அந்தப்புரத்தில் இருந்த மற்றும் இரண்டு மகளிரையும் தொற்றியது. அரண்மனை வைத்தியர்கள் வேசி மனைகளில் அதிகம் காணப்படும் அந்த நோயை இனம் கண்டு கொண்டதோடு அந்தப்புரத்தில் மைதூனத்திற்குத் தடையும் விதித்தார்கள். மறுத்தால் ராணா தனது அந்தப்புர மகளிரைத் தொடர்ந்து ஒவ்வொரு ஆறுமாதமும் மாற்றிக் கொண்டே இருக்க வேண்டும் என்று நிபந்தனை விதித்தார்கள்.

தனது நோய் குறித்து அறிந்திருந்தும் ராணா ஒருநாள் சௌலாவை வலுக்கட்டாயமாகத் தனது பள்ளியறைக்கு அழைத்து வரச் சொன்னான். அவள் அவமானத்தால் மறுப்புத் தெரிவித்து நின்ற போது அவன் இரண்டு அந்தப்புர அலிகளை அழைத்து அவளது ஆடைகளைக் கிழித்து எறியச் செய்தான். அவள் தனது சின்னஞ்சிறு கரங்களால் தனது மானத்தை மூட முயன்று தோற்றுக் கொண்டிருந்தாள். பசியுடன் இருக்கும் சிங்கம் தனது இரையைப் பார்வையிடுவது போல ராணா அவளை வெறித்துப் பார்த்தான். அதற்கு மேல் அவனால் எதுவும் செய்ய இயலவில்லை. அரண்மனை வைத்தியர்களின் எச்சரிக்கை அவனைத் தடுத்தது.

அதன் பிறகு சௌலா தனது நேரம் முழுவதையும் அந்தப்புரத்திலேயே செலவழிக்க நேர்ந்தது. எப்போதாவது கோயிலுக்குச் செல்ல அனுமதி கிடைக்கும். அந்தப்புரத்தில் அறுசுவை உணவு வழங்கப்பட்டது. களிப்பதற்கு அருமையான தோழியர் இருந்தனர். பட்டினாலும் இறகினாலும் நெய்யப்பட்ட மெத்தைகள். விசாலமான அரண்மனை. சிற்றின்பத்தைத் தூண்டும் நகைச்சுவை கதைகளைக் கூற அழகிய பெண்களும், அவர்களது அசட்டுத்தனமான இளிப்பும். ஆனால் அவள் சிரிப்பு எங்கு சென்று மறைந்தது என்று ஒருவருக்கும் தெரியாமல் இருந்தது. மீண்டும் கோயிலில் ராம் வழுக்கி விழுந்த அன்றுதான் அந்தச் சிரிப்பு கண்டு பிடிக்கப்பட்டது.

ராணா தனது ஆண்மையின் நலத்தை மீண்டும் பெறத் தொடங்கினான். என்றாவது ஒருநாள் அரண்மனை வைத்தியர் ராணாவின் உடல் நன்கு தேறிவிட்டது, இனி அவர் முன்பு போல

சம்போகத்தில் ஈடுபடலாம் என்று கூறும் நாளும் வரும். அப்போது செளலாவால் மறுப்புத் தெரிவிக்க இயலாது. அவனுடைய பள்ளியறைக்குச் செல்லத்தான் வேண்டும். அந்த நாள் வருவதற்குள் அவள் அங்கிருந்து பறந்துவிட எண்ணினாள். ராம் செவிமடுக்கும் தோழனாகத் தெரிந்தான்.

இதுதான் அவளின் கதை. அவள் தன் கதையைக் கூறி முடித்ததும் அமைதியாக அதனைக் கேட்டுக் கொண்டிருந்த ராம் அவளுடைய துயரத்தின் ஆழத்தைப் புரிந்து கொண்டான்.

'உங்களுடைய பெற்றோர்களை அதன் பிறகு நீங்கள் சந்திக்கவே இல்லையா?' என்று அவளிடம் மிருதுவான குரலில் கேட்டான். அவள் இல்லை என்பதன் அடையாளமாகத் தலையசைத்துவிட்டு மெளனமாக இருந்தாள். ராம் அவளைச் சிறிது நாழிகை பொறுமையுடன் பார்த்தான். அதன் பிறகு எதுவும் விடை கூறாமல் அங்கிருந்து அகன்றான்.

செளலாவின் மனம் ஒரே நேர் கோட்டில் பயணித்தது. ராம் தன் மீது கொண்ட இரக்கம் அவளைக் கவர்ந்தது. பெண்களின் சதையை வைத்து வியாபாரம் செய்யப்படும் உலகில் அவனுடைய இரக்கம் முற்றிலும் அவள் சந்தித்திராத ஆண்மையின் இன்னொரு வடிவம்.. அவன் அவளுடைய மனதையும் உடலையும் தொந்தரவு படுத்தத் தொடங்கினான். அவள் ஆன்மாவை அவன் அதிகம் பாதித்துவிட்டான்.. தப்பித்துச் செல்லும் எண்ணம் நிறைவேற்றக் கடினமாக இருந்ததேயன்றி நிறைவேற்றவே இயலாது என்று தோன்றவில்லை.

அவள் மனதில் ஒரு திட்டம் வகுத்தாள். இந்தப் பாழ் கிடங்கிலிருந்து வெளியேற ராம்தான் ஏணி.

*

அத்தியாயம் 3

குருகுல வாசம்

‘இந்தக் கணத்திலிருந்து நாம் ஒழுங்காக நடந்து கொண்டால் நம்மை மீண்டும் அரண்மனையில் கொண்டு விட்டுவிடுவார்களா வீரா?’ என்று சுந்தரன் வீராவைப் பார்த்துக் கேட்டான்.

வீரா மறுதலித்தான். முதலில் தான் சொல்வதைத் தானே நம்ப வேண்டும். கொஞ்ச நஞ்சமா அவர்கள் துஷ்டத்தனம் செய்துவிட்டு வந்திருக்கிறார்கள்? அரண்மனைக்காரர்கள் அத்தனையும் மறக்க வெகுநாட்களாகும். எதிர்காலம் பாதுகாப்பாக இருந்த நாட்களில்தான் அவர்கள் நாட்டைவிட்டு விரட்டப் பட்டிருக்கின்றனர்.

அந்திமாலை வந்து சேர்ந்ததும் இருள் ஒரு பெரிய கறுப்பு நிறப் போர்வையைக் குருகுலத்தின் மீது போர்த்தியது. பகல் பொழுதையாவது ஒரு வகையில் சேர்த்துக் கொள்ளலாம், இரவுதான் சகோதரர் இருவரையும் அதிகம் வாட்டியது. பகல் முடிந்ததும் அரண்மனையில் நூற்றுக்கணக்கான விளக்குகள் ஏற்றப்பட்டு இருள் விரட்டப்படும். ஒவ்வொரு தாழ்வாரமும், மூலைகளும் தீவட்டிகளின் செந்நிற ஜுவாலைகளால் பிரகாசிக்கும். இந்தக் குருகுலத்திலோ இரவு இளவரசர்கள் மீது சவப்போர்வை போட்டு மூடி வைக்கிறது. இரவு என்றாலே அவர்களுக்கு நடுக்கமானது. இரவு தான் பாட்டனாரைப் பலமுறை பார்த்ததாகவும் அவர் உடை முழுவதும் ரத்தக் கறை படிந்திருந்ததென்றும் வீரா சாதிப்பான். ஓயாமல் அடிக்கும் எண்ண அலைகளைக் கட்டுப்படுத்த முயன்று வீரா தோல்வியைத் தழுவுவான். ஒருநாள் சுந்தரனும் அந்தக் காட்சியை உறுதி படுத்தினான். பொதுவான அச்சம் ஒன்று அவர்கள் இருவரையும்

கூட்டாளிகளாக மாற்றின. ஒரு தற்காலிகச் சமாதான ஒப்பந்தம் இருவருக்கு இடையிலும் அரங்கேறியது.

*

இருள் பயம் அவர்களிடமிருந்து அகல சற்றேறக்குறைய மூன்று திங்கள் ஆகின. அதன்பிறகு சுந்தரன் பழைய நிலைக்குத் திரும்பினான். நேரம் கிடைக்கும் போது எல்லாம் வீராவை வார்த்தை ஈட்டிகளால் துளைப்பதே அவனுக்கு வேலையானது. வீரா குருகுல வாசத்திற்குப் பழகிக் கொண்டாலும் அவன் நெஞ்சில் நீல ஆகாயத்தில் மிதக்கும் ஒற்றை மேகம் போல ஒரே ஒரு நினைப்பு மட்டும் அலைக்கழித்தது. அரண்மனையைவிட்டு வெளியில் வந்து, போயும் போயும் தனது மாற்றாந்தாய் சகோதரனுடன் ஒன்றாகக் குருகுலத்தில் கல்வி கற்க நேர்ந்ததே என்ற நினைப்பு. நல்லவேளை அவனுடைய அதிர்ஷ்டம் குருகுலத்தில் ஒரு தோழன் கிடைத்தான். வீராவின் ஆயுள் பரியந்தம் உடன் வரும் நண்பன் என்பது அப்போது வீராவிற்குத் தெரியாது. அவன் பெயர் அக்ஷயன். அக்ஷயன் என்றால் எல்லைகள் அற்றவன் என்று பொருள். இந்த அக்ஷயன் ஒரு படைவீரனின் புதல்வன். நெடுந்தொலைவிலிருந்து போர்ப்பயிற்சி பெற வந்திருக்கிறான். எவரும் கேள்விப்பட்டிராத பந்தத்தை அவன் வீராவிடம் வளர்த்துக் கொண்டான். வீரா மகிழ்ச்சியுடன் இருக்கும் நேரங்களில் ஆர்ப்பரிப்பவனாகவும், வீராவைக் கவலை சூழ்ந்த நேரங்களில் ஊமையாகவும் இருப்பான்.

ஆரம்பத்தில் வீரா சுந்தரன் இருவரும் அவர்கள் வயதொத்த சிறுவர்களுடன் குருகுலத்தில் உற்சாகமாக இருக்கலாம் என்பதுதான் நினைப்பாக இருந்தது. ஆனால் அந்த நினைப்பு ஒருகணநேரம்தான். அடுத்த நாழிகையே குருகுலச் சூழலில் அது ஆவியாய் உலர்ந்து போனது. குருகுலத்தின் ஆசான் ராஜாதித்தியன் செய்யும் தொழிலே தெய்வம் என்று கருதுபவர். தனது செயலை உற்சாகமாகச் செய்பவர். ஒரு சிறுவனை வழிக்குக் கொண்டு வருவது என்பது அவரைப் பொறுத்தவரை துறைகளைக் கடந்து பொங்கிப் பிரவாகமாக ஓடும் ஆற்றினைக் கட்டுப்படுத்தி அமைதியான அதே நேரம் ஆயிரம் யானை பலம் கொண்டதாக விளங்கும் நதியாக மாற்றுவதைப் போன்றதாகும். ஓர் உற்சாகச் சவால்.

தினமும் எல்லா மாணாக்கர்களும் இரண்டு சுற்றுகள் ஓட்டப்பயிற்சி முடித்துவிட்டு வர வேண்டும். ஓடி வந்த களைப்பில் ஒவ்வொரு எலும்பும் வலியில் துடிக்கும். ஓடி முடித்ததும் நிலை குலைந்து

விழும் அவர்கள் மேல் கேளாமலே தூக்கம் வந்து கவியும். அந்த ஓட்டத்திற்கு அவர்கள் பழகிக் கொண்ட போது பயிற்சியை ராஜாதித்தியன் அதிகப்படுத்தினார். அப்படி ஒரு முறை ஓடிவிட்டு வந்த போது வீரா, ‘குருவிற்குப் போர்ப்பயிற்சி எதுவும் தெரியுமா என்பது நமக்கு விளங்கவில்லை. ஆனால் ஒன்று யுத்தத்தின் இறுதியில் எப்படிப் புறமுதுகிட்டு ஓடுவது என்பதற்குச் சிறந்த பயிற்சி அளிக்கிறார் என்று சொல்லலாம்’ என்றான். அவன் சொல்லி வாய்மூடி இருக்கமாட்டான், எவரோ அவன் செவிகளைப் பற்றித் திருகியதும் திரும்பிப் பார்த்தான். குருநாதர் கைகளில்தான் அவன் செவி சிக்கியிருந்தது. ‘அடுத்த யுத்தத்தில் நீ தப்பி ஓடுவதற்காவது நான் உத்தரவாதம் அளிக்க வேண்டும் அல்லவா?’ அவர் குரல் மிகவும் மென்மையாக ஒலித்தது. ‘பாண்டிய சாம்ராஜ்யம் இங்கே நான் சொல்லிக் கொடுக்கப்படும் மட்டமான பயிற்சிகளால்தான் விரிவடைய வேண்டும் என்பதில்லை. நாளை நீ நாற்பது சுற்றுகள் ஓடிவிட்டு வரவேண்டும். உன்னைப் பகைவன் துரத்தி வருவதாக நினைத்துக் கொண்டு ஓடு’ என்றார்.

குரு அவர்களது உடற்திண்மையை வளர்ப்பதிலும், ஆற்றலைக் கட்டுப்படுத்தி ஒரு நிலைப்படுத்துவதிலும் கவனம் செலுத்தினார். இளமைப் பருவத்தில் அடியெடுத்து வைக்கத் தொடங்கும் மாணாக்கர்கள் மரக் கத்திகளும் மூங்கில் கழிகளால் செய்யப்பட்ட கேடயங்களையும் கொண்டு விளையாட்டு யுத்தத்தில் ஈடுபடுத்தப் பட்டனர். நிஜமான ஆயுதங்களை எடுத்துச் சண்டை போடுவதற்கு அவர்கள் ஒரு வருடப் பயிற்சியை முடிக்க வேண்டியிருந்தது. அப்போதுகூடக் கூர் மழுங்கிய ஆயுதங்களே வழங்கப்பட்டன. முற்றுகையின் போது வேவு பார்க்கும் செய்கைக்குப் பயிற்சியாக அவர்களுக்குப் புல்வெளியில் ஓசையின்றித் தவழ்ந்து செல்லும் பயிற்சி அளிக்கப்பட்டது. எந்தப் பூச்சிகளைக் கண்டு அந்தச் சிறுவர்கள் அஞ்சி நடுங்கினரோ இப்போது அதே பூச்சிகள் அவர்களைக் கண்டு அஞ்சி விலகி ஓடின. குருநாதர் அளிக்கும் பயிற்சியை முன்னமே கேள்விப்படும் எந்தச் சிறுவனும் அந்தக் குருகுலத்தில் பயிற்சி எடுத்துக் கொள்ளச் சம்மதிக்கமாட்டான். தனி மனிதர் ஒருவரின் முயற்சியில் அவர்களுக்குக் கண்ணுக்குத் தென்படாத யுத்தம் ஒன்றிற்குப் பயிற்சி அளிக்கப்பட்டது.

உடற்பயிற்சியும் குருகுலத்தில் கட்டாயமாக்கப்பட்டிருந்தது. வீராவும், சுந்தரனும் குருவின் பார்வை மறைந்தால் சோம்பித் திரிவதும், அவர் பார்வையில் கடுமையாகப் பயிற்சி எடுப்பதையும் வழக்கமாகக் கொண்டிருந்தனர். ஆனால் எதுவுமே குருவின்

பார்வையிலிருந்து தப்பியதில்லை. ஒருநாள் அமைதியாகக் கூறினார். 'நேர்மையாக உழைப்பதற்கும், உழைப்பது போல நடிப்பதற்கும் ஒரே அளவு ஆற்றல்தான் செலவாகும்.'

விடிவதற்கு முன்பே உறக்கம் நீங்கி எழவேண்டும். இதைத் தவிர்ப்பதற்கு ஒருமுறை வீரா மேலுக்குச் சுகமில்லாதவன் போல நடித்தான். குரு அவனுடைய உடல் நலம் பெற ஒரு கஷாயத்தைக் கொடுத்துக் குடிக்கச் சொன்னார். அவன் வேண்டா வெறுப்புடன் கஷாயத்தைக் குடித்தான். தலை முதல் கால் வரையில் அந்தக் கஷாயம் கசந்து வழிந்தது. அற்புதமான மருந்து அந்தக் கஷாயம். எந்த நோயும் அந்தக் கஷாயத்தைக் குடித்ததும் உடனே அகன்றுவிடும். வீரா இனிமேல் தனக்கு உண்மையில் உடல் நலமில்லாமல் போனால் கூட வாய் திறக்கக் கூடாது என்று எண்ணிக் கொண்டான்.

மாணாக்கர்களை வழிக்குக் கொண்டுவர குருநாதருக்கு ஒரு வருடம் கூட வேண்டியிருக்கவில்லை. மாணவர்களுக்கும் ஒரு வருடத்திற்கு முன்பு இமயமலையாகத் தோன்றிய பயிற்சிகள் இப்போது கால் தூசிக்குச் சமமாகப் போய்விட்டன. கற்பதில் அவர்களுக்கு ஆர்வம் அதிகமானது. குரு கற்றுக் கொடுப்பதை அப்படியே உள்வாங்கிக் கொண்டார்கள். ஒரு யுத்தம் வராதா, அப்படி வந்தால் குருவிடம் கற்றுக் கொண்டவற்றை நேரில் செய்து பார்க்கலாமே என்ற ஆவல் எழுந்தது.

ஒருநாள் மாணவர்களின் கவனம் வகுப்பில் இல்லாமல் அங்குமிங்கும் அலைந்து கொண்டிருந்தது. சலிப்படைந்து போன ராஜாதித்தியன் கண்டிக்கும் தொனியில் கூறினார். 'இன்று இங்கே என்ன பயிற்சி எடுத்துக் கொள்கிறீர்களோ அதுதான் உங்களை நாளை யுத்தப் பூமியில் காவல் காக்கும். மரணக் கலையில் முழு மூச்சுடன் மூழ்கிக் கற்று வருகிறீர்கள். நான் அளிக்கும் பயிற்சியில் இரண்டில் ஒன்றுதான் சாத்தியம். ஒன்று நீங்கள் திறன் படைத்தவராக மாற நேரிடும் அல்லது மடிய நேரிடும்.'

அதன் பிறகு மாணவர்களிடம் பேச்சு மூச்சு இல்லை. முழுக் கவனமும் வகுப்பில்தான் இருந்தது.

பல பயிற்சிகளில் இளவரசர்கள் இருவரும் மற்ற மாணவர்களை எளிதாக வெற்றிகொண்டு முன்னேறினார்கள். ஆயிரம் ஆண்டு அரசாண்ட பரம்பரையில் வந்தவர்கள் அல்லவா? அவர்கள் உடல்களில் ஓடியது அரச ரத்தம் அல்லவா? போட்டி என்பது அவர்கள் இருவருக்கும் இடையில்தான் மற்ற மாணவர்களுடன் இல்லை என்ற நிலையை அவர்கள் எட்டினார்கள்.

வாளும் வில்லும் அவர்கள் தோள்களின் நிரந்தர உறுப்புகளாக மாறத் தொடங்கின. வாள் அவர்கள் கரத்தை மேலும் மூன்றடி நீளச் செய்தது என்றால் கூரம்புகள் அவர்கள் கரத்தை நூறடிக்குக் குறையாமல் நீட்டித்தன.

குருநாதர் அவ்வப்போது போர்களின் வரலாற்றுப் பின்னணியை விளக்குவார். 'ஒரு காலத்தில் மனிதன் வெறும் கரங்களுடன் சண்டையிடத் தொடங்கினான். பின்னர் கழிகளை எடுத்துச் சண்டையிடத் தொடங்கினான். சிறிது காலம் சென்ற பிறகுதான் எதிரியை நேருக்கு நேராகத் துணிவுடன் சந்தித்துப் பாதுகாப்பைப் பலப்படுத்த வேண்டும் என்று கருதினான். அவனது பாதுகாப்புக் கருவிகள் காலம் தோறும் மாறுதலையடைந்தன. அவன் ஆயுதங்களில் மிகப் பெரிய மாற்றம் வில் அம்பு மூலம் ஏற்பட்டது. கேடயமும் கவணும் மேலும் மாற்றங்களைக் கொண்டு வந்தன. இவை அனைத்துமே எறிதல் பயிற்சியில் அடங்கும். ஒருநாள்..' நிறுத்திய ராஜாதித்தியன் தொடர்ந்தார், 'கவணிலிருந்து நெருப்பை உமிழும் கருவியை மனிதன் கண்டுபிடிக்கப் போகிறான். அந்த நெருப்பு பறந்து சென்று பல காத தூரத்திற்கு அப்பால் உள்ள கோட்டைகளைக் கூடத் தகர்க்கும்.'

மாணவர்கள் கேலியாகச் சிரித்தனர். குருநாதரும் கலந்து கொண்டார். ஆனால் அவருக்குத் தெரியும் ஒருநாள் ஒட்டு மொத்தமாகக் கோட்டை கொத்தளங்களை நெருப்பால் அழிக்கும் கருவி கண்டுபிடிக்கப்படும் என்று. சுத்த வீரனுக்குப் போர்க்கலை ஓரிரு நூற்றாண்டுகளில் எப்படியெல்லாம் மாறும் என்பது நன்கு தெரிந்திருக்கும்.

ஆயுதங்கள் எவ்வாறு தயாரிக்கப்படுகின்றன என்பது சொல்லிக் கொடுக்கப்பட்டது. 'எவன் ஒருவனுக்குத் தனது ஆயுதத்தை முறையாகப் பிடிக்கத் தெரிந்திருக்கிறதோ அவனால் மட்டும்தான் யுத்த களத்திலிருந்து உயிருடன் திரும்ப முடியும். எவன் ஒருவனுக்கு ஆயுதம் செய்யத் தெரிகிறதோ அவனால் மட்டுமே அந்த ஆயுதத்தை முறையாக ஏவ முடியும்' என்பதை ராஜாதித்தியன் வற்புறுத்தினார்.

விற்கள் நன்கு வளையக் கூடிய மூங்கில் கழிகளில் தயாரிக்கப்பட்டன. உள்ளே உறுதியான மரக் கம்புகளோ அல்லது மூங்கில் கழிகளோ செருகி செய்யப்பட்டன. பின்னர் அவை புதிதாய் உரிக்கப்பட்ட ஆட்டுத் தோலில் மூடி வைக்கப்பட்டன. தோல் சுருங்கச் சுருங்க உள்ளே இருக்கும் விற்கம்புகளின்

சாசுவதத்தன்மை உறுதி செய்யப்படும். அம்புகள் காற்றைக் கிழித்துக் கொண்டு செல்லத்தக்கதாக அமைந்திருக்க வேண்டும். அளவில் சிறிது மாறினால் கூட அவை காற்றைக் கிழித்துக் கொண்டு இலக்கைத் தாக்கும் ஆற்றலை இழந்துவிடும்.

நாட்கள் நகர நகர யுவராஜன்கள் இருவரும் உடலில் தசை முறுக்கேறி நல்ல பருவத்தை எய்தினர். அவர்கள் உதடுகளின் மேல் மயிர் முளைக்கத் தொடங்கியது அவர்களுக்குப் பெருமையாக இருந்தது. மற்ற பாகங்களிலும் மயிர் முளைத்தாலும் அதனை அவர்களால் வெளியில் சொல்ல முடியாத கூச்சம் எழுந்தது. ஆம், அவர்கள் இப்போது சிறுவர்கள் இல்லை. வாலிபர்கள். குருகுல வாசத்திற்கு வந்து சேர்ந்த போது இருந்த சிறுவர்கள் இல்லை அவர்கள் இப்போது. அவர்களும் வளர்ந்து வந்தனர். அவர்கள் நடுவில் இருந்த விரோதமும் வளர்ந்து வந்தது. அவர்கள் நடுவில் பரஸ்பரம் இருந்த விரோதம் கொலை வெறி என்ற எல்லையைத் தொட்டன.

மூன்றாம் வருடப் பயிற்சியின் போது குதிரைகள் வந்து சேர்ந்தன. பாண்டியர்களுக்குப் புரவிகள் மீது தனி மோகம். விக்கிரமன் அரண்மனைக் கொட்டிலிலிருந்து சில அற்புதமான புரவிகளைக் குருகுலத்திற்கு அனுப்பிக் கொடுத்தார். அந்த இரு யுவராஜாக்களையும் தவிரக் குருகுலத்தில் வேறு ஒரு மாணாக்கனும் இதுவரை புரவியைத் தொட்டுக் கூடப் பார்த்ததில்லை. முறைப்படி குதிரை ஏற்றம் கற்றுத் தரப்பட்டது. குதிரையின் மீது தாவி ஏறவும், அவற்றின் மீது பாய்ந்து செல்லவும், குதிரைகளைப் பற்றி அவற்றுக்கு இணையாக நடக்கவும் கற்றுத் தரப்பட்டது. வில் வித்தையும் குதிரை ஏற்றமும் தனித் தனியாகப் பயிற்சி அளிக்கப்பட்டுப் பின்பு இரண்டும் ஒன்றிணைந்து செயல்படுத்துவதற்கும் பயிற்சியளிக்கப்பட்டது.

மூன்றாம் வருடப் பயிற்சி முக்கியம் வாய்ந்ததாக அமைந்திருந்தது. போர்த்தந்திரங்கள் கற்றுத் தரப்பட்டன. 'நமக்குத் தெரிந்த தந்திரங்களை விட, தெரியாத தந்திரங்களே ஏராளம். சில நேரங்களில் நான்கு விதமான வியூகங்களை அமைத்துப் போரிட வேண்டியிருக்கும். சில நேரங்களில் அத்தகைய தந்திரங்களைக் கைவிட்டு புத்தி என்ன சொல்லுகிறதோ அதன்படி போரிட வேண்டிவரும்' என்பார் ஆசான்.

அவர்கள் முன்பு வியூகங்களின் களிமண் மாதிரி வடிவங்கள் அமைக்கப்படும். ஒவ்வொரு வியூகத்திற்குள்ளும் நுழைவது

எப்படி, எந்த இடத்திலிருந்து தாக்க வேண்டும் போன்றவை சொல்லிக் கொடுக்கப்படும். குருவின் கடினமான உழைப்பில் உருவாக்கப்பட்ட அந்தப் போர்க்கள மாதிரியில் மலைகள், நதிகள், சதுப்பு நிலங்கள் அத்தனையும் இருக்கும். சின்னப் பாறாங்கற்கள் மலையின் சாயலையும், நீரில் நனைந்த களிமண் சதுப்பு நிலங்களின் சாயலையும், மூன்று நாட்களுக்கு முன்பு விதைக்கப் போட்டு முளைவிட்ட எள்ளுப் பயிர்கள் காடுகளின் சாயலையும் காட்டி நிற்கும். ராஜாதித்தியன் சொல்வார். 'நிஜ யுத்தப் பூமி இப்படி இருக்காது. இது ஒரு பறவையின் பார்வையில் வடிவமைக்கப்பட்ட ஒன்று.'

யுத்தம் புரியத் தேர்ந்த களம் எதுவாக இருக்கும் என்ற கேள்வியை அவர்கள் முன்பு வைத்தார். வீரா சதுப்பு நிலத்திற்கும், மலைப்பகுதிக்கும் இடைப்பட்ட ஓர் இடத்தைத் தேர்வு செய்தான். தனது பின்னால் மலையும், தனக்கு முன்னால் ஈரச் சதுப்பு நிலத்தில் பகைவர்களும் இருந்தால் அவர்களது தாக்குதல் பலமானதாக இருக்காது என்று பதிலளித்தான். அவர்களை விரட்டும் போது அவர்களது குதிரைப் படையும், யானைப் படையும் சதுப்பு நிலத்தில் புதைந்தழியும் என்றான். அது ஒரு பேரிழப்பாகும்.

'ஆனால் நீ பின்வாங்கினால் உனக்குப் புகலிடம் மலைப்பாங்கான பிரதேசம் மட்டும்தான். உன்னால் எளிதாக மலையேறித் தப்பிக்க முடியுமா?' என்று குருநாதர் கேட்டார்.

'பின் வாங்குவதா? நானா? வெற்றி வாகையில் எதிரியை அழிப்பதுதான் என் இலக்காக இருக்கும், பின் வாங்குவது அல்ல' என்று வீரா கொக்கரித்தான்.

'பின் வாங்குதல் ஒன்றும் கோழைத்தனமன்று. உயிர் தப்பிப் பிழைக்கும் வீரன் இன்னொரு நாளில் போர் புரியமாட்டானா?' என்று குருநாதர் அவன் தவறை சுட்டிக் காட்டித் திருத்தினார்.

'நமது வீரத்தின் வரலாறு என்னாவது? உலகம் ஒரு கோழையைப் பழிக்காதா?' என்று வீரா குறுக்கிட்டான்.

'வரலாறு வெற்றி பெற்றவர்களாலும் உயிர் தப்பியவர்களாலும் எழுதப்படுகின்றன' என்று ராஜாதித்தியன் அந்தப் பேச்சுக்கு முற்றுப்புள்ளி வைத்தார்.

மாணவர்கள் பகைவரிடமிருந்து தப்பிக்க ஒரு மாதிரி வியூகம் அமைக்கப் பணித்தனர். சுந்தரன் அமைத்த வியூகம் எதிரியை மதுரை

எல்லையைத் தாண்டி உள்ளே நுழைய விடாமல் அமைக்கப்பட்டது. குருநாதர் அதனை வெகுவாகப் பாராட்டினார். ஆனால் வீரா அமைத்த வியூகத்தில் எதிரி பாண்டிய நாட்டு மண்ணைக் கூட மிதிக்க முடியா வண்ணம் அமைக்கப்பட்டிருந்தது. அவனுடைய திட்டத்தின் படி வைக்கோல்போர் அடுக்கி வைக்கப்பட்ட நூறு மாட்டுவண்டிகள் தீ வைக்கப்பட்டு எதிரிகள் கப்பலிலிருந்து துறைமுகத்தில் தங்கள் காலாட்படை குதிரைப்படை, ஆயுதங்களை இறக்கிய மறுகணம் அனுப்பி வைக்கப்பட வேண்டும். ராஜாதித்தியன் கண்களில் ஆச்சரியம் மினுங்கத் தனது வீர வாரிசை வாஞ்சையுடன் பார்த்தார். அவர் முகத்தில் பெருமிதம் பொங்கி வழிந்தது.

குருகுல வாசத்தின் மூன்றாவது வருடம்தான் வீரா கவிதையின் அழகையும், நயத்தையும் அறிந்து கொண்ட வருடம். இதுவரையில் கவிஞர்கள் என்றால் வீணர்கள் என்றும், சோம்பித் திரிபவர்கள் என்றும் அபிப்பிராயம் கொண்டிருந்தான். கவிதை எழுத கை வரப் பெற்றால் சின்னஞ்சிறு பணிகளிலும் மகிழ்ச்சியுடன் இருக்கலாம் என்பதைப் புரிந்து கொண்டான். சொந்தமாகக் கவி இயற்ற ஆரம்பித்தான். அதற்கான தாள கதியையும் பண்ணையும் அவனே தீர்மானிப்பான். உடன் இருக்கும் அக்ஷயன் அந்தப் பாடலுக்கு எப்போதும் தனது மடியில் கட்டி வைத்திருக்கும் வேய்ங்குழலில் உயிர் கொடுப்பான்.

வீராவிற்கு கடவுளின் படைப்பில் கவிதை சிறந்தது. அவன் வயதொத்த பிள்ளைகளுக்கு இறைவன் படைப்பில் பெண்தான் சிறந்தவள்.

*

எந்தத் துறைக்கு அந்த மாணவர்கள் வைகையில் நீராடச் செல்வார்களோ அந்தத் துறைக்கு உள்ளூர் பெண்களும் நீராட வருவார்கள். குளிப்பதற்கு நதியை நோக்கி நடக்கும் போது ஆற்றில் தள்ளாடித் ததும்பும் பெண்களின் அமுதக் கலசங்களை வெட்கமில்லாமல் பார்ப்பதில் கவனமாக இருப்பார்கள். ஹூ என்று எக்காளமிடுவதன் மூலம் தங்கள் வருகையை ஆர்ப்பரித்துத் தெரிவிப்பார்கள். பெண்கள் துறையைவிட்டு ஒதுங்க ஆரம்பிப்பார்கள். நூறடி அகலம் இருக்கும் ஆறு நடுவில் ஓடுவதால் பொதுவாகவே அடக்கி வைக்கப்பட்ட பெண்கள் துணிச்சலுடன் அதே கூச்சல் கும்மாளத்துடன் பதிலுக்குப் பதில் திருப்பிக் கொடுப்பார்கள். விடலைகள் மங்கையருடன் அடிக்கும் கூத்துகள் அந்த இடத்தோடு நிற்கவில்லை.

போரின் மறுபக்கம் குறித்து குருநாதர் ஒருநாள் பாடம் போதித்துக் கொண்டிருந்தார். வகுப்பில் அமர்ந்திருந்த இரண்டு மூன்று மாணவர்களின் கொட்டாவி ஒலி அவரை மிகவும் அலைக்கழித்தது. கொட்டாவி எளிதில் தொற்றிக் கொள்ளும் தொற்றுநோய். தூங்கி வழியும் மாணவன் ஒருவன் கொட்டாவிக்காகத் தாடையை அகட்டினால் அவ்வளவுதான். மொத்தக் கும்பலும் சொல்லி வைத்தது மாதிரி தாடைகளைப் பிளந்து நிற்பார்கள். கொட்டாவிகள் பாடம் எடுப்பவரைக் குறைத்து மதிப்பிடும் அளவுகோல்கள் என்பதால் குருமார்கள் வகுப்புகளில் கொட்டாவிகளை வரவேற்பதில்லை. ராஜாதித்தியனைப் பொறுத்த வரையில் மாணவர்களுக்குப் போதிய ஓய்வும், துயிலும் கிடைக்கவில்லை என்று தோன்றியது. அவர் கொடுக்கும் கடுமையான பயிற்சிகளுக்குக் கிடைக்கும் ஓய்வு நேரத்தில் துயில் கொள்வது இயல்பான ஒன்று. துயிலையும் மீறி அவர்கள் மனம் சஞ்சலப்படுகிறது என்றால் அதற்கு வேறு காரணம் இருக்க வேண்டும்.

பாலுணர்வின் பாலபாடம் அவர்களுக்கு ஒருவாரம் முன்பே நிகழ்ந்துவிட்டது. மணல் திட்டுக்களின் ஊடே ஆற்றைக் கடந்து ஆற்றின் அக்கரையில் இருந்த வனப்பகுதிக்குள் அவர்கள் ஒருநாள் தேன் எடுக்கச் சென்றனர். தேனோடு கூடுதலாக ஒரு குறுமுயல் கிடைத்தாலும் நல்லதுதான். தீயில் வாட்டித் தின்பதற்குச் சுவையாக இருக்கும். வீரா ஒரு நீண்ட கழியைக் கைகளில் சுழற்றியபடி வந்தான். தரையில் புல்வெளிகளின் மீதும் புதர்களுக்குள் கழியைச் செலுத்திக் காத்திருப்பான். குறு குறு என்று ஏதாவது மிருகம் வெளியில் தப்பி ஓடினால் அவற்றைப் பிடிக்க அவன் சகாக்கள் புதருக்குப் பின்னர் மௌனமாகக் காத்திருப்பார்கள். ஓசையின்றி எப்படித் தாக்குவது என்று குருநாதர் சொல்லிக் கொடுத்த போதனைகளைப் புதருக்குப் பின்னால் பரிட்சித்துப் பார்த்துக் கொண்டிருந்தனர்.

முயல் வரவில்லை. விந்தை ஒரு குடியானவப் பெண் புதரிலிருந்து வெளியில் வந்தாள். அவள் நிறைவாகவும் அவளது ஆடைகள் குறைவாகவும் இருந்தன. விலைமதிப்பற்ற பல பொக்கிஷங்கள் மூடி வைக்கப்பட்ட மேனி. உடன் வெளியில் வந்தவன் நிச்சயம் ஒரு போர் வீரனாகத்தான் இருக்க வேண்டும். அவன் அவளை அழுத்திப் பிடித்துக் கிட்டத்தட்ட இழுத்தபடி மேலும் ஓர் அடர்ந்த புதருக்குள் மறைந்தான். இருவரும் தங்களைக் கடந்து செல்லும் வரையில் அவர்கள் மூச்சுக் கூட விடவில்லை. விடலைகள் பையப் பைய அவர்கள் ஒதுங்கிய இடத்திற்கு அருகில் சென்றனர். அவள்

ஆடைகளைக் களைந்திருந்தாள். அவனை அருகில் வரும்படி கண்களால் ஜாடை காட்டினாள். விடலைகள் கண் விரிய வெட்டவெளியில் மடலவிழ்ந்த காட்சியைக் கண்டு சித்தம் உறைய நின்றனர்.

ஒவ்வொரு இளைஞனும் உடல் முழுவதும் உஷ்ணமாவதை உணர்ந்தனர். அங்கு காண நேரிட்ட காட்சியைப் பார்த்துக் கண் சிமிட்டுவதற்கும் மறந்தனர். அந்தப் பரவச முயக்கத்தில் அந்த மனிதன் முனகினான். அப்படி ஒரு காமக் களியாட்டத்தை நேரில் கண்ட விடலைகளின் மூச்சு நின்று போயிருந்தது. அவன் நிலை இழந்த போது அவளிடமிருந்து உற்சாகக் கூவல் ஒன்று எழுந்தது. பின்னர் மயங்கிச் சரிந்தாள். நிதானமாக எழுந்து மேனியில் பூத்திருந்த வியர்வை மொட்டுக்களைக் கிள்ளி எறிந்தாள். அப்போதுதான் அந்த விடலைப் பருவத்தினரைக் கண்ணுற்றாள். நாணம் அவள் மேல் கவிய ஒரு குறுநகையுடன் அந்தப் போர் வீரனை அங்கேயே விட்டுவிட்டு அவ்விடத்தைவிட்டு அகன்றாள்.

*

நாட்டுப்புறத்தைச் சேர்ந்த பையன்கள் விளக்கம் அளித்தனர். குடியானவர்கள் எவருக்கும் தனிக் குடில்கள் கிடையாது. பெரிய வீடு ஒன்றுதான் பொதுக் குடி. வீட்டு முற்றத்தில்தான் அனைவரும் இரவில் ஒன்றாக உறங்க வேண்டும். இளம் தம்பதியருக்கு அந்தரங்கம் என்பதே இருக்காது. இதுபோல உஷ்ணம் கூடிய இளம் ஜோடிகள் பொட்டலையும் புதர்களையும் தேடி வெட்ட வெளியில்தான் சுகம் காண வருவார்கள்.

அதன் பின்பு இது போன்ற இளம் இணைகளைப் பின் தொடர்ந்து செல்வது அவர்களுக்கு வழமையாயிற்று. இது போலச் சிரமப்பட்டுச் சென்று பார்ப்பதைத் தவிர்த்து சமதரையிலிருந்து வெறும் கண்களில் பார்த்தால் கூடப் புலப்படும் கலவிக் காட்சிகளைக் காண ஆவலுடன் இரவு நேரங்களில் தேடத் தொடங்கினர். காதல் இணைகள் கலவி முடிந்ததும் பின்னிரவுக்கு முன்பாகத் தத்தம் இல்லம் அடைந்தனர். குருகுல விடலைப் பையன்களும் தங்கள் குடில்களுக்குத் திரும்பி இரவு முழுவதும் புருவம் நெரியும்படி முழங்கைகளை ஊன்றியபடி கண்ட காட்சிகளை வர்ணித்து ரசிப்பார்கள். வாடிக்கையாக வரும் தம்பதிகளைப் பட்டப்பெயர் வைத்துக் கூட அழைத்து மகிழ்ந்தனர். விடிவதற்கு ஒரு நாழிகையோ இரண்டு நாழிகையோ இருக்கும் நேரம்தான் அவர்கள் துயிலச் செல்வார்கள், அதுவும்

நித்திராதேவியுடன் போட்டி போட முடியாமல் தோற்றுப் போவதால். அவர்கள் அயர்ந்து தூங்குவதற்குள் சேவல் கூவி அவர்கள் உறக்கத்தைக் கலைத்து விடும். இது தொடர்ந்தது.

ஒரு சமயம் அவர்கள் பின் யாமம் கழிந்து குடிலுக்குத் திரும்பிய போது அவர்கள் வாயில் இருந்த அண்ணங்கள் இரண்டும் வார்த்தை வராமல் ஒட்டிக் கொண்டன. வாயிலில் ஓர் ஆசனம் போட்டு ஆசான் அமர்ந்திருந்தார். பூமி பிளந்து உள்ளே போய்விடக் கூடாதா என்பதே ஒவ்வொருவனின் அவாவாக இருந்தது. ராஜாதித்தியன் அவர்களை அப்போது கடிந்து கொள்ளவில்லை. வெறுமனே, ‘போய்த் துயில் கொள்ளும் வழியைப் பாருங்கள். நாளை பகலில் இது குறித்துப் பேசுவோம்’ என்று கூறினார். மறுநாள் என்னவெல்லாம் நிகழப் போகிறதோ என்ற அச்சம் அவர்கள் துயிலை மேலும் ஒத்தி வைத்தது.

மறுநாள் காலையில் எழும்போதே குருநாதர் கோபத்துடன் எழுந்தார். அவர் பேச்சில் வெறுப்பின் கசப்பு உறைந்திருந்தது. மிரட்டும் தொனியில் எச்சரித்தார். ‘அடேய் பசங்களா, இரவு பொல்லாதது. அதனிடம் எச்சரிக்கையுடன் இருக்க வேண்டும். இரவில்தான் இளங்காளைகளுக்குப் பித்து அதிகரிக்கும். இரவில்தான் நெறிகள் கட்டவிழும், சமூகம் மறக்கும், மூர்க்கம் அதிகரிக்கும்’ என்றார். ஒருநாள் முழுவதும் அவர்களைப் பனைமரத்தில் கட்டிப் போட்டார். புத்தியைக் காமம் வெற்றி கொள்ளாமல் இருக்க இதுதான் அவர்களுக்குச் சிறந்த தண்டனை. கீழ் திசையில் ஆதவன் விர்ரென்று மேல் எழும்பி வர வர அவனது வெப்பம் அவர்களைச் சுட்டெரித்தது. நா வறண்டது. காலடியில் வந்து வந்து மோதும் எலிகளைப் பார்த்துப் பயந்து அலறினார்கள். பனைமரத்தின் அடியில் விழுந்து அழுகிய பனம்பழங்களுக்குப் பெயர் தெரியாத பூச்சிகள் சூழ்ந்தன. அவற்றில் சில அவர்களது தொடைவரையும் ஏறின. மேல்திசை நோக்கி சூரியன் நகர நகர மரத்தின் நிழல் ஒரு பாதுகாப்புக் குடையாக அவர்கள் மேல் விரிந்தது கொஞ்சம் ஆசுவாசமாக இருந்தது.

சுந்தரனும், வீராவும் அடுத்தடுத்த மரங்களில் கட்டப்பட்டிருந்தனர். சுந்தரன் வீராவைப் பார்த்து முனகினான். ‘கால்கள் நோகின்றன.’

‘வருத்தப்படாதே. சரியாகிவிடும்.’ வீரா தேற்றினான்.

‘இன்று இரவு நம்மால் அந்த வனப்பகுதிக்குப் போக முடியுமா?’ என்று கேட்ட அவனுடைய கேள்வியில் ஆவல் மிகுந்திருந்தது.

'மீண்டும் அந்தக் கிழட்டுக் குருநாதர் நம்மைக் கடும் வெயிலில் மரத்தில் கட்டி வைக்க வேண்டும் என்று ஆசைப்படுகிறாயா?'

*

இளவரசர் விக்கிரமன் சில நேரங்களில் முன் அறிவிப்பு எதுவுமின்றி குருகுலம் நடைபெறும் பகுதிக்கு வருவது வழக்கம். அப்படி வரும் நேரங்களில் தனது பரிவாரங்களையும் சில நேரங்களில் கொண்டு நிறுத்துவது உண்டு. அது போன்ற நேரங்களில் ஏற்பாடு செய்யப்படும் விருந்துகளில் சகோதரர்கள் இருவருக்கும் உண்மையான போர் வீரர்களுடன் உரையாடும் வாய்ப்புகள் கிடைக்கும். அந்த வீரர்களும் தங்களுடைய சாகச அனுபவங்களைப் பகிர்ந்து கொள்வார்கள். அப்படி ஒரு வருகையின் போதுதான் விக்கிரமனுக்குத் தனது அண்ணன் மகன்களின் வீர நடை கண்ணில் பட்டது.

'இப்படி ஒரு கம்பீரமான நடை இவர்களுக்கு எப்படி வந்தது?' என்று வியப்படைந்த விக்கிரமனுக்கு அது தன் மூலம் வந்தது என்பதை அறிய சிறிது நேரமானது. அவர்களுடைய உதாரணப் புருஷன் விக்கிரமன். இந்த நினைப்பு விக்கிரமனுக்கு அளப்பரிய மகிழ்ச்சியை அளித்தது. பச்சைக் களிமண்ணாக இந்த ஆசிரமத்தில் கொண்டு விடப்பட்டவர்கள். இப்போது பார்த்தால் இந்த உலகையே எதிர்கொள்ளும் ஆற்றல் மிக்க வீரர்களாக, பாண்டிய சாம்ராஜ்ஜியத்தைக் கட்டி ஆளும் வல்லமை பெற்றவர்களாக மாறிவிட்டனரே. விக்கிரமனுக்கு மாய்ந்து போனது. இனி கவலையில்லை அடுத்தத் தலைமுறையிலும் பாண்டிய மண்ணைப் பகைவர் அண்ட முடியாது.

இலங்கைக்குச் செல்லும் முன்னர் ஒருமுறை விக்கிரமன் அவர்களைப் பார்ப்பதற்கு வந்தான். 'நான் திரும்பி வரும்போது நீங்கள் இரண்டு ஆண் சிங்கங்களாக மாறி அரண்மனை வந்தடைந்திருப்பீர்கள்' என்றார். அவர் குரலில் பெருமிதம் மிதந்தது. அவருக்கு அவர்களைப் பிரிய சிறிதும் மனமின்றிக் கலங்கினார். அவருடைய மூத்த சகோதரருக்கு ஒரு நாட்டை நிர்வாகம் செய்யும் திறன் கை வந்திருக்கிறது. ஆனால் விக்கிரமன் தொடக்கத்திலிருந்தே ஒரு மாவீரனாகவே வளர்க்கப்பட்டவர். யுத்த களத்தில் படை வரிசையில் அவர் தலைமைதான் முன் நிற்க வேண்டும். அப்படி ஒரு வீரம் அவருடையது. சமாதானம் விரும்பாதவர். போர்களில் புறமுதுகு காட்டாதவர்.

அவர் கிளம்பும் முன்னர் வீரா வினா எழுப்பினான். 'ஏன் போர் புரிய வேண்டும்? பகைவர்களுடன் சமாதானமாகப் போக இயலாதா?'

சமாதானத்தின் முழுப் பொருளையும் நன்கு அறிந்த ஒரு சுத்த வீரன் கூறுவது போல விக்கிரமன் விடையளித்தார். 'யுத்தம் இல்லை என்றால் நாடு ஏது? மன்னர்கள் ஏது? சமாதானம் என்ற நினைப்பு வந்துவிட்டால் பிறகு போர்புரிய நாம் காரணங்களைத் தேடிச் செல்ல வேண்டும்.'

'இலங்கை மக்கள் நமது நண்பர்கள் அல்லரோ? பல சதாப்தங்களாக இலங்கை நமது நட்பு நாடன்றோ? சோழர்கள் கரங்களிலிருந்து தப்பிய முத்து மகுடம் அவர்களிடம் அல்லவா பாதுகாப்பாக உள்ளது?'

'ஒரு ராஜாங்கத்தைக் கட்டியாளும் அரசருக்கு நிரந்தரப் பகையும் இல்லை; நிரந்தர நட்புமில்லை. அடுத்த எட்டு எடுத்து வைக்க ஒரு மன்னன் நினைத்தால் வைக்கும் இடம் நட்பு நாடா, பகை நாடா என்று அந்த மன்னன் பார்ப்பதில்லை.'

நாடும், அதில் கொழிக்கும் வளமுமே மன்னர்கள் நடுவில் பகைமையை வளர்த்து யுத்தத்திற்கு ஆயத்தப்படுத்துகிறது என்பது வீராவிற்கு விளங்கச் சிறிது நேரமாயிற்று. மண் மீது மோகம் கொள்வது பெண் மீது மோகம் கொள்வது போல. கட்டிய மனைவியை விடுத்துப் பிற பெண்களை மோகிக்கவில்லை என்றாலும் கூட ஒரு மனிதன் தன் மனைவியுடன் ஒருமுறை மட்டும் உறவு கொள்வதில்லை.

*

அத்தியாயம் 4

தப்பியோட்டம்

ஒன்றைக் குறித்த சிந்தனையே அதனைச் சாத்தியப்படுத்தும். சௌலா தற்காப்பிற்காக வைத்துக் கொண்டிருந்த கத்தி, தினம் தினம் அவளைச் சாகடித்துக் கொண்டிருக்கும் இந்த நரகத்தின் கெடுபிடிகளிலிருந்து தப்பிக்க ஒரு சாதாரணப் பாதுகாப்பு கூட இல்லையென்றுதான் சொல்ல வேண்டும். ராம் ஒருவன்தான் அவளுக்கு ஆதரவாக இருக்கிறான். அவனை வைத்துக் கொண்டுதான் காரியம் சாதிக்க வேண்டும். மறுமுறை சௌலா, ராமைச் சந்தித்த போது தனது திட்டத்தை ஒரு சதியாலோசனையைப் போல விளக்கினாள்.

'நான் என் வீடு திரும்ப வேண்டும்.'

'சற்று தயை கூர்ந்து இன்னும் ஓரிரு நாட்கள் பொறுத்திருங்கள்.'

'முடியாது. எந்த நேரமும் நான் ராணாவின் பிடியில் சிக்க நேரிடும். அது என்னால் முடியாது' என்று மெதுவாக ஆனால் உறுதியாகக் கூறினாள்.

அவள் சொன்ன தகவலைக் கேட்டு வியந்து நின்ற ராம் அவள் சொன்னதிலேயே ஆழ்ந்திருந்தான். அவன் உள்ளத்தைச் சோகம் பீடித்தது. 'உங்களுக்கு எப்படித் தெரியும்?' என்று கவலையுடன் கேட்டான். அவள் என்ன கூற வருகிறாள் என்பது அவனுக்கு விளங்கியது.

அவள் உடைந்த குரலில் தொடர்ந்தாள். 'அவன் என் மீது முரட்டுத்தனத்தைப் பிரயோகிக்கிறான். அவனால் வேறு எதுவும் செய்ய இயலவில்லை. அவன் உடலில் தொற்று நோய் பரவியுள்ளது.'

அவளது புலம்பலைக் கேட்டதும் இதுவரை அவள் அழகின் மீதிருந்த மையல் குறைந்து அவளுக்கு உதவவேண்டும் என்ற மனோபாவம் அதிகரித்தது. அடுத்தவருக்கு உதவ முடியாத இயலாமை கோபம் ஏற்பட்டது. ராணாவின் முன்பு அவன் வெறும் தூசு. அந்தக் காமுகன் கையிலிருந்து அவளைக் காப்பாற்ற வழியின்றித் தவித்தான்.

'எப்படி.. எ.. ப்.. ப.. டி.. உன்னால் தப்பிக்க இயலும்?' கேட்கும் போதே அவன் குரல் நடுங்கியது.

'ராம் உன் வீட்டிற்கு என்னை அழைத்துக் கொண்டு போய்விடு, தயை கூர்ந்து உன்னை மன்றாடுகிறேன்' என்று கெஞ்சினாள்.

அவள் தன்னைச் சந்திரமண்டலம் கூட்டிச் செல்லும்படி கேட்டாலும் அழைத்துச் சென்றிருப்பான். ஒருவாரம் ஒன்றாக ஆலோசித்தார்கள். எவையெல்லாம் வழி வகைகள், அவற்றால் ஏற்படும் பின் விளைவுகள் போன்றவற்றை நிதானமாக ஆலோசித்தார்கள். ராமிற்கு அச்சம் ஏற்படவில்லை. சாகசம் புரிபவர்களுக்குண்டான உற்சாகமே ஏற்பட்டது. அவன் நிகழ்த்தப் போவது அவன் வாழ்வில் மிகப் பெரிய சாதனை. இது மட்டும் நிகழ்ந்தால் சௌலாவின் மாறாத அன்பு எப்போதும் அவன் மேல்தான். ஒவ்வொரு திங்களும் ராணா தலைநகர் அன்ஹில்வாதிற்குச் சென்று அரசன் கரண் ராயரைச் சந்தித்துவிட்டு வருவது வழக்கம். அந்த நேரத்தில் தப்பிச் செல்வது என்பது முடிவானது. அதுவே நல்ல தொடக்கமாக இருக்கும். பிறகு சௌலாவை அவள் தந்தை இல்லத்தில் பாதுகாப்பாகக் கொண்டு விடலாம். ராமும் நடந்தது எதுவும் அறியாதவன் போலத் தனது தொழிலைத் தொடரலாம்.

அவர்கள் மேற்கொள்ள வேண்டிய பயணத்தின் தூரத்தை அவன் அடுத்தவர்களிடம் கேட்டு அறிந்து கொண்டான். தன் தந்தையிடமே சௌலா இருக்கும் ஊருக்கும் அவர்களது ஊருக்கும் இடையில் உள்ள தொலைவைக் கேட்டான். அவருக்குச் சந்தேகம். இருந்தாலும் வியாபாரம் மேலும் பல ஊர்களில் தொடங்குவதால் ஏற்படும் நன்மைகள் என்ற ரீதியில் ராம் சமாளித்து விடையளித்தான்.

ராம் அவனுடைய தந்தையின் குதிரையை அவரிடம் அனுமதி பெறாமல் எடுத்துச் செல்ல முடிவு செய்தான். திருவிழாக் காலங்களில் அவன் தந்தை குதிரையை எடுத்துக் கொண்டு அரண்மனைக்குச் சென்று வருவார். குதிரையைச் சற்றுத் தொலைவில் தூணில் கட்டிவிட்டுச் செல்வது அவருக்கு வழக்கம்.

ராமிற்குக் குதிரையை நல்ல பழக்கம் என்றாலும் இதுவரை அவன் குதிரை ஏற்றம் செய்ததில்லை. ஒரு வாரக் காலத்திற்குள் அவளை அழைத்துக் கொண்டு அவள் ஊரில் விட்டுவிட்டு வந்துவிடலாம். அப்படி முடியாமல் போனால் பெற்றோரிடம் ஏதாவது ஒரு பொய்யைச் சொல்லித் தப்பித்துக் கொள்ளலாம் என்பதே அவன் நோக்கம்.

சௌலா அன்று மாலை அந்தப்புரத்திலிருந்து தோட்டத்திற்குச் செல்வது போலச் சென்று இரவுப் பொழுது வரும்வரை அங்கேயே காத்திருந்தாள். படுக்கை விரிப்புகளை முடிச்சுப் போட்டு ஏழடி உயரமுள்ள அந்தப்புரத்தைச் சுற்றிப் போடப்பட்ட சுவரைத் தாண்டிக் குதித்தாள். ராம் சுவரின் அடுத்த பகுதியில் தயாராகக் காத்திருந்தான். அவனிடம் ஒரு சில நாட்களுக்குத் தேவையான உணவு, குடிநீர் போன்றவை தயாராக இருந்தது. அவன் தனது தந்தை பெட்டியில் ஒளித்து வைத்திருந்த வெள்ளி நாணயங்களில் செலவுக்குத் தேவையானவற்றை எடுத்துக் கொண்டான். அவள் ஊருக்குச் செல்லக் குறைந்தது நான்கைந்து நாட்கள் எடுக்கும். அதுவரையில் அந்த நாணயங்கள் போதும். ராணா அந்தப்புரத்தில் இல்லை என்பதால் பாதுகாவலில் அத்தனை இறுக்கம் இல்லை. எப்படியும் அவர்களுக்கு இரண்டு மூன்று நாட்களாகும் சௌலா அங்கு இல்லை என்பதைக் கண்டறிய.

அவர்கள் சந்தித்த முதல் குறுக்கீடு சோதனைச் சாலையில். அங்கிருக்கும் காவல் வீரர்களுக்கு ராமை நன்கு அடையாளம் தெரியும். ராம் குதிரையில் சௌலாவை அமர்த்தி இழுத்துச் சென்றான்.

‘ராம் இந்த அகாலத்தில் எங்கேயப்பா போகிறாய்?’ என்று காவலாள் தடுத்துக் கேட்டான். கேட்ட காவலாளின் முகம் முழுவதும் அம்மைத் தழும்புகள். அவன் அணிந்திருந்த சிவப்பு நிறத் தலைப்பாகை தலையில் ஒழுங்காக அமரவில்லை. ஒரு துருப்பிடித்த ஈட்டிதான் அவன் கையில் இருந்தது. சௌலா தனது உடல் முழுவதையும் ஒரு போர்வையால் போர்த்தி அடுத்தவர் பார்வையில் படாமல் இருந்தாள். கோட்டையிலிருந்து சுழல் விளக்குகள் ஒளியை வீசிக்கொண்டிருந்தன. அவற்றின் எண்ணிக்கையை மனதில் கொண்டு அவை அவள் மீது வெளிச்சம் பாய்ச்சாமல் பார்த்துக் கொண்டான்.

‘என் சகோதரனுக்கு உடல் நலம் சரியில்லை. குன்றின் அருகில் இருக்கும் கிராமம் ஒன்றிற்கு என் சகோதரனுடன் செல்கிறேன். சில மருந்து மூலிகைகளை நான் கொண்டு கொடுக்க வேண்டும்’ என்றான்.

‘கோட்டைக் கதவுகள் மூடும் முன்பு திரும்பி விடு. இன்னும் கதவுகளை மூட ஒரு மணித்தியாலம் உள்ளது. விரைவில் சென்று வா’ என்று கோட்டை வாசல் கதவுகளைத் திறந்துவிட்டான்.

‘ஒரு மணித்தியாலத்திற்குள் வர என்னால் இயலவில்லை என்றால் நீ காத்திருக்க வேண்டாம். நான் இரவு தங்கிவிட்டு நாளை வருகிறேன்’ என்று ராம் மறுமொழி கூறினான்.

விழித்துக் கொண்ட காவலாளி அவனைத் தடுத்து, ‘என்னப்பா உனக்கு ஒரு சகோதரன் இருப்பதாக என்னிடம் சொல்லவே இல்லையே?’ என்று கேட்டான். அவன் கவனம் குதிரையின் மீதிருந்த சௌலாவின் மீது திரும்பியது.

‘சகோதரன் என்றால் உடன் பிறந்த சகோதரன் இல்லை. இவன் என் ஒன்றுவிட்ட சகோதரன்’ என்று கூறினான். காவலாள் இப்போது சௌலாவின் உருவத்தை உற்றுப் பார்த்தான். ராமிற்கு திக் திக் என்று இருந்தது.

‘வெளியாட்களுக்கு மருந்து கொண்டு கொடுப்பது இருக்கட்டும். உன் சகோதரனை இப்படிப் போர்த்தி வைப்பதற்குப் பதில் சூரிய வெளிச்சம் மேலே படும்படி கூட்டிச் செல். அவன் உடல் இன்னும் நன்றாகத் தேறும்’ என்ற மருத்துவக் குறிப்புடன் நிறுத்திக் கொண்டு அவன் அவர்களைச் செல்ல அனுமதித்தான். ராமிற்கு அப்பாடா என்றிருந்தது.

*

வெளியில் வந்ததும் ராம் குதிரையின் தோல் வார்களைப் பற்றி வேகமாக இழுத்துச் சென்றான். நகரம் பின்னால் மறையத் தொடங்கியதை இருவரும் திரும்பிப் பார்த்தனர். நகரின் உள்ளே ஒன்றிரண்டு விளக்குகள் மட்டும் எரிவது தெரிந்தது. நிலவின் பால் வெள்ளை நிறம் நகரின் மூலை முடுக்கெல்லாம் பரவியிருந்தது.

கோட்டைக்கு வெளியில் ஊர் வெறிச்சோடிக் கிடக்கும் என்று எண்ணியிருந்தான். ஆனால் ஒரேயடியாக ஆள் நடமாட்டமில்லாமல் இருக்கவில்லை. ஒரு சிலர் கால்நடையாக நடந்து சென்று கொண்டிருந்தனர். சுட்டெரிக்கும் பகல் பொழுதைவிட இரவுதான் நடைப்பயணம் மேற்கொள்பவருக்கு உகந்த காலம். இருப்பினும் வழியில் உள்ள காடுகளில் எதிர்ப்படும் வழிப்பறிக் கொள்ளையரிடமிருந்து தப்பிக்கத் தனித் தனிப் பயணமாக இல்லாமல் குழுவாகச் சேர்ந்து செல்வர்.

போகப் போக ஆள் நடமாட்டம் குறையத் தொடங்கியது. சௌலாவின் உத்தரவின் பேரில் அவனும் இப்போது குதிரை மீது அமர்ந்து கொண்டான். குதிரையை இழுத்துக் கொண்டு நடந்து வந்த கால்களுக்குச் சிறிது இதமாக இருந்தது. ஆனால் இப்போது குதிரை திணறத் தொடங்கியது. எனவே இருவரும் தங்கள் நிலைகளை மாற்றிக் கொண்டே வந்தனர். அவனுக்கு அது பெரிய சங்கடத்தை அளிக்கவில்லை. சௌலா பூசிக் கொண்டிருந்த வாசனைத் திரவியம் அவன் நாசியில் நுழைந்து அவனுக்கு ஒருவகைக் கிளுகிளுப்பை ஏற்படுத்தியது. அவள் அருகில் நெருக்கி அமர்ந்து மேலும் இரண்டு மூன்று நாட்கள் பயணிக்க வேண்டும் என்ற நினைப்பு சேணத்தின் மீது பயணிக்கும் அலுப்பைக் குறைத்தது.

கிழக்கில் ஆதவனின் ஒளிக்கிரணங்கள் கீறிக் கிளம்பும் வரை அவர்கள் பயணத்தை எங்கும் நிறுத்தவில்லை. சௌலா இரண்டு மூன்று அடையாளக் குறிகளைப் பார்த்துவிட்டு அவர்கள் சரியான திசையில் பயணிப்பதை உறுதிப்படுத்தினாள். ஓய்வெடுக்க ஒரு சில நாழிகைகள் எடுத்துக் கொண்டனர். ராம் குதிரையின் முதுகில் சாய்ந்து படுத்தபடி ஓய்வெடுத்தான். ஆனால் சிறிது நேரத்திலேயே அவளை அவள் இல்லத்தில் கொண்டுவிடும் வரையில் அப்படி ஓய்வெடுப்பது சாத்தியமிருக்காது என்பது விளங்கியது. அவர்கள் பயணத்தைத் தொடர்ந்தனர். பாதையில் இருந்த புல்தரை ஆயிரக் கணக்கான பாதசாரிகளின் கால்தடமும், குதிரைகளின் குளம்படி தளங்களும் பட்டு, பாதையாக மாறியிருந்தது. வழியெங்கிலும் குப்பைக் கூளங்கள் தென்பட்டன. ஓரிரு இடங்களில் பாதசாரிகள் வழியில் தங்கி அடுப்பு மூட்டி உணவு உண்ட கரித்தடங்கள் தென்பட்டன.

இரண்டு மூன்று நாட்களாகப் பயணத்தில் ஏற்பட்ட உரசலும் நெருக்கமும் இருவர் நடுவில் இருந்த அனைத்துத் தடைகளையும் தகர்த்து எறிந்துவிட்டது. ஒட்டுமொத்த நிகழ்வும் வேறு ஒரு பரிமாணத்தை எட்டுவதுபோல ராமிற்குத் தோன்றியது. இவளைத் திருமணம் செய்துகொண்டு சம்சார பந்தத்தில் மாட்டிக் கொள்வதில் தவறில்லை. நான்கைந்து வருடங்கள் சென்று மோகமெல்லாம் தணிந்த பின்பு தனது தாய் தந்தையரைப் போய்ப் பார்த்தால் ஆயிற்று.

அங்கொன்றும் இங்கொன்றுமாய்த் தாவரங்கள் கண்ணில் தென்பட்டன. நீரின்றி அந்த இடங்கள் காய்ந்து போயிருந்தன. நீர் நிறைந்த அல்லிக் குளம் ஒன்றைக் கண்டதும் இருவரும்

மகிழ்ச்சியில் சிறுவர்களைப் போலத் துள்ளிக் குதித்தனர். அணிந்திருந்த ஆடைகளுடன் அந்தக் குளத்தில் குதித்தனர். மகிழ்ச்சியிலும் உற்சாகத்திலும் ஒருவர் மீது ஒருவர் நீரை வாரியடித்தனர். மரத்தின் உச்சியில் அமர்ந்திருந்த குயில் பேடை ஒன்று மாலை நேரம் நெருங்கியதால் தனது ஜோடிக் குயிலைக் கூவி அழைத்துக் கொண்டிருந்தது.

ஓரிரு நாழிகை கடந்து ராம் குளத்திலிருந்து கரையேறினான். அவனை விடச் சற்று அதிக நாழிகை நேரம் குளத்தில் இருந்த சௌலா அவனிடம் ஏதோ கூறினாள். அவன் செவிகளில் எதுவும் ஏறவில்லை. அவளுடைய ஈர உடை அவள் உடலோடு ஒட்டிக் கொண்டிருந்தது. அவன் அவளைக் குறுகுறு என்று பார்த்ததும் வெட்கம் வந்து சேர அவள் ஓடிப்போய் ஒரு மரத்தின் பின்னால் தன்னை மறைத்துக் கொண்டாள். தான் அந்த மரமாக இருக்கக் கூடாதா என்று ராம் ஏங்கினான். மரத்தின் பின்னாலிருந்து வெளியில் வந்த போது சௌலா மேலும் அழகில் ஜொலித்தாள். குழற்கற்றைகள் ஈரத்தில் அங்கும் இங்கும் புரண்டு கொண்டிருந்தன. ஒரு சோளியும் பாவாடையும் மட்டும் அணிந்திருந்தாள். அவை அவள் அங்கங்களைப் பார்வையிலிருந்து மறைப்பதற்குப் பதிலாக மேலும் வெளிச்சம் போட்டுக் காட்டின.

ஒரு வேலமர நிழலில் அமர்ந்தனர். மெல்ல அந்த நிலப்பரப்பில் மாறுதல் தெரிய வந்தது. நாட்டுப்புறம் பாழ்நிலமாக மாறுவது தெரிந்தது. உயரமான மரங்களையோ நீண்ட புல்வெளிகளையோ பார்க்க முடியவில்லை. எங்கும் உப்புப் படர்ந்த பாழ் திடல்கள்தான் கண்ணில் பட்டன. மருந்திற்குக் கூடப் பச்சைப் பயிர்வகைகள் கண்ணில் சிக்கவில்லை. வெயிலுக்கு ஒதுங்க ஒரு சின்னஞ்சிறு செடி கூடக் கண்ணில் தென்படவில்லை. சௌலா அவர்கள் சரியான பாதையில் சென்று கொண்டிருப்பதாக உறுதி கூறினாள். இதே வேகத்தில் தங்கள் பயணத்தைத் தொடர்ந்தால் ஓரிரு நாட்களில் தங்கள் இடத்தைச் சென்றடையலாம் என்று நம்பிக்கை தெரிவித்தாள்.

காற்று ஊளையிட்டபடி அவர்களைக் கடந்தது.

‘வேண்டுமென்றால் என்னைத் தழுவிக்கொள்’ என்றாள்.

அவள் சம்மதத்திற்குக் காத்திருந்தவன் போல ராம் ஒருகணநேரம் கூட அவள் சொன்னதும் காத்திராமல் அவளை நெருங்கி ஆரத் தழுவினான். ஈருடல் ஒருயிராகத் தழுவிக் கிடந்தனர். அவள் மேனியின் சூடு அவன் மேனியெங்கும் பரவத் தொடங்கியது.

அந்தப்புரத்தில் அவள் வாழ்ந்த வாழ்க்கையைப் பற்றிய முழு விவரங்களையும் அவமானம் கருதிக் கூறாமல் விடுத்தாள். ராணா அவள் மீது எந்த அளவிற்கு நெருக்கமாக இருந்தான் என்பது பிறகு ராமிற்குத் தெரிய நேரிடும். அப்படியே அவள் இவற்றையெல்லாம் கூறி இருந்தாலும் அவன் அவற்றை ஒரு பொருட்டாக நினைத்திருக்கமாட்டான். இருவரும் அருகருகில் படுத்திருந்தனர். அவன் தலை துணி மூட்டையின் மீதும் அவள் தலை அவன் மார் மீதும் கிடந்தன. அவள் நெஞ்சத் துடிப்பு அவன் செவிகளில் கேட்டது. அவளை இழுத்து அணைத்து இதழ் மீது இதழ் பதித்து ஒரு மணி முத்தமிட்டான். 'சுவர்க்கம் என்பது இதில் பாதி இருந்தால் கூடப் போதும். நான் இப்போதே மரணமடைய ஆயத்தமாயிருக்கிறேன்.'

மறுநாள் பயணத்தில் பாலை நிலம் கொஞ்சம் கொஞ்சமாக மாறி பசுமை, அங்குக் கொஞ்சம் இங்குக் கொஞ்சம் என்று கண்ணுக்குத் தென்படலாயிற்று. கலங்கிய குட்டை ஒன்றைக் கடந்து செல்ல வேண்டியிருந்தது. முழங்கால் அளவிற்குச் சேறும் சகதியுமாகத் தண்ணீர் இருந்தது. ஓங்கி வளர்ந்திருந்த கோரைப்புற்களை அகற்றியபடி சென்றார்கள். களிமண் நிலத்தில் மிகுந்திருந்த ஈரப்பதம் ஒவ்வொரு அடி எடுத்து வைக்கும் போதும் கால்கள் மண்ணில் இறுக்கமாகச் சிக்கிக் கொண்டு நடப்பதற்குச் சிரமம் ஏற்பட்டது. அவர்கள் எடுத்து வந்த குடிநீர் குறைந்து கொண்டே வந்ததால் ஒரு தெளிந்த குளத்திலிருந்து நீர் அள்ளிப் பருகினர். அது பருகுவதற்கு ஏற்ற நீர் இல்லை என்று தெரிந்தும் வயிறு முட்டக் குடித்தனர்.

அவர்கள் அருந்திய நீர் அவர்களைப் பகலில் தொந்தரவு செய்தது. வயிறு வெடித்துவிடும் என்னும் அளவிற்கு நீர் அருந்தியிருந்தனர். அது அவர்கள் வயிற்றைக் கலக்கியது. நன்னீர் தேடி அலைந்தார்கள்.

அருகில் இருந்த குன்றின் உச்சியில் ஏறினார்கள். உச்சியை அடையும் பாறைகளை மழை நீர் அரித்து வழி ஏற்படுத்தியிருந்தது. உச்சியில் நின்று நாற்புறமும் நோக்கிய போது தொலைவில் பசுமையான பூமி கண்ணில் பட்டது. அது தாகத்தில் தவிக்கும் அவர்கள் மனதில் எழுந்த மாயத் தோற்றமா? பழுப்பு நிறத்தில் கண்களில் தென்பட்ட சேரும் சகதியையும் பார்த்துப் பார்த்துச் சலித்துப் போன கண்களுக்கு அந்தப் பசுமை தேவலோகம் போலக் காணப்பட்டது. தொலைவில் ஒரு கோயிலின் கோபுரத்தைக் கண்டதும் நெஞ்சம் ஆனந்தத்தில் துள்ளியது. நீண்ட கயிற்றில்

கட்டப்பட்ட துவசம் ஒன்று ஸ்தம்பத்தின் உச்சியில் காற்றின் வேகத்தில் படபடத்துக் கொண்டிருந்தது. குன்றின் கணவாயிலிருந்து ஒரு பாதை அந்தக் கிராமம் நோக்கி பாம்பு போல நெளிந்து போய்க் கொண்டிருப்பதைப் பார்த்தனர். ‘நாம் அங்கே போகலாம்’ என்றான் ராம்.

அவர்கள் இறங்குவதைப் பலர் பார்த்துக் கொண்டிருந்தனர். அவர்கள் நெருங்க நெருங்க மக்கள் கூட்டமாகத் திரள ஆரம்பித்தனர். கூட்டத்திற்கு முன்பு ஒரு புரோகிதர் நின்று கொண்டிருந்தார். அந்தக் கோயில்தான் அந்த ஊரின் மையமாக விளங்கியது. ஊர் அந்தக் கோயிலைச் சுற்றி விருத்தியடைந்திருந்தது.

‘புரோகிதர் நம்மைப் பற்றி விசாரித்தால் ராணாவின் பிடியிலிருந்து தப்பி வந்த சேதியை அவரிடம் சொல்ல வேண்டாம், நாம் வீட்டைவிட்டு ஓடி வந்துள்ள காதலர்கள் என்று சொல்வோம்’ என்று சௌலா யோசனை கூறினாள்.

அந்தப் புரோகிதர் மிகவும் வயது முதிர்ந்தவராகத் தோன்றினார். அவர் சிகை தாடி அனைத்துமே வெள்ளை வெளேர் என்று இருந்தன. அந்த முதுமையிலும் அவர் பற்கள் அனைத்தும் பழுதில்லாமல் இருந்தன. புரோகிதரின் பின்னால் நின்றுகொண்டிருந்த இளவயது மனிதன் சாயலில் புரோகிதரைப் போலத் தோற்றமளித்தான். அவன் சௌலாவின் மேல் வைத்த கண்களை அகற்றவே இல்லை.

ராம் கலவரப்பட்டதற்கு அவசியமின்றிப் போனது. அந்தப் புரோகிதர் முகத்தில் தவழ்ந்த அமைதியும் புன்னகையும் அவர்களுக்கு நம்பிக்கை அளித்தன. அவர்கள் சொன்ன கதையை அவர் நம்பினார். இருவரையும் தம்பதியர் என்று ஏற்றுக்கொண்டார். கோயிலுக்கு அருகில் இருந்த சிறு குடிலைக் காட்டி ‘இன்றிரவு இங்கே தங்கிக் கொள்ளுங்கள். விடிந்ததும் மற்ற விஷயங்கள் குறித்துப் பேசுவோம்’ என்றார்.

ஆயிரக்கணக்கான பக்தர்கள் சோமநாதர் கோயிலைத் தரிசித்துத் தங்கிச் செல்ல ஓய்விடமாக அந்தக் குடில் திகழ்ந்தது. பழைய ஆலயம் இடிந்து போய்விட்டதால் சில பக்தர்கள் இந்த வழியிலும் வருகின்றனர். மக்கள் நிந்திக்கத் தொடங்கிவிட்டனர். அவர்கள் ‘கடவுள் சக்தியற்றவர். வெறும் கல். அதிலும் உடைந்து சிதைந்து போன கல். ஒரு மிலேச்சன் அந்த ஆண்டவனின் கையறு நிலையைச் சோதிக்கவே படையெடுத்து வந்திருக்கிறான்’ என்றனர்.

உள்ளே வௌவால்களின் புழுக்கை நாற்றம். சௌலா முகம் சுளித்தாள். புரோகிதர் ஒரு பணிப்பெண்ணை கூட்டி சுத்தம் செய்ய உள்ளே அனுப்பி வைத்தார். குடிலின் கதவுகளும் சாளரங்களின் கதவுகளும் திறக்கப்பட்டதும் ஓரளவு துர்நாற்றம் மறைந்தது போலிருந்தது.

'அஞ்சுவதற்கு ஒன்றுமில்லை. இவர்கள் நல்ல மாதிரியான மனிதர்கள்.' ராம் அவளுக்கு நம்பிக்கை ஊட்டினான்.

'புரோகிதர் நல்லவர்தான். ஆனால் அவருடைய மகன் என்னை முறைத்துப் பார்த்த விதம் இடம் இரண்டும் எனக்குப் பிடிக்கவில்லை' என்றாள்.

'யார்தான் உன்னை உற்றுப் பார்க்கமாட்டார்கள்' என்று அவன் கிண்டலாகக் கேட்டான்.

மாலை பூஜைக்கு அவர்கள் ஆயத்தமானார்கள். குடிலின் புறக்கடையில் ஒரு கிணறு இருந்தது. சௌலா கிரீச் கிரீச் என்று சப்தம் போட்ட இராட்டினத்தைச் சுற்றிய கயிற்றின் உதவியால் ஒரு மரவாளியில் தண்ணீர் இறைத்தாள். அது பாதி உடைந்த வாளி என்பதால் வேண்டிய நீரை இறைக்க முடியவில்லை. அவள் நீர் சேந்தும் வரை ராம் அந்த வீதியைப் பார்வையிட்டு வரலாம் என்று கிளம்பினான். அவன் திரும்பி வரும் போது அவள் நீராடி அவனுக்கு முதுகு காட்டியபடி அமர்ந்திருந்தாள். உலர்ந்தும் உலராத கூந்தலை அவள் ஒரு கோடாலி முடிச்சுப் போட்டுக் கட்டியிருந்தாள். அவளை அப்படி ஒரு தோற்றத்தில் பார்த்ததும் அவன் உடலில் ஓர் அதிர்வு தோன்றியது. அவனுடைய மோகப்பார்வை அவள் மீது பட்டதும் திரும்பிப் பார்த்தாள். கூந்தலை அவிழ்த்து மரச் சீப்பினால் வாரிக் கொண்டபடி அதனைக் கீழே புரளவிட்டாள். கூந்தல் காடு கருநிற அருவி போல அவள் இடுப்பைத் தாண்டி வழிந்தது.

'ஏதாவது செய்..' அவளை ஒரு முறை தொட்ட ராமின் மனம் அலைபாயத் தொடங்கியது. அவன் தனது பார்வையை அவள் முகத்தின் மீது திருப்பினான். அவனுடைய கருவிழிகள் இரண்டும் அவள் கண்களை ஊடுருவி அவை பதிலுக்குக் கதை சொல்லுகின்றனவா என்று துழாவின. அவனுக்கு நெஞ்சின் மூலையில் ஏதோ ஒன்று அவளுக்கும் விருப்பம் என்று கூறியது. தனது உணர்ச்சிகளைக் கட்டுப்படுத்த முடியாத ராம் அவளை நெருங்கி அவள் தோள்களைத் தொட்டான். அவன் கரங்களைப் பற்றிய அவள் அவனை மெல்லப் பற்றி இழுத்தாள். அவளுடைய கூந்தலின் நறுமணம் அவனை வென்றது. அவள் மடியில்

தலைவைத்துப் படுத்தான். தனது விரல்களை அவள் தலை வரை ஓடவிட்டான். இப்படி ஒரு நிறைவை அவன் உணர்ந்ததில்லை. கண்கள் மூடிக் கிடந்தான்.

ஓரிரு நிமிடங்கள் போனது. அவனுடைய முகம் அவள் உடையின் ஈரத்தில் நனைந்திருந்தது. அவனது உன்மத்த நிலையிலிருந்த அவனை எழுப்பினாள். 'நீராடிவிட்டு வாருங்கள். சந்தியாகாலம் கடவுளுக்குகந்த காலம். கோயிலுக்குச் சென்று தொழுது வருவோம். கிளம்புங்கள்' என்றாள். அவன் குளித்து முடித்து வரும் போது ஓர் அழகிய பாவாடையை இடையில் அணிந்து வந்தாள். அது குடைராட்டினம் போல அவள் இடையில் சுழன்று கொண்டிருந்தது. சோளி, பாவாடை இரண்டும் தங்கச் சரிகை இழைகளால் மின்னின.

அவர்கள் கோயிலை நெருங்கிய போது நன்றாக இருட்டத் தொடங்கிவிட்டது. உள்ளே சன்னதியில் பெரிய லிங்கம் கிட்டத்தட்டப் புரோகிதர் உயரத்திற்குக் கம்பீரமாகக் காட்சியளித்தது. அவர் உச்சரித்த மந்திரங்கள் எல்லாம் ராமிற்கு மனப்பாடம். அவர் உச்சரிப்பு மட்டும் வேறு மாதிரி இருந்தது. புரோகிதரின் மகன் சௌலாவை விழுங்கி விடுபவனைப் போல விழித்துப் பார்த்துக் கொண்டிருந்தான். பார்வையை அவள் மேலிருந்து திருப்பாமல் அவளைப் பார்த்துக் கொண்டே வந்தவன் சன்னதியில் விதான மண்டபம் வரும் போது படிகளில் இடித்துக் கொண்டு தடுமாறினான். கைகளில் வெண்கல மணியை ஆட்டியபடி புரோகிதர் அவனை நிந்திக்கும் பாவனையில் முறைத்தார். பூஜை மணியின் ஓங்கார நாதத்தினால் பிரகாரம் நிரம்பியது. பூஜை மணியைக் கேட்டு உள்ளூர் பக்தன் ஒருவன் கோயில் வெளிப் பிரகாரத்தில் தொங்கிய காண்டாமணியை ஓங்கி ஓங்கி அடித்தான். அந்தப் பெரிய வெண்கல மணியின் நாதம் அலை அலையாக எழும்பி ஊருக்குள் பரவியது. ஓங்கார நாதத்தைக் கேட்டதும் அங்கு கூடியிருந்த பக்தர் கூட்டம் கோயிலை நோக்கி வரத் தொடங்கியது.

மந்திர கோஷம் முடிந்ததும் புரோகிதர் ஒரு வட்ட வடிவிலான பித்தளைத் தட்டில் கற்பூரக் கட்டிகளைப் போட்டார். சன்னிதானத்தில் எரிந்து கொண்டிருந்த விளக்கில் கற்பூரத்தைப் பற்ற வைத்து ஜோதி வடிவான அந்த லிங்கரூபியை கற்பூர ஜோதியால் ஆராதனை செய்தார். கற்பூர ஜோதியில் லிங்க ரூபன் ஜொலித்தான். சுவாமிக்குக் கற்பூரம் காட்டிவிட்டு புரோகிதர் வெளியில் காத்துக் கொண்டிருந்த பக்தர் கூட்டத்தை நோக்கி

வந்தார். அவர்கள் முன்பு ஆரத்தி தட்டை நீட்டியதும் பக்தர்கள் கற்பூர ஆரத்தியைக் கண்களில் ஒத்திக் கொண்டனர். ராமும் சௌலாவும் தங்கள் முறைக்காகக் காத்திருந்து ஆரத்தியை வாங்கிக் கொண்டனர். சௌலா ஆரத்தியை எடுத்துக் கண்களில் ஒத்திக் கொண்டது ஏதோ நடனப் பெண் தனது கரங்களில் காட்டும் முத்திரையைப் போல இருந்தது.

ராம் கற்பூர ஆரத்தியை வாங்கிக் கொள்ள முன்வந்த போது ஆரத்தி ஜோதி காற்றில் அணைந்தது. வெளிப்பிரகாரம் முழுவதும் இருளோடிப் போயிருந்தது. உள்ளே சன்னதியில் மட்டும் ஒன்றிரண்டு விளக்குகள் மங்கலான ஒளியை வழங்கிக் கொண்டிருந்தன. புரோகிதர் அச்சான்யமாகத் தலையை ஆட்டியது ராம் கண்களில் விழுந்தது. லிங்கத்தைப் பார்த்துவிட்டு ராமின் முகத்தையும் பார்த்தார்.

'வெளிப்பிரகாரத்தில் காற்றுக் கொஞ்சம் கூட இல்லை. பின் இந்த ஆரத்தி ஜோதி எப்படி அணைந்தது? ஒருவேளை இவன் மூச்சுக் காற்றுப் பட்டு அணைந்திருக்குமோ?' புரோகிதர் மனதிற்குள் எண்ணிக் கொண்டார்.

பூஜை முடிந்ததும் புரோகிதர், சௌலாவின் அருகில் சென்று பிரசாதத்தை வழங்கினார். அவர் வேண்டும் என்றே ராமை நிராகரித்தார். ராம் அந்தப் புரோகிதர் ஞாபக மறதியில் தனக்குப் பிரசாதம் வழங்க மறந்திருக்க வேண்டும் என்று நினைத்தான். ஆனால் அந்தப் புரோகிதரோ அவன் பக்கம் திரும்பவுமில்லை, அவன் கண்களைப் பார்க்கவும் இல்லை.

'அம்மா, அந்தக் குடிலில் உனக்கு எவ்வளவு காலம் தங்கியிருக்க வேண்டும் என்று தோன்றுகிறதோ அதுவரையில் தங்கியிருக்கலாம். ஆட்சேபணை எதுவுமில்லை. இப்போதெல்லாம் இந்தக் கோயிலுக்கு முன்பு போலப் பக்தர்கள் வருவதில்லை' என்று கூறினார்.

*

சௌலா பின்னாலிருந்த கதவைச் சாத்திவிட்டு உள்ளே கையில் ஒரு விளக்குடன் நுழைந்தாள். கதவில் இருந்த சிறிய பிளவின் வழியாக வேகமாக உட்புகுந்த காற்றின் வேகத்தில் விளக்கின் ஜோதி படபடத்தது. அவளுடைய கோதுமை நிற மேனி மின்னிக் கொண்டிருந்தது. கையிலிருந்த விளக்கின் ஒளியில் அவள் ஒரு

வெண்கலச் சிலையைப் போல மின்னினாள். அப்போதுதான் கதவைச் சாத்தியவள் ஏதோ மாறுதலைக் கண்டு வியந்தாள். அந்தக் கதவிற்குத் தாள் கிடையாது.

'ராம் இந்தக் கதவால் என்ன பாதுகாப்பு? நாளை ஒரு தச்சனைத் தருவித்து இதனைச் செப்பனிட வேண்டும்' என்று கேட்டாள்.

'நாம் இன்று இரவு மட்டும்தான் தங்கியிருக்கப் போகிறோம். நீ என்னடா என்றால் முழுக் குடிலையும் செப்பனிடச் சொல்வாய் போலிருக்கிறதே?' என்று கிண்டலுடன் கேட்டான்.

அவள் கண்கள் மினுங்கின. 'நாளை தச்சன் ஒருவனைப் பார்த்து இதற்குத் தாள் வாங்கி வந்து மாட்டும் வேலையைப் பார். நாம் இங்கே சில காலம் தங்கியிருக்க வேண்டியிருக்கும்' என்றாள்.

கூரையிலிருந்த சின்னஞ்சிறு துவாரங்களின் வழியாக நிலவின் கிரணங்கள் காற்றின் தூசைக் கிழித்துக் கொண்டு நீள நீளமாகத் தரையில் பரவியிருந்தன. சௌலாவின் முகம் மின்னியது. நிலவு மட்டும் அந்த மினுங்கலுக்குக் காரணமில்லை. உள்ளே ஒரு ஜோதி பிரகாசித்துக் கொண்டிருந்ததே காரணம். கூந்தலின் குழற்கற்றைகள் தோளில் புரண்டன. அவள் சிகையில் விரல் நுழைத்துக் கோதிவிட ராம் ஆசைப்பட்டான். அவள் முகம் இளகியிருந்தது. அவனைப் பார்த்து முறுவலித்தாள். சௌலா அவனுக்குப் பரிசளிக்க விரும்பினாள். வேறு யாரும் அவளுக்காக இவ்வளவு தூரம் துணிச்சலுடன் செயலில் இறங்கியிருக்க மாட்டார்கள். அவள் தந்தையும் சரி, உறவினர்களும் சரி, ராணாவின் தாக்குதலுக்குப் பயந்து அவளை ராணாவின் கரங்களில் அள்ளிக் கொடுத்துவிட்டனர். அவளுக்கு மீண்டும் தன்னுடைய பிறந்த ஊருக்குத் திரும்பிப் போக வேண்டுமா என்று தோன்றியது. இந்த இடத்திலேயே இவனுடன் தங்கிவிட்டால் என்ன?

சௌலா அவன் அருகில் அமர்ந்தாள். கடந்த இரண்டு நாட்களாக நெருக்கம் ஏற்பட்ட போதும் அவள் அருகில் அமர்ந்த போது ராமிற்கு நடுக்கமாகவே இருந்தது. அவள் கண்கள் அவன் பார்வையில் சிக்கிக் கொண்டதும் தேனூறும் அவள் இதழ்கள் அவன் அருகில் வந்தன. அவள் முத்தங்களை அவன் உதட்டில் விதைத்த போது அவன் உள்ளே வேர்விடத் தொடங்கினான். கண்கள் மூடிக் கிடந்தான். அந்தக் கிறக்கத்தை அவன் கலைக்க விரும்பவில்லை. தானும் சில வேட்கை முத்தங்களை அவளுக்குத் திருப்பிக் கொடுத்தான். அந்தக் கணத்திற்காக அதுவரை அவன்

காத்துக் கிடந்தது போலிருந்தது அவனது முத்தத்தின் வேகம். அவனுடைய அவசரத்திற்குக் காரணம் இல்லாமல் இல்லை. கையில் கிடைத்த சுவர்க்கம் எத்தனை நாள் சாஸ்வதமாக இருக்கும் என்பது யாருக்குத் தெரியும்? அது ஓர் இனிய கனவு! எப்போது வேண்டுமானாலும் கனவு கலைந்து விழிப்பு வரலாம்.

அவளை இரு கரங்களினாலும் ஆரத் தழுவினான். நெற்றியில் முத்தமிட்டான். கன்னத்தில் முத்தமிட்டான். பின்பு உதடு. கீழே அன்னத்தைப் போன்ற கழுத்தில். அவன் அதரங்கள் ஆசையில் மேய்ந்தன. அவளை இறுக்கி அணைத்தான். இதுபோன்ற காமக் களியாட்டங்களில் சௌலாவிற்குத் தேர்ந்த அனுபவம் உண்டு என்றாலும் அவள் தன்னை வெளிப்படுத்திக் கொள்ளாமல் இருந்தாள். பிறகு ராம் இது போன்ற விஷயங்களை அவள் அந்தப்புரத்தில் கற்றுக் கொண்டதாக எண்ணக் கூடாது அல்லவா? அவள் ஒரு சிறு வியப்புடன் அவன் செயல்களை அனுமதித்தாள். ஒரு நிலையில் அவன் அவள் ஆடைகளைக் கலைப்பதில் தாறுமாறாக முயற்சிக்கவே அவள் பொறுமையிழந்தாள்.

தனது கரங்களைப் பின்னால் கொண்டு சென்று சோளியின் முடிச்சை அவிழ்க்கத் தொடங்கினாள். விடுதலைக்காகக் காத்திருந்தது போலச் சோளி தொப்பென்று கீழே நழுவியது. ஆவேசமான தழுவலின் மூலம் அவன் அவள் இளமையை எதிர்கொண்டான். இருவரது ஆடைகளும் அகன்றதும் கீழே சரிந்த அவள் கண் ஜாடையால் அவனை அழைத்தாள். நடுக்கமும் உற்சாகமும் ஒரே நரம்பிலிருந்து கிளம்பியது போல ராம் உணர்ந்தான். ராம் அவளுடன் கலந்த போது அவள் தன் சுவாசக் காற்றில் ராமின் உயிரை உறிஞ்சி இதயத்திற்குள் நிரப்பிவிட்டதைப் போல உணர்ந்தான். தாளாத இன்பத்தில் அவள் போட்ட கூச்சல்கள் அவனுக்கு அவளைத் தான் இம்சிக்கிறோமோ என்று தோன்றியது. வியர்வையில் நனைந்த இரண்டு உடல்களும் நழுவிப் பிரிந்தன. வழுக்கிய உடலைப் பற்ற அவள் தனது விரல்களால் அவன் முதுகைப்பற்றினாள். சௌலா அவன் உடலை ஒரு நங்கூரம் போலப் பற்றி நின்றாள். அவள் எல்லையில்லாத ஓர் இன்பப் பாதாளத்தில் போய்க் கொண்டே இருப்பதைப் போலத் தோன்றியது. இதுதான் சாஸ்வதம் என்பது போல அவள் உடல் அவன் உடலுடன் பின்னிக் கொண்டது. அவன் அவளிடமிருந்து விலகிப் படுத்தான். களைத்துப் போயிருந்தான். சௌலா

சாந்தியடைந்திருந்தாள். அவன் சுவர்க்கத்தைத் தவிர வேறு எதையும் உணரவில்லை.

*

தொலைவில் தெரிந்த புயல் மேகங்கள் சூரிய அஸ்தமனத்தை வேகப்படுத்தின. ஊர் முழுவதும் உறங்கத் தொடங்கிவிட்டது. புரோகிதர் உறக்கம் வராமல் விழித்திருந்தார். கற்பூர ஜோதி அணைந்த போது மின்னல் கீற்றென நடக்கப் போகும் நிகழ்ச்சி அவர் கண்களில் மின்னி மறைந்தது. அனைவரும் கிளம்பிப் போனதும் அவர் சன்னதிக்குள் நுழைந்து லிங்கத்தைப் பார்த்து நீண்ட பெருமூச்சுவிட்டபடி 'மகாதேவா' என்றார். 'உன்னையன்றி வாழ்வின் புதிர்களுக்கு எவரால் விடையளிக்க இயலும்?' என்று அவரிடம் கேட்பது போலத் தனக்குத் தானே கேட்டுக் கொண்டார். மனதைத் தேற்றிக் கொண்டார். கோயில் கதவைச் சார்த்தும் நேரம் நெருங்கியது. கதவுகளைச் சார்த்தும் போது எண்ணெய் கண்டிராத கதவின் கீல்கள் கிறீச் என்று ஒலியை எழுப்பின.

'ரத்தன்..' முதியவர் தனது மகனை அழைத்தார். 'அந்தப் புதியவனிடமிருந்து குதிரையை இரவல் பெற்றுக் கொள். உனக்கு அது வேண்டியிருக்கும்' என்றார்.

அவர்கள் தங்கியிருந்த குடிலை ஆர்வத்துடன் பார்த்துக் கொண்டிருந்த அந்த இளைஞன் வேண்டா வெறுப்புடன் தந்தை சொன்னதற்குச் செவி மடுத்தான்.

அந்த வயோதிகப் புரோகிதர் கம்பீரமாகச் சொன்னார். 'நீ போய் ராணாவைப் பார்க்க வேண்டும்.'

*

அத்தியாயம் 5

நசுக்கப்பட்ட புரட்சி

இலங்கையில் வெற்றி என்ற செய்தி கசியத் தொடங்கிய மூன்று வாரங்கள் முடிந்த பின்னர் விக்கிரமனின் மனம் தாய்நாடு திரும்புவதற்கு அவசரப்பட்டது. மன்னரிடம் சம்மதம் கேட்டுக் காத்திருந்தான். பாண்டிய மண்ணைவிட்டுக் கிளம்பி மூன்று வருடங்கள் ஆகிவிட்டன.

விக்கிரமனின் இருப்பும் திட்டமிடலுமே பல காலமாக அங்கு நிலவிய குழப்ப நிலையைக் கட்டுக்குள் கொண்டு வந்து ஒரு விரைவான முடிவை எட்டியது. விரைவில் கிட்டிய வெற்றி தேவையற்ற குருதி சிந்துவதைத் தடுத்தது. நாட்டின் பொருளாதாரம், படையில் வலுக்கட்டாயமாகச் சேர்க்கப்பட்ட வீரர்களின் உயிர் இரண்டும் கூடக் காப்பாற்றப்பட்டது எனலாம்.

தனது விருப்பத்தைத் தெரிவிக்கும் பனை ஓலையை விக்கிரமன் தூதுவன் மூலம் பாண்டிய மன்னருக்கு அனுப்பியிருந்தான். முதன்மந்திரி அந்த ஓலையை மன்னருக்கு அருகில் இருந்த முக்காலி ஒன்றின் மீது வைத்தார். குலசேகரன் உள்ளே நுழைந்ததும் மந்திரியாரைப் பார்த்துத் தலையசைக்க முதன்மந்திரி அந்த ஓலையை எடுத்துப் படிக்கத் தொடங்கினார். ஓலையைக் குலசேகரர் ஏற்கெனவே ஒருமுறை படித்திருந்தாலும் தனது தம்பியின் வீர பிரதாபங்களைச் சபை அறியவேண்டும் என்பது அவரது அவா. முதன்மந்திரி சொற்களை ஏற்ற இறக்கத்துடன் அதன் தன்மைக்கு ஏற்றவாறு பேசுவதில் நிபுணர்.

‘மதுரையம்பதி சக்கரவர்த்திக்கு, எனது தண்டனிட்ட நமஸ்காரம். மாமன்னர் சுந்தரேஸ்வரர், மீனாட்சியம்மை இருவரின் வழித்தோன்றல் வாழ்க. நாடி நரம்புகளிலும் வீரம் விளையாடும்

வேந்தன் வாழ்க. தங்களது பணிவான சேவகன் இலங்கையிலிருந்து தங்கள் பொற்பாதங்களைப் பணிந்து மாட்சிமை மிக்க மன்னரின் கருணையை வேண்டி எழுதிக் கொள்ளும் மடல். தாங்கள் எனக்குப் பணித்த கடமைகளை இந்த இலங்கைத் தீவில் செவ்வனே முடித்துவிட்டேன். எனவே நான் எனது தாய்த் திருநாட்டிற்குத் திரும்ப அனுமதி வேண்டுகிறேன்.'

ஓலை வாசிக்கப்பட்டதும் குலசேகரன் முகம் மலர்ந்த தாமரை போலானது. மந்திரியாரைப் பார்த்துக் கரங்களை உயர்த்தினார். சிங்களப் படை ஒட்டுமொத்தமாக இலங்கையின் தென்பகுதிக்கு விரட்டியடிக்கப்பட்டுவிட்டது. எஞ்சியிருப்பது அங்கொன்றும் இங்கொன்றுமாய்ச் சின்னச் சின்னக் கலகங்கள் மட்டுமே. அவற்றையும் அடக்கிவிட்டால் பின்னர் இலங்கை முழுவதும் பாண்டியர் வசம் வந்துவிடும்.

மன்னர், மந்திரியாரைப் பார்த்து, 'பதில் ஓலை அனுப்புங்கள். எவ்வளவு விரைவாகக் கொண்டு விடுமோ அவ்வளவு விரைவாகக் கொண்டு விடும் நாவாய் ஒன்றில் ஏறி, ஜலசந்தியைக் கடந்து தம்பியை மதுரை வந்து சேரச் சொல்லுங்கள். மறக்காமல் ஓலையில் என் முத்திரையைப் பதித்து அனுப்புங்கள்' என்றார்.

அந்த வெற்றி அவரது சொந்த வெற்றியைப் போலக் கருதினார். 'மந்திரியாரே, விக்கிரமன் வரும் போது பலமான வரவேற்பிற்கும் ஏற்பாடு செய்ய மறக்காதீர்கள்' என்றார்.

*

எத்தகைய சிறப்பான வரவேற்பாக அது அமைந்தது. மாவிலைத் தோரணங்களும் மலர்த் தோரணங்களும் நகரெங்கும் தொங்கவிடப்பட்டன. பனம்பழக் குலைகளும் தென்னையிளநீர்க் குலைகளும் தொங்கவிடப்பட்டன. நகரெங்கும் மக்களின் மகிழ்ச்சி ஆரவாரம். நாட்டியம், சங்கீதம் என்று நகரமே அல்லோல கல்லோலப்பட்டது. அரண்மனையில் அமைக்கப்பட்டிருந்த அலங்கார வரவேற்புப் பந்தலின் கீழ் மாமன்னர் தனது வெற்றி வாகை சூடிவரும் சகோதரரின் வரவுக்குக் காத்திருந்தார். சுற்றியிருந்த மக்களின் மகிழ்ச்சி ஆரவாரத்திற்கு நடுவில் இலங்கையில் வெற்றிக் கொடி நாட்டிவிட்டு வரும் அருமைச் சகோதரனை குலசேகரன் நெஞ்சாரத் தழுவிக் கொண்டார். இரண்டு சகோதரர்களும் ஒருவர் தோள் மீது மற்றொருவர் கரம் போட்டுக் கொண்டு ஒன்றாக அரச சபைக்குள் நுழைந்தனர். பின்னால் சபையினரும் குடிமக்களும் சென்றனர்.

அந்தப் பாண்டிய மன்னரின் அரசவையின் மேன்மை அங்கிருந்த விளக்குகளின் ஒளியைவிடச் சபையினரின் வெற்றிச் சிரிப்பில் அதிகம் பிரகாசித்தது. விழாக் கொண்டாட்டங்கள் முடிவிற்கு வராமல் தொடர்ந்தன. தனது ஆசனத்தில் விக்கிரமன் சாய்ந்து அமர்ந்த போது படையினருக்கு அவன் இலங்கையில் தன்னந்தனியனாகப் போர் புரிந்தது நினைவிற்கு வந்தது. அந்த வெற்றியில் பங்கு போட வேறு ஒருவருக்கும் உரிமையில்லை. அது அவனுடைய வெற்றி மட்டும். அவன் வேறு ஒரு மனிதனாகத் திரும்பியிருக்கிறான். போரின் களைப்பு அவன் முகத்தில் ஓடியது.

அடுத்த வாரம் பாடுவதற்குண்டான கவிதை வரிகளைப் புலவர்கள் ஏற்கெனவே மனதில் எழுதி வைத்துவிட்டனர். இந்த வாரம் பாடப் போகும் பாடல்களின் கருத்து நிறைய வெகுமதிகளைச் சபையில் பெற்றுத் தரும். அந்தக் கருத்து ஒருமாட்சிமை பொருந்திய மன்னனுக்கு ஒரு மாபெரும் வீரனின் வெற்றி காணிக்கை என்பதைத் தவிர வேறு என்னவாக இருக்க முடியும்?

ஆனால் அதிர்ச்சியூட்டும் விதமாக அடுத்த இரண்டு வாரங்களில் நிகழ்ந்த நிகழ்ச்சிகள் புலவர்களைத் திகைப்படைய வைத்தது. விக்கிரமனின் வீரத்திற்கும் சாகசத்திற்கும் பரணி பாடக் காத்திருந்த புலவர்கள் ஒன்றுமில்லாமல் முடிந்ததற்கு வருத்தப்பட்டனர். இலங்கையிலிருந்து திரும்பிய இரண்டே வாரங்களில் விக்கிரமன் மன்னருக்கு எதிராகப் புரட்சிக் கொடியை உயர்த்திப் பிடிப்பான் என்று அவர்கள் சிறிதும் சிந்திக்கவில்லை.

குலசேகரன் ஆத்திரமடைந்தான். தன் தம்பிக்குப் புகழாரம் சூட்டி அவனது வீர பிரதாபங்களைச் சபையில் எடுத்துரைத்து இரண்டு வாரங்கள் கூட முடியவில்லை. இடியென அவர் குரல் தன் தம்பியின் பெருமைகளை எடுத்துரைக்கவில்லையா? ‘சபையோர்களே, இந்தப் பாண்டிய மண்ணில் என் சகோதரனைப் போலத் துணிச்சல் உள்ளவர் எவர் இருக்கிறார்? என் உயிருக்கும் மேலானவன். என் நம்பிக்கைக்குரிய கூட்டாளி. மதுரை அரியணைக்கு விசுவாசம் மிக்கப் பிரஜை’ என்று கூறி இரண்டு வாரங்கள் கூட ஆகவில்லையே?

மன்னர் தான் ஆற்றிய உரையில் மூழ்கிக் கிடந்தார். ராஜத்துரோகம் என்ற கல் அரச சிங்காதனத்தின் மேல் எறியப்பட்டிருக்கிறது. அரசன் விரைவாக எதிர் வினை ஆற்ற வேண்டும். அவன் எதிர்த்தாக்குதல் கடுமையாக இருக்க வேண்டும்.

‘விக்கிரமனுக்குப் போர் குறித்து என்ன தெரியும்?’ தனது படைத் தளபதிகளிடம் குலசேகரன் முழக்கமிட்டார். ‘இந்தப் பாண்டிய

மண் என்னுடையது. ஒருவரும், ஏன் அவன் நிழல் கூட அவன் பின்னால் நிற்காது.’

ஆனால் அடுத்த வாரத்திற்குள் விக்கிரமனின் நிழல் ஐம்பதினாயிரமாக நீண்டது. குலசேகரனுக்கு இப்படி ஒரு சவால்- அவர் அரியணைக்கு நேரடி வாரிசாக அறிவிக்கப்பட்ட போதும், மகுடம் சூட்டப்பட்ட போதும் விடுக்கப்படாத சவால்- இப்போது விடுக்கப்பட்டிருக்கிறது. புரட்சியாளர்களின் கலகத்தை விட, எவனைத் தனது விசுவாசத்திற்குரிய பங்காளி என்று சென்ற வாரம் சபையில் அறிவித்தாரோ அந்தச் சகோதரனின் நம்பிக்கைத் துரோகத்தைத்தான் மன்னரால் தாங்கிக் கொள்ள இயலவில்லை. விக்கிரமனின் குற்றச்சாட்டுகளின் மீது விவாதம் நிகழுமாயின் தனது தவறான கணிப்பின் மீதும், அவன் மீது தான் கொண்ட தவறான நம்பிக்கையின் மீதும் தனது ஆதரவாளர்களுக்கு ஐயம் ஏற்படும். அந்த ஐயம்தான் ஒருவருக்கொருவர் பழி கூறும் இருவரில் எவர் பக்கம் சாய்வது என்பதைத் தீர்மானிக்கும். ஒரு மன்னன் தனது உணர்ச்சிகளை அனைவரும் அறிய வெளிக்காட்டுவது நல்லதில்லை. காலம் அவரது அரச நடவடிக்கைகளின் மீது மாசு கற்பிக்கும்.

புரட்சி, நாளுக்கு நாள் தனது அளவை அதிகரித்துக் கொண்டே போனது. காற்றின் மூலம் குளத்தில் விரியும் சிற்றலைகளைப் போல அதன் வீரியம் தினந்தோறும் அதிகரித்த வண்ணம் இருந்தது. விக்கிரமனின் காந்தம் போன்ற வசீகரம் படையினரையும், அவற்றுக்கும் அதிகமான அதிகாரிகளையும் உண்மையிலேயே சுண்டி இழுத்தது. அவன் தலைமையின் மேல் அசைக்க முடியாத விசுவாசம் கொண்ட படைப் பிரிவின் ஒரு பகுதியினர் ஆயுதங்களுடன் வீறு கொண்டு எழுந்தனர். தங்கள் தளபதிகளைச் சிறையில் அடைத்தனர். கலகத்தின் வீச்சு அதிகரித்த வண்ணம் இருந்தது. இதற்கான திட்டமிடல் இலங்கையிலே தீர்மானம் செய்யப்பட்டிருக்க வேண்டும் என்று குலசேகரன் நினைத்துக் கொண்டார்.

கலகத்தின் வீரியம் மக்களுக்கு மன்னன் மீது இருந்த வெறுப்பையும், இப்படி ஒரு புரட்சி வெடிக்க வாய்ப்பிருப்பதைக் கண்டறியாத உளவுப் பிரிவின் செயலற்ற தன்மையையும் வெளிச்சம் போட்டுக் காட்டியது. குலசேகரன் நகர்வலம் என்று வெளியில் எங்கும் செல்லாமல் அரண்மனைக்குள் இருந்தபடி அரசாட்சி நடத்த முடிவெடுத்தார். விழாக்காலங்களில் மட்டுமே பொதுமக்களால் மன்னரைக் காண முடிந்தது. பயனில்லாத அந்த உடல் மன்னருக்கே ஒரு பாரமானது.

ஆனால் விக்கிரமனின் கவனமெல்லாம் அரியணை மீதுதான் இருந்தது. அரியணை மீது தனக்குள்ள உரிமை தர்மத்தின் படி நியாயமானது என்று உறுதியாக நம்பினான். அது அவனுடைய தார்மீக உரிமை. மன்னர் வழங்கிய பட்டத்துடன் கூடாரத்திற்குக் கூடாரம் காற்றைப் போலச் சுழன்று சென்ற விக்கிரமன் தனது படை பலத்தை அதிகரித்துக் கொண்டே சென்றான். கூடிய விரைவில் மொத்தப் பாண்டிய மண்டலமும் விக்கிரமனின் தலைமையின் கீழ் செயல்படத் தொடங்கியது. அந்த வீரனின் அடுத்த இலக்கு மதுரை மாநகராக இருந்தது.

அந்தச் சாம்ராஜ்யம் வெளிப்பகைவர் எவருமின்றித் தனக்குள்ளேயே ஒரு முற்றுகைக்கு ஆயத்தமானது.

*

குருகுலத்தில் இருந்த மாணாக்கர்கள் தங்கள் செவிகளைக் கூர்மையாகத் தீட்டிக் கொண்டார்கள். அந்தக் குதிரை வீரர்கள் அருகில் வர வர குதிரைகளின் குளம்புகளின் ஓசையால் அந்தப் பகுதி முழுவதும் அதிர்ந்தது. குதிரையில் பயணித்தவர்கள் ஆற்றின் குறுக்கே குதிரைகளைச் செலுத்தினர். ஊருக்குள் புகுவதையும் ஆற்றுப் பாலத்தைக் கடப்பதையும் தவிர்த்தனர்.

'ஒருவேளை வருவது விக்கிரமனோ?' இந்த நினைப்பு எழுந்ததும் குமாரர் இருவரும் வாயிலை நோக்கி விரைந்தனர்.

அந்த மனிதன் குதிரையிலிருந்து இறங்கினான். இருட்டில் தெரிந்த அவனது முகத்தைப் பார்த்ததும் இருவரும் முகம் வாடினர். வந்தவன் விக்கிரமன் இல்லை. கம்பீரமாகப் பொலிந்து நின்ற உயர்சாதிக் குதிரையின் பின்னால் இருபது குதிரை வீரர்கள் நின்று கொண்டிருந்தனர். அவர்களில் மூவர் மட்டும் கீழே குதித்து இறங்கினார்கள். அவர்கள் தலைவன் போலக் காணப்பட்டவன் குருநாதருடன் கலந்தாலோசித்துக் கொண்டிருந்தான். தங்களுக்கு அழைப்பு விடுப்பார் என்று குருவின் உத்தரவிற்கு அந்த இரு இளைஞர்கள் காத்திருந்தனர்.

கலவரம் பூண்ட முகத்துடன் ராஜாதித்தியன் இரண்டு இளவரசர்களையும் அருகில் வருமாறு உத்தரவு பிறப்பித்தார். 'மாட்சிமை தாங்கிய மன்னர் உங்கள் இருவரையும் அரண்மனைக்கு அழைத்து வரச் சொல்லியிருக்கிறார். நீங்கள் செல்வதற்கு நான் அனுமதியளிக்கிறேன்' என்றார் ஆசான்.

வீராவின் முகத்தில் திகில் சூழ்ந்தது. தன் தாய்க்கு ஏதாவது விபரீதம் நேர்ந்துள்ளதா?

'என்ன நிகழ்ந்துள்ளது? எதற்காக இத்தனை அவசரம்?' என்று அவன் துரிதமாகக் கேட்டான். ஆசானுக்கு அந்தக் கெட்ட சேதியைக் கூற மனமில்லை. வேறு பக்கம் முகத்தைத் திருப்பிக் கொண்டார். வீரா அங்கு வந்த கூட்டத்தின் தலைவன் பக்கம் திரும்பினான்.

'போர் சூழும் அபாயம் ஏற்பட்டுள்ளது' என்று அந்த வீரன் கூறினான்.

'சோழ தேசத்தினருடனா?' என்று வீரா கேட்டான்.

சொன்னவன் வார்த்தைகளை மென்று விழுங்கியபடி, 'இல்லை இளவரசே! உள்நாட்டுக் கலகம் வெடித்திருக்கிறது' என்றான்.

வீரா வாய்விட்டுச் சிரிக்க எண்ணினான். இலங்கையிலிருந்து பெருவெற்றியுடன் திரும்பியிருக்கும் சிற்றப்பன் விக்கிரமனின் முன்பு கலகமாவது? புரட்சியாவது? யானை காலில் பட்ட சிற்றெறும்பு போல நசுங்கிவிடாதா? தனது சிற்றப்பனிடம் உயிரை இழக்கப் போகும் அந்தப் பாவப்பட்ட ஜென்மம் யாராக இருக்கும் என்று அறிய வீரா ஆவலாகக் காத்திருந்தான்

அந்த மனிதன் புரட்சித் தலைவனின் பெயரைக் குறிப்பிட்டான்.

'வாய்ப்பே இல்லை' உடனடியாக வீரா அதனை மறுத்தான். ஆனால் கூறியவனின் முகத்தில் படர்ந்த கவலை ரேகைகள் அதனை ஊர்ஜிதம் செய்தது. 'அரசர் உங்களை அழைத்துவர உத்தரவு பிறப்பித்துள்ளார். இரண்டு குதிரைகளைக் கொண்டு வந்துள்ளோம்' என்றான்.

அந்த மனிதன் கொண்டு வந்த தகவல் குருகுலம் முழுவதும் காட்டுத் தீ போலப் பரவியது. சங்கடமான மௌனம் மாணாக்கர்கள் மத்தியில் நிலவியது. விக்கிரமன் அவர்களிடம் ஒரு நண்பனைப் போலவே பழகி வந்தார். இப்போது அந்த நட்பு பிம்பம் ஒரு நம்பிக்கைத் துரோகியாக ராஜத்துரோகியாக உருமாறி நிற்கிறது. இதனை ஒப்புக் கொள்ள அவர்களுக்குச் சிறிது காலமாகும். மற்ற விடலைப் பையன்கள் வாயிலில் வந்து கூடி அந்த இளவரசர்கள் இருவரும் அந்தக் கூட்டத்துடன் செல்வதைப் பார்த்து நின்றனர்.

வழியில் குதிரை வீரர்கள் தங்கள் குதிரைகளுக்குத் தண்ணீர் காட்டவேண்டி ஒரு நீர்நிலை அருகே நின்றனர். வீராவிற்குப்

பசியில்லை. ஆனால் உடன் வந்த படை வீரர்கள் படையினருக்கு வழங்கப்படும் குடிமை உணவை உண்டனர்.

வீரா, படைத்தலைவனிடம், 'மீனா இப்போது எங்கிருக்கிறாள்?' என்று கேட்டான்.

'மதுரையில்' என்று படைத்தலைவன் மறுமொழி பகர்ந்தான்.

வீராவிற்குத் தனது சிற்றப்பன் எடுத்துள்ளது அரசியல் நடவடிக்கையே அன்றி அதில் அவரது சொந்த நலம் கலந்திருக்கவில்லை என்பதைப் புரிந்து கொண்டான். தனது மகளை மதுரை அரண்மனையில் பாதுகாப்பாக வைத்திருக்கும் விக்கிரமன் கட்டாயமாக அவர்கள் இருவரையும் சிறைக் கைதிகளாகக் கொண்டு வரும்படி சொல்லியிருக்கமாட்டார் என்று நம்பினான்.

எந்த அளவிற்கு அவன் சிந்தித்தானோ அந்தளவிற்கு அது உண்மையாகவே தெரிந்தது. இலங்கை வெற்றிக்குப் பின்னர் விக்கிரமனின் மதிப்புப் பன்மடங்காகப் பெருகியது என்றுதான் சொல்ல வேண்டும். அவனது வளர்ச்சியின் போதை மணிமகுடம் வரை கொண்டு சென்றது. அவன் இனி அமரத் தகுந்த ஆசனம் அரியாசனம் ஒன்றுதான். இதுதான் பகைமைக்கு முக்கியக் காரணம். ஓர் உரையில் இரண்டு வாள்கள் இருக்க முடியாதல்லவா?

குதிரைகளில் இரவு முழுவதும் பயணித்தார்கள். மதுரையின் மதில் சுவர், மரங்களின் உச்சிகளுக்கு மேல் தெரியத் தொடங்கியது. கோட்டையை நோக்கி நீண்ட சாலை செம்மண்ணால் போடப்பட்டிருந்தது. ஓரிடத்தில் அந்தச் சாலை இரண்டாகப் பிரிந்து கோட்டையைச் சுற்றி ஒரு சிவந்த நாகம் போல நெளிந்து சென்றது. தீவட்டி ஏந்திச் செல்லக்கூடாது என்பது அரச கட்டளை. கோட்டை மதில்களைப் பார்த்ததும் வீரர்களின் வேகம் அதிகரித்தது. கோட்டையின் உயரமான கதவுகள் வேற்று யானைகள் உள்ளே நுழைவதைத் தடுக்கும் பொருட்டுப் பெரிய அடித்தண்டால் போடப்பட்டு மூடப்பட்டிருந்தன. முற்றுகையின் போது அபின் கொடுத்து அழைத்து வரப்படும் யானைகளை இந்த அடித்தண்டாக்களால் தடுக்க முடியாது என்பதை இரண்டு குமாரர்களும் புரிந்து கொண்டனர்.

மதுரை கோட்டையைச் சுற்றிப் பெரிய அகழி சூழ்ந்திருந்தது. நூறு படிக்கட்டுக்கள் ஆழமுடைய அகழி அது. முதலைகளைப் பட்டினி போட்டு வைத்திருப்பார்கள். எதிரிகள் முற்றுகையின் போது அகழியை நீந்திக் கடக்கும் போது பட்டினி கிடக்கும் முதலைகளை

நீருக்குள் செலுத்தி எதிரிகளின் கதையை முடிப்பது வழக்கம். இப்போது அகழியில் முதலைகள் இல்லை. போர் இல்லாத காலங்களில் அகழி நீர் தூர் வாரப்படாமல் துர்நாற்றம் வீசிக் கொண்டிருந்தது. இப்போதுதான் மிகச் சிறந்த முறையில் எதிரிப் படை வீரர்களை அந்த அகழி உள்ளே வரவிடாமல் தடுக்கிறது என்று வீரா எண்ணிக் கொண்டான்.

கோட்டை மேலிருந்த கண்டாமணி பலமாக ஒலித்ததும் குமாரர் இருவரும் மேலே பார்த்தார்கள். 'யாரது?' என்று ஒரு குரல் மேலிருந்து கேட்டது. இளவரசன் பதில் கூற முற்படும் முன் அந்தக் கூட்டத்தின் தலைவன் தன் பெயரையும் உடன் வந்தவர்களின் பெயர்களையும் கூறத் தொடங்கினான். கோட்டை வாயிலிலிருந்து ஒரு சிறிய பாலம் அவர்களை நோக்கிக் கீழே இறக்கப்பட்டது. கோட்டையின் பெரிய கதவுகளின் நடுவில் ஒரு சிறிய கதவு திறக்கப்பட்டது. அந்த வாயில் வழியாக ஒரு சமயம் ஒருவர் மட்டுமே உள்ளே நுழைந்து செல்ல முடியும். முகத்தில் தீவட்டி வெளிச்சம் காட்டப்பட்டு அவர்கள் அடையாளங்கள் சோதிக்கப்பட்டு அவர்களை உள்ளே அனுமதித்தனர்.

'வாருங்கள் இளவரசே' என்று வரவேற்ற வாயிற்காப்போன் அவர்கள் உள்ளே வந்ததும் விரைந்து கோட்டைக் கதவை மூடினான்.

உள்ளிருந்து பார்த்த போதுதான் கோட்டைக் கதவுகளை உட்புறமிருந்து கட்டைகளாலும் பெரிய பாறைகளாலும் மூடி வைத்திருந்தது தெரிந்தது. சுண்ணமும் செங்கற்களும் அடுக்கி வைக்கப்பட்டிருந்தன. கோட்டை கதவிற்குப் பின்னால் ஒரு சுவர் எழுப்பப்படும் போலிருந்தது. தேவைக்கு அதிகமாகச் செயல்படுகிறார்கள் இந்த அறிவற்றவர்கள். விக்கிரமன் கட்டாயமாகக் கோட்டையை முற்றுகை இடவேமாட்டார். வீரா தெளிந்தான். அவனுக்குத் தெரியும் விக்கிரமன் அத்தனை பொறுமைசாலி இல்லை என்று.

அரண்மனைக்குள் நுழைந்ததும் அவர்கள் இருவரையும் அரசர் குலசேகரன் முன்பு கொண்டு நிறுத்தினார்கள். அரசரை நீண்ட இடைவெளிக்குப் பின்னர் பார்க்கிறார்கள். அரசர் சற்று ஞாபக மறதி கூடியவராகக் காணப்பட்டார். தலைமுடி வெளுக்கத் தொடங்கிவிட்டது.

'நல்லவேளை பாதுகாப்பாக வந்து சேர்ந்தீர்கள். அந்தச் சண்டாளன் கையில் சிக்கியிருந்தால் நிச்சயம் அவன் உங்களைச் சிறை

எடுத்திருப்பான். அந்தக் கேடுகெட்டவன் உங்களைக் கொல்வதற்கும் தயங்கியிருக்கமாட்டான்' என்று முழக்கமிட்டார்.

மறுநாள் வீரா விழித்தவுடனே மீனாவைச் சென்று பார்த்தான். சிறுபிராயம் முதல் இருவருக்கு நடுவிலும் நட்பு மலர்ந்திருந்தாலும் அவர்கள் பெரியவர்களாக வளர வளர இருவர் நடுவில் பேச்சு வார்த்தை என்பது அருகியபடி இருந்தது. ஆனால் இப்போது வீராவிற்கு அவளைச் சந்தித்து ஆறுதல் கூறவேண்டும் என்றிருந்தது.

'வீரா, உனக்கு எப்படி நன்றி சொல்வது என்றே தெரியவில்லை. யாரும் என்னுடன் முகம் கொடுத்துப் பேசுவதே இல்லை' என்றாள்.

*

அதே நேரம் விக்கிரமன் கோட்டைக்கு வெளியில் பாண்டிய நாட்டின் பல்வேறு பகுதிகளுக்குச் சென்று அங்கிருந்த மக்களுக்கு நம்பிக்கை ஊட்டும் வண்ணம் பேசினான். புரட்சியாளர்களை ஒடுக்க ஆட்சியாளர்கள் படைபலத்தை அனுப்பவும் தயாராக இருப்பதைக் கூறினான். விக்கிரமன், குலசேகரன் இருவரும் தங்கள் நண்பர்கள் பட்டியலையும், பகைவர்கள் பட்டியலையும் அடிக்கடி சரிபார்க்க நேர்ந்தது.

எத்தனை வேகத்துடன் விக்கிரமனின் புரட்சி இயக்கம் வளர்ந்ததோ அதே வேகத்தில் பின்னடையவும் செய்தது. இதற்குக் காரணம் இல்லாமல் இல்லை. ஒரு புரட்சியைத் தலைமையேற்று நடத்தும் ஆற்றல் விக்கிரமனுக்கு இருந்தாலும் அதையே ஒரு யுத்தமாக மாற்ற அவனுக்குக் கால அவகாசமும், ஆட்பலமும் போதிய அளவிற்கு இல்லை. குறுகிய கால வெறுப்பிற்கும், நீண்ட கால அதிருப்திக்கும் இடையில் உள்ள வேறுபாட்டை விக்கிரமன் சரியாகப் புரிந்து கொள்ளவில்லை. மக்களின் நீண்ட கால அதிருப்தியே ஒரு மன்னனை வீழ்த்தத் தேவையானது

இன்னொரு முக்கியக் காரணம் பொருளாதாரம். ஒரு கலகத்தைத் தொடர்ந்து கொண்டு சென்றால்தான் அது உள்நாட்டுப் போராக மாற வாய்ப்பிருக்கிறது. அதற்குத் தேவையான பொருள் வருவதற்கான வழிகள் இருக்க வேண்டும். அது விக்கிரமனிடம் இல்லாமல் போனது. புரட்சியாளர்கள் மக்களிடம் பொருள் திரட்டக் கூடாது. அவ்வாறு செய்ய நேர்ந்தால் அதுவே அவர்களுக்கு எதிராகத் திரும்பிவிடும்.

சிறிது சிறிதாகப் புரட்சியாளர்கள் பின் வாங்கத் தொடங்கினர். பொற்கால ஆட்சிக்கு அது ஓர் உதாரணமாகத் திகழ்ந்தது- பொன்

எவருடைய கைகளில் இருந்ததோ அவர்களின் காலம். குலசேகரன் வெற்றி பெற்றது ஒன்றும் வியப்பில்லை. மதுரையின் ஆட்சி அதிகாரமும் அதன் வளமும் குலசேகரன் கைகளில் இருக்கும் போது அவன் வெற்றி பெறுவது ஒன்றும் கடினமான செயல் இல்லை என்று விக்கிரமன் எண்ணிக் கொண்டான். மதுரையின் ஆற்றலை அவன் குறைத்து எடை போட்டுவிட்டான். சோழர்களின் முன்னோடிகளில் ஒருவனான மன்னன் ஒருவன் மதுரையை வென்றதற்காகத் தனது பெயரைக் கூட மதுராந்தகன் என்று மாற்றிக் கொண்டான். மதுரை வென்றவன் மதுராந்தகன். இந்த நகரின் பரம எதிரிக்குக் கூட இந்த நகரத்தின் செல்வாக்கும், வளமும் தெரிந்திருக்கிறது. விக்கிரமனின் படையிலிருந்த கிழட்டுத் தளபதிகளின் தலைமையில் போதிய ஆற்றல் இல்லாமல் இருக்கலாம் என்றாலும் அரசர் புரட்சிக்காரர்களைத் தனது இரும்புக் கரம் கொண்டு ஆரம்பத்திலேயே அடக்கிவிட்டார். அவரது இந்த நடவடிக்கையால் மதுரை இறையாண்மையின் பவித்திரம் காப்பாற்றப்பட்டது. மதுரை எவர் வசம் உள்ளதோ அவர்தான் மாமன்னர் இதில் எள் முனையும் ஐயமில்லை.

விக்கிரமன் கைப்பற்றிய பிரதேசங்களும் நிலையானவையாக இருக்கவில்லை. ஆங்காங்கே நடந்த சிறிய அளவிலான யுத்தங்களால் பெரிய வெற்றி எதுவும் இல்லையென்றாலும் இரண்டு பக்கமும் அவமானத்திற்கும் குற்ற உணர்ச்சிக்கும் குறைவில்லாமல் இருந்தன. அரச குடும்பத்தில் சகோதரர்கள் நடுவில் நிகழ்ந்த உள்நாட்டுப் போர் அவர்கள் இருவரை மட்டுமின்றி நாட்டையும் இரு துண்டாகப் பிளவுபடுத்தியது. கொலை வெறியுடன் ஒருவரை ஒருவர் குழியில் தள்ளும் செயல்கள் அதிர்வலைகளை ஏற்படுத்தின. சுருக்கமாகச் சொல்வதென்றால் இதைத்தான் குலசேகரர் எதிர்பார்த்தார்.

விக்கிரமன் ஒரு பெரிய யுத்தத்திற்குக் காத்திருந்தார். அப்படி ஒரு யுத்தம் மூண்டால் அவர் வெற்றி பெறுவது உறுதி. ஆனால் குலசேகரன் அவனை ஐந்தாறு களங்களில் பலமாகத் தாக்கினார். சில இடங்களில் ஒன்றிரண்டு சில்லறைக் கலவரங்கள் நிகழ்ந்தன. இரு அணியினரும் விரோதத்துடன் சண்டையிடுவது தினப்படி வாடிக்கையானது. கலவரங்களில் இறக்க நேரிடும் படையினரின் எண்ணிக்கை அதிகரிக்கவே பொதுமக்கள் இந்தக் கலகத்தைத் தொடங்கி வைத்தவன் என்ற முறையில் விக்கிரமனே அப்போது நிலவிய அமைதியற்றச் சூழலுக்குக் காரணம் என்று எண்ணத் தொடங்கினர். இரு அணியிலும் போர் வீரர்கள் எதிர் அணியில்

இறந்து போன தங்கள் நண்பர்களுக்காகவும், உறவினர்களுக்காக வும் வாய்விட்டு அழுது கண்ணீர் சிந்தினர். யுத்தம் ஒரு திகிலூட்டும் விளையாட்டாக மாறியது. அந்த விளையாட்டில் மன்னரே வெற்றி பெற்ற வண்ணம் இருந்தார்.

மன்னர், பொதுமக்கள் தொடர்பு என்ற பெயரில் கூட்டங்களுக்கு ஏற்பாடு செய்தார். மன்றங்களில் மக்களை அழைத்துப் பேசினார். நாடு ஒரு பெரிய அச்சுறுத்தலுக்கு ஆளாகி இருப்பது போன்ற மாயத் தோற்றத்தை அழகிய கோடுகளாலும், வர்ணங்களாலும் தீட்டினார். அந்த அச்சுறுத்தல் வெளியில் இருந்து வராமல் உள்நாட்டிலிருந்தே வருவதாக ஓவியத்தைச் செம்மைப்படுத்தினார். போர்கள் ஆபத்தானவை; அவை நாட்டில் பஞ்சத்தைக் கொண்டு வரும். யுத்தம், விளைநிலங்களுக்குப் பெரிய அச்சுறுத்தலாகும். பஞ்சத்திலும் பட்டினியிலும் நாடும் நகரமும் திண்டாட வேண்டி வரும்.

புரட்சியாளர்களின் மனத்திண்மை மெதுவாகக் குறையத் தொடங்கியது. விக்கிரமன் இப்பொழுது தான் மதுரை அரியணைக்கு விருப்பப்படவில்லை என்று ஒப்புக்கொண்டார். தனது திறமை முழுவதும் போர்க்களத்தில் வெளிப்பட வேண்டும் என்று விரும்பினார். ஒரே ஓர் இறுதிப் போர். வாழ்வா சாவா என்பதை நிர்ணயிக்கும் போராக அது அமைய வேண்டும். அவர் தனது படைகளைத் திரட்டிக் கொண்டு இரண்டு நாள் அணிவகுப்பாக மதுரையை நோக்கிப் படை எடுத்தார். அவர் நோக்கங்கள் தெளிவாக இருந்தன. புயலெனக் கோட்டையைத் தாக்கத் திட்டமிட்டார். குலசேகரனை அந்த இரண்டு நாள் யுத்தத்தில் வென்றுவிட்டால் அதன் பிறகு மதுரையை மீண்டும் கைப்பற்ற அவருக்கு ஒரு வாய்ப்பு கிடைக்கும். அப்படி அவரால் முடியவில்லை என்றால் ஒரு மாதம் சென்ற பின்னர் கிடைக்க வேண்டிய தோல்வியை விக்கிரமன் விரைவுபடுத்துகிறார் என்றாகிவிடும்.

திருப்பரங்குன்றம் அருகில் போர்ப் பாசறைகளை விக்கிரமன் அமைத்து வருகிறான் என்ற தகவல் குலசேகரனின் கவனத்திற்குக் கொண்டு செல்லப்பட்டது. இனி தாமதிப்பதற்கில்லை. போர் ஆயத்தங்கள் முழுமூச்சுடன் ஏற்பாடு செய்யப்பட்டன. மாதரசிகள் குங்குமம் கரைத்த ஆரத்தி தட்டுகளில் கற்பூரம் காட்டி மன்னனுக்கு மங்கள ஆரத்தி எடுத்தனர். ஆலய மணியின் இடைவிடாத ஓசை, மன்னர் போருக்குப் புறப்படும் சேதியை மக்களுக்கு அறிவித்தன. நெற்றியில் வெற்றித் திலகம் விளங்க, தலையில் கிரீடமும்,

மார்பில் கவசமும், இடையில் உடைவாளும் அணிந்து புறப்பட்ட மன்னர் போருக்குச் செல்லும் முன் வீர உரையாற்றினார்.

‘நான் கலகக்காரர்களை ஒடுக்குவேன்’ என்று முழங்கிய மன்னர், ‘நான் போர்க்களம் திரும்பாவிட்டால்..’ என்று சற்று இடைவெளிவிட்டார்.

அவர் அப்படிக் கூறியதும் அரண்மனைப் பெண்டிரும், மக்களும் வாய்விட்டுக் கதறினார்கள்.

‘ஒருவேளை நான் போர்க்களத்திலிருந்து மதுரை மாநகர் திரும்பவில்லை என்றால் நீங்கள் உங்களுக்கு உரிய மன்னனைத் தேர்வு செய்து கொள்ளுங்கள். ஆனால் அதற்காக நீங்கள் விடாமல் போர் புரிய வேண்டியிருக்கும்’ மன்னரின் வார்த்தைகள் அவருக்கே ஓர் அதிர்ச்சியை ஏற்படுத்தியது.

மன்னரின் வார்த்தைகள் மக்களிடம் உடனே தாக்கத்தை ஏற்படுத்தியது. தனது உரையின் திண்மையைக் கண்டு குலசேகரனுக்கே வியப்பாக இருந்தது. கேட்ட அனைவரும் கண்ணீர் சிந்தும் நிலைக்குச் சென்ற போது வீரா ஒருவனுக்கு மட்டும் வாய்விட்டுச் சிரிக்க வேண்டும் என்ற எண்ணம் ஏற்பட்டது. முந்தைய நாள் இரவில் நடைபெற்ற யுத்த ஆலோசனைக் கூட்டத்தில் பங்கு கொள்ள அவனுக்கும் அனுமதி கிட்டியிருந்தது. அவனுக்குத் தெரியும் மற்ற பார்வையாளர்களைப்போலவே குலசேகரனும் நடைபெற உள்ள யுத்தத்தைத் திருப்பரங்குன்றம் மலை மீது பாசறை அமைத்துப் பார்வையிட மட்டும்தான் போகிறார். போரில் அவர் அணியினர் தோல்வியைத் தழுவினால் அவர் அங்கிருந்து விரைந்து கோட்டைக்குள் நுழைந்து கதவை மூடிக்கொண்டு முற்றுகை வரும்வரையில் காத்திருக்க முடிவானது. கலகக்காரர்கள் கோட்டைக்குள் நுழைவது அவ்வளவு எளிதல்ல. எப்படியும் முற்றுகை ஓர் ஆண்டு நீடிக்கும். வீராவிற்கு அவை நினைவில் தோன்றின.

படைகள் கூப்பிடு தூரத்தின் பாதி அளவில் நின்று கொண்டிருந்தன. பல வண்ணக் கொடிகள் விழாக்காலத் தோரணங்களைப் போலக் காற்றில் ஆடிக் கொண்டிருந்தன. வண்ணச் சீருடை அணிந்த வீரர்களும், விலங்குகளும் சூழ்ந்திருந்த அந்தப் பகுதி ஒரு சந்தை கூடும் இடமாகக் காட்சியளித்தது. ஆம், அது ஒரு சந்தைதான். வீர வரலாற்றில் பெயர் பிடிக்கக் கூட்டப்பட்ட சந்தை. போர் வீரர்கள் அமைதியிழந்து நின்றனர். எந்த அணி போரை முதலில் துவக்குவது என்பதில் தடுமாற்றம் தெரிந்தது. கிட்டத்தட்ட ஒவ்வொரு வீரனின்

உறவினனும் எதிர் அணியில் நின்று கொண்டிருந்ததுதான் அந்தத் தயக்கத்திற்குக் காரணம். ஆதவன் கிழக்கிலிருந்து எழும்பி மேல் வந்த போது விக்கிரமனின் படைகள் முதல் தாக்குதலைத் தொடுத்தன. விக்கிரமன் சூரியனுக்கு முன்னால் இருந்து எதிரிப் படையுடன் பொருதினார். யுத்தம் கட்டவிழ்ந்தது. இரு படையினரும் மோதிக் கொள்ளும் ஓசை குன்றத்தின் மேலிருந்து எந்நேரமும் தப்பிச் செல்லக் காத்திருந்த குலசேகரனின் செவிகளைச் சென்றடைந்தது. போரின் முடிவு குலசேகரனுக்குப் பாதகமாக அமையுமானால் அவனுடைய போர்க் குதிரைகள் கோட்டையை நோக்கிச் செல்லத் தயார் நிலையில் வைக்கப்பட்டிருந்தன.

குலசேகரன் மிகவும் எச்சரிக்கையுடன் காய்களை நகர்த்தி விளையாட்டைத் தொடர்ந்தார். போரில் வெற்றி பெற்றால் கூட மதுரையைக் கைப்பற்ற வேண்டும் என்றால் ஒரு நெடிய முற்றுகைக்குப் பின்னரே அது சாத்தியமாகும். குலசேகரனின் தாமதத்திற்குத் தக்க பயன் கிடைத்தது. அவருக்கே தெரியாமல் ஒரு மகத்தான திட்டத்தை அவர் சிந்தையில் தீட்டியிருந்தார். விக்கிரமனுடன் சமாதானம் என்ற பேச்சிற்கே இடமில்லை. சமாதானமாகப் போவது தனது பலவீனத்தைத்தான் காட்டும். அதற்குப் பதிலாக மலைநாட்டுச் சேர மன்னர்களுக்கு உதவி கேட்டு ஓலை அனுப்பியிருந்தார். அவர்களும் தங்கள் காலாட்படையிலிருந்து பெரும் பகுதியைக் குலசேகரனின் அரியணையைக் காப்பதற்கு அனுப்பியிருந்தார்கள். சேர வீரர்கள் பாண்டிய வீரர்களைக் கொல்வதற்குத் தயங்கமாட்டார்கள். ஆனால் இரண்டு படையிலும் உள்ள பாண்டிய வீரர்கள் எதிரெதிர் அணியில் உள்ள தங்களது உறவினர்களைப் பார்த்துப் போரிடத் தயங்குவார்கள். இதுதான் குலசேகரனின் மகத்தான போர்த்தந்திரமாக விளங்கியது. நிர்வாகம் என்ற பெயரில் தன்னிடமிருந்த சோம்பலைக் களைந்துவிட்டு தனக்குள் உறங்கிக் கொண்டிருந்த வீரனைத் தட்டி எழுப்பினார்.

பாண்டிய மன்னர்களின் கொடியில் தங்கள் ஆட்சி அதிகாரத்தை வெளிப்படுத்தும் விதமாக இரண்டு மீன்களின் ஓவியத்தைச் சின்னமாக வரைந்திருப்பார்கள். ஆனால் எதிரி அணியில் மீன் கொடிகளோடு வில் சின்னம் வரையப்பட்ட கொடிகளும் பறப்பதைக் கண்டு விக்கிரமன் சிறிது தடுமாறினான். விற்கொடி சேரர்களுக்கு உரியவை அல்லவோ?

படை வீரர்களின் கால்களிலிருந்தும், குதிரைகளின் குளம்பிலிருந்தும் கிளம்பிய புழுதிப் படலம் ஆகாயம் வரை

எழும்பித் தூண்களைப் போன்று தோற்றமளித்தது. மலையின் உச்சியில் காத்திருந்த மன்னருக்குப் போரின் நிச்சயமற்ற தன்மை தாங்கிக் கொள்ள முடியாமல் இருந்தது. போர் நிகழ்வுகள் குறித்து சேதி வரும் வரை அவரது பொறுமை எல்லையைக் கடந்தது. ஒரு பகல் பொழுது கூடப் போர் நடைபெறவில்லை. போர் ஆரம்பித்த வேகத்திலேயே முடிவிற்கும் வந்துவிட்டது. விக்கிரமனின் படைவீரர்கள் போரிடுவதால் பலன் இல்லை என்று பாதியிலேயே ஆயுதங்களைக் கீழே போட்டுவிட்டுச் சரணடைந்தனர். பின்வாங்கத் தொடங்கினர். பலர் அச்சத்தில் போர்க்களத்தைவிட்டு ஓடத் தொடங்கினர்.

போர்க்களம் முழுவதும் இறந்த வீரர்களின் சடலங்களும் பலியான விலங்குகளின் சடலங்களுமாகக் காணப்பட்டது. குருதியின் முடை நாற்றம் நேரம் செல்லச் செல்ல அழுகிய நிண நாற்றமாக மாறியது. தூதுவன் வந்து புரட்சியாளர்களின் கதியைக் கூறியதும் மன்னர் இரண்டு கரங்களையும் தட்டி தனது மனநிறைவைத் தெரியப்படுத்தினார். மன்னர் தனது போர்க் குதிரை மீது ஏறி ஒரே பாய்ச்சலாகக் கோட்டையை நோக்கிச் சென்றார். மன்னர் கோட்டைக்குள் நுழைந்தார். விக்கிரமன் யுத்தப் பூமியிலிருந்து வெளியில் வந்து தப்பி ஓடினான். ஒற்றுமைக்குப் பெயர் போன பாண்டிய தேசத்தில் நிகழ்ந்த உள்நாட்டுப் போர், சரித்திரத்தில் பாண்டியர்களுக்கு மாறாத களங்கத்தை ஏற்படுத்தியது.

விக்கிரமன் மூன்று தினங்களுக்குப் பிறகு கைது செய்யப்பட்டு அழைத்து வரப்பட்டான். அவர்கள் நினைத்ததைப் போலக் கிழக்குக் கரை வழியாக இலங்கைக்குக் குதிரையில் தப்பிச் செல்ல நினைத்த போது காவலர்களிடம் பிடிபட்டான். எந்த அளவிற்கு அவனை மதுரை மக்கள் தலையில் வைத்துக் கொண்டாடினார்களோ அந்த அளவிற்கு இப்போது வெறுத்து ஒதுக்கினார்கள். இத்தனையும் ஒரு நூறு சூரியோதயங்களுக்குள் முடிந்து போனது.

குமாரர்கள் இருவரும் விக்கிரமனை விலங்கிட்டு அழைத்து வருவார்கள் என்று எண்ணிக் கொண்டிருந்தனர். ஆனால் ஆச்சரியப்படும் வகையில் சகோதரர்கள் இருவரும் ஒரே தேரில் வந்து இறங்கினார்கள். குலசேகரன் விக்கிரமனைக் கீழே இறங்குவதற்கு உதவிக்கரம் நீட்டினார். வீராவின் கூர்மையான கண்களுக்கு அந்த நுணுக்கமான வேறுபாடு தெரிந்தது. எப்போதும் சுறுசுறுப்போடு இருக்கும் விக்கிரமன்தான் மன்னர் தேரிலிருந்து இறங்குவதற்குக் கரம் நீட்டுவார். தோல்வியில் சரிந்து போயிருந்த அவர் தோள்கள் துவண்டு கிடந்தன. அந்தக் கூட்டத்தில் அமைதி

நிலவியது. அந்த அமைதி செவிகள் தாங்க முடியாத அமைதியாக இருந்தது.

வீரா சிற்றப்பன் முற்றிலும் கைவிடப்பட்டதைப் போல உணர்ந்தான். அந்தத் துயர நேரத்திலும் வீராவின் மனம் தனது வழிகாட்டியின் பக்கமே சென்றது. விக்கிரமனின் முகம் மிருதுவாக இருந்தது. அதன் பழைய கம்பீரமும் இறுக்கமும் தளர்ந்து போயிருந்தன. ஒரே நாளில் வயதானவன் போல ஆகிவிட்டார். ஓர் இறைச்சி விற்பவனின் கடையில் இருக்கும் இறைச்சித் துண்டினைப் போல அவர் ஒன்றுக்கும் ஆகாதவராக மாறிவிட்டதாகவே அவர் நண்பர்களும், எதிரிகளும் நம்பினார்கள்.

மன்னர், விக்கிரமனை அழிக்க நினைத்துவிட்டார். புரட்சியாளன் என்ற பெயரில் விக்கிரமன் அவரை அவமானப்படுத்திவிட்டான். தகாத உறவைப் போல அந்தப் புரட்சி அவரை அதிகம் அவமானப்படுத்தியது. அவன் சின்னாபின்னமாக்கப் படவேண்டும். அவன் தலை நசுக்கப்பட வேண்டாம். நம்பிக்கைத் துரோகி என்றாலும் கூடத் தனது உடன்பிறப்பின் ரத்தம் மண்ணில் சிந்தப்படுவதை அவர் விரும்பவில்லை. விக்கிரமனின் தலை தப்ப வேண்டுமென்றால் தன் ஆட்சிக்காலம் முடியும் வரையில் அவன் எவர் கண்ணிலும் சிக்காத அஞ்ஞாத வாசம் இருக்க வேண்டும். ஒரு புரட்சியாளன் என்றுமே புரட்சியாளனாகத்தான் இருப்பான். விக்கிரமன் இந்த ஒப்பந்தத்திற்குச் சம்மதித்தான். எவர் கண்ணிலும் படாமல் வாழ்வதாக உறுதியளித்தான். கூடவே ஒரு நிபந்தனையையும் முன்வைத்தான். அவனுடன் போரில் சிறைபிடிக்கப்பட்ட வீரர்களை மன்னர் மன்னித்து விடுதலை செய்துவிட வேண்டும் என்பதே அந்தக் கோரிக்கை.

மீனா தங்கியிருந்த அரண்மனைக்கு விக்கிரமன் செல்ல அனுமதி வழங்கப்பட்டது. ஆனால் அந்த இடத்தைவிட்டுச் செல்வதற்கு அனுமதி வழங்கப்படவில்லை. ஆயுள் முழுவதும் அவன் அங்கேயே தனது காலத்தைக் கழிக்க வேண்டும். விக்கிரமன் எதுவும் கூறாமல் சிறைத் தண்டனையை ஏற்றுக்கொண்டான். ஏன் எனில் தனிமையைவிட தனிமை ஏற்படுத்தும் அழிவின் சுவடுகள் ஒரு மனிதனை முழுதாக விழுங்கிவிடும். குலசேகரன் அவனை இருமுறை சென்று சந்தித்தார். இரண்டு அரச குமாரர்களுக்கும் அவர்கள் இடையில் நிகழ்ந்த உரையாடலின் சாராம்சம் என்னவென்று தெரியவில்லை.

வீராவிற்குப் புதிராகவே இருந்தது. அந்தப் புரட்சிக்குக் காரணமே எதுவுமில்லை. விக்கிரமன் அந்த யுத்தத்தில் வெற்றிபெற வழியே

இல்லை. இதை ஒருவரும் மறுக்க முடியாது. மற்றவர்கள் கூறுவது போல அவர் அரியணைக்கு ஆசைப்பட்டார் என்பது ஏற்றுக்கொள்ள முடியாத ஒன்று. வீராவிற்குத் தெரியும். சிற்றப்பன் மீதுள்ள பாசமும், தந்தையின் மீது கொண்ட விசுவாசமும் அவனுக்குள்ளே மல்லுக்கட்டி நின்றன. தனது தந்தையிடம் எத்தனை குறையிருந்தாலும் அவன் விசுவாசம் அவரிடம் மட்டும்தான். தந்தையிடம் சிற்றப்பனைப் பார்க்க வீரா அனுமதி வேண்டி நின்ற போது குலசேகரன் மறுப்பு எதுவும் சொல்லாமல் அனுமதி வழங்கினார். புருவங்கள் மட்டும் மேல் நோக்கி உயர்ந்தன. தனது நடத்தையில் கனம் எதுவும் இல்லாமல் மிகக் கவனமாக வீரா பார்த்துக் கொண்டான். இது அவனுடைய எதிர்காலத்தைக் கேள்விக் குறியாக்கிவிடும். விக்கிரமன் வீராவை விளக்குச் சுடர் இழுக்கும் விட்டில் பூச்சியைப் போல இழுத்தான். இரண்டு காரணங்கள். முதலில் அவர் மீது அவனுக்கு இருந்த பாசம். அவர் தனியாக இருக்கிறார் என்பது அந்தப் பாசத்தை நெய் ஊற்றி வளர்த்தது. இன்னொரு காரணம் இரண்டு மூன்று திங்கள்களாக குருகுலத்தில் கற்றுக் கொள்ளும் போர்முறைகளை அவரிடம் சில நாட்களில் கற்றுக் கொண்டுவிடலாம்.

வீரா போன போது அவன் சிற்றப்பன் சுவரையே வெறித்துப் பார்த்துக் கொண்டிருந்தார். அவர் அவ்வப்போது தனது முகத்தைத் தனது கரங்களால் தடவிப் பார்த்துக் கொண்டார். முகத்தில் ஆங்காங்கே வெண் திட்டுக்கள் காணப்பட்டன. தாடியில் அங்கும் இங்கும் வெண் திட்டுக்கள் பரவிக் கிடந்தன. அவற்றைப் பார்க்கும் போது அவர் முகம் காட்டுத் தீயினால் கருகிப் போன புல்வெளி போல இருந்தது. அவருக்கு வயதாகிவிட்டது. வாழ வேண்டியிருக்கிறதே என்ற வாட்டத்தால் முகம் இறுகிப் போயிருந்தது. விக்கிரமன் தனது அண்ணன் மகனைப் பார்த்து எதிரில் அமரும்படி கேட்டுக் கொண்டார். மரியாதை நிமித்தம் வீரா அமராமல் நின்று கொண்டிருந்தான். சில கணங்கள் மௌனத்தில் கழிந்தன. விக்கிரமன் வாய் திறப்பார் என்று தோன்றவில்லை. மீனா உதட்டில் மட்டும் புன்னகை நெளிய வந்தாள்.

விக்கிரமன் வீராவைத் தன்னுடன் தோட்டத்தில் உலாவ அழைத்தார். மசமசவென்று இருக்கும் வாள் பிடிக்கும் காவலனைக் கண்டால் விக்கிரமனின் வலக்கரம் படபடப்புடன் இடுப்பு நோக்கிச் சென்று வாளை உருவ எண்ணி, தான் நிராயுதபாணி என்பதை உணர்ந்து விரக்தியில் மீளும். அவரைப் பார்த்தால் நெடுநாள் வேட்டையாடி பிடிபட்ட விலங்கினைப் போலத்

தோன்றினார். இருவரும் எதுவும் பேசாமல் உலாவிக் கொண்டிருந்தனர். அவரிடம் கேட்பதற்கு ஆயிரம் கேள்விகள் அவனிடம் இருந்தாலும் வாய்மூடி மௌனியாக இருந்தான். அவனது எண்ண ஓட்டத்தைப் பிரதிபலிக்கும் விதமாகக் காலில் தட்டிய கூழாங்கற்களை வேகமாக உதைத்தான்.

வீராவின் மனதில் சுழன்று கொண்டிருக்கும் வினா எதுவென்று விக்கிரமனுக்குப் புரிந்தது. 'வீரா, நான் எதற்காக இப்படி நடந்து கொண்டேன் என்ற கேள்வி உன்னை வாட்டுகிறது அல்லவா? இதற்குப் பல காரணங்களை என்னால் கூற முடியும். ஆனால் அவற்றை உன்னால் இந்த வயதில் கிரகிக்க முடியாது. ஆனால் ஒன்றை மட்டும் நினைவில் வைத்துக் கொள். நான் என் பாண்டிய மண்ணிற்கு என்றும் நம்பிக்கைத் துரோகம் புரிபவன் கிடையாது. இது என் மண்ணிற்கு நான் ஆற்றிய தொண்டு' என்றார்.

வீரா விந்தையுடன் அவரை ஏறிட்டான். விக்கிரமன் தொடர்ந்தார்.

'தெய்வ அனுக்கிரகத்தால் நாம் இந்த மண்ணை ஆளவில்லை. அல்லது ராஜ பரம்பரையாகவும் இல்லை. வீரம்தான் அரியணைப் பதவியை நிர்ணயிக்கும். உன் காலம் வரும் போது இந்த நிதர்சனம் உனக்குக் கட்டாயம் தேவை வீரா. சாம்ராஜ்யங்கள் வழி வழியாகத் தொடர்வதில்லை. எந்தப் பகுதியையும் போரிட்டுப் பெற வேண்டிய நிர்ப்பந்தம் இல்லாத சாம்ராஜ்யத்தின் இளவரசன் மந்தமானவன். பல சாம்ராஜ்ஜியங்கள் நீண்ட சரிவைச் சந்தித்திருக்கின்றன. ஒரு சதாப்தம் இந்தப் பூமண்டலத்தையே ஆட்சி புரிந்த அந்த மூன்று சோழச் சக்கரவர்த்திகளைப் பற்றிய கதைகளை நீ அறிந்திருப்பாய். நாமும் அவர்களைப் போல வீழ வேண்டுமா?'

சிற்றப்பனின் அந்த அவநம்பிக்கையான வாதங்களை அவன் ஏற்றுக்கொள்ளவில்லை என்றாலும் அவற்றை அவன் மறுக்கவுமில்லை. பேராசை கொள்வது என்பது வேறு; புரட்சியில் இறங்குவது என்பது வேறு. தன் சிற்றப்பன் புரட்சியில் இறங்கியதற்கு வேறு முக்கியக் காரணங்கள் இருக்க வேண்டும். விக்கிரமன் தொடர்ந்தான்.

'பாண்டியர்கள் வெல்ல முடியாதவர் என்ற நம்பிக்கையின் மீது துரு ஏற ஆரம்பித்துவிட்டது. அதன் வீரியம் விரைவில் சோதித்துப் பார்க்கப்படும். குலசேகரன் போன்ற மன்னர்கள் நமக்குத் தேவையில்லை. செயலாற்ற இன்னும் எவ்வளவோ இருக்கிறது. நேரமும் மிகக் குறைவாக உள்ளது. என் ஆட்சியிலும் உன்

காலத்திலும் நான் பாண்டியரின் பேரரசை மிகப் பெரிய சாம்ராஜ்யமாக மாற்றத் திட்டமிட்டுள்ளேன்' என்றார்.

தான் சொன்னவற்றின் முக்கியத்துவத்தை வீரா உள்வாங்கிக் கொள்ளும் வரை காத்திருந்து விக்கிரமன் தொடர்ந்தார். 'நாம் விரைவில் பெரிய சிக்கலில் மாட்டிக் கொள்ளப் போகிறோம். நமது மக்களில் எத்தனை பேரால் யுத்தம் என்று வந்தால் போரிட இயலும் என்று நினைக்கிறாய்? நம்மைச் சுற்றிலும் இருக்கும் மக்களை ஆற்றல் அற்றவர்களாக, கையாலாகாதவர்களாக மாற்றி வருகிறோம். எதிரி மன்னன் ஒருவன் படையுடன் நம்மை எதிர்த்து வந்தால் நாம் காற்றை எதிர்க்கும் வைக்கோல் போரைப் போல ஆகிவிடுவோம்.'

வீரா விடையளிப்பது போல, 'இலங்கை நாடு நம்மை மீண்டும் தாக்க முற்படாது' என்றான்.

'இலங்கை நாட்டினரைப் பற்றி நான் கூறவில்லை. வடக்கிலிருந்து எவராவது.. வாராங்கல்லை ஆண்டுவரும் ருத்திராம்பாள்..' என்று கூறிக் கொண்டிருந்தவன் சட்டென்று தான் கூறுவதை நிறுத்திவிட்டு, 'வீரா, என் இடத்தில் நீ இருந்திருந்தால் என்ன செய்திருப்பாய்?' என்ற வினாவை எழுப்பினான்.

விக்கிரமனின் கேள்வியில் கெடுதி எதுவும் இல்லை என்றாலும் வெளியிலிருந்து கேட்பவர்களுக்கு அதில் ஏதோ தேசத் துரோகம் இருப்பது போலத் தோன்றும். விக்கிரமனின் அரசியல் ஞானம் அவனைப் படுகுழியில் தள்ளியிருக்கிறது என்றாலும் தனது வீரம் எங்கே பிழையாய்ப் போனது என்பதை அறிய ஆவலாக இருந்தான்.

'எனக்கு ராஜ விசுவாசம் பெரிது சிற்றப்பா' என்று கூறும்போது அவன் விழிகள் தரையைப் பார்த்தன. 'நீங்கள் கூறுவது போல நிறுவப்பட்ட சாம்ராஜ்ஜியத்தின் மீது நாட்கணக்காக முற்றுகையிட்டு வெற்றி பெறுவது கடினமான செயலேயன்றி இயலாத செயலன்று. வெற்றி கிட்ட காலம் பல எடுக்கும்.'

சிற்றப்பன் கொக்கரித்தார். 'சரி, என் கேள்வியை நான் மாற்றிக் கேட்கிறேன். இந்தப் படையை நீ எவ்வாறு முன்நடத்திச் சென்றிருப்பாய்?'

'நான் கலகத்தைக் கோட்டைக்குள் துவங்கியிருப்பேன்.'

விக்கிரமனின் தொடர் மௌனம் வீரா சொன்னதை மறுப்பதாகவே இருந்தது. 'இதற்கு நீ எவ்வாறு நியாயம் வழங்குவாய்?' என்று கேட்டார்.

'ஏட்டளவு விளக்கம் கூறத் தெரியவில்லை. ஆனால் சரித்திரத்தைப் பின்னோக்கிப் பார்க்கும் போது சமஸ்தானங்களின் வீழ்ச்சி கோட்டைக்குள் நிகழ்ந்த புரட்சிகளாலேயே ஏற்பட்டிருக்கிறது' என்றான்.

விக்கிரமன் பெருமூச்செறிந்தார். 'நீ சொல்வது சரியாகவே இருக்கலாம். நீ சொன்னதைப் பரிட்சித்துப் பார்க்க வேண்டாம் என்று பிரார்த்திக்கிறேன். ஒரு புரட்சியை நீ தலைமையும் தாங்க வேண்டாம்..' என்று கூறிவிட்டு இடைவெளிவிட்டார். பின் எதையோ கணிப்பவரைப் போல, 'ஒரு புரட்சியைத் தூண்டவும் வேண்டாம்' என்றார்.

*

குலசேகரன் அதிபுத்திசாலி. அரியணையைக் காப்பாற்ற சேர மன்னர் உதவி புரிந்தார். அவருக்குத் தக்க கைம்மாறு வழங்க குலசேகரன் உத்தேசித்தார். விக்கிரமனைப் பலி கொடுக்க விரும்பவில்லை. அதற்குப் பதிலாக விக்கிரமனின் மகளைப் பலி கொடுக்கத் திட்டமிட்டார். சேர நாட்டு இளவரசனுக்கு மீனாவை மணமுடித்துக் கொடுக்கப் போவதாகக் குலசேகரன் கூறிய போது விக்கிரமனால் தலையசைக்க மட்டும் இயன்றது. அவனிடம் அதிகாரமில்லை. எனவே மன்னரின் முடிவிற்குக் கட்டுப்படுவதைத் தவிர வேறு வழியில்லை. வீராவிற்கு சிற்றப்பனின் மனது துடிப்பது காதில் விழுந்தது. அவன் சிற்றப்பனுக்காக வருத்தப்பட்டான். அதே நேரம் அப்பாவின் ராஜ தந்திரத்தை எண்ணி வியக்காமலும் இருக்க முடியவில்லை. விக்கிரமனை மீண்டும் புரட்சி செய்ய முடியாமல் செய்துவிட்டார். அவர் போட்ட விலங்கு என்றுமே கழற்ற முடியாத விலங்கு.

திருமணம் முடிந்ததும் வீரா, மீனாவைப் பார்க்கச் சென்றிருந்தான். மீனா அவனிடம், 'வீரா, என் தந்தையை நீதான் பார்த்துக் கொள்ள வேண்டும். அவருக்கு உன்னைவிட்டால் எவருமில்லை' என்றாள்.

வீராவிற்குத் தெரியும் மீனாவின் திருமணத்திற்குப் பின்னர் விக்கிரமன் மதுரையில் அதிக நாட்கள் தங்கியிருக்கப் போவதில்லை. இருந்தாலும் சம்மதம் என்று தலையாட்டினான். மறுவாரமே சேர இளவரசனும் மீனாவும் வேணாட்டிற்குக் கிளம்பிச் சென்றனர்.

தனது மகள் மணம் முடித்துச் சென்றதும் தான் நாடு கடத்தப்படுவதை விக்கிரமன் விரும்பினார். இனி அவரது

அறிவுரைகள் எவருக்கும் தேவையில்லை. நாட்டின் இரகசியங்கள் அவர் மூலம் கட்டிக் காப்பாற்றப்படப் போவதில்லை. விலக்கி வைக்கப்படுவதைவிட நாடு கடத்தப்படுவது எவ்வளவோ மேன்மையானது. உறவினர் நண்பர்கள் எவரும் வந்து பார்க்காமல் ஒரு பெட்டை வாழ்வு வாழ்வதைவிட நாடு கடத்தப்படுவது எவ்வளவோ உத்தமமானது. இலங்கையைத் தவிர அவன் வேறு எந்த நாட்டிற்கு வேண்டுமானாலும் செல்வதற்கு அனுமதிக்கப்பட்டான். இலங்கைக்குச் சென்றால் அங்கிருந்தபடி அவர் ஓர் இணை அரசாங்கம் நடத்திவிடுவார் என்று மன்னர் குலசேகரன் அஞ்சினார். மீனாவின் பிரிவு அவரிடம் மிகுந்த வேதனையை ஏற்படுத்தியது. அவருடைய வேதனை ஆறுதலுக்கு அப்பால் போனது. தன்னை மதுரை நகரின் கோட்டைக்கு வெளியில் ஊர் எல்லையில் கொண்டு விடுமாறு கேட்டுக் கொண்டார். வீரா சிற்றப்பனை நாடு கடத்தக் கூட்டிச் செல்லும் வேளையில் தானும் மதுரை எல்லை வரை உடன் செல்ல எண்ணினான். அதுவரையிலாவது விக்கிரமனுடன் இருக்கலாம் என்பது அவன் விருப்பம். ஊர் எல்லையை அடைந்ததும் காவல் வீரர்கள் அங்கேயே நின்றுவிட்டனர். விக்கிரமனும் வீராவும் மட்டும் தனியாகச் சிறிது தூரம் நடந்து சென்றனர். விக்கிரமன் ஒரு பிணம் நடப்பதைப் போல நடந்து வந்தான். மனிதனின் நம்பிக்கை இறக்கும் போது மனிதனும் உடன் இறக்கிறான். உடைந்த இதயத்துடனும், விரக்தியுடனும் விக்கிரமன் இனிமேல் அதோ அந்தக் காடுகளில் அலைய நேரிடும்.

'விதி குரூரமானது. இல்லையா?' என்று வீரா யாரையும் மையப்படுத்தாமல் பொதுவாகக் கேட்டான்.

'ஆம்' என்றார் விக்கிரமன். சென்ற திங்கள் வரையில் எவர் மதுரையின் மாபெரும் வீரர் என்று கொண்டாடப்பட்டாரோ அவர் தான் நேசித்த நாட்டிலிருந்து துரத்தப்பட்டு இப்போது இருள் சூழ்ந்த புதைகுழியை நோக்கிப் பயணிக்கிறார். கால்கள் சலித்ததும் அவர்கள் ஒரு வேலமரத்தின் நிழலில் ஒதுங்கினார்கள். சிற்றப்பனின் பார்வை சென்ற வழியே வீராவும் பார்வையைச் செலுத்தினான். ஒரு சின்னஞ்சிறு வண்டு தனது எடையைவிடப் பன்மடங்கு எடையுள்ள சாணி உருண்டையைச் சுலபமாக உருட்டிச் சென்று கொண்டிருந்தது. விடாது உருட்டப்பட்டதால் அந்தச் சாணி சிறிய உருண்டையாக மாறி விரைந்து செல்ல வழி கோலியது. அந்த வண்டுக்குப் பிரமாதத் திறமை இருப்பதாகத் தெரியவில்லை. உருண்டை உருளத் தொடங்கியதும் அதிகம் சிரமப்படாமல் பின்னல் இருந்து தள்ளிவிட்டுக் கொண்டு மட்டும் சென்றது.

‘நாம் இந்த வண்டினைப் போல. நமது எடையைவிட அதிக எடையை உருட்டும் திறம் நம்மிடமும் உள்ளது.’ விக்கிரமன் பெருமூச்சுவிட்டார்.

வீரா பிரியும் தருணம் வந்ததை உணர்ந்தான். பிரிவதற்கு முன்னர் இருவரும் ஒரு முறை ஆரத்தழுவிக் கொண்டனர். வீரா மதுரை நகரை நோக்கி நடந்தான்.

வீரா தனது பார்வையிலிருந்து மறைந்ததும் விக்கிரமன் முணுமுணுத்தான். ‘என் சாபம் உன் இரண்டு வாரிசுகளின் மீதும்தான் குலசேகரா. உன் புதல்வர்கள் நம்மைப் போலவே சண்டையிட்டுக் கொள்ளட்டும். பலவீனமானவன் வெல்லட்டும்!’

*

குருகுலவாசம் முடிந்ததும் அக்ஷயன் வீராவின் அழைப்பை ஏற்றுக்கொண்டு மதுரை நகருக்கு விஜயம் செய்தான். குருகுலக் கல்வியைச் சிறப்பாக முடித்ததும் பல உயர்பதவிகள் அவனை நாடி வந்தன. பல்லாயிரம் வீரர்களை வழி நடத்திச் செல்லும் தளபதி பொறுப்பு. அடிக்கும் கொள்ளைகளில் கணிசமான பங்கைத் தேற்றலாம். ஆனால் அத்தனையையும் நிராகரித்துவிட்டு வீராவுடன் செல்வதற்குக் காரணம் இருக்கிறது. வீராவின் பரிச்சயத்தின் மூலம் இலங்கைப் படையில் உயர் பதவிகளை அடைந்து பெரும் புகழும் பெற்று வாழ்ந்திருக்கலாம். ஆனால் தான் உயிருக்கு உயிராக நேசிக்கும் வீராவுடன் இருந்து வாழ்நாளைக் கழிப்பதுதான் அவனுடைய விருப்பமாக இருந்தது. வாழ்ந்தாலும் தாழ்ந்தாலும் இனி அது வீராவுடன்தான் என்ற முடிவிற்கு வந்துவிட்டான்.

வீரா தலைநகரில் ஒரு படையின் தலைமைப் பொறுப்பை ஏற்க வேண்டி வரும் என்று எண்ணியிருந்தான். ஆனால் தான் நினைத்ததற்கு மாறாகக் கருவூலக் காவல் அதிகாரியாகப் பதவி வகிக்க ஆணை வந்ததும் அவனுக்கு வியப்பும், வேதனையும் ஒருசேர எழுந்தது. நிதி இலாகாவில் இனி வரும் ஒரு வருட காலத்திற்கு அவன் வெறும் பயிற்சியாளனாக இருந்து கணக்கு வழக்குகளில் பயிற்சி பெற வேண்டும் என்று உத்தரவானது. அந்த ஏற்பாடு வீராவை சினம் கொண்டு எழச் செய்தது. அக்ஷயனின் மாறாத அன்பு அதனைத் தணித்தது.

அவன் குருகுலத்திற்குச் செல்லும் போது ஒரு சிறுவனாக இருந்தான். இப்போது கடந்த ஆறு வருடங்களில் பெற்ற பயிற்சியால் அவன் உடல் தேக்குமரம் போல மாறிவிட்டது.

அந்தப்புரத்தில் எல்லாம் பெண்களாகப் போனதால் முன்பு நினைத்த நேரமெல்லாம் சுற்றித் திரிந்த அவனால் இப்போது சுற்றிவர இயலவில்லை. அவன் வீடு திரும்பிய போது வீராவின் மேனி, உலோகத்தால் வார்த்த சிலையைப் போலக் கட்டுக்களுடனும் வலுவுடனும் அழகுடனும் மின்னியது. அவனுக்கும் சுந்தரனுக்கும் அந்தப்புரத்தில் நிறையப் பெண் சினேகிதிகள் முளைக்கத் தொடங்கினர்.

அந்தப்புரத்தில் சில புதிய முகங்களைக் கூடப் பார்க்க நேர்ந்தது. அங்கிருந்த பல புதிய பெண்கள் கிராமத்தில் வயல்வெளிகளில் கால் வயிற்றுக்கும் அரை வயிற்றுக்கும் உழன்று கொண்டிருந்தவர்கள். அரண்மனை வாசம் அவர்களுக்கு ஓர் ஏற்றத்தைக் கொடுத்தது. நிறையப் பெண்கள் அறுசுவை உணவாலும், அதிக உழைப் பின்மையாலும் பெருத்துப் போயிருந்தார்கள். முக்கால்வாசி அந்தப்புரப் பெண்கள் நாணமற்று அரசாங்கத்தினருடன் தகாத உறவு வைத்துக் கொள்ளத் தயங்கவில்லை. கிழட்டு மனைவிகளிடம் சுகம் கிடைக்காத அரசவையினரின் தேவைகளை அந்தப்புரப் பெண்கள் தீர்த்து வைத்தனர்.

வீரா தன் அன்னைக்குத் துணையாக வந்த வாணி என்ற பெயரையுடைய பெண்ணிடம் தனது பிரும்மச்சரியத்தை இழந்தான். வாணி பெயருக்கு ஏற்ப மதன கலையில் வல்லவளாக விளங்கினாள். கலவியில் உச்சத்தையடையும் வழியை அறிந்து வைத்திருந்தாள். வாணிக்குப் பத்தொன்பது வயது. வீராவை விட ஓரிரு வயது மூத்தவள். சற்று மாநிறம். இயற்கை வழங்கிய சீதனம் அவள் வனப்பும், அழகும். வீராவுடன் நெருக்கமாக இருக்கும் சந்தர்ப்பங்களை ஏற்படுத்திக் கொண்டாள். தினமும் அவள் தனக்கு உணவு பரிமாறுவது எதேச்சையாக நிகழும் செயலன்று என்பது வீராவிற்கு விளங்கியது. அதிகாலையில் அவன் நிர்வாணமாகப் படுத்திருக்கும் படுக்கையின் அருகில் ஒரு முக்காலியின் மீது எப்போதும் ஒரு குவளை சூடான காய்ச்சிய பசும்பால் வைக்கப்பட்டிருக்கும்.

ஒருநாள் இரவு உணவை முடித்த பின்பு, எங்கும் அமைதி நிலவிய பொழுதில் வீரா, வாணியைத் தனது அறைக்கு அழைத்தான். வாணி ஒன்றும் அறியாதவள் போல, தலைகுனிந்து நின்றாள். அவளுக்குத் தெரியும் தான் எதற்காக அழைக்கப்பட்டிருக்கிறோம் என்று.

வீரா அவளை அருகில் அழைத்தான். வாணி அவன் அருகில் வந்தாள். இருவரும் ஒருவரை ஒருவர் பார்த்துக் கொண்டனர்.

அவன் கரங்கள் மெல்ல அவள் அமுதக் கலசங்களை வருடின. ஓர் உணர்ச்சித் துடிப்பு அவன் நாடிகளில் எழும்பியது. இதற்கு முன்னால் அவளுடைய முலைகளைப் போல மிருதுவான பாகங்களை அவன் இதுவரையில் ஸ்பரிசித்தது இல்லை.. தனது முரட்டுக்கரம் பட்டு அந்த இளமுலைகளை வருத்துமோ என்று தயங்கினான். அவள் கண்கள் மூடிக் கிறங்கிய வண்ணம் அவன் செய்யும் அங்க சேஷ்டைகளை ரசித்துக் காதில் விழாத வண்ணம் ஏதோ முனகினாள்

ஒருகணம் தயங்கினான். அவன் சிந்தையில் சின்னத் தடுமாற்றம். ஒரு சந்தேகம் எழுந்தது. அவன் எண்ண ஓட்டத்தைப் புரிந்து கொண்ட வாணி உடனே, 'யுவராஜா, எனக்குப் பட்டத்து ராணியாகும் ஆசை அறவே கிடையாது' என்றாள்.

தனது மனதைப் படித்த அவளை அவன் முரட்டுத்தனமாக அணைத்தான். ஒரு தீவிர ஆற்றலுடன் செயல்பட்டான். 'சில மனிதர்கள் மோகக் கலைக்கு உடல் பொலிவு போதும் என்று எண்ணிக் கொள்கிறார்கள். என்னவரே இன்னும் இந்தக் கலையில் கற்றுக் கொள்வதற்கு நிறைய இருக்கிறது' என்று வாணி கண் சிமிட்டினாள்.

வீரா ஒரு சுதந்திரப் பறவையைப் போல இருந்தான். அவள் புலன்கள் கூர்மையாக இருந்தன. அவள் தேவைகள் தெளிவாகப் பட்டியலிடப்பட்டு இருந்தன. வாணி அவனை எச்சரித்தாள். 'உங்கள் அன்னையாரிடம் எச்சரிக்கையாக இருங்கள் யுவராஜா. புதல்வர்கள், கணவன் விஷயத்தில் பெண்களுக்குத் தலைக்குப் பின்புறமும் கண்கள் இருக்கும் என்பதை மறந்து விடாதீர்கள்.'

அந்த இளம் காதலர்கள் அடிக்கடி இடத்தை மாற்றிக் கொண்டே இருந்தனர். எவர் கைகளிலும் சிக்கிவிடக் கூடாது இல்லையா? இது அவள் தந்த யோசனைதான். இருவரில் எவர் சிக்கிக் கொண்டாலும் சேதம் என்னவோ அவளுக்குத்தான் வந்து சேரும்.

அநேகமாக அவள் அவனுடைய பிரும்மச்சரியத்தைக் கலைத்து ஒருவருடத்திற்கு மேல் இருக்கும். வீராவின் இரவு நேரச் சல்லாபங்கள் எவர் கவனத்திற்கும் செல்லாமல் இதமாகத் தொடர்ந்தது. வீரா தனக்கு அளிக்கப்பட்டிருந்த துறையில் எரிச்சல் பட்டுக் கொண்டாலும் தன்னைப் போலவே ஆயுதப் பிரிவில் அமர்த்தப்பட்டிருக்கும் சுந்தரனும் இதே எரிச்சலை அனுபவிப்பான் என்று சமாதானம் அடைந்தான். வாழ்க்கை நிலையாகப் போய்க் கொண்டிருந்தது. அதன் அமைதியை எதுவும் குலைக்கவில்லை.

அத்தியாயம் 6

வஞ்சம்

ராம் திடுக்கிட்டு விழித்தான். கெட்ட கனவு எதுவும் கண்டதாக நினைவில்லை. புதிய சூழல், புதிய படுக்கை காரணமா என்றால் அதுவும் இல்லை. சௌலா பரபரப்பானாள். அவன் ஏதோ ஓர் உள்ளுணர்வில் அவள் கரத்தை வலி ஏற்படுத்தும் வகையில் இறுக்கிப் பிடித்தான். ஒரு நீண்ட மௌனம் நிலவியது. தொலைவில் எழுந்த ஓசை இப்போது அருகில் கேட்கத் தொடங்கியது. இப்போது இருவருமே அந்தக் கிராமத்தைச் சுற்றி எழுந்த அந்த ஓசையைச் செவியுற்றனர். குதிரைகளின் குளம்பொலிச் சப்தம்.

சௌலாவின் குரலில் பரபரப்புத் தெரிந்தது. 'என்ன சப்தம் அது?' என்று வினவினாள். அவளுக்குத் தான் கேட்ட கேள்விக்கு விடை தெரியும். இரவின் அமைதியில் மெதுவாக அவள் பேசிய வார்த்தைகள் இடி முழக்கம் போலக் கேட்டது. 'சத்தம்' என்று அவளை ராம் அடக்கினான். 'ஒருவேளை இந்த எல்லையைக் கடந்து செல்லும் படைவீரர் கூட்டமாக இருக்கலாம். இந்த ஊரைத் தாண்டிப் போகிறார்கள் போல. நான் பார்க்கிறேன்' என்று எழுந்தான். விரைந்து உடை மாற்றிக் கொண்டு மெதுவாகக் கதவைத் திறந்து வெளியில் எட்டிப் பார்த்தான். குளிர் காற்று வீசிய அந்தப் பின்னிரவில் அவனுக்குக் குப்பென்று வியர்த்தது.

'யாரையாவது பார்த்தாயா?' என்று சௌலா அவனைக் கேட்டாள். அவன் தனது உதட்டில் விரல் வைத்து எச்சரித்து அவளைக் கதவை அடைத்துவிட்டு உள்ளேயே இருக்குமாறு சைகை காட்டினான். ஒலி வந்த திசையை நோக்கி அவன் ஓசையெழுப்பாமல் மெல்ல மெல்ல முன்னேறிச் சென்றான். சௌலா கதவை மூடும் போது எழுந்த ஓசை

அவனைத் துள்ளிக் குதிக்க வைத்தது. மரத்தச்சனை அழைத்து ஒரு வெள்ளி நாணயம் கொடுத்துப் போடச் சொன்ன புத்தம் புதுத் தாழ்ப்பாளை ஓசை வராமல் போட்டுக் கதவை உள்ளுக்குள் சாத்திக் கொண்டாள்.

அவர்கள் தங்கியிருந்த குடிலிலிருந்து கோயிலின் பின்புறம் இருந்த நந்தவனத்திற்குள் ராம் நுழைந்தான். மங்கிய வெளிச்சம் என்பதால் பிழைத்தான். அவசர அவசரமாக ஒரு புதரின் மறைவில் நின்று கொண்டான். குன்றிலிருந்து இறங்கி வருபவர்களைப் பார்த்த வண்ணம் நின்றான். சாலையில் ஒரு மனிதனைக் கூடக் காணவில்லை. எந்தப் புண்ணிய ஆத்மாவும் ஓசை கேட்டு எழுந்து கொள்ளவும் இல்லை. காற்று மரக்கிளைகளின் ஊடே ஓசையுடன் வீசிக் கொண்டிருந்தது. அந்தப் பகுதியையே கலக்கியபடி வந்து கொண்டிருக்கும் அந்தக் கும்பலை உற்று நோக்கிய ராம் தூரத்தில் தெரிந்த நிழலை வேவு பார்த்தான். தொலைவில் வருபவர்களைப் பார்த்தான். பெருமூச்சுவிட்டான். குதிரை வீரர்கள். போர் முனைப்புடன் இருளைக் கிழித்துக் கொண்டு வருவது நன்கு விளங்கியது. தெருவில் உலவிய வீதி நாய்கள் இரண்டு மூன்று குரைத்தன.

ஏதோ ஓர் ஊர்க்காவல் படை கிராமத்தைக் கண்டு கொள்ளாமல் கடந்து போய்விடும் என்றுதான் ராம் எண்ணினான். ஒரு தேர்ந்த வில்லாளி எய்த அம்பு தவறாமல் செலுத்தப்பட்டு இலக்கை அடைவதைப் போல அவர்கள் குறி தவறாமல் அவனை நோக்கி வந்து கொண்டிருந்தனர். நிலவொளியில் குளம்படி தடம் பட்டு மேல் எழுந்த புழுதிப் படலம் பளிச்சென்று மின்னியது. அவர்கள் நெருங்கி வந்ததும் முதல் குதிரை வீரனை அடையாளம் கண்டு கொண்டான். அவன் புரோகிதரின் மகன். சில்லென்ற ஓர் அச்சம் அவனைத் தழுவியது.

நான் இங்கிருப்பது அவர்களுக்குத் தெரிந்துவிட்டது. சட்டென்று தப்பிச் செல்லும் உத்வேகத்தை அடைந்தான். அவன் கரங்கள் கோயில் சுவரைக் கெட்டியாகப் பற்றிக் கொண்டிருந்தது. ஆனால் எங்கு செல்வது? எங்கும் மணல்வெளி. குதிரையில் வரும் ஒருவனால் பல காததூரம் வரையில் அவன் தப்பிச் செல்வதை எளிதில் காண இயலும்.

முன்னே வந்த குதிரை கோயில் சுவரை நெருங்கியதை அதன் காலடி குளம்பின் ஓசை மூலம் அறிய முடிந்தது. வேட்டையாடுபவனுக்கும் வேட்டைப் பொருளுக்கும் நடுவில் இருந்த தூரம் குறைந்து

கொண்டே வந்தது. நிலை குத்தி நின்ற இரவில் தன் பயத்தின் வாசனையை ராம் முகர்ந்தான். எவ்விதத் தடுப்புமின்றிக் குடிலின் உள்ளே இருக்கும் சௌலாவை எண்ணினான். முதலில் அவளைக் காப்பாற்ற வேண்டும். தொண்டையை ஏதோ ஒன்று அடைத்தது. ஆனால் சௌலாவை நினைத்த மாத்திரம் மந்திரத்திற்குக் கட்டுப்பட்டவன் போலானான். தப்பிச் செல்வது இயலாத ஒன்று எனத் தெரிந்திருந்தும் மெதுவாகக் கோயில் சுவரோடு ஒட்டியபடி நடந்து சென்றான். அந்தக் கும்பலிலிருந்து எவனோ ராமை உரக்க அழைப்பது கேட்டது. பின்னாலிருந்து ஒரு நிழல் அவன் மேல் படிந்தது. ஒரு கரம் அவன் தோள்களைத் தொட்டது. உள்ளுணர்வால் அது யார் என்பதை அவன் அறிந்தான்.

புரோகிதர் அவன் தப்பிச் சென்றுவிடாதபடி கழுத்தைச் சுற்றி தனது கரத்தால் இறுக்கினார்.. 'ஓட முயலாதே' என்று எச்சரித்தார். உயிர் பறிபோனது போலானது. தலை சுற்றியது. தோல் மரத்துப் போனது. வந்த கும்பலைக் கண்டு அவர் சிறிதும் கலங்கியதாகத் தோன்றவில்லை. 'அவர்கள் வருவது உங்களுக்கு ஏற்கெனவே தெரியும்' அவன் வாய் முணுமுணுத்தது.

'நீ ஆபத்தில் மாட்டிக் கொண்டிருக்கிறாய் யுவனே' என்றார் புரோகிதர் கடுமையான குரலில். அவர்கள் இருவரும் இருந்த இடத்திற்கு இப்போது குதிரைகள் வந்து சேர்ந்தன. தலைமையேற்று வந்தவன் குதிரையிலிருந்து கீழே இறங்கவில்லை. அவன் ராமை ஊடுருவிப் பார்த்துக் கொண்டிருந்தான். அருகிலிருந்த குடிசைகள் சச்சரவு கேட்டு விழித்துக் கொண்டன. மக்கள் வெளியில் வந்து என்ன நடக்கிறது என்று பார்த்தனர்.

ராம் சடாரென்று தனது பிடியைத் தளர்த்திக் கொண்டு அங்கிருந்து ஓடத் தொடங்கினான். குதிரையிலிருந்து வீரர்கள் கீழே குதித்து அவனைப் பின்தொடர்ந்து ஓடினார்கள். அவனைத் தொடர்ந்து வரும் காலடியோசையையும் மீறி அவன் இதயம் மார்புக் கூட்டைவிட்டு வெளியில் வந்து துடிக்கும் ஓசையை ராம் துல்லியமாகக் கேட்டான்.

அவனைக் கிடுக்கிப் பிடி போட்டு இழுத்து வந்தார்கள். குதிரைப்படையின் தலைவன் ராமை மேலும் கீழும் நோட்டமிட்டான். ராமைக் காலால் ஓங்கி உதைத்தான். ஒரு நொடியில் அவன் சுழன்று தலைகுப்புறக் காற்றில் பறந்தான். காற்று தூக்கிக் கடாசியது போல அவன் கீழே விழுந்தான். இதழோரத்தில் வெப்பமான திரவம் வழிந்தது. நக்கினான். உப்புக் கரித்தது. ரத்தம்.

அவன் விழுந்து கிடந்த இடத்திற்கு இரண்டு வீரர்கள் வந்தனர். தோள் பற்றித் தூக்கினார்கள். அவனுடைய ரத்தம் தோய்ந்த முகத்தைத் தரையில் வைத்துத் தேய்த்தனர். அவனைத் தரையில் தரதரவென்று இழுத்தபடி குதிரையிலிருந்து கீழே இறங்கி நின்ற அவர்கள் தலைவனிடம் கொண்டு சென்றனர். ராம் அவனைப் பார்த்து முகம் சுளித்தான். மீண்டும் அவனை அறைந்தார்கள். மேலும் நான்கைந்து வீரர்கள் அவனைச் சூழ்ந்து நையப் புடைத்தார்கள். அவர்களது தலைவன் தடுத்திராவிடில் அவன் அந்த இடத்திலேயே ஒரு ரத்தக் குவியலாக மாறியிருப்பான். ராம் இறந்துவிட்டான் என்றால் தலைவனின் தலை துண்டிக்கப்படும் என்பது ராணாவின் உத்தரவு என்பதால் ராம் உயிர் தப்பினான்.

'முட்டாள்களே! நிறுத்துங்கள். அவன் உயிரை வாங்கிவிடாதீர்கள்' என்று கர்ஜித்தான்.

'உன்னுடன் வந்த அந்தப் பெண் எங்கே வேசி மகனே? உயிர் போவதற்குள் மறுமொழி கூறு' என்று தலைவன் சீறினான். ராம் சிரமப்பட்டு இமைகளை விரித்துப் பார்த்தான். புரோகிதர் அவர்கள் இருந்த குடிசையை நோக்கிக் கையை நீட்டிக் கொண்டிருந்தார்.

'சௌலா ஓடிப் போய்விடு' என்று கத்த நினைத்தான். ஆனால் தொண்டையிலிருந்து குரல் எழும்பவில்லை. அடுத்த நொடி வீரர்களில் இருவர் குடிசையை நோக்கி விரைந்தனர். ஒரே உதையில் குடிலின் கதவுகளைப் பிளந்தனர். ஒற்றை வெள்ளி நாணயம் பாழ். ராம் எண்ணிக் கொண்டான்.

ஒரு வீரன் சௌலாவை தோளைப் பற்றி இழுத்து வந்தான். அவளைப் பற்றி இழுத்தவனின் பிடி இரும்பு போல இருந்ததால் அவள் அதனை விடுவித்துக் கொண்டு தப்ப முடியாமல் திணறினாள்.

'என்னை விடு. தள்ளிப் போ' என்று அலறினாள். தனது தளிர் போன்ற கரங்களால் அவன் மார்பில் குத்தினாள். தனது அன்பிற்குரியவளை அந்தக் காட்டுமிராண்டி இழுத்துச் செல்வதைப் பார்த்து ராம் ஏதும் செய்ய முடியாத நிலையில் இருந்தான். அந்த வீரர்கள் மீது கோபம் வந்தது. தனது கையாலாகாத்தனத்தின் மீது கோபம் வந்தது.

சௌலா குருதி தோய கீழே விழுந்து கிடந்த ராமைப் பார்த்தாள். பிடித்துச் சென்ற வீரனின் கரங்களை உதறிவிட்டு ராமை நோக்கிச் சென்றாள். ராமைத் தனது கரங்களில் வாரிக் கொண்டாள். படைத்தலைவன் மீண்டும் சீறினான். ஏற்கெனவே தனது

தலைவனின் ஆசை நாயகி ராமுடன் இருக்கிறாள் என்பதை அறிந்த அவன் கடும் சினத்தில் இருந்தான். ஆத்திரத்தில் இருந்த அந்த வீரன் ராமை நெருங்கி அவன் கன்னத்தில் ஓங்கி அறைந்தான். அவன் சௌலாவை அவ்வண்ணம் முரட்டுத்தனமாகக் கையாளவில்லை. அவளைப் பற்றி இழுத்து குதிரையின் அருகில் சென்றான். அவளை அப்படியே குதிரையின் மேல் ஏற்றி சேணத்தில் பூட்டினான். சேணத்தில் தொங்கிக் கொண்டிருந்த பையிலிருந்து ஒரு சிறிய கிழியை எடுத்து புரோகிதரை நோக்கி வீசினான். 'மஹாராஜ் ராணா நீங்கள் செய்த உதவிக்கு என்றென்றும் கடமைப்பட்டவர். இந்த வெகுமதி உங்களுக்கும், உங்கள் ஆலயத்திற்கும்' என்றான்.

வீங்கிய கண்களின் இடுக்கு வழியாக ராம் எதுவும் செயலாற்ற வழியின்றிப் பார்த்துக் கொண்டிருந்தான். அந்தக் கிழியில் இருந்த தங்கக் காசுகள் கிணுகிணு ஒலியின் மூலம் தங்களை வெளிப்படுத்தின. புரோகிதர் எவ்வித உணர்ச்சியுமின்றி நடந்து கோயிலுக்குச் சென்றார். கூடியிருந்த மக்கள் மெல்ல மெல்ல அங்கிருந்து அகன்றனர். இருளின் நிசப்தம் மற்ற சப்தங்களைவிட அதிகமாக மீண்டும் ஒலிக்கத் தொடங்கியது.

*

எத்தனை நாழிகை நேரமாகத் தான் அந்த மாமரத்தில் கட்டிப் போடப்பட்டிருக்கிறோம் என்று ராமிற்குத் தெரியவில்லை. அவன் தனித்து விடப்பட்டிருந்தான். தனக்குத் தண்டனை வழங்குவதில் ஏற்பட்ட அளவுக்கு அதிகமான தாமதம் அவன் நெஞ்சில் நம்பிக்கையை ஏற்படுத்தியது. உடலில் ஏற்பட்ட காயங்களின் மீது சிற்றெறும்புகள் ஊறின. அவன் நினைவில் இறுதியாகத் தெரிந்த விஷயம் அவன் ஒரு குதிரையின் கால்களில் கட்டப்பட்டு இழுத்து வரப்பட்டதுதான். நிலவின் ஒளியில் பிரகாசித்த கோயில் கோபுரத்தின் உச்சியில் இருந்த காற்றின்றி அசையாமல் நின்ற காவிக் கொடிதான் அவன் கண்களில் கடைசியாக விழுந்த பிம்பம். இழுத்துச் செல்லும் போது கள்ளிச் செடிகளின் முட்கள் அவன் உடலைக் கிழித்தன. சிறிது தூரம் சென்றதும் அவனை இழுத்துச் செல்வது நேரத்தை அதிகப்படுத்தும் என்று கருதி அவனை ஒரு குதிரையின் முதுகில் கட்டி அழைத்துச் சென்றனர். அவனைக் கட்டிய விலங்குகளின் தோலால் செய்யப்பட்ட வாரில் இருந்த கொடுக்குகள் அவன் உடல் சதையைக் கிழித்தன.

தனது தந்தையின் செல்வம் தன்னைக் காப்பாற்றுமோ என்று எண்ணி ராம் வியந்தான். ஒருவேளை அப்பா ராணாவிடம் மன்றாடிக் கேட்கலாம்.

ஒருவழியாக அவர்கள் அவன் கட்டை அவிழ்த்ததும் தன்னிச்சையாக அவன் கைகள் அவர்கள் அடிப்பார்களோ என்று முகத்தை மறைத்துக் கொண்டன. ஆனால் அந்த மூன்று தடி வீரர்கள் அவனது கட்டுக்களைப் பிரித்து அவனை இழுத்துச் சென்றனர். சமாதானம் எட்டப்பட்டு, தான் விரைவில் விடுதலை செய்யப்பட உள்ளதாக ராம் நம்பினான். நீரில் மூழ்குபவன் நாணல் புற்களைப் பற்றித் தப்பிக்க நினைப்பது போல அவன் இறுதிவரையில் நம்பிக்கை இழக்காமல் இருந்தான். வெறும் கண்டனத்துடன் அவனை விட்டுவிடுவார்களா? தனது செல்வத்தையெல்லாம் திரட்டி அவன் தந்தை ராமின் தண்டனைக்குத் தடை உத்தரவு வாங்கிவிட்டாரா? அல்லது அவன் தந்தையும் அவனைக் கை கழுவிவிட்டாரோ?

அவனை அந்த வீரர்கள் ஒரு மைதானத்திற்கு இழுத்துச் சென்றனர். அங்குதான் வீரர்கள் மல்யுத்தம் புரிவர்; சேவல்கள் சண்டையிட்டுக் கொள்ளும்; நர்த்தனம் பயிலும் பெண்கள் நடனமாடுவார்கள். அவனுக்குள்ளே பெரும் திகில் ஒன்று கிளம்பியது. அவன் மைதானத்தைச் சுற்றிப் பார்வையை ஓடவிட்டான். சௌலா ஒரு மணப்பெண்ணைப் போல அலங்கரித்துக் கொண்டு அவனைத் தனியாகப் பார்த்துக் கொண்டிருந்தாள். அரண்மனைத் திண்ணையில் ராணாவிற்குப் போடப்பட்டிருந்த ஆசனத்தின் அருகில் கால்களைச் சப்பணமிட்டு அமர்ந்திருந்தாள். தனது சேலைத் தலைப்பை ஒரு முட்டாக்காக மாற்றித் தலையை மறைத்துக் கொண்டிருந்தாள். அவள் முகம் வாடியிருந்தாலும் ஒப்பனையில் அது ஜொலித்துக் கொண்டிருந்தது. மிக உயர்ந்த வேலைப்பாடுகளால் ஆன சேலையை அணிந்திருந்தாள். அதனை நெய்வதற்குக் குறைந்தது ஓர் ஆண்டுக் காலம் ஆகியிருக்கலாம். வருத்தத்தால் அவளது முகம் வாடியிருந்தது. கண்கள் கூட்டிலிருந்து கீழே தவறி விழுந்த பறவை குஞ்சினைப் போலத் துடித்துக் கொண்டிருந்தன. அந்தக் கோலத்தில் ராமைப் பார்த்ததும் அவளுடைய உணர்ச்சிகள் பொங்கி எழுந்தன. திண்ணையில் நிலையிழந்து தடுமாறி விழப்போனாள். காலம் உறைந்து போனது போலிருந்தது. கண்கள் இமைக்க மறந்தன. சொல்லாத சொல் ஒன்று எல்லோருக்கும் புரிந்தது. அவள் அவனை இப்பொழுதும் காதலிக்கிறாள். எது நேரினும் சரி. ராமிற்கு அவளை ஒரே ஒரு முறை தொட வேண்டும் என்ற நினைப்பு கட்டுப்பாட்டினை மீறி எழுந்தது. அவள் தலையை ஆட்டினாள். அவள் மறுப்பு வேறு எதையோ கூறுவது போலிருந்தது. அவள் அவனுக்காகப் பரிவுடன் மேற்கொள்ளும் எந்த நடவடிக்கையும் அவனுடைய

தண்டனையை மேலும் கடுமையாகும் என்று அவள் அறிவுறுத்தப்பட்டிருக்கலாம்.

டாக் டாக் என்ற தளபதியின் செருப்பொலி ராமை எச்சரித்தது. விரைப்புடன் நெஞ்சை நிமிர்த்தி உள்ளே நுழைந்த ராணாவை அனைவரும் வைத்த கண் வாங்காமல் பார்த்தனர். ராம் நடுங்கினான். அவனுக்கு ராணாவுடன் நெடுநாள் பழக்கம். எப்போது அவனைப் பார்த்தாலும் புன்முறுவல் பூக்காமல் போகமாட்டான். இப்போது அவனைப் பார்த்துச் சிரிப்பானா? மாட்டானா?

ராணா ஒரு வெள்ளை வேட்டி மட்டும் அணிந்து மார்பை ஓர் உத்தரியத்தால் மூடிக்கொண்டிருந்தான். மகுடம் அணியாத அவனது வழுக்கை விழுந்த தலை பளபளப்புடன் விளங்கியது. ராணுவப் பயிற்சியின் காரணமாக மார்பு விரிந்து காணப்பட்டது. மார்பும் தோளும் திண்ணென்று இலங்கின. இரண்டு காவலரின் உதவியுடன் ராம் தள்ளாடியபடி எழுந்து நின்றான். அவன் கால்கள் ஒரு நிலையில் நில்லாமல் தள்ளாடின.

ராணா அவனைச் சீற்றத்துடன் பார்த்தான். இந்த அயோக்கியன்தான் அனைத்து இன்னல்களுக்கும் காரணமானவன்.

'மாட்சிமை பொருந்திய மன்னருக்கு எங்கள் வந்தனம். குற்றவாளியைக் கொண்டு வந்துவிட்டோம்.' அந்த வீரன் கூறினான். அவன் குரலில் மரியாதை மிகுந்திருந்தது.

அந்த வீரர்களின் தலைவன் ராமை ஒரே தள்ளாகத் தள்ளிவிட்டான். ராம் நிலை தடுமாறி ராணாவின் முன்பு நெடுஞ்சாண்கிடையாக விழுந்தான். ராம் தலையைத் தூக்கி ராணாவைப் பார்த்தான். ராமின் முகம் ரத்தத்தாலும், பயத்தாலும் உறைந்து போயிருந்தது.

'ஓ! இவன்தான் இப்போது நிகழவிருக்கும் பெருமையான நிகழ்ச்சிக்கு உரியவனா?' என்று ராணா முணுமுணுத்தான். ராணாவின் குரல் மௌனத்தின் நீண்ட வெளியில் சில்லிட்டுத் தனியாகப் பயணித்தது.

ஒரு கொடுங்கோலன் என்ற பெயருக்கு ஏற்ப ராணா தான் ஆணையிடுபவற்றை அது எத்தனை கொடூரமாக இருப்பினும் பொதுமக்கள் கடைப்பிடிக்க வேண்டும் என்பதை நிர்ப்பந்திப்பவன். பல தலைமுறைகளாக அவனது மூதாதையர்கள் மக்களைத் தங்களது இறுக்கமான கட்டுப்பாட்டிற்குள் வைத்திருந்தனர் என்றால் இவன் ஒருபடி மேலே போய் அவர்களை

அடிமைகளாகவே நடத்தினான். சௌலாவை நெருங்கியதும் அவள் கன்னத்தில் தட்டினான். பிறகு அவள் கழுத்தில் தன் கரங்களைப் போட்டான். அவளை ஆவேசத்துடன் தன் அருகில் இழுத்தான். அவனைப் பலம் கொண்ட மட்டும் எதிர்த்து முடிவில் சௌலா தோற்றுப் போனாள். அவன் அவளுடைய அடர்த்தியான கூந்தலைத் தடவிக் கொடுத்தான். அவள் கரங்களில் ஒன்றைப் பற்றி முத்தமிட்டபடியே ராமின் முக ரேகைகளை ஆராய்ந்தான். ராமின் எந்த ஓர் எதிர்ப்பும் ராணாவின் உள்ளே அடக்கி வைத்துள்ள கோபத்தை வெளிக் கொணரும். ஆண்டாண்டு காலமாக அவனிடமிருந்த தீய ஒழுக்கம், அது தந்த நோய் அவன் புலன்களைக் கட்டிப் போட்டது. மௌனமாக எதிர்வினையாற்றச் சொன்னது.

ராம், ராணாவை ஏமாற்றவில்லை. ராணாவை நோக்கிப் பாய்ந்தான். அப்படி ஒரு நிகழ்விற்குத்தான் ராணாவின் ஆட்கள் காத்திருந்தனர். அவனைப் பற்றி இழுத்தனர். வீரர்கள் அவனைப் பந்தாட ஆரம்பித்தார்கள். சௌலாவைத் தப்பவிட்ட காவலர்கள் ராணாவின் கோபத்திற்கு ஆளானது என்னவோ உண்மைதான். ஆனால் அந்தத் தவறுக்குப் பரிகாரம் காண்பது போல ராமை அவர்கள் கொடூரமாகத் தாக்கினார்கள். ஒவ்வொரு அடியும் அவர்களுக்கு ராணா மீதிருந்த ராஜ பக்தியைப் பறைசாற்றின. ராம் உடல் சரிந்தான். வலியால் துடித்து அலறினான். ஏற்கெனவே கிழிந்து தொங்கிய உடல் மீது தாக்குதல்களை மழை எனப் பொழிந்தனர். பிழையாத இலக்குடன் அவர்கள் காலாலும் கரத்தாலும் கொடுத்த அடிகள் அவன் உடலில் முத்திரையைப் பதித்தன. விரைவில் அவன் உடல் மோசமாகப் பிளக்கப்பட்டது.

ராம் மயங்கிச் சரிந்தாலும் மேலும் சில கணங்கள் அந்தக் கொடியவர்கள் அவன் உடலைத் துவைத்து எடுத்தனர். அவனுக்கு அவர்கள் அவன் மேல் ஊழித் தாண்டவம் ஆடுவது போல இருந்தது. ஒரு சிறிய ரத்தக் குளத்தில் மிதந்தான். சிறிது நேரம் ஆனதும் அவன் அவர்களைத் தடுப்பதை நிறுத்திக் கொண்டான். அவனுடைய வலியின் வேதனை முனகல்கள் ஒவ்வொன்றையும் சௌலா செவிமடுத்தாள். உண்மையில் இத்தனை தண்டனையும் எனக்குத்தான் என்று அவள் எண்ணினாள். தாங்க முடியாத வலியாக இருக்க வேண்டும். ராம் தனது நாவை மடித்துப் பரிதாபமாக ஊளையிட்டான். ஒருகணம் சௌலா ராமுடனான நிகழ்வுகளை மனதில் எண்ணிப் பார்த்துவிட்டு, செயலில் இறங்கினாள். அந்த அப்பாவி மீது அவளுக்கிருந்த காதல், தடைகளையெல்லாம் மீறச் செய்தது. அவள் சடாரென்று தாக்கப்பட்ட பறவையின் அலறலைப்

போன்ற கேவலை எழுப்பினாள். ராணாவின் கரங்களை உதறிவிட்டு அவள் ராமை நோக்கி ஓடினாள். சௌலா அவன் மேல் விழுந்து, மேற்கொண்டு ஓர் அடி கூட விழாமல் அவனை முற்றும் மறைத்தபடி தழுவியிருக்க அந்தக் கொடூரக் காவலர்கள் செய்வதறியாது நின்றனர்.

ஆயிரம் தேனீக்கள் கொட்டியது போல ராணாவின் முகம் வேதனையில் துடித்தது. ராணா அவளைத் தொடர்ந்து சென்றான். அவளைத் தூக்கி நிறுத்தி ஒரே கொத்தாகப் பிடித்து வீசி எறிந்தான். கோபம் தலைக்கேறியது. அவன் முற்றிலும் தன் வசம் இழந்தான். அடங்காச் சினம் கொண்டவனைப் போல ஒன்றுக்கும் ஆகாத ராமின் உடலை எத்தி உதைத்தான். அந்த உதை ராமின் தாடையில் இறங்கியது. குட்டிக்கரணம் அடிக்கும் கெண்டை மீனைப் போல அவன் சுருண்டு பின்னால் போய் விழுந்தான். அங்கிருந்தவர்கள் அவன் முதுகெலும்பு முறிந்து விழும் ஒலியைக் கேட்டனர்.

தனது அந்தப்புரத்திலிருந்து ஒரு பெண் களவாடப்பட்டதற்காக ராணா வருந்தவில்லை. மீண்டும் அவளைத் தனது படுக்கையில் சேர்த்துக் கொள்ள முடியாது என்பது அவனுக்கு வருத்தம்தான். அவன் தாகத்தைத் தணிக்க அவன் பல பெண்களை, அவர்கள் பிறன்மனை என்றிருந்தாலும், சிறைபிடித்து வைத்திருக்கிறான். ஆனால் தனக்குச் சொந்தமான ஒரு பெண் முதன் முறையாக அவனது படுக்கையிலிருந்து களவாடப்பட்டிருக்கிறாள். அவன் சீற்றம் எல்லை கடந்தது. தாங்க முடியாத சினம் அவனைத் தளர்வடைய வைத்தது.

ராணா தனது திவானை நோக்கித் திரும்பினான். அந்தக் கிராதகி.. பொதுமக்களின் முன்பு தன்னை அவமானப்படுத்துவது போலத் தனது காதல் இருவரில் எவர் மீது என்பதைத் தெளிவாகக் காட்டிவிட்டாள். மக்கள் மனதில் ஆழமாகப் பதிந்து போன விஷயம், ராணா வெல்ல முடியாதவர். ஆனால் இன்று ஏற்பட்டுள்ள ஆழ்ந்த உணர்வு மக்களிடம் தனது ஆற்றலின் பிடி தளர்ந்து வருவதைச் சுட்டியது.

சௌலாவிற்கு வேறு யாரை மாற்றாக வைக்க முடியும்? அவளைக் கொல்வதாலோ அவள் முக அழகைக் கோரப்படுத்துவதோ அவனுக்குத்தான் நட்டமே அன்றி அவளுக்கு ஓர் இழப்பும் அதனால் வரப்போவதில்லை. இவளைப் பிறகு கையாளலாம். ராணாவின் கவனம் இப்போது ராம் மீது திரும்பியது.

இவனது தான்தோன்றித்தனத்தைத் தண்டிக்க ஆயிரம் காரணங்கள் உள்ளன. எதற்கும் மந்திரிகளிடம் கலந்தாலோசித்துவிட்டு முடிவெடுப்போம் என்று எண்ணினான். மந்திரிகளின் கூட்டத்தை அவசரமாகக் கூட்டினான். அவனுக்கு எந்தவிதமான தண்டனை வழங்கப்பட வேண்டும் என்பது குறித்து ஆலோசனைகளை வரவேற்றான்.

'கள்ள ஒழுக்கத்தில் உறவாடிய இருவரை மனுஸ்மிருதி மொட்டையடித்து, விரல்கள் இரண்டைத் துண்டித்துக் கழுதை மீது ஊர்வலமாக மக்கள் முன்பு இழுத்துச் செல்ல வேண்டும்' என்று கூறுவதாக மூத்த அமைச்சர் ஒருவர் கூறினார். ஆனால் அவர் மேலும், 'மனு இதனை மணமான நங்கைக்குத்தான் கூறுகிறார். சௌலா உங்கள் மனைவிமாரில் ஒருத்தி இல்லையே? ஆசை நாயகிதானே?' என்றும் கூறினார்.

மனுஸ்மிருதி இப்படி ஒரு விதியை வைத்துத் தனது எண்ணம் ஈடேற விடாமல் செய்துவிட்டதே என்று அதனை மனதிற்குள் ராணா சபித்தான். மனு அப்போது இருந்திருந்தால் தனது ஆசை நாயகி களவாடப்பட்டதற்கு வேறு ஒரு தீர்ப்பு எழுதச் சொல்லியிருப்பான்.

அதன் பிறகுதான் அந்த மந்திரி இப்படி ஒரு பண்டமாற்று ஒப்பந்தத்தை முன்வைத்தார். அதாவது அவன் தப்பிப் பிழைக்க அதற்கு ஈடான செல்வத்தை அவன் தந்தையிடமிருந்து பெற்றுத் தரவேண்டும் என்ற ஒப்பந்தம்.

'போதும் அரசே. அவனை வேண்டும் என்ற அளவிற்குத் தண்டித்துவிட்டோம். அவன் பிழைத்துப் போகட்டும். விஷயத்தை நாம் பெரிதுபடுத்துவது நல்லதல்ல. பிறகு அது நமக்கே பாதகமாக முடிந்துவிடும்' என்றார்.

அதை உடனே ராணா மறுத்தான். 'கூடாது. இவனைத் தப்பவிட்டால் பிறகு இவன் மற்றவர்களுக்கு ஒரு முன்னுதாரணமாகப் போய்விடுவான். அவன் களவாடியிருப்பது என் வருங்கால மனைவியை' என்றான்.

'வாலிபர்கள் எப்போதும் வாலிபர்கள்தான்' என்றனர் சபையோர்.

ஒருகணம் ராணா மௌனமாக இருந்தான். அதன் பிறகு புதிய வழி ஒன்று புலப்பட்டது. ராணா கம்பீரமாகத் தனது தலையை உயர்த்திச் சிரித்தான். சபையில் இருந்தவர்களுக்கு விந்தையாக இருந்தது. கடந்த சில நாட்களாக அவர்கள் எவரும் ராணாவை இப்படிச் சிரித்துப் பார்த்ததே இல்லை.

பழிவாங்குவதற்குத் தனது விருப்பத்தை மனதில் அடக்கிக் கொண்டு தான் இதுவரை ஒளித்து வைத்திருந்த புன்னகையை வெளிப்படுத்திய ராணா, 'வாலிபர்கள் எப்போதும் வாலிபர்களாகவே இருக்க வேண்டிய அவசியம் இல்லை' என்றான்.

*

பாதாளச் சிறையில் இருட்டு அறையில் அடைத்து வைக்கப்பட்டிருந்த ராமிற்கு துரித கதியில் நடந்தேறிய நிகழ்வுகள் அவன் காயங்களில் உப்பு நீர் தெளித்தது போல இருந்தன. அவன் மனதும் உடலும் அளவிற்கு அதிகமான வலியை எதிர்கொண்டன. அத்தனை கொடூரமான தாக்குதல்களும் அவனை அப்படியே உயிரோடு கொன்றன. அவர்கள் அடிப்பதை நிறுத்தியும் வலி குறையவில்லை. தனக்கு ஏற்பட்ட சேதங்களைச் சோதித்துப் பார்த்தான். ஒன்றிரண்டு பற்கள் பெயர்ந்திருந்தன. அடித்த அடியில் கன்னம் பெரிதாக வீங்கிப் பார்வையை மறைத்தது. கால்களால் எழுந்து நிற்க முடியும் என்று தோன்றவில்லை. அவனை அரண்மனைக்கு இழுத்துச் செல்ல வந்திருக்கின்றனர். அவன் பெருமூச்செறிந்தான். இருப்பினும் இதயத்தின் ஒரு மூலையில் நம்பிக்கையின் சுடர் அணையாமல் பிரகாசித்துக் கொண்டிருந்தது. ஒருநாள் இரவிற்குள் சீற்றம் தணிந்துவிடும். அவர்கள் அவனை விடுதலை செய்யும் பட்சத்தில் தனது மனதில் இருந்த சௌலாவின் நினைவுகளைத் துடைத்து எறிய ஆயத்தமாக இருந்தான்.

என்ன விந்தை! முதல்நாள் இரவு அவனுக்கு அறுசுவை உணவளிக்கப்பட்டது. அவனுக்குக் கொலைப்பசி. எனவே கொண்டு வந்த உணவில் எவ்வளவு முடியுமோ அவ்வளவு உணவை வயிற்றில் அடைத்துக் கொண்டான். அவன் தலையைத் துண்டிக்கப் போகிறார்கள் என்றால் ஓர் உணவை அவர்கள் எதற்காக அவனுக்கு அளித்துப் பாழாக்க வேண்டும்? ஒருவேளை அவன் தந்தை அவனுக்கான பிணையப் பணத்தைக் கட்டிவிட்டாரா? ஆ! உணவைக் கடித்து உண்ணும் போது தாடை இரண்டும் வலித்தது. மெதுவாகத்தான் மென்று தின்ன வேண்டியிருந்தது.

எது எப்படி ஆனால் என்ன? அது ஓர் அறுசுவை உணவு என்பது மறுப்பதற்கில்லை. இதுவரை இப்படி ஓர் உணவை அவன் உண்டதே இல்லை. ஒரு வேளை இது ராணாவிற்குப் பரிமாறப்பட உணவின் மிச்சமோ? ராம் சிரித்துக் கொண்டான்.

‘அவன் சாப்பிட்ட மிச்சத்தை எனக்குப் போடுகிறார்கள். தான் சுவைத்த சௌலாவைத்தான் ராணா சுவைக்க இருக்கிறான். அதற்கு இது சரி.’ அந்த நினைப்பு அவன் பசியை அதிகப்படுத்தியது.

காலையில் எழுந்ததும் காலைச் சிற்றுண்டி தனக்குப் பரிமாறப்பட வேண்டும் என்று விரும்பினான். அவன் பசியோடு இருந்ததால் அப்படி எண்ணவில்லை, அவனுடைய பிழைகள் மன்னிக்கப் பட்டதன் அடையாளமாகவே காலை உணவைக் கருதினான். கட்டாயம் அவன் தந்தை பிணையப் பணம் கொடுத்து அவனை மீட்டிருக்க வேண்டும். ராஜாங்க விஷயங்களில் தன் மகன் இனிமேல் மூக்கை நுழைக்கமாட்டான் என்று உறுதிமொழியை அளித்து அவன் தந்தை அவனை மீட்டிருக்க வேண்டும். இதற்கு அவனும் அதற்கு ஒரு தொகையை அளிக்க வேண்டும். அவன் அளிக்கப் போவது அவனுடைய எதிர்காலம்.

ராமின் பகற்கனவு தூள் தூளானது. ராணாவின் ஆட்கள் அவனைச் சிறைக்குள்ளிருந்து வெளியில் இழுத்துச் சென்றனர். எந்த மைதானத்தில் வைத்து அவனைப் புரட்டி எடுத்தார்களோ அதே இடத்திற்கு மீண்டும் அழைத்துச் செல்லப்பட்டான். அவன் அந்த இடத்திற்கு முரட்டுத்தனமாக இழுத்து வரப்பட்டான். அந்த இடத்தை ஒரு முறை அளந்தான். தான் காண்பது கனவன்று. அதோ சௌலா. அவன் முகம் சுழித்தான். புதிராக இருக்கிறது. அவளை ஏன் இதே இடத்திற்கு அழைத்து வந்திருக்கிறார்கள்? சற்றுக் கலவரத்துடன் அவள் மேல் பார்வையை ஓடவிட்டான். அவள் மற்ற எந்த நாளையும் விட அன்று மிக அழகாகத் தோன்றினாள். அவள் முகம் முத்துகளைப் போல வெளுத்திருந்தது. அவனுடைய கண்களை அவள் கண்கள் சந்தித்தன. அவள் கண்களிலிருந்து கண்ணீர்க் கோடுகள் அவன் கன்னங்களின் மீது வழிந்தன. அவள் கண்ணீர் அவன் வலிக்கு ஒத்தடமிட்டது. தான் மீண்டும் பழையபடி ஆகிவிடப் போவதை அவளிடம் கூறி அவளைச் சமாதானம் செய்ய நினைத்தான்.

காவல் வீரர்கள் அவனை நேற்று தாக்கியதைப் போல மீண்டும் தாக்கவில்லை. இது ஒன்று போதாதா தான் விடுதலை செய்யப்படுவதற்கான சாட்சி? ஆனால் தான் இங்கிருக்கும் போது அந்தப் பெண்ணும் இங்கே ஏன் இருக்க வேண்டும்? அவள் முகம் மனத்தில் என்ன நினைக்கிறாள் என்பதை வெளிப்படுத்தாமல் இருந்தது. அவளது சலனமற்ற தோற்றம் நிகழப் போகும் எதையும் பிரதிபலிப்பதாக இல்லை. அப்படி என்றால்.. அவர்கள் அவனை விடுதலை செய்யப் போவதில்லையா?

சௌலா அவனது காயங்களால் ரணமாகிப் போன உடலைக் கண்டு அடிவயிறு கலங்கினாள். விதியின் மேடையில் தேர்ந்த நடிகர்கள் தங்கள் பாத்திரத்தைத் திறம்படச் செய்திருக்கின்றனர். வருத்தம் அவள் இதயத்தை நார் நாராகக் கிழித்தது. அவள் உடலை எவரும் தாக்கப் போவதில்லை இருந்தாலும் அவள் மனதில் அவர்கள் தன்னையும் தண்டிப்பார்கள் என்ற எண்ணம் ஒன்று இருந்தது. ராமிற்கு நிகழ இருப்பது என்னவென்று அவளுக்குத் தெரியும். ராணா அது குறித்துக் கோடி காட்டியிருந்தான்- அவள் கேள்விப்பட்ட சேதி அவள் மூச்சை நிறுத்தியது. நடக்கப் போவதை அவள் தடுக்க முற்பட்டால் ராம் உயிர் இழப்பது நிச்சயம் என்று ராணா உறுதியாகக் கூறியிருந்தான்.

மைதானத்தைச் சுற்றி கூட்டம் சேரத் தொடங்கியிருந்தது. நிகழ்த்தப்படும் அவமானம் எத்தகையதாக இருந்தாலும் அது நான்கு பேர் அறிய நிகழ்த்தப்பட உள்ளது. பார்வையாளர்களுக்கு அழைப்பு விடப்பட்டிருக்க வேண்டும். அவர்களும் ஆர்வத்துடன் கூடியிருந்தார்கள். ராணா அனைத்துத் தரப்பிலிருந்தும் மக்களை அழைத்திருந்தான். அங்கு நடக்கப் போகும் நிகழ்ச்சியைப் பார்த்து ஒவ்வொருவர் முகமும் எந்தெந்த விதமாக மாறுகிறது என்பதை அறிய ஆவலாக இருந்தான். இன்றிலிருந்து இனி எவரும் சிரிக்கவும்மாட்டார்கள்; பேசவும்மாட்டார்கள். பழிவாங்குதல் இதற்கு முன்பு இத்தனை சுவையாக இருந்திருக்க வாய்ப்பில்லை.

ராணாவின் வருகை மக்கள் மத்தியில் ஒரு சிலை போன்ற நிலையை ஏற்படுத்தியது. அரசர் உள்ளே நுழைந்ததும் மக்கள் எழுந்து நின்று மரியாதை செலுத்தினார்கள். ராணா அவர்களது மரியாதையைக் கண்டு கொள்ளவில்லை. ராணாவின் கண்கள் ராமின் கண்களைச் சந்தித்தன. ராமின் முகத்தில் எதிர்வினையைத் தேடினான். அப்படி எதுவும் கிடைக்காததால் ராணாவின் முகம் ஆத்திரத்தில் சிவந்தது. ராம் எதிர்க்கும் மனோபாவத்தை இழந்திருந்தான். அந்தக் கைதி அலற வேண்டும், தப்பி ஓட வேண்டும் என்று அந்தக் கொடுங்கோலன் எண்ணியிருந்தான். அப்படி எதுவும் நிகழாததால் தான் ஏமாற்றப்பட்டதைப் போல உணர்ந்தான். ராணாவிற்குத் தண்டனை நிறைவேற்றப்படும் கால அளவைக் குறைக்க விருப்பமில்லை. அவன் முகத்தில் குரூரமாக ஒரு புன்னகை தவழ்ந்தது. இப்போது தண்டனையின் அளவு குறைந்தால் என்ன? குறைக்கவில்லை என்றால்தான் என்ன? இனி குற்றவாளி காலம் பூராவும் தான் பெற்ற தண்டனைக்காக வருத்தப்பட்டுக் கொண்டே இருக்க வேண்டும். ஒவ்வொரு நாழிகையும். ஒவ்வொரு கணமும்.

ராணா ஒரு கொடுங்கோலன். அதை அவன் என்றுமே மறுத்ததில்லை. உளவுத்துறை ஒற்றர்கள் அளித்த தகவலின்படி மக்களின் எண்ணம் விபரீதமாக மன்னர் மீது வெறுப்பாக மாறும் நிலையில் இருக்கிறது. இந்த நேரம் பார்த்து ராம் அதை நன்றாகக் கிளறிவிட்டிருக்கிறான். அரண்மனைக்கு அழைக்கப்பட்டிருந்த குடிமக்களை ராணா நிமிர்ந்து பார்த்தான். தீர்ப்பைத் தன் வாயால் சொல்ல வேண்டும் என்று ஆசைப்பட்டான்.

அவன் வாயிலிருந்து தீர்ப்பு ஒலிக்கத் தொடங்கியது. 'அந்தக் குமாரன் அந்தப்புரத்திற்குள் போக வேண்டுமென்றால் அவன் விருப்பத்திற்கு நான் குறுக்கே நிற்கமாட்டேன். அவன் தாராளமாகப் போகட்டும்' என்று சொல்லி விட்டு நிறுத்தினான். கூட்டம் திகைத்தது. மரத்தின் மீது அணில் ஒன்று குறுகுறு என்று ஏறுவது போல ராமின் முதுகில் ஒரு நடுக்கம் ஓடியது.

ராம் சுற்றும் முற்றும் பார்த்தான். அவனால் ராணாவின் மீது வைத்த கண்ணை எடுக்காத பார்வையை நேருக்கு நேராகச் சந்திக்க முடியாமல் போனதே காரணம். ஒரு வற்றிய முதியவரும், சிறுவன் ஒருவனும் அவன் அருகில் தங்களுக்குப் பணிக்கப்பட்ட செயலைச் செய்து முடிக்க ஆயத்தமாக நின்றனர். அவன் ஆச்சரியப்பட்டான்.

'என்னைத் தாக்கும் அளவிற்கு அவர்கள் அத்தனை பலசாலிகள் போல இல்லையே?' அவன் எண்ணிக் கொண்டான். ஆனால் அவர்கள் நாடகத்தில் முக்கிய வேடமணிந்தவர்கள் போல மைதானத்தின் நடுநாயகமாக நின்றனர். நான்கைந்து வீரர்களுடன் காணப்பட்ட அந்த முதியவரின் இருப்பு ராமின் அமைதியைக் குலைத்தது. அந்த முதியவர் அந்தக் கூட்டத்திலிருந்து தனித்துக் காணப்பட்டார் என்றாலும் உடன் ஒரு சிறுவனையும் அழைத்து வந்துள்ளார். அந்தச் சிறுவன் யாராக இருக்கும்?

முதியவர் தன்னிடமிருந்த தோல் பையை வெளியில் எடுத்தார். அந்தத் தோல் பையினில் பத்து பன்னிரண்டு கூர்மையான கத்திகள் மின்னின. சில வளைந்தும், சில ரம்பம் போன்றும் இருந்தன. அந்த முதியவர் எந்தக் கத்தியை எடுப்பது என்று சிறிது நேரம் யோசித்தார். முதியவர் திரும்பினார். அந்தச் சிறுவன் ஈக்களை விரட்டிக் கொண்டிருந்தான். அவனை அழைத்தார். அவன் கையில் மெல்லிய கத்தி ஒன்றைக் கொடுத்தார். அந்தச் சிறுவன் பதில் எதுவும் சொல்லாமல் அந்தக் கத்தியை வாங்கிக் கொண்டு தனது இடது கையில் இருந்த சிறிய கத்தி தீட்டும் கல்லில் அந்தக் கத்தியை நன்றாகத் தீட்டத் தொடங்கினான்.

கத்தியின் அலகு ஒரு விரற்கடை அகலமே இருப்பதால் இதை வைத்து தன் தலையைச் சீவ முடியாது. ஓர் இயைந்த தாள கதியில் அவன் அந்தக் கத்தியைச் சுவாரசியமாகத் தீட்டிக் கொண்டிருந்தான். வானில் மின்னும் விண்மீன்களைப் போல அந்தக் கல்லிலிருந்து பொறிகள் கிளம்பியன. முதியவர் அவனிடமிருந்த அந்தக் கத்தியை வாங்கி அதன் முனைகளில் உள்ள கூர்மையைப் பரிசோதித்தார். கத்தியின் முனையில் சூரிய வெளிச்சம் பட்டுக் கத்தியில் இருந்து கிளம்பிய ஒளி அவர் மேல் பட்டு அவருக்கு ஒரு நவீன புனைவைக் கொடுத்தது.

பந்தயக் குதிரையைப் போல ராமின் இதயம் வேகமாக அடித்துக் கொண்டது. அவனால் தனது எண்ணங்களை ஒன்று திரட்ட இயலவில்லை. மீண்டும் மோத வேண்டி வருமோ? அதற்குத் தன்னுடைய கால் கைகளில் தென்பு இருக்கிறதா? ஓர் அப்பாவியாக இதுவரை எல்லாவற்றையும் நம்பி ஏமாந்தது போதும். அவர்கள் அவனைத் தப்பிக்க விடப் போவதில்லை என்பதை இன்னும் ஏன் அவன் விளங்கிக் கொள்ள மறுக்கிறான்? அவன் தாடைகள் வலித்தன. தனது நடுக்கத்தைத் தடுக்க முயன்று தோற்றுக் கொண்டிருந்தான். தனது விதி இன்னும் ஒரு சில நாழிகையில் முடிவு செய்யப்பட்டுவிடும். இறுதியில் விதியை நேருக்கு நேர் சந்திக்க இருக்கிறான்.

ஒரு வீரன் அவன் அருகில் வந்து செவிகளில் ஓதினான். ‘மாட்சிமை மிகு ராணா உனக்கு உயிர்ப் பிச்சை அளிக்க முன்வந்துள்ளார்’ என்றான். ஆனால் ஏதோ ஒரு பிழை தெரிகிறது. அவர் உயிர் பிச்சை அளித்தால் பிறகு எதற்காக அந்தக் கிழவர் கத்தியைத் தீட்ட வேண்டும்?

அந்தக் காவலாளி தனது முரட்டுக் கரங்களால் அவனது சிகையை வருடினான். சிகை முழுவதும் அழுக்கும் தூசியும் நிறைந்திருந்தன. அந்தக் காவலாளியின் முரட்டுக் கரங்களிலிருந்து குதிரைவார் தோலின் நாற்றம் அடித்தது. அவன் கரகரவென்ற குரலில் போதையுடன் ராம் காதுகளில் கிசுகிசுத்தான். ‘பெண்மையின் சாயல் உன்னிடம் மிகுந்து காணப்படுவதால் ராணா உன்னை அந்தப்புரத்தில் நிரந்தரமாக வைத்துக் கொள்ள முடிவு செய்துவிட்டார். அதனால்தான் உனக்கு உயிர்ப் பிச்சை!’

சிலநொடிகள் ராம் அந்த வீரனை முறைத்துப் பார்த்தான். அப்போதுதான் அவனுக்கு எல்லாம் விளங்கியது. அவன் புலன்களில் அலை வந்து தாக்கியது போல உணர்ந்தான். அழுதோ

மறுப்பைத் தெரிவித்தோ இனி ஆகப் போவது என்ன? அழத் தொடங்குவதன் அடையாளமாக அவன் முகம் மாறியது. அவன் உதடுகள் அசைந்தன. வார்த்தை எதுவும் வரவில்லை. மனதில் துடித்தபடி அவன் அவர்களை விட்டுவிடுமாறு கெஞ்சினான். முற்றிலும் எதுவும் செய்ய இயலாத வேதனை அவன் முகத்தில் தெரிந்தது.

சௌலாவை அங்கு வரவழைத்திருப்பது அவளுக்குப் பாடம் புகட்ட. அவள் முன்பு தன்னைக் காயடிப்பதன் மூலம் ஒரே நேரத்தில் இருவருக்கும் தண்டனை வழங்கியது போலாயிற்று. உணர்வுகள் மரத்துப் போன நிலையில் முதல் நாள் தனக்குப் பரிமாறப்பட்ட அறுசுவை உணவைப் பற்றிய நினைவு வந்தது. மறுநாள் நடக்கப் போகும் அறுவை சிகிச்சையைத் தான் தாங்கிக் கொள்ளத் தென்பு வேண்டும் என்பதற்காகப் பரிமாறப்பட்ட உணவு அது.

காவலன் அவனுடைய கீழே அணிந்த ஆடையை அகற்றினான். அவன் கோவணம் உருவி அனைவர் முன்பும் ராம் நிர்வாணப் படுத்தப்பட்டான்.

காவலன் அந்த முதியவரைப் பார்த்து, ‘எந்த உறுப்பு இத்தனை அனர்த்தங்களுக்கும் காரணமோ அந்த உறுப்பை வெட்டி எறியுங்கள்’ என்று கட்டளையிட்டான்.

ராம் துடித்தான். கருணை வேண்டிக் கதறினான். அவர்களுக்கு இரக்கம் பிறந்தாலும் ராணா அதனை ஒரு பொருட்டாக மதிக்கமாட்டான்.

ராணா விரல்களைச் சொடுக்கினான். முதியவர் ராம் அருகில் சென்று ராணாவின் உத்தரவிற்குக் காத்திருந்தார். ராணாவின் குரல் மெதுவாக ஒலித்தது. அவர்கள் நடுவில் நிகழ்ந்த உரையாடலைப் பொதுமக்கள் மிகுந்த சிரமத்துடன் புரிந்து கொண்டார்கள். ராமும் அதே சிரமத்துடன் கேட்டான். இருந்தும் என்ன பயன்? அவன் வாழ்வுதான் அங்கே முடிவு செய்யப்பட உள்ளதே.

‘யாருக்குக் கவலை? ஒரு சின்னஞ்சிறிய சதைத் துண்டு. அதை இழப்பதால் அவன் ஒன்றும் இறக்கப் போவதில்லை.’ ராணா வாய் மொழிந்தான்.

முதியவர் கடமையுடன் விளக்கமளித்தார். கடினமான மனிதனால் மட்டுமே இந்த அறுவை சிகிச்சையிலிருந்து மீள முடியும். நிறைய

மனிதர்கள் அதிரமான உதிரப் போக்கால் இறந்திருக்கிறார்கள். தன்னால் இயன்றவரை அதிக உதிரச் சேதமில்லாமல் அறுவை சிகிச்சை மேற்கொள்வதாகவும், இருப்பினும் அவன் உயிருக்கு அவர் உத்தரவாதம் அளிக்க முடியாது என்றும் கூறினார். அறுவையின் போது வலி தெரியாமல் இருக்க ராமிற்கு எந்த மாற்று மருந்தும் அளிக்கக் கூடாது என்று ராணா உத்தரவு பிறப்பித்து இருந்தார். ஆனால் முதியவர் வலியும் அச்சமும் குற்றவாளிக்கு மரணத்தை அளிக்கும் என்று வாதாடினார். தன் கைகளால் ஒரு மனித உயிர் போவதை அவர் விரும்பவில்லை. ராணா தோள்களைக் குலுக்கினார். மேலே தொடருமாறு சைகை காட்டினார்.

முதியவர் ஆவி பறக்கும் கிண்ணத்துடன் ராமின் அருகில் சென்றார். காடியான நெடி ராமைப் பின் வாங்கச் செய்தது. இரண்டு காவலர்கள் அவனைக் கெட்டியாகப் பிடித்துக் கொள்ள, பாதித் திறந்த வாயில் முதியவர் கிண்ணத்தில் இருந்த மருந்தை வலுக்கட்டாயமாக ஊற்றினார். நாடி நரம்பைச் சிலிர்க்க வைத்த அந்தக் கஷாயத்தில் குறு மிளகின் நெடி தாங்க முடியாமல் இருந்தது. கசந்து வழிந்த அந்த மருந்து அவன் கடைவாயில் வழிந்தது. கன்னமும் உதடுகளும் எரிந்தன. அதன் எரிச்சல் தாளாமல் அவன் தனது நாக்கைத் தானே கடித்துக் கொண்டான்.

ஒரு நிமிடம் அல்லது இரண்டு நிமிடம் போயிருக்கும். முதியவர் கூரான கத்தியுடன் அவனை நோக்கி வந்தார். நரகத்தின் ஏழாவது நிலையில் இருப்பதைப் போல அவன் உணர்ந்தான். இரண்டு காவலாளிகள் அவன் மணிக்கட்டு இரண்டையும் தரையில் அழுத்திப் படும்படி கெட்டியாகப் பிடித்துக் கொண்டனர். ராமின் ஆண் உறுப்பின் மீது சூடான மிளகுப் பொடி தூவிய நீர் தெளித்து முதியவர் அவன் உணர்வை மறக்கச் செய்தார். அந்த முதியவர் பல ஆண்டு விதையடிப்பதில் அனுபவம் உடையவர். அந்தச் சிறுவன் அவருக்கு அடுத்தபடி அந்த மருத்துவச் சிகிச்சையை மேற்கொள்ளப் பயிற்சி எடுத்து வருகிறான். ஒவ்வொரு ஆண்மை உறுப்பு அகற்றுவதற்கும் இருபது வெள்ளி நாணயங்களைக் கட்டணமாக வசூலிப்பது அவரது வழக்கம். விதையடிப்பதோடு நில்லாமல் ஒரு சில நாட்கள் அவர்களுக்குச் சிகிச்சையளித்துப் பேணவும் வேண்டும் என்பதால் இந்தக் கட்டணம் வசூலிக்கப்படுகிறது.

ராமின் பின்புறம் தலையணையை வைத்துத் தாங்கிப் பிடித்தனர். அவன் கொஞ்சம் சாய்ந்திருந்தால்தான் அறுவை சிகிச்சை

இடையூறின்றி நடக்கும். நான்கு காவல் வீரர்கள் அவன் அருகில் வந்தனர். ஒருவன் அவன் தனது பற்களால் உதடுகளையோ நாக்கையோ கடித்துத் துண்டித்துக் கொண்டு விடக்கூடாது என்பதற்காக வாயில் துணியைத் திணித்து இறுக்கி தாடை வழியே கட்டினான்.

ராமிற்கு வியப்பானது. தான் துடித்து அலறும் ஓசையைக் கேட்க அல்லவோ ராணா பிரியப்படுவார்? ஒரு வீரன் அவன் இடுப்பைச் சுற்றி இறுக்கமாகப் பிடித்துக் கொண்டான். மற்ற இருவர் ஆளுக்கொரு காலை அகற்றி எவ்வித அசைவும் ஏற்படா வண்ணம் பிடித்துக் கொண்டனர். அடிவயிற்றிலும், இரண்டு தொடைகளிலும் காயங்களுக்குப் போடப்படும் துணியால் இறுக்கிக் கட்டினார்கள். அவன் தன் உறுப்பு துண்டாடப்பட இருப்பதற்கு அவமானப்பட்டதைவிட இனி காலம் பூராவும் தான் வாழப் போகும் வாழ்வை எண்ணிக் கூனிக் குறுகினான்.

கடும் வேதனை கண்ணீராக விழிகளில் வழிந்தது. மனம் எவ்வித எதிர்ப்பையும் காட்டாமல் இருந்தாலும் தான் தரம் தாழ்த்தப்பட உள்ளதை உணர்ந்து உடல் எதிர்ப்புத் தெரிவித்தது. அவன் போராடினான். காவலர்களின் பிடி இறுகியது. முதியவர் கையில் கூறிய கத்தியுடன் தனது தொழிலில் கவனம் செலுத்தத் தொடங்கினார்.

ராம் தனக்கு என்ன நேர்கிறது என்பதைக் கடுமையாக உணர்ந்தே இருந்தான். நீர்ப் படலம் விழிகளில் பார்வையை மறைத்தாலும் முதியவரின் கையில் மின்னிய அந்தக் கத்தியின் அலகினைப் பார்த்தான். அவனது ஆண் உறுப்பில் கத்தியின் கூர்மை பட்டதும் அவன் முகம் முறுக்கிக் கொண்டது. அந்த வலி எனும் நெருப்பில் உடலில் இருந்த மற்ற உபாதைகள் எல்லாம் வீழ்ந்து மாய்ந்தன. அந்த வலியின் நெருப்பு மட்டும் கொழுந்துவிட்டு எரிந்தது. நெருப்பை விழுங்குபவனுக்கு ஏற்படுவது போல ஓர் அலறல் அவன் தொண்டையைச் சுட்டது. அவனைப் புகை சூழ்வது போல இருந்தது. நரகத்தின் கதவுகள் திறக்கப்பட்டன. அவன் உள்ளே தள்ளப்பட்டான். மீண்டும் நரகத்தின் கதவுகள் மூடிக்கொண்டன. இறுதியாக ஒருமுறை அவன் உடல் குலுங்கியது. பிறகு அவன் மூர்ச்சையானான். மயக்கம் அவன் மீது கருணை கொண்டு அவனைத் தழுவியது.

பார்வையாளர்கள் நடுவில் மரண மௌனம் நிலவியது. குறைந்தது ஓரிருவராவது அங்கு நடந்த காட்சியைக் கண்டு மேனி நடுங்கி

மூர்ச்சையானார்கள். மயங்கிய அவனை உடனே அங்கிருந்து அப்புறப்படுத்தினார்கள். பார்வையாளர்கள் அவன் மேல் ஏற்பட்ட இரக்கத்தை வெளிக்காட்டிக் கொள்ளவில்லை.

ராணா, ராம், சௌலா இருவரின் முகத்தையும் விடாமல் ஆனால் அர்த்தத்துடன் பார்த்துக் கொண்டிருந்தான். அந்த யுவனின் வேதனையை அவனால் தெரிந்து கொள்ள முடியும் என்றாலும் அந்த நாடகம் ஆரம்பமானது முதல் சௌலா முகத்தில் ஏற்படும் மாறுதல்களை அறிய ஆவலாக இருந்தான். சௌலா தனது தலையைக் குனிந்து அங்கு ராமிற்கு நடப்பவற்றைக் கவனிப்பதைத் தவிர்த்தாள். ராணா அவள் கூந்தலைப் பற்றி அவள் தலையை நிமிர்த்தி அவளை அங்கு நடந்தவற்றைப் பார்க்க நிர்ப்பந்தித்தான். ராமிடமிருந்து நீண்ட அலறல் கிளம்பியதும் சௌலாவின் உடல் நடுங்கியது. வாந்தி வரவே திண்ணை பக்கம் ஒதுங்கினாள். அவனுடைய பிடி தளர்ந்தது. அவனுடைய பட்டுப் பீதாம்பரத்தின் மேல் சிந்திய வாந்தியின் துளிகளை அவள் துடைத்தாள். அதற்குமேல் அந்தக் காட்சியைப் பார்க்கும் திறனின்றி மயங்கிச் சரிந்தாள்.

‘அங்காடி நாய். இந்தக் காட்சியைப் பார்க்கும் பாக்கியத்தை இழந்துவிட்டாள்’ என்றான் அந்தக் கொடுங்கோலன்.

அறுவைச் சிகிச்சை முடிந்ததும் ரத்தம் தோய்ந்த சதைத் துண்டை ஒரு கிண்ணத்தில் ஏந்தி ராணாவிடம் காட்டினான். ராணா கையசைவினால் சிறுவனை அனுப்பினான். சாராவி நிறைந்த குடுவை ஒன்றில் அந்தச் சதைத் துண்டை போட்டான். காயத்தைச் சுற்றி முதியவர் ரத்தம் நிற்பதற்காகப் படிகாரத் தூளைத் தூவினார். பிறகு தனது கத்தியை ரத்தக்கறை போகும் வரை தேய்த்துக் கழுவினார். அவருக்குத் தெரியும் இதற்குப் பிறகும் இன்னும் செய்வதற்கு நிறையக் காரியங்கள் உள்ளன.

*

ராமின் சுய நினைவு திரும்பியது. ஆண் உறுப்பு இருந்த இடத்தில் கொல்லனின் சம்மட்டி விழுந்ததைப் போல ஒவ்வொரு நொடியும் வலித்தது. அவனுக்குத் தான் உயிருடன் இருப்பதாகவே தோன்றவில்லை. நெருப்பு பற்றி எரியும் சிதையில் படுத்துக் கிடப்பதைப் போல இருந்தது.

ராம் விழித்துக் கொண்டதை முதியவர் பார்த்ததும் இரண்டு அலிகளின் துணையுடன் தோட்டத்தில் இரண்டு அல்லது

மூன்றுமணி நேரம் நடந்து வருவதற்கு அனுப்பப்பட்டான். ஒவ்வொரு அடியும் வலித்தது. தன்னுடைய இந்த வேதனையைப் போக்கும்படி கடவுளிடம் மனதிற்குள் கதறினான். இந்தக் கெட்ட கனவிலிருந்து அவனை விழிக்கச் செய்யுமாறு மன்றாடினான். அந்த இரவு அவன் புலம்பலில் கடந்தது. நா வறண்டு குடிநீர் கேட்ட போது அவன் குரல் அவன் செவிகளுக்கே கேட்கவில்லை. மூன்று நாட்கள் சிறுநீர் கழித்துவிடக் கூடாது என்பதற்காக அவனுக்குத் தண்ணீர் மறுக்கப்பட்டது. வைத்திய சிகிச்சையில் கட்டப்பட்ட மருந்துத் துணிகள் மூன்று நாட்களுக்குப் பிறகே அவிழ்க்கப்படும். பிறகு அவனுடைய ஆண் உறுப்பு இருந்த பகுதியில் செருகி வைக்கப்பட்டிருந்த தக்கை அகற்றப்படும். காயடிக்கப்பட்டவன் அப்போதுதான் குடம் குடமாய்ச் சிறுநீர் கழிப்பான். அதுவே அவன் பிழைத்துவிட்டான் என்பதன் அறிகுறி. அறுவை சிகிச்சையின் போது தவறு நிகழ்ந்து அவனுக்கு மூன்று நாட்கள் கழித்துச் சிறுநீர் வரும் இடத்தில் அடைப்பு ஏற்பட்டிருந்தால் அவன் மரணத்தை உறுதியாக நிச்சயித்துவிடலாம். நல்லூழ் காரணமாக ராமின் அடிவயிற்றில் இருந்த வலி இரண்டு நாளிலேயே வடிந்தது. முதியவர் யௌவனப் பருவத்தில் இருந்த வாலிபன் ஒருவனுக்கு விதையடிக்கும் சிகிச்சை அளிக்க நேர்ந்ததற்கு மன்னிப்பு கேட்டு இறைவனிடம் தொழுதார்.

அலிகள் ஆட்சியாளர்களுக்கு மிகவும் அவசியம். அந்தப்புரத்திற்கு உறுதியும் வலிமையையும் கொண்ட, தானும் தூண்டாமல் மற்றவர்களாலும் தூண்டப்படாத அலிகளே அதற்கு லாயக்கானவர்கள். இதன் காரணமாக வயது குறைந்த இளைஞர்கள் பலர் இதுபோல ஆண்மை அகற்றப்பட்டு அலிகளாக மாற்றப்படுவது வழக்கம். ராமிற்குத் தான் கொல்லப்படாமல் விடப்பட்டது விந்தையளித்தது. இனி வரும்காலங்கள் இதைவிடக் கொடூரமாக இருக்கும். முதல் ஒரு வாரத்திற்கு அந்த முதியவர், அந்தச் சிறுவன் இருவர் கண்காணிப்பிலும் இருந்தான். ஆண்மையற்ற வாழ்வைத் தொடருவதற்குப் பதில் உயிரைப் போக்கிக் கொள்ள அலிகள் ஆரம்பத்தில் நினைப்பார்கள். அந்த அவமானம் அதிக வாரங்கள் நீடிக்காது. எல்லா அலிகளும் உலக வாழ்க்கைக்குத் திரும்புவார்கள். குறைந்தது அவன் ஓர் அடிமையாக நடத்தப்படாமல் இருந்தால் சரி. அடிமையாக இருந்தால் வாழ்வே வீண்தான். ஆனால் அடிமைகளுக்குக் கிடைக்காத சலுகைகள் அலிகளுக்கு மூன்றுவேளை உணவும், நல்ல படுக்கையும் அலிகளுக்கு அளிக்கப்படும்.

*

காவலர்கள் இருவர் உடன் வர சிறைச்சாலைக்குச் செல்லும் வழியில் தனது வீட்டைப் பார்த்தான். விழுந்து நொறுங்கும் நிலையில் அது இருந்தது. சிதிலமடைய இடமே இல்லாமல் இருந்தது. புகை படிந்து எலும்புக்கூட்டினைப் போல நின்று கொண்டிருந்தது. அவனுடைய தந்தை தான் சேமித்து வைத்த பணத்தைப் பூமிக்கடியில் புதைத்து வைத்திருப்பார். ஆனால் அந்தக் கிராதகர்கள் அவரை அடித்து அந்தப் பணத்தைப் பிடுங்கியிருப்பார்கள். இன்னும் புகைந்து கொண்டிருந்த அவன் வீட்டிலிருந்து மனித நிணத்தின் துர்நாற்றம் வீசியது. ஒருவேளை அவன் தந்தையையும் கொன்று உள்ளே போட்டு எரித்திருப்பார்களோ?

அது என்ன வீட்டின் வாயிலில் துணி மூட்டை ஒன்று கீழே கிடக்கிறது? அவன் உற்றுப் பார்த்தான். அது அவனுடைய தாய். அவள் படு கிழமாக மாறிவிட்டிருந்தாள். அழகும் துடிப்பும் இருந்த அந்தப் பெண்ணின் தோற்றம் இந்தக் கிழவியிடம் இல்லை. அவனை ஒரு முறை பார்ப்பதற்காகத் தன் உயிரைப் பிடித்து வைத்திருக்க வேண்டும்.

அவனுடைய அக்கம் பக்கத்தினர் எவரும் ஒரு குற்றவாளியின் குடும்பத்திற்கு உதவ முன்வரவில்லை. சென்ற வாரம் வரையில் தங்களது உறவினராகவும், சிநேகிதியாகவும் இருந்த அவளுக்கு இப்போது ஒருவேளை தண்ணீர் கொடுப்பதற்குக் கூட எவரும் முன் வரவில்லை. சுழற்காற்று ஒன்று தெருவில் கிடந்த குப்பைகளைப் பம்பரமாய் மேல் எழுப்பிச் சென்றது. அவனைப் பிடித்து வைத்திருந்த காவலர்கள் பிடியைத் தளர்த்தினார்கள். அவன் வேகமாக அன்னையின் அருகில் ஓடினான். இருவரும் சின்னபின்னமாகிக் கிடந்த நிலையில் அவன் தாய் அவனை அடையாளம் கண்டு கொண்டது மிகவும் ஆச்சரியமான விஷயம். அவள் சாகக் கிடந்தாள். இருந்தும் அவனிடம் ஏதோ ஒன்றைச் சொல்ல முயன்றாள். அவள் குரல் கிசுகிசுப்பாய் ஒலித்தது. அவன் தனது செவிகளை அவள் வாயருகே கொண்டு சென்று காற்றின் இரைச்சலையும் மீறி கவனமாகக் கேட்டான். அவள் கடைசியாகக் கூறியவை தெளிவில்லாமல் கேட்டது. அவனுக்குச் சிறு வயதில் ஜோதிடர் மனையில் அவர் கூறிய சேதியின் நகைமுரண் நினைவில் எழுந்தது. குடும்ப ஜோதிடர் ஒருநாள் அவர்கள் இல்லத்திற்கு வந்திருந்த போது அவனுடைய ஜாதகத்தைக் கணித்துப் பார்த்துவிட்டு. அவன் ஹிந்துஸ்தானின் சக்கரவர்த்தியாவான் என்று கூறினார்.

தாய் முனகினாள். ‘அவர் சொல்லை நினைவில் வைத்துக் கொள்.’

அவன் தனது தாயாரின் தலையை மடியில் வைத்துக் கொண்டான். தாலாட்டுவது போல மடியை ஆட்டினான். அவள் காத்திருந்தது போல அவன் மடியில் உயிரைவிட்டாள். அவன் தாய் இறக்கும் வரை காவலர்கள் ஒருகணம் கூட அவனுக்கு மேலும் அனுமதி வழங்காமல் அவனை இழுத்துச் சென்றனர். அவன் தாய் விழிகள் அகன்று வாய் திறந்து பிணமாகக் கிடந்தாள். அவள் கரங்கள் இழுத்துச் செல்லும் மகனைத் தடுப்பது போல நீண்டிருந்தது. விதியின் பிடி இரக்கமின்றி அவனை இழுத்துச் சென்றது.

*

எதனை இதுவரை கெட்ட கனவு என்று எண்ணியிருந்தானோ அதுவே இப்போது வாழ்வாகிப் போனது. ஆண்மை அகற்றப்பட்டு இரண்டு திங்கள் பொழுதாகிவிட்டது. ஆரம்பக் காலங்களில் தரையிலிருந்து எழுந்து கொள்ளவே அவன் மற்றவர் உதவியை நாட வேண்டியிருந்தது. முதியவர் சொல்லிக் கொடுத்த சில பயிற்சிகள் மூலம் அவர்கள் இருவரின் உதவியுடன் மெல்ல மெல்ல நடக்க முயன்றான். பயிற்சி முடியும் வரையில் அந்தச் சிறுவன் ராமுடனே இருந்ததால் இருவருக்கும் நடுவில் ஒரு நெருக்கம் ஏற்பட்டது. ராம் அந்தச் சிறுவனின் வழிகாட்டுதலின் படியே பயிற்சிகளை மேற்கொண்டான். தானாக அவன் உடம்பு அந்த அறுவை சிகிச்சையை ஏற்றுக்கொள்ளும் வரையில் சொல் பேச்சுக் கேட்டுத்தான் நடக்க வேண்டி வந்தது. இல்லையேல் மரணம் நிச்சயம் என்று அந்தச் சிறுவன் பயமுறுத்தி வைத்திருந்தான்.

அதன் பிறகு அவன் ராணாவை மீண்டும் சந்திக்கவேயில்லை. அந்தப்புரத்திற்குக் காவல் இரட்டிப்பாக்கப்பட்ட சேதி மட்டும் காதில் விழுந்தது. சௌலாவின் நினைவு அவனை அவ்வப்போது வாட்டினாலும் உடலளவில் அவளது தேவை அவனுக்கு வேண்டியிருக்கவில்லை. தனது உடலில் மாற்றம் நிகழ்வதை அவன் உணர்ந்தான். மாற்றங்கள் ஏற்படத் தொடங்கிய ஓரிரு மாதங்களில் அவன் முற்றிலும் வேறு ஒரு நபராக மாறினான்.

முடி மழிக்கப்பட்ட முகமும், ஊதிப்போன உடலும் அலிகளை எளிதில் அடையாளம் காட்டிவிடும். அலியின் குரல் உடைந்து இரண்டுங்கெட்டானாக ஒலிக்கும். இந்தக் குரல் காரணமாகவே அலிகள் ‘காக்கைகள்’ என்று அழைக்கப்பட்டனர்.

ஒருநாள் அதிகாலையில் ஒரு மனிதன் அவனை விசாரித்து வந்தான். அவனைப் பார்த்ததும் ஆச்சரியமானான். 'இந்த அலி விற்பனைக்கா?' என்றான். அவன் தேடி வந்தது வேறு ஓர் அலியை.

'ஆமாம்.' அழைத்து வந்த காவலன் விடையளித்தான்.

அந்த வியாபாரி தலையை எதிர்மறையாக ஆட்டினான். ராணாவின் முகவர்களில் ஒருவன்தான் அந்த வியாபாரியிடம் ஓர் அலியை அந்தப்புரத்திலிருந்து விலைக்கு வாங்கும்படி கூறியிருந்தான். அந்த அலியைப் பற்றிக் கூறும் போது அவனால் அந்தப்புரத்திற்குத் தொந்தரவே அன்றி ஒரு பயனும் இல்லை என்று கூறி அனுப்பியிருந்தான். அந்த வியாபாரி எதிர்பார்த்து வந்தது கொஞ்சம் இளமையான அலியை. அவன் ஓர் அபிசீனிய நாட்டைச் சேர்ந்தவனாக இருந்தால் இன்னும் நல்லது.

'இவன் எப்போது காயடிக்கப்பட்டான்?' என்று கேட்டான்.

'இரண்டு மாதங்களுக்கு முன்னர்' என்று உடன் இருந்த சிறுவன் கூறினான்.

வியாபாரி குழப்பத்தில் தலையாட்டினான். ஓர் அந்தப்புரத்திற்குள் பணி புரியும் அளவிற்கு அந்த அலிக்கு இன்னும் வயதாகவில்லை. மிகவும் அழகாகவும் இளமையாகவும் இருக்கிறான். அலிகளைச் சிறுவர்களாக இருக்கும் போதே காயடித்துவிட வேண்டும். இப்படி முறுக்கேறிய ஆடவர் பருவத்தை அடைந்த பின்பு ஆண்மையை அழிக்கக் கூடாது. அனைத்து அலிகளும் பவித்திரமானவர்கள் என்றே கருதப்படுவார்கள். ஆயினும் பத்து வயதிற்குக் கீழே வயதுள்ள அலிகள் பூரண பவித்திரர்கள். அவர்களுக்கு ஓர் அந்தப்புரத்தில் சகல சுதந்திரமும் உண்டு. பெண்களைப் போல எங்கும் போகலாம்; வரலாம். குளியலறை, பள்ளியறை என்று அவர்கள் எங்கு வேண்டுமானாலும் நுழைந்து உதவி புரியலாம். இழிவான செயல்களைப் புரிவதற்கு ஆண் அலிகளுக்குத் தடையில்லை. ஆனால் ராணாவின் உத்தரவு அந்த அலியை மட்டும் வேறு ஓர் அந்தப்புரத்திற்கு விற்றுவிட வேண்டும் என்பதாகும்.

பிறகு எதற்காக ராணா இவனைத் தன்னுடன் வைத்துக் கொள்ளாமல் வேறு ஓர் அந்தப்புரத்திற்கு விற்கும் முனைப்பில் இருக்கிறார்? வியாபாரிக்கு ஆச்சரியமாக இருந்தது. என்னென்னவோ வம்புகள் அவன் காதில் விழுந்தன. அவற்றை நினைத்தாலே அவனுக்குக் குலை நடுங்கியது. அவனுக்கு அவனை விலைக்கு வாங்கிச் செல்வதைத் தவிர வேறு வழியில்லை.

ஆரம்பத்தில் ராம் நினைத்தது போல அவனை அவர்கள் இழுத்துச் செல்லவில்லை. அவன் பயணிக்க ஒரு குதிரையைக் கொடுத்தார்கள். குதிரைகளும் ஒட்டகங்களும் தங்கள் நெடிய பயணத்தைத் துவக்கிய போது ராமிற்கு மின்னல் போல ஒரு நினைப்பு தோன்றியது. பிறந்த மண்ணை அவன் பார்க்கப் போவது இதுவே கடைசி முறை. வெளியில் போய்க் கொண்டிருந்த போது இருபதுக்கும் மேற்பட்ட மனிதர்கள் கேவலமான உடைகளில் கூர்மையான கம்பங்களில் குத்தப்பட்டுத் தொங்குவதைப் பார்த்தான். கழுவேற்றம். பாதிப்பேர் இன்னும் குற்றுயிரும் குலையுயிருமாகக் கம்பத்தில் உயிர் ஊசலாடிய வண்ணம் இருந்தனர். அவர்கள் அருகில் அமர்ந்திருந்த வல்லூறுகள் அவர்களின் மரணத்திற்காகக் காத்திருந்தன. இவனுடைய விதியும் இப்படித்தான் முடிந்திருக்க வேண்டியது. இதை அவன் ஏற்றுக்கொண்டிருப்பானா? அவமானத்துடனே ஒரு வாழ்வை அவன் வாழ வேண்டும் என்று பிரியப்பட்ட ராணாதான் அவனுக்கு இப்படி ஒரு வாழ்வைக் கொடுத்து உயிர்ப் பிச்சை வழங்கியிருக்கிறார். விதை நீக்கம் என்ற தண்டனையுடன் தப்பித்தான். ஏற்கெனவே பல இன்னல்களை அனுபவித்த ஆன்மாவை உருக்குலைந்த உடலில் சிறைபிடிக்க எண்ணிய ராணாதான் இப்படி ஒரு தண்டனையை ஏற்படுத்தினான்.

ராணா தனக்கு இழைத்த கொடுமைகளைப் பற்றி எண்ண எண்ண ராமின் வெறுப்பு வளர்ந்தது. ஆராயும் தன்மையை அழித்தது. அவனுக்குள் ஏதோ ஒன்று வளைந்தும் நெளிந்தும் ஓடியது. ஒரு பலசாலியின் கரங்களில் மாட்டிக் கொண்ட மணிக்கட்டு எப்படித் திரும்ப முடியாதோ அதைப் போல அவன் மனதில் ஏதோ ஒன்றில் முட்டிக்கொண்டு திரும்ப முடியாமல் நின்றது. அவனை இந்த நிலைக்குக் கொண்டு தள்ளிய ஒவ்வொரு மனிதனையும் வெறுத்தான். ராணாவின் ஆட்களிடம் காட்டிக் கொடுத்த அந்தப் புரோகிதன், அந்தப் புரோகிதன் பூஜை செய்த ஆலயம், அவனுடைய மதம், அவனுடைய சகாக்கள் அத்தனை பேரையும் அவன் வெறுத்தான். அவர்கள் அத்தனை பேரையும் பழிவாங்க சபதம் எடுத்துக் கொண்டான்.

*

அத்தியாயம் 7

காதல்

வீரா தனிமை வேண்டி நதிக்கரையில் அரபுக் குதிரை ஒன்றின் மேல் ஏறி நதியோரம் வெறுமனே சுற்றித் திரிந்தான். மாலை வந்ததன் அறிகுறியாக நிழல்கள் நீளத் தொடங்கின. கருவூல அதிகாரிகளுடன் ஒருநாள் முழுவதும் செலவிட்டும் கணக்கு வழக்குகளைப் பார்க்கும் திறன் கைகூடி வரவில்லை என்பதோடு மீண்டும் மீண்டும் ஓலைகளைப் புரட்டிப் புரட்டிச் சலிப்பானது. அந்தப் பாறை வழி போடப்பட்டிருந்த பாதை எத்தனை சதாப்தம் ஆகியிருக்குமோ தெரியவில்லை. குளம்படித் தடம் பட்டுப் பட்டுப் பாதை வழுவழுவென்று மாறியிருந்தது. அகன்ற பாதை போகப் போகக் குறுகி புழுதிச் சாலையாக ஒருவர் மட்டுமே குதிரையில் செல்லும் அளவிற்குக் குறுகிவிட்டது. இருமருங்கிலும் இருந்த மரக்கிளைகள் உரசியபடி இருந்ததால் வீரா குதிரையின் மீது தலை குனிந்து செல்ல வேண்டியிருந்தது.

அக்ஷயன் வீராவை மௌனமாகப் பின்தொடர்ந்தான். காற்று அடர்ந்த இலைகளின் ஊடே கொஞ்சு மொழி பேசியது. குயில்கள் லாவணி பாடிக் கொண்டிருந்தன. அந்த ஓசைகளையும், குதிரைகளின் குளம்படி ஒலிகளையும் தவிர அந்த இடம் அமைதியாக இருந்தது.

திடீரென்று அந்த அமைதியைக் குலைக்கும் விதமாகப் பெண்களின் கூக்குரல் காதில் கேட்டது. காற்றில் விரைந்து வந்த பெண்களின் குரல் அபயம் கேட்பது போல இருந்தது. வீரா குதிரையைவிட்டுக் கீழே குதித்தான். கூக்குரல் வந்த திசை நோக்கி ஓடினான். வீரத்தையும், சாகசத்தையும் வெளிக்காட்டும் வாய்ப்புகள் இன்றி அவன் இருந்தாலும், வீராவிற்குள் ஒளிந்து கிடந்த வீரன் விழித்து எழுந்தான். குதிரையிலிருந்து லாகவமாகக் குதித்து நின்றதே

அதற்குச் சாட்சி. தாழ்ந்து நீண்டிருந்த கிளைகள் அவன் முகத்தை உரசின. அவன் நிற்காமல் மேலே சென்றான். கைகால்களில் ஏற்பட்ட சிராய்ப்புகளைப் பிறகு கவனித்துக் கொள்ளலாம் என்று முன்னேறினான். நாலே நாலு தாவலில் ஓசை வந்த இடத்தை அடைந்துவிட்டான். அது ஓர் அமைதியான கோயில் குளம். கோயில் கோபுரங்களில் ஒன்று சிதிலமடைந்து இருந்தது. குளத்தில் காலைக் கதிரவனை வரவேற்பது போலத் தாமரைக் கொடிகள் பூத்திருந்தன. இரவு வரை காத்திருக்க வேண்டுமே என்ற வருத்தத்தில் அல்லி மலர்கள் முகம் வாடிக் கூம்பியிருந்தன.

அருகில் செல்லச் செல்ல வார்த்தைகள் தெளிவாகவும், ஸ்பஷ்டமாகவும், கேட்டன. 'முதலை.. இளவரசி' என்ற வார்த்தைகள் மட்டுமே வீராவின் மனதில் பதிந்தன. இதுதான் நடந்திருக்கும் என்பதை யூகிக்க அவனுக்கு ஒரு நொடி போதுமானதாக இருந்தது. நடுக்குளத்தில் இரண்டு கரங்கள் நீரில் வெளிவருவதும் மறைவதுமாக ஜாலம் காட்டின. அந்தக் கரங்கள் நீரில் படபட வென்று அடித்துக் கொண்டதால் சிற்றலைகள் வட்ட வட்டமாகக் குளத்தில் எழும்பின.

அந்தக் கரங்கள் அசைந்ததால் உள்ளே நீரில் மூழ்கிக் கொண்டிருப்பவருக்கு உயிர் இருப்பதை உறுதி செய்தது. குளத்தை நோக்கி வேகமாக ஓடியவன் ஒரே தாவலாகத் தாவிக் குளத்தில் குதித்தான். ஒரு மீனைப் போல நீச்சல் அடித்து வெளியில் நீட்டிக் கொண்டிருந்த கரங்களைப் பற்றினான். அந்தக் கரங்கள் மென்மையாகவும், மிருதுவாகவும் இருந்தன. அவன் ஆற்றலுடன் அந்த உருவத்தைப் பற்றியிழுத்ததும் அந்த உருவம் துள்ளியது. இவன் கொடுத்த விசை போதவில்லையோ என்னவோ அந்த உருவத்தை அதன் அபாயத்திலிருந்து விடுவிக்க முடியவில்லை.

அவளுடைய அக்குளில் தனது கையைக் கொடுத்துத் தூக்கினான். அவளுடைய மெல்லிய இளமுலைகள் அவன் கரங்களில் பட்டது. அவன் அவளைப் பற்றி இழுக்க முயன்று தோற்றான். வேறு ஏதோ ஒரு கொடிய பிடியில் அவள்மாட்டிக் கொண்டிருப்பதைப் போலத் தோன்றியது. அது ஒரு முதலை என்றால் அதனை எந்த ஆயுதத்தைக் கொண்டு தாக்குவது என்று யோசித்தவன் தான் எப்போதும் இடுப்பில் தற்காப்பிற்குச் செருகி வைத்திருக்கும் சிறிய குறுவாளை எடுத்தான். நீரினுள் மூழ்கினான். குறடு போல அவள் கால்களைக் கௌவிக் கொண்டிருந்த பகுதியைப் பற்றினான்.

அது முதலை இல்லை. நீர்க் கொடிகள் சுற்றிக் கொண்டிருந்தன. அவள் நீராடிக் கொண்டிருந்த போது கால்கள் நீருக்கடியில் உள்ள

கொடியில் சுற்றிக் கொண்டிருக்கும். முதலை என்று எண்ணி அச்சத்தில் அலறியபடி கால்களை உதறியிருப்பாள். கொடி மேலும் இறுக்கமாகச் சுற்றிக் கொண்டிருக்கும். ஒரு முதலையிடம்மாட்டிக் கொள்வதைவிட இது போன்று நீர்க் கொடிகளிடம் சிக்கிக் கொள்வது அதிக ஆபத்து நிறைந்தது. வீரா யோசித்தான். அவனுடைய நுரையீரல் சுவாசிக்க இயலாமல் வெடித்து விடுவது போல் விம்மியது. கரையில் அலறிக் கொண்டிருந்த பெண்களின் கூச்சல் காதைத் துளைத்தது. அவன் நீருக்கு வெளியில் தலையைத் தூக்கிப் பார்த்தான். அந்தப் பெண்ணின் கக்கத்தில் தனது தோள்களைக் கொடுத்து அவளை பலம் கொண்ட மட்டும் பிடித்து இழுத்தான். ஆனால் அந்தக் கொடிகள் அவளை விடுவதாக இல்லை.

பலமாக நீரை அடித்துக் கொண்டிருந்த அவளுடைய கரங்கள் செயல் இழந்தன. தொய்ந்து விழுந்தன. வீரா வேகமாகச் செயல்பட்டான். இடுப்புக் கச்சையில் செருகி வைத்திருந்த உறையிலிருந்து ஒரு கத்தியை எடுத்தான். மீண்டும் நீரில் மூழ்கினான். குளத்தில் இருந்த பாசி நீருக்குள் கதிரவன் ஒளியைத் தடுத்தது. நீரின் அடியில் இருட்டாக இருந்தது. கண்களைவிட ஸ்பரிசத்தின் மூலமே அவன் அந்தக் கொடிகளை அடையாளம் காண வேண்டியிருந்தது. இடது கையினால் கொடிகளை வெட்டிக் களைந்தான். நீரின் அழுத்தத்தால் அவன் எத்தனை ஆற்றலுடன் வெட்டினாலும் வீச்சு வேகமாக இல்லை.

ஆயிற்று இன்னும் ஒரே ஒரு கொடியை வெட்டிவிட்டால் போதும். ஆனால் அது ஏதோ பிரம்மப் பிரயத்தனம் போலிருந்தது. வீரா நீருக்கு மேலே வந்து ஒரு முறை இழுத்து சுவாசிக்க வேண்டும் போல இருந்தது. அதற்கு வாய்ப்பில்லை. அந்தப் பெண் மயங்கியிருக்க வேண்டும். அவளிடம் எவ்வித அசைவையும் காணவில்லை. பலம் கொண்ட மட்டும் கடைசிக் கொடியை வெட்டிவிட்டு அவளை விடுவித்தான். அவன் கரங்கள் சோர்ந்து போயிருந்தன. அவன் பிடியிலிருந்த அவள் நழுவி மடுவின் தரையை நோக்கிப் பயணித்தாள். அவன் விரைந்து அவள் பின் சென்று ஒருமுறை மூச்சை நன்றாக உள்ளே இழுத்து அவளைப் பற்றினான்.

இப்போது கரையில் இருந்த பெண்களிடமிருந்து ஒரு நிம்மதிக் கூப்பாடு எழுந்தது. அவன் கரையை நோக்கி இருபது கெஜ தூரமாவது அந்தப் பெண்ணின் மயங்கிச் சரிந்த உடலுடன் நீந்தி வர வேண்டியிருந்தது. கரை நெருங்க நெருங்க ஆழமில்லாத பகுதியில் ஒரு குடிகாரனைப் போலக் கால்களை ஊன்றித் தள்ளாடித் தள்ளாடி

விரைந்து சென்றான். கூடியிருந்த பெண்கள் விரைவாக அவனருகில் வந்து முதலில் அந்தப் பெண்ணைப் பற்றிக் கொண்டார்கள். தனித்து விடப்பட்ட வீராவை அக்ஷயன் பிடித்துக் கரைக்கு இழுத்தான். கரையில் சரிந்து விழுந்த வீரா வேக வேகமாக மூச்சுவிட்டான். அக்ஷயன் அந்தப் பெண்ணைத் திரும்பிக்கூடப் பாராமல் வீராவின் மீதே கவனமாக இருந்தான். அவனுடைய முன்னுரிமை எவருக்கு என்பது இதில் தெளிவானது.

நாடியின் வேகம் கட்டுக்குள் வருவதற்கு ஒரு சில நாழிகை ஆயிற்று. அவன் சுவாசத்திற்குத் தவித்துக் கொண்டிருந்த வேளையில் தனது முயற்சிக்குப் பலன் கிடைத்துள்ளதா என்பதை அறியப் பின்புறம் தலையைத் திருப்பிப் பார்த்தான். மனம் சமாதானமாயிற்று. அந்தப் பெண் அசையத் தொடங்கினாள். அவள் உடல் நடுங்கிக் கொண்டிருந்தது. அவளைக் குளக்கரையின் படிக்கட்டுக் கற்களில் நீட்டிப் படுக்க வைத்திருந்தனர். அவளுடைய உள்ளங்கைகளையும் உள்ளங்கால்களையும் சூடு பறக்கத் தேய்த்துவிட்டனர். அக்கம் பக்கம் சுற்றிப் பார்த்துவிட்டு அவள் மார்பை பலம் கொண்டு அழுத்தினர். அவள் குளத்தில் உட்கொண்ட நீர் அவள் வாய் வழியாக ஓர் ஊற்றுக் கிளம்புவது போல வெளியேறியது

அவன் முயன்றும் கூட அவன் பார்வை அவள் மீதுதான் சென்றது. மற்றவர்கள் அவள் உடலை அழுத்தி சிகிச்சை அளித்துக் கொண்டிருந்தனரே தவிர ஆடையைச் சீர் செய்ய வேண்டும் என்று அக்கறை எடுத்துக் கொண்டதாகத் தெரியவில்லை. தந்தத்தைக் கடைந்து செய்தது போலிருந்த இரண்டு கால்களும் அவன் பார்வையில் பட்டது. அவள் வயிறு பாதி மூடியும் பாதி மூடாமலும் இருந்தது. அவளுடைய நாபிச் சுழி மிக ஆழமாக அவள் மூச்சு விடுவதற்கு ஏற்ப ஏறி இறங்கியது. இறுதியாக அவள் முகத்தை ஏறிட்டான். சில நிமிடங்களுக்கு முன்பு வலியையும் வேதனையையும் ஒருசேர அனுபவித்த அவள் முகம் இப்போது அழகுடன் ஜொலித்தது. அவன் இதயத்தின் இருட்டு மூலைகளில் என்றோ தேக்கி வைக்கப்பட்டிருந்த ஒரு பெயர் நாக்கு வரை வராமல் இம்சித்தது.

ஆர்வம் அவனை எழவைத்தது. அக்ஷயனின் அறிவுரைகளைக் காதில் வாங்கிக் கொள்ளாமல் தடுமாறி எழுந்த அவன் அவளை முழுமையாகப் பார்த்தான்.

கூந்தல் சிக்குப் பிடித்துப் பாசியால் மூடப்பட்டிருந்தது. ஆதவனின் கதிர்களை எதிர் கொள்ளும் திறனற்று அவள் முகம் சிவந்திருந்தது.

நீரில் நனைந்த உடல் ஆதவனின் கிரணங்கள் பட்டு மின்னிக் கொண்டிருந்தது. அத்தனை அழகு அவள்.

அங்கிருந்த பெண்களில் ஒருத்தி அவன் உடலைத் துவட்டிக் கொள்ள ஓர் உத்தரியத்தை நீட்டினாள். அவன் முகத்தை ஏறெடுத்துப் பார்க்கக்கூட முடியாமல் வெட்கம் அவளை விழுங்கிக் கொண்டிருந்தது. அந்த உத்தரியம் அந்தப் பெண் உபயோகப் படுத்தும் உத்தரியமாக இருக்கும். அவ்வளவு மிருதுவாக இருந்தது. முகத்தைத் துடைத்துக் கொள்ளும் போது மல்லிகை மலர்களின் மயக்கும் மணம் நாசித் துவாரங்களில் நுழைந்து அவனைப் பரவசப்படுத்தியது. குதிரையில் விரைந்து செல்லும் போது அவன் பிடரி முடி சிங்கத்தின் முடியைப் போலத் தோற்றமளிக்கும். இப்போது பாசிக் குளத்தில் குதித்து மீண்டதால் முள்ளம்பன்றியின் முட்களைப் போலத் தனித் தனியாகத் தெரிந்தது.

அந்தப் பெண்ணின் கடைவாயிலிருந்து நீர் வழிவது நின்றது. அவளுடைய தோழியர்கள் அவளது முதுகில் தங்கள் கரங்களை முட்டுக் கொடுத்து அவளை எழுப்பி உட்கார வைத்தனர். வீரா அவள் அருகில் இருக்க விரும்பினான். அவளது தோழியர்கள் அவள் காலில் சிக்கிக் கொண்டிருந்த கொடிகளை அகற்றாமல் அப்படியே விட்டிருந்தனர். பசும் பாசக்கயிறு போலச் சுற்றிக் கிடந்த அந்தக் கொடிகளை அவள் வெறுப்புடன் பார்த்தாள்.

வீரா அவள் கால்களில் சுற்றியிருந்த கொடியை வெட்டி அவள் கையில் கொடுத்து, ‘இந்தாருங்கள் உங்களைக் கௌவிய முதலை’ என்றான்.

அந்தப் பெண்களிடமிருந்து சிரிப்புப் பொங்கி வந்தது. அவள் பலவீனமாகச் சிரித்தாள். ஆண்டவனை நெருங்கிச் சென்ற நிமிடங்களை நினைத்துக் கொண்டாள். அவள் பாவங்களில் சாந்தம் ஏற்பட்டதும் வீராவிற்கு மீண்டும் அவளை வேறு எங்கோ பார்த்த ஞாபகம் ஏற்பட்டது.

அவர்களைப் பார்த்தால் பாண்டிய தேசத்துப் பெண்டிரைப் போலத் தோற்றம் கொண்டிருக்கவில்லை. பாண்டிய தேசத்துப் பெண்கள் இன்னும் கொஞ்சம் கருமை நிறம் உடையவர்கள். இருப்பினும் அவளைப் பார்த்தால் அரச வம்சத்தைச் சேர்ந்தவளைப் போலவே தெரிந்தது. அரச குடும்பத்தைச் சேர்ந்தவர்கள் இது போன்ற சேடியர் குழாத்துடன் எப்போதாவது வெளியில் செல்வது வழக்கம். சேடிப்பெண்களைத் தேர்வு செய்யும் போது கவனமாக அரசகுலப் பெண்ணைவிட அழகுடையவளாக இராமல் பார்த்துத் தேர்வு

செய்வார்கள். இருப்பினும் உடன் இருந்தவர்களும் அழகில் குறைந்தவர்களாகத் தோன்றவில்லை.

மௌனம் ஊர்ந்து கொண்டிருந்தது. அந்த சேடியர் தங்கள் தலைவியிடம் ஏதோ இரகசியம் கூற அந்தத் தலைவி அவன் இருந்த திசை நோக்கித் திரும்பினாள்.

‘எங்கள் தலைவி தன்னைக் காப்பாற்றியவர் யார் எனத் தெரிந்து கொள்ளப் பிரியப்படுகிறார்’ என்றனர்.

வீராவிற்கு அது விந்தையாக இருந்தது. அரசகுலப் பெண்கள் அந்நிய ஆடவர் குறித்து, அவர்கள் தங்கள் உயிர் காக்கும் சேவை செய்தவர்களாக இருப்பினும், அக்கறை செலுத்துவதே கிடையாது. இவள் என்னடாவென்றால் ஊர் பெயர் ஜாதகம் எல்லாம் கேட்பாள் போலிருக்கிறது. வீரா அவளிடம் குறும்பு செய்ய எண்ணினான்.

‘நீரில் மூழ்கும் பெண்களைக் காப்பாற்றும் தருணங்களைத் தவிர மற்ற தருணங்களில் என்ன செய்கிறேன் என்று கேட்கிறாளா உங்கள் தலைவி?’ என்று குறும்பாகக் கேட்டான்.

அந்தப் பெண் அவர்களிடம் ஏதோ முணுமுணுக்கவே அவர்கள் அமைதியானார்கள். அவனுக்கு மரியாதை வேண்டியிருந்தது. அவள் புரிந்து கொண்டாள். மேலும் அவளிடம் கேட்கும் கேள்விகளுக்குச் சேடியர் விடையளிப்பதை அவன் விரும்பவில்லை.

‘என் உயிர் காத்த தோழனின் பெயரை நான் தெரிந்து கொள்ளலாமா?’ என்று அவள் மெல்லிய குரலில் கேட்டாள். அவளது முயற்சி இருமலில் கொண்டுவிட்டது.

அவளது இருமல் அடங்குவதற்குள் அவன் அவளைப் பற்றிய நினைவுகளைக் கொண்டுவர முயன்றான். ‘அவள் பேசும் முறை, அவளது குரல், அவளது பாவங்கள் அவளை மிக நெருங்கிய வளாகக் காட்டுகிறதே யாராக இருப்பாள்?’ அவளது அடையாளம் அவனை அலைக்கழித்தது.

அவளிடம் தனது அரச அடையாளத்தைக் கூற அவன் விரும்பவில்லை. இன்னும் சிறிது நேரத்திற்காவது தான் யார் என்பதைக் காட்டிக் கொள்ளக் கூடாது.

‘மற்றவர்கள் என்னை வீரா என்று அழைப்பார்கள்’ என்றான். அவள் கண்களை நேருக்கு நேராகப் பார்த்தான்.

அவன் பெயரைக் கேட்டதும் அவள் முகத்தில் மின்னல் ஒன்று மின்னியது. அவள் உதடுகள் முணுமுணுத்தன. அவள் தனது

பெயரை உச்சரிக்காமல் 'இளவரசன்' என்று முணுமுணுப்பதை அவன் தெரிந்து கொண்டான். அவளுக்குத் தான் யார் என்று தெரிந்திருக்கிறது. ஆனால் அவள் யார் என்று அவனுக்குத் தெரியவில்லை.

அவள் எழுந்தாள். கிளம்புவதற்கு ஆயத்தமானாள். தன்னைக் காப்பாற்றியவனுடன் உரையாட அவள் விரும்பவில்லை என்பது தெரிந்தது. அவள் கிளம்புகிறாள் என்றதும் அவன் நா வறண்டு போனது.

அவன் அவசரமாக அவளிடம், 'நான் இந்த மங்கையின் பெயரை அறிந்து கொள்ளலாமா?' என்று கேட்டான்.

மற்ற பெண்கள் அவளிடம் சம்மதம் பெறுவது போல நின்றனர். இம்முறை அவள் கொஞ்சம் அடக்கத்துடன் பதில் அளித்தாள்.

'மாட்சிமை பொருந்தியவர்க்கு நான் யார் என்பது தெரியும். கடந்த காலங்களைக் கொஞ்சம் மீண்டும் ஒருமுறை நினைவில் கொண்டு வந்தால் போதும். அவருடைய பெருந்தன்மையான இந்தச் செயலை எண்ணும் போது எனக்கென்னவோ அவர் முன்பு தான் செய்த செய்கைக்குப் பரிகாரம் தேடிக் கொள்பவரைப் போலத்தான் தெரிகிறது' என்றாள்.

அவள் வார்த்தைகளில் தெளிவான நுட்பம் ஒன்று இழையோடியது. நுட்பமான புரிதல் ஒன்று இருந்தது.

'எந்தப் பெண்? எந்தச் செயல்?' அவன் வியந்தான். அவள் அவனைப் பார்த்துக் குறும்புடன் சிரித்தாள்.

அவன் முன்னாள் நிற்பவள் பேரழகி. அவனுடைய வாழ்வில் இதற்கு முன்பு எப்போதோ குறுக்கிட்டிருக்கிறாள். இருப்பினும் அவனுக்கு அவளைத் தெரியவில்லை. இப்பொழுது பிடி அவள் கையில். அவளுக்கு அவன் யார் என்று தெரியும்; ஆனால் அவனுக்கு அவள் யார் என்று தெரியவில்லை. அவனை ஆச்சரியத்தில் ஆழ்த்தி விட்டுவிட்டு அவள் கிளம்பினாள்.

'உங்கள் உத்தரவைப் பெறுகிறேன் மாட்சிமிகு யுவராஜா. நமது கணக்கு இன்றோடு தீர்ந்தது' என்று கூறிவிட்டுக் கிளம்பினாள். அவள் உச்சரிப்பு மட்டைக்கு இரண்டு கீற்றாக இருந்தது. ஓர் அழுத்தம், தெளிவு இரண்டும் கொண்ட உச்சரிப்பு அது.

வீரா எண்ணியதைவிடச் செயல்கள் வேகமாக நகரத் தொடங்கின. தொண்டையில் சிக்கிக் கொண்ட வார்த்தைகளைக் கொண்டு வர

அவன் திணறினான். பேச்சையிழந்து அவன் நின்ற போது அவள் அவனைக் கடந்து சென்றாள்.

இருவருக்கும் ஒருவரை ஒருவர் தெரிந்திருக்கிறது. அதில் சந்தேகமில்லை. அவன் அதுகாறும் தனது மூளையை வருத்தி அவள் யார் என்பதை அறியத் தவித்துக் கொண்டிருந்தான். அவள் வார்த்தைகளின் ஆழம் எவ்வளவு என்பது அவனுக்கு விளங்கவில்லை. அவள் முப்பது நாற்பது கெஜம் சென்றதும் ஓய்வெடுப்பவள் போல நின்றாள். உடன் சென்ற பரிவாரமும் நின்றது. அவள் அடி எடுத்து வைப்பதில் தடுமாறினாள். சிந்தையில் குழப்பம் உள்ளவள் போலத் தோன்றினாள். அவன் புருவம் வில்லென வளைந்தது. அவள் திரும்பினாள்.

ஓர் அரசகுலப் பெண்களுக்கு சற்றும் பொருந்தாத அசைவுகளுடன் மெதுவாக வாய் திறந்தாள். அவன் செவிகளுக்கு மட்டும் அவள் மௌனமாக முணுமுணுத்தது கேட்டது.

அவனுக்குச் சட்டென்று எல்லாம் நினைவிற்கு வந்தது. அவள் சுனந்தா; சுந்தரத்தின் மாமன் மகள். அவன் தலையில் அடித்துக் கொண்டான்.

'ச்சே! இது முன்பே தோன்றாமல் போனதே. அந்த வாயாடிச் சிறுமியா இப்போது எதிரில் எழில் மிகு நங்கையாக நிற்பது?'

முன்பொருமுறை அவன் அவளைக் குளத்து நீரில் அமிழ்த்தியதைத்தான் அவள் அப்படிக் கூறியிருக்கிறாள். அந்தச் சம்பவம் நடந்து ஏழு வருடங்களாகிவிட்டன. பழைய நினைவுகள் அவனிடம் ஒரு சிலிர்ப்பை ஏற்படுத்தின. நீரில் அமிழ்த்தப்பட்டதை அவள் இன்னும் மறக்கவில்லை. அவள் சீற்றம் தணியாமல் இருப்பதை எண்ணி வியந்தான்.

அவர்கள் திரும்பிய போது வீரா முற்றிலும் வேறுபட்டவனாக, சற்று மாற்றுக் குறைந்தவனாகத் தோற்றமளித்தான். சொட்டச் சொட்ட நனைந்திருந்தான்.

அக்ஷயன் லேசாகச் செருமினான். தனது எதிர்ப்பை அவனுக்கு வெளிப்படுத்த வேறு வழி தெரியவில்லை. மோகம் தன் நண்பனின் கண்களை மறைக்கிறது என்பது அவனுக்கு நன்கு விளங்கியது. தான் கூறும் புத்திமதிகள் செவிடன் காதில் சங்கு என்று அவனுக்குத் தெரியும். வீராவைச் சிறிது கூட அசைக்க முடியாது. அந்த அளவிற்கு சுனந்தா அவன் தலையில் ஏறி அமர்ந்திருக்கிறாள். அவள் தன்னை அடையாளம் கண்டு கொண்டதை அவன் பெருமை பொங்கப் பீற்றிக் கொண்டான். அவள் அந்தப் பழைய சண்டைக்கார, பேன் குடியிருக்கும் கூந்தலை உடைய பெண் இல்லை. அவளைத் தவளை

என்று வேடிக்கைப் பெயர் சூட்டி அழைத்தது நினைவிற்கு வந்தது. ஏதற்காக அப்படி ஒரு பெயரைச் சூட்டினான்? இந்த எழில் உருவைக் கண்ட பின்பு அவளுடைய பழைய முகம் சிறிதும் நினைவில் எழவில்லை.

அக்ஷயன் மௌனத்தைத் தொடர்ந்தான். இப்போது பேசிப் பயனில்லை என்று அக்ஷயனுக்குத் தெரியும். வீரா காதல் என்ற வலையில் அகப்பட்டுக் கொண்டிருக்கிறான். அதுதான் அவனை அலைக்கழிக்கிறது. அரசகுலப் பெண்களின் தந்திரங்கள் பற்றிய அறிவு அவனுக்கு ஏற்கெனவே இருக்கிறது. இந்தப் பெண் பாண்டியநாட்டு முத்துமணி மகுடத்தைக் காட்டிக் காட்டியே ஊட்டி வளர்க்கப்பட்டவளாக இருக்க வேண்டும். அவன் உதடுகளில் பூகம்பம் வந்தது போல ஒரு நடுக்கம் ஏற்பட்டது.

‘ஒரு பெண்ணின் வாயிலிருந்து வரும் வார்த்தைகள் மீது நாம் விழிப்புடன் இருக்க வேண்டும். சுடுசொற்கள் காயப்படுத்தும் என்றால் பெண்ணின் அமுத மொழி ஒருவனை வீழ்த்திவிடும்.’ அக்ஷயன் எதிர்ப்பைக் காட்டுவது இப்படித்தான்.

அக்ஷயன் மறைமுகமாக எச்சரித்தான். சுந்தரனின் எல்லைக்குள் வீரா காலடி எடுத்து வைப்பதால் நேரிடும் இன்னல்களை விவரிக்கும் எச்சரிக்கை.

வீரா மௌனமாக இருந்தான். மறந்திருந்த தாய்த்திருநாட்டை நினைவுபடுத்தும் எச்சரிக்கையா இது? அல்லது தன் வாழ்வின் முக்கிய நிகழ்ச்சி அது என்பதைச் சுட்டிக் காட்டும் எச்சரிக்கையா? அல்லது இன்று நடந்த நிகழ்ச்சி இனி என் வாழ்நாளில் இடம் பெறப்போகும் அனைத்து நிகழ்வுகளுக்கும் மூல காரணமாக அமையப் போவதைக் கூறாமல் கூறும் எச்சரிக்கையா? அவள் உயிரைக் காப்பாற்றி தன் உயிரை இழந்துவிட்டான். சிறு வயதில் அவர்கள் நடுவில் தோன்றிய பூசல்களை அவள் வெகுவாக மறந்துவிட்டதாகவே தோன்றியது. இருந்த போதிலும் அவன் மனம் நம்பிக்கையற்று சிந்தித்தது.

சிறுவயதில் என்னை யாராவது தவளை என்று கேலிப்பெயர் வைத்துக் கூப்பிட்டிருந்தால் நான் அவர்களை மறக்கவும் மாட்டேன், மன்னிக்கவும்மாட்டேன்.

*

ஒரு வாரத்திற்குள் அவளை மீண்டும் சந்திக்கும் வாய்ப்பு அவனுக்குக் கிட்டியது. ஆண்டு தோறும் நடைபெறும்

உற்சவத்திற்காக மீனாட்சியம்மன் கோயில் தென்னை, பனை, வாழைத் தோரணங்களால் அலங்கரிக்கப்பட்டிருந்தது. மதுரை மாநகரமே விழாக்கோலம் பூண்டிருந்தது. மன்னர்கள் ராஜ சபையினர் உற்சவத்தில் கலந்து கொள்ளக் கோயிலுக்குச் சென்ற போது கோயில் பட்டர்கள் வேத கோஷங்கள் முழங்க அவர்களைக் கோயிலுக்குள் பூரணக் கும்ப மரியாதையுடன் வரவேற்றனர்.

அரண்மனைப் பெண்டிர் உள்ளே நுழைந்ததும் பேரமைதி நிலவியது. கூரையிலிருந்து வந்த சூரியக் கதிர் பட்டு அவர்கள் தங்கச் சரிகை மேலாடைகள் மின்னின. அவர்களைத் தொடர்ந்த பரிவாரங்கள் பூஜைக்குத் தேவையான பொருள்களைச் சுமந்து வந்தன. பெண்கள் ஓலைத் தட்டுகளில் பூ, பழம் போன்றவற்றைத் தோள் மீது தாங்கியபடி வந்தனர். இவர்களின் பின்னால் இருந்து நாகஸ்வரக் கலைஞர்கள் மேளங்கள் முழங்க தாளம் லயம் பிசகாமல் தங்கள் இசைக்கருவியை வாசித்தபடி வந்தனர். அதன் பின்னர் முத்துக்களால் அலங்கரிக்கப்பட்ட பல்லக்கு ஒன்று வந்தது. பல்லக்கில் அரசியார் வந்திருப்பதை அனைவரும் அறிந்து கொண்டனர். பல்லக்குச் சந்நிதானம் முன்பு இறக்கப்பட்டது. அரசியார் அதிலிருந்து கீழே இறங்கினார். பல்லக்கில் இறங்கிய இன்னொரு பெண் சுனந்தா. அவள் காஞ்சிபுரத்தில் நெய்யப்பட்ட பட்டுச் சேலை அணிந்திருந்தாள். அதன் சரிகை தங்கத்தாலும் வெள்ளி இழைகளாலும் செய்யப்பட்டிருந்தது.

வீரா சிந்தித்தான். பறவை அனுகூல வானில் பறக்கிறது. அங்கிருந்த பெண்கள் அனைவரும் மஞ்சள் நிற உடல் வண்ணமும் பச்சை நிறத்தில் முந்தானையும் கொண்ட சேலைகளை அணிந்திருந்தனர். வயதான பெண்கள் சேலையும், இளவட்டப் பெண்கள் அதே நிறத்தில் பாவாடையும் ரவிக்கையும் அணிந்திருந்தனர்.

சுனந்தா அவர்களிலிருந்து வேறுபட்டுத் தோன்றினாள். அன்று அவளுடைய பாசி படர்ந்த கூந்தலை எண்ணிப் பார்த்தான். இன்று அவள் கார்மேகக் கூந்தல் அருவி போல இடுப்பைத் தாண்டிச் சென்றது. பிரகாரத்தில் ஏற்றி வைக்கப்பட்டிருந்த ஆயிரக்கணக்கான விளக்குகளின் சுடர்களில் அவள் அணிந்திருந்த வைரத் தோடுகள் மின்னிக் கொண்டிருந்தன.

அவளைப் பார்க்கக்கூடாது என்ற வைராக்கியத்தை அவன் மெல்ல மெல்ல இழந்து கொண்டிருந்தான். மிக நேர்த்தியான ஆடை ஒன்றைக் கண்ணைக் கவரும் வண்ணம் உடுத்திக் கொண்டிருந்தாள். அந்தக் கோயிலில் அவளைவிடப் பேரழகி எவரும்

தென்படவில்லை. அவளைச் சுற்றி எப்போதும் ஒரு மின்னல் ஓடிக் கொண்டிருந்தது போலிருந்தது. ஒளி மின்னல். செம்மாங்கனிகளைப் போன்ற அவளது வனமுலைகளின் மீது பார்வை விழுவதும் விலகுவதுமாக ஒரு கண்ணாமூச்சி நிகழ்ந்து கொண்டிருந்தது. ஓர் ஆலயத்திற்குள் தோன்ற வேண்டிய புனிதமான சிந்தனைகள் எதுவும் எழவில்லை. என்ன மனம் இது?

வீரா இரண்டாவது வரிசையைத் தேர்ந்தெடுத்து நின்றான். அரச வழக்கத்தின் வரிசைப்படி அரசியார் மன்னருக்கு எதிரிலும் சுனந்தா சற்று இடைவெளிவிட்டும் வெளியிடங்களில் அமர்வது வழக்கம். வீரா சுனந்தாவிற்கு எதிரில் இருக்கும்படி ஓர் இடத்தில் அமர்ந்து கொண்டான். அங்கிருந்து அவனால் அவளை எளிதில் பார்க்க இயலும் என்றாலும் அவளால் அவனைப் பார்க்க இயலாது. மேலும் அவன் முன்னால் அமர்ந்திருந்த நபர்கள் தலையில் அணிந்திருந்த ஆடம்பரமான தலைப் பாகைகள் அவனை முற்றிலும் அவள் பார்வையிலிருந்து மறைத்தனர்.

அவள் கண்கள் அங்கும் இங்கும் அலை பாய்ந்தன. அவனுடைய கர்வம் அவள் தன்னைத்தான் தேடுவதாக எண்ணிப் பெருமை யடைந்தது. அவளால் நிச்சயம் பார்க்க இயலாது. ஆலயத்தில் பிரசாதம் வழங்கும் போது கண்டிப்பாக எழுந்து கொள்ள வேண்டியிருக்கும். அப்போது அவள் முதன் முதலில் அவனைப் பார்க்கும் போது அதில் ஒரு நாடகத்தன்மையின் சுவை மிகுந்திருக்கும்.

புரோகிதர்கள் நடு மண்டபத்தில் யாகங்களைப் புரியத் தொடங்கினர். யாக நெருப்பின் இடப்புறம் கர்த்தாவும் வலப்புறம் கர்த்தாவின் சகதர்மணியும் அமர்வது வழக்கம். புரோகிதர் மரக்கரண்டியால் நெய்யை வார்த்ததால் எழுந்த புகையின் நறுமணத்தால் மண்டபம் நிரம்பியிருந்தது. ஒரு பெரிய மூங்கில் தட்டில் பழங்கள், பூக்கள், வெற்றிலை தாம்பூலம் இவற்றுடன் யாகப் பொருள்கள் வைத்துக் கட்டப்பட்ட ஒரு பட்டுக் கிழியை யாக நெருப்பில் இட்டார். திடீரென்று அத்தனை பொருள்கள் விழுந்ததும் நெருப்பு மேல் எழுந்து அந்த யாகப் பொருள்களை வாங்கிக் கொண்டது. அக்னி பகவான் மூலமே ஆகுதியில் இடப்படும் பொருள்கள் உரிய தெய்வங்களைச் சென்றடைவதாக வேதியர்களின் நம்பினர். பிறகு ஒரு தங்க நாணயம் அந்த ஆகுதி நெருப்பில் போடப்பட்டது. அந்தத் தங்கக்காசும் தேவர்களைச் சென்றடையுமா இல்லை, மாலைவேளை புரோகிதர்

யாககுண்டத்திலிருந்து அந்தத் தங்கக்காசை எடுத்துக் கொள்வாரா என்று வீராவுக்குச் சந்தேகம் ஏற்பட்டது.

சமயச் சடங்குகளின் படி ஒவ்வொரு அரச குடும்பத்தினரும் அழைக்கப்பட்டு அவர்களுக்குப் பிரசாதம் வழங்கப்பட்டது. குலசேகரரின் பெயர் முதலில் அழைக்கப்பட்டுப் பிரசாதம் வழங்கப்பட்டது. அடுத்தடுத்து ஒவ்வொருவராகக் கோயில் மரியாதையைப் பெற்றுக் கொண்டனர். கோயில் புரோகிதர் எவருக்கு மரியாதை செய்ய வேண்டுமோ அவர் தலையில் தங்கச் சரிகை போட்ட பட்டுத் துணியைப் பாகை போலச் சுற்றிவிட்டு, கழுத்தில் பூச்சரம் ஒன்றைப் போட்டு, அவர் கைகளில் திருநீறு, எலுமிச்சைப்பழம் ஒன்று, சிறிது மலர்கள் ஆகியவற்றைக் கொடுப்பார். வீராவின் பெயர் மன்னருக்கு அடுத்ததாக வாசிக்கப்பட்டது. அவன் எழுந்து பணிவுடன் நடந்து வழியில் உள்ள எவருக்கும் தொந்தரவின்றிச் சென்றான்.

அவனுடைய பெயர் சுனந்தாவின் செவிகளில் வெள்ளிமணியின் ஓசையென ஒலித்தது. அவன் இரண்டாவது வரிசையிலிருந்து எழுந்திருப்பதைக் கண்டாள். மகனைக் கண்ட மன்னரின் முகத்தில் பெருமிதம் வழிந்தது. அரசியார் விழி தாழ்ந்திருந்தது. சுனந்தாவின் பின்னால் இருந்த பெண்களில் ஓரிருவர் பெருமூச்சுவிட்டனர்.

அனைவரது பார்வையும் இளவரசன் மீதுதான் படிந்திருந்தது. சுந்தரனைப் போல அவன் தலையில் யுவராஜனுக்குரிய மகுடம் அணிந்திருக்கவில்லை. ஆனால் அது அவனுக்கு வேண்டியிருக்க வில்லை. முன்பிருந்த சிறுவனின் நடை எங்கே சென்றது என்று தெரியவில்லை. வீறு கொண்ட சிங்க நடைதான் இப்போது. தன்னைக் கடந்து செல்லும் போது அவனது ஓரப்பார்வை தன் மீது படாதா என்று சுனந்தா ஏங்கினாள்.

இல்லை, அவன் அவளைப் பார்க்கவில்லை. அவன் பார்வை இலக்கை நோக்கிக் குறியிட்டு நின்ற வேல்கம்பின் நுனியைப் போல நேராக இருந்தது. ஆனால் அவளைக் கடக்கும் போது உதடுகளில் நெளிந்த புன்னகையை அவனால் தடுக்க முடியவில்லை. திரும்பும் போது அவன் பார்வை அவள் பார்வையுடன் மோதியது. இப்போது சுனந்தாவின் முறை. அவள் பார்வை கூர் வேலென அவனைத் துளைத்தது. அவள் பார்வை அவனுள் புகுந்து சென்றதால் தான் உருவமற்ற வெளியாகி நின்றுவிட்டதைப் போலானான்.

மங்கல நிகழ்ச்சி முடிந்ததும் அரச சபையினரில் பலரும் கிளம்பிச் சென்றுவிட்டனர். எஞ்சியிருந்தது அரச குடும்பத்தினரும், அவர்தம் உறவினரும், நண்பர்களும் மட்டுமே. சுனந்தாவின் தோற்றம்

அவனை அலைக்கழித்தது. அவளது சிரிப்பு அவனது கவனத்தைக் கலைத்தது. அவனது பார்வை அவனிடம் நில்லாமல் அவள் பின்னால் சுற்றியது. அவள் சுந்தருடன் வளைய, வளையச் சென்று பேசியது அவனது பொறாமைத் தீயை வளர்த்தது.

‘இதுதான் நீ விளையாடும் விளையாட்டு என்றால் நானும் விளையாடுவேன் உன்னைவிட நன்றாக..’ வீரா எண்ணிக் கொண்டான். மற்ற பெண்களிடம் சரசமாடுவது போலப் பாசாங்கு செய்தால் அவளிடம் என்ன எதிர்வினை நிகழும் என்று அறிவதற்காக நடித்தான். வீரா அனைத்துத் தடைகளையும் தாண்டி அவனது உறவுப் பெண்டிர் இருக்கும் இடம் நோக்கி நகர்ந்தான்.

அவர்கள் அவன் மேல் விழாத குறையாகச் சூழ்ந்து கொண்டனர். அவர்களது போலியான காதல் நாடகங்களின் அரவம் அதிகரித்தது. ஒரு மணமாகாத வாலிபன் அவர்கள் அரங்கேற்றும் காதல் நாடகத்திற்கு ஒரு சவால். வீரா அவர்களுடன் கோர்வையாகக் காதல் மொழி பேசக் கொஞ்சம் தடுமாறினான். ஒவ்வொரு முறையும் அவன் தனது பார்வையைச் சுழற்றி சற்று விலகி நின்ற சுனந்தாவின் பாவங்களை அறியத் துடித்தான். அவனுடைய நிதானமற்ற போக்கு அந்தப் பெண்களுக்கு ஒரு பொருட்டாகவே இல்லை. அரசகுமாரன் அருகில் இருந்தால் வேறே சுவர்க்கமும் வேண்டுமா? அவர்களுடைய மகிழ்ச்சி ஆரவாரம் ஏற்படுத்திய ஓசையின் அளவு கூடக் கூட சுனந்தாவின் குரலும் உயர்ந்தது. கோயில் வளாகம் முழுவதும் இளம் பெண்களின் கிள்ளை மொழியின் ஓசையால் அதிர்ந்து கொண்டிருந்தது.

சிறிது நேரத்தில் சுனந்தா வெடுக்கென்று கோபத்துடன் கிளம்பினாள். முடிவில்லாத யுத்தமாக அது மாறியது. அவன் நினைத்துக் கொண்டான். ‘ஹூம்.. இவள் அவனுடைய மாமன் மகளாக இல்லாமல் எனது மாமன் மகளாக இருந்தால்..’

*

காலைச் சிற்றுண்டி வேளையின் போது வீரா உற்சாகமாகத் தோன்றினான். சீழ்க்கை ஒலி எழுப்பினான். மெல்லிய குரலில் பாடினான். பாட்டிற்கு ஏற்பக் கரங்களில் தாளம் போட்டான்.

வாணி இரண்டு உணவுத் தட்டுக்களுடன் உள்ளே நுழைந்தாள். ஒரு குவளை நீரையும் உணவுத் தட்டையும் அவன் முன் வைத்தாள். வீரா

அமைதியானான். அவன் அங்க சேட்டைகளைக் கண்டும் காணாமல் வாணி உணவு பரிமாறினாள். வீரா மறுமொழி பேசாமல் அவற்றை விழுங்கினான். கை கழுவிக் கொண்டு வெளியில் விரைந்தான்.

வீராவிற்கு தான் காதல் வயப்பட்டிருப்பது தெரிந்தது. காதல் என்றால் அந்த வீரனுக்கு வெறும் வெற்றிக் கனி மட்டும்தான். காதல் என்பது ஒருவர் மற்றவர் விழிகளின் வழியாக இந்த வையகத்தைப் பார்ப்பது போன்ற நுட்பமான சமாசாரங்களை அறிந்து வைத்திருக்கவில்லை. சுனந்தாவின் மீதான அவனுடைய காதலில் காமமும் கலந்திருந்தது. அன்றிரவு வாணியை அவன் கூடிய போது அதில் காமம் மட்டுமே இருந்தது. வாணி இதனை உணர்ந்தாள். ஆனால் வெளிப்படுத்தவில்லை. காதலினால் உறவுகள் மறக்கப்படும்.

அவன் கொண்ட காதல் காரணமாக வீராவிற்குக் குற்ற உணர்வு தலை தூக்கக் கூடாது என்பதற்காக வாணி இரவு நேரங்களில் அவனைத் தவிர்க்கத் தொடங்கினாள். அவன் மீது தான் செலுத்தும் ஆதிக்கத்தின் நீள அகலம் அவளுக்கு நன்கு தெரியும். சூழலுக்குத் தக்க நடந்து கொள்ளும் விவேகம் அவளிடம் மிகுந்து காணப்பட்டது- எப்போது கையோடு கை கோர்த்துப் போக வேண்டும், எப்போது பார்வையாளராக இருந்து நடப்பவற்றைப் பார்த்துக் கொண்டிருக்க வேண்டும் என்ற விவேகம்.

சுனந்தாவுடன் பேச வேண்டிய அவசியத்தை வீரா உணர்ந்திருந்தாலும் அவனுக்குத் தனது எல்லை எதுவென்று நன்கு தெரிந்திருந்தது. மனதின் ஆவல் முகத்தில் தெரியும் வண்ணம் அரண்மனைக்குள் ஆவலுடன் பேச முடியாது. ஆனால் வெளியில் பேசுவதற்கு ஒரே ஒரு சந்தர்ப்பம் கூட வாய்க்கப் பெறாத போது அவனது உள்ளக் கிடக்கையை அவளிடம் அவன் எவ்வாறு கூறுவான்? மாடத்தில் அவன் நின்று கொண்டிருந்த ஒருசமயம் அவள் கீழே யாருடனோ அரட்டை அடித்துக் கொண்டிருந்ததைப் பார்த்தான். தனது கருநிற அருவி போல வழியும் கூந்தல் காடை அவள் நீண்டு தொங்கும் அரவம் போலப் பின்னிக் கொண்டிருந்தாள். இடுப்பைத் தாண்டிச் சென்ற அந்தப் பின்னல் அவளது கனமான தனங்களை மெல்லிய இடுப்பு அநாயசமாகத் தாங்கிக் கொண்டிருப்பதைக் காணுற்று திகைத்து அங்கேயே நின்றுவிட்டது போலிருந்தது. ஆவலுடன் சந்திக்கப் போவதென்று எண்ணி அந்தச் சந்திப்பை மனதிற்குள் ஆயிரம் முறை அவன் ஒத்திகை பார்த்தான். ஆனால் அது ஒத்திகையுடன் மட்டும் நின்றது. நேரில் நிகழவில்லை.

அவளைக் காப்பாற்றிய குளத்திற்கு அவன் மாலை நேரங்களில் சென்று வருவது வழக்கம். மரணபயம் ஏற்படுத்திய அந்த மடுவிற்கு அவளை எதிர்பார்ப்பது புத்திசாலித்தனமில்லைதான். ஆனாலும் அவன் நம்பிக்கை வீண் போகாமல் காத்திருந்தான். ஒருவாரம் முழுவதும் மாலை வேளைகளில் அங்கு செல்வதும் காத்திருப்பதுமாக இருந்தான். ஒருநாள் அவளுக்காகக் காத்திருந்து சலித்தவன் அரண்மனை திரும்ப எத்தனித்த போது கால்களில் அணியும் தண்டைகளின் ஒலி காதில் விழுவது போல ஒரு பிரமை. திரும்பிப் பார்த்தான். அவன் மூச்சு நின்று போனது. சுனந்தா அவன் எதிரில் ஒயிலாக நின்றிருந்தாள். அதிக ஆபரணங்கள் எதுவும் அணிந்து கொள்ளாமல் அவள் ஒரு சாதாரணக் குடிமகளைப் போல இருந்தாள். அதுவே பேரழகாகத் தோன்றியது.

'இந்த மாலைப் பொழுது உங்கள் நலத்தையும் உற்சாகத்தையும் அதிகப்படுத்துவதாக அமையட்டும் மாட்சிமை பொருந்திய இளவரசர் அவர்களே' என்று நாடக பாணியில் முகமன் கூறினாள்.

சிறிய வாழ்த்துதான். அதுவே வீராவின் முகத்தைச் சிவக்க வைத்தது. வயிற்றில் கலவரத்தை ஏற்படுத்தியது. அவன் அவளுக்கு விடை பகர எண்ணி வாயைத் திறந்தான். அவன் நாக்கு மேல் அண்ணத்துடன் ஒட்டிக் கொண்டு வார்த்தைகள் தொண்டையிலேயே சிக்கிக் கொண்டன. அவன் அவனுடைய தந்தையைப் போலவோ, சிற்றப்பனைப் போலவோ சிறந்த பேச்சாளி இல்லை. இருந்தாலும் மனதில் இருந்ததை வாய்வழி சொல்லக் கூட இயலாமல் நின்றான். அவன் குரல், வலையில் மாட்டிக் கொண்ட எலியைப் போலச் சிக்கித் தவித்தது.

'நான் இங்கே அமரலாமா?' என்று அவள் கேட்டாள். அவள் அவன் அருகில் நெருங்கி உட்கார்ந்தாள். அவள் பூசிக் கொண்டிருந்த நறுமணம் அவனைச் சுற்றி மாலையிட்டது. அவன் சற்று நடுக்கத்துடன் சுற்றும் முற்றும் பார்த்தான். அக்ஷயன் சொல்லாமல் எப்போதோ கிளம்பிச் சென்றுவிட்டான். அவனுடைய எண்ணம் அறிந்தவன் என்பதால் பாதையில் நின்று அந்நியர்கள் எவரும் ஊடுருவாமல் அவர்கள் தனிமையைக் காவல் காத்துக் கொண்டிருப்பான்.

'வந்ததற்கு நன்றி' என்றாள் அவள்.

வீரா விந்தையுடன், 'நான்தான் உனக்கு நன்றி சொல்ல வேண்டும். நான்தான் இங்கு முதலில் வந்தேன்' என்றான்.

‘இன்று வந்ததற்கு நான் நன்றி சொல்லவில்லை, தினமும் ஒருவாரமாக வந்து காத்திருந்ததற்கு நன்றி சொன்னேன்’ என்று கூறிச் சிரித்தாள்.

வீரா அமைதியாக இருந்தான். மௌனம் மீண்டும் ஆட்சி பீடம் ஏறியது. சலனமற்ற நீரில் தங்கள் எதிர்காலத்தைத் துழாவியபடி இருவரும் ஒருவரை ஒருவர் மௌனமாக பார்த்துக் கொண்டிருந்தனர்.

‘பேச விருப்பம் இல்லையென்றால் கூறிவிடுங்கள். நான் உத்தரவு வாங்கிக் கொள்கிறேன்’ என்று கூறிவிட்டு எழுவதற்கு எத்தனித்தாள்.

எச்சரிக்கையான வீரா அவள் கரத்தைப் பற்றி இழுத்தான். தனது தவறை உணர்ந்து உடனே பற்றிய கரங்களை வெடுக்கென்று உதறி விடுவித்துக் கொண்டான். ஆனால் அவன் கரம் தீண்டியதற்கு அவள் மறுப்பு எதுவும் காட்டவில்லை.

‘நாளை மீண்டும் வர இயலுமா?’ என்று மன்றாடினான். காதலில் யாசகம் கேட்பதில் தவறில்லை.

‘வந்தாலும் வருவேன். இல்லையென்றாலும் இல்லை’ என்று கூறிவிட்டு அவள் நடக்கத் தொடங்கினாள்.

மறுநாள் அவன் அவளுக்கு முன்பாகவே அந்தக் குளக்கரையில் வந்து நின்றான். அவன் அச்சப்பட்டது போலவே அவளை அங்குக் காணவில்லை. அங்குமிங்கும் ஒரு சிறு குழந்தையின் தவிப்போடு அலைந்தான். அவளைக் காணாது ஏமாற்றம் அடைந்த அவன் ஆத்திரம் தாங்காது காலடியில் இருந்த திகைப்பூண்டுச் செடி ஒன்றைக் கால்களால் ஓங்கி நசுக்கித் தன் கோபத்தைத் தீர்த்துக் கொண்டான். அவன் பின்புறமிருந்து நகைப்பொலி கேட்டது. சுனந்தா ஒரு மரத்தின் பின்னிருந்து வெளியில் வந்தாள்.

‘பாவம் மன்னர்களின் கோபத்திற்கு அந்தச் சின்னஞ்சிறு செடி ஆளாகலாமா?’ என்று கேட்டாள்.

‘ஏன் இப்படி மறைந்திருந்தாய்?’ அவன் கோபத்துடன் கேட்டான்.

‘நான் வரவில்லை என்றால் உங்கள் முகம் போகும் போக்கைப் பார்க்க ஆவல். அதனால்’ என்று மறுமொழி கூறினாள்.

அவள் முன்பு அவன் பலவீனனாக உணர்ந்தான். ஆனால் அவளைக் கண்டதும் உண்டான ஆவல் அவனை மீண்டும் பலம் பெறச் செய்தது. ‘நீ வரவில்லை என்பதனால் நான் ஆத்திரம் கொள்ளாமல்

சமாதானமாகப் போயிருந்தால் என்ன செய்திருப்பாய்?' என்று வினவினான்.

அவனது மிதியைத் தாங்காது அந்தச் செடி பின்னோக்கி வளைந்திருந்தது. அவள் கீழே குத்திட்டு அமர்ந்து ஒயிலாக அந்தச் செடியைப் பின்னோக்கி நகர்த்திப் பழைய நிலைக்கு மாற்றினாள்

'உங்களைப் போல வெறுமனே நசுக்கியிருக்கமாட்டேன். நான் இந்தச் செடியைப் பூண்டோடு பிடுங்கி எறிந்திருப்பேன்' என்று கூறிவிட்டு விழிகளை நாணத்துடன் தாழ்த்தினாள்.

குறும்புக்காரக் கன்னியின் பேச்சில் முற்றிலும் தன் வசமிழந்த வீரா இதயம் படபடக்க நின்றான். அவர்கள் நடுவில் இதுவரை கண்களுக்குத் தெரியாமல் மறைத்திருந்த திரை அவர்கள் நடுவில் வீசிய தென்றலில் விலகியதால் அவன் உணர்ச்சிகள் மடை திறந்த வெள்ளம் போலப் பாயத் தொடங்கியது.

'சிறுவயதுச் சிறுமியாக இருந்த போது நான் உங்களை மனதார வெறுத்தேன்' என்றாள்.

வீரா சிரித்தான். 'ஏன் அத்தனை அதிகமான வெறுப்பு என் மீது?' என்று கேட்டான்.

'இப்போதும் வெறுக்கிறேன்' என்று ஒரு திணற வைக்கும் பார்வையுடன் கூறினாள். 'உங்கள் மீது இந்த அளவிற்கு மையல் கொள்ள வைத்த உங்களை இப்போதும் வெறுக்கிறேன்' என்று முடித்தாள்.

அவனது மனம் ஒரு வல்லூறைப் போல அதி உயரத்தில் வட்டமிட்டது. அவள் உதட்டில் இருந்த அதன் இரையை அள்ளிச் செல்ல விரைந்து வந்த கழுகு கீழ் நோக்கிப் பறந்தபடி வட்டமிட்டது. அவள் கண்களால் சிரித்து அவனைத் தடுத்து, 'நீங்கள் உங்கள் குருகுலப் பயிற்சிகளை முடித்துவிட்டு அரண்மனையில் வளைய வந்த நேரம் மாடத்திலிருந்து ஒருநாள் உங்களைப் பார்த்தேன். உங்களைப் பார்த்த விழிகள் வேறு ஒன்றையும் பார்க்க மறுத்தன. சுந்தரனிடம் கூடப் பேசுவதற்குப் பிரியப்படவில்லை' என்றாள்.

பொறாமையின் கூர்முனை அவன் இதயத்தைத் துளைத்தது. அவள் சுந்தரனின் பெயரை உச்சரித்ததும் கற்பனை வானில் சிறகடித்த அவனது மனம் நிதர்சன உலகில் தொப் என்று வந்து விழுந்தது. அவள் சுந்தரன் பெயரை எடுத்ததற்கு நாக்கைக் கடித்துக் கொண்டாள்.

‘சுந்தரனிடம் உனக்கென்ன பேச்சு வேண்டிக் கிடக்கிறது?’ என்று கேட்டான்.

‘பொறாமை.. பொறாமை’ என்று மழலை மொழியில் பிதற்றினாள். அவனுடைய கண்களைக் கூர்ந்து கவனித்தாள், அவைகளில் மாறுதல் தெரிகிறதா என்பதைப் பார்ப்பதற்கு.

அவர்கள் இருவரும் தங்களைப் பற்றித் தெரிந்த தகவல்களையே பரிமாறிக் கொண்டாலும் அவை அனைத்துமே அவனுக்குப் புதுமையாக இருந்தன. அவளுக்குப் பறவைகளின் ஒலி மிகவும் பிடித்திருந்தது. புள்ளினங்களில் பத்து பன்னிரண்டு இனங்களின் பெயர் அவை ஆண்பாலா பெண்பாலா போன்றவற்றை அறிந்து வைத்திருந்தாள்.

வீரா வியந்தான். அவளுடைய இந்தத் திறன் அவனுக்கு ஆச்சரியமூட்டியது. அரண்மனையில் பறவைகளைப் பராமரிக்க என்று தனியிடம் ஒன்று உள்ளது. அங்கு விதவிதமான பறவைகளைக் கூண்டுகளில் அடைத்து வைத்திருப்பார்கள். அங்கு வீசும் துர்நாற்றத்தைச் சகிக்கப் பொறாதவனாகி அவன் அங்கு செல்வதைத் தவிர்த்தான்.

அவள் அரசியல் குறித்துப் பேசினாள். ‘முன்பு..’ என்று ஆரம்பித்தவள், ‘இந்தத் தேசம் முழுவதும் எங்களுக்குக் கப்பம் கட்டிக் கொண்டிருந்தது. அப்போது மதுரையில் பாண்டிய அரசு சிங்காதனத்தில் வீற்றிருக்கவில்லை. ஆனால் இப்பொழுதோ எங்கள் வாழ்வாதாரத்திற்கு உங்கள் கையை எதிர்பார்த்து நிற்க வேண்டிய நிலை’ என்றாள். சோகத்தின் சாயல் அவள் வார்த்தைகளில் தெரிந்தது. தனது தந்தையை அரியணையிலிருந்து துரத்திவிட்டு அந்த இடத்தில் தான் அமர்ந்து அவளது சோழ தேசத்தை அவளுக்குத் திருப்பிக் கொடுத்துவிடலாம் என்று தோன்றியது.

அவர்கள் பேச்சுத் தொடர்ந்தது. அவள் அருகில் அமர்ந்து அவளைத் தொடாமல் அவள் பேசுவதைக் கவனிக்க அவன் பெரும் பிரயத்தனம் எடுத்துக் கொண்டிருந்தான்.

*

அவர்கள் சந்திக்கத் தொடங்கிய மூன்றாவது நாளில் வீரா அவளிடம் துணிச்சலை வரவழைத்துக் கொண்டு, ‘உன் மீது ஒரு கவிதை புனைந்து கொண்டு வந்திருக்கிறேன். வாசிக்கலாமா?’ என்று கேட்டான்.

‘பாடு பொருள்?’

‘நீ.’

அவளுடைய சம்மதத்திற்குக் காத்திராமல் அவன் கவிதையை வாசிக்கத் தொடங்கினான். தமிழ் கவிதையின் அழகே அது முறையாகப் பாடப்படும் போதுதான் முழுமையாக வெளிப்படும். ஆனால் தனது சங்கீத ஞானத்தில் அதிக நம்பிக்கை வைக்காத அவன் அந்தக் கவிதையை ஓர் உரைநடையைப் போல வாசிக்கத் தொடங்கினான்.

‘இமைகள் இரண்டும் வீசிக் கொல்லும் சாட்டைகளோ?

கனியிதழ் இரண்டும் குவிந்து நிற்கும் விற்களோ?

பார்வை என்பது பாயத் துடிக்கும் காதல் அம்போ?

நேர்த்தியான மூக்கின் அமைப்பு கொல்லத் துடிக்கும் கூர்ஈட்டியோ?

ஏந்திழையே என்மேல் ஏன் இந்தப் போர் முற்றுகை?

என் விலங்கினை உடைத்து விடுதலை வழங்கிட வா.’

அவள் முகத்தில் புன்னகை தவழ்ந்தது. முகத்துதியைப் போலப் போதை தரும் வஸ்து வேறு எதுவும் இருக்க வாய்ப்பில்லை. இருப்பினும் அவள் அவன் கவிதையை வாசித்து முடித்ததும் சந்தேகத்துடன் அவனைப் பார்த்தாள். அவள் மனதில் அந்தக் கவிதையை எழுதியது யாராக இருக்கும் என்ற எண்ணம் ஓடியது. பாண்டியர்களின் தீரம் போர்க்களத்தில்தானே அன்றி எழுத்துக் களத்தில் இல்லை என்பது அவளுக்குத் தெரியும். அவள் இதுவரையில் கவிதை எழுதத் தெரிந்த பாண்டிய நாட்டுக் குடிமகனைப் பற்றிக் கேள்விப்பட்டதில்லை.

‘உரிமைக்காகப் போராடும் உங்கள் துணிவும், கற்பனைத் திறன் கொண்ட உங்கள் கவிதை வரிகளும் எனக்குப் பிடிக்கும்’ அவள் பாதியில் நிறுத்தினாள்.

‘ஏதேது நீ பாராட்டுவதற்காகவே உன்னை நேசிக்க வேண்டும் போல?’ என்றான்.

‘பெண்களைத் தேர்வு செய்வதில் உங்கள் ரசனை எப்படி இருக்கிறது என்று கூறுவதற்கு நான் ஒருத்தி இருக்க வேண்டாமா?’ என்றவள், ‘இளவரசி திறமையான இந்தப் புலவருக்கு என்ன பரிசில் வழங்கலாம்?’ என்று குரலை உயர்த்திக் கேட்டாள்.

வீரா அவளை நம்பிக்கையுடன் நோக்கினான். அவன் சற்றும் எதிர்பாரா வண்ணம் அவள் தன் முகத்தை அவன் பக்கம் திருப்பிக் கன்னத்தில் முத்தமிட்டாள். மொந்தைக் கள்ளை ஒரே விழுங்கலில் குடித்தது போலானது அவனுக்கு. அவள் தனது தலையைத் திருப்பிக் கொண்டாள். முகத்தில் நாணம் கவிந்திருந்தது. தனியாகத் துடிக்கும் கீழ் உதட்டை பற்களால் கடித்து நிறுத்த முயன்று தோற்றுக் கொண்டிருந்தாள்.

வீரா முதலில் திகைத்தான்; பின் தெளிந்தான். அவளிடம் குதர்க்கமாக, 'சோழ சாம்ராஜ்ஜியத்தில் முத்தம்தான் திறமைக்குத் தரப்படும் பரிசா?' என்று கேட்டான். 'உங்கள் சோழர்களின் கருமித்தனத்தை என்னிடம் காட்டாதே. என் கவிதை உன் முத்தத்தைவிட மதிப்புடையது' என்றான்.

அவள் பொங்கி வந்த சிரிப்பைத் தடுக்க முயன்றாள். அவள் இடையில் கரங்களால் தீண்டினால் அவள் வருத்தப்படுவாளா? அவன் வியந்தான். அவள் அருகில் சென்று அவள் இடையைப் பற்றினான். அவள் உடலில் ஒரு மெல்லிய நடுக்கம் உச்சி முதல் பாதம் வரை ஓடியது. அவனது கரத்தைத் தள்ளிவிட்டாள்.

'உன்னை நீரிலிருந்து காப்பாற்றிய அன்றே அனைத்தையும் செய்து முடித்திருக்க வேண்டும்' என்றான்.

'என்னது?' அவள் சீறினாள்.

'ஒன்றுமில்லை. குலசேகரரின் ஆட்சியில் ஒரு மனிதனுக்கு வாய் திறந்து பேசும் உரிமை கூடவா இல்லை?' என்று கேட்டான்.

'வாயைத் திறக்க அனுமதி உண்டு..' என்று குறும்பாக ஆரம்பித்தவள், 'உங்களை நான் முத்தமிடும் போது மட்டும்' என்று கூறியபடி கண்களை இறுக்க மூடியபடி அவள் மீண்டும் அவனை முத்தமிடும் முன்னர் தனது இதழ்களைக் கடித்தாள்.

அவனது இறுகிய உடல் இளகியது. ஒருவர் மற்றவரது இதழ் வரிகளைத் தங்கள் இதழால் படித்துக் கொண்டிருந்தனர். அவள் இதழை மினுங்கச் செய்த அரக்கின் பூச்சு கசந்தது. அவன் இதழ்க் கதவுகளைத் தனது நாவினால் திறக்க முற்பட்டான். முதலில் அனுமதி மறுத்த அவள் அவன் முற்றுகைக்கு அடிபணிந்தாள். அவளது காதல் பரவசத்தில்விட்ட பெருமூச்சு ஒன்று பேரலையென மேல் எழுந்து அவனை வாரிக் கொண்டது. அவனது கரங்கள் அவள் இடையைப் பற்றித் தழுவிய போது கரங்கள் அவளது முலைகளை உரசி நின்றன.

அவள் ஆச்சரியத்துடன் பின்வாங்கினாள். ‘உன்னுடைய வெட்கங்கெட்ட கரங்களைச் சும்மா இருக்கச் சொல். இன்னொரு முறை அங்குமிங்கும் உன் கைகள் சென்றதோ தெரியும் சேதி’ என்றாள்.

அவன் எந்த அளவிற்கு முன்னேறத் துடித்தானோ அந்தளவிற்கு அவள் தயக்கம் காட்டினாள். அவனுக்கு இரக்கம் காட்டும் மனநிலையில் அவள் இல்லை. அவன் கைகளைத் தட்டிவிட்ட படியே இருந்தாள்.

மெல்ல மெல்ல அவளது தடையை அவன் அகற்றினான். சில தினங்கள் சென்ற பிறகு ஒருநாள் அவன் தனது கரங்களைக் கொண்டு அவள் முலைகளைத் தழுவினான்.

‘என்னை முதன் முதலாகப் பார்த்த போது உன் மனதில் என்ன எண்ணம் தோன்றியது?’ என்று கேட்டாள்.

‘உன்னைக் குளத்தில் மூழ்கடிக்க வேண்டும் என்று எண்ணினேன். மூழ்கடித்தேன்’ என்றான்.

சிறுபிராயத்தில் நிகழ்ந்த அந்த நிகழ்ச்சியை எண்ணிக் கூடப் பார்க்க விரும்பாத அவளுக்கு அவன் அப்படிக் கூறியதும் சினம் ஏற்பட்டது.

‘நான் பழைய நிகழ்ச்சியைக் கேட்கவில்லை முட்டாளே; சமீபமாக நிகழ்ந்த ஒன்றைக் கேட்கிறேன்.’

ஒரு சில்லிட்ட மௌன கணத்திற்குப் பிறகு அவள் தனது விசாரணையைத் தொடர்ந்தாள்.

‘மாட்சிமை தாங்கிய யுவராஜாவிற்கு இந்தப் பெண்ணின் மீது இப்போதைய விருப்பம் என்னவோ?’ என்று கேட்டாள். அவளது கன்னங்கள் இரண்டும் செம்பஞ்சுக் குழம்பாக நிறம் மாறினாலும் அவன் மீது வைத்த பார்வையை அவள் மீட்கவில்லை.

‘அவளுடன் எனக்கு இந்த இரவில் இரண்டு மூன்று முறை சல்லாபிக்க விருப்பம்’ என்று புன்னகை மிளிரக் கூறினான்.

*

பூமி பாயானது; புதர்கள் சுவரானது. மரமும் அதன் கிளைகளும் கூட அசைய மறந்து போயிருந்தன. இதயத்தின் துடிப்பு காதில் துல்லியமாக விழுந்தது. நாடித் துடிப்பு ஒவ்வொன்றும்

போர்ப்பறையின் ஒலியைப் போலச் செவிகளில் விழுந்தன. காற்றுப் புக இடமின்றி இருவரது உடல்களும் பின்னிக் கிடந்தன. சற்று முன் அவர்கள் உடலில் பெருகிய வியர்வை ஊற்றுக்கள் இரண்டும் ஒன்றோடு ஒன்று கலந்தன.

நெருக்கமான இலைகளாலும் சுற்றிக் கொண்ட கொடிகளாலும் உருவாக்கப்பட்ட பஞ்சணை மீது அவர்கள் காதல் நாடகம் அரங்கேறியது. முட்களும் சிறு கற்களும் அவள் முதுகைப் பதம் பார்த்தாலும் அவள் அதனை ஒரு பொருட்டாக நினைக்கவில்லை. அவர்களது சல்லாபம் ஆரம்ப நிலையிலேயே தடுமாறிக் கொண்டிருந்தது. கொஞ்சம் வெப்பமும் வேகமும் வேண்டியிருந்தது. இளவேனில் இரவில் வானில் பிறைத் துண்டாய் நிலவு ஒளி வீச யுவராஜனும் அந்தப் பெண்ணும் தங்கள் காதலை உறுதிப்படுத்திக் கொண்டிருந்தனர்.

அவள் வனமுலைகள் இரண்டும் கருப்பு மல்லிகை மொக்குகளால் அலங்கரிக்கப்பட்ட பளிங்கு வட்டப்பாறை போல இருந்தது. அவன் அவளது மார்க்காம்புகளை வாயினால் வாங்கவும் அவை இரண்டும் பெருமிதத்தில் நிமிர்ந்து நின்றன. தொடர்பில்லாத ஒரு வேதனை முனகல் அவன் செவிகளில் விழுந்தது. அது இன்பத்தின் வேதனையினால் என்பது அவனுக்குத் தெரியவில்லை, அவள் அதனை மீண்டும் மீண்டும் கோரினாள். தடைகளற்ற ஓர் ஆனந்தக் கடல் உட்புகுந்து அவர்களது உடலின் அனைத்துப் பாகங்களிலும் பரவுவதை உணர்ந்தனர். காதலின் கர்வத்தில் அனைத்து உயிரினங்களும் உறைந்து நிற்பது போன்ற பிரமை அவனுக்கு ஏற்பட்டது. அவன் நடுங்கினான். அவனது வித்தினை அவள் தன் மடியில் வாங்கிக் கொண்டாள். அவன் தனது காதல் வெப்பத்தை அவள் உடலுக்குக் கடத்தினான். அவளைவிட்டு விலகிய போது வீரா நடுக்குற்றான். தங்களைத் தவிர அந்தக் கணத்தில் எதுவும் நிஜமில்லை என்ற நிலையை எய்தினார்கள்.

அவள் உறங்குவதைப் பார்த்தான். முகத்தில் நிறைவான புன்னகையுடனும் அழகான தோற்றப் பொலிவுடன் உறங்கிக் கொண்டிருந்தாள். அவள் அவனுக்கு எதிர்கால அச்சங்களிலிருந்தும், கடந்தகால நினைவுகளிலிருந்தும் அவனை மீட்டெடுக்கும் ஒரு புகலிடமாகத் தோன்றினாள். அப்போதுதான் அவனை நிதர்சனம் தட்டி எழுப்பியது. மோகிக்கும் பெண்களை அனுபவித்துவிடத் துடிக்கும் அவனது நினைப்பு இப்போது எல்லை கடந்திருக்கிறது. அக்ஷயனின் எச்சரிக்கை நினைவுக்கு வந்தது.

ஒருகண காம வேட்கை அவன் மொத்த வாழ்க்கையையும் இருளில் கொண்டு தள்ளிவிடும்.

'என்ன காரியம் செய்துவிட்டேன்?' அவன் பெருங்குரல் எடுத்து அலறினான்.

'ஒரு பெண்ணை மகிழ்ச்சிக் கடலில் ஆழ்த்தியிருக்கிறாய்' என்று அவளும் மறுமொழி கூறினாள்.

வீராவின் மனம் மரத்துப் போயிருந்தது. இந்த சேதி வெளியில் தெரிந்தால் என்னவெல்லாம் நிகழும்? ராஜமாதாவும், சுந்தரனும் தன்னைக் கொல்லவே வருவார்கள்.

'இது ஒரு பெரிய பூசலுக்கு வழிகோலும். உனக்கு விளங்க வில்லையா?' ஒருவேளை ஒரு நெடிய பூசலுக்கு வழி வகுத்துவிட்டானோ? இப்போது நாம் என்ன செய்யலாம்?' இயற்கையாகவே அழகான வளைவுகளையும், மேடுகளையும் கொண்டிருந்த அவளின் அருகில் நெருக்கி அமர்ந்தபடி கேட்டான்.

இரவின் வாடைக் குளிரைத் தாங்க முடியாமல் அவள் ஒரு மெல்லிய துணியால் தனது எழில் மேனியை மூடிக்கொண்டிருந்தவள் ஒரு தீர்மானத்திற்கு வந்தவளைப் போல அவனைத் தீர்க்கமாகப் பார்த்தாள்.

'மீண்டும் ஒருமுறை களவு மயக்கம் கொள்வோம். பிறகு நாடு போய்ச் சேருவோம்' என்றாள் உறுதியான குரலில்.

*

அத்தியாயம் 8

அடிமைச் சந்தை

தன் எதிரில் நிகழ்ந்து கொண்டிருந்த அந்த அசாதாரண மனித வணிகத்தைக் கண்டு ராம் மிரண்டு போய் நின்றான். தாசத்துவம் என்பது ஏற்றுக்கொள்ளப்பட்ட ஒரு சமூக மரபு. மனிதனை மனிதன் சுரண்டுவதுதான் இதற்கு அடிப்படை. அது குறித்த அறிவு இருப்பினும் கண் முன் நிகழும் அடிமை வியாபாரம் அவனுக்கு அதிர்ச்சியை அளித்தது. ஒரு மைல் தூரத்திற்கு ஒரு சுதந்திரமான மனிதனைக் கூடப் பார்க்க முடியவில்லை.

அவனுக்குள் இருந்த வியாபாரி அங்கு நடந்த ஒவ்வொரு நிகழ்ச்சியிலும் உள்ள நுணுக்கத்தைக் கூர்ந்து கவனித்தான். குஜராத்தின் துறைமுகமான கம்பாத்தில் அன்று மதியப் பொழுதிற்குள் மட்டும் ஐந்நூறு அடிமைகள் கைமாறி இருந்தனர். உலகில் நிலவி வந்த போர்ச் சூழல் ஓர் அடிமைச் சந்தையை உருவாக்கி வருவது நெஞ்சம் நடுக்குற வைத்தது. ஒரு பெரிய யுத்தத்திற்குப் பிறகு பலர் இந்த அடிமைச் சந்தையில் கொண்டு வந்து நிறுத்தப்படுகின்றனர். காதைக் கிழிக்கும் சந்தையின் பேரிரைச்சல் வெறுப்பூட்டியது. அடிமைச் சந்தையின் மையப் புள்ளி அது. துருக்கியரும், அரபு நாட்டினரும், மங்கோலியர்களும் மனித உயிரைப் பேரம் பேசி வாங்கும் இடம் அது.

கம்பாத் குஜராத் தீபகற்பத்தில் உள்ள ஒரு துறைமுகம். ஒருபுறம் மாஹி நதியும் மற்றொருபுறம் சீறிக் கொண்டே இருக்கும் அரபிக் கடலின் வளைகுடாப் பகுதியும் அமையப் பெற்றது. அதில் வசிப்பவர்கள் எவரும் பூர்வகுடியினர் கிடையாது. மஞ்சள் நிற மங்கோலிய நாட்டினர். பால் போன்று வெண்மை நிற அரபு தேசத்தவர், கறுப்பின அபிசீனிய தேசத்தவர், இவர்களுடன் பழுப்பு

நிற பாரத தேசத்தவர் என்று பல இனங்களின் சங்கமம் அந்த இடம். உலகில் உள்ள அனைத்து நாகரீகங்களைச் சேர்ந்த மக்கள் வந்து வியாபாரம் மேற்கொள்ளும் இடம் அது. பவழம், முத்து, நவரத்தினம், சந்தனம் போன்றவற்றிற்குத் தனித் தனி வீதிகள் உண்டு. பாரதத்தின் பல்வேறு பகுதிகளிலிருந்து கலைஞர்கள் தாங்கள் தயாரிக்கும் நுட்பமான பொருள்களை இங்கு கொண்டு வந்து விற்பது வழக்கம். மெல்லிய பட்டு ரக ஆடைகள், நெய்த ஆடைகள், தந்தத்தில் நுட்பமாகக் கடைந்து செய்யப்பட்ட சிற்பங்கள் என்று பலவிதமான பொருள்களின் சந்தை அது.

சந்தையின் நாற்றமடிக்கும் கடைசிப் பகுதியில்தான் அடிமைகளுக்கு இடம் ஒதுக்கியிருந்தார்கள். ஒவ்வொரு அங்காடியிலும் ஒரு புல்வெளி, சிறிய மேடை ஆகியவை இருந்தன. சிறிய கொட்டகை போன்ற நிழல் பகுதியில் அடிமை வியாபாரி பஞ்சு நிரப்பப்பட்ட திண்டில் கைக்கெட்டும் தூரத்தில் தனக்குத் தேவையான குடிநீர், உணவுடன் அமர்ந்திருப்பான். சந்தை நாட்களில் சந்தை தொடங்குவதற்கு ஒரு நாழிகைக்கு முன்னரே அடிமைகள் சங்கிலியால் கட்டப்பட்டு அழைத்து வரப்படுவார்கள். சந்தையில் அவ்வப்போது ஏற்படும் சிறு கைகலப்பைப் பயன்படுத்தி அடிமைகள் தப்பிவிடக் கூடாது என்பதற்காக அந்தச் சங்கிலிப் பிணைப்பு. அடிமைகள் நாள் முழுவதும் வெயிலில் நிறுத்தி வைக்கப்படுவார்கள். தேவைப்படும் போது நீரும், மதியம் கோதுமைக் குருணைக் கஞ்சியும் வழங்கப்படும். அவர்களை வழிக்குக் கொண்டுவர சாட்டை உபயோகிக்கப்படும். சாட்டை என்றாலே அடிமைகளுக்கு நடுக்கம் ஏற்படும். அடையாளம் வைப்பதற்காகப் பழுக்கக் காய்ச்சிய இரும்புக் கம்பியின் தீய்ந்த நாற்றம் எப்போதும் காற்றில் கலந்திருக்கும்.

அலிகளை விற்கும் அங்காடியில் மூன்று நீக்ரோ இனத்தவர், மற்ற பதின் பருவ உறுதியான தசை கொண்ட கறுப்பினப் பையன்மார்களை விட மேம்பட்டு விளங்கினர். அவர்கள் தலையை மழுங்கச் சிரைத்திருந்தனர், மூக்கை நன்கு உயர்த்தி நாசித்துவாரம் நன்றாக விளங்குமாறு காட்டியிருந்தார்கள். இவர்களே அங்காடியில் அதிகம் விலை போகக்கூடிய சந்தைப் பொருள்கள். தூர தேசத்திலிருந்து கடத்தி வரப்பட்டு, விதை நீக்கம் செய்யப்பட்டு, அலிகளாக மாற்றித் தில்லி சுல்தானின் அந்தப்புர மகளிருக்குக் காவலாக அமர்த்தப்படுவர்.

அடிமை வியாபாரிகளின் சங்கம் நன்கு கட்டமைக்கப்பட்டிருந்தது. அவர்களால் சமாளிக்க முடியாத பிரச்னை என்பது ஒன்று

இருக்குமானால் அது தினமும் அலிகளைப் பார்க்க வரும் பார்வையாளர்களின் பெருந்திரளான கூட்டமாகும். கீழ் நோக்குடையவர்கள் அலிகளை ஆசையுடன் பார்க்க வருவார்கள். வியாபாரம் செய்ய வேண்டும் என்ற மெய்யான நோக்குடையவர்கள் அமைதியாகத் தாங்கள் விரும்பும் அடிமைகளைச் சைகையில் கூட வெளிக்காட்டாமல் இருப்பார்கள். தேவையான அலிகள் தேர்ந்தெடுக்கப்பட்டு, உடற்பரிசோதனை முடிந்த பின்னரே பேரம் தொடங்கும். வியாபாரி அடிமையிடம் இருப்பதாகப் பல்வேறு கற்பனை குணாதிசயங்களை அவிழ்த்து விடுவான். அதன் பின்னரே பேரம் படியும். விலைக்கு வாங்கப்பட்ட அடிமையின் முகத்தில் விடுமுறைக்குச் செல்பவனைப் போல ஒரு நிம்மதி நிலவும். ஒரு வகையில் இதனை நிஜம் என்று சொல்லலாம். இவர்கள் அடிமைகளாகக் கைப்பற்றப்பட்ட நேரங்களில் நடுக்குறும் இன்னல்களுக்கு ஆளாவது வழக்கம். உணவு உடை எதுவும் போதிய அளவு கிட்டாது. விலை போய்விட்டால் வாங்கிய குடும்பத்தில் நல்லவிதமாக நடத்தப்படுவார்கள். சில காலத்திற்குப் பிறகு குடும்பத்தில் ஓர் அங்கத்தினராகக் கூட மதிப்பதற்கு வாய்ப்பிருக்கிறது.

ராமை, ராணாவின் அந்தப்புரத்திலிருந்து அழைத்து வந்திருந்த மனிதன் பாராமுகமுடையவனாக இருந்தான். வெறுக்கத்தக்க சுபாவமுடையவனாக இருந்தான். அந்த வியாபாரி தன்னுடைய அனைத்து வகையான சாமர்த்தியங்களையும் ராமை விற்பதற்குப் பிரயோகித்தான். அந்தச் சந்தையில் தினம் தினம் வந்தும் கூட விலை போகாத அடிமை ராம் மட்டும்தான். அந்த வியாபாரி கசப்புடன் தலையை ஆட்டினான்.

‘இந்த வாரம் முடியும் வரையில் பார்ப்பேன். உன்னை விலைக்கு வாங்குவதற்கு எவரும் வரவில்லை என்றால் உன்னைத் தூக்கி இந்த வளைகுடாவில் வீசிவிடுவேன். சுறாக்களின் உணவாகவாவது நீ பயன்படு’ என்று வெறுப்பில் உறுமினான்.

அவனுக்கு அந்த வியாபாரியின் எரிச்சல் புரிந்தது. அவனை வாங்கிச் செல்ல ஒருவன் வர வேண்டும். தினமும் ஓர் இருக்கையைப் போலக் கடும் வெயிலில் நிறுத்தப்படுவதாவது குறையும். அவனுக்கும் தப்பித்தோம் என்ற நிம்மதி ஏற்படும். ஆனால் பிடிக்கப்பட்டவர்கள் விற்கப்படுவதும், புதியவர்கள் விற்கப்படுவதற்கு வருவதும் தொடர்ந்தது. ஒருமாத காலம் ஆகியும் அவனை விலைக்கு வாங்குவோர் யாரும் இல்லை.

ஓரளவு நம்பிக்கையான வியாபாரிகள் வரும் போது அவன் இயன்றவரையில் நிமிர்ந்து நிற்க முயல்வான். ஒருமுறை அரசகுலத்தைச் சேர்ந்த ஒரு பெண் அவனைப் பார்வையிட்டு விட்டு, 'பாருங்கள் அவன் எவ்வளவு மிடுக்குடன் இருக்கிறான்? ஆனால் ஓர் ஆண்மகனுக்குரிய ஆயுதம் இன்றி மிடுக்குடன் இருப்பதால் என்ன பயன்?' என்று விடையும் கூறினாள். அவள் கூறியதைக் கேட்டு அவன் சீற்றமடைந்தான். இருபதடி தூரம் தள்ளி அவள் நின்றிருந்தாலும் அவள் பேசியது அவன் செவிகளில் தெளிவாக விழுந்தது.

ராம் தன்னைத்தானே வியந்து நோக்கினான். தனக்கு என்ன நிகழ்ந்து கொண்டிருக்கிறது? தனது கேட்கும் திறன் துல்லியமாக மாறி வருவதை அவன் உணர்ந்தான். வேறு சில உடல் மாற்றங்களையும் கவனித்து வந்தான். குரல் மாறிவிட்டது. மேனியில் மயிர் முளைப்பது நின்றுவிட்டது. ஆண்மை நீக்கப்பட்டால் கேட்கும் திறன் அதிகரிக்குமா என்ன?

மற்ற அடிமைகளைக் கண்காணித்தான். தங்கள் சமூகம் தங்களை ஒடுக்கி வைத்திருந்ததால் பெரும்பாலான அடிமைகள் முகத்தில் ஒருவிதத் தீவிரப் போக்கு இருப்பதைக் கண்டான். எவரிடமிருந்து தப்ப இயலாதோ அவர்களுக்கே தொண்டூழியம் செய்ய வேண்டிய நிலைக்கு ஆரம்பத்தில் அவர்கள் எதிர்ப்பு காட்டினர். அதற்குப் பதிலாக அடிகளும், பட்டினியும்தான் கிடைத்தன. அதனையும் மீறித் தப்பிக்க நினைத்தவர்கள் சங்கிலியை அறுக்க முடியாமல் சதை கிழிந்து உடலைப் புண்ணாக்கிக் கொண்டனர். வியாபாரிகள் பெரும்பாலும் கொடூரமானவர்களாகவே இருந்தனர். சின்ன எதிர்ப்பிற்குக் கூடக் கடும் தாக்குதலைத் தொடுத்தனர்.

*

ஒருநாள் ஓர் அரபு நாட்டு மனிதன் மேலாடை காற்றில் மிதக்க வந்தான். சந்தையில் அங்கும் இங்கும் அலைந்து தனது அந்தப்புரத்தை அலங்கரிக்க அழகிய பெண்கள் கிடைப்பார்களா என்று தேடிக் கொண்டிருந்தான். அவன் பெயர் ஷேக் அப்துல் ஹாசன்.

ஷேக் அப்துல் ஹாசனின் தொழில் குதிரை வியாபாரம். கம்பாயத்தில் அவனைத் தெரியாதவர்கள் யாரும் இருக்க முடியாது. வியாபாரிகளின் மன்றத்தில் எப்போதும் அமர்ந்திருப்பான். அந்த மன்றம்தான் நகரின் பிழைப்பிற்கு மூல காரணம். மன்றம் ஏற்பாடு

செய்யும் கூட்டங்களுக்கு மற்ற வியாபாரிகளைப் போல அவன் அடிக்கடி செல்வதில்லை. ஆனாலும் சந்தையில் அவனது தாக்கம் அதிகமிருக்கும். அவன் இனக்குழுவின் பெயர் அவன் பெயருடன் சேர்க்கப்பட்டிருந்தது. ஹஸன். அவர்களது பாரம்பரிய வேர்களுக்கு அந்தப் பெயர் ஓர் அத்தாட்சி. இறைத்தூதர் முகமது நபியின் வழித்தோன்றல்கள் இந்த ஹஸன் பிரிவினர். அவன் அரேபியாவிலிருந்து குதிரைகளைக் கொண்டு வந்து இங்கிருந்து முத்துக்களைக் கொண்டு செல்வது வழக்கம். அவன் அந்தப்புரத்தில் இருபதுக்கும் மேற்பட்ட பெண்கள் இருந்தனர். செல்லும் இடமெல்லாம் அந்த இடத்தின் நினைவாகப் பெண்களை விலைக்கு வாங்கிச் செல்வது அந்த வியாபாரியின் வழக்கம். அவனுக்கு இப்போது அந்த அழகிகளை மேய்க்க ஓர் அலி தேவைப்பட்டான். இப்போது இருக்கும் அலிக்கு வயதாகிவிட்டது. அந்த அலி அவனது தந்தையார் காலத்திலிருந்து அவன் அந்தப்புரத்தில் இருப்பவன். அந்த முதிய அலியின் வயது காரணமாக அப்துல் அந்தப்புரத்தில் கொஞ்சம் அடக்கி வாசிக்க வேண்டியிருந்தது. அது அப்துலுக்குப் பிடிக்கவில்லை.

அப்துல் சந்தை வீதிகளில் நடந்து கொண்டிருந்த போது ராமைப் பார்த்தவன் அப்படியே நின்றுவிட்டான். அந்த அலியின் கண்களில் ஒருவகை அறைகூவல் பளிச்சிட்டதைக் கண்டான். இந்த அலியின் உடலில் ஆழமான காயங்களின் தழும்புகள் தென்படுகின்றன. அப்துல் ஹஸன் மனதில் நினைத்தான். இவன் ஓர் அலியாக முற்றிலும் பயன்படமாட்டான் என்று உள்ளுணர்வு கூறினாலும் ஏதோ ஒன்று அவனிடம் தனியாகத் தெரிந்தது.

அந்த அரேபிய தேசத்தவன் தன் மீது காட்டும் அக்கறையைக் கண்ணுற்ற ராமின் தொண்டை வறண்டது; நா உலர்ந்தது. மற்றவர்களைக் காட்டிலும் இந்த வியாபாரி சற்றுப் பரவாயில்லை எஜமானனாக ஏற்றுக்கொள்ளக் கூடியவனாகத் தெரிந்தான். ராம் எண்ணிக் கொண்டான். அந்த அரேபியனைக் கண்டு மௌனமாக நின்றான். இமைக்காமல் பார்த்தான். எந்த வியாபாரியும் தன் பக்கம் திரும்பிக் கூடப் பாராமல் செல்வதைக் கண்டு மனம் வெதும்பியிருந்த ராம், அந்த வியாபாரி வைத்த கண் வாங்காமல் தன்னைப் பார்ப்பதற்கு மனதினுள் இறைவனுக்கு நன்றி கூறினான். உடனே தன் எண்ணத்தை மாற்றிக் கொண்டான். கடவுள் இருந்தால் அவன் இதுபோன்ற மனிதச் சந்தையின் முன்பு நிற்பதன் அவசியம் என்ன?

அந்த அரேபியன் நின்றான். எதிரில் தென்பட்ட அந்த அலி அவன் மனதில் முற்றிலும் இதுவரை தோன்றாத உணர்வை, சஞ்சலத்தை

ஏற்படுத்தினான். குதிரைகளின் தரத்தைப் பரிசோதிக்கும் அதே பார்வையுடன் அந்த அடிமையைப் பார்த்தான். ஓர் ஆண்மை நீக்கப்பட்டவனிடம் இல்லாத குணாதிசயம் இவனிடம் உள்ளது. உள்ளே பட்சி சொன்னது. இவன் ஓர் அலியாக இருக்க முடியாது. ஹஸன் வருத்தத்துடன் எண்ணியபடி தலையை உலுக்கிக் கொண்டான்.

அந்த அரேபியன் நகர்ந்து சென்றதும் ராம் முற்றிலும் உணர்விழந்த நிலைக்குத் தள்ளப்பட்டான். அரேபியன் மீது தனது கவனத்தைச் செலுத்தி மனதிற்குள் முணுமுணுக்கத் தொடங்கினான்.

‘திரும்பி வா எஜமானனே.. திரும்பி வா எஜமானனே.’

ஆனால் அந்த அரேபியன் மீளவில்லை. ராம் ஏக்கப் பெருமூச்செறிந்தான். அந்த அரேபியனின் பார்வை ஒருவித நம்பிக்கையைக் கொடுத்து இறுதியில் பொய்யாகப் போனது. அந்த அரேபியனுக்குத் தன்னை வாங்கும் நோக்கம் இருந்தது, வியாபாரி இன்னும் கொஞ்சம் தளர்வான விலையைக் கூறியிருக்கலாம். அடிமையாக ஆன பின்பும் தோல்வி அவனைத் தொடர்ந்தது.

*

ஹஸனால் எதிலும் முனைந்து செயல்பட முடியவில்லை. தன் அருகில் படுத்திருந்த பெண்ணை எழுப்பிவிடலாம் என்று முதலில் எண்ணினான். அலிகளின் பேரம் பேசும் பகுதியில் நின்று கொண்டிருந்த அந்த அலி அவன் சிந்தையை ஆக்கிரமித்துக் கொண்டிருந்தான். படுக்கையிலிருந்து எழுந்து உப்பரிகைக்குச் சென்றான். வீட்டைச் சுற்றி அமைக்கப்பட்டிருந்த புல்வெளியின் மீது நிலவு பால் கதிரைப் பொழிந்து கொண்டிருந்தது. மேல் மாடம் மாஹி நதியை மறைத்துக் கொண்டிருந்தது. நதியின் அலைகள் சலசலவென்று ஓடிக்கொண்டிருந்தது. அரேபிய முறையில் பின்னால் கட்டப்படாத அவனது சிகை உப்புக் கலந்த ஈரக் காற்றில் அசைந்து கொண்டிருந்தது. காலை வரையில் விழித்திருந்தான்.

ஹஸன் அவனை விலைக்கு வாங்கிக் கொண்டு வரவில்லை என்றாலும் அந்த அலியின் நினைப்பு அவன் சிந்தையில் நீந்திய வண்ணம் இருந்தது. இதற்கு முன்னால் வாங்கி வந்த காயடிக்கப்பட்ட ஒரு பொலிக் குதிரையைப் பற்றி நினைப்பு வந்தது. குதிரை வியாபாரம் குறித்து அவனுக்கு அப்போது முன்னே பின்னே அனுபவம் இல்லை. இருந்தும் அவன் துணிச்சலாக அந்தக் குதிரையை வாங்கி வந்தான். அவனுக்கு விளக்கம் சொல்லத்

தெரியவில்லை. இப்போது இந்த அலியின் கண்களில் மின்னியதைப் போன்று ஒரு தீர்மானம், அகந்தை, துணிச்சல் மூன்றையும் அந்தக் குதிரையின் கண்களில் பார்த்தான். அவன் சகோதரர்கள் அந்தக் குதிரையைப் பார்த்து வாய் வலிக்கக் கேலி செய்து சிரித்தனர். ஆனால் அவன் எடுத்த முடிவு எந்த அளவிற்கு உண்மை என்பது பின்னால்தான் அவர்களுக்குத் தெரிந்தது. அந்தக் குதிரை அவன் வாழ்வில் வளமையைச் சேர்த்தது. இன்று ஒரு நல்ல நிலையை அவன் அடைந்திருக்கிறான் என்றால் அதற்கு அந்தக் குதிரையின் வரவுதான் காரணம் என்று கூற வேண்டும்.

கீழ் வானில் செம்பஞ்சு நிறம் தோன்றத் தொடங்கியது. கண்களை மூடிக்கொண்டு ஹஸன் மனதின் கண்களை அலையவிட்டு ஒரு முடிவிற்கு வர முயன்றான்.

மறுநாள் ராம் அந்த அரேபியனைப் பார்த்ததும் அவன் தன்னை வாங்க வந்துள்ளதை உறுதி செய்து கொண்டான். ஆண்மையகற்றப்பட்ட நாளிலிருந்து தனக்குள்ளே ஒரு மெல்லிய குரல் கேட்பதை அவன் அறிந்தான். சிறுவயதில் அதே குரல் தனது செவிகளுக்குள் ஒலித்த போது தனது குடும்பத்தினர் மேற்கொண்ட மாந்திரீக முயற்சிகள் நினைவிற்கு வந்தன. அதே குரல் மீண்டும் கேட்கிறது. உள்ளுணர்வின் குரல். அந்த அலி தன் பற்களின் இடைவெளியின் வழியாகப் புன்னகைத்தான். அரேபியன் அந்த அடிமையை அருகில் வருமாறு பணித்தான். அவன் நினைத்தது சரிதான். இந்த அடிமையை ஓர் எஜமானன் உடலால் வேண்டுமானால் ஆள முடியும். ஆனால் இவன் மனதை எந்த எஜமானனாலும் ஆள்வது என்பது இயலாது. வேறு எவரிடமாவது இதனைக் கூறினால் உடனே அவர்களிடமிருந்து, ‘அது அடிமைகளுக்கு உகந்தது அல்லவே?’ என்ற வினா எழும். ஆனால் ஹஸன் அடுத்தவர் பேச்சைக் கேட்டு தனது எதிர்காலத்தை நிர்ணயிக்கும் தன்மை கொண்டவன் அல்லன்.

ஹஸன் அந்த அலியைப் பாதாதி கேசம் பார்வையிட்டான். பிறகு அதன் எஜமானனிடம், ‘இவன் முறையாக ஆண்மை நீக்கம் செய்யப்பட்டவனா?’ என்று கேட்டான்.

உடனே அந்த உடைமையாளன், ‘ஓ! இவனுக்கு விதை நீக்கம் செய்யப்பட்டுவிட்டது. பார்க்கிறீர்களா ஷேக்?’ என்று வினவினான். வினவியதோடு நில்லாமல் அவன் அந்த அடிமையின் லங்கோட்டை உருவச் சென்றான். அந்த அலி தனது கரங்களால் தனது மர்மப் பகுதிக்குக் கரங்களைக் கொண்டு சென்று தனது

மறுப்பைத் தெரிவித்தான். அவன் முகத்தில் அவமான உணர்வு மிகுந்திருந்தது.

‘உங்கள் வார்த்தைகளை நம்புகிறேன். இவனுடைய விலை என்ன?’ என்று கேட்டான் ஹஸன். முதலில் அந்த அடிமையின் எஜமானன் அரேபிய ஷேக் கேலி செய்கிறான் என்று எண்ணினான். இந்த அலி அவனிடம் வந்து சேர்ந்ததிலிருந்து அந்த மனிதனை இதுபோன்று பல கேலி பேச்சுகள் தாக்கியிருக்கின்றன.

‘இந்த அலியின் விலை ஆயிரம் தினார்கள் ஷேக் அவர்களே’ என்றான் வியாபாரி.

அடிமையின் விலையைக் கேட்டு அருகில் இருந்த ஓரிருவர் வாய் பொத்திச் சிரித்தனர். அவன் கண்டிப்பாக நக்கலடிக்கிறான். இந்த விலைக்கு எட்டு முரட்டு நீக்ரோக்களை வாங்கலாம். கூடவே ஓர் அழகிய நங்கையையும் விற்பவன் வெகுமதியாகக் கொடுப்பான். இப்படி ஒரு முறையற்ற வியாபாரத்திற்காக ராம் மனம் நொந்து போனான். எளிதில் வாங்க இயலாத விலையை அல்லவா தனக்கு நிர்ணயித்திருக்கிறான் இந்த வியாபாரி.

அடுத்து, அந்த அரேபிய ஷேக் ‘நான் இவனை விலைக்கு வாங்கிக் கொள்கிறேன்’ என்று கூறியதைக் கேட்ட ராம் வாயடைத்து நின்றான்.

‘கேலி பேசவில்லையே?’ என்று அந்த வியாபாரி சந்தேகத்துடன் கேட்டான்.

ஹஸன் கூறியதைக் கேட்டு ராம் அதிர்ச்சியில் உறைந்து போயிருந்தான். வறண்ட தொண்டையை மென்று விழுங்கினான். அவன் வாயடைத்து நின்றான். நல்லூழின் காற்று அவன் பக்கம் பலமாக வீசினாலும் அவனிடம் பெருத்த நம்பிக்கை தோன்றவில்லை.

ஹஸன் கையசைத்தான். அவன் திரும்பியதும் அரபுத் தலைவனின் உதவியாளன் தோல் பை ஒன்றை நீட்டினான். அரபுத் தலைவன் அதிலிருந்து தங்க நாணயங்கள் அடங்கிய கிழி ஒன்றை வியாபாரியிடம் நீட்டினான்.

‘இதில் மொத்தம் நானூறு தினார் நாணயங்கள் உள்ளன. நாளை என்னுடைய இருப்பிடம் வந்து மீதித் தொகையைப் பெற்றுக் கொள். கம்பாத் நகரில் குதிரை வியாபாரி ஹஸன் என்று சொன்னால் போதும் என் இல்லத்திற்குக் கொண்டு வந்து விட்டுவிடுவார்கள்.’

இதனை அரபுத் தலைவன் கூறும் போது அடக்கத்துடன்தான் கூறினான் என்றாலும் கம்பாத் நகரில் அவனை அறியாதவர்கள் இல்லை என்றுதான் சொல்ல வேண்டும். அந்த அடிமையைத் தன்னைப் பின்தொடர சைகை காட்டிவிட்டு அவன் முன்னே சென்றான். ராம் அந்த மேடையைவிட்டு அகன்ற போது தனது எஜமானனைப் பிரியாவிடை பெரும் விதமாகத் தட்டிவிட்டுச் செல்ல நினைத்தான். வேண்டாம் அது பேரத்தைக் கெடுத்துவிடும்.

அரபுத் தலைவன் ஹஸன் சிரித்தான். அவனுடைய வெளுத்த முகத்திற்கு அவனுடைய கறுத்த பற்கள் முரணாகத் தோன்றின. 'இன்றிலிருந்து நீ 'ஹஸார் தினாரி' என்று அழைக்கப்படுவாய். இதன் பொருள் ஆயிரம் தினார் விலையுடையவன் என்பதாகும்.'

ராம் தனது சிரம் தாழ்த்தி அவனுக்குத் தன் நன்றியைத் தெரிவித்து அவன் பின்னே சென்றான்.

சாரட்டு வண்டியின் வெளிப்பகுதியில் ராம் அமர்ந்து கொண்டான். அரபுத் தலைவன் சாரட்டுப் பெட்டியின் உட்புறத்தில் பஞ்சு மெத்தை இருக்கையில் அமர்ந்து கொண்டான். ராம் கெட்டியாகப் பிடித்துக் கொண்டான். குதிரைகள் சாரட்டு வண்டியை இழுத்துச் சென்றன. சிறிது தூரம் சென்றதும் இரண்டு குதிரைகளில் ஒன்று ஒரு பெரிய தடுப்புச் சுவரின் முன்பு நின்று கனைத்தது. சாரட்டு வண்டி திரும்பியது. மந்திரத்திற்குக் கட்டுப்பட்டது போல அந்தப் பெரிய கதவுகள் திறந்து கொண்டன. உள்ளே மிகப் பெரிய பண்ணை ஒன்று விரிந்தது. இரு மருங்கிலும் தோட்டங்கள். தோட்டங்களின் இருபுறமும் மலர்ச் செடிகளும் மரங்களும் நிறைந்து அந்த இடமே பசுமையாகக் காட்சியளித்தது. பறிப்பார் எவருமின்றி மலர்ச் செடிகளின் அடியில் சருகுகளின் குவியல். பழமரங்களில் பழக் குலைகள். தோட்டத்தின் முடிவில் அவர்கள் மாளிகைக் குடியிருப்பு இருந்தது.

அந்த மாளிகையை வழிப்போக்கர்கள் மருண்டு போய்ச் சிலையென நின்று பார்ப்பார்கள். சாரட்டு வண்டியிலிருந்து இறங்கியதும் ராமும் அதனை வாய் பிளந்து பார்த்தான்.

அந்த மாளிகை வீடு மாஹி நதியின் முகத்துவாரக் கரைகளில் கட்டப்பட்டிருந்தது. நகரத்திற்கு எதிர்ப்புறம் கட்டப்பட்டிருந்தது. மாஹி பெருக்கெடுத்தால் சேதம் ஏற்படுத்தாத தொலைவில் அந்த வீடு அமையப்பட்டிருந்தது. இருந்தாலும் நன்கு உயர்ந்த பீடங்கள் மாஹி நதியைச் சுற்றிக் கட்டப்பட்டிருந்தன. அந்த அரபுக்காரன் ஒரு வியாபாரி என்றாலும் துறைமுகத்தில் நிலவும் சந்தடிகள்

பிடிக்காமல்தான் இப்படி ஓர் ஒதுக்குப்புறத்தில் தன் வீட்டை அமைத்துக் கொண்டிருக்கிறான். காதைக் குடையும் சந்தைச் சச்சரவுகளை மாஹி நதியின் சலசலப்பு மாற்றிச் செவிகளை இனிமையாக்கியது.

நான்கைந்து உயர்சாதி நாய்கள் தங்கள் எஜமானனைப் பார்த்ததும் மகிழ்ச்சியில் குறைத்து அவர் வருகையை வீட்டில் உள்ளவர்களுக்கு உணர்த்தின. எசமானரைப் பார்த்து வாலாட்டிவிட்டுப் புதிதாக வந்திருப்பவனைப் பார்த்ததும் அருகில் வந்து முகர்ந்தன. அவை முகர்ந்து பார்க்கும் வரை ராம் அசையாமல் நின்றான். அவனிடம் ஆர்வமிழந்த அவை எஜமானர் உள்ளே சென்றதும் வேகமாக அவரைப் பின்தொடர்ந்து சென்றன.

காவலர்கள் பளபளப்புடன் மின்னிய கூர்மையான வாட்களைக் கரங்களில் ஏந்தி தோட்டப் பகுதியில் காவல் காத்த வண்ணம் உலாவிக் கொண்டிருந்தார்கள். தங்கள் தலைவனைக் கண்டதும் அவர்கள் சிரம் தாழ்த்தி வணங்கினர். அவர்களில் ஒரு காவலன் அந்த அலியை உள்ளே ஏற்றியதற்கு ஏளனமாகச் சிரித்தான்.

ராம் முன்றிலில் நிறுத்தி வைக்கப்பட்டான். ஹஸன் உள்ளே சென்றான். ஒரு வினோத மனிதர் உடலின் தோல் முழுவதும் சுருக்கங்களுடன் காலம் கடந்துவிட்ட கனிந்த கனியைப் போன்ற தோற்றத்தில் இருந்தவர் உள்ளிருந்து வந்து ராமைத் தன்னுடன் வருமாறு ஜாடைகாட்டி அழைத்துச் சென்றார். உள்ளே போனதும் தனியறை ஒன்றிற்கு அழைத்துச் சென்று அவனது ஆடைகளைக் களைந்தார். இல்லத்திற்குள் புதிதாகக் காலடி எடுத்து வைத்திருப்பவன் நிரந்தரமாக ஆண்மை நீக்கப்பட்டவன் என்பதனை உறுதி செய்து கொண்டு அதனைத் தனது எஜமானரிடம் தெரிவிக்க உள்ளே சென்றார்.

அந்த முதிய அலியின் பெயர் சலீம். அவர் ஹஸனின் தந்தையின் காலத்திலிருந்து அந்த வீட்டில் வசிப்பவர். அவரும் சிறு வயதிலேயே மிகக் குரூரமான முறையில் விதை நீக்கம் செய்யப்பட்டார். அவர் காலத்தில் எல்லாம் காயம் ஆறுவதற்குப் பாலைவன மணல் உபயோகிக்கப்படும். சில சிறுவர்களை விதை நீக்கம் செய்யப்பட்ட பின்னர் மணலில் குழி தோண்டி காயம் ஆறுவதற்கு அந்தக் குழிகளில் நிறுத்திவைக்கப்பட்டு மணல் போட்டு மூடி வைப்பார்கள். பெரும்பாலும் விதையடிக்கப்பட்ட பல சிறுவர்கள் அச்சத்திலேயே மடிந்துவிடுவது வழக்கம். சலீம் ஒருவர்தான் அவர்களில் தப்பிப் பிழைத்தவர்.

சந்தேகம் வேண்டாம்! அந்த முதிய அலிதான் அந்த இல்லத்தைப் பராமரிப்பவர். எஜமானரின் ஆசை நாயகிகளைத் தவிர மற்ற எவருடைய திமிரான போக்கிற்கும் ஓங்கி அறைவதுதான் அவர் அளிக்கும் தண்டனை.

சலீம் எஜமானரின் உத்தரவிற்குக் காத்திருந்தார். அரபுத் தலைவன் ஹஸன் தனது தாடியை உருவிவிட்டுக் கொண்டார்.

'முதியவரே, அவனை மாலிக் என்று அழைத்து வா. ஆம், மாலிக் ஆயிரம் தினாரி' என்று சலீமிற்குக் கட்டளையிட்டார். ஓர் அடிமையைத் தனது எஜமானர் 'எஜமானர்' என்ற பொருள்படும் மாலிக் என்ற வார்த்தையைக் கேலியாகக் கூறியதை எண்ணிச் சலீம் சிரித்தார்.

சலீம் ராமை அந்தப்புரத்திற்குள் அழைத்துச் சென்றார். அந்தப்புரத்திற்குச் செல்லும் வழியில் கம்பி அழியிடப்பட்ட கூரைகளின் வழியே ஆகாயம் தெரிந்தது. அந்தப்புரம் என்பது தடை செய்யப்பட்ட பகுதி. அதனுள் செல்ல அலிகள், மனைவிமார்கள், ஆசை நாயகிகள், அவர்களது புதல்விகள் மற்றும் பாலகர்கள் மட்டுமே அனுமதிக்கப்படுவர். அந்தப்புரங்கள் அரசருக்கு மட்டும் உரியதன்று. காலம் செல்லச் செல்லப் பெரும் தனவான்களும் அந்தப்புரங்களை அமைத்துக் கொள்ளத் தொடங்கிவிட்டனர்.

புதிய அலியின் வருகை அங்குள்ளவர்களிடம் ஓர் ஆர்வத்தை ஏற்படுத்தியது. அந்தப்புரம் முழுவதும் சேதி விரைவாகப் பரவியது. அந்தப் பேரத்தின் முழு விவரமும் அவர்களுக்குத் தெரிய வந்தது. அவர்களின் மொத்த மதிப்பைவிடவும் கூடுதலான விலை கொடுத்து அழைத்து வரப்பட்ட அலியின் மீது அங்கிருந்தவர்களுக்கு உண்மையிலேயே ஓர் ஆவல் ஏற்பட்டது.

இரண்டு விஷயங்கள்- ஒன்று அவன் அவர்கள் இதற்கு முன்பு பார்த்திருந்த அலிகளைப் போல உடல் பருத்துத் தோற்றமளிக்க வில்லை. சிறுவயதில் ஆண்மை நீக்கப்படுவதால் உடலில் மயிர் உதிர்ந்துவிடும். உடல் பெருத்துவிடும். மற்ற சாதாரணமான ஆடவர்களைப் போலவே இந்தப் புதிய அலி காட்சியளித்தான். எனவே அவன் மேல் அதிக அக்கறை காட்டினார்கள். அந்தப்புரத்தில் அலிகளாக நுழைய விரும்பும் ஆடவர்கள் பலர், பெண் போல நாணிக் கோணி நடந்து கொள்வதை அவர்கள் தங்கள் வாழ்வில் பார்த்திருக்கிறார்கள். ஒருவேளை இவனும் அப்படிப்பட்டவன்தானோ? இன்னொன்று அங்கிருந்த சிவந்த அரக்குப் பூசிய பல இதழ்களில் புன்னகையைப் பூக்க வைத்தது,

அவனுக்கு விலையாகக் கொடுக்கப்பட்ட ஆயிரம் அரபு நாணயங்கள். எப்போதும் சாமர்த்தியமாக நடந்து கொள்ளும் தங்கள் எஜமானர் இந்த அலி விஷயத்தில் ஏமாந்துவிட்டார் என்பதை நினைத்துப் புன்னகைத்தனர்.

அந்த வளாகத்தினுள் நுழைந்ததும் அது தனக்கு ஒரு சிறந்த புகலிடமாக இருக்கும் என்பதை ராம் தெரிந்து கொண்டான். இந்த எல்லைக்குள் ஒருவரும் அவனைத் துன்புறுத்தமாட்டார்கள் என்பது விளங்கியது. இஸ்லாமியக் கட்டட முறைப்படி அந்த இல்லம் வடிவமைக்கப்பட்டிருந்தது. அதாவது அந்த மாளிகையில் இருப்பவர்களுக்கு வெளியில் நடப்பது தெரியும். ஆனால் வெளியில் இருப்பவர்களுக்கு உள்ளே என்ன நடக்கிறது என்பது தெரியாது. ஒவ்வொரு பொருளிலும் வெளிப்படையாகத் தெரிந்த டாம்பீகம் தனது எஜமானரின் செல்வத்தைப் பறைசாற்றின. அவனுக்கு முதலில் எழுந்த சந்தேகம் இந்த வியாபாரி ராணாவைவிடச் செல்வந்தனாக இருக்கக் கூடுமோ என்பதுதான்.

இப்போது மாலிக் என்று அழைக்கப்படும் ராம் ஒரு புதிய வாழ்க்கையை அந்த அந்தப்புரத்தின் சுவர்களுக்குள் தொடங்கினான். ஏற்கெனவே அவனுக்குக் கிரகிப்புத்தன்மை அதிகம். அந்த முதிய அலி சலீமும் முரட்டுத்தனமானவராகத் தெரியவில்லை. தனது எஜமானர் அவனுக்குக் கொடுத்த விலையைக் கேட்டதும் கொஞ்சம் வருத்தத்தில் தலையை ஆட்டினார். தனது எஜமானர் பிழை செய்துவிட்டார். ஆனால் அதனை அவர் ஒப்புக்கொள்ளப் போவது இல்லை. அந்த முதிய அலி மாலிக் செய்ய வேண்டிய வேலைகளைப் பட்டியலிட்டார். அந்த வளாகத்திற்குள் வேறு ஆடவர்கள் நுழைய முடியாததால் அவர்கள் இருவர் மட்டும்தான் மொத்த வளாகத்தையும் பார்த்துக் கொள்ள வேண்டும். அரேபியர்கள் பண விவகாரங்களில் பெண்களை நம்புவதில்லை. எனவே பண விவகாரங்களை சலீம்தான் பார்த்து வந்தார். உள்ளே ஆடவர்களுக்கு அனுமதியில்லை என்பதால் அவர்கள் இருவரும் உள்ளே இருந்த பெண்களின் கற்பிற்கும் காவல் இருந்தனர்.

மாலிக்கிற்கு ஒரு நீண்ட பட்டியலிட்டு உத்தரவுகள் அளிக்கப்பட்டன. ‘நீ எங்களுக்குத் திருப்தி அளிக்கவில்லை என்றால் கண்டிப்பாக வெளியேற்றப்படுவாய்’ என்பதையும் சேர்த்துக் கூறினார். ஒரு பிம்பம் அவன் மனக்கண் முன்பு எழுந்தது. மற்றவர்கள் தங்கள் எஜமான் அவனை அதிக விலை கொடுத்து வாங்கி ஏமாந்துவிட்டதாகப் பேசிக் கொள்வதைக் கேட்கும் தோறும்

மாலிக்கின் தலை குனிந்தே இருக்கும். அவன் சலனப்படாமல் சிந்தித்தான். ‘இந்த இடத்தில் தனக்கு உற்ற உதவி கிடைத்திருக்கிறது. இதனைத் தக்க வைத்துக் கொள்ள முயல வேண்டும், அழிப்பதற்கு அல்ல.’

ஓய்வு குறித்த சிந்தனையே இன்றி மாலிக் ஹஸார் தினாரி தன்னை அந்தப்புர வேலைகளில் முழுமையாக ஈடுபடுத்திக் கொண்டான். அவன் அந்த இடத்தில் ஒரு சில வாரங்களிலேயே பூரணமாகப் பொருந்திவிட்டதை எண்ணி அந்த முதிய அலிக்கு மகிழ்ச்சியாக இருந்தது. அந்தப்புரத்தின் மூப்பர் தொகுதியை விளக்கினார். அரேபியரின் நான்கு மனைவிமார்கள்தான் அந்தப்புரத்தில் அதிகம் போற்றப்பட வேண்டியவர்கள். அவர்களுக்கு எவ்வளவு மரியாதை கொடுக்க முடியுமோ அவ்வளவு மரியாதை கொடுக்கப்பட வேண்டும். மற்ற பெண்களுக்கு வழங்கப்படும் சலுகைகள் கூட சில வேறுபாடுகளுடனே வழங்கப்படும்.

ஹஸன் நான்கு பெண்களை அடுத்தடுத்த வருடங்களில் மனம் புரிந்து கொண்டிருப்பவன். அவர்களிடம் அவனுக்கு இணக்கமான நினைவுகளே இருந்ததால் மணவிலக்கு எனப்படும் ‘தலாக்’கிற்கு அங்கு வேலை இல்லை. ஓர் உண்மையான இஸ்லாமியன் நான்கு பெண்களை மட்டுமே முறையாகத் திருமணம் செய்து கொள்ளலாம் என்பதால் அவன் அந்தப்புரத்தில் ஆசைநாயகிகளைப் பெருக்கத் தொடங்கினான். அவர்கள் எல்லா விதமான வடிவிலும், நிறத்திலும், அளவிலும் வந்தார்கள். அங்கிருந்த பெண்கள் ஒருநாள் அணிந்த ஆடையை மறுநாள் அணிவதில்லை. அவர்கள் அணியும் ஆடைகள் ஆடம்பரமாகவும் விலை உயர்ந்தவையாகவும் இருந்தன. ஒண்பட்டு, மென்பட்டு, நிஜப்பட்டுத் துணிகளினால் நெய்யப்பட்டவை. தங்கச் சரிகை, வெள்ளிச் சரிகைகள் இழையோட மணிகளாலும் முத்துக்களாலும் கோர்க்கப்பட்ட ஆடைகள். அபூர்வமாக அந்தப்புரப் பெண்கள் வெளியில் செல்லும் போது முரட்டுத் துணியில் தயாரிக்கப்பட்ட ஒரு நீண்ட அங்கியைப் போட்டு முழு உடலையும் மறைத்துக் கொண்டு செல்வது வழக்கம். விழிகள் மட்டும் மறைக்கப்படாமல் அமைக்கப்பட்டிருக்கும் அந்த உடை. அந்தப்புர மகளிரைத் தவிர அங்கு இருபது இருபத்தைந்து சிறுவர் சிறுமியர்- எல்லாம் ஹஸனுக்கும் அவர் மனைவிமார், ஆசைநாயகிகளுக்கும் பிறந்தவை- வசித்து வந்தனர். அவர்கள் பரம்பரை என்னவாக வேண்டுமானாலும் இருக்கட்டும், அவர்கள் அனைவரும் குழந்தைகள்.

முதிய அலி அந்தப்புரத்தின் பழக்க வழக்கங்களைச் சொல்லிக் கொடுத்தார். 'இங்குள்ள மகளிருக்கு அரேபிய மனிதர்கள் மீதுதான் பிரியம் இருக்கும். அதனைக் கண்டு நீ கொதிப்படையக் கூடாது. பொறுமையாக இருக்க வேண்டும். இகழப்படும் பெண் மிகவும் ஆபத்தானவள். மற்றவர்களைப் போல நாம் இல்லையென்றாலும் அவர்களிடம் இல்லாத ஆற்றல் நம்மிடம் உள்ளது என்பதை நினைவில் கொள். பெரும்பாலான ஆண்கள் தங்களது காம இச்சையைத் தீர்த்துக் கொள்ள இயலாமல் பாதி நாட்களை வீணாகக் கழித்து நோயை வருத்திக் கொள்கிறார்கள். ஹிந்துக்கள் பலரும் காம இச்சையை அடக்கினால் செயற்கரிய செயல் புரியலாம் என்று நம்புகின்றனர். நமது செவிப் புலனும் பார்வையும் அதிகமாகி இருப்பது உனக்குக் கூட இப்போது தெரிய வந்திருக்கும். நமது புலன்கள் நாளாவட்டத்தில் மேலும் கூர்மையாகிக் கொண்டே செல்லும். நமது சிந்தையில் கருணை நிறைந்திருக்கும். நான் தொலைவில் இருக்கிறேன் என்ற எண்ணத்தில் பெண்கள் ரகசியங்களைப் பரிமாறிக் கொள்வார்கள். ஆனால் அவர்களின் உதட்டசைவிலிருந்து என்ன பேசிக் கொண்டார்கள் என்பதைக் கண்டு பிடித்துவிடுவேன்.'

சமீபமாக அவனுக்கு ஏற்பட்ட புலன் திறனின் கூர்மையின் காரணம் இப்போது புரிந்தது.

'அவர்கள் உள்ளத்தில் புதைந்து கிடக்கும் ரகசியங்களை உன்னால் போகப் போக அறிந்து கொள்ள முடியும். நமது எஜமானரை அவர்கள் வஞ்சிக்க எண்ணும் போது அவர்கள் உள்ளே எழும் அச்சத்தின் நடுக்கத்தை உன்னால் அடையாளம் காண இயலும். நமக்குக் கிடைத்துள்ள இந்தப் புதிய திறன்கள் நம் எஜமானரைக் காப்பாற்ற என்பதை மட்டும் மறந்துவிடாதே' என்றார்.

'நல்லது ஐயா!' மாலிக் பதில் அளித்தான்.

அந்தப்புரத்தில் வாழ்க்கை சொர்க்கமானது. இனிமையானது. அந்தப்புரத்தில் பெண்களுக்கு உடல் உழைப்பு என்பதே கிடையாது. அத்தனை பணிகளையும் செய்வதற்கு நிறையப் பெண் அடிமைகளும், இரண்டு அலிகளும் இருக்கும் போது வேறு என்ன கவலை அவர்களுக்கு? உடல் இச்சைகளை நாணம் எதுவுமின்றித் தீர்த்துக் கொள்ளும் இடமல்லவா அந்தப்புரம் என்பது? தூர்ந்து போய்க் கொண்டிருக்கும் பாலுணர்வுகளை மீண்டும் புதுப்பிக்கப் பல ஆண்களுக்கு அந்தப்புரம் ஓர் உல்லாச மாளிகை. மைதுனம் அங்கே நுண்கலையாகப் பயிலப்படும். ஆரம்ப நாட்களில்

ஒருமுறை மாலிக் தன் எஜமானன் ஓர் ஆசை நாயகியிடம் சம்போகம் கொள்வதைக் கண்ணுற்ற போது தாங்க முடியாத அதிர்ச்சிக்கு உள்ளானான். நன்கு ஆயுதப் பயிற்சி அறிந்த ஒருவன் தனது கரங்கள் இரண்டும் துண்டாடப்பட்டதைப் போன்ற வேதனை அவனுக்கு எழுந்தது.

அலியின் பணி முற்றிலும் முரணான ஒன்று. அந்தப்புரத்தில் நிகழும் காம லீலைகளைக் கண்ணுறலாம். ஆனால் அவற்றை அவர்களால் செய்ய இயலாது. இது எப்படி எனச் சொல்வதென்றால் நாக்கில்லாத ஒருவன் மற்றவர் உண்பதைக் காண நேரிடுவது போலவும், கால்களில்லாதவன் மற்றவர் நடப்பதைப் பார்ப்பது போலவும் ஆகும். உளவியல் ரீதியாக அது அவர்களை மிகுந்த மன உளைச்சலுக்கு உள்ளாக்கும். ஒவ்வொரு முறையும் அவன் தனது எஜமானரை அந்தப்புர மகளிருடன் படுக்கையறையில் காணும்தோறும் தான் சௌலாவைத் தழுவிக் கிடந்தது நினைவில் வந்து வதைக்கும். மேனி நடுங்கும். உள்ளே தீராத வஞ்சத்தின் நெருப்புக் கொழுந்துவிட்டு எரியும். தாபத்தில் தவிக்கும் ஒவ்வொரு நாளும் இரவில் தூக்கத்தின் மடியில் இளைப்பாற எண்ணும் போது அந்த முதிய அலி அவனுக்கு மூலிகை வேர்களில் தயாரித்த சாறு குடிக்கக் கொடுப்பார். அதைக் குடித்துவிட்டுக் கனவுகள் அற்ற துயிலின் மடியில் ஆழப் புதைந்து கொள்வான்.

ஒவ்வொரு பெண்களுக்கும் தங்கள் நாயகனுடன் சல்லாபிக்கும் வாய்ப்பு ஓர் இரவோ இரண்டு இரவுகளோ மட்டும் கிடைக்கும். கிடைக்கும் வாய்ப்புகளை அந்தப் பெண்கள் நழுவ விடுவதும் இல்லை; உரிய முறையில் பயன்படுத்திக் கொள்ளாமல் விடுவதும் இல்லை. ஹஸன் எப்போதும் விடிந்து வெகுநேரம் கழித்தும் விழியாமல் ஏதோ முதல் நாள் இரவு படுக்கையில் புலியுடன் போரிட்டதைப் போல அசதியில் உறங்கிக் கொண்டிருப்பான். வெப்பமும் புழுக்கமும் நிறைந்த இரவுகளில் ஒரு ஜடத்தைப் போல மாலிக் கட்டிலின் அருகிலிருந்து பங்கா போட வேண்டும். தனது நாயகனுடன் சல்லாபிக்கும் போது பெண்கள் உன்மத்த நிலையை அடைந்து பரவசக் கூச்சல் போடுவார்கள். ஹஸன் குறட்டைவிடத் தொடங்கியதும்தான் மகளிர் அந்தப்புரத்தில் தங்கள் அறைகளுக்குத் திரும்ப வேண்டும். மாலிக்கும் அவர்களோடு விழித்திருந்து மகளிரின் அறைவரை பாதுகாப்பாக உடன் செல்ல வேண்டும்.

அரேபியப் பெண்களைத் தவிர்த்து ஏனைய பெண்களுக்கு மாலிக் கிட்டத்தட்ட ஓர் ஆணின் சாயலில்தான் தோன்றினான். பால்ய பருவத்தில் அல்லாது மிகவும் பின் பகுதியில் அவன் ஆண்மை நீக்கம்

செய்யப்பட்டிருந்ததால் அவனிடம் ஆணின் சாயல் அப்படியே இருந்தது. இதன் காரணமாக அவனைக் கடந்து செல்லும் பெண்கள் அவனைச் சீண்டிப் பார்க்காமல் இருக்கமாட்டார்கள். ஒருநாள் இரவு அதிர்ஷ்டக் காற்று விளக்கொன்றை ஊதி அணைக்கவே ஒரு வளைக்கரம் அவனையும் நல்ல வாய்ப்பு ஒன்றையும் பற்றி இழுத்தது. அந்த மென்மையான ஈர உதடுகளின் முத்தங்களை அவன் மேனி பொறுத்துக் கொள்ள நேர்ந்தது.

இதுவரை அவன் கடந்து வந்த துயர நாட்கள் சென்ற பின்பு அந்தப்புரம் அவனுக்குச் சுவர்க்கமாகக் காட்சியளிக்கத் தொடங்கியது. அவன் ஓர் அடிமையாக இருந்து தன் வேலைகளைச் செய்யும் போது அவனை எவரும் எதுவும் சொன்னதில்லை. குறிப்பாக அவன் ஆயிரம் தினார் பணம் கொடுத்து வாங்கப்பட்டவன் என்றாலும், அவனை எவரும் தரக்குறைவாக நடத்தவில்லை. சமையல் கூடத்திற்குச் சென்று அவன் விருப்பம் போல எதை வேண்டுமானாலும் எடுத்துச் சுவைக்கலாம், உண்ணலாம். தடை எதுவும் இல்லை. வெளியில் செல்வதென்றால் திரும்பும் பொழுதை சலீம் முதியவரிடம் சொல்லிவிட வேண்டும். அப்போதுதான் காவலர்கள் அவனை அந்த மாளிகைக்குள் அனுமதிப்பார்கள். அவனுக்கும் நகரின் உட்பகுதிகளைக் கால்களால் அளந்து அதன் சந்தடி, கூச்சல் போன்றவற்றைப் பார்த்துவிட்டு வரப் பிடிக்கும். நகரின் எல்லாப் பகுதிக்கும் அவன் உலாவிவிட்டு வருவான் ஒரே ஒரு பகுதியைத் தவிர. அடிமைச் சந்தை. அங்கு சென்றால் அவமான நாட்களின் நினைவு வரும் என்பதால் அவன் அங்கு செல்வதைத் தவிர்த்தான்.

மாலிக் மற்ற அடிமைகளைப் போல இல்லை. வலிமையானவன். உறுதியானவன். திண்மையானவன். மற்ற அடிமைகள் எஜமானர் முன்பு கூனிக் குறுகி நிற்பார்கள். அவன் மாட்டான். ஒரு பல்லக்குத் தூக்கியைப் போலவோ அல்லது சமையல் கூடத்தில் நெருப்பில் வேகும் அடிமையைப் போலவோ தனது வாழ்க்கை அத்தனை மோசமில்லை என்பதை அவன் உணர்ந்திருந்தான். அவன் தங்கியிருக்கும் அறைகள் கூட அத்தனை மோசம் இல்லை. சொல்லப் போனால் தனது அறையின் ஆடம்பரத்திற்கு மாலிக் மகிழ்ச்சி கொள்ளவே செய்தான். குற்றேவல் புரியும் அடிமைகள் கூட அவனைக் கேவலமாகவே பார்த்தார்கள். மாலிக் தங்கள் எஜமானனின் நம்பிக்கைக்கு உரியவன். அவன் உயர்ந்த ஆடைகளை அணிபவன் என்பதெல்லாம் தெரிந்தும் அவர்கள் அவனைச் சிறிதும் மதிக்கவில்லை. முதிய அலி சலீம் இதற்கான

காரணத்தைக் கூறினார். அவன் மற்றவர்களைப் போல எந்தப் பாலினத்தையும் சேராத இரண்டுங்கெட்டான். அடிமைகளில் கீழான அடிமை ஓர் அலியாகத்தான் இருக்க முடியும்.

சில நேரங்களில் அவன் எஜமானர் வெளியில் சென்றிருக்கும் வேளைகளில் மாலிக் மாடத்திலிருந்து அரேபியர்கள் எவற்றை 'உரிமையிழந்த ஆவிகள்' என்று கூறுவார்களோ அந்தப் பறவைகள் மாஹி நதியின் மீது நதியை உரசுவது போலப் பறப்பதைப் பார்த்துக் கொண்டிருப்பான். நதியில் எதையோ தேடிச் செல்லும் அப்பறவைகளும் அவனும் ஒன்று.

பழைய நினைவுகள் மனதில் எழுந்ததால் அவன் புருவம் நெரிந்தது. சௌலாவுடன் ஓடிப் போக வேண்டிய சம்பவம் நிகழாமல் இருந்திருந்தால் அவன் வாழ்க்கை இப்போது எப்படி இருந்திருக்கும்? அன்று அவன் வேறு மாதிரி நடந்து கொண்டிருக்கலாம். கடந்த கால நிகழ்வுகளின் அலறல் இன்னும் அவன் செவிகளில் எதிரொலித்துக் கொண்டே இருந்தன. அவன் உடல் தன்னிச்சையாக நடுங்கியது.

பழைய நினைவுகளில் முற்றிலும் தன் வசமிழந்திருந்த அவன் தோள்களில் பட்ட ஸ்பரிசத்தால் நிகழ் காலத்திற்கு வந்தான். 'இப்படியா என்னைப் பயமுறுத்துவது?' என்று இந்தப் பூவுலகிற்கு மீண்ட மாலிக் சலீமைக் கேட்டான்.

'கடந்தகாலம் மறப்பதற்கும் வருங்காலம் திட்டமிடப்படுவதற்கும் உள்ளன. நீ தனியாள் கிடையாது. இன்றைய வாழ்வை நல்ல விதமாக வாழப் பழகிக் கொள், போதும்.' சலீம் அறிவுரை வழங்கினார். மாலிக் ஒரு பெருமூச்சுடன் கேட்டுக் கொண்டான்.

'உனக்கு வர வேண்டியதுதான் உன்னை வந்தடையும். எனவே வருவதை ஏற்றுக்கொள். இன்று வாழ்வில் உனக்கு ஏற்பட்டுள்ள அமைதி என்றும் நிலைக்க வேண்டும் என்று அந்த ஆண்டவனிடம் வேண்டிக் கொள்' என்று சலீம் கூறினார்.

எஜமானரின் முழு நம்பிக்கைக்குப் பாத்திரமான ஓர் அலி அந்தப்புரத்தின் அதிபதியானான். அவனது அரபு எஜமானர் அந்தப்புரத்தில் ஒழுக்கத்தைக் கட்டிக் காப்பாற்ற மாலிக்கிற்கு முழுச் சுதந்திரம் வழங்கியிருந்தார். அலிகள் அங்கிருக்கும் பெண்களின் மனதில் தங்கள் கைகளில் இருக்கும் சாட்டையால் அச்சத்தை விதைக்க வேண்டும். அந்தப்புரத்தில் முதன் முதலாக நுழையும் பெண்ணை முத்தமிடும் பொறுப்பு ஓர் அலிக்குத்தான்

உள்ளது. அவள் வாய் துர்நாற்றம் அடிக்கிறதா இல்லையா என்பதை அப்போதுதான் அறிய முடியும். ஏதாவது விசித்திரமாக அகப்பட்டால் அதனைத் தனது எஜமானருக்குத் தெரிவிக்க வேண்டியது ஓர் அலியின் கடமை என்பதால் புதிய பெண்ணின் அங்கங்களை எங்கு வேண்டுமானாலும் தடவிப் பார்க்கும் உரிமையும் அலிகளுக்குத்தான் உண்டு. ஆனால் அத்தகைய ஸ்பரிசங்களினால் அலிகளுக்கு எந்த விதத்திலும் பாலுணர்வு தூண்டப்படக் கூடாது.

அந்தப்புரத்திற்கு அழைத்து வரப்படும் சில பெண்கள் திகைக்க வைக்கும் அளவிற்கு அழகானவர்களாக இருந்தனர். அவன் பார்த்த சில வியப்பூட்டும் பெண்களின் அழகின் முன்பு சௌலா ஒன்றுமே இல்லை என்றுதான் தோன்றியது. அவர்களது மெல்லிய இறகு போன்ற விரல்களினால் சன்னமாகத் தீண்டப்பட்டால் கடும் பிரம்மச்சாரி கூட மனம் சஞ்சலமடைவான். அது போன்ற பெண்கள் அவனது எஜமானரை பெருமூச்சுவிடச் செய்வார்கள்; அல்லது மூர்ச்சையடையவும் செய்வார்கள். சல்லாபத்தின் உச்சத்தை அடைய வேண்டுமென்றால் அவர்கள் சலீமின் உதவியை நாடுவார்கள். சலீம் தனது முப்பது வருட அந்தப்புரச் சேவையில் மன்மதக் கலையில் உச்சத்தை அடைவதற்கு மருந்து தயாரித்துக் கொடுப்பார். பெரும்பாலும் இந்திய காமக் களியாட்டங்களை விவரிக்கும் நூலான காமசூத்திரம் சொல்லும் பொருள்களைக் கொண்டே இன்ப மருந்தைத் தயாரிப்பார். அரேபிய நூல்களில் கூறியுள்ள மருந்தைத் தயாரிக்க மூலப் பொருள்களுக்கு அலைய நேரிடும்.

ஒருநாள் இரவில் தனது வேலைகளை முடித்துக் கொண்டு மாளிகையின் எஜமானர் வந்ததும் படுக்கையில் சரிந்து உறங்கிவிட்டார். அன்று இரவு நாயகனை மகிழ்விக்கத் தேர்வு செய்யப்பட்ட பெண்ணிற்கு என்ன செய்வது என்று தெரியவில்லை. அவளது காமக் கண்களில் ஏக்கம் இருந்ததை மாலிக் கண்டு கொண்டான். ஒரு பெண் இன்ப விளையாட்டிற்கு ஒவ்வொரு திங்களிலும் ஒருமுறையோ இருமுறையோதான் தேர்வு செய்யப்பட்டுப் படுக்கையறைக்கு அனுப்பப்படுவது வழக்கம். அன்றுதான் எஜமானரின் தேவைகளைப் பூர்த்தி செய்து தங்களுக்குத் தேவையானவற்றைப் பெற்றுக் கொள்ள முடியும். சில நேரங்களில் அந்தப்புரத்தில் இருக்கும் தங்கள் வைரிகள் மீது புகார் அளிக்க முடியும். அவள் கண்கள் மாலிக்கைப் பார்த்துக் கெஞ்சின. ஏதாவது செய்!

மாலிக் நேரே சமையல் கூடத்திற்குள் நுழைந்தான். அங்கிருக்கும் மூலப்பொருள்களைக் கொண்டு ஒரு வசிய மருந்தைத் தயாரித்தான். அரேபியத் தலைவனை எழுப்பி மருந்தைக் குடிக்கக் கொடுத்தான்.

அதனை ஒருவாய் சுவைத்ததும் முகம் சுளித்த எஜமானன், ‘என்னது இது?’ என்று சீறினான்.

‘வெறும் மருந்து. நீங்கள் குடிக்கும் மதுவைவிட உங்கள் உடலுக்கு நலம் தரும்.’ மாலிக் எடுத்துரைத்தான்.

கைமேல் பலன் கிடைத்தது. அந்த அரேபியனின் ஆண்மை மீண்டும் புத்துயிர் பெற்று வெள்ளமெனப் பெருகி ஓடியது. அதன் உற்சாகம் அரேபியனுக்கு முழு இன்பத்தையும், அந்தப் பேதைப் பெண்ணிற்கு சலுகைகளையும் வழங்கியது. அதன் பிறகு மாலிக் அந்தப் பெண்ணிடம் எழுந்த அன்பிற்குப் பாத்தியமானான். மற்ற மகளிருக்கு அவன் அப்படி என்ன மருந்தை எஜமானருக்கு அளித்தான் என்பதை அறிய ஆவல் எழுந்தது.

மூப்பு அதிகரிக்கும் போது அலிகளின் மேனியெங்கும் பெண்களுக்கு ஏற்படுவது போலத் தோலில் சுருக்கங்கள் ஏற்படத் தொடங்கும். சலீமிற்கு வயதானதை அவர் மேனியில் தோன்றிய சுருக்கங்கள் சொல்லின. அவர் ஓய்வெடுக்க ஆரம்பித்தார். அந்தப்புரத்தின் முழுப் பொறுப்பும் மாலிக் தலையில் விழுந்தது. அங்கிருந்த மற்ற அடிமைகளுக்கும் பணியாட்களுக்கும் அவனைக் கண்டால் குலை நடுங்கத் தொடங்கியது. அந்தப்புரத்தில் எவராவது திருடி மாட்டிக் கொண்டால் உடனே அவர்களுக்கு கசையடிதான் தண்டனை. அவர்கள் எதுவும் சொல்லாமல் அதனை ஏற்றுக்கொண்டார்கள். மாலிக்கிற்கு எஜமானரிடம் இருந்த நெருக்கம் காரணமாக மாலிக்கின் பேச்சிற்கு மறுபேச்சு என்பதே கிடையாது. அந்தப்புர வேலைகள், வெளிவேலைகள் அனைத்தும் அவன் கட்டுப்பாட்டின் கீழ் வந்தது. போகப் போகத் தவறுகளுக்குக் கசையடி வழங்குவதை மாலிக்கே நிறைவேற்றத் தொடங்கினான். ஆரம்பத்தில் அவனுக்குத் தன்னுடைய கொடூர மனோநிலை விசித்திரமாகத் தோன்றியது. ஆனால் தவறு செய்பவர்களைத்தான் தான் தண்டிப்பதாகச் சமாதானம் செய்து கொள்ளத் தொடங்கினான்.

அந்த அரேபிய எஜமானன் ஒவ்வொரு வெள்ளிக்கிழமையும் தொழுகைக்காக இஸ்லாமிய ஆலயத்திற்குச் செல்வான். விடிகாலை, நண்பகல், மதியம், மாலை, இரவு என்று ஐந்து நேரங்களிலும் அவர்கள் இறைவனைத் தொழுதார்கள். ஒவ்வொரு இஸ்லாமியனும் பள்ளிவாசலில் தொழுவதுதான் சிறப்பு என்றாலும்

தொழுகைக்கு அழைப்பவரின் குரல் கேட்டால் இருந்த இடத்திலிருந்து கூடத் தொழலாம். மாலிக் நடந்து செல்லும் பாதைகளில் அழைப்புக் குரல் கேட்டதும் அந்த இடத்தில் தொழும் இஸ்லாமியர்களைப் பார்த்திருக்கிறான்.

ஒருநாள் ஹஸன் தொழுகையிலிருந்து திரும்பி வந்ததும் மாலிக் தன் எஜமானர் இறங்குவதற்கு ஏதுவாகச் சாரட்டு வண்டிக் குதிரைகளின் வார்களை இறுக்கிப் பிடித்து நின்றான்.

எஜமானர் அவனைப் பார்த்து, 'நீ ஏன் மாலிக் எங்கள் மதத்தைத் தழுவக் கூடாது?' என்று கேட்டார்.

'எஜமானரே! எனக்குக் கடவுள் நம்பிக்கை என்பது கொஞ்சமும் கிடையாது. கடவுள் என்ற ஒருவர் இருந்தால் நான் ஏன் அடிமையாக வேண்டும்? எனக்கிருக்கும் சொத்திற்கு நான் சுதந்திர மனிதனாக எனது குடும்பத்தினருடன் குதுகலமாக இருந்திருப்பேனே?' என்று மறுமொழி கூறினான். அவன் குரலில் சோகத்தின் நிழல் படிந்திருந்தது. 'அலிகளுக்கு என்று ஒரு கடவுள் இருந்து அவரும் அலியாக இருக்கும் பட்சத்தில் நான் அந்தக் கடவுளை ஆர்வமுடன் வணங்குவேன்.'

'இல்லை மாலிக். நீ சொல்வதை ஏற்றுக்கொள்ள முடியாது' என்று கூறிய ஹஸன், 'கடவுள் என்று ஒருவர் இருக்கிறார். இல்லையென்றால் நீ எனக்கு உதவியாளனாகக் கிடைத்திருக்கமாட்டாய். உன்னை என் மதத்தில் இணைத்துக் கொள்வதால் எனக்குப் பெரிதாக லாபம் ஒன்றுமில்லை. நீ என் நம்பிக்கை வழியில் வந்தால் என் சுற்று வட்டாரத்தில் இன்னும் சுலபமாக வளைய வரலாம். என்னுடன் புனித மெக்காவிற்கு வரலாம்; என்னுடன் பள்ளிவாசல் வந்து தொழலாம்.'

மாலிக்கிற்கு மதம் மாறுவதால் அவன் தற்சமய நிலையில் அதிக மாறுதல் ஏற்படப் போவதில்லைதான். இருந்தாலும் தனது எஜமானர் பிரியப்படுவதால் மதம் மாறுவதில் தவறில்லை.

'நான் எப்படி இஸ்லாமியனாக மதம் மாறுவது?' என்று கேட்டான்.

'இமாம் என்பவர் எங்கள் மதத்தின் தலைவர். நான் அவரிடம் இது குறித்துப் பேசுகிறேன்' என்றான் ஹஸன்.

விரைவில் மாலிக்கும் அந்த அந்தப்புரத்தில் இருந்த மற்றவரைப் போல இஸ்லாம் மதத்திற்கு மாறினான். தொழுகை நேரத்தில் புனித மெக்கா இருக்கும் திசையை நோக்கி அவனும் தொழுகை

மேற்கொண்டான். அதனால் அவனுக்குத் தனிப்பட்ட முறையில் எவ்விதப் பயனும் கிடைக்கவில்லை. அவர்கள் மேற்கொண்ட அந்த முயற்சியில் அவனுக்குப் புதியதொரு பெயர் கிடைத்தது. மற்றவர்கள் அவனை 'மாலிக் கஃபூர்' என்று அழைக்கத் தொடங்கினார்கள். கஃபூர் என்ற சொல் இஸ்லாமில் உள்ள கபீர் என்ற சொல்லிலிருந்து உண்டானது. இதன் பொருள் இறைப் பற்றற்றவன் என்பதாகும். அனைவரும் அவனுடைய எசமானரையும் சேர்த்து அவனை மாலிக் கபூர் என்றே அழைக்கலாயினர். பெயர் மாற்றத்தை மாலிக் ஒரு பொருட்டாகவே எடுத்துக் கொள்ளவில்லை மேலும் பழைய பெயர் அவனுக்கு, தான் சற்றும் விரும்பாத அடிமைச் சந்தையை நினைவுபடுத்தியதால் அதன் மீது அவனுக்கு வெறுப்பே எஞ்சியிருந்தது.

*

கற்கும் விஷயத்தில் மாலிக் அதிக ஊக்கம் உடையவனாகவும், ஆர்வம் உடையவனாகவும் விளங்கியதை அந்த அரபுத் தலைவன் அறிந்து கொண்டான். தனது பயண அனுபவங்களை ஹஸன் கூறும் போது கண்கள் விரிய அவற்றைக் கேட்பதோடு அல்லாமல் நடு நடுவில் தனது அபிப்பிராயங்களையும் தீர்வுகளையும் கூறுவான். அவனுடைய அறிவின் சுறுசுறுப்பைக் கண்டு ஹஸன் பாராட்டினான். மாலிக் ஆரம்பத்தில் தன் எஜமானர் மீது மனதிற்குள் ஒருவித உள்ளக் கிளர்ச்சியடைந்தான். வாழ்வில் முறைகேடான செயல்களிலிருந்து பலமுறை தப்பிப் பிழைத்துள்ள மாலிக் இதுகாறும் தனது தூய்மை கெடாமல் இருந்து வந்துள்ளான். இருப்பினும் அவன் முகத்தில் சொல்லொணா சோகம் நிழலாடும். அவன் முகத்தில் புன்னகை என்பது அறவே தோன்றாத ஒன்று. எவ்வளவு அழித்தாலும் அழியாத கடந்தகால சோகம் ஒன்றை அவன் விழிகள் சுமப்பதை அரேபியத் தலைவன் கண்ணுற்றான். ஊறு விளைவிக்கப்பட்ட ஓர் உடலின் காயம்பட்ட ஆன்மா துடிப்பதை ஹஸன் அறிந்து கொண்டான்.

மழைக்காலம் நெருங்கியதும் ஹஸன் தனது வியாபாரத்தை நிறுத்தி வைப்பான். அவனுக்கு மழைத் தாரையும், குளிர்காற்றும், பசுமையான சூழலும் மிகவும் விருப்பமானவை.. அரேபியர்கள் இந்தக் காலத்தை மௌசம் என்று அழைப்பார்கள். மழைக்காலத்திற்குப் பெரும்பாலும் கட்டியம் கூறுபவை வண்ணமயில்களின் அகவல்தான். பாளம் பாளமாய் கருமேகங்கள் இடியை முழங்கியபடி தொடுவானில் சரம் சரமாக இறங்குவதைக் காணலாம். வானம் இருண்டே கிடக்கும். ஏழெட்டு நாட்கள்

சூரியனைப் பார்ப்பது அபூர்வமாகிவிடும். மாளிகைச் சுவர்களில் ஈர வரிகள் எப்போதும் கோலம் போட்டுக் கொண்டிருக்கும். காற்றில் குளிர்ச்சி நிறைந்திருக்கும். நதியைக் காற்று கலங்கடிக்கும். விளக்குச் சுடர் காற்றில் அலையும். சுவரில் நிழல்கள் நடனமாடும்.

ஹஸன் தனது மழைக்கால நாட்களைத் தனது மாளிகையிலேயே செலவிடுவது வழக்கம். கடலில் தப்பிப் பிழைக்கும் கலங்கள் ஒன்றிரண்டுதான் என்பதால் அவனது வியாபாரம் மழைக்காலத்தில் கிட்டத்தட்ட மந்தகதியை எட்டும். அவனது இரவுகள் காமக் களியாட்டங்களால் நெருக்கமாகப் பட்டியலிடப்பட்டிருக்கும். செயலற்ற பகல் பொழுதுகளைக் கடத்துவது அரிதான செயல். பொழுதெல்லாம் பெண்கள் சிணுங்கியும் மினுங்கியும் விளையாடினாலும் பகல் நேரங்களில் புத்திசாலித்தனமாக அவர்களிடம் பேசுவதற்கு ஏதும் இரா.

ஒருநாள் அப்படி ஒரு பகல் பொழுதில் 'மாலிக்..' என்று ஹஸன் அழைத்தான்.

'ஹிந்து மன்னர்கள் சதுரங்கம் என்று அழைக்கும் இந்த விளையாட்டை நீ விளையாடி இருக்கிறாயா?' என்று கேட்டான்.

ஹஸன் முன்னால் கருப்பும் வெள்ளையும் அடுத்தடுத்து வரையப்பட்ட பதினான்கு கட்டங்களைக் கொண்ட மரப்பலகை ஒன்று இருந்தது. சதுரங்கம். மாலிக் கேள்விப்பட்டிருக்கிறான்.

ஹஸன் அந்த விளையாட்டு எவ்வாறு தோன்றியது என்ற கதையைக் கூறினான். 'முன்பு சிந்து நதிக்கரையில் ஒரு முனிவர் இருந்தார். ஒருநாள் இரவில் இந்த விளையாட்டைக் கண்டுபிடித்து மறுநாள் மன்னனுக்குச் சொல்வதற்கு அரச சபைக்குச் சென்றார். வியந்து போன மன்னன் அவருக்கு என்ன வெகுமதி வேண்டும் என்று கேட்டான். அதற்கு அந்த முனிவர் ஒரு கோதுமை தானியத்தை முதல் கட்டத்திலும் இரண்டு தானியங்களை அடுத்த கட்டத்திலும், அதன் இரட்டிப்பு எண்ணிக்கையான நான்கு தானியங்களை மூன்றாவது கட்டத்திலும் இப்படியே அடுத்தடுத்தக் கட்டத்தில் முந்தைய கட்டத்தின் இரட்டிப்பு எண்ணிக்கையுள்ள தானியங்களைத் தரவேண்டும் என்று கோரினார். மன்னன் முன்னே பின்னே சிந்திக்காமல் சம்மதம் அளித்தான். என்ன ஆனது தெரியுமா?' என்று கேட்டுவிட்டு ஹஸன் நிறுத்தினான்.

'மன்னர் தனது வாக்கைத் திருப்பி வாங்கிக் கொண்டிருப்பார். இல்லையென்றால் அவர் தனது கஜானாவையே காலி செய்திருக்க வேண்டும். இல்லையா?' என்று மாலிக் விடை பகன்றான்.

‘என்ன ஒரு விரைவான சிந்தனை ஓட்டம் உனக்கு’ ஹஸன் வியந்து நின்றான். அவனுக்குக் கதையின் முடிவைச் சொல்ல முடியாமல் போனதன் வருத்தம் குரலில் தெரிந்தது. அந்த அரேபியன் சதுரங்கப் பலகையின் மீது கருப்பு வெள்ளைக் காய்களை அடுக்கத் தொடங்கினான்.

‘பகடை எங்கே பிரபு?’ என்று வினவினான். ஆரம்பத்தில் சதுரங்கம் நான்கு சதுரங்களில் விளையாடப்பட்டு வந்தது. எனவே நான்கு பக்கத்திற்கு நால்வர் அமர்ந்து ஆடுவது வழக்கம். பகடை உருட்டப்பட்ட பின்னரே காய்கள் நகர்த்தப்படும்.

‘இது வேறு மாதிரியான ஆட்டம் கஃபூர். இதில் உனக்குத் தேவை அதிர்ஷ்டம் இல்லை. மதிநுட்பம் மட்டும்தான்’ என்றான் ஹஸன். ஒவ்வொரு காயையும் விளக்கிக் கூறிய ஹஸன், ‘போர்க்களத்தில் வாள் சுழற்ற முடியாதவர்கள் தங்கள் மூளையைச் சுழற்றி விளையாடும் ஆட்டம் இது’ என்றான்.

ஹஸன், மாலிக்கிற்கு முதல் ஆட்டத்தில் காய்களை எப்படி நகர்த்துவது என்று சொல்லிக் கொடுத்தான். அதன் பிறகு அவனைக் கையில் பிடிக்க முடியவில்லை. ஓர் ஆட்டம் மறு ஆட்டம் என்று ஒவ்வொரு ஆட்டத்திலும் மாலிக்கே வெற்றி பெற்றான். ஒருவன் ஏன் அடிமையாகவும் மற்றவன் மிகப்பெரிய வணிகனாகவும் இருக்கிறார்கள் என்பது உள்ளங்கை நெல்லிக்கனியாக அந்தச் சதுரங்க விளையாட்டு சொல்லிக் கொடுத்தது.

‘உனக்கு வெற்றி பெறும் வாய்ப்புக் கிடைக்குமானால் எதற்கும் தயங்காதே. முன்னேறிச் செல்’ என்று ஹஸன் ஊக்கப்படுத்தினான். ‘இந்த விளையாட்டில் ஆண்டான் அடிமை என்ற பேதமில்லை’ என்றான்.

மாலிக் தனது ஆட்டத்துக்கு நெடுநேரம் காத்திருக்கத் தேவையில்லாமல் போனது. வெற்றி வாகைக்கான காய் நகர்த்தலைச் செய்தான். ஹஸன் நிலை அங்குமிங்கும் நகர முடியாமல் போனது. ஹஸன் எதுவும் செய்ய முடியாமல் நின்றான். அவனால் அசையக் கூட முடியாமல் போனது. மாலிக்கின் காய் நகர்த்தல் தேர்ந்த ஆட்டக்காரனின் செய்கையாகத் தெரிந்தது. ஹஸனின் அரேபிய அரசர் முன்னே பின்னே நகர முடியாமல் நிற்க வேண்டியதாயிற்று. ஹஸனுக்குப் பெரும் வியப்பாக இருந்தது. ஹஸன் சதுரங்கப் பலகையை மலங்க மலங்க விழித்துப் பார்த்தான்.

‘மாலிக், உண்மையைச் சொல். இந்த ஆட்டத்தை நீ இதற்கு முன்பு விளையாடியதே இல்லையா?’ என்று கேட்டான்.

சுற்றியிருந்த பெண்களுக்கு அந்த ஆட்டம் எப்படி ஆடுவது என்று தெரியவில்லை என்றாலும் வெளிறிப்போன தங்கள் நாயகனின் முகத்தைக் கண்டதும் முடிவு இதுதான் என்பதை விளங்கிக் கொண்டனர். நகச் சாயம் பூசியிருந்த தங்களது மெல்லிய விரல்களை வாயருகில் கொண்டு சென்று சிரிப்பை மறைக்க முயன்றனர். ஆட்டம் மீண்டும் தொடர்ந்தது. அந்த அரேபியன் ஒவ்வொரு தோல்வியையும் ஏற்றுக் கொண்டாலும் ஒரே ஒரு வெற்றி கிட்டாதா என்று தனது ஆட்டத்தை விடாமல் தொடர்ந்தான்.

இறுதியில் ‘மாலிக், நீ இங்கு இருக்க வேண்டியவன் கிடையாது. யுத்தப் பூமியில் இருக்க வேண்டியவன். உன் துணை இருக்குமானால் மொத்தப் பூமியையும் இஸ்லாமிய பூமியாக மாற்றிவிடலாம்’ என்று கூறினான்.

*

அத்தியாயம் 9

ஒரு பந்தத்தின் முடிவு

சுனந்தா வீராவின் கீழே நெளிந்து கொண்டிருந்தாள். அவர்களது உயிர்ப்பைக் கூற உடலில் நாடித் துடிப்பு இருக்கிறதா என்பதுகூடத் தெரியவில்லை. 'பேசாமல் இருக்கிறாயா?' வீரா மூன்றாவது முறையாக அவளைக் கேட்டுக் கொண்டான்.

'எனக்கு உங்களைப் போல அனுபவம் இல்லை' என்று அடுக்கினாள். 'அரண்மனைப் புறக்கடையில் பணிப்பெண்களிடம் பெறும் சேவையைவிட இது மேல் என்பதை நீங்கள் ஒத்துக் கொள்ளத்தான் வேண்டும்' என்றாள் அழுத்தமாக.

அவன் வாய்மூடிக் கிடந்தான். 'ஆஹா! நமது வாழ்வில்தான் என்ன ஒரு முன்னேற்றம்?' அவள் அவனைச் சீண்டுவதைத் தொடர்ந்தாள். 'படுக்கையறை பணிப்பெண்களிலிருந்து அரச ரத்தம் ஓடும் ராஜகுமாரிகள் வரை..'

'அந்தக் கண்றாவி உனக்கு எப்படித் தெரிய வந்தது?'

'என் இனிய ராஜகுமாரா' என்று அவனது உதட்டின் மேல் தனது விரலை வைத்து, 'உங்கள் ஒவ்வொரு நடவடிக்கையையும் கண்காணிப்பதைவிட எனக்கு வேறு என்ன வேலை? நீங்கள் என் பார்வையிலிருந்து தப்பவே முடியாது. எனவே இனி கவனமாக நடந்து கொள்ளுங்கள். நான், நான் மட்டுமே உங்களைக் கைக்குள் வைத்திருக்க வேண்டும். அடுத்த முறை எவளாவது உங்களோடு சல்லாபித்தாள் என்ற சேதி எனக்குத் தெரிய வந்தால் அவள் உயிருடன் இருக்கமாட்டாள். ஆமாம்.' அவள் புன்னகை மாறாமல் சாதாரணமானத் தொனியில் கூறினாலும் அதன் ஏளனம் அவனுக்கு விளங்கியது.

சுனந்தா இணக்கமான புன்னகை ஒன்றை வீசிவிட்டு அவன் அருகில் நெருங்கி வந்தாள். நெருப்புத் தழலின் நிழல் அவர்கள் மேல் நடனமாட தொலைவில் எங்கோ ஒரு வனத்திலிருந்து எழுந்த வேய்ங்குழலின் இசை செவிகளை வருடிச் சென்றது. அந்த இனிய நாதத்தின் பின்னிசையில் தழலின் வெப்பத்தில் அவர்கள் காதல் நாடகம் மேலும் ஒருமுறை அரங்கேறியது.

'வேய்ங்குழல் இசைப்பது யார்?' -அவர்கள் தேவை பூர்த்தியானதும் அவள் கேட்டாள்.

'அது எவர் கண்ணுக்கும் புலப்படாத என் உயிர் தோழன் அக்ஷயன். தன் தலைவன் சல்லாபிக்கும் போது அவன் தன்னை வெளிப்படுத்திக் கொள்ளமாட்டான்' என்றான்.

அவள் படபடப்புடன் திரும்பிப் பார்த்தாள். தாங்கள் வேவு பார்க்கப்படுவதாக அவள் நடுக்குற்றாள். 'நமது சல்லாபத்தை அவர் பார்த்திருப்பாரோ?' என்றாள் அவள். அவள் பார்வை சுற்றிலும் துழாவியது.

'அவன் இங்கேதான் எங்கேயோ இருப்பான். ஆனால் தனது விழிகளை இறுக்க மூடியிருப்பான்.' வீரா பதற்றம் ஏதுமின்றிக் கூறினான். அவள் அவனைக் கிள்ளியதும் அவன் வீறிட்டான். 'அவன் செவிகளையும் மூடிக்கொண்டிருப்பான்' அவள் பொய்க் கோபம் கொண்டாள்.

அந்திசாயும் பொழுதுகளில்தான் அவர்கள் சந்திப்புகள் நிகழும். வெப்ப மண்டலப் பகுதிகளில் வசிக்கும் பெண்கள் கொதிப்பும், ஈரப்பதமும் மிக்க இரவுகளில் மேல்மாடத்தில்தான் உறங்கச் செல்வது வழக்கம். இதனால் வெளியேறிச் செல்வது சுனந்தாவிற்கு எளிதாக இருந்தது. சுனந்தாவின் தோழி அவளுக்கு முன்னேற்பாடாக ஒரு பாய் விரித்து வைப்பாள். ஆனால் சுனந்தா அந்தப் பாயில் துயில் கொள்ளமாட்டாள்.

முறைகேடாகப் பிறந்த இளவரசனுக்கும், வேற்று நாட்டை அண்டி வாழும் அரசகுமாரிக்கும் நடுவில் காதல் லீலை இவ்வாறாகத் தொடர்ந்தது. எவ்வித இலக்குமின்றி அவர்கள் காட்டு வழியே நடந்தனர். பாதையில் முள் இருந்தாலும், கல் இருந்தாலும் அவள் அவனுடன் சேர்ந்தே நடந்தாள். வானின் வெண்ணிலவைக் கருமேகங்கள் சூழ்ந்து, மழையாகப் பொழிந்தாலும் உள்ளே எரியும் மோகக்கனலை அணைக்க

முடியாமல் தவித்தனர். பொறுப்பற்ற அவர்களது காதல் விளைவிக்கப் போகும் அபவாதங்களைக் குறித்த சிந்தனை எதுவுமின்றிக் காதல் புரிந்தனர்.

*

மதுரையம்பதிக்கு வெளியில் இருந்த கானகத்தில் தாந்திரீகம் தெரிந்த, முக்காலத்தையும் உணர்ந்த மூதாட்டி ஒருவர் தன்னிடம் உள்ள ஆற்றலையும் திறனையும் தானே அறியாமல் ஒரு குகையில் வசித்து வருவதாக ஒரு கதை நெடுங்காலமாக உலவி வந்தது. ஆபத்துக் காலங்களில் அந்த மூதாட்டியைத் தேடி பெரிய பெரிய அரசர்களும் யோசனை கேட்க வருவது வழக்கம். அந்த மூதாட்டிக்கு ஆயுள் எழுநூறு ஆண்டுகளுக்கு மேல் இருக்கும் என்று அங்கிருப்பவர்கள் கூறினார்கள்.

அரண்மனையில் பணிபுரியும் சேடிகள் மூலம் இந்த விஷயத்தைக் கேள்விப்பட்ட சுனந்தா அந்த மூதாட்டியைக் காண விழைந்தாள். நிமித்திகர்கள் மேல் வீராவிற்கு நம்பிக்கை கிடையாது. நகரம் முழுவதும் கணக்கெடுத்தால் எழுநூறு, எண்ணூறு என்ற எண்ணிக்கையில் குறி சொல்பவர்களும், ஆருடம் சொல்பவர்களும் உள்ளனர். வெற்றிலையில் மை போட்டுப் பார்த்தோ, சோழிகளை உருட்டியோ வருங்காலம் சொல்வதாகப் பலர் பித்தலாட்டம் செய்வது அவனுக்குத் தெரியும். மேலும் சிலர் கிளிகளைக் கூண்டில் அடைத்து வைத்து, ஏடுகளை அடுக்கி வைத்துக் கிளிகளை வெளியில்விட்டு ஏடுகளைப் பொறுக்கி ஆருடம் சொல்வார்கள்.

‘பாவம் தனது வாழ்க்கையே பாழாய்ப் போன ஒரு கிளி அடுத்தவர் எதிர்காலத்தை எப்படிக் கூறும்?’ என்று கிண்டலாகக் கேட்பான்.

ஆனால் சுனந்தா புன்சிரிப்பு மாறாமல், ‘என்னுடைய வருங்காலம் குறித்து அந்த நிமித்திகரிடம் கேட்க எனக்கு நூறு கேள்விகள் உள்ளன’ என்று கூறினாள்.

வீரா மறுப்பேதும் கூறாமல் ஒப்புக்கொண்டதும், இருவரும் அந்த மூதாட்டியைத் தேடிச் சென்றனர். ஓர் ஆட்டிடையன் வழிகாட்டினான். ஒரு திசையைச் சுட்டி அங்கிருந்த குன்று ஒன்றைக் காட்டி அந்தக் குன்றில் உள்ள குகையில் அந்த மூதாட்டி வசிப்பதாகப் பலரும் பேசிக் கொள்வதைக் கூறினான். ஓர் அடர்ந்த கானகத்தின் நடுவில் அந்தக் குன்று மூன்று தட்டையான பக்கங்களுடன் உயர்ந்து நின்றது.

ஒருநாள் முழுவதும் பயணம் செய்தும் அவர்களால் அந்தக் குன்றை அடைய முடியவில்லை. ஆற்றல் அனைத்தும் வற்றி இனி மேற்கொண்டு பயணத்தைத் தொடர இயலாது என்ற நிலை வந்த போதுதான் திரும்புவதற்கு உத்தேசித்தனர். அந்திசாயும் நேரம் அந்தப் பகுதியைக் கருப்புச் சாயம் தீட்டியது போல இருள் கவியத் தொடங்கியது. அப்பொழுதுதான் அவர்கள் அந்த உருவத்தைச் சந்தித்தனர்.

வயதான அந்த விசித்திர உருவத்திற்குரியவர் அசைந்திருக்காவிடில் கண்டிப்பாக அவர்கள் அவரைப் பார்த்திருக்க வாய்ப்பில்லை. அவர் குள்ளர் இனத்தைச் சேர்ந்தவராகத் தெரிந்தார்; சுருக்கம் விழுந்த முகம். கூன் முதுகு. சடைக் கற்றைக் குழல்; நீண்டு தொங்கும் தாடி. நல்லவேளை தடம் சொல்ல இவர் ஒருவராவது இருக்கிறார் என்று அவரை நோக்கிச் சென்றனர். அவர் முகம் முழுவதும் அம்மை முத்துக்கள் வந்து போனதன் அடையாளமாகச் சின்னச் சின்னப் புள்ளித் தழும்புகள் தென்பட்டன.

வீரா பேசுவதற்கு வாயெடுக்கும் முன்னர் அந்தக் குள்ளர் கிரீச்சிடும் குரலில் உச்சபட்ச ஸ்தாயியில் ஒரு பன்றிக் குட்டியின் குரலைப் போலத் தனது பற்கள் விழுந்த பொக்கை வாயைத் திறந்து, ‘வா, வீரா! உனக்காகத்தான் காலையிலிருந்து காத்திருக்கிறேன். விரைந்து செல்லலாம். அவள் உனக்காகக் காத்திருக்கிறாள்.’

வீராவுக்கு ஏதும் புரியவில்லை. ‘யார் அவள்? தனக்காக ஏன் காத்திருக்க வேண்டும்? சரி, இவருக்கு எவ்வாறு என் பெயர் தெரிந்துள்ளது?’ என்று வியந்தான்.

சித்திரக்குள்ளர் ஏற்கெனவே போடப்பட்டிருந்த பாதையில் முன்னால் செல்ல இருவரும் அவரைப் பின்தொடர்ந்தனர். சிறிது தூரம் சென்றதும் அடர்ந்த செடி கொடிகளுக்கு அப்பால் தெரிந்த அந்தக் குன்றினைக் கண்டனர்.

தன் கண் பார்வையிலிருந்து குன்றம் தப்பியது எப்படி என்று வீராவிற்கு வியப்பாக இருந்தது. செங்குத்தாகச் சென்ற பாதையில் அந்தக் கூனர் சென்ற போது அவருடைய கூன், முதுகின் இருபுறமும் அங்கும் இங்கும் ஆடியது. ஆடு மலை ஏறுவதைப் போன்று அந்தக் கூனர் மலையேறினார். சுனந்தாவும், வீராவும் அவரைப் பின்தொடர்ந்து ஏறினார்கள். ஒவ்வொரு அடியையும் நிறுத்தி நிறுத்தி வைத்தபடி முன்னேறினார்கள். குன்றில் பாதித் தூரம் கடந்த பின்னர் ஒரு பாழடைந்த கோயிலைக் கண்டனர். கோயில் கண்களுக்குப் படாமல் கானகத்தில் மறைந்திருந்தது. அடர்ந்த

பசுமை முற்றிலும் அந்தக் கோயிலை மறைத்துக் கொண்டிருந்தது. பாறை இடுக்கிலிருந்து கிளம்பிய ஆலமரம் ஒன்று அடர்ந்து படர்ந்து கோயிலைத் தன் பிடிக்குள் கொண்டு வந்ததைப் போன்று குடை விரித்து நின்றது. அந்த மரத்திற்குக் குறைந்தது ஐம்பது வருடமாவது ஆயுள் இருக்கும். சுவரிலிருந்த காரை பெயர்ந்து விழுந்து கிடந்தது. உளியால் செதுக்கப்பட்ட கருங்கற்கள் ஆலமரத்தின் வேர்களுக்கு இப்போது இடைவெளிவிட்டுப் பாளம் பாளமாக விலகியிருந்தன. நெளிந்து செல்லும் மலைப்பாம்பினைப் போன்று அந்த வேர்கள் தரையைப் பிளந்து சென்றன..

நிலவின் பால் வெண் ஒளியில் கோயிலின் சுவர்களின் நிழல்கள் நீண்டு கொடிய விலங்குகளின் நிழல் போலத் தோற்றம் அளித்தன. வீராவின் புஜங்களில் தனது விரல் நகங்களை அழுந்தப் பதித்து சுனந்தா அவனோடு ஒட்டி நடந்தாள். அந்தக் குள்ள மனிதர் கோயிலின் கதவருகில் நின்று கொண்டிருந்தார். அந்தக் கதவு இப்போது முற்றிலும் சிதிலமடைந்திருந்தாலும் ஒரு காலத்தில் பிரமாண்ட நிலைக் கதவங்களாக இருந்திருக்க வேண்டும். அந்தப் பாதாளக் கோயிலுக்கு ஒரே ஓர் ஒற்றை வழிப் பாதை மட்டும்தான். அந்தப் பாதையிலும் நிலவின் ஒளியில் நீண்ட நிழல்கள் படர்ந்து வழியை மறைத்தன.

சித்திரக்குள்ளர் உள்ளே நுழையாமல் எவரோ வழிமறித்துத் தடுத்ததைப் போலப் பின்வாங்கினார். வீராவிற்கு விடாமல் தும்மல் வந்தது. காற்றில் என்னவெல்லாமோ நாற்றம் கலந்து வீசியது. முன்பு ஒருமுறை அவர்கள் அரண்மனைக்குக் கொண்டு வரப்பட்ட சிங்கத்தின் கூண்டில் வீசிய நிணமும் ரத்தமும் கலந்த துர்நாற்றத்தைப் போல அந்த நாற்றம் இருந்தது. முதன்முறையாக அவன் வாழ்வில் பிடரியில் தசை ஆடியது, மேனியெங்கும் மயிர்க்கால்கள் குத்திட்டு நின்றன.

ஊழ் அவர்களைக் கொண்டு செலுத்தியது போல இருவரும் உள்ளே நடந்தார்கள். உள்ளே யாரோ இருப்பது போன்ற உணர்வு தோன்றினாலும் இருள் காரணமாக நிழல்களை மீறி அவர்களால் பார்க்க இயலவில்லை. ஒரு மூலையில் மிகக் குறுகிய உருவம் ஒன்று அச்சத்தில் ஒடுங்கியிருப்பது போலத் தெரிந்தது. அந்த உருவத்தைப் பார்த்ததும் ஏதோ ஒரு சிறைக் கைதியைப் போன்றுதான் தோன்றியது.

அந்த உருவம் திரும்பிப் பார்த்தது. முதலில் அது ஒரு பெண்ணின் உருவம் என்றும் அதன் வயது பதினைந்துக்கு மேல் இராது என்றும்

வீரா எண்ணினான். பிறந்த மேனியுடன் முழங்கால் வரையில் தனது நீள கூந்தலை அவிழ்த்துவிட்டுக் கொண்டிருந்தாள். கள்ளம் கபடறியாத குழந்தையின் சிரிப்பு ஒன்று அவள் முகத்தில் பளிச்சிட்டது.

'வாருங்கள் இளவரசரே' என்று சிறு குழந்தையைப் போல மழலையில் அழைத்தாள். அவள் குரல் எழுபது ஆண்டு வயதான கிழட்டுச் செம்மறியாட்டின் குரல் போலிருந்தது.

அவள் எதிரில் இரண்டு தொடை எலும்புகளும் ஒரு மனிதக் கபாலமும் இருந்தன. இதுபோன்ற கபாலங்கள் பெரும்பாலும் முதலாவது பிறந்த ஆண்மகனின் கபாலமாகவே இருக்கும். வீரா நினைத்துக் கொண்டான். தனது மகன் அரச வம்சத்தின் முதல் வாரிசு என்பதால் அவனுடைய கபாலம் பில்லி சூனியம் செய்யும் மந்திரவாதிகள் மத்தியில் நல்ல விலை பெறும் என்பதால் தன் மகன் மீது அவன் தாயாருக்கு எப்போதும் நிரந்தரமாக ஓர் அச்சம் உண்டு.

அந்த இருட்குகையின் உள்ளே இருந்த மங்கிய ஒளி இருவருக்கும் மெல்ல மெல்லப் பழகி வந்தது. அந்தப் பெண்மணி திருமணமாகாதவள் என்பதால் அவளது உடலில் தெரிந்த வளைவுகள் அவளை ஒரு பதினேழு வயது நிரம்பாத கன்னிப் பெண்ணாகவே காட்டியது. அவ்வளவு வடிவுடன் விளங்கிய அவளுடைய உடல் மீது தனது கண்கள் அலைபாய்வதை வீராவினால் கட்டுப்படுத்த இயலவில்லை.

'அழியும் வஸ்துவின் மீது காமம் கொள்ளாதே' என்று கரகரத்தக் குரலில் ஒப்புவிப்பதைப் போன்று நிறுத்தி நிதானமாகக் கூறினாள் அவள். 'என்னால் மௌனத்தின் மொழியை அறிய முடியும். கண்ணிற்குப் புலனாகாதவற்றைக் காண இயலும். அருவங்களை ஸ்பரிசிக்க முடியும். கேள் உனக்கு என்ன அறிந்து கொள்ள வேண்டும்? உன் வருங்காலம் குறித்து உனக்கு முற்றிலும் தெரிந்துவிட்டால் நிகழ்காலத்தில் வாழ விருப்பமின்றிப் போய்விடும். விதியைத் தடுக்க என்னால் முடியாது. விதியை முன்கூட்டியே உணர்த்த இயலும். பிறகு நீங்கள்தான் முடிவு செய்து கொள்ள வேண்டும்; வாழப் போவது நீங்களா விதியா என்று' அழுத்தமாகக் கூறி நிறுத்தினாள்..

வீராவும் சுனந்தாவும் சற்றுத் தயங்கினர். அந்த சூனியக்காரி சுனந்தாவின் குரலில், 'நாங்கள் சேர்ந்து வாழ்வோமா என்று கூறுங்கள்' என்றாள்.

வீரா சட்டென்று சுனந்தாவின் வாயிலிருந்து அந்த வார்த்தைகள் வந்தனவா என்று திரும்பிப் பார்த்தான். இல்லை. சுனந்தாவும் அந்தக் குழப்பமான மௌனத்தில் சூனியக்காரியின் முகத்தைப் பார்த்த வண்ணம் நின்றாள். அந்தச் சூனியக்காரி கண்களை மூடிக் கிடந்தவள் மீண்டும் கண்களைத் திறந்த போது அவையிரண்டும் மினுங்கின. 'சென்ற இரவைப் போல?' என்று இளித்தாள், ஏதோ அந்தத் தரையிலேயே காமுற்றுக் கிடப்பவள் போல ஒரு பாவம் அவள் இளிப்பில் தெரிந்தது.

இப்போது சூனியக்காரி தனது சொந்த கரகரத்த குரலில், 'ஆமாம், ஆமாம்' என்றாள்.

சுனந்தாவின் முகம் ஆனந்தத்தில் பிரகாசித்தது. ஆனால் சூனியக்காரி முடிக்கவில்லை. மீண்டும் சிந்தனையுடன், 'நீ என்னும் வண்ணம் நடைபெறாது' என்றாள்.

அதைக் காதில் வாங்கிக் கொள்ளாதது போல வீரா முன்வந்து, 'என்னை எவரால் வெல்ல இயலும்?' என்று கேட்டான்.

நாசி நன்கு விரியும் வண்ணம் பலமாகப் பெருமூச்சுவிட்டபடி கண்களை மூடி ஒரு சமாதி நிலைக்குச் சென்றாள் அந்தச் சூனியக்காரி. அவள் உதடுகள் முணுமுணுக்கத் தொடங்கின. அவள் கிசுகிசுத்த குரலில், 'உன்னை எந்த ஆணாலும் வெல்ல முடியாது; எந்தப் பெண்ணாலும் வெல்ல முடியாது' என்றாள். மீண்டும் சிந்தனையில் மூழ்கிச் சிறிது நேரம் சென்ற பின்பு, 'என்றாலும் நீ வெல்லப்படுவாய்' என்றாள்.

அந்த மூன்று உண்மைகளை அறிந்த சுனந்தா அச்சத்தில் உடல் நடுங்கினாள். வீராவுடன் தரையில் கால் பதியும் வண்ணம் ஒட்டி நின்றாள். அந்தச் சூனியக்காரி கீச்சுக் குரலில் அலறினாள், 'ஓடுங்கள்! ஓடுங்கள்! உங்கள் எதிர்காலம் குறித்து முடிவெடுங்கள். கண்ணில் தெரியும் எதிரியைப் பொருட்படுத்த வேண்டாம். தொலைவில் இருந்து வரப் போகின்றவனைவிட இவர்கள் ஆபத்தானவர்களில்லை' என்றாள்.

அடுத்து சில வாக்கியங்களை அவள் உச்ச ஸ்தாயியில் அலறியதால் அவள் என்ன சொன்னாள் என்பதைக் காதில் வாங்கிக் கொள்ளாமல் இருவரும் அங்கிருந்து அகன்றனர். அவர்கள் அவளைவிட்டு எவ்வளவு துரித கதியில் விலகிச் செல்ல முடியுமோ அவ்வளவு விரைவாக நகர்ந்தனர். அந்தச் சூனியக்காரி சங்கிலியால் பிணைக்கப்பட்ட ஒரு விலங்கினைப் போல ஊளையிட்டுக்

கொண்டிருந்தாள். பாதாளக் குகையைவிட்டு வெளியில் வந்ததும் அந்தக் குள்ளர் ஒரு பாறையின் மீது அமர்ந்திருப்பதைக் கண்டனர். அவன் அந்தக் குள்ளருக்குச் சில வெள்ளி நாணயங்களைப் பரிசாக அளித்துவிட்டு வெளியேறினான். அந்தக் குள்ளர் அதனை அலட்சியமாகப் பெற்றுக் கொண்டார்.

கீழே இறங்கும் வேளையில் சிறிய ஐயப்பாட்டின் விளைவாக வீரா திரும்பிப் பார்த்தான். அந்தக் குள்ளர் தொலைவில் இருந்த குன்று ஒன்றை நோக்கி அந்த வெள்ளி நாணயங்களைத் தூக்கி எறிந்து கொண்டிருந்தார். அவை பாறைகளில் கிளிங் என்ற ஒலியுடன் விழுந்து சிதறின.

அந்தக் காட்சி அவர்களுக்குத் திகிலை ஏற்படுத்தின. சூனியக்காரி கூறிய வார்த்தைகள் செவியினுள் எதிரொலித்துக் கொண்டிருந்தன. நகரத்தை விரைவாகச் சென்று அடைந்துவிட்டாலும் அந்தச் சூனியக்காரி எதனைக் குறித்துக் கூறினாள் என்பது விளங்கவில்லை. இருப்பினும் அவர்கள் உள்ளத்தில் ஒரே ஒரு வினா எஞ்சி நின்றது. சுனந்தாதான் அந்த வினாவை எழுப்பினாள். ‘நாம் இருவரும் திருமணம் புரிந்து கொள்வது சாத்தியப்படுமா?’ என்ற வினா.

தனது வினாவிற்குத் தானே விடை பகர்வது போல அவள், ‘என் அத்தை இதற்குச் சம்மதிக்கமாட்டார்’ என்றாள். சுந்தரனின் பெயரை உச்சரித்தால் வீரா சினம் கொள்வான் என்பதால் அவன் பெயரை உச்சரிக்காமல் இருப்பதில் கவனம் கொண்டாள்.

‘குற்றம் கூறாதே’ என்று வீரா சமாதானம் செய்தாலும் அவனுக்கும் அந்தக் காரியம் கைகூடுமா என்பதில் ஐயம் இருந்தது.

*

இரண்டு பக்கமும் எடுத்துக் கூற ஆள் இல்லாததால் வீரா தவித்தான். விக்கிரமன் அருகில் இருந்தால் நடக்கும் காரியங்கள் வேறு வகையில் அமைந்திருக்கும். அவனுடைய நல்லூழ்தான் காரணம். மீனா தனது மகவிற்குப் பாண்டிய மண்ணில் உள்ள கோயில் ஒன்றில் முடியிறக்கும் வேண்டுதலை நிறைவேற்ற வந்தாள். ஆண்டிற்கு ஒருமுறை கோயிலில் முடி இறக்குவது வழக்கம். அவள் வருவதற்குள் திருவிழா முடிந்துவிட்டதால் அவள் மேற்கொண்டு தனது புகுந்த தேசமான சேர ராஜ்ஜியத்திற்குத் திரும்பாமல் மாரியம்மன் கோயில் உற்சவம் முடியும் வரை தங்கியிருக்கத் தீர்மானித்தாள். அவள் தந்தை விக்கிரமனின் மாளிகை துப்புரவு செய்யப்பட்டு நன்கு அலங்கரிக்கப்பட்டு அவள் தங்குவதற்கு

ஏற்பாடானது. அவள் இப்போது சேர தேசத்து அரசி. அவளது புதல்வன் தேவர்களைப் போல மஞ்சள் தந்த நிறத்தையும், தனது தாயின் அழகிய தோற்றத்தையும் உரித்துக் கொண்டு பிறந்தவனைப் போன்று வனப்புடன் விளங்கினான். அவள் கணவன் தனது மகனுக்கு 'ரவிவர்மன் குலசேகரன்' என்ற பெயர் வைக்கச் சொல்லி வலியுறுத்தி அனுப்பியிருந்தான்.

மீனா ஒரு பட்டத்து அரசியின் மிடுக்கு சற்றும் விலகாமல் தோற்றம் அளித்தாள். சற்று எடை கூடியிருந்தது கூட அவளுடைய கம்பீரத்தை அதிகப்படுத்திக் காட்டியது. அவள் மனநிறைவுடன் காணப்பட்டாள். தனது தந்தை குறித்து அவள் விசாரித்த போது வீரா நாடுகடத்தப்பட்ட பின்னர் அவரைப் பற்றித் தகவல் எதுவுமில்லை என்று மறுமொழி கூறினான். வீராவைக் கண்ணுற்ற மறுகணம் அந்தச் சிறுவன் தாவி வந்து அவன் மேல் தொற்றிக் கொண்டான். வீரா அவனை வாரியணைத்துத் தூக்கி அவன் தலையைத் தடவிப் பார்த்தான்.

'என்ன மீனா, மருமகப் பிள்ளை மண்டையில் அப்படி ஒன்றும் முடி இருப்பதாகத் தெரியவில்லையே. மொட்டை அடிக்கக் கூட்டிக் கொண்டு போனால் நாவிதன் இவன் முடிக்குப் பதில் தோலைத்தான் மழிக்க வேண்டியிருக்கும். இது என்ன ஏமாற்று வேலை?' என்றான்.

'எது எப்படி ஆயினும் திருவிழாவில் இவனுக்கு மொட்டையடித்து விட்டுத்தான் என் நாடு திரும்புவேன்' என்ற மீனா, 'என் தம்பிக்கு என்னை வந்து பார்க்க ஏது பொழுது? எனக்குத் தெரியாது என்று எண்ண வேண்டாம். எனக்கு அனைத்தும் தெரியும். யார் அவள்?' என்று வினவினாள்.

வீரா கையும் களவுமாகப் பிடிபட்ட தர்மசங்கடத்தில் செய்வதறியாது சிரித்தான். அதன் பிறகு அவன், 'நாம் சிறுவர்களாக விளையாடும் போது நம்முடன் விளையாடிய சோழ தேசத்தைச் சேர்ந்த சின்னஞ்சிறுமி ஒருத்தியை உனக்கு நினைவில் இருக்கிறதா?' என்று கேட்டான்.

'சுனந்தாவா?' அவள் தயக்கத்துடன் வினவினாள். சுனந்தாவும் நான்கைந்து முறை மீனாவை நேரில் சந்தித்துப் பேசியிருந்தாள். அந்தப் பெண்ணிடம்தான் எத்தனை மாற்றம். சிறுவயதில் சரிக்குச் சரி சண்டை கட்டிக் கொண்டு நின்றவளா என்று வியப்புடன் எண்ணத் தோன்றியது. அவளுடைய வருகையின் பொருள் புரிந்ததும் அவளது செய்கை ஒவ்வொன்றும் காரணத்துடன் அதனதன் இடத்தில் பொருந்தி நின்றது. ஒவ்வொருமுறையும்

அவள் தனது மகனைக் காண்பதற்கு ஏதேதோ போலியான காரணங்களைச் சொல்லிக் கொண்டு வருவதன் பொருள் இப்போதுதான் விளங்கியது.

‘அப்படியென்றால் நாம் தவளைகளை நேசிக்கத் தொடங்கி விட்டோம் என்று சொல்’ என்று அவள் கேலியுடன் வினவினாள். ‘உன் நிலையில் நான் இருந்திருந்தால் சிறுவயதில் அவளை நன்றாக நடத்தாமல் போனதற்கு வருத்தப்பட்டிருப்பேன்’ என்றாள்.

இக்கட்டான நிலைக்குத் தள்ளப்பட்ட வீரா, பொய்க் கோபத்துடன், ‘என்னை மேலும் கேலிக்குள்ளாக்கினால் உன் மகனைக் கீழே போட்டுவிடுவேன்’ என்று மிரட்டுவது போன்று நடித்தான்.

‘போடு பார்க்கலாம். மலைதேசத்திலிருந்து ஏன் என்று கேட்டுப் படை கிளம்பும்’ அவள் பதிலடி கொடுத்தாள். அவள் கண்களில் குறும்பு கொப்பளித்துக் கொண்டிருந்தது.

அவர்கள் பேசிக் கொள்வதன் பொருள் புரிந்தவனைப் போல அந்தப் பாலகன் நிம்மதியின்றி நெளிந்து தனது தாய்மாமனை மேலும் இறுக்கமாகப் பற்றிக் கொண்டான்.

‘மீனா, உன்னுடைய ஆதரவு எனக்கு இப்போது தேவை..’ என்று ஆரம்பித்த வீரா, ‘நான் அவளைக் கடிமணம் புரிய விழைகிறேன். எங்களுக்குப் பரிந்து பேச ஒருவருமில்லை. உன் தந்தை இருந்திருந்தால் நான் அவரைத்தான் உதவிக்கு அழைத்திருப்பேன். உன் தந்தையின் ஸ்தானத்திலிருந்து நீதான் இந்தத் திருமணத்தை உறுதி செய்ய வேண்டும்’ என்றான்.

மீரா உடனே, ‘என் சகோதரனும் பெரியவனாக வேண்டாமா?’ என்று கேட்டாள்.

*

மீனாவை சுனந்தாவின் தந்தை தடபுடலாக வரவேற்றார். அவளுடைய நாடு பாண்டியர்களின் நட்பு நாடுகளில் ஒன்று. சோழர்கள் இன்னும் பாண்டியரை அண்டி வாழும் தேசம். சம்பிரதாய வரவேற்புகள் முடிந்த பின்னர் மீனா நேரடியாக வீராவை சுனந்தாவிற்குத் திருமணம் பேசுவது குறித்து ஆரம்பித்தாள். மீனா அவனுடைய பிரதாபங்களைப் பட்டியலிட்டு எதிர்காலத்தில் அவன் பெறப் போகும் வெற்றி வாய்ப்புகளையும் கூறினாள்.

சுனந்தாவின் தந்தையும் தேவைக்காகவே- மீனா ஒரு தேசத்தின் பட்டமகிஷி என்பதால்- வாய்மூடிக் கிடந்தார். தனது மறுப்பை

அவர் வெளிப்படையாகக் கூறாமல் பரம்பரை வழக்கமாக ஒரு பெண்ணை அவளுடைய தாய்மாமன் மகனுக்குக் கொடுப்பதுதான் முறையாகும் என்று கூறியதன் மூலம் தனது மறுப்பைத் தெரிவித்தார். இங்கே மாமன் மகன் முறையில் இருப்பவன் இளவரசன் சுந்தரன். 'இல்லையென்றால் நான் பரம்பரை வழக்கத்தை மீறியவன் ஆவேன்' என்று கூறினார். 'மன்னர் மனதில் என்ன இருக்கிறது என்பதை அறிய விழைகிறேன். சற்றுப் பொறுங்கள் மாட்சிமை பொருந்திய அரசியே. நான் என் முடிவைப் பிறகு சொல்கிறேன்' என்றார் சுனந்தாவின் தந்தை.

தனது பெரிய தந்தை குலசேகருடன் தானே முன்சென்று வீராவின் திருமணம் குறித்துப் பேசுவதற்கு முன், ஒரு வாரம் காத்திருக்க மீனா தீர்மானித்தாள். ஆனால் அதற்குள் விரும்பத்தகாத நிகழ்வுகள் நடந்துவிட்டன.

வீராவுடன் மணம் புரிவதற்கு சுனந்தாவின் தந்தை மறுப்புத் தெரிவித்ததோடு அவளுக்கு சுந்தரனை மணம் பேசக் கிளம்பினார். சுனந்தா, தான் சுந்தரனை மணம் முடிக்கப் போவதில்லை என்பதில் உறுதியாக நின்றாள். பாண்டிய யுவராஜனுடன் அவளுக்கு ஏற்படவிருக்கும் திருமணத்தின் அவசியம் குறித்து அவளுடைய தந்தை விளக்கிக் கூறினார்.

'என் அருமை மகளே! ஒரு காலத்தில் இந்தப் பகுதி முழுவதும் நமது ஆளுகைக்கு உட்பட்டிருந்தது. எவர் நம்மிடம் கை ஏந்தி நின்றனரோ அவரிடம் இப்போது நாம் கை ஏந்தும் நிலை உள்ளது. சோழ சாம்ராஜ்ஜியம் வலுவுடையதாக மாற வேண்டும். நம்மை ஆள்பவர்களுடன் இது போன்ற திருமண ஒப்பந்தங்கள் புரிந்து கொள்வதைத் தவிர நமக்கு வேறு மார்க்கமில்லை.' அவள் தந்தை அவளைச் சமாதானப்படுத்தினார்.

'உங்கள் சகோதரி பாண்டிய பட்டமகிஷிகளில் ஒருவர். அதனால் சோழ சாம்ராஜ்ஜியத்திற்கு என்ன நன்மை விளைந்தது?' என்று சுனந்தா உடனே மறுவினா தொடுத்தாள்.

'நம்மைப் போல மண ஒப்பந்தம் புரிந்து கொண்ட பல சிற்றரசுகள் இருந்த இடம் தெரியாமல் போய்விட்டனர். உன்னுடைய அத்தையின் சாமர்த்தியத்தினால்தான் சோழ ராஜ்ஜியம் தப்பிப் பிழைத்து வருகிறது என்பதனை மறந்துவிடாதே. நமது ராஜ்ஜியத்தை முன்வைத்தும், உன் சகோதரர்களை முன்வைத்தும் உன்னிடம் கேட்கிறேன், சுந்தரனை மணந்து கொள்' என்றார்.

சுனந்தா முரண்டு பிடித்து மௌனமாக இருந்தாள். அவளது பிடிவாதம் அதுவரையில் அவள் தந்தை கட்டிக் காப்பாற்றி வந்த பொறுமையை நிலைகுலையச் செய்தது. சீற்றத்துடன், 'இந்த சாம்ராஜ்ஜியத்திற்கே பட்டமகிஷியாகும் வாய்ப்பு உன்னை நாடி வரும் போது அதை விடுத்து எதற்காக அந்த வேசி மகனை மணக்க விழைகிறாய்?' என்று கேட்டார்.

'எதனால் சுந்தரன்தான் இந்தச் சாம்ராஜ்ஜியத்தின் அடுத்த வாரிசு என்ற முடிவுக்கு வந்திருக்கிறீர்கள்?' என்று வினவினாள். 'நான் சுந்தரனை மணந்து கொண்ட பிறகு வீரா அரசனானால் என்ன செய்வீர்கள்?' என்று கேட்டாள்.

அவளின் தந்தை இது குறித்துக் கண்டிப்பாகச் சிந்தித்திருக்க வில்லை. தன் மகள் முன்னால் வாய்மூடிக் கிடந்தார். விழிகளில் வழிந்த கண்ணீரையும் மீறி அவள் முகத்தில் ஒரு வெற்றியின் சாயல் மின்னியது.

*

சில நாட்கள் சென்ற பின்னர் வீராவிற்கு சுனந்தா அக்ஷயன் மூலம் தகவல் அனுப்பினாள். அன்று மாலை குளக்கரையில் சந்திக்க விழைவதாகக் கூறியிருந்தாள். அன்று அவள் அவன் வருவதற்கு நெடுநேரம் முன்னரே அங்கே போய்க் காத்துக் கிடந்தாள். அவள் வாய் திறந்து பேசவில்லையே தவிர அவள் மனதில் இருந்த ஆசையை உணர முடிந்தது. அவனைத் தழுவிய தழுவலில் பல நாள் பசி தெரிந்தது. அவ்வளவு எளிதில் தனது பிடியை அவள் தளர்த்த மறுத்தாள். மிக ஆர்வத்துடன் அவள் சல்லாபித்தாள். அவர்களது இன்ப நாடகத்தின் நடுவில் அவளுடைய தேம்பல் அவன் செவிகளில் விழுந்தது. முடிவில் அவள் தேம்பித் தேம்பி அழத் தொடங்கினாள்.

அவர்களது மோகம் ஒரு நிறைவை எட்டியதும் குளத்திற்கு எதிரில் இருவரும் ஒருவரை ஒருவர் நெருக்கி அமர்ந்து சஞ்சலப்படும் மனங்களை அமைதிப்படுத்த முயன்றனர்.

'எனது தந்தை நமது திருமணத்திற்கு ஒப்பவில்லை' என்றாள். அதைக் கூறுவதற்குக் கூட விருப்பப்படாததைப் போல அவள் உதடுகள் அசையா வண்ணம் உச்சரித்தாள்.

'நாம் என்ன செய்ய வேண்டும் என்று சொல் சுனந்தா?' என்று வீரா வினவினான்.

‘என் தந்தையின் விருப்பத்திற்கு இணங்குவதைத் தவிர என்னால் எதுவும் செய்வதற்கில்லை.’

அவன் தோள்கள் நிலையிழந்தன. அவனிடமிருந்த போர்க்குணம் வடிந்துவிட்டது. அவர்கள் எதுவும் பேசாமல் அமர்ந்திருந்தனர். அவர்களைச் சுற்றியிருந்த பூமி சுழலத் தொடங்கியது. அவர்கள் இருவரது உலகம் உள்ளீடற்ற உருவம் போல உள்ளுக்குள்ளேயே உடைந்து நொறுங்கியது.

வீராதான் அமைதியைக் கலைத்தான். ‘பிறகு நீ சுந்தரனை மணப்பாய்’ சொல்லி முடித்ததும் தான் சொன்னவற்றை தானே வெறுப்பது போல நாக்கைக் கடித்துக் கொண்டான்.

தனது தந்தையுடன் வழக்காடிய போது அவர் கூறிய வார்த்தைகள் சுனந்தாவின் செவிகளில் எதிரொலித்தன. ‘நல்லது, அரசியார் இது நடக்க வேண்டும் என்பதில் பிடிவாதமாக இருக்கிறார். வீராவை அவர் பார்த்துக் கொள்வார்.’

பார்த்துக் கொள்வார் என்பதற்கு ஆயிரம் பொருள்கள் உள்ளன. வீராவிற்கும் சுந்தரனைப் போலவே அரியணையில் அமர்வதற்கு சரிசமமான வாய்ப்புகள் உள்ளன. அதனால் எவராவது பிசகான விபத்தை ஏற்படுத்தலாம். அது இலக்கு மாறிப் பாயும் அம்பாக இருக்கலாம். சவாரி செய்பவரைத் தள்ளிவிடும் குதிரையாக இருக்கலாம்.

தான் சொன்னதைக் கேட்டதும் வீரா வீறு கொண்டு எழுந்து தனது உரிமையை நிலைநாட்டக் கிளம்புவான் என்று அவள் நம்பினாள். ஆனால் அவளுக்குத் தான் எண்ணியது தவறு என்பது விளங்கியது. தான் செய்ய வேண்டியவை குறித்து அவள் கூறக்கேட்டதும் அவனைத் தோல்வி நினைப்பு தளரச் செய்துவிட்டது.

‘கிளம்புங்கள் இளவரசே. இந்த ஜென்மத்தில் நாம் இருவரும் திருமணம் செய்து கொள்ள முடியாது. நமது இருவரின் வருங்காலம் குறித்து சிந்தித்துப் பார்த்தால் நாம் இருவரும் பிரிந்திருப்பதே நலம் என்பது தெரியவரும்’ என்றாள்.

‘ஏன்?’ கதறிய வீரா, ‘நாம் இங்கிருந்து ஓடிப் போய்விடுவோம். நம்மை மறைத்து வைத்துக் காப்பாற்றப் பலர் உள்ளனர். நாம் புகல் அடைய ஆயிரம் இடங்களுண்டு’ என்றான்.

‘வேண்டாம்’ அவன் கூறியதை ஒப்புக்கொள்ளாமல் மறுத்த சுனந்தா, ‘என்னுடைய ஒவ்வொரு அங்கமும் உங்களை

அரியணையில் அமர்த்திப் பார்க்க ஆவலுடன் காத்திருக்கின்றன. ஓடிப்போன இளவரசனாக எதிர்கால வரலாற்றில் உங்கள் பெயர் இடம் பெறுவதை நான் விரும்பவில்லை' என்றாள்.

வீரா மேற்கொண்டு ஆகவேண்டியவற்றை ஆலோசிக்கத் தொடங்கினான். எங்கு வீரம் மதிக்கப்படுகிறதோ அப்படி ஓர் இடத்திற்கு அவர்கள் இருவரும் சென்றால் என்ன? அவனுடைய கடந்த காலப் பிடியிலிருந்து தப்பியிருக்க ஓர் இடம். இது குறித்து ஏற்கெனவே தன் தகப்பனிடம் கூறியிருந்தால்? விக்கிரமன் இப்போது இங்கு இருந்திருந்தால்? எல்லாமே இறந்த காலங்கள். எந்த மனிதனால் கடந்த காலப் பக்கங்களை மாற்றி எழுத முடியும்? கடந்த பின்பு உடைந்து விழும் பாலங்கள் வழியாகவே வாழ்க்கை செல்கிறது.

சுனந்தா விழிகளை மூடிக்கொண்டாள். அவள் எதிர்ப்பைக் காட்டும் விதமாக ஒரே ஒரு நீர்த்துளி விழியோரம் திரண்டது. அவள் அவன் முன் வளைந்து அவன் இதழ்களில் முத்தம் ஒன்றை விதைத்தாள். அந்தக் கணம் அனுபவிப்பதற்கு மிகக் குறுகியதாக இருப்பினும் காதலின் நறுமணம் அந்தக் கணத்தை நீட்டிக்கவே செய்தது. அவள் தன்னை அவனிடமிருந்து பிய்த்து எடுத்துக் கொண்டு அவன் வாழ்விலிருந்து விலகி இருளில் ஓடி மறைந்தாள்.

*

வீரா அரண்மனை திரும்பிய பின்னர் அங்கு நிகழ்ந்த மாற்றங்களை அறிய ஆரம்பித்தான். விக்கிரமன் மேற்கொண்டு நடத்திய புரட்சி ஓய்ந்த பின்னரும் தனது தந்தை ஓயவில்லை என்பது புரிந்தது. குலசேகரன் தனது நட்பு ஒப்பந்தங்களை அதிகரிக்கத் தீர்மானித்தார். அதன் பிறகே உண்மை அவனுக்கு உறைத்தது. அது அந்தப் பெண்ணைப் பற்றியோ, திருமண உறவு பற்றியோ கிடையாது- அரியணை குறித்த விஷயம். அவர்கள் திட்டத்தின்படி சுனந்தாவைச் சுந்தரனுக்குத் திருமணம் முடிக்கிறார்கள் என்று கொண்டாலும் அதன் பொருள் சுந்தரனுக்கு அரியணையும் போகும் என்பதுதானே? சுனந்தா, பாண்டியர்களின் முத்து அரியணைக்கு ஓர் அடையாளம் மட்டுமே. ஆனால் இதன் விலை மதுரையம்பதி.

இதைப் பற்றியெல்லாம் எண்ணிய போது ஒருவித மதிமயக்கம் ஏற்பட்டது. தற்காப்பு என்னும் கவசத்தை அணிந்து கொண்டால்தான் தெளிவான மனநிலையில் இருக்க முடியும் என்பது அவனுக்கு விளங்கியது. அக்ஷயன் அவன் அருகில்

மௌனமாகப் போய் நின்றான். அவன் இதுவரை இப்படி அமைதியாக அவனுடன் சென்றதே இல்லை.

வீரா அவனை மனதிற்குள் சபித்தான். 'இதற்கு முன்பே நீ எனக்கு அறிவுறுத்தியிருக்கக் கூடாதா?' அவன் எச்சரிக்கும் விதமாக முணுமுணுத்தது நினைவிற்கு வந்தது. அப்போது செவிமடுக்கும் நிலையை அல்லவா அவன் கடந்திருந்தான்? அக்ஷயன் எச்சரிப்பது இருக்கட்டும் அத்துமீறி நுழைந்தது அவன்தானே?

கள்ளுண்ட போதையில் உழலும் ஒரு குடிகாரனைப் போல வீரா தன் இல்லம் வரை தள்ளாடிச் சென்றான். அவன் கால்கள் அவனை நேராக அவனது தாயின் மாளிகை வரை இட்டுச் சென்றது. அதைத் தவிர வேறு எங்கு அவனால் செல்ல முடியும்? தனது இழப்பின் காயத்திற்கு வேறு எங்கு சென்று அவன் களிம்பு பூசிக் கொள்ள முடியும்? தனது தாயிடம் செல்ல வேண்டாம் என்று எண்ணினாலும் அவனுக்குப் போக்கிடம் ஏது? மாற்றாந்தாயுடன் இருக்கும் தந்தையிடமா?

அங்கே வார்த்தைகளுக்கு வேலையே இல்லை. ஒரே ஒரு பார்வைதான். சேடிகள் அனைவரும் அரசியாருக்குப் பின்புறம் காட்டாது அப்படியே பின்னால் நகர்ந்து வெளியேறினர். வீரா அவர்கள் அகலும் வரையில் அமைதியாக இருந்தான். வாயிற்கதவை தாழிட்டுவிட்டு வந்தான். எவ்வாறு ஆரம்பிப்பது என்று தெரியவில்லை. ஆனால் அவனுடைய உணர்ச்சிக் கொந்தளிப்பு அதன் விளிம்பைத் தொட்டு யாருமற்ற தனிமையில் அணையை உடைத்து வெளியேறத் தொடங்கியது. அரசியாரின் மடியில் தலையைச் சாய்த்துக் கதறத் தொடங்கினான்.

அவனை உச்சி முகர்ந்த ஆரத் தழுவிய அன்னை, 'வேண்டும் என்கிற அளவிற்கு அழுது தீர்த்துவிடு மகனே' என்றார்.

*

வீரா திடுக்கிட்டு எழுந்தான். அவனது தாய் படுக்கையின் அருகில் இருந்த தூணின் அருகில் உறங்கிக் கொண்டிருந்தார். அவன் பெருமூச்சுவிட்டபடி தனது அறைக்குத் திரும்பினான். அவன் நடந்தவைகளை அசை போட்டான். இதயம் வலித்தது. அரியணைக்காக அவன் சுனந்தாவைப் பலி கொடுத்துவிட்டான். சுந்தரனும் இதே போன்று காவு கொடுக்கப்பட்டவன்தான். இங்கே அரியணை முக்கியம். சுனந்தா கிடையாது.

இருளில் பாதித் தொலைவைக் கடக்கும் போது அவன் அருகில் ஒரு வெப்பமான நெருக்கம் ஏற்படுவதை உணர்ந்தான். சுனந்தாவின் மேல் இருந்த காதல் மயக்கம் தீராததால் அந்த உருவத்தை சுனந்தா என்று தவறாக எண்ணிவிட்டான். அவனுக்கே அது தவறு என்பது தெரிந்தும் அவனுடைய மோக வெறி அவன் கண்களைக் கட்டிப் போட்டது. அவளை இறுக்கி அணைத்தான். அவள் கண்களில் வழிந்த கண்ணீர் அவன் மார்பைச் சூடாக்கியது. தீவிரக் காதல் வேட்டைக்குப் பின்னர் ஏதோ ஒரு பிசகு நேர்ந்ததை அறிந்தான். அவள் முகத்தின் அருகில் கைவிளக்கு ஒன்றைக் காட்டினான். வாணி. அவன் தாயாரின் பணிப்பெண். அவனது முதல் காதலி.

இந்த உலகமே அவனை வஞ்சித்துவிட்டதாக அவன் வருத்தப்பட்டுக் கொண்டிருந்த போது ஆறுதல் சொல்ல இதோ இவள் இருக்கிறாள். புலன்களுக்கும் அப்பால் அடுத்தவர் மனதை அறியும் தன்மை படைத்த வாணி மனதில் என்னவோ தோன்றவே தன்னை வீராவிற்கு வழங்கவே அங்கு வந்தாள்.

‘நான் உனக்கு மிகவும் கடமைப்பட்டிருக்கிறேன் வாணி. ஆனால் உனக்கு என்ன கைம்மாறு செய்வது என்பதுதான் எனக்கு விளங்கவில்லை’ என்றான்.

‘என் இளவரசரை நான் தனியாகப் புலம்ப விடமாட்டேன்’ என்றாள் வாணி. தலையைத் திருப்பித் தன் விழி நீரை மறைத்தாள். ஒரு பெண்ணின் இழப்பை ஈடு செய்யவும் பரிவு காட்டவும் இவள் இன்னொரு பெண். அதன் முரண் அவனைத் தாக்கியது. அவளை மெல்ல உலுக்கியபடி, ‘உனக்கு எப்படித் தெரிந்தது?’ என்று கேட்டான்.

அவனைத் தனது மார்பில் ஏந்தி ஒரு சோகச் சிரிப்புடன், ‘எனக்கு இதைவிட இன்னும் அதிகம் தெரியும் யுவராஜா’ என்றாள்.

‘வேறு என்ன தெரியும்?’ அவன் கேட்டான்.

‘அடுத்த வாரம் நீங்கள் இலங்கைக்குப் பயணம் மேற்கொள்ள இருக்கிறீர்கள்.’

*

முதன்மந்திரியின் சேதி அதிகாலையிலேயே அவனை வந்தடைந்தது. வீரா அதற்குள் எழுந்து முகச்சவரம் செய்து கொண்டு முகம் கழுவி நீராடிவிட்டுக் காத்திருந்தான். உலோகப் பிடி

கொண்ட முகம் பார்க்கும் கண்ணாடியில் தனது மேனி எழிலை ரசித்தான்.

'நல்லது.. நல்லது மன்னரே! உமக்கு ஓர் ரகசியம் காத்திருக்கிறது!' என்று கண்ணாடியில் தெரிந்த தனது பிம்பத்திடம் கூறினான். அவன் இலங்கை நோக்கிப் பயணிக்க முடிவு செய்துவிட்டான். இதுதான் அவனுக்குத் தனது மன உறுதியைச் சோதித்துப் பார்க்கக் கிடைத்திருக்கும் சந்தர்ப்பம். சுந்தரனுடன் நடக்க உள்ள திருமண உறுதியை சுனந்தா மறுத்துவிட்டுத் தனக்காகக் காத்திருப்பாள் என்று மனதைச் சமாதானப்படுத்திக் கொண்டான். கூடிய விரைவில் மதுரையின் முத்துச் சிங்காதனமும், சுனந்தாவும் அவன் வசம்.

அக்ஷயன் குதிரைகளைத் தட்டிக் கொடுத்து ஆயத்தப்படுத்தினான். இருவரும் அரண்மனையை நோக்கிக் குதிரையில் பயணித்த போது எதிர்ப்பட்ட சாமானிய மக்கள் அவர்கள் இருவருக்கும் வணக்கம் செலுத்தினர். எப்போதும் பதில் வணக்கம் செலுத்தும் வண்ணம் தனது தலையைத் தாழ்த்தும் வீரா அன்று அவ்வாறு செய்யவில்லை. அவன் எண்ணங்கள் அந்தச் சாம்ராஜ்ஜிய எல்லைகளைக் கடந்து இலங்கை வரையில் பறந்தது. அவன் பயணமே அவனது மகுடத்தின் வெற்றி. ஆனால் மனதில் தோன்றிய கலக்கம் அவனிடம் ஒருவித அவநம்பிக்கையை அளித்தது. அவனுடைய தந்தையைப் போல மக்கள் மனதில் இடம் பெறுவதற்கு அவனுக்கு உரிய ஆதரவு இல்லை என்பது தெளிந்தான். என்ன, இன்னும் நான்கைந்து வருடங்கள் சென்றால் அவன் மக்களின் ஒட்டுமொத்த ஆதரவையும் பெற்றுவிடலாம்.

அவன் தனது புரவியின் மேல் இருந்து கீழே குதித்து இறங்கினான். புரவியை அக்ஷயன் பொறுப்பில் விட்டுவிட்டு நகர்ந்தான். அரச சபைக்குள் நுழைந்தான். அரியணை காலியாக இருந்தது. அரசவையில் எவரும் இல்லை. ஒரு சேவகன் அவனை அருகில் இருந்த அறை ஒன்றிற்கு அழைத்துச் சென்றான். அரசவை நடைபெறும் போது இடை இடையில் அரசர் எழுந்து சென்று ஓய்வெடுக்கும் அறை இது. அதன் உப்பரிகை வெளியில் இருக்கும் தோட்டத்தையும், குளத்தையும் பார்த்த வண்ணம் இருக்கும். உள்ளே நுழையும் போது மன்னர் எப்போதும் மன உளைச்சலில் இருக்கும் நேரங்களில் அமைதியற்றுக் குறுக்கும் நெடுக்கும் உலாவுவதைப் போன்று உலாவிக் கொண்டிருப்பார் என்று எண்ணியபடி உள்ளே நுழைந்தான். ஆனால் அரசர் சாளரம் ஒன்றின் வழியாக வெளியில் பார்த்துக் கொண்டிருந்தார். முதல் அமைச்சரும் அங்கே இருந்தார்.

எனவே அரசர் தன்னை மக்கள் நிறைந்த அரசவையில் சிறுமைப்படுத்த விரும்பவில்லை என்று வீரா எண்ணினான். அவன் உள்ளே நுழைந்ததும் மந்திரி தொண்டையைக் கனைத்தார்.

வீரா, குலசேகரப் பாண்டியன் இருக்கும் இடத்திற்குச் சென்று அவர் முன்பு நெடுஞ்சாண் கிடையாக விழுந்து வணங்கினான். திரும்பிய குலசேகரர் உதடுகளில் மங்கல வாழ்த்து வந்துவிட்டது. 'ஜெய விஜயீ பவ' என்றோ, 'சென்று வென்று வா மகனே' என்று வாழ்த்தும் வாழ்த்தில் இருந்த முரண் அவர் வாயை மூடியது.

எந்தச் சிக்கலையும் உரிய முறையில் எதிர்கொண்டு தீர்வு காண்பது அரசரின் தனிச்சிறப்பு என்றால், பாண்டிய மன்னர்களின் வழக்கத்தில் அவசர முடிவு எடுக்கப்பட்டது என்பதே கிடையாது. கருத்தொற்றுமை ஏற்படும் வரையில் எந்தப் பிரச்னையும் அலசி ஆராயப்படும். இது பண்டு தொட்டு இருந்துவரும் வழக்கம். அதாவது அவர்கள் முன்னோர்களில் ஒருவனான பாண்டியன் நெடுஞ்செழியன் தீர விசாரியாமல் ஒரு பத்தினிப் பெண்ணின் சாபத்திற்கு ஆளான காலம் தொட்டுக் கடைப்பிடிக்கப்பட்டு வரும் வழக்கம் இது.

வீரா தன்னைத் தன் தந்தை கைவிட்டு விடமாட்டார் என்று நம்பினான். ஒருவேளை மன்னர் என்னை நாடு கடத்தும் ஆலோசனைக்கு இசைவாரோ? தந்தையின் முகத்தை ஏறிட்டான். நம்பிக்கையின் கடைசிச் சுடர் படபடத்துக் கொண்டிருந்தது. அவன் நினைவில் குலசேகரரைப் பற்றிய எண்ணங்கள் நிழலாடின. அவன் தந்தை, தான் காதலித்தப் பெண்ணை மணக்கத் துணிச்சல் இல்லாதவர். தன் மகனின் காதலையும் காப்பாற்றத் திராணி இல்லாதவர். வீராவைப் பலவிதமான உணர்ச்சிகள் வந்து தாக்கின. பொறாமை, பகைமை, வெறுப்பு, வஞ்சம், விரோதம் போன்ற உணர்ச்சிகள் ஒரே நேரத்தில் ஒன்றாகத் தாக்கின. தந்தை மீதுள்ள கோபம், பிறந்த பொன்நாட்டின் மீது பற்று, அன்னையின் மீதான பாசம்.

வீரா தந்தையை இடையறாது பார்த்தான். தனது பார்வையை விலக்கிக் கொண்டால் தனது தந்தை நொறுங்கிவிடுவார் என்று அவனுக்குத் தெரியும். குலசேகரரும் அறியாதவர் அன்று, அவரும் அவன் மீதிருந்த பார்வையை விலக்கிக் கொண்டார். அவர் களைப்புற்றவர்போல இமைகளைச் சிமிட்டிய வண்ணம் இருந்தார். கண்ணைச் சுற்றிலும் கருவளையங்கள் தோன்றியிருந்தன. மன்னர் நிம்மதியாக உறங்கி நெடுநாட்கள்

இருக்கும் போலிருந்தது. வீராவிற்கு விளங்கியது. அது அவனுக்குச் சிறிது இன்பத்தைக் கொடுத்தது.

அரசர் மந்திரியைத் திரும்பிப் பார்த்தார், மன்னருக்குப் பதில் மந்திரிதான் அரசர் ஆணையைக் கூறப்போகிறார் என்று அவன் எண்ணியிருந்தால் அது பிழையாகியிருக்கும். முதன்மந்திரி முகத்தில் அப்படி எந்தவித முகாந்திரமும் தெரியவில்லை. குலசேகரர், தான்தான் கட்டளையிட வேண்டும் என்ற நிலையை உணர்ந்தார்.

'நாம் இங்கிருந்து எவராவது ஒருவரை..' அவருக்கு வார்த்தைகள் தடுமாறின. அவரது உணர்ச்சி மிக்க ஆணை பாதியில் நின்றது.

'இலங்கைக்கு அனுப்ப வேண்டுமா தந்தையே?' வீரா தந்தையிடம் கேட்டான்.

மன்னருக்குப் பேச்சே எழவில்லை.

'எனக்கும் சேதி சொல்லும் வாசல்கள் உள்ளன மாட்சிமை பொருந்திய மன்னரே' என்றான்.

அரசன் சோகமாகப் புன்னகைத்தான். அந்த வார்த்தைகளை உச்சரிக்க வேண்டாம் என்று மனம் சொல்லியது. தனது ஆற்றலை எல்லாம் ஒன்று திரட்டி தனது மகனை நெஞ்சார வாழ்த்தினான். உனது இந்த அனுபவம் உன் எதிரிகள் நினைப்பதைவிட உன்னை உயரத்தில் கொண்டு வைக்கும்.

*

குலசேகரர் முதல் நாள் ஒருவிதக் குழப்பத்தில் ஊசலாடிக் கொண்டிருந்தார். எது நல்லது எது தீங்கு தரக்கூடியது என்ற முடிவுக்கு வரமுடியாமல் தவித்தார். தனது முறையற்ற மனைவிக்குப் பிறந்த மகனுக்கும், அரச குடும்பத்திற்கும் நடுவில் நிலவும் கொந்தளிப்புகளை ஒரு முடிவுக்குக் கொண்டு வர இயலாமல் தவித்தார். அவசரப்பட்டு எந்த முடிவையும் எடுக்க முடியாது. அவர் இறுதியாக ஓர் உத்தரவைப் பிறப்பித்து அந்த உத்தரவு அரசியாருக்கு எதிராகப் போனது என்றால் அதனைக் கண்டிப்பாக அவள் ஏற்றுக்கொள்ளமாட்டாள். மற்றவரிடம் மனம்விட்டுப் பேச இயலாத அளவிற்கு மிகவும் நொய்மையான விஷயம். விக்கிரமன் மட்டும் இந்த நேரம் இங்கிருந்தால்.. தம்பியை நாடு கடத்திப் பல காலம் சென்ற பின்னரே இப்படி ஒரு சூழலில் குலசேகரர் அவனைப் பற்றி எண்ணினார். அவனிடம்

இந்தப் பிரச்னைக்குத் தீர்வு காணச் சொல்லிவிட்டுத் தான் நிம்மதியாக அரசாளப் போயிருப்பார்.

வீராவின் வாழ்விற்கு ஒரு முற்றுப் புள்ளி வைக்க வேண்டும் என்று அரசியார் அவரிடம் வீறிட்ட போது செய்வது அறியாமல் அரசர் அவளைப் பார்த்து நின்றார். அரசி மேலும் பொல்லாத்தனம் நிறைந்தவளாக மாறினால் கண்டிப்பாக வீராவின் உயிருக்கு ஊறு விளையும். இனிமேலும் இந்த நிலைமையை அவரால் தள்ளிப்போட முடியாது. இருப்பினும் நடுவில் எந்நேரமும் நேருக்கு நேர் நிகழும் உராய்வைத் தவிர்க்க வேண்டியதும் அவர் கடமை.

திருமண பந்தங்கள் ஒரு மன்னவனின் மகுடத்துடன் முக்கியத் தொடர்புடையது. அரண்மனைப் பெண்டிரின் சர்வாதிகாரப் போக்கு அவர்களுக்கு இருக்கும் அதிகாரத்தைப் பறைசாற்றும். அவர்கள் அரசர்களின் ஆட்சி அதிகாரத்திற்குள் அடிக்கடி வரம்பு மீறி நுழைவதில் வல்லவர்கள். அரசியார், வீரா எல்லை மீறி நடந்து கொள்வதாக மிகத் தெளிவாகக் கூறிவிட்டார். தன் சகோதரனை மணக்கவிருக்கும் ஓர் ஒன்றுமறியா பெண்ணின் மனதில் தேவையற்ற எண்ணங்களை வளர்ப்பதாகக் குற்றம் சுமத்தினாள். இதனைக் கோழைத்தனமான செயல் என்றுதான் சொல்ல வேண்டும்.

அரசர் தனது மௌனத்தைத் தொடர்ந்தார். ஒற்றர்கள் அவர்கள் இடையில் இருந்த உறவினை அவ்வப்போது வந்து கூறிக் கொண்டிருந்தனர். அரசியார் செவிகளிலும் அவை விழுந்திருந்தால் தனது சகோதரன் மகள் எத்தனை அப்பாவி என்பதைத் தெரிந்து கொண்டிருப்பாள். தனது மகனை அவளுக்குத் திருமணம் முடித்து வைக்கும் எண்ணத்தைக் கூடக் கைவிட்டிருப்பாள். ஒற்றர் தலைவன் அவர்களது அந்தரங்கச் சந்திப்புகளைத் தனது கீழ் உள்ள பணியாட்கள் மூலம் வேவு பார்த்து அறிக்கை ஒன்றைத் தயாரித்து மன்னரிடம் கொடுத்தார். அந்த ஒற்றறிக்கை மன்னரை மேலும் சங்கடத்தில் ஆழ்த்தியது.

ஒற்றர் தலைவன் வீரசேகரனிடம் அந்த நாட்டில் உள்ள முக்கியப் புள்ளிகளைப் பற்றிய முழுத்தகவல் அறிக்கையும் எப்போதும் கைவசம் இருக்கும். அவன் கீழ்ப் பணி புரிபவர்கள்- படி எடுப்பாளர் என்பது அவர்களுக்குப் பெயர்- அவனுக்கு மிகவும் கீழ்ப்படிந்து அனைத்து விதமானத் தகவல்களையும் கொண்டு வந்து கொடுப்பார்கள். தங்கள் அதிகாரியின் ஒரு கண்ணசைப்பு போதும்;

ஒரு தலையாட்டல் போதும். பதவி அதிகாரத்தில் உள்ளவர்களின் அந்தரங்க விவகாரங்களில் தோண்டித் துருவிச் சேதி சேகரிக்க அவர்களுக்கு ஒவ்வொரு இடத்திலும் துப்பு அளிப்பவர்கள் உள்ளனர். விக்கிரமனின் ராஜதுரோகம் அவர்கள் அனைவருக்கும் பெரிய அடி என்பதால் அதன் பிறகு உளவுத்துறை கடுமையாக முடுக்கிவிடப்பட்டது. தாங்கள் மதிப்பும் மரியாதையும் கொண்டுள்ள அரச குடும்பத்தினர் மீதும், அரசாங்கத்தைச் சேர்ந்தவர் மீதும் தகவல் சேகரிக்கும் போது அதிக எச்சரிக்கையுடன் செயல்பட்டனர்.

'நீங்க என்ன நினைக்கிறீர்கள் இது குறித்து?' என்று மன்னர் அவர்கள் இருவர் குறித்த ரகசிய அறிக்கையைப் படித்தபடி கேட்டார்.

'இளவரசருக்குத் தன் பட்டமகிஷியைத் தேர்வு செய்வதில் முழுச் சுதந்திரம் உள்ளது. என் கடமை அறிக்கை சமர்ப்பிப்பது மட்டும். இதில் எங்கனம் என் அபிப்பிராயத்தைக் கூறுவது மாட்சிமை பொருந்திய மன்னவரே?' என்று கூறினார் அந்த ஒற்றர் தலைவன்.

அரசர் எரிச்சலுற்றார். 'நான் உங்களிடம் தீர்ப்பு வழங்கச் சொல்லவில்லை. வீராவின் நடத்தை எப்படி என்று மட்டும் கூறுங்கள்' என்றார் சீற்றத்துடன்.

ஒற்றர் தலைமை அதிகாரி சற்றுத் தயங்கினார். தனது வருங்கால அரசனைக் குறித்துக் கூறும் போது எச்சரிக்கையுடன் கூற வேண்டும். 'அவரிடம் பொறுப்பற்ற தன்மை தெரிகிறது. நம்பகத்தன்மை குறைந்து காணப்படுகிறது. அவரை அவருடைய அறிவு ஆள்வதற்குப் பதிலாக இதயமே ஆள்கிறது' என்றார்.

'மேலும்?' அரசர் மேலும் தூண்டினார்.

'ஓர் இலக்கை அடையும் அவரது நிர்ணயம் உறுதியாக இல்லை. குறிப்பாக எவ்வித ஆதரவையும் நல்காத தனது குடும்பத்தினரே தனக்கு எதிராகச் சதிச்செயல் செய்வதைக் கூட அறியாதவராக இருக்கிறார்' என்றார். சதிச்செயல் என்பதற்குக் கூடுதல் அழுத்தம் கொடுத்தார்.

அரசர் தலை குனிந்தார். எந்த ஒரு சின்னஞ்சிறு அசைவையும் தப்பவிடாத வீரசேகரின் கண்களுக்கு மன்னரின் விழிகளில் அவமானத்தின் துடிப்பு ஒன்று ஏறி இறங்கியதைக் கண்டார். ஒரு வேளை அது குற்ற உணர்வின் துடிப்போ?

குலசேகரர் அதனை எச்சரிக்கையுடனும், மதிநுட்பத்துடனும் கையாள வேண்டும். அவருக்கு வீராவின் மேல் கோபம் இருந்தது.

அரசியார் கூறிய வசைச் சொற்களினால் அன்று. வீரா அரண்மனையில் வேறு எந்தப் பெண்ணையாவது தேர்ந்தெடுத்திருக்கலாம். தனது மாற்றாந்தாய் சகோதரனுக்கு நிச்சயம் செய்துள்ள பெண்ணை எதற்காகத் தேர்வு செய்ய வேண்டும்? இது முற்றிலும் ஆராய்ந்து செய்யும் செயலன்று. இதன் மூலம் அவன் இந்த ராஜ்ஜியத்தின் அரசனாகும் வாய்ப்பை இழக்கிறான். அந்தப் பெண்ணிற்காகத் தனது வருங்காலத்தையே பணயம் வைக்கிறான்.

இளம் பிராயத்தில் தனது காதலுக்கு நேரிட்ட எதிர்ப்புகளை அவர் எண்ணிப் பார்த்தார். காதலின் ஆற்றல் எத்தகையது என்பது அவருக்கு நன்கு தெரியும். அரச பதவி போனாலும் பரவாயில்லை காதல் வெற்றி பெற்றால் போதும் என்ற நினைவுடன் திரிந்தார். அதனை எண்ணிப் பெருமூச்சுவிட்டார். பெரும் கடலைக் கடந்த ஆடவர்கள் கூடப் பெண்களின் கன்னக்குழிகளில் விழத் தவறுவது கிடையாது.

எல்லாம் சரியாகிவிடும். அவர் மனம் சமாதானம் கூறியது. ஆனால் அவர் மனதின் ஆழத்தில் பெரிய பெரும் அரசியல் கொந்தளிப்பை ஏற்படுத்தும் நிகழ்ச்சிக்கான ஆரம்ப வித்து இடப்படுவதாக ஒரு நினைப்பு தோன்றியது. ஒரு வலுவான உள்நாட்டுப் போர் தடுத்து நிறுத்தப்பட்டுள்ளது. அல்லது தள்ளிப் போடப்பட்டிருக்கிறது. உடனடி நிகழ்வுகளை மனதில் ஆழ்ந்து சிந்தித்து, எதிர்கால அமைதியையும் மனதில் கொண்டு ஒரு தீர்க்கமான முடிவை எடுக்கும் பொறுப்பு அவருக்கு வந்து சேர்ந்துள்ளது. இறுதிக் கட்டத்தை நெருங்கிக் கொண்டிருந்த குடும்பப் பூசலைத் தடுக்கும் பொறுப்பும் அவருக்கு உள்ளது. வீராவைத் தவிர்ப்பதற்கு இலங்கையைத் தவிர வேறு வழி அவருக்குத் தோன்றவில்லை. சதித் திட்டம் தீட்டும் சோழர் வலையிலிருந்து தப்பிக்கவும் இது உதவும்.

*

'இலங்கையில் உள்ள நமது முகவாண்மை அதிகாரி அதன் வடபகுதி முழுவதையும் தனது கட்டுக்குள் வைத்துள்ளார். இது வெகு காலத்திற்கு முன்பிருந்தே அதாவது..' விக்கிரமனின் பெயரைக் குறிப்பிட அவர் விரும்பவில்லை. விக்கிரமன்தான் இலங்கையின் வடக்குப் பகுதியைத் தனது வீர பிரதாபத்தால் கட்டுக்குள் கொண்டு வந்தான். அவன் திரும்பி வந்த பிறகு பாண்டியர்களால் அந்த நாட்டில் ஓர் அங்குலம் கூட முன்னேறிச் செல்ல இயலவில்லை.

ஒன்றிரண்டு சிறிய சண்டைகளில் வெற்றி பெற்றனர். அதனால் பெரிய அளவில் பயன் எதுவும் இல்லை. எப்போதெல்லாம் அவர்கள் பலவீனமானவர்களாக இருக்கிறார்களோ அப்போதெல்லாம் இலங்கை நாட்டினர் காடுகளை ஆக்கிரமித்துக் கொண்டு கும்பலாகச் சேர்ந்து முறையற்ற தாக்குதல் போரைத் தொடுத்து வருகிறார்கள்.

மேலும் தொடர்ந்தார். 'சின்னஞ்சிறு கும்பல் அவர்களைத் தடுக்கிறது. ஆரியச் சக்கரவர்த்திக்கு உதவிக்கு வலுவான வீரன் தேவை.'

முதலில் வீராவிற்குக் கொடுக்கப்பட்ட பணி, போர் நிறுத்தம். ஆனால் அதன் உண்மையான நோக்கம் அவனை அங்கிருந்து அப்புறப்படுத்துவது- அதன் மூலம் மதுரைக்கான சிங்காதனத்தைச் சுந்தரனுக்கு அளிப்பது மட்டுமே. ஒருவேளை அவன் சிங்களவர்களின் சீற்றத்திற்கு ஆளாகி, ஓர் இலங்கை அம்பினால் இறக்கக்கூட நேரலாம். அவனுடைய இன்மையினால் சுந்தரன் அழுத்தமாகத் தனது உரிமையை நிலைநாட்டிப் பாண்டிய மகுடத்தைத் தலையில் சூட்டிக் கொள்ளலாம்.

பட்டத்து இளவரசனுக்கு வெறும் யுவராஜா பட்டம் மட்டும் கிடையாது. மந்திராலோசனைக் குழுவில் முக்கியப் பங்கு வகிக்கலாம். மந்திரி சபையிலும் இடம் பெறலாம். மன்னர் இல்லாத போதும் அல்லது மன்னர் உடல் நோய்வாய்ப்பட்டு இருக்கும் பொழுதுகளிலும் யுவராஜன் அரசனைப் போலவே நடந்து கொள்ள வேண்டும். சமாதானக் காலங்களில் பொதுவாகப் பெரும்பாலான மன்னர்கள் யுத்தப் பூமியில் இருப்பதைவிடப் படுக்கையில் கிடப்பதுதான் அதிகம். ஒரு புத்திசாலியான அரச வாரிசு, மன்னர் படுக்கையில் கிடக்கும் போது அந்தச் சந்தர்ப்பத்தைத் தனக்குச் சாதகமாகப் பயன்படுத்திக் கொள்வான்.

வீரா தண்டனையை ஏற்றுக்கொண்டான். மன்னர் பாதங்களை விழுந்து வணங்கிவிட்டு வெளியேறினான். அவன் நடை தளர்ந்திருந்தது. சுற்றிலும் காவலர்கள் சூழ்ந்திருந்தனர். அவன் வெளியேறுவதைக் கண்ணுற்ற மன்னர் பெருமூச்செறிந்தார். அவன் முன்பு தற்போது இருப்பது உள்நாட்டுப் போர் மட்டுமே. இப்போதைக்கு ஆகச் சிறந்ததாக வீராவை இலங்கைக்கு அனுப்பிவிட்டு சுனந்தாவை சுந்தரனுக்கு மணமுடித்து அரியணையில் அமர்த்துவது ஒன்றாகத்தான் இருக்கும். வீராவின் தலைமறைவினால் நிலைமை தணியும். அவனும் யுத்தப் பூமியில்

முன்னணியில் நிற்கும் போது தன் மனதில் சுனந்தாவின் நினைவு இல்லாமல் இருப்பான். ஒரே கல்லெறியில் குலசேகரர் இரண்டு மாங்காய்களை வீழ்த்தியதற்குப் பெருமிதம் கொண்டார். அது முற்றுகையன்று. சந்தர்ப்பவாதத்தின் தூது. நாடு கடத்தலுக்குப் படையெடுப்பு என்று மற்றொரு பெயர். அவருக்கு இருந்த மனக்கிலேசத்திலும் ஒருவித நிறைவு கிட்டியது.

*

அத்தியாயம் 10

துரோகம்

கம்பாயத் நகரத்தை வணிகர்களின் மன்றம் கட்டுப்பாட்டில் வைத்திருந்தாலும் அந்த மன்றத்தை அரேபியர்கள் கட்டுக்குள் வைத்திருந்தனர்.

அரேபியர்கள், சந்தையில் சகலவிதமான கொடுக்கல், வாங்கல் வர்த்தகங்களையும் மேற்கொண்டனர்- அடிமைகள், குதிரைகள், மஸ்லின் துணிச் சுருள், மயிலிறகு, வாசனை எண்ணெய், தந்தச் சிற்பங்கள், எலுமிச்சைப் புற்கள், நவரத்தினக் கற்கள் என்று பலவிதமான பொருள்கள். இவற்றையெல்லாம்விட வேணாட்டு மலைப் பிரதேசங்களில் விளைந்த குறுமிளகு அரேபிய வர்த்தகத்தின் மிக முக்கியப் பங்கை வகித்தது.

அரேபியர்களுக்கு இருந்த வான சாத்திர ஞானம் காரணமாகவும், பருவ காலங்களின் மாற்றங்கள் குறித்த தெளிவான அறிவின் காரணமாகவும் சாதாரணப் பாய்மரக் கப்பல்களைக் கடலில் செலுத்தி நெடுந்தொலைவு பயணம் மேற்கொள்ளும் திறமை பெற்றவர்களாக விளங்கினர். அரேபிய மாலுமிகள் காற்றின் காலம், திசை போன்றவற்றை மிகத் துல்லியமாகக் கணக்கிடுவதில் நிபுணர்கள் என்பதால் வளைகுடாவிலிருந்து கிளம்பிய ஒரு வாணிபக் கப்பல் பல்லாயிரம் மைல் தொலைவிலிருந்து வேணாட்டுக் கடற்கரை துறைமுகத்தில் இந்த நாளில் இந்த நேரத்தில் வந்து சேரும் என்று கூறுவதில் நிபுணர்கள். மத்திய நூற்றாண்டுகளில் பெர்ஷிய தேசம் பட்டுச் சாலையைத் தனது கட்டுக்குள் வைத்திருந்தது என்பதனால் முரட்டு அரேபியர்கள் இயல்பாகத் தங்களுடன் உடன்பிறந்த வர்த்தக அறிவின் காரணமாகப் பாரதத்திற்கும் மற்ற நாடுகளுக்கும் இடையில் இருந்த

கடல் வழித்தடத்தைத் தங்கள் கட்டுப்பாட்டிற்குள் கொண்டு வந்தனர்.

'குங்கிலிய விளைச்சல் உச்சத்தில் இருக்கும் காலங்களில் அந்த நறுமணப் பொருள் ரோமாபுரி, யவனம், திமிஷ்கு போன்ற தேசங்களுக்கு வணிகப் பொருளாக எடுத்துச் செல்லப்பட்டது. அதன் மதிப்பு அளவிட முடியாத அளவிற்கு இருந்தது. தங்கத்தை அள்ளிக் குவிக்கும் அந்த நறுமண மரப்பட்டைகளை எரிப்பதால் கிளம்பும் புகையைக் கோயிலில் நறும்புகை மூட்டப் பயன்படுத்தினர்.

இந்தக் குங்கிலிய வியாபாரத்தில் மற்றவரும் பயன்பெறட்டும் என்பதற்காக அதுகாறும் குங்கிலியத்தின் மூலப் பொருள் எது என்பது குறித்து இறுக்கி வாய் மூடி மௌனம் காத்த நாங்கள் ஏராளமான பொய்த்தகவல்களையும், மயிர் கூச்செறிய வைக்கும் பயங்கரக் கட்டுக் கதைகளையும் அவிழ்த்துவிட்டோம். குங்கிலியக் காடுகளைக் கொடிய விஷமுடைய நாகங்கள் காவல் காப்பதாகக் கூறினோம்.'

ஹஸன் ஒருநாள் மாலிக்கிடம் பாலைவனத்தில் நாடோடியாகத் திரிந்த அவர்கள் எவ்வாறு பெரும் வணிகர்களாக மாறினார்கள் என்பதை விவரித்துக் கொண்டிருந்தான்.

மாலிக் சிரிப்பை அடக்கினான். அந்த அரேபியத் தலைவன் தொடர்ந்தான். 'இலவங்கப் பட்டையை உரிக்க ஒரு சின்னக் கோடாலி வெட்டு போதும். ஆனால் இதன் பின்னால் உள்ள கதை கேட்பதற்கு வியப்பூட்டும். உண்மையைச் சொல்வதென்றால் நமது வாடிக்கையாளர்கள் அதிக விலை கொடுத்தது இந்தப் பொருளுக்கு அல்ல, இதற்கு நாம் எட்டுக் கட்டிய கதைக்கு. ராக்கதப் பறவைகள் சில எவரும் எட்ட முடியாத மலைப் பாறைகளின் மீது கூடு கட்டுவதற்கு இலவங்கக் குச்சிகளைக் கொண்டு சென்றன. அந்தக் குச்சிகளைப் பெறுவதற்கு வணிகர்கள் ஒரு தந்திரத்தைக் கையாண்டனர். காட்டெருமை, கழுதை போன்றவற்றைக் கொன்று அவற்றின் இறைச்சியை அந்தப் பறவைகள் செல்லும் வழியில் காயப் போட்டிருந்தனராம். பறவைகள் இறை தேடும் போது இந்தக் கறித்துண்டுகளைக் கண்ணுற்று அலகில் கொத்திச் சென்று தங்கள் கூடுகளில் கொண்டு வைத்ததாம். கூடுகள் இறைச்சித் துண்டுகளின் பாரம் தாங்காமல் கீழே இலவங்கக் குச்சிகளுடன் விழுந்தனவாம். அப்படிதான் இலவங்கப் பட்டை சேகரிக்கப்பட்டதாம்.'

மாலிக், அரேபியரின் புதுமையான கற்பனையை எண்ணி முறுவலித்தான். ஒரு சின்னத் தந்திரம் அவர்களுக்கு இன்சுவைப்

பொருளின் வணிகத்தைத் தங்கத் தட்டில் ஏந்திக் கொடுத்தது. மாலிக் அலை அலையாக நெடிய மணற்குன்றுகளுக்கும், நீண்ட நீலவானத்திற்கும் இடையில் நகர்ந்து மத்தியதரைக் கடல் வரை ஊர்ந்து செல்லும் ஒட்டகக் கூட்டங்களை மனக்கண் முன் கொண்டு வந்து நிறுத்தினான்.

அவனுடைய எஜமான் தொடர்ந்தான். ‘வாணிபக் காற்றை எவ்வாறு முறையாகப் பயன்படுத்துவது என்பதை அரேபியர்கள் நன்கு அறிந்து வைத்திருந்தனர். இந்தக் காற்று பாரதத்தை நோக்கி கோடைப் பருவத்தின் இறுதியிலும், அங்கிருந்து அப்படியே திரும்பி மழைக் காலத்தின் இறுதியிலும் வீசும் என்பதை அறிந்து வைத்திருந்தனர். இந்த அறிவு ரோமானியர்களுக்கும் தெரியவந்தது தனிக் கதை. பாரத நாட்டைச் சேர்ந்த மாலுமி ஒருவன் புயலில் சிக்கிச் செங்கடல் கரையில் கிரேக்க நாட்டில் ஒதுங்கினான். அவனிடமிருந்து தகவல் பெறுவதற்கு யவனர்கள் அவனுக்குக் கிரேக்க மொழியைப் பயிற்றுவித்து அவனிடமிருந்து காற்றின் இரகசியங்களைத் தெரிந்து கொண்டதாகச் சொல்வார்கள். ரோமானியர்கள் புத்திசாலியான வணிகர்கள். வாணிபத்தில் இருந்த இடைத் தரகர்களை வெட்டிவிட்டுத் தாங்களே நேரடியாக வியாபாரத்தில் இறங்கினர். வணிகத்தில் சிறந்து இலங்கிய நாம் செல்வந்தர் நிலையிலிருந்து சாதாரண வாழ்க்கைக்குத் தள்ளப்பட்டோம். ஆடுகளையும், ஒட்டகங்களையும் மேய்த்து நாடோடிகளைப் போல வாழ்க்கையைத் தள்ளத் தொடங்கினோம்.’

ஹஸன் ஆழ்ந்த சிந்தனையில் இருந்தவன் முகத்தில் புன்னகையுடன், ‘அரேபியர்கள் தங்கள் மண்ணிலிருந்து மிகவும் மதிப்புடைய கனிமம் ஒன்றைக் கண்டுபிடிக்காத வரையில் அவர்கள் இவ்வாறு நாடோடிகளாகத்தான் அழிய நேரிடும் என்று நினைக்கிறேன்’ என்றான்.

இருப்பினும் ஹஸனைப் போன்று ஒன்றிரண்டு வணிகர்கள் அதிகம் பரிச்சயப்படாத தூர தேசங்களுக்குச் சென்று தங்கள் முயற்சியில் முன்னேறுகிறார்கள்.

‘ஒவ்வொரு மனிதனும் அடிமனதின் ஆழத்தில் தேடினால் சின்னஞ்சிறு திருட்டாவது புரிவதற்கு ஆவலுடையவர்களாக இருப்பது தெரியும். ஒன்று அடுத்தவன் மனையில் கை வைப்பார்கள், அல்லது அடுத்தவன் மனைவி மீது கை வைப்பவர்களாக இருப்பார்கள். திருட்டில் நிச்சயம் ஒருவகைக் கிளர்ச்சி உள்ளது. வாணிபம் ஒன்றுதான் ஒரு மனிதன் இன்னொரு மனிதனைக் களவாட கௌரவமான வழி’ என்றான்.

‘அப்படி என்றால் எதற்காக ஆயிரம் தினார்கள் விலை கொடுத்து என்னை வாங்கினீர்கள்? நான் அந்தளவிற்கு விலை போகக் கூடிய அடிமைதானா?’ மாலிக் வினவினான்.

‘இதுவும் வியாபாரம்தான். உன்னை எவர் சதுரங்கத்தில் வெல்கிறார்களோ அவர்கள் நான் கொடுத்ததைவிட அதிக தினார் கொடுத்துக் கூட்டிச் செல்லட்டும். அப்படி ஒருவன் ஆயிரம் வருடங்கள் ஆனாலும் உன்னைச் சதுரங்கத்தில் வெல்ல வரப்போவதில்லை’ என்று மனதிற்குள் சிரித்த ஹஸன், ‘மாலிக், வாணிபத்திலும் உனக்கு ஒன்றோ இரண்டோ தந்திரங்களைக் கற்றுத் தரலாம் என்றிருக்கிறேன்’ என்றான்.

*

வாணிபம் என்ற மிகப்பெரிய உலகிற்குள் மாலிக்கை அழைத்துச் சென்றது வேறு எதுவுமில்லை, ஒரு சின்னஞ்சிறு கணக்கு. ஒருநாள் ஹஸனின் அறைக்குள் இரவு நேரத்தில் நுழைந்த போது கரிய நிறப் பலகை ஒன்றின் மீது ஹஸன் வெண்ணிற சாக்குக் கட்டியில் சில எண்களை வரிசையாக எழுதிவிட்டு ஆழ்ந்த யோசனையில் இருந்தான். மாலிக்கிடம் கரும்பலகையில் எழுதப்பட்டிருந்த எண்களின் கூட்டுத் தொகையைச் சொல்லச் சொன்னான். துல்லியமான விடையைக் கூற மாலிக் எடுத்துக் கொண்ட குறுகிய கால அவகாசமும், வேகமும் அந்த அரேபியனை வியப்படைய வைத்தது.

‘நாளை நீ என்னுடன் பண்டகசாலைக்கு வா’ என்றான் ஹஸன். அதன் பிறகுதான் ஹஸன் அவனுக்குக் குதிரை வியாபாரத்தைக் கற்றுக் கொடுத்தான். ஒரே ஒரு வாரத்தில் மாலிக் குதிரை வியாபாரத்தில் நிபுணன் ஆனான். தனது எஜமானன் எவ்வாறு வியாபாரம் செய்கிறார் என்பதைக் கூர்ந்து கவனித்து கவனித்தே மாலிக் அந்தத் தொழிலைக் கற்றுக் கொண்டான்.

ஹஸன் மாலிக்கைத் தன்னுடன் எப்போதும் இணைந்தும் நெருக்கமாகவும் இருப்பதற்குப் பணித்தான். படுக்கையறையிலும் கூட. பொழுது இருட்டுவது கூடத் தெரியாமல் அவர்கள் பேசிக் கொண்டே இருப்பார்கள். மாலிக் அந்தப்புரத்திலிருந்து ஒரு பெண்ணைப் படுக்கையறைக்குத் தனது எஜமானருக்குத் வரவழைத்தான். அந்தப் பெண் அருகில் இருந்தும் ஹஸன் இரவு நெடுநேரம் மாலிக்குடன் ஆழ்ந்த உரையாடலில் ஈடுபட்டிருந்தான். அந்தப் பெண் ஹஸனின் கவனத்தைத் தன்வசம் திருப்ப முயன்றாள்.

அளவளாவுவதில் பேரின்பம் கொண்டதால் காமச் சிந்தனை சிறிதும் இல்லாத ஹஸன் அவளைக் கிட்டத்தட்ட விரட்டிவிட்டான்.

நாணம் என்பது சிறிது கூட இல்லாமல் அந்தப் பெண் உறங்கிக் கொண்டிருந்தாள். அவளுடைய அரைகுறை ஆடை விலகியதில் அவளுடைய கவர்ச்சியான அங்கங்கள் பளிச்சென்று கண்ணில் பட்டன. இருவரும் வியாபார விஷயமாக நேரம் போவது தெரியாமல் பேசிக் கொண்டிருந்தார்கள். இது போன்று வியாபார விஷயங்களை விவாதிக்க சரியான துணை இருந்தால் நன்றாக இருக்கும் என்பது ஹஸனது விருப்பம். அப்படி ஒரு விவாதம் ஏற்படுத்தும் மகிழ்ச்சி பாலுணர்வில் உச்சத்தை அடையும் போது ஏற்படும் இன்பத்தைப் போன்றது. மாலிக் அருகில் இருந்தால் ஹஸனுக்குப் பாலுணர்வின் இச்சைகள் எழுவதே இல்லை.

அரேபியனின் வியாபார உத்திகளில் மாலிக் சின்னச் சின்ன ஆனால் நுட்பமான மாற்றங்களைக் கொண்டு வந்தான். ஹஸனும் அவன் கொண்டு வந்த நகைப்புக்குரிய மாற்றங்களை மிகத் தந்திரமாக ஏற்றுக்கொண்டான். அந்த மாற்றங்கள் வியாபாரத்தில் பொன்னை வாரிக் குவித்த போது ஹஸன் வியப்படையவில்லை.

அரேபியர்கள் பொதுவாகவே குதிரை வியாபாரிகள். தங்கள் நாட்டுப் போர்க் குதிரைகளை அதிக விலைக்கு விற்பார்கள். பரந்த சதுரமான நெற்றி, ஒளிப்பிழம்புகளாய் மினுங்கும் கண்கள், சிறிய நாசித் துவாரம், வலுவான கீழ் தாடை, அழகாகப் புடைத்து நிற்கும் நாளங்கள் என்று ஓர் அரபுக் குதிரையின் பூரண வடிவம் அற்புதமானது. ஜாதிக் குதிரை என்பது வீரத்தின் மேன்மையைக் குறிக்கும். அதன்மேல் அமர்பவரும் எல்லாம் வல்லவராக இருந்தாக வேண்டும். புரவி என்பது போருக்கு ஒரு தகுதி. ஒரு காலாட்படை வீரன் தகுதி உயரும் போதுதான் குதிரை வீரனாக மாற முடியும். ஒரு நாடு கலகத்தில் இருக்கும் போது அதற்குப் பெரும் அளவில் குதிரைகள் தேவைப்படும்.

அரேபியர்களால் இந்தியத் துணைக் கண்டத்திற்குக் குதிரைகள் விநியோகித்து மாளவில்லை என்றுதான் சொல்ல வேண்டும். குதிரைகளைத் தரைவழிதான் கொண்டு வர இயலும். ஆனால் அரேபியாவிலிருந்து குஜராத் வரையிலான பகுதிகள் முழுவதிலும் உள்நாட்டுக் கலகங்களும், சண்டைகளும் வெடித்து யுத்தப் பூமியாகத் திகழ்ந்தது. ஏமன் நாட்டிலிருந்து தருவிக்கப்படும் குதிரைகள் கப்பல் மூலம் இறக்குமதி செய்யப்படுகின்றன. ஆனால்

அவற்றில் இத்தனை குதிரைகள் நலமாக வந்து சேரும் என்பதற்கு உத்தரவாதம் கிடையாது. இருபது இருபது குதிரைகளாக ஒரு சுமாரான கப்பலில் ஏற்றப்படும். மேல்தளத்தில் கொண்டு செல்லப்பட்டு நான்கு கால்களும் கட்டப்பட்ட பிறகு ஒரு கொட்டிலில் அடைக்கப்பட்டு மரச்சட்டங்கள் சேர்த்து இணைக்கப்படும். குதிரைகள் பின்னங்காலால் உதைத்து விடக்கூடாது என்பதற்காக இப்படி ஓர் ஏற்பாடு. புயற்காற்று அடிக்கும் காலங்களில் இந்தக் குதிரைகளை வெறி பிடிக்காமல் காப்பாற்றிக் கொண்டு வருவது கடினமான செயல்.

அரேபியர்கள் முதலைகளைப் போல முரட்டுத்தனமான வியாபாரிகள், குதிரை வணிகம் முழுவதையும் தங்கள் கட்டுக்குள் வைத்திருந்தனர். அரேபியக் கப்பல் தச்சர்கள் தங்கள் கப்பல்களைத் தேங்காய் நார்க் கயிற்றில் செய்யப்பட்ட உறுதியான கயிறுகளினால் இழுத்துக் கட்டி வைப்பார்களே அன்றி ஆணிகளைப் பயன்படுத்துவது இல்லை. கடலின் அடியில் இருக்கும் காந்தமலை அந்த ஆணிகளைப் பிடுங்கிக் கொண்டுவிடும் என்பது அவர்கள் நம்பிக்கை. அவர்கள் தங்கள் கப்பல்களைக் கடல் நீர் அரித்துவிடாமல் இருக்க மேற்பூச்சாக மீன் கொழுப்பைப் பூசி வைப்பார்கள். கப்பலின் மைய அச்சாகப் பாய்மரத்தைத் தாங்கிச் செல்லும் இருமுனைகளில் ஒன்று சேர்க்கப்படும் கப்பலின் மேற்கட்டிகள் மோசமான வானிலையை எதிர் கொள்ளத் தடுமாறும். அவற்றைச் சேர்த்துக் கட்டப்பட்ட பலகைகளில் விரிசல் ஏற்பட்டுக் கடல்நீர் உள்ளே புகத் தொடங்கும். கடுமையான வானிலையிலிருந்து தப்பிக்க இது போன்ற நேரங்களில் கப்பலில் எடுத்துச் செல்லும் சரக்குகளைக் கடலில் வீசி எறிவது ஒன்றுதான் சிறந்த வழி. இது போன்ற காலங்களில் சுறாக்களுக்கு இரையானது போக மீதமுள்ள இறந்த குதிரைகளின் உடல்கள் வெறும் எலும்புக் கூடுகளாகக் கரை ஒதுங்கும்.

குதிரைகளைக் கப்பலிலிருந்து இறக்குவது இன்னொரு சிரமமான செயல். குதிரைகள் எவ்வாறு கப்பல்களிலிருந்து இறக்கப் படுகின்றன என்பதைக் கண்ணுற்ற மாலிக் மிரண்டு போனான். குதிரைகள் கயிற்றின் உதவியால் அவற்றின் விருப்பத்தை மீறி காற்றில் தூக்கிக் கொண்டு செல்லப்படும். குதிரைகள் வாலையும், காலையும் பலம் கொண்ட மட்டும் ஆட்டித் தங்கள் எதிர்ப்பைத் தெரிவிக்கும். பெரிய பெரிய திரைச்சீலைகள் குதிரைகளின் அடிவயிற்றில் சேர்த்துக் கட்டப்பட்டிருக்கும். திரைச்சீலைகளின் நான்கு முனைகளிலும் உறுதியான நார்க் கயிறு கட்டப்பட்டிருக்கும்.

நான்கு முனையும் சேர்த்து ஒரு முடிச்சுப் போடப்பட்டிருக்கும். அந்த முடிச்சுடன் ஒரு நீண்ட கயிறு கட்டப்பட்டிருக்கும். அந்தக் கயிறு ஓர் உருளையின் வழியாகப் புகுந்து இணைக்கப்பட்டிருக்கும் ஊஞ்சல் கட்டையில் கட்டப்பட்டிருக்கும். குதிரையைக் கப்பல் தளத்திலிருந்து தூக்கியதும் ஆடும் மரக்கட்டை உருளையின் மூலம் கடல் நீரிலிருந்து இழுத்துத் தரைக்குக் கொண்டு வருவார்கள். கயிற்றின் நீளத்தின் மூலம் குதிரைகள் தரையில் இறக்கப்படும். இந்த முறையில் ஒன்றிரண்டு குதிரைகள் இறந்து போகும். பல குதிரைகள் கால் உடைந்து ஊனமாகும். அனைத்துக் குதிரைகளும் இறங்கும் போது ஒருவித அதிர்ச்சியைச் சந்தித்தன.

கரையில் ஒரு கூட்டம் ஆர்வமுடன் கூக்குரலிட்டு வானில் கயிறு கட்டி இழுக்கப்படும் தங்கள் வாழ்நாளில் கட்டிக் காப்பாற்ற முடியாத அரபுக் குதிரைகளைப் பார்த்து ரசித்தனர். குதிரைகள் பத்திரமாகத் தரையில் இறக்கப்பட்டால் பார்த்துக் கொண்டிருந்தவர்கள் வருத்தமுற்றனர்.

மாலிக் பார்த்துக் கொண்டிருக்கும் போதே குதிரை ஒன்று பிடியிலிருந்து துள்ளிக் குதிக்க ஆரம்பித்தது. அதனை இறுக்கமாகப் பிடித்துக் கொண்டிருந்த நார்க்கயிறு அங்கும் இங்கும் ஊசலாடியது. கயிறு அந்த ஆட்டத்தைத் தாளாமல் அறுந்தது. குதிரை தரையில் தொப்பென்று விழுந்தது. வலியின் வேதனையில் கனைத்தது. அதன் எலும்பு முறியும் ஒலி மாலிக்கை வேதனை செய்தது. நகர முடியாத குதிரையைப் பார்த்துக் கூடியிருந்தவர் கரகோஷம் எழுப்பினர். மாலிக் அந்தக் குதிரை கீழே விழுந்து ஊனமுற்றதற்கு மட்டுமின்றி அதன் ஊனத்தோடு ஒரு குதிரையின் லாபமும் அரபிக் கடலோடு அடித்துச் செல்லப்பட்டதற்கு வருத்தப்பட்டான்.

‘அப்படியானால் உனக்கு இன்னொரு குதிரை நஷ்டம்’ என்று அவனுடைய எதிரி வியாபாரி கொக்கரித்தான். மாலிக் ஆத்திரத்தில் உள்ளுக்குள் புழுங்கினான்.

ஊனமற்ற குதிரைகள் அவனை அதிகம் பாதித்தன. அக்குதிரைகளுக்கும் அவனுக்கும் ஏதோ ஒருவகை ஒற்றுமை இருப்பதை உணர்ந்தான். எங்கும் நகரமுடியாத காரணத்தால் அந்தக் குதிரைகளின் கண்கள் வருத்தத்தில் கெஞ்சின. இவ்வாறு முறையற்ற வகையில் குதிரைகளைக் கீழே இறக்கப்படுவதற்கு ஒரு தீர்வு கண்டிப்பாக வேண்டும். அந்த நாளில் மட்டும் ஆறு குதிரைகள் தங்கள் கால்களை உடைத்துக் கொண்டதைக் கண்டான். இருபது குதிரைகளில் ஆறு குதிரைகள் ஊனம். மீதம் உள்ள பதினான்கு குதிரைகளில் அவர்களால் லாபம் சம்பாதிக்க முடியும் என்றாலும்

அவற்றைப் பற்றிய நினைப்பு அவனைத் தொந்தரவு செய்த வண்ணம் இருந்தது. ஒவ்வொரு ஊனமுற்ற குதிரையும் வருமானத்தில் ஒரு கரும்புள்ளி.

*

அன்று பௌர்ணமி. அலைகள் கடலின் முகத்துவாரத்தின் மீது சீறிப் பாய்ந்தன. மாலிக் கடற்கரையின் ஓரமாக வெறுமனே இலக்கின்றி நடந்தான். ஒரு மைல்கல் தொலைவு சென்றதும் உப்புக் காற்று வீசும் கடற்கரையில் தப்பிப் பிழைத்த தென்னை மரத்தில் கட்டப்பட்டிருந்த படகு ஒன்றைக் கண்டான். அலைகள் இப்போது பின்வாங்கத் தொடங்கிவிட்டன. தூரத்திலிருந்து பார்த்தால் கட்டுமரம் மரத்திலிருந்து தொங்குவது போலக் காட்சியளித்தது. அலைகள் அதிகமானால் படகும் கடல் உயரத்திற்கு மிதக்கும் என்று அவனுக்குத் தெரியும். நல்லவேளை கட்டுமரங்களுக்குக் கப்பலைப் போல மேற்கட்டி அதாவது வெளிப்பகுதி அமைந்திருக்கவில்லை. இருந்திருந்தால் ஆதரவின்றி அலைகளில் தள்ளாடிக் கொண்டிருக்கும். மாலிக் சிந்தித்தான். அவனுக்கு ஒரு யோசனை தோன்றியது. உடனே அவன் உறைந்து நின்றான். அப்படியே மணலில் அமர்ந்தான். பழைய நினைவுகளைக் கொண்டுவர முயன்றான். ஒரு மின்னல் மனதில் வெட்டியது. குதிரைகளை எவ்வாறு சேதப்படுத்தாமல் கப்பலிலிருந்து இறக்குவது என்பதற்கு வழி கிடைத்துவிட்டது.

மறுநாள் விடிகாலையில் முகத்துவாரத்திலிருந்து ஊருக்குள் பிரவேசித்தான். பூமியில் உப்புப் படிந்திருந்தது. ஒரு மரக்கிளையை ஒடித்தான். இலைகளை, கொப்புகளை உருவி நீண்ட கழி போல மாற்றினான். கடல் அலை உயர்ந்து அடிக்கும் போது அதன் உயரத்தைக் கழியின் மூலம் அளந்தான். மீண்டும் கடல் அலை உள்வாங்கிய போது அதன் ஆழத்தை அளந்தான். மீண்டும் கரைக்கு வறண்ட தொண்டையுடன் திரும்பினான். அவன் கண்களில் ஒரு பிரகாசம் மின்னியது.

ஒரு முழு இரவும், மறுநாள் பகல் முழுவதும் மாலிக் மாளிகைக்குத் திரும்பவில்லை என்பதைக் கேள்விப்பட்ட ஹஸன் கலவரமானான். அன்று மாலை தூக்கம் சுழற்றும் கண்களுடன் மாலிக் மாளிகைக்குத் திரும்பினான்.

ஹஸன் விளையாட்டாக 'நீ ஓடிப் போய்விட்டாய் என்று எண்ணினேன்' என்று கூறினான்.

மாலிக் பலவீனமாகச் சிரித்தான். தனது யோசனையை எஜமானனுக்குக் கோடி காட்டினான். அந்தக் கண்டுபிடிப்பின்

எளிமை ஹஸனை வியப்பில் ஆழ்த்தியது. மூன்று தலைமுறைகளாகக் குதிரை இறக்குமதி செய்தவர்கள் கொன்று குவித்த குதிரைகளுக்கு அவன் கண்டுபிடித்த வழியின் மூலம் விமோசனம் பிறந்தது.

கடல் முகத்துவாரத்தில் உள்ள உயரமான நிலத்தை வாங்க வேண்டும். அடுத்தமுறை கப்பல் வந்து சேர்ந்த போது அதனை அந்த உயர்ந்த முகத்துவாரம் பக்கம் நங்கூரம் இடச் சொன்னதற்கு அதன் மீகாமன் சண்டைக்கே வந்துவிட்டான்.

மாலிக் குறிப்பிட்ட இடத்தில் காத்திருந்தான். முகத்துவாரத்திலிருந்து கடலுக்குள் பத்தடி நீளத்திற்கு ஒரு மேடை அமைத்திருந்தார்கள். மாலிக் கப்பலை அந்தச் சதுப்பு நிலத்தில் கொண்டு செலுத்தி நார்க் கயிற்றினால் இழுத்து பூமியில் உறுதியுடன் நட்டு வைக்கப்பட்டிருந்த கழிகளில் சேர்த்துக் கட்டினான். முகத்துவாரம் வழியாக நீர் இயல்பாகவே வடிந்து கொண்டிருக்க அலைகளும் கப்பலைப் பின்னோக்கி இழுத்தன. தடுப்புகள் வேலை செய்யத் தொடங்கின. கப்பலின் மேற்கட்டி தரைதட்டி உயரத்தில் நின்றது. கப்பலைச் சுற்றி வெறும் நான்கடி தண்ணீரே இருந்தன. எனவே பெரிய பெரிய பலகைகள் வழியாக நான்கடிக் கடல் நீரில் குதிரைகளை ஓட்டிக் கொண்டு வருவதில் அத்தனை சிரமம் இருக்கவில்லை. மீண்டும் கடல் அலைகள் சீறி வந்த போது தடுப்புக் கழிகளில் கட்டி வைக்கப்பட்டிருந்த கயிறுகள் அவிழ்க்கப்படக் கப்பல் மீண்டும் கடலுக்குள் திரும்பியது.

அந்த யோசனை பெரிய வெற்றியைத் தேடித் தந்தது. மற்ற குதிரை வியாபாரிகளும் மாலிக்கின் யோசனையைப் பின்பற்றத் தொடங்கினர். அதிக அளவு குதிரைகள் வரவழைக்கப்படவே குதிரை விலையில் வீழ்ச்சி ஏற்பட்டது. ஆனால் ஏற்கெனவே முகத்துவாரம் பக்கம் இருக்கும் பூமியை ஹஸன் வாங்கிப் போட்டிருந்ததால் இப்போது அவற்றை மற்ற வியாபாரிகளுக்கு அதிக வாடகைக்குக் கொடுத்து அதிலும் பணம் சம்பாதித்தான்.

மாலிக்கின் மதிப்பு இப்போது அவனது ஆயிரம் தினார் மதிப்பைப் போன்று ஆயிரம் மடங்கு அதிகரித்தது. அதன் பிறகு அந்த வியாபாரி அவனைக் கேலியாகக் கூட ஆயிரம் தினாரி என்று அழைக்கவில்லை.

*

சிலரால் மட்டும்தான் விதி கொண்டு தள்ளிய பாதாளத்திலிருந்து மேல் எழும்பி உயரமான இடத்தை எட்ட முடிகிறது. மாலிக்

அவர்களில் ஒருவன். கம்பாயத்தில் இருந்த ஏனைய மேட்டுக்குடிமக்கள் ஹஸன், மாலிக் மீது வைத்திருந்த அதீத நம்பிக்கையை ஒரு பொருட்டாக எடுத்துக் கொள்ளவில்லை. அவர்கள் கேள்விப்பட்ட மற்றொரு நகைப்பிற்கிடமான சேதி; ஹஸன், மாலிக்கை ஓர் அடிமை போல நடத்தாமல் தனக்குச் சமமாக நடத்துகிறான் என்பதாகும். மற்ற அடிமைகள் எஜமானர்களின் பின்னால் இரண்டடி தள்ளி நடந்து செல்லும் போது ஹஸன் தனது அடிமையோடு கிட்டத்தட்டக் கையைப் பற்றியபடி நடந்து சென்றான். மற்ற வியாபாரிகளின் பழிச் சொற்களை ஹஸன் காதில் போட்டுக் கொள்ளாதது மாலிக்கைப் பெருத்த வியப்பில் ஆழ்த்தியது.

அரேபியனின் லாபம் மற்ற வியாபாரிகளைத் தவிடு தின்ன வைத்துவிடும் என்று அந்த நகரம் உணரத் தொடங்கியது. தினம் நடக்கும் அடிமை வியாபாரத்தின் மொத்த மதிப்பைக் கூட்டினாலும் மாலிக்கின் மதிப்பிற்கு ஈடாகாது என்பதை உணரத் தொடங்கினர். மாலிக் மற்ற அடிமைகளைப் போல் இல்லை என்ற முடிவிற்கு வந்தனர்.

மாலிக் இன்னமும் அந்தப்புரத்தில் தொடர்ந்து ஓர் அலியாகத் தனக்கு விதிக்கப்பட்ட கடமைகளை ஆற்றிய வண்ணம் இருந்தான். தனது எஜமான் தன்னைவிடப் பாதி வயதிலுள்ள பெண்களுடன் பேசும் சல்லாப மொழிகளைக் கேட்டு ரத்தம் கொதிப்படைந்த மாலிக், ஆடவர்கள் பாதி நேரம் பாலுணர்வில் மூழ்கி வாழ்நாளை வீணடிக்கிறார்கள் என்ற முடிவிற்கு வந்தான். நல்லவேளை பெண்களிடம் அவனுக்கு இருக்க வேண்டிய மோகம் ஆரம்பத்திலேயே கிள்ளி எறியப்பட்டுவிட்டது.

முதிய அலி சலீம் பாபா நோய்வாய்ப்பட்டு இறந்து போனார். ஹஸன் அவருக்காகக் கண்ணீர்விட்டான் என்றாலும் அதிகமாகப் பாதிக்கப்பட்டது மாலிக்தான். இறப்பதற்குச் சிலநாட்கள் முன்னர்தான் சலீம் மாலிக்கிடம் முறையிட்டார்.

‘எனக்குப் பிறப்புறுப்பு இல்லை. குறையுடன் வானுலகம் செல்லும் உயிரை சொர்க்கத்தில் ஏற்றுக்கொள்ளமாட்டார்கள். எனவே நீதான் எனக்கு மாற்றுச் சடங்குகள் செய்து என் ஆத்மாவைச் சொர்க்கத்திற்கு அனுப்ப வேண்டும்’ என்று கேட்டுக் கொண்டிருந்தார்.

ஓர் அலிக்குக் குழந்தைப் பேறு கிடையாது. அவன் இறந்த பின்பு ஈமக் கிரியைகள் செய்வதற்கு ஒருவரும் இருக்கமாட்டார்கள் என்பதால் சடங்குகள் எதுவுமின்றி அனுப்பப்படும் அவனது

ஆன்மா சொர்க்கத்தில் நுழையும் தகுதியை இழக்கிறது. ஆண்மை நீக்கப்படுவதன் அவலம் வாழும் போது மட்டுமின்றி இறந்த பின்னும் தொடர்வது வேதனையான விஷயம். ஓர் அலியின் வெட்டப்பட்ட ஆணுறுப்பு ஒரு பாத்திரத்தில் ரசாயனக் கலவையில் போட்டு வைக்கப்பட்டிருப்பது வழக்கம். அந்த அலி இறந்த பின்பு அந்த உறுப்பையும் உடலுடன் சேர்ந்து புதைக்கப்படுவதால் முழுமையான உடலுடன் ஆன்மா இறந்ததாக நம்பப்படுகிறது. சலீமின் நினைவாக மாலிக் ஒரு பிரார்த்தனைக்கு ஏற்பாடு செய்தான். பிறகு ஒரு மகனின் ஸ்தானத்தில் இருந்து சலீமிற்குச் செய்ய வேண்டிய இறுதிக் கடமைகள் அனைத்தையும் செய்தான்.

தனது எஜமானர் வெளிநாடுகளுக்குப் பயணம் மேற்கொள்ளும் போது மாலிக்கும் உடன் செல்லத் தொடங்கினான். முதன்முறையாகக் கடலில் பயணித்த போது கடல் ஒவ்வாமை நோய் கண்டு அவதிப்பட்டான். வாந்தி எடுத்துக் கொண்டு மாலிக் கப்பலின் மேல் தளத்திலேயே தங்கிவிட்டான். அவன் எப்போதாவது திரும்பி வரும் போது, 'நீள மேல் அங்கி மட்டும் ஓர் அரேபியனின் அடையாளம் கிடையாது' என்று ஹஸன் சிரிப்பான்.

கடலில் சென்று வெளிநாடுகளில் வாணிபம் செய்யும் அரேபியர்கள் கப்பலின் பாய்மரத்திற்கு அதிகம் கடமைப்பட்டவர்கள். கப்பற்பாய் காற்றின் விசைக்கு ஏற்ப முன்னால் இயங்க முற்படும். அதே நேரம் வில் வடிவிலான அதன் பக்கப் பகுதி கப்பலைச் சரியான திசையில் கடலில் செலுத்தும். கப்பற்பாயை மேலே விரிப்பதற்கு அதிக நேரம் தேவைப்படும் என்றாலும் பாய்மரம் நிச்சயம் ஒரு கப்பலுக்குக் கிடைத்த வரம்தான். பாய்மரத்தின் கழியும் பாயும் கனமானவை என்பதால் குறைந்தது இருபது நபர்கள் சேர்ந்தால்தான் அதனை இழுத்துக் கட்ட முடியும். கப்பற்பாயைச் சுருட்டுவதும் அதே அளவிற்குக் கடினமான செயல்தான். புயற்காற்று வீசும் நேரம் அதனைக் கீழே இறக்குவது உயிரோடு விளையாடுவது போன்றதாகும்.

ஒருமுறை கம்பாயத்திலிருந்து அரேபியத் தீபகற்பத்திற்குச் செல்வதற்குப் பத்து இரவுகள் கடலில் சென்று ஒரு பகல் பொழுதில் சரக்கு இறக்கிவிட்டு, இரண்டு பகல் பொழுதில் சரக்குகளை ஏற்றிக் கொண்டு திரும்புவார்கள். பல கப்பல்கள் பாதுகாப்புக் கருதி கூட்டமாகச் செல்வது வழக்கம். எதிரிக் கப்பல்களோ கடற் கொள்ளைக்காரர்களோ தாக்காமல் இருப்பதற்காக இத்தகைய ஏற்பாடு. ஆனால் ஹஸனுக்கு இரண்டு மூன்று கப்பல்கள் உள்ளன. அவற்றை ஒன்றாகக் கடலில் கொண்டு செல்வதோடு கொள்ளைப் படையினரின் ஒரு பிரிவைச் சம்பளத்திற்கு அமர்த்திச் செல்வது

ஹஸனுக்கு வழக்கம். நீர்த் தடத்தில் தொலைவில் நிலம் தெரிந்தால் போதும் கப்பலின் மேல்தளத்தில் உள்ளவர்களிடம் பாட்டும், உற்சாகக் கோஷங்களும் கிளம்பும்.

ஊர் திரும்பும் மகிழ்ச்சியில் மாலிக்கிற்கு கடல் ஒவ்வாமை கொஞ்சம் கொஞ்சமாக மாறியது. அவன் இப்போதெல்லாம் கம்பாயத்தைத் தனது சொந்த மண்ணாகவே கருதத் தொடங்கிவிட்டான். ஒவ்வொரு ஆண்டும் நான்கு முறையாவது அரேபியத் தீபகற்பத்திற்குப் பயணிக்க ஆரம்பித்தான். அந்தப்புரத்தில் அவனுடைய பணிகளை மேற்கொள்ள மாலிக் இரண்டு புதிய அலிகளை நியமித்திருந்தான். ஒருவன் அரேபிய நாட்டைச் சேர்ந்த அலி, இன்னொருவனைக் குஜராத்திலிருந்து விலைக்கு வாங்கியிருந்தான். மாலிக்கின் மேற்பார்வையில் இருவரும் பக்காவாகத் தயார் ஆகியிருந்தனர்.

ஹஸனின் கப்பல் குழுவினர் அனைவரும் இளம் வயதினர். அரேபியர்கள். அவர்கள் அனைவருக்கும் மாலிக்கிடம் மிகுந்த மதிப்பு இருந்தது. மாலிக்கும் இப்போது தோற்றத்தில் அணியும் நீண்ட மேலங்கியில் ஓர் அரேபியனாகவே மாறியிருந்தான். இருவருக்கும் நடுவில் இருந்த புரிதலின் காரணமாக அரேபியாவில் வர்த்தகம் முழுவதையும் தங்கள் கட்டுக்குள் கொண்டு வந்துவிட்டனர். இப்போதெல்லாம் மாலிக் தனது தலைவனிடமிருந்து ஆணைகளைப் பெற்றுச் செயலாற்ற வேண்டும் என்பது இல்லாமல் வர்த்தகத்தைத் தானே சுதந்திரமாகத் தனித்துச் செய்யத் தொடங்கினான். ஹஸனும் மாலிக்கின் மீது சிறிதும் அழுக்காறு கொள்ளவில்லை.

ஒருநாள் இருவரும் கணக்கு வழக்குகளில் கவனம் செலுத்திக் கொண்டிருந்த போது ஹஸன், ‘மாலிக், சில நேரங்களில் நான் உன்னை என் பிடியிலிருந்து விட்டுவிட வேண்டும் என்று எண்ணுவேன். உன்னுடைய தகுதிக்கும் திறமைக்கும் நீ என்னிடம் பணி செய்து கிடக்க வேண்டியவனே இல்லை. உன்னை எந்தத் தொகைக்கு நான் வாங்கினேனோ அந்தத் தொகையைவிட ஆயிரம் மடங்கு எனக்கு நீ சம்பாதித்துக் கொடுத்துவிட்டாய்’ என்று கூறினான்.

ஒருகணம் கழிந்தபி ன்னர், ‘ஒருநாள் இல்லையென்றால் ஒருநாள் நீ எனக்கு மிகவும் அதிகம் என்பதை நிரூபணம் செய்யப் போகிறாய் பார்’ என்று கூறினான்.

*

சில தினங்கள் சென்றது. அதிகாலைத் தொழுகைக்கு மியூசின் அழைத்த போது மாலிக் அமைதி குன்றி காணப்பட்டான். வானில் அலையும் ஒற்றை மேகத்தைப் போல அந்தத் தடுமாற்றம் அவன் எண்ணங்களைப் பின்னோக்கி இழுத்தது. கனவா அது? சஞ்சலமற்ற மனதின் அடியில் மறக்கப்பட்ட கனவா? மனதின் உள்ளுணர்வு கூறுவது போன்று பேரழிவு ஒன்று நிகழப் போகிறதா? அவன் நன்றாகத் துயில் நீங்கி விழித்த போது ஏதோ மறக்க இயலாத ஒன்று நிகழப் போவதாக உணர்ந்தான். அவன் வாழ்க்கை அடியோடு மாறப் போகிறது. ஹஸனிடம் ஓடிச்சென்று அவனை எச்சரிக்க எண்ணினான். தனக்கே அதன் ஆழம் எவ்வளவு என்பது அறியாமல் எவ்வாறு தனது எஜமானரை எச்சரிப்பது?

ஒரு வாரம் போன பின்பு மாலிக் மூச்சிரைக்க ஹஸன் கணக்கு வழக்குகளைப் பார்த்துக் கொண்டிருந்த அறைக்குள் நுழைந்து, 'நான் நினைத்தது நிகழ்ந்துவிட்டது' என்றான்.

ஹஸன், 'என்ன நினைத்தாய்? என்ன நிகழ்ந்தது?' என்று வினவினான்.

'முதல் அகதிகள் வந்துவிட்டனர்' என்று உளறியபடி வந்தான்.

தில்லி சுல்தானின் படைகள் குஜராத்தின் எல்லையோரப் பகுதிகளைத் தாக்க ஆரம்பித்திருந்தது. அரண்மனையில் இருந்த ஆடவர்கள் எதுவும் அறியாமல் சுவர்களைக் காவலுக்கு வைத்து உறங்கிக் கொண்டிருந்தனர். அப்படி ஒரு திடீர் கொலைவெறித் தாக்குதலை எண்ணிப் பார்த்திராத குஜராத் மக்கள் செய்வதறியாது நாலாபுறமும் சிதறி ஓடினர். தங்கள் சொந்த மண்ணிலேயே அவர்கள் எதிர்ப்பு தெரிவிக்க முடியாத நிலையில் இருந்தனர். ஒருவேளை அப்படி எதிர்ப்பதால் பயன் எதுவும் இருக்கப் போவதில்லை என்ற குரூர எண்ணம் மன்னவனுக்கு வந்திருக்கலாம். சுல்தானின் படைகள் எவ்விதச் சிரமுமின்றி அந்த நகரை ஒரே வாயில் விழுங்குவதற்கு ஏதுவாக குஜராத் மறுப்பு எதுவுமின்றி சுல்தானுக்கு அடிபணிந்தது. அதுகாறும் நடந்து வந்த ஹிந்துக்களின் ஆட்சி சுல்தானின் படையெடுப்பால் ஒரு முடிவுக்கு வந்தது.

இதற்கு நடுவில் மக்கள் தங்கள் கையில் கிடைத்த பொருள்களை அள்ளிக் கொண்டு நாலா பக்கமும் தப்பித்து ஓடினார்கள். சாலைகளின் இருமருங்கிலும் இருந்த சுல்தானின் படையினர் தப்பியோடியவர்களின் உடைமைகளைப் பிடுங்கிக் கொண்டனர். அவர்கள் தப்பியோடிய பாதை எங்கிலும், புயலில் சிக்கிச் சின்னாபின்னமாகிய கப்பலின் உடைந்த பாகங்கள் கடலில்

மிதப்பது போல, இறந்தவர்களின் சடலங்கள் சிதறிக் கிடந்தன. குடிமக்களின் திகில் வாய்வழியாக எவ்வளவு வேகமாகப் பரவ முடியுமோ அவ்வளவு வேகமாகப் பரவியது. மொத்த குஜராத்தின் ஜனத்தொகையும் துறைமுகத்தை நோக்கி ஆற்றுவெள்ளம் போல அலறிப் புடைத்துக் கொண்டு ஓடியது.

‘குஜராத் வீழாது.’ அந்த அரேபியன் உறுதியாகச் சொன்னான். அவனால் மாலிக் கூறியதை ஏற்க முடியவில்லை. ‘கரண் ராயர் பதிலடி கொடுப்பதில் வல்லவர். தெற்குப் பகுதியிலிருந்து உதவிக்கு வருவார்கள்’ என்றான்.

‘குஜராத் பணிந்துவிடும்’ என்று மாலிக் கணித்தான்.

அந்த அரேபியன் மாலிக்கை அதிர்ச்சியுடனும் சீற்றத்துடனும் பார்த்தான். ‘உனக்குப் போர் விதிமுறைகளைப் பற்றி என்ன தெரியும்? நீ வணிகத்தில் சிறந்து விளங்கினால் மட்டும் போதுமா?’ என்று எள்ளலுடன் கேட்டான்.

‘வாஸ்தவம்தான். நான் ஒரு வியாபாரிதான். யுத்தம் கூட ஒருவகை வியாபாரம்தான் எஜமானரே. வியாபாரத் தந்திரங்களே ஒரு யுத்தத்திற்குப் போதுமானது. வியாபாரத்தில் நொடிப்பவன் தற்கொலை செய்து கொள்வான். ஆனால் யுத்தத்தில் நொடிப்பவன் கொல்லப்படுவான். வேறுபாடு அவ்வளவுதான்’ என்றான்.

‘அப்படி எனில் கம்பாயத் துறைமுகம் என்னவாகும்?’ என்று ஹஸன் கேட்டான்.

‘தேனடை எந்தக் கரடியைத்தான் ஈர்க்காது? கம்பாயத் அவர்கள் பார்வையிலிருந்து தப்பாது’ என்றான்.

‘நாம் கடவுள் மறுப்பாளர்கள் இல்லை. நாம் இஸ்லாமியர்கள். மேலும் நான் இறைத் தூதரின் வம்சாவளியில் வந்தவன்.’ ஹஸனின் வார்த்தைகளில் அழுத்தம் இல்லை. போஹ்ரா இனத்தவருக்கும் துருக்கியருக்கும் இடையில் நிகழும் பூசல்கள் ஹஸனுக்கு நன்கு தெரியும்.

‘பணத்திற்கு மதமில்லை’ என்றான் மாலிக்.

‘அவர்கள் என் மாளிகையையோ அல்லது அதில் இருப்பவற்றையோ தொடமாட்டார்கள். நீ அச்சப்படுகிறாய் என்றால் உனக்கு நான் சுதந்திரம் அளிக்கிறேன். எங்கு வேண்டுமானாலும் செல். எவை வேண்டுமோ அவற்றை எடுத்துச் செல்’ என்றான்.

மாலிக் சிறிதும் தயங்காது, ‘சரி, எனக்கு விடுதலை வேண்டும் எஜமானரே’ என்று கேட்டான்.

அரேபியத் தலைவன் மாலிக்கின் முகத்தைக் கூர்ந்து கவனித்தான். அவனுக்கு வியப்பாக இருந்தது. ‘வேறு என்ன வேண்டும்?’ என்று வினவினான்.

‘நான் கேட்பது எல்லாம் கிடைக்குமா?’ என்று மாலிக் திருப்பிக் கேட்டான். ஹஸன் சம்மதம் என்று தலையாட்டினான்.

மாலிக் ஒருகணம் கூடத் தாமதியாமல், ‘உங்கள் சொத்து முழுவதும் வேண்டும். அசையாச் சொத்துக்களான இந்த இடமும் மாளிகையும் உங்களுடன் இருக்கட்டும். நகரக் கூடிய சொத்துக்கள் அனைத்தும் எனக்கு வேண்டும்’ என்றான் மாலிக்.

அரேபியனுக்கு ஒன்றும் புரியவில்லை. ‘மாலிக் ஏதோ விளையாட்டிற்குக் கூறுகிறான். இத்தனை செல்வத்தையும் எங்கு சென்று குவிப்பான்?’ என்று யோசித்தான். ஆனால் ஹஸன் விளையாட்டைத் தொடர விருப்பப்பட்டான். ‘எங்கே கொண்டு செல்வாய்?’ என்று கேட்டான்.

‘அரபு தேசம்.’

‘சரி’ அரபுத் தலைவன் சம்மதித்தான். அவனுக்குத் தெரியும் அந்த உரையாடல் எங்கு சென்று முடியும் என்பது தெரியும். ‘நான் பாதியிலேயே என் எண்ணத்தை மாற்றிக் கொண்டு நீ ஒரு திருடன் என்று பழி சுமத்தினால் என்ன செய்வாய்?’

‘நான் அரபு நாட்டிற்குச் செல்லும் போது உங்கள் மனைவியரையும், மக்களையும் பிணையமாக அழைத்துச் செல்லுவேன்’ என்றான்.

‘நீ கூறுவதிலிருந்து பின்வாங்கப் போவதில்லை. அப்படித்தானே?’ என்று கேட்டான்.

அந்த அரபு நாட்டுத் தலைவன் அளவுக்கதிகமான சொத்துக்களை வாங்கிக் குவித்திருந்தான். அவற்றை இழப்பது என்ற எண்ணம் வாழ்க்கையையே உதறிவிட்டுச் செல்வதற்குச் சமம். ஹஸன் சமாதானம் அடையவில்லை. ஆனால் இப்போது மாலிக் சொல்பவற்றைக் கேட்பதைத் தவிர வேறு வழியில்லை. என்னதான் இருந்தாலும் இந்த அலிதான் மொத்த செல்வத்திற்கும் ஆதாரம்.

‘நீ தவறிழைக்கிறாய் என்று நினைக்கிறேன். என்ன வேண்டும் என்பதைத் தெளிவாகக் கூறு’ என்றான்.

‘ஐயா! இன்றிலிருந்து உங்கள் செல்வம் அனைத்தும் மூட்டைக் கட்டப்பட்டு நமது பாய்மரக்கப்பல்களில் உங்கள் மனைவிமார்கள், குழந்தைகளுடன் ஏற்றப்படும். நான் அவர்களையும், உங்கள் செல்வத்தையும் அரபு நாட்டில் பாதுகாப்பாகக் கொண்டு சேர்க்க நினைக்கிறேன். எனக்கு ஒரு பிரிவு காவல் வீரர்கள் துணைக்கு வேண்டும்’ என்று கேட்டான்.

‘பண்டகசாலையில் உள்ள சரக்குகள் என்னாகும்?’ என்று அரபு நாட்டுத் தலைவன் கேட்டான். கடந்த இரண்டு ஆண்டுகளாகவே மாலிக்தான் மொத்த வியாபாரத்தையும் பார்த்துக் கொண்டான். ஹஸனின் வேலை தங்கக் காசுகளை வாங்கிப் பெட்டியில் போடுவது மட்டும்தான்.

‘கடந்த பத்து நாட்களாகவே நான் வெளியில் சரக்கு வாங்கி அடுக்குவதை நிறுத்திக் கொண்டுவிட்டேன். இருக்கும் சரக்குகளுக்கும் மிகவும் மோசமில்லாத விலையில் வியாபாரம் பேசி முடித்துவிட்டேன். இந்த மாதம் உங்களுக்கு வியாபாரத்தில் லாபமும் இருக்காது. உங்கள் செல்வம் உங்களைவிட்டுப் போகவும் செய்யாது. நமது பண்டகசாலைகளில் ஒரு மாதத்திற்குத் தேவையான பொருள்கள் உள்ளன. மேலும் அவற்றில் சரக்கைக் கொண்டு அடுக்கினால் வீணான ஐயம் ஏற்படும்’ என்றான்.

‘மாலிக், கடந்த வருடங்களில் நீ எனக்காகச் சம்பாதித்துக் கொடுத்தது ஏராளம். உன்னுடைய கணிப்பு என்றுமே தவறானதில்லை. எனவே இதனை என் தாய்நாட்டில் நீ எடுத்துக் கொள்ளும் விடுப்பு என்று கருதுவோம். நீ எத்தனை பேர்களை வேண்டுமானாலும் பிணையமாகக் கொண்டு செல்’ என்றான்.

களப்பணிகள் வேக வேகமாக ஒரு வார கால அவகாசத்தில் நடந்தேறின. பகல் பொழுதுகளில் கப்பலில் அரபு நாட்டு ஹஸனின் சரக்குகள், பொக்கிஷங்கள் ஆகியவை பெட்டி பெட்டிகளாகக் கப்பலில் ஏற்றப்படும். அதேபோல அந்தப்புர மகளிர் அனைவரும் கப்பல்களில் ஏற்றப்பட்டனர். அந்திசாயும் நேரம் அவர்கள் துறைமுகத்திற்குக் கிளம்பிச் சென்றனர். பீதி எதுவும் ஏற்பட வேண்டாம் என்பதால் இவ்வாறு ஏற்பாடு செய்யப்பட்டது. இரண்டு வாரங்கள் சென்றதும் முதல் தொகுதி கப்பல்கள் அரபு தேசத்திலிருந்து மீண்டும் கம்பாயத் துறைமுகம் மீண்டன.

கப்பல்கள் துறைமுகம் நெருங்கிய வேளையில் மாலிக் செவிகளில் அந்தச் சேதி விழுந்தது. நர்வாலா நகரின் கோட்டைப் பகுதியை

முகமதியர்கள் முற்றுகை இட்டிருக்கின்றனர் என்ற சேதி. நகர்ப்புறத்தின் முக்கால்வாசி பகுதி ஏற்கெனவே அவர்கள் பிடியில் சிக்கிவிட்டது. பதினைந்து தின முற்றுகைக்குப் பின்னர் நகரி கோட்டைச் சுவர்கள் உடைக்கப்பட்டன. துருக்கியர்கள் ஆவேசமாக உள்ளே நுழைந்தனர். அவர்கள் நுழைவதற்குச் சில நாழிகை முன்பே கரண் ராயர் தனது இரண்டு புதல்விகளுடன் தப்பி ஓடிவிட்டான் என்பது தெரிந்தது. இதன் காரணமாக அரசன் தன் மனைவி கமலாதேவியை விட்டுவிட்டுச் சென்றிருக்க வேண்டும்.

அரசியார் மன்னனுடன் செல்ல மறுத்துவிட்டார் என்பதே எங்கும் பேச்சாக இருந்தது. மன்னர், அரசியாரின் உயிர்த் தோழியைச் சூறையாடிவிட்டார் என்ற கோபம் அவருக்கு அரசர் மேல் இருந்ததால் அரசர் தப்பிச் செல்லும் போது தானும் தப்பிச் செல்ல மறுத்துவிட்டார். கரண் ராயரின் மந்திரி மாதவரின் மனைவியுடன் மன்னர் வலுக்கட்டாயமாக உறவு கொண்டார் என்பதை அறிந்து கொதித்துப் போன மாதவர் சில மாதங்கள் முன்னர் தில்லி சென்று சுல்தானிடம் புகார் செய்ததன் விளைவே சுல்தான் குஜராத்தை முற்றுகையிட்டதன் காரணம்.

குஜராத் மீதான படையெடுப்பு எவ்வித ஆரவாரமுமின்றி முடிவிற்கு வந்தது. அதன் படைகள் பேச்சு வார்த்தை நடத்துவதற்குக் கூட அனுமதிக்கப்படவில்லை. குதிரைகள், விலையுயர்ந்த ஆபரணங்கள், ஆயிரக் கணக்கில் சிறைக் கைதிகள், பதினாயிரம் எண்ணிக்கையில் பெண்கள் இவற்றிற்குச் சிகரம் வைத்தது போல அரசியார் சிறை பிடிக்கப்பட்டார். துருக்கியரின் முற்றுகைகளில் ஓர் அரசி சிறைபிடிக்கப்பட்டது அதுவே முதன்முறையாகும்.

கம்பாயத் நகரத்திற்குத் தப்பி ஓடி வந்தவர்களிடமிருந்து மாலிக் கதை கேட்டான். அவனுடைய சொந்த மண்ணும் முகமதியர்களால் தரைமட்டம் ஆனது தெரிந்தது.

‘ராணா ராஜசேகரன் ஓடிவிட்டான். எனவே இங்கு வந்ததால் எனக்கு எவ்விதத்திலும் பாதிப்பு இல்லை. அங்கே இருந்திருந்தால் அப்போது இழந்ததைச் சில வருடங்கள் சென்று இழந்திருப்பேன். அவ்வளவுதான்.’ அவன் தன்னைத் தானே சமாதானம் செய்து கொண்டான்.

மாலிக் கம்பாயத் துறைமுகத்தில் முகமதியர்களின் படைகள் எப்போது வரும் என்று பரபரப்புடன் காத்திருந்தான். குஜராத் ஒரு செழிப்பான மாகாணம்தான், ஆனால் அதன் வளங்கள் சிதறிக் கிடந்தன. ஆனால் அதே சமயம் கம்பாயத் நகரம் செல்வச்

செழிப்பான நகரமாக விளங்கியது. துருக்கியர்களின் படை குஜராத்தில் எல்லா வீடுகளிலும் கைப்பற்றப்படும் பொருள்களைக் கம்பாயத்தில் நூறு வீடுகளில் கைப்பற்றிவிடும். போரின் மீது கம்பாயத் ஆடவர்களுக்கு அக்கறை இல்லை. கம்பாயத் குஜராத் தேசத்தின் மையப் பகுதியிலிருந்து தொலைவில் இருந்த துறைமுக நகரம். அவர்களுடைய கவனம் எல்லாம் துருக்கியர் கவர்ந்து வரும் அகதிகள் நகரத்தில் உள்ள மக்களுடன் கலந்து விடக்கூடாது என்பதில்தான் இருந்தது.

சுல்தான் படைத் தளபதி உலூக்கான், அச்சம் தரும் மாவீரன். கம்பாயத் நகர எல்லைக்கு ஒரு நல்ல நாளின் காலை வேளையில் பதினாயிரம் காலாட்படை வீரர்களுடனும், பதினான்காயிரம் குதிரைப் படை வீரர்களுடனும் அந்நகர மக்கள் முற்றிலும் எதிர்பாராத சமயம் வந்து சேர்ந்தான். கம்பாயத்தைச் சுற்றி அவன் படைகள் நிறுத்தப்பட்டிருந்ததால் அவர்களுக்குத் தப்பிச் செல்லவும் முடியாமல் போனது. எதிர்க்கவும் முடியாமல் போனது. முதலில் கண்ணில் பட்ட வீட்டில் தொடங்கி நகரில் இருந்த எல்லா வீடுகளையும் சூறையாடத் தொடங்கினார்கள். தடுப்பதற்குச் சுவர்களோ, படைகளோ இல்லாமல் போனதால் துருக்கிப் படையினருக்குச் சூறையாடுதல் மிக எளிதாக இருந்தது.

தங்களால் எந்த அளவுக்கு நுரையீரலை இயக்கி ஒலி எழுப்ப முடியுமோ அந்த அளவிற்கு ஒலி எழுப்பியபடி அவர்கள் நகரப் பிரவேசம் செய்தனர். அவர்கள் நோக்கம் அப்படி ஒலி எழுப்புவது அங்கிருக்கும் மக்களை அச்சப்படுத்துவதோடு, அவர்கள் படை வீரர்களின் எண்ணிக்கையை அதிகரித்துக் காட்டுவதாகும்.

ஹஸனுக்கும் செய்தி எட்டிய போது 'யா அல்லாஹ்! அவர்கள் இங்கும் வந்துவிட்டனர்' என்று பெருமூச்சுவிட மட்டும் முடிந்தது. மாலிக் தலையசைத்தான்.

கம்பாயத் நகரவாசிகளுக்கு எங்கு செல்வது என்று தெரியவில்லை. அதிக எண்ணிக்கையில் மக்கள் மசூதிக்குள் நுழைந்தனர். மசூதி நிரம்பி வழிந்ததும் மசூதியை இழுத்துப் பூட்டு போட்டனர். தத்தம் குடும்பத்தினரைப் பிரிந்தவர்கள் மசூதியின் கதவைத் திறக்கச் சொல்லி வெளியிலிருந்து கதறினார்.

அவர்கள் முறையீட்டிற்குப் பலன் இல்லாமல் போகவே அங்கிருந்து துறைமுகத்தை நோக்கி ஓடினார்கள். அடுத்த புகலிடம் துறைமுகமாகவே இருந்தது. ஆனால் அவர்களைக் காப்பாற்றி ஏற்றிச் செல்ல அதிக எண்ணிக்கையில் கப்பல்கள் நங்கூரமிட்டு

நிற்கவில்லை. இருந்தும் ஒரு சிலர் கப்பலில் ஏறித் தப்பித்தனர். மற்றவர்கள் நிர்க்கதியாகத் துறைமுகத்தில் நடுங்கியபடி நின்றனர். பல கப்பல்களின் மாலுமிகள் கரையைத் தாண்டி நெடுந்தூரம் கப்பல்களைச் செலுத்தத் தொடங்கிவிட்டனர்.

சுல்தானின் படைவீரர்கள் ஈவு இரக்கமின்றிக் கொலைவெறித் தாக்குதலை மேற்கொண்டனர். எங்கும் ரத்த வெள்ளம் பாய்ந்தது.. அவர்கள் எண்ணியிருந்ததைவிட அதிக அளவில் தங்கமும், மற்ற உயர்ந்த பொருள்களும் சிக்கின. அதிக எண்ணிக்கையில் ஆண்களும், பெண்களும் சிறை பிடிக்கப்பட்டுக் கொளுத்தும் வெயிலில் ராணுவ முகாம்களில் நிறுத்தி வைக்கப்பட்டனர்.

மாஹி நதியின் முகத்துவாரத்திற்கு ஒரு மைல் தொலைவில் மாலிக் நிறுத்தி வைத்திருந்த கப்பல் தயார் நிலையில் நின்று கொண்டிருந்தது. அந்தக் கப்பலின் மீகாமன் மிகவும் விசுவாசம் உடையவன். தனது எஜமானன் ஆணையிடும் வரையில் அவன் அங்கிருந்து நகரப் போவதில்லை. அவன் குடும்பம் அரேபியாவில் ஹஸனின் குடும்பத்துடன் நிம்மதியாக இருக்கிறது. கப்பலின் அடியில் அலைகள் நதியுடன் மோதுவதால் ஏற்படும் அதிர்வுகளினால் ஆடிக் கொண்டிருப்பதை மீகாமன் உணர்ந்தாலும் ஆழமாகப் போடப்பட்டிருக்கும் நங்கூரத்தின் மீது இருந்த நம்பிக்கையால் அஞ்சாமல் காத்திருந்தான்.

அந்தத் துறைமுக நகரிலிருந்து கிளம்பிய புகை மண்டலம் அவனைக் கவலைப்பட வைத்தது. தனது எஜமானன் ஹஸனுக்கு ஒன்றும் நேரக்கூடாது என்று மனம் பதைபதைத்தது. சில கப்பல்கள் நங்கூரமிட்ட வண்ணம் நின்றன. சில கப்பல்கள் தமது பயணத்தைத் துவங்க ஆரம்பித்துவிட்டன. அந்த மாலுமி தனது நங்கூரத்தை இழுக்காமல் காத்திருந்தான். ஒரு மாதம் வேண்டிய அளவிற்கு உணவும், குடிநீரும் அந்தக் கப்பலில் சேமிக்கப்பட்டு இருந்தது. இவற்றையெல்லாம்விட அவன் எஜமானன் அவர்கள் வரும் வரையில் காத்திருக்க வேண்டும் என்றும் இல்லையெனில் அரேபியாவில் அவர்கள் பாதுகாப்பில் இருக்கும் அவன் மனைவி, பிள்ளைகளுக்குப் பாதுகாப்பு இருக்காது என்று மிரட்டப்பட்டிருந்தான். குழப்பத்தில் ஆழ்ந்திருந்த அந்த அடிமை மாலுமி அனைத்தையும் எண்ணிப் பார்த்துக் கொண்டிருந்தான்.

கரையில் ஹஸனின் மாளிகை முழுவதும் காலியாகக் கிடந்தது. நெடுநாட்கள் முன்பே அவனுடைய மனைவிமார்களும், குழந்தைகளும் அரேபியத் தீபகற்பத்திற்குப் பத்திரமாக அனுப்பி

வைக்கப்பட்டுவிட்டனர். அவனுடைய எஜமானரின் குரல் சூனியத்தில் பட்டு எதிரொலித்தது. இந்த மௌனம் எவ்வளவோ பரவாயில்லை,

மாலிக் சிந்தித்தான். அவருடைய மனைவிமார்கள் சூறையாடப் பட்டு மக்கள் அடிமைகளாக இழுத்துச் செல்லப்படுவதற்கு இந்த மௌனம் பரவாயில்லை. மாலிக் ஒரு தனியார் படகை ஆயத்தப்படுத்தி வைத்திருந்தான். ஒருவேளை இதுவரையில் அவர்கள் இருக்கும் பகுதியை நெருங்காத துருக்கியப் படையினர் சூழ்ந்துவிட்டால் தப்பிச் செல்வதற்கு அப்படி ஓர் ஏற்பாடு. அவர் அங்கே சென்று படகின் கட்டை அவிழ்த்து ஒருசில மணிநேரத்தில் கப்பலை அடைந்துவிடுவார்.

மாலிக் செவிகளில் குழப்பமான கூக்குரல்கள் விழுந்தன. மாடத்தின் மீது ஏறி என்ன நிகழ்கிறது என்று வெளியில் எட்டிப் பார்த்தான். நீரின் கரையைப் பார்வையிட்ட அவன் அதிர்ந்து போய் நின்றான். முகத்துவாரம் முழுவதிலும் மனித உடல்கள் அலைகளில் வந்து வந்து கரைகளில் மோதி நின்றன.

அங்கு நடந்த நிகழ்வுகள் மாலிக்கின் கைமீறிச் சென்று அச்சுறுத்தின. காற்றின் திசை மாறும் வரை அவன் காத்திருந்திருக்காமல் சில நாட்கள் முன்பாகவே அவனது எஜமானரை அவன் கப்பலில் ஏற்றி அனுப்பியிருக்க வேண்டும். முதன் முறையாக நீண்ட காலத்திற்குப் பிறகு மாலிக்கின் உடல் அச்சத்தில் நடுங்கியது.

சூறையாடல் நிகழ்ந்த மறுநாள் நகரக் குடிமக்கள் அமைதி காத்தனர். முகமதியர்கள் நகரைத் தரைமட்டம் ஆக்கும் முன்னர் அவர்கள் விரைந்து நடவடிக்கை எடுக்க வேண்டிய நிலைக்குத் தள்ளப்பட்டனர். ஒரு தூதுக் குழு உண்டாக்கப்பட்டுப் படை எடுப்பவர்களைச் சந்தித்து அவர்கள் கேட்பதையெல்லாம் கொடுப்பதாகவும், நகரைப் பாழாக்காமல் இருக்கவும் கேட்டுக் கொண்டனர்.

சுல்தான் படைகளின் நோக்கம் கவாயத் துறைமுகத்தை நாசம் பண்ணிவிட்டு அந்த வீழ்ச்சியின் மீது வெறி நடனம் ஆட வேண்டும் என்பதாகவே இருந்தது. ஆனால் நகர மக்கள் அந்தத் துறைமுகம் சூறையாடப்படாமல் இருக்க எவ்வளவு வேண்டுமானாலும் விலை கொடுக்க முன்வந்தனர். முகமதியர்கள் தங்கள் மேல் போடப்படும் எவ்வித வரிச்சுமையையும் ஏற்றுக்கொள்ளலாம் என்றும் கருதினார்கள். உலூக்கான் தங்கள் மேல் எத்தகைய நிபந்தனை விதிக்கவும் அனுமதி வழங்க முன்வந்தனர்.

குடிமக்களின் சார்பில் தூது குழு அமைக்கப்பட்டு உலூக்கானைப் போய்ச் சந்திக்க ஏற்பாடானது. எதிரிப் படைத்தலைவனுக்கு வெகுமதிகளைக் கொண்டு சென்றனர். அரேபியத் தலைவன் ஹஸன் அந்தக் குழுவில் வேண்டுமென்றே கலந்து கொள்ளவில்லை.

‘ஏன் ஹஸன் இந்தக் குழுவில் இடம் பெறவில்லை?’ என்று உமர் என்ற அரேபிய முத்து வியாபாரி கேட்டான்.

‘அவன் எதற்கு வரவேண்டும்? அவன்தான் ஏற்கெனவே தனது மனைவிகள், பிள்ளைகளை அரேபியாவிற்கு அனுப்பிவிட்டானே?’ என்று விடையளித்தான்.

‘அவனுக்கு எப்படி இப்படி ஒரு கொடூரம் நிகழும் என்பது தெரியும்?’

‘கண்கூடாகத் தெரிந்ததைக் கொண்டு அனுமானம் செய்துவிட்டான். அவனை எனக்குத் தெரியும். அவன் தனது அடிமை அந்த மாலிக்கின் பேச்சைக் கேட்டிருக்க வேண்டும். அந்த அடிமை வந்து சேர்ந்த பிறகு அவன் செல்வாக்கும், வளமும் எந்த அளவிற்கு உயர்ந்தது என்பதை நாம் கண்ணெதிரில் காணத்தானே செய்தோம்? அந்த அடிமை மாலிக் தனது திறமையால் வருவதை முன்கூட்டியே உணர்ந்து தன் எஜமானனை எச்சரித்திருக்கலாம்.’

உலூக்கான் கூடாரத்தை அடைந்தும் அவனை உடனே சந்திக்க முடியாமல் அவர்கள் காத்திருக்க வேண்டியிருந்தது. ஆரம்பத்தில் உலூக்கான் அந்த சமாதானக் குழுவை அவன் சந்திக்க விரும்பவில்லை என்றாலும் அவர்கள் என்னவிதமான சலுகைகளை வழங்கக் காத்திருக்கிறார்கள் என்பதை அறியப் பேராசையுடன் காத்திருந்தான். அவர்கள் உள்ளே நுழைந்ததும் அவர்களுக்கு அமர்வதற்கு ஆசனம் அளித்துக் கூடவே மதுவையும் அளித்து உபசரித்தான். உப்புப்பெறாத விஷயங்களைப் பற்றி ஆரம்பத்தில் பேசினார்கள். குஜராத் மாகாணத்தில் கடுமையாக வெயில் நிலவுகிறது. சமாதானக் குழு உலூக்கான் என்ன சொன்னாலும் பல்லைக் காட்டியது. வெளியில் கொள்ளை நிகழ்ந்து கொண்டிருக்க அந்தக் கொள்ளைக் கூட்டத் தலைவனுடன் அவன் வழங்கும் மதுவைக் குடித்தபடி பேச வேண்டியுள்ளதே என்று உள்ளூர நடுங்கினார்கள்.

இறுதியில் இணக்கமான முடிவு எட்டப்பட்டது. வியாபாரிகள் தங்கள் சொத்துக்களில் பெரும்பகுதியைக் கொடுக்கவும்,

இனிவரும் காலங்களில் முகமதியர் விதிக்கும் திறைகளைச் செலுத்தவும் முன்வந்தனர். ஒவ்வொருவரும் அவர்களிடம் இருந்த சிறுதொகையைத் திரட்டிக் கொடுக்க முன்வந்தனர். இந்த நிபந்தனைகள் உலூக்கானைக் குஷிப்படுத்தியது. அவற்றிற்கு அவன் மனப்பூர்வமாகச் சம்மதித்தான்.

வியாபாரிகள் கூட்டாகக் கிளம்ப எத்தனித்த தருணத்தில் உலூக்கான் அவர்களை நிறுத்தி, 'என் அந்தப்புரத்திற்கு ஓர் அலி இருந்தால் பரவாயில்லை. உள்ளூர்க்காரன் என்றால் கூடுதல் வசதியாக இருக்கும்' என்றான்.

'நிறையக் குஜராத்திப் பெண்களைப் பற்றிக் கொண்டு வந்திருக்கிறேன். அவர்களை மேய்க்க வேண்டும் என்றால் இந்த மொழி தெரிந்த ஓர் அலி இருந்தால் நல்லது. எனக்குக் குஜராத்தி மொழி புரியாததால் உடையைக் களையுங்கள் என்று பெண்களைக் கொஞ்சினால் நான் உடையைப் போட்டுக் கொள்ளச் சொல்வதாக உடையை மாட்டிக் கொள்கிறார்கள்' என்றான்.

பெண்களைக் குறித்துப் பேசும் போது உலூக்கான் கண்களில் ஓர் உற்சாகக் குறும்பு மின்னியது. தூதுக் குழுவினர் அந்தக் கிராதகன் கேலி பேசுவது தங்கள் பெண்களை என்பது தெரிந்தும் அவன் முன்னால் வேறு வழியின்றிப் பல்லைக் காட்டி நின்றனர். உலூக்கான் தொடர்ந்தான்.

'இரண்டு மொழியும் பேசத்தெரிந்த ஒரு நபர், அவன் ஓர் அலியாக இருந்தால் சாலச் சிறந்தது. அனுப்பி வையுங்கள்' என்று கேட்டான்.

'உங்களுக்கு ஏற்ற ஒரு நபரை எனக்குத் தெரியும்' என்றான் முத்து வியாபாரி உமர்.

நாட்பட்ட பகைமை அவனுக்கு அரேபிய வியாபாரி ஹஸன் மேல் இருந்ததால் சாமர்த்தியம் நிறைந்த மாலிக்கை வீழ்த்தும் நாளுக்காக அவன் காத்திருந்தான். இதோ அப்படி ஒரு சந்தர்ப்பம் அவன் முன் வந்து நிற்கிறது.

'கம்பாயத் நகரில் மிகவும் அருமையான அலி ஒருவன் இருக்கிறான். அவனை இப்போது வைத்திருக்கும் எஜமானன் ஆயிரம் தினார் கொடுத்து அவனை விலைக்கு வாங்கினான் என்றால் அவன் திறமையைப் பார்த்துக் கொள்ளுங்கள்' என்றான்.

'ஆயிரம் தினார்!' ஆச்சரியத்தில் புருவங்களை உயர்த்திய உலூக்கான், 'ஒரு சின்னஞ்சிறிய கோட்டையை முற்றுகையிட்ட

போது எனக்குச் சிக்கிய மொத்தப் பணமே வெறும் ஆயிரம் தினார்தான். அப்படிப்பட்ட அலியை ஆயிரம் தினார் கொடுத்து வாங்கிய புத்திசாலி யார்?' என்று வியந்தான்.

'ஹஸன் என்ற அரேபியக் குதிரை வியாபாரி.'

'அவனை இங்கே அனுப்புங்கள். ஓர் அலியை ஆயிரம் தினார் கொடுத்து வாங்க வேண்டும் என்றால் அவன் அதற்கு மேலே மதிப்புடையவனாகத்தான் இருக்க வேண்டும்' என்றான்.

*

செவிவழிச் செய்தி மாலிக்கைச் சென்றடைந்தது. துருக்கியர்களுக்கு ஓர் அலி வேண்டுமாம், அவர்களுக்கு மாலிக்கைப் பற்றிய செய்தி ஏற்கெனவே தெரிந்திருக்கிறது. அவனுக்கு வியப்பாக இருந்தது. ஓர் அந்தப்புரத்தை எவ்வாறு கண்காணிப்பது என்பது அவனுடைய வியாபார வாழ்வில் அறவே மறந்து போனது எனலாம். ஹஸனை விட்டு அவனை விரட்டவே மற்ற வியாபாரிகள் தன்னைப் பற்றித் துருக்கிப் படைத்தலைவனிடம் எடுத்துக் கூறியிருக்க வேண்டும். இதுதான் உண்மை.

துருக்கியர் படைத்தலைவனிடமிருந்து ஓர் ஒற்றன் ஆணை ஒன்றைக் கொண்டு வந்தான். ஹஸன் உடனடியாக அந்த அலியைத் துருக்கியர்த் தலைவனிடம் ஒப்படைக்க வேண்டும். ஒற்றர் குழு அந்த மாளிகையைச் சுற்றிப் பார்த்த போது வெறும் திரைச்சீலைகளும் நாற்காலிகளும் மட்டுமே இருப்பதைக் கண்ணுற்று அவைதான் மீதம் போலிருக்கிறது என்ற முடிவிற்கு வந்தனர்.

ஒற்றர் குழு அவர்கள் மாளிகையைச் சுற்றி வளைத்த போது ஹஸனும் அவனது அடிமை மாலிக்கும் ஆலோசனையில் இருந்தனர். ஹஸன், மாலிக்கின் நிலை குறித்து வருத்தப்பட்டான். மாலிக் அவனுக்கு ஓர் உறுதுணையான நண்பன். குறுக்குச் சந்தில் நின்று கொண்டு, ஒன்றாகப் பயணித்தவர்கள் பிரியப் போவதற்கு முன்பு பேசிக் கொள்வது போல இருவரும் பிரிய மனமின்றி அளவளாவினார்கள்.

ஹஸன், மாலிக்கைக் கேட்டான்.

'நான் மறுத்தால் என்னவாகும்?' என்றான்.

'அவர்கள் உங்களைக் கொன்று பிறகு என்னை இழுத்துச் செல்வார்கள். அதுதான் நடக்கும்.'

அந்தத் தருணத்தின் சோகம் சற்றும் தணியக் கூடியதில்லை என்பதை உணர்ந்த ஹஸன், 'நாம் பிரிந்த பின்பு வாழ்க்கை முற்றிலும் வேறாகப் போய்விடும்' என்றான்.

மாலிக் கூறினான். 'நான் அவர்களுடன் சென்றதும் தோட்டத்தில் இருக்கும் படகின் அருகில் செல்லுங்கள். இரவு வரும் வரை காத்திருங்கள். படகின் அடியில் அலைகள் உராயும் ஓசை கேட்கும். அப்போது நீங்கள் படகின் கயிற்றைத் துண்டிக்க வேண்டும். அலைகள் உங்களைத் தானாகக் கடலுக்கு இழுத்துச் செல்லும். படகில் உங்களுக்குத் தேவையான உணவும், குடிநீரும் பத்திரப்படுத்தி வைத்திருக்கிறேன். படகில் வெளியில் தலை தெரியாத வண்ணம் குனிந்து அமர்ந்து கொள்ளுங்கள்' என்றான்.

'அனைத்தையும் உள்ளுணர்வின் மூலம் தெரிந்து கொள்ளும் நீ நாம் இதற்கு முன்பே தப்பிச் செல்ல ஏற்பாடு செய்திருக்கக் கூடாதா?' என்று கேட்டான் ஹஸன். அவன் கேள்வியில் வலி தெரிந்தது.

'நீங்கள் தப்பிவிடுவீர்கள் என்று எனக்கு நன்றாகத் தெரியும் எஜமானரே. நான் விதியைச் சோதித்துப் பார்க்க விரும்பவில்லை. அவ்வளவுதான்' என்றான்.

இருவரும் இரு சகோதரர்களைப் போலத் தழுவிக் கொண்டனர். 'பார்த்துக் கொண்டே இரு, நீ பெரிய ஆளாக வரப் போகிறாய்' என்று ஹஸன் ஒரு தீர்க்கதரிசியைப் போலக் கூறினான்.

எப்படி இது முடியும்? மாலிக் வியப்படைந்தான். அது எப்படி என்னைச் சந்திக்கும் அனைவரும் எனக்குப் பிரகாசமான எதிர்காலம் இருப்பதாகக் கூறுகிறார்கள். ஆனால் அப்படி எதுவும் என் கண்களுக்குப் புலப்படவில்லையே? அவன் இதுவரையில் ஆசைப்பட்டது எல்லாம் ஒரு நல்ல பாதுகாப்பு மட்டும்தான். ஆனால் ஒவ்வொரு முறையும் அவன் ஓரளவு நிலைகொள்ள ஆரம்பிக்கும் போது ஒரு தேவையற்ற பொம்மையைப் போலத் தூக்கி எறியப்படுகிறான்.

*

பாகம் இரண்டு

அத்தியாயம் 11

பற்கோயில்

அஷ்டமி திதி. பாதி நிலவு வானில் ஒளி சிந்திக் கொண்டிருந்தது. கப்பலின் நங்கூரம் மேலே எழுப்பப்பட்டு உள்ளே இருப்பவர்களுடன் பயணிக்கக் கப்பல் ஆயத்தமானது. சேனைப் படை வீரர்களின் பாரம் தாங்காமல் கப்பலின் நடுத்தளத்தில் இருந்த மரப்பலகை திணறியது. சிறிது நேரம் போனால் நடுத்தளப் பலகை வளைந்துவிடுமோ என்று வீரா அச்சம் கொண்டான். பாய்மரக் கொடிகள் கட்டியிருந்த கழிகளிலிருந்து மேலே இழுத்து விரிக்கப்பட்டன. தொலைவில் தெரிந்த, இதுகாறும் அவன் வாழ்ந்து நேசித்த, தேசத்தை வீரா கண்ணீர் மல்கப் பார்த்து நின்றான். தூரத் தெரியும் நீண்டுயர்ந்த தென்னை மரங்கள் தங்கள் ராஜவிசுவாசத்தைக் கையசைத்துக் காட்டுவது போலக் கீற்றுக்களை அசைத்துக் கொண்டிருந்தன. கடல் அலைகளுடன் கூடவே சுறாக்கள் பின்தொடர்ந்து வந்தன.

மற்ற நேரங்களில் என்றால் சித்திரம் போலக் காணப்பட்ட அந்தச் சூழல் வீராவிடமிருந்த கவிஞனைப் பாடல் புனையச் செய்திருக்கும். ஆனால் அவனுக்குள் இருந்த கவிஞன் இறந்து எத்தனையோ வருடங்கள் ஆகிவிட்டன. எப்படியோ அவனுள் இருந்த கவிஞனின் மனது இரண்டு வரிகளை இயற்றாமல் போகவில்லை.

‘பிரிவின் வேதனைத் துயரில்
கூற்றாய்ப் போனது என் கவிதை..’

விடிகாலையில் கண்விழித்த வீரா மரத்தளத்திற்குச் சென்றான். கப்பல் குழு மும்முரமாக இயங்கிக் கொண்டிருந்தது. கப்பலில் துடுப்புப் போடுவது, மாதக்கணக்கில் உண்பதற்கு உப்பிட்டுச்

சேமித்து வைத்திருக்கும் உணவை உண்பது இதைத் தவிர ஒரு கடலோடிக்கு நீள் சலிப்பூட்டும் வேலை வேறு என்ன இருக்கும்? எங்காவது துறைமுகங்களில் கப்பலை நிறுத்த நேரும் காலங்களில் அங்கு இருக்கும் பரத்தையரிடம் உடல் வேட்கையைத் தணித்துக் கொள்ள சந்தர்ப்பம் கிடைக்கும். கடுமையான மழைக் காலங்களில் கப்பல்கள் வருண பகவானின் அடி வயிறு சென்று திரும்பும். கடலோடிகளின் உற்சாகம் என்றுமே குறைவதில்லை. கடும் புயலில் கூட அயர்ந்து கப்பல் அறைகளில் தூங்கிக் கொண்டிருந்தாலே ஒழியக் கப்பல் மூழ்கும் போது நினைவின்றி ஒரு கடலோடியும் மூழ்குவதில்லை.

கீழை வானில் சூரிய உதயம் எவ்வித ஆர்ப்பாட்டமும் இன்றி அமைதியாக நிகழ்ந்து கொண்டிருந்தது. தரையில் சூரியோதயம் பறவைகளின் ஆர்ப்பரிப்பில் பெரும் ஆரவாரத்துடனே நிகழும். இன்னும் சற்று நேரத்தில் செம்பொன் கிரணங்கள் பட்டுத் தொலைவில் உள்ள தொடுவான அலைகள் தங்கப் பாளங்களாக மின்னும். காற்றும், கப்பலின் ஓட்டத்தால் எழும் பெரும் அலைகளும் கடற் பூண்டுகளைத் துண்டு துண்டுகளாக்கிக் கொண்டிருந்தன. கடற்பயணம் தொடர்ந்தது. பறவைகள் கப்பல் அருகில் பறந்து வந்து கரை இன்னும் அதிகத் தூரமில்லை என்று சொல்லிவிட்டுச் சென்றன. சிறு புள்ளியைப் போலத் தொடுவானில் தோன்றிய இலங்கைத் தீவு அருகில் வர வரப் பெரிதாக வளர்ந்து சற்று நேரத்தில் தொடுவானத்தை மறைக்கும் பூமண்டலமாக மாறியது. காணும் தூரத்தில் நிலம் தெரிந்ததும் கடலோடிகள் உற்சாகமாகக் குரல் எழுப்பினார்கள்.

வீரா தனது நினைவுகளில் மூழ்கத் தொடங்கினான். அவனது தந்தை தன்னை இலங்கைக்கு அனுப்பத் திட்டமிட்ட போது மறுப்போ ஒரு சின்னச் சீற்றமோ கூட இல்லாமல் கிளம்பிவிட்டதற்கு இப்போது வருத்தப்பட்டான். மன்னருக்கு மூச்சுவிடச் சந்தர்ப்பம் கிடைத்திருக்கிறது. ஒருவேளை சுனந்தாவிற்கும், சுந்தரனுக்கும் திருமணம் கூட நடக்கலாம். பட்டத்து யுவராஜன் சுந்தரனுக்கு மன்னர் பட்டாபிஷேகம் செய்து கூடப் பார்க்கலாம். யாருக்குத் தெரியும்? வீரா கடலுக்கு வெளியில் பார்த்தான். மனதில் வெறுப்பு மண்டிக் கிடந்தது. இப்போது நான் கடலில் விழுந்தால் என் கனத்த இதயத்தின் அதீத எடை என்னைக் கடலின் அடியாழத்தில் கொண்டு புதைத்துவிடும்.

தமிழகத்தில் புரட்சி செய்பவர்களுக்கும், அரியணை இழந்த மன்னர்களுக்கும் இலங்கைத் தீவுதான் புகலிடமாகப் பலகாலம்

இருந்து வந்தது. அதன் அடர்ந்த காடுகளும், பொங்கிப் பிரவாகமாக ஓடும் நதிகளும் புகலிடம் தேடி வருபவர்களைத் தன்னுள் பல மாதங்கள் வரையில் மறைத்துக் கொள்ளும். இப்போது குலசேகரர் அணிந்திருக்கும் முத்து மகுடமும், வீர வாளும் ஒருகாலத்தில் சோழர்களிடம் பாண்டியர்கள் தோல்வியைத் தழுவிய போது, இந்த மண்ணில்தான் பாதுகாப்பாக வைக்கப்பட்டன. பகைவர்கள் கைகளில் பாண்டியர்களின் வீர அடையாளங்கள் சென்றுவிடக் கூடாது என்பதற்காக ஆயிரக் கணக்கில் இலங்கை வாசிகளும், பாண்டிய வீரர்களும் தங்கள் இன்னுயிரைத் தந்து அவற்றைக் காவல் காத்தனர்.

காலம்தான் எப்படி மாறிவிட்டது? இதுவரையில் நட்பு பாராட்டிய இலங்கை நாட்டு மக்களைப் பகையாளிகளாக எண்ணிப் போரிடுவது முரண் அன்றி வேறு என்னவாக இருக்க முடியும்? வடக்கில் சோழர்களையும், பல்லவர்களையும் ஒடுக்கி வைத்துவிட்ட பாண்டியர்களுக்கு தெற்குப் பகுதியில் சொல்லிக் கொள்ளும் பகைவர்கள் என்றால் அது இலங்கை நாட்டினர் மட்டும்தான். தனது சிற்றப்பன் விக்கிரமன் கூறியது வீராவின் காதில் வந்து மோதியது.

'வெற்றிகொள்வதற்கு இனி ஏதுமில்லை என்ற நிலை தோன்றும் போது அண்டை நாட்டை நட்பு நாடா பகை நாடா என நின்று யோசிக்கக் கூட நேரமில்லாமல் போய்விடும்.'

கப்பல் காங்கேசம் துறைமுகத்தில் நங்கூரம் இட்டு நின்றது. காங்கேசம் துறை பாண்டியர்களின் கட்டுப்பாட்டிற்குள் இருக்கும் பகுதி. கப்பலிலிருந்து சிறிய படகு இறக்கப்பட்டது. துடுப்புப் போடும் இருவரின் உதவியுடன் படகில் வீரா துறைமுகத்தை நோக்கிப் பயணமானான்.

இலங்கையில் இருந்த பாண்டியர்களின் பிரதிநிதி தளபதி ஆரியச் சக்கரவர்த்திக்கு வீராவின் அரச பரம்பரையின் வம்சாவளி குறித்த தகவல் எதுவும் போய்ச்சேரவில்லை. எனவே ஆரியச் சக்கரவர்த்திக்கு வீராவை வரவேற்பதில் சற்றுத் தடுமாற்றம் நேரிட்டது. மிகப் பருமனான அந்த மனிதர் மிகவும் சிரமப்பட்டு எழ முயற்சிப்பதைக் கண்ட வீரா அவர் அருகில் சென்றான். அவர் அவனைத் தழுவிக் கொண்டு ஒரு திவானைச் சுட்டிக்காட்டி அமரச் சொன்னார். அவரது நான்கு விரல்களில் வைர மோதிரங்கள் மின்னின. அவர் வளமையை அந்த நான்கு விரல்கள் மூலம் அறிந்து வியக்கும் மற்றவர்களைப் போலில்லாமல் தனித்துவிடப்பட்ட மோதிரமற்ற ஒற்றை விரலை எண்ணி அவன் வியந்தான்.

'உங்களைப் பார்த்தால் அப்படியே உங்கள்..' ஆரியன் வாக்கியத்தைப் பூர்த்தி செய்யவில்லை. வீரா அவர் தன்னைத் தன் சிற்றப்பன் விக்கிரமனுடன் ஒப்பு நோக்கிக் கூற வருவதைத் தெரிந்து கொண்டுவிட்டான். அவருக்கு ஒரு தயக்கம், எங்கே ஏற்கெனவே இதுபோல நாடு கடத்தப்பட்ட ஒருவருடன் இவனை ஒப்பிட்டால் தவறாக எடுத்துக் கொள்வானோ என்று சந்தேகமாக இருக்கவே அவர் தயங்கினார்.

வீராவும் விடாது, 'அவருடன் என்னை ஒப்பிட்டு எனக்குப் பெரிய கௌரவத்தை அளித்துவிட்டீர்கள்' என்று பெயர் குறிப்பிடாமலே விக்கிரமன்தான் அவர் என்று புரிந்து கொண்டு பதில் அளித்த அவனுடைய புத்தி சாதுர்யம் அவரைப் புன்னகை பூக்க வைத்தது.

போர்முனை செயலற்றுக் கிடந்தது. இலங்கைப் படையினர் வனப்பகுதிகளுக்குள் தங்களது திடீர் தாக்கும் படையுடன் மறைந்துவிட்டனர். கண்ணில் தென்படவில்லை. கண்ணுக்குத் தெரியாத எதிரி வருவான் வருவான் என்று காத்திருக்கும் போக்குப் பாண்டிய படையினரிடம் ஒருவித சலிப்பை ஏற்படுத்தியிருந்தன.

'ஊகா முள் என்று உதறவும் முடியவில்லை. அதன் வலியைப் பொறுத்துக் கொள்ளவும் முடியவில்லை' என்றார் ஆரியச் சக்கரவர்த்தி.

தன் நாடு தன் மக்கள் என்ற நிலைப்பாடு இலங்கை இனக்குழுக்களை ஒன்றிணைத்து வருகிறது. புது வெள்ளம் பாய்ந்தது போல அவர்களது தேசிய நீரோட்டத்தில் இணைய இளம் போர் வீரர்கள் முனைப்புடன் முன் வந்திருக்கின்றனர். இதுவரையில் கூறப்பட்ட போர் விதிகளை எல்லாம் விடுத்துப் புதிய புரட்சி முறைகளை அவர்கள் பயன்படுத்துகிறார்கள். அந்தி மயங்கும் பொழுதையே அவர்கள் தாக்குவதற்குத் தேர்ந்தெடுக்கிறார்கள். சூழ்ந்து தாக்க வேண்டியது, இருளில் ஓடி மறைந்துவிட வேண்டியது. இதுதான் அவர்கள் போர்த்தந்திரம்.

இப்படிச் சிறு சிறு குழுக்களாக வந்து திடீர் தாக்குதல் நடத்தும் இலங்கைப் படையினர் பின்னால் காட்டில் விரட்டிச் சென்று போர் தொடுக்கக் கூடாது என்று பாண்டிய வீரர்களுக்கு ஆணை பிறப்பிக்கப்பட்டுள்ளது. ஏற்கெனவே இது போலப் பின்தொடர்ந்து சென்ற வீரர்கள் திரும்பாமல் மறுநாள் பொழுது விடிந்த பின்னர் காடுகளில் சென்று தேடும் போது முதுகில் அம்பு தாக்கிய சடலங்களாகவே மீட்க முடிந்ததுதான் காரணம். அம்புக் காயங்களிலிருந்து ஊனும், உடற்கழிவுகளும் வழிந்திருக்கும்.

சடலங்களை அடக்கம் செய்வதற்கோ எரியூட்டுவதற்கோ அவர்கள் மிகுந்த சிரமப்பட வேண்டியிருந்தது.

'இந்த நாட்டு மக்களை அடிபணிய வைக்க வேண்டும் என்பது நமது நோக்கமில்லை. ஒரு சமாதான உடன்படிக்கை, ஒரு கப்பம், நமக்குத் தேவையான வேளைகளில் இவர்களுடைய படைகளின் உதவி இவை மூன்றும் அடங்கிய ஓர் ஒப்பந்தம் போதும்.' அந்தத் தளபதி தங்களது கோரிக்கையைத் தெளிவாகக் கூறினார்.

ஆறு மாதங்களுக்கு முன்பு யுத்தம் நிகழ்ந்த போர்க்களம் ஒன்றை வீரா சென்று பார்வையிட்டான். கழுகுகள் கொத்திச் சென்ற வீரர்களின் உடலில் இருந்த எலும்புகள் எங்கும் சிதறி வெயிலில் பிரகாசித்துக் கொண்டிருந்தன. வீராவிற்கு திக் என்றிருந்தது. வீரர்கள் பலியாகிக் கிடந்தது பெரிய அவமானத்தை ஏற்படுத்தியது. இறந்தவர்களை அவர்கள் எதற்காக அடக்கம் செய்யாமல் விட்டார்கள் என்று ஆரியரிடம் வினவினான்.

ஆரியன் சிரித்தார். 'என் தகப்பன் அவர்களுக்கும் முன்னோர்கள் காலத்தில் முற்றுகையின் போது அகழிகளைத் தங்கள் சொந்தப் படை வீரர்களின் சடலங்களால் நிரப்புவது வழக்கம்' என்றார்.

சென்ற காலங்களில் நடைபெற்ற போர்களில் பளிச்சென்று கண்ணுக்குத் தெரிந்த தர்க்க ரீதியான இடைவெளிகளே, இப்போதைய போர் வரைமுறைகளை மாற்றியிருக்க வேண்டும் என்று வாதிட்டான்.

'மாண்பு மிகு யுவராஜா! இது நீங்கள் குருகுலத்தில் பயின்றதைப் போன்ற போர் முறைகளைச் சேர்ந்த போரே இல்லை. கண்ணுக்குத் தெரியாத எதிரியுடன் போரிட வேண்டும். இதில் யார் மீது நமது காலாட்படையையும் குதிரைப் படையையும் ஏவுவது?' என்றார்.

வீரா உடனடியாக, 'யுத்தகளத்தில் அவர்களுக்குச் சரியான பதில் தாக்குதல் கொடுத்திருந்தால் அவர்கள் எதற்காக இந்தத் திடீர்த் தாக்குதலை நடத்த வேண்டும்?' என்று கேட்டான்.

ஆரியன் தோள்களை அலட்சியமாகக் குலுக்கினான். மீன் குஞ்சுக்கு நீந்தக் கற்றுத் தரவேண்டுமா என்ன?

வீரா போர் குறித்த விஷயங்களில் தீவிரமாக யோசித்தான். ஆரம்பத்தில் ஆரியனுக்குக் கூட இது புதிதாக வேலையில் சேர்பவனிடம் இருக்கும் ஆர்வக் கோளாறு என்று தப்பிதமான அபிப்பிராயமே ஏற்பட்டது. ஆனால் வீரா தனது சிந்தனையைச்

சிறிது கூட வேறு எங்கும் திசை திருப்பவில்லை. ஓர் அசுரனின் வேகத்துடன் அவன் செயலாற்றத் துடித்தான். சில நேரங்களில் ஆழ்ந்து யோசிப்பான். சில நேரங்களில் போர்த்தந்திரங்கள் குறித்து நீண்ட விளக்கங்கள் தருவான். ஒரு கட்டத்தில் அவன் மனதில் உள்ள போர்த்தந்திரங்களை அவன் வார்த்தைகளில் வடித்துச் சொல்லியும் அவற்றை முழுமையாகப் புரிந்து கொள்ளும் பக்குவமின்றி ஆரியனும், படையில் இருந்த தளபதிகளும் தடுமாறினார்கள்.

வீரா அங்கிருந்த படை வீரர்கள் தங்குவதற்காக ஒரு புதிய பாசறையை அருகில் இருந்த மலைக் குன்றை அடுத்த நீள் தரையில் அமைத்தான். பாசறையைச் சுற்றித் தடுப்பு மதில் களிமண்ணின் உதவியுடன் உருவாக்கப்பட்டது. அந்த மதிலின் உயரம் ஓர் ஆள் அடியும் அகலம் அரை ஆள் அடியும் இருந்தன. களிமண்ணுடன் மூங்கில் கழிகள் காட்டுச் செடிகளும் கலந்து சுவர் எழுப்பப்பட்டது. நான்கு நாட்களில் ஈரம் காய்ந்ததும் அந்தச் சுவர் எஃகைவிட உறுதியாக நின்றது. குன்றின் மீது கண்காணிப்பு மேடையை அமைத்து அதனை இரவு பகலாக ஆட்களை அமர்த்திக் கண்காணிக்க உத்தரவிட்டான்.

தற்காப்பு மட்டும் அவர்களது பிரச்னையன்று. இலங்கையைச் சுற்றிலும் பல்லாயிரக் கணக்கில் ஏரிகள் உள்ளன. மழைக்காலங்களில் சிறந்த முறையில் கரை உயர்த்திக் கட்டப்பட்டாலும் அடித்துப் பெய்யும் மழை ஏரிகளை நிரப்பிக் கரைகளை உடைத்து நாடு முழுவதையும் வெள்ளக்காடாக மாற்றிவிடும். மழைத் தண்ணீர் வடிவதற்கு இடமின்றி நிலத்தில் மழைநீர் தேங்கத் தொடங்கும். இதன் காரணமாகக் குட்டைகள் எங்கும் தோன்றி இரவில் கொசுக்கள் முட்டையிட்டுக் குஞ்சு பொரிப்பதற்கு சிறந்த களமாக அமையும். ஒரு மட்பானையில் தணல் பரப்பி அதன் மீது காய்ந்த வேப்பிலைகளைப் பரப்பிக் கடும் புகையை உண்டாக்குவார்கள். அந்தப் புகைக்கு மட்டுமே ஓரளவு கொசுக்கள் கட்டுப்படும். புகைமண்டலம் கடுமையானது என்பதால் படை வீரர்கள் இரவெல்லாம் இருமியபடியே படுத்துக் கிடப்பார்கள்.

இரவு நேரம் பாசறையின் வெளியில் இருந்து மலக்கழிவுகள், மற்றும் குப்பைக் கூளங்களின் துர்நாற்றம் உள்ளே வீசும். தாங்க முடியாத நாற்றமாக இருக்கும். இரவில் குளிரை ஓட்டுவதற்குப் பெரிய பெரிய அடுப்புகளில் தீ மூட்டப்பட்டு அந்த வெப்பத்தில் குளிர் காய்வார்கள். அவர்கள் வீரத்தைப் பறைசாற்றும் பாடல்களைப் பாடத் துவங்குவார்கள். நேரம் செல்லச் செல்லச்

சொந்த மண்ணில் தாங்கள் விட்டுவிட்டு வந்த சொந்தங்களை எண்ணிப் பாட ஆரம்பிப்பார்கள். அந்தப் பாடல்கள் நெஞ்சை உருக்கும் பாடல்களாக இருக்கும்.

விழுப்புண்களே வீரத்தின் அளவுகோல். படை வீரர்கள் மூட்டிய நெருப்பைச் சுற்றி அமர்ந்து தங்கள் உடலில் ஏற்பட்ட காயங்களை விரல்விட்டு எண்ணி எந்தப் போரின் போது ஏற்பட்டது என்று விளக்கிக் கொண்டிருப்பார்கள்.

'இதைப் பார்த்தால் ஈட்டிக் காயம் போலத் தெரியவில்லையே, இல்லாள் போட்ட சூட்டுக்கோல் இழுப்புப் போன்றல்லவா தெரிகிறது?' என்ற கேலிப் பேச்சுகளுக்கும் பஞ்சமிருக்காது.

சீட்டி ஒலி எழுப்பத் தெரிந்தவர்களும், ஆட்டம் ஆடத் தெரிந்தவர்களும் தங்கள் திறமைகளை வெளிப்படுத்த அங்கே ஒரே கேலியும் கும்மாளமுமாக இருக்கும். என்ன ஒரு பரிதாபம். பூமண்டலத்தில் தீரம் மிக்கப் பாண்டிய சேனையின் படை வீரர்கள் பொழுது போகாமல் ஆட்டத்திலும், பாட்டத்திலும் பொழுதைக் கழிக்கும் அவலம்.

வீரா மனதிற்குள் வருத்தப்பட்டுக் கொண்டான். முற்றுகையிடுபவனே இந்த வீரர்களின் நடுவில் சிறைப்பட்டுக் கிடந்தான். ஓய்வும் சலிப்பும் வீரர்களை முடமாக்கிவிடும். வீரா யோசித்தான். உடற்பயிற்சி, ஓட்டப் பயிற்சி, ஆயுதப் பயிற்சி, அணி வகுப்பு, விற்பயிற்சி போன்றவைகளைத் தினப்படி வாடிக்கையாக்கினான். திடீர்த் தாக்குதல் யுத்த முறையில் சலிப்படைதல் ஒரு முக்கியப் பங்கினை வகிக்கிறது; இவ்வகை யுத்தத்தில் ஒரு வீரன் சூழலை மிக எளிதாக எடுத்துக் கொண்டால் மரணம் நிச்சயம். ஒவ்வொரு இரவிலும் பாசறைக் காவலர்களைத் தலை மாற்றி வந்ததோடு சொல்லாமல் கொள்ளாமல் இரவு சோதனையையும் மேற்கொண்டான். இரவில் சோதனை வலம் வரும் போது காவல் வீரர்களில் எவனாவது உறங்கிக் கொண்டிருப்பது கண்ணில் பட்டால் ஓசை எதுவும் எழுப்பாமல் அவன் பிருட்டப் பாகத்தில் சாட்டையால் விளாசுவான். பிருட்டப் பாகத்தில் சவுக்கடி வாங்குவதே ஒரு வீரனுக்கு ஏற்படும் அதிகபட்ச அவமானம். அடுத்தமுறை அந்த வீரன் துயில்வதற்கே அஞ்சுவான்.

சவுக்கடி கொடுத்துவிட்டு வீரா, 'நாம் அசந்திருக்கும் வேளையில் பகைவன் நம்மைத் தாக்கி அழித்தால் பிறகு நம் மண்ணில் உள்ள நமது பெண்டு பிள்ளைகளுக்கு யார் பதில் அளிப்பது? நீங்களா? நானா?' என்று கூறுவான்.

பாதுகாப்புப் படையின் உறுதி, நிலை நிறுத்தப்பட்டது.

*

மாதங்கள் எவ்வித நிகழ்வுமின்றி உருண்டோடின. வீரா இறுதியாக ஓர் எதிர்ப்பைக் காட்டும் நாளுக்குக் காத்திருந்தான். முகாமிட்டிருந்த பகுதிகளில் அச்சமின்றி எதிரிகளின் சுவடுகள் கண்ணில் படுகின்றனவா என்று உலாச் சென்று பார்த்து வருவது அவனுடைய வழக்கமானது. படை முகாமைச் சுற்றி அடர்ந்த காடு குடை போல விரிந்து கிடந்தது. அதன் அடர்த்தியைக் கூறுவதென்றால் வானில் பெய்யும் மழை அந்தக் காடுகளின் வழியே தரையைத் தொடுவதற்குக் குறைந்தது இரண்டு நாழிகை நேரம் பிடிக்கும். அந்த அளவிற்கு அடர்ந்த வனப்பகுதியாகும்.

இலங்கைப் படையினர் மத்தியில் உள்ள மலைப்பகுதிக்குச் சென்றிருக்க வேண்டும். வனத்தை ஊடுருவி மலைப்பகுதியை அடைவது என்பது பகை வீரர்களுக்கு அத்தனை எளிய செயலன்று. அந்த நாட்டின் அமைப்பே அந்த வீரர்களுக்குக் கவசமாக விளங்கியது. அந்த வனத்தினுள் எங்கோ பதுங்கியிருக்கும் இலங்கை வீரனை இழுத்து வந்து அவனுடன் போர் தொடுப்பது என்பது இயலாத செயலாக இருந்தது. ஆனால் வீராவின் பார்வையில் அனைத்தும் வேறுவிதமாகத் தோன்றியது. முகாமைச் சுற்றி நடை போட்டுத் தடயங்கள் ஏதாவது கண்களில் சிக்குகிறதா என்று நோட்டமிட்டான். புல்வெளிகளில் நெடுநேரம் மனிதர்கள் நிற்பதால் புல்தரை நெரிக்கப்படுவதால் ஏற்படும் தடங்களைக் கண்டான். அங்கிருந்து இலங்கை வீரர்கள் அப்படி எவற்றைக் கண்டிருப்பார்கள் என்ற எண்ணத்தில் அந்தப் பகுதியில் நின்று பார்த்தான்.

என்ன ஆச்சரியம்! அந்தப் பகுதியிலிருந்து இலங்கைப் படையினரின் பாசறைகள் கண்களுக்குத் தெளிவாகத் தென்பட்டன.

வீரா இலங்கைப் படையினர் தாக்க வரும்வரை காத்திராமல் முதல் தாக்குதலை அவனே நிகழ்த்தினான். அவர்கள் முகாம்கள் எங்கெல்லாம் கண்ணில் தென்படுகிறதோ சென்று துணிச்சலுடன் தாக்கத் தொடங்கினான். ஒவ்வொரு தாக்குதலும் குறைந்தது ஐம்பது வீரர்களைப் பலி வாங்கியது. அதில் பாதியைச் சிறை பிடித்தனர். சிறை பிடிக்கப்பட்டவர்களுக்கு அளிக்கப்படும் சிகிச்சை மற்ற பாசறைகள் இருக்கும் இடங்களைத் தெரிவிக்கும். மீண்டும் அந்தப் பாசறைகளைத் தாக்குவார்கள். இவ்வாறாக யுத்தம் அதன் முழுமையை எட்டியது.

வீராவின் படையைக் கொண்டு செலுத்தும் ஒருங்கிணைப்புத் திறன் இலங்கைப் படையினரை கதி கலங்க வைத்தது. காற்று மாறி வீசத் தொடங்கியதை உணர்ந்தனர். மூப்பின் காரணமாகப் பாண்டிய வீரர்களின் தலைமைப் பொறுப்பு தள்ளாடுவதை அறிந்த இலங்கைப் படையினர் இதுகாறும் தங்கள் தாக்குதல்களை எளிதாக்கிய வண்ணம் சென்றனர். ஆனால் அலை மாறியடிப்பதைக் கண்டதும் பாண்டிய வீரர்களுக்கு ஏதோ ஓர் இளரத்தம் உற்சாகம் அளிக்கிறது என்பதை உணர்ந்தனர். புதிதாகத் தலைமைப் பொறுப்பேற்றவனுடன்தான் பேச்சு வார்த்தைக்குச் செல்ல வேண்டும் என்ற தீர்மானத்திற்கு வந்தனர்.

*

அந்தப் பாதை மிகக் குறுகலாக இருந்தாலும் நெடுநாட்கள் மக்களின் போக்குவரத்தால் சீராக இருந்தது. அந்தப் பாதையில்தான் வீராவின் பட்டாளம் சென்று கொண்டிருந்தது. பாசறைகள் எதுவும் கண்ணில் தென்படாததால் அவர்கள் வெறும் கையுடன் திரும்ப வேண்டிய நிலையில் இருந்தனர். அவர்கள் சோர்ந்து போயிருந்தனர். அவர்கள் மௌனம் அந்தச் சோர்வில் எதிரொலித்தது. ஒரு தோப்பு வந்ததும் வீரா சற்று இளைப்பாற எண்ணினான். படை வீரர்களுக்கு மிக உற்சாகமானது.

அந்த இடத்தை இதற்கு முன்பு கடந்து சென்ற போது வெட்டுக்கிளிகளின் ஓசையையும், தவளைகளின் கூக்குரல்களையும் மீறித்தான் போக வேண்டியிருந்தது. இப்போது அந்தத் தோப்பு நிசப்தமாக இருந்தது அவர்களை ஆச்சரியமடைய வைத்தது. வீராவின் மனதில் அபாயச் சங்கு ஒலித்தது.

மதுரையம்பதியில் நள்ளிரவில் வைகை தனது கரையை மீறும் போது நகர மக்களைக் கோயிலின் காண்டா மணியை ஒலித்து எச்சரிப்பது வழக்கம். அந்த நினைவு அவன் மனதில் ஓடியது. ஏதோ ஒன்று சரியாகப் படவில்லை. எதிரிப் படையினர் நிச்சயம் அந்தத் தோப்பினுள் ஒளிந்திருக்க வேண்டும் என்ற எச்சரிக்கை உணர்வு தோன்றியதும் வீராவின் கரம் தன்னிச்சையாக இடுப்பில் இருந்த வாளின் உறையருகில் சென்றது.

ஏதோ ஒன்று சரியில்லை. அவனால் உணர முடிந்தது. இறுதியாக ஒருமுறை எச்சரிக்கும் தொனியில், 'நாம் இனி இங்கே இருக்க வேண்டாம் கிளம்புங்கள்' என்று கூறினான்.

அப்போது காற்றைக் கிழித்தபடி விர்ர் என்ற ஒலி கேட்டது. சட்டென்று வீரா திரும்பியதால் தப்பினான். அவனை நோக்கிக் கூர் அம்பு ஒன்று பறந்து வந்தது. அவன் நெஞ்சிற்குக் குறி வைக்கப்பட்ட அம்பானது அவனது தோளைக் கிழித்து நின்றது. உடனே ஒரு பூசல் மூண்டது. பாண்டிய வீரர்கள் வீராவை அக்ஷயனின் பாதுகாப்பில் விட்டுவிட்டு அம்பு வந்த திசை நோக்கிப் பாய்ந்தனர்.

அம்பின் கூர்முனை அவன் தோளைக் கிழித்துச் சதையில் ஊடுருவிப் பாய்ந்திருந்தது. அக்ஷயன் அந்த அம்பை அவன் தோளிலிருந்து உருவாமல் விட்டு வைத்தான். அவனும் வேறு ஒரு படை வீரனும் வீராவை அருகில் இருந்த பாசறைக்குத் தூக்கிச் சென்றனர். அவர்கள் செல்வதற்கு முன்பே ஒரு தூதுவனை அனுப்பி மருத்துவரிடம் தகவல் அனுப்பியிருந்தனர். அவர்கள் வருவதற்குள் மருத்துவர் மூலிகைகளுடன் தயாராக இருக்கவே அப்படி ஓர் ஏற்பாடு. நான்கு வீரர்கள் வீராவின் உடலைத் தாங்கிச் செல்ல அக்ஷயன் அம்பு துளைத்த தோளினைக் கூடிய மட்டும் அசையாமல் தூக்கிச் சென்றான். வைத்தியர் செந்தணல் மூட்டி கூரிய அறுவைக் கத்தியைச் சூடுபடுத்திக் கொண்டிருந்தார். தணலில் அவ்வப்போது கரித் துண்டுகளைச் சேர்த்து கத்தியின் இரு பக்கங்களையும் மாறி மாறி தணலில் காட்டிக் கொண்டிருந்தார்.

அவன் தோளில் பாய்ந்த அம்பை ஒரே நொடியில் பிடுங்கி எடுத்தார். வீரா வலியில் துடித்தான். வைத்தியர் பழுக்கக் காய்ச்சிய கத்தியைக் காயத்தின் அருகில் கொண்டு வந்தார். கத்தியின் கூர்முனையினால் காயத்தை மேலும் அகலப்படுத்தினார். சூட்டில் கொதித்த கத்தி முனை பட்டதும் காயத்தின் நிணம் பொசுங்கித் தீய்ந்த வாடை அடித்தது. பெருங்குரல் எடுத்து அலறிய தனது குரலைக் கேட்டது மட்டும்தான் வீராவின் நினைவில் இருந்தது.

வீரா மயங்கியது வைத்தியருக்குத் தோதாகப் போனது. கத்தியால் புண் வாயை அகலப்படுத்தி விரைவாகச் சிகிச்சை செய்யத் தொடங்கிய அவர் எலும்புவரை பாய்ந்திருந்த அம்பின் கூர் நுனியின் துண்டைக் கத்தியால் கீறி எடுத்தார். கீறிப் பிளந்திருந்த ரணத்தில் ஏற்கெனவே அரைத்து வைத்திருந்த மூலிகை விழுதை வைத்துக் கட்டினார். அம்பின் முனையை முகர்ந்து பார்த்த வைத்தியர் அச்சத்தில் திகிலடைந்து ‘ஊமத்தை’ என்று நடுங்கியபடிக் கூறினார்.

அம்பு முனை நன்றாகத் தீட்டப்பட்டிருந்தது. அந்த அம்பிற்கு ஒற்றை முனை மட்டும் இல்லை. அதன் பக்கவாட்டை நன்கு

வழுவழுப்பாக்கிச் சிறிய துளைகள் போடப்பட்டிருந்தது. அம்பின் முனை கொடிய ஊமத்தை இலையில் அரைத்துத் தயாரிக்கப்பட்ட விஷத்தில் நன்கு தோய்ந்திருந்தது. நன்கு தோய்ந்த நிலையில் அந்தத் துளைகளின் உள்ளே விஷத்தின் துகள்கள் நன்கு படிந்திருந்தது. விஷம் தோய்ந்த துளைகளைப் பசையினால் மூடியிருப்பார்கள். அம்பு தாக்கியதும் அந்தப் பசை விலகி விஷம் தசையில் பாய வழி வகுக்கும்.

வீரா மூன்று தினங்கள் ஆகியும் கண் விழிக்கவில்லை. ரணம் நாள்பட நாள்பட அழுக ஆரம்பித்தது. அதன் துர்நாற்றம் சகிக்க முடியாமல் இருந்தது. வீராவைக் கடுமையான சுரம் தாக்கியது. அதன் வேதனை தாளாமல் அவன் பஞ்சணையை ஓங்கி ஓங்கிக் குத்துவதும் பல்லைக் கடிப்பதும் அலறுவதுமாக இருந்தான். மூளையில் தேவையற்ற எண்ண ஓட்டங்களினால் பற்களைக் கடித்த வண்ணம் இருந்தான். சுரத்தின் வெப்பம் கூடியதே அன்றித் தணிவதாகத் தெரியவில்லை. வைத்தியர் குளிர்ந்த நீரில் நனைத்த துணிகளை நெற்றியில் வைத்து வைத்து மாற்றியும் பலன் எதுவுமில்லை.

பித்துப் பிடிக்கும் நிலையில் அவன் கிடந்ததால் பகல் முழுவதும் பயங்கரக் கனவுகளுடன் மயங்கிக் கிடந்தான். ரத்த ஆறு ஓடியது. பிணம் தின்னும் கொடிய விலங்குகள் அவன் கனவை அலங்கரித்தன. அவன் போர்க்களத்தில் அடிபட்டுக் கிடந்தான். அவன் எப்போது இறப்பான் என்று எண்ணியபடி வல்லூறுகள் அவன் உடல் கிடந்த இடத்தின் மேலே வட்டமிட்டன. அவனது உடலை ருசிக்க நரிக் கூட்டம் ஒன்று தூரத்தில் ஊளையிட்டுக் கொண்டிருந்தது. ஆந்தைகளும் கூகைகளும் கூற்றினை அழைக்கும் விதமாக மரக்கிளைகளில் ஓலமிட்டன. தாகம் தொண்டையை வறட்டியது. ஒரு சொட்டு நீர் கொடுப்பதற்கும் மனிதர்களைக் காணவில்லை. கழுகுகள் அவனைச் சுற்றி வட்டமிட்டு அமர்ந்திருந்தன. போர்க்களத்தில் கிடந்த பிணங்களைத் தின்று வயிறு பெருத்துப் போயிருந்த ஒன்றிரண்டு கழுகுகள் நகரக் கூட முடியாமல் அவனை வெறித்துப் பார்த்துக் கொண்டிருந்தன.

மங்கிய பார்வையில் ஏதோ ஒரு மனிதன் தன்னை நோக்கி வருவதை வீரா பார்த்துவிட்டான். பலம் கொண்ட மட்டும் வீரா, 'தண்ணீர்.. தண்ணீர்' என்று அலறினான். ஆனால் வாயிலிருந்து ஒரு வார்த்தை கூட வரவில்லை. மங்கலான உருவம் மெல்ல மெல்ல அருகில் வந்தது.

வந்தது புத்தர் பெருமான். விசித்திரம் என்னவென்றால் அந்த உருவம் மற்ற மனித உருவங்களைவிட இரண்டு மடங்கு ஆகிருதியில் இருந்தது. புத்தர் தன்னை வெறித்துப் பார்க்கும் வீராவைப் பார்த்துப் புன்முறுவல் பூத்தார். என்ன புன்னகை. அவன் வாழ்நாளில் மறக்க முடியாத புன்னகை. அந்தப் புத்தரின் வாயில் இருந்த பல்வரிசையில் ஒரு பல்லைக் காணவில்லை. தூக்கிவாரிப் போட வீரா கனவிலிருந்து கண் விழித்தான். அவன் உடல் வியர்த்திருந்தது. விழித்தவுடன் அவன் உடனடியாகக் கனவில் கண்ட புத்தரைத் தேடினான். கனவு என்று தெளிந்தான். வினோதமான கனவு. இதன் உட்பொருள் என்னவாக இருக்கும்?

வைத்தியர் அவன் அருகிலேயே கண் விழித்திருந்தார். அக்ஷயன் ஓரத்தில் பாசறைக் கூடாரத்தின் கம்பு ஒன்றில் சாய்ந்து உறங்கிக் கொண்டிருந்தான். பாசறைக் கூடாரம் அமைதியுடன் திகழ்ந்தது. ஆனால் வீராவின் சிந்தை அமைதியற்றுக் காணப்பட்டது. ஜனனியில் மனதில் ஒரு தரிசனம் கிடைத்தது. அவன் ஆழ்மனதில் புதைந்து கிடந்த யோசனை மெல்ல வளர்ந்து வரத் தொடங்கியது.

*

அவன் ஒரு வீரனை அனுப்பி நாவிதரை அழைத்து வரச் சொன்னான். காலையில் அவன் அனைத்து வீரர்களையும் அழைத்து ஓர் ஆலோசனைக் கூட்டத்திற்கு ஏற்பாடு செய்ததைக் கண்டு வீரர்கள் வியந்தனர். ஆரம்ப நல விசாரிப்புகளும், இளவரசரின் உடல்நலம் குறித்து ஒவ்வொரு படைப்பிரிவு தளபதிகள் அக்கறையுடன் விசாரித்த நல விசாரிப்புகளும் முடிந்தன. பிறகு அங்கே நீண்ட மௌனம் நிலவியது

வீரா பேசத் தொடங்கிய அந்தக் கணத்தில் ஆரியன் அவனைக் கேள்விக்குறியுடன் பார்த்தான். வீரா தனது திட்டத்தை விளக்கமாகக் கூறினான். அந்தத் திட்டம் இன்று வரையில் ஒரு துணிச்சலான திட்டமாகவே உள்ளது. தானைத் தளபதி அதைக் கேட்டு ஆடிப் போய்விட்டார். அதன் துணிவும், எளிமையும் அவரை வியப்பில் ஆழ்த்தியது. அது குறித்து ஒட்டிப் பேசவோ, வெட்டிப் பேசவோ வார்த்தைகளைத் தேடினார். வார்த்தை எதுவும் கிடைக்காது வாயடைத்து நின்றார். மெய்மறந்த நிலையில் மேற்கொண்டு பேசிக் கொண்டே இருந்த வீராவை அவர் கண் கொட்டாமல் பார்த்த வண்ணம் நின்றார். அந்த நோய்வாய்ப்பட்ட வீரனின் உதட்டிலிருந்து வேறு ஒருவர் பேசுவது போலிருந்தது.

‘ஆனால் நாம் கொள்ளைக்காரர்கள் அல்லர். மாவீரர்கள்’ ஆரியன் பதில் கூறினார். நெஞ்சின் அடி ஆழத்தில் அந்தத் திட்டம் குறித்து ஆரியன் கலங்கிப் போயிருந்தார்.

‘ஐயா! போருக்கு முன்னர்ப் போர்ப்பறை முழங்கி துந்துபிகள் ஊதப்பட்டுப் போர் புரிந்தது அந்தக் காலம். நாம் அந்தக் காலங்களைக் கடந்து வந்துவிட்டோம்.’

வீரா தன் திட்டம் பற்றிய குறுக்கீட்டிற்குப் பதிலடி கொடுக்கும் வண்ணம் கூறத் தொடங்கினான். ‘என் நோக்கம் இருவர் தரப்பிலும் வீரர்களின் மரணம் தடுக்கப்பட வேண்டும் என்பதுதான்’ என்று முடித்தான்.

‘உங்கள் நோக்கம் என்னவென்பது தெரியவரும் போது அவர்கள் தங்கள் உயிரைக் கூட மதிக்கமாட்டார்கள்’ என்றார் ஆரியன்.

‘அவர்களுக்குப் புரிய வரும் முன்னர் நாம் வேகமாக இயங்க வேண்டும்.’

ஆரியனுக்கு யோசிக்க கால அவகாசம் வேண்டியிருந்தது. ‘நாம் ஒரு தூதுவன் மூலம் இலங்கை அதிபதிக்குத் தகவல் அனுப்பி அவர் ஒப்புதலைப் பெறுவது உசிதம் என்று படுகிறது’ என்றார்.

‘ஒரு மாத காலம் கூட இல்லை’ என்று கூறிய வீரா, ‘மழைக்காலம் விரைவில் தொடங்கிவிடும். நதிகள் கர்ப்பவதிகள் போலப் பெருத்துவிடும். பெருகி ஓடும் ஆற்றைவிடவா ஒரு நல்ல தடுப்பு, பகையரசனுக்கு வேண்டியிருக்கும்? பராக்கிரமனை அதற்குள் சமாதான உடன்படிக்கைக்கு ஒப்புக்கொள்ள வைப்பதில்தான் நமது திறன் அடங்கியிருக்கிறது’ என்றான் வீரா. இலங்கையின் அப்போதைய அதிபதி மன்னன் பராக்கிரமன்.

‘எனக்கு இதனை நடத்திச் செல்லும் அதிகாரம் கிடையாது’ என்று ஆரியன் தன் மறுப்பை முனகியபடி கூறினார்.

‘எனக்கு இருக்கிறது என்று நினைக்கிறேன் தானைத் தலைவரே’ என்று தனது முத்திரையைக் காட்டினான்.

இளவரசனின் அந்தத் துடுக்கான போக்கு ஆரியனின் புருவங்களை உயர்த்தியது. அத்தனை நம்பிக்கையா இளவரசருக்குத் தன் திட்டத்தின் பேரில்? சூழல் கொதிப்பேறத் தொடங்கியது. ஆரியன் வீராவை நோக்கிய வண்ணம் இருந்தவன் அவன் உயர்த்திக் காட்டிய முத்திரையில் பார்வையைத் திருப்பினான். கடுமையான மௌனம் நிலவியது. இருக்கையில் அமர்ந்திருந்த ஏனைய தளபதிகள்

சங்கடத்தில் நெளிந்தனர். ஆரியனைத் தவிர ஏனைய அதிகாரிகள் அந்த அரச முத்திரையைக் கண்டு அஞ்சியிருப்பார்கள். ஆரியன் அசையவில்லை.

'மாட்சிமை பொருந்திய பாண்டிய மன்னரின் முத்திரைக்கு நான் எனது பணிவான வணக்கத்தைத் தெரிவித்துக் கொள்கிறேன். இதனை மதிக்க வேண்டும் என்று நிர்ப்பந்தித்தால் நான் மட்டும் உங்கள் திட்டத்திற்கு உடன்பட்டு உங்களுடன் வருகிறேன். என் வயதில் உள்ள ஒருவரை உங்கள் திட்டத்திற்குப் பயன்படுத்திக் கொள்ள இயலுமா என்பது தெரியவில்லை' என்று கூறிய ஆரியன் ஏளனமாக சிரித்தார். பின்தொடர்ந்தார். 'ஓர் அரைகுறை திட்டத்திற்கு என் வீரர்களைப் பலியாக்க நான் விரும்பவில்லை. அரசர் உங்களுக்கு இந்தக் காரியத்திற்கு வழங்கியுள்ள அதிகாரத்தை விட்டுவிட்டு நாம் சாதாரணப் போர் வீரர்களாக, மரியாதைக் குரியவர்களாக இந்தத் திட்டம் குறித்து விவாதிப்போம்' என்றார்.

அடுத்த ஒரு மணிநேரத்திற்கு வீராவைக் கேள்விக் கணைகள் சூழ்ந்தன. அவனுக்கு எத்தனை வீரர்கள் வேண்டியிருக்கும்? புத்தப் பெருமானின் மங்கலச் சின்னம் இருக்கும் இடம் குறித்து அவனுக்கு அரைகுறையாகவாவது ஏதாவது யோசனை உண்டா? அவன் பகைவரை எப்படி எதிர்கொள்ளப் போகிறான்?

வீரா சற்றுத் தடுமாறிப் போனான். இத்தனை கேள்விக் கணைகள் அவன் மீது அடுத்தடுத்து வந்து பாயும் என்று அவன் நினைத்துக் கூடப் பார்க்கவில்லை. ஆரம்பத்தில் அவர்கள் கேட்ட கேள்விகளுக்கு வீரா எல்லாம் அறிந்தவன் போலப் பதில் கூறிவந்தான். ஆனால் அவர்கள் கேள்விகள் அவன் நோக்கத்தின் ஆணிவேரையே அசைப்பது போல இருந்ததால் அவனும் கொஞ்சம் அடக்கி வாசிக்கத் தொடங்கினான்.

ஆரம்பத்தில் அவன் திட்டத்தை அவர்கள் ஆரவாரத்துடன் வரவேற்பார்கள் என்று எண்ணியது போக இப்போது வாதங்கள் அவனுக்குப் பைத்தியக்காரப் பட்டம் கட்டாமல் முடிந்தால் போதும் என்ற நிலைக்கு வந்தான். ஆலோசனைக் கூட்டம் ஒருவித சமாதான ஒப்பந்தத்துடன் முடிவுக்கு வந்தது. திட்டம் குறித்த விரிவான விளக்கம் அளிக்கப்படுமானால் ஆரியன் தனது முழு ஒத்துழைப்பையும் நல்குவதாகக் கூறினார். தற்காலிக ஓய்வுடன் வீரா பின்வாங்கினான்.

தனது தாங்கும் கூடாரம் நோக்கி வீரா சென்று கொண்டிருந்தான். அவன் நடையில் ஒரு தளர்வு தெரிந்தது. இத்தனைக்கும் அக்ஷயன் தோள் கொடுத்து அவனை அழைத்துச் சென்று கொண்டிருந்தான்.

‘எவ்வாறு உனக்கு முதலில் இப்படி ஒரு யோசனை தோன்றியது?’ என்று கேட்டான் அக்ஷயன்.

‘நீ சொன்னால் நம்பமாட்டாய் அக்ஷயா. எனக்கு இந்தத் திட்டம் என் கனவில் தோன்றியது’ என்றான் வீரா.

எப்போதும் நிதானமாகத் தனது திட்டங்களை முன்வைக்கும் வீரா இப்போது பற்றி எரியும்படி ஒரு திட்டத்தை முன் வைக்கிறான். யாரை ஈர்ப்பதற்கு இப்படி ஒரு திட்டம்? அவனையா? அடுத்தவர்களையா? இது அவனுடைய வாழ்வையும், போர்த் தொழிலையும் நாசம் செய்துவிடுமோ?

‘வீரா..’ அவனை அழைத்த அக்ஷயன், ‘சுனந்தாவை மனதில் நினைத்துக் கொண்டு முட்டாள்தனமாக எதையும் யோசிக்காதே’ என்றான்.

‘இதற்கும் சுனந்தாவிற்கும் என்ன தொடர்பு?’ கூண்டுக்குள் இருக்கும் சிங்கம் கோல் கண்டு சீறுவதை போலச் சீறினான். இனி எந்த நிகழ்ச்சியும் சுனந்தாவுடன் முடிச்சுப் போடப்படும் என்று அவனுக்கு விளங்காமல் இல்லை. அவள் நினைவுகளைவிட்டு விலகிப்போக அவனுக்கு வழி கிடையாது. அவனை எங்கு போய் மறைத்துக் கொள்ள?

தானைத் தளபதி ஆரியனின் உதவியாளன் ஒருவன் ஆரியனின் நடவடிக்கைக்கு அவனைப் பாராட்டினான். ‘நல்லவேளை அவருடைய முட்டாள்தனமான ஆலோசனையைத் தூக்கிக் கடாசிவிட்டீர்கள். உங்கள் புத்திசாலித்தனமான நடவடிக்கையால் அவராலும் மறுப்பு தெரிவிக்க முடியாமல் போனது’ என்று கூறினான்.

ஆரியன் பெருமூச்செறிந்தார். ‘நான் அந்த ஆலோசனையைத் தூக்கிக் கடாசவில்லை. எப்படி இருந்தாலும் வீரா தனது திட்டத்தை விரிவாக விளக்குவதற்கு நாளை நிச்சயம் வருவான்’ என்றார்.

உதவியாளன் மறுத்தான். ‘அந்த முட்டாள்தனமான திட்டத்திற்கு நீங்கள் அடிபணியக் கூடாது. பிறகு நாளை வரலாறு உங்களை மெச்சத்தகுந்த வீரர் என்று பாராட்டுவதற்குப் பதில் திருடன் என்று தூற்றும்.’

ஆரியன் மறுத்துத் தலையாட்டினார். ‘இந்தத் திட்டத்திற்கு நான் உடன்படுவதற்கு இரண்டு காரணங்கள் உள்ளன.’

‘ராஜ முத்திரை காரணமா?’ உதவியாளன் இடைமறித்தான்.

‘இல்லை. அதனை எவ்வாறு ஒதுக்குவது என்று எனக்கும் தெரியும். அவனுடைய இந்தத் திட்டம் வெற்றியைக் கொண்டுவரும் என்றே கணிக்கிறேன்’ என்றார்.

*

வீரா எதிர்மறை நினைவுகளை ஒதுக்கி வைத்தான். ஒரு தேர்ந்த வீரன் வீராவின் இந்தத் திட்டத்தைக் கேள்விப்பட்டால் இது ஏதோ இறக்கும் தறுவாயில் உள்ள ஒரு வீரனின் கற்பனைப் பிதற்றல்கள் என்று எண்ணியிருப்பான். தனது திட்டத்தைப் படைத்தளபதிகள் நிராகரித்துவிடக் கூடாது என்பதில் கவனம் செலுத்தினான். எனவே தனது திட்டத்தில் இருந்த குறைபாடுகளைக் களைவதில் கவனம் செலுத்தினான்.

ஒருநாள் இரவு முழுவதும் வீரா தூங்காமல் திட்டமிட்டான். அந்தத் திட்டம் குறித்தே யோசித்துக் கொண்டிருந்தான். ஒரு வெற்றி பெரும் திட்டத்தை மற்றவர் முன் வைக்கும் பொழுது அதன் பலவீனங்களை மீறி அதனை வெற்றியடையச் செய்ய அவனுடைய உழைப்பு மட்டும் போதாது. இதுவரை போடப்பட்ட மற்ற திட்டங்கள் தோல்வியைத் தழுவியிருக்கும் போது அவனுடைய திட்டம் வெற்றி பெறுமா?

வீரா மறுநாள் தனது விரிவான விளக்கங்களுடன் தயாரானான். அக்ஷயன் அவனுக்கு முழு ஒத்துழைப்பை வழங்கினான். அடுத்த சில நாட்களுக்குப் புத்தருடைய எஞ்சிய மங்கலச் சின்னத்தைக் களவாடுவதற்கு ஏற்ற திட்டங்களைத் தீட்டினர். எப்படியாவது இதுவரை அந்தத் தீவில் நிலவி வந்த வன்முறைகளுக்கு முற்றுப்புள்ளி வைக்க நினைத்தார்கள்.

கௌதம புத்தர் சமாதி நிலையை அடைந்ததும் ஈமக் கிரியைகள் நடத்தப்பட்டன. ஈமக் கிரியைகளுக்குப் பிறகு அவருடைய உடலில் எஞ்சிய பல், எலும்பு போன்ற சில பாகங்கள் புத்த மதம் எங்கெல்லாம் பரவியிருந்ததோ அந்தத் தேசங்களுக்கு அனுப்பி வைக்கப்பட்டன. பல தேசத்து மன்னர்கள் அவர் உடலின் எஞ்சிய பாகங்களைப் பெறுவதற்குச் சண்டையிட்டனர். அஹிம்சையைப் போதித்த புத்தருக்காக மன்னர்கள் வாட்களை உயர்த்தியது நகை முரண். கௌதம புத்தரின் பல் ஒன்றும், பிட்சை ஓடும் இலங்கை மன்னன் ஸ்ரீ மேகவர்மனின் ஒன்பதாவது ஆண்டு ஆட்சிக் காலத்தில்

பாரத தேசத்திலிருந்து கொண்டு வரப்பட்டன. இலங்கை நாட்டில் ஒவ்வொரு ஆண்டும் கொண்டாடப்படும் திருவிழாக்களில் 'அசல பெரஹர' என்ற திருவிழா மிக முக்கியமானது. புத்தரின் மங்கலச் சின்னம் ஒரு பேழையில் வைக்கப்பட்டு யானை மீது ஊர்வலமாக எடுத்து வரப்படும். ஊர்வலத்தின் பின்னால் கண்ணைப் பறிக்கும் விதத்தில் ஆடை அலங்காரங்களுடன் நாட்டியக்காரர்களின் நாட்டியங்களும், வாத்தியக்காரர்களின் கொட்டு முழக்கங்களும், அலங்கரிக்கப்பட்ட யானைகளின் அணிவகுப்பும் என்று பத்து ராத்திரிகள் இலங்கை மாநகரமே களைகட்டும்.

'நான் இரண்டு மூன்று பேரிடம் விசாரித்து வைத்துள்ளேன். எச்சரிக்கையுடன்தான். எதிரிக்குச் சந்தேகம் வரக்கூடாது இல்லையா?' என்றார் ஆரியன். அவருடைய ஒற்றர்கள் குழுவானது ரோஹண மன்னரின் ராஜ சபை வரை நீண்டிருந்தது. 'சுபகிரி என்ற மலையில் உள்ள ஸ்தூபத்தில்தான் புத்தப் பெருமானின் பல் வைக்கப்பட்டுள்ளது. அந்தப் பல்லை எடுத்துக் கொண்டு வருவதை இலங்கை மக்கள் மூன்று நாள் திருவிழாவாகக் கொண்டாடுவார்கள். அந்தப் பகுதி அடர்ந்த வனப்பகுதி. அதிக ஆள் நடமாட்டம் இல்லாத பகுதி. மலைக்கோட்டையைக் காவல் காப்பதற்குச் சிறிய படை ஒன்று உள்ளது. கோட்டைக் கதவுகள் திறக்கப்படவில்லை என்றால் புத்தர் கோயிலுக்குள் நுழைவது சாத்தியமே கிடையாது. நமது படையினர் செல்வதற்கு வனத்தின் ஊடே ஒரு பாதை போடலாம் என்றால் அதற்கு வெகுகாலம் பிடிக்கும். மேலும் நமது படையினர் திண்டாடிப் போவார்கள். அந்த மலைப் பிரதேசத்தில் புத்தரின் மங்கலச் சின்னத்தைத் தவிர வேறு எதுவுமில்லை. நம்மைப் பார்க்கும் சின்னஞ்சிறு குழந்தை கூட எதற்கு அங்கே வந்திருக்கிறோம் என்று கூறிவிடும்' என்றார்.

அவர்கள் முகத்தில் திகில் பரவுவதைக் கண்ட ஆரியன் தொடர்ந்தார். 'இந்தப் போர் நடவடிக்கைக்கு அதிக எண்ணிக்கையில் வீரர்கள் வேண்டாம். ஐம்பது வீரர்கள் இருந்தால் அதிகம். மலையின் பின்புறத்திலிருந்து ஏறி கோட்டைக்குள் திருட்டுத்தனமாக நுழைய வேண்டும்.'

'எப்போது கிளம்பலாம்?' என்று வீரா ஆவலுடன் கேட்டான். வீரா தானே அந்தச் சின்னஞ்சிறு படையைத் தலைமையேற்றுச் செல்வதாகக் கூறியதற்கு ஆரியன் வியப்படையவில்லை.

அந்தக் குறிப்பிட்ட தாக்குதலுக்கு ஐம்பது வீரர்களுக்குச் சிறப்புப் பயிற்சியளிக்கப்பட்டது. உயர்ந்த மரங்களில் கயிறு கட்டி கயிற்றின்

வழியாக மேலே ஏறுவதற்குப் பயிற்சி அளிக்கப்பட்டது. மரத்தில் கயிறு கட்டி ஏறுவது ஒன்றும் சிரமமாக இராது என்பது வீராவிற்குத் தெரியும். மலைகளில் கயிறு கட்டி ஏறும் போது இயற்கையின் எதிர்ப்புகள் அதிகமிருக்கும்.

வீரா ஒரே படைப் பிரிவிலிருந்து ஐம்பது வீரர்களைத் தேர்வு செய்தான். அவர்கள் நடுவில் இருக்கும் நட்புணர்வு தனது திட்டத்தை எளிதில் வெற்றியடையச் செய்யும் என்று நம்பினான். காலை நேரப் பயிற்சியை வீராவும், மாலைவேளைப் பயிற்சிகளை ஆரியனும் அவருடைய படைத்தளபதிகளும் மேற்கொண்டனர்.

பயிற்சி முகாம் முழுவதிலும் வீரமும், தீரமும் உற்சாகமாகப் பொங்கி வழிந்தது. அப்போதுதான் வீரா, தான் தொடர்ந்து மூன்று நாட்கள் சுனந்தாவின் நினைப்பின்றி இருந்ததை அறிந்தான்.

சிங்களவர்களுடன் பகைமை பாராட்டிய ஒரு பூர்வகுடியில் சிலரை ஆரியன் சந்தித்தார். அந்தப் பூர்வகுடியினர் பாண்டிய வீரர்களுக்கு அந்த மலையைச் சுற்றிச் செல்லும் பாதையைக் காட்டுவதற்கு முன்வந்தனர். அந்தப் பாதையின் வழியாக ஒரு சிறிய மலை உச்சியை அடைய முடியும். அந்த மலை உச்சியின் மீதுதான் புத்தரின் மங்கலச் சின்னமான பல் பாதுகாப்பாக வைக்கப்பட்டிருந்தது. அந்தக் கோட்டையை இரவோடு இரவாகத் தாக்குவதே உசிதம் என்று முடிவானது.

நன்கு பயிற்சி எடுத்துக் கொண்ட பின் தாக்குதல் படையைச் சேர்ந்த வீரர்கள் ஒரு நல்ல நாளில் தங்களது தாக்குதலுக்கான பயணத்தைத் துவங்கினார்கள். சிங்களவர்கள் கையில் அகப்பட்டுக் கொள்ளாமல் இருக்க வழக்கமான பாதையைத் தவிர்த்து மாற்றுப் பாதைகளில் சென்றனர். அவர்கள் செல்லும் போது அவர்கள் ஈட்டியிலும், வாள்முனையிலும் சூரியனின் கிரணங்கள் பட்டு மின்னக் கூடாது என்பதில் மிகுந்த எச்சரிக்கையுடன் வீரா செயல்பட்டான். இரண்டு பூர்வகுடியினர் முன்னால் வழிகாட்ட பின்னால் இரண்டு மரம் வெட்டுபவர்கள் பாதையில் இருந்த செடி கொடிகளையும், மண்டிக் கிடந்த புதர்களையும் வெட்டித் தடம் ஏற்படுத்திச் சென்றனர்.

பூர்வகுடியினர் எலும்பும் தோலுமாக இருந்தனர். சுருட்டை முடியும், சப்பை மூக்கும் அவர்கள் அடையாளம். இடுப்பில் ஒரு முழ கோவணத் துணி மட்டுமே அவர்கள் மானத்தை மறைத்தது. அவர்கள் உடலிலிருந்து கிளம்பிய துர்நாற்றத்தால் படை வீரர்கள் பத்தடி பின்னிருந்தே அவர்களைத் தொடர்ந்தனர். பூர்வகுடியினர் அவர்களுடன் சேர்ந்து உணவருந்தமாட்டார்கள். வனத்தில் குறு

மிருகங்களை வேட்டையாடி அவற்றின் இறைச்சியைப் பச்சையாக உண்டனர். போர் வீரர்கள் தங்களுடன் கொண்டு வந்த சத்து மாவைத் தின்றபடி மலை ஏறினார்கள். சத்து மாவில் நீர் கலந்து பெரிய பெரிய உருண்டைகளாக உருட்டி ஒவ்வொரு கவளமாக விழுங்கினார்கள். சூடாக ஏதாவது சாப்பிடக் கிடைத்தால் நன்றாக இருக்கும் என்ற எண்ணம் தோன்றினாலும் நெருப்பூட்டுவதற்குத் தடை விதிக்கப்பட்டிருந்தது. அவர்கள் மேற்கொள்ளப் போகும் தாக்குதலின் வேட்கையே அவர்களை உற்சாகப்படுத்திக் கொண்டிருந்தது.

ஒருநாள் பகல் பொழுது, இரண்டு இரவுப் பொழுது கழிந்ததும் படைப்பிரிவு ஒரு கவிந்த விதானம் போலத் தோற்றம் அளித்த மலையை அடைந்தனர். மலையின் உறுதியான தோற்றத்தைக் கண்டனர். அத்தகைய உறுதியான மலை மீது கோட்டையைச் சுற்றித் தடுப்புச் சுவர் கூடக் கட்டி வைக்க இலங்கை அரசர்களுக்கு எண்ணம் எழவில்லை. இயற்கை ஒன்றே அவர்களது தடுப்புச் சுவர் என்று எண்ணியிருக்க வேண்டும். மழைநீரால் பாறையில் படர்ந்திருந்த பாசி அவர்களை ஏறவிடாமல் வழுக்கியது. கால்வைத்து ஏறுவதற்குப் பாறையில் பிளவுகளைத் தேட வேண்டியிருந்தது. அந்த மலையில் ஏறுவது கண்டிப்பாக நடக்கக்கூடிய காரியம் இல்லை என்ற முடிவுக்கு வந்த வீரா தனது திட்டம் தோல்வியடைந்துவிடுமோ என்று அஞ்சினான்.

வீரா மலையைக் கூர்ந்து நோக்கினான். ஏதாவது பாதை தெரிகிறதா என்று பார்த்தான். வியப்பு ஏற்படுத்தும் வண்ணம் ஒரு காட்சியைக் கண்டான். உற்று நோக்கியிராவிடில் அந்தக் காட்சி அவன் கண்களுக்குத் தெரிந்திருக்காது. நெடுங்காலமாக மழைநீர் மலைப்பாறை வழியாக வழிந்தோடி மலையில் நீண்ட பிளவு ஒன்றினை ஏற்படுத்தியிருந்தது. குறுகலான அந்தப் பிளவு மலையை இரண்டாகப் பிளந்திருந்தது. அந்தப் பிளவில் நிறையப் புல் பூண்டுகள் முளைத்திருந்தன. மரங்கள் சில குறுஞ்செடிகளாக வேர்விட்டிருந்தன. இந்தப் பிளவின் வழியாக ஒரு மனிதர் எவர் கண்களிலும் படாமல் மேலே ஏற முடியும்.

அந்த இரண்டு பூர்வகுடியினரும் மலை இடுக்கில் முளைத்த புல்பூண்டுச் செடிகளையும், மரக்கன்றுகளையும் பற்றி சுலபமாக உச்சியை அடைந்தனர். முதல் பூர்வகுடி தனது இடுப்பில் ஒரு கயிற்றைச் சுற்றிக் கொண்டு பாறை இடுக்குகளைத் தேடித்தேடி காலை வைத்து மேலே ஏறினான். அவன் மேலே போனதன் அடையாளமாக அவன் இடுப்பில் கட்டிக் கொண்டு செல்லப்பட்ட

கயிறு அசைக்கப்பட்டது. மற்றொரு பூர்வகுடி அந்தக் கயிற்றைப் பற்றியபடி சுலபமாக மேலே ஏறினான். கயிற்றின் உறுதி சோதிக்கப்பட்டது.

அப்போதுதான் கடலிலிருந்து கிளம்பிய கடுங்காற்று மலையின் அருகில் வீசியது. மரங்கள் தலைவிரித்தாடின. புயல் வலுவடைய ஆரம்பித்தது. காற்று மணப்பெண்ணைத் தேரில் அழைத்து வருவது போல மேகங்களைக் கட்டியிழுத்து வந்தது. மின்னல் ஒன்று வானைப் பிளப்பது போல மின்னியது.

வீரா பீதியடைந்தான். மொத்தக் குழுவும் திகிலில் உறைந்திருந்தது. வானில் நடக்கும் ஆரவாரங்களைப் பார்த்தபடி திகிலுடன் நின்றது. வீராதான் விரைந்து செயல்பட்டான். மழை எந்த நேரம் வேண்டுமானாலும் அடித்துப் பெய்யத் தொடங்கும். பிறகு அந்தப் படையினரின் நோக்கம் மழையில் கரைந்து போவதைத் தவிர வேறு கதியில்லை.

வீரா முதலில் ஏறத் தொடங்கினான். அக்ஷயன் அவனைப் பின்தொடர்ந்தான். வீரா பாறை இடுக்குகளில் கால் பதிக்கும் போது சுள்ளிகள் முறியும் ஓசை கேட்டது. பறவையின் கூட்டை ஒடித்துவிட்டோம் என்று வீரா வருந்தினான். பூர்வகுடியினர் இங்கு அடிக்கடி வந்து அவர்களுக்குத் தேவையான முட்டைகளையும் பறவைக் குஞ்சுகளையும் எடுத்துச் செல்வதால்தான் இந்த வழி நன்கு தெரிந்திருக்கிறது.

நூறடி கூட ஏறியிருக்கமாட்டார்கள் மெல்லிய பனிப்படலம் சூழத் தொடங்கியது.

‘நல்ல சகுனம்..’ வீரா அலறினான்.

‘பனி படர்ந்தால் மழை இருக்காது’ உற்சாகக் கூவல் கூவினான். அவன் உற்சாகம் நீடிக்கவில்லை. அவன் தன்னைச் சூழ்ந்திருந்தது அடர்த்தியான மழை மேகம் என்பதை அறிந்து கொண்டான். அவன் உற்சாகம் திகிலாக மாறியது. மழை மேகம் கயிற்றில் பட்டு அதனை நனைத்தது. ஆலங்கட்டி மழை ஆரம்பித்தது. வீராவிற்குச் சுந்தரனின் நினைவு வந்தது. அரியணைக்கு உரியவன் இங்கே மலை மீதும் பாறை மீதும் தொங்கிக் கொண்டிருக்கும் போது, எவ்வித இடர்ப்பாடுகளும் இன்றிப் பஞ்சணையில் உறங்குபவனுக்கு மணிமகுடம் காத்திருக்கிறது.

வீரா வாய்விட்டுச் சிரித்தான்.

இளவரசனுக்குப் பித்துப் பிடித்துவிட்டதோ என்று பின்னால் தொடர்ந்த அக்ஷயன் எண்ணினான்.

திடீரென்று அவர்களைப் பின்தொடர்ந்து ஏறிக் கொண்டிருந்த படை வீரன் ஒருவன் கை தவறி, கயிற்றின் பிடி நழுவிக் கீழே விழுந்தான். அவனுடைய உடல் காற்றைக் கிழித்துச் செல்வதைப் பார்க்க முடிந்ததே தவிர வீராவால் வேறு ஒன்றும் செய்ய முடியவில்லை. அந்த வீரனின் உடல் மரத்தில் பட்டுத் தூக்கி எறியப்பட்டு செங்குத்தாகப் பூமியை நோக்கிப் பயணித்தது.

வீரா மென்று விழுங்கினான். ‘வாருங்கள். நாம் நமது பயணத்தை நிறுத்த வேண்டாம்’ என்றான்.

அக்ஷயன் அவனைக் கேள்விக்குறியுடன் பார்த்தான்.

‘எனக்கோ அல்லது உனக்கோ கூட அவனுக்கு நேர்ந்த கதிதான் நேர்ந்திருக்கும். நாம் தப்பித்தோம்’ என்றான் வீரா.

மலையின் உச்சியை அடைந்த போது மழை நின்று போயிருந்தது. வீரா தனது வீரர்களைப் பார்த்தான். இருளோடு கலப்பதற்காக அடுப்பங்கரியை முகத்தில் பூசிக் கொண்டு புறப்பட்ட அவர்களது முகம் இப்போது மழையினால் முகம் முழுவதும் கருநிறக் கால்வாய்கள் போல மழைநீர் வழிந்து கொண்டிருந்தது. மேலே ஏறியதும் கோட்டையைப் பார்த்தான். அவனுக்கு ஒரு பரந்துபட்ட பார்வைதான் கோட்டையின் மேல் இருந்தது.

அவ்வப்போது பிரகாசமாக மின்னிய மின்னல்கள் கோட்டையின் பின்புறம் செல்வதற்கான ஒளியைக் காட்டிய வண்ணம் மின்னின. வீரா படைக்குத் தலைமை தாங்கினான். அக்ஷயனுக்கு ஒரு சிறிய ஐயப்பாடு இருந்தது. வீரா முதலில் செல்வதற்குப் பதிலாக ஓர் ஒற்றறியும் குழுவை முன்னால் அனுப்பினால் நல்லதோ எனத் தோன்றியது. இதை வீராவிடமும் கூறினான்.

‘தேவையில்லை. வாருங்கள். எனக்கு இந்தப் பாதை தெரியும்’ என்று கூறினான். விசித்திரமாக வளைந்து செல்லும் பாதையில் தனது வீரர்களுடன் அவன் முன்னேறினான். தனக்கு இடதுபுறமாக அவர்களை அழைத்துச் சென்று கீழே இறங்கினார்கள். பிறகு சிறிது தூரம் சென்றதும் வலப்புறமாக மேலே ஏறத் தொடங்கினார்கள். சிறிது தூரத்தில் ஸ்தூபம் கண்ணில் பட்டது. ஸ்தூபத்தை நோக்கிப் படிக்கட்டுகள் அமைக்கப்பட்டிருந்தன. மழையில் கிளம்பிய வெள்ளம் அந்தப் படிக்கட்டுகளில் அடித்துச் சென்று கொண்டிருந்தது

ஸ்தூபத்தைச் சுற்றியிருந்த பகுதியில் முதல் எதிர்ப்பு கிளம்பியது. தூபத்தைக் காவல் காத்துக் கொண்டிருந்த வீரர்கள் அவர்களைத் தடுத்துச் சண்டையிட்டனர். திடீர் தாக்குதலால் நிலைகுலைந்து போன வீராவின் படை வீரர்கள் பின்பு சுதாரித்துக் கொண்டு திரும்பித் தாக்கத் தொடங்கினர். புத்தரின் மங்கலச் சின்னம் பாதுகாக்கப்படும் இடத்தில் இதையும்விடக் காவல் அதிகமிருக்கும் என்று வீரா எண்ணினான். எங்கும் உருக்கு ஆயுதங்களின் மோதும் ஒலிதான் கேட்டது. ஈட்டியுடன் ஈட்டிகள், ஈட்டியுடன் கேடயங்கள், கூடவே தாக்கப்பட்டவனின் வேதனைக் குரலும், வெற்றி பெற்றவனின் கொக்கரிப்பும் சேர்ந்து ஒலித்தன.

வீரா, அக்ஷயனை அழைத்துக் கொண்டு விஹாரத்தை நோக்கி வேகமாக முன்னேறினான். கீழே வீரர்களின் அடிதடி ஒலி நாராசமாகக் கேட்டது. காவி உடையில் தலைமுடியை மொத்தமாகச் சிரைத்துக் கொண்டிருந்த சில புத்த பிக்ஷுக்கள் அவர்கள் இருவரையும் தடுத்தனர். அந்தப் புத்த விஹாரத்தில் என்னவெல்லாம் கைகளுக்கு அகப்பட்டனவோ, கழிகள், கற்கள், பாத்திரங்கள் என்று அத்தனையையும் ஆயுதங்களாகப் பிரயோகித்து அவர்களைத் தடுத்தனர்.

ஆதரவற்ற நிலையில் இருந்த அந்தப் புத்தத் துறவிகளின் மீது எழும் இரக்கத்தை வீரா மனதிலிருந்து ஒதுக்கி வைத்தான். அவனைப் பொருத்தவரையில் அவர்கள் அவனுக்கும் அவன் இலக்கிற்கும் குறுக்கே நிற்பவர்கள். சுந்தரன், தனது மாற்றாந்தாய், பட்டத்துக்குரிய வம்சாவளி போன்றுதான் அவர்கள் அவனுக்குத் தோற்றமளித்தனர். அவனுடைய தாக்குதலைத் தாங்க முடியாமல் காவித்துறவிகள் சரிந்து விழுந்தனர்.

'தலையில் ஒரே ஒரு தட்டுதான் தட்டினேன். சரிந்துவிட்டார்கள்' என்று அக்ஷயனிடம் தனது தாக்குதலுக்கு நியாயம் கற்பித்தான்.

அவன் மனதில் தோன்றிய நினைவுகள் ஆச்சரியப்படுத்தின. அந்த இடத்திற்குத் தான் ஏற்கெனவே வந்திருப்பது போலவும், அந்த இடங்கள் எல்லாமே தனக்கு ஏற்கெனவே பழக்கப்பட்ட இடங்கள் என்றும் தோன்றின. புத்தர் அவன் கனவில் தோன்றி கவிழ்த்து வைத்திருந்த பிச்சை பாத்திரம் மூலம் அந்த இடத்தின் மாதிரி வடிவைக் காட்டியது நினைவிற்கு வந்தது. இப்போது புத்தரை நினைத்ததற்குத் தன்னைத் தானே கடிந்து கொண்டான். அந்தத் திட்டத்தின் வெற்றியே எந்த நோக்கத்திற்கு அந்தத் திட்டம் மேற்கொள்ளப்பட்டது என்பதை மறைப்பதில்தான் இருந்தது.

அவர்கள் முற்றத்தைக் கடந்து அதனை அடுத்திருந்த அறைக்குள் நுழைந்தனர். அங்கும் நான்கைந்து காவியுடை அணிந்த புத்தத்

துறவிகள் இருந்தனர். அவர்களைச் சமாளிக்க அக்ஷயன் அங்கேயே தங்கினான். வீரா சன்னிதானத்திற்குள் நுழைந்தான். உள்ளே சன்னதி, விளக்குகளின் ஒளிவெள்ளத்தில் பிரகாசித்துக் கொண்டிருந்தது. உள்ளே கிளம்பிய குங்கிலியத் தூபத்தின் நெடி சுவாசத்தைத் திணற வைத்தது. உள்ளே ஒரு பெரிய புத்தரின் சிலை சந்நிதானத்தில் வீற்றிருந்தது. அதன் முன்னர் ஒரு புத்தப் பிக்கு அமர்ந்திருந்தார். அவர்தான் தலைமை பிக்குவாக இருக்க வேண்டும். அவர் வாசலுக்கு முதுகைக் காண்பித்து புத்தர் சிலையைப் பார்த்துக் கண்கள் மூடி தியானத்தில் ஆழ்ந்திருந்தார்.

வீரா பிக்குவின் வலது தோளில் இருந்த பேழையைப் பார்த்தான். அங்கிருந்த விளக்குகளின் மொத்தப் பிரகாசமும் அந்தத் தந்தப் பேழையில் பாய்வது போலிருந்தது. சன்னிதானத்தின் வெளியில் இருந்த பிக்குகளைக் கொல்வதில் அவனுக்குத் தயக்கம் எதுவும் இருக்கவில்லை. ஆனால் சந்நிதியில் தலைமை பிக்குவைத் தாக்குவது என்பது வேறு மாதிரியானது. மேலும் இங்குதான் புனிதமான புத்தரின் மங்கலச் சின்னம் பாதுகாக்கப்படுகிறது.

தலைமை பிக்குவின் உடல் மெலிதாக அதிர்ந்தது. அவர் தியானத்திலிருந்து கண் விழித்தார். வீராவை நோக்கித் திரும்பியவர் அவனைப் பார்த்து முறுவலித்தார். அந்தச் சிரிப்பில் சோகம் இழையோடியது. எவரும் நுழைய முடியாத அந்த விஹாரத்தின் சன்னதிக்குள் புத்த மதத்தின் மீது நம்பிக்கையில்லாத ஒருவன், அதுவும் திருடும் நோக்கில். இருப்பினும் அவனைப் பார்த்து புத்த பிக்கு புன்முறுவல் பூத்தார். அவரிடம் எவ்வித எதிர்ப்பும் எழவில்லை. அவர் எதற்காக எதிர்ப்புத் தெரிவிக்காமல் இருக்கிறார்?

'நல்வரவு' அவருடைய குரல் அந்தச் சன்னதியின் அமைதியில் எதிரொலித்தது. பிக்குவிற்கு நல்ல வயதிருக்கும். அவர் மேனி சுருக்கம் கண்டிருந்தது. அவருடைய முகம் ஏற்கெனவே பரிச்சயப்பட்ட முகமாக வீராவிற்குத் தோன்றியது. அவரது குரலையும் இதற்கு முன்னர்க் கேட்டிருக்கிறான். வீரா இவரை இதற்கு முன்னர் எங்கு சந்தித்து இருக்கிறான்? இருவர் மட்டுமே இருந்த அந்த அறையில் ஒவ்வொரு நொடியும் நாழிகையாக நீள்வது போலிருந்தது. காலம் பெரும் சுழற்சியாக அவன் கண் முன் விரிந்தது. வயது, தலைமுறைகள், பிறவிகள் போன்றவை அந்தப் பொழுதில் சுருங்கியது போலக் காணப்பட்டது.

'மாட்சிமைக்குரியவரே வாருங்கள். வந்து உங்களுக்குரிய இந்தத் தந்தப் பேழையை எடுத்துக் கொள்ளுங்கள்.' ஒவ்வொரு

வார்த்தையையும் நிதானமாக இடைவெளிவிட்டுக் கூறியவர் தனது தோளில் இருந்த பேழையைப் பார்த்தார். அவர் குரல் மென்மையாக இருந்தாலும் தொனி கடுமையாக இருந்தது.

'எங்கள் ஒவ்வொரு செயலையும் தேவர்கள் தீர்மானித்து வைத்திருக்கிறார்கள் மாண்புமிகு இளவரசே. நீங்கள் இங்கு திரும்பவும் வந்து இதனைப் பெற்றுச் செல்ல வேண்டும் என்று அவர்கள் முன்கூட்டியே தீர்மானித்துவிட்டனர்' என்று பிக்குக் கூறினார். 'திரும்பவும் வந்து' என்ற சொற்களுக்கு அவர் அழுத்தம் கொடுத்துக் கூறினார்.

அவர் அந்தப் பேழையைத் தனது கைகளில் ஏந்தினார். மந்திரத்திற்குக் கட்டுப்பட்டவன் போல வீரா தனது இரு கரங்களையும் நீட்டினான். புத்தத் துறவி பேழையை முத்தமிட்டு, நீட்டிக் கொண்டிருந்த அவனுடைய கரங்களில் வைத்தார். அந்தப் பேழையைப் பெற்றுக் கொண்டதும் வீராவின் மனதில் வருத்தமும், மகிழ்ச்சியும் ஒருசேர எழுந்தன. அதை வாங்கும் போது ஒரு பேராற்றல் உடைய மின்னல் தாக்கக் கூடும் என்று எண்ணினான். இந்த மங்கலச் சின்னமான புத்தப் பெருமானின் பல்லைத் திருடுவதன் மூலம் தான் பெரிய பாவத்திற்கு ஆளாவோமா என்ற கேள்வி எழுந்தது. இதன் விளைவுகளைத் தான் வாழ்நாள் முடியாமல் ஏற்க வேண்டியிருக்குமோ?

பேழையின் மேல் இரண்டு கண்ணீர்த் துளிகள் மின்னிக் கொண்டிருந்தன. அதைப் பரிசோதிக்க வேண்டும் என்பது அவனுடைய எண்ணமாக இருக்கவில்லை. சாதாரணமாக அனைவருக்கும் ஏற்படும் ஆவல் உந்துதலைக் கொடுக்க அவன் பேழையைத் திறந்தான். உள்ளே பட்டுத் துணியில் புத்தரின் பல் இருந்தது. அந்தப் பல் சிவப்பு நிறத்தில் மின்னியது. சுற்றியிருந்த விளக்குகளின் சிவந்த ஒளிப்பிழம்பில் சிவப்பு நிறமாகப் பிரகாசித்திருக்கக் கூடும் என்று எண்ணினான். அவன் நாளங்களில் ரத்தம் வேகமாகப் பாய்ந்தது. இதோ அவனுடைய வெகுமதி. புத்தரின் நிர்வாணச் சமாதியிலிருந்து தப்பிப் பிழைத்த இந்தப் பல் இனி பல நெருப்புகளைத் தணிக்க வல்லதாக விளங்கப் போகிறது. மஞ்சள் பூத்து மிகப் பழமை வாய்ந்ததாகவும், அவன் எண்ணியதைவிடப் பெரியதாகவும் விளங்கியது. அவன் மனதில் அதன் மீது விசித்திரமான பிரியம் ஏற்பட்டது. அதே நேரம் ஒரு பரிச்சய பாவமும் ஏற்பட்டது. அவன் சன்னதியைச் சுற்றிப் பார்வையிட்டான். இதற்கு முன்னர் ஏற்கெனவே அவன் வந்ததைப் போன்ற நினைவு எழுந்தது.

'பரிச்சயமான இடம் போலத் தோன்றுகிறதா இளவரசரே?' என்று பிக்கு கேட்டார்.

‘நீங்கள் ஏற்கெனவே இங்கு வந்திருக்கிறீர்கள். என்னைச் சந்தித்துப் பேசியிருக்கிறீர்கள். மானிடர்களின் ஞாபகங்கள் ஒரு பிறவியோடு நிற்பதுதானே? உங்களுக்குத் தெரியுமா தங்களுடைய முந்தைய பிறவியில் இந்த மங்கலச் சின்னமான புத்தர்பிரானின் பல்லைப் பேழையில் ஏந்தி பட்டுப் பீதாம்பரத்தால் அலங்கரிக்கப்பட்ட யானையின் மீது ஊர்வலமாக எடுத்துச் சென்றிருக்கிறீர்கள்..’ என்றவர் நிறுத்திவிட்டு, ‘அடுத்தொரு பிறவியை நீங்கள் எடுக்கும் வரையில்’ என்று முடித்தார்.

வீரா நடுங்கிவிட்டான். அவர் கூறிய கதை அவன் ஆழ்மனதின் சில கதவுகளைத் திறந்துவிட்டது போலிருந்தது. ஆனால் முற்பிறப்பு, மறுபிறப்பு போன்றவை உண்மைதானா? ஒருவேளை இந்த புத்தத் துறவி தனது மனத்தைக் குழப்புவதற்காகச் சிலந்தி வலை போல சில தேவையில்லாத எண்ணங்களை மனதில் படியவிடுகிறாரா?

‘வெளியில் இருக்கும் மதியீனர்களுக்கு விளங்கவில்லை போலும்.’ வாயிலைப் பார்த்து வருந்திய புத்தப் பிக்கு தனது உரையாடலைத் தொடர்ந்தார். ‘புத்த பெருமானின் மங்கலச் சின்னம் இன்று ஒருநாள் மட்டுமே இங்கே இருக்கப் போவது தெரியாமல் சண்டை யிடுகிறார்கள். ஆனால் விதியின் காரணமாகப் போரிடுபவர்களைத் தடுக்க இயலுமா?’ என்று கேட்டார்.

‘இந்த மங்கலச் சின்னத்தைக் கண்டிப்பாக மீண்டும் கொண்டு வந்து தருவேன் பெருமகனாரே’ என்றான் வீரா.

‘மீண்டும் அது இந்தத் தேசத்தை வந்தடையும். ஐயமில்லை. ஆனால் வாலிபனே அது மீண்டும் இதே இடத்தை வந்தடையாது. அவரின்றி..’ அந்தப் புத்தப் பிக்கு, புத்தரின் பல்லைப் புத்த பெருமானாகவே பாவித்துப் பேசினார். ‘அவரில்லாத இடத்திற்கு என்ன பெருமையிருக்கப் போகிறது?’ என்று கேட்டார்.

‘இளம் வீரனே நீ இப்போது கிளம்பலாம். புத்தர் பிரபஞ்ச குரு. அவர் தன்னை ஒரு போதும் கடவுள் என்று பிரகடனப்படுத்திக் கொண்டதில்லை. அவர் உனக்கு நிறைய விஷயங்களைப் போதிப்பார்’ என்றார்.

வீரா, சன்னிதியிலிருந்து வெளியேறி வெளிப்பிரகாரத்தை அடைந்தான். சன்னதியில் ஒரு சகாப்தம் முடிவிற்கு வந்ததன் பொருட்டு உள்ளே ஒரு புலம்பல் ஒலி கேட்டது.

*

அத்தியாயம் 12

அரண்மனை அந்தப்புரம்

மாலிக், காவலர் புடை சூழ உலூக்கான் கூடாரத்திற்கு அழைத்துச் செல்லப்பட்டான். மாலிக் தன்னிச்சையாகச் சுல்தானின் பாதம் பணிந்தான். மரியாதை நிமித்தம் இதுபோன்று பாதம் பணிவதை அவன் மறந்து போயிருந்தான். இப்போது மீண்டும் பாதம் பணிந்தது வலித்தது.

கூடாரத்தின் உள்ளே அதிகப்படியான அலங்காரம் எதுவுமில்லை. அவசர அவசரமாக அமைக்கப்பட்டிருந்ததைப் போலிருந்தது. உலூக்கான், சுல்தான் அலாவுதீனின் சகோதரன். அங்கிருக்கும் வியாபாரிகள் பலரை அவனுக்குத் தெரியும் என்றாலும் அத்தனை பேருக்கும் அவன் மீது இருந்த வெறுப்பின் காரணமாகப் படையெடுப்பிற்கு வந்த இடத்தில் அவன் எந்த வியாபாரி மாளிகையிலும் தங்கவில்லை. நேருக்கு நேர் உலூக்கானைப் பார்த்ததும் மாலிக் ஆச்சரியப்பட்டுப் போனான். எவர் பெயரைக் கேட்டால் சுற்றுவட்டாரம் முழுவதும் நடுங்குமோ அப்படி ஒரு பெயர் வாங்கிய ஒருவனைத் தனது சிந்தையில் தீட்டி வைத்திருந்த உருவத்திற்கு முற்றிலும் வேறு ஓர் உருவத்தில் இருப்பதை மாலிக் கண்டான். உருண்டையாக, உடல் முழுவதும் பெருத்து, கன்னங்கள் வீங்கிய விகாரத் தோற்றத்துடன் உலூக்கான் விளங்கினான்.

உலூக்கான் ஒரு கொடூரமானவன் என்ற விஷயம் அவனுக்குத் தெரியாது. முன்பு இந்த உலகம் முழுவதையும் போர்களின் மூலம் தனது வாள்முனையில் பணிய வைத்த மாவீரன் இப்போது யுத்தங்களை வெறுப்பவனாக விளங்கினான். இப்போது அவன் யுத்தம் செய்ய விரும்பவில்லை. யுத்தங்களைத் தவிர்த்துச் சூறையாடுவதில் கவனம் செலுத்தினான். சூறையாடலின் போது

அகப்படும் மன்னர்கள் கோட்டைகளுக்குள் சிறைப்பட்டு உணவு எதுவுமின்றி எதிரிக்கு அடிபணிவதைத் தவிர வேறு மார்க்கமில்லை. இதுவும் சரிப்படவில்லை என்றால் உலூக்ஜான் அதிரடி மின்னல் வேகத் தாக்குதல் நடத்துவதை விரும்பினான். அவனது காட்டுமிராண்டித்தனமான தாக்குதல்கள் எவ்விதப் பதற்றமும் இன்றி நிறைவேற்றப்படும்.

உலூக்கான் மாலிக்கை ஆர்வத்துடன் பார்த்தான். அந்த அடிமையின் தோற்றம் அவனைப் பற்றித் தான் கேள்விப்பட்ட விஷயங்களுடன் பொருந்துவதாக இல்லை. அவன் பெயரைக் கேட்டதும் மாலிக் சுத்தமான உருது மொழியில் பேசியது உலூக்கானை ஆச்சரியப்படுத்தியது.

‘அடிமையே, உனக்கு எத்தனை மொழிகள் தெரியும்?’

‘எஜமானரே, எனக்கு மொத்தம் ஏழு மொழிகள் தெரியும்.’

‘நீ ஓர் அலி என்று நினைக்கிறேன்.’

‘ஆம் எஜமானரே. ஏழு வருடங்களுக்கு முன்பு எனது ஆண்மை நீக்கப்பட்டது.’

‘சிறுவனாக இருக்கும் போது அல்லாமல் எதற்காக வாலிபப் பருவத்தில் உன்னை அலியாக மாற்றினார்கள்?’

‘ராணா எனக்கு அளித்த தண்டனை அது.’

உலூக்கான் இன்னொரு அடிமையை அழைத்தான். ‘இவனை அலிகள் இருப்பிடத்திற்குக் கொண்டு செல்லுங்கள். முழுமையான சோதனைக்கு இவன் ஆளாகட்டும்’ என்று உத்தரவிட்டான்.

அந்தப்புரத்திற்குள் நுழைய வேண்டுமென்றால் ஓர் அலி போல வேடமிட்டுக் கொண்டால் போதும். எளிதில் நுழைந்துவிடலாம். என்றாலும் அலிகளுக்கு மேற்கொள்ளப்படும் சோதனைகளைக் கடந்து செல்வது கடினம். மீண்டும் ஓர் அந்தப்புரத்தில் சேர்ந்து அங்கு செய்ய வேண்டிய குற்றேவல்களைப் புரிய வேண்டிய நிலைக்குத் தான் ஆளாக நேர்ந்ததற்கு மாலிக் வேதனைப்பட்டான். அவனுக்கு உடற்பரிசோதனை நடக்கும் போது அந்தப்புரத்தின் உள் அறைகளிலிருந்து அழுகையும், புலம்பலும் கேட்டன. யாராவது புதிதாக அந்தப்புரத்திற்கு இழுத்துவரப் பட்டிருக்கும் பெண்ணின் நிராதரவுப் புலம்பலாக இருக்கும்.

மாலிக் உண்மையில் ஆண்மை நீக்கம் செய்யப்பட்டவன் என்பது உறுதியானதும் அவனுடைய புதிய எஜமானன் அவனைக் கூப்பிட்டு அனுப்பினான்.

‘நான் கேள்விப்பட்ட வரையில் இந்தப் பகுதியில் உனது பழைய எஜமானன்தான் பெரும் செல்வந்தர் என்று கேள்விப்பட்டேன். ஆனால் நாங்கள் அவன் இல்லத்தைக் கைப்பற்றிய போது எனது வீரர்கள் அவன் மாளிகையில் சொல்லிக் கொள்ளும் வண்ணம் பொக்கிஷங்கள் எதுவும் அகப்படவில்லை என்றார்கள். நாங்கள் அவன் வீடு தோட்டம் எல்லா இடத்திலும் தோண்டி வேறு பார்த்தோம். மற்ற வியாபாரிகளிடம் கேட்ட போது அவன் தனது செல்வம் அனைத்தையும் அரேபியத் தேசத்திற்கு அனுப்பி விட்டதாக அவர்கள் கூறினார்கள். அவன் தப்பிச் சென்ற நேரத்தில் நாங்கள் குஜராத்தைக் கொள்ளையடிக்க யோசிக்கக் கூட இல்லை. எவ்வாறு நாங்கள் குஜராத்தைக் கொள்ளையடிக்க வருவோம் என்று அவன் அனுமானித்தான்?’ என்று கேட்டான்.

மாலிக் விடை எதுவும் கூறாமல் வாய் மூடி நின்றான். தன்னிடம் கேட்கும் கேள்விக்கு மட்டும் விடை பகன்றால் போதும் என்று அவன் வாளாதிருந்தான். ஹஸன் ஷேக் இந்தக் கொள்ளையனின் பிடியிலிருந்து தப்பி அரேபியா சென்றது மாலிக்கிற்கு மகிழ்ச்சியை அளித்தது.

உலூக்கான் விடவில்லை. தொடர்ந்தான். ‘அவன் தப்பிச் சென்றதில் உன் பங்கும் இருக்கிறது என்று பேசிக் கொள்கிறார்கள். உனக்கு எப்படித் தெரிந்தது?’ என்று கேட்டான்.

‘அதிருஷ்டத்தினால் எஜமானரே.’ மாலிக் பணிவுடன் கூறினான்.

அவனுடைய பணிவுக்குப் பலனில்லாமல் போனது. ‘நீ செய்திருக்கும் காரியத்திற்கு உயிருடன் உனது தோலை உரிக்கச் சொல்லியிருப்பேன். ஆனால் அப்படிச் சொல்லவில்லை. அந்தப்புரத்தில் நாளை முதல் உனது வேலைகளை ஆரம்பி. பார்க்கலாம்.. நீ உன் பழைய எஜமானருக்குக் காட்டியதைவிட அதிக விசுவாசம் காட்டுகிறாயா என்று’ என்றான்.

*

சுல்தானின் படை பாலைவனத்தில் மெதுவாக ஊர்ந்து சென்றது. ஊர் தோறும் சென்று கொள்ளையடித்துச் சூறையாடிக் கொண்டுவரும் உடைமைகளும், ஆட்களும் மிகுந்து கொண்டே செல்ல அவை அனைத்தையும் கட்டி இழுத்துச் செல்வது அத்தனை சுலபமான செயலாக இருக்கவில்லை. படைகளுடன் தில்லி நோக்கி வரும் பொறுப்பு உலூக்கானிடம் ஒப்படைக்கப் பட்டிருந்தது. அவனுடன் வந்த இன்னொரு தளபதி நஸ்ரத்கான்

தனது படைப் பிரிவினருடன் ராஜஸ்தானம் நோக்கி முன்னேறினான்.

இரண்டு நாள் சென்றதும் உலூக்கான் ராஜஸ்தானில் உள்ள ஜலூர் என்ற இடத்தில் தனது படையை முகாமிடத் திட்டமிட்டான். அவன் தங்குமிடம் விஸ்தாரமாகத் தயாரானது. அவசரமாக ஒரு பொட்டல் பிரதேசத்தில் முட்கம்பியினால் வேலி போடப்பட்டது. ஒரு கூடாரம், ஓர் அந்தப்புரம் மற்றும் கழிப்பறைகள் எழுப்பப்பட்டன. வெகுதொலைவு நடந்து களைத்திருந்த வீரர்கள் விரைவில் உறங்கச் சென்றனர். ஆனால் உலூக்கானின் கவனத்திற்கு ஒரு முக்கியத் தகவல் எடுத்துச் செல்லப்பட்டது. திரும்பி வந்திருந்த நஸ்ரத்கான் அவனுடன் இது குறித்துக் கலந்தாலோசிக்க வந்தான். தகவல் இதுதான். அவர்களுடைய மங்கோலியப் படைத்தளபதிகளைக் காணவில்லை.

சுல்தானின் படையில் பெரிய பதவிகளில் நான்கைந்து மங்கோலியத் தேசத்தவர்கள் இருந்தனர். நீண்ட இடுங்கிய கண்களையுடைய துருக்கியர்கள் இமய மலையின் கணவாய்களின் வழியாகப் புறப்பட்டு வந்து இந்தியாவைச் சூறையாடிவிட்டுச் செல்லும் போது பெரும்பாலும் இந்த மங்கோலியர்கள் உடன் வருவது வழக்கம். மீண்டும் மீண்டும் அவர்களுடைய ஒரே மாதிரியான தாக்குதல் வழியில் போர் புரிவது அவர்களுக்குச் சலிப்பை அளித்தது. மெல்ல சுல்தானைப் புறக்கணிக்கத் தொடங்கினர். இருப்பினும் அவர்களுக்குச் சுல்தான் படையில் நல்ல வரவேற்பு இருந்தது. மங்கோலியப் போர்முறைத் தாக்குதல்களை அந்த மங்கோலியப் படைத்தளபதிகள் நன்கு அறிந்து வைத்திருந்ததே இதற்குக் காரணம். முந்தைய தாக்குதல்களில் சுல்தான் படையில் உயர்ந்த நிலையில் இருந்த சில மங்கோலியத் தளபதிகள் சுல்தானிடமிருந்து கருத்து வேறுபட்ட போது அவர்களுக்கு அதிக அளவில் பொன்னும் பொருளும் கையூட்டாக அளிக்கப்பட்டன. சுல்தான் தனது ராஜாங்கத்தில் இருந்த சில கனவான்களின் மகள்களை அவர்களுக்குத் திருமணம் முடித்து வைப்பதன் மூலம் அவர்களை மீண்டும் தங்களுடைய பழைய நாடோடி வாழ்க்கைக்குத் திரும்பாமல் பார்த்துக் கொண்டான்.

முகமது ஷா, காப்ரு, யாலாக், புராக் என்ற நால்வர்தான் சுல்தான் படைப் பிரிவில் உயர் பதவியில் இருந்த அந்த மங்கோலியர்கள். இந்த நால்வரும் கொள்ளையடித்த செல்வங்களைத் தங்களது கட்டுப்பாட்டிற்குள் கொண்டுவர முடிவெடுத்தனர். உலூக்கான் கொள்ளையடித்த பொருள்களின் மொத்தப் பட்டியலைக்

கேட்டதும் நால்வரும் பாலைவனத்தினுள் மூவாயிரம் படை வீரர்களுடன் தலைமறைவாகிவிட்டனர்.

நஸ்ரத்தும், உலூக்கும் மேற்கொண்டு ஆக வேண்டியவற்றை விவாதித்தனர். பெரும் அளவில் தங்களுடன் தங்கத்தைக் களவாடிச் செல்வதால் அந்த நால்வரும் நெடுந்தொலைவு செல்லவே விரும்புவார்கள். வேவுப் படையை அனுப்பி அவர்கள் சென்ற தடத்தைத் துப்பறிய முடிவெடுத்தனர். இந்த நேரத்திற்கு அவர்கள் பல நூறு மைல்கல் கடந்து சென்றிருக்க வேண்டும். அவர்கள் அவ்வாறு எண்ணியதில் தவறில்லை. இவற்றையெல்லாம் நன்கு பேசி முடித்த பின்னர் நஸ்ரத் கிளம்பிச் சென்றான்.

நஸ்ரத் கிளம்பிய பின்னர் உலூக்கான் நிதானமாகக் கழிப்பறையில் வயிற்றின் பாரத்தை இறக்கத் தீர்மானித்தான். அவன் அப்போது மகிழ்ச்சியாக இல்லை. மூவாயிரம் படை வீரர்கள் மற்றும் விலைமதிப்பற்ற தங்க ஆபரணங்கள் களவு போனதற்கு சுல்தானிடம் அவன் பதில் சொல்ல வேண்டியிருக்கும். இவற்றுக்கு சுதி சேர்ப்பது போல இரவுச் சாப்பாடு ஒத்துக் கொள்ளாததால் மலக்குடல் பிரச்னையை ஏற்படுத்தியது. இரவு சமைக்கப்பட்ட ஆட்டுக்கறி முழுவதும் வேக வைக்கப்படவில்லை. வயிற்றில் ஆட்டுக்குட்டி கத்துவது போல ஒரு நினைப்பு தோன்றிய வண்ணம் இருந்தது. அனைத்துத் தரப்பிலிருந்தும் தாக்குதல் நிகழவே அவன் தனது பொறுமையை இழக்க ஆரம்பித்தான். அவன் வயிறு முழுவதும் சேதமாகிக் கிடந்தது.

தன் காலடியில் இருந்த அடிமையை ஓங்கி உதைத்து, ‘போ, என் கழிப்பறையைத் தயார் செய்’ என்று ஆணையிட்டான்.

*

மாலிக் ஈரமாயிருந்த கட்டாந்தரையில் தூக்கம் வராமல் புரண்டான். இரண்டு நாட்களுக்கு முன்பு அது தானியப் பயிர் விளையும் நிலமாக இருந்தது. மூட்டைப்பூச்சிகளின் கூடாரமாக விளங்கிய ஓர் அழுக்கடைந்த தலையணையை எப்படியோ பெற்றுக் கொண்டாலும் அவன் தூக்கத்துடன் போராடிக் கொண்டிருந்தான். அவன் மிகுந்த வருத்தத்தில் இருந்தான். பாலைவனங்களில் இப்போது ஒரு நாடோடியைப் போல அலையும் மாலிக்கிற்கு கம்பாயத் துறைமுக நகரில் ஏற்பட்ட அனுபவங்கள் வெறும் கானல்நீராகப் போய்விட்டது. இதுதான் இனிமேல் நிதர்சனம். முகத்தில் அறையும் நிதர்சனம்.

உறக்கம் வராமல் புரண்டு படுத்தவன் வெளியில் ஏதோ கூச்சல் கேட்டு எழுந்தான். அவனுக்கு முதலில் ஏற்பட்ட உள்ளுணர்வு கம்பாயத் நகர மக்களோ, குஜராத் மாகாணத்தின் மக்களோ துருக்கியர்களை விரட்ட ஒன்று திரண்டு வரும் கூச்சல் என்பதுதான். ஆனால் அதற்கு வாய்ப்பே இல்லாமல் அவை அடக்கப்பட்டுப் பிரதேசம் சட்டென்று அமைதியானது. அப்படி என்றால் இது வெறும் படை வீரர்களின் கலகம்தான். நல்லவேளை மையிருட்டாக இருந்ததால். அவன் தடவித் தடவி உலூக்கான் இருக்கும் கூடாரம் நோக்கிச் சென்றான்.

அங்கே அவன் கண்ட காட்சி தூக்கிவாரிப் போடச் செய்தது. அந்தத் துருக்கியக் கூடாரம் முழுவதுமே அலங்கோலமாக இருந்தது. வெறியுடன் குதிரைப்படையில் வந்த கொள்ளையர்கள் நிலவொளியில் தக தக என்று வாட்களைச் சுழற்றி காவல் வீரர்களின் உயிரைக் காவு வாங்கிக் கொண்டிருந்தார்கள். காவல் வீரர்கள் அவர்களின் வாளுக்கு அஞ்சி கூடாரம் முழுவதும் மறைவிடம் தேடி அலைந்து கொண்டிருந்தனர்.

அங்கிருந்த ஒரு வீரனிடம், ‘இங்கே என்ன நடக்கிறது?’ என்று அலறினான்.

காவல் வீரன் கூச்சலிட்டான். ‘ஓடிப்போன மங்கோலியத் தளபதிகள் படையுடன் திரும்பி வந்து இரவு நேரத்தில் தாக்குதலை நடத்துகிறார்கள். நாங்கள் எவரும் எதிர்பாராத சமயமாகப் பார்த்துத் தாக்குதலுக்கு வந்திருக்கிறார்கள்’ என்றான்.

மங்கோலியர்களின் நோக்கம் கொள்ளைப் பொருள்களை எடுத்துச் செல்வதோ அல்லது அந்தப்புர மகளிர் மீதோ இல்லை. அவர்கள் நோக்கம் உலூக்கானைப் பிணைக் கைதியாகக் கொண்டு செல்வதே ஆகும். சுல்தானிடமிருந்து உலூக்கானைச் சிறை பிடித்துக் கொண்டு செல்வதே அவர்கள் நோக்கம். பிறை நிலா நடுவில் அமையப் பெற்று உச்சியில் பறந்து கொண்டிருந்த பச்சை நிறக் கொடியை அடையாளமாகக் கொண்டு உலூக்கானின் கூடாரத்திற்குள் நுழைந்த மங்கோலியர்கள் அங்கே இரண்டு வீரர்கள் உறங்கிக் கொண்டிருப்பதைப் பார்த்திருக்கின்றனர். இருவரில் ஒருவரும் உலூக்கானாக இருக்க வாய்ப்பில்லை. இருப்பினும் இருவரையும் கண்டந்துண்டமாக வெட்டிப் போட்டனர். இருவரில் ஒருவன் நஸ்ரத்கானின் சகோதரன். இருவரும் மதுவின் மயக்கத்தில் இருந்ததால் தங்களுக்கு நேர்ந்ததை அறியும் முன்னரே இறந்துவிட்டனர்.

மங்கோலியர்கள் கூடாரத்தை முழுமையாகச் சோதித்திருந்தால் அவர்கள் தேடி வந்தவன் கூடாரத்தின் புறக்கடைக் கழிப்பறையில் ஆடையில்லாமல் இருப்பதைப் பார்த்திருப்பார்கள். சந்தர்ப்பம்தான் பல நேரங்களில் ஒரு மனிதனுக்கு உயிர்ப் பிச்சை அளிக்கிறது. மலம் கழிக்கச் சென்றதால் ஒரு துருக்கியன் பகைவர்களின் வாளுக்கு இரையாகாமல் தப்பியது என்பது சரித்திரத்தில் முதன் முறையாக நிகழ்ந்தது.

அவசரகதியில் தேடிவிட்டு அந்த மங்கோலியர்கள் உலூக்கானை மற்ற கூடாரங்களில் தேடிச் சென்றனர். தளபதி உலூக்கான் கழிப்பறையில் நடுங்கியபடி அமர்ந்திருந்தான். ஓசை அடங்கியதும் சற்று நிம்மதியடைந்தான். அதுவும் ஒரே ஒருகணம்தான். அவன் கூடாரத்தைக் கிழித்துக் கொண்டு ஒரு வாள் உள்ளே நுழைந்ததும் பீதியில் மீண்டும் உறைந்தான்.

மாலிக்கின் மிருதுவான குரல் கிசுகிசுத்தது. 'நான்தான் மாட்சிமை பொருந்திய தளபதியாரே. இரண்டு குதிரைகளுடன் வெளியில் இருக்கிறேன். அவர்கள் மீண்டும் வருவதற்குள் நாம் தப்பித்துவிடலாம்.'

அவன் நஸ்ரத்தின் கூடாரத்தை நோக்கித் தன் கரங்களை நீட்டினான்.

உலூக்கான் தனது உடலும் மனமும் சோர்வுற்ற நிலையிலும் கூட மாலிக்கின் சமயோசிதத்தைக் கவனிக்கத் தவறவில்லை. நிம்மதிப் பெருமூச்சுவிட்ட உலூக்கான் அவசர அவசரமாகத் தனது உடுப்பைமாட்டிக் கொண்டான். தனது எஜமானனுக்குத் தர்ம சங்கடம் ஏற்படுத்திவிடக் கூடாது என்று மாலிக் தலையைத் திருப்பிக் கொண்டான். மாலிக், உலூக்கானின் கரம்பற்றி அவனை அழைத்துச் சென்றான். அவன் உடல் நடுங்கிக் கொண்டிருந்தது. குதிரையில் தாவி ஏறும் போது உலூக்கான் கீழே தடுமாறி விழாமல் பார்த்துக் கொண்டான். இரண்டு சேணங்களையும் ஒன்றாகச் சேர்த்து இரண்டு குதிரைகளையும் மாலிக்கே ஓட்டத் தொடங்கினான்.

*

உலூக்கான் தனக்கிருக்கும் அச்சத்தையும் மீறி மாலிக் அருமையாகக் குதிரை ஓட்டுவதைப் பார்த்தான். விடிகாலையில் அவர்களை நோக்கி ஒரு பெரிய குதிரைப்படை வருவதைக் கண்ணுற்றனர். எச்சரிக்கையுடன் ஒரு பாறையின் பின்பு மறைந்து கொண்டனர். நல்லவேளை வந்தவர்கள் சுல்தானின் ஆட்கள் என்பது அவர்களிடமிருந்த அடையாளங்களை வைத்துத் தெரிந்து

கொண்டனர். நஸ்ரத்தின் ஒற்றர்கள் எப்போதும் தனது கூடாரத்தை ஊடுருவியிருந்தார்கள் என்ற சந்தேகம் அவனுக்கு எப்போதும் உண்டு. இப்போது அவர்கள் ஓட ஓட விரட்டப்பட்டிருப்பார்கள் என்பதை நினைத்து மகிழ்ச்சியடைந்தான்.

அவர்களின் மதச் சம்பிரதாயப்படி இருவரும் ஒருவரை ஒருவர் தழுவிக் கொண்டார்கள். உலூக்கான் இறந்துவிட்டான் என்று வருத்தத்தில் இருந்த நஸ்ரத்திற்கு அவனைப் பார்த்ததும் சுல்தானிடம் உலூக்கான் இறந்த சேதியைச் சொல்ல வேண்டிய இக்கட்டு இல்லை என்று நிம்மதியானது. இருவரும் அங்கிருந்து உலூக்கானின் கூடாரத்திற்குத் திரும்பினார்கள். வாளுக்கு இரையான வீரர்களின் உடல்கள் எங்கும் சிதறிக் கிடந்தன. நானூறு உடல்களில் ஒன்று கூட மங்கோலியரின் உடல் இல்லை.

இரண்டு தளபதிகளும் சேர்ந்து விசாரணை அமர்வொன்றிற்கு ஏற்பாடு செய்தனர். படை அதிகாரிகள் விவரித்த முந்தைய நாள் நிகழ்வுகளைச் செவிமடுத்தனர். அடிநாதமாக அவமான உணர்வு உள்ளே ஓடியது. சுல்தான் படை வருகிறது என்றால் வழியில் உள்ள அனைவரும் அலறிப் புடைத்துச் சிதறி ஓடுவார்கள். ஆனால் இப்போது நிலைமை அப்படியே தலைகீழாக மாறிவிட்டது. மங்கோலியப் படை கூடாரத்திற்குள் நுழைந்த போது தான் கழிப்பறையில் இருந்ததையும், புதிய அடிமை மாலிக் அவனைக் காப்பாற்றியதையும் கூறினான்.

உதட்டில் சீழ்க்கை ஒலி எழுப்பிய நஸ்ரத், ‘அப்படி என்றால் உன் உயிரை உன் புதிய அடிமை அலி காப்பாற்றிவிட்டான் என்று சொல்’ என்றான்.

இந்த ஒரு விஷயம் போதும் இவனுக்குத் தன்னைக் கேலி செய்ய என்ற வெறுப்பு உலூக்கானிற்கு ஏற்பட்டது. உலூக்கானிற்கு நகைச்சுவை உணர்வு சிறிதும் இல்லை. தானும் யாரையும் கேலி செய்யமாட்டான், மற்றவர்களும் தன்னைக் கேலி செய்ய அனுமதிக்கமாட்டான்.

மறுநாள் உலூக்கான் தனது புதிய அடிமையைப் பற்றி எண்ணிக் கொண்டிருந்தான். கம்பாயத்தில் அவனைப் பற்றி உலவிய செய்திகள் எதுவும் பொய்யாக இருக்க வாய்ப்பில்லை என்ற முடிவிற்கு வந்தான். மாலிக் என்ற அடிமை, தான் வேலைக்குச் சேர்ந்த இரண்டாவது நாளிலேயே தனது எஜமானன் உயிரைக் காப்பாற்றியிருக்கிறான். இதுபோன்ற குணாம்சங்கள் இயல்பில் வருவதில்லை. சில நேரங்களில் சூழலுக்கு ஏற்ப சரியான

முறையில் செயலாற்றும் நபர்கள் அந்தச் சூழல் காரணமாகத் தலைவர்களாக உயர்கின்றார்கள். எங்கே அவர்களது திறமை வெளிப்பட வேண்டுமோ அங்கே எப்படியாவது பிரசன்னமாகி விடுகின்றனர். அவர்கள் நெற்றியில் வெற்றியை மட்டும் விதி எழுதி வைக்கும். மாலிக் துரிதமாகச் செயலாற்றிய விதம் இதுவரை அடிமைகளின் மீது தனக்கு இருந்த அபிப்பிராயத்தை மாற்றியது. தில்லி அரியணையை அலங்கரிக்கும் தில்லி சுல்தான்கள் அடிமைப் பரம்பரையில் வந்தவர்கள்தானே?

படையினரின் அணிவகுப்பு தில்லியை நோக்கிக் கிளம்பியது. அதன் பாதை பாம்பு போலப் பாலைவனத்தின் ஊடே ஊர்ந்து சென்றது. வழி நெடுகிலும் இலையுதிர் காலத்து மரங்கள் மொட்டையாக நின்றன. உலூக்கான் மீண்டும் அந்த நிகழ்ச்சியை நினைத்துப் பார்த்தான். எஜமானரைக் காப்பாற்றியதால்- அப்படிக் காப்பாற்றியதற்கு அவன் எஜமானர் அவனிடம் நன்றிக் கடன்பட்டிருந்தார்- மாலிக் தங்குவதற்கு நல்ல உறைவிடம் கிடைத்தது. எஜமானரின் படுக்கையறையில் அவர் கட்டிலுக்கு அருகில் தரையில் படுக்கும் வாய்ப்புக் கிடைத்தது. மாலிக் தன்னுடன் ஒரே அறையில் படுத்துக் கொண்டால் தனது உயிருக்கு உத்தரவாதம் என்று அவன் எஜமானர் நம்பிக் கொண்டிருந்தார்.

படையினரின் அணிவகுப்பு நீண்டு கொண்டே இருந்தது. அத்தனை எளிதாகவும் இல்லை. இரவு நேரங்கள் அத்தனை வெப்பமாக இல்லை எனினும் பகல் பொழுதுகளில் சூரியனின் வெப்பம் தாங்க முடியாததாகவே இருந்தது. தூசு மிகுந்த சாலையைக் கூடக் கோடையின் கடும் வெப்பம் பாறையைப் போல மாற்றியிருந்தது. காற்று அருகில் இருந்த பாலைவனத்திலிருந்து மணலை வாரியடித்தது.

துருக்கியப் படை தில்லி நகருக்குள் நுழைந்த உடன் அந்த நகரின் வியத்தகு தோற்றம் கைது செய்து அழைத்து வரப்பட்டவர்களின் புருவங்களை உயர்த்தின. தில்லி நகரின் மாளிகைகளும், செல்வச் செழிப்பும் புதிதாக அழைத்து வரப்பட்ட பெண்களை வியப்பில் ஆழ்த்தின. தில்லி நகரம் அரசியல் ஆர்வமுள்ளவர்களை மட்டுமின்றி, சிறந்த எதிர்காலம் விரும்பும் வீரர்களை, வியாபாரிகளை, ஆன்மிகவாதிகளை மட்டுமின்றி மங்கோலியக் கொள்ளைக்காரர்களையும் காந்தம் போல ஈர்த்தது. ஆனால் ஓர் அடிமை அலிக்கு அது ஒன்றுமே இல்லை. ஓர் அந்தப்புரம் விடுத்து இன்னோர் அந்தப்புரம். அவ்வளவுதான். மாலிக்கைப் பொறுத்தவரை கம்பாயத்தைவிட தில்லி அதிக நாள் வசிக்கப் போகும் இடம் என்பது மட்டும் விளங்கியது.

தில்லி நகரம் என்றால் அடையாளம் காட்டுவது குத்புதீன் ஐபக் என்ற அடிமை இனத்தைச் சேர்ந்த மன்னன் கட்டிய மிக உயரமான கோபுரம்தான். அவன் பெயராலே அது குதுப்மினார் என்று அழைக்கப்பட்டது. அதனுள்ளே இருக்கும் படிகளின் வழியாக அதன் உச்சியை அடைந்து தில்லி நகரின் முழுத் தோற்றத்தையும் பார்க்கலாம். சிவப்புக் கற்களால் எழுப்பப்பட்ட கோபுரமும், நுணுக்கமான கட்டட வேலைப்பாடும் அந்த மினாரை அற்புதமாகக் காட்டின. நாற்பது நபர்கள் ஒன்றாகக் கைகளைப் பற்றி வளைத்து நின்றால்தான் அந்தக் கோபுரத்தைச் சுற்றிப் பிடிக்க இயலும்.

உலூக்கானின் பரிவாரங்களுக்குரிய இடம் குதுப்மினாரைத் தாண்டி வெட்டவெளியில் இருந்தது. அந்தப்புர மகளிரின் பல்லக்குகளின் பின்னிருந்து ஓர் ஈட்டி எட்டிப் பார்த்தது.

'இது எதையோ நினைவூட்டுகிறது. காலையில் இதை நான் பார்க்கவில்லை. மாலிக்கின் வேலையாக இருக்கும். அங்கே வெட்டி இங்கே போட்டிருக்கின்றனர்.' திரைச்சீலையின் பின்னால் உற்சாகக் கூச்சல் கேட்டது. அவர்களுடைய கொக்கரிப்பு ஒரே நேரத்தில் பலரைத் திரும்பிப் பார்க்க வைத்தது. உலூக்கான் வாய்விட்டுச் சிரித்தான். இந்த அடிமைக்கு ஏதாவது செய்ய வேண்டும்.

*

மூன்று வாரங்கள் சென்ற பின்னர் உலூக்கான் ஒரு முக்கிய முடிவெடுக்க விழைந்தான். மாலிக்கை அவனால் கூட அத்தனை எளிதாக நிர்வகிக்க முடியாது. மாலிக்கின் மனதில் உறுதியான நோக்கம் ஒன்று எப்போதும் இருக்கும் போலிருந்தது- அதனால்தான் மற்றவர்களால் முடியாது என்னும் அரிய செயல்களை அவனால் எளிதில் செய்து முடிக்க முடிகிறது. இதன் காரணமாகவே அவன் எந்தச் செயல் செய்யும் போதும் பளிச்சென்று நடு நாயகனாகத் தெரிகிறான். மனதில் விரும்பியதைச் சாதிக்கும் இந்த உந்துசக்தி கிட்டத்தட்ட எல்லா அலிகளுக்கும் பொதுவாக உள்ள ஒன்று. இதற்குச் சுல்தானின் வாழ்க்கையே ஒரு பாடம். கீழ் அடிமை நிலையிலிருந்து ஒரு சுல்தானாக உயர்ந்த வரையில் அவர் வாழ்வில் எத்தனை கணக்கற்ற உதாரணங்கள். துருக்கியர் ஆட்சி தில்லியில் வேரூன்ற முதல் வித்திட்ட குத்புதீன் ஐபக் கூட ஓர் அடிமை இனத்தைச் சேர்ந்தவர்தான்.

மாலிக் சாதாரண அடிமை இல்லை. சாதிக்க முடியும் என்ற பேராசைகளின் உற்பத்தி ஸ்தானம் அவன். அவனை இங்கே கட்டி

வைத்திருப்பது அத்தனை எளிதன்று. அவனுடைய விருப்பங்கள் சுல்தானின் எண்பத்து நான்காயிரம் அடிமைகளின் நடுவில் கரைந்து போய்விடும். அல்லது அடக்கப்பட்டுவிடும். அடிமைக் கடலில் அவன் ஒரு சிறுதுளியாய் கலக்க வேண்டியதுதான்.

உலூக்கான் சிரித்தான். அவனுக்கு என்ன செய்ய வேண்டும் என்பது தெளிவானது. தனக்கு அது பேரிழப்பு என்றாலும் எவரும் எண்ணிப்பாராத ஓர் இக்கட்டான தருணத்தில் மாலிக் தன் உயிரைக் காப்பாற்றியதை அவனால் வாழ்நாள் முழுவதும் மறக்க இயலாது.

தனது இடமாற்றம் இப்படி ஓர் ஊசலாட்டத்தில் இருப்பதை அறிந்த மாலிக், ராஜாங்கத்தினருக்கு அடிமை சேவகம் செய்வது என்பது வேறு வகையைச் சேர்ந்தது என்று விளங்கியது. சுல்தானின் தலைநகரில் அவருடைய ராஜாங்கத்தில் தனக்கிருக்கும் திறமையினால் பெரிய பதவிகளை வகிக்க முடியும். இருந்தும் மாலிக் தனது இந்த நிலை மாற்றத்திற்கு அதிக மகிழ்ச்சி கொள்ளவில்லை. அவனுடைய வாழ்வில் இதுவரை ஓர் இடத்தில் நிலைத்து வாழலாம் என்ற நிலை வரும் போது அவன் வாழ்வைப் புரட்டிப் போடும் சம்பவம் ஒன்று நிகழ்ந்துவிடும். அந்த ஆரூடக்காரர் சொன்னது ஓரளவு பலித்துள்ளது.

தன்னால் எளிதில் சுல்தானைச் சந்திக்க முடியும் போலிருக்கிறது. ஒருவேளை அந்த ஜோதிடப் பெரியவர் பாரதத்தை ஆளும் சுல்தானின் கீழ் பணிபுரியப் போவதாகச் சொன்னதை அவன் பெற்றோர் அவனே தில்லி சுல்தானாகப் போவதாகத் தவறாக எடுத்துக் கொண்டிருக்க வேண்டும்.

தில்லியை அடைந்து ஒரு மாதத்திற்குள் அவர்கள் நடுவில் ஒரு பரபரப்பு ஏற்பட்டது. சிறைபிடிக்கப்பட்ட பெண்கள், கொள்ளைப் பொருள், அடிமைகள் எல்லாவற்றையும் தரவரிசையில் பிரிக்கும் பணி தொடங்கியதே காரணம். உலூக்கான் தான் கொள்ளையடித்தவற்றில் மிகச் சிறந்தவற்றை சுல்தான் வசம் சமர்ப்பித்து நல்ல பெயர் எடுக்க நினைத்தான். எப்படியும் இன்னும் சிறிது நாட்களில் கொள்ளையடித்த பொருள்களை சுல்தான் கணக்கெடுக்கத்தான் போகிறார். இப்போதே தனியாகப் பிரிக்க வேண்டிய அவசியமில்லைதான். இருப்பினும் சுல்தானிடம் நல்ல பெயர் எடுக்க அனைவரும் விரும்புவது உண்மைதானே?

கைப்பற்றப்பட்டவர்கள் கொள்ளையடிக்கப்பட்ட பொருள்களுடன் சுல்தானின் அரண்மனையை நோக்கி அழைத்துச் செல்லப்பட்டனர். சுல்தானின் பிரம்மாண்ட மாளிகையை மாலிக்

ஏற்கெனவே உலூக்கானின் மாளிகையின் மேல்மாடத்திலிருந்து பார்த்திருக்கிறான். ஆயிரம் தூண்களுடன் முன் முகப்பு முழுவதும் சிவப்புக் கற்களால் இழைத்துக் கட்டப்பட்ட மாளிகை அது. வெளியிலிருந்து பார்க்கும் மக்களுக்கு அது ஒரு சிறந்த காட்சிப் பொருள். உலூக்கானின் திறமையை மக்களுக்கு வெளிக்காட்ட, ஒரு போர் நாயகனாக மக்களிடம் அறிவிக்க, சுல்தானின் உண்மை ஊழியன் என்பதை வெளி உலகத்தினருக்குத் தெரிவிக்கக் கட்டப்பட்ட மாளிகை. அவர்களைக் காணக் கூடியிருந்த கூட்டம் உலூக்கானையும் அவன் கைப்பற்றிய கொள்ளைப் பொருள்களையும் கண்டு உற்சாகக் குரல் எழுப்பினார்கள்.

அணிவகுப்பு ஒரு பெரிய அத்தாணி மண்டபத்திற்குள் நுழைந்தது. அரச மண்டபத்தின் தரை முழுவதும் சலவைக் கற்களாலும், செந்நிறக் கற்களாலும் இழைக்கப்பட்டிருந்தன. அந்தப் பெரிய கூடத்தின் இறுதியில் அதே போல சலவைக் கற்களாலும், செந்நிறக் கற்களாலும் இழைத்துக் கட்டப்பட்ட ராஜபீடம் ஒன்று சிறந்து விளங்கியது. ராஜ பீடத்தில் மிகப்பெரிய சிங்காதனம் ஒன்று இருந்தது. மொத்த ஆயமும் அந்தப் பீடத்தின் முன்னர் நிறுத்தப்பட்டனர். அங்குதான் சுல்தான் அமர்வது வழக்கம். கொள்ளைப் பொருள்கள் அனைத்தும் சுல்தானின் பார்வையில் நன்கு விழும்படி முறையாக அடுக்கி வைக்கப்பட்டன. ராஜ மண்டபத்திற்கு இரண்டு வாயில்கள். ஒன்று நுழை வாயில் அதன் வழியாகக் குடிமக்கள், அரசப் பிரதானிகள், சேவகர்கள், அரசவையினர் நுழைவார்கள். பின்புறம் ஒரு வாயில் இருந்தது. ஒருவேளை சுல்தான் அதன் வழியாகத்தான் உள்ளே வருவார் போலும். மண்டபத்தின் தோரணவாயிலை இரண்டு அலங்காரத் தூண்கள் தாங்கி நின்றன. இரண்டு வளைவுகளும் நெளி நெளியான பூங்கொடிகளைப் போன்ற நுண்ணிய வேலைப்பாடுகளுடன் அமைக்கப்பட்டிருந்தன. அவை மொத்தமும் யவன தேசத்துத் தொழில் நுட்பத்தின் அடிப்படையில் கட்டப்பட்டிருந்தன. அரச விதானம் மூன்று வளைவுகளைக் கொண்டதாக அமைக்கப் பட்டிருந்தது. விதானத்தில் அரியாசனம் மிக அழகான வேலைப் பாடுகளுடன் கண்ணைக் கவரும் வண்ணம் விளங்கியது. விதானத்தில் உட்சுவர்களில் வழவழவென்று வெண் சுண்ணாம்பால் பூசப்பட்டு மினுங்கிக் கொண்டிருந்தன.

வாயிற்கதவுகள் திறக்கப்பட்டன. தனது பரிவாரங்கள் புடை சூழ ஹிந்துஸ்தானின் சுல்தான் அலாவுதீன் கில்ஜி அரச மண்டபத்திற்குள் பிரவேசித்தார். உலூக்கானைத் தவிர ஏனையோர் அனைவரும்

முழங்காலிட்டுத் தங்கள் மரியாதையை சுல்தானுக்குச் செலுத்தினர். தரையில் முழங்காலிட்டுத் தொழுவதற்கு முன்னர் மாலிக் ஒருகணத்தில் அலாவுதீன் கில்ஜியின் உருவத்தை ஏறிட்டுப் பார்த்தான். அலாவுதீன் தனது சகோதரன் உலூக்கான் போன்ற தோற்றத்தில் இருப்பார் என்று எண்ணி அவரை ஏறிட்டவனுக்கு ஏமாற்றமே ஏற்பட்டது.

அலாவுதீன் மிடுக்குடன் காணப்பட்டார். உளியால் செதுக்கப் பட்டது போன்ற மூக்கு. துருக்கிய இனத்தவருக்கு உரிய முன்தூக்கிய கன்ன எலும்புகள். இவருடைய தோற்றம் உலூக்கானுடையது போன்று வீங்கிய சதையின் அடியில் தொலைந்து போகவில்லை. மிடுக்குடன் காணப்பட்டது. ஆயுதம் தாங்கிய இரண்டு காவலர்கள் சுல்தானுக்குக் காவலாக அவரை நிழல் எனத் தொடர்ந்தனர். கறுப்பின அடிமை ஒருவன் கையில் சாமரம் ஒன்றை வீசியபடி உடன் சென்றான்.

'மாட்சிமை பொருந்திய வேந்தருக்கு எனது பணிவான வணக்கங்கள். தங்களுக்கு மிகவும் விருப்பமான ஓர் அற்புதப் பொருளைப் பரிசாகக் கொண்டு வந்துள்ளேன்' என்று கூறியபடி இரண்டடி பின்னால் நகர்ந்து மாலிக்கின் முன் நின்று அரசருக்கு மாலிக்கைச் சுட்டிக் காட்டினான்.

எதையும் ஊடுருவிப் பார்க்கும் சுல்தானின் விழிகள் தனது வாழ்விலும் சாவிலும் முக்கியப் பங்கு வகிக்கப் போகும் மாலிக்கின் உடலைத் துழாவியது. மாலிக், அலாவுதீனை ஏறிட்டதும் அவன் இதயம் படபடவென்று அடித்துக் கொண்டது. உள்ளே ஒரு குரல் கேட்டது. பலகோடி மக்களை ஆளும் இவருடன் தனது வாழ்வு பின்னிக் கிடக்கப் போவதாக அந்தக் குரல் கூறியது.

சுல்தான் தனது தாடையை வருடியபடி தனது சகோதரனைப் பார்த்து, 'இந்த அடிமைதான் எனது சகோதரனைக் கழிப்பறையி லிருந்து காப்பாற்றியவனா?' என்று கேட்டார்.

காற்றைவிடச் செய்தி வேகமாகச் செல்கிறது. உலூக்கான் மனதிற்குள் எண்ணிக் கொண்டான்.

'எனக்கு மிகப் பெரிய சேவை செய்திருக்கிறாய் அடிமையே' என்று மாலிக்கைப் பார்த்துக் கூறினார். 'என் சகோதரனுக்குக் கழிப்பறையில் அப்பாடா என்று இருந்திருக்கும்' என்று கூறிவிட்டுத் தனது நகைச்சுவைக்குத் தானே இளித்தார்.

தனது அண்ணனின் நாகரீகமற்ற நகைச்சுவைக்குப் பதில் எதுவும் கூறாமல் உலூக்கான் அவமானத்தில் தலைகுனிந்து நின்றான். சுல்தான் தன்னைக் கேலி செய்து பேசினால் அதனைக் குற்றமாக எடுத்துக் கொண்டாலும் வெளிப்படையாக அதனைக் காட்டமாட்டான். அதற்கு மாறாக மற்றவர்களைவிட அவன்தான் அதிகமாகச் சிரிப்பது வழக்கம். மற்றவர்கள் சிரித்தால் உலூக்கான் தனக்குக் கீழ் உள்ளவர்கள் தன்னைப் பார்த்துச் சிரிக்கிறார்கள் என்று வஞ்சம் வைப்பான். சிரிக்கவில்லை என்றால் சுல்தானின் கோபத்திற்கு ஆளாக வேண்டும். ஒருவேளை இதுதான் சுல்தான் அரச விசுவாசத்தைச் சோதனை செய்யும் முறையோ என்னவோ என்று மாலிக் எண்ணிக் கொண்டான்.

தன்னை எதற்கு சுல்தானுக்குப் பரிசுப் பொருளாக உலூக்கான் அளிக்க முன்வந்தான் என்பதை அவனால் கண்டுபிடிக்க இயலவில்லை. எதற்காக இப்படி ஒரு மாறுதல்? இந்த மாறுதல் எதற்காக? அல்லது மறை காமம் என்னும் மாயவலையில் சிக்கிக் கொள்ள விதி செய்யும் சதியோ? சுல்தானின் சம்மதத்துடன் பின்வாங்கிய மாலிக் சபையினரின் அருகில் நின்று கொண்டான்.

மங்கோலியர்கள் நிகழ்த்திய கொலைவெறி தாக்குதலைக் கேட்டதும் சுல்தானின் முகம் சிவந்த பளிங்குக் கல்லைப் போல நிறம் மாறியது. இடிக்குரலில் சுல்தான் முழங்கினார்.

‘அந்த மங்கோலியரின் மனைவிமார்களையும் பெண்களையும் நடுவீதியில் எல்லோரும் பார்க்கும்படி துயில் உறியச் சொல்லுங்கள். பொதுமக்கள் அவர்களது அம்மணத்தை வேடிக்கை பார்க்கட்டும். அதன் பின் அவர்களை மலம் அள்ளும் ஒட்டர்களின் ஆசைக்கு இரையாக்குங்கள்.’

சபையினர் மரண மௌனம் காத்தனர். தண்டனை அறிவிக்கப்பட்ட பெண்களில் அதிகம் பேர் துருக்கிய உயர் அதிகாரிகளின் பெண்களாவர். சுல்தானே முன்னின்று அவர்களை அந்த மங்கோலியர்களுக்குத் திருமணம் புரிந்து வைத்தார். இருப்பினும் சுல்தானின் உத்தரவைக் கேட்டு அவர்கள் வாய்மூடிக் கிடந்தனர். பிராயச்சித்தத்திற்கு மன்றாடினால் ராஜத்துரோகி என்று பட்டம் கட்டப்பட்டுச் சிறையில் அடைக்கப்படுவது உறுதி என்பதால் அவர்கள் பேசாமல் இருந்தனர். அலாவுதீனின் மற்றொரு முகத்தை மாலிக் தரிசித்தான்.

கில்ஜி இனத்தைச் சேர்ந்தவர்கள் ஆப்கான் தேசத்தைப் பிறந்த மண்ணாகக் கொண்ட துருக்கியப் பரம்பரையினர். அவர்களது

நோக்கமெல்லாம் ஆப்கானில் ஆட்சிப் பீடத்தில் உள்ள உயர்குடிமக்களின் மனதைத் தங்களது அரச மரபைக் கூறி நன்மதிப்புப் பெறுவதுதான். துருக்கியர்கள் நெடுங்காலமாக ஹிந்துஸ்தானத்தைக் கைப்பற்றி ஆண்டு வருவதால் தங்களை அவர்கள் நினைக்கவில்லையோ என்ற எண்ணம் ஆப்கான் தேசத்து உயர் மக்களுக்கு இருந்து கொண்டே இருந்தது. அலாவுதீனின் தாய்மாமனும், மாமனாருமான ஜலாலுதீன் ஃபெரோஸ் கில்ஜி மூப்பெய்திய நிலையில்தான் பதவிக்கு வர நேரிட்டது. இவர்தான் கில்ஜி அரச பரம்பரை தோன்றுவதற்குக் காரணமானவர். ஆற்றல் வாய்ந்த படைத்தளபதி என்றாலும் ஆட்சிக்கு வந்த பின்னர் அமைதியான வழியில் ஆட்சியைத் தொடரவே விரும்பினார். எந்தச் சூழலிலும் அவர் ரத்தம் சிந்தத் தயாராக இல்லை.

மூத்த சுல்தானுக்கு ஒரு மருமகன் அலாவுதீன் என்ற பெயரில் இருந்தான். முரடன். தக்காணப் பீட பூமியில் பல வெற்றிகளைப் பெற்று அங்கேயே முகாமிட்டிருந்தான். அந்தப் பேராசை பிடித்தவனுக்கு ஜலாலுதீன் தனது மகளை மணம் செய்து வைத்தார். அவருடைய மகள் மல்லிகா ஜான் தனது தந்தை நடுவில் தில்லி சுல்தானாக ஆனதைக் கண்டு வீண் தற்பெருமையில் தனது கணவனான அலாவுதீனைச் சற்று மரியாதைக் குறைவாகவே நடத்தி வந்தாள்.

இது பொறுக்காத அலாவுதீன் தில்லி மாகாணத்தைவிட்டு நெடுங்காலம் பிரிந்திருக்கத் தீர்மானித்தான். தேவகிரி நகரை வெறும் பதினெட்டாயிரம் படை வீரர்களுடன் கைப்பற்றக் கிளம்பிய போதுதான், தனது மாமனுடன் கருத்து வேறுபாடு ஏற்பட்டு தெற்கு நோக்கிச் செல்லப் போவதாகவும் தனது சேவை எவருக்குத் தேவை என்று கூறினாலும் தான் ஆயத்தமாக இருப்பதாகவும் ஒரு பகிரங்க அறிக்கையை வெளியிட்டான். இதன் காரணமாக அவனை வழியில் தடுப்பார் எவருமில்லை. தேவகிரியின் எல்லையை அடைந்த சமயம் விழிப்படைந்த தேவகிரி மன்னன் ராமச்சந்திர ராஜா அவர் படையைத் தடுக்க முயன்றான். தேவகிரியின் படைகள் தெற்குப் பகுதிக்குள் போரிட்டுக் கொண்டிருந்த போது சாமர்த்தியமாக உள்ளே நுழைந்து அலாவுதீன் தாக்குதலைத் தொடுக்கவே வேறு வழியின்றி ராமச்சந்திர ராஜா பணிய நேரிட்டது. சமாதான உடன்படிக்கை ஏற்பட தேவகிரி மன்னன் அதிக அளவில் பொன்னும் பொருளும் கப்பம் கட்ட வேண்டி வந்தது. அலாவுதீன் மீண்டும் தில்லி திரும்பினான். மருமகனின் வருகையை ஜலாலுதீனுக்கு அவருக்கு

வேண்டியவர்கள் எடுத்துக் கூறியும் அதனை ஜலாலுதீன் காதில் போட்டுக் கொள்ளவில்லை.

ஜலாலுதீனே தனது மருமகனை நேரில் வரவேற்றுக் குடும்பத்திற்குள் சேர்த்துக் கொள்ளத் திட்டமிட்டார். அலாவுதீன் தனது மாமனைத் தழுவிக் கொண்ட மறுகணமே வஞ்சத்துடன் ஆணையிட்டான். 'சுல்தானின் தலையைச் சீவுங்கள்' என்று. அவனுடைய வீரர்கள் உடனே கீழ் படிந்தனர்.

தில்லி திரும்பும் வழியில் அலாவுதீன் வழியெங்கும் தங்கக் காசுகளையும், வெள்ளிக் காசுகளையும் வாரி இறைத்தபடி வந்தான். ஒரு வாரத்திற்குள் அவன் தன்னை தில்லி சுல்தானாகப் பிரகடனப்படுத்திக் கொண்டான். பரிசுகளை அள்ளி வழங்கும் குணமுடைய அலாவுதீனின் மற்றொரு முகத்தை அவனை எதிர்ப்பவர்கள் காண நேரிட்டது- அபாயகரமான, எதற்கும் கணக்குப் பார்க்கும், எவ்வித உணர்ச்சிகளுக்கும் இடம் கொடுக்காத முகம். ஜலாலுதீனின் அரவணைப்பில் இருந்த உயர் அதிகாரிகளின் பதவிகளைப் பறித்ததன் மூலம் அவர்களின் ஓங்கிய கைகளை ஒன்றுமில்லாமல் செய்தான். இதுகாறும் சுதந்திரமாக வரலாறு படைத்து வந்த அவன் தில்லி சுல்தான் ஆனதும் தில்லி சுல்தானியத்தை அதன் பழைய குழப்படிகளிலிருந்து மீட்டு ஒரு சாம்ராஜ்யமாக மாற்றினான். பழைய சுல்தானின் எல்லைகளை நெடுந்தூரம் விரிவுபடுத்தினான்.

சுல்தான் பொறுமையாக நாட்டு நிலவரம் குறித்துப் பேசி முடிக்கும் வரையில் மாலிக் பொறுமையுடன் காத்திருந்தான். அலாவுதீன் பாதியில் நிறுத்திவிட்டு மாலிக்கை நோக்கி ஜாடை செய்தான். அதன் பொருள் மாலிக்கைத் தனது அந்தப்புரத்தில் கொண்டுவிட வேண்டும் என்பதாகும்.

ஒரு கறுப்பின அடிமையின் காவலில் மாலிக் அழைத்துச் செல்லப்பட்டு அரண்மனை முற்றத்தில் நிறுத்தி வைக்கப் பாட்டிருந்த மகளிர், அடிமைகள் நடுவில் போய் நிறுத்தி வைக்கப்பட்டான்.

அலாவுதீனின் அந்தப்புரம் முழுவதும் அடுக்கடுக்காக வீடுகள். அத்தனை வீடுகளிலும் அவனுடைய மகளிர் வசித்தனர். அந்தப்புரம் என்பது ஒரு பிரும்மாண்ட வெளி. தில்லி நகரின் கால் வாசி இடத்தை சுல்தானின் அரண்மனையும் அதன் தோட்டங்களும் அலங்கார மாளிகைகளும், அந்தப்புரமும் ஆக்கிரமித்துக் கொண்டிருந்தன.

கோட்டைக் காவல் படையையும் அலாவுதீன் தனது விருப்பப்படி அரண்மனைக்கு அருகில் இருக்கும்படி பார்த்துக் கொண்டார். அந்தப்புரத்தில் நானூற்றுக்கும் மேற்பட்ட அறைகள் இருந்தன. ராஜமாதாவின் மாளிகையும், அலாவுதீனின் பட்டமகிஷிகளின் மாளிகைகளும், ஆசைநாயகிகளின் குடில்களும் அங்குதான் அமையப்பட்டிருந்தன. அவர் அந்தப்புரத்தை அலங்கரித்த பெண்களில் பலரும் அந்தந்தப் பிரதேசங்களில் நிகரில்லா அழகியராகத் திகழ்ந்தவர்கள்.

அந்தப்புரத்தில் அமைக்கப்பட்டிருந்த கல் கட்டடங்களும், மரக் கட்டடங்களும் தனித் தனியாக ஆறு முற்றங்களுடன் அமைக்கப்பட்டிருந்தன. அழகிலும், கட்டட வேலைப்பாட்டிலும் சிறந்து விளங்கிய அந்தக் கட்டடங்களைப் பார்த்து மாலிக் வியந்து நின்றான். ஒரு பிரும்மாண்டமான வாயில் அந்தப்புரத்தின் உள் முற்றத்திற்குக் கொண்டுவிட்டது. அந்த உள்முற்றத்தைச் சுற்றிலும் ஆடம்பரமான கூடங்கள் நிறைந்திருந்தன. வளைவுகள் வேலைப்பாடுகள் மிகுந்து கூடங்களை மேலும் அழகுபடுத்திக் காட்டின.

அத்தனை பெரிய அந்தப்புரத்தை சுல்தான் தனது ஆளுமையை வெளிப்படுத்த மட்டும் அமைக்கவில்லை. அதனைத் தனது அரியணைக்கு வாரிசுகளை உருவாக்கும் உற்பத்திக் கூடமாகவும் எண்ணியிருந்தான். அந்தப்புரத்தில் பிறக்கும் எண்ணற்றக் குழந்தைகளுக்கு சுல்தான்தான் தந்தை என்பதற்கு அந்தப்புரத்தில் வசிக்கும் அலிகள்தான் உத்தரவாதம். மறுக்க முடியாத தந்தைமையும், கற்பு நெறியும் சுல்தான்களுக்கு முக்கியமாகத் தோன்றின. வியாபாரிகளுக்கு அங்கே இடமில்லை. அப்படி அரண்மனை மகளிருக்குப் பொருள்கள் வாங்க வேண்டுமெனில் அந்தப்புரத்தை ஒட்டிய அறையில் இரண்டு ஆயுதம் ஏந்திய அடிமைகளின் முன்னிலையில் வியாபாரிகள் வியாபாரம் செய்ய அழைக்கப்படுவர்.

இஸ்லாமியரின் புனித நூலான குரான் ஓர் இஸ்லாமியன் நான்கு மனைவிகள் வரை முறைப்படி மணந்து பராமரிக்க அனுமதி அளிக்கிறது. ஓர் எளியவனின் இல்லத்தில் இரண்டு மனைவிகளுடன் வாழ அவர்கள் மதநூல் வழிவகுக்கிறது. இருப்பினும் இரண்டு மனைவிகளும் ஒரே அறையில் இருந்தாலும் இருவரையும் ஒரு தடுப்பின் மூலம் பிரித்து வைக்க வேண்டும் என்கிறது. ஆனால் ஒரு பணக்காரன் அந்தப்புரம் செல்வச் செழிப்புடன் இருக்கலாம். ஒரு சுல்தானின் அந்தப்புரம் என்பது

கனவுகளில் வருவதையும்விட ஆடம்பரம் நிறைந்ததாகவும், பாலுணர்வைத் தூண்டும் தன்மையுடையதாகவும் அமையப் பெற்றிருக்கும். மாட மாளிகைகளும், பிரம்மாண்ட வரவேற்புக் கூடங்களும், ஆடம்பரக் குளியலறைகளும் கொண்டிருக்கும். அத்தனையும் சில குறிப்பிட்ட அரசிகளின் கண்காணிப்பில் இருந்தது. ஜன்னல்கள் ஜாலி எனப்படும் வேலைப்பாடுகள் நிறைந்த துளை மிகுந்த தடுப்புகளால் மூடப்பட்டிருக்கும். இதன் வழியாகத் தோட்டத்தையும், தூரத்தில் ஓடும் நதியின் அழகையும் வெளியில் இருப்பவர்கள் அறியாத வண்ணம் அந்தப்புர மகளிர் பார்க்க இயலும். ஜாலி தடுப்புகளில் உள்ள துளைகள் மட்டும்தான் அந்தப்புர மகளிருக்கும் வெளியுலகிற்கும் உள்ள தொடர்பு.

அந்தப்புரத்தின் மையப் பகுதியை அடைந்ததும் மாலிக் உறைந்து நின்றான். எதனைக் கண்டு வியப்பது என்று அவனுக்கு விளங்கவில்லை. வண்ணப் பளிங்குக் கற்களால் இழைத்து இழைத்துப் போடப்பட்டிருந்த தரையைக் கண்டு வியப்பதா? பலவித அலங்காரங்களுடன் கூடிய தட்டோடுகளின் வேலைப்பாடுகளைக் கண்டு வியப்பதா? பொன் வேய்ந்த கூரையைக் கண்டு வியப்பதா? பகட்டுடன் கூடிய ஜன்னல் திரைச் சீலைகளைக் கண்டு வியப்பதா? கவிந்த மேல் விதானத்தைக் கண்டு வியப்பதா? மாலிக் மிரண்டு போய் நின்றான்.

வாயிலில் நீண்ட கறுப்பு நிழல் பரவவே மற்ற அடிமைகள் சற்றுப் பின் வாங்கினர். வந்தது தலைமை அலி. அவனுடைய கறுப்பினத்தவருக்கு உரிய தோற்றம் அவர்களை மிரட்டுவதாக இருந்தது. இனிமேல் அவன்தான் அவர்கள் கனவுகளில் அவர்களைப் பயமுறுத்தப் போகும் தலைமை அந்தப்புர நிர்வாகி.

கிஸ்லர் அகா என்று அழைக்கப்படும் தலைமை கறுப்பின அடிமையின் மீது அனைவருக்கும் ஓர் அச்சம் இருக்கும். சுல்தான் சமஸ்தானத்தில் அதிகம் கையூட்டு பெறும் அதிகாரி என்ற அவப்பெயரும் அவனுக்கு உண்டு. சுல்தான், பிரதான மந்திரிக்கு அடுத்த நிலையில் பதவி வகிப்பது இந்தக் கிஸ்லர் அகா எனப்படும் கறுப்பின அலிகள்தாம். அரண்மனையில் அரசரின் குடும்ப நிர்வாகம் முழுவதும் இந்தக் கிஸ்லர் அகா கைகளில்தான். ஏன் எனில் சுல்தானுக்குப் பல நேரங்களில் தனது ஆட்சியிலிருந்து வருவதைக் காட்டிலும் அரண்மனைக் குடும்ப மகளிரிடமிருந்துதான் தொல்லைகள் அதிகம் வரும். அடிமைத் தலைவனின் பதவி ஒரு பாஷாவின் பதவிக்கு நிகராகும். சமயத்தில் ஒரு படைப் பிரிவின் கௌரவத் தலைவனாகவும் செயல்படுவான்.

இந்தப் பதவியைப் பொதுவாக ஓர் அலிதான் மேற்கொள்வான். காரணம் ஓர் அலிக்குத்தான் எந்த நேரமும் சுல்தானைச் சந்திக்கும் அதிகாரம் உள்ளதால் பிரதான மந்திரிக்கும், சுல்தானுக்கும் அவன் ஒரு பாலமாக விளங்குவான் என்பதனால். அதேபோல சுல்தானுக்கும், அவனுடைய தாய், மனைவிமார் இவர்கள் வசிக்கும் அந்தப்புரத்திற்கும் கிஸ்லர் அகாதான் நேரடி இணைப்பு.

பெண்களை விலைக்கு வாங்கி வருவதும், ஒரு மனைவி இறந்ததும் அந்த இடத்திற்கு அடுத்த நிலையில் உள்ள மனைவியின் அந்தஸ்தை உயர்த்துவதும் இதுபோன்ற செயல்களையும் மேற்கொள்வான். சுல்தான் தினம் ஒரு பெண்ணுடன் இரவில் பள்ளியறைப் பொழுதுகளைக் கழிக்க விழைவான் என்பதால் ஒவ்வொரு இரவும் இந்த, இந்த அந்தப்புர மகளிரை வரிசைப்படி அனுப்பி வைப்பதும், சுல்தானின் பிள்ளைகளை அவர்கள் பிறந்த தேதி முதலியவற்றைக் குறித்து ஒழுங்குபடுத்துவதும் கிஸ்லர் அகாவின் பணிகளாகும். பிள்ளைகளின் பிறந்த நாள் வைபவங்களில் கிஸ்லர் அகா கண்டிப்பாக இருப்பான். காரணம் பின்னால் கோரப்படும் வாரிசு உரிமைக்குக் கிஸ்லர் அகாதான் சாட்சி. அந்தப்புர மகளிரின் பாதுகாவல் அவன்தான் -அவர்களைப் பள்ளியறைக்கோ அல்லது தூக்கு மேடைக்கோ அழைத்துச் செல்வது அவன் பொறுப்பு.

அப்போது அந்தப் பதவியை வகித்தது மான்(ர்)க் என்ற ஒரு ஹப்சி.

ஹப்சி என்பது அரேபிய மொழியில் உள்ள ‘பாபாஷ்’ என்ற சொல்லின் திரிபாகும். இந்தச் சொல் அபிசீனிய தேசத்துக் கறுப்பின மக்களைக் குறிக்கும் சொல்லாகும். அந்தக் காலத்தில் தில்லி சுல்தானியத்தில் ஏராளமான கறுப்பின அடிமைகள் பணிக்கு அமர்த்தப்பட்டிருந்தனர். ஆரவாரத்துடன் அறியப்பட்ட முதல் ஹப்சியின் பெயர் ஜமாலுதீன் யாகத் என்பதாகும். இவன் தில்லி அரசவையில் இடம் பெறும் அளவிற்குத் தன் நிலையில் உயர்ந்து விளங்கினான். அப்போது அரசாண்ட தில்லி சுல்தானியத்தின் பெண் ஆட்சியாளராக விளங்கிய ரசியா பேகத்தின் நன்மதிப்பைப் பெற்ற ஹப்சி இவனாவான். அவளுடன் பள்ளியறையில் ஒன்றாக இருந்தவன் என்ற பெருமையும் இவனுக்கு உண்டு. இந்த ஒரே காரணத்தால் அவன் தனது வைரிகளால் பழிவாங்கப்பட்டான். ரசியா பேகமும் அவளது பதவியிலிருந்து தூக்கி எறியப்பட்டாள்.

அந்தப்புரத்திற்கு அழைத்து வரப்படும் பெண்கள் முதன் முதலாக மான்(ர்)க் கைகளினால் நன்றாகச் சோதித்துப் பார்க்கப்பட்ட பின்னரே உள்ளே நுழைய அனுமதிக்கப்படுவர். அவர்களிடம் உடற்

கோளாறுகள், அவர்கள் முந்தைய வரலாறு போன்றவை பரிசோதிக்கப்படும். அந்தப்புரத்திற்கு அனுமதிக்கப்படும் அனைத்துப் பெண்களும் சுல்தானின் படுக்கையறையை அலங்கரிப்பார்கள் என்பது கிடையாது. உண்மையைச் சொல்வதென்றால் அந்தப்புரத்தில் உள்ள பெண்கள் சுல்தானை பார்த்துக் கூட இருக்கமாட்டார்கள். அந்தப்புரப் பணிகள் முழுவதையும் பார்த்துக் கொள்ள நிறையப் பெண்களை அங்கு அடைத்து வைத்திருப்பார்கள். சில அழகிகளை பாஷாக்களும் ஏனைய அதிகாரிகளும் மணந்து கொள்வார்கள். அழகும் சாதுரியமும் நிரம்பிய பெண்களுக்கே சுல்தானின் ஆசைநாயகி ஆகும் தகுதி உண்டு. இந்தப் பெண்கள் ஆடல், பாடலிலும், கவி புனைவதிலும், இசைக்கருவிகள் வாசிப்பதிலும், மதன கலையிலும் வல்லவர்களாக விளங்கினார்கள்.

அலிகள் பெண்களிடமிருந்து பிரிக்கப்பட்டு மீண்டும் ஒருமுறை உடற்பரிசோதனைக்கு ஆளாக்கப்படுவார்கள். இந்த அவமானத்தை எத்தனை முறைதான் சகித்துக் கொள்ள நேரிடுமோ என்று மாலிக் நொந்து போனான். ஒவ்வொருவரையாகப் பரிசோதித்து வந்த மான்(ர்)க் மாலிகைப் பார்த்ததும் நின்றான்.

அலிகளிடம் பயன்படுத்தும் பிரத்தியேக முரட்டுக் குரலில், ‘உங்கள் எஜமானரை நீங்கள் உங்கள் சேவை மூலம் மகிழ்ச்சியடையச் செய்வதால் உங்களில் ஒருவர் என்னுடைய நிலைக்குக் கூட உயரலாம்’ என்று கூறிவிட்டு மாலிக்கின் கண்களில் ஊடுருவினான். ‘அல்லது அதையும் தாண்டி உயர்ந்தால் இந்த அந்தப்புரம் மிகவும் சிறியதாகிவிடும். ஆசைப்படுவதில் தவறில்லை. ஆனால் ஒவ்வொரு ஆசையின் பின்பும் நேர்மை இருக்க வேண்டும். உங்கள் எஜமானரிடம் நீங்கள் காட்டும் விசுவாசமே உங்களுடைய மற்றத் திறமைகளைவிடச் சிறந்த குணாம்சம் என்பதை ஒரு போதும் மறக்காதீர்கள். பலர் அடிமை நிலையிலிருந்து அரியணை வரை சென்றிருக்கிறார்கள், நினைவிருக்கட்டும்’ என்றான்.

மாலிக்கிற்கு அந்த உரை அவனை நோக்கி நிகழ்த்தப்பட்டது போலிருந்தது. ஆனால் காரணம் தெரியவில்லை. மான்(ர்)க் அவனை வெறுக்கவில்லை என்பது சற்று நிம்மதியாக இருந்தது.

முதல் இரண்டு மூன்று வாரங்களுக்கு வியப்பில் மேல் உயர்ந்த அவன் புருவங்கள் லேசில் கீழே இறங்கவில்லை. அந்தப்புரத்தில் அவன் சந்தித்த பல பெண்கள் அவன் இதுவரை சந்தித்திராத பேரழகில் ஜொலித்தனர். வான வில்லின் வர்ண ஜாலம் போலப்

பலவித வர்ணங்களில் பெண்கள்- கருங்காலியின் கருமையிலிருந்து வெண்பளிங்குக் கல்லின் வெண்மை வரை எத்தனை வர்ணங்கள். கோதுமை நிறத்திலிருந்து கன்னங்கறுப்பு என்று எத்தனை வர்ணத்தில் கூந்தல். பழுப்பு நிறத்திலிருந்து பசும் தங்க நிறம் என்று எத்தனை வண்ணத்தில் விழிகள். கண்கவர் பெண்களை முதலில் அவர்கள் இடத்திலிருந்து கடத்திக் கொண்டு அடிமைச் சந்தைக்கு அழைத்து வருவார்கள். பல குடும்பங்கள் தங்கள் பெண்கள் அந்தப்புரம் நுழைவதைப் பெரும் பாக்கியமாகக் கருதினார்கள். சுல்தானின் அந்தப்புரம் ஒரு சொர்க்க போகத்திற்கு நிகரானது.

சுல்தானின் அத்தனை செல்ல ஆசைநாயகிகளுக்கும் தனித்தனி அறைகள் ஒதுக்கப்பட்டிருந்தன. ஒவ்வொரு அறையும் விஸ்தாரமானது. நடுவில் சிறிய நீராழி மண்டபமும் அதன் நடுவில் நீரூற்றுகளும் அமையப் பெற்றிருக்கும். சுவர்களில் பெரிய பெரிய அலங்கார ஜன்னல்கள் அமையப் பெற்றிருக்கும். பிற பெண்கள் பல படுக்கையறை கொண்ட துயில் கூடத்தில் தங்கினார்கள். பொதுவான உணவுக் கூடத்தில் உணவருந்தினார்கள்.

அலிகள் உண்பதற்குத் தனிக் கூடம் இருந்தது. இங்குதான் அவர்கள் தங்கள் பழைய எஜமானர்களின், எஜமானிகளின் சிற்றின்ப அனுபவங்களைப் பரிமாறிக் கொள்வார்கள். பலரும் ஒரு மனிதனின் சிற்றின்பமே அதிக இன்பம் தருவது என்ற எண்ணம் கொண்டிருப்பர். ஆனால் அலிகளுக்கு அது வேறு மாதிரி. மதுவை வெறுத்து ஒதுக்கிய ஒருவன் குடிகாரர்களிடம் உரை நிகழ்த்துவது போல அந்த அலிகள் சிற்றின்பக் களியாட்டங்களை வெறுத்து ஒதுக்கினார்கள்.

அவர்கள் தில்லி நகரம் வந்து சிறிது நாட்கள் அந்தப்புரத்திற்கு சுல்தானின் வருகை இருக்கவில்லை. இடைப்பட்ட நேரத்தில் மாலிக் அந்தப்புரத்தின் அமைப்பு முறைகளை அறிந்து கொண்டான். அரேபியப் பெண்களின் அந்தப்புரம் ஆனந்தமயமாக இருந்தது. விலை கொடுத்து வாங்கப்பட்டுவிட்டதால் இனிமேல் அடிமைச் சந்தையில் நிற்க வேண்டிய அவலம் இல்லை என்ற நினைப்பே அவர்களை மகிழ்ச்சியில் ஆழ்த்தியது. ஆனாலும் அவர்களுடைய சுல்தானின் கடினமான சுவர்களுக்குப் பின்னால் வாழும் வாழ்க்கைக்காக அவன் பரிதாபப்பட்டான். பெற்றோர் களிடமிருந்து இழுத்துவரப்பட்டு வேறு ஓர் உயர் அதிகாரியின் கைகளுக்குச் செல்லும் வரையில் இழுத்து வரப்பட்டவர்களால் சீரழிக்கப்பட்ட பெண்களே அந்த அந்தப்புரத்தில் அதிகம். அந்த மண்ணின் ஈரம் பெரும்பாலும் அந்த நிர்க்கதியான பெண்களின்

கண்ணீரால் ஈரமானதுதான் அதிகம். சதைக்கும் பரிந்துரைகளுக்கும் நடுவில் ஊசலாடிய அவர்களது பேரம் முடிவில் அந்தப்புரத்தில் கொண்டுவிடப்படும்.

அந்தப்புரத்தின் தாழ்வாரங்களில் அங்கும் இங்கும் அலைந்து கொண்டிருக்கும் வேளைகளில் மாலிக்கின் செவிகளில் மூடிய கதவுகளின் உட்புறத்திலிருந்து விசும்பல் ஒலி செவிகளில் விழும். பிரகாசமான முற்றங்கள் அந்தப்புரத்தின் அடையாளம் இல்லை. இருள்தான் அதன் அடையாளம். அந்தப்புரத்தில் எழுநூற்றுக்கும் மேற்பட்ட அறைகள் இருந்தன. ஆனால் ஒவ்வொரு அறையும் அதில் இருக்கும் பெண்களைப் போலவே பொலிவிழந்து காணப்பட்டது. அரேபியப் பெண்களின் அந்தப்புர அறைகளுக்கும் கடுமையான காவல் இருந்தாலும் இங்கு இருப்பதைப் போன்ற மனச்சோர்வு அங்கு கிடையாது. ஓர் அந்தப்புரம் என்பது சகல வசதிகளும் நிறைந்த உலகம். அனைத்தும் அங்கு வரவழைக்கப்படும், ஆண்களைத் தவிர. வெள்ளரிக்காய் போன்ற நீள்வடிவில் உள்ள காய்கள் அந்தப்புரத்தினுள் நுழையும் போது சிறிய துண்டங்களாக வெட்டப்பட்டே அனுமதிக்கப்படும். சந்தர்ப்பம் என்ற வார்த்தைக்கே அங்கு இடமில்லை. சுல்தானின் படுக்கையை அலங்கரிக்க முடியாத பெண்களில் பலர் தங்களுக்குள் விருப்பத்தை வளர்த்துக் கொள்வது ஒன்றும் வியக்கத்தக்க விஷயமாகத் தெரியவில்லை.

அந்தப்புரத்தில் தினப்படி வாழ்க்கை என்பது சலிப்பூட்டுவதாகவும், நம்பிக்கையைக் கொடுக்காமலும் இருந்தது. ஆடம்பரமான குளியல்; அறுசுவை உணவு; கணக்கில்லாத சிறுபிள்ளைத் தனமான விளையாட்டுகள் இவையே அங்கிருந்த பெண்களுக்கு விதிக்கப்பட்டிருந்தது. சுற்றுச் சூழல் எத்தனை ஆடம்பரமாக இருப்பினும் அங்கு வாழும் பெண்கள் கைதிகளைப் போலத்தான் வாழ வேண்டியிருந்தது. அவர்கள் தினப்படி வாழ்க்கையில் எப்போதும் ஒருவிதத் தனிமையைக் காண முடிந்தது. நீள் சலிப்பினாலும், இனிப்பு வகைகளை அதிகம் உட்கொள்வதாலும் அவர்கள் மேனி பெருத்துக் காணப்பட்டார்கள். மிருதுவான பஞ்சு இருக்கைகளில் அமர்ந்து அமர்ந்து நகர்வதை மறந்திருந்தார்கள். அவர்கள் முகம் எப்போதும் ஒருவித நிரந்தர அக்கறையின்மையில் உறைந்து கிடந்தது. போதைப் பொருள்களை உட்கொள்வது அங்கு சர்வ சாதாரணம். கஞ்சாவும், அபினும் சரளமாகப் புழங்கும். உணர்ச்சியற்ற நீள் சலிப்பான பொழுதுகளைத் தள்ளுவதற்கு அவர்களுக்குப் போதைப் பொருள்களைவிடச் சிறந்த வழி இல்லை.

ஒரே ஒரு மனிதனைக் கவர்வதற்கு அவர்கள் நடந்து கொண்ட விதம் காட்டு விலங்குகளையும்விடக் கீழாக இருந்தது. சுல்தான் அனைத்து மனைவியரையும் ஒரேவிதமான ஆர்வத்துடன் நடத்தாதது அங்கிருந்த சுல்தானின் மனைவிகள் நடுவில் கலக்கத்தையும், வன்மத்தையும் கிளறிவிட்டது. அந்த மகளிரின் நடுவில் கூட்டணி, வஞ்சம், பொறாமை என்று ஒரு மறைமுக யுத்தமே நடந்து கொண்டிருந்தது. கொடூரக் கொலைகளுக்கும், நஞ்சூட்டிக் கொல்லப்படும் சாவுகளுக்கும் பஞ்சமில்லை.

இவர்களிலிருந்து வேறுபட்ட பெண்களும் அந்தப்புரத்தில் இருந்தனர். அவர்களில் அலாவுதீனின் மூன்று மனைவிமார்கள் அடங்குவர். ஒருகாலத்தில் இவர்களும் இப்போது இருக்கும் அவர்கள் அழகிய புதல்விகள் போன்றே அழகாக இருந்திருக்க வேண்டும். வயதின் ஆர்ப்பாட்டம் அவர்கள் அழகைச் சூறையாடிப் பார்ப்பவர்களின் கற்பனைக்குவிட்டுச் சென்றாலும் சுல்தானின் மனைவிமார்கள் என்பதால் அவர்களும் வணங்கப்பட வேண்டியவர்களாக இருந்தனர்.

அந்தி மயங்கியதும் பெண்கள் வெளியில் செல்ல அனுமதிப்பதில்லை. அவர்களின் இனிய மாலைப் பொழுதுகள் பெரும்பாலும் கதை கேட்பதில் கழியும்.

இந்த இடத்தில்தான் மாலிக் தனது கற்பனையான சாகசக் காதல் கதைகள் மூலம் தன்னை நிலை நிறுத்திக் கொண்டான். அவன் சொல்லும் காதல் கதைகள் பெரும்பாலும் ஆனந்தமாகத் தொடங்கி சோகமாக முடியும். தினமும் இருபது முப்பது பெண்கள் அங்கே வட்டமாக நெருக்கி அமர்ந்து கதை சொல்லும் போது மாலிக்கின் முகத்தில் தோன்றும் பாவங்களைப் பார்க்கக் கூடுவார்கள். மான்(ர்)க் கண்களில் இது விழுந்தாலும் அவன் அதைக் கண்டுகொள்ளவில்லை. அந்தப் பெண்களுக்கு அவன் மேல் விருப்பம் இருப்பதால் அவனையே அவர்களைக் கண்காணிக்கும் பொறுப்பில் அமர்த்த எண்ணினான். ஓர் அலியின் மீது விருப்பம், ஓர் அலியின் மீது அச்சம் என்று இருந்தால்தான் விரக்தியில் உழலும் அந்தப்புர மகளிரைச் சமாளிக்க இயலும்.

'நீ கதை சொல்லும் போது அந்தப் பெண்கள் ஏன் கண்ணீர் வடிக்கிறார்கள் தெரியுமா?' என்று மான்(ர்)க் ஒருநாள் மாலிக்கைக் கேட்டான்.

'அவர்கள் தங்கள் வாழ்வை அந்தக் கதைகளில் காண்பதால்' என்றான். இந்த விடை மாலிக்கிற்குத் தெரியாத விடை இல்லைதான்.

இவ்வளவு சீக்கிரம் புதிய சூழலில் தன்னைச் சரியாகப் பொருத்திக் கொண்டதற்கு மாலிக் வியப்பெய்தினான்.

*

எல்லோருக்கும் அந்தப் புதிய அடிமை அலியைப் பிடித்தது என்று கூற முடியாது. அவனைக் கண்டதும் வெறுத்தது ஜலாலுதீனின் மகளும் அலாவுதீனின் மனைவியுமான மல்லிகா ஜான். மல்லிகா ஜானும் அவள் தாயாரும்தான் மொத்த அந்தப்புரத்தையும் கட்டி மேய்ப்பவர்கள். அலாவுதீன் ஒருத்தியின் தகப்பனையும், ஒருத்தியின் கணவனையும் கொன்றவன் என்றாலும் அவர்கள்தான் அந்தப்புரத்தின் நிர்வாகிகள். ஜலாலுதீன் மரணப்படுக்கையில் இருக்கும் போது அலாவுதீனின் சொல்லுக்குக் கட்டுப்பட்டு நடந்தால்தான் தங்களது பதவி பறிபோகாது என்பதை உணர்ந்திருந்தனர். தங்கள் அதிகாரம் சுல்தானிடம் செல்லாது என்பதை அறிந்து அந்தப்புர மகளிரை அச்சுறுத்தி வைத்திருந்தனர்.

மல்லிகா ஜானும், மாலிக்கபூரும் ஒரு விஷயத்தில் மோதிக் கொண்டனர். அலாவுதீன், தான் படையெடுத்துச் சென்ற இடங்களில் உள்ள அரச மகளிரைச் சிறைபிடித்துத் தனது அந்தப்புரத்தில் மனைவியாக ஆக்கிக் கொண்டான். பல திருமணங்கள் அரசியல் சார்ந்தவை. ராஜதந்திரமானவை. சமாதான ஒப்பந்தங்கள், வருங்காலம், வளங்கள் இவற்றை மனதில் கொண்டு செய்து கொண்ட திருமணங்கள். ஆனால் சுல்தான் ஒரு பெண்ணின் மீது காதல் வயப்பட்டார். அந்தப் பெண்தான் கமலாதேவி.

கமலாதேவி மாலிக்கின் முந்தைய தாய்மண்ணான குஜராத் பூமியைச் சேர்ந்தவள். அதி பயங்கர அழகி. அந்தப்புரத்தில் வேறு பெண்கள் சுல்தானின் கவனத்தைத் தங்கள் பேரழகால் கவர இயலும். ஆனால் கமலாதேவியின் அழகு வேறு ரகம். மிக நேர்த்தியான அழகு. மானுடப் பிறவிகளுக்கு எல்லாம் மேலானவள். ஒரு மன்னன் அவளை இழந்தால் ஒரு மன்னன் அவளை அடைந்தான். அவள் சுல்தானின் விருப்பத்திற்கு உகந்தவளாக ஆனதில் வியப்பு ஏதுமில்லை. மாலிக் தில்லி நகரம் வருவதற்குப் பல மாதங்கள் முன்பே கமலாதேவி அந்தப்புரத்திற்கு வந்துவிட்டாள்.

ஒருநாள் மாலிக் தைரியத்தை வரவழைத்துக் கொண்டு கமலாதேவி அருகில் சென்று குஜராத்திய மொழியில் ‘மேன்மை பொருந்திய மகாராணிக்கு என் வணக்கங்கள்’ என்றான்.

அவள் பெரு வியப்புடன் ‘குஜராத்தி மொழியிலா பேசினாய்?’ என்று வியப்பு மேலிடக் கேட்டாள்.

‘ஆம் மகராணி. நான் உங்கள் மண்ணிலிருந்து வந்தவன்தான்’ என்று கூறினான்.

‘வேற்றுப் பிரதேசத்தில் நாம் இருவரும் மொழியை முன்னிறுத்தி அறிமுகம் ஆகியிருக்கிறோம். இதனை என்னவென்று சொல்வது?’ என்று நெடுமூச்செறிந்தாள்.

அந்தச் சந்திப்பிற்குப் பின்பு மாலிக்கும் கமலாதேவியும் குஜராத்தி மொழியில்தான் பேசிக் கொள்ளத் தொடங்கினர். இருவரும் இடையறாது பேசிக் கொள்வார்கள். தடுப்பார் எவருமில்லை. சுல்தானின் விருப்பத்திற்கு உரியவர்கள். அவன் தனக்கு நேர்ந்த அனைத்தையும் ஒன்றுவிடாமல் கூறினான்.

உடனே அவள், ‘நான் உன்னை மாலிக் என்று அழைக்கட்டுமா? அல்லது ராம் என்று அழைக்கட்டுமா?’ என்று கேட்டாள்.

மாலிக்கின் முகம் கல்லைப் போல இறுகியது. அவன் தொடர்ந்தான். ‘கடந்த காலம் மண்ணில் புதைக்கப்பட்டுவிட்டது. அதனை மீண்டும் தோண்டி எடுப்பதால் ஒரு பயனும் இல்லை. நான் எதிர்காலம் என்னும் சாலையில் பயணிப்பவன். இனி நான் என் வாழ்நாள் முழுவதும் மாலிக்கபூர் என்று அழைக்கப்படுவதையே விரும்புகிறேன்’ என்றான்.

தனது விதியை எண்ணி சதா சர்வகாலமும் புலம்பிக் கொண்டே அந்தப்புரத்தில் வாழ்ந்து வந்த கமலாதேவி மாலிக்கின் வார்த்தையைக் கேட்டு மாற ஆரம்பித்தாள்.

‘எனக்கு நீ ஒரு பாடம் கற்பித்து இருக்கிறாய் மாலிக். மாட்டேன் மாலிக், இனி ஒருக்காலும் என் நம்பிக்கையை நான் இழக்கமாட்டேன். எனக்கும் வாழ்வதற்கு ஒரு வாழ்க்கை உள்ளது’ என்று தெளிந்தாள்.

மல்லிகா ஜானுக்குக் கமலாதேவி மீது என்னவோ தீராத வெறுப்பு. அதை முகத்தில் காட்டுவாள். மாலிக் அவளிடம் நெருங்கிப் பழகுவதைப் பார்த்து அவனையும் வெறுக்கத் தொடங்கினாள். அதன் பிறகு அந்தப்புரத்தில் மாலிக், கமலாதேவியை முறைப்படி மணக்க இருப்பதாக ஒரு வதந்தி உலவியது.

இந்த வதந்தி மல்லிகா காதுகளுக்கு எட்டியதும் புயல் போல கமலாதேவி இருக்கும் அறைக்குள் நுழைந்து, ‘ஹிந்து நாயே! உன்

மனதில் என்ன நினைத்துக் கொண்டிருக்கிறாய்? இந்த அந்தப்புரத்தில் இருக்கும் சுல்தானின் மனைவிகளான எங்களைத் தவிர மற்ற நீங்கள் அனைவரும் அவுசாரிகள்' என்று பொரிந்து தள்ளினாள்.

எத்தனை அவமானப்படுத்தப்பட்டாலும் கமலாதேவி அமைதியாக இருந்தாள். அடிமை அலிகளை வழிக்குக் கொண்டு வர மல்லிகா ஜானிற்குச் சில வழிமுறைகள் தெரியும், என்றாலும் வன்முறையைக் கையாண்டால் அது அவள் கணவனை வெறுப்பேற்றும் என்பதால் வாளாதிருந்தாள். அலாவுதீனின் கோபத்தைக் கிளறிவிட்ட சிலரது கதை அவள் அறிந்த ஒன்று.

மல்லிகா தேவியின் அருகில் நின்று கொண்டிருந்த மாலிக்கைப் பார்த்துச் சீறினாள். 'நீ ஓர் அடிமை மாலிக்! உன்னை என்னால் சவுக்கால் விளாச முடியும்' என்றாள்.

அவள் கூறியதற்கு அவனிடம் மறுமொழி இருப்பினும் தான் ஓர் அடிமை என்பதால் மாலிக் வாய் மூடிக் கிடந்தான்.

புயல் மாதிரி வந்து இடி போல முழங்கிவிட்டு அவள் சென்றதும் மாலிக்கை அடிமைகளின் தலைவன் மான்(ர்)க் தேற்றினான். 'அவள் சொல்லும் எதற்கும் முக்கியத்துவம் கொடுக்காதே. சுல்தான் அவளுடன் பேசுவதில்லை. பதினைந்து வருடங்களாக அவள் சுல்தானுடன் படுக்காமல் தனியாகத்தான் உறங்குகிறாள்' என்று கூறிய அவன் மேலும் தொடர்ந்தான். 'ஆனால் ஒன்றை மறந்துவிடாதே. இந்த சாம்ராஜ்ஜியம் இவ்வளவு பெரியதாக விரிவடைந்ததற்கு இவளுடைய பங்கும் இருக்கிறது' என்றான்.

மாலிக் வியப்புடன் கேட்டான். 'அவரது தந்தையின் காரணமாகத்தானே இவருக்கு இந்த ராஜ்ஜியம்?'

மான்(ர்)க் வாய்விட்டுச் சிரித்தான். 'தன் கருத்துக்கு எதிரான எதையும் ஒத்துக் கொள்ளாத அவள் பிடிவாதம்தான் காரணம். அலாவுதீன் அவளைவிட்டு எவ்வளவு தொலைவு செல்ல முடியுமோ அவ்வளவு தொலைவு விலகிச் சென்றார். இந்த ராஜ்ஜியத்தின் எல்லை வரை சென்று பல வெற்றிகளைக் குவித்தார். மேலே செல்ல முடியாததால் தில்லி திரும்பினார்' என்று கூறினான்.

மாலிக் பணிவுடன் சிரித்தான். அவன் மனதில் இப்படி ஓர் எண்ணம் ஓடியது. 'முதல் மாதம் எனக்கென்று இங்கே எவருமில்லாமல் இருந்தது. இரண்டாவது மாதம் நண்பர்கள் சேர்ந்தனர். மூன்றாவது மாதம் பரவாயில்லை எனக்கு எதிரிகள் கூடக் கிடைத்துவிட்டனர்.'

மான்(ர்)க் மாலிக்கின் முக்கிய நண்பர்களில் ஒருவனான். மாலிக்குடன் அரசியல் குறித்துப் பேசும் அளவிற்கு நெருங்கினான். ‘மாலிக், அலாவுதீனைக் கொடியவர் என்ற ரீதியில் பார்க்காதே. அவர் அளவுக்கதிகமாகக் குடிமக்களிடம் வரி வசூலிக்கிறார், கொடுஞ்செயல்கள் பல புரிகிறார். மறுப்பதற்கில்லை. அலாவுதீனின் ஆட்சியில் மக்கள் நெடுஞ்சாலைகளில் கவலையின்றி உறங்க முடியும். வங்கக்கடலிலிருந்து காபூல் வரையிலும், காச்மீர தேசத்திலிருந்து தெலுங்கர் தேசம் வரையிலும் மக்கள் பொருள்களைக் கொள்ளையர் பயம் இன்றி கொண்டு செல்ல முடியும். கலகக்காரர்கள் அடக்கப்பட்டுவிட்டனர். குற்றங்கள் ஒடுக்கப்பட்டுள்ளன. முதன்முறையாக முகமதியர் ஆட்சியில் மக்கள் நிம்மதியாக இருப்பதை உணர்கிறார்கள். செல்வம் கொள்ளையடிக்கப்படும், மனைவி மக்கள் அடிமைப்படுத்தப்படுவார்கள் என்பது தெரிந்தும் ஒரு மனிதன் எதற்காகச் சொத்து சேர்க்க வேண்டும்?’ என்று கேட்டான்.

அந்தப்புரத்தின் நான்கு சுவர்களுக்குள் எவ்வித ஆற்றலுடன் விளங்க முடியுமோ அவ்விதமாக அலிகள் முழுமையாகச் செயல்பட்டனர். ஆண்மை நீக்கப்பட்டதால் பெண்களுக்குத் தாய்மை அளிக்க முடியாது என்பதால் அந்தப்புரத்தில் ஆண்கள் செய்ய முடியாத சில வேலைகளை அலிகளிடம் கொடுத்துச் செய்யச் சொல்லி சுல்தான் உத்தரவு இட்டிருந்தார். மான்(ர்)க் உடன் இருந்த நட்பில் அந்தரங்கம் இருந்ததால் மாலிக் அவனுடன் பல விஷயங்களைப் பகிர்ந்து கொள்ள முடிந்தது.

மான்(ர்)க் பொறுப்பில்தான் அந்தப்புரத்தின் சமையல் கூடம் இருந்தது. துருக்கியரின் சமையல் தனித்துவம் பெற்றது. துருக்கியரின் சமையல் நாடோடி முறையில் கூடாரங்களில்தான் பரிமாறப்படும். தங்கள் மூதாதையரைப் பற்றிய நினைவு எப்போதும் தங்களிடம் இருக்க வேண்டும் என்பதால் அப்படி ஒரு வழக்கத்தைப் பின்பற்றுகின்றனர். அரேபியர்கள் துருக்கியர்களுக்கு விதவிதமான சமையல் பொருள்களை அறிமுகப்படுத்தினர். ஆசியக் கண்டத்திலிருந்து தருவிக்கப்பட்ட பாலுணர்வை அதிகப்படுத்தும் நறுமணச் சமையல் பொருள்களைப் பயன்படுத்தினார்கள். உணவு என்பது தினமும் அங்கே திருவிழாவாகக் கொண்டாடப்படும்.

நான்கு அடுக்குகளாகச் சமையல் கூடம் விரிந்திருந்தது. தினமும் நூறு விதமான பதார்த்தங்கள் தயாரிக்கப்படும். சமையல் கூடத்தில் எஞ்சிய உணவுப் பொருள்களைக் கொண்டு இரண்டாயிரம்

அடிமைகளுக்கு உணவு அளிக்க முடியும் என்றால் அங்கே தயாரிக்கப்படும் உணவு வகைகள் எவ்வளவு இருக்கும் என்று மாலிக் வியந்து நின்றான்.

சுல்தானும் அவனுடைய இளவரசர்களும் நகர்ந்து செல்லக்கூடிய நாடோடிக் கூட்டங்கள் பயன்படுத்தும் உயரம் குறைவான மேசைகளில் அமர்ந்து உணவு உண்பார்கள். மாலிக் அவர்கள் உண்ணும் போது பின்னால் நின்று வாசனைத் திரவியம் பூசப்பட்ட கைத் துண்டுகளை ஏந்தியபடி நிற்க வேண்டும். சிறு கரண்டிகளைக் கொண்டு உணவு உண்பவர்கள் தாங்களே உணவைப் பரிமாறிக் கொள்வார்கள். உண்ண வருபவர்கள் தங்கள் கரண்டிகளைத் தாங்களே கொண்டு வருவார்கள். ஒவ்வொரு கரண்டியும் மரத்தால் இழைக்கப்பட்டு முத்து நவரத்தினங்களால் அணி செய்யப்பட்டிருக்கும். அதன் பிடியில் குரான் வாசகங்கள் எழுதப்பட்டிருக்கும். அவர்கள் உணவு உண்ட பின்னர் கைகளைக் கழுவிக் கொள்ள மாலிக் பெரிய தாமிரக் குடுவைகளில் நீர் பிடித்துக் காத்திருப்பான்.

அடிமை வாழ்வில் சுல்தான் அந்தப்புரத்திற்கு மாலிக் வந்து ஆறு மாதங்கள் ஓடிவிட்டன. இப்போது மாலிக் வசம் ஹமாம் என்று வழங்கப்படும் துருக்கியர்களின் ஆடம்பரமான குளியலைக் கவனித்துக் கொள்ளும் பொறுப்பு ஒப்படைக்கப்பட்டது. அரேபிய மொழியில் ஹமாம் என்றால் 'வெதுவெதுப்பின் பரவல்' என்று பொருள். ஹமாம் குளியல் ஆண்மையைப் பெருக்கும் என்பது துருக்கியரின் நம்பிக்கை. எகிப்தில் உள்ள அலக்சாந்திரியா நகரைத் துருக்கியர்கள் கைப்பற்றிய போது தாலமி மன்னரால் நிறுவப்பட்ட நூலகத்தைச் சூறையாடி அதில் இருக்கும் புத்தகங்கள், ஆவணங்கள், காகிதங்கள் போன்றவற்றை எரித்து அரண்மனைக் குளியல் அறைகளை ஆறுமாதம் எரியூட்டி ஹமாம் குளியலுக்குப் பயன்படுத்தியிருக்கிறார்கள். குளியல் அறைகளில் கிட்டத்தட்ட எட்டாயிரம் நூல்கள் எரிக்கப்பட்டன.

அந்தப்புரப் பெண்கள் தினமும் ஹமாம் குளியல் போடுவது வழக்கம். எண் கோண வடிவில் கட்டப்பட்ட நீராழி மண்டபத்தில் வட்ட வடிவிலான குளம் நடுவில் ஒரு நீரூற்றுடன் அமைக்கப்பட்டிருக்கும். அந்தப்புரப் பெண்களால் அதிக நேரம் குளியலுக்குச் செலவிடப்படும். கூடியிருக்கும் சேடியர்கள் அவர்கள் உடலில் வாசனைத் தைலங்கள் தேய்த்து, உடலில் சுருக்கம் இல்லாமல் மெருகேற்றிவிடுவார்கள். உடல் பிடித்துவிடுபவர்கள் முதலில் தங்கள் கரங்களை மாதுளம் தோல்களால் தேய்த்துக்

கொள்வார்கள். அது அவர்கள் கரங்களைக் கடினமாக்குவதோடு நறுமணத்தையும் வழங்கும். நீராவிக் குளியல், தேய்த்துக் குளியல், தேகத்தைப் பிடித்து விடுதல், சுரண்டிக் குளித்தல், படிகாரக் கல்லால் தேய்த்துக் குளித்தல் என்று அவர்களது குளியல் படு ஆடம்பரமாக இருக்கும்.

சுல்தான் அலாவுதீன் மோகவயப்படும் காலங்களில் அந்தப்புரத்தில் மகளிர் குளிக்கும் நேரத்திற்கு உள்ளே வருவான். அங்கே நீரில் களித்து விளையாடிக் குளிக்கும் பெண்களைப் பார்த்து ரசிப்பான். அவன் கவனத்தைக் கவரும் வண்ணம் அங்கிருக்கும் பெண்கள் அங்கும் இங்கும் நடை போடுவார்கள். சுல்தானும் அன்றைய இரவிற்குத் தேவையான பெண்ணை அவனே தேர்ந்தெடுப்பான்.

மீண்டும் நீரில் ஆடையின்றி அல்லது குறைந்த ஆடைகளுடன் நீராடும் பெண்களைப் பார்த்தால் எவ்விதப் பாலுணர்வும் எழாத ஆண்மை நீக்கப்பட்ட அலிகளே நீராழி மண்டபத்திற்குள் அனுமதிக்கப்படுவார்கள். இந்த அலிகள் அந்தப்புர மகளிர் தமக்குள் ஒருவருக்கொருவர் பார்த்து ரசிப்பதைத் தடை செய்வார்கள். அலிகளின் எண்ணிக்கை அவர்களைக் கட்டுப்படுத்தவில்லை, மாறாக அலிகளைக் குறித்து அவர்கள் மனதில் எழும் உள்ளுணர்வே அவர்களைக் கட்டுப்பாட்டுடன் நடக்க வைக்கும்.

மான்(ர்)க் செவிகளில் அவர்கள் எத்தனை அடி தூரம் தள்ளி நின்று கிசுகிசுத்தாலும் விழுந்துவிடும். அவர்கள் முக பாவங்களைக் கொண்டு அவர்கள் மனதை அவன் அறிந்து கொண்டுவிடுவான்.

மாலிக் ஹமாம் பணியிலிருந்து நீக்கப்பட்டு இரவு ரோந்துப் பணியைப் பார்த்துக் கொள்ளும்படி உத்தரவிடப்பட்டான். இரவுக் காவல் பணிக்குப் போட்டி அதிகம் இருந்தது. அதிக அளவில் கையூட்டுப் பெறும் பதவி அது என்பது காரணம். சுல்தானின் ஆசைநாயகிகளில் பலரும் தங்கள் முறை இல்லாத நேரத்தில் இரவுக் காவலருக்குக் கையூட்டுக் கொடுத்து இரவில் சுல்தானுடன் இரவைக் கழிக்கச் செல்வார்கள். சுல்தானுடன் இருக்கும் நேரத்தில் சுல்தானின் மோக மயக்கத்தில் அவனிடமிருந்து அவர்களால் சலுகைகளைப் பெற முடியும்.

அந்தப்புரத்தில் சுல்தான் தனது காமக் கிழத்தியுடன் கட்டிலில் சல்லாபிக்கும் போது அலிகளுக்கு அருகில் நிற்பதற்கு அனுமதி உண்டு. அலாவுதீனின் படுக்கையறையை வேலைப்பாடுகள் நிறைந்த கம்பளங்களாலும், திரைச் சீலைகளாலும் அலங்கரித்து வைத்திருப்பார்கள். அவை பெரும்பாலும் உள்ளே பேசும்

ஓசைகளை வெளியில் கேட்கவிடாமல் செய்யும். அதேபோல சுவரில் வண்ண நீரோடை ஒன்று எப்போது சலசலத்து வழிந்து செல்லும். அருவியின் ஓசையும் உள்ளே பேசுவதை வெளியில் கேட்காமல் செய்யும். கதவுகள், வாயில் தோரண வளைவுகள், ஏனைய மர வேலைப்பாடுகளில் எல்லாம் பாலுணர்வைத் தூண்டும் சிற்பங்களும், ஓவியங்களும் அமைக்கப்பட்டிருக்கும்.

இரவுக் காவலன் என்ற புதிய பணியில் சுல்தான் பெரும்பாலும் மாலிக்கின் உதவியைத்தான் நாடுவார். சுல்தான் இளைப்பாற எண்ணும் போது அவன் படுக்கையறைக்குப் பெண்களைத் தேர்வு செய்து அனுப்பும் பொறுப்பு மாலிக்கைச் சேர்ந்தது. நுட்பமான ரசனை, நேர்த்தியான அழகுணர்வு, தையல் வேலைப்பாடுகளில் நுணுக்கம், ஆபரணங்களின் தேர்வு இவற்றில் அவனை மீறுவதற்கு வேறு ஒரு நபர் இல்லை என்பதால் அவன் செய்யும் அலங்காரத்தில் சாதாரணப் பெண் கூடத் தேவதை போல மாறிவிடுவாள். மேலும் அவன் மதனக்கலையில் நுட்பங்கள் அறிந்தவன் என்பதால் சல்லாபத்தில் திளைப்பதற்கான வழிகளைச் சொல்லித் தருவான். இந்த மன்மதக் கலையை மாலிக் கம்பாயத் நகரில் கற்றுத் தெளிந்ததால் சுல்தானுக்கு அவன் வானிலிருந்து வந்த தேவ தூதன் போல விளங்கினான்.

லட்சக் கணக்கில் எதிரிகளின் விதியை நிர்ணயிக்கும் ஒரு சுல்தான் பெண்களின் அழகின் முன்பு ஆடும் பாவைதான். அந்தப் பாவையை ஆட்டுவிக்கும் சூத்திரதாரி பெரும்பாலும் மாலிக் போன்ற அலிகள்தான். பச்சையான ஆசைகள், கடுமையான போட்டிகள் இவைதாம் அந்தப்புரத்தில் மிகுந்து காணப்பட்டன. அந்தப்புர அரசிகள் அல்லது மன்னனின் ஆசைநாயகிகள் அலிகளுடன் கூட்டுச் சதியில் ஈடுபட்டு ரகசியச் சதித் திட்டம் தீட்டி வாரிசு போட்டியில் அடுத்த வாரிசைக் கொன்று தங்கள் வாரிசுகளை அலிகளின் உதவியுடன் அரசுக் கட்டிலில் அமர வைத்த நிகழ்ச்சிகள் வரலாற்றில் ஏராளம் உள்ளன. சதிவேலை வெற்றிகரமாக நிகழ்ந்துவிட்டால் பிறகு அதில் ஈடுபட்ட அலியின் கைதான் அதிகாரத்தில் ஓங்கியிருக்கும்.

இரண்டே வருடங்களில் மாலிக்கின் பதவி அந்தப்புர அடிமை என்பதிலிருந்து சுல்தானின் அந்தரங்க ஆலோசகன் என்ற அளவிற்கு உயர்ந்தது. அப்படி ஒரு பதவியை அடைவதுதான் ஒவ்வொரு அலியின் பேரவாவாக இருக்கும். சுல்தானின் அந்தரங்க ஆலோசகனாக இருக்கும் அலியிடம் அந்தப்புரத்தில் இருக்கும் அனைவருக்கும் ஈரக்குலை நடுங்கும்.

மான்(ர்)க் தன் எஜமானருடன் ஒருநாள் முழுவதும் கூடவே இருப்பதற்கு நம்பிக்கையான நபர் ஒருவரைத் தேடிக் கொண்டிருந்தான். அவனுக்கு அந்தப்புரத்தில் முப்பது நாழிகைக்கும் பணிகள் ஒன்று மாற்றி ஒன்று இருந்து கொண்டிருந்ததால் மாற்று நபர் தேடிக் கொண்டிருந்த போதுதான் மாலிக்கின் மீது அவன் பார்வை விழுந்தது. வந்து சேர்ந்த நாளிலேயே மாலிக்கின் மீது தலைமை அலிக்கு விழுந்த அபிப்பிராயம் இறுதி வரை மாறவில்லை. சுல்தானுக்கு இவனைவிட நம்பிக்கைக்கு உகந்த அலி கிடைக்கமாட்டான்.

*

அத்தியாயம் 13

யவன யாத்திரீகன்

இலங்கையிலிருந்து கொண்டுவந்த காணிக்கையில் ஒரு கணிசமான பகுதி வீராவிற்கு வழங்கப்பட உள்ளதாக ஒரு பேச்சு நிலவியது. பிறகு பாண்டிய தேசத்தின் மிகப் பெரிய செல்வந்தர்களில் அவனும் ஒருவனாகிவிடுவான். ஆனால் அவன் அப்படி எதையும் யோசிக்கவில்லை. அவன் புத்தரின் மங்கலச் சின்னமான பல்லினைக் கவர்ந்து வந்ததன் நோக்கம் நெடுங்காலமாக இரண்டு நாடுகளுக்கும் இடையில் நிகழ்ந்து வந்த யுத்தத்தை ஒரு முடிவுக்குக் கொண்டு வருவதற்காகத்தான். ஆனால் அந்த மங்கலச் சின்னம் பெரும் பொருளை ஈட்டித் தந்து அதன் நோக்கத்தைச் சிதைத்து ஒரு சாதாரணக் கொள்ளைச் சம்பவமாக மாற்றிவிட்டது. அப்படி ஒரு திருட்டுச் சம்பவத்தின் போது அந்தப் புத்த துறவியின் உன்னத நடத்தை தன்னை ஒரு வழிப்பறித் திருடனைப் போல உணரச் செய்தது.

இப்போது என்னவென்றால் மன்னர் குலசேகரர் அவனிடம் மேலும் ஒரு தர்ம சங்கடமான பொறுப்பைக் கொடுத்திருக்கிறார். மரியாதை நிமித்தமாக வீரா இலங்கையின் மன்னன் பராக்கிரம பாகுவைச் சந்திக்க வேண்டுமாம். இதுவே ஒரு போர் நிகழ்த்தப்பட்டுப் பாண்டியர்கள் இலங்கைப் படையை வெற்றிக் கொண்டிருந்தால் வீரா தோற்றுப் போன இலங்கை அரசனை எவ்விதத் தயக்கமுமின்றிச் சந்தித்திருப்பான். ஒருகாலத்தில் அந்தப் புத்தரின் மங்கலச் சின்னத்தின் பாதுகாவலராக விளங்கிய மன்னனைச் சந்திக்க மனம் ஏனோ தடுமாறியது.

ஆரியன் துணைக்கு வர வீரா இலங்கையின் தலைநகரம் ருஹுனுவை நோக்கிப் புறப்பட்டான். விருந்து ஒன்று ஏற்பாடானது. அரசர் தகுந்த முறையில் விருந்தோம்பி தனது

பட்டத்து இளவரசனையும், இளவரசியையும் அறிமுகம் செய்து வைத்தார். இலங்கை மக்களைப் பொறுத்தவரை பெண்களின் மீது அவர்களுடைய ஆதிக்கம் அதிகம் இருக்கும். ஓர் இல்லத்திற்குச் சென்றால் பெண்களை வெளி மனிதர்கள் அவ்வளவு சுலபமாகப் பார்க்க இயலாது. ஆனால் விருந்தில் தனது மகளை வேற்று தேச மனிதர்களிடம் பரிச்சயப்படுத்தியதன் மூலம் பராக்கிரமன் மரபை மீறியவனாகத் தெரிந்தான்.

ஆரியன் வீராவிடம் முணுமுணுத்தான். 'இளவரசி கிளம்ப இருக்கிறாள். நீ ஏன் அவளிடம் ஓரிரு வார்த்தைகள் பேசக் கூடாது?' என்று கேட்டார்.

வீரா இளவரசியை வேறுவிதமாகப் பார்த்தான். ஓர் ஆர்வத்தில் வீராவின் கண்களைச் சந்தித்து அதில் சிக்கிக் கொண்டு அதை மீட்டு எடுக்கும் போது இலங்கை இளவரசியின் பளிங்கு நிறக் கன்னங்கள் குங்குமப் பூவின் நிறமானது. அவன் தந்தையின் பெருந்திட்டம் தன் மேல் கவிவதை வீரா உணர்ந்தான். இதன் மூலம் இலங்கை எப்போதும் பாண்டிய தேசத்தின் மீது நட்பு பாராட்டும் தேசமாக மாற வாய்ப்புள்ளது. இருந்தும் இந்தக் கண்ணியில் வீரா அவ்வளவு சுலபத்தில் சிக்கவில்லை.

விருந்து முடிந்ததும் ஒரு வெள்ளித் தட்டில் வெற்றிலை, பாக்கு, சுண்ணாம்பு மூன்றும் தாம்பூலம் தரிப்பதற்கு வைக்கப்பட்டது. சிங்கள மன்னர் சம்பாஷணையை ஆரம்பித்தார்.

'யுவராஜரே, உம்முடைய வீர சாகசங்களைப் போர்க்களத்தில் காணும் வாய்ப்பு எங்களுக்குக் கிட்டவில்லை. எங்கள் நாட்டைப் பற்றிய உங்கள் அபிப்பிராயம் என்ன? எங்கள் பௌத்த விஹாரங்கள் உங்களைப் பெரிதும் கவர்ந்திருக்க வேண்டும். இல்லையா?' என்று கேட்டார்.

வீரா ஓர் உரையாடலுக்குத் தன்னை ஆயத்தப்படுத்திக் கொள்ளாமல் இருந்தான். அவன் மன்னனைப் பார்த்தது, 'இப்போது அந்த மங்கலச் சின்னம் எங்கே இருக்கிறது மகாராஜா?' என்றான்.

களவாடப்பட்ட மறுவினாடியே அந்தப் புத்தரின் பல் மதுரைக்கு அனுப்பி வைக்கப்பட்டது. இலங்கை மன்னன் பராக்கிரமனுக்கு உடனே செய்தி போனது. அவன் மதுரை விரைந்தான். மூன்று நாட்கள் காத்திருந்துதான் மதுரை அரசன் குலசேகரப் பாண்டியனைச் சந்திக்க முடிந்தது. அப்பொழுது புத்தரின் நினைவாக அந்த மங்கலச் சின்னத்தை மீட்கப் பாண்டிய மன்னன்

விதித்த நிபந்தனைகளை ஏற்றுக்கொள்வதைத் தவிர இலங்கை மன்னனுக்கு வேறு கதியில்லாமல் போனது. இந்த நிகழ்வு கண்டிப்பாக இலங்கை மன்னனை வருத்தத்தில் ஆழ்த்தியிருக்கும்.

'இப்போது அது சுபகிரியில் இல்லை. இலங்கையின் தெற்குத் திசையில் வெகு தொலைவில் கொண்டு வைத்துள்ளோம்' என்றான் பராக்கிரமன்.

'சுபகிரியில் உள்ள புத்தத் துறவிகளையும் இடம் மாற்ற வேண்டும்' என்றான் வீரா.

'ஒரே ஒருவரைத் தவிர..'

'யாரை?'

'தலைமை புத்தப் பிக்குவை!'

'ஏன்?' அந்த வயோதிக புத்தப் பிக்குவின் உருவம் வீராவின் மனக்கண்ணின் முன் மின்னலென வந்து போனது.

'அந்தச் சம்பவம் நடந்த மறுநாள் அந்தத் தலைமைப் புத்தப் பிக்கு இறந்துவிட்டார்' என்றான் இலங்கை மன்னன்.

தன் முகத்தின் மீது யாரோ காறி உமிழ்ந்ததைப் போல வீரா கூசி நின்றான்.

*

'நான் தாயகம் திரும்ப விரும்புகிறேன். மன்னருக்குத் தகவல் அனுப்பி அனுமதி பெறுங்கள் ஆரியரே' என்றான் வீரா. ஆரியனுக்கு வியப்பு ஏற்படவில்லை. வீராவை ஒரு சமாதான நடவடிக்கைக்காக இலங்கை அதிபருடன் திருமண ஒப்பந்தத்தில் இணைய வைப்பது இயலாத செயல் என்பது ஆரியனுக்கு முதலிலேயே தெரியும்.

'நல்லது இளவரசரே. நான் இப்போதே தகவல் அனுப்புகிறேன். நீங்கள் எங்களுடன் இருந்தது எவ்வளவு மகிழ்ச்சியை அளித்ததோ அதே அளவு மகிழ்ச்சி உங்களுக்குப் பாண்டிய நாட்டில் கிடைக்கட்டும்..'

சொந்த மண்ணைவிட்டுக் கிளம்பி வந்து அன்றோடு இரண்டு வருடங்கள் முடிந்துவிட்டது. அவனது துணிச்சலும், புத்தி சாதுர்யமும் நெடுநாட்களாக இரு நாடுகளுக்கு இடையில் இருந்த

பகைமையை முடிவிற்குக் கொண்டு வந்தது. இரண்டாம் தர வரவேற்பையே தனது சொந்த மண்ணில் பெற்று வந்த வீரா தனது சமீபத்திய சாதனைக்கு எந்த விதமான வரவேற்பு கிடைக்கும் என்று சிந்தித்தான்.

வீரா மதுரைக்குத் திரும்புமாறு மன்னரிடமிருந்து உத்தரவு வந்தது. வீரா சற்று ஆசுவாசப்பட்டான். ஆரியன் பிரியாவிடை அளித்தான்.

‘இளவரசரே, உங்கள் தலைமையின் கீழ் பணியாற்றியதை நான் மிகவும் ஆனந்தத்துடன் எதிர்கொள்கிறேன். நாற்பது வருடங்கள் பின்பு பிறந்திருந்தால் உங்கள் தந்தையிடம் நான் அளித்த சேவையை உங்களுக்கு அளித்திருக்க முடியும்..’

வீரா, ஆரியனின் நெஞ்சின் ஆழத்திலிருந்து கிளம்பி வந்த வார்த்தைகளைக் கேட்டு உள்ளம் நெகிழ்ந்தான். அவரை மார்புறத் தழுவிக் கொண்டான்.

இரண்டு வருடங்களுக்கு முன்பு எந்தக் காங்கேசன் துறைமுகத்தில் கப்பலை நிறுத்தியிருந்தானோ அந்த இடத்திலிருந்து தனது மீள் பயணத்தைத் தொடங்கினான். பதவி பேதம் இன்றி இலங்கையில் தங்கியிருந்த பாண்டியப் படையினர் வீரா கிளம்பியதும் தங்களை மறந்து பிரியாவிடை அளித்தனர். சிலர் மகிழ்ச்சியில் ஆனந்தக் கூச்சலிட்டனர். சிலர் கண்ணீரால் வழியனுப்பினர். ஆனால் துறையைவிட்டு கடலுக்குள் நுழையும் முன் படகு ஒரு முறை அதிர்ந்து கிளம்பிய போது அனைவரும் ஒருசேர முழங்கினார்கள்.

படகு தென்கரை கோடியில் இருந்த தனுஷ்கோடி துறையில் பண்டமேற்றும் கப்பல்கள் நிற்கும் மேடையில் சென்று நின்றது. அங்கே அவனை வரவேற்க ஒரு கூட்டம் காத்திருந்தது. வீரா திரும்பி வரும் செய்தி காற்றில் வேகமாகப் பரவியதும் அங்கிருக்கும் மக்கள் அந்தச் சிறு படகுத் துறையில் முண்டியடித்துக் கூடினர். நாவாயிலிருந்து கரை நோக்கிச் செல்லும் படகில் ஏறி விரைந்து கரையை அடைந்தான். அங்கே சிறிது நேரம் கூட அவன் தங்கியிருக்க அனுமதிக்கப்படவில்லை. வெற்றி வாகை சூடி வரும் வீரர்களுக்குப் பின்பற்றச் சில மரபு வழிமுறைகள் உள்ளன. அதனை மீற வீரா விரும்பவில்லை. அக்ஷயனும் பின்னாலிருந்து இவ்வாறே யோசிப்பதை வீரா உணர்ந்தான்.

தாழ்வான பூமியில் விரைந்து செல்லும் குதிரையைப் போலக் காலம் எத்தனை விரைவாக நழுவிச் சென்றுவிட்டது. இரண்டு வருடங்கள் என்பது இரண்டு நொடியில் ஓடிப்போய்விட்டது. சுனந்தாவிற்கு

சுந்தரனுடன் திருமணம் நடந்திருக்கும். பெண்களின் பின்னால் அலையும் சுந்தரனின் கீழ்மைப் பண்பு அவளுக்கு இந்நேரம் பழகியிருக்கும். ஒரே அரண்மனையில் அவன் அவளருகில் வசிக்க நேருவதை எண்ணிப் பதற்றமடைந்தான்.

போர் முற்றுகைக்காக இலங்கையில் வசித்த நாட்களில் வீராவிற்கு சுனந்தாவின் நினைவு என்பதே இல்லாமல் இருந்தது. அவன் பாண்டிய மண்ணை மிதித்ததும் பழையவை அனைத்தும் நினைவில் எழுந்தன. பாதி வழியில் அவனுக்குத் தகவல் ஒன்று வந்து சேர்ந்தது. அரியணைக்கு ஒரு வாரிசு சுனந்தா வயிற்றில் உதிக்கப் போகிறது என்பதுதான் அந்தத் தகவல்.

‘பாண்டிய நாடே மகிழ்ச்சி வெள்ளத்தில் மிதக்கிறது.’ இது அவனுக்கு எட்டிய சேதி. அவன் அதை நம்பத் தயாராக இல்லை. ‘வாரிசின் வரவைக் கொண்டாட இது உகந்த நேரமன்று. மேலும் புதல்வனின் தந்தைக்கு உரிய முறையில் முடிசூட்டப்படவில்லை’ நல்லவேளை தந்தையார் சுந்தரனுக்கு மணிமகுடம் சூட்டிவிட வில்லை. அவருடைய தர்ம பத்தினியும் பட்டமகிஷியுமான மகாராணி இந்த விஷயத்தில் மன்னருக்கு அதிக நெருக்கடியைக் கொடுத்திருக்க வேண்டும்.

இரண்டு நாள் குதிரைப் பயணத்திற்குப் பின்னர் அவர்கள் மதுரை நகரை வந்தடைந்தனர். தொலைவில் வானை எட்டும் மதுரை மீனாட்சியம்மன் கோயிலில் கோபுரங்களைக் கண்ணுற்றதும் வீரா தான் நெடுநாட்கள் அவன் பிறந்து வளர்ந்த மண்ணைவிட்டுப் பிரிந்தமைக்கு வருந்தினான். எத்தனை முறை இந்த மண் மடந்தை அவனை நாடு கடத்தி பின்னர் தன்னுடன் சேர்த்துக் கொண்டிருப்பாள்? பரிவாரம் மதுரையம்பதிக்குள் செல்லச் செல்ல அவனுடைய ஆவல் அதிகரித்தது.

மதுரையின் தெற்கு வாயில் திறந்திருந்தது என்றாலும் அவனை வரவேற்க ஒருவரும் காத்திருக்கவில்லை. தனது வருகை அவ்வளவு முக்கியத்துவம் வாய்த்தது இல்லை போலிருக்கிறது என்று வீரா எண்ணினான்.

அவன் மன ஓட்டத்தை நன்கு விளங்கிக் கொண்ட அக்ஷயன், ‘அரச நெறிமுறைகளுக்கு உட்பட்டு குறிப்பிட்ட தினத்திற்கு ஒருநாள் முன்பாகவே தனுஷ்கோடியிலிருந்து கிளம்பி வந்துவிட்டோம்’ என்று எடுத்துக் கூறினான்.

அரண்மனையில் அவன் தனது தாயின் மாளிகையை அடைந்ததும் அரசரிடமிருந்து ஓலை வந்தது. இரண்டு தினங்கள் சென்றதும்

அரசரைச் சந்திக்கச் சொல்லி ஓலையில் உத்தரவு பிறப்பிக்கப்பட்டிருந்தது. வீரா தனது மாளிகையில் ஓய்வெடுத்துக் கொண்டிருந்த போது கருவூல மந்திரி இலங்கைப் பயணத்திற்கு நேரிட்ட செலவுகளைக் கணக்காய்வு செய்ய வந்தார். ஒரு முழுப் பகல் பொழுது ஆய்வுக் கணக்கு வழக்குகளை முடிக்க வேண்டியிருந்தது. வீரா குட்டித் தூக்கம் போட்டிருப்பான். ஒவ்வொரு வீரனுக்கும் கொடுத்த கூலி, படிகள், படையின் பராமரிப்பு இதர செலவுகள் முதலியவற்றை ஏற்கெனவே வீரா ஒரு பட்டியல் தயாரித்து அளித்திருந்தான். இலங்கை மண்ணிலிருந்து கொண்டு வரப்பட்ட பொருள்களின் விவரணங்களும் தயாரித்து வைத்திருந்தான். எந்த அரசன் தோற்கடிக்கப்பட்டுக் கட்டுப்பாட்டிற்குள் கொண்டு வரப்படுகிறானோ அவன் செலுத்த வேண்டிய கப்பம் குறித்தும், சமாதான உடன்படிக்கைக்கு வரும் அரசன் கட்ட வேண்டிய வரி விவரங்கள் குறித்தும் கணக்கு அறிக்கையில் தெளிவாகக் குறிப்பிடப்பட்டிருந்தது. கப்பம், வரி இவற்றின் அளவுகள் போர் தொடுத்துச் செல்லும் தளபதிகளின் திறமைக்கு ஏற்ப மாறும்.

பொதுவாகவே பாண்டிய மன்னர்கள் தாங்கள் அடுத்த தேசத்தின் மீது நிகழ்த்தும் போர்களுக்கு மக்களிடம் வரி வசூலிப்பது இல்லை. செட்டி இனத்தைச் சேர்ந்த வணிகர்கள் போர்க் காலங்களில் மன்னர்களுக்குத் தேவையான பொன் மற்றும் பொருள் உதவிகளை நியாயமான வட்டி விகிதத்தில் அளிக்க முன்வருவார்கள். மிகக் குறைந்த விலையில் இருந்தால் மன்னருக்குச் சாதகமாக முடியும்; அதிக வட்டி என்றால் அடுத்தமுறை மன்னர் நிதி கேட்க முன் வரமாட்டார்.

மேலோட்டமாகப் பார்க்கும் போதே கணக்கறிக்கையின் நேர்மை வெளிப்பட்டது. வீராவும் விதிமுறைகளுக்கு ஏற்பவே செயல்பட்டிருக்கிறான். அவனும் கொண்டு போன நிதியைத் தாராளமாக அள்ளி வீசிச் செலவு செய்யாமல் வேண்டிய அளவிற்கு மட்டும் செலவழித்திருக்கிறான்.

அந்தி மயங்கும் நேரத்தில் மொத்தக் கணக்கு விவரங்களையும் சரி பார்த்த கருவூல மந்திரி ‘மாட்சிமை மிக்க மன்னர் மாண்புமிகு இளவரசரைத் தூர தேசத்திலிருந்து வந்திருக்கும் மிலேச்சர் ஒருவரைச் சந்திக்கச் சொல்லிப் பணித்திருக்கிறார்..’

அந்த மனிதரின் வெளுத்த நிறமும் பொன்னிறச் சிகையும் ஊர் முழுவதும் பேச்சாக இருந்தது. யவனர்களைப் போன்ற தோற்றம்.

மற்றவர் கூற்றுப் படி அவர் பல்லாயிரம் மைல்கள் பாலைவனங்கள், சமுத்திரங்களை எல்லாம் கடந்து வந்திருக்கிறார். உலகம் முழுவதையும் சுற்றுப்பயணம் மேற்கொண்டு பல நாட்டு மக்களின் நிலம், கலாச்சாரம் போன்றவற்றை அறியும் ஆவலில் வந்திருக்கிறார். அந்த விருந்தாளியைக் குறித்த விவரங்களை வீராவிற்குத் தெரிவிக்க வேண்டியது தனது கடமை என்று மந்திரி நினைத்தார்.

'கடல் வழி மார்க்கமாகப் பயணம் மேற்கொண்டுள்ள அவர் பாண்டி தேசத்துக் காயல்பட்டணம் துறைமுகத்தில் வந்து இறங்கினார். யவன தேசத்தில் உள்ள வெனிசு என்ற நகரத்திலிருந்து வந்திருக்கிறார். உலகில் உள்ள பல்வேறு சாம்ராஜ்ஜியங்களிலும் கால் பதித்துவிட்டு, இப்போது பாண்டிய தேசத்தைப் பற்றி ஆய்வதற்கு வந்திருக்கிறார். ஏனைய தேசங்களில் உள்ள நிலவரங்களையும் தாங்கள் அறிய வேண்டும் என்பது மன்னரின் அவா..'

'அவர் எந்த மொழியில் உரையாடுகிறார்? மொழி பெயர்க்கும் அறிஞர்களின் உதவி வேண்டியிருக்குமா? நான் அவரைச் சென்று பார்க்க வேண்டியிருக்குமா? அல்லது அவர் நமது அரசவைக்கு வருகை புரிவாரா?' என்று கணக்கற்ற வினாக்களை எழுப்பினான் வீரா.

'மாட்சிமை பொருந்திய இளவரசரே! வந்திருக்கும் விருந்தாளி நமது பாண்டிய தேசத்தவர் போலவே தூய தமிழில் உரையாடுகிறார். நீங்கள் விருப்பப்பட்டால் அவரை அரசவைக்கு வரவழைத்துப் பேசலாம்' என்றார்.

வீரா அந்த வயதில் முதிர்ந்த மந்திரியை நோக்கி 'அந்த விருந்தினரின் திருப்பெயர் என்னவென்று கூறினீர்கள்?' என்று கேட்டான்.

'மார்க்கோ போலோ என்பதாகும் மேதகு இளவரசே..'

*

இரண்டு நாட்கள் சென்ற பின்னர் வீரா, மன்னரைச் சந்திக்க அவரது அரண்மனைக்கு அழைத்துச் செல்லப்பட்டான். மன்னர் தனியாக இருந்தார். அவர் முன் நெடுஞ்சாண்கிடையாக வீழ்ந்து வணங்கினான். மன்னர் ஆதரவுடன் அவனைத் தோள் தொட்டுத் தூக்கிவிட்டார். அவன் எழுந்து தந்தையின் முகம் நோக்கினான். அவருக்கு வயதாகிவிட்டது.

‘மன்னரின் படைகள் பின் வாங்குவதில்லை என்பதால் அவரது நெற்றியில் சிகை மிகவும் பின்வாங்கிவிட்டது’ என்றான் அவன் உரிமையுடன். மன்னர் புன்னகைத்தார்.

‘உன் போன்ற இளைஞர்கள் இருக்கும் வரையில் சிகையும் படையும் பின்வாங்காது’ என்று அவன் தலையை ஆதரவுடன் தடவியபடிக் கூறினார்.

அவன் பதில் பேசாதிருந்தான்.
‘முடி காரணம்’ என்றார் அரசர் மீண்டும்.
வீரா புரியாமல் விழித்தான்.

‘நாளும் பொழுதும் அணிந்திருக்கும் முத்துமணி மகுடம் என்னும் இந்தப் பொன் முடி என் கருமுடியை உதிர வைக்கிறது..’

‘உண்மை, மிகச் சரியான உண்மை. மன்னருக்குத் தலைமுடி நரைத்தாலும் மணிமுடி நரைக்காது..’

மன்னரிடம் தனது மதிப்புக் கூடியிருப்பதை மகன் நேரில் கண்டு கொண்டான். அவன் தந்தை இப்போது அவனை ஒருமையில் அழைப்பதில்லை. ஒரு சராசரி மானுடனுக்குண்டான வரைமுறைகளின் அளவுகோலில் மன்னர் தனது புதல்வனின் சாகச முயற்சிகளைக் குறைத்து மதிப்பிட்டாலும் கூட அதுவும் அவனுக்கு ஒரு வகையில் மதிப்பாகத்தான் இருந்தது. விதி அவனைக் கீழே தள்ளியது என்றாலும் வீராவும் தனது முயற்சியைக் கைவிடாமல் ஒவ்வொரு கூழாங்கற்களாக அடுக்கி, அடுக்கித் தனக்கான குன்றினை உருவாக்கிக் கொண்டிருந்தான். இலங்கையில் அவன் மேற்கொண்ட படையெடுப்பும், போர் எதுவும் புரியாமல் அவன் பெற்ற வெற்றியும் அவனது குன்றின் மேல் ஒரு பெரிய பாறையாகத் திகழ்ந்தது..

யுவராஜனுக்கு அந்தச் சந்திப்பு பெருமகிழ்ச்சியை அளித்ததன் காரணம், தான் தந்தையின் மதிப்பில் உயர்ந்துவிட்டது மட்டும் காரணமில்லை. அரண்மனையில் அரசியாரும், சுந்தரனும், சுனந்தாவும், அவர்கள் பாலகனும் கண்ணில் படாததும் ஒரு காரணம். சுந்தரன் காஞ்சி வரையில் படையெடுத்துச் சென்றிருந்தான். மற்ற இருவரும் அவனைச் சந்திப்பதற்கு வெளியில் வரவே இல்லை. நல்லவேளை அவனுக்கு யவன தேசத்தில் இருந்து வந்திருக்கும் விருந்தினரைச் சந்திக்க வேண்டியிருந்தது.

*

மார்க்கோ போலோ என்ற அந்த யவன தேசத்து விருந்தாளி அன்றைய மதியப் பொழுதில் தன் நிழல் பின்தொடர உள்ளே நுழைந்தார். அவரைப் பற்றி மற்றவர்கள் கூறியதைப் போல அவருடைய முகம் அத்தனை வெளுப்பாக இல்லை. அவரைப் பார்த்ததும் அவன் ஒருகணம் எழுந்து நின்று மரியாதை அளித்ததற்குக் காரணம் அவர் முகத்தில் அனுபவத்தின் காரணமாகத் தெரிந்த முதிர்ச்சி. அவர் பல காதங்கள் உலகெல்லாம் சுற்றிவிட்டு பல நாட்டு அனுபவங்களைத் தன்னோடு கொண்டு வந்துள்ளார். அவர் சென்று வந்த தொலைவுகளை வீராவால் தனது வாழ்நாள் முழுவதும் சென்று வர இயலுமா என்பது கேள்விக்குறிதான்.

'மாட்சிமை பொருந்திய இளவரசருக்கு வந்தனம்' என்று அவர் தனது இருகரம் குவித்து வணங்கினார். வீரா அவருக்கு ஆசனம் அளித்து அமரச் செய்தான். அந்த யாத்திரீகர் அமர்ந்ததும் இருவர் நடுவில் மௌனம் ஊசலாடியது.

'இலங்கைப் படையெடுப்பு எப்படி இருந்தது யுவராஜா? உங்களுடைய இலங்கைச் சாகசங்களைக் கேள்விப்பட்டதிலிருந்து நானே உங்களை நேரில் சந்திக்க விழைந்தேன்' என்று யாத்திரீகர் மௌனத்தின் மெல்லிய திரையை விலக்கினார்.

வீரா தோள்களைக் குலுக்கியபடி, 'அதில் என்ன பெரிதாகச் சாதனை? எப்போதும் போலத்தான்' என்றான். மேலும் தொடர்ந்தான். 'எத்தனை நாட்கள் பயணமாக இங்கு வந்துள்ளீர்கள்?' என்று வினவினான்.

'உங்கள் தேசத்தில் காலடி வைத்து ஒரு வருடம் பக்கம் இருக்கும். உங்கள் தேசத்தை நான் மிகவும் விரும்புகிறேன்..'

'நீங்கள் செல்லும் ஒவ்வொரு தேசத்திலும் இதையேதான் சொல்வீர்களா?' என்று அவரைத் தூண்டிவிட்டான். விருந்தாளி புன்னகைக்க மட்டும் செய்தார்.

அவர் எவ்வளவோ தடுத்தும் மார்க்கோ போலோவை உணவு கூடத்திற்கு அழைத்துச் சென்றான். வீராவின் தாயார் எவ்வித ஆடம்பரமுமின்றி எளிமையாக ஆனால் நேர்த்தியான உடையில் இருந்தாள். இருப்பினும் மார்க்கோ போலோ தனது முழங்காலில் மண்டியிட்டு இருகரம் கூப்பி அவளை வணங்கினார். 'தாயாருக்கு வந்தனங்கள்' என்றார்.

அவர் அவளை 'மகாராணி' என்று விளித்திருந்தால் வீராவிற்கு அவ்வளவு ரசித்திருக்காது. 'தாயார்' என்று விளித்ததால் அவர் மேல்

இனம் புரியாத பிடிப்பு ஏற்பட்டது. விருந்து முடிந்த பின்னர் மார்க்கோ போலோ சீன தேசத்தைப் பற்றியும், குப்ளா கான் என்ற மங்கோலியப் பேரரசன் பற்றியும் கதைகள் பல கூறினார். வீரா அவரிடம் மங்கோலியப் பேரரசின் விஸ்தீரணம் குறித்துக் கேட்டான். தாம்பூலம் தரித்துக் கொண்டே பேசியதால் தாம்பாளத்தில் வைக்கப்பட்டிருந்த நறுமணப் பொருள்களின் வாசனை அந்தக் கூடம் முழுவதும் பரவியது.

மார்க்கோ போலோ கிளம்பும் போது வீரா தான் இலங்கையிலிருந்து கொண்டு வந்த யானையின் நீண்ட தந்தங்களைப் பரிசிலாக அளிக்க முன்வந்த போது அவர் மறுத்து, ‘உங்கள் மரியாதைக்கு நன்றி யுவராஜா. ஆனால் இதை நான் எடுத்துச் செல்ல இயலாது என்று பணிவுடன் கூறிக் கொள்கிறேன். செல்லும் இடம் தோறும் பொருள்களையும், வெகுமதிகளையும் எடுத்துக் கொண்டு செல்வது என் பயணத்தை அவை கடினமாக்குவதோடு பாதுகாப்பற்றதாகவும் செய்துவிடும்’ என்றார்.

அதன் பிறகு அவர்கள் நன்றாக நட்பு பாராட்டினார்கள். இருவரும் யதார்த்தத்தை ஏற்றுக்கொண்டனர். விதியானது அவரைப் பயணங்கள் மேற்கொள்ளவும், அவனைப் போர் புரியவும் கொண்டு செலுத்திய யதார்த்தம்.

வீரா கன்னங்கரேல் என்ற கருமை நிறம், மார்க்கோ போலோ பிரேதம் போல வெளுத்த நிறம். நிறம், மொழி ஆகியவற்றில் இருவருக்கும் வேற்றுமை இருக்கத்தான் செய்தது. இருப்பினும் அவருடைய விதவிதமான பயண அனுபவங்கள் அவனைக் கற்பனை மயக்கத்தில் ஆழ்த்தியது. ஒருவேளை அவர் கதைகளை இட்டுக் கட்டிச் சொல்கிறாரோ என்றுகூட ஐயம் கொண்டான்.

மார்க்கோ தனது குடும்பத்தைப் பற்றியும், இயல்பாகவே அவர்களுக்குப் பயணம் செய்வதில் இருந்த ஆர்வம் குறித்தும் பேசினார். தனது குடும்பம் வாணிபக் குடும்பம் என்பதையும் தான் பிறந்த யவன தேசத்தைச் சேர்ந்த வெனிஸ் என்னும் வியாபார நகரைக் குறித்தும் நிறையப் பேசினார். அவரது தந்தை நிக்கோலோ போலோவும், சிற்றப்பனும் தனது ஆறாவது பிராயத்தில் ஊரைவிட்டுக் கிளம்பி பூலோகம் முழுவதும் சுற்றுப்பயணம் மேற்கொண்டதைக் கூறினார். அவர்கள் மீண்டும் வெனிஸ் நகரை வந்தடைந்த போது அவருக்குப் பதினைந்து பிராயம் முடிந்துவிட்டதாம். அவர்கள் மீண்டும் ஒரு கடல் பயணத்திற்கு ஆயத்தமான போது மார்க்கோ தானும் கூட வருவதாகக்

கிளம்பிவிட்டாராம். அவருக்கு சீன தேசத்தையும் சக்கரவர்த்தி குப்ளாய்கானையும் பார்க்க அதிக ஆவலாக இருந்ததாம்.

அதி தீரரான குப்ளாய்கான் தனது மங்கோலியக் குலத்திற்கு உண்டான குணாதிசயங்களிலிருந்து வேறுபட்டுக் காணப்பட்டான். அவன் பாட்டன் செங்கிஸ்கான் போன்ற ஒரு மாவீரனை இந்த உலக வரலாறு இதுவரை சந்திக்கவில்லை. அவன் கொன்று குவித்ததைப் போல வேறு எந்த மன்னனும் மக்களைக் கொன்று குவிக்கவில்லை. ஆனால் மனக்கண்ணில் பதிந்த பிம்பத்திற்கு நேர்மாறாகக் குப்ளாய்கான் அவர்களை அன்புடன் வரவேற்று உபசரித்தான். டடு என்ற புதிய நகரத்தைத் தனது தலைநகரமாக மாற்றிக் கொண்டு அரசவையை அங்கே நடத்தியதாகக் கூறினார். குப்ளாய்கான் நிறுவிய யுவான் சாம்ராஜ்ஜியம் குறித்தும் பேசினார். மார்கோவின் தந்தையும், சிற்றப்பனும் குப்ளாய்கானின் உற்ற தோழர்களாக மாறியதையும் கூறினார். மங்கோலிய தேசத்தில் போலோ சகோதரர்களுக்குக் கிடைத்த வரவேற்பு மெச்சத்தகுந்ததாக இருந்தது.

சீனர்களைப் பற்றி அறிய அவன் மிக்க ஆவலாக இருந்தான். யாத்திரீகர் சொல்வதைக் கேட்டால் அந்தத் தேசம் பாண்டியர்களின் தேசத்தைவிடப் பன்மடங்கு பெரியதாகவும், கலாச்சாரத்தில் முற்றிலும் வேறுபட்டும் இருக்க வேண்டும். சீனர்கள் நாணயத்திற்குப் பதிலாகக் காகிதங்களைப் பயன்படுத்துவதாக மார்க்கோ கூறியது வீராவைப் பெரும் ஆச்சரியத்தில் ஆழ்த்தியது. அவனை மட்டுமல்ல தங்கத்திற்கும், வெள்ளிக்கும் பதிலாகக் காகிதங்களை நாணயமாகப் பயன்படுத்துவது போலோ சகோதரர்களையும் வியப்பில் ஆழ்த்தியதாம்.

மார்க்கோ போலோ மாதிரிக்கு ஒரு காகிதப் பணத்தைக் காட்டினார். அது சாயம் வெளுத்த மெல்லிய துணிச்சுருளைப் போல இருந்தது. விரைவில் கிழிந்துவிடும் போலத் தோன்றியது.

'மக்கள் இதன் மேல் எழுதிப் பிறகு புத்தகத்தில் கலையாமல் வைத்துக் கொள்கிறார்கள்.'

வீராவிற்கு சிறிதும் நம்பிக்கை வரவில்லை. 'நாங்கள் பயன்படுத்தும் முரட்டுப் பனையோலைகள் கூட வெகுகாலம் நீடித்திருப்பதில்லை. எனவேதான் முக்கிய தகவல்களை நாங்கள் கல்லில் பொறித்து சாசனங்களாக வைக்கிறோம். செப்புப் பட்டயங்களில் எழுதி வைக்கிறோம். இந்தக் காகிதம் பணப்பரிவர்த்தனைக்கு நெடுநாட்கள் வரும் என்று நான் நம்பமாட்டேன்' என்றான்.

மார்க்கோ போலோ பாண்டிய சாம்ராஜ்ஜியத்தின் நேர்மறை விஷயங்களைப் பாராட்டிப் பேசியதோடு அந்த அரசாங்கத்தில் உள்ள குறைகளையும் சுட்டிக் காட்டத் தவறவில்லை.

‘தேனடையை நோக்கி மக்கள் வருவதுபோல ஒரே இடத்தில் குவிந்து கிடக்கும் உங்கள் பொக்கிஷங்கள் உங்களுடைய பலவீனம். எதிரிகளை எளிதில் ஈர்க்கும் தேனடை. உங்கள் ஆலயங்களில் அளவுக்கதிகமாகச் செல்வம் சேர்ந்துள்ளது. மதுரை மீனாட்சியம்மன் ஆலயம் இன்னும் சிறிது நாட்களில் உலகில் மிக அதிகமான வளம் குவிக்கும் இடமாக மாறிவிடும். பின்னர் அதுவே பகையாளிகளைப் படையெடுத்து வருவதற்கு வழி வகுக்கும்’ என்று எச்சரித்தார்.

மார்க்கோ வேற்று மதத்தைச் சேர்ந்தவர். சிலுவை மரத்தில் அறையப்பட்ட ஒரு தேவ தூதனை வணங்கும் பிரிவைச் சேர்ந்தவர். அவர் சமயத்தைச் சேர்ந்த தாமசு என்ற துறவி ஒருவர் தனக்குப் பல நூறு வருடங்கள் முன்பாகவே பாரத தேசம் வந்து தமிழகத்தில் தனது பிரிவின் கொள்கைகளைப் போதனை செய்ததைக் கூறினார். காஞ்சியிலிருந்து கிளம்பிய ஒரு சில நாட்களில் அவர் நோய்வாய்ப்பட்டு இறந்துவிட அவர் பூத உடலை எரிக்காமல் அடக்கம் செய்து அவர் மங்கலச் சின்னத்தைத் திருமயிலையின் அருகில் உள்ள குன்றின் உச்சியில் வைத்திருப்பதாகவும் சொன்னார்.

மார்க்கோ அந்த இடத்தைச் சென்று பார்வையிட வேண்டும் என்று சொன்னதற்கு வீரா மறுத்து, ‘அந்த இடங்கள் கடவுளால் கைவிடப்பட்ட பிரதேசங்கள். மனித குலத்திற்கு இணக்கமான பிரதேசமாக அவை தெரியவில்லை. அங்கே மனிதர்கள் சென்று குடியிருக்க முடியுமா என்பதே தெரியவில்லை’ என்று அவரைத் தடுத்தான்.

ஆறு மாதங்கள் பாண்டிய ராஜ்ஜியத்தில் அவர்களுடன் தனது நேரத்தைச் செலவிட்ட மார்க்கோ போலோ தனது பயணத்தைத் தொடரக் கருதி மதுரையைவிட்டுக் கிளம்ப உத்தேசித்தார். அவர் கடற்பயணம் செவ்வனே நடைபெற வேண்டிய ஏற்பாடுகளை வீரா செய்து கொடுத்தான். அவரைப் பிரிய மனமின்றிப் பிரிந்தான்.

*

தாயின் மாறாத தூய்மையான பாசமும், இலங்கையில் அவன் பெற்ற வெற்றியினால் மக்கள் அவனுக்களித்த உயர் மதிப்பும் வீராவின்

மனதில் சிலகாலம் நிலைபெற்றிருந்தன. அரண்மனையில் அரசியல் விவகாரங்களில் தலையிட அவனுக்கு வாய்ப்பில்லை. மன்னர் அவனிடம் புதிதாகப் பொறுப்புகள் எதையும் வழங்கவில்லை. வேறு வடிகாலின்றி சதா அலையும் அவன் சிந்தை பெண்களை நோக்கிச் சென்றது.

போர்க்களத்தில் நிணமும், குருதியும் பார்த்து, அடிபட்டு வீழும் வீரர்களின் மரண ஓலங்களைக் கேட்டு வாழ்ந்த காலங்களில் அவன் சிந்தையில் பெண் என்ற வஸ்து தோன்றவில்லை. சுனந்தாவின் நினைவு அவன் அடிமனதில் தேங்கியிருந்தாலும் கடந்த இரண்டு வருடங்களாக அவன் மேல் பெண் வாடை அடிக்கவேயில்லை. ஆனால் இப்போது அரண்மனையில் அவனைச் சுற்றி இளம் வயது சேடிப் பெண்களைக் கண்ணுற்றதும் அவன் ஆண்மை விழித்துக் கொண்டது. அவனுக்கு வெறும் ஒரு பெண்ணின் உடல் வேண்டியிருக்கவில்லை- வாணியைப் போன்ற ஒரு பெண் வேண்டியிருந்தது. வாணியைப் போலப் பாலுணர்வைத் தூண்டும் அழகும், வனப்பும் மிக்கப் பெண்கள் பலர் இருந்தாலும் அவனுக்கு வாணியைப் போலத் தனது எண்ணங்களைப் பேச்சின் மூலம் பகிர்ந்து கொள்ளும் பெண் வேண்டியிருந்தது. அவன் வருத்தங்களை அவை உண்மையாக இருப்பினும், மிகைப்படுத்தப் பட்டதாயினும் கேட்பதற்கு வாணியிடம் ஆதரவுச் செவிகள் இருந்தன.

ஒருநாள் உணவுப் பரிமாறிக் கொண்டிருந்த சேடிப்பெண் தனது மார்பகங்கள் நன்றாக வெளியில் தெரியும்படி உணவு பரிமாறினாள்.

‘உன் பெயர் என்ன பெண்ணே?’ என்றான் வீரா.

‘வீணா யுவராஜா’ என்றாள் அந்தப் பெண்.

‘வாணி எங்கே?’ என்று அடுத்த வினாவை வீரா கேட்டான்.

அந்தப் பெண்ணின் முகம் இறுகியது. ‘அவளுக்குத் திருமணம் முடிந்துவிட்டது யுவராஜா’ என்றாள். அவள் கூறியதன் உட்பொருள் இனிமேல் வாணி அவனுக்குக் கிடைக்கமாட்டாள்; அந்த இடத்தைத் தன்னால் மட்டுமே நிரப்ப முடியும் என்பதாகும்.

வீரா அவளது உட்பொருளை அறியாதவன் இல்லை. எனினும் அவனுக்கு அவள் மேல் விருப்பம் வரவில்லை.

‘அவள் எங்கே இருக்கிறாள்?’

‘அரண்மனைக்குள் சேடியர் குடியிருக்கும் பகுதியில்..’

வீரா நினைத்துப் பார்த்தான். வெப்ப மண்டலப் பகுதிகளில் பெண்கள் முப்பது வயதில் முதிர்ந்து விடுகின்றனர். வாணிக்கு ஒருகணவன் வேண்டியிருந்திருக்கும். தோற்கும் ஒரு யுத்தத்தில் அந்தப் பெண் இறுதியாகப் பிரயோகித்த தாராள நடவடிக்கைகள் மேல் அவன் பார்வை செல்லவில்லை. அவன் கைகழுவிவிட்டுச் செல்லும் போது அந்தப் பெண் பெருமூச்சுவிட்டுச் சென்றாள். இப்படியா ஒரு சேடிப்பெண் தினமும் இளவரசன் மேல் விழுந்து விழுந்து பணிபுரிவாள்?

வாணி குடியிருந்த குடிலின் கதவைத் திறந்த போது ஒரு குழந்தையின் அழுகை அவனை எதிர்கொண்டது. அப்படி என்றால் அவள் இப்போது ஒரு தாய். வீரா காயப்பட்டான். அவளை இரண்டு வருடங்களாகப் பார்க்கவில்லை என்றாலும் முகமன் எதுவும் கூறாமல் அந்தக் குழந்தையின் அருகில் சென்று நேரடியாக, ‘இந்தக் குழந்தைக்கு இப்போது என்ன பிராயம் நடக்கிறது?’ என்று கேட்டான்.

‘ஓர் ஆண்டு பூர்த்தியாகிறது’ என்றாள் வாணி.

‘என் கப்பல் பாண்டியக் கடலில் நங்கூரமிடும் வரையில் நீ காத்திருந்திருக்கலாம். இப்படி அவசரப்பட்டு இன்னொருவன் படுக்கையில் விழுந்திருக்க வேண்டாம்’ என்றான்.

அவள் கண்களில் கண்ணீர் அருவியாக வழிந்தாலும் அவன் நிந்திப்பதை நிறுத்தவில்லை.

‘நான் காதலிக்கும் ஒவ்வொரு பெண்ணும் காத்திருக்கப் பொறுமையின்றி இன்னொருவன் தோள்களைத் தழுவச் சென்றுவிடுகின்றனர்.’

வாணி கண்ணியம் மிகுந்த குரலில் பதில் அளித்தாள். ‘ஆண்கள் என்றுமே சுயநலம் மிக்கவர்கள். நாங்கள் எதற்காகக் காதலித்த ஆடவனை விடுத்து வேறு ஒருவனைத் தேடிப் போக வேண்டும் என்று நீங்கள் யோசிப்பதே இல்லையா?’ என்றாள்.

வீராவும் ஆத்திரமடைந்தான். ‘உடல் வேட்கை! வேறு என்ன காரணமாக இருக்க இயலும்?’ என்று சீறினான். அவன் குரல் உயர்ந்ததும் அவள் கையில் இருந்த குழந்தை விழித்துக் கொண்டு வீரிட்டு அலறியது.

‘இன்று முறை தவறிப் பிறந்த குழந்தைகளுக்குக் கோபம் மிகும் நாள் போலிருக்கிறது’ என்று வாணி பதில் அளித்தாள்.

வீராவிற்கு மின்னல் வெட்டியது. எந்த வார்த்தைகளை அவன் கேட்டால் உச்சந்தலையிலிருந்து உள்ளங்கால் வரை கோபத்தில் வெடிப்பானோ அந்த வார்த்தைகளை வாணி பிரயோகிக்கிறாள். அவளை அடிப்பதற்குக் கைகளை ஓங்கினான். அப்போதுதான் அவனுக்கு அவள் கூறியது விளங்கியது.

'என்ன உளறுகிறாய்? இவன் என் மகனா? முறை தவறிப் பிறந்த பிள்ளைக்கு நான் தகப்பனா?' என்றான்.

'ஒன்றில்லை யுவராஜா. இரண்டு முறை தவறிப் பிறந்த குழந்தைகளுக்கு நீங்கள் தந்தை!'

'உனக்குப் பிறந்தது இரட்டைக் குழந்தைகளா?' என்றான்.

'இல்லை யுவராஜா. சுனந்தாவிற்கும் ஒரு குழந்தை பிறந்துள்ளது..'

வீரா பெருத்த ஓசையுடன் கீழே விழுந்தான். உண்மையின் கணம் அவனைக் கீழே சரித்துவிட்டது.

வாணி கேட்டாள். 'ஒரே ஒரு கேள்வி இளவரசரே, அந்த மோசமான இரவில் நீங்கள் அவளுடனும் சம்போகத்தில் இருந்தீர்களா?'

பழைய நினைவுகளை மீட்டுக் கொண்டு வந்த வீரா 'ஆமாம்' என்பதன் அடையாளமாகத் தலையை அசைத்தான்.

'அதே இரவு நீங்கள் என்னுடனும் சல்லாபித்தீர்கள். இல்லையா?'

'அதனை அப்படி எடுத்துக் கொள்ளாதே. அன்று நீ எனக்கு உன்னுடைய காதலை வழங்கினாய்.' அந்த இரவில்தான் ஒரு பெண் தன் காதலைத் துறந்து சென்றதும் வேறொரு பெண் தனது காதலைத் தன் மீது பொழிந்ததும் நிகழ்ந்தன.

'எப்படி ஆயினும் ஒரே கல்லில் இரண்டு மாங்காய்கள் அதுவும் இருளில் வீழ்த்தப்பட்டன' என்று கூறிவிட்டு தனது அங்கதத்திற்குத் தானே நகைத்தாள். 'ஓ! இதனால்தான் உங்களுக்குக் குறி பார்த்து கனியை அடிப்பதில் வல்லவர் என்ற பெயர் நிலவுகிறதா?' என்றாள்.

வீரா பணிந்தான். 'மன்னித்துக் கொள் வாணி. நான் அப்படி நினைக்கவில்லை.' அவள் விம்மியபடி அவன் மார்பில் சரிந்தாள். வீராவிற்கு நடுக்கமானது. 'உன் கணவன் யார்?' என்றான்.

'கவலை வேண்டாம். என் கணவர் ஒரு வருடம் நாடு திரும்பமாட்டார். அவர் ஒரு வைத்தியர். வட எல்லைப் பகுதியில்

உள்ள முகாமிற்குப் பணிக்குச் சென்றுவிட்டார்’ என்றவள் அவனுடைய குற்ற உணர்வைத் தணிக்கும் முகமாக, ‘கணவனைப் பல வருடம் பிரிந்து வாழும் ஒரு பெண்ணைத் தூய்மையின் மறுவடிவம் என்று கற்பனை செய்யக் கூடாது’ என்றாள். அவள் கூறியதன் பொருள் அவனுக்கு விளங்கியது.

அவள் தாயானதால் உடலில் மாற்றங்கள் தோன்றினாலும் அவன் மீது அவளுக்கிருந்த மோகம் சிறிதும் குறையவில்லை. வடிகாலின்றித் தவிக்கும் எந்த ஓர் ஆடவனைப் போலத்தான் இரண்டு வருடங்கள் பெண் வாடையின்றிக் கிடந்த வீரா அவளிடம் நடந்து கொண்டான். இன்பத்தை அள்ளி வழங்கிய பின் அவள் கீழே மல்லாந்து கிடந்தாள். வீரா மனதில் துயரத்துடன் எழுந்து மகனின் தொட்டில் அருகில் சென்றான். அதன் தலையைத் தடவிக் கொடுத்தான்.

‘முறை தவறிப் பிறந்த மூன்று குழந்தைகள்’ என்றான் அதன் உச்சந்தலையில் முத்தமிட்டபடி. குழந்தையின் உடல் அவன் இதழ் பட்டதும் நெளிந்தது.

‘வருத்தம் வேண்டாம் இளவரசரே. அவை பாதுகாப்பான இடங்களில்தான் உள்ளன’ என்றாள் வாணி.

‘உனக்குத் தெரியாது வாணி என் வேதனை. என் பிள்ளைகள் வேறு ஒருவனை அப்பா என்று விளிப்பதைக் கேட்க நேரிடும் போது எழும் வலியின் வேதனை அது. என் தாயைப் பட்டமகிஷியாக என் தந்தை அங்கீகரிக்கவில்லை. என் காதலிகள் மாற்றான் படுக்கையைப் பகிர்ந்து கொள்கின்றனர். அப்படி என்றால் எனக்கு என்று உரியது எதுவுமே கிடையாதா?’ என்று புலம்பினான். அவன் குரலில் இருந்த விரக்தி அவளுக்குப் புரிந்தது.

‘இளவரசரே’ அவள் அவனது தலையைத் தனது மார்பகங்களில் புதைத்து, ‘இது போன்ற சின்ன விஷயங்களுக்குச் சஞ்சலப்படுவதை நிறுத்துங்கள். நீங்கள் சாதிக்க வேண்டியது எவ்வளவோ உள்ளது. பாண்டிய நாட்டு அரியணை ஒன்றின் மீது மட்டும் உங்கள் கவனத்தைச் செலுத்துங்கள் அது போதும். பாண்டிய நாட்டு அரியணை உங்களுடையது. அதை அடைந்துவிட்டால் அதனைப் பங்கு போட வேறு ஒருவரும் வரமாட்டார்கள்’ என்றாள்.

*

வீரா இலங்கையிலிருந்து திரும்பிவிட்டான் என்ற சேதி அறிந்ததும் சுனந்தாவின் உள்ளத்தில் குழப்பமான எண்ணங்கள் எழுந்தன.

அவள் தனது புதல்வன் பராக்கிரமனை உச்சி முகர்ந்து, 'அவர் வந்துவிட்டார்' என்றாள்.

விதிவிட்ட வழியென்று வீரா இலங்கை சென்ற மறு திங்களில் அவள் சுந்தரனை மணந்தாள். திருமணமான முதல் ராத்திரி அவள் சுந்தரனின் அறைக்குள் நுழைந்தாள். சுந்தரன் நன்றாக மது அருந்தியிருந்தான். அவளுக்கு வியப்பாக இருந்தது. திருமண நிகழ்ச்சியின் போது அவன் குடி மயக்கமின்றி நிதானமாகத்தான் இருந்தான்.

படுக்கையிலிருந்து எழுந்த சுந்தரன் இரு கரங்களையும் நீட்டி, 'வரவேண்டும் என் மணவாட்டியே வரவேண்டும். மதுரை அரியணையின் பட்டமகிஷியாக ஆக வேண்டும் என்று இறுதியாக ஆசைப்பட்டுவிட்டாய், இல்லையா? கண்டிப்பாக நீ அரியணையில் அமரும் நாள் வரும். அது அத்தனை எளிதல்ல பெண்ணே. நீ அதிகம் அவதிப்பட நேரிடும்.' என்று கூறியவன் அவளை முரட்டுத்தனமாக இழுத்துக் குலுக்கினான். கோபத்தினால் எழும் அவனுடைய வன்செயல்கள் அவளை நடுக்குறச் செய்தது.

'வேசி! என்னை ஏமாற்றிவிடலாம் என்று கனவு காண்கிறாயா?' என்று சீறினான்.

'நீ எந்த நிலத்தில் வேலி தாண்டினாய் என்பது எனக்குத் தெரியாது என்று எண்ணியிருக்கிறாயா? என் தாயார் வேண்டுமானால் முட்டாளாக இருக்கலாம். நான் இல்லை' என்றான்.

'பிறகு உங்களுக்கு எதற்கு ஒரு பழகிய பெண் வேண்டியிருக்கிறது? என்னைப் போகவிட்டிருக்கலாமே?' அவள் மனதில் நினைத்துக் கொண்டாள்.

'ஹ்ம்ம்.. பிறகு நான் ஏன் உன்னை மணந்து கொண்டேன் என்றுதானே நினைக்கிறாய் வேசியே?' -அவள் மனதைப் படித்தவன் போலக் கூறினான். 'சொல்கிறேன்; அவனுக்கு மிகவும் பிடித்த பொருளை அவன் அடையக் கூடாது. அதனை எப்படியாவது நான் தடுப்பேன். சிறந்த வேட்டைக்காரனுக்கு வேட்டையாடும் விலங்கைப் போலவும் யோசிக்கத் தெரிந்திருக்க வேண்டும். அவனுடைய இரண்டு ஆசைகளில் ஒன்றை நான் பறித்துவிட்டேன். மற்றொன்று பாண்டிய நாட்டுச் சிங்காதனம். அதனையும் அவன் அடைய முடியாது. நான்தான் இந்த மண்ணின் அரியணையில் அமரப் போகின்றவன்' என்றான்.

அவன் பேசும் போது வாயிலிருந்து உமிழ்நீர் தெறித்து அவள் மேனியில் படிந்தது. அவளுடைய இன்னல்கள் அத்துடன் முடியவில்லை. சொல்லப் போனால் ஆரம்பமானது எனலாம்.

'உனது கணவனின் படுக்கையில் வேறு ஒருத்தி இருந்தால் எப்படி இருக்கும் என்பதை நீ உணர வேண்டாமா? நிச்சயம் உணர வேண்டும். உன் வாழ்நாள் முழுவதற்கும் உனக்கு இதுதான் விதித்திருக்கிறது' என்று கூறியவன் அவளை ஓங்கி அறைந்தான். அவள் நகரவில்லை. அவனது உறுதியான கரங்கள் அவள் முகத்தில் இறங்கியதை அவள் செவிகளில் உணர்ந்தாள். அவளை இழுத்துச் சென்று மூலையில் ஒரு சாய்வு நாற்காலியில் அமர வைத்தான். அப்போது அறையின் கதவைத் திறந்து ஒரு சேடிப்பெண் உள்ளே நுழைந்தாள்.

சுனந்தா தன் கண் முன்னர் கண்ட காட்சி தெளிவின்றி மங்கலாகத் தோன்றினாலும் அவள் உடல் வேதனையில் பதறியது. கட்டிலில் அவள் கண் எதிரில் சுந்தரன் வேறு ஒரு பெண்ணுடன் சல்லாபித்துக் கொண்டிருந்தான். அவள் கதறி அழுதபடி இருந்தவள் சோர்வடைந்து உறங்கிவிட்டாள். அவளால் வேறு எதுவும் செய்ய இயலவில்லை.

இரண்டு மாதங்கள் இந்த நரக வேதனையை அனுபவித்தவள் அதன் எல்லையை எட்டிவிட்டாள். போதும் இன்றோடு என் உயிரை மாய்த்துக் கொள்கிறேன். இப்படி ஓர் அற்ப வாழ்வை வாழ்வதற்கு இறப்பது மேல். அவள் மனதில் தீர்மானம் செய்து கொண்டாள். தன் உயிரை மாய்த்துக் கொள்ள அரண்மனையில் இருந்த குளத்தைத் தேர்வு செய்தாள். முன்பு வீரா எந்தக் குளத்திலிருந்து தன்னைக் காப்பாற்றினானோ அதே குளம். அப்போதாவது அவனுக்குத் தன்னுடைய காதல் புரியட்டும். ஒரு கனமான கல்லைக் கட்டிக்கொண்டு குளத்தின் ஆழமான பகுதியில் குதித்து ஆத்மஹத்தி செய்து கொண்டுவிடலாம். அவன் படுக்கையறையில் சாவதைவிட இது எவ்வளவோ மேல்.

சுனந்தாவிற்கு வயிற்றைப் பிரட்டியது.

மயக்கம் வருவது போலத் தலை சுற்றியது. வாந்தி வரும் போல இருந்தது. தோட்டத்தில் இருந்த புல்வெளியில் குனிந்து ஒக்களிக்கத் தொடங்கினாள். அரண்மனை வைத்தியர் அவள் கைகளில் நாடி பிடித்துப் பார்த்துவிட்டு அவள் வயிற்றில் குழந்தை உருவாகியிருக்கும் சேதியைக் கூறினார். அப்போதுதான் சுனந்தா தனக்குச் சுந்தரனைப் பழி வாங்க நல்ல சந்தர்ப்பம்

கிடைத்திருப்பதைத் தெரிந்து கொண்டாள். இரண்டு நாழிகைகளுக்கு முன்னர் தான் ஆத்மஹத்தி செய்து கொள்ள எண்ணியதை நினைத்துச் சிரித்தாள். வீரா அவளுள் வளர்ந்து வருகிறான். அவனைச் சாகவிடக் கூடாது.

சேதியைக் கேட்டதும் அரசியாருக்கு மிகவும் ஆனந்தமானது. வாரிசு குறித்த கேள்வி எழும் போது சொந்த வாரிசுடன் இருக்கும் யுவராஜன் போற்றத் தக்கவன். எனினும் சுந்தரனுக்குப் பெரும் அதிர்ச்சி ஏற்பட்டது. அவனால் மெல்லவும் முடியவில்லை; விழுங்கவும் முடியவில்லை. அவள் வயிற்றில் வளரும் சிசுவைத் தன்னுடைய குழந்தை இல்லை என்று அரியணைக்குப் போட்டி போடும் அவனால் கூற இயலாது. இதைவிட ஒரு மனிதனுக்குப் பெரிய அவமானம் வேறு என்ன இருக்கப் போகிறது? சோழ இளவரசியைப் பிள்ளை பாக்கியம் அற்றவள் என்று தள்ளி வைக்கும் சந்தர்ப்பமும் கை நழுவிப் போய்விட்டது. ஒருவேளை அதிகப் போதையில் இருக்கும் போது அவனையறியாமல் அவளுடன் உறவு கொண்டுவிட்டானோ? அல்லது அவள் வயிற்றில் வளர்வது தனது சகோதரனின் குழந்தைதானா? அந்த ஆண்டவன் தன்னைத் தண்டித்துவிட்டான் என்று முட்டாள்தனமாக நம்பத் தொடங்கினான். நிலைமை சுனந்தாவை மேலும் ஒத்து வராதவளாக மாற்றியது. அவனும் அவளை ஒதுக்க ஆரம்பித்தான்.

பிரசவம் பார்த்தது அரண்மனை வண்ணாத்தி. அவள் ஒரு மருத்துவத் தாதியும் கூட. முதலில் அந்த வண்ணாத்தியைத் தேடிப் போனவர்கள் அவளைக் காணாது விசாரித்ததில் அரண்மனைப் பணிப்பெண் வாணி என்பவளுக்குப் பிரசவம் பார்க்கச் சென்றிருப்பது தெரிய வந்தது. அதன் பிறகே அவள் சுனந்தாவிற்குப் பிரசவம் பார்த்தாள்.

*

வீரா வசம் அடுத்த பொறுப்பை ஒப்படைக்க மன்னருக்குக் கிட்டத்தட்ட ஒரு வருடம் ஆனது. அதற்குள் அவனுடைய பெயர் நாடெங்கும் பரவியது. அவனைப் பாண்டிய நாட்டின் மாவீரனாகக் கொண்டாடினார்கள். இலங்கையில் அமைதி திரும்பிவிட்டது; போர் முடிவுக்கு வந்துவிட்டது; போர்ப்படைக்கு இனி இளைஞர்களைக் கட்டாயமாகச் சேர்ப்பது நின்றுவிடும். வீரா இப்போது நேசத்துக்குரிய இளவரசன் என்ற பெயரைப் பெற்றுவிட்டான். ஆனால் அவனுக்கு இன்னும் திருமணம் நடக்கவில்லை. முதலாண்டு கப்பத்தை அனுப்பிய இலங்கை

அதிபதி பராக்கிரம பாஹு தனது மகளையும் வீராவிற்கு மணமகளாக அனுப்ப எண்ணினான். இது விஷயமாகப் பலமுறை வீராவிடம் குலசேகரன் பேச முயற்சித்தும் பலனில்லை. குலசேகர மன்னார் தனது கோபத்தை வேணாட்டில் வாழ்க்கைப்பட்டிருந்த மீனாவின் மீது திருப்பினான். அவள்தான் அவனுக்கு மணப்பெண் பார்த்துத் தருவதாகக் கூறியிருந்தாள்.

'என் பிரும்மச்சரியம் ஏன் அவர் கண்ணை உறுத்துகிறது? எனக்கு எது தேவையோ அது ஒன்றையும் அவர் எனக்குக் கொடுக்காமல் சுந்தரனின் கைகளில் கொடுத்தார்..'

'சுனந்தா? சுந்தரனின் மாமன் மகள் சுனந்தா?' மீனா சரியாகச் சுட்டினாள்.

வீரா அவளை வெறித்துப் பார்த்தான்.

பல மன்னர்கள் பாரத தேசத்திலிருந்து வந்து வீராவிற்குப் பெண் கொடுக்க முன் வந்தனர். தூண்டில் முள் காத்திருந்தது. மீன்தான் சிக்கவில்லை. சோழர்களும் தங்கள் பாதுகாப்பை ஸ்திரப்படுத்திக் கொள்ள நினைத்தனர். சுனந்தாவின் ஒன்றுவிட்ட சகோதரி ஒருத்தியை வீராவிற்கு மணமகளாக நிச்சயித்துத் தகவல் அனுப்பினார்கள். இதில் முரண் என்னவெனில் இந்த விஷயத்திற்கு யாரைத் தூது போகச் சொல்லிக் கேட்டார்களோ அந்த சுனந்தாவே இதற்குச் சம்மதிக்க மறுத்ததுதான். அவள் ஏன் இவ்வளவு குறுகிய மனப்பான்மை கொண்டவளாக இருக்கிறாள் என்று மீனாவிற்கு வியப்பாக இருந்தது. ஒருவேளை வீராவின் படுக்கையை வேறு யாரும் பங்கு போட்டுக் கொள்வதை அவள் விரும்பவில்லையோ?

வீரா படையுடன் காஞ்சிக்கு வடக்கே காக்கதீயர்கள் வாழும் எல்லைப் பகுதிக்கு அனுப்பப்பட்டான். காக்கதீயர்கள் தங்கள் எல்லைப் பகுதியைத் தாண்டிப் பாண்டி நாடு எல்லைக்குள் அத்துமீறிப் பிரவேசித்த வண்ணம் இருந்தனர். வீரா பாதுகாப்பு நடவடிக்கைகளுக்குச் செல்லும் போது தனது அன்னையையும் உடன் அழைத்துச் செல்ல மன்னரிடம் அனுமதி கேட்டான். மன்னர் அவனது தாயார் தாராவைக் காஞ்சி எல்லையைத் தாண்டக் கூடாது என்ற நிபந்தனையுடன் உடன் அனுப்பச் சம்மதித்தார். வீரா மன்னர் தனது தாயின் மீது இன்னமும் அக்கறை வைத்துக் கொண்டிருக்கிறார் என்பதை அறிந்து உள்ளுக்குள் மகிழ்ந்து போனான்.

பயணத்தின் நடுவில் ஓர் அடர்ந்த வனப்பகுதியைத் தாண்டும் போது வீரா மறுநாள் அந்த வனத்தில் வேட்டையாடச் செல்ல வேண்டும்

என்று ஆவலுடன் கூறினான். வேட்டையாடுதல் என்றதும் அவன் முகத்தில் தோன்றிய மகிழ்ச்சி அக்ஷயனுக்குத் தனது நண்பனுக்கு வேட்டையின் மீதிருந்த பிரியத்தைப் புரியவைத்தது.

அரசப் பிரதிநிதிகள் ஓய்வெடுக்கும் ஒரு மாளிகையில் இரவு தங்கினார்கள். மாளிகை முழுவதையும் புறாக்களின் எச்சமும், சிலந்திக் கூடுகளும் அசுத்தப்படுத்தியிருந்தன. அவற்றை எல்லாம் சுத்தப்படுத்தி மாளிகை எங்கும் விளக்குகளும், தீவட்டிகளும் ஏற்றி அலுவலர்கள் தயார் நிலையில் வைத்தனர். மாலை மரியாதையுடன் சம்பிரதாய வரவேற்பு நிகழ்ந்தது. அந்தப் பகுதியில் வசித்த மக்கள் பாண்டிய இளவரசன் வீராவைப் பார்க்கக் கூட்டமாகத் திரண்டனர். மன்னர்குல வாரிசு எப்போதாவது ஒருமுறை அவர்கள் மாளிகைக்கு வருவதால் அந்த இடமே விழாக்கோலம் பூண்டது.

இலங்கைக்குச் சென்று வந்த பின்பு மீண்டும் அக்ஷயனும் வீராவும் ஒரே அறையில் படுத்து உறங்கினர். வீரா அந்த அறையில் இருந்த ஒற்றைக் கட்டிலில் படுத்துறங்கினான். அக்ஷயன் கீழே தரையில் பாய் விரித்துப் படுத்தான். நிம்மதியின்றி வீராவின் செயல்களால் இரவு அக்ஷயனால் உறங்க இயலவில்லை. வீரா தூக்கத்தில் உளறினான்; அலறினான்; உடலை முறுக்கினான். அக்ஷயனுக்கு அவன் மேல் சொல்ல முடியாத கருணையும், பரிதாபமும் எழுந்தன. பகலெல்லாம் யாரை நேசித்தானோ அந்தப் பெண்ணைப் பற்றிய நினைவு தோன்றாத அளவிற்கு வேட்டையாடலில் ஈடுபாடும், இரவில் மறந்து போயிருந்த நினைவுகள் மீண்டும் எழுவதால் அந்தப் பெண்ணைப் பற்றிய புலம்பல்களுமாகப் பொழுது சென்றது. இன்னும் எத்தனை காலம் அவன் இந்த வேதனையை அனுபவிக்க நேரும்? இந்த வெற்றிடத்தை நிரப்பப் போவது யார்? அக்ஷயன் எதுவும் செயலாற்ற முடியாத நிலையில் இருந்தான். தன்னால் எந்தவிதத்தில் நண்பனுக்கு உதவ முடியும்? 'இறைவா! என் நண்பன் இந்தச் சோதனையிலிருந்து மீண்டு வர நீதான் திருவருள் புரிய வேண்டும்..'

இந்தப் பரந்த பூமண்டலம் முழுவதும் உறக்கத்தில் ஆழ்ந்திருந்த அந்த இரவு வேளையில் கண் விழித்திருந்த கடவுள்களின் செவிகளில் அக்ஷயன் கூறியது விழுந்தது.

மறுநாள் பொழுது விடியும் முன்னரே அவர்கள் வேட்டைக்குக் கிளம்பிவிட்டனர். கிராமவாசிகள் புதருக்குள் மறைந்திருந்த விலங்குகளைப் பறை ஒலித்தும், கூச்சல் போட்டும் வெளியில் வரச் செய்து வேட்டையாடுபவர்கள் பக்கம் திருப்பிவிட்டனர்.

ஆனால் அங்கு அவர்கள் மட்டும் வேட்டைக்கு வரவில்லை. ஒரு தனி மனிதனும் வேட்டைக்கு வந்திருந்தான். அவன் கையில் கூர்மையான ஈட்டி இருந்தது. அவர்களைப் போல அவன் நான்கு கால் விலங்குகளுக்குக் குறி வைக்கவில்லை. இரண்டு கால் விலங்கிற்குக் குறி வைத்தான். அவன் குறி வைத்த இரண்டு கால் விலங்கின் பெயர் வீரா.

வீரா பரிவாரங்களுடன் வருவதைத் தொலைவிலேயே கண்டுவிட்டான் அந்தச் சதிகாரன். அவன் மீது தனக்கிருந்த அளவுக்கதிகமான வெறுப்பையும் மீறி வீராவின் மிடுக்கிலும், கம்பீரத்திலும் ஒரு நொடி தன்னை இழந்தான். வீராவுடன் அருகில் மற்றொரு குதிரையின் மேல் வரும் மனிதன் மீது அவன் பார்வை திரும்பியது. அந்த மனிதன் சற்று நடுங்கிக் கொண்டிருந்தான். அவன் கண்கள் அச்சத்தில் அங்கும் இங்கும் சுழன்றன. அவன் ஈட்டி பாய முடியாத தூரத்தில் நின்றுவிட்டது.

அவன் கிசுகிசுப்பான குரலில் ‘வா, இன்னும் கிட்ட வா’ என்றான்.

அவன் கூறியதற்கு விடை பகர்வது போலப் பரிவாரம் முன்னே நகர ஆரம்பித்தது. மற்ற அனைவரின் கண்களும் கவனமும் பறை எழுப்பும் பக்கமே இருந்த போது இளவரசனின் அருகில் இருந்தவனின் கவனம் நேரெதிர் திசையில் இருந்தது.

சதிகாரனுக்கு வேறு சந்தர்ப்பம் இனி கிட்டாது. தனது தோளை உயர்த்தித் தன் கையிலிருந்த ஈட்டியை வீராவின் மார்பிற்குக் குறி வைத்தான். தனது பலத்தை ஒன்று திரட்டி ஈட்டியை எறிந்தான். ஈட்டியை எறிந்த போது காலமே உறைந்து நின்றதைப் போலத் தோன்றியது. மொத்தக் கூட்டமும் புதரின் சலசலப்பில் கவனம் செலுத்திய போது அந்தச் சதிகாரன் மட்டும் காற்றைக் கிழித்துச் செல்லும் ஈட்டி ஒலியின் மீது கவனமாக இருந்தான்.

அக்ஷயனுக்குப் பித்துப் பிடித்துவிட்டதோ என்று வீரா ஒருகணம் நினைத்தான். மின்னல் வேகத்தில் வீராவின் முன் பாய்ந்து அதே நேரத்தில் அவனைக் கானகத்தின் தரையில் உருட்டிவிட்டான். கீழே சரிந்த வீரா தரையில் விழுந்து அடிபட்டுக் கொண்டான். என்ன நிகழ்ந்தது என்பதை அவனால் கணிக்க முடியவில்லை. ஒருகணத்தில் மிகப்பெரிய ஆபத்து தனக்கு வரவிருப்பதை உணர்ந்து கொண்டான். இலங்கையில் அவனை நோக்கிப் பாய்ந்த அம்பின் ஞாபகம் எழுந்தது. சட்டென்று விழித்துக் கொண்டான். ஆனால் அதற்குள் அக்ஷயனின் அலறல் அனைத்தையும் ஒன்றுமில்லாமல் செய்துவிட்டது. தரையில் வீழ்ந்து கிடந்த வீரா எதுவும் செய்ய

முடியாத நிலையில் உணர்ச்சியற்று அவன் நண்பன் சரிந்து விழுவதைப் பார்த்துக் கொண்டிருந்தான். அக்ஷயன் கரங்களால் கழுத்தை அழுத்துப் பிடித்துக் கொண்டு இருந்தான்.

அனைவருக்கும் அந்த ஈட்டி யாருக்குக் குறி வைக்கப்பட்டது என்பது தெரியும். வீரா ஒரு நொடியில் அனைத்தையும் புரிந்து கொண்டான். கூடியிருந்த மக்களில் சிலர் உடனே மருத்துவரைத் தேடி ஓடினார்கள். சிலர் ஈட்டியை எறிந்தவனைத் தேடிச் சென்றார்கள். வீரா அலறினான்.

'காவல் படை ஒன்றை அனுப்பி ஈட்டி எறிந்தவனை உயிருடன் பிடித்து வரச் சொல்லுங்கள்.' பிறகு அக்ஷயன் அருகில் சென்று அவனைத் தனது தோளில் தாங்கிக் கொண்டான். அக்ஷயனின் நாடி தளரத் தொடங்கியது. உடல் வில் போல வளைய ஆரம்பித்தது. பிறகு அவன் தொய்ந்து சரிந்தான். வெட்டுப்பட்ட ரத்த நாளத்திலிருந்து ஊற்று போலக் குருதி நிற்காமல் பாய்ந்தது. அக்ஷயன் மூச்சுவிடத் திணறினான். ஒவ்வொருமுறை மூச்சு வெளியேறும் போதும் ரத்தமும் வேகமாக வெளியேறியது.

வீராவிற்கு வாய்விட்டு அழத் தோன்றியது. அந்த வலி எத்தனை வேதனையானது, எவ்வளவு எளிதில் மரணத்தை வரவழைக்கும் என்று அவனுக்கு நன்கு தெரியும். படை வீரர்கள் காயம் பட்ட இடத்தில் இறுக்கிக் கட்டிய துணியினால் ஒரு பயனும் இல்லை. ரத்தம் வெளியேறுவது நிற்கவில்லை. வீரா அருகில் இருந்தவர்களைப் பார்த்து அலறினான்.

'செல்லுங்கள். விரைந்து சென்று உடனடியாக ஒரு மருத்துவரை அழைத்து வாருங்கள்..'

மருத்துவர் வந்ததும் அவருடைய உத்தரவின் பேரில் நால்வர் அவனை ஒரேயடியாகத் தூக்கி விருந்தினர் மாளிகையில் கட்டிலில் படுக்க வைத்தனர். எல்லா வேதங்களும் 'அந்த நான்கு பேருக்கு நன்றி சொல்லுங்கள்' என்று சொல்கின்றன. 'குறைந்தது நான்கு பேராவது நமக்கு நண்பர்களாக இருக்க வேண்டும். இறந்த பின்னர் பிணம் தூக்க அந்த நால்வர் அவசியம்' என்று அவை கோருகின்றன.

'ச்சை! இது என்ன இந்த நேரத்தில் இந்தப் பொல்லாத எண்ணம்?' வீரா தனது மனத்தைக் கட்டுப்படுத்தினான்.

'இவரை அவருடைய சொந்த ஊருக்கு அழைத்துச் செல்ல ஏற்பாடு செய்யுங்கள். தனது மனிதர்கள் நடுவில் இவர் இறுதி மூச்சைவிடட்டும்' அவனைப் பரிசோதித்துப் பார்த்துவிட்டு மருத்துவர் கூறினார்.

தாரா வீராவைச் சந்தேகத்துடன் பார்த்தாள், ஆனால் வீரா எதையும் செவிகளில் வாங்கிக் கொள்ளும் நிலையில் இல்லை. அதனைப் புரிந்து கொண்ட தாரா, 'இங்கே அவனுக்குக் கிடைக்கும் வைத்திய சிகிச்சை அவனுடைய ஊரில் அவனுக்குக் கிட்டாது. நாம் இங்கே சிலநாள் காத்திருப்போம். நான் வணங்கும் அன்னை மீனாட்சி அவனைக் கைவிடமாட்டாள்' என்று கூறினாள்.

தாரா நிலைமையைத் தனது கட்டுப்பாட்டிற்குள் கொண்டு வந்தாள். சுற்றி இருந்தவர்களை அப்புறப்படுத்தினாள். மறுநாள் அவர்களுக்குச் செயலாற்ற உடலில் தெம்பு வேண்டும் என்பதால் ஓய்வெடுப்பதன் அவசியத்தை உணர்ந்திருந்தாள். அவள் குரலில் தெரிந்த உறுதி எந்த எதிர்ப்பையும் அவள் சமாளிப்பாள் என்றே தோன்றியது.

அதன் பின்னர் இரண்டு நாட்கள் முழுவதும் உறக்கத்தில் கழிந்தது. அதுவும் நிம்மதியான உறக்கம் என்று சொல்ல இயலாது. வீரா முழுக்க முழுக்க அக்ஷயன் படுக்கை அருகிலேயே இருந்தான். இது கடந்த ஒரு தசாப்தமாகத் தொடரும் நட்பு. அக்ஷயனின் தியாகம் அவனை மிகவும் நெகிழ வைத்துவிட்டது. அவன் நிலையில் தான் இருந்தால் இப்படி ஒரு தியாகச் செயலைச் செய்திருக்க இயலுமா? அவனுடைய உள்மனம் சுட்டிக் காட்டிய விடை வீராவை வெட்கித் தலைகுனியச் செய்தது. தனது நண்பனைப் போல அவனால் இத்தனை சுயநலமில்லாமல் இருக்க முடியாது.

அக்ஷயன் கிட்டத்தட்ட அவன் வாழ்வின் ஒரு பகுதி. அவன் தனது மாறாத பொறுமையுடன் வீராவின் வாழ்வின் ஒவ்வொரு நிலையிலும் தனது அன்பை வெளிப்படுத்தியிருக்கிறான். அக்ஷயன் இல்லாத ஒரு வாழ்வைத் தன்னால் ஏற்றுக்கொள்ள இயலுமா? வீரா சிந்தித்தான். முதலில் விக்கிரமன், அடுத்து சுனந்தா, இதோ இப்போது அக்ஷயன். தனது கையறு நிலைக்காக வீரா கலங்கினான்.

அறையின் மூலைகளில் வைக்கப்பட்டிருந்த விளக்குகளின் சுடர்கள் காற்றில் அலைக்கழிந்தன. இதமான தென்றல் அறைக்குள் தவழ்ந்தது. அறை முழுவதும் ஆயுதங்கள் அடுக்கி வைக்கப்பட்டிருந்தன. கலைமான்களின் தலைகளும், காட்டெருமைகளின் தலைகளும் பாடம் செய்யப்பட்டுச் சுவரில் தொங்கவிடப்பட்டிருந்தன. அவை வேட்டையாடியவர்களின் வீரச் செயல்களின் நினைவுச் சின்னங்கள். சுவரில் இவற்றின் நிழல்கள் பிரம்மாண்டமாய் அசைந்து அசைந்து ஆடியது ஒலிக்கடவுளுக்கும் இருள் அரக்கர்களுக்கும் இடையில் நிகழ்ந்த போரைப் போல

இருந்தது. வாழ்விற்கும் சாவிற்குமான போராட்டம், ஒன்றை ஒன்று முந்துவதற்குத் துடித்துக் கொண்டிருந்தன.

வீரா மரணத்தை ஒரு கொடிய விலங்கினைப் போலக் கற்பனை செய்து பார்த்தான். ரத்தம் தோய்ந்த மார்பு, நிணத்தின் நாற்றம் வீசும் உடல். மரணம் ஒரு கொடிய விலங்கு; ஆட்கொல்லி. அயர்ந்து உறங்குவதும், நினைவில் மரணத்தின் கனவுகள் தலைவிரித்து ஆடத் தொடங்கியதும் திடுக்கிட்டு விழிப்பதுமாகத் தனது இரண்டு தினங்களை வீரா கழித்தான்..

அக்ஷயனின் முகம் அலைகளற்ற குளத்தைப் போலத் தெளிவுடன் காணப்பட்டது. மடுவில் நீர் வற்றுவது போல அவன் உடலில் உயிர் வற்றிக் கொண்டிருந்தது. அவன் கண் இமைகள் துடித்தன. பிணம் தின்னும் பேய்களின் நடுவில் அவன் சிக்கிக் கொண்டதைப் போல மூடிய இமையினுள் அவன் விழிகள் அசைந்தன. மூன்று நாட்கள் கொடிய காய்ச்சலினால் ஏற்பட்ட தூக்கம் கலைந்து லேசாகக் கண் விழித்துப் பார்த்தான்.

அந்தக் கணத்திற்குக் காத்திருந்ததைப் போல அவனுடன் வந்தவர்கள் அவனருகில் சென்றனர். வீராவின் வருத்தம் தோய்ந்த முகத்தைப் பார்த்து அக்ஷயன் முறுவலித்தான். அது ஏதோ வீரா சொன்ன அங்கதப் பேச்சிற்கு விடை கூறுவது போலத் தோன்றியது. மீண்டும் வீராவின் மனதில் ஓர் எண்ணம் ஓடியது. இறக்கும் தறுவாயில் என்னால் சிரிக்க இயலுமா?

அக்ஷயன் தனது காயத்தின் வேதனை தாளாது ஒருகணம் மீண்டும் விழிகளை மூடிக்கொண்டான். அவன் முகம் உயிர் பிரிவதன் வேதனையில் முறுக்கிக் கிடந்தது. மிகவும் பிரயத்தனப்பட்டுத் தன்னைத் தானே சமாதானப்படுத்திக் கொண்டு வீராவின் முகத்தை ஏறிட்டான்.

அவன் விழிகளில் உயிரின் ஒளி மங்கத் தொடங்கியதை வீரா கண்ணுற்றான். அக்ஷயன் தடுமாறியபடி விட்டுவிட்டுப் பேசினான். வீரா அவன் முகத்தின் அருகில் மண்டியிட்டு நண்பன் சொல்வதைக் கூர்ந்து கவனித்தான்.

‘உன்னுடன் நான் மதுரை திரும்புவேன் என்ற நம்பிக்கை எனக்கு இல்லை. பாவம் நீ.’ அவன் இதழ்களில் சோகத்தின் புன்னகை அரும்பியது. வைத்தியர் நீட்டிய குவளை மருந்தை மறுத்தான். ‘மீளாத் துயிலுக்குப் பயணப்படும் எனக்கு மீளும் துயிலுக்கான மருந்து வேண்டாம் வைத்தியரே. நினைவிருக்கும் போதே என் உயிர் பிரிய விழைகிறேன்’ என்றான்.

வீரா அறைக்குள் இருந்த அனைவரையும் அப்புறப்படுத்தினான்.

‘நான் உன்னை நேசிக்கிறேன் இளவரசே’ என்றான்.

வீராவின் முகத்தில் தோன்றிய குழப்ப ரேகைகளைக் கண்டு அக்ஷயன் குறுஞ்சிரிப்புடன் முனகினான். ‘அந்த அர்த்தத்தில் இல்லை முட்டாள்.’

சாவு நெருங்கிவரும் நேரம் என்பதால் அவன் வீராவிடம் அதிக உரிமை எடுத்துக் கொண்டான். ‘மற்ற எந்த சிநேகிதர்களைக் காட்டிலும் நான் உன்னை நேசிக்கிறேன்.’ அவன் மனதில் இருப்பதையெல்லாம் கொட்டிவிட வேண்டும் என்ற அவசரத்தில் பேசுவது போலப் பேசினான். இதைக் கூறிவிட்டு ஒருகணம் நிறுத்தினான். வேறு ஏதோ ஒன்றைக் கூற விழைவது தெரிந்தது.

‘நானும் ஒருத்தியைக் காதலித்தேன்..’

வீராவின் மனதில், தன் மீது அக்ஷயன் காட்டும் அன்பைப் பங்கு போட்டுக் கொள்ள இன்னொருத்தியும் இருக்கிறாள் என்பது தெரிந்ததும் முதலில் அவனுக்குச் சிறிது பொறாமைதான் நேரிட்டது.

‘தேடிக் கண்டுபிடி. என் ராதிகாவைத் தேடு. நீ ஒரு வீரன். உன்னால் என்னுடைய பிரிவைத் தாங்கிக் கொள்ள இயலும். என் ராதிகாவால் முடியாது’ என்றான் அக்ஷயன். அந்த நேரத்துத் துக்கத்தையும் மீறி அக்ஷயனும் ஒரு பெண்ணை நேசித்திருக்கிறான் என்ற தகவல் அவனுக்கு மகிழ்ச்சியை அளித்தது.

‘வரலாற்றில் உன் பெயருடன் என் பெயரும் எழுதப்படமாட்டாது என்பது எனக்குத் தெரியும். நானும் முயன்றேன் என்பது அந்தக் கடவுளுக்குத் தெரியும். உன் போன்ற ஒரு மாவீரன் காலத்தில் நானும் உடன் வாழ்ந்தேன் என்ற அற்பச் சந்தோஷம் மட்டும் எனக்குப் போதும் இளவரசே’ என்று கூறிய அக்ஷயனின் முகம் இருளடையத் தொடங்கியது. அவன் கருமணிகள் உயிர் பிரியும் வேதனையில் அங்குமிங்கும் அலைந்து தவித்தன. பிறகு அவை ஒரே இடத்தில் நிலை குத்தி நின்றன.

*

வீரர்களில் ஒரு பிரிவினர் ஈட்டி எறிந்த சதிகாரனைத் தேடி வனத்தின் உள்ளே சென்று துழாவினார்கள். அவன் தப்பிச் செல்லும் வேளையில் அவர்கள் தங்கள் வில்லில் அம்புகளைப் பூட்டி

அவனைக் குறி வைத்துத் தாக்கிக் கொன்றனர். அவன் அடையாளம் அவன் மரணத்துடன் சென்றுவிட்டது. அவன் யார் என்றே அவர்களால் கண்டுபிடிக்க இயலவில்லை.

வீராவிற்குத் தாங்க முடியாத கோபம் ஏற்பட்டது. அந்தச் சதிகாரனை உயிருடன் கொண்டு வருவதற்குப் பல காரணங்கள் இருந்தன. அவனைத் தனது கரங்களால் நெறித்துக் கொல்ல வேண்டும் என்று துடித்துக் கொண்டிருந்தவனுக்கு அது இயலாமல் போனதால் கோபம் அதிகமானது.

அக்ஷயன் இறந்த போது வீரா வாய்விட்டுக் கதறியதோடு சரி. பிறகு அவன் அழவில்லை. அக்ஷயன்விட்டுச் சென்ற ஆழமான வெற்றிடத்தை இனி ஒருவராலும் நிரப்ப முடியாது. வீரா தனது தாயை மதுரைக்கு அனுப்பிவிட்டு அக்ஷயனின் உடலைச் சுமந்து கொண்டு அவனுடைய சொந்த ஊருக்குச் செல்ல முடிவெடுத்தான்.

தனது புதல்வன் பிணமாக வருகிறான் என்ற சேதி அவன் பெற்றோரை முதலிலேயே சென்றடைந்தது. முதலில் நம்ப மறுத்த அவர்கள் அவன் ஈமச் சடங்குகளுக்கு ஆயத்தமானார்கள். அக்ஷயனின் உடல் அவன் வீட்டுப் புறக்கடை தோட்டத்தில் கிடத்தப்பட்டது. அவன் உடலின் தலைமாட்டில் ஒரு நந்தா விளக்கு ஏற்றி வைக்கப்பட்டிருந்தது. எங்கும் குங்கிலியம் தூபம் எரிக்கப்பட்டது. அவனுடைய சகோதரி அவன் உடலருகில் அமர்ந்து பனையோலை விசிறி ஒன்றினால் ஈக்கள் மொய்க்காமல் விசிறிக் கொண்டிருந்தாள்.

அக்கம்பக்கத்தில் இருந்த அக்ஷயனின் உறவினர்கள் அவன் மரணச் சேதி கேட்டுத் துக்கம் விசாரிக்க வந்தனர். புதிதாக ஓர் உறவினர் வந்தால் ஒப்பாரியின் அளவு பெரிதாகும். அது போக சேரிப் பெண்கள் ஒன்று கூடி ஒப்பாரி இசைத்தனர். ஒப்பாரி என்பது ஒரு மனிதன் இறந்த பிறகு அவனுடைய பெருமைகளை நீட்டி முழக்கிப் பாடப்படுவதோடு ஒப்பாரி வைப்பவர்கள் தங்கள் சொந்தக் கற்பனையையும் சேர்த்துப் பாடுவார்கள். பொதுவாக வீரர்கள் மரணமடைந்தால் ஒப்பாரியின் போது அவன் பிரதாபங்கள் இந்திரனுடனும், அர்ஜுனனுடனும் ஒப்பிடப்பட்டுப் பாடப்படும். அக்ஷயனுக்குப் பாடப்பட்ட ஒரு வரியில், 'தென்னவனின் உயிர் காத்த உத்தமன்' என்ற வரிகளைச் சேர்த்துப் பாடினார்கள்.

இவை அனைத்தும் முடிந்ததும் அக்ஷயனின் உடலைச் சுமந்து கொண்டு அருகில் இருந்த இடுகாட்டிற்கு எடுத்துச் சென்றனர். அந்த இடுகாடு முழுவதும் சிதறிய மலர்களும், வாடிய பூமாலைகளும்,

உடைந்த மட்பாண்டங்களின் சில்லுகளும் சிதறிக் கிடந்தன. பதின் பருவத்தை எட்டியிருந்த அக்ஷயனின் இளவல் ஒருவன்தான் அக்ஷயனின் உடலுக்குத் தீ மூட்டினான்.

அக்ஷயனின் உடல் காய்ந்த மரக்கட்டைகள் அடுக்கி வைக்கப்பட்ட சிதையின் மீது கிடத்தப்பட்டது. அவன் உடல் மீது காய்ந்த சாணம் எருவாட்டிகளை அடுக்கினார்கள். அவன் முகத்தை மூடுவதற்கு முன்னர் அவனுடைய சுற்றத்தினர் இறுதியாக ஒருமுறை அவன் முகத்தைப் பார்த்துக் கொள்ள அனுமதிக்கப்பட்டனர். இடுகாட்டிற்கு வந்த அனைவரும் இறுதியாக ஒருமுறை அவன் முகத்தைத் துக்கம் பொங்கப் பார்க்கச் சென்றனர்.

வீரா செல்லவில்லை. அக்ஷயனின் வீரம் மிக்க மறவனின் முகம் நினைவில் இருந்தால் போதும், அவனைப் பிணமான முகத்தோற்றத்துடன் பார்க்க விரும்பவில்லை.

தீ மூட்டிவிட்டு உடைந்த மண் பானையில் நீர் சுமந்து அந்த சிதையை மும்முறை வலம் வந்து இறுதியில் சிதையின் தலைமாட்டில் நீர் சுமந்த பானையைப் போட்டு உடைத்தான். கர்ப்பத்தில் அவன் உடலை அவன் தாய் நீர் சூழ்ந்த கர்ப்பப்பையில் சுமந்ததை நினைவூட்டவே இறுதியில் மண் பானையில் நீர் சுமந்து செல்கிறார்கள்.

சிதையில் தீ நன்கு வளரத் தொடங்கியது. சதையும் எலும்பும் தீயில் வேகும் தீய்ந்த நாற்றம் வீசியது. அவன் நண்பன் தீயில் பொசுங்கிப் புகை வடிவில் பிரபஞ்ச வெளியில் கலக்கத் தொடங்கினான்.

இறுதிச் சடங்குகள் முடிந்த பின்னர் இளவரசன் மதுரை திரும்புவான் என்றுதான் அனைவரும் எண்ணினார்கள். ஆனால் வீரா நேராக அக்ஷயனின் இல்லத்திற்குச் சென்றான். பெரும்பகுதி வீரர்களை மதுரைக்கு அனுப்பிவிட்டு தனது உதவிக்கும், பாதுகாப்பிற்கும் ஒரு சிலரை மட்டும் தங்க வைத்துக் கொண்டு அக்ஷயனின் இல்லத்தில் மூன்று நான்கு நாட்கள் தங்குவதற்கு உத்தேசித்தான்.

இரண்டு நாட்கள் இருந்து துக்கம் கொண்டாடிவிட்டு அக்ஷயனின் பெற்றோரின் வாழ்வாதாரத்திற்கு வேண்டிய வசதிகளைச் செய்து தரத் தொடங்கினான். ஊர்த் தலைவரை அழைத்து நிலங்களை நிவந்தம் செய்து கொடுத்தான். அரண்மனை கருவூலத்திலிருந்து மாதம் ஓர் உதவித் தொகை பெறுவதற்கு ஏற்பாடுகளைச் செய்து தனது முத்திரை பதித்த மோதிரத்தையும் சாசனப் பட்டயங்களையும் கொடுத்தான். அக்ஷயனின் சகோதரியின் திருமணத்தை அவள்

அத்தை பையனுடன் ஏற்பாடு செய்து அதற்கான சீர் செனத்திகளை வீராவே அளிக்க முன்வந்தான். அக்ஷயனின் மறைவால் அவர்கள் குடும்பம் சுமக்க இருந்த பாரத்தின் அளவைக் குறைக்கவே வீரா இவ்வாறாகச் செயல்பட்டான். அக்ஷயனின் சகோதரிக்கு நிச்சயமான மாப்பிள்ளைப் பையனை அழைத்து வரச் சொன்னான். வந்தவன் இளவரசனைப் பார்த்த திகிலில் உளறிக் கொட்டினான். நடுங்கியபடி தனது சம்மதத்தைத் தெரிவித்தவன் அவன் உறவினர்கள் தடுத்து நிறுத்தியிராவிடில் பிய்த்துக் கொண்டு ஓடியிருப்பான்.

அடுக்கடுக்காக நிகழ்வுகள் நடந்தாலும் அக்ஷயன் குறிப்பிட்ட பெண்ணைப் பற்றிய நினைவு வீராவின் மனதிலிருந்து அகலவில்லை. ஒரு நுட்பமான பகைமை அவனுக்குள் ஓடியது. அவன் நேசித்த அந்தப் பெண்ணைச் சந்திக்க விரும்பினான். அவன் இல்லத்திற்குத் துக்கம் கேட்டு வரும் பெண்களில் அதிகமாக உணர்ச்சி வசப்பட்டுக் கண்ணீர் சிந்துவது யார் என்று நோட்டமிட்டான். ஆனால் அந்தக் கூட்டத்தில் அவனால் அவளைக் கண்டுபிடிக்க முடியவில்லை.

நிலைமை ஓரளவு சகஜ நிலைக்குத் திரும்பியதும் வீரா வேறு வகையான செயலில் இறங்கினான். அவன் அக்ஷயனின் சகோதரியை அழைத்தான். தனது அந்தரங்கத்தை வீட்டில் எவரிடமாவது சொல்லியிருப்பான் என்றால் அது அவன் தங்கையாகத்தான் இருக்கும். வீராவைப் பார்த்ததும் எஜமானனின் முன் நிற்கும் சேவகனைப் போலப் பத்தடி தள்ளியே அக்ஷயனின் தங்கை பணிவுடன் நின்றாள்.

‘சொல்லுங்கள் பிரபு’ என்றாள்.

‘கடந்த இரண்டு ஆண்டுகளில் தன் சொந்த மண்ணிற்குப் போக வேண்டும் என்று அடிக்கடி அக்ஷயன் கிளம்பிவிடுவான். அவனுக்கு விருப்பப்பட்ட பெண் இந்த ஊரில் இருக்க வேண்டும் என்பதனால் தான் அவன் அடிக்கடி தனது ஊருக்குக் கிளம்பி வந்தானோ?’

அவள் திணறியபடி, ‘அப்படி யாரும் இங்கே இல்லை பிரபு’ என்றாள்.

‘சரி, நான் கேள்வியை மாற்றிக் கேட்கிறேன். ராதிகா என்பது யார்?’

இளவரசர் சரியான மனிதர்தான்; தனது வேலையை ஒழுங்காகச் செய்திருப்பது விளங்கியது.

'அவள் உங்கள் இல்லத்திற்கு வருபவளா?'

'இல்லை..'

விடை கிடைத்துவிட்டது. வீரா உள்ளுக்குள் வியந்து நின்றான்.

'அவளை என்னால் பார்க்க இயலுமா..?'

'அவள் உடல்நலம் குன்றியிருக்கிறாள்..'

கவைக்குதவாத சமாதானத்தைக் கண்டு சலிப்புற்ற வீரா, 'அப்படி என்ன அவள் உடலுக்கு நேர்ந்துள்ளது?'

அவள் தயங்கினாள்.

'என்னிடம் எதையும் மறைக்க வேண்டாம்.' அவள் தலையில் கை வைத்துக் கூறினான்.

'அண்ணன் இறந்த சேதியைக் கேட்டதும் அவள் கர்ப்பம் கலைந்துவிட்டது..'

நெஞ்சினில் ஆயிரம் மின்னல் தாக்கியது போலிருந்தது. வீரா ஆடிப்போய்விட்டான். தன்னிரக்கம் கொண்டு உழன்றான். ஏன் அவனுக்கு மட்டும் இவ்வளவு துக்க சம்பவங்கள் ஒரே நேரத்தில் நிகழ்கின்றன? முதலில் முகம் தெரியாத அந்தப் பெண்ணின் மீது அவனுக்குக் கோபம் வந்தது. தனது நண்பனின் உயிரைச் சுமந்தவள் அதையும் சரியாகப் பாதுகாக்காமல் இப்படி நழுவவிட்டு விட்டாளே. ஆனால் உடனேயே தெளிந்தான். தன்னைவிட அக்ஷயனை அவள் எந்தளவிற்கு நேசித்திருந்தால் தான் சுமந்த கருவைக்கூட நழுவவிட்டிருப்பாள்?

'நான் அவளைப் பார்க்க வேண்டும்' என்றான் வீரா.

அக்ஷயனின் வீட்டிற்குப் பின்னால் இருந்த தோப்பு வரை அழைத்துச் செல்லப்பட்டான். அக்ஷயன் காதலித்த பெண் வருத்தம் தோய்ந்த முகத்துடனும், ஆடையில் ஒருவித அசிரத்தையும், பராமரிக்கப்படாத கூந்தலுடனும் தோன்றுவாள் என்று எண்ணியிருந்த அவனுடைய எண்ணம் தவறானது. அவள் அக்ஷயனின் இழப்பைத் தாங்க முடியாத துக்கத்தைக் கண்களில் சுமந்திருந்தாலும் அவள் நிலை தடுமாறாமல் அமைதியாகவே தோன்றினாள். வீரா அவளுக்காக வருத்தப்பட்டான். வேதனையில் வாடும் ஓர் ஆத்மா இன்னொரு ஆத்மாவிற்கு ஆறுதல் கூறியது.

ஆனால் அவள் அவனை வெறுப்புடன் பார்த்தாள். அவள் முக பாவங்கள் அவனுடைய வருகையை ஏற்க மறுத்ததாகவே

தோன்றியது. இதோ அவள் எதிரில் இருக்கும் மனிதன்தான் தனது நேசமிகு காதலனின் மரணத்திற்கும், தனது இருண்ட எதிர்காலத்திற்கும் காரணமானவன் என்ற வெறுப்பு அவள் முகத்தில் தெரிந்தது. அவளைவிட இந்த இளவரசன் அக்ஷயனுக்குப் பெரிதாகப் போய்விட்டானா? அவனுடைய இரக்கத்தை அவள் விரும்பவில்லை. இளவரசர் அவளைப் பார்க்க விழையும் சேதியைக் கேட்டதும் அவள் வியப்படையவில்லை. அவளுக்குத் தெரியும் இளவரசன் தனக்கும் தனது எதிர்காலத்திற்கும் வழி வகுத்துவிட்டுத்தான் செல்வார் என்று. அரண்மனையில் சேடிப்பெண் பணியில் ஒன்றை அளிப்பார், அல்லது நல்ல மணவாளனாகத் தேர்வு செய்து திருமணம் முடித்து வைப்பார் என்று எண்ணியிருந்தாள்.

இழப்பின் வேதனை வீராவிடம் மெல்ல மெல்ல மறைந்ததைப் போல அவளிடம் மறையவில்லை. அவனைப் போன்று அவளால் விதி விளையாடும் கண்ணாமூச்சி விளையாட்டில் தன்னை ஈடுபடுத்திக் கொள்ள முடியவில்லை.

ஆனால் அவள் எண்ணியதற்கு மாறாக அவன் அவளுக்கு ஆறுதல் எதுவும் வழங்கவில்லை. ‘நீ என்னுடன் மதுரைக்கு வரவேண்டும் என்று விரும்புகிறேன்’ என்றான்.

தனது வன்மத்தைத் தீர்த்துக் கொள்ள எண்ணினால் அவளுக்கு இதைவிட வேறு நல்ல சந்தர்ப்பம் கிடைக்காது. ராதிகாவிற்குத் தெரியும். அவள் வருத்தம் தோய்ந்த குரலில் கூறினாள்.

‘மன்னிக்க வேண்டும் இளவரசே. ஒரு பணிப்பெண்ணாகச் சேவை செய்யும் வயதைக் கடந்துவிட்டதாக நினைக்கிறேன்’ என்றாள்.

அவள் குரலில் இருந்த குதர்க்கம் அவனுக்குச் சட்டென்று கோபத்தைக் கிளறியது. அக்ஷயனின் மறைவு அவனிடம் ஒருவித அமைதி நிலையை உருவாக்கியிருந்ததால் பதில் எதுவும் சொல்லாமல் நின்றான். அவன் ஒரு நிமிட மௌன இடைவெளிவிட்டு, ‘ஆனால் ஒரு மனைவியாகச் சேவை செய்யும் பருவத்தை நீ இன்னும் இழக்கவில்லை’ என்றான் மெதுவாக.

ராதிகா ஒருகணம் திகைத்து நின்றாள். ‘உணர்ச்சிகளுக்கு அடிமையாகும் முட்டாளாக இருக்கக் கூடாது இளவரசரே’ என்றாள். அவள் இளக்காரமாகச் சிரித்துவிட்டுத் தனது முகத்தைத் திருப்பிக் கொண்டாள்.

இருக்கட்டும் அக்ஷயன் அவனை முட்டாள் என்று கூறி ஒருவாரம் கூட முடியவில்லை. இப்போது அதே வார்த்தையை இவளும் கூறுகிறாள்.

‘என் வேண்டுகோளில் எவ்வித முட்டாள்தனமும் இருப்பதாக எனக்குத் தோன்றவில்லை..’

‘உங்கள் நண்பர் என்னுடன் ஒரே படுக்கையைப் பகிர்ந்து கொண்டவர். பிறகு நான் எப்படி உங்களுக்கு மனைவியாகச் சேவை புரிய முடியும்?’ என்றாள் அவள். அவளது காதல் அக்ஷயனின் மரணத்துடன் மறைந்துவிடவில்லை என்பது நன்கு விளங்கியது.

‘நிறையச் செயல்களுக்கு இந்த உலகில் அர்த்தமே இருப்பதில்லை ராதிகா. நாம் அனைவரும் ஏதாவது முட்டாள்தனமான செயல்களைப் புரிந்த வண்ணம் இருக்கிறோம். அக்ஷயன் ஈட்டியின் முன் பாய்வதற்கு முன்பாக ஒருமுறைக்கு இருமுறை யோசிக்கவில்லை. இத்தகைய முட்டாள்தனங்களிலிருந்து எவரும் பாடம் கற்றுக் கொள்ளப் போவதில்லை. போனது மீளாது. இனி நடப்பதை யோசிப்போம். உன் முன்னால் நான் இந்தப் பரிந்துரையை முன் வைக்கிறேன். என் பரிந்துரையில் தவறு இருப்பதாக எனக்குத் தோன்றவில்லை’ என்றான்.

‘உங்கள் அரச மரபின் அக்கறை என்னை வியக்க வைக்கிறது. இருந்தாலும் இதற்கு நான் இல்லை என்றுதான் சொல்ல வேண்டும்’ என்ற அவள் அவன் முகத்தைக் கூர்ந்து கவனித்தாள்.

அவனும் அவளைப் போலவே உணர்ச்சி மிகுந்து எழத் தளர்ந்து நின்றான். இருவருக்குமே ஆதாரமாக இருந்த அக்ஷயனின் மறைவு வாழ்வின் நம்பிக்கையின் பிடிமானத்தைத் தளர வைத்திருந்தது. கவலையின் நிழல் படிந்திருந்ததால் அவன் தோற்றம் பொலிவிழந்து காணப்பட்டது. அவர் மீண்டும் நாடு திரும்பினால் எவரும் அடையாளம் கண்டு கொள்ளப் போவதில்லை. கழிவிரக்கத்தில் பிறக்கும் கருணையையும் ஆதரவையும் நம்பக்கூடாது என்ற தெளிவு அவளுக்கு அப்போது உண்டானது.

‘அவருக்குத் திருப்பிச் செலுத்த வேண்டிய கடனை என்னைத் திருமணம் புரிந்து திருப்பிச் செலுத்த நினைக்க வேண்டாம்’ என்றாள் சோர்வுடன்.

இரண்டு வாரங்களாகத் தணியாத வருத்தம் அவனுடைய சோகத்தைக் கேட்டதும் இரட்டிப்பானது போல் இருந்தது. அவர்கள்

இருவரும் சந்திக்கும் மிகக் குறுகிய பொழுதுகளில் கூட அக்ஷயன், வீராவின் பெயரை உச்சரிக்காமல் இருந்ததில்லை. அதன் காரணம் இப்போது அவளுக்கு நன்றாக விளங்கியது.

அவன் அவளை அத்தனை விரைவில் செல்வதற்கு அனுமதிக்கவில்லை. இதுவரையில் தனது வாழ்க்கையை மனம் போன போக்கில் செல்லத் தீர்மானித்திருந்ததையும், அக்ஷயனின் மரணமும், அவனது தன்னலம் மறந்த சேவையும் வாழ்நாளில் அவன் கற்றுக் கொள்ள முடியாத பாடத்தைக் கற்றுக் கொடுத்ததையும் விவரித்துக் கூறினான்.

ராதிகாவால் அவனது நேர்மையை நிராகரிக்க முடியவில்லை. எனவேதான் வீரா அவளிடம் பதிலளிக்குமாறு கேட்ட போது அவள் சம்மதம் என்பதன் அடையாளமாகத் தலையசைத்தாள். இருவர் கண்களும் சந்தித்துக் கொண்ட போது அந்தப் பார்வையின் ஊடே கண்ணுக்குத் தெரியாத பாதை ஒன்று போடப்பட்டிருந்தது.

வேறு பல காரணங்களுக்காக. மதுரையில் பலர் அவன் ராதிகாவை மணக்கப் போகும் சேதியறிந்து மனமகிழ்ச்சி அடைந்தனர். ஒரு குடியானவப் பெண்ணை மணக்க முன் வந்ததனால் தனக்குத்தான் அடுத்த மணிமகுடம் என்ற தனது கருத்தை அவன் மீண்டும் திரும்பப் பெற்றுக் கொண்டுவிட்டான் என்றே பலரும் எண்ணினார்கள்.

*

அத்தியாயம் 14

வாசலுக்கு வந்த மங்கோலியர்கள்

ஓநாய்களைத்தான் மங்கோலியர்களின் மூதாதையர்கள் என்று அனைவரும் சொல்லுவார்கள். வேட்டையாடுபவர்களுக்குத்தான் ஓநாய்களின் கொடூரமும், கொலைவெறியும் நன்கு தெரியும். அம்புகளால் தாக்கப்படும் வரையில் அவை போராடும் குணமுடையவை. மங்கோலியர்களும் அவ்வாறுதான்.

தில்லியின் சுல்தானாக அலாவுதீன் பதவி ஏற்பதற்கு அரை சதாப்தத்திற்கு முன்பிருந்தே மங்கோலியர்கள் இந்தியாவைச் சரியான இடைவெளிகளில் தாக்கிய வண்ணம் இருந்தனர். அவர்கள் நாடோடிகளாகத் திரிந்து வாழ்ந்து வந்ததால் அண்டையில் உள்ள வளம் மிக்க நாடுகளைச் சூறையாடுவது அவர்களுக்கு எளிதாக இருந்தது. கடினமான உழைப்பிற்குப் பின்னரே அவர்களுடைய இந்த சூறையாடல் பயனளித்தது. அவர்களின் சூறையாடலில் முக்கியப் பங்கு வகித்தவை அவர்களது மட்டக் குதிரைகள்தாம். மட்டக் குதிரைகளையும், மங்கோலியர்களையும் பிரிக்கவே முடியாது. இந்த மட்டக் குதிரைகளுக்குப் பெரிய அளவில் புல் மேயும் திடல்கள் வேண்டியிருக்கும். அவர்களின் சூறையாடல் பெரும்பாலும் மட்டக் குதிரைகளுக்கும், தங்களது நாடோடிக் கூட்டத்திற்கும் இரைதேடப் புறப்பட்டுச் செல்லும் உலா போலிருக்கும்.

திரான்சாக்சியானம் என்ற அரபு தேசத்தை ஆண்டு வந்த மங்கோலிய அரசன் குத்லுக் க்வாஜா என்பவன் மீண்டும் ஹிந்துஸ்தானத்தை நோக்கிப் படையெடுக்கத் திட்டமிட்டான். ஆறு மாதங்கள் அவன் குதிரையில் அலைந்தான். ஆடவர், மகளிர், சிறுவர்கள் என்று பதினாயிரம் பேர்களைக் கொண்ட பரிவாரத்துடன் ஹிந்துஸ்தானம்

நோக்கிப் படையெடுத்தான். அவன் நோக்கம் தில்லி சுல்தானியத்தைக் கைப்பற்றுவது ஒன்றுதான்.

மங்கோலியர்கள் என்றால் சூறையாடுவதிலும், கொலை, கற்பழிப்புச் செயல்களிலும் முத்திரை பதித்தவர்கள். அவர்களது மின்னல் வேகத் தாக்குதலின் ரணம், பாதிக்கப்பட்ட மக்களின் மனதில் ஆயுள் முழுவதும் மறையாத வடுவை ஏற்படுத்தும். நாகரீகம் என்பதை அறவே வெறுத்த அவர்கள் செல்லும் இடம் தோறும் குன்றெனக் குவித்த மண்டையோடுகளின் குவியலைத் தவிர வேறு எதையும் மிச்சம் வைக்காமல் சூறையாடினர். காட்டுமிராண்டிகள் என்ற கண்ணோட்டத்திலேயே வரலாற்று ஆசிரியர்கள் மங்கோலியர்களைப் பார்த்து வந்ததால் அவர்களது அபரிமித ஆற்றலையும், கலாச்சாரத்தையும் அவர்கள் கவனிக்கத் தவறிவிட்டனர். மங்கோலியர்கள் படை எடுத்து வருவது தெரிந்தால் தூங்கிக் கொண்டிருக்கும் கிராமங்கள்கூட இரவோடு இரவாக ஊர் முழுவதையும் காலி செய்து, தங்களுக்குத் தேவையான உடைமைகளை எடுத்துக் கொண்டு தில்லி நோக்கிச் சென்றுவிடும். தில்லியின் கோட்டை அவர்களுக்குப் புகல் அளிக்கவில்லை என்றால் உலகின் எந்த இடத்திலும் அவர்களுக்குப் பாதுகாப்பு கிடைக்காது. அலாவுதீன் அவர்களுக்குப் பாதுகாப்பு வழங்கவில்லை என்றால் வேறு யாரால் பாதுகாப்பு வழங்க இயலும்?

இம்முறை மங்கோலியர்கள் வழக்கம் போல நிகழ்த்தும் தாக்குதல் முறையைப் பின் பற்றவில்லை. தில்லிக்கு அருகில் இருந்த நகரங்களில் தங்கினர். வழியில் உள்ள கிராமங்கள் எவற்றையும் சூறையாடவில்லை. எந்தக் கோட்டைக் கொத்தளங்களையும் தகர்க்கவில்லை. யுத்த வெறி பிடித்த அந்த நாடோடிக் கும்பல் விளைநிலங்கள் வழியாகத் தங்கள் பயணத்தைத் தொடர்ந்து செலுத்தியது. அவர்களுக்கும், அவர்கள் கால்நடைகளுக்கும் உணவும், தீவனமும் வேண்டும் அல்லவா? எனவே அவர்களுக்கு மேய்ச்சல் நிலம் வேண்டியிருந்தது. அவர்கள் தங்கள் குதிரைகளை அளவுக்கதிகமாக நேசிப்பவர்கள். ஆகிருதியும், வலிமையையும் மிக்க படைத்தளபதிகள் குதிரைகள் மேய்வதற்குரிய புல்வெளிகளைப் போகும் வழியில் எதிர்ப்படும் ஊர்களில் உள்ள மக்களிடமிருந்து பிடுங்கிக் கைப்பற்றிக் கொள்வார்கள். ஒவ்வொரு மங்கோலிய வீரனும் தனது கட்டுப்பாட்டில் ஐந்தாறு குதிரைகளை வைத்திருப்பான். குதிரைகள் சோர்வடையும் போது ஒன்று மாற்றி ஒன்றில் பயணத்தைத் தொடர்வது வழக்கம். இப்படி ஓர்

ஏற்பாட்டினால் அவர்கள் ஒரே நாளில் நாற்பது மைல்களுக்குக் குறையாமல் பயணிப்பார்கள். இது மற்ற படையினர் கடக்கும் தொலைவைவிடப் பன்மடங்கு அதிகமானதாகும்.

குத்லுக் குவாஜாவின் படைகள் இம்முறை நிகழ்த்திய தாக்குதல்களில் முக்கியமானது முல்தானில் நிகழ்த்திய தாக்குதல்தான். தனது படையெடுப்பின் போது தன்னை விஞ்சி எந்தக் கோட்டையும் தனக்குப் பின்னால் இருக்கக் கூடாது என்பதில் குத்லுக் உறுதியாக இருந்தான். கோட்டையை முற்றுகையிட ஒரு சிறிய படையை அங்கே நிறுத்திவிட்டு குத்லுக் தனது படையெடுப்பைத் தில்லி நோக்கி முன் நடத்தினான். மங்கோலியர்களிடம் இம்முறை வேறுமாதிரியான போர்த்திட்டம் இருந்தது.

*

ஜாபர்கான் தில்லி சுல்தானின் நம்பத்தகுந்த நான்கு முதன்மைத் தளபதிகளில் ஒருவன். சமானா என்ற சமஸ்தானத்தின் அதிபதியும் கூட. அலாவுதீனின் படையில் மிக உயர்ந்த பதவியில் இருப்பவன். தற்போது இரண்டு நாள் அணிவகுப்புடன் முல்தான் நகரம் வந்திருக்கிறான். வில்வித்தையில் மிகத் திறமைசாலி. புகலிடம் வேண்டிவந்தவர்களின் அபயக் குரல் கேட்ட மறுகணத்திலிருந்து அவன் தனது விற்பயிற்சியைத் தொடங்கிவிட்டான்.

ஜாபர் ஒருமுறை கூடத் தனது இலக்கை நழுவவிட்டதில்லை. அவன் ஒவ்வொரு போருக்கு முன்பும் முறையாக எடுத்துக் கொள்ளும் பயிற்சிதான் இதற்குக் காரணம். அவனைப் பொறுத்தவரையில் வில் என்பது அவனுடைய இன்னொரு கரம். அவன் துருக்கியன் என்ற போதும் பாரதக் கதைகளில் புகழ்ந்து பேசப்படும் அர்ஜுனனின் வில்வித்தையின் மீது அவனுக்கு எப்போதும் பற்று உண்டு.

‘தேவதைகள் வில்வித்தையைத் தவிர வேறு எந்த விளையாட்டையும் பார்ப்பதற்குப் பூமிக்கு வருவதில்லை. எனவே வில்வித்தைப் புரிவதற்குச் செல்பவன் தொழுகைக்குச் செல்வதைப் போலப் பக்தியுடன் செல்ல வேண்டும்’ என்று இறைத் தூதர் முன்பு ஒருமுறை கூறியிருக்கிறார்.

ஜாபர் அதனை அப்படியே ஏற்றுக் கொண்டிருக்கிறான். நன்கு சவரம் செய்யப்பட்ட அவனது முரட்டுத் தாடை, நேர்த்தியான முகவெட்டு, கூர்மையான நீண்ட நாசி இவை அவன் தனது யௌவன பிராயத்தில் ஓர் அழகனாக இருந்திருப்பதைக் கூறும்.

அவன் மேனியில் தோன்றும் காயங்களின் தழும்புகள் அவனை ஒரு மாவீரன் என்று சொல்லும்.

தளபதியின் கீழ் பணிபுரியும் அடிமைகளுக்குப் பஞ்சு திணிக்கப்பட்ட பந்தைத் தூக்கி எறிந்து, தூக்கி எறிந்து சலிப்பானது. அவர்கள் பந்தை மேலே எறிய வேண்டியது, ஜாபர் அவை கீழே வருவதற்கு முன்னர் இலக்குத் தவறாமல் அம்பினால் துளைக்க வேண்டியது என்று நீண்ட பயிற்சியாக அது இருந்தது. ஒவ்வொரு முறையும் அவன் தனது இலக்கைத் தவறாமல் அடித்துவிட்டு முகத்தில் எவ்வித உணர்ச்சியுமில்லாமல் நிற்பான்.

திடீரென்று குளம்படி ஓசை கேட்கவே அம்பைத் தொடுப்பதற்கு ஆயத்த நிலையில் இருந்த ஜாபர், குதிரை மீது வந்த தூதுவனைத் திரும்பிப் பார்த்தான். ஒரு நொடிதான். தூதுவன் முகத்தில் அளவுக்கதிகமான பதைபதைப்பு தெரிந்தது. ஒரு தூதுவனுக்குரிய நெறிமுறைகளைப் பின்பற்றாமல் குதிரையின் மீதிருந்தபடியே ‘தளபதியாரே, மங்கோலியர்கள் வந்துவிட்டனர்’ என்று அலறினான்.

ஜாபர் ஒரு நொடி அவசரத்தில் அம்பை அதன் காலப் பிரமாணத்திற்கு முன்பாக எய்துவிட்டான். அதற்கு முன்பே அடிமை பந்தை உயரே தூக்கி எறிந்துவிட்டான். குறி தவறிவிட்டது. ஜாபர் எரிந்து விழுந்தான். தளபதியின் எண்ணத்தைச் சிதறவிட்ட ஒரே காரணத்திற்காக அந்தத் தூதுவன் சவுக்கால் அடிக்கப்படலாம். ஜாபரின் கண்ணில் மின்னல் ஒன்று மின்னியது.

‘எத்தனை தொலைவில் அவர்கள் உள்ளனர்?’ என்றான். அவன் கேட்டது ஏதோ அவர்களை அவன் வரவேற்கச் செல்லப் போவது போலிருந்தது.

அவனை நன்கு அறிந்தவர்களுக்கு அவனைப் பற்றி முழுவதும் தெரியும்.

அந்தத் தூதுவன் திணறும் வார்த்தைகளினால் மங்கோலியரின் படை தென் கிழக்காக தில்லி நோக்கி வந்து கொண்டிருந்த தகவலைக் கூறினான்.

அவர்கள் யமுனை ஆற்றங்கரை வழியாக தில்லியை நெருங்கிக் கொண்டிருந்ததைத் தெரிந்து கொண்ட ஜாபர், ‘புல்வெளிகளுக்காக’ என்றான் பொதுவாக.

ஒரு நொடியில் எதிரி எந்தப் பாதை வழியாகத் தில்லியை வந்தடைவான் என்பதை அந்தப் போர்த்தந்திரம் மிக்க வீரன்

மனக்கண்ணில் கொண்டு வந்துவிட்டான். தனது படையின் தலைமைப் பொறுப்பிற்கு அடுத்த நிலையில் உள்ள பிரிவிற்குத் திறமையான வீரர்களைத் தேர்வு செய்வதில் அலாவுதீன் நிபுணன் என்று பெயர் வாங்கியவன். அதற்கு ஜாபர் ஒரு சிறந்த உதாரணம். அலாவுதீனின் கண்களுக்குத் தப்பியிருந்தால் ஜாபர் தனது யுத்த வாழ்க்கையை மற்ற வீரர்களைப்போல ஒரு காலை இழந்தோ கரத்தை இழந்தோ முடித்துக் கொண்டிருப்பான். முப்பது வயதில் ஒரு படைப்பிரிவிற்குத் தான் தலைமைப் பொறுப்பைக் வகிப்போம் என்று அவன் சிறிது கூட எண்ணியிருக்கமாட்டான்.

ஜாபர் தனது கையிலிருந்த வில்லை அருகிலிருந்த அடிமையை நோக்கி வீசினான். அடிமையும் தடுமாற்றமின்றி அதனைப் பற்றிக் கொண்டான். தனது முதன்மை உதவியாளனை அழைத்துப் படைப்பிரிவு அதிகாரிகள் அத்தனை பேரையும் அரைமணி நேரத்திற்குள் ஆலோசனைக் கூடத்தில் கூடுமாறு உத்தரவு பிறப்பித்தான். குளிக்கும் போது அவன் உடல் நடுங்கியதன் காரணம் மேனியில் குளிர்ந்த நீர் பட்டதன்று. ஒரு போருக்கு ஆயத்தம் ஆகப் போகிறோம் என்ற நினைப்பில் அவன் உடல் சிலிர்த்தது. துந்துபிகளின் முழக்கமும், போர்ப்பறைகளின் ஒலியும், ஆயுதங்களின் சப்தமும், குளம்பொலிகளும், அம்புகளின் சீற்றமும் அப்போதே அவன் காதில் ஒலிக்கத் தொடங்கின. அவன் அவசர அவசரமாக அந்தப்புரத்திற்குள் நுழைந்தான். அவன் மனைவி நூருல் தனது கணவன் எதற்கு இத்தனை சீக்கிரம் அந்தப்புரம் வருகிறான் என்று புரியாமல் விழித்தாள்.

'என்ன நேர்ந்தது அன்பிற்குரியவரே? எதற்காக இவ்வளவு சீக்கிரம் அந்தப்புரம் வருகிறீர்கள்?' என்றாள்.

'மங்கோலியர்கள் தில்லி நோக்கி வருகின்றனர். போர் அபாயம்' என்றான். அவன் குரலில் ஒரு வீரனுக்குரிய சாகசம் தெரிந்தாலும் ஒரு குடும்பத் தலைவனுக்குரிய பொறுப்பினால் எழும் நடுக்கத்தையும் அவளால் உணர முடிந்தது.

'சமானாவையா நோக்கி வருகின்றார்கள்?' என்றாள்.

'அவர்கள் தில்லி நோக்கிச் செல்வார்கள் என்றே கணிக்கிறேன். ஆனால் நான் அவர்களை விருந்துக்கு அழைக்கப் போகிறேன்' என்று ஒரு நொடி நிறுத்திவிட்டு 'நமது கழுகுகளுக்கு' என்று கொக்கரித்தான்.

தில்லி நோக்கி வரும் மங்கோலியரின் படையெடுப்புக் குறித்து சுல்தானுக்கு ஒரு வரைவோலை தயாரிக்கப்பட்டது. ஜாபர் தானே

அந்த வரைவோலையைத் தயாரித்தான். பிறகு தனது அலுவல்கள் ஒவ்வொன்றாக ஆரம்பித்தான். தனது படைப்பிரிவுகளுக்குப் போர் ஒன்றிற்கு ஆயத்தமாக இருக்குமாறு தகவல் அனுப்பினான். அந்தப் பிரதேசம் உற்சாகம் தொற்றிக் கொண்டது. ஜாபரைப் போலவே அவன் படையில் இருந்தவர்களும் அமைதியைவிடப் போரை விரும்புபவர்கள்.

குத்லுக் குவாஜாவிற்கு ஜாபர் ஒரு செய்தி மடல் வரைந்தான். 'சமானாவின் அதிபதியும், தில்லி சுல்தானியத்தின் படைப்பிரிவின் தளபதிகளில் ஒருவனுமாகிய ஜாபர்கான் என்னும் நான் மங்கோலியச் சக்கரவர்த்தியை வணங்கி வரையும் மடல். தாங்கள் தில்லி செல்வதற்கு முன் என்னுடைய துணிவைச் சோதித்துப் பார்ப்பது அவசியம் என்று கருதுகிறேன்..'

உளவுப்பிரிவு அளித்த தகவலின் படி மங்கோலியப் படை துருக்கியர்களின் படையைவிட ஏழு மடங்கு அதிகமானது. ஜாபர் அவர்களை வெல்ல முடியாவிடினும் அவர்கள் முன்னேறிச் செல்வதைத் தடுக்கலாம் என்று எண்ணினான். அவனுடைய இந்த நடவடிக்கை தில்லியை எந்த விதத்திலும் காப்பாற்றாது என்றாலும், ஓரளவு தடுத்து நிறுத்தும் என்று கருதினான்.

செய்தி கொண்டு போன தூதுவன் எவ்விதக் காயமுமின்றித் திரும்பி வந்தான். அவனுடைய உயர்சாதி குதிரைக்குப் பதில் அவர்களின் மட்டக் குதிரை மேல் வந்து சேர்ந்தான். ஜாபரின் கோபத்திற்கு அஞ்சி தூதுவன், குத்லுக் குவாஜா கூறியதை அப்படியே கூறாமல் தயங்கி நின்றான்.

'பயப்படாமல் மங்கோலியத் தளபதி கூறியதை ஒரு வார்த்தை விடாமல் கூறு' என்று கூறினான்.

வீரன் தயங்கியபடி, 'மன்னர்கள் மன்னர்களுடன்தான் போரிடுவது முறை. முடிந்தால் தங்களைத் தில்லிக்கு வந்து சுல்தானுடன் அவர்கள் போரிடும் போது ஓர் ஓரமாக நல்ல பையனாக வேடிக்கைப் பார்க்கச் சொன்னான் அந்த மங்கோலியத் தளபதி' என்றான்.

'மன்னன், யார் மன்னன்? இவன் பாட்டன் முப்பாட்டன்கள் எல்லாம் ஆடுமேய்த்துக் கொண்டிருந்தவர்கள். இவன் கூறுகிறான் மன்னனாம் மன்னன்' என்று ஜாபர் சீறினான்.

'நாம் இப்போது என்ன செய்வது?' என்றார் தலைமை மன்ற உறுப்பினர்.

‘மங்கோலியர்கள் இப்போது எங்கே இருக்கிறார்கள்?’ என்று ஜாபர் தூதுவனைக் கேட்டான்.

‘பத்துநாள் பயணத் தொலைவில் உள்ளனர்’ என்றான் தூதுவன்.

‘அவர்கள் இந்தப் பிரதேசம் வருவதற்கு வாய்ப்பே இல்லையா?’ என்று அவன் பரிதாபமாகக் கேட்டான். அவன் குரலில் பொம்மையைப் பறிகொடுத்த குழந்தையின் வேதனை தெரிந்தது.

‘வாய்ப்பில்லை பிரபு. நேரே தில்லி செல்கிறார்கள்’ என்றான் தூதுவன்.

ஜாபர் பெருமூச்சுவிட்டான். பிறகு தன் அதிகாரிகளைப் பார்த்து, ‘சொற்பப் படையினரை இங்கே விட்டுவிட்டுச் செல்லுங்கள். கோட்டையைப் பலப்படுத்துங்கள். மற்றவர்கள் தில்லி சுல்தானுக்குத் துணையாகப் போரில் கலந்து கொள்ள ஆயத்தமாக இருக்கட்டும்..’

*

ஒரு கலவர மௌனம் தில்லி தலைநகரில் கவிந்திருந்தது.

மங்கோலியர்கள் தலைநகரை நெருங்கிக் கொண்டிருந்தார்கள். அலாவுதீன் கடுங்கோபத்தில் இருந்தான். எதிரி சிந்து நதியைக் கடந்த பின்னரே அவனுக்குத் தகவல் அளிக்கப்பட்டது. அவன் முன்னர் இரண்டு வார கால அவகாசமே இருந்தது. அதற்குள் எதிரியை எப்படி எதிர்கொள்வது, போரிடுவது என்று அனைத்தையும் யோசித்துப் போர்த்தந்திரங்களை வகுக்க வேண்டும். இல்லையென்றால் அவனுடைய கனவு சாம்ராஜ்ஜியம் எதிரிகளின் கைக்குப் போய்விடும். அரண்களைப் பலப்படுத்தவும், அகழிகளை ஆழப்படுத்தவும் இரண்டுவார கால அவகாசம் போதாது.

ஒரு நகரமே நகர்ந்து வருவது போல அந்த மங்கோலியனின் படையெடுப்பு இருந்தது. சற்றும் தளராத முயற்சியே மங்கோலியரின் பலம். இதுபோன்ற படையெடுப்பை பாரத தீபகற்பம் இதற்கு முன்னர் கண்டதில்லை என்னும்படி ஒரு படையெடுப்பு. பல மாதங்கள் குதிரைகளின் மீது சவாரி செய்வார்கள். குறைவான உணவுப் பொருள்களுடன் படையெடுப்பை நிகழ்த்தும் அவர்கள், செல்லும் வழியில் உயிர் வாழ்வதற்குக் குதிரைகளை வெட்டி அவற்றின் ரத்தத்தைக்

குடிக்கவும் தயங்கமாட்டார்கள்.

ஜாபர் தனது ஏழாயிரம் படை வீரர்களுடன் வந்து கொண்டிருக்கிறான் என்ற செய்தி கில்ஜிக்கு ஆறுதலை அளித்தது. சிரி என்ற இடத்திற்கும் தில்லி கோட்டைக்கும் நடுவில் அவனது படை மங்கோலியர்களைத் தடுப்பதற்கு நிறுத்தி வைக்கப்பட்டது. அத்தனை பொழுதும் அவர்களுடைய பொழுது என்பது போல மங்கோலியப் படையினர் நிதானமாக வந்து கொண்டிருந்தனர்.

நான்கு சமஸ்தானங்களிலிருந்து அதிபதிகளும், படைகளும் தலைநகர் விரைவதைக் கண்ணுற்ற மக்களிடம் பெரும் போர் மூளலாம் என்ற அச்சம் எழுந்தது. அவர்களை எதிர்ப்பதற்குப் போர் ஆயத்தம் மேற்கொள்ள தில்லி சுல்தானுக்குப் போதிய அவகாசம் வேண்டியிருந்தது. அதனை மங்கோலியப் படை தருவதாகத் தெரியவில்லை.

யமுனை நதிக்கரையையும் அதன் அருகே பரந்து விரிந்திருந்த புல்வெளிகளையும் கண்ணுற்ற குத்லுக் பெரும் மகிழ்ச்சி எய்தினான். நதியை ஒட்டிச் சென்ற வழியானது பாம்பைப் போல நெளிந்து நெளிந்து நீண்டிருந்ததால் தங்கள் படையெடுப்பு மேலும் ஒரு சில நாட்கள் நீடிக்கும் போலிருந்தது. ஆனால் இந்த வழியைத் தவிர வேறு குறைவான தொலைவு கொண்ட வழி வேறு எதுவும் கிடையாது.

அவன் தனது படையை தில்லியிலிருந்து ஆறு மைல் தொலைவில் யமுனை நதிக்கரையோரம் கிலி என்ற ஊரில் இளைப்பாற நிறுத்தினான். அவர்களுக்குத் தேவையான குடிநீரை வழங்க யமுனையின் நீர்ப் பிரவாகம் போதுமான அளவு இருந்தது. அந்த ஊரைச் சுற்றியிருந்த தானியச் சேமிப்புக் கிட்டங்கிகளை அவர்கள் தங்கள் கட்டுக்குள் கொண்டு வந்துவிட்டனர். கம்பளித் துணியில் செய்யப்பட்ட கூடாரங்களை நடுவில் கம்புகள் எதுவுமின்றிப் பிரம்புக் கூண்டு போன்ற அமைப்பில் எழுப்பினார்கள். இந்தவகைக் கூடாரங்கள் மங்கோலியரின் தனி அடையாளம் என்பதோடு சுருட்டி எடுத்துச் செல்லவும் வசதியானவை.. படை வீரர்கள் குதிரைகளை அவிழ்த்துவிட்டு புல்வெளிகளில் மேய்வதற்கு அழைத்துச் சென்றனர். மகளிர் உணவு தயாரிக்கும் பணியில் ஈடுபட்டனர்.

மங்கோலியர்கள் சூழ்ச்சியான போர்த்தந்திரங்களாலும், விரைவாக நகர்ந்து செல்லும் திறமையினாலும் மட்டுமே வெற்றியை எளிதில் தக்க வைத்துக் கொண்டனரே அன்றிக் கொடூரத் தாக்குதலினால் இல்லை. அவர்களது உளவுத்துறைச் செயல்பாடு உலகில் வேறு

எந்தச் சாம்ராஜ்ஜியத்திலும் இருப்பதைவிட ஓர் ஒப்புமை இல்லாத துறையாகும். அலாவுதீனுக்கு அவர்களைப் பற்றித் தெரிந்தது சிறிதளவே என்றால், மங்கோலியர்களுக்கு தில்லியின் நிலைமை தலைகீழ் பாடம். தில்லி சுல்தானியம் தக்க பாதுகாப்பு இன்றி இருப்பதை அவர்கள் நன்கு அறிந்து வைத்திருந்தார்கள். சொல் பேச்சு மீறாத மிகுந்த கட்டுப்பாட்டுடன் கூடிய படை அவர்களிடம் இருந்தது.

பாரத தீபகற்பத்தில் முதன்முறையாக அலாவுதீன் மங்கோலியர்களுக்கு எதிராக ஆயுதம் ஏந்தியப் பெரும்படை ஒன்றை நிரந்தரமாக நிறுத்தி வைத்திருந்தான். எனவே மங்கோலியர்கள் முதலில் அலாவுதீனின் படைகள் தாக்கட்டும் என்று காத்திருந்தனர்.

தில்லி கோட்டைக்குள் மக்கள் கட்டுப்பாட்டுடன் இருப்பதைப் போன்ற வெளித்தோற்றத்தை ஏற்படுத்துவதன் அவசியத்தை உணர்ந்த சுல்தான் தில்லி நகரின் கொத்தவால் அலா முல்க் என்ற முதியவரை ஆள் அனுப்பி அழைத்து வரச்செய்தார். எழுபது வயதைக் கடந்த அந்த முதியவர் பருத்த உடலுடன் கழுத்து என்ற பகுதியே இல்லாததைப் போன்ற தோற்றத்துடன் வந்தார். அவர் சிகையில் படர்ந்திருந்த வெள்ளிக் கம்பி இழைகள் அவருடைய அனுபவத்தைப் பறைசாற்றின. இரண்டு சமஸ்தானங்கள், நான்கு சுல்தான்களிடம் வேலை பார்த்த திறமை தங்கமாகவும் வெள்ளியாகவும் அவர் மேல் அங்கியில் பதக்கங்களாகத் தொங்கிக் கொண்டிருந்தன. தில்லி அரியணைக்கு அவர் என்றும் விசுவாசி. தில்லிக்கு ஆபத்து வரும் காலங்களில் அவர் சுல்தானுக்கு மிகவும் வேண்டியவர் ஆவார்.

மாலிக்கபூர் சுல்தானின் பின்னால் நின்று கொண்டிருந்தான்.. சுல்தானின் கைகளில் இருந்த கோப்பை தீரத் தீர மதுவை நிரப்பிக் கொண்டிருந்தான். இருப்பினும் அவன் கவனம் அவர்கள் பேச்சின் மீதுதான் இருந்தது.

தில்லி நகரைவிட்டு மக்களில் சிலர் சாமர்த்தியமாக ஒருவார காலம் வெளியூர்களுக்குச் சென்றுவிட்டனர். அப்படிச் செல்பவர்களை உடனே தடுத்து நிறுத்த வேண்டும். இல்லை என்றால் மக்களுக்கு தில்லி சுல்தான் மீது இருக்கும் நம்பிக்கை போய்விடும். அவ்வாறு தப்பிச் செல்லும் மக்களின் தலைகளைத் துண்டிக்கும்படி அவனது படை வீரர்களுக்கு ஆணையிட்டான்.

கொத்தவால் வேறுவிதமாக அறிவுறுத்தினார். ‘குறைந்த ஜனத்தொகையை ஒரு முற்றுகையின் போது பராமரிப்பது எளிது என்பது என் அபிப்பிராயம்’ என்றார்.

தலைநகரில் உணவு, எரிபொருள்களின் அளவு குறித்துக் கொத்தவாலிடம் கேட்டுத் தெரிந்து கொண்டான். தாராளமாக உணவு வழங்குவதே அவனுடைய விருப்பமான திட்டங்களில் ஒன்று. தனது படையை அளவில் பெரியதாகவும், செலவில் சிறியதாகவும் வைப்பதற்கு அவன் வீரர்களின் ஊதியத்தைக் குறைத்த அதே நேரத்தில் அன்றாட வாழ்விற்குத் தேவையான பொருள்களின் விலையையும் குறைத்தான். அவனால் அதி தீவிரமாகக் கண்காணிக்க அனுப்பப்பட்ட ஒற்றர்கள் பொருள்களின் விலை சந்தையில் அதிகரிக்கவில்லை என்பதை உறுதிப்படுத்தினார்கள். போக்குவரத்தையும், தானியச் சேமிப்பையும் சுல்தானின் ஏகபோகமாக மாற்றினான். உணவைப் போலவே போர்க்காலங்களில் எரிபொருள்களின் இருப்பும் அவசியமான ஒன்று. குளிர்காலம் நெருங்குவதால் எரியூட்ட விறகுகள் அதிகம் வேண்டியிருக்கும், இல்லையென்றால் தில்லியின் குளிரைத் தாங்குவது கடினம்.

கொத்தவால் தனது கட்டுப்பாட்டிற்குள் இருக்கும் அத்தனை விஷயங்களையும் சுல்தானுடன் விளக்கிக் கூறிவிட்டுக் கிளம்ப ஆயத்தமானார். அவர் விரைந்து செயல்பட வேண்டியிருந்தது. முந்தைய இரவைப் போலவே இன்னும் எத்தனை இரவுகள் கொத்தவால் உறக்கமின்றிச் செலவிட நேருமோ தெரியவில்லை.

சுல்தானுக்கு அவரை அத்தனை எளிதில் விடுவதற்கு மனமில்லை. அவனுடைய ஏனைய தளபதிகள் தில்லி நோக்கி வந்து கொண்டிருக்கிறார்கள். இதுவரையில் ஜாபரை மட்டும்தான் சுல்தான் சந்தித்துப் பேசியிருக்கிறான். இருக்கும் இருபதினாயிரம் வீரர்களுடன் மங்கோலியர்களை எதிர்க்க உத்தரவிடப்பட்டான்.

அலாவுதீனுக்கு இன்னொரு கருத்தும் தேவையாக இருந்தது.

‘போர் ஆயத்தங்கள் குறித்து உங்கள் அபிப்பிராயம் என்ன கொத்தவால் அவர்களே? உங்கள் அனுபவத்திலிருந்து உங்கள் மனதில் பட்டதைக் கூறுங்கள்’ என்று கேட்டான்.

கொத்தவால் மறுத்துப் பேசினார். ‘மரியாதைக்குரிய சுல்தான் அவர்களே! போர் என்பது வீரதீரம் மிக்கவர்களுக்கு. என்னைப் போன்ற நிர்வாகிகளிடம் கேட்டால் என்ன கூற இயலும்? இருந்தாலும் உங்களுக்கு ஓரிரு வார்த்தைகளை அறிவுறுத்த எண்ணுகிறேன். யுத்தம் ஒன்றினால் உங்கள் ராஜ்ஜியத்திற்கு ஊறு விளைவிக்க வேண்டாம். ராஜதந்திரத்தின் மூலம் காலதாமதத்தை ஏற்படுத்தி தில்லி நகரின் கோட்டைக் கொத்தளங்களைப் பலப்படுத்துங்கள்’ என்றார்.

அலாவுதீன் அதற்கான வழிகளை ஆராய முற்பட்டான்.

பின்னால் நின்று கொண்டிருந்த மாலிக் வந்த சிரிப்பை அடக்கப் பெரும் முயற்சி எடுப்பதை அலாவுதீன் பார்த்தான்.

மாலிக் தனக்குத் தானே பேசிக் கொண்டான். 'திருடனால் ஓர் ஒட்டகத்தைக் களவாடி அதைப் பிறர் கண்ணுக்குத் தெரியாமல் மறைக்க இயலாது.'

அவனுக்கிருந்த கலவரத்தில் மனதில் நினைத்ததை வெளியில் கேட்கும்படி பேசிவிட்டான். பேசிய பின் கீழ் உதட்டைக் கடித்துக் கொண்டான். பயனில்லை. வெளியில் விழுந்த வார்த்தைகளை மீண்டும் எடுக்க முடியாது. அவர்கள் நடுவில் நிகழ்ந்த உரையாடலில் முழு ஈடுபாட்டைச் செலுத்தியதால் அவனை மீறி அந்த வார்த்தைகள் வெளிவந்தன. மாலிக், சுல்தானின் முதுகுக்குப் பின்புறம் இருந்தாலும் அந்த வார்த்தைகளை அவன் முணுமுணுத்ததும் சுல்தானின் தலை அசைவதை அவன் கவனித்தான். கொத்தவால் அலா முல்க் அகன்ற மறுகணம் அலாவுதீன் திரும்பி மாலிக்கைப் பார்த்து, 'மீண்டும் எதற்குள் வாய்க்குள் முனகினாய்?' என்றார்.

'எது மாட்சிமை மிகுந்த சுல்தான்?' மாலிக் ஒன்றும் தெரியாதவன் போலக் கேட்டான்.

'என்னவோ ஒட்டகம், திருடன் என்று கூறினாய். என்னைப் பார்த்தால் உனக்குத் திருடனைப் போலவா தோன்றுகிறது?'

'நான் ஒரு பழமொழியைக் கூறினேன் மாண்புமிகு சுல்தான் அவர்களே. ஒரு சாம்ராஜ்ஜியத்தை ஆளும் போது அது சந்திக்க நேரும் சவால்களைப் புறந்தள்ள முடியாது. மங்கோலியர்கள் உங்கள் மனோதிடத்தைச் சோதிப்பதற்கு என்று இரண்டாயிரம் மைல்களுக்கு அப்பாலிருந்து வருகின்றனர். அவர்களது சவாலை நீங்கள் எதிர்கொள்வதுதான் இங்கே முக்கியம். அவர்களது நோக்கமே உங்களை அச்சுறுத்துவதுதான். நீங்களும் துணிந்து எதிர்வினையாற்றுவதற்குப் பதில் அச்சப்பட்டு நின்றால் உங்களை உங்கள் மக்கள், வீரர்கள் இவ்வளவு ஏன் உங்கள் சந்ததியினரில் கூட எவரும் மதிக்கமாட்டார்கள்.'

'சந்ததியினர்' என்பதை அவன் இறுதியாகக் கூறினாலும் அலாவுதீனை அதிகம் பாதித்தது அந்த வார்த்தைதான்.

மூன்று நாட்கள் சென்ற பின்னர் போர் முனைக்குத் தயாராகும் வீரர்களைப் பார்த்து உரையாற்றும் போது சுல்தான் அதே வார்த்தைகளைக் கூறினார்.

‘ஆறுமாத காலம் செலவழித்து நம் பகைவன் நம்மைத் துரத்தி வருகிறான் என்றால் நாம் நமது ஆற்றலையும் திறனையும் உணர வேண்டும். பாம்புக்கு அஞ்சிய எலிகளைப் போலப் பொந்தில் அடைந்து கிடக்கக் கூடாது. மக்கள், படை வீரர்கள், என் வருங்காலச் சந்ததியினர் அனைவரும் என்னை ஏளனம் செய்வார்கள்.’

அவனது உரை அங்கிருந்த அனைவரையும் நெகிழ வைத்தது மாலிக்கைத் தவிர. ‘நான் தில்லி நகரத்தை விட்டு சிரி பிரதேசத்திற்குப் படையை நகர்த்தப் போகிறேன். அழகான தில்லி நகரம் போரில் நாசம் அடைவதை நான் விரும்பவில்லை’ என்றான்.

சுல்தானின் உரை முடிந்த மறுகணத்திலிருந்து போர்ப்படை செயலில் இறங்கியது. இரவு முழுவதும் ஆயுதங்கள் சாணை தீட்டப்பட்டன. ஆயுதக் கிடங்குகளின் எந்திரங்களின் ஒலியும் ஆயுதங்கள் கூர்மையாக்கும் போது எழும் நெருப்புப் பொறிகளும் மிகுந்து காணப்பட்டன. நெடுநாட்களாக அமைதியில் வசித்த அந்த நகரம் அன்றைய இரவை ஓசைகளால் கடந்து கொண்டிருந்தது.

தனது போர்ப்படைக் குழுவினருடன் ஆலோசித்து விட்டு அலாவுதீன் அந்தப்புரம் திரும்பும் போது பொழுது நள்ளிரவைத் தாண்டிவிட்டது. தனது எஜமான் உள்ளே நுழைந்ததும் மாலிக் ஒரு கோப்பை நிறைய மதுவுடன் எதிர்ப்பட்டான்.

‘இரவு சல்லாபத்திற்கு எந்தப் பெண்ணைத் தயார் செய்யட்டும் சுல்தான்?’ என்று கேட்டான்.

‘பெண்கள் நாசமாகப் போகட்டும். இன்றிரவு உன்னுடன் பேசுவதற்கு நிறைய விஷயம் இருக்கிறது அடிமையே’ என்றான்.

அடிமை என்ற வார்த்தை ஒருகண நேர யோசனைக்குப் பிறகு உச்சரிக்கப்பட்டது என்றாலும் அதையும் மாலிக் தனக்குக் கிடைத்த பாராட்டாக எடுத்துக் கொண்டான். மாலிக் கடமையுடன் குடுவையையும் கோப்பையையும் மேசை மேல் வைத்துவிட்டு சுல்தானின் கவனம் தன் மீது விழும் வரை காத்திருந்தான்.

‘ஒருவழியாக என்னை யுத்த களத்திற்குத் தயார் செய்துவிட்டாய் மாலிக். சொல். மேற்கொண்டு நான் என்ன செய்ய வேண்டும்?’ என்று சுல்தான் அவனைப் பார்த்துக் கேட்டான். அவன் கேள்வியில் எள்ளல் தொனி இருந்தது.

சுல்தான் சொன்னது கேலியோ கிண்டலோ தெரியாது, மாலிக் உடனே மறுமொழி கூறினான். ‘மங்கோலியர்கள் இனியும்

கொள்ளைக்காரர்களாக இருக்கப் போவதில்லை. அவர்கள் கொள்ளையடிக்க உலகில் இடமே இல்லை. அவர்களுக்குச் சாய்ந்து கால் நீட்ட ஒரு திண்டு தேவை. அதனால்தான் தில்லியை நோக்கி வரும் போது இடையில் எதிர்ப்பட்ட கோட்டைகளைத் துவம்சம் செய்யாமல் விட்டு வைத்திருக்கிறார்கள். அதேபோல நடுவில் தென்பட்ட நகரங்களுக்குச் சென்றிருந்தால் அந்த தேசத்தவர்கள் அவர்களுக்குச் சிவப்புக் கம்பளம் விரித்துக் காலில் விழுந்திருப்பார்கள். அவர்கள் அப்படிச் செய்யவில்லை. தில்லி ஒன்றுதான் அவர்களது இலக்கு' என்றான்.

அலாவுதீன் தனது மோவாயைப் பாதி ஆச்சரியத்துடனும், பாதிக் கேள்விக் குறியுடனும் உயர்த்திப் பிடித்தான். மாலிக்கை சுல்தான் வியந்து நோக்கினான். 'அந்தப்புரத்தில் இருக்க வேண்டிய அலி அந்தப்புரத்துடன் தங்கிவிடாமல் நாட்டில் ஏற்படும் இன்னல்களை நன்கு யோசித்துத் தீர்வு சொல்லும் அளவிற்குத் திறமை படைத்தவனாக விளங்குகிறான். தீபகற்பத்தின் வரலாற்றை மாற்றி எழுதக் கூடிய அளவிற்கு வரவிருக்கும் யுத்தம் குறித்து யோசனை நல்குகிறான்.' சுல்தானின் நெற்றி, சிந்தனையில் விரிந்தது. நீண்ட பெருமூச்சு ஒன்றை வெளிப்படுத்தினான்.

'சொல் அலியே! இதற்கு முன்னர் போரில் கலந்து கொண்ட அனுபவம் இருக்கிறதா? எவ்வாறு உன்னால் போர்த்தந்திரங்களை இவ்வளவு அழகாக எடுத்துரைக்க இயலுகிறது? என்னிடம் எதையும் மறைக்காமல் கூறு' என்றான்.

'அல்லாஹ் என் நாவில் பொய், புரட்டு இரண்டும் புரளாமல் பார்த்துக் கொள்வாராக. கம்பாயத் நகரில் அடிமைச் சந்தையில் ஒரு போர் வீரனைச் சந்தித்தேன். மங்கோலியர்களுடன் போரிட்டுத் தோற்றவன். வீரர்களைப் பற்றி முழுமையான தகவல்களை எனக்கு அளித்தான். இதுவரை மங்கோலியர்களை எதிர்த்துப் போரிட்டு வென்றவர்கள் கிடையாது என்றான். அவர்களது விடாமுயற்சி பகைவர்களை நிம்மதியாக உறங்கவிடாது. அவர்கள் சலிக்காமல் மீண்டும் மீண்டும் படையெடுப்பார்கள். நீங்கள் தோல்வியடைய வில்லை என்றால் உங்கள் பேரன் தோல்வியடைவான்' என்றான்.

'எனக்கு ஆயிரம் கவலைகள் உள்ளன மாலிக்; என் பேரன் கவலையை அவனே படட்டும்.' சுல்தான் சிரித்தான்.

'அதற்காக அவர்களை எவராலும் வெல்ல முடியாது என்பது பொருளில்லை. சமீபத்தில் எகிப்தியர்கள் அவர்களை வென்றிருக்கிறார்கள்' என்றான்.

‘உனக்கு எப்படி இந்தத் தகவல் தெரிந்தது?’ என்று வியந்த வண்ணம் கேட்டான். அவனுக்கே அந்த சேதி இரண்டு வாரங்களுக்கு முன்னர்தான் தெரிந்தது.

‘அடிமைப் பிரிவினருக்குத்தான் முதலில் தகவல் வந்து சேரும் எஜமானரே’ என்றான் மாலிக்.

‘இப்போது என்னை என்ன செய்யச் சொல்கிறாய்?’ என்றான் சுல்தான்.

‘முதலில் நீங்கள் தாக்குதலைத் தொடுக்காதீர்கள். அவர்கள் தாக்கும் வரை காத்திருங்கள். உங்கள் ஆணையை மீறி எதுவும் செய்யக் கூடாது என்று உங்கள் படையினருக்கு ஆணையிடுங்கள். உங்கள் சீற்றம் எத்தகையது என்பது மங்கோலியர்களுக்குத் தெரியட்டும். தாமதிப்பதில் தவறில்லை, நாம் எதையும் இழக்கமாட்டோம். நமது பாதுகாப்புப் படைகள் வந்து கொண்டிருக்கின்றன..’

சுல்தானுக்குள் கவலை மண்டியது. மாலிக் கொடுத்த யோசனை பிரமாதமாக இருந்தது. அலாவுதீனும் மாலிக்கின் யோசனைப்படி நடக்கவே பிரியப்பட்டான். ஆனால் அவன் தளபதிகள் இதுவரை கடைப்பிடிக்கப்பட்ட மரபு வழிகளில் போர் செய்து பழக்கப்பட்டவர்கள். முற்றிலும் புதிய போர்முறைக்கு ஒப்புக்கொள்வார்களா? அவன் விரும்பும் விதியை அவர்கள் நிர்ணயிப்பார்கள் என்று சொல்ல முடியாது.

மாலிக் போன்றவர்கள்தாம் சரித்திரம் படைப்பவர்கள். அவனுடைய அயராத உழைப்பும் உறுதியும் அவனை வெகு உயரத்தில் கொண்டுவிடும் என்பதில் ஐயமில்லை.

இதேபோன்ற மன உறுதியுடன் ஒருமுறை ஜாபர் வெறும் ஆயிரம் படை வீரர்களுடன் தன்னுடைய படையைவிடப் பன்மடங்கு அளவில் பெரிய ராஜபுத்திரர்களின் படையை எதிர்ப்பதற்குத் துணிவுடன் ராஜஸ்தான் சென்றான். ஜாபர் ஒரு போர் வீரன். ஆனால் இந்த மாலிக் ஓர் அடிமை. அதிலும் அலி. ஹிந்து மதத்திலிருந்து இஸ்லாம் மதத்திற்கு மாறியவன். மாலிக்கை என்ன செய்வது என்று அலாவுதீனுக்குப் புரியவில்லை என்றாலும் ஒன்று புரிந்தது, அவன் திட்டம் மிகப் பிரமாதமாகச் செயல்படும் திட்டம் என்பது மட்டும் திட்டமாகத் தெரிந்தது.. இரவு படுக்கைக்குப் படுக்கச் செல்லும் போது அலாவுதீன் கூறினான். ‘இப்போதுதான் தெரிகிறது இவனை எதற்காக ஆயிரம் தினார் கொடுத்து வாங்கினார்கள் என்று.’

*

மாலிக்குடன் கருத்துப் பரிமாற்றம் செய்து கொண்டு மூன்று நாட்கள் சென்ற பின்னர் பிரச்னையை உண்மையாக நேர் கொள்ளும் தருணம் வந்தது.

அலாவுதீன் பகைவர்களை எதிர்க்கத் துணிந்தான். அவன் போருக்காகக் கோட்டையைவிட்டு அகன்ற தருணம் விழாவாகக் கொண்டாடப்பட்டது. கோட்டைக் கதவுகளைப் பூட்டியிருக்கும் பூட்டுக்களின் சாவிகளைத் தருவித்தான். கோட்டைப் பகுதியின் ஆளுநர் அலா முல்கை வரவழைத்துக் கோட்டைச் சாவிகளை முத்தமிடச் செய்தான். அதன் பிறகு இடியென முழங்கினான்.

'வெற்றி வீரருக்குச் சேவையாற்றுங்கள். இந்த தில்லி நகரம் விலை மதிப்பற்றது. இதனைப் பணயமாக வைக்க எனக்குச் சம்மதமில்லை. வெற்றி பெறுபவனுக்கு இந்த நகரம் முழுமையாகச் சொந்தமாகும். கிரியை நோக்கி நான் என் படையுடன் குத்லுக்கை எதிர்க்கச் செல்கிறேன். இருவரில் எவருக்கு அல்லாஹ் வெற்றியைத் தருகிறார் என்று பார்ப்போம்' என்றான்.

எக்காளங்கள் முழங்க, போர்முரசங்கள் ஒலிக்க, கவசமணிந்து அலாவுதீன் தனது படையுடன் வெண்புரவி ஒன்றின் மீதேறி போருக்குப் புறப்பட்டான்.

பரிவாரங்கள் கிரி பிரதேசத்தை அடைய நடுப்பகல் பொழுதானது. சுல்தானின் கூடாரம் மற்ற கூடாரங்களின் மையத்தில் அமையுமாறு மற்ற கூடாரங்கள் அமைக்கப்பட்டன. எங்கும் சிவப்புக் கம்பளங்கள் விரிக்கப்பட்டன. தரை மட்டப்படுத்தப்பட்டது. தற்காலிகமாக ஓர் அரியணை அவனுடைய கூடாரத்தின் ஓரத்தில் போடப்பட்டது. அவனது படுக்கும் அறை அடுத்துள்ள கூடாரத்தில் அமைக்கப்பட்டது. அவன் கூடாரத்தின் மீது தங்க நிறத்தில் பிறை நிலா ஒன்று பச்சை வண்ணக் கொடியில் பறந்தது.

போர்ப் படையின் ஆலோசனைக் கூட்டம் அன்றிரவே கூட்டப்பட்டது. கூடாரத்தின் நுழை வாயிலில் நின்று கொண்டு மாலிக் ஒவ்வொரு தளபதியின் வருகையை அறிவித்துக் கொண்டிருந்தான். நான்கு கான்கள்- நஸ்ரத், உலூக், ஆல்ப் மற்றும் ஜாபர்- சுல்தானைச் சுற்றி அமர்ந்தனர்.

அலாவுதீன் தனது திவானில் நன்றாகச் சாய்ந்து அமர்ந்தான். மாலிக் குறித்து அங்கு கேள்வி கேட்க ஒருவருக்கும் துணிவு இல்லை. சிலர் அவனை சுல்தானின் மெய்க்காப்பாளன் என்று எண்ணினார்கள். வேறு சிலர் அவன் சுல்தானின் எடுபிடி என்று கருதினார்கள்.

தளபதிகள் தங்களது பகைவனைப் பற்றி அவர்கள் அறிந்து வைத்திருந்த தகவல்களை முதலில் கூறினார்கள். பின்பு தாங்கள் நினைத்து வைத்திருக்கும் போர்த்தந்திரங்களைக் கூறினார்கள். ஜாபர்தான் அதிகம் பேசியவன். சுல்தான் கேள்விகளை வீச வேண்டியது, அனைத்திற்கும் ஜாபரே பதில் கூறினான். சுல்தான் குறிப்பிட்டு ஒருவரைக் கைநீட்டி பதில் சொல்லச் சொன்னாலே ஒழிய அனைத்துக் கேள்விகளுக்கும் ஜாபரே விடை பகன்றான். இதன் காரணமாக மற்றவர்களுக்கு ஜாபர் மீதிருந்த கசப்புணர்வை மாலிக் புரிந்து கொண்டான். அவர்களுக்கு மங்கோலியர்களை விடவும் ஜாபர்தான் பெரிய எதிரி என்பது புரிந்தது.

தளபதிகளும் அவர்களுடைய அதிகாரிகளும் தங்கள் போர்த் திட்டங்களை விவரித்துக் கூறிக் கொண்டிருந்தனர். அலாவுதீனின் மனம் தனியாக அலைந்து கொண்டிருந்தது. சுல்தானின் எதிரில் அமர்ந்திருப்பவர்கள் பிறவி வீரர்கள். ஒவ்வொருவரும் தங்கள் குதிரைகள் மீதேறி ஒரு வீரன் பதினைந்து நாட்களில் கைப்பற்றக் கூடிய அளவைவிட அதிக அளவு பூமியைக் கைப்பற்றி உச்சம் தொட்டவர்கள். இனி அதையும் தாண்டிய உயரம் தொடுவார்களா என்று தெரியவில்லை.

சுல்தானின் படைகளின் அஸ்திவாரம் சற்று அசைந்து கொடுக்கத் தொடங்கியிருந்தது. நான்கு பிரிவுகளின் தளபதிகளும் சாதிக்க வேண்டும் என்ற வெறி கொஞ்சம் கொஞ்சமாகத் தேய்ந்து வந்ததே காரணம். பதவிகள் அவர்களை மக்கச் செய்துவிட்டன. உலூக்கான் சின்னப் பையன்களுடன் அடிக்கும் கும்மாளங்கள், ஆல்ப்கானின் பெண்ணாசை, நஸ்ரத்தின் அதீத குடிப் பழக்கம் அவர்களை அரித்துத் தின்று கொண்டிருந்தது. போர்க்களத்திலிருந்து விலகியே அவர்கள் இருந்தது அனைவருக்கும் கண்கூடாகத் தெரிந்தது. ஆனால் இவை எதுவும் ஜாபருக்குப் பொருந்தாது. அவனுடைய வார்த்தைகள் ஒவ்வொன்றும் ஈட்டி போன்று கூர்மையானவை. ஆனால் அவன் போரைப் போர் என்று கருதாமல் ஒரு விளையாட்டு என்றே கருதினான். இந்த நினைப்பு மற்ற மூவரின் நினைப்பைவிட அபாயகரமானது.

இந்த நால்வரும் சுல்தானுக்குப் போர் குறித்தோ, போர்த்தந்திரங்கள் குறித்தோ ஒரு தீர்க்கமான பார்வையை வழங்கவில்லை. ஆனால் போருக்குச் சிறிதும் தொடர்பில்லாத ஓர் அலி அதன் நீள அகலங்கள் குறித்து விவாதித்ததோடு சரியான போர்த்தந்திரங்களை முன்வைத்தான். சுல்தானுக்குத் தான் அரசாளும் இந்த நகரத்தை முன்னொரு காலத்தில் அடிமை வம்சத்தினர் ஆண்டது தெரியும்.

அலாவுதீன் அவர்கள் வாழ்ந்த அரண்மனையில்தான் வாழ்ந்தான்; அவர்கள் ஆண்ட பூமியில்தான் அவனும் ஆள்கிறான்; அவர்களது பிரஜைகளிடமிருந்துதான் வரி வசூலிக்கிறான், சொல்லப் போனால் அவன் ஆட்சியில் இருக்கும் வயது முதிர்ந்த குடிமக்கள் பண்டைய ஆட்சியில் இருந்தவர்கள்தான்.

ஜாபர் மங்கோலியர்களை எத்தனை விரைவாகத் தாக்க முடியுமோ அத்தனை விரைவாகத் தாக்க எண்ணினான்.

'எதற்காகப் படை வீரர்களுக்கு ஓய்வு அளிக்கிறீர்கள் சுல்தான் அவர்களே?' என்று கேட்டான்.

அலாவுதீன் வாய்விட்டுச் சிரித்தான். 'தளபதியாரே, வலுக்கட்டாயமாக ஒரு படையைப் பிடித்து இழுத்துக் கொண்டு மூன்று நாள் அலைச்சலாக இங்கே வந்து சேர்ந்திருக்கும் உங்களுக்குத்தான் ஓய்வு தேவை. அவர்களுக்கு அல்ல.'

தில்லி நகரத்தை விட்டுவிட்டு கிரி வரை வந்தது தவறு என்று கூறியவர்களின் பக்கம் திரும்பினான். அவர்கள் அபிப்பிராயம் மீண்டும் தில்லி சென்று கோட்டைக் கதவுகளைப் பூட்டுப் போட்டு மூடிக்கொள்ள நேரம் இருப்பதாகக் கருத்து கூறினார்கள். ஜாபர்தான் மங்கோலியர்களுடன் போருக்குச் செல்லும்படி கூறியிருப்பான் என்று நம்பினார்கள். ஹிந்துஸ்தானின் தெற்குப் பகுதியிலிருந்து அள்ளிக் கொண்டு வந்திருக்கும் பொக்கிஷங்களை மங்கோலியர்கள் காலடியில் கொட்டினால் அவர்கள் திரும்பிவிடுவார்கள் என்றனர்.

இறுதியாக அலாவுதீன் பேசத் தொடங்கினான்.

'எனக்கென்று தனித் திட்டம் உள்ளது. நாளை நாம் யுத்தப் பூமிக்குச் செல்வோம். ஆனால் எந்தத் தாக்குதலையும் நாமாகத் தொடுக்காமல் எதிரியின் பதிலடி என்னவென்று பார்ப்போம்.' என்றான்.

அவன் கீழ் இருந்த அதிகாரிகள் வாயை மூடிய வண்ணம் அவன் சொல்வதைக் கேட்டார்கள்.

'நாமாக எதற்கு ஆபத்தைத் தேடிப் போக வேண்டும்?' ஜாபர் கேட்டான்.

'என் ஆணையை மீறி ஒருவரும் யுத்தப் பூமியில் இருக்கும் இடத்தைவிட்டு நகரக் கூடாது.'

'எதற்கு நாம் அவர்களைப் பார்த்தபடி காத்திருக்க வேண்டும்?' ஜாபர் மீண்டும் கேட்டான். 'மங்கோலியர்கள் களிப்புடன்

இருப்பார்கள். அவர்களைக் கொல்வது கடினமாக இருக்காது' என்றான். சுல்தான் சொன்னதைக் கேட்டு அவன் உணர்ச்சி வயப்படவில்லை. தனது தோற்றத்தை வைத்து மங்கோலியத் தலைவன் எள்ளி நகையாடியது அவன் நெஞ்சைவிட்டு இன்னும் அகலவில்லை.

மாலிக் அவனை ரகசியமாகக் கண்காணித்ததில் இதுதான் நடந்திருக்கும் என்று அனுமானித்தான். அவனுடைய கம்பீரமான தோற்றத்தையும் மீறி அவன் ஒரு சிறுவனாகவே நடந்து கொண்டான்.

'அவர்கள் மேலும் ஒருவார காலம் எதுவும் செய்யாது இருந்தால் தாக்குவது குறித்து நீங்கள் மறுமுறை யோசிப்பீர்களா?' என்று கேட்டான்.

ஜாபர், சுல்தானின் பார்வையைப் புரிந்து கொண்டான். சுல்தான் சொன்னதைக் கேட்டு வியப்பில் ஆழ்ந்தான். அவன் வாய்விட்டு முனகியது ஓசையுடன் யோசித்ததைப் போல இருந்தது. அந்த அடிமை சுல்தானின் செவிகளில் எதையோ ஓதினான். அடிமை கூறியதைக் கேட்டு சுல்தான் வியப்பில் புருவங்களை உயர்த்தினான்.

ஆலோசனைக் கூட்டம் முடியும் போது பொழுது நள்ளிரவைக் கடந்துவிட்டது. தளபதிகளை அனுப்பி வைக்க சுல்தான் கூடாரத்தைவிட்டு வெளியில் வந்தான். தூக்க மயக்கத்தில் தள்ளாடிய தளபதிகள் தடுமாறியபடி தங்கள் கூடாரங்களை நோக்கிச் சென்றனர்.

ஜாபர் மட்டும் சற்று மெதுவாகச் சென்றான். மாலிக்கின் செவிகளில் மட்டும் விழும்படியாக, 'அலியே, இது உன்னுடைய யோசனை' என்றான் ஜாபர். அது வினா வாக்கியம் இல்லை. கட்டளை வாக்கியம்.

மாலிக் வாய் திறந்து விடை கூற நினைத்தவன் எதுவும் பேசாமல் மௌனமாக நின்றான். போதும், இனிமேல் அவன் பகைவர்களைச் சம்பாதித்துக் கொள்ளத் தயாராக இல்லை.

'இப்பொழுது புரிகிறது அடிமையே, சிரி பகுதிக்கு நாங்கள் வருவதற்கு யார் காரணம் என்று. நல்லது அடிமையே, இதனை நீ கூறியிருக்க முடியாது. உன் மனதில் இப்படி ஒரு தவறான யோசனையை வேறு யாரோதான் ஏற்படுத்தியிருக்க வேண்டும்' என்றான். சொல்லிவிட்டுப் பெருமூச்சுவிட்டான்.

'நான் பிறவி வீரன். எனக்கு வெற்றி தோல்வி மீது நம்பிக்கை கிடையாது. யுத்தத்தின் மீது எனக்கு உள்ள பரவச உணர்வே என்னை இதுகாறும் இயக்கி வந்திருக்கிறது' என்று கூறி வந்தவன் ரகசியமாகக் கண் சிமிட்டி, 'நாளை நான் சுல்தான் பேச்சைக் கேட்கப் போவதில்லை. நில்லாமல் சுழலும் என் வாளின் பேச்சைத்தான் கேட்கப் போகிறேன்' என்றான்.

'தாங்கள் அப்படிச் செய்ய இயலாது' என்று மாலிக் சன்னமான குரலில் ஆனால் உறுதியான தொனியில் கூறினான்.

'கண்டிப்பாக என்னால் இயலும். ஒரு சுத்த வீரனால் தன் வாள் பேச்சைச் செவிமடுக்காமல் இருக்க இயலாது' என்றான் ஜாபர். அவன் முகத்தில் வீரப் புன்னகை மின்னியது. சுல்தானின் அதிகாரமும் ஆட்சியும் கட்டுக்குள் வைக்காமல் அவிழ்த்து விடப்பட்டால் ஆனந்தத்துடன் பிய்த்துக் கொண்டு ஓடும் வீரர்கள் நடுவில் ஓர் உண்மையான வீரனை அடையாளம் கண்டு கொண்டதால் மாலிக் முகத்தில் ஒருவகைப் பெருமிதம் பொங்கியது.

'எது நடக்குமோ அதுதான் நடக்கும் மாலிக். இந்த வாழ்வில் அல்லது மறுவாழ்வில் எனக்கு ஒரு சந்தர்ப்பம் கிடைக்குமாயின் நான் உன்னுடன் போரிடவே விரும்புவேன் மாலிக். இல்லை உன்னை எதிர்த்துப் போரிடும் சந்தர்ப்பம் கிடைத்தாலும் கூடப் போதும். உன்னுடைய மூளையும் என் துணிவும் ஒன்றுக்கொன்று போட்டி போடுவதை நான் பார்க்க வேண்டும்' என்றான்.

பாராட்டுகள் மனிதனை மயக்கும் என்பது உண்மை என்றாலும் இப்படி ஒரு சுத்த வீரன் வாயிலிருந்து கேட்ட புகழ் வார்த்தைகளால் மாலிக் மனம் மயங்கினான்.

'அலியே, நன்றாக உறங்கு' என்று கூறிவிட்டு ஜாபர் கிளம்பினான்.

'நீங்களும் நன்றாக உறங்குங்கள் பிரபு' என்று மாலிக்கும் பணிவுடன் கூறினான்.

சிறிது தொலைவு சென்றதும் ஜாபர் பின்னால் திரும்பி மாலிக்கைப் பார்த்துக் கையசைத்து அருகில் வரப் பணித்தான். மாலிக் அவன் அருகில் சென்றான்.

'அடிமையே, சாலையின் இருமருங்கிலும் உள்ள வடிநீர் வாய்க்கால்களின் மீது கவனமாக இருக்க வேண்டும். சில நேரங்களில் அவற்றைத் தாண்டிச் செல்ல வேண்டியிருக்கும். சில நேரங்களில் அவற்றினுள் இறங்க வேண்டியிருக்கும். ஜாக்கிரதை!

நீ ஆபத்துடன் விளையாடுகிறாய். அதிகாரம் என்றுமே உனக்குச் சாதகமாக இருக்கும் என்று நம்பாதே. நினைவிருக்கட்டும். எதைச் செய்ய வேண்டுமோ அதை மட்டும் செய். உன் அளவு தாண்டி கால்களை நீட்டாதே.' அவன் குரலில் வன்மம் இல்லை பரிவு இருந்தது.

ஒருகணம் மாலிக் தடுமாறினான். பிறகு துணிவை வரவழைத்துக் கொண்டு, 'தாங்களும் இதே அறிவுரையின்படி நடப்பீர்களா?' என்றான்.

ஜாபர் திடுக்கிட்டு நின்றான். இறுமாப்பாகச் சிரித்தான். அவன் வெளியேறிய போது அவனது சிரிப்பொலி கூடாரம் எங்கும் ஒலிப்பது போலத் தோன்றியது. ஓர் அடிமை தன்னிடம் இவ்வளவு உரிமை எடுத்துக் கொண்டு பேசியது அவனுக்கு அதிக வியப்பை அளித்திருக்க வேண்டும்.

ஜாபரின் எள்ளலைக் கண்டு மாலிக் பயத்தில் வெளிறினான். பற்களைக் கடித்தான். சுல்தான் இந்தமுறை போரில் தோற்று விட்டால் மாலிக் தனது வாழ்வை மீண்டும் ஆரம்பத்திலிருந்து துவங்க வேண்டியிருக்கும்.

யுத்தம் நடக்க வேண்டிய அந்த நிலப்பரப்பு சற்று மேலே உயர்ந்திருந்தது. அறுவடையான கோதுமை வயல்வெளியில் எங்கும் பதரும், வைக்கோலும் எஞ்சியிருந்தன. ஆகாயத்தில் வல்லூறுகள் வரும் விருந்து எதிர்பார்த்து வட்டமிட்டுக் கொண்டிருந்தன. போர்க்களப் பூமியின் கிழக்கில் யமுனையின் பிரவாகம்; புதர்க்காடு எதிர்புறம். புதர்க்காட்டு நிலம் முழுவதும் முயல்கள் பதுங்கு குழிகளைத் தோண்டி வைத்திருந்தன. தரிசு நிலம்தானே என்று இறங்கினால் முயல் குழிகளில் கால்கள் சிக்கிக் கொள்ளும் அபாயம் இருந்தது.

மூன்று தினங்களில் தேவையான அளவு ராணுவப் படை வீரர்களைத் திரட்டியதும் அலாவுதீன் தனது தளபதிகளைக் களம் இறக்கினான். சென்ற காலங்களில் யுத்தம் என்றால் கொள்ளையடிக்கப் போகும் பொக்கிஷங்களும், அனுபவிக்கப் போகும் பெண்களும் மனக்கண்ணில் விரிந்து படையினரிடம் ஓர் உற்சாகம் தொற்றிக் கொள்ளும். ஆனால் இம்முறை நிலைமையே வேறு. அவர்கள் தற்காப்புப் பக்கம் உள்ளனர். தாக்கும் பக்கத்தில் இல்லை. சுல்தானைப் போர்க்களப் பூமியில் பார்த்ததும்தான் வீரர்களுக்கு உற்சாகம் வந்தது.

உயிருக்கு உத்தரவாதம் அளித்து சுல்தான் வீரர்களை உற்சாகப்படுத்தினான். தனது வீரர்களுக்காகக் கோட்டையின்

பாதுகாவலை அவன் துறந்தான். எந்த சுல்தானும் தனது படை வீரர்களை அபாயத்தில் கொண்டுவிடமாட்டான். சில வீரர்கள் திகிலடைந்து நின்றனர். ஒரு சில அதிகாரிகள் இம்முறை யுத்தத்திற்குப் பயந்து பதவியைத் துறந்தனர். ஆனால் பொதுமக்களிடம் அவர்கள் நல்ல பெயர் எடுக்க முடியவில்லை. கேலிக்கு உள்ளானார்கள். கடமை தவறுதல் ஆபத்தை விளைக்கக் கூடியது என்பதால் சுல்தான் அதற்கு அனுமதிக்கவே இல்லை. கடும் தண்டனை வழங்கினான். இந்த விஷயத்தில் சுல்தான் கடுமையாக நடந்து கொள்ளவில்லை என்றால் மொத்தப் படையும் வீணாகிவிடும். கருணை என்பதே கிடையாது.

சுல்தான் யுத்தப் பூமியை நோக்கிச் சென்ற போது ஒரு நிமிடம் நின்று அங்கிருந்த வீரர்களை நோக்கி உற்சாகமாகக் கரங்களை அசைத்துக் காட்டினான். அந்தப் படை வீரர்களில் பலர் தனக்காக உயிரையும் கொடுக்கத் தயாராக இருப்பது அவனுக்குத் தெரியும். அவன் சிந்தனை வியூகத்தின் மீது குவிந்தது. எதிரிகள் நிற்கும் அணியின் மீது பார்வை சென்றது. காற்று பலமாக வீசியதும் மங்கோலியர்களின் நாற்றத்தை நாசியில் முகர்ந்தான். வியர்வை, குளிக்காத வீரர்களின் துர்நாற்றம், அழுகிய தோள்களின் வாடை, நெருப்பின் புகை நாற்றம், குதிரைகளின் வீச்சம் அனைத்தும் அவன் நாசியைத் துளைத்தன. அவன் மூக்கைச் சுருக்கிக் கொண்டான். பார்வையை ஸ்திரப்படுத்தியபடி அந்த மங்கோலிய வீரர்கள் மத்தியில் அவர்கள் அரசனைத் தேடினான்.

மங்கோலியர் படையும் அத்தனை அவசரப்படவில்லை. ஒரு புழுவைப் போல ஊர்ந்து ஊர்ந்து வந்து கொண்டிருந்தது. வீரர்களிடம் சீரான வேகம் இல்லை. சிலர் வேகமாக வந்து சேர்ந்தனர். சிலர் மெதுவாக ஊர்ந்து வந்தனர். ஊர்ந்து வந்த புழு மிகவும் பசியோடு இருந்தது. சுல்தானோடு சேர்த்து தனக்கு விருப்பப்பட்ட அனைத்தையும் வாயில் போட்டு விழுங்கிவிடும் போலிருந்தது.

சுல்தானின் வீரர்கள் சீருடைகளைப் பச்சை வர்ணத்தில் அணிந்திருந்தால் மங்கோலியர்கள் பழுப்பு மற்றும் கருநீல நிறத்தில் சீருடை அணிந்திருந்தனர். மிதியடிகள் தோலினால் செய்யப்பட்டு நாடாக்களின் உதவியோடு இழுத்துக் கட்டப்பட்டிருந்தன. தொப்பிகள் சிறகுகளால் கூம்பு வடிவில் இருந்தன. அடிப்பகுதி விலங்கின் மயிரால் செய்யப்பட்டிருந்தது. விலங்கின் தரமே படை வீரர்களின் ஒவ்வொரு நிலையைக் கூறின. அதிகாரிகளின் தொப்பி ஓநாய், கரடி, நரிகளின் மயிரினால் செய்யப்பட்டிருந்தது. வீரர்களின்

தொப்பிகள் ஆடு, நாய் தோல் மயிரால் செய்யப்பட்டிருந்தன. குதிரைப்படையினர் நீண்ட இருப்புப் பட்டைகள் தொங்கும் மேலங்கியை அணிந்திருந்தனர். தலையில் தங்கள் பாரம்பரிய விலங்கு மயிர் தொப்பியை விடுத்து இருப்புச் சட்டியைத் தொப்பியாக அணிந்து கொண்டனர். சற்று அதிகத் தரவரிசையில் இருந்த குதிரைப்படையினர் தோற்பட்டையினால் மேலங்கியும், தோல் தொப்பியும் அணிந்திருந்தனர்.

குத்லுக் தனது படையின் நடுவில் நின்றிருந்தான். அவனுடைய இரண்டு புதிய தளபதிகளான ஹிஜ்லக்கும், தமார்புக்காவும் அவனுக்கு இரண்டு பக்கங்களிலும் நின்று கொண்டிருந்தனர். மற்றொரு தளபதி தர்கி எதிரிகளின் கண்களுக்குத் தென்படாமல் பதினாயிரம் வீரர்களைத் தேவைப்படும் நேரத்தில் தாக்குதல் நடத்த ஆயத்த நிலையில் வைத்திருந்தான்.

மங்கோலியப் படை பெரும்பாலும் குதிரைப்படை என்றாலும் மங்கோலிய வீரன் நம்புவது தனது வில் அம்பை மட்டும்தான். குதிரையின் மீதிருந்து நெருங்கிய கைகலப்பை அவன் என்றும் விரும்பியதில்லை. அவர்களுக்குத் திட்டமிட்டுத் தாக்குவது மட்டுமே சாதகம் அளிக்கக் கூடியது. குத்லுக், சுல்தானின் படையினைக் கூர்ந்து நோக்கினான். எதிரியின் பலவீனத்தைத் துழாவும் வல்லூறின் பார்வை அது.

வலப்பக்கம் யமுனை; இடதுபுறம் புதர்க்காடு; நடுவில் கில்ஜியின் படை. படையின் இடப்புறத்தில் நஸ்ரத் தலைமையின் கீழுள்ள படைகள்; ஜாபர் வலதுபுறத்தில் தன் படையுடன்; நடுவில் அலாவுதீன்; பின்புறம் ஆல்ப்கானின் படைகள்.

மங்கோலியர்களின் படைபலம் கில்ஜியை அச்சப்படுத்தியது. இரண்டு படைகளின் பலமும் திடீர் தாக்குதலுக்குச் சாத்தியமின்றி நின்றன.

பகைவர் இருவரும் சுமார் ஆயிரம் கெஜ இடைவெளியில் நின்று கொண்டிருந்தனர். இடைவெளி அத்தனை பாதுகாப்பாக இல்லை. அலாவுதீனுக்கு அவர்களுடைய வில்வித்தையைப் பற்றி நன்கு தெரியும். ஒவ்வொரு வீரனிடமும் ஒரு குறு வில் உண்டு. அதன் மூலம் ஒரு குதிரை வீரன் குதிரையின் மீதிருந்து எதிரியின் படையின் ஐந்தாவது வரிசையின் மீது எய்வதில் வல்லமை பெற்றவன் ஆவான்.

வலப்புறமிருந்த ஜாபர் முதல் ரத்தம் சிந்துவதைப் பொறுத்தே வெற்றி உறுதி செய்யப்படும் என்பதை நன்கு அறிந்தவன். அவன்

தனது கண்களால் எதிரியின் படைகளின் மீது பார்வையை ஓடவிட்டான்.

யுத்த மரபின் படி ஒரு யுத்தம் ஆரம்பிப்பதற்கு முன்பு தனது பகைவனைத் தூற்றும் விதமாகக் கேவலமான வசைச் சொற்களை மங்கோலியர்கள் துருக்கியப் படையின் மேல் அள்ளி வீசினார்கள். அவர்கள் பரிகாசம் மௌனத்தைக் கலைத்தது. அங்க சேஷ்டைகளால் சுல்தானின் வீரர்களுக்கு வெறுப்பேற்றினார்கள். அவர்களது சிரிப்பொலி விண்ணைப் பிளந்தது. இது அவர்களுடைய சாமர்த்தியம் நிரம்பிய போர்த்தந்திரம். எதிரிகளை இவ்வாறு ஏளனம் செய்வதன் மூலம் அவர்களுக்கு வெறுப்பேற்றி சீற்றம் கொள்ளச் செய்து அவர்கள் சீற்றத்தைக் காரணம் காட்டிப் போர் தொடுத்து வெற்றியைத் தட்டிச் செல்வது அவர்களது வழக்கம். எதிரிகள் முதல் அடியை எடுத்து வைத்தால் அந்தப் போரில் மங்கோலியர்கள் வெற்றி பெறுவது உறுதி.

இகழ்ச்சியுரை வலுத்தது. மாலிக் ஓடிவிடலாமா என்று எண்ணினான். ஏதோ முக்கியமான நிகழ்வு ஒன்று நடக்கப் போகிறது என்று காத்திருந்தான். அவன் காத்திருப்பு வீண் போகவில்லை.

சுல்தானின் படைப்பிரிவிலிருந்து ஒரு பகுதி மொத்தப் பகுதியிலிருந்து பிரிந்து முன்னேறிச் சென்றது. ஜாபருக்கு அப்படித் தனித்துச் செல்லக் கூடாது என்று எச்சரிக்கை விடுக்கப்பட்டிருந்தாலும் அவனுடைய படையினர் ஜாபர் பின்னால் அணிவகுத்துச் சென்றனர். ஜாபருக்கு எதிரில் அமைந்த மங்கோலியரின் அணி எளிதில் நசுக்கப்படும் நிலையில் யமுனை நதிக்கும் மொத்தப் படைக்கும் இடையில் இருந்தது. அது ஒன்றுதான் அவர்கள் அணியின் பலவீனமான பிரிவு என்று ஜாபர் முதலில் நம்பினாலும் குத்லுக் வேண்டுமென்றே அப்படி நிறுத்தி வைத்திருந்தது புரிந்தது.

ஜாபரின் படை தங்கள் படையை நோக்கி புல்வெளியில் நகர்ந்து வருவதைக் கண்டதும் குத்லுக் முகத்தில் ஒரு திருப்தியான புன்னகை மலர்ந்தது. ஜாபர் முன்னேறிச் செல்லச் செல்ல அவன் கீழ் இருந்த ஏழாயிரம் வீரர்களும் பின்தொடர்ந்து சென்றனர். ஜாபரின் படை முன்னேறிச் சென்றதும் கதவு திறப்பது போல அவர்களுக்கு வழியை விடுத்த மங்கோலியர்கள் அவர்கள் வந்ததும் மற்றவர்களைத் துண்டித்துக் கதவை மூடுவது போலச் சுற்றி நின்று கொண்டனர்.

மங்கோலியர்கள் திருப்பித் தாக்கத் தொடங்கியதும் ஜாபரின் நம்பிக்கை காற்றில் பறந்தது. ஜாபர் அஞ்சிய வண்ணமே அவன்

வெறும் சொற்ப எதிரிகளைத் துரத்திச் சென்றான். அவர்களும் யமுனை நதிக்கரையோரம் வீழ்ந்தனர் அல்லது மொத்தப்படையில் சென்று கலந்தனர். எவ்வித எதிர்ப்புமின்றி ஜாபர் தனது படையுடன் முன்னேறிச் சென்றான்.

'அவர்களைத் துரத்திச் செல்லுங்கள்..' ஜாபர் கூக்குரலிட்டான். பின்வாங்கியது போலத் தோற்றம் கொடுத்த மங்கோலியப் படையைத் துரத்திச் செல்ல ஜாபர் தனது படையினருக்குச் சீற்றத்துடன் ஆணைகளைப் பிறப்பித்தான்.

ஆனால் மங்கோலியர்கள் ஓநாய்களைப் போல எதிரியை ஓடவிட்டுக் களைப்பாக்கி பிறகு எளிதில் பாய்ந்து கொல்ல எண்ணினார்கள். எனவேதான் ஜாபர் படை முன்னேறிய போது பாசாங்கு செய்து பின்வாங்கியது போல ஓடினார்கள். இப்போது ஜாபர் பொறியில் சிக்கிய விலங்கு போல் மாட்டிக் கொண்டான்.

ஜாபருக்குத் தனது முட்டாள்தனம் மண்டையில் சொடேர் என்று அடித்தது. அவனுடைய உத்வேகம் அவனை நெடுந்தூரம் கொண்டு சென்றது. அவன் துரத்திச் சென்ற மங்கோலிய வீரர்களின் எண்ணிக்கை போகப் போக மிகவும் குறைந்து கொண்டே வந்தது. அதிலும் பாதிப்பேர் பக்கத்தில் இருந்த யமுனைக் கரைக்குச் சென்று தப்பித்தனர். ஏதோ மாயம் நிகழ்வது போல ஒரு புதிய படை ஜாபரை நோக்கி வந்தது. புதர்ப் பகுதியில் மறைந்திருந்த மங்கோலியப் படைத்தளபதிகளில் ஒருவனான தர்கியின் பதினாயிரம் வீரர்களைக் கொண்ட படை யுத்தத்திற்குத் தயாரானது.

'யா அல்லாஹ்! அந்த அலி சொன்னது சரிதான்.' ஜாபர் குதிரையின் லகானைப் பிடித்திழுத்துக் குதிரையைத் திருப்பினான். அவனிடம் ஆயிரம் வீரர்கள் மட்டுமே. முன்னே பின்னே நூறு பேர் கழித்தாலும் எதிரியிடம் அவனிடம் இருப்பதைப் போலப் பத்து மடங்கு அதிகமான எண்ணிக்கை. இப்போது அவன் என்ன செய்ய வேண்டும்? நின்று போரிடுவதா? அல்லது முன்கூட்டியே எவ்விதப் பாதுகாப்புமின்றி இருக்கும் மங்கோலியத் தலைநகர் நோக்கிப் போவதா?

அவன் முகத்தில் சட்டென்று ஒரு புன்னகை எழுந்தது. 'அதிகம் போனால் அங்கே புல் மேய்ந்த நிலத்தைத் தவிர வேறு என்ன இருக்கப் போகிறது? அவன் சிந்தித்தான். தான் பத்திரமாகப் பின்னால் திரும்பிச் சென்றாலும் அதற்கு அவன் கொடுக்கப் போகும் விலை அதிகமிருக்கும். நாம் அச்சப்பட்டுப் பின்வாங்கினால் கண்டிப்பாகத் தலை இருக்காது. அதற்குப் பதில் போரிட்டுச் சாவது

மேல் அல்லவா?' இப்படி ஒரு நினைப்பு வந்ததும் அவன் தனது வில்லில் நாணைப் பூட்டினான்.

அடுத்த ஒரு மணிநேரத்திற்கு ஒவ்வொரு அம்பும் ஒரு மங்கோலியனின் உயிரைக் குடித்தது. அவனது அம்புராத்துணியில் அம்புகள் குறைந்து கொண்டே வந்தது. அம்புகள் முழுவதும் காலியானதும் அவன் தனது வில்லை விட்டெறிந்தான். அவனுடைய குதிரையும் காலில் அடிபட்டு நொண்டத் தொடங்கியது.

ஜாபர் தனது வாளை எடுத்துக் காற்றில் ஒரு சுழற்று சுழற்றி அருகில் இருக்கும் எதிரியின் மீது பாய்ச்சும் அழகை மோகத்துடன் மங்கோலிய வீரர்கள் ரசித்தனர். அவன் தலை முடியில் ரத்தம் தோய்ந்திருந்தது. தூசு படிந்திருந்தது. அவன் கவசத்தைப் பல கூர் அம்புகள் பதம் பார்த்திருந்தன. அவனுடன் வந்த வீரர்களில் பாதிப் பேர் சரிந்துவிட்டனர். இருப்பினும் ஜாபர் விளையாட்டுச் சிறுவனைப் போல உற்சாகத்துடன் போர் புரிந்தான். மொத்தமே அவனுடன் வந்தவர்களில் இருபது படை வீரர்களே எஞ்சியிருந்தனர். அவர்கள் அனைவரும் ஒரு வட்ட வடிவில் நின்று கொண்டு எதிரியுடன் போரிட்டார்கள். ஜாபர் நகைத்தான். இது என் வாழ்வின் போராட்டம். அது அவனுடைய இறுதிப் போராட்டமாகவும் இருக்கலாம்.

இதுவரை சகித்தது போதும் என்ற நிலைக்கு மங்கோலியத் தளபதி தர்கி வந்தான். தனது பக்கம் அதிக இழப்பின்றி இருக்க, ஏன் எனில் அவனது வீரர்கள் பல்லாயிரம் மைல் தூரங்களைக் கடந்து எதிரியுடன் போரிட வந்திருக்கிறார்கள் என்பதால், எதிரியைக் கொல்லுவது தான் ஒரு மங்கோலியத் தளபதியின் இறுதி முடிவாகும்.

தர்கி தனது வில்லை எடுத்தான். அதில் கூர்மையான அம்பு ஒன்றைப் பூட்டினான். அந்த முக்கியமான தருணத்தை உணர்ந்த அவனது குதிரை கூட அசையாமல் நின்றது. தனது வில்வித்தையில் அபார நம்பிக்கை கொண்ட மங்கோலியத் தளபதி மும்முரமாகக் குறி வைத்தான் என்று கூடச் சொல்ல முடியாது. அந்த அம்பு காற்றைக் கிழித்துக் கொண்டு சென்றது. அந்த அம்பு சென்ற வேகத்தை ஜாபர் பார்த்திருந்தால் அவன் சட்டென்று விலகியிருந்திருப்பான். ஆனால் அப்படி விலகினாலும் கூட அவன் பிழைத்திருப்பானா என்று கூற முடியாது.

விரல் சொடுக்கும் நேரத்திற்குள் அந்தக் கூரான அம்பு ஜாபரின் உடற் கவசத்தின் உட்புகுந்து ஜாபரின் வீர மார்பினுள் பாய்ந்தது. இதயத்தைத் துளைத்த அம்பைப் பார்த்து ஜாபர் சிரித்தான், மரணம்

அவனுக்கு மணப்பெண்ணைப் போல. கூர் அம்பு தாளாத வேதனையை அளித்தாலும் போர்க்களத்தில் இறப்பது அவனுக்கு அதிகப் பரவசத்தை அளித்தது. சரியும் போது ஒரு பெரிய உருவம் அவன் எதிரில் தோன்றியதை ஜாபர் பார்த்தான். அது தர்கியினுடைய உருவம்.

அந்த அலி கூறியதை நினைத்து ஜாபர் புன்னகைக்க முயன்றான். ஆனால் அவன் தொண்டையில் பீரிட்ட ரத்தம் அவனைச் செயலாற்றவிடவில்லை. தர்கி அவன் சிரிப்பைப் பரிகாசம் என்று தவறாக எண்ணிவிட்டான். ஆவேசம் வந்து தனது கூறிய வாளைச் சரேல் என்று உருவி அவன் கழுத்தருகில் கொண்டு போனான். பிறகு ஒரே வீச்சில் அவன் ஜாபரின் காது ஒன்றினைத் துண்டித்தான். போர் முடிந்த பின்பு அள்ளிக் கொண்டு வரும் காதுகளின் எண்ணிக்கையைக் கொண்டு வீழ்த்திய வீரர்களின் எண்ணிக்கையை அளப்பது மங்கோலியர்களின் போர் நடவடிக்கைகளில் ஒன்றாகும். ஜாபர் அணியிலிருந்து அவர்கள் பதினேழு மூட்டை நிறையக் காதுகளை மங்கோலியர்கள் அள்ளிக் கொண்டு சென்றனர்.

‘இறந்த வீரர்களின் உடலை யமுனையில் தள்ளிவிடுங்கள். இன்னும் சிறிது நேரத்தில் அவை அவர்கள் முகாமைச் சென்றடையும். அவன் தலையை மட்டும் இங்கேயேவிட்டு வையுங்கள்’ என்று தர்கி ஜாபரின் தலையைச் சுட்டினான்.

ஜாபரின் வீரம் செறிந்த போர்த் திறம் மங்கோலியச் சேனையில் பல மங்கோலிய வீரர்களைக் கவர்ந்தது. அவன் உடல் மரியாதையுடன் வைக்கப்பட்டது. பல வீரர்கள் அந்த உடலின் அருகில் சென்று அவனுடைய வாள், தலைக் கவசம், மார்புக் கவசம் போன்றவற்றைப் போராடி வென்ற மாவீரனின் அடையாளங்களாக எடுத்துச் சென்றனர். குற்றுயிரும் குலை உயிருமாக இவற்றைக் கண்ணுற்றுக் கொண்டிருந்த சுல்தானின் படை வீரன் ஒருவன் முழங்கினான்.

‘இருங்கள் மங்கோலிய வீரர்களே, சற்றுப் பொறுங்கள். என் எஜமான் அலாவுதீன் காதுகளுக்கு இந்தச் செய்தி போய்ச் சேரட்டும். பிறகு இதற்காக நீங்கள் வருத்தப்படப் போவது உறுதி.’

‘என்ன ஓர் ஆவேசம் இந்த அற்பப் பதருக்கு..!’ கொக்கரித்த தர்கி அந்த அப்பாவி வீரனின் தலையைத் தனது பட்டாக்கத்தியால் ஒரே சீவலில் கிள்ளி எறிந்தான்.

*

மாலிக்கின் மனம் நிலை கொள்ளாமல் தவித்தது. மங்கோலியரிடமிருந்து எந்த நேரமும் தகவல் வரலாம். ஜாபரின் தோல்வியைக் காரணம் காட்டி சுல்தானைச் சரணடையச் சொல்லும் மடல் எந்நேரமும் அங்கிருந்து வரலாம். அப்படித் தகவல் வருமாயின் சுல்தானை அதிகம் உணர்ச்சிவசப்பட வேண்டாம் என்று அவன் அறிவுறுத்தியிருந்தான்.

'அவர்களின் தூண்டுதலுக்கு ஆளாக வேண்டாம் சுல்தான் அவர்களே. பிறகு ஜாபருக்கு நேர்ந்ததே தங்களுக்கும் நேரும்..'

'எப்படி.. எப்படி என்னால் பொறுக்க முடியும் அடிமையே? ஜாபர் என்னுடைய மிகச் சிறந்த வீரன்..'

'வேண்டாம். அது உங்கள் வீரர்கள் நடுவில் குழப்பத்தை விளைவிக்கும். உங்கள் கவனத்தைத் திருப்பினால் உங்கள் வீரர்களும் அதே முட்டாள்தனத்தை மேற்கொள்வார்கள். நாம் தனிமையில் அழவேண்டும்; பொதுவில்தான் வசை பாட வேண்டும்..'

மௌனம் அங்கு முகாமிட்டிருந்தது. சுல்தான் படைகளுக்கு ஏற்பட்ட அழிவு யமுனை அடித்து வந்த நூற்றுக் கணக்கான சடலங்களைப் பார்த்ததும் அடையாளம் கண்டு கொள்ளப்பட்டது. யமுனை நதி செந்நிற நதியாக மாறியிருந்தது. மூன்று மணிநேரத்திற்குப் பின்னர் மங்கோலியர்கள் தகவல் அனுப்பினார்கள்.

ஸ்தம்பித்து நின்ற மாலைப் பொழுதில் இரண்டு குதிரை வீரர்கள் இடியென முழங்கும் குளம்பொலி அதிர வந்ததைத் துருக்கியப் படை வாய் பிளந்து பார்த்தனர். வந்த குதிரை வீரர்கள் இரண்டு மூட்டைகளை அவர்கள் மேல் தூக்கி எறிந்துவிட்டுச் சென்றனர். சாக்கிலிருந்து பந்து போன்ற பொருள் ஒன்று உருண்டபடி சென்று நேராக நின்றது. அது பந்து இல்லை, மனிதத் தலை. அவர்களது படைத்தளபதி ஜாபரின் தலை. சுல்தானின் வீரர்கள் மங்கோலியக் குதிரை வீரர்களைச் சுற்றி வளைத்தனர்..

அலாவுதீனுக்குத் தகவல் போனது. ஜாபரின் தலையைப் பார்த்ததும் இருந்த கொஞ்ச நஞ்ச துணிச்சலும் யமுனை ஆற்றோடு போனது. சுல்தான் தனது நெற்றியில் இரு கைகளாலும் ஓங்கி ஓங்கி அறைந்து கொண்டான். பறை முரசம் அறைந்தது போலிருந்தது.

மாலிக், சுல்தானிடம் தன் நிலையில் உறுதியாக இருக்கும் வண்ணம் அறிவுறுத்தினான். ஜாபரின் பலி அவர்களுடைய வெற்றியை

எவ்விதத்திலும் பாதிக்கப் போவதில்லை என்பது போல நடந்து கொள்ள வலியுறுத்தினான்.

'சுல்தானின் ஆணையை மீறிய ஜாபர் ஒரு ராஜத்துரோகி என்று அறிவியுங்கள்' என்றான்.

சுல்தானின் படை வீரர்கள் ஜாபரின் துண்டிக்கப்பட்ட தலையைச் சுற்றி நின்று கடும் மௌனத்துடன் பார்த்துக் கொண்டிருந்தனர். சுல்தான் வெளித்தோற்றத்திற்கு அமைதியாகக் காணப்பட்டான். ஆனால் அவன் முகம் அதை மறுத்தபடி இருந்தது.

மாலிக் சுல்தான் பின்னே சென்றான். அவன் எதையும் பார்க்காதவன் போல இருந்தான். சுல்தானின் பார்வை அங்கு கூடியிருந்த வீரர்களின் மேல் பாய்ந்தது. இடி முழக்கம் எனப் பேச ஆரம்பித்தான்.

'எனக்குக் கீழே பணியாற்றும் இந்த அடிமையின் நடவடிக்கை எனக்கு வெறுப்பை அளிக்கிறது..'

மாலிக் வருத்தப்பட்டான். இருபதினாயிரம் படை வீரர்களின் தளபதி சுல்தானுக்கு அடிமை. எந்த ஊர் நியாயம் இது?

'கீழே போடு அந்தத் தலையை.'

அந்தத் தலையை மரியாதையுடன் கையில் வைத்திருந்த வீரனைப் பார்த்து உரத்த குரலில் ஆணையிட்டான். தனது எதிர்ப்பைத் தெரிவிக்கும் விதமாக அந்த வீரன், கையில் இருந்த தலையை மெதுவாகக் குனிந்து மரியாதையுடன் தரை மீது வைத்தான். படை வீரர்கள், அதிகாரிகள் மனங்களில் பழி வாங்கும் எண்ணம் மிகுந்தது. ரத்தத்திற்கு ரத்தம்.. தலைக்குத் தலை.

'எதிரி முந்திக் கொண்டான். ஜாபர் உயிருடன் திரும்பி வந்திருந்தால் எதிரிகள் ஜாபருக்குச் செய்ததையே நானும் செய்திருப்பேன்' என்று கூறிவிட்டு தனது கூடாரத்திற்குள் சென்றுவிட்டான். மாலிக்கிற்கு மட்டும் உள்ளே சென்ற சுல்தான் ஜாபரின் மறைவிற்குக் கலங்குகிறான் என்று புரிந்தது.

'இந்த நான்கு கான்களின் துணையுடன் உலகம் முழுவதையும் கில்ஜி ராஜ்ஜியத்தின் கீழ் கொண்டு வரலாம் என்று இறுமாந்திருந்தேன். இப்போது நான்கு கால்களை உடைய என் அரியணையின் ஒரு கால் உடைந்துவிட்டது' என்று புலம்பினான். தனது கையறுநிலை அவனுக்கு இயலாமை கோபத்தை ஏற்படுத்தியது.

‘என் மீது தீர்மானங்கள் திணிக்கப்படுகின்றன. ஊழ் மிக்க வலிமையுடையதாக உள்ளது. அதனை எதிர்க்கும் ஆற்றல் என்னிடம் இல்லை’ என்றான். அலாவுதீன் கூறிவிட்டு மாலிக்கை நோக்கி, ‘அவர்கள், அந்த மங்கோலியர்கள், அடுத்து என்ன செய்வார்கள்? காலையில் நம் கதையை முடித்துவிடுவார்களா?’ என்றான். அவன் குரலில் அச்சத்தின் சாயல் தெரிந்தது.

மாலிக் அந்தக் கேள்வியை எதிர்பார்த்தவன் போலத் தனது வாதங்களை மீண்டும் ஒருமுறை ஒத்திகை பார்த்தான்.

‘நீங்கள் தாக்குதல் தொடுக்காத வரையில் மங்கோலியர்கள் தாக்கமாட்டார்கள்’ என்றான்உறுதியாக.

சுல்தானும் அதையே பிரதிபலித்தான். ‘நானும் இதையேதான் நினைக்கிறேன் மாலிக். இன்னும் ஒருநாள் நீ சொல்வதைக் கேட்கலாம் என்றிருக்கிறேன்’ என்றான்.

கூடாரத்தின் உள்ளே குளிர்காற்று வீசியது. சுல்தான் நிம்மதியற்ற உறக்கம் உறங்கினான். மாலிக் அவனது காலடியில் அமர்ந்திருந்தான்.

‘ஜாபருக்கு மரியாதை செய்ய வெளியில் உலாவிவிட்டு வந்தால் என்ன? ஜாபர்! அவன் தன்னை நண்பனாக ஏற்றுக் கொண்டு ஒருநாள்தான் ஆகியிருந்தது. அதற்குள் அவனுக்கு இப்படி ஒரு முடிவு நேரிட்டிருக்க வேண்டாம். ஆனால் ஜாபருக்குத் தன்னால் என்ன கைம்மாறு செய்ய முடியும்? எச்சரிக்கை செய்தது மட்டும் போதுமா? எச்சரிக்கை நன்றிக்கடனாகுமா? இல்லை அவர்கள் நடுவில் இருந்ததை நட்புணர்வு என்று அவன்தான் தவறாகக் கருதிவிட்டானா? ஆனால் எல்லா நேரங்களிலும் அறிவு சொல்வதை மனது கேட்பதில்லை.’

ஜாபருடன் ஏற்பட்ட இணக்கம் ஒரு கனமாக இருந்தாலும் அதுவும் ஒருவகையில் நட்புணர்வுதான். கைநழுவிப் போன அந்த நாளைக் குறித்து மாலிக் கண்ணீர் வடித்தான். இறுதி மரியாதையை ஆற்றும் விதமாக யாரும் எண்ணிப் பார்க்காத ஒரு காரியத்தைச் செய்வதற்கு அவனால் துணிச்சலை வரவழைக்க முடியுமா? சுல்தானுக்குத் தெரிய வந்தால் தனது அறிவுரையின் மீது அவனுக்கே நம்பிக்கை கிடையாதா என்று கேட்கமாட்டாரா?

எவ்விதச் செயலும் ஆற்ற இயலாத தான் ஒரு வெற்று அலி என்பதை மாலிக் ஒரு நொடியில் புரிந்து கொண்டான். மேனி முழுவதிலும் ஒரு தாக்கம் ஏற்பட அவன் கூடாரத்தைவிட்டு வெளியில் வந்தான்.

முகாம் முழுவதிலும் மரண மௌனம் நிலவியது. மங்கிய நிலவொளியில் அந்தக் கூடாரங்களின் கயிறுகளைக் கடந்து செல்லும் போது கீழே விழுந்த நிழல்கள் பின்னலைப் போலத் தோற்றமளித்தன.

வயல்வெளிகளில் இருந்த வெட்டுக்கிளிகள் எழுப்பிய ஒலி மாலிக்கை எச்சரிப்பது போலத் தெரிந்தது. மாலிக்கின் இதயம் படபடவென்று வேகமாக அடித்துக் கொண்டது. அவனது இதயத்தின் ஓசை வெளியில் கேட்பது போலிருந்தது. மேகத்திலிருந்து வெளிவந்த வட்ட நிலா துலக்கி வைத்த வெள்ளிக்காசைப் போல மின்னியது. அதன் ஒளி ஜாபரின் தலையில் பட்டுத் தெறித்தது. மரணம் ஜாபருக்கு மரியாதையை வழங்கவில்லை என்றாலும் இறந்த அந்த மாவீரனின் செருக்குச் சற்றும் குறையாமல் நிமிர்ந்து நின்ற அவனது தலை மாலிக்கிடம் ஓர் ஆழமான குற்றவுணர்வை ஏற்படுத்தியது.

சுல்தானுக்கு அவன் வழங்கிய அறிவுரை வார்த்தைக்கு வார்த்தை கடைப்பிடிக்கப்பட்டது. ஜாபரின் உடலை ஒரு குஷ்டரோகியின் உடலைப் போல வீரர்கள் ஒதுக்கியிருந்தனர். தனது அறிவை நிலை நிறுத்தி மாலிக் ஜாபரின் தலையைப் பெருமிதத்துடன் பார்த்தான்.

ஹிந்துக்கள் நினைப்பது சரிதான். வாழ்க்கை அநித்தியம். அடுத்து வருவதை எவராலும் கணிக்க இயலாது. இருபதினாயிரம் வீரர்களைத் தனது கட்டுக்குள் வைத்திருந்த மாவீரன் ஒருவன் தலை வேறு முண்டம் வேறாகக் கிடக்கிறான்.

தனது தொண்டையை அடைக்கும் உணர்ச்சிகளை அடக்கிக் கொண்டான் மாலிக். விழியோரத்தில் வழிந்த நீர்த் துளிகளைத் துடைத்துக் கொண்டான். முன்பு உயிர்ப்புடன் இருந்த வீரனின் முகத்தைத் தொட்ட போதுதான் மாலிக் அவன் முகத் தோற்றம் ஹிந்துகுஷ் மலைகளுக்கு அப்பால் இருந்த பிரதேசங்களில் வாழ்ந்தவர்களின் முகத் தோற்றத்தை ஒத்திருந்ததைக் கண்டான். அந்த முகத்தில் தூசும் ரத்தமும் கலந்திருந்தது. ஈக்கள் ஏற்கெனவே அந்தத் தலையை மொய்த்துக் கொண்டிருந்தன.

சுல்தானின் கூடாரத்திலிருந்து எடுத்துக் கொண்டு வந்த துணியினால் மாலிக் அந்தத் தலையை மூடினான். அருகில் ஓர் இடத்தைத் தேர்வு செய்து ஆழமான குழி ஒன்றைத் தோண்டினான். தலையை அதனுள் போட்டு மூடினான். மூடிவிட்டு தனது இரு கண்களையும் மூடிக்கொண்டான்.

‘ஜாபர், உன்னுடைய அடுத்த பிறவியில்தான் இதை நாம் போரிட்டுத் தீர்த்துக் கொள்ள வேண்டும். வா, நான் காத்திருக்கிறேன்.’

அந்தக் குளிர் இரவிலும் மேனியில் வியர்வை ஆறாக ஊற்றெடுக்க மாலிக் சுல்தானின் கூடாரத்திற்குத் திரும்பினான். தனது அக்குளில் பிசுபிசுத்த வியர்வையையும், பிடரியிலிருந்து நீள் கோடாக இறங்கிய வியர்வையையும் துடைத்தான். அவன் தனது வாழ்நாளில் எவரும் செய்யத் துணியாத காரியத்தைச் செய்து ஒரு மாவீரனுக்கு அளிக்க வேண்டிய உயரிய மரியாதையை அளித்தான். வயிற்றைப் பிரட்டி வாந்தி வரும் போல இருந்தது. இரண்டு மூன்று முறை ஒக்காளமிட்டு வாந்தியைத் தடுத்தான். அவன் நிலைக்கு வர ஒரு சில நிமிடங்கள் பிடித்தன.

விரைவாக நடந்து கூடாரத்திற்குள் ஓசையின்றி நுழைந்தான். வழியில் எவரும் பார்த்திருக்கமாட்டார்கள் என்று நம்பினான். உள்ளே நுழைந்தவனுக்கு முதுகுத் தண்டு சில்லிட்டது. அவன் எதிரில் சுல்தான் படுக்கையிலிருந்து எழுந்து அமர்ந்து கொண்டு அவனையே உற்று நோக்கிக் கொண்டிருந்தார். தனது செயலுக்கு மன்னிப்புக் கேட்பதுதான் முறை என்று எண்ணிய மாலிக் தலையைத் தாழ்த்தி நின்றான்.

அதற்கு பதில் சுல்தான் மிகவும் அமைதியான குரலில், ‘தகுந்த முறையில் அந்த வீரனை அடக்கம் செய்தாயா அடிமையே?’ என்று கேட்டான்.

மாலிக்கின் விழிகள் வியர்த்தன. கூடாரத்தில் மௌனம் நிலவியது.

‘ஜாபர் அதி பயங்கரத் துணிச்சல்காரன். அவனால் எளிதில் பல தலைகளை உருட்ட முடியும். ஆனால் அதே நேரம் முட்டாளும் கூட. அதனால்தான் இப்படி உருண்டுவிட்டான்.’ அலாவுதீனின் தீர்ப்பு.

‘ஜாபரின் அவசரமான முடிவே இந்த நிலைக்கு அவனை ஆளாக்கியது’ என்றான் மாலிக்.

அலாவுதீனுக்கு இன்னமும் ஐயம் இருந்தது. இப்போது அவனது போர்த்தந்திரத்தைக் கைவிட்டு மங்கோலியர்களை எதிர்க்கக் கிளம்பினால் ஜாபரின் தவறைத் தான் ஏற்றுக்கொள்வது போலாகிவிடும். ஆனால் மங்கோலியர்கள் தாக்கமாட்டார்கள் என்பதில் மாலிக் உறுதியாக இருந்தான்.

‘எப்படி உன்னால் அவ்வளவு உறுதியாக இருக்க முடிகிறது?’ என்று சுல்தான் கேட்டான்.

‘நம்மைத் தாக்குவது அவனது நோக்கம் என்றால் அவன் ஜாபரின் தலையை நம்மிடம் அனுப்பியிருக்கமாட்டான்’ என்றான். இதைக் கூறிவிட்டு மாலிக் தனது பாயில் படுத்துக் கொண்டான். அதன் பிறகு அவன் வேறு வார்த்தை எதுவும் பேசவில்லை.

*

அடுத்த பதினைந்து நாட்களுக்கு இரு அணியினரும் ஒருவரை ஒருவர் பார்த்த வண்ணம் நின்று கொண்டிருந்தனரே அன்றி ஒருவரும் ஓர் அங்குலம் கூட முன்னால் நகரவில்லை.

இரண்டு வாரங்கள் சென்ற பின்னர் மங்கோலியப் படை ஒரே நாளில் பத்து மைல்கள் பின்னடையத் தொடங்கின. அவர்களது உள்ளுணர்வு எதிரி தங்களை வஞ்சத்தில் வீழ்த்த முனைவதாகக் கடுமையாக எச்சரித்தது. சுல்தானின் படை எக்காரணம் கொண்டும் முன்னேறி வராது என்ற முடிவுக்கு வந்தனர். இது ஒருவகை விலகல். அனைவரும் யோசிக்கத் தொடங்கினர்.

இப்போது திரும்பிச் சென்று ஆறு மாதம் போன பின்பு மீண்டும் படையெடுத்து வருவது நாம் சோர்ந்துவிட்டதாகக் கருதப்பட மாட்டாது. ஆறு மாத இடைவெளியில் காய்ந்து கிடக்கும் இந்தப் புல்வெளிகளில் புற்கள் செழிப்பாக வளர்ந்திருக்கும். மங்கோலியர்கள் மெதுவாகத் தங்கள் கூடாரங்களைக் காலி செய்து கொண்டு தங்களது உடைமைகளையும், ஆயுதங்களையும் மட்டக் குதிரைகளின் முதுகினில் ஏற்றித் தங்களது ஊர் பார்க்கக் கிளம்பினர்.

நிம்மதியடைந்த கில்ஜியின் ஆட்கள் அவர்களை எவ்வித இடையூறும் அளிக்காமல் அனுப்பி வைத்தனர்.

இவ்வாறாக மங்கோலியர்களும், கில்ஜிகளும் நேருக்கு நேர் மோதிக் கொள்ளும் சந்திப்பு முடிவிற்கு வந்தது.

அதற்குப் பிறகு மாலிக்கின் உள்ளம் மாறுபட்ட உணர்ச்சிச் சுழலில் சிக்கிச் சுழன்றது. வெற்றியின் முழு அர்த்தம் அவனைத் திக்குமுக்காடச் செய்தது. இது அவனுடைய முதல் முழு வெற்றி. அவனது யோசனை ஆற்றலுடன் இயங்கி உலகின் மிகப் பெரிய சேனையை நடுங்கிப் பின் வாங்கச் செய்தது. நல்லூழின் திறன் அவனைப் பார்த்துக் கண்சிமிட்டியது.

சந்தேகமின்றி இந்த வெற்றியைச் சுல்தான் தனது வெற்றியாகவே பிரகடனப்படுத்துவார். இருந்துவிட்டுப் போகட்டும். சாம்ராஜ்ஜியத்தைப் பாதுகாக்கும் யோசனைகளை அவனிடம்தான் கேட்பார் என்பதில் அவனுக்கு ஐயமில்லை.

மூடப்பட்ட கோட்டைக் கதவுகள் விழா கொண்டாட்டங்களுடன் மீண்டும் திறக்கப்பட்டது. வெற்றிக் களிப்பு ஜாபரின் மரணத்தால் வாடிவிடவில்லை. காரணம் சுல்தான் தனது படையின் பெரும்பகுதியை எவ்வித உயிர்ச் சேதமுமின்றி மீண்டும் தில்லிக்கு அழைத்து வந்துவிட்டான். நகரம் முழுவதும் வெற்றிக் களிப்புப் பொங்கி எழுந்தது.

அலாவுதீனின் தலைமையில் உள்ளே நுழைந்த படையினைத் தில்லியின் ஆளுநர் வரவேற்றார். ஒரு பட்டு நீலத் துணியின் மீது சூரிய ஒளியில் மின்னிக் கொண்டிருந்த தில்லி நகரின் சாவியை வைத்துப் பணிவுடன் சுல்தானிடம் திருப்பி ஒப்படைத்தார்.

மங்கோலியரின் பின்னடைவிற்குப் பின்னர் மாலிக்கின் நிலை மேலும் உறுதியானது. சுல்தானின் மாணிக்க அரியணை அறைக்கு அழைத்துச் செல்லப்பட்டான். அரியணை அறைக்குள் நுழைந்ததும் அவன் வழக்கம் போலத் தலை வணங்கினான். அவன் எழுந்த போது கம்பீரமாக விளங்கிய அரியணையை நோக்கினான்.

‘இந்த அரியணை மீது நான் அமரப் போவதாகச் சொன்னார்களே?’

நெருங்கி வந்த சுல்தான் வெற்றியின் உரிமையைப் பகிர்ந்து கொள்ளும் விதமாக மாலிக்கின் அருகில் வந்து அவன் முதுகைத் தட்டிக் கொடுத்து, ‘நல்லது அடிமையே, நமது யோசனை நன்றாக வேலை செய்தது, இல்லையா?’ என்று வினவினான்.

மாலிக் வெறுமனே புன்னகைக்க மட்டும் செய்தான்.

மாலிக் நினைத்தபடி அலாவுதீன் வெளிப்படையாகவே அந்த வெற்றியைத் தன்னுடைய வெற்றியாகக் கருதினான். தில்லி மக்கள் ஒருபடி மேலே சென்று, கிடைத்த வெற்றியை அந்த நகரில் இருந்த சூஃபி சாது நிஜாமுதீன் அவுலியாவின் பாதங்களில் சமர்ப்பித்தனர். இதுவரை எந்தப் போரிலும் பங்கு கொள்ளாத அல்லது போரை நேரில் கண்டிராத அந்தத் துறவிக்கு மரியாதை அளிக்கும் விதமாக அவர் இல்லத்தில் ஏராளமான ஆண்களும், பெண்களும் நன்றியைத் தெரிவிக்கக் குவிந்தனர்.

*

அத்தியாயம் 15

புதிதாக முடிசூட்டப்பட்ட யுவராஜன்

அதிகக் கோலாகலங்கள் இன்றி திருமணச் சடங்குகள் அமைதியாக நடந்தேறியது. வீராவுக்கு மணிமுடி வாய்ப்பு இல்லை என்ற வருத்தத்தில்தான் அரசகுடியைத் தவிர்த்து வேறு ஒரு குடியில் பெண் எடுக்கத் தீர்மானித்துவிட்டான் என்று குடிமக்கள் எண்ணினர். அவனுக்குப் பெண் கொடுக்க வேற்று நாட்டு அரசர்கள் பத்துப் பன்னிரண்டு பேர் ஓலைகள் அனுப்பிக் காத்திருக்க இவன் இப்படி ஒரு திருமணம் செய்து கொண்டால் மக்களால் வேறு எவ்விதம் சிந்திக்க இயலும்?

ராதிகாவிற்கு மதுரை நகரம் புதிது. நகர நாகரீகத்தில் உள்ள மனிதர்களைக் கண்டு அவள் வியப்பெய்தினாள். ஆயிரம் கேள்விகள் அவள் மனதில் எழுந்தன. அத்தனை கேள்விகளையும் வீராவிடம் கேட்க அவனும் சிறிதும் முகம் கோணாமல் அனைத்து வினாக்களுக்கும் விடையளித்தான். வீரா ஒன்றைக் கவனிக்கத் தவறவில்லை. நிதானம், பொறுமை போன்ற பல நற்பண்புகள் அவனிடம் மெல்ல மெல்லத் தோன்ற ஆரம்பித்துள்ளன.

ராதிகா தனது சிற்றூரைவிட்டு எங்கும் வெளியில் சென்றதில்லை, ஆயினும் அவள் தனது பழைய நாட்டுப்புற எளிய வாழ்க்கைக்கு முற்றிலும் பொருந்தாத ஆடம்பரமான அரச வாழ்க்கைக்குத் தன்னை எளிதில் பொருத்திக் கொண்டுவிட்டாள். மகாராணியாரும் வீராவும் அனுபவிக்கும் அரச போகங்கள் எதையும் அவள் இதுவரை அனுபவித்ததில்லை. அரசகுலப் பெண்டிரிடம் இருந்த அச்சம் காரணமாக எல்லாவற்றையும் தெரிந்து கொள்ள வேண்டும் என்ற ஆர்வம் ஆரம்பத்தில் கொஞ்சம் தணிந்து காணப்பட்டது. தன்னை வீராவின் தாயார் எவ்வாறு நடத்துவாரோ என்ற படபடப்பு வேறு அதிகம் இருந்ததும் ஒரு காரணம்.

ஆரம்பத்தில் தாரா, ராதிகாவுடன் ஒட்டாமல் இருந்தாள். அவளால் சிற்றூர் ஒன்றிலிருந்து வந்த நாட்டுப்புறப் பெண்ணைத் தனது அரச மாளிகையின் அன்றாட நடவடிக்கைகளில் புழங்க விடுவதில் தயக்கமும் மறுப்பும் இருந்தன. நாளாவட்டத்தில் ராதிகா அவளைக் கவர்ந்துவிட்டாள். ராதிகாவை வீரா மணம் புரிந்து கொண்டதுதான் அவன் செய்த மிக நல்ல செய்கை என்று அவள் காதுபடவே தாரா கூற ஆரம்பித்துவிட்டாள்.

ராதிகா அந்தப்புரம் வந்த பிறகு ஒருமுறை அடிமைகள் குறித்து அலர் ஒன்று எழுந்தது. அவை தன்னைக் குறித்து என்று ராதிகாவிற்குத் தெரிந்தும் அவள் கோபப்படவில்லை. சொல்லப் போனால் அந்த மாதிரி பழிச்சொற்கள் அவளை வைராக்கியம் மிக்கவளாக மாற்றியது எனலாம். ஒரு நாள் வீராவின் காதுகளிலும் அந்தப் பழிச்சொற்கள் விழுந்தன.

‘அவர்கள் பழித்துக் கூறுவது உன்னைக் குறித்து இல்லை என்று நம்புகிறேன். சரியா?’ என்றான்.

‘இல்லை, என்னைப் பற்றித்தான். பரவாயில்லை.. அவற்றை எப்படி எதிர்கொள்வது என்பது எனக்குத் தெரியும்’ என்றவள் ‘நாகரீகம் தெரியாதவர்கள்’ என்றாள்.

அரசகுலப் பெண்கள் அவளை அவமானப்படுத்தச் சொடுக்கிய இழி நகைச்சுவை சாட்டையின் முனை அதே வேகத்துடன் மீண்டும் அவர்கள் அனுப்பியதைவிட அதிக வேகத்துடன் திரும்பி வீசப்படுவதைக் கண்டு அப்பெண்கள் கலங்கிப் போயினர். நாட்செல்ல நாட்செல்ல அவள் அந்த அரண்மனை மகளிரின் அன்பையும் பெற்றாள். வீராவிற்கு மன்னன் ஆகும் தகுதி குறித்து இரண்டாம் முறை யோசிப்பவர்கள் கூட ராதிகாவின் பட்டத்து அரசியாகும் தகுதி குறித்து மறுப்பேதும் சொல்லவில்லை.

தனக்குக் கிடைத்த அந்தப் புதிய பதவியில் தன்னைப் பொருத்திக் கொள்ள அவள் முயன்றாள். ஒப்பனைப் பொருள்களை மாற்றினாள். ஆடை அலங்காரங்களில் அதிகக் கவனம் செலுத்தினாள். வாசனைத் திரவியங்களைப் பூசிக் கொண்டாள். அவள் பூசிக் கொண்டது எல்லாமே அரசக் குடும்பப் பெண்கள் பூசிக் கொள்ளும் வாசனைத் திரவியம் என்பதால் வீராவிற்கு ஏனோ சுனந்தாவின் நினைவு தோன்றியது.

தோற்றத்தில் மட்டும் அவள் பொலிவுடன் காணப்படவில்லை.

திருமணமாகி மூன்று வருடங்கள் சென்ற பின்னர் வீரா தன்னைவிட அரண்மனை விஷயங்களில் ராதிகா அதிக ஸ்திரமாக இருப்பதை அறிந்து கொண்டான். வேலையாட்களைத் தீர்மானமாக நடத்த வேண்டிய வகையில் நடத்தினாள். அவர்களைக் கேவலமாக நடத்தவில்லை என்றாலும் அவர்கள் அதிகச் சலுகை எடுத்துக் கொள்ளவும் அனுமதிக்கவில்லை. விரைவிலேயே அரண்மனை அந்தப்புர உள்விவகாரங்களை உறுதியுடனும் பரிவுடனும் கண்காணிக்கத் தொடங்கினாள்.

அதே நேரம் வீரா அவளிடம் ஓர் அற்புத நட்புணர்வைக் கண்டு கொண்டான். அவள் பேச்சில் எப்போதும் ஒரு சாமர்த்தியம் இருக்கும். ஆராய்ந்து சிந்திப்பாள். தனது அபிப்பிராயத்தை வெளிப்படையாகக் கூறுவதற்குத் தயங்கியதே இல்லை. இருவரும் முரண்பட்ட கருத்துக்களைக் கொண்டிருந்தாலும் ஒரு விஷயத்தைக் குறித்துத் தீர்க்கமாக அலசுவார்கள். வெளி உலகின் மீதான அவளது பார்வை ஆளப்படும் வர்க்கத்தின் பார்வை. அவனுடையது ஆளும் வர்க்கத்தின் பார்வை.

அவள் அவனது வாழ்வில் உற்சாக ஒளியை ஏற்றினாள். அவள் அவனுக்கு உற்ற துணையாக விளங்கினாலும் அவர்கள் திருமணம் முழுமை பெறாமல் இருந்தது. அதன் காரணத்தை அவளால் தெளிவாக உணர முடியவில்லை. வீரா தனக்கு மன்னர் இட்ட பணிகளை விரைவாகவும், திறமையுடனும் செய்து முடித்தான். ஒரு வினோதத் தேடல் அவனை உந்திச் செல்கிறது என்பது அவளுக்குத் தெரியும். ருசி தெரியாமல் உண்டான். ஓய்வின்றித் தூங்கினான். போகப் போகத்தான் அவள் ஒன்றைப் புரிந்து கொண்டாள். அவன் அவளுடன் சல்லாபிக்கும் நேரங்களில் அந்தச் சல்லாபங்களில் காமம் இருக்கும், காதல் இருக்காது.

வெளி உலகிற்கு அவர்கள் இருவரும் பன்னிரண்டு பொருத்தங்களுடன் விளங்கும் தம்பதிகளாகத் தெரிந்தனர். அவள் அவனுடைய காதலுக்காகக் காத்திருந்தாள். அவர்களுக்குத் திருமணம் முடிந்த பின்னர் கூட வீராவிற்குப் பெண் கொடுப்பதற்குப் பல உயர்குடிமக்கள் முன்வந்தனர். ஆனால் அவற்றை அவன் வந்த வேகத்திலேயே புறந்தள்ளினான். அவனது இந்தச் செய்கை அவர்கள் இருவர் நடுவில் இருந்த உறவை மேலும் பலப்படுத்தியது. அவர்கள் இருவரும் நல்ல சிநேகிதர்களாக இருந்தார்களே ஒழிய இருவருக்கும் இடையில் இருக்க வேண்டிய காதல் அங்கே காணப்படவில்லை.

சேறும் சகதியும் நிறைந்த குட்டையில் காலை நுழைத்துவிட்டு வெளியில் எடுத்தாலும் கால்களுடன் குட்டையில் இருக்கும் அட்டைகளும் ஒட்டிக் கொண்டு வருவதைப் போலப் பழைய நிகழ்ச்சியின் நினைவுகள் அவன் மனதைவிட்டு அகலவில்லை என்பது ராதிகாவிற்குப் புரிந்தது.

அவனால் சுனந்தாவை மறக்கவே முடியவில்லை. ராதிகா மீது எழும் மோக வெறி சுனந்தாவின் காதலுடன் கலந்து அவனை ஒருவிதக் குழப்ப நிலையில் ஆழ்த்தியது. அவள் தனது ஜென்ம விரோதியை மணந்து கொண்டிருப்பது வேறு அவனை உயிரோடு வதைத்தது. இரவில் தூக்கமின்றிப் புலம்புவான். அப்படியே தூங்கினாலும் நடுவில் விழித்துக் கொண்டு ரத்தச் சிவப்பான விழிகளுடன் அவளிடம், ‘மீனாட்சி அம்மன் ஆலயத்திற்குச் சென்று உன் கணவனுக்கு அமைதியான மனத்தைக் கொடுக்குமாறு வேண்டிக் கொள்’ என்பான்.

*

அன்றைய தினம் மன்னரின் ஜென்ம நட்சத்திரத் தினம். மீனாட்சி கோயில் திருவிழாக் கோலம் பூண்டிருந்தது. சுந்தரனும் சுனந்தாவும் அரசருக்கு அடுத்து நின்றனர். அவர்களை அடுத்து வீராவும் ராதிகாவும் நின்றனர். ராதிகா சுனந்தாவைப் பார்த்து முறுவலித்தாள். அரண்மனை முழுவதும் அவளுக்கும் வீராவிற்கும் இருந்த தொடர்பை நன்கு அறிவார்கள். ராதிகா காதிலும் இது விழுந்திருக்கலாம் என்று சுனந்தா எண்ணினாள்.

சுனந்தா அந்த முறுவலிப்பை வாங்கிக் கொள்ளாமல் முகத்தைத் திருப்பிக் கொண்டாள். வீரா நெடுங்காலமாகத் திருமணம் புரிந்து கொள்ளாமல் இருந்தது அவனுக்குத் தன் மீதிருந்த காதலின் வெளிப்பாடு என்று நம்பிக் கொண்டிருந்தாள். ஆனால் நண்பனின் மரணத்தை விசாரிக்க அவன் வாழ்ந்த சிற்றூருக்குச் சென்றுவிட்டு வரும் போது குடியானவப் பெண் ஒருத்தியை மணந்து வந்தது அவன் தனக்கு இழைத்த துரோகம் என்று வெம்பினாள்.

ஜென்ம நட்சத்திர விழாக் கொண்டாட்டங்கள் நடந்த நேரங்களில் சுனந்தாவும் வீராவும் அருகருகே நிற்க வேண்டிய தருணங்களில் தனது கணவனின் முக பாவத்தை ராதிகா கூர்ந்து நோக்கினாள். சுனந்தா அருகில் வந்த தருணத்தில் இந்த உலகமும் அதில் உள்ள சுனந்தாவும் மறைந்து போகட்டும் என்ற ரீதியில் வீரா கண்களை இறுக்கி மூடிக்கொண்டான். அதேபோல வீரா நெருங்கி வந்த

சந்தர்ப்பத்தில் சுனந்தாவும் விழிகளை மூடிக்கொண்டதை ராதிகா கவனித்தாள்.

'இரு முட்டாள்கள்.' ராதிகா நினைத்துக் கொண்டாள். விழா முடிந்து திரும்பும் வழியில் ராதிகா வீராவின் தோள்களில் சாய்ந்து, 'அவள் உங்களை இன்னமும் காதலிக்கிறாள்' என்றாள்.

'யார்?' என்று வீரா ஒன்றும் அறியாதவனாகக் கேட்டான்.

'யார் என்பது உங்களுக்குத் தெரியும்' என்று கூறியபடி அவள் அவன் விழிகளை ஊடுருவினாள்.

வீரா தங்களுக்குத் திருமணம் முடிந்து மூன்று வருடங்கள் சென்ற பின்னர் அன்றுதான் ராதிகாவின் குரலில் விஷம் கக்கியதைச் செவியுற்றான்.

சுனந்தாவை மீண்டும் சந்தித்ததில் வீராவின் பழைய நினைவுகள் தூண்டிவிடப்பட்டு இரவில் தூக்கமின்றிப் புரண்டான். ஒருவழியாகத் தூங்கச் சென்றவன் நடு இரவில் திடுக்கிட்டவனைப் போலக் கண் விழித்துப் பஞ்சணையில் எழுந்து உட்கார்ந்தான். அவன் உடல் நடுங்கிக் கொண்டிருந்தது.

கெட்ட கனவு ஏதாவது இருக்கும் என்று அவனுடைய உரம் வாய்ந்த முதுகை ராதிகா தனது மென்மையான தளிர் போன்ற விரல்களால் மெல்ல தடவிக் கொடுத்தாள். கொடி வந்து படரும் போது வேண்டாம் என்று மறுக்கும் மரம் கிடையாது. வீரா அவளைப் பற்றியிழுத்து அணைத்தான். நெடுநாள் அன்ன ஆகாரமின்றிக் கிடந்தவர்களைப் போலத் தழுவிக் கொண்டனர்.

அவர்களது பரவச நிலையின் உச்சத்தில் வீரா, 'சுனந்தா' என்று முனகினான்.

அவள் பெருமூச்சுவிட்டாள். 'இன்னும் எத்தனை நாட்கள்தான் நான் அவளுடைய நிழலில் வாழ்வது?'

கூடல் முழுவதும் முடிந்ததும் வீரா நன்கு விழித்துக் கொண்டான். அவன் நெஞ்சில் இருந்த பெரிய பாரம் இறங்கியது. இதுவரையில் தாண்ட முடியாது என்று எண்ணியிருந்த வெளியை உடைத்துக் கொண்டு அவன் ஒரே தாவாகத் தாண்டிவிட்டான். பஞ்சணையின் ஓரத்தில் அமர்ந்து தனக்குத் தானே அவன், 'அக்ஷயனுக்கு என்னுடைய இந்த நடவடிக்கைதான் மனசாந்தியை அளிக்கும்' என்று முனகினான்.

ராதிகா வெறுப்பில் முணுமுணுத்தாள் ‘அவர் பெயரை மீண்டும் உச்சரிக்காமல் இருந்தால் போதும், அவர் மேலும் மனசாந்தி அடைவார்.’

அன்றைய தினத்திற்குப் பிறகு அவர்களது இல்லற வாழ்க்கை இனிதே தனது பயணத்தைத் தொடங்கியது. படுக்கையில் அவள் ஒரு பெண்புலி போல அவன் மீது பாய்ந்து அவனை எளிதாக வீழ்த்தினாள். அதன் பிறகு ஒரு வருடத்தில் அவளைக் கண்டால் போதும் பரவச நிலையை எய்தும் அளவிற்கு அவன் ஆளானான்.

*

விக்கிரமனின் இடம் நிரப்பப்பட வேண்டியதன் அவசியத்தை மந்திரிகள் மன்னனுக்கு அறிவுறுத்தினார்கள். ராஜாங்கம் விரிவடைந்து வருவதால் குடிமக்களுக்கு இயற்றப்படும் சட்டங்களை முறையாக அமல்படுத்த தகுதியான நிர்வாகி வேண்டியிருந்ததன் முக்கியத்துவத்தை அரசனுக்கு எடுத்துரைத்தனர். மன்னர் குலசேகரன் வசம் பல்வேறு துறைகளின் அதிகாரம் கையில் இருந்ததால் அவருக்கும் ஒவ்வொன்றையும் எப்படி வழி நடத்துவது என்பது தெரியாமல் திண்டாடினார். ஒரு தேர்ந்த முடியரசராகிய குலசேகரன் தன் மனதில் என்ன நினைக்கிறோம் என்பதை வெளியில் காட்டவேமாட்டார். ஆனால் இப்போது தான் என்ன நினைக்கிறோம் என்பதன் தெளிவான பார்வையைத் தனது மந்திரிக் குழுவிற்கு வெளிச்சம் போட்டுக் காட்டிவிட்டார்.

‘ஒரே நேரத்தில் இருவர் அரச நிர்வாகத்தைக் கவனிக்க வழிமுறைகள் உள்ளனவா?’ என்று கேட்டதும் மந்திரிமார்கள் ஒருவரை ஒருவர் பார்த்து மர்மமான முறையில் சிரித்துக் கொண்டனர். மன்னரின் திண்டாட்டம் அங்கிருந்த பலருக்குக் கொண்டாட்டமாக இருந்தது.

மந்திரி சபை இறுதி முடிவாக அதற்குச் சம்மதம் தெரிவிக்கவில்லை. சபையினர் தனது முதுகுக்குப் பின்பு நின்று சிரிப்பது போலிருந்தது. இப்படி ஒரு பரிதாபகரமான நிலைமைக்கு அந்த அரச குடும்பம் தள்ளப்பட்டதில் வியப்பேதுமில்லை. அரசர்தான் குற்றம் சாற்றப்பட வேண்டியவர். அரசப் பகை அந்த இரு சகோதரர்கள் நடுவில் இன்று நேற்று வந்ததில்லை. அது தொட்டிலில் தொடங்கிய பகை. முத்துமணி மகுடத்திற்கு அவர்கள் இடையில் நிகழ்ந்து வரும் மோதலை அவர் முளையிலேயே கிள்ளி எறிந்திருக்க வேண்டும், இப்போது காலம் கடந்துவிட்டது.

‘இந்த அழைப்பும், ஏற்பாடும் அடுத்த மன்னனை முடிவு செய்யும் பொருட்டுக் கூட்டப்பட்டுள்ளது. ஓர் உறைக்குள் இரண்டு வாள் இருக்க முடியாது மன்னா’ என்றார் முதன்மந்திரி. குலசேகரனின் மறைவிற்குப் பிறகு அரியணையில் இருவரில் எவரை அமர்த்துவது என்ற கேள்விக்கு அவரிடம்தான் விடை கேட்டிருந்தான் குலசேகரப் பாண்டியன்.

மணிமுடி தரிக்கும் மன்னனுக்கு அடிப்படையாகச் சில நற்பண்புகளும், குணங்களும் அவசியம். நிர்வாகத்தில் ஆணைகள் ஒரு தலைமையிலிருந்து இன்னொரு தலைமைக்குக் கீழிறங்கும் போது நடுவில் இடைவெளி இருக்கக் கூடாது. பட்டத்து இளவரசனுக்கு மன்னனின் குணங்களை வரித்துக் கொள்ளவோ அல்லது ஆட்சி நிர்வாகத்தைத் தனக்கு ஏற்றவகையில் மாற்றிக் கொள்ளவோ போதிய கால அவகாசம் வேண்டியிருக்கும். மூத்த புதல்வன் என்பதாலும் அடுத்த வாரிசு என்பதாலும் மட்டுமே அந்தப் புதல்வன்தான் அரியணையை அலங்கரிப்பான் என்பதில்லை. அவருக்கு இரண்டு அழகான பொலிக் காளைகள் உள்ளன. எனவே மன்னருக்குப் பிறகு எவர் அரியணையை அலங்கரிப்பது என்ற குழப்பம் இல்லை. சுந்தரனுக்கும், வீராவிற்கும் வேறு சகோதரர்கள் உள்ளனர் எனினும் பட்டத்திற்கு என்ற கேள்வி வரும் போது அவர்கள் கணக்கில் சேர்க்கப்படமாட்டார்கள். பட்டத்திற்கு என்றால் அது இந்த இருவரில் ஒருவர்தான்.

குலசேகரன் காலம் தாழ்த்தினான். அவனுக்குள் ஒரு போராட்டம் உக்கிரமாக நிகழ்ந்தது. ஒரு தவறான முடிவு நாட்டைச் சிக்கலில் கொண்டு தள்ளிவிடும். ஆனால் கூட்டப்பட்டிருந்த அமைச்சர் பெருமக்களின் கூட்டம் மன்னரை விரைவில் ஒரு முடிவை எடுக்க வற்புறுத்தியது.

மணிமகுடம் குறித்து சதா சர்வகாலமும் எண்ணிக் கொண்டிருப்பதை நிறுத்த வீரா முடிவு செய்தான். அரியணை விஷயமாகத் தன் கட்சிக்கு ஆள் சேர்க்க வேண்டும் என்று அவன் எண்ணவில்லை, மாறாக வெளியில் இது குறித்து மக்களின் கருத்தைக் கேட்டறிந்து வந்தான். அவனுடைய இலக்கு மதுரை நகரின் சிங்காதனமும் பாண்டிய மன்னர்களுக்குரிய செங்கோலும், முத்து மணிமுடியும் தான். என்னவெல்லாம் சாகசம் செய்து தனது பாதையைச் சீராக்கிக் கொள்ள முடியுமோ அந்தப் பணியைச் செவ்வனே செய்தான்.

அதில் அவனுக்கு வெற்றி என்றுதான் சொல்ல வேண்டும். சுந்தரனுக்கு அளிக்கப் போகும் பதவி வீராவின் சினத்தை

அதிகப்படுத்தியிருந்ததை மறுப்பதற்கில்லை. ஆனால் அவன் தளர்ந்திருந்தான். அவனைச் சுற்றியிருந்தவர்கள் அவனுடைய ஒவ்வொரு அசைவையும் கூர்ந்து கவனிப்பதால் அவன் கவனத்துடன் நடக்க வேண்டியிருந்தது. அவன் முகத்தில் புன்முறுவல் பூத்தபடி நடந்தான், ஒரு சின்னச் சிடுசிடுப்பு கூட அவனுடைய அமைதியான தோற்றத்தைக் கெடுத்துவிடலாம்.

அடுத்த அரச பதவி யாருக்கு என்ற விடை தெரியாத வினா அவனுடைய உறக்கத்தைக் கெடுத்துக் கொண்டிருந்தது. பட்டத்துக்குரியவனின் பெயரைத் தனது தந்தை மறுநாள் அரசவையில் அறிவிப்பார் என்று அவன் காத்திருந்தான். இது குறித்து இவன் மனதில் எழுந்த போராட்டங்களுக்குச் சீரின்றிப் புரண்டு படுத்ததால் கலைந்து போன படுக்கை விரிப்பு சாட்சி சொல்லியது. எழுந்தான். படுக்கையிலிருந்து இறங்கிச் சாளரம் வரை சென்றான். படுக்கைக்குச் செல்லும் போது வெளியில் மழை கொட்டிக் கொண்டிருந்தது.

'ஒருவேளை அடித்துப் பெய்யும் மழை தன் மனதில் சஞ்சலத்தை ஏற்படுத்தியிருக்கலாம்.' வீரா தனக்குள் சொல்லிக் கொண்டான். கடும் மழை காரணமாக ஆதவனைக் கண்களால் தரிசித்து நாட்கள் மூன்றுக்கு மேல் இருக்கும். மழைக் கொண்டல்கள் எங்கும் கவிந்து கிடப்பதால் பகல் பொழுதுகள் கூட இரவு போலத் தோன்றி அனைவருக்கும் சொல்ல முடியாத ஒருவித நமைச்சலை ஏற்படுத்தியது. வீரா அந்தச் சூழலைத் தனது உள்மனப் போராட்டங்களுடன் ஒப்பிட்டுப் பார்த்தான். பகல் பொழுதாக இருந்தால் உறக்கம் வராத சலிப்பிற்கு ஈடு செய்யக் குதிரையின் மீதேறி நகர் வலம் வந்திருப்பான். ஆனால் அது இரவு என்பதோடு மழை வேறு விடாமல் பெய்து கொண்டிருந்தது. சாளரத்தின் அருகில் நின்று குட்டிப் போடப் போகும் பூனையைப்போல அலை பாய்ந்து கொண்டிருந்தான்.

தனது தந்தை அவனை உயர்வாக மதிப்பதற்கு இதுவரை அவன் கொண்டு வந்த வெற்றி வாகைகள் போதும். ஆனால் பாசம் தந்தையின் கண்களை மறைத்தால் பிறகு சுந்தரனிடம் பதவியை இழந்து நிற்க வேண்டியிருக்கும். ஒரே துலாக்கோலின் இரு தட்டுக்களில் அவர்கள் இருவரையும் அமர்த்தினால் நிச்சயம் துலாக்கோல் அவன் இருக்கும் தட்டை நோக்கியே சரியும். இதில் எள்ளளவும் சந்தேகமில்லை. இலங்கைப் படையெடுப்பு மக்கள் மத்தியில் அவனுக்கு அளவில்லா பெருமைகளைப் பெற்றுத்

தந்துள்ளது. ஆண்டுகள் கழிந்தாலும் அதன் வெற்றியின் சாயல் இன்னும் மறையவில்லை.

தனது எதிர்காலம் அவன் தந்தை எடுக்கப் போகும் முடிவில் இருப்பது அவனை வருத்தியது. ஒருவேளை அவர்கள் ஆலோசனைக் குழு ஒன்றை அனுப்பி நாட்டுப் பற்று, தியாகம் போன்றவற்றின் பெருமைகளை எடுத்துக் கூறி சுந்தரனுக்கு முடிசூட்டுவதை நியாயப்படுத்த முயலாம். சுந்தரனின் மணிமுடியைக் காவல் காப்பதற்கு வீராவின் ஒத்துழைப்பு, எதிர்ப்பின்மை இவற்றில் இரண்டில் ஒன்று போதும். இவனது முன்னோர்களில் பலர் எவ்வித எதிர்ப்புமின்றி மணிமுடியைத் தாரை வார்த்திருக்கிறார்கள். ஒருசிலரே உரிமைக்காகப் புரட்சிப் பதாகைகளை உயர்த்திப் பிடித்து உள்நாட்டுக் கலகங்களுக்கு வித்திட்டிருக்கிறார்கள். பங்காளிப் பகைமை பாண்டியப் பேரரசின் பலவீனம் என்பது சரித்திரம் சொல்லும் உண்மை. தானும் அத்தகைய பங்காளிச் சங்கிலியின் ஒரு கண்ணியாகி விடுவோமோ என்று வீரா அஞ்சினான்.

அரசனுக்குப் பதவி மீதும், வியாபாரிக்கு வறுமை மீதும், வீரனுக்குத் தோல்வி மீதும், பரத்தைக்கு இளமை மீதும் எப்போதும் அச்சம் இருந்து கொண்டே இருக்கும். சுந்தரனுக்கு முத்துமணி மகுடம் சூட்டப்பட்டால் மன்னர் முன்னிலையில் தான் புதிய அரசருக்குக் கட்டுப்பட்டுத் தனது ராஜ விசுவாசத்தை அவருக்கு எப்போதும் காட்டுவதாக உறுதிமொழி எடுத்துக் கொள்ள வேண்டும். சுந்தரன் கீழே பணியாற்ற வேண்டும் என்ற நினைப்பைக் கூட அவனால் ஏற்றுக்கொள்ள முடியவில்லை. சில ஆண்டுகள் முன்னர் எந்த வெற்றியின் வெப்பத்தில் குளிர் காய்ந்தானோ அந்த வெப்பத்தை இழக்க அவனுக்கு மனமில்லை.

அரசருக்குச் சொந்த விருப்பம் என்ற ஒன்றே கிடையாது என்பது வீராவிற்கும் தெரிந்துதான் இருந்தது. அவனை இலங்கைக்கு அனுப்பியது, சுனந்தாவை அவனிடமிருந்து பறித்தது ஆகியவற்றில் அரசியின் கரமே ஓங்கியிருந்தது. வழக்கமில்லாத செயல்கள் அனைத்தும் சுந்தரனுக்குச் சாதகமாக மாற்றியமைக்கப்பட்டன. போர் வாழ்க்கையை மேற்கொண்டு அல்லல்படும் வாய்ப்பே அவனுக்கு அளிக்கப்படவில்லை. போர்க்களங்களில் வீராவைத்தான் முன் நிறுத்தினார்கள்.

ராதிகா புரண்டு படுத்தாள். அருகில் அவளது கணவனைக் காணவில்லை. வீரா அமைதியின்றி அறையின் ஓரத்தில் நின்று

கொண்டிருந்தது அவளுக்குக் கலக்கத்தை ஏற்படுத்தியது. அவன் அவளையே பார்த்த வண்ணம் நின்றிருந்தான். நெற்றியில் நெளிந்த சுருக்கம் அவன் சிந்தனை ஓட்டத்தைப் பறைசாற்றியது.

அவள் தனது அசையும் விழிகளால் அவனை அருகில் வருமாறு ஜாடை செய்தாள். அவள் உடலில் வீசிய நறுமணம் ஒன்றே அவனைத் தூண்டப் போதுமானதாக இருந்தது. அவளுக்குத் தெரியும், அவனை மோகத்தால் மட்டுமே சமாதானம் செய்ய முடியும் என்று. வியர்வைப் பெருகும் அவன் கரங்களைப் பற்றினாள். சுண்டி இழுக்கும் குரலில் கிசுகிசுப்பாக அவள், 'நாளை எது நிகழ்ந்தாலும் அதுவே அறுதி என நினைக்க வேண்டாம் மன்னா. நமது ராஜ்ஜியத்தை நாம் வடிவமைத்துக் கொள்வோம்..'

மோகம் இருவரையும் சுற்றிப் படரப் போதை மொழிகளில் இருவரும் ஒருவருக்கொருவர் காதில் விழ முடியா வண்ணம் மெலிதாக மிழற்றினார்கள். அவனுடைய கரங்கள் அவள் மேல் படர்ந்ததும் அந்தக் கரங்களா பல லட்சம் மக்களின் விதியை நிர்ணயிக்கப் போகும் கரங்கள் என்ற ஆச்சரியம் அவளிடம் எழுந்தது.

அணையை மீறிய வெள்ளம் அடங்கியதும் கரைகளுக்குள் அடங்கும் நதியைப் போல அவன் அவள் அருகில் வெறுமனே படுத்துக் கிடந்தான். மீண்டும் உயிர்ப்படைந்த அவன் புத்துணர்வு பெற்று விலகி மல்லாந்து படுத்தவன் நெடிய பெருமூச்சுவிட்டான். அவள் விழிகள் மூடிக் கிடந்தாள். கண் விழித்துப் பார்க்கும் திறன் அற்றவளாகக் கிடந்தாள். அவன் அவள் அருகே நெருங்கிச் சென்று அவள் உடல் வளைவுகளில் தன்னைப் பொருத்திக் கொண்டான்.

கதவு தட்டப்படும் அரவம் கேட்டு இருவரும் அவசரமாகக் கண் விழித்தனர். படுக்கை விரிப்பை உடலெங்கும் சுற்றியபடி பஞ்சணையிலிருந்து எழுந்து கொண்ட ராதிகாவிற்குக் காதல் மயக்கம் தீராத நிலையில் கதவின் ஒலி காதில் சன்னமாக ஒலித்தது கனவிலா நினைவிலா என்ற குழப்பத்தில் இருந்தாள்.

'எவராக இருந்தாலும் பொருத்தமான வேளையில்தான் கதவைத் தட்டுகிறார்கள்.' வீரா அவசர அவசரமாக எழுந்து தனது ஆடையைச் சீர் செய்து கொண்டு வாயிலை நோக்கிச் சென்றான்.

'யார் அது வெளியே?'

வெளியில் இருந்து வந்த குரல் மிக மெதுவாக, 'நான்தான் வாணி' என்றது.

கதவு கிறீச்சென்று திறந்தது.

ராதிகா அதிர்ச்சியில் வாயைத் தனது கரங்களால் பொத்திக் கொண்டாள். என்ன துணிச்சல் இருந்தால் ஒரு சேடிப்பெண் நள்ளிரவில் யுவராஜனின் அறைக் கதவைத் தட்டுவாள்!

வெளியிருட்டிற்குக் கண்கள் பழகியதும் கதவின் இடைவெளி அதிகரித்து வெளியிலிருந்து வாணி உள்ளே நுழைவதை இருவரும் பார்த்தனர். வாணியின் உடலில் தென்பட்ட நடுக்கம் நிலைமையின் விபரீதத்தைப் பறையறிவிப்பதாக இருந்தது. அவள் புதல்வனுக்கு ஏதாவது விபரீதம் நேர்ந்துவிட்டதா? அவர்கள் புதல்வனுக்கு?

'என்ன நேர்ந்தது வாணி?' என்று வீரா விசாரித்தான்.

அவள் வார்த்தைகள் குளறின. மூச்சு வாங்கினாள்.

'அஞ்சுவதற்கு ஏதுமில்லை இளவரசே! அனைத்தும் சரியாகவே உள்ளன. மாட்சிமை மிக்க உங்கள் நாமம் மணிமகுடத்திற்கு மன்னரால் பரிந்துரைக்கப்பட்டுள்ளது.' பெரும் ஆனந்த அலை ஒன்றில் அடித்துச் செல்லப்படுபவளைப் போல அவள் விம்மினாள்.

அவள் கொண்டு வந்த சேதியைக் கேட்டு வாயடைத்து நின்ற அவனால் தலையசைக்க மட்டுமே முடிந்தது. அவன் முகத்தில் தென்பட்ட மகிழ்ச்சிக் குறியைக் கண்டு வாணி பரவசமடைந்தாள். அவள் இதழ்களில் புன்னகையும் கண்களில் கண்ணீரும் ஒருசேர வழிந்தன. அவன் உறைந்து நிற்பதைக் கண்ணுற்ற அவள் இனி எதுவும் கூறத் தேவையில்லை என்று மௌனமாக நின்றாள்.

பெரும் பாரம் விலகியதன் நிம்மதி அவன் உடல் முழுவதும் வியாபிக்க அவன் படுக்கையின் ஓரத்தில் தொப்பென்று அமர்ந்தான். இதுவரையில் இதயத்தில் குடிகொண்டிருந்த விரக்தி, கதவு திறந்து வெளியேறியது போலிருந்தது.

'மன்னர் எவ்வாறு தன்னைப் பட்டத்துக்குரியவனாகத் தேர்வு செய்தார்! பழையவற்றை எல்லாம் மறந்துவிட்டாரா?' வீராவிற்கு வியப்பு மிகுந்தது.

வாணிக்கு வெகுமதி அளிக்க வேண்டும். நற்செய்தி கொண்டு வருபவர்களுக்குப் பரிசில் அளிப்பது அரச முறைமை. போர்வையையே ஆடையாகச் சுற்றிக் கொண்டிருந்த ராதிகா எழுந்து சென்று வாணியின் கரங்களைப் பரிவுடன் பற்றினாள்.

'அரசியாருக்கு நள்ளிரவில் இது நல்ல ஆடைதான் போங்கள்' என்றாள் வாணி சற்றும் தயங்காமல்.

ராதிகா வாய்விட்டு நகைத்து தன் கழுத்தில் அலங்கரித்த விலை மிக்க முத்து மாலையைக் கழற்றி, ‘நற்செய்தி கொண்டு வந்த உனக்கு அரசியின் வெகுமதி’ என்றாள்.

‘முத்து மகுடத்திற்கு முத்து மாலை பரிசா?’ என்று அதனைப் பெற்றுக் கொண்ட வாணி இருளில் மறைந்தாள்.

வீராவின் உறக்கம் போனது. ‘சிற்றன்னையின் சூழ்ச்சிகள் எதுவும் செல்லுபடி ஆகவில்லையோ?’

அவனுக்குள் இருந்த இளவரசன் மகிழ்ச்சியில் திளைத்தான். இருப்பினும் இந்த முடிவிற்குப் பின்னால் இருக்கும் காரண காரியங்களை அறிந்து கொள்ள அவன் மனம் துடித்தது. தர்மத்தின் குரல் ஓங்கி ஒலித்து அவரை நேர்மையான முடிவை எடுக்க வைத்திருக்கும். தான் நிச்சயம் பதவிக்கு அழைக்கப்படப் போவதில்லை என்று உறுதியாக நம்பிக் கொண்டிருந்த அவனுக்குக் காதில் விழுந்த சேதி நம்ப முடியாமலிருந்தது.

‘உங்களுக்கு இந்தச் சேதி உவப்பளிக்கவில்லையா? இப்படி ஒரு சேதியைத்தானே நீங்கள் கேட்கக் காத்திருந்தீர்கள்?’ ராதிகா மலர்ச்சியுடன் கேட்டாள்.

‘எனக்கு மகிழ்ச்சிதான். ஆனால் என் சகோதரன் இதற்கு ஈடாகக் கேட்கப் போவது அதிக விலையுடையதாக இருக்கும் என்பதையும் நினைவில் கொள்ள வேண்டும்.’ அவன் குரலில் அமைதி நிறைந்திருந்தது.

*

காட்டுத் தீ போலத் தகவல் பாண்டிய தேசம் எங்கும் பரவியது. மறுநாள் ஆதவன் உதயமான போது மேகங்களற்று நீல வானம் மிளிர்ந்தது. விளையாட்டுப் பொருளை எதிர்நோக்கிக் காத்திருக்கும் சிறுவனின் மனநிலையில் வீரா வாயில் கதவையே பார்த்துக் கொண்டிருந்தான்.

ஆயிற்று.. அதோ பாதக்குறடுகளின் ஒலி நெருங்கி வந்து கொண்டிருக்கிறது. வந்தது முதன்மந்திரி. அரசு முறைப்படி அரசாணைகளில் உள்ள தகவல்களை முதன்மந்திரி நேரில் வந்து அரச குடும்பத்தினருக்குத் தெரிவிக்க வேண்டியது கடமை. முதன்மந்திரி தனது கடமையை ஆற்றினார். வீரா அவருக்குத் தனது நன்றியை வெளிப்படுத்தினான்.

எதிர் அணியிடமிருந்து பலத்த எதிர்ப்புக் கிளம்பியதாகத் தெரியவில்லை. அரசியாரின் குறுக்கீடு இருந்ததாகவும் தெரியவில்லை. மன்னர் இந்த விஷயத்தை மிகச் சாதுர்யமாகக் கையாண்டிருக்க வேண்டும். அரசியாரை அப்படியே ஏற்றுக்கொள்ள அவன் அவ்வளவு முட்டாளில்லை. அவனைப் பழி வாங்க அவள் மௌனமாக உறுதிமொழி ஏற்றுக் கொண்டிருப்பாள். இதுவாவது பரவாயில்லை, சுந்தரன் தரப்பில் பெரிய எதிர்ப்பும் எழாமல் இருந்தது வியப்பை அளித்தது.

முடிசூட்டும் நன்னாளை நான்கைந்து ஆரூடர்கள் முடிவு செய்தனர். வீராவின் ஜாதகம் நன்கு ஆராயப்பட்டு அவன் ஜென்ம நட்சத்திரத்திற்கு ஏற்ப நாள் குறிக்கப்பட்டது. முடிசூட்டும் வைபவம் மற்ற மன்னர்களுக்கு நிகழ்ந்ததைப் போல மீனாட்சி அன்னை ஆலயத்தில் ஏற்பாடானது. முடிசூட்டு வைபவத்திற்கு அவன் தனது தாயாரையும் அழைத்தான். அவன் தாய் மறுத்தாள்.

‘வேண்டாம் வீரா. நான் அங்கு வருவது உன் புகழுக்கும், பதவிக்கும் களங்கம் விளைவிக்கும். உனது தந்தையின் முடிசூட்டு விழாவிற்குக்கூட நான் சென்றதில்லை. என்னை விட்டுவிடு’ என்று மறுத்துவிட்டாள்.

வீராவின் அணிவகுப்பு மெல்ல மெல்லக் கிழக்குக் கோபுரத்தை எட்டியது. வெண்புரவி ஒன்றில் அமர்ந்த வண்ணம் வீரா ஊர்வலமாக வந்தான். புரவியின் நெற்றிப் படம் கூட வெண் நிறமாகவே இருந்தது. சற்று வண்ணம் கூடிய அவனது மேலுடை புரவியின் வெண்மை நிறத்திற்கு மாற்றாக விளங்கி எடுப்பாகத் தோற்றமளித்தது. பளபளக்கும் பட்டு மேலங்கியில் தங்கச் சரிகைக் கோடுகள் மின்னின. முதல் நாள் இரவில் தருவிக்கப்பட்ட விலை உயர்ந்த தங்க ஆபரணங்கள் அவன் வெற்று மார்பை அலங்கரித்தன. அவனது ஆபரணங்கள் அனைத்தும் விலை மதிப்பற்றவை என்பதோடு பாரம்பரியம் மிக்கவையும் கூட. எல்லாமே மிக முக்கியமான மணிமுடி வைபவம் போன்ற அரிதான தினங்களில் மட்டுமே அரச குலத்தினரால் அணியும் நகைகளாகும்.

இதுவரையில் ஒரு தினம் கூட அவன் தனது மேனியில் இத்தனை அலங்காரம் செய்து கொண்டதில்லை. அவனுடைய அணிகலன் நிறைந்த கம்பீரமான உருவத்தை நிலையாடியில் கண்ணுற்று அவனே வியந்து நின்றான். ராதிகாவும் சும்மா இருக்காமல் அவனைப் பின்னால் நின்று கேலி செய்தது கூட அவன் செவிகளில் விழவில்லை.

‘ஆஹா! பார்த்துப் பார்த்து.. ஆடி தனது ரசம் இழந்துவிடப் போகிறது. ஏதேது புது ஆடி ஒன்றுதான் தருவிக்க வேண்டும் போல’ என்று கேலி பேசினாள். இதுகாறும் வெள்ளி ரசம் பூசப்பட்ட அந்த நிலையாடியை ராதிகாதான் தனது ஒப்பனைக்கும், அலங்காரத்திற்கும் பயன்படுத்தி வந்தாள். அப்படி ஓர் ஆடி இருப்பது கூட வீராவிற்குத் தெரியாது.

கையினில் இனிப்புடன் பிடிபட்ட சிறுவனைப் போல அவன் புகார் குரலில் பதில் கூறினான். ‘இன்னும் எவ்வளவு நேரம் நான் மகுடம் சூட்டக் காத்திருப்பது?’

‘நானும் இரவு வரை என் மன்னவருக்கு மகுடம் சூட்டக் காத்திருக்க வேண்டும். ஹூம்ம்..’ என்று ராதிகாவும் போலியாக அலுத்துக் கொண்டாள்.

காலையில் அரண்மனையில் நிகழ்ந்த உரையாடலை நினைத்து வீரா மெல்லிய முறுவல் பூத்து நின்றான். தங்களைப் பார்த்து புன்முறுவல் பூப்பதாக எண்ணித் திரண்டிருந்த மக்கள் ஆரவார கோஷம் எழுப்பினார்கள். அவர்கள் நடுவில் ஒரு முடவன் தன்னைத் தாங்க ஒரு கட்டையையும், கைகளில் ஒரு பிச்சைப் பாத்திரத்தையும் ஏந்திக் கொண்டு நின்றிருந்தான். அவலட்சணமான தோற்றம்; எலும்பும் தோலுமாகத் தேகம். இருந்த போதிலும் அவன் முகத்தில் மற்ற பிச்சைக்காரர்களிடம் காணப்படும் கழிவிரக்கம் இன்றி ஒருவிதக் கம்பீரம் இருந்தது. அவனுடைய கம்பீரம் அவனை ஒரு வீரனாக அடையாளம் காட்டியது. இலங்கைப் போரில் தனது கால்களை இழந்திருக்க வேண்டும். அந்தக் கூட்டத்தில் தான் வரும்வரையில் காத்திருப்பது அந்த வீரனுக்கு எத்தனை கடினமாக இருந்திருக்க வேண்டும். வீரா மனதிற்குள் எண்ணிக் கொண்டான். அந்த முடவன் அருகில் சென்று அவனைப் பாராட்ட வேண்டும் என்ற எண்ணம் எழுந்தது. வேண்டாம் அவ்வாறு செய்வது நற்சகுனமாகக் கருதப்படமாட்டாது என்பதால் தனது எண்ணத்தை மாற்றிக் கொண்டான்.

அவன் முன்னால் நின்ற கூட்டம் அனைத்துத் தடைகளையும் உடைத்து எறிந்துவிடும் போலத் திமிறிக் கொண்டிருந்தது. அவர்கள் முண்டியடித்துக் கொண்டு இளவரசன் நுழையவிருக்கும் கிழக்கு கோபுர வாசல் வரையில் வந்துவிட்டனர். ஆனால் கோபுரத்தில் காவல் காத்து நின்ற காவலர்கள் அரசப் பரிவாரங்களைத் தவிர வேறு ஒருவரையும் உள்ளே அனுமதிக்கவில்லை. மற்ற அரச குடியினர் ஏற்கெனவே கோயில் வளாகத்திற்குள் நுழைந்துவிட்டனர். வீரா

ஒருவன்தான் நல்லநேரத்திற்குக் காத்திருந்து கோயிலுக்குள் நுழைய வேண்டும்.

முதன்மந்திரி, ஏனைய மந்திரிகள் மற்றும் கோயில் பட்டர்கள் அவன் வருகைக்கு உள்ளே காத்திருந்தனர். வீரா புரவியிலிருந்து தாவி இறங்கி கோபுர வாசல் வழியாகக் கோயிலுக்குள் நுழைந்தான். வாயில் தூண்களின் குலை தள்ளிய வாழை மரங்கள் கட்டப்பட்டிருந்தன. தென்னம்பாளை, கமுகுத் தோரணங்கள் தொங்கவிடப்பட்டிருந்தன. தரை முழுவதும் மாக்கோலம் போடப்பட்டு அமர்க்களமாக இருந்தது.

நல்ல நேரம் வந்ததும் நிறை சுமங்கலிகளான அரண்மனைப் பெண்கள் இருவர் ஒரு கையில் தங்கத் தாம்பாளத்தில் குங்குமம் சுண்ணாம்புக் கலந்த நீரின் நடுவில் ஒரு வெற்றிலையை வைத்து எடுத்து வந்தனர். அந்த வெற்றிலையின் நடுவில் கற்பூரத் துண்டு உட்கார்ந்திருந்தது. கண்ணேறு கழிக்கும் விதமாக அந்தக் கற்பூரத்தை எரியூட்டி வீராவின் முகத்தின் முன்பு இடம் வலமாக மூன்று முறை சுற்றினார்கள். குதிகால் ஊன்றி நின்று கால்கடுக்கக் காத்திருந்து அரசனுக்கு ஆலத்தி எடுத்தது அந்தப் பெண்டிரின் வாழ்வில் மறக்க முடியாத நிகழ்வாக இருக்கும்.

ராதிகா தனது சுருக்குப் பையிலிருந்து தயாராக எடுத்துக் கொடுத்த தங்க நாணயங்களை வீரா அந்த ஆலத்தித் தட்டில் காணிக்கையாகப் போட்டான். ஆலத்தித் தட்டிலிருந்த தங்கக் காசுகளை எடுத்துக் கொண்டு எரியும் கற்பூரத்தையும் காவி வண்ண நீரையும் கோயில் வளாகத்தின் ஒரு மூலையில் கொட்டினார்கள். பூர்ணக் கும்பம் ஒன்றில் நெல்லும் நவதானியங்களும் நிரப்பி மாவிலையில் அலங்கரித்து மத்தியில் குங்குமம் சந்தனம் தடவிய தேங்காயை வைத்து பூர்ணக் கும்பம் தயாரித்துக் கோயிலின் தலைமை பட்டர் காத்திருந்தார். மந்திரங்கள் முழங்க அவனுக்குப் பூரணக் கும்ப மரியாதை அளிக்கப்பட்டது. வீரா ஆலயப் பிரவேசம் செய்தான்.

கோயிலின் உள்ளிருந்த மணிமண்டபத்தில் ஒரு சிறுவன் நீளமான கயிற்றைப் பிடித்து இழுத்துப் பெரிய கண்டாமணியை ஒலிக்கச் செய்தான். கோயில் மணியின் ஓசை நகருக்குள் இருப்பவருக்கு நடக்க இருக்கும் மங்கல நிகழ்ச்சியைக் கட்டியம் கூறியது. கூட்டில் இருக்கும் குஞ்சுகள் அதிர்வதைப் போல வீராவின் செவிப்பறைகள் அந்த ஓங்கிய மணியோசையில் அதிர்ந்தன. அவன் மணிமண்டபத்திற்குள் நுழைந்ததும் அரசர் அரசியாரைத் தவிர ஏனையோர் மரியாதை நிமித்தமாக எழுந்து நின்றனர்.

மணிமண்டபத்தின் வாயிலில் அரச குடியினர் அல்லாத அவனது நண்பர்களில் சிலர் மணிமுடிசூட்டும் வைபவத்தைக் காணும் ஆவலுடன் காத்திருந்தனர். அவர்களில் பெரும்பாலானோர் இலங்கைப் போரில் அவனுடன் போர் புரிந்தவர்கள். படைத்தளபதி ஆரியனும் அவர்களில் ஒருவராக நின்று கொண்டிருந்தார்.

அடுத்து அரச குடியினரும் வீராவின் சுற்றமும் அமர்ந்திருந்தனர். ஓர் இருக்கை காலியாக இருந்தது. அந்த இருக்கை அவனுடைய தாயார் மணிமண்டபத்திற்கு வரவில்லை என்பதைப் பறைசாற்றுவது போலிருந்தது. அந்த இருக்கையில் அமர்வதற்கு ஒருவரும் முயலவில்லை. ஒருவேளை என் பிறப்பைச் சுட்டிக் காட்ட இருக்கையைக் காலியாக வைத்திருக்கிறார்கள் போல. வீரா நினைத்துக் கொண்டான்.

ஆலயப் பிரவேசம் உணர்ச்சிகளை வெகுவாகத் தூண்டிவிடும் தன்மை கொண்டதாக இருக்குமென்று ராதிகா ஏற்கெனவே எச்சரித்திருந்தாள். எடுத்து வைக்கும் ஒவ்வொரு அடியும் அவனது உணர்ச்சிப் பெருக்கைக் கூட்டும் என்றும், அரண்மனையை நோக்கி அவன் எடுத்து வைக்கும் ஒவ்வொரு அடியும் அவன் மனதில் தடமாகப் பதிந்துவிடும் என்றும் முன்பே எச்சரித்திருந்தாள். ஒருகணம் அவன் தனது மூதாதையரை நினைத்துப் பார்த்தான். கடந்த நான்கு சதாப்தங்களாக இந்த மண்ணைச் சோழப் பேரரசு ஆண்டு வந்தது. பாண்டியர்கள் குடிவழி மரபு அப்படியே இருந்தாலும் அவ்வப்போது சோழர்களை ஓரிரு முறை மட்டுமே எதிர்த்து நிற்க முடிந்தது. முந்தைய மன்னர்கள் தியாகங்கள் புரிந்திராவிடில் இன்று தானும் ஓர் அடிமையாகச் சோழப் பேரரசில் பணிபுரிய வேண்டியிருந்திருக்கும்.

ராதிகா ஏனைய அரண்மனைப் பெண்டிருடன் ஒருத்தியாக நின்று கொண்டிருந்தாள். அவனது பார்வை அவள் மீது படும் பொழுதெல்லாம் அவள் ஓர் இணைக்கப் புன்னகை புரிந்தாள். முத்து மகுடம் சூடிக் கொள்ளும் முன்பு பட்டத்து இளவரசன் அங்கும் இங்கும் பார்வையை அலைய விடுவது மரபு கிடையாது என்பதால் பலருடைய புருவங்கள் நெளிந்தன. இன்றிரவு உனது பள்ளி ஒரு மன்னவனுடன் என்று நினைத்து அவன் அவளைப் பார்த்து முறுவலித்தான். அவள் பொருள் புரிந்தவள் போல நாணித் தலை கவிழ்ந்தாள்.

ராதிகாவின் அருகில் அக்ஷயனின் சகோதரியும், சகோதரி கணவரும் நின்று கொண்டிருந்தனர். அரச குடியினர் நடுவில் அவர்கள் இருவர்

மட்டுமே சாதாரணக் குடிமக்கள். அவர்களைக் கண்டதும் அவனுக்கு அக்ஷயனின் நினைவு மேலோங்கியது. அக்ஷயன் இல்லை என்றால் இன்று வீரா உயிருடன் இருந்திருக்க முடியாது. சுந்தரனுக்கும் முத்துமணி மகுடத்திற்குப் போட்டியின்றிப் போயிருக்கும். அக்ஷயனின் மகத்தான தியாகமே தன்னை மணிமகுடம் சூட்டும் விழா வரை கொண்டுவிட்டிருக்கிறது.

அடுத்த வரிசையில் வேற்று தேசத்து மன்னர்கள் அமர்ந்திருந்தனர். அவர்களில் சோழ மன்னர்களும் அடக்கம். சுனந்தாவின் உறவினர்களும் அவர்களில் அடக்கம். சுனந்தாவைத் தான் திருமணம் புரிந்து கொண்டிருந்தால் என்ன நிகழ்ந்திருக்கும் என்று எண்ணிப் பார்த்தான். என்ன ஆகியிருக்கும்? அவன் பொழுதெல்லாம் அவள் அருகில் காதல் புரிந்து கொண்டிருக்க நாடு அனாதையாகத் தனித்துவிடப்பட்டிருக்கும். ராதிகாதான் அவனை வழிக்குக் கொண்டு வந்து முத்து மகுடத்தை அடைய உறுதுணையாக இருந்தவள்.

சுந்தரன் மீது பார்வையை ஓடவிட்டான். சுந்தரன் முகத்தில் சலனம் எதுவுமின்றி இருந்தான். சுனந்தாவை எங்கு தேடியும் காணவில்லை. அவள் ஏற்கெனவே அவன் முடிசூட்டிக் கொள்ளும் காட்சியைக் காண ஆவலுடன் காத்திருப்பதாக அவனிடம் முன்பொருமுறை கூறிய கூற்றை எண்ணிப் பார்த்தான்.

சுந்தரன் தனது மகனுடன் நின்று கொண்டிருந்தான். வீரா அவனுக்கு முகமன் கூறி முகபாவத்தால் வரவேற்றான். அந்தச் சிறுவன் வீராவை வியப்புடன் பார்த்துக் கொண்டிருந்தான். வீராவின் மனதில் வலி கூடியது. ராதிகாவிற்கும் இவன் ஒருவன்தான் பிள்ளை. அவனுக்கு அடுத்து ஏற்பட்ட குறைப் பிரசவத்தில் அவள் இன்னொரு முறை தாய்மைப் பேறு அடையும் பாக்கியத்தை இழந்துவிட்டாள். எனவே ஒரு தாயைப் போலவே பராக்கிரமனிடம் அவள் அன்பு செலுத்தினாள். வீரா அந்தச் சிறுவனின் தலையைத் தடவிக் கொடுத்தான். அந்தச் சிறுவனுக்கு அருகில் வீராவின் ஒன்றுவிட்ட விடலைப் பருவச் சிறுவர்கள் நின்று கொண்டிருந்தனர். அந்தச் சிறுவர்கள் நினைத்தால் கூட அரியணைக்குப் போட்டியிட முடியாது.

'சுந்தரா, நலம்தானே?' என்று வீரா வினவினான். அவனிடமிருந்து பெருஞ்சீற்றமோ சாபமோ விடையாகக் கிடைக்கும் என்று எதிர்பார்த்தான்.

'நலம்தான் மாட்சிமை மிகுந்தவரே' என்ற அவன் குரலில் எள்ளலும், ஏளனமும் மிகுந்திருந்தது. அவன் குரலில் தெரிந்த

உறுதியும் தொனியும் இனிமேல் இதே கேலியும், குதர்க்கமும் தொடரும் என்பதைக் கோடிட்டுக் காட்டியது. என்ன ஒரு முரண்! ஓரளவு சமாதானமடைந்த வீரா மன்னனும், அரசியாரும் அமர்ந்திருந்த இடம் நோக்கிச் சென்று அவர்கள் முன்னால் நெடுஞ்சாண்கிடையாக விழுந்து வணங்கினான்.

தலைமைப் புரோகிதர் தனது கரத்தை உயர்த்தி மணியோசை எழுப்ப உத்தரவிட்டார். அதன் பிறகு நிலவிய அமைதி சப்தத்தைவிட உரத்து ஒலித்தது. தலைமைப் புரோகிதர் வீராவை வேத மந்திரங்கள் முழங்கும் வேதியர்கள் நடுவில் அமையப்பெற்றிருந்த ஓமக் குண்டத்தின் அருகில் அமருமாறு வேண்டிக் கொண்டார். வீரா அமர்ந்ததும் புரோகிதர் வெள்ளிக் குடங்களில் நிரப்பி வைக்கப்பட்டிருந்த மஞ்சள் நீரால் அவனுக்கு அபிஷேகம் செய்தார். வேத விற்பன்னர்கள் வேத மந்திரங்களை முழங்கிக் கொண்டிருந்தனர். குடம் குடமாக மஞ்சள் நீரில் அபிஷேகம் நடந்து கொண்டிருந்த போது வீராவிற்குச் சலிப்பானது. மஞ்சள் நீர்த் திரை வழியாக எதிரில் இருப்பவர்களைப் பார்வையிடுவது கடினமாக இருந்தது.

சுந்தரனிடம் ஒருவித சிடுசிடுப்புத் தெரிந்தது. அதனை முகத்தில் மறைக்க அவன் பிரயத்தனப்பட்டுக் கொண்டிருந்தான். சுந்தரனுக்கு மணிமுடிசூட்டப்பட்டுப் பட்டாபிஷேகம் நடந்திருந்தால் வீரா உறுதியாகத் தனது எதிர்ப்பை ஆவேசமாக வெளிப்படுத்தி யிருப்பான். ஆனால் இப்போது சுந்தரன் வாய் மூடி மௌனம் காப்பதன் காரணம் வீராவிற்கு விளங்கவில்லை. அரசியும் தனது மாற்றாந்தாயுமான சுந்தரனின் அன்னையை நோக்கினான். அரசியார் முகத்தில் புன்னகை தவழ்ந்து கொண்டிருந்தது. மற்றவர்கள் அந்தப் புன்னகையை வேண்டி வருத்திக் கொண்டது என்றே எண்ணுவார்கள். ஆனால் வீராவிற்குத் தெரியும் அந்தப் புன்னகையில் உண்மை இருந்தது என்று.

இப்போதெல்லாம் அந்தப்புரத்தில் வீராவின் ஒற்று வேலைக்கு வாணி பயன்படுத்தப்படுகிறாள். அவள் மூலம்தான் அரண்மனையில் நண்பர்கள், பகைவர்கள் எவர் என்று அவன் ஒற்றறிந்தான். அவனுக்கு முடிசூட்டுவதில் அரசர் தயக்கம் காட்டியது உண்மைதான். வாக்குவாதங்கள் வளரத் தொடங்கியதும் அரசனுக்கு ஒன்று புலனாயிற்று. அவர் எண்ணியது போல இருவருக்கும் பட்டாபிஷேகம் செய்வதால் ஆட்சி அதிகாரம் இரண்டாகப் பிரிக்கப்பட்டு மக்கள் நடுவில் தீராத குழப்பத்தையும் அரச விசுவாசத்தில் பேதமையையும் ஏற்படுத்தும் என்பதைப் புரிந்து

கொண்டான். இதுவரையில் தனது சொந்தப் புதல்வனுக்கு முடிசூட்ட வேண்டும் என்பதில் உறுதியாக இருந்த பட்டத்து அரசியார் மன்னர் குலசேகரன் வியக்கும் வண்ணம் அவளே முன்வந்து பாண்டிய ராஜ்ஜியத்தின் அரியணையைத் தனது கணவனுக்கு முறை தவறிப் பிறந்த மகனுக்கு அளிக்க முன்வந்தாள். மக்கள் மனதில் மகாராணியாரின் விருப்பத்தை மீறித்தான் வீராவிற்கு முடிசூட்டப்படுகிறது என்ற தவறான எண்ணம் ஏற்பட்டது. ஆனால் அரசியாரின் உறுதியான நிலைப்பாடுதான் வீராவின் தலையின் மேல் மணிமகுடமாக அமர்ந்திருக்கிறது என்பது வீராவிற்கும் வாணிக்கும் மட்டும்தான் தெரியும்.

அரசியாரின் பெருந்தன்மையில் வீரா அதிர்ந்து போனான். அதற்கான காரணங்களின் மீது அவனுக்குச் சந்தேகம் இருந்தாலும் அரசியாரின் எண்ண ஓட்டத்தை அவனால் ஆழம் காண முடியவில்லை.

மந்திரங்கள் முழுவதும் ஓதப்பட்டு வீரா ஓம நெருப்பை மும்முறை வலம் வந்தான். விழாவிற்கென்று அமைக்கப்பட்ட புதிய சிங்காதனத்தில் சென்று அமர்ந்தான். அரியணையில் அமர்ந்ததும் அவனது தந்தையும் பாண்டிய மண்டலத்தின் மன்னருமான குலசேகரப் பாண்டியன் அவனை நோக்கிச் சென்றார். வீரா, தந்தை அருகில் வந்ததும் எழுந்து நிற்பதற்கு எத்தனிக்க, தலைமைப் புரோகிதர் அவன் தோள்களை அழுத்தி அமர்ந்திருக்கச் சொன்னார்.

மீண்டும் வேத மந்திரங்கள் ஓதப்பட நல்ல நேரம் வந்ததும் புரோகிதர் மன்னரிடம் பாண்டிய நாட்டு முத்துமணி மகுடத்தை எடுத்துக் கொடுத்தார். மந்திர கோஷங்கள் விண்ணதிரும் வண்ணம் ஒலிக்க மன்னர் குலசேகரன் பெருமிதத்துடன் பாண்டிய மண்ணின் முத்துமணி மகுடத்தைத் தனது புதல்வன் வீராவின் முடியில் வைத்து அழகு பார்த்தார். வீராவின் கரங்களில் பாண்டிய சாம்ராஜ்ஜியத்தின் அடையாளமான வீரவாளை அளித்து அவன் தோள்களில் பட்டுத் துணி ஒன்றைப் போர்த்தினார்.

மீண்டும் கோயில் மணியோசை விண்ணை அதிரச் செய்யும்படி ஒலிக்கப்பட்டு அந்த வைபவம் நிறைவுற்ற சேதியை ஊர் மக்களுக்கு அறிவித்தது. மக்கள் நடுவில் விண்ணதிரும் முழக்கம் எழுந்தது. *'பாண்டிய மன்னர் குலசேகரப் பாண்டியன் நீடூழி வாழ்க! மாட்சிமை மிக்கப் புதிய அரசர் இளவரசர் வீரா பல்லாண்டு பல்லாண்டு வாழ்க!'*

*

வீரா களைத்திருந்தான். எப்போது அரண்மனை திரும்புவோம், பஞ்சணையில் சாய்வோம் என்று அவன் உடல் கெஞ்சிக் கொண்டிருந்தது. முடிசூட்டும் வைபவம் முடிந்த பின்னரும் கடமைவிடவில்லை. அரச மரபின்படி வீரா மேற்கொள்ள வேண்டிய வருகைத்தரவு வரிசையாகக் காத்துக் கொண்டிருந்தன. அவற்றில் மிக முக்கியமானது குலசேகரப் பாண்டியரையும் அரசியாரையும் அவர்கள் வசிப்பிடம் சென்று பார்ப்பது.

மன்னருடன் நிகழ்ந்த சந்திப்பு அவன் எண்ணியிருந்ததைவிட எளிதாக அமைந்தது. குலசேகரன் மனதில் அமைதி நிலவியது முகத்தில் தெரிந்தது. மன்னரின் தோளில் பெரும் பாரமாக அழுத்திக் கொண்டிருந்த அரசப் பதவி என்ற பெருஞ்சுமையை அரசியார் தனது முயற்சியால் இறக்கி வைத்துவிட்டார்.

புதிதாகப் பட்டம் ஏற்றுக் கொண்ட மன்னரின் அந்த சந்திப்பு அரச குடியினரால் கூர்ந்து கவனிக்கப்பட்டது. வீராவின் மனது சஞ்சலப்பட்டுக் கொண்டே இருந்தது. கடந்த சில தினங்களாக அவனுக்கு அரசியார் மீது இருந்த அபிப்பிராயம் முற்றிலும் மாறிவிட்டது. இதுவரையில் தனது ஆட்சி அதிகாரத்தைப் பயன்படுத்தி அரசியார் முத்து மகுடத்தைச் சுந்தரனுக்கு அளிப்பார் என்றே எண்ணிக் கொண்டிருந்தான். முற்றிலும் வேறு விதமாக நடந்து கொண்ட அரசியாரின் எண்ண ஓட்டத்தின் மையம் தெரியாமல் அவன் தடுமாறினான்.

அரண்மனை வாயிலிலேயே நின்று அவனை வாயார வாழ்த்தி அழைத்துச் சென்ற அரசியார் மாளிகையில் தனது ஆசனத்துக்கு அருகில் ஒரு புதிய ஆசனத்தில் அவனை அமர வைத்தாள். அரசியார் ஆசனத்தில் அமர்ந்ததும் ஒரு பணிப்பெண் அருகில் வந்து அவர் பாதத்தில் இருந்த பாதக் குறடுகள் இரண்டையும் அகற்றினாள். வீரா அந்த நிகழ்வைக் கண்டு உள்ளம் பூரிப்படைந்தான். அரச மரியாதை என்றால் இதுதான். அவனும் ஒரு கடவுளைப் போலக் கொண்டாடப்படுவான்.

'மாண்பு மிகு மன்னர் ஒரு குவளை பால் அருந்துவாரா?' என்று அரசியார் கேட்டார்.

அவள் தொனியில் குதர்க்கம் ஏதாவது தென்படுகிறதா என்று வீரா துழாவினான். இதுவரை தனது எதிரியாக நினைத்திருந்த அரசியாரை இத்தனை விரைவில் வீழ்த்தியதற்கு அவன் அற்பத்தனமாக அகம் மகிழ்ந்திருக்கலாம். ஆனால் அப்படிச் செய்யவில்லை. அகத்தில் விம்மிய வெற்றிக் களிப்பை முகத்தில் தவிர்த்தான்.

மிகக் கண்ணியமாக ‘நன்றி ராஜமாதா’ என்றான்.

அரசியார் அருகில் நின்ற சேடிப்பெண்ணை நோக்கி வெறுமனே கண்ஜாடை புரிந்தாள். அதனைப் புரிந்து கொண்ட அந்தப் பணிப்பெண் அவர்கள் இருவர் இடையில் நிகழவிருக்கும் சம்பாஷணையை ஒட்டுக் கேட்க எண்ணி மேலும் ஒரு பெண்ணை ஏவி பால் கொண்டுவரச் செய்தாள். ஆனால் அதில் அந்தப் பெண்ணிற்கு ஏமாற்றமே மிகுந்தது. அவள் வேறு யாருமில்லை அரண்மனை விவகாரங்களை ஒற்றறிய வீரா ஏற்பாடு செய்து வைத்திருந்த வாணிதான்.

வீரா ஆசனத்தில் அமர்ந்திருந்த தனது மாற்றாந்தாயை நோக்கினான். எப்படி ஆரம்பிப்பது என்ற குழப்பம் அவனிடம் மிகுந்திருந்தது. அவள் சரியா தவறா என்பது அறியாமல் அவன் தனது வார்த்தைகளை விடுவதற்குத் தயங்கினான். வாணி மட்டும் தனது எண்ணத்தில் உறுதியாக இருந்தாள். ஒரு சின்னத் தவறான அடி கூட அரசியாருக்கு முன் எடுத்து வைக்கப்பட்டால் பிறகு தானும் தனது புதல்வன் சுந்தரனும் பின்னுக்குத் தள்ளப்படுகிறோம் என்ற அரசியாரின் எண்ணம் உறுதியாகிவிடும். பிறகு வீரா சூழ்ச்சி செய்வதாகவே அவள் கண்களுக்குத் தோன்றும். எனவே வீரா தனது வார்த்தைகளைத் தேர்ந்தெடுப்பதில் அதிகக் கவனமாக இருக்க வேண்டும்.

மாளிகையின் அந்த அறை இருவரின் பெருமூச்சு சப்தத்தைத் தவிர வேறு ஓசை எதுவுமின்றி அமைதியாக இருந்தது. வீராவின் முன்னால் ஓர் அலங்கார நாற்காலியை வீராவின் முன்பு இழுத்துப் போட்டு அதன் மீது தான் கையில் கொண்டு வந்த வெள்ளிக் குவளையிலிருந்த பால் குவளையை வைத்தாள். வீரா குவளையை உதட்டின் அருகில் கொண்டு சென்றான். கொதித்துக் கொண்டிருந்த பாலின் சூடு பொறுக்காமல் குவளையை மீண்டும் முக்காலி மீது வைத்தான்.

தர்ம சங்கடப்படுவதைப் போலப் பொய்யாகப் பாவனைக் காட்டிய அரசியார், ‘ஏதேது.. மன்னரின் வாரிசு பாலில் நஞ்சு கலந்திருக்கும் என்று அஞ்சுகிறாரோ?’ என்றாள். அவள் வீசிய கூரம்பு அவளுக்கே திரும்பியது.

‘அது நஞ்சாகவே இருப்பினும் உங்கள் கரங்கள் வழியாகக் கிடைக்கும் என்றால் நான் மகிழ்வுடன் ஏற்றுக்கொள்வேன் தாயே. இந்த முத்து மகுடம் நீங்கள் எனக்களித்த பரிசு’ என்றான்.

அப்படி ஒரு பதிலை அரசியார் எதிர்பார்க்கவில்லை. காதில் விழாத பாவனையில் இருந்தாள். ஆரம்பத்தில் வீராவின் மொழிக்கு மறுமொழி கூற எத்தனித்தவள் நிறுத்திக் கொண்டாள்.

'அருமை! அருமை! மற்றவர்கள் கூறுவது போல நீ மிகவும் நல்லவன்தான். நீ அரசனாவதற்கு முன்பு பெரிய அளவில் ஒற்று வேலை பார்த்து நானே உன்னைப் பற்றி அறிந்து கொண்டேன்..'

'நன்றி அன்னையே. உங்களுக்கு எதற்காக இப்படி ஓர் உளவு வேலை அரசியாரே? ராஜமாதாவிடமிருந்து இப்படி ஒரு செய்கையை நான் எதிர்பார்க்கவில்லை' என்றான்.

அரசியாரின் கண்கள் இருண்டன. பிறகு சுதாரித்துக் கொண்டு அவள் ஆரம்பித்தாள். 'அது ஒரு காலம். பல ஆண்டுகளுக்கு முந்தைய விஷயம். அப்போது அரசர்- உன் தந்தை- உன் தாயாரின் மோகவலையில் சிக்கிக் கிடந்த காலம். அப்போது எனக்கும் சிறு பிராயம். தனது அதிகாரத்தை அரசர் மேல் செலுத்தும் உன் அன்னையின் மீது எனக்கு மாளாத வெறுப்பு ஏற்பட்டது. இது போதாதென்று ஊர் முழுவதும் நான் ஓர் அரச வாரிசைப் பெற்றுத் தர முடியாத மலடி என்று தூற்றினர். திடீரென்று ஒருநாள் உனது தந்தைக்கு என் மீது அன்பு ஏற்பட்டு என்னை அவரது மனைவி என்று உணர்ந்து நடக்கத் தொடங்கினார். இதற்கு முக்கியக் காரணம் உன்னுடைய தாயார் என்று எனக்கு வெகு காலம் கழிந்த பின்னரே தெரிந்தது..

'என் ஒற்றர்கள் மூலம், இப்போது உன் தந்தை செய்ததைப் போல நானும் ஒற்றறிந்து உன் அன்னையின் விருப்பம்தான் என்னைப் பட்டமகிஷி ஆக்கியது என்று அறிந்து கொண்டேன். ஆனால் காலம் கடந்துவிட்டது. நட்பையும், பரிவையும் உரிய காலத்தில் வெளிப்படுத்திவிட வேண்டும். காலம் கடந்துவிட்டால் நாம் எத்தனை முயன்றாலும் நட்பு பாராட்ட முடியாது.. நாம் அனைவரும் குதிரைக்குச் சேணம் பூட்டப்பட்டது போன்ற பார்வையுடன்தான் உலவி வருகிறோம். இருந்தாலும் என்ன? உன் அன்னை எனக்கு அளித்ததை நான் இப்போது உனக்கு முத்துமணி முடிசூட்டியதன் மூலம் திரும்பக் கொடுத்துவிட்டேன்..

'எதுவானால் என்ன, நிலம் தரிசு என்றாலும் ஊன்றப்படும் விதை பழுதில்லாததாக இருக்க வேண்டும். நீயும் பாண்டிய வம்சாவளியில் வந்த ஒரு சிறந்த வித்து. மாட்சிமை பொருந்திய இளவரசனாகிய நீ

ஒரு கோழையாகவோ, அல்லது அரியணை ஏறத் தகுதியற்றவனாகவோ இருந்திருந்தால் மன்னரிடம் உன் பெயரை முன் மொழிந்திருக்க மாட்டேன். நீ உன்னுடைய பாகத்தைச் சிறப்பாகச் செய்தாய்; நான் எனது பாகத்தைச் சிறப்பாகச் செய்தேன். அவ்வளவுதான்..'

வீராவிற்குப் பேச்சு வரவில்லை. அரசியாரின் உள்நோக்கத்தை அவன் இதுகாறும் தவறாகக் கணித்து வைத்திருந்ததற்கு வெட்கப்பட்டான். அவளது மனதில் இருந்த நல்லெண்ணத்தை அறிய முடியாமல் போனதற்கு வருந்தினான்.

வாசல் வரை வந்து அவனை அரசியார் வழியனுப்ப வந்த போது பொழுது நன்றாக இருட்டியிருந்தது.

'மதுரை நகர மக்கள் அனைவரும் மீனாட்சி தேவியின் புதல்வர்கள். மீனாட்சி அம்மனின் பிள்ளைகளை உன்னுடைய ஆற்றலாலும் திறனாலும் பத்திரமாகக் காவல் காத்து நல்லாட்சி புரிய வேண்டுகிறேன்' என்றார் அந்த மாதரசி. 'என் புதல்வன் தன்னை முன்னிலைப்படுத்த இன்னும் நிறையக் காலம் இருக்கிறது. ஆனால் அவன் அதனை நிச்சயமாகச் செய்வான் என்பதில் எனக்கு ஐயமில்லை. மாட்சிமை பொருந்திய பட்டத்து அரசரான உன்னிடமிருந்து எனக்கு இரண்டு வரங்கள் உள்ளன கேட்பதற்கு' என்றாள்.

வீரா இணக்கமாகத் தலையசைத்தான்.

'இப்போது நாம் பேசியது முழுவதும் நமக்குள் இருக்கட்டும். சுந்தரனுக்குத் தெரிந்தால் அவன் அனாவசியமாகச் சினம் கொள்வான்' என்று மிகவும் தாழ்ந்த ஆழமான இதுவரையில் கேட்டிராத குரலில் கூறினாள். 'இது நம் இருவரையும் இணைத்து வைத்துள்ளது. ஒரு நற்செயலுக்குப் பதில் மற்றொரு நற்செயல். நான் இனிமேல் சுந்தரனுக்கு ஒரு நல்ல தாயாராக இருக்க முடியும். இது ஒன்று போதும். வேறு எதுவும் நான் இனி வேண்டப் போவதில்லை..'

*

அவன் குடியிருந்த மாளிகையை இப்போது நான்கைந்து காவலர்கள் காவல் புரிந்து கொண்டிருந்தனர். அவன் திரும்பி வரும் வரையில் ராதிகாவும் அவனுடைய தாயாரும் முகப்பு மண்டபத்தில் காத்திருந்தனர். தூங்கி வழிந்து கொண்டிருந்த அரண்மனை மகளிர் இருவர் அவனுக்கு ஆலத்தி எடுத்தனர்.

வீரா தனது தாயார் தாராவின் முகத்தை ஏறிட்டான். நரை முடி தோன்ற ஆரம்பித்தது. முகத்தில் மூப்பின் அடையாளம் தோன்ற ஆரம்பித்தாலும் அவன் தாயார் இன்னமும் அழகுதான். தாராவிற்கு வீராவால் இதுவரை இல்லாத மதிப்பும் மரியாதையும் கூடியது. அன்றைய நாளின் மகத்துவத்தை உணர்ந்த ராதிகா வீராவையும் அவனது தாயாரையும் ஒரே பந்தியில் அமர்த்தி விருந்து உணவு பரிமாறினாள். அந்தச் சாம்ராஜ்ஜியத்தில் அந்த மூவருக்கும் அது ஒரு முக்கியமான சந்திப்பாகத் திகழ்ந்தது.

இரவு அவர்கள் படுக்கைக்குச் சென்ற போது வீரா மெய்யாகவே மனதாலும் உடலாலும் துவண்டு போயிருந்தான். ராதிகா ஏக்கப் பெருமூச்சுவிட்டபடி, 'ஹூம்ம்.. காலையில் கூறியிருந்தது போல இன்று என்னால் முத்துமணி முடிசூடிய மன்னனுடன் உறவு கொள்ள முடியாது போலிருக்கிறது. போகட்டும். ஆனால் ஒன்று, நான் கேட்கும் கேள்விக்குத் தக்க விடை வரவில்லை என்றால் என் தலை சுக்கு நூறாக வெடித்துவிடும்..'

'என்னது?' உறக்கத்தில் ஆழ்ந்தபடி வீரா வினவினான்.

'உங்களுக்கு இந்தப் பதவியைப் பெற்றுத் தந்தது அரசியார்தானே?'

'இந்தப் பெண்கள்..' என்று நினைத்த வீரா நித்திராதேவி தழுவியதும் உணர்விழந்தான்.

*

அத்தியாயம் 16

நசுக்கப்பட்ட புரட்சியாளன்

ராஜபுத்திர மன்னன் ஹமீர்தேவ சௌஹான் வசம் ராணாஸ்தம்பபுர நகரத்தின் கோட்டை இருந்தது. இந்த ஹமீர்தேவ சௌஹான், பிருத்விராஜ் சௌகானின் பின்னால் வந்த ராஜபுத்திர மன்னன். தில்லி அரியணையில் அமர்ந்த இறுதி இந்து மன்னன் என்று கூறலாம். ராஜபுத்திரர்கள் தங்கள் கோட்டைகளைச் செங்குத்தான மலையின் மீது கட்டிக் கொண்டிருப்பார்கள். இதன் காரணமாகக் கோட்டையை அடைவது மற்ற குடியினருக்குக் கொஞ்சம் தலையைச் சுற்றும் சமாச்சாரம். உயரமான மலை முகடுகளை உறுதியான சுவர்கள் மூலம் இணைத்து வைத்திருப்பார்கள். இடையில் உள்ள பகுதிகளில் மழைக்காலத்தில் நீர் தேக்கி வைத்துக் கொண்டு முற்றுகையின் போது பயிர் செய்து உயிர் வாழ்வார்கள். இதனால் அவர்கள் எத்தகைய நீண்ட முற்றுகைகளையும் எதிர்கொள்ளும் துணிச்சல் உடையவர்களாக விளங்கினார்கள்.

ராணாஸ்தம்பபுரம் பெரிய அளவில் போர்த்தந்திரங்களுக்கு மதிப்பளிக்கப்பட்ட இடமில்லை. அலாவுதீனுக்கு அந்தக் கோட்டையை வளைப்பது என்பது அத்தனை கடினமான செயலன்று. அவன் ஏற்கெனவே சுற்றி வளைத்த பல மலைக் கோட்டைகளோடு இதுவும் பத்தோடு ஒன்று, அவ்வளவுதான். குஜராத் நகரத்தைத் தரை மட்டமாக்கிய மங்கோலிய வீரர்கள் இப்போது ராணாஸ்தம்பபுரத்தில்தான் தஞ்சம் அடைந்துள்ளனர். ராஜபுத்திரர்களின் மீது கை வைக்க முடியாத அலாவுதீன் அவர்களது பெண்டு, பிள்ளைகளைத் தண்டிக்க ஆரம்பித்தான். அவர்களை நிர்மூலமாக்கும் தினம் வரை அலாவுதீன் காத்திருக்கத் தயாராக இல்லை. ராணாவுடன் நடைபெற்ற பேச்சுவார்த்தைக் கிணற்றில் போட்ட கல்லாகவே இருந்தது. அலாவுதீனின் இந்தக்

கையாலாகாத்தனத்தை நினைத்து ராஜபுத்திரர்கள் கோட்டைக்குள் சிரிப்பதை அலாவுதீன் மனக்கண் முன் கண்டு வெறுத்தான். அந்தச் சிரிப்பை அடக்கும் வேலையை உலூக்கானிடமும், நஸ்ரத்கானிடமும் ஒப்படைத்தான். அவர்களுடன் பதினைந்தாயிரம் காலாட்படை வீரர்களும், மூவாயிரம் குதிரைப்படை வீரர்களும் அனுப்பி வைக்கப்பட்டனர். அவர்கள் மலைக் கோட்டையின் கீழே முகாமிட்டுக் காத்திருந்தனர்.

நெடுந்தொலைவுப் படையெடுப்பு என்பதால் படைகளின் காவல் சற்றுத் தளர்த்தப்பட்டது. அதுவே நஸ்ரத்கானின் முடிவிற்குக் காரணமானது. அது ஒரு சின்னக் கல்லெறிதான்; அதிர்ஷ்டமும் குறி வைத்தவனின் திறனும் சேர்ந்து ஒரு மாபெரும் வாழ்வாங்கு வாழ்ந்த வீரனின் வாழ்வை முடிவிற்குக் கொண்டு வந்தது. மலைக் கோட்டைக் கொத்தளங்களிலிருந்து கவண் மூலம் எறியப்பட்ட வட்ட வடிவிலான சற்றே பெரிய கல் நஸ்ரத் கண்களுக்குத் தப்பி அவனைப் பதம் பார்த்தது. கல் அவனுடைய கபாலத்தில் பெரும் விசையுடன் மோதிய ஓசையை அவன் செவிமடுத்தான். அதுதான் அவன் கேட்ட கடைசி ஓசை. பெரும் பகைவர்கள் அவன் மீது வீசிய எத்தனையோ உயிர் வாங்கும் ஆயுதங்களை எதிர்த்துத் தப்பிப் பிழைத்த நஸ்ரத் கேவலம் ஒரு சிறிய கல்லினால் உயிரைவிட்டான் என்பது கேலிக்குரிய சேதியானது.

தீர்க்கமான ஆலோசனைக்குப் பின்பு அந்தத் துக்கச் சேதியைக் கில்ஜியிடம் சொல்வதற்கு மாலிக் அனுப்பப்பட்டான். சுல்தான் அதிர்ச்சியடைந்தான். முதலில் தளபதி ஜாபர் மடிந்தான். இப்போது இன்னொரு சிறந்த தளபதியை இழந்தாயிற்று.

‘நஸ்ரத் போய்விட்டான். இனி நான் என்ன செய்யப் போகிறேன்?’ அலாவுதீன் தொண்டை கமறியது. மாலிக் மீது சாய்ந்து கொண்டு ஓர் ஆத்மாவிற்கு ஓதப்படும் இறுதி அஞ்சலி மந்திரமான கத்தம் பாதியா மந்திரத்தை ஓதினான். அதன் பின்னர் ராணாஸ்தம்பபுரம் நோக்கி அலாவுதீனே செல்ல முடிவெடுத்தான். மாலிக்கையும் உடன் அழைத்துப் போவதாகச் சொன்னதும் மாலிக் புத்துணர்வு பெற்றான். கடந்த ஆறேழு மாதங்களாகப் பெரிதாக வேலை எதுவுமின்றி அந்தப்புரத்தில் வெட்டியாகப் பொழுதைக் கழித்துக் கொண்டிருந்த அவனுக்கு சுல்தானுடன் போர்க்களம் செல்லப் போகிறோம் என்பது அளவுக்கதிகமான உற்சாகத்தை அளித்தது.

அலாவுதீன் பாலைவனத்தில் தனது படையை நடத்திச் செல்ல ஆயத்தமாகும்படி உத்தரவிட்டார். ஆயத்தப் பிரிவினர் படை

கிளம்புவதற்கு முன்பாகவே கிளம்பி வழியெங்கிலும் சோதனைச் சாவடிகளை அமைக்கவும், ஆங்காங்கே கூடாரங்களை ஏற்படுத்தவும் கிளம்பிச் சென்றனர். எங்கெல்லாம் உணவுப் பொருள்கள் கிட்டுமோ, தண்ணீர் வசதி இருக்குமோ அங்கெல்லாம் முகாம்கள் அமைக்கப்பட்டன. கிணறு இல்லாத இடங்களில் தொட்டிகள் அமைக்கப்பட்டு நீர் நிரப்பி வைக்கப்பட்டது.

இருபத்தைந்தாயிரம் படை வீரர்களும், சுல்தானின் பரிவாரமும் போர் முற்றுகையை நோக்கிக் கிளம்பின. உடல் பருமனான மனிதன் நடக்கத் தடுமாறுவது போல சுல்தானின் பெரிய ஆரவாரமான படை பாலைவன வெளியில் தள்ளாடித் தள்ளாடி இலக்கை நோக்கிச் சென்றது. அவசரகதியில் இல்லாமல் நிதானமாகப் படை நகர்ந்தது. ராணாஸ்தம்பபுரத்தின் மீதான முற்றுகை ஓர் ஆண்டுக் காலமாக எவ்விதப் பலனுமின்றி இழுத்துக் கொண்டே போனது.

படை நகரத் தொடங்கியதும் அலாவுதீனின் வேதனை சற்று மட்டுப்பட்டது. வாய்விட்டுச் சிரித்தான். வீரர்கள் அவன் தலைமையின் கீழ் சங்கடப்படாமல் தொடர்ந்தனர். மன்னரின் மிதவாத மனநிலையைக் கண்டு கொண்ட வீரர்கள் ஆடல் பாடலுடன் அணிவகுப்பைத் தொடர்ந்தனர். இரவுகளில் முகாம் நெருப்புகளின் முன்னர் கொண்டாட்டங்களைக் காண முடிந்தது.

போர்ப் பயணத்தின் பதினேழாவது நாள் அவர்கள் ராஜபுத்திர நகரங்களில் ஒன்றான தில்பெத் என்ற நகரை அடைந்தனர். அந்த நகரம் மலையின் அடிவாரத்தில் அமையப்பட்டிருந்ததால் மழை நீர் மலையிலிருந்து வழிந்து அந்த நகரின் சமவெளிகளை நனைத்து ஓர் அடர்ந்த காட்டை உண்டாக்கி இருந்தது. போர்ப்படை நெருங்க நெருங்க அந்தப் பூமியின் செழுமை அவர்களுக்கு உற்சாக வரவேற்பு அளித்தது. ஆயத்தப் பிரிவினர் தங்கள் பணியைச் செவ்வனே செய்து முடித்திருந்தனர். தேவையான அளவிற்கு உணவுப் பொருள்களையும், குடிநீரையும் தேக்கி வைத்துக் காத்திருந்தனர். சுல்தான் படையின் ஆரவாரத் தூசு கண்களில் தென்பட்டதும் அருமையான உணவைத் தயாரித்துக் காத்திருந்தனர். அடிமைகள் பம்பரமாகச் சுழன்று சுல்தான், படைத்தளபதிகள், அதிகாரிகள் ஆகியோர் வசதியாகவும், ஆடம்பரமாகவும் தங்குவதற்குக் கூடாரங்களை ஒரு சில நாழிகைகளில் ஏற்படுத்தினர்.

அலாவுதீனின் அந்தப்புரக் கூடாரம் நாற்பது மனைவிகள், நூற்றுக் கணக்கில் வைப்பாட்டிகளை உடையதாக இருந்தது. அலாவுதீனின் அந்தப்புரக் கூடாரம் மாலிக்கின் மேற்பார்வையிலும்,

கட்டுப்பாட்டிலும் இருந்தது. சுல்தானின் நாற்பது மனைவிகளையும் ஒருவர் மாற்றி ஒருவராகத் தினம் படுக்கைக்கு அனுப்புவதற்குள் மாலிக்கிற்குப் போதும் போதும் என்றானது. நல்லவேளை சுற்றுவட்டாரத்தில் இருந்த ராஜபுத்திர பெண்கள் மீது சுல்தானின் கவனம் செல்லவில்லை. உள்ளூர்ப் பெண்களே வீரர்களின் தாகம் தீர்க்கப் போதுமானவர்களாக இருந்தனர். ஆனால் சுல்தானுக்கு அவன் காதல் தேவைகளை அழகாகவும், கவர்ச்சியாகவும் தூண்டிவிடும் பெண்களே தேவைப்பட்டனர். கடவுளே உள்ளூர்ப் பெண்களை சுல்தான் வேட்டையாடத் தடை செய்.

கூடாரங்கள் நன்கு அமைக்கப்பட்டுப் பரிவாரங்கள் முகாம்களில் ஓய்வெடுக்க ஆரம்பித்ததும் காட்டில் விலங்கு வேட்டை தொடங்கியது. அடர்ந்த வனங்களும், செறிந்த புல்வெளிகளும் மாறி மாறி அமைந்திருந்த அந்தப் பகுதியில் ஆண்டு முழுவதும் வேட்டையாடுதல் ஓர் உற்சாக விளையாட்டாகவே கொண்டாடப்பட்டது. ராணாஸ்தம்பபுரத்திலிருந்து வந்த தூதுவர்கள் முற்றுகையில் எவ்வித மாற்றமும் இல்லை என்றளித்த தகவல் அவர்களை வேட்டையாடுதலில் கவனம் செலுத்த வைத்தது.

இதற்கு முன்னால் சுல்தான் குதிரையின் மீது அமர்ந்தோ அல்லது வெறும் காலில் துரத்தியோ மிருகங்களை வேட்டையாடியிருக்கிறான். காட்டுப் பூனைகளை மோப்பம் பிடித்துத் துரத்தி, ஈட்டிகளை விட்டெறிந்து கொன்று, அவற்றின் தோலை உள்ளே வைக்கோல் வைத்து அடைத்து நன்கு பாடம் செய்து அரண்மனைச் சுவர்களில் மேற்பகுதியில் கைகளுக்கு எட்டாத உயரத்தில் தொங்க வைத்திருக்கிறான். ஆனால் காலம் மாறிவிட்டது. ஆற்றல் மிக்க அந்த முடியரசனின் வாழ்வில் சோம்பல் மெல்லிய போர்வையால் மூடத் தொடங்கிவிட்டது. எதிரியைத் துரத்திப் பிடிக்கும் ஆற்றல் சுல்தானிடம் குறைந்துவிட்டது என்றுதான் சொல்ல வேண்டும். உடலை வருத்திக் கொண்டு ஒரு வேட்டையாடுதலை மேற்கொள்ள சுல்தான் இப்போது தயாராக இல்லை. திப்லெத்தின் இயற்கை வனப்பு சுல்தானின் மனதை வெகுவாகக் கவர்ந்து வேட்டையாடுவதன் உற்சாகம் சுல்தானைத் தொற்றிக் கொண்டது.

மாலிக்கைத் தன்னுடன் வேட்டையாடுவதற்கு வருமாறு சுல்தான் ஆணையிட்டான். ஆனால் கொட்டாவி விட்டுக் கொண்டிருந்த மாலிக்கைப் பார்க்கப் பாவமாக இருந்தது.

‘வேண்டாம், உன்னால் எனக்கு சிறிதளவு கூடப் பிரயோஜனம் இருக்கும் என்று தெரியவில்லை. நான் மான்ர்க்கை அழைத்துச் செல்கிறேன். நீ ஓய்வெடு’ என்று கூறினான்.

மான்ர்க், மாலிக் இருவரும் சுல்தானை ஒரு நொடிப் பொழுது கூடத் தனியாக இருக்கவிட்டதில்லை. அந்த மூவரின் உயிர்களும் சுய பாதுகாப்பு என்ற இழையில் ஒன்றுடன் ஒன்று பின்னிக் கிடந்தது. அலாவுதீன் துர்மரணம் அடைந்தால் பிறகு மற்ற இருவரின் வாழ்வும் பாதுகாப்பற்றதாகிவிடும். ஜலாலுதீனைக் கொலை செய்து பதவிக்கு வந்ததும் அலாவுதீன் முதலில் செய்த காரியம் ஜலாலுதீனின் அடிமைகளையும், அலிகளையும் வாளுக்கிரையாக்கியதுதான்.

நூற்றுக்கணக்கான வீரர்களுடன் மிருக வேட்டை வனப்பகுதியில் ஆரம்பமானது. சுல்தானின் மருமகன் ஆகாத்கான்தான் உடன் வருவதாக ஏற்பாடாகி இருந்தது. அவன் நன்றாகக் குறட்டைவிட்டு உறங்கிக் கொண்டிருந்ததால் சுல்தான் அவனை விட்டுவிட்டுச் சென்றான். புல்வெளியில் ஒரு மறைவிடத்தில் சுல்தான் ஒளிந்து நின்று அவனிடம் விரட்டிவிடப்படும் மிருகங்களை வேட்டையாடக் காத்திருந்தான். மான்ர்க் சீமைக் கருவேல மரத்தில் செய்யப்பட்ட ஓர் உறுதியான முக்காலியில் சுல்தானை அமர வைத்தான். அவன் அருகில் அபிசீனிய நாட்டைச் சேர்ந்த பருமனான அடிமை ஒருவனை நிறுத்தி வைத்தான். பருத்த அடிமையின் நிழல் சுல்தானின் மேல் படர்ந்து சுல்தானை வெயிலிலிருந்து பாதுகாத்தது.

சூரியன் மேலை வானம் நோக்கிப் பயணித்துக் கொண்டிருந்தது. இன்னும் ஓரிரு மணிநேரத்தில் அஸ்தமித்துவிடும். தாரை தப்பட்டைகளுடன் காடு முழுவதையும் தங்கள் கைகளுக்குள் கொண்டு வருவதாகக் கூறிச் சென்ற வீரர்கள் வெறும் கையுடன் திரும்பிக் கொண்டிருந்தனர்.

இதற்கு நடுவில் கூடாரங்களில் விட்டுச் செல்லப்பட்ட மற்ற வீரர்களும் அந்தப்புர மகளிரும் மிகவும் அமைதியற்றுக் காணப்பட்டனர். காடு முழுவதும் ராஜபுத்திர வீரர்கள் மறைந்திருந்தனர். தீவிரமான தாக்குதல் ஒன்று அவர்கள் நடுவில் மறைந்திருக்காது என்பதற்கு என்ன உத்தரவாதம்? கூடாரத்தில் முதன்மை தளபதி மிகக் கவலையானார். ஆகாத்கானை அழைத்தார்.

ஆகாத்கானுக்கு அதிகம் போனால் முப்பதுதான் பிராயம் இருக்கும். அவனை ஒருமுறை பார்த்தால் போதும், அவன் செல்வச் செழிப்பில்

மிதப்பது தெரியும். இரவு நடந்த மதுக் களியாட்டங்கள் காரணமாக அவன் விழிகள் சிவந்து முகம் ஊதிக் கிடந்தது.

‘ஆகாத், இன்னும் சற்று நேரத்தில் இருட்டிவிடும் போலிருக்கிறது. வேட்டைக்குச் சென்ற மன்னர் இதுவரை முகாமிற்குத் திரும்பாதது கவலையை அளிக்கிறது. உன்னுடன் சில படை வீரர்களை அழைத்துக் கொண்டு காட்டுக்குள் சென்று பார்த்துவிட்டு வா' என்றார். தளபதி மேற்கு நோக்கிய பகுதியைச் சுட்டிக்காட்டி அங்கு சென்று தேடச் சொன்னார்.

ஆகாத்திற்கு அதில் சிறிதும் விருப்பமில்லை. முந்தைய நாள் இரவுக் களியாட்டங்களின் போதை அவன் தலையைவிட்டு இறங்கவில்லை. அலாவுதீனைத் தேடக் கிளம்பிச் செல்லவில்லை என்றால் அவனுக்கு அளிக்கப்படும் படியின் அளவு குறைவதற்கு வாய்ப்பிருக்கிறது. தளபதியின் அதிகாரமும் பதவியும் அப்படி. மேலும் இது அலாவுதீனின் முன்னால் நல்லவன் என்று பெயர் எடுக்க நல்ல சந்தர்ப்பம். அரசவை அங்கத்தினர் ஒருவரின் மகளுக்குத் திருமணம் நிச்சயமாகி ஒரு வாரத்தில் திருமணம் என்ற நிலையில் அவளைத் தூக்கிக் கொண்டு தில்லிக்கு வெளியில் ஒரு வேட்டை மாளிகையில் வைத்துச் சீரழித்துவிட்டான் என்பதற்காக சுல்தானுக்கு ஆகாத் மீது மட்டில்லாத சினம் ஒன்று இருந்தது. அது ஒரு பெரிய குற்றமாகப் பேசப்பட்டது. அந்தப் பெண்ணின் தந்தையைச் சமாதானப்படுத்த அலாவுதீன் ஆகாத்தின் கணக்கிலிருந்து பெரும் பணத்தை எடுத்து அந்த அரசவை அங்கத்தினருக்குக் கொடுத்து விஷயம் வெளியில் தெரியாமல் ஆகாத்தைக் காப்பாற்றினான். அந்தப் பெண்ணிற்கும் அவனுடன் இருந்ததில் களிப்பு இருந்ததை அறிந்த ஆகாத் பெரும் பணம் தன்னிடமிருந்து தண்டனையாக எடுக்கப்பட்டதற்கு சுல்தான் மீது சற்று வருத்தம்தான்.

‘சுல்தான் என்ன சின்னப் பிள்ளையா காட்டில் தொலைந்து போவதற்கு?' என்று தளபதியின் காதில் விழாமல் முனகினான்.

ஆகாத் தன்னுடன் முப்பது வீரர்களைச் சேர்த்துக் கொண்டு மன்னரும் அவர் பரிவாரங்களும் சென்ற பாதையில் காட்டிற்குள் நுழைந்தான். அவர்கள் சென்ற பாதையைக் கண்டுபிடிப்பதில் அவ்வளவு சிரமம் இறக்கவில்லை, ஏன் என்றால் உழுது சென்றது போல அவர்கள் சென்ற தடம் விளங்கியது. சுல்தான் தங்கியிருந்த இடத்தை நெருங்கிய போது ஆகாத் திகைத்து நின்றான். அத்தனை பெரிய உருவத்தை ஒரு சின்ன முக்காலியின் மீது அமர்த்த சுல்தான்

சிரமப்பட்டுக் கொண்டிருந்தார். சுல்தான் கண்ணை மூடித் தூக்கத்தில் தலை தொங்கியபடி அமர்ந்திருந்தார்.

ஆகாத்தின் நண்பன் சௌகத், 'சின்னஞ்சிறு முயலைக் கூடப் பிடிக்க இயலாத ஒரு மன்னரால் எப்படி இத்தனை பெரிய ராஜ்ஜியத்தைக் கட்டிக் காப்பாற்ற இயலும்?' என்று கேட்டான்.

இதே போன்ற எண்ண ஓட்டம் அவனுக்கும் வந்து போனது. மான்ர்க், அவருடைய மெய்க்காப்பாளர், வேறு ஒரு திசையில் மிருகங்களின் வரவை எதிர்நோக்கிப் பார்த்திருந்தார். எவ்விதப் பாதுகாப்பும் இன்றி மன்னர் அமர்ந்திருப்பதைக் கண்டதும் தில்லி அரியணைக்கு அடுத்த வாரிசாகக் காத்திருக்கும் ஆகாத்தின் மனதில் ஆசைக் கனல் கொழுந்துவிடத் தொடங்கியது.

இதைவிடத் தில்லி அரியணையைக் கை பற்றும் சந்தர்ப்பம் அவனுக்குக் கிட்டப் போவதில்லை. சுல்தானின் பாதுகாப்பு வளையம் மெலிந்து காணப்பட்டது. சுற்றியிருந்த வீரர்களும் தக்க முன்னேற்பாட்டுடன் இருக்கவில்லை. அவர்களை மிக எளிதாக வென்றுவிடலாம். மான்ர்கைத் தான் கொஞ்சம் கவனமாகக் கையாள வேண்டியிருக்கும். அரக்கன் அவன். அவன் ஒருவன் போதும் மொத்த இடத்தையும் அதகளமாக்கிவிடுவான். அந்த மான்ர்க் கூட இப்போது தனது காவல் பணியில் இல்லை.

ஆகாத் தனது வலது கரத்தை உயர்த்தி உடன் வந்தவர்களை அமைதியாக இருக்கும்படிச் சைகை செய்தான். முகத்தில் காற்று வேகமாக அடித்தது. காற்றின் ஒலியில் அவர்கள் நெருங்கி வந்த சப்தம் சுல்தான் காதுகளில் விழவில்லை. ஆகாத் தனது வில்லை எடுத்து அதில் கணையை வைத்துக் குறி பார்த்தான். தன்னுடன் வந்தவர்களையும் அவ்வாறு குறி வைக்கச் சொன்னான். சிறிது கூடப் புருவங்களை உயர்த்தாமல் உடன் வந்தவர்கள் விற்களை வளைத்துக் குறி வைத்தனர். ஆகாத் தனது அம்பைச் செலுத்தினான். மற்றவர்களும் அதேபோல அம்புகளை விடுத்தனர். அந்த அம்புகளில் எந்த அம்பு சுல்தானைக் கொன்றாலும் அந்தத் திட்டத்தின் தலைவன் என்ற முறையில் ஆகாத் ஒருவனே கொண்டாடப்படுவான். காற்றின் வேகம் அம்பின் பாதையைத் திசை திருப்பப் போதுமானதாக இருந்தது.

அம்பின் சீற்றம் செவிகளில் ஒலி காதில் விழுந்ததும் திரும்பிய வேகத்தில் மான்ர்க்கின் மேலாடை விலகியது. கண் எதிரில் ஒரு கொத்து அம்புகள் சுல்தானை நோக்கி வருவதைக் கண்ணுற்றுத் திகைத்து நின்றான். முதலில் அந்தத் தாக்குதலை நிகழ்த்தியவர்கள்

ராஜபுத்திர வீரர்கள் என்று தவறாக எண்ணினான். கண்ணிமைக்கும் நேரத்தில் பாய்ந்து சென்று முக்காலியின் மீது தூங்கி வழிந்து கொண்டிருந்த சுல்தானை வேகமாகக் கீழே தள்ளிவிட்டான்.

எப்போதும் சந்தேகப்படும் சுல்தான் கூட முதலில் தன்னை மான்ர்க்தான் தாக்க வருவதாக எண்ணினான். ஆனால் மான்ர்க் கண்ணில் தெரிந்த அச்சம், திகில் இரண்டும் சுல்தானின் எண்ணத்தை மாற்றியது. அதற்குள் தன்னை நோக்கிச் சீறி வந்த கணைகளைக் கண்ணுற்று அச்சத்தில் முக்காலியைக் கவசமாக்கி அதற்குள் ஒளிந்து கொண்டான். ஆனால் அவன் உடலைக் காக்கும் அளவிற்கு அந்த முக்காலி பெரியதாக இல்லை.

அம்பெய்துபவர்கள் சுல்தானை நெருங்காமல் கணைகளை விடுத்த வண்ணம் நின்றனர். நெருங்கினால் பின்னணியில் அவரைப் பாதுகாக்கும் படையைச் சந்திக்க நேருமோ என்ற ஐயமே காரணம். அலாவுதீன் தன்னைக் காத்துக் கொள்ள ஏதாவது கருவி ஒன்று கிடைக்காதா என்று சுற்றும் முற்றும் பார்த்தான்.

மான்ர்க் சுல்தானின் முன்பு நின்றபடி ஒரு பைத்தியக்காரனைப் போலக் கரங்களை மேலும் கீழும் அசைத்து மன்னரை அந்தக் கணைகளிலிருந்து காப்பாற்றிக் கொண்டிருந்தான். அவர்கள் விடுத்த கணைகளில் ஒன்று மான்ர்க்கின் இதயத்தைத் துளைக்க அதிக நேரம் பிடிக்கவில்லை. அம்பை இரு கைகளாலும் பற்றியபடி மான்ர்க் கீழே சரிந்தான். மான்ர்க்கின் குருதி பீய்ச்சியடித்து இருவரையும் நனைத்தது. அலாவுதீன் உறைந்து நின்றான். இறுதிவரையில் அந்த அடிமை தனது விசுவாசத்தைக் காட்டிவிட்டு அப்படியே நிலை குலைந்து சுல்தான் மீது சரிந்தான்.

மெய்க்காப்பாளன் சரிந்ததும் ஆகாத்தும் அவன் வீரர்களும் முன்னேறினார்கள். ஒன்றிரண்டு அம்புகள் அலாவுதீனை உரசிச் சென்றன. சுல்தானின் தோள்களில் காயம் ஏற்பட்டாலும் அவன் மான்ர்கின் உடலை தன் முன்னால் தூக்கி நிறுத்திக் கொண்டு நின்றான். ஆகாத் ஒரு சில நொடிகள் அசையாது பார்த்துக் கொண்டிருந்தான். சுல்தான் இறந்துவிட்டதாகவே முதலில் நம்பினான். தனது கரத்தை உயர்த்தி நிறுத்தச் சொன்னான்.

அம்புகள் பாய்வது நின்றன. இரண்டு பிணங்களின் மீது அம்பு விடுவதற்குப் பதில் வேறு எவ்வளவோ வேலைகள் உள்ளன. தூரத்தில் சுல்தானின் உதிரிகள் வந்து கொண்டிருந்தனர். அவர்களுக்கு அங்கு என்ன நடந்தது என்பதே தெரியவில்லை. இம்முறை ஆயுதம் ஏந்திய வீரர்களின் எதிர்ப்பைச் சந்திக்க அவன்

தயாராக இல்லை. அங்கிருந்து திரும்பி தனது சகாக்களுடன் கூடாரம் நோக்கிச் சென்றான். சுல்தானின் கூடாரத்தில் அலங்காரமாக இருந்த அரியணையைப் பார்வையிட்டான். சுல்தானின் மரணம் ஒரு வெற்றிடத்தை ஏற்படுத்தும். அதனை நிரப்பப் போவது சுல்தானின் அடுத்த வாரிசான தான்தான்.

வேட்டையாடக் காட்டுக்குள் சென்ற சுல்தான் அம்பிற்கு இரையானார் என்பதே முகாம் முழுவதும் பேச்சாக இருந்தது. மாலிக் அதிர்ந்து நின்றான். மான்ர்கினாலும் சுல்தானைக் காப்பாற்ற இயலவில்லையா? அவன் முயற்சிகள் எல்லாம் மண்ணோடு மண்ணாகிப் போனதா? ஒருகணம்தான். அதன் பிறகு மாலிக் தனது நிதானத்தை அடைந்தான். அவனுக்குள்ளிருந்து ஒரு குரல் சுல்தான், ஆகாத் போன்ற முட்டாளின் கரங்களில் மடியமாட்டார் என்று சொல்லியது. அவ்வாறு நினைக்க நினைக்க அதில் உள்ள உண்மை விளங்கிய வண்ணம் இருந்தது. அந்த முட்டாள் அவசர அவசரமாக அரியணைக்கு ஆசைப்பட்டுவிட்டான். அரியணை வெறும் நாற்காலி கிடையாது. அமர்பவர்களின் பிட்டத்தை அச்சமூட்டுவதல்லவோ அரியணை என்பது? ஆகாத் அவசரப்பட்டு இப்படி ஒரு முடிவிற்கு வந்துவிட்டான். முடிவு சுல்தானுக்கு இல்லை; அவனுக்குத்தான்.

அந்தப்புரத்தில் இருந்த அடிமைகளில் பெரும்பாலானோர் ஆகாத்தை வரவேற்கத் தொடங்கிவிட்டனர். அதேபோல அந்தப்புர மகளிரும் ஆகாத்தை வரவேற்றனர். அவர்களுக்கு விசுவாசம் என்பதே இல்லையோ என்று தோன்றியது. அவர்களைச் சொல்லியும் குற்றமில்லை. சமூகம் அவர்களைக் கீழ் நிலையிலேயே நடத்தியது. அவர்களின் நோக்கமெல்லாம் அதிகாரத்திற்கு அடிபணிவது ஒன்றுதான். அரியணையில் எவர் அமர்ந்தாலும் தங்கள் விசுவாசத்தை அவர்களுக்கு அளிப்பது ஒன்றுதான் அவர்களால் முடியும். ஆனால் மாலிக்கால் அப்படி இருக்க முடியவில்லை. அவன் கடமை அந்தப்புரத்தைக் காவல் காப்பது. அவன் மனம் கண்ணுக்குப் புலனாகாத உள்ளுணர்விற்குக் கட்டுப்பட்டது; கேளாத ஆணைக்கு அடிபணிந்தது. அவனுக்குத் தெரியும் தனது வாழ்வு சுல்தானின் வாழ்வுடன் இணைந்துள்ளது என்று. இல்லையென்றால் அவன் ஏன் இப்படி ஒரு நீண்ட பயணத்தை மேற்கொண்டு சுல்தானை அடைய வேண்டும்?

கூடாரங்களின் முன்பு சென்று பலத்த குரலில் அடிமைகளை நோக்கி முழக்கமிட்டான். அவர்கள் அனைவரையும் முன்னால் வந்து நிற்க ஆணையிட்டான். அவர்களுக்கு அந்தப்புரத்தைக் காப்பதில்

அவ்வளவு இஷ்டமில்லை என்பதோடு மாலிக்கைப் பார்த்துக் கூச்சலிட வேண்டாம் என்று கேட்டுக் கொண்டனர்.

‘சுல்தான் மாறுவதால் நமக்கு என்ன பயன் கிடைக்கப் போகிறது மாலிக்? கொண்டான் கொடுத்தான் கட்டாயம் எதுவும் அடிமைகளுக்குக் கிடையாது. நேற்று வரை அலாவுதீனின் அடிமைகள். இன்றிலிருந்து ஆகாத்தின் அடிமைகள். அவ்வளவுதான்..’

மாலிக் சீற்றமடைந்தான். அவன் அவர்கள் இறுதியாக ஒருமுறை வந்து அணிவகுக்குமாறு உத்தரவிட்டான். அவர்கள் திரும்பவில்லை. அவர்கள் முன்வரவில்லை என்றாலும் அவன் முன்னின்று போரிடப் போவதாகக் கூறினான். அவனுக்குத் தெரியும் தனது சகாக்கள் மூலம் சுல்தான் மீது அவனுக்கிருந்த விசுவாசம் எள்ளளவும் குறையப் போவதில்லை. இருப்பினும் அலாவுதீன் வீழ்ந்தால் அதோடு அவன் வாழ்வும் முடிவிற்கு வந்துவிடும்.

‘அந்தப்புரப் பெண்டிரை நீங்கள் பாதுகாக்கவில்லை என்றால் அலாவுதீன் கில்ஜி திரும்பி வந்தால் என்ன நடக்கும் தெரியுமா? உங்கள் தலைகள் உங்கள் கழுத்தில் இராது’ என்று கத்தினான்.

ஆகாத்தின் பார்வை அந்தப்புரத்தின் மீது இறுதியாக விழுந்தால் பரவாயில்லை. ஆகாத், சுல்தான் உயிருடன் இருக்கிறாரா இல்லையா என்று அக்கறை காட்டினால் நல்லது. இவ்வாறு மாலிக் எண்ணினான்.

ஆனால் போதாத வேளை ஆகாத்தின் முதல் இலக்கே அந்தப்புர மகளிராக இருந்தது. ஒரு தூதுவனை அனுப்பித் தனது வருகைக்கு அவர்களைக் காத்திருக்கக் கட்டளையிட்டான். அந்தப்புரத்தின் அருகில் சென்ற போது தூதுவன் மாலிக்கை எதிர்கொண்டான்.

‘சுல்தான் அலாவுதீனைத் தவிர அந்தப்புரத்திற்குள் நுழையும் அனுமதி வேறு ஒருவருக்கும் கிடையாது’ என்று மாலிக் அவனைத் தடுத்தான். மாலிக் அவ்வாறு கூற சற்றுத் தயங்கினான் என்றாலும் அவனுக்குள் ஒரு புது ஆற்றல் கிளம்பியது போலத் தெரிந்தது. அந்த ஆற்றலுக்கு ஏற்ப அவன் செயல்படத் தொடங்கினான்.

தூதுவன் அவனை மீறி நுழைய முடியாமல் சினந்தபடி, ‘எனது பிரபு சற்று நேரத்தில் இங்கு வரவிருக்கிறார் மாலிக், அவர் வந்தால்..’

‘பெரிய தண்டனையாகக் கிடைக்குமா?’ என்றான் மாலிக் எள்ளலுடன்.

‘அவர்கள் ஏற்கெனவே உனக்கான தண்டனையை வழங்கிவிட்டார்கள்’ என்றான் தூதுவன்.

ஆகாத் தன்னை நன்றாகத் தயாரித்துக் கொண்டு அவனுடைய ஆட்களுடன்தான் வருவான் என்பது மாலிக்கிற்குத் தெரியாமல் இல்லை. இதற்கு நடுவில் சேதி தில்லி அரசவை வரை சென்றுவிட்டது. அரசவையில் பாதிப் பேருக்கு மேல் ஆகாத் பக்கம் வந்துவிட்டனர். ஆகாத்தின் ஆதரவாளர்கள் பெருகத் தொடங்கினர். சுல்தானின் இறப்பை உறுதி செய்யாமல் எவரும் அரியணையில் அமர்ந்துவிடக் கூடாது என்பது அவர்களது உறுதியான எண்ணம். ஆகாத் நினைப்பு சரியானதாகவே இருக்கலாம். அலாவுதீன் பொய்யாய் பழங்கதையாகப் போயிருக்கலாம். ஆனால் ஆகாத் இப்போது தனது அதிகாரத்தைக் காட்ட வேண்டிய தருணம். இதுவே தில்லியாக இருந்தால் அவன் கொஞ்சம் கூடச் சிந்திக்காமல் சுல்தான் சிங்காதனத்தில் அமர்ந்திருப்பான். ஆனால் இந்தக் கடுமையான வனப் பிரதேசத்தில் ஆகாத் தனது வெற்றியை வெளிச்சம் போட்டுக் காட்ட வேண்டிய நிலைக்குத் தள்ளப்பட்டிருக்கிறான். சுல்தானின் அந்தப்புரத்தைக் கைப்பற்றுவதைவிட அவனால் எப்படித் தனது வெற்றியை நிலை நாட்ட முடியும்?

ஆனால் ஆகாத் தனது அதிகாரிகள் மந்திரிகளுடன் ஆழ்ந்து ஆலோசித்துப் பதவிகள் குறித்த பேச்சு வார்த்தைகளை முடித்துக் கொண்ட பின்னரே அந்தப்புரம் வந்தடைய முடியும் என்பது மாலிக்கிற்குத் தெரியும். அதற்கு எப்படியும் சில நாழிகை நேரங்களாவது பிடிக்கும். அவன் பாதுகாப்பு ஏற்பாடுகளைப் பலப்படுத்தினான். அதேபோலக் குறிப்பிட்ட சில அலிகளின் பாதுகாப்பையும் பலப்படுத்தினான். அந்தப்புர அடிமைகள் அவன் பின்னால் அணி திரண்டனர். அவர்களுக்கு ஏற்கெனவே மாலிக்கின் போர்த்திறம் தெரியும் என்பது கூடுதல் நன்மையாக அமைந்தது. வீணே பொழுதைக் கழித்துக் கொண்டிருந்த அடிமைகளுக்கு எதிர்த்து நிற்கும் உத்வேகம் ஏற்பட்டது. கைகளில் கிடைத்த ஆயுதங்களை எடுத்துக் கொண்டனர். ஈட்டி, வேல்கம்பு, வாள், ஒருசிலர் கூடாரத்தைத் தாங்கிப் பிடித்த கொம்புகளைக் கூட உருவி எடுத்துக் கொண்டு எதிர்ப்பிற்குத் தயாராகினர். மகளிர் அனைவரும் ஒரே கூடாரத்திற்குள் அடைத்து வைக்கப்பட்டனர்.

வேவு பார்க்க இரண்டு அடிமைகளை மாலிக் நிறுத்தியிருந்தான். எதிரிகளைக் கண்டதும் அபாய எச்சரிக்கை எழுப்ப வேண்டியதே அவர்களது கடமை. காலம் கடந்து கொண்டிருந்தது. எவ்விதப்

போர்ப் பயிற்சியும் இல்லாத எழுபது அடிமைகள், இருபது போர் வீரர்கள், எவ்விதத்திலும் போருக்கு உதவாத ஆயுதங்கள் ஆகியவை தில்லியின் புதிய சுல்தானை எதிர்க்கக் காத்திருந்தன.

ஆகாத் தனது உயர் அதிகாரிகளுடன் பேச்சு வார்த்தைகளை முடித்துக் கொண்ட நேரத்தில்தான் மாலிக் அவனை எதிர்ப்பதற்குக் காத்திருக்கும் சேதி தெரிவிக்கப்பட்டது. சினத்துடன் சீறியபடி குதிரை மேல் அமர்ந்து ஆகாத் அந்தப்புரம் நோக்கிக் கிளம்பினான். ‘ஹிந்து சாம்ராஜ்ஜியத்தின் சுல்தானை எதிர்ப்பவன் எவன்?’ என்று முழக்கமிட்டபடி வந்தான்.

வேறு வழியில்லை, சுல்தான் அந்தப்புரப் பிரவேசத்தைத் தன் வாயால் சொல்ல வேண்டியிருக்கும். அந்த நினைப்பு மாலிக்கின் சினத்தை மேலும் அதிகப்படுத்தியது. ஆணவத்தின் செருக்கு அவன் மார்பை விரியச் செய்தது. புதிதாகக் கிடைத்த பதவி தலையில் கிறுகிறுப்பை ஏற்றிக் கொண்டிருந்தது. அந்தப்புரக் கூடாரங்களின் திரைச் சீலைகள் அசைந்து அவனைப் பரவசப்படுத்தின. ஒருவேளை அவர்கள் தங்கள் மனதை மாற்றிக் கொண்டுவிட்டார்களோ? அவனை வரவேற்கக் காத்திருக்கிறார்களோ? அவன் எண்ணம் மறைவதற்குள் வாசலில் அந்த அலியைப் பார்த்தான்.

தனது துணிச்சலை வரவழைத்துக் கொண்டு, ‘நான் மாட்சிமை பொருந்திய சுல்தான் அலாவுதீன் கில்ஜியின் விசுவாசமுள்ள மெய்க்காப்பாளன் மாலிக்கபூர்’ என்றான். அவன் குரலில் கம்பீரம் கூடுதலாகத் தெரிந்தாலும், இதயத்திலிருந்து ரத்தநாளங்கள் வழியே ரத்தம் சீறிப் பாய்ந்து மூளையைத் தாக்குவதைத் துல்லியமாக மாலிக் உணர்ந்தான். பற்கள் கிட்டுவதைத் தடுக்க அவன் பிரயத்தனப்பட்டான். மற்ற அடிமைகள் வியப்பில் ஆழ்ந்தனர். மற்ற வீரர்களுக்கும் அதே நிலைதான். ஓர் அடிமையால் எவ்வாறு இப்படி அமைதியுடனும் உறுதியுடனும் அடுத்து சுல்தானாகப் பதவியேற்கும் மன்னனிடம் பேச இயலும்?

ஆகாத் பற்களை நெறித்தான். ‘ஓ..! அலாவுதீனின் அந்தப்புரத்தைக் காவல் பார்ப்பது எந்தப் பாலினத்தையும் சேராத பேடிகள் அல்லவா? விந்தை..’ என்று நக்கலுடன் சிரித்தான். அத்தனை இடத்தையும் ஆகாத்தே அடைத்துக் கொண்டு நிற்பது போல நின்றான். எனவே சுவாசத்திற்கு மாலிக் தடுமாறினான். மூச்சின் இறுக்கம் காரணமாக வாளின் மீது இருந்த அவன் பிடி லேசாக நழுவத் தொடங்கும் போலிருந்தது. இருப்பினும் அவன் உறுதியாக நின்றான். இப்போது ஆகாத்திற்கு நடுக்கம் எடுத்தது. அரியணை

அவனுக்கு எவ்வித முயற்சியுமின்றி எளிதில் கிடைத்திருக்கிறது. ஆனால் அந்தப்புரம்?

புதிய மன்னன் தனது உணர்வுகளைக் கட்டுக்குள் கொண்டு வந்துவிட்டதை அடிமைகள் பார்த்தனர். அந்த அடிமைகள் வாய் மூடிக் கிடந்தது ஆகாத்தின் படபடப்பை அதிகப்படுத்தியது. அவனது பார்வை விலகி மாலிக்கின் பின்னால் மூடியிருந்த கூடாரத்தின் திரைச் சீலைகளில் அலைந்தது. அவனுடைய இன்பக் கனவு பதுங்கியிருக்கும் இடமல்லவா அது? அவனது வழியைத் தடுத்து நிறுத்திய அலி அணிந்திருந்த கவசம் இரவு விளக்குகளில் மின்னிக் கொண்டிருந்தது.

'என்னை உள்ளே அனுமதி அலியே' என்றான் ஆகாத் சற்றுக் கடினமான குரலில். மாலிக் அவன் விழிகளை நேருக்கு நேராகப் பார்ப்பதைத் தவிர்ப்பதற்காகக் கீழே அவன் பாதங்களைப் பார்த்துக் கொண்டிருந்தான். ஆகாத்தின் கால்கள் நடுங்கிக் கொண்டிருப்பதை மாலிக் கவனித்தான். ஏன் ஆகாத்தின் கால்கள் இப்படி நடுங்குகின்றன? கோபமாக இருக்கலாம், ஏன் அச்சமாகக் கூட இருக்கலாம். அந்தக் காட்சி மாலிக்கிற்குத் தெம்பை அளித்தது. மூச்சை இழுத்துவிட்டுக் கொண்டான். துணிச்சலான பார்வையுடன் சிறிதும் தயக்கமின்றி ஆகாததை ஏறிட்டு, 'உங்களுக்கு உள்ளே அனுமதி மறுக்கப்படுகிறது' என்றான்.

'யாருடைய உத்தரவு அடிமையே?'

'சுல்தான் அலாவுதீன் அவர்களின் உத்தரவு பிரபு. அந்தப்புரத்தைக் காக்கும் முழுப் பொறுப்பை என்னிடம் அளித்திருக்கிறார்..'

'சுல்தான் இறந்துவிட்டார்..'

'அத்தாட்சி இருக்கிறதா? சுல்தானின் தலையைக் கொண்டு வாருங்கள், நான் உங்களை அனுமதிக்கிறேன். அதையும் மீறிச் செல்வது என்றால் எங்கள் பிணங்களைத் தாண்டிச் செல்ல வேண்டியிருக்கும். நான் இறந்து போகலாம், ஆனால் நீங்கள் இறக்கப் போவது உறுதி.'

அவன் பதிலைக் கேட்டு அடிமைகள் துணிச்சல் வரப் பெற்றனர். அது அவர்கள் நிற்கும் நிலையில் தெரிந்தது.

அரியணையில் அமர்ந்த ஒருமணி நேரத்திற்குள் மரணமடைய ஆகாத் விருப்பப்படவில்லை. அவன் ஒரு கைகலப்பிற்குத் தயாராக இல்லை. அதேநேரம் உயிரை இழக்கவும் விரும்பவில்லை.

இக்கட்டான அந்தத் தருணத்தில் அவன் மாலிக்கை முறைத்துப் பார்த்தான்.

மாலிக்கின் குரலுக்கு ஓர் அதிகாரமும் சொல்வதைக் கேட்க வைக்கும் தன்மையும் இருந்தது. ஏற்கெனவே பாதிபேருக்கும் மேல் ஆகாத்திற்குத் தங்கள் ஆதரவைத் தெரிவித்திருக்கும் நிலையில் மாலிக்கின் ஓங்கிய குரல் ஆகாத்தின் பின்னால் நிற்பவர்களின் மனதிலும் சிறிய சஞ்சலத்தை உண்டு பண்ணியது. விதியின் விளையாட்டில் அலாவுதீன் உயிர் பிழைத்து வந்தால் ஆகாத் பின்னால் நின்ற அத்தனை பேர்களின் கதியும் அதோகதிதான். மங்கோலிய விசுவாசிகளை சுல்தான் கொடூரமாக நடத்திய விதம் அவர்கள் நினைவில் எழுந்து முதுகுத் தண்டைச் சில்லிட வைத்தது.

இறுதியாக ஆகாத் இரண்டு வீரர்களை அனுப்பி சுல்தானின் தலையை எடுத்துவர ஆணையிட்டான். அந்தப் பிரச்னையை முடிவிற்குக் கொண்டுவர அதைவிட ஆகச் சிறந்த வழி அவனுக்குத் தெரியவில்லை. அதன் பிறகு இந்த அடிமைக்கு இருக்கிறது.

*

அனைவரும் தூரத்தில் மெலிதாகக் கேட்கவிருக்கும் இரண்டு குதிரைகளின் காலடிக் குளம்பொலிக்காகக் காத்திருந்தனர். ஆனால் கேட்ட சப்தம் அதுவன்று. வந்த சப்தம் வேறு மாதிரி ஒரு பெரிய நிகழ்வின் வீச்சைப் பிரதிபலிப்பது போலக் கேட்டது.

மாலிக்கின் முகபாவம் மாறியது. அவன் எதிர்பார்த்துக் காத்திருந்த சப்தம். பத்துப் பதினைந்து வீரர்கள் ஒரு குழுவாகத் திரண்டு வந்தனர். அவர்கள் நடுவில் தலையிலும் உடலிலும் காயங்களும் அவற்றை மறைத்துக் கட்டிய கட்டுக்களுடன் சற்றுப் பருமனான மனிதரும் அழைத்து வரப்பட்டார். அது யார் என்று அவனுக்கு நன்கு விளங்கியது. மாட்சிமை பொருந்திய சுல்தான் அலாவுதீன். அதில் எள்ளளவும் ஐயம் கிடையாது அவனுக்கு. அவன் திரும்பி ஆகாத்தின் முகத்தை ஏறிட்டான். எங்கோ தவறு நிகழ்ந்திருக்கிறது. ஆகாத்திற்கு மூச்சு வாங்கியது. அவன் மாலிக் அருகில் சென்று தெளிவாகப் பார்வையிட்டான்.

‘என்ன நடக்கிறது?’ அவன் குரல் சுதியிறங்கிப் போயிருந்தது.

மாலிக் அமைதியாகக் கூறினான். ‘சுல்தானின் தலை பத்திரமாக அவரது தோள் மீது வருகிறது பிரபு’ என்றான்.

பன்றியின் முனகலைப் போல ஒரு கேவல் ஆகாத்திடமிருந்து எழுந்தது. குளம்பொலி நெருங்க நெருங்கச் சுற்றியிருந்தவர்கள் மத்தியில் ஒருவிதமாக நடுக்கம் அதிகரிக்கத் தொடங்கியது. அந்த அதிர்ச்சி அலை ஆகாத்தின் பாதங்களை நனைத்து மெல்ல அவனை விழுங்கிக் கொண்டிருந்தது.

மாலிக்கிற்கு நிம்மதியானது. இனி கவலையில்லை தொண்டைக்குள் சிக்கிக் கொண்ட கடப்பாறையைச் சுலபமாக விழுங்க முடியும்.

ஆகாத் பின்வாங்கினான். எதிர்வினையின் தாக்கம் அச்சுறுத்துவதாக இருந்தது. மாலிக் நிம்மதிப் பெருமூச்சுவிட்டபடி தனது முதல் தவற்றைச் செய்தான். ஆகாத்தின் அருகில் ஓர் அடி எடுத்து வைத்தான். ஆகாத்தின் மண்டையில் முதல் நாள் குடித்த மதுவின் போதை இறங்காததால் சிந்திக்கும் திறனை இழந்து தனது தற்போதைய இக்கட்டான நிலைக்கு முழுவதும் மாலிக்தான் காரணம் என்ற நினைப்பு மட்டும்தான் இருந்தது. சரேலென்று இடையில் செருகி வைத்த வாளை உருவி அவன் கழுத்தில் வைத்தான். தனது கடைக்கண் ஓரம் இதனைக் கவனித்துவிட்ட மாலிக் மின்னல் வேகத்தில் வாளின் முனையிலிருந்து தப்பித்து நகர்ந்தான். அந்த வாள் அவன் இரும்புக் கவசத்தில் மோதி உலோகங்கள் உராய்வதால் உண்டாகும் பெருத்த ஒலியை ஏற்படுத்தியது. விலகிய வாள் அவன் கழுத்தைப் பதம் பார்க்கவில்லையே தவிர உரசிச் சென்றதை மறுப்பதற்கில்லை. மாலிக் தரையில் சரிந்தான். ஆகாத் தன்னுடன் வந்த அரசவை அங்கத்தினர்களை அங்கேயே விட்டுவிட்டு மின்னலென ஓடி மறைந்தான்.

காலம் நழுவத் தொடங்கியது. மாலிக் கண்களை மூடினான். ஆகாத் அந்தப்புர மகளிருடன் உல்லாசம் அனுபவித்துக் கொண்டிருப்பதைப் போன்ற மாயத் தோற்றம் அவன் விழிகளுக்குள் வந்து போனது. யாரோ அவனைத் தூக்கத்திலிருந்து எழுப்பினார்கள். கண்களை மெல்லத் திறந்தான். எதிரில் அலாவுதீன் அமர்ந்து கொண்டிருந்தான். சுல்தான் அவனை எழுவதற்குத் தோள் கொடுத்து உதவினார். சுல்தான் மாலிக்கின் முதுகில் ஆதரவாகத் தட்டிக் கொடுப்பார் என்று மற்றவர்கள் எண்ணிக் கொண்டிருந்த போது எவரும் எதிர்பார்க்காமல் சுல்தான் அவனை ஆரத் தழுவிக் கொண்டார். மாலிக்கின் கண்களில் வழிந்த கண்ணீரை சுல்தான் தனது கரங்களால் துடைத்த போது மொத்த ஜனமும் கரவொலி எழுப்பி ஆர்ப்பரித்தன.

கரவொலி காதைப் பிளப்பதாக இருந்ததன் காரணம் இல்லாமல் இல்லை, சுல்தானின் தழுவல் அவர்களைப் போன்ற அடிமைகளுக்கு ஒரு நற்சாட்சிப் பத்திரம். பட்டயம், கோப்பை எல்லாமும்.

முதலில் சுல்தானுக்கு வார்த்தை எதுவும் எழவில்லை. 'மாலிக், நீ முதலில் என் சாம்ராஜ்ஜியத்தைக் காப்பாற்றினாய். இப்போது எனது செல்வாக்கைக் காப்பாற்றிவிட்டாய். உன்னை மீறிக் கொண்டு ஆகாத் அந்தப்புரத்திற்குள் நுழைந்திருந்தால் என் அந்தஸ்து என்னவாகியிருக்கும்? அதன் பிறகு என்னால் அடுத்தவர் முகத்தில் விழிக்க முடியாமல் போயிருக்குமே. நீ சொல்வது போலப் பின்வரும் சந்ததியினரும் வரலாறும் தூற்றும் வண்ணம் வாழக்கூடாது.' சுல்தானின் உதடுகள் துடித்தன. 'சென்ற முறையே உனக்கு வேண்டியவற்றைச் செய்யாமல் இருந்து பிழையாற்றி விட்டேன். கேள் உனக்கு என்ன வேண்டும்?' என்றார். 'உன் அடிமைத்தளையிலிருந்து விடுதலையா? சொல் இப்போதே உன்னைச் சுதந்திர மனிதனாக அறிவிக்கிறேன்..'

சுல்தான் இப்படிக் கூறுவார் என்று மாலிக் முன்னரே யோசித்து வைத்திருந்தான். சுல்தான்களும் மன்னர்களும் தங்களது உதார குணத்தை வெளிப்படுத்தத் தங்களது அடிமைகளுக்கு விடுதலை வழங்குவது வழக்கம். சுல்தானின் பாதுகாப்பு வளையத்திற்கு வெளியில் அவனால் எத்தனை காலம் நிம்மதியாக வாழ முடியும்? மேலும் ஆண்மையகற்றப்பட்ட ஓர் அலியால் இந்த உலகில் தனித்து எந்தவிதமான நல்ல வாழ்க்கையை வாழ முடியும்? அரண்மனைக்கு வெளியில் இரண்டு பகல் ஓர் இரவு கூட ஓர் அலியால் வாழ்க்கையை ஓட்ட முடியாது என்பது மாலிக்கிற்கு நன்கு தெரியும்.

நீண்ட நேர யோசனைக்குப் பிறகு மாலிக் வாய் திறந்து, 'இல்லை பிரபு. என் வாழ்வு உங்களுடன் ஒரு பசுங்கொடியைப் போலச் சுற்றிப் படர்ந்திருக்கிறது. என் மரணம் வரையில் உங்கள் நிழலைவிட்டுப் பிரியமாட்டேன். அன்பெனும் சங்கிலியால் என்னைக் கட்டி போட்டுவிட்டீர்கள். நான் அந்த அன்புத் தளையை உடைக்க விரும்பவில்லை' என்றான்.

'எனக்குச் சமாதானம் ஆகவில்லை. வேறு ஏதாவது கேள்..'

'எனக்கு மான்ர்க்கை உரிய முறையில் அடக்கம் செய்ய அனுமதி கொடுங்கள்' என்றான் மாலிக்.

'கவலைப்படாதே. நான் அவனுடைய உடலைப் பத்திரமாக தில்லி கொண்டு வர உத்தரவிட்டுள்ளேன். அது வந்து கொண்டிருக்கிறது..'

*

மாலிக் பூரண நலமடைந்துவிட்டான். காதோரத்தில் வாளின் தீற்று சிறிய காயமாகத் தங்கியிருந்ததைத் தவிர அவன் தேறிவிட்டான்.

அவன் துணிச்சல் அவனைச் சோர்வடைய வைத்தது. அவனையறியாமல் தன்னிடம் தனிமாண்பு ஒன்று வளர்ந்து வருவதை இப்போதுதான் அவன் உணர்ந்து கொண்டான். அவன் வாழ்வில் முதன் முறையாகச் சாவைக் கண்டு அவன் அஞ்சி ஓடவில்லை. அவன் மட்டும் இந்தப் பண்பிற்காக ஆச்சரியப்படவில்லை. சுல்தானின் திறமையான படை வீரர்கள் கூட அவனுடைய இந்தப் பண்பிற்கு ஆச்சரியப்பட்டு நின்றனர். இதுவரையில் அவர்களுக்கு அரண்மனை அலிகள் என்றால் வெறும் தட்டுமுட்டுச் சாமான்களில் ஒன்று என்றே கருதி வந்தனர். அவர்களுக்குத் தனிப்பட்ட உணர்ச்சிகள் எதுவும் இருக்காது என்று நினைத்திருந்தனர். இந்த ஆச்சரியத்தின் அடியில் ஓர் உள்ளுறை அச்சம் உறைந்து கிடந்தது. இந்த அலிகள் சீறி எழுந்தால் என்ன நடக்கும்? என்ற அச்சம்.

மேலும் இது போன்ற எதிர்ப்புகள் கிளம்பாமல் இருக்க ஆகாத்தை நன்றாகக் கவனித்து ஒடுக்க சுல்தான் திட்டமிட்டார். விரைவில் அதிலிருந்த மந்திரிகள், தளபதிகள், ஆலோசகர்கள் அடங்கிய ஒரு குழு அமைத்து தில்லி நகரம் முழுவதும் அனுப்பப்பட்டு மக்களின் மனதில் அரசுக்கு எதிரான எண்ண ஓட்டங்களை அறிந்து அதனை வேரோடு களைய முற்பட்டார். துகான்கான் மற்றும் நசிருதீன்கான் ஆகிய இருவரும் ஆகாத்கானைப் பிடித்து வர அனுப்பப்பட்டனர். ஆப்கான்புரத்தில் தஹாந்த் என்ற இடத்தில் அவனைப் பிடித்து அங்கேயே சிரச் சேதம் செய்து கொன்றனர். அவனைக் கொன்று அவன் தலையைத் தூக்கிக் கொண்டு வந்து சுல்தானிடம் கொடுத்தனர்.

சுல்தான் அனைவரது பார்வையிலும் படும்படி ஒரு பொது இடத்தில் அந்தத் தலையை ஓர் ஈட்டியில் குத்தி வைத்தார். அந்தத் தலையை ஊர்வலமாக எடுத்துச் சென்று இறுதியில் ஆகாத்கானின் சகோதரன் தக்லக்கான் வசிக்கும் ஊருக்கு அனுப்ப உத்தரவிட்டான். ஆகாத்தின் சகோதரன் சுல்தானுக்கு விசுவாசமானவனாகவே இருந்தாலும் சுல்தானின் உத்தரவின் பெயரில் அவன் தலையும் மண்ணில் உருண்டது. குறை வாழ்க்கை வாழ்ந்த ஆகாத்கானின் ஆதரவாளர்களும் அதே போலத் தேடிக் கண்டுபிடிக்கப்பட்டுச் சிரச்சேதம் செய்யப்பட்டனர்.

ராணாஸ்தம்பபுரம் ஆறு மாதங்களில் பிடிக்கப்பட்டது. படைகள் அங்கிருந்து கிளம்பிய போது சுல்தான் தில்பெத் பகுதிகளில் விலங்குகளை வேட்டையாடத் தடை விதிப்பார் என்று மாலிக்

நினைத்தான். நல்லவேளை அப்படி எதுவும் செய்யவில்லை. அவன் சிரித்துக் கொண்டான்.

*

ஆகாத் ஏற்படுத்திய கலகம் அலாவுதீனைக் கொஞ்சம் அசைத்தது உண்மைதான். விசுவாசம் என்பதன் அடிப்படையில்தான் மன்னர்களின் வாழ்வு கட்டமைக்கப்படுகிறது. ஆனால் சாமானிய மக்கள் எண்ணிக் கொண்டிருப்பது போல மன்னருக்கு நெருக்கமானவர்கள் அவரிடம் அதிக விசுவாசத்துடன் இருப்பார்கள் என்பது பொய்யாகி இருக்கிறது. அவனுடைய ரத்த சம்பந்தம் அவரை நோக்கிக் கூரம்பினால் குறி வைக்கும் போது எவ்வித சம்பந்தமும் இல்லாத ஓர் அடிமை தனது உயிரைக் கொடுத்து தனது மானம், செல்வாக்கு, அந்தஸ்து அனைத்தையும் காப்பாற்றியிருக்கிறான். ஆகாத்தின் கலகம் பலநாட்கள் யோசித்துச் செயல்படுத்தப்பட்டது இல்லை என்பதும், சூழ்நிலைக்கு ஏற்ப உடனே திட்டமிடப்பட்டது என்பதும்தான் சுல்தானுக்கு அதிகக் கவலை அளித்தது. அதையும்விடக் கொடுமையானது சுல்தானது உறவினர்களும், நெருக்கமானவர்களும் அவனுடைய முடிவிற்குக் காத்திருந்தனர் என்பதுதான்.

மங்கோலியர்களை எதிர்க்கப் போயிருந்தால் தனது புதல்வர்களுக்குப் பீதியில் ஜன்னி கண்டிருக்கும் என்பது உறுதி. ஆனால் அவர்கள் எவ்விதக் கவலையுமின்றிக் குடித்துக் கூத்தடித்துக் கொண்டிருந்ததைப் பார்க்கும் போது சுல்தானின் ரத்தம் கொதித்தது. ஓர் இராஜ்ஜியத்தை ஆளும் திறமை தனது புதல்வர்களுக்குச் சிறிதும் இல்லை என்பது சுல்தான் அறிந்த விஷயம்தான். அதற்கு ஒரு விதத்தில் சுல்தானும் பொறுப்பேற்க வேண்டும்தான். அவர்கள் மீது காட்டிய அளவுக்கதிகமான தயை கூட இதற்குக் காரணம் என்று கூறலாம்.

சிர்சியிலும், தில்பெதிலும் மாலிக் நடந்து கொண்டது சுல்தானுக்கு இரண்டு விஷயங்களை வெளிச்சம் போட்டுக் காட்டின. சிர்சியில் அவனது நடத்தை சுல்தானுக்கு அறிவுரை கூறுவது போல இருந்தது. தில்பெத்தில் சுல்தான் மாலிக்கிடம் விசுவாசத்தையும், எதற்கும் அஞ்சா நெஞ்சின் உரத்தையும் கண்டான். மாலிக்கிற்குத் தனியாகக் குடும்பம் என்ற ஒன்று கிடையாது. இனிமேலும் அவனால் ஒரு தந்தையாகும் வாய்ப்பு இல்லை. இருப்பினும் அவன் சுல்தானின் அத்தனை உறவினர்களையும்விட மேலானவனாக விளங்கினான். உண்மையில் அவனுக்குப் போருக்குச் சென்ற அனுபவங்கள்

எதுவும் இல்லை என்றாலும் அவனுடைய போர்த்தந்திரங்கள் அபாரமானவை. இவற்றையெல்லாம்விட சுல்தான் மீது அவனுக்கிருந்த விசுவாசத்திற்கு வானம்தான் எல்லை. மாலிக்கிற்குத் தனது படையில் ஒரு சிறப்பான பதவி அளித்து அவனை முன்னிலைப்படுத்தும் போது மற்ற 'கான்'கள் சும்மா இருப்பார்களா என்பது தெரியவில்லை.

அந்த அலிக்குத் தனது பாதையை இனி யார் ஆதரவுடன் அமைத்துத் தருவார்கள் என்பதை எடுத்துரைக்க உறவினர்களும் இல்லை, நண்பர்களும் இல்லை. அந்தப்புரக் காவலாளி என்ற பின்தங்கிய நிலையிலிருந்து அதிகாரம் உள்ள பெரிய நிலைக்கு அவன் தன்னை உயர்த்திக் கொண்டிருக்கிறான். இந்த உறுதியையும் பிடிவாதத்தையும் அலாவுதீன் மெச்சியதற்குக் காரணம் சுல்தானும் இதேபோன்ற உறுதியுடன் வாழ்வில் முன்னுக்கு வந்ததுதான். ஆனால் சுல்தான் கடந்து வந்த பாதையில் தனது தாய்மாமனின் உயிரை வாங்கக் கலகம் விளைவிக்க வேண்டியிருந்தது. அவனைப் போல எவ்வித அரசியல் பின்னணியுமின்றி அரசியல் வாழ்வில் முன்னுக்கு வருபவர்களை அவன் விரும்பினான். மாலிக்கிற்கு விதி ஒரு நல்ல வாழ்வை தங்கத் தாம்பாளத்தில் ஏந்திக் கொடுக்கிறதோ?

அலியாக ஆன பின்பு மாலிக் இரண்டு முறையோ மூன்று முறையோ உலூக்கானின் உயிரைக் காப்பாற்றியது அலாவுதீனின் மனதில் எழுந்தது. ஆனால் அவன் காப்பாற்றியது உலூக்கானின் உயிரை மட்டுமில்லை அரேபியர்களின் வாழ்வையும் எதிர்காலத்தையும் என்று பின்னால்தான் தெரிய வந்தது. மாலிக் தனது அடிமை என்ற எல்லைகளைத் தாண்டிவிட்டான். இனிமேல் அவன் பயணம் சாதனை வானில் இறக்கைக் கட்டி மேலே மேலே செல்லப் போகிறது.

அடிமை மாலிக்கிற்கு சிறந்த வெகுமதி அளிப்பது என்ற தனது எண்ணத்தில் சுல்தான் உறுதியாக இருந்தார். மாலிக்கின் வசம் உடனடியாக அதிகாரம் வழங்கப்படவில்லை என்றாலும் அவனுடைய அந்தப்புரக் காவல் பணியிலிருந்து அவன் விடுவிக்கப்பட்டு, அவனுக்கு அரண்மனை அந்தப்புரத்தில் பல வசதிகளுடன் கூடிய வசிப்பறைகளும், உடன் பணியாற்ற நிறைய அலிகளும் வழங்கப்பட்டனர். அதேபோல மந்திராலோசனைக் குழுக்களில் ஒன்றின் தலைவனாக மாலிக் நியமிக்கப்பட்டு அரசியல் விவகாரங்களில் அவனது அறிவுரை கேட்கப்பட்டது. இந்தப் பதவி உயர்வு சுல்தானுடன் அரசியல் விவகாரங்கள் குறித்து மணிக்கணக்காகப் பேசுவதற்கு வாய்ப்பளித்ததோடு சுல்தானிடம் நெருக்கத்தையும் ஏற்படுத்தியது.

மாலிக் ஓர் அடிமையைப் போலவே நின்று கொண்டிருக்க அலாவுதீன் சுல்தானுக்குரிய செல்வாக்குடன் திவானில் சாய்ந்திருக்க இருவர் இடையிலும் அரசியல் சம்பாஷணைகள் நிகழும். அந்தப்புரத்திலிருந்து மோகத்தைத் தூண்டும் விதமாகப் பெண்கள் அங்க அசைவுகளைப் புரிந்தாலும் இருவரின் கவனமும் சிதறாது. அவர்கள் உரையாடலில் சலிப்புற்று, காத்திருக்கும் அந்தப்புரத்தின் மோக மங்கை அப்படியே உறங்கி விடுவது வழக்கம். அவளை எழுப்புவதற்கு மாலிக் முயற்சித்தாலும் சுல்தான், 'வேண்டாம் மாலிக், அவளை விட்டுவிடு நன்றாகத் தூங்கட்டும். எனக்கு இன்று காதல் புரியும் நோக்கமில்லை. வா, நமது உரையாடலைத் தொடர்வோம்' என்று கூறி விடுவது வழக்கம்.

சந்தைச் சீர்திருத்தங்களிலும், சமூகச் சீர்திருத்தங்களிலும் மாலிக் ஆற்றிய பங்கு அளப்பரியது. பொது இடங்களில் மதுக் கடைகளை மூடுவதற்கு உத்தரவிட்டதோடு அவ்வாறு ஆணையை மீறி விற்கப்படும் மதுவைப் பீப்பாய் பீப்பாய்களாகத் தரையில் கொட்டுவதற்கும் ஆணையிட்டான். தில்லி நகருக்குள் எந்த ஓர் எறும்பும் தள்ளாடாமல் நடக்க இயலாது என்பது மலிந்த நகைச்சுவையாக மக்களிடம் பேசப்பட்டது. சோளத்தைக் கிட்டங்கிகளில் அதிகம் சேமித்து வைக்கச் சொல்லி சுல்தானை வற்புறுத்தினான். வறட்சிக் காலங்களில்கூட சோளத்தின் விலையில் மாற்றம் ஏற்படாததைக் கண்டு மக்கள் பெருமகிழ்ச்சி கொண்டனர். வறட்சிக் காலத்தில் தானியங்களைப் பதுக்கி வைத்து அதிக லாபம் பெற்று வந்த வியாபாரிகள் பிழைப்பில் மண் விழுந்தது. மக்களுக்குச் சிறந்த பாதுகாப்பு இருந்தால் மட்டுமே- பெரிய அளவில் மங்கோலியர்களிடமிருந்தும், சிறிய அளவில் உள்ளூர்த் திருடர்களிடமிருந்தும்- பொதுமக்கள் சுல்தான் மீது நம்பிக்கை வைப்பார்கள் என்பதை மாலிக் அறிந்து வைத்திருந்தான்.

நகரின் பொது நீர்நிலைக்கு அருகில் திருடர் ஸ்தூபி ஒன்றை நிறுவினான். ஒரு மேடை அதன் மீது ஓர் உயர்ந்த கட்டடம் முரட்டுக் கற்களால் சீரின்றி எழுப்பப்பட்டிருந்தது. அந்தக் கட்டடத்தின் உள்ளே படிக்கட்டுகள் இருந்தன. வெளியில் தெரியும் வண்ணம் நிறையத் துவாரங்கள் அந்தக் கட்டடச் சுவரில் இருந்தன. அந்தத் துவாரங்களில் மக்களை அச்சுறுத்தி அவர்கள் பொருள்களைத் திருடிச் செல்லும் கயவர்களின் தலைகள் சீவப்பட்டுப் பொதுமக்களின் பார்வைக்குக் குத்தி வைக்கப்பட்டன. இப்படி ஒரு கோரக் காட்சிக்குப் பின்னர் திருட்டின் அளவு கணிசமாகக் குறையத் தொடங்கியது.

இந்த ஆலோசனைகளும் அவை கொண்டு குவித்த வெற்றிகளும் அரசவை அதிகாரிகளின் அப்பதவி வரிசையில் பெரும் மாற்றத்தைக் கொண்டு வந்தது. மாலிக்கின் வருகைக்குப் பின்னர் அதிகாரம் என்பது சந்தேகமின்றி நன்றாகக் கடமையாற்றுபவர்களுக்கும், சிறந்த ஆலோசனை வழங்குபவர்களுக்கும் அளிக்கப்பட்டது. அரசருக்குச் சொந்தம் என்ற காரணத்தால் பதவியில் இருந்தவர்கள் எல்லாம் தங்கள் பதவியைத் தக்க வைத்துக் கொள்ள உண்மையில் சிறப்பாகச் செயலாற்ற வேண்டி வந்தது.

அலாவுதீனின் மனதில் ஒரு குரல் ஒலித்தது. ‘மாலிக் உன் வீரன். இதுவரை உன் மனதிற்குள் வரைந்து வைத்துள்ள சாம்ராஜ்ஜியத்தின் எல்லைகள் அவனால் விரிவடையும்.’

இந்த நான்கு கான்களின் துணையுடன் அலாவுதீன் இந்த உலகத்தின் கால் பாகத்தை வென்றுவிட முடியும் என்று நம்பிக் கொண்டிருந்தான். ஆனால் ஏற்கெனவே சுல்தான் இரண்டு கான்களை இழந்துவிட்டான். அவர்களின் மரணம் அவனது ஆசையை வேரோடு பிடுங்கி எறிந்துவிட்டது. ஆனால் மாலிக் அந்த ஆசைகளுக்கு மீண்டும் உயிரூட்டி விடுபவன் போல வந்திருக்கிறான். அவனது சாம்ராஜ்ஜியத்தின் அடித்தளம் கறையான்களால் அரிக்கப்பட்டு வருகிறது. அவனுக்கும் தனது தளபதிகள் மீது நம்பிக்கையிழந்து சலிப்பானதுதான் மிச்சம். ராணுவ அதிகாரிகளில் பாதிப் பேருக்கு ஒன்று மது மயக்கம் அல்லது மாது மயக்கம். சுல்தானுக்கு உணவுக்கு அடிமையான அதிகாரிகளின் மீதுதான் வெறுப்பு அதிகம். ஒரு நல்ல விருந்து முடிந்த பின்னர் அவர்கள் தொண்டைக்குள் ஒரு கோழி இறகைச் செலுத்திச் சாப்பிட்ட அனைத்தையும் வாந்தி எடுத்து மீண்டும் விருந்து சாப்பிட அமர்வது வழக்கம். ராணுவ அதிகாரிகளுக்கு வயதாக வயதாக அவர்கள் தங்கள் கீழ் உள்ள படை வீரர்களிடம் கிறுக்குத்தனத்துடன் நடந்து கொள்ளத் தொடங்கினார்கள். சில நேரங்களில் அவர்கள் இடும் பைத்தியக்காரத்தனமான ஆணைகள் வீரர்களின் உயிரைப் பலி வாங்கியது.

மாவீரன் அலெக்சாந்தரின் ஆளுமையை அலாவுதீன், மாலிக்கிடம் கண்டான். சிக்கந்தர்-ஐ-சினி. அதாவது இரண்டாவது அலெக்சாந்தர். உலகின் நான்கின் ஒரு பாகத்தைக் கிரேக்க மாவீரன் அலெக்சாந்தர் தனது ஆளுமையின் கீழ் கொண்டு வந்ததைப் போலக் கொண்டுவர ஆசைப்பட்டான்.

‘உலகை வெல்லப் போரிடக் கிளம்பும் போது நாம் நிலத்தை மறந்துவிட வேண்டும் சுல்தான். நிலத்தை அபகரிக்கும் போது

அதனோடு அதன் மக்களையும் பராமரிக்கும் பெரும் சுமை நம் மீது விழும். நம்மை முதலில் தூண்டிவிட்டு இயக்குவது தங்கமாக மட்டும் இருக்க வேண்டும். ஒரு சமஸ்தானத்தின் அரசன் பொன்னும் பொருளும் கொட்டிக் கொடுக்க முன்வரும் போது அவனைக் கொல்ல வேண்டிய அவசியமில்லை' என்றான் மாலிக்.

அலாவுதீன் அவன் வார்த்தையில் தெரிந்த விவேகத்தைக் கண்டு மலைத்து நின்றான். ஒரு நாட்டை மொத்தமாகப் பிடிப்பது என்பது தளபதிகளுக்குப் பெரிய தலைவேதனை. நாட்டைக் கைப்பற்றுவதற்குப் பதில் அந்த நாட்டின் வளங்களைக் கொள்ளையடித்து வருவதன் மூலம் நாட்டின் பொருளாதாரம் எளிதில் உயரும். நட்பு நாடுகள் மேலும் சில படையெடுப்புகளுக்கு உதவி புரிவார்கள் என்பது உறுதியாகும். துவார சமுத்திரத்திற்கு தேவகிரி, தேவகிரிக்கு மேலும் ஒரு தக்ஷிணப் பிரதேசம், தெற்கின் முனையில் உள்ள மதுரைப் பேரரசு கூட அவர்களுக்குப் பணியாது என்பது என்ன நிச்சயம்?

*

அத்தியாயம் 17

முத்து மகுடம்

வீராவின் ஆட்சிக் காலத்தில் முதல் ஐந்து வருடங்கள் எவ்வித நிகழ்ச்சிகளும் இல்லாமல் ஆகச் சாதாரணமாக இருந்தன. முழு சாம்ராஜ்ஜியமும் பாண்டியர்களின் கட்டுப்பாட்டில் இருந்ததால் அங்கே மன்னனுக்குக் கூட வேலை எதுவும் இல்லை என்றே சொல்லலாம். வீராவால் செய்ய முடிந்தது எல்லாம் அரசு விழாக்களில் பங்கேற்று மக்களின் நன்மதிப்பைப் பெற்றது மட்டும்தான். அவர்களும் அவனைப் போன்ற வீரனைப் பார்த்தது இல்லை என்று வானளாவப் புகழ்ந்தனர். அவனுடைய வாள் ரத்தம் பார்த்துப் பல காலம் ஆகிவிட்டது, நடுவில் ஒருமுறை ராதிகா பூசைக்காக வாளைத் துடைக்கப் போக அவள் கரத்தைக் கீறியதில் கொஞ்சம் ரத்த ருசியோடு சரி.

சோழர்களின் வீழ்ச்சியின் பின்னர் பாண்டிய மண்டலம் ஆட்சி அதிகாரத்தைக் கைப்பற்றியதால் தங்களது அதிகார அமைப்புத் தங்கள் ஆளுகைக்குக் கீழ் உள்ள பிரதேசங்களைத் தங்கள் கட்டுப்பாட்டிற்குள் வைத்திருக்கும் என்று உறுதிப்படுத்தினார்கள். கடந்த ஒரு சதாப்தமாக ஆட்சிப் பொறுப்பு ஒரு முடிசூட்டிய மன்னரிடமும், ஏனைய நிர்வாகம் முடிசூட்டிய நான்கு யுவராஜர்களின் வசமும் இருந்தது. முடிசூட்டிக் கொண்டுள்ள யுவராஜர்கள் மன்னரின் நெருங்கிய சொந்தங்களாக இருப்பது வழக்கம். விக்கிரமனும் அப்படித்தான், இதோ சில திங்களுக்கு முன்பு வீரா பதவியேற்றப் பிறகு முடிசூட்டப்பட்டு யுவராஜனாக அறிவிக்கப்பட்ட சுந்தரனும் ஒன்றுதான், வீராவும் ஒன்றுதான்.

இந்த அதிகாரப் பரவலாக்கும் முறை சோழப் பேரரசின் முறையைவிட மாறுபட்டதும் சற்று மேன்மையானதுமாக விளங்கியது. சோழப் பேரரசின் குடிமரபில் முடியாட்சியின்

அதிகாரம் முழுவதும் மன்னர் என்ற ஒரு தனி நபரின் கையில் இருந்து வந்தது. ஆனால் அப்படி ஆட்சி அதிகாரம் முழுவதையும் மாமன்னர் கையில் ஒப்படைப்பது மிக விரிந்து இருக்கும் சாம்ராஜ்ஜியங்களுக்கு அத்தனை பாதுகாப்பு கிடையாது. பாண்டியர்கள் குடிமரபில் மொத்த சாம்ராஜ்ஜியமும் மன்னர் ஒருவரின் தலைமையின் கீழும், ராஜ்ஜியத்தின் கீழ் உள்ள சமஸ்தானங்களைக் குறுநில மன்னர்கள் தங்கள் பொறுப்பிலும் ஆட்சி செய்வது வழக்கமாக இருந்தது.

இப்போது வீரா தனது ஆட்சியைக் காவேரி நதி ஓடும் கண்ணனூர் பகுதியில் அமைத்துக் கொள்ள முடிவு செய்தான். அந்தப் பகுதி அவனுக்கு மனதிற்கு உகந்த பகுதி. கண்ணனூர்ப் பகுதி இதற்கு முன்னர் சோழர் வசம் இருந்தது. மதுரையிலிருந்து மூன்று நாள் பயணமாகக் கண்ணனூர் சென்றடையலாம். கண்ணனூர் அருகில்தான் காவிரி இரண்டாகப் பிரிந்து திருவரங்கத்தை வலம் வருகிறது.

வடக்கில் பெண்ணாறு வரையிலும் பாண்டிய நாடு விரிந்திருந்தது. பெண்ணாற்றங்கரைக்கு மதுரையிலிருந்து அணிவகுத்துச் செல்ல வேண்டும் என்றால் குறைந்தது ஒரு திங்கள் காலம் ஆகும். குலசேகரன் கண்ணனூரில் இரண்டாவது தலைநகரம் அமைப்பதன் முக்கியத்துவத்தை அறிந்திருந்தான். அப்படி ஓர் இரண்டாவது தலைநகரம் கண்ணனூரில் இருந்து இயங்குமேயானால் வடக்கிலிருந்து வேற்று தேச மன்னர்களின் படையெடுப்பை எளிதில் சமாளிக்க இயலும். அவ்வப்போது முரண்டும் சோழர்களின் முரண்டலையும் அடக்கலாம். சுந்தரன் மதுரையில் மன்னருடன் இருந்து நாட்டு நிர்வாகத்தைப் பார்த்துக் கொண்டால், வீரா கண்ணனூரில் இருந்து கொண்டு அந்தப் பிரதேசத்தை நிர்வகிக்க முடியும். கண்ணனூர் சோழ மண்டலத்தின் மத்திய பகுதியில் இருந்தது வேறு அவனது ஆவலை அதிகப்படுத்தியது. ஆனால் குலசேகரப் பாண்டியனுக்கு இந்த முடிவில் சற்று மன வருத்தமிருந்தது. தேவையின்றி வீரா, தனது மகன், சூளுரைத்துக் காத்திருக்கும் பகைவர்கள் நடுவில் இருப்பது அத்தனை பாதுகாப்பு இல்லை. அவருக்கு சுந்தரனை அந்தப் புதிய தலைநகருக்கு அனுப்பவே விருப்பம். ஒருவிதத்தில் வீரா, சோழ மண்ணின் மைந்தனும் கூட. ஆனால் உடனே அவன் எண்ணம் மாறியது. வீரா, சுந்தரனைவிடவும் சிறந்த வீரன்.

வீராவிற்கும் தலைநகரைப் புதிதாகக் கண்ணனூருக்குக் கொண்டு செல்வதில் சில சிரமங்கள் இருந்தன. மதுரை அவன் பிறந்து

வளர்ந்த ஊர். பழகிய ஊரை விடுத்துப் புதிய ஊரில் சென்று இருப்பது சில இன்னல்களை அளிக்கும். ஆனால் பிறந்த வீட்டை விடுத்து வேற்றூர் செல்வது சில நேரங்களில் சொந்த மண்ணில் கட்டுப்பாடுகளுடன் பழக வேண்டிய வாழ்க்கையிலிருந்து ஒரு விலக்கு கிடைக்கும். கொஞ்சம் சுதந்திரக் காற்றைச் சுவாசிக்க வாய்ப்புக் கிடைக்கும். தான் ஒரு பெரிய சாம்ராஜ்ஜியத்தின் அதிபதியாக வேண்டும் என்றால் தொடர்ந்து தந்தை என்னும் நிழலிலிருந்து விலகி இருப்பதுதான் நல்லது என்பது வீராவின் சித்தமாக இருந்தது. வீராவிற்கு தனி சமஸ்தானங்கள் என்று எதுவும் கிடையாது. சுந்தரனின் பிறந்த மண்ணில் தனது கொத்தளத்தை அமைத்துக்கொள்வது மெச்சத்தகுந்த விஷயம்தானே? மன்னருக்கும் மூப்பு இன்னும் எய்தவில்லை. வீரியம் குறையாமல் இருக்கிறார். அந்தப்புரத்தில் அவர் சேர்த்துக் கொண்ட பதின் பருவ இளமங்கை அதற்குச் சாட்சி.

*

மதுரை நகருடன் பாண்டிய சாம்ராஜ்ஜியத்தின் வடக்குப் பகுதியை இணைக்கும் பாலமாகக் கண்ணனூர் விளங்கியது. கண்ணனூர் நாட்டுப்புறத் தோற்றம் கொண்ட சிற்றூர். மதுரை மாநகரைப் போல சந்தடி எதுவுமின்றி அமைதியாக விளங்கியது. மதுரை மாநகரம் பல்லாயிரக் கணக்கான ஜனங்கள் வந்து போகும் பெரிய நகரம் என்பதால் காதைப் பிளக்கும் ஓசை எப்போதும் இருந்து கொண்டிருக்கும். காவிரி நதியின் காரணமாக அந்தச் சிற்றூர் மதுரையைப் போலன்றிச் செழிப்பும் வனப்பும் மிக்க ஊராக விளங்கியது. காணும் இடமெல்லாம் செந்நெல் செழித்து வளர்ந்திருந்தது. கமுகு, தென்னை, வாழை, மாமரங்கள் சிறப்புடன் வளர்ந்து ஆங்காங்கே சோலைகளும், தோப்புகளுமாகப் பச்சைப் பசேலென்று விளங்கியது. கண்ணனூர் நகரம் பாண்டிய அரசின் அரசியல் விவகாரங்களிலிருந்து விலகி இருந்தது. வீராவின் முதல் வேலை அங்கிருந்த உள்ளூர் மக்களின் மனதினைத் தன் வசப்படுத்துவதேயாகும்.

கண்ணனூர் வந்த ஒரு வாரக் காலத்திற்குள் அவனுக்கு வீட்டு நினைப்பு வந்துவிட்டது. இருந்தாலும் அந்த நினைவுகளை ஒதுக்கி வைத்தான். தனது மாளிகையாக சோழர் காலக் கட்டடப் பாணியில் கட்டப்பட்ட ஓரளவு சிறந்த மாளிகையைத் தனது அரண்மனையாக மாற்றிக் கொண்டான். மதுரையில் அவன் வசித்த அரண்மனை மாளிகையில் அவனுக்கிருந்த வசதியின் கால் பாகம் கூட இந்த

மாளிகையில் இல்லை என்றாலும் வீரா அதனைச் சகித்துக் கொண்டான். மளமள என்று கோபுரங்கள், மண்டபங்கள், விதானங்கள் போன்றவை அந்த மாளிகையில் எழுப்பப்பட்டு அந்த மாளிகைதான் கண்ணனூரில் மிகப் பெரிய மாளிகையாக விளங்கியது. மாளிகையின் உயரமான கோபுரத்தின் உச்சியில் பாண்டியர்களின் மீன்கொடி பட்டொளி வீசிப் பறக்கவிடப்பட்டது.

ஓர் ஊரை நகரமாக மாற்றுவது அத்தனை எளிதான செயலில்லை. கண்ணனூரை நகரமாக மாற்றுவதோடு பாண்டிய தேசத்தின் இரண்டாவது தலைநகரமாகவும் மாற்ற வேண்டியிருந்தது. கட்டளைகள் இடப்பட்டுக் காரியங்கள் துரித கதியில் நடந்தேறின. நகரத்தைச் சுற்றி விரிந்திருந்த பெரிய மரங்கள் அனைத்தும் அகற்றப்பட்டு நகர் முழுவதும் சூரியனின் வெளிச்சம் விழுந்து பளிச்சென்று மாற்றப்பட்டது. காவிரி நதியின் மூலம் கொண்டுவரப்பட்ட பாறைகளிலிருந்து கற்கள் தயாரிக்கப்பட்டுக் கடினமான சாலைகள் போடப்பட்டன. நெடுஞ்சாலை அமைப்பதில் வீரா கவனமாக இருந்தான், அந்தச் சாலைதான் அவனை நாளை மதுரை நகருடன் இணைக்கும் சாலையாகத் திகழப் போகிறது. மிகப் பிரம்மாண்டமான தெப்பம் ஒன்றைக் கட்ட ஆணையிட்டான். அந்தத் தெப்பத்தை அருகில் இருந்த படித்துறையில் பத்திரமாகப் பாதுகாத்து வைத்திருந்தான். சூழ்நிலை மோசமானால் அவன் அதன் மூலம் மதுரை நகருக்கு விரைந்து தப்பிச் செல்ல அப்படி ஓர் ஏற்பாடு.

கண்ணனூர் மக்களிடம் முரணான அம்சம் ஒன்று இருந்தது. பாண்டிய நாட்டினரை அவர்கள் அந்நிய தேசத்தவர் என்றே அழைத்து வந்தனர். வீரா அந்த நகர மேம்பாட்டில் காட்டிய அக்கறையும், ஊரின் மத்தியில் அவன் எழுப்பிய விண்ணகரம் ஒன்றும், கோயில் ஒன்றும் மக்கள் மனதில் நல்லெண்ணத்தை ஏற்படுத்தின. இனி வரும் காலங்களில் கண்ணனூர் மதுரைப் பாண்டிய சாம்ராஜ்ஜியத்தின் மற்றுமொரு தலைநகராக விளங்கும் என்பதில் மாற்றுக் கருத்து எவருக்கும் இல்லை. குடிமக்களிடம் வசூலிக்கப்படும் சுங்கமும், வரியும் முறைப்படுத்தப்பட்டுப் பெரும்பகுதி மதுரை நகருக்கு அனுப்பி வைக்கப்பட்டது. அந்த நகரம் அவன் எண்ணம் போல எவ்வித எதிர்ப்புமில்லாத வசதிகள் நிறைந்த நகரமாக விளங்கியது. வடதிசையின் எல்லைப் பகுதிகளுக்கு அனுப்பப்பட வேண்டிய படையின் முழுக் கட்டுப்பாடும் கண்ணனூரில்தான் இருந்தது. இப்போது காவிரியின் வடக்கில் இருந்த பகுதி முழுவதையும் தனது சொந்தக்

கட்டுப்பாட்டிற்குள் வீரா கொண்டு வந்துவிட்டான். இப்படி ஒரு சுதந்திரம் அவனுக்கு மதுரையில் கிடைத்திருக்காது. மரபு வழியில் உள்ள சட்ட திட்டங்கள், நெறி முறைகள் போன்றவை அவனைச் சுதந்திரமாகச் செயல்பட வைத்திருக்காது. நாளாவட்டத்தில் கண்ணனூர் வடபகுதியின் தனிப் பெரும் தலைநகரமாக மாறத் தொடங்கியது.

*

வீரா தனது முப்பத்திரண்டாவது பிராயத்தை எட்டிவிட்டான். அரச வாரிசாகப் பாண்டிய மண்டலத்தின் மன்னனாக முடிசூட்டிக் கொண்டு எட்டு வருடங்களாகின்றன. அதிகாரப் படிக்கட்டில் அவன் இரண்டாவது படியில் நிற்கிறான். முதற்படியில் எப்போதும் குலேகர மன்னன்தான். வீராவிற்கு என்று தனிப் படை, தனி ராஜ்ஜியம், தனி அரண்மனை இவற்றோடு செழிப்பான எதிர்காலம். அந்த எதிர்காலம்தான் அவனைப் பாண்டியர்களின் தனிப்பெரும் சொத்தான முத்துச் சிங்காதனத்திற்கு அழைத்துச் செல்லப் போகிறது.

மன்னர் குலசேகர பாண்டியன் தனது பட்டமகிஷியுடன் ஒருமாத காலம் கண்ணனூரில் மகனுடைய மாளிகையில் தங்குவதற்கு மதுரையிலிருந்து கிளம்பி வந்தார். வடக்குப் பிரதேசச் சிற்றரசர்கள் எல்லாம் மன்னரைப் பார்த்துத் தங்கள் வணக்கத்தையும் கப்பத்தையும் செலுத்துவதற்கு வந்தனர். ஒருமாத காலம் ஆட்டம் பாட்டம் விழாக்கள், நாட்டிய நிகழ்ச்சிகள், கூத்து என்று கண்ணனூர் தனது அளவைவிடப் பத்து மடங்கு அளவிற்கு மக்களைச் சந்தித்தது.

மன்னர் அரியணையில் அமர்ந்து அரசவைக் காரியங்களைக் கவனிக்க அருகில் சற்றுத் தாழ்ந்த ஆசனத்தில் மைந்தன் அமர்ந்தான். கடந்த எட்டு ஆண்டுகளில் மன்னர் இரண்டு முறைதான் கண்ணனூருக்கு வருகை புரிந்துள்ளார். இப்போது மைந்தனின் அரண்மனையில் நிம்மதியாக ஓய்வெடுக்க வந்திருக்கிறார். தனது தம்பி விக்கிரமனின் கண்மறைவு அவருக்குத் தீர்க்க முடியாத குறையாகவே இன்றளவும், குறிப்பாக அரசியல் சார்ந்த முடிவெடுக்கும் தருணங்களில் உள்ளது. காலத்தைப் போலத் துன்பம் தீர்க்கும் கருவி வேறு எதுவும் கிடையாது. காலம் விக்கிரமன் செய்த பெரும் பிழைகளைக் கூட மன்னித்துவிடச் செய்கிறது. இருந்தும் என்ன? விக்கிரமன் இந்த மண்ணில்தான் இருக்கிறாரா என்பது எவருக்கும் தெரியவில்லை. குலசேகரனின் ஆட்சியில் தலைசிறந்த ஒற்றர் படைத்தலைவன் வீரசேகரனால் கூட விக்கிரமன் இருக்கும் இடத்தைக் கண்டறிய முடியவில்லை.

சோலைகளில் உலா வரும் போது தந்தைக்கும் மகனுக்கும் இடையில் உரையாடல் நிகழும். வீராவின் தோட்டக்கலை வல்லுனர்கள் காவிரியின் கரையோர வண்டல் மணல் கொண்டு பூஞ்செடிகளும், கனி மரங்களும் நிறைந்த மிக அழகான சோலைகளை ஏற்படுத்தினார்கள். தூசும் வெப்பமும் அடர்ந்த மதுரை வீதிகளைப் பார்க்கும் போது பசுமையும் குளுமையும் நிறைந்த இந்தக் கண்ணனூர் வீதிகள் இன்பமூட்டுபவையாக இருந்தன.

'ஹூம்.. பேசாமல் மதுரை மாநகர ஆட்சியை உனக்கு அளித்துக் கண்ணனூரில் நான் ஆட்சி புரியலாம் என்று நினைக்கிறேன்' என்று வருந்துவது போலப் பாராட்டிய தந்தையின் நிலைக்கு வீரா புன்னகை புரிந்தான். அவனுக்குப் பழையவை எல்லாம் நினைவில் எழுந்தது.

மன்னருக்குத் தனது பாண்டிய ராஜ்ஜியத்தின் எதிர்காலம் குறித்துக் கவலை இருந்தது. தலைநகரைவிட்டுக் கிளம்பும் போது இது குறித்துத் தனது இளைய மகன் சுந்தரனுடன் ஒரு நீண்ட சம்பாஷனை செய்தார். காரணம் உண்டு. சென்ற முறை மதுரைக்கு வீரா வந்திருந்த போது இரண்டு அணிகளுக்கு நடுவில் சிறிது கைகலப்பு நேரிட்டது. மதுரை நகரின் மக்கள் பல வருடங்கள் கழித்து அந்தமுறைதான் கைகலப்பில் தங்களுக்கு ஊறு நேர்ந்துவிடுமோ என்ற அச்சத்தில் வீட்டினுள் கதவடைத்துக் கொண்டனர். ஊர்க்காவலர்களின் இடைவிடாத வேண்டுகோளுக்கிணங்க இரண்டு யுவராஜர்களும் மன்னர் முன்பு நிறுத்தப்பட்டனர். மன்னர் இருப்பதை மறந்து அந்த இருவரும் சூடான விவாதங்களில் புகுந்து ஒருவரை ஒருவர் பழி சொல்லிக் கண்டே போகத் தனது பொறுமையை இழந்த மன்னர் ஒரு கட்டத்தில், 'வாயை மூடுங்கள் முறையற்றுப் பிறந்தவர்களே' என்று கடுமையான உத்தரவைப் பிறப்பிக்க வேண்டியதாயிற்று.

சுந்தரன், தந்தை அவ்வாறு விளித்ததற்கு மிகவும் வருத்தப்பட்டான். ஆனால் வீராவிற்கோ தந்தை இருவரையும் பன்மையில் திட்டியது மட்டற்ற மகிழ்ச்சியை அளிக்க அவன் முகத்தில் இளநகை மலர்ந்தது.

கசப்பான பழைய நினைவுகளில் குலசேகரன் மூழ்கிக் கிடந்தார். அவர்கள் இருவரில் வீராவிடம்தான் அனுபவமும் முதிர்ச்சியும் இயல்பாக அமைந்துள்ளது. சுந்தரன் அடிக்கடி தனது நிலையில் நிற்பதில்லை. அடிக்கடி உணர்ச்சி வசப்படுகிறான். இருவர் நடுவில் இருக்கும் புகைச்சலை நிறுத்தவில்லை என்றால் அது பிற்காலத்தில்

உள்நாட்டுக் கலகத்தில் கொண்டுவிடும் என்பதை மன்னர் அறியாதவராக இல்லை.

உணர்ச்சி வேகத்தில் மன்னரின் குரல் ஒருவித அழுத்தத்துடன் வீராவிடம், 'நாம் ராஜ்ஜியத்தை இருகூறாகப் பிரிக்கத்தான் வேண்டுமா வீரா?' என்றார். அவரது மரணத்திற்குப் பின் உள்நாட்டுக் கலகம் ஏற்படுமானால் அதனால் குலசேகரனுக்குக் களங்கம் விளையும் என்பதில் மாற்றம் எதுவும் இல்லை.

'எப்படித் தந்தையே ஒரு நாட்டை இருகூறாகப் பிரிக்க முடியும்? இது என்ன வாழைக்கனியா நடுவில் இரண்டு பகுதிகளாகப் பிட்டுக் கொடுப்பதற்கு? சரி நீங்கள் கூறுவது போலவே வடக்கு தெற்கு என்ற கோட்டில் பிரிப்போம் எனில் வடக்குப் பகுதியை எப்போதும் பகைவர்கள் முற்றுகையிட்ட வண்ணம் உள்ளனர். பாண்டிய ராஜ்ஜியம் இரண்டாகப் பிளந்துவிட்டது என்றால் வடக்குப் பகுதியைப் பகைவர்கள் கைப்பற்ற அதிக நாட்கள் எடுக்காது..'

வீராவின் மனதில் நாட்டைப் பிரிக்கும் எண்ணம் இல்லையோ என்று குலசேகரன் முதலில் எண்ணினார். வீராவின் மறுமொழி அவரது எண்ணத்தை மாற்றியது. 'இதற்கு மாற்றாகப் பாண்டிய தேசத்தை வடக்கு தெற்காகப் பிரிக்காமல் குண திசை, குடதிசையில் பிரிக்கலாம். இரண்டு நீண்ட துண்டுகள் இரண்டிலும் அனைத்துவித வசதிகளும் இருக்கும். மெல்லிய எல்லைக் கோடு இரண்டு பிரதேசங்களையும் பிரிக்கும். மையத்தில் ஈ மொய்த்தால் கூட எந்தப் பகுதியில் மொய்க்கிறது என்பது தெரியாமல் இருக்கும் அளவிற்கு மெல்லிய எல்லைக் கோடாக அது இருக்க வேண்டும். எல்லைக் கோடு சற்று நீளமாக இருந்தால் எல்லைப் பிரச்னையும் பெரிதாக இருக்காது தந்தையே' என்றான்.

எதனைச் சொல்ல வருகிறான் என்பதனைப் புரிந்து கொண்ட மன்னர் மேலும் ஒரு வினாவைத் தொடுத்தார். 'சரி நீயும் சுந்தரனும் ஒரே சாம்ராஜ்ஜியத்தில் தனித் தனியாக ராஜ்ஜியத்தை ஆள இயலுமா?' என்று கேட்டார்.

'முயற்சி செய்துதான் பார்க்க வேண்டும்' என்றான் வீரா.

'முயற்சிப்பதா?' என்று வினவினார் மன்னர்.

வீரா ஒரு நேர்மையான விடையைப் பகர்ந்தான். 'இருவரும் ஒருவரை ஒருவர் முந்துவதற்கு முயற்சி செய்ய வேண்டும், அப்படி என்றால் முடியும்..'

*

ஒரு மாதக் காலம் வரையில் மைந்தனுடன் இருந்து மைந்தனின் நலம், நாட்டின் நலம் போன்றவற்றை மேற்பார்வை பார்த்த மன்னர் ஒருநாள் கபாடபுரம் செல்லத் திரும்பினார். அவர்கள் பயணம் துரித கதியில் இல்லாமல் மெதுவாக நகர்ந்து சென்றது. மூன்று தினங்கள் சென்ற பின்னர் மதுரை நகருக்கும், கண்ணனூருக்கும் இடையில் மன்னர் முகாமிட்டிருந்த போது ஒரு தூதுவன் சேதி ஒன்றைக் கொண்டு வந்து மன்னரிடம் சமர்ப்பித்தான். சுந்தரன் அந்தப் பகுதியின் அருகில் முகாமிட்டிருப்பதாகவும் மன்னரைப் பார்க்க விழைவதாகவும் அந்தத் தகவல் கூறியது.

இந்தத் தகவலைக் கேட்டதும் சுந்தரனின் அன்னைக்கு மிகவும் மகிழ்ச்சியானது. மன்னருக்கும் சற்று ஆறுதல் ஏற்பட்டது. சுந்தரனைச் சந்தித்து அவனிடம் தனது சகோதரனுடன் அவனுக்கு இருக்கும் கருத்து வேறுபாட்டினை மாற்றிக் கொள்ள எடுத்துச் சொல்வதற்கு ஒரு சந்தர்ப்பம் கிடைத்திருக்கிறது. மன்னருடன் சென்ற பரிவாரங்களில் இருந்த தச்சர்களை மேலும் இரண்டு மூன்று கூடாரங்களைச் சுந்தரனும் அவனது பரிவாரங்களும் தங்குவதற்கு ஏதுவாகக் கட்டச் சொல்லி மன்னர் கட்டளையிட்டார்.

மன்னரைப் பார்க்க வந்த சுந்தரன் முதலில் தனது தாயாரைப் பார்த்துப் பேசினான். மன்னரை அவன் இரவுவேளை உணவின் போது நேரில் சந்தித்தான். அந்த நேரத்தில் அவன் நிறையப் பனங்கள்ளைக் குடித்து இருந்ததால் தனது சுயநினைவு இன்றிக் கால்கள் தள்ளாட இருந்தான். அவன் இருந்த நிலை அவர் மீது சினத்தைக் கிளப்பிவிட்டிருந்தது. தனது பெயர் மகுடத்திற்குப் பரிந்துரைக்கப்பட்டும் மன்னர் வீராவைத் தேர்வு செய்தார் என்ற விஷயம் அவனுக்குப் பெரும் சினத்தை ஏற்படுத்த அந்தச் சினம் தணியாமல் அவன் தந்தையைச் சந்திக்கச் சென்றான். வீரா வேற்று நாட்டிற்கு அனுப்பி அங்குள்ள கலவரங்களை அடக்க முற்பட்ட நேரம் சுந்தரன் எதுவும் செய்யாமல் பாண்டிய மண்ணில் சும்மா இருந்தான். வீரா வேற்று நாடுகளுடன் நட்புறவு ஏற்படுத்திக் கொண்ட நேரத்தில் சுந்தரன் மதுரையில் தேங்கிக் கிடந்தான். அவனது சொந்த வாழ்க்கை கூட மகிழ்ச்சிகரமாக இல்லை. அரண்மனையில் அவன் மாளிகை வீடாக இல்லை. சுனந்தா அவனுடன் பேசிப் பல வருடங்களாகின்றன. அவன் மைந்தனும் சுந்தரனுடன் முகம் கொடுத்துப் பேச மறுக்கிறான்.

உறங்கச் செல்லலாம் என்ற நேரத்தில் வாயிற் காப்போன் சுந்தரன் வருகின்ற சேதியைக் கூறவே மன்னர் படுக்கையிலிருந்து எழுந்தார். சுந்தரனிடம் வேண்டாத நிறையக் குணாதிசயங்கள்

சேர்ந்துவிட்டன, விட்டொழிக்கச் சொன்னால் செவிமடுப்பானா? அவர்கள் பாரம்பரியமான உயர்குடியிலிருந்து வந்தவர்கள், கீழ்மைச் செயல்களில் அவர்கள் மனம் ஈடுபடக் கூடாது. ஆனால் சுந்தரனின் நடவடிக்கைகள் விரும்பத்தக்கனவாக இல்லை. ஒருமுறை நிலத் தீர்வையை வசூலிக்கச் சென்ற சுந்தரன் தகாத வார்த்தைகளைப் பேசி அங்கிருந்த பெண்களிடம் வம்பு செய்து பெரிய கலவரமாகி பஞ்சாயத்து செய்வதற்குள் மன்னருக்குப் போதும் போதும் என்றாகிவிட்டது. ஆனால் வீரா அப்படிக் கிடையாது. அவன் ஒரு சுத்தமான பாண்டிய வீரனின் மரபில் வந்துதித்தவன். நல்லவேளை சுந்தரனின் புதல்வன் அவனைப் போல இல்லாமல் அவன் பெரியப்பன் வீராவைப் போல இருந்தான்.

புளித்த கள்ளின் நெடி மன்னரின் கூடாரத்தைத் துர்நாற்றம் அடிக்கச் செய்தது. குலசேகரனுக்கு அது பெருத்த அவமானமாகத் தெரிந்தது. சுந்தரன் உடனே மன்னருக்குப் பேட்டி அளிக்கவில்லை. நெடுநேரம் சுந்தரன் தன்னைக் காக்க வைத்ததோடு இப்போது புளித்த கள்ளின் நெடி வேறு.

‘ஒருவழியாக அரசர் தனது அன்பு மகனைப் பார்த்துவிட்டார் இல்லையா?’ குரலில் ஓர் அலட்சியம். வார்த்தைகளில் தடுமாற்றம். சுந்தரனின் வினாவில் தொக்கி நின்ற குத்தலும் கேலியும் மன்னர் முகத்தை வாட வைத்தது. நிச்சயம் இது நான் விரும்பியதைப் போன்ற சம்பாஷணையாக அமையப் போவதில்லை. அவன் தொடர்ந்து ஊசி இறக்குவது போலக் குத்தலுடன் பேசிக் கொண்டே போனான். வீராவைச் சென்று சந்தித்தது வீண்செயல் என்றான்.

பொறுமையிழந்த நிலையில் குலசேகரன் வெடித்தார். ‘இந்தப் பாண்டிய ராஜ்ஜியத்தை ஒருவன் பாதுகாக்க முடியும் என்றால் அது வீரன் ஒருவனால்தான் முடியும். உன் சமஸ்தானத்தைக் கள் குடிக்கும், பெண்களுக்கும் நீ விலை பேசினாலும் அதில் வியப்படைய ஒன்றுமில்லை. உன் நலத்திற்காகச் சொல்கிறேன். நீ பேசாமல் வீராவின் கீழ்ப் பணிபுரிவது நல்லது. அப்படிச் செய்வதால் உனக்கு மேலும் பல விஷயங்கள் புரியவரும்.’

சுந்தரன் தன்னால் எத்தனைக் கீழ்த்தரமாக நடந்து கொள்ள முடியுமோ அவ்வளவு கீழ்த்தரமாக நடந்து கொண்டான். குலசேகரனைத் தூக்கியெறியவும் தயங்கப் போவதில்லை என்று மிரட்டினான்.

‘நீங்கள் இருவரும் எனது அத்தனை உரிமைகளையும் பறித்துவிட்டீர்கள். நீங்களும் உங்கள் பரத்தையின் மைந்தனும்.’ பரத்தையின் மகன் என்பதில் கூடுதல் அழுத்தமிருந்தது.

‘நீ தூற்றியவை என் காதில் விழாதது போல என்னால் இருக்க முடியும் சுந்தரா. ஆனால் என்னுடைய மெய்க்காப்பாளர்கள் அவ்வாறு இருப்பார்களா என்பது தெரியாது. இப்போது நினைத்தால் கூட என்னால் உன்னைப் பதவி இழக்கச் செய்ய இயலும். மொந்தைக் குடிகாரனாக உன்னை வீதியில் கொண்டு நிறுத்த முடியும்.’ மன்னர் அமைதியாகக் கூறினார்.

அவரது வார்த்தைகள் சுந்தரனை மேற்கொண்டு எதுவும் செய்யாமல் தடுத்தது. அவனது போதையிலும் தந்தை கூறியது வெறும் மிரட்டல் என்பது புரிந்தது. அவனது உள்ளீடற்ற உலகம் சரியத் தொடங்கியதை உணர்ந்தான். இன்னும் எவ்வளவு காலம் வரை மன்னர் தனது மிரட்டலுக்குச் செயல்வடிவம் கொடுக்கமாட்டார் என்று நம்பிக் கொண்டிருப்பது?

கூடாரத்தின் வாயில் வரை தள்ளாடிச் சென்ற சுந்தரன், ‘வேசிக்குப் பிறந்தவனே, உன்னால் என்னை எதுவும் செய்ய முடியாது.’ சுந்தரனின் சொல்லில் இருந்த மிரட்டல் தொனியை எளிதில் விளங்கிக் கொள்ள முடிந்தது. கூடாரத்தைவிட்டுக் கிளம்பும் முன்னர் ‘நான் மீண்டும் வருவேன்’ என்று கோபமாகக் கூறிவிட்டுச் சென்றான்.

மன்னர் நெடு மூச்செறிந்தார். ஒருவேளை இன்னொரு முறை மதுவருந்திவிட்டு அவன் மீண்டும் வருவான் போல. இன்றிரவு சிவராத்திரிதான்.

சுந்தரன் சீற்றத்துடன் தள்ளாடியபடி தனது இருப்பிடம் சேர்ந்த போது அவனது சிநேகிதர்கள் வேறு ஒரு மனநிலையில் இருந்தனர். மூச்சு முட்டக் குடித்துவிட்டுப் பெரிய விருந்திற்குக் காத்திருந்தனர். அவர்கள் எழுப்பிய உற்சாகக் கூச்சலின் நடுவில் சுந்தரன் சினம் கொண்ட மனதுடன் தனியாக அமர்ந்திருந்தான். அவனைப் பலகாலமாகத் தொந்தரவு செய்து கொண்டிருந்த விஷயம் குறித்துச் சிந்தித்தான். எப்போதும் போல அவனது அச்சமும், தயக்கமும் அவனைத் தடுத்தன.

தனது மனம் போல மன்னர் செயல்படுவார் எனில் அவர் நிச்சயம் வீராவிற்கு மணிமகுடத்தை அளித்துவிட்டுத் தான் ஓய்வெடுக்கச் சென்றுவிடுவார். அது வீராவின் நிலையை ஸ்திரப்படுத்தும்- அப்படி என்றால் அவனுடைய நிலைமை என்னவாகும்?

முடிவாக, தான் என்ன செய்ய வேண்டும் என்று சுந்தரன் நிச்சயித்த போது வானில் நிலவு உதித்துவிட்டது. அவனும் அவனுடைய

நான்கு நெருங்கிய சகாக்களும் மன்னர் இருந்த கூடாரத்தை நோக்கி கைகளில் மறைத்து வைத்திருந்த குறுவாட்களுடன் விரைந்தனர். குடிபோதை அவர்களுடைய முகத்தையும் விசுவாசத்தையும் பொலிவிழக்கச் செய்திருந்தது. மன்னரின் கூடாரத்தின் வெளிவட்டப் பாதுகாப்புத் திண்மையாக இருந்த போதிலும் வாயில் காக்கும் இருவர் அத்தனை கவனத்துடன் இருக்கவில்லை. காவலர் இருவரையும் பின்னம் பக்கமாகப் பிடித்து, அவர்கள் கைகளையும், வாய்களையும் பொத்தி இருவர் மார்பிலும் குறுவாளைப் பாய்ச்சிக் கொன்றனர்.

குலசேகரன் தனது பட்டு மெத்தையில் துயில் கொண்டிருந்தார். சுந்தரனின் சகாக்களில் ஒருவன் குடிபோதையில் நிதானமில்லாமல் மன்னரின் படுக்கைக்கு அருகில் இருந்த முக்காலியில் தடுமாறிக் காலினால் இடரப் போக அதன் மீது இருந்த வெற்றிலை உமிழ் கலம் பெருத்த ஓசையுடன் கீழே விழுந்தது. அடுத்தநொடி மன்னர் விழித்துக் கொண்டார். ஓர் அனிச்சைச் செயலாக இதுவரை இருபது ஆண்டுகளாகப் பயன்படுத்தாத உடைவாளின் மீது அவரது கரம் சென்றது. அந்த இருளில் கூடாரத்திற்கு ஐந்து உருவங்கள் தன்னை நோக்கி வருவதைக் கண்ணுற்றார்.

குலசேகரனுக்குத் தன் கண் எதிரில் காண்பதை நம்ப முடியவில்லை. அந்தக் கூட்டத்தில் சுந்தரனை அடையாளம் கண்டு கொண்டார். நித்திரையின் நடுவில் விழித்துக் கொண்டதால் எழுந்த கோபம் அவர்களது ஆவேசத்தைக் கண்டு அச்சமாக மாறியது. அவர் கரங்கள் நடுங்கிக் கொண்டிருந்தன. எவ்விதப் பாவத்தையும் முகத்தில் வெளிப்படுத்தாத அவரது முகம் பயத்தில் உறைந்து காணப்பட்டது. சுந்தரன் அமைதியாக நின்றான்.

மன்னர் கரகரத்த குரலில் முனகினார். ‘உனக்கு என்ன வேண்டும்? உனக்கு எவ்வளவு துணிச்சல் இருந்தால் முன்னறிவிப்பு இல்லாமல் எனது அறைக்குள் நுழைவாய்?’ என்றார்.

மன்னரின் பின்புறமிருந்து ஒருவன் மின்னல் வேகத்தில் அவரைப் படுக்கையில் மல்லாக்க வீழ்த்த மற்றொருவன் தலையணை ஒன்றை அவர் முகத்தின் மீது வைத்து அழுத்தினான். தலையணைப் பஞ்சின் அழுத்தத்தைத் தாங்காமல் மன்னர் திணறத் தொடங்கினார். தன்னை விடுவித்துக் கொள்ள அந்த அதிர்ஷ்டமற்ற உயிர் திமிறிய போது நான்கு கரங்கள் அவர் உடலை அழுத்திப் பிடித்தன.

குலசேகரன் பலசாலி என்பதால் தனது முதுமையை மீறிப் போராடிக் கொண்டிருந்தார். இரண்டு கொலைபாதகர்களைப் பலம் கொண்ட

மட்டும் உதைத்து வீழ்த்தினார். வேறு இருவர் அவர் மீது பாய்ந்து அவரைத் திமிராமல் அழுத்திப் பிடித்தனர்.

அதன் பிறகு அவரது எதிர்ப்பு மெல்ல மெல்லக் குறையத் தொடங்கியது. பெரிய சாம்ராஜ்ஜியத்தின் மன்னராக இருந்தாலும் அவருக்கும் சுவாசிக்க உயிர்வளி அவசியம் அன்றோ? ஆயிரம் குளவிகள் ரீங்கரிக்கும் ஓசை மன்னர் மயக்கமடையும் வரை அவர் செவிகளில் ஒலித்தது. சுந்தரனும் அவனது சகாக்களும் மன்னர் வீழக் காத்திருந்தனர். மன்னரின் தலை ஒருபுறமாகச் சரிந்தது.

மன்னரின் கடைவாயில் ஒருதுளி குருதி வழியத் தொடங்கியது.

*

கண்ணனூரில் தனக்கு வந்த சேதியை நம்ப முடியாமல் வீரா திகைத்து நின்றான்.

'இளவரசர் சுந்தரனும் அவனது சகாக்களும் மன்னருடைய கூடாரத்திற்குள் அத்துமீறி நுழைந்து..'

தூதுவன் முடிப்பதற்குள் வீரா குறுக்கிட்டு, 'அவன் எங்கிருந்து வந்தான்?' என்று கேட்டான். வீரா வியப்பெய்தினான். தனது சொந்த மண்ணில் இருக்கும் காலத்தில் கூட மன்னரை மரியாதை நிமித்தம் கூட வந்து சந்திக்காத சுந்தரன் எதற்காக அவரைப் பயணத்தின் நடுவில் வந்து சந்திக்க வேண்டும்? சுந்தரன் விபரீதமாக எதுவும் செய்துவிடக் கூடாது என்ற கவலை அவனை வாட்டியது. வயிற்றில் சிறு கலக்கம் பிறந்தது. இப்போது கிளம்பிச் சென்று என்ன நிகழ்கிறது என்பதை அறிவதுதான் உசிதம்.

'மன்னர் தற்சமயம் எங்கு முகாமிட்டுள்ளார்? இங்கிருந்து அந்த இடம் எத்தனை தொலைவில் உள்ளது?' என்று கேட்டறிந்து கொண்டான்.

'ஒருநாளிரவு பொழுதாகும் அங்கு சென்றடைய' என்று மறுமொழி வந்தது.

'நூறு குதிரைப்படை வீரர்களைத் தயாராகச் சொல்லுங்கள்' என்று கட்டளையிட்டுவிட்டு அந்தப்புரம் சென்று தனது பயணம் குறித்த தகவலை ராதிகாவிடம் கூறச் சென்றான்.

எவ்விதப் பரபரப்புமின்றி நூறு குதிரை வீரர்களை நள்ளிரவில் திரட்டுவது என்பது இயலாத செயல் என்பதால் அந்த இரவில்

நகரில் எழுந்த ஆரவாரத்தை அவர்களால் தடுக்க முடியவில்லை. நகரம் முழுவதும் விழித்துக் கொண்டது. விபரீதமாக எதுவோ நடந்திருக்கிறது என்ற அச்சம் அவர்களுக்கு எழுந்தது.

வீராவும் அவன் சகாக்களும் கண்ணனூரைவிட்டுக் கிளம்பிய போது பாதை எங்கும் பனிமூட்டம் மெல்லிய திரையாகப் படர்ந்திருந்தது. அவர்கள் பயணம் கடினமாக இருந்தது. செல்லும் வழிதோறும் அவனது நெஞ்சம் அடித்துக் கொண்டே இருந்தது. மதுரையை நோக்கிச் சென்ற பாதையில் நடமாட்டம் இருப்பதைக் கண்டான். முகாமின் எதிர்ப் பக்கத்திலிருந்து இருபதுக்கும் மேற்பட்ட குதிரைகளில் வீரர்கள் சென்று கொண்டிருந்தனர். அந்தக் குதிரைகளின் குளம்படிகள் கிளப்பிய தூசிப்படலம் பாதையை மறைத்தது.

‘அவர்களைத் தடுத்து நிறுத்தலாமா? நாம்தான் நூறு வீரர்கள் இருக்கிறோமே’ என்று ஓர் உதவிப் படைத்தலைவன் கேட்டான்.

‘வேண்டாம் நேரமில்லை’ என்று வீரா பதற்றத்துடன் கூறினான்.

குதிரை வீரர்கள் பார்த்துக் கொண்டிருக்கும் போதே நிழல் என மறைந்தனர். முகாம் கடும் உறக்கத்தில் ஆழ்ந்திருந்தது. அங்கு நிலவிய மௌனம் காதுகளைச் செவிடாக்கியது. ஒருவேளை நான் எண்ணுவதுதான் தவறோ? என்று எண்ணியபடி குதிரையிலிருந்து குதித்து இறங்கிய வீரா தனது தந்தை தங்கியிருந்த கூடாரம் நோக்கி விரைந்தான். அவன் தனது அமைதி குலைந்து நின்றான். வாயிலில் தயங்கி நின்ற அவன் அங்கு கண்ட காட்சியைக் கண்டு சித்தம் கலங்கி நின்றான். வாயிலில் காவலர்கள் யாருமில்லை. மங்கிய வெளிச்சம் காற்றில் அசையும் ஒரு சிறிய விளக்கிலிருந்து வந்து கொண்டிருந்தது. அவன் கொஞ்சம் தாமதமாக வந்துவிட்டான்.

ஒரே ஒரு நிமிடம் தலையைக் குனிந்தவன் நிமிர்ந்து தந்தையை நோக்கினான். மன்னர் உறங்குவது போலத் தோற்றமளித்தார். கைகளை விரித்துப் படுத்திருந்ததைப் போலத் தோன்றினாலும் அவர் கைகள் தொய்ந்து தொங்கின. கண்கள் இரண்டும் திறந்து கிடந்தன. இதயம் துடிப்பின்றி இருந்தது. புறத்தில் யாரோ தள்ளிவிட்டது போல அவன் தடுமாறினான். கூடாரத்தில் நட்டுவைக்கப்பட்ட கழியைக் கைகளில் பற்றி நிலை தடுமாறாமல் பார்த்துக் கொண்டான்.

குலசேகரன் உடலைத் தொட்டுப் பார்த்தான். சில்லிட்டுப் போகாமல் சற்று உஷ்ணமாகவே இருந்தது. ஒருவேளை அவர்கள்

தவறாகக் கருதிச் சென்றிருக்கலாம். அவன் அந்த உடலைத் தொட்டதும் தலை சரிந்தது. அவர்கள் அனைவருக்கும் பின்புலமாக நின்ற உருவம், ஒரு சாம்ராஜ்ஜியத்தை ஐம்பது ஆண்டுகளுக்கு மேலாகக் கட்டிக் காப்பாற்றிய உருவம் அத்தனை எளிதில் சாய்ந்து விடாது. அவரை அழிக்க முடியாது, மரணம் அவரை நெருங்காது என்று கருதிய அனைவரது நம்பிக்கையையும் ஒரு தலையணை பறித்துவிட்டது. தனது மூதாதையர்களுக்குக் கிட்டியதைப் போன்ற வீர மரணம் அவருக்கு வாளின் மூலம் கிட்டாமல் தலையணைப் பஞ்சினால் கிட்டியிருக்கிறது. பீலியாக இருந்தாலும், பஞ்சாக இருந்தாலும் அதிகமானால் அச்சு முறியத்தானே செய்யும்? ஒரு பெரிய சாம்ராஜ்ஜியத்தின் அச்சு வெறும் பஞ்சால் முறிந்து கிடந்தது.

'வைத்தியருக்குச் சொல்லி அனுப்புங்கள்' என்று ஆணையிட்டான். அதற்குள் முகாம் முழுவதும் விழித்துக் கொண்டுவிட்டது. சிலர் அரசருக்கும் சுந்தரனுக்கும் இடையில் நிகழ்ந்த உரத்த உரையாடலைக் கேட்டு விழித்தனர். மற்றவர்கள் அவர்களது படை அங்கிருந்து சென்ற ஒலியைக் கேட்டுக் கண் விழித்தனர். கைது பண்ணத்தான் கூப்பிடுகிறார்கள் என்பதைப் போல வைத்தியர் அலறிப் புடைத்துக் கொண்டு வந்தார்.

மாண்டு கிடக்கும் மன்னரின் மீதிருந்து வீரா தன் பார்வையை விலக்கினான். அவர் பார்வையில் மீதமிருந்த திகில் சாவின் போது அவர் திணறியதைப் பிரதிபலித்தது. சினம், சீற்றம், கொதிப்பு போன்றவையும் அந்தக் கண்களில் தெரிந்தனவே அன்றி அச்சம் எதுவும் தெரியவில்லை. எனவே பாண்டிய மண்டலத்தின் மிகச் சிறந்த மன்னர்களில் ஒருவரான அவனது தந்தை இறக்கும் போது திணறியிருக்கிறாரே அன்றி அச்சம் கொண்டு இறக்கவில்லை. இறந்த பின்பு இயங்க மறுத்த கண் இரப்பைகளை வைத்தியர் மூடினார்.

அரசிக்குத் தகவல் போனது. தாளமுடியாத துயருடன் ஓடி வந்த பட்டமகிஷி இறந்து கிடக்கும் தனது கணவனின் சடலத்தின் மீது விழுந்து புரண்டு ஒப்பாரி வைத்து அழுதாள்.

'சுந்தரன் உடன் இருந்தானே..' என்று சொல்ல ஆரம்பித்தவள் தனது வார்த்தைகளை விழுங்கிக் கொண்டாள்.

வீரா அவளைக் கட்டாயப்படுத்தும் தொனியில், 'அவர்கள் நடுவில் வாக்குவாதம் நிகழ்ந்ததா?' என்று கேட்டான்.

தனது கண்களிலிருந்து வற்றாத அருவியென வழியும் கண்ணீரைத் தடுக்க இயலாத அரசியார் தலையசைக்க மட்டும் செய்தார்.

வீரா விரைந்து செயல்படத் துவங்கினான். மருத்துவரிடம் மன்னரின் இறப்பிற்கான காரணத்தைக் கேட்டான். அவனுக்குக் காரணம் தெரியாமல் இல்லை என்றாலும் அதனை மருத்துவர் வாயிலிருந்து உறுதிப்படுத்திக் கொள்ள விரும்பினான்.

அனைவருக்கும் மன்னர் இயற்கையாக மரணத்தைத் தழுவினார் என்பதைக் கேட்பதற்கே அவாவாக இருந்தது. ஆனால் மருத்துவர், 'மன்னிக்க வேண்டும் அரசே! மன்னர் மூச்சுத் திணறல் ஏற்பட்டு இறந்திருக்கிறார். அவரது சுவாசத்தை யாரோ வலுக்கட்டாயமாகத் தடுத்திருக்கிறார்கள். அதற்கான தடயங்கள் தென்படுகின்றன' என்றார்.

அப்போது வீராவின் குதிரைப்படை வீரன் ஒருவன் உள்ளே நுழைந்தான். 'மாட்சிமை பொருந்திய மன்னர் வாழ்க. நாங்கள் துரத்திச் செல்லும் போது எங்களுக்கு முன்னால் தப்பி ஓடிய குதிரை வீரர்களில் ஒருவன் புரவியிலிருந்து தவறி விழுந்து தனது கால்களை உடைத்துக் கொண்டுவிட்டான். அவனை நாங்கள் சிறைபிடித்து வைத்துள்ளோம்' என்று தகவலளித்தான்.

சிறை பிடிக்கப்பட்ட அந்தக் குதிரை வீரனை அழைத்து வர வீரா உத்தரவு பிறப்பித்தான். பரிதாபத்துக்குரிய அந்த வீரன் ஏற்கெனவே அதிகாரிகளிடம் பதில் கேட்டு அடி வாங்கித் துவண்டு போயிருந்தான். வீரா அவனிடம் உண்மையைக் கூறுமாறு வற்புறுத்தியும் அவன் வாய் திறக்கவில்லை. கூடாரத்திற்கு வந்து கொண்டிருக்கும் போது அவர்கள் சந்தித்த குதிரை வீரர்கள் சுந்தரனும் அவனது படை வீரர்களுமாகத்தான் இருக்க வேண்டும். வினையாற்றிவிட்டுத் திரும்பிச் சென்றிருக்க வேண்டும்.

வீரா, ராணியின் பக்கம் திரும்பினான். அவளை நேருக்கு நேர் எதிர்கொள்ள விரும்பினான். ஏன் எனில் அவன் தனது வாழ்நாள் முழுவதும் அரசியாரை ஐந்தாம் படையைச் சேர்ந்தவர் என்றே எண்ணிக் கொண்டிருந்தான். அரசியார் மன்னரின் சாவுக்கு ஒருவேளை காரணமாக இருக்கக் கூடுமோ? ஆனால் அவரது முகத்தில் மண்டிக் கிடந்த வருத்தத்தைக் கண்ணுற்ற வீரா சற்று மென்மையாக 'அன்னையே! நீங்கள் இப்போது மதுரைக்குச் செல்வது உசிதமானது. நான் உங்களைத் தக்க பாதுகாப்புடன் அனுப்பி வைக்கிறேன்' என்று கூறினான்.

அரசியார் அவனை நன்றியுடன் பார்த்தார். 'நான் போக விருப்பப்படவில்லை. எனினும் மாண்புமிக்க இளவரசரே! நீங்கள் நம்பினாலும் நம்பாவிடினும் நான் ஒன்று கூறிக் கொள்ளப்

பிரியப்படுகிறேன். எனக்கும் இந்தக் கொடூரக் கொலைக்கும் எவ்விதத் தொடர்புமில்லை. இதை நிரூபிக்க எனக்கு என் உயிரினும் மேலான கணவனுடன் உடன்கட்டை ஏறுவதைத் தவிர வேறு வழி தெரியவில்லை' என்றார்.

'அதைப் பற்றிப் பிறகு முடிவெடுக்கலாம்' என்று ரத்தினச் சுருக்கமாக வீரா பதிலளித்துவிட்டு வெளியேறினான்.

*

மன்னரின் உடல் அரசு மரியாதையுடன் பொதுமக்களின் பார்வைக்கு வைக்கப்பட்டிருந்தது. பலவிதமான குடிமக்கள் வந்து ஆற்றாமையினால் வீராவின் கரங்களைப் பற்றி ஆறுதல் கூறினர். அவர்கள் நடுவில் ஒருவரை வீரா அடையாளம் கண்டு கொண்டான். அவர் கடைக்கண் அசைவின் மூலம் வந்திருப்பது ஒற்றர் படைத்தலைவர் வீரசேகரன் என்பது தெரிந்தது. அவர் மன்னருடன் கண்ணனூர் வரை உடன் வந்தவர். ஆனால் அரசப் பரிவாரங்களுடன் கண்ணனூரில் தங்கியிருக்காமல் மதுரை திரும்பிவிட்டார். தற்சமயம் நிகழ்ந்த கொடூரத்தைக் கேள்விப்பட்டுக் கண்களில் நீர் மல்க வீராவின் முன்பு வந்து நின்றார்.

வீரசேகரன் குனிந்து வீராவின் செவிகளுக்கு மட்டும் எட்டும் வண்ணம், 'சுந்தரன் அவசர அவசரமாக மதுரை சென்றுவிட்டார். இந்த வாரத்தில் ஒருநாள் மதுரை மீனாட்சியம்மன் கோயிலில் அவசர அவசரமாக முடிசூட்டிக் கொள்ள இருக்கிறார்' என்ற தகவலைக் கூறினார்.

வீராவிற்குக் குழப்பமானது. மூளையைச் சுற்றிப் புகை மூட்டமாகிச் சுற்றுச் சூழல் அவன் பார்வையிலிருந்து நழுவுவதைப் போலத் தோன்றியது. அவனது தடுமாற்றத்தைக் கண்கள் விரியக் கண்ணுற்ற ஒற்றர் படைத்தலைவன் இளவரசரை சரிந்துவிடாமல் தாங்கிப் பிடித்தார். அவரது வியர்வை வழியும் மணிக்கட்டுகளைப் பற்றி வீரா ஒருவாறு கீழே விழாமல் நிலைபெற்றான். இப்போதே கிளம்பி மதுரை நகர் அடைவதைத் தவிர அவனுக்கு வேறு வழி கிடையாது. மற்ற அனைத்துமே அவனுக்கு முக்கியமில்லாமல் போனது. உள்நாட்டுக் கலகங்கள் ஏற்படுத்தும் நாசத்தை அவன் மறக்கவில்லை. மதுரையில் எவன் ஒருவன் முடிசூடிக் கொள்கிறானோ அவன்தான் பாண்டிய மண்டலத்தின் அதிபதியாக அறியப்படுவான். இது வீராவிற்கு நன்கு தெரியும். மதுரை, மக்களின் மனதில் அப்படி ஓர் இடத்தைப் பெற்றுள்ளது. அவனுக்கு இன்னும்

போதிய கால அவகாசம் உள்ளது. விரைந்து மதுரை சென்று சுந்தரனை முடிசூட்டிக் கொள்வதிலிருந்து தடுப்பதற்கு.

அவன் மீது போர் தொடுப்பதைத் தவிர வேறுவழியில்லை. வீரா எண்ணினான். அவன் ஒருவனால்தான் சுந்தரனின் திட்டத்தை முறியடிக்க முடியும். தனக்கு அப்போதிருந்த ஆற்றல் முழுவதையும் ஒன்று திரட்டி 'அவனைத் தடுத்து நிறுத்தியாக வேண்டும்' என்று மெதுவாக ஒற்றர் படைத்தலைவர் காதைக் கடித்தான்.

அந்த சமயத்தில் சுந்தரன் ஒருவன்தான் மதுரை முத்து மகுடத்திற்கு உரியமுறையில் பிறந்த வாரிசு. காலம் தாழ்ந்தால் மதுரைக் கருவூலத்தைச் சுந்தரனின் கறைபடிந்த கரங்கள் பற்றிவிடும். சுற்றிலும் வேட்டை நாய்கள் சூழ்ந்த வனத்தில் தான் ஒரு பொறியில் அகப்பட்ட சிறு முயல் போல வீரா உணர்ந்தான்.

இளவரசரின் முகத்தில் கொந்தளித்த கோபத்தைக் கண்ட ஒற்றர் படைத்தலைவன், 'இதுகாறும் உங்களை விலக்கியே வைத்திருந்த மன்னர் மரணப்படுக்கையில் உங்களுக்கான அங்கீகாரத்தை அளித்திருக்கிறார் என்பதை மறந்துவிட வேண்டாம் இளவரசரே' என்று கூறினார்.

வீராவிற்கு அப்போதுதான் சுந்தரனுக்குக் கிட்டாத பாக்கியம் தனக்குக் கிட்டியது உறைத்தது. எந்த மகன் தனது தந்தைக்கு ஈமக் கிரியைகளைப் புரிகிறானோ அவனே அவரது புதல்வனாகக் குடிமக்கள் நடுவில் ஏற்றுக்கொள்ளப்படுவான். சற்று முன்னர் தான் மதுரைக்கு விரைய வேண்டும் என்று எண்ணிய தன் அறிவீனத்தை உணர்ந்தான்.

தன்னை நல்வழிப்படுத்திய வீரசேகரனுக்கு இணக்கமாக ஒரு சிறு புன்னகை புரிந்துவிட்டு, 'நமது நிகழ்ச்சி நிரலின் முதல் எது?' என்று கேட்டான்.

'மன்னரின் ஈமக்கிரியைகளில் முதலில் கவனம் செலுத்துவோம். தங்களின் தந்தைக்கு ஆற்றக் கூடிய ஒப்பற்ற செயல் இது என்பதைத் தெரிந்து கொள்ளுங்கள்' என்றார் ஒற்றர் படைத்தலைவர்.

ஈமக்கிரியைகள் செய்வது ஒன்றுதான் அவனுக்கு அவர் மீது இருக்கும் இறுதி உரிமை என்பதனை வீரா அறிந்திருந்தான். தீர்க்க முடியாத கடன் அல்லவா அது? தனது தாயார் தாராவை முறைப்படி மணக்காமல் அரசர் தனது உரிமைகளை இதுகாறும் பறித்து வந்தார். மன்னர் தனது மரணத்தின் மூலம் அவர் விதித்திருந்த தடைகளை உடைத்தெறிந்துவிட்டார். இது வீராவிற்கு சற்று சமாதானமளித்தது.

அனைவரின் செவிகளில் விழும் வண்ணம் வீரா, 'நான் எனது கடமைகளை முதலில் ஆற்ற இருக்கிறேன். எனது தந்தையும் பாண்டிய மன்னருமான குலசேகரர் ஒருவர்தான் பாண்டிய மன்னர் வரிசையில் நீண்ட காலம் முடியாட்சி புரிந்தவர் என்ற பெருமைக்குரியவர். தனது பாண்டிய ராஜ்ஜியத்தில் செவ்வனே கடமையாற்றிய மன்னருக்கு ஓய்வு தேவைப்படுகிறது. சற்றும் ஓய்வடையாத ஓய்வு. அவருடைய இறுதிச் சடங்குகள் எவ்விதக் குறைபாடுமின்றி செவ்வனே நடத்தப்படும் என்பதை அறிவித்துக் கொள்கிறேன்' என்று கூறினான்.

மௌனமாக மனதிற்குள் சபதமெடுத்துக் கொண்டான். இது முடியட்டும் அந்தக் கீழ்மகனை உலகின் எந்த மூலையில் இருந்தாலும் சிறை செய்து வருவேன்.

இறந்த மன்னர்களின் உடல் வேற்றுப் பிரதேசத்தில் இருக்குமானால் தைலம், மூலிகைச் சாறு, தேன் முதலியவற்றைத் தடவி தலைநகரம் கொண்டு வருவது அரசகுல மரபு. ஆனால் வீரா தனது தந்தை காவிரிக்கரையின் ஓரத்தில் சாந்தியடையட்டும் என்று எண்ணியதால் ஈமக் கிரியைகளை அங்கேயே நடத்துவதற்கு ஏற்பாடுகளைச் செய்தான். மதுரை நகரத்தைத் தனது இரும்புக்கரம் கொண்டு அரசாண்ட ஒரு மன்னர் பிதுர் துரோகம் என்ற கொடிய செயலுக்கு ஆளாகி மதுரைக்குக் கொண்டு செல்லப்படுவதை ஒருக்காலும் விரும்பமாட்டார்.

மன்னரின் உடல் நீராட்டப்பட்டுப் புத்தாடை அணிவிக்கப்பட்டது. உடலெங்கும் சந்தனக் குழம்பு பூசப்பட்டது. உடல் மீது மலர்மாலைகள் அலங்கரித்தன. உடல் மூங்கில்களால் ஆன தென்னங்கீற்றுப் பாடையில் வைக்கப்பட்டு இடுகாடு நோக்கி எடுத்துச் செல்லப்பட்டது. பெண்கள் காடு செல்ல அனுமதிக்கப்படவில்லை. உள்ளூர்க் குடிமக்கள் முகத்தில் அச்சத்தின் மெல்லிய திரையுடன் இறுதிச் சடங்கிற்கு வந்திருந்தனர். நகரம் முழுவதும் வதந்தி ஒன்று உலாவிக் கொண்டிருந்தது. மன்னர் இறப்பதற்குச் சற்று முன்பாக இரு இளவரசர்களில் ஒருவர் மதுரை நோக்கி விரைந்திருப்பது எரியும் நெருப்பில் நெய் வார்த்தது போல மக்கள் மனங்களில் உள்நாட்டுக் கலகம் நிகழ்வதற்கான வாய்ப்பை நினைவூட்டியது.

ஆற்றங்கரை ஓரத்தில் சிதை அமைக்கப்பட்டிருந்தது. சந்தன மரக்கட்டைகளால் அமைக்கப்பட்டிருந்த சிதை ஒரு படுக்கையைப் போலவே தோன்றியது. மன்னரின் உடலை அதன் மீது கிடத்தி

அதன் மீது சந்தனக் கட்டைகளை அடுக்கினார்கள். இப்போது மன்னரின் உடலில் முகம் மட்டுமே பார்வைக்குத் தெரிந்தது. வீராவின் முகத்தில் ஆழ்ந்த வருத்தம். இன்னும் சற்று நேரத்தில் அந்த முகமும் கூடப் பசுஞ்சாண எருவாட்டியால் மூடப்பட்டுவிடும்.

'இறுதியாக மன்னர் முகத்தைப் பார்க்க விழைபவர்கள் பார்க்க வரலாம்' என்று வீரா கூறினான்.

அனைவர் முகத்திலும் கண்ணீர் கோடு போட்டுக் கொண்டிருக்க வீரா மட்டும் கலங்காது நின்றான். முன்பு ஒருமுறை அக்ஷயன் தங்கள் கிராமத்தில் நிகழ்ந்த ஓர் ஈமக்கிரியை குறித்து நகையுடன் கூறிய சேதி நினைவிற்கு வந்தது. அவர்கள் ஊரில் இறந்து போன அந்த மனிதர் ஊரிலேயே மிகப்பெரிய செல்வந்தராம். அதனால் அனைவரும் கதறி அழுதனராம். ஆனால் ஒரு மனிதரின் அழுகை ஒலி மற்ற அனைவரைவிடவும் உரத்துக் கேட்கவே அக்ஷயன் அவனிடம் சென்று, 'இறந்த செல்வந்தர் உங்களுக்கு நெருங்கிய உறவா?' என்று கேட்டானாம். அதற்கு அந்த மனிதன், 'இல்லை அதுதான் என் அழுகைக்குக் காரணம்' என்றானாம்.

வீரா முணுமுணுத்தான். 'அக்ஷயா, அன்று நீ சொன்னதில் உண்மை இல்லை. என் தந்தைக்கு என்னைவிட நெருங்கிய உறவு எவரும் இருக்க முடியாது என்றபோதிலும் எனக்கு அழத் தோன்றவில்லை இப்போது.'

வீரா நதிக்கரையோரம் குத்துக்காலிட்டு அமர்ந்திருந்தான். நாவிதன் ஒருவன் அவனுடைய தலை மயிர், மீசை மயிர் ஆகியவற்றை மழித்துக் கொண்டிருந்தான். கூர்மையான கத்தி அவனது சிகையை மழித்துக் கொண்டிருந்த நேரத்தில் கூட அவன் மனம் மதுரைக்குச் சென்று எவ்வாறு ஆட்சியைக் கைப்பற்றுவது என்பதிலேயே கவனமாக இருந்தது. அவன் கையில் மண் சட்டி ஒன்றில் நீர் பிடித்துச் சிதையை மும்முறை வலம் வரச் சொன்னார்கள். ஒரு சிறு உளியால் ஒருவன் அந்தப் பானையில் சிறு துவாரம் ஒன்றை ஏற்படுத்தினான். வீரா அந்த சட்டியுடன் வலம் வந்த போது வாழ்க்கை நிலையாமையை அறிவிக்கும் விதமாகப் பானையிலிருந்து நீர் வெளியேறிக் கொண்டிருந்தது. அவனுக்குத் தெரியும் அவன் தந்தை தனக்கு ஒரு கம்பீரமான சிதையே எதிர்பார்த்திருப்பார். அவரது அந்திமப் பயணத்தைத் தனது கண்ணீரால் ஈரப்படுத்த அவன் விழையவில்லை.

'சூரியன் உனது விழிகளை வாங்கிக் கொள்ளட்டும்
வாயு உனது சுவாசத்தை வாங்கிக் கொள்ளட்டும்

ஆகாயமும், பிருத்வியும் உனது
எஞ்சிய பாகங்களைப் பெற்றுக் கொள்ளட்டும்
பழைய பாதையை மறந்து வா
மோட்ச உலகின் உயரத்தில்
உனது பிதுர்களுடன் நீ இணைவாய்
உனது மாசுகளை உதிர்த்துவிட்டு
நமது இணையற்ற பரம்பொருளுடன் இணைய
வீடு பேற்றை அடைவாய்.'

ரிக் வேதத்திலிருந்து மந்திரங்கள் முழங்கப்பட்டன. வீராவின் கையில் எரியூட்டப்பட்ட நெய்ப்பந்தம் ஒன்று கொடுக்கப்பட்டது. அவன் அந்தச் சிதையின் கால்மாட்டில் வைக்கப்பட்டிருந்த கற்பூரக் கட்டியின் மீது நெருப்பு வைத்துவிட்டுத் திரும்பிப் பாராமல் நடந்தான். முழுவதும் சிதை எரியூட்டப்பட்டதும் அக்னிக்கான வேத மந்திரங்கள் ஒலிக்கப்பட்டன.

'ஓ! அக்னி அவனை முற்றிலும் எரித்துவிடாதே.

அவனை அவன் பிதுர்களுடன் சேர்த்துவிடு.'

அக்னி கொழுந்துவிட்டு எரியத் தொடங்கியதும் இறுதி மந்திரம் ப்ருத்வி மீது கூறப்பட்டது.

'அன்னை பூமியே இவனை அணைத்துக் கொள்

ஒரு தாய் தன் புதல்வனைத் தழுவது போல

நீ இவனை அணைத்துக் கொள்.'

காற்றின் வேகத்தால் தீயின் நாக்குகள் பெருகத் தொடங்கின. அந்தி வேளையின் மங்கிய ஒளியில் சிதையின் நெருப்பு இருளை விலக்கி உஷ்ண அலைகளுடன் களிநடம் புரிந்து கொண்டிருந்தது. இரண்டு மணிநேரம் சென்றால்தான் அக்னி அடங்கித் தழல் தணியத் தொடங்கும்.

ஆனால் அப்போது சிதை நெருப்புக்குப் பின்னால் தெரிந்த பூமி தழலுடன் சேர்ந்து ஆடுவது போல மாயத் தோற்றமளித்தது. அந்தக் கானல் தோற்றம் நடக்க இருக்கும் நிகழ்வுகளைக் குலசேகரனே தனது காதில் ஓதுவது போல அவனுக்குத் தெரிந்தது. அதன் பொருள் வாழ்க்கை இனிமேல் முன்பு போல இராது என்பதாகும்.

*

வீரா ஈமச் சடங்குகள் முடியும் காலம் வரை காத்திருந்தான். ஒருவாரம் நகர்ந்தது. ஒவ்வொரு நாளும் ஊழிக்காலம் போலத் தெரிந்தது. அவனுடைய நாள் மூன்று பகுதிகளாகப் பிரிந்து கிடந்தது. காலை முழுவதும் ஈமச் சடங்குகள். மாலையில் அவனது அரசு அதிகாரிகளுடன் அரசியல் குறித்த உரையாடல்கள், திட்டமிடல் எல்லாம். இரவு ராதிகாவுடன் அரண்மனை விவகாரங்கள் குறித்த சம்பாஷணை.

ஒற்றர் படைத்தலைவன் வீரசேகரனின் யோசனையின் படி வேறு வழியின்றி சுந்தரனுடன் இணக்கமாகச் சென்று நாட்டை இரண்டாகப் பிரிப்பது நல்லது என்று தோன்றியது. பல நாடுகளிலும் தேசங்களிலும் இம்முறை பின்பற்றப்பட்டிருக்கிறது என்பதால் அதற்கான பேச்சு வார்த்தைகளைத் தொடங்குவது உத்தமம் என்று ஒற்றர் தலைவர் கூறினார்.

வீரா தனது மனதைச் சமாதானப்படுத்திக் கொண்டான். அவன் கரங்கள் வாள் ஏந்தத் துடித்தன. இனி அவன் முறை தவறிப் பிறந்தவன் இல்லை. ஜம்பு த்வீபத்தின் மிகப் பெரிய ராஜ்ஜியமான பாண்டியப் பேரரசின் தனிப்பெரும் வாரிசு. இனி எவரும் தன்னுடன் போட்டியிட முடியாது. ஏற்கெனவே சுந்தரன் தனது காதலியையும், தனது புதல்வனையும் தனதாக்கிக் கொண்டிருக்கிறான். அவனை மேலும் பாண்டிய பேரரசின் அரியணையைக் கைப்பற்றவிடக் கூடாது. மதுரை இரண்டு அரசர்களை ஏற்றுக்கொள்ளும் அளவிற்குப் பெரிய மண்டலம் கிடையாது.

படைத்தலைவர்களுடன் மேற்கொண்ட பேச்சு வார்த்தைகள் சற்று ஆறுதலை அளித்தன. வீரா வாளை எடுத்துக் கொண்டு மதுரையை நோக்கி உடனடியாகச் செல்ல வேண்டிய நிர்ப்பந்தம் அப்போது இல்லை என்பது விளங்கியது. மேலும் விரிவான சுற்றுக்களில் வீரசேகரனுடனும் ஏனைய அதிகாரிகளுடனும் நிகழ்த்திய பேச்சுவார்த்தைகள் வீராவின் நிலை எத்தனை மோசமாக இருந்தது என்பதைக் காட்டியது.

வீராவிற்கு மிகவும் விசுவாசமாக இருக்கும் பகுதிகள் அனைத்தும் மதுரைக்குத் தெற்கில்தான் இருந்தன. அங்கெல்லாம் தூது குழு அனுப்பி அவர்கள் ஆதரவை நாட வேண்டும். நட்பு நாடுகளுடன் மேலும் சமாதானத்தை உறுதிப்படுத்த வேண்டும்.

சுந்தரனுக்கு மேலும் ஒரு சாதகமான விஷயம் இருந்தது. மதுரை நகரில்தான் அளப்பரிய செல்வக் குவியல் உள்ளது. அந்தப் பொக்கிஷத்தைக் கொண்டு ஒரு பெரிய முற்றுகையை மேற்கொள்ளவும் முடியும், ஒரு முற்றுகையை முறியடிக்கவும்

முடியும். மதுரையின் செல்வ வளம் முழுவதும் மண்ணில் ஒரு நிலவறையில் புதையுண்டு கிடந்தது. மாளிகையின் ரகசியப் பாதை ஒன்று அந்த நிலவறைக்கு இட்டுச் செல்லும் வண்ணம் அமைந்திருந்தது. அப்படி ஒரு பொக்கிஷ மாளிகை இருப்பதே வீராவிற்கு முடிசூட்டப்பட்டப் பின்புதான் தெரிவிக்கப்பட்டது.

அந்த நிலவறையின் தாழ்வாரத்திற்குச் செல்லும் வழி ஈரமாக இருந்தது. சுவர்கள் எங்கும் நீர் கசிந்திருந்தது. தாழ்வாரம் முடியும் இடத்தில் பெரிய அறை ஒன்று இருந்தது. விளக்குகள் ஏற்றப்படும் வரையில் வீரா அந்த அறையில் பாறைகளைப் பாளம் பாளமாக அடுக்கி வைக்கப்பட்டிருப்பதாக எண்ணிக் கொண்டிருந்தான். விளக்கேற்றப்பட்டதும் அந்தப் பாறைகள் மினுங்கத் தொடங்கின. ஒளிரத் தொடங்கின. அவை வெறும் கற்பாளங்கள் இல்லை அத்தனையும் தங்கப் பாளங்கள். பொன்னை உருக்கிப் பாளம் பாளமாக மாற்றப்பட்டு இரண்டு சதாப்தங்களாக அந்த நிலவறையில் பாதுகாக்கப்பட்டு வருகிறது.

வீராவின் இதயம் வலித்தது. அவனுடைய நீண்ட இரவுகள் உறக்கமின்றிக் கழிந்தது. கீழை வானமெங்கும் கார் மேகங்கள் சூழ்ந்து அவன் விடியல் வெளிச்சமின்றி இருந்தது. ஆயினும் கருமேகங்களின் ஓரங்களில் வெள்ளி இழைகள் மின்னிக் கொண்டிருந்தன. முதல் நற்செய்தி மீனாட்சி கோயிலிலிருந்து வந்தது. தலைமை பட்டர் தந்தையின் பதினாறு நாள் ஈமச் சடங்குகள் முடியாமல் சுந்தரனைக் கோயிலுக்குள் அனுமதிக்க மறுத்துவிட்டார் என்பதுதான்.

சற்றும் ஏமாற்றமடையாத சுந்தரன் அரசவையில் சென்று முடிசூட்டிக் கொண்டான்.

மதுரையின் அடுத்த வாரிசு என்ற முறையில் சுந்தரனின் மீது வீராவிற்கு என்று தனிப்பட்ட ஐயப்பாடுகள் இருந்தன. வழக்கம் போல ராதிகாவின் சொல்லே இறுதியாக இருந்தது. அவன் அவளிடம், ‘உள்நாட்டுப் போர் ஒன்று மதுரையில் ஏற்படுமாயின் மதுரை மக்கள் யார் பின்னால் நிற்பார்கள்?’ என்று கேட்டான்.

‘இதிலென்ன சந்தேகம்? சுந்தரனின் பின்னால்தான்..’

‘எதற்காக?’ என்று மிரட்டும் தொனியில் கேட்டான்.

‘ஏன் என்றால் நீங்கள் அவர்களைச் சிறை பிடித்துவிடுவீர்கள் என்ற பயம் காரணமாக இருக்கும்’ என்று தூண்டில் போடுவது போல ஒரு சிரிப்பை உதிர்த்தாள்.

*

அனைத்துச் சடங்குகளும் முற்றிலும் முடிந்த பின்னர் வீரா கிளம்புவதற்கு ஆயத்தமானான். அவன் தளபதிகள் படைகளைத் திரட்டிக் கொண்டு விரைவில் மதுரைக்கு ஒரு முற்றுகைக்குக் கிளம்பத் தயாரானார்கள். வெறும் ஐயாயிரம் படை வீரர்களுடன் சுந்தரனுக்கு ஓர் அற்ப மன மகிழ்ச்சியைத் தூண்டிவிடும் முகமாக அழைத்துச் சென்றான். அத்தனை சிறிய படை மதுரை போன்ற பெருநகரங்களை முற்றுகையிடப் போதாது என்ற நினைப்பு சுந்தரனுக்கு ஏற்படும். மதுரை நகரவாசிகளுக்கு இப்படி ஒரு முற்றுகை தங்கள் நகரை நோக்கி வருவது தெரியாது என்பதால் நகரில் உள்ளோரைத் தேர்வு செய்து கலகம் விளைவிக்க ஏற்பாடு செய்ய வேண்டியிருக்கும். அவன் கணக்குத் தவறவில்லை என்றால் ஒரு சொட்டு ரத்தம் கூடச் சிந்தாமல் வெற்றியைத் தக்க வைத்துக் கொள்ள முடியும்.

மதுரையை நோக்கிப் போடப்பட்டிருந்த பாதை செம்மண்ணும் சரளைக் கற்களும் கலந்து போடப்பட்டிருந்தது. மழை பெய்திருந்ததால் பாதை எங்கும் செந்நிறச் சகதி ரத்தம் போலத் தோன்றியது. போர்க்களங்களில் தரை இதுபோலத்தான் சிவந்து காணப்படும். அவர்கள் பயணத்தின் போது வீரா என்ன நிகழுமோ என்று சிந்தித்துக் கொண்டே சென்றான்.

சுந்தரன் அவர்களைப் பாதி வழியில் சந்திக்க வருவானா? நிச்சயம் மாட்டான். மதுரை நகரம் பாண்டியப் பேரரசின் இதயமாகும். என்ன நேர்ந்தாலும் அது அவனுடைய கைப்பிடிக்குள் இருக்க வேண்டும்.

தூரத்தில் மதுரை நகரத்தின் கோயில் கோபுரங்கள் கண்ணில் தென்படத் தொடங்கின. வைகையாறு மதுரை நகரைச் சுற்றி மாலை போல ஓடிக் கொண்டிருந்தது. பழகிய வானம் தூரத்தில் தோன்றியதும் வீராவிற்கு ஓர் ஏக்கம் பிறந்தது. அதேநேரம் இது தனது உரிமை என்ற நினைப்பும் தோன்றியது. இதுவரையில் அவன் சொந்தப் பூமியில் முற்றுகை நிகழ்த்துவோம் என்று கனவிலும் எண்ணியிருக்கவில்லை.

மதுரை மாடத்திலிருந்து சுந்தரன் ஒரு சிறிய படை மதுரையை நோக்கி வருவதைக் கண்ணுற்றான். வீராவைவிட அவன் குதிரையைத்தான் சுந்தரன் முதலில் அடையாளம் கண்டு கொண்டான். எவனைக் கொல்ல வேண்டும் என்று கருதியிருந்தானோ அவனை வெறித்துப் பார்த்தபடி நின்றான்.

‘என்ன இது.. வெறும் ஐயாயிரம் படை வீரர்கள் கூட இருக்காத ஒரு சின்னஞ்சிறிய படையை வைத்துக் கொண்டு வீராவால் எதனைச்

சாதிக்க இயலும்? மதுரையைக் கைப்பற்ற வேண்டுமாயின் இதனைவிடப் பத்துமடங்கு வீரர்கள் இருந்தால்தான் முடியும். வீராவிற்குத் தன்னை அச்சுறுத்துவது ஒன்றுதான் நோக்கமென்றால் பாவம் இந்தச் சிறிய படையை வைத்துக் கொண்டு என்ன செய்வான்?' தனக்குத் தானே முணுமுணுத்துக் கொண்டாலும் தனது சகாக்களுக்கும் கேட்கட்டும் என்று சற்றுப் பலமாக முனகினான்.

வீரா மதுரைக் கோட்டையின் மதிலுக்கு அந்தப் பக்கம் சற்றுப் பாதுகாப்பாகக் கூடாரங்களை அமைத்துக் கொண்டான். இரவு உணவிற்குப் பின்னர் அவன் வெளியில் உலா வந்து இருளில் ஊடுருவி மதுரை நகரைப் பார்வையிட்டான். பிள்ளை நிலவின் ஒளியில் மதுரை நகரம் வெள்ளிப்பிழம்பாக ஒளிர்ந்தது. அவனது மாளிகையைக் கண்ணுற்றதும் அவன் நினைவுகள் மரத்துப் போனது போலானது.

மதுரா தேவியை மறந்துவிட்டு எவ்வாறு அவன் வேறு ஒரு தலைநகர் தேடிச் செல்லலாம்? மதுரா தேவி அவனது உயிர்; மதுரா தேவி அவனுடைய நினைவுகளை ஏந்தி நிற்கும் தங்கப்பேழை. இப்போது அந்த மதுரா தேவியை நோக்கிப் படையெடுப்பது என்பது சொந்த மனைவியையே வன்புணர்வு செய்வது போல இருந்தது.

அவன் அப்படி ஒரு சிந்தையை ஒதுக்கித் தள்ள முயற்சித்தான். இல்லை எனில் அந்த நினைவு அவனை அடியோடு அழித்துவிடும். மனதில் நேர்மறை எண்ணங்களைக் கொண்டு வர முயன்றான். மதுரைக்கு யார் தலைமை ஏற்கிறார்களோ அவனால் மட்டும்தான் பாண்டிய தேசத்தைக் கட்டுக்குள் வைத்துக் கொள்ள இயலும், அவனுக்குத்தான் மதுரை மீனாட்சியம்மன் கோயிலின் முதல் மரியாதை, பரிவட்டம் எல்லாம். பொக்கிஷ நிலவறையின் திறவுகோல் அவன் கையில்தான் ஒப்படைக்கப்படும். ஆனால் இவையெல்லாம் எளிதில் நிறைவேறப் போவதில்லை. குறைந்தது ஆயிரம் வீரர்களின் சடலங்களின் மேல் ஏறிச் சென்ற பின்தான் நிறைவேறும் போல. மதுரையை முற்றுகையிடுவதில் அர்த்தமே இல்லைதான். மதுரையைச் சுற்றி இருமருங்கிலும் ஓடும் வையை என்னும் பொய்யாக் குலக்கொடி ஓடுவதால் கோட்டைக்குள் இருப்பவர்களுக்கு அந்த நதியே ஓர் இயற்கை அரணாக அமைந்துள்ளது.

அதே நேரத்தில் சுந்தரன் முகத்தில் வெற்றிக் கனியை அப்போதே பறித்துவிட்டது போல ஒரு மந்தகாசம் தவழ்ந்தது. அன்றைய இரவு

வெற்றிக் களிப்புடன் கூடிய தடையற்ற அமைதியான உறக்கம் அவனைத் தழுவியது. அங்கே சுந்தரன் குறட்டைவிட்டுக் கொண்டிருக்க வீரா முற்றுகை முகாமில் விடியலுக்காகக் கிழக்கு நோக்கிக் காத்திருந்தான். இதுவரையில் அவனுடைய போர்த்திட்டம் நினைத்த வண்ணம் சென்று கொண்டிருந்தது. ஆதவன் விரைந்து மேல் எழக் காத்திருந்தான். இறுதியாக அவன் முகத்தில் மறைந்திருந்த புன்னகை மலர்ந்தது.

சுந்தரனின் காலை திகிலுடன் தொடங்கியது. கொத்தளத்தின் வசதியான இடத்திற்குச் சென்றவன் அவன் முகத்தில் யாரோ ஓங்கிக் குத்தியது போல மிரண்டு பின் வாங்கினான்.. சுந்தரனின் முகம் போன போக்கைக் கண்டவுடன் தனது எஞ்சிய வாழ்நாட்களை அப்படி ஒரு காட்சிக்குக் கொடுத்துவிடலாம் என்னும் அளவிற்கு வீரா களிப்படைந்தான்..

மதுரையின் அன்றைய பொழுது முற்றுகை ஒன்றுடன் ஆரம்பமானது. வீரா, சுந்தரனின் மனதில் தான் அதிக ஆற்றலுடன் விளங்குவது போன்ற ஒரு தோற்றத்தை விதைத்துவிட்டான். கோட்டைக் கதவுகளுக்கு அப்பால் நின்று கொண்டிருந்த படைகளுக்குச் சுந்தரன் முகத்தில் தோன்றிய திகில் ஆயிரம் மடங்கு உற்சாகத்தை அளித்தது. ஆசான் ராஜாதித்தியன் எப்போதும் வீராவின் நேரம் பார்த்துக் காத்திருந்து தாக்கும் திறனை மெச்சிக் கொண்டே இருப்பதைச் சுந்தரன் கேட்டிருக்கிறான். அதனை இன்று வீரா நிரூபித்துவிட்டான். வீராவின் தலைமையின் கீழ் இயங்கி வந்த அத்தனை படை வீரர்களும் குறித்த நேரத்தில் மதுரை நகரின் எல்லையில் வந்து குவிந்தனர். இலங்கைப் போரில் பாண்டியர்கள் வெற்றி வாகை சூடிக்கொண்டு மதுரை வந்தடைந்ததும் படை வீரர்கள் அனைவரும் தத்தம் படைப்பிரிவுகளைச் சென்றடைந்தனர். அப்போது அந்தப் படை வீரர்கள் தன் மீது கொண்டிருந்த நம்பிக்கையும், விசுவாசமுமே போரில் வெற்றி பெறுவதற்கான காரணம். இந்த வீரர்கள் வீராவை ஒருமுறையோ இருமுறையோதான் பார்த்திருக்க வாய்ப்பிருந்தாலும் குறித்த நேரத்தில் மதுரை எல்லையில் அவனுக்காகக் காத்திருந்தனர். அணிவகுப்பில் சேர்ந்துவர விழைந்த வீரர்களைத் தடுத்து அவர்களை மதுரை எல்லையில் அவனிடமிருந்து மேற்கொண்டு ஆணைகள் வரும்வரை காத்திருக்கச் சொல்லியிருந்தான்.

சுந்தரனுக்குத் தந்தையைக் கொலை செய்ய வேண்டும் என்று திட்டமிட்டுச் செயல்படவில்லை என்றாலும் அந்தக் கொடூரம் நிகழ்ந்த பின்னர், மேற்கொண்டு நிகழ வேண்டியவற்றில் கவனம்

செலுத்தத் தொடங்கியதன் விளைவுதான் மதுரையைத் தன்வசம் வைத்துக் கொள்ள வேண்டும் என்ற எண்ணம் எழுந்ததற்குக் காரணம். அனுபவமில்லாது அவன் அடுத்தடுத்து மேற்கொண்ட செயல்கள் அவனைச் சங்கடத்தில் கொண்டுவிட்டன.

போர் ஆயத்துக்கு என்று தனிப்பட்ட நெறிமுறைகள் உள்ளன. வீரா தனது ஆலோசகர்களுடன் அமர்ந்து போர் அறிக்கைத் திருமுகத்தை வடிவமைத்தான். ஸ்ரீமுகம் ஒன்றை ஓலைச்சுவடியில் எழுதி அந்த ஓலையைச் செந்நிறப் பட்டுத் துணியில் வைத்து மூடினார்கள்.

'மதுரை நகரின் பாண்டியப் பேரரசின் மன்னரும் மாட்சிமை பொருந்திய ஸ்ரீலஸ்ரீ மகா மகா சுந்தரனுக்கு..' என்று ஓலையில் இருந்த திருமுகம் ஆரம்பமானது. வீராவிற்கு அதனைப் படித்ததும் ஆத்திரம் மூண்டது.

திருமுகம் மேலும் தொடர்ந்தது.

'இந்தத் திருமுகம் மதுரையைக் குறித்து எழுதப்பட்டது இல்லை. உன் தலையைக் குறி வைத்து எழுதப்படுகிறது. நான் மதுரையின் வடக்கு வாசலில் காத்திருக்கிறேன். என்னுடைய போர் வீரர்கள் மேலும் இரண்டு தினங்களுக்குத் தங்கள் உறைவாளை எடுக்க வேண்டாம் என்று கட்டளையிட்டிருக்கிறேன். அதுவே உனக்கு அளிக்கப்படும் அவகாசம். நீ இரண்டு நாட்களுக்குள் மதுரை தெற்குவாசல் வழியாக ஓடிப்போய்விடு. இல்லையென்றால் நமது தந்தையைக் கொன்ற கொடுஞ்செயலுக்கு நான் உன்னைப் பழி தீர்க்காமல்விடமாட்டேன்..'

எதிர்ப்பின் முணுமுணுப்பு அவன் படைப்பிரிவில் எங்கும் ஒலித்தது. சிலர் சகோதரர்கள் நடுவில் இருக்கும் போட்டி முடிவிற்கு வருவதற்குப் போர் ஒன்றுதான் தீர்வு என்று வாதிட்டனர்.

வீரா அவர்கள் வாதங்களை ஒதுக்கி வைத்தான். சுந்தரனுக்கு ஓரளவு புரிதலை ஏற்படுத்துவது நல்லது என்பது வீராவின் அபிப்பிராயம். சுந்தரன் மதுரையில் இருக்கும் வரையில் அது மதுரை நகருக்குப் பெரிய களங்கத்தை ஏற்படுத்தும். எனவே அவன் மதுரையைவிட்டு வெளியேறுவதைத் தவிரச் சிறந்த தீர்வு இருக்க முடியாது.

கோட்டைக் கதவுகள் தூதுவனுக்காகத் திறக்கப்பட்டது. தூதுவன் உள்ளே சுந்தரன் மாளிகைக்குச் சென்று, 'நான் மாட்சிமை பொருந்திய இளவரசர் வீராவின் தூதுவனாக வந்திருக்கிறேன். அவரிடமிருந்து தங்கள் மன்னவருக்கு ஓலை ஒன்று எடுத்து வந்துள்ளேன்' என்றான்.

சுந்தரன் அவனை உள்ளே அனுமதிக்க உத்தரவிட்டான். இரண்டு நாட்களில் இருபது ஆண்டுகள் பிராயம் ஏறிப் போனது போன்ற தோற்றத்துடன் சுந்தரன் நெடுமூச்சுவிட்டுக் கொண்டிருந்தான். இனிமேல் அவர்கள் சிறிதும் பிசகாமல் நாடக வடிவத்தைப் போல நடக்க வேண்டியிருக்கும். அவன் கண்கள் செந்நிறப் பட்டில் சுற்றி வந்த ஓலையின் மீது சென்றது.

அருகிலிருந்த மந்திரி அந்தப் பட்டுத்துணியை வாங்கிப் பிரித்து உள்ளிருந்த ஓலையை வெளியில் எடுத்துச் சுந்தரனைப் பார்த்தார். சுந்தரன் ஓலையை வாசிக்கச் சொல்லித் தலையசைத்ததும் ஓலையை மந்திரி வாசிக்கத் தொடங்கினார். அவர் முகம் சுருங்கியது. வாய்விட்டுப் படிப்பதைத் தவிர்த்துவிட்டு ஓலையைச் சுந்தரனிடம் கொடுத்தார்.

சுந்தரன் ஓலையைப் படித்துவிட்டு விருட்டென்று இருக்கையிலிருந்து எழுந்தான். அளவுக்கதிகமான கோபத்தில் சீறினான். அவன் தனது பற்களைக் கடித்த வேகத்தைப் பார்த்தால் அந்தத் தூதுவனை அந்த இடத்திலேயே கழுத்தை நெரித்துக் கொன்றுவிடுபவனைப் போல இருந்தது.

'அப்பன் பெயர் தெரியாத நாயே! நீ என் தயவால் இன்று உயிர் பிழைத்தாய். போய் உன்னுடைய எஜமானனிடம் சொல். உனக்கு என்ன யோக்கியதை இருக்கிறது என்னை வெளியே போகச் சொல்ல?' என்றான்.

அவன் எழுந்ததும் மொத்த அரச சபையும் எழுந்து நிற்கவே அவன் அவர்களை அமரச் சொன்னான். சுந்தரன் உணர்ச்சி வேகத்துடன் அரியணையில் சாய்ந்து அமர்ந்தான். எதிரி முகாமிலிருந்து வந்திருந்தாலும் ஒரு தூதுவன் மீது சிறு துரும்பு கூடப் படக்கூடாது. இது விதி. திருமுகத்தில் உள்ள சேதியின் பொருள் மிரட்டுவதாக இருந்தது மெய்தான். அதையும் மீறி ஒரு திடமான வீரத்தை அந்த மடல் படம் பிடித்துக் காட்டியது.

சுந்தரன் சற்று நிதானமடைந்தான். வீரா சமாதானம் பேச வருவான் என்று நம்பியிருந்தான். அவனது உளவுப்பிரிவின் அறிக்கையின்படி வீரா சில ஆயிரம் படை வீரர்களுடன் முற்றுகையிட்டுள்ளான் என்ற தகவல் அவனுக்கு இனிப்பூட்டியது. அவன் முற்றுகையை ஆரம்பித்ததும் மேலும் சில ஆயிரம் அவன் படையில் சேர்ந்து கொண்டனர். அது ஓர் அற்புதமான திட்டமிடல். இப்போது அந்த மடலில் இருக்கும் அவனது துணிச்சலான தொனி அவனது வெற்றியை உறுதிப்படுத்துவதாக இருந்தது. இதையெல்லாம்விட

இந்த முறையற்றுப் பிறந்த ஒருவன் தந்தையைக் கொன்றதற்கு விசாரணை செய்யும் போது நீதி சபையில் தான் நிற்க வேண்டியிருக்கும் என்பது மேலும் எரிச்சலை ஏற்படுத்தியது.

வீரா அவனை ஒரு சாதாரணக் கொலைகாரனைப் போலப் புளிய மரத்தில் தூக்குத்தண்டனை வழங்கமாட்டான் என்பதற்கு என்ன உத்தரவாதம்?

மயிர்க் கூச்செறியும் மௌனம் மதுரை நகரின் மீது கவிந்திருந்தது. அந்தப் பேரமைதி சுந்தரனுக்குத் தீய நிமித்தம் போலிருந்தது. மொத்த நகரமும் அவனுக்கு எதிராகத் திரும்பியுள்ளது. அவன் ஆட்சிக்கு எதிராக நாலா பக்கத்திலிருந்தும் கோஷங்கள் எழுப்பவில்லையே தவிர மக்கள் தங்கள் எதிர்ப்பை மௌனமாக வெளிப்படுத்திக் கொண்டிருந்தனர். இனிமேல் அவனால் செய்வதற்கு ஒன்றுமில்லை, வீரா இடறும் வரை காத்திருப்பதைத் தவிர வேறு வழியில்லை. எனவே மறுநாள் காலையில் சுந்தரன் மதுரையைவிட்டு வெளியேற முடிவு செய்தான். அவன் சுனந்தாவைத் தன்னுடன் அழைத்துச் செல்ல விரும்பவில்லை. அவனைப் பொறுத்தவரையில் அவள் காலைச் சுற்றிய பாம்பு. அந்த அதிர்ஷ்டம் கெட்டவளால் அவனுக்குச் சிறிதும் நன்மை ஏற்படவில்லை. ஆனால் அவன் தனது மைந்தனை உடன் அழைத்துச் செல்ல எண்ணினான். மீண்டும் அரியணையைக் கைப்பற்ற வேண்டும் என்றால் அவனுக்குச் சோழர்களுடன் நல்லுறவு தேவை. எனவே தனது மகனைத் தன்னுடன் கொண்டு செல்வது அவசியம்.

ஆனால் சுனந்தாவிடமிருந்து தனது மைந்தனை மீட்டுச் செல்வது சுந்தரனுக்குப் பெரிய சவாலாக இருந்தது. சுனந்தா தனது மகனைத் தர மறுத்து, 'வேண்டுமென்றால் நீ படுத்து எழுந்த பரத்தை எவளுடைய பிள்ளையையாவது உன்னுடன் அழைத்துச் செல்' என்று சீறினாள்.

சுந்தரன் அவளை மாறி மாறி முகத்தில் அறைந்தான். சுனந்தாவைப் படுக்கையில் பிடித்துத் தள்ளினான். இறுதிவரையில் அவள் யுவராஜன் பராக்கிரமனை மறைத்து வைத்திருக்கும் இடத்தைச் சொல்ல மறுத்துவிட்டாள்.

அவனுடைய உதவியாளன் ஒருவன் கதவைத் தட்டி சுந்தரனை அழைத்துக் காலம் கடந்து கொண்டிருப்பதை எச்சரித்தான். சுந்தரன் அறைக் கதவை ஓங்கிச் சாத்திவிட்டு வேகமாக அங்கிருந்து அகன்றான்.

மதுரை நகரின் தெற்குவாசல் திறக்கப்பட்டிருப்பதாகவும் குறைந்தது ஆயிரம் வீரர்கள் மதுரையைவிட்டு வெளியேறுவதாகவும் வந்த செய்தியைக் கேள்விப்பட்டு வீராவினால் சிரிப்பை அடக்க முடியவில்லை. தனது கரங்களால் வாயைப் பொத்திக் கொண்டான். நல்லவேளை சுந்தரன் எதிர்ப்பு எதுவுமின்றி வெளியேறிவிட்டான். ஒரு துளி ரத்தம் கூட வீணாகாமல் கிடைத்த வெற்றி இது.

சுந்தரனைக் கொலை செய்தால் கூடத் தவறில்லை என்ற ரீதியில் வாதங்கள் கிளம்பின. இதனால் நீதிக்குக் களங்கம் ஏற்படாது; நீதியின் முன்பு அனைவரும் சமம்; அவர்கள் ராஜ வம்சத்தினர் என்றாலும் கூட என்று தங்கள் வாதத்திற்கு நியாயம் கற்பித்தனர்.

சுந்தரனுக்குக் கடும் தண்டனை வழங்கும் அளவிற்கு இன்னும் வேளை கூடி வரவில்லை என்பது வீராவின் முடிவு. மேலும் சுந்தரன் தன்னைத் தியாகியாக மாற்றிக் கொள்ளும் நாளுக்காக வீரா காத்திருந்தான்.

தனது முடிவு ஏற்படுத்திய அதீத நிம்மதியைக் கண்டு சுந்தரன் வியப்புற்றான். அவனைப் பின்பற்றி எந்தக் கூட்டமும் தொடரவில்லை. அவனுடைய படையில் ஒரு பிரிவினர் மட்டும் அவனைப் பின்தொடர்ந்து சென்றனர், அதுவும் அவன் இட்ட ஆணையின் பேரில்.

‘கயவர்கள்..!’ சுந்தரன் மனதிற்குள் அலறினான். ‘நான் வெளியேறியதும் வீராவிற்குக் கோட்டைக் கதவுகள் திறக்கப்படும். நான் மீண்டும் மதுரைக்கு வந்த பிறகு உங்களுக்கெல்லாம் சரியான பாடம் கற்பிக்கிறேன் பாருங்கள்.’ மனதிற்குள் சாபமிட்டான்.

உற்சாகம் பொங்குவதற்குப் பதிலாக வீராவின் மனதில் வெறுமை சூழ்ந்திருந்தது. பல லட்சம் ஜனங்கள் வாழ மதுரை மாநகரைப் பிரம்மாண்டமாக எழுப்பிய தச்சர்கள், இரண்டு சகோதரர்கள் சேர்ந்து வாழ வகை செய்யாமல் போய்விட்டனரே.

ஒரு கடுங்குடிகாரன் நீண்ட நாட்கள் கழிந்து மீண்டும் கள் வெறியாட்டத்தில் ஆட்பட்டது போன்ற மனநிலையுடன் வீரா மதுரை நகருக்குள் நுழைந்தான். தனது கையிலிருந்து நழுவிச் சென்று மீண்டும் தனது கைப்பிடிக்குள் வந்த நகரை ரசித்தபடி சென்றான்.

முடிசூட்டும் வைபவம், பல காரணங்களைக் கருத்தில் கொண்டு பிரமாதமாக நடத்தப்படவில்லை. ஒரு சில மாதங்களில் மூன்று முடிசூட்டும் வைபவம் என்பது பகை மன்னர்களுக்கு

உவப்பளிக்கும் செய்தி என்பதால் எவருக்கும் தகவல் தெரிவிக்காமல் முடிசூட்டும் வைபவம் நடந்தேறியது. மக்களின் இல்லம் தோறும் தென்னம்பாளைகளும், மாவிலைத் தோரணங்களும் தொங்கவிடப்பட்டிருந்தன.

வீராவின் தாய் அவனுடைய சின்னஞ்சிறு வயதில் அவன் எவ்வாறு முத்துச் சிங்காதனத்தில் துணிவுடன் சென்று அமர்ந்தான் என்பதை அடிக்கடிக் கூறக் கேட்டிருக்கிறான்.

வீரா மீண்டும் இரண்டாவது முறையாகப் பாண்டிய ராஜ்ஜியத்தின் சிம்மாசனத்தில் அமர்ந்து கொண்டு தலையில் அணிந்திருந்த முத்துமணி மகுடத்தைச் சரி செய்து கொண்டான். மகுடத்தில் பதிக்கப்பட்டிருந்த நல்முத்துக்களின் மீது விளக்கின் ஒளிபட்டுக் கிளம்பிய ஒளிக்கீற்றுகள் அந்த மண்டபத்தை மினுங்கச் செய்தது.

*

அத்தியாயம் 18

முற்றுகையில் தேவகிரி

அரசி கமலாதேவியிடமிருந்து தன்னைப் பார்க்க வரும்படி மாலிக்கிற்கு அழைப்பு வந்தது. மாலிக் அரசியாரின் மாளிகையை அடைந்தான். வாசற்கதவைப் பக்குவமாகத் தட்டினான்.

ஒரு குஜராத்தி பிரதேசத்தைச் சேர்ந்த பணிப்பெண் கதவைத் திறந்து மாலிக் வருகையை அரசி கமலாதேவிக்கு அறிவித்தாள்.. கமலாதேவியின் முகம் வருத்தம் தோய்ந்திருந்து. சிந்தை எங்கோ பல நூறு காதங்களுக்கு அப்பால் இருந்தது. மாலிக் முகமன் கூறிவிட்டு அவள் தொடங்கட்டும் என்று காத்திருந்தான்.

அங்கு நிலவிய மௌனம் வார்த்தைகளைவிட ஆற்றல் மிக்கதாக இருந்தது. அவள் ஆரம்பித்தாள்.

'மாலிக், நான் கடந்து வந்த பாதையில் எண்ணற்ற திருப்பங்கள். இன்றுவரை எனக்கு அது புரியாத புதிராகவே உள்ளது. என் கணவன் என்னைப் பாழும் கிணற்றில் தள்ளும் வரையில் நான் குஜராத்தின் மகாராணியாக இருந்தேன். அதன் பின்பு ஹிந்துஸ்தானின் சுல்தானாவாக மாறினேன். இரண்டாவது கணவன் என்பது எனக்கு ஏற்புடையது அன்று. எப்படியாவது வாழ்ந்தால் போதும் என்பது வாழ்வின் லட்சியமாகப் போய்விட்டதைப் பார்த்தாயா?'

மாலிக் நெடுமூச்செறிந்தான். 'வாழ்க்கை நீரோட்டத்தில் உங்களை இணைத்துக் கொண்ட பின்னர் உங்களுக்கு வேறு என்ன வேண்டும் தேவி?' என்று அவன் கேட்டான்.

'எனக்கு சுல்தான் மூலம் குழந்தைப் பேறு இல்லை..'

'இருக்கட்டுமே.. மன்னருக்கு உங்கள் மீதுள்ள காதல் குறையவில்லையே..'

‘ஆனால் யோசித்துப்பார், அவருக்குப் பின்னர் என் வாழ்க்கை எப்படியாகுமென்று? எனக்கு சுல்தானைவிட்டால் இங்கு வேறு யாருமில்லை. மீண்டும் நான் அந்த ஓநாய்களுக்கு நடுவில் வீசி எறியப்படுவேன்..’

மாலிக்கிற்கு அவள் சொல்ல வந்தது புரிந்தது.

அந்தப்புர மகளிர்கள் அலங்காரப் பொருள்களாகவே மதிக்கப்பட்டனர். சுல்தான் இறந்துவிட்டால் அந்தப்புர மகளிர் மொத்தமும் பழைய அரண்மனைக்குத் தள்ளப்படுவார்கள். ஒவ்வொரு சுல்தான் அந்தப்புரத்திலும் ‘பழைய அரண்மனை’ என்ற ஒன்று இருக்கும். பொதுவாக அதனை அனைவரும் ‘கண்ணீர் மாளிகை’ என்றே அழைப்பார்கள். புதிய வைப்பாட்டிகள் வந்தால் பழைய வைப்பாட்டிகளின் புகலிடம் இந்தக் கண்ணீர் மாளிகைதான். புறக்கணிக்கப்பட்ட இந்தப் பெண்கள் தங்கள் வாழ்நாளை இது போன்ற கண்ணீர் மாளிகையில் தனிமையில் பழைய பாக்கிகளை வசூலிப்பவர்களுக்கு இடம் கொடுத்து வாழ்வதைத் தவிர வேறு கதி மோட்சமில்லை.

அலாவுதீனுக்கும் வயது கூடிக்கொண்டே போனது. அதிகம் போனால் இன்னும் பத்து வருடங்கள் அவனுக்கு ஆயுள் போட்டிருக்கலாம். கமலா அவன் மனம் கவர்ந்தவள் என்பதால் இதுவரை அவள்தான் அந்தப்புரத்தின் ராணி. ஆனால் அவள் கொண்ட வருத்தம் தனது நிச்சயமற்ற நிலையைக் குறித்தும் கவலைப்பட வைத்தது.

அவனுக்கும் சுல்தானின் அனைத்து உறவினர்களுடனும் பகைதான். பட்டத்து வாரிசுகளைப் பெற்ற தாய்மார்கள் கூட அவன் மீது நஞ்சைக் கக்கினார்கள். மல்லிகா ஜான் அவர்களில் ஒருத்தி. சுல்தான் இறந்த பின்னர் ஒரு வாரம் கூடத் தன்னால் அங்கு இருக்க முடியாது என்பது அவனுக்குத் தெரியும்.

அது அந்தப்புரமே இல்லை. பொறாமையும் சூழ்ச்சியும் நிரம்பிய நரகம். அதன் அழகே திமிரும் வீம்பும்தான். பிடிவாதமும், தந்திரமும் மிகுந்த பெண்களால் மட்டுமே அங்கு காலம் தள்ள முடியும். என்னதான் கமலா, சுல்தானின் மனம் கவர்ந்து அதிக நேரம் காதலில் ஆடி மகிழ்ந்தாலும் அதனால் ஒரு பயனுமில்லை. அந்தக் காதல் விளையாட்டுக்கள் சுல்தானின் வாரிசை அவள் மடியில் கனியவிடவே இல்லை.

கமலா மாலிக்கிடம் ‘எனது நிலையை நான் தக்க வைத்துக் கொள்ள வேண்டும் என்றால் நான் இனி தாயாகி அரச வாரிசை என் மடியில் சுமப்பதைத் தவிர வேறு வழி இல்லை’ என்ற போது,

‘தாயாகலாம், முடியவில்லை என்றால் மாமியார் கூட ஆகலாம்!’ என்றான் மாலிக் சப்தமாக.

கமலா அதிர்ந்து போய் நின்றாள். ‘மாமியாரா? என்ன கூறுகிறாய் மாலிக்?’ என்று கேட்டாள்.

‘உனது மகளுக்கு இப்போது பன்னிரண்டு பிராயம் நடக்கிறது. அடுத்த அரச வாரிசிற்கு உன் மகளை மணம் செய்து கொடுப்பதன் மூலம் கூட உங்களால் உங்கள் நிலையை ஸ்திரப்படுத்திக் கொள்ள முடியும் தேவி..’

மூன்று வயதுக் குழந்தையாகக் குஜராத்தில் விட்டுவிட்டு வந்த தனது மகளின் மீது கமலாதேவியின் நினைவுகள் தாவின. அவள் இருப்பிடம் தெரியாது. ஒருவேளை தனது தந்தையுடன் அவளும் காடுமேடுகளில் அலைந்து திரிகிறாளோ? அலாவுதீனின் மூத்த மகன் கிசிருக்கு அவளைத் திருமணம் செய்துவிட்டால் அவளுக்கு நல்ல பாதுகாப்பு கிடைக்கும். அந்தப்புரத்தில் சுல்தானின் மாமியார் என்ற அந்தஸ்தும் கூடும். மாலிக் கூறும் யோசனை நல்ல யோசனைதான்.

மன்னர்களில் பாதிப் பேருக்கு மேல் அந்தப்புர மகளிரின் கைப்பாவைகள்தாம். சூத்திரம் கொண்டு ஆட்டுவிக்கப்படும் பொம்மைகள். அந்தச் சூத்திரம் பெரும்பாலும் சுல்தானின் அன்னையின் கைகளில்தான் இருக்கும். கிசிர்கானுக்குத் தனது மகளைத் திருமணம் செய்து வைப்பதன் மூலம் வருங்கால சுல்தானின் மாற்றாந்தாய் என்ற பதவியுடன் அவனுடைய மாமியார் என்ற அந்தஸ்தும் சேர்ந்து கிடைக்கும். ஒரு பொம்மை இரண்டு சூத்திரம். மாலிக் ஒருவனுக்குத்தான் கிசிர் ஓர் ஓரினச் சேர்க்கையாளன் என்ற ரகசியம் தெரியும். அதை வைத்தே தனது எண்ணத்தை ஈடேற்றிக் கொள்ளலாம். கிசிர் போன்ற ஒரு பொம்மையின் மூலம் இப்போது அனுபவித்து வரும் சலுகைகளும் உரிமைகளும் கெடாமல் பார்த்துக் கொள்ளலாம். தனது மகளைத் தேடும் பொறுப்பைக் மாலிக் வசம் கமலாதேவி ஒப்படைத்தாள்.

மாலிக் தனது ஒற்றர் பிரிவின் கூட்டத்தைக் கூட்டினான். அந்த ஒற்றர் குழாம் சுல்தானால் நியமிக்கப்பட்டது என்றாலும் அதனை நிர்வகிப்பது மாலிக். சுல்தானிடம் அவர்களது விசுவாசம். மாலிக்கிற்கும் சுல்தானுக்கும் இருக்கும் நெருக்கம் தெரியும் என்றாலும் தங்கள் திறமையை சுல்தானிடம் மட்டுமே காட்ட வேண்டும் என்று கருதினர்.

மாலிக் அவர்களிடம் குஜராத்திலிருந்து துரத்தியடிக்கப்பட்ட அதன் மன்னரைக் குறித்த விவரங்களைச் சேகரித்து வரும்படி அவர்களுக்குக் கட்டளையிட்டான். குஜராத் மன்னன் பதவியிலிருந்து விரட்டியடிக்கப்பட்டு சற்றேறக்குறைய பத்து ஆண்டுகள் ஓடியிருக்கும். இதுவரையில் அவனுக்குத் தனது நாட்டை மீட்க எண்ணியிருந்த கனவு கைகூடாமலே இருந்து வந்தது. தனது நாட்டை மீட்கும் இறுதி முயற்சி தோல்வியுற்றதும் குஜராத்தின் மன்னன் ராய் கரண் தேவகிரியின் மன்னன் ராமச்சந்திர யாதவரின் உதவியை நாடியது தெரிய வந்தது. ராமச்சந்திர ராயர் கடந்த இரண்டு வருடங்கள் முன்பு வரை சுல்தானுக்கு அடங்கிக் கப்பம் செலுத்தி வந்தவன்தான். இப்போது தில்லி பேரரசிற்கு எதிராக மாறிவிட்டான்.

இந்தத் தகவல் ஒன்றே மாலிக்கிற்குப் போதுமானதாக இருந்தது.

மாலிக்கும் கமலாதேவியும் திட்டமிட்டது போல சுல்தானிடம் சென்று, ‘மாட்சிமை மிகுந்த மன்னரின் புகழ் இவ்வுலகம் உள்ள மட்டும் ஓங்கட்டும். சுல்தானுக்கு ஒரு சேதி கொண்டு வந்திருக்கிறோம்.’

‘என்ன சேதி?’

‘நமது அடுத்த வாரிசான பட்டத்து இளவரசர் கிசிருக்கு ஒரு நல்ல பெண் பார்த்திருக்கிறோம்..’

‘யார் அந்த அழகி?’

‘என் மகள்’ என்றாள் கமலாதேவி முந்திக் கொண்டு.

‘எங்கே அவள்?’ என்று சுல்தான் புருவம் உயர்த்தினான்.

‘அவள் தனது தந்தையுடன் இருக்கிறாள் சுல்தான். அவளை அழைத்து வந்து கிசிருக்கு நிக்காஹ் செய்து வைத்தால் நம் இருவரையும் போல அவர்களும் இணைபிரியாமல் மகிழ்வுடன் இருப்பார்கள்’ என்று கமலாதேவி விண்ணப்பித்தாள்.

கடந்த ஒரு வாரமாகக் கவலை தோய்ந்திருந்த கமலாவின் முகம் சுல்தானையும் வருத்தியது. ஒருவேளை அவளது மகளை இங்கு அழைத்து வருவதன் மூலம் அவள் மனநிலை மீண்டும் மலரக் கூடலாம் என்று சுல்தான் எண்ணினான். பொறுப்பைக் மாலிக்கிடம் ஒப்படைத்தான்.

மாலிக் கொடுத்த தகவலின்படி அந்தப் பெண் இப்போது ராமச்சந்திர யாதவனின் மகன் ராம் தேவ் என்பவனுக்குத் திருமணம் பேசி

நிச்சயிக்கப்பட்டிருப்பது தெரிய வந்தது. ராமச்சந்திர யாதவ் கடந்த இரண்டு வருடங்களாக சுல்தானுக்குக் கட்ட வேண்டிய திறையை முறையாகச் செலுத்தவில்லை.

'ராணி தனது மகளை மீண்டும் அழைத்து வர விரும்புகிறாள். அழைத்து வா மாலிக்.' -சுல்தான் உத்தரவு பிறப்பித்தான்.

*

ராய் கரண் குஜராத்திலிருந்து விரட்டப்பட்டான். அவனது படை சிதறியது. அவன் மக்கள் கீழ்மைப்படுத்தப்பட்டனர். ஒருவேளை அவன் தனது குடிமக்களை நல்லவிதமாக நடத்தியிருந்தால் சுல்தான் படையெடுத்து வந்த போது அவர்களும் போரில் முன்னின்று துருக்கியர்களின் முற்றுகையை முறியடித்திருப்பார்கள். இப்போது தனித்துவிடப்பட்ட அவன் காடு மேடுகளில் அலைந்தும், கனி வகைகளை உண்டும், குகைகளில் உறங்கியும், அவன் வீரர்கள் இழுத்து வந்த மலை ஜாதிப் பெண்களுடன் மோகித்தும் தனது காலத்தை ஓட்டிக் கொண்டிருந்தான். தனது அரண்மனை ஜோதிடர்களை அழைத்துத் தனது கிரக நிலை குறித்துக் கேட்டறிந்தான்.

அவனது ஆருடர்கள் சோமநாதபுரம் மேலும் அறுநூற்று ஐம்பது வருடங்கள் போன பின்னர்தான் தனது பழைய செல்வாக்கைப் பெறும் என்று கூறினார்கள்.

எந்த நாட்டின் மன்னனை இதற்கு முன்னர் உதாசீனப்படுத்திப் பேசியிருந்தானோ அந்த தேவகிரியின் மன்னன் ராமச்சந்திர யாதவின் உதவியை நாடினான். ஏற்கெனவே இரண்டு முறை ராமச்சந்திர யாதவன், ராய் கரணிடம் திருமண ஒப்பந்தம் ஏற்படுத்திக் கொள்ள முயற்சித்திருந்தான். ஆனால் இரண்டு வெவ்வேறு சந்தர்ப்பங்களில் ராய் கரண் அந்த வேண்டுகோளை நிராகரித்துவிட்டான். இருப்பினும் தேவகிரியின் அரசர்கள் அவனை மன்னித்து, ராய் கரண் தனது அழகிய மகளைத் தேவகிரியின் பட்டத்து இளவரசனுக்குத் திருமணம் செய்து கொடுக்க சம்மதித்தால், உதவுவதாக நிபந்தனை விதித்தார்கள்.

கடந்த இரண்டு மூன்று வருடங்களாகவே தேவகிரி மன்னர்கள் சுல்தானுக்கு அனுப்ப வேண்டிய திறைப் பணத்தை அனுப்பவில்லை. இருந்தாலும் இதுவரை அது குறித்து சுல்தானிடமிருந்து எந்த அச்சுறுத்தலும் வரவில்லை.

அரசர்கள் நிலையானவர்கள் இல்லை என்பது உலகளாவிய உண்மை. இதில் விந்தை என்னவென்றால் பலமான ஒரு மன்னனின்

நிலையான ஆட்சிக்குப் பின் வரும் அவனது வாரிசு பெரும்பாலும் பலவீனனாகவே இருப்பான்.. தங்களது மூக்கை நுழைப்பதற்கு அதுவே உரிய நேரமென்று பகை மன்னர்கள் காத்திருப்பர். ராய் கரணுடன் ஏற்படுத்திக் கொள்ளும் திருமண உறவினால் அவர்கள் ஆட்சி பலப்படுவதோடு குஜராத் தேசமும் அவர்களுடன் இணையும்.

தேவகிரி அரசர்களின் பாதுகாப்பில் இருந்த ராய் கரண் தனது புதல்வியை அழைத்து வர ஆள் அனுப்பினான். அவனது புதல்வி ஒரு படைத்தளபதியின் பாதுகாப்பில் குஜராத்தில் இருந்து கிளம்பி வந்தாள்.

சுல்தானின் ஒற்றர்கள் கொண்டு வந்த தகவல்களின் பெயரில் ராய் கரணின் புதல்வி தேவகிரிக்குப் பயணம் மேற்கொண்டுள்ளதும் அவளும் அவளது பரிவாரமும் பாதி வழியில் வந்து கொண்டிருக்கும் தகவல் உறுதி செய்யப்பட்டது. தனது எதிர்காலத்திற்காகத் தான் மீண்டும் போரிடுவதாக மாலிக் எண்ணிக் கொண்டான். ராய் கரணின் புதல்விதான் அவனது பகடைக் காய். அவள் தேவகிரியை நெருங்கும் முன்னர் தூக்கி வரவேண்டும்.

நல்லவேளை தேவகிரி பிரதேசம் அமைப்பு முழுவதும் சுல்தான் படை வீரர்களுக்கு அத்துப்படி. தேவகிரியைக் கைப்பற்றியதே சுல்தானின் முதல் வெற்றி. அந்த முற்றுகைதான் அலாவுதீன் தனது மாமனாரை ஒழித்துக் கட்டிவிட்டுப் பட்டத்திற்கு வரக் காரணமான முற்றுகை. அந்த முற்றுகையின் போது சுல்தானுடன் சென்ற வீரர்களில் பெரும்பாலானோர் இப்போது மாலிக்குடன் சென்றனர். அந்தப் பெண் மட்டும் தேவகிரி கோட்டைக்குள் நுழைந்திருந்தால் அவர்கள் பாடு சற்றுச் சிரமமாகப் போயிருக்கும்.

தேவர்களின் கிரி தேவகிரி- ஒரு பெரிய கூம்பு வடிவம் போன்ற பாறை ஒன்றின் உச்சியில் தரையிலிருந்து அறுநூறு அடிகள் மேலே எழும்பி நிற்கும் நகரமாகும். மராத்வாடாப் பிரதேசத்திலிருந்து சற்று ஒதுங்கி நிற்கும் பூமி அது. கோட்டையைச் சுற்றி மூன்று மதில்களும், பெரிய அகழி ஒன்றும் அரணாக இருந்தன. அகழி நிறைய முதலைகள். இணைப்புப் பாலத்தைக் கீழே இறக்கிவிடாமல் ஒருவராலும் கோட்டைக்குள் நுழைய முடியாது. அந்த நகரத்திற்கு ஓரளவு முனைப்பான படைப்பிரிவு உண்டு. இதுவரை எவரும் தேவகிரியை வென்ற சரித்திரம் கிடையாது; சமாதானமாகப் போன சரித்திரமே உள்ளது.

பல வருடங்களுக்கு முன்பு, அலாவுதீன் கில்ஜி வெறும் படைத்தளபதியாக இருந்த போது, தேவகிரி மீது பலமுறை முற்றுகை இட்டிருக்கிறான். நான்காம் முறை முற்றுகை இடுவதற்கு முன்னர் அலாவுதீனுக்கு ஒரு யோசனை தோன்றியது. பின்வாங்குவது போன்ற தோற்றத்தை ஏற்படுத்தினான். அந்த நேரம் சரியான நேரம். உள்ளே இருந்த குடிமக்கள் பசியின் கொடுமையை உணரத் தொடங்கியிருந்த நேரம். சுல்தானின் படைகள் பின் வாங்கிவிட்டன என்று கருதிய யாதவர்கள் ஆறாயிரம் மூட்டைகள் சோளமும், தானியங்களும் கோட்டைக்குள் கொண்டு செல்லத் திட்டமிட்டனர். தேவகிரி நகருக்குள் கொண்டு செல்லப்பட இருந்த தானிய மூட்டைகளின் சரியான எண்ணிக்கையை சுல்தான் தனது ஒற்றர்கள் மூலம் அறிந்து கொண்டான். அலாவுதீன் தனது படை வீரர்களைக் கொண்டு ஆறாயிரம் மூட்டைகள் உப்பு வாங்கி அடுக்கச் சொன்னான். கோட்டைக்குச் செல்லும் தானிய மூட்டைகளுக்குப் பதில் உப்பு மூட்டைகளை மாற்றி அனுப்பினான். ஆரம்பத்தில் சோதனை செய்யாமல் அந்த மூட்டைகளைப் பெற்றுக் கொண்ட யாதவர்கள் அதன் பின்னரே தாங்கள் ஏமாற்றப்பட்டதை அறிந்தார்கள்.

அலாவுதீன் எதற்காக எப்போதும் ஏமாற்று வேலைகளில் ஈடுபட வேண்டும்? பேசாமல் அந்தத் தானிய மூட்டைகள் கோட்டைக்குள் செல்லாமல் தடுத்திருந்தால் போதுமே, முற்றுகை எளிதாகியிருக்கும். இவ்வாறு மாலிக் எண்ணினான்.

'ஒரு முற்றுகையின் போது முதலில் சரணடைவது உடல் என்று நினைக்கிறாயா மாலிக்? இல்லை முதலில் கீழ்ப்படிவது மனம். தெரியுமா? தாங்கள் தந்திரமாக வீழ்த்தப்பட்டதாக எண்ணிக் கலங்கிய மனம்தான் நம்மை தேவகிரி அரசுடன் பேச்சு வார்த்தைக்கு அழைத்தது. எனக்கு அவர்களது செல்வத்தின் மீது கண். அவர்களுக்குத் தங்கள் ராஜ்ஜியத்தின் மீது கண். காரியம் எளிதில் கை கூடியது!'

*

தேவகிரி கோட்டையிலிருந்து வெகுதொலைவில் கூடாரங்கள் அமைக்கப்பட்டன. கூடாரங்கள் தேவகிரி கோட்டைக்குச் செல்லும் ஒரே ரஸ்தாவில்தான் போடப்பட்டிருந்தன. மாலிக் வேறு வாய்ப்பைப் பற்றி எண்ணவே இல்லை. அந்தப் பெண்ணை அழைத்துச் செல்லும் பரிவாரங்களைக் கண்ணில் கண்டதும் தடுத்து நிறுத்தும்படி தனது படை வீரர்களுக்கு மாலிக் உத்தரவு பிறப்பித்தான்.

அன்று மாலை அவனது படை வீரர்களில் சிலர் அருகில் சிற்றின்பத்தைத் தூண்டும் ஓவியங்களும், பாறைச் சித்திரங்களும் நிறைந்த குகையை நோக்கிச் சென்றனர். துறவிகளும், சித்திர, சிற்பக் கலைஞர்கள் பலரும் நானூறு ஆண்டுகள் கடுமையாக உழைத்துப் பாறைகளிலும் கோயில் சுவர்களிலும் உளியாலும் தூரிகைகளாலும் அஜந்தா குகைப் பகுதிகளில் சிற்பங்களையும், சித்திரங்களையும் தீட்டியிருந்தனர்.

விதி என்றுதான் அதனைக் கூற வேண்டும். கேவல் தேவியைப் பத்திரமாகக் காவல் காத்தவர்கள் அந்தக் குகைகளில்தான் பதுங்கியிருப்பது தெரிய வந்தது. அவர்களது காவலாளி, எதிரிகள் சிலர் உள்ளே நுழைவதை அறிவித்ததும் அவர்கள் அங்கிருந்து தப்பிக்க முயற்சித்தனர். அவசர அவசரமாக அவர்கள் நழுவ நினைத்ததைக் கண்டதும் சுல்தானின் படை வீரர்களின் கவனம் அவர்கள் மேல் திரும்பியது. உடனடியாக அவர்களைத் துரத்திச் சென்றனர். வேறு வழியின்றிக் கேவல் தேவியின் பாதுகாப்புக் குழு அடிபணிந்தது. அவர்களைத் தீர விசாரித்ததன் பின்னரே அவர்கள் அழைத்துச் செல்லும் பெண் சுல்தான் அனுப்பித் தேடச் சொன்ன கேவல் தேவி என்பது தெரிய வந்தது. கன்னி நழுவிக் கையில் விழுந்தாள்.

அந்தப் பெண்ணை மாலிக்கின் முன் அழைத்துச் சென்றனர். பசியில் வாடி வதங்கிய ஒரு சிறுமியின் தோற்றத்தில் இருந்த அவளைக் கண்டு மாலிக் பரிதாபப்பட்டான். அவள் நடுங்கியபடி விழிகளில் நீர் மல்க நின்றிருந்தாள். அவன் அவளிடம் பரிவுடன் குஜராத்திய மொழியில் கேட்டான்.

‘சிறுமியே, உன் பெயர் என்னம்மா?’

‘கேவல் தேவி’ முணுமுணுத்தாள்.

‘நல்லது பெண்ணே, உன் தாயார் உனக்காக தில்லியில் காத்துக் கொண்டிருக்கிறாள். நான் உன்னை அவளிடம் அனுப்புகிறேன். இதுவரை நீ பட்ட அவதிகள் போதும். இனிமேலும் நீ அல்லல்படத் தேவையில்லை.’

மூன்று வயதில் தனது தாயை இழந்து நிற்கும் அந்தச் சிறுமிக்கு மாலிக்கின் வார்த்தைகள் பெரும் ஆறுதலை அளித்தன. அந்தப் பரிவு வார்த்தைகளைச் செவிமடுத்ததும் அந்தப் பெண் சம்மதம் என்று தலையசைத்தாள்.

ஓர் ஈட்டிக்காரனைவிட்டு சுல்தானுக்குத் தகவல் சொல்லி அனுப்பினான். அலாவுதீன் காலத்தில் இதுபோலக் குறிப்பிட்ட

நேரத்திற்குள் ஓடிச் சென்று தகவல் அளிக்க ஈட்டிக்காரன் சேவைப் பிரிவு ஒன்றை சுல்தான் ஏற்படுத்தியிருந்தான். அப்படி ஒரு துரிதச் சேவை காரணமாக அந்தப் பெண் அரண்மனையை அடையும் முன்னர் அவளுக்கான தனியறை அந்தப்புரத்தில் ஒதுக்கப்பட்டு விட்டது.

அந்தப் பெண்ணிற்குக் காவலாக இருந்து வந்த குழுத் தலைவனை மாலிக்கின் முன்பு கொண்டு வந்து நிறுத்தினார்கள். தலை மழுங்கச் சிரைக்கப்பட்டிருந்தாலும் தாடையில் காடாய் முளைத்திருந்த தாடியின் வெண்மை அவன் வயதைச் சொன்னது. அவனை மண்டியிடச் செய்து கரங்களைப் பின்னால் கட்டியிருந்தார்கள்.

பலகாலம் குகைகளில் வசித்து வந்து பழங்களை மட்டும் உண்டு உயிர் வாழ்ந்த அந்த மனிதனின் முகத்தில் மரணப் பீதி தெரிந்தது. பழக்கத்தின் காரணமாக மாலிக்கின் உடல் அதிர்ந்தது. காலங்கள் அவன் உருவத்தை மாற்றினாலும், அந்த மனிதனின் முகம் மாலிக்கின் நினைவைவிட்டு அகலவே இல்லை. அவன் முன்னால் மண்டியிட்டு இருந்தவன்தான் மாலிக்கின் விதியைத் தனது வாளால் எழுதியவன். மாலிக்கின் இப்போதைய நிலைக்கு மூல காரணமானவன். அவன் வேறு யாருமில்லை, ராணா ராஜசேகரன்.

பதவியின் படிக்கட்டுகளைச் சரித்திரம் திருப்பிப் போடுவது போல வேறு ஒன்றும் திருப்பிப் போட்டதில்லை. மாலிக் இப்போது கிட்டத்தட்ட தில்லி அரியணையில்.. ராணா இப்போது தில்லிநகரத் தரைப் புழுதியில்.

மாலிக் அவனை நெடுநேரம் கண்கொட்டாமல் பார்த்துக் கொண்டிருந்தான். ராணாவின் விழிகள் மாலிக்கை நேருக்கு நேர் சந்திக்காமல் தரையை நோக்கியிருந்தன. அவனுக்குத் தன்னால் காயடிக்கப்பட்ட சிறுவன்தான் இன்று தன் முன்னர் விஸ்வரூபம் எடுத்து நிற்கிறான் என்பது மெய்யாகவே தெரியவில்லை.

மாலிக் கனைத்தபடி தொண்டையைச் சீராக்கிப் பேசத் தொடங்கினான்.

'மாண்பிற்குரியவருக்கு வணக்கம். உங்களுக்கு என்னை அடையாளம் தெரியாமல் போயிருக்கலாம். ஆனால் நாம் சந்தித்துப் பல காலம் ஆகியிருக்கவில்லை என்பதைத் தங்களுக்கு நினைவூட்ட விழைகிறேன்..'

அவன் பேசிய குஜராத்திய மொழி ராணாவை அதிர்ச்சியடையச் செய்தது. ஒரு சுல்தானின் அடிமை ராணாவின் தாய்மொழியில்

பிழையின்றிப் பேசியது அவனுக்கு வியப்பை அளித்தது. மாலிக் தொடர்ந்தான்.

'அது வெகுநாள் முன்பு நடந்தது. ஒரு வியாபாரியின் மகன், சௌலா என்ற அழகியைக் காதலித்தான். அவர்களது காதல் பரிசாக நீங்கள் அவன் உயிர்விதையைக் கேட்டீர்கள். நினைவிருக்கிறதா ராணா?'

'சௌலா..' ராணா அந்தப் பெயரை ஆவலுடன் உரக்க உச்சரித்தான். அவளை அவனால் எப்படி எளிதில் மறக்க இயலும்? அவளால்தான் எல்லாப் பேரழிவுகளும் ஆரம்பித்தது. வெள்ளமென அவளைப் பற்றிய நினைவுகள் அவன் மனதில் நிறையத் தொடங்கியது.

திகிலுடன் ராணா நிமிர்ந்து அந்தத் தளபதியின் முகத்தை ஏறிட்டான். 'இது எவ்வாறு சாத்தியப்படும்?' அவன் மனதில் சந்தேகக் கேள்வி ஒன்று பிறந்தது. 'மெலிந்த பலவீனமான அந்தச் சிறுவன் எப்படித் தன் முன்னே ஒரு சுல்தானியத் தளபதியாக உயர்ந்து நிற்க முடியும்?' அவன் முகம் கோபத்தில் சிவந்தது. ஒரு வன்மமான புன்னகை அவன் முகத்தில் துளிர்த்தது. தன் மீது கவிந்த பெருந்துயரைக் கீழே வீழ்த்திவிட்டு அந்த வியாபாரி மகன் வளர்ந்து நிற்கிறான். இது எப்படிச் சாத்தியம்?

ராணா தன்னிடம் மன்னிப்பு கேட்க வேண்டும் என்று மாலிக் விரும்பினான். மெல்லிய குரலில் ஆனால் அதன் உறுதியில் இறுக்கம் சற்றும் குறையாமல் மாலிக் அவனிடம் கேட்டான்.

'ராணா, என்னைக் காயடித்ததன் மூலம் பெரும் தவறு இழைத்ததை நீ உணர்கிறாயா?'

ராணாவிற்கு என்றுமே அடுத்தவர்கள் கூறுவதன் மீது கவனம் இருந்ததில்லை. சில குணங்கள் எத்தனை வயதானாலும் மாறுவது இல்லையே.

'ஆமாம் ஒப்புக்கொள்கிறேன். உன்னைக் கொன்றிருக்க வேண்டும்.'

முன்னே நிற்பது மாலிக்காக இல்லாமல் போயிருந்தால் அவன் மன்னிப்பு வேண்டி கால்களில் விழுந்து அழுதிருப்பான். இப்போது மன்னிப்பிற்குப் பயனில்லை என்பது தெரிந்து அவன் மன்னிப்புக் கேளாதிருந்தான்.

'நான் உனக்குச் செய்ததை நீ என்ன முயற்சித்தாலும் உன்னால் மாற்ற முடியாது. நான் உன்னை அனாதையாக்கினேன். ஓர் அடிமையாக்கினேன். அதற்கெல்லாம் மேலாக உன் ஆண்மையை அகற்றி உன்னை ஓர் அலியாக்கினேன். இன்று நீ என் எதிரியாக என்

முன் நிற்கலாம். ஆனால் நான் உன்னில் ஏற்படுத்திய மாற்றத்தை நீ தலைகீழாக நின்றாலும் மீண்டும் சரி செய்து கொள்ள முடியாது ராம்' என்று கொக்கரித்தான் ராணா.

அளவுமீறிய அவனது செயலை மாலிக்கால் பொறுத்துக் கொள்ள முடியவில்லை. ஆணையிட்டான்.

'அவனை இழுத்துச் சென்று பாதுகாப்பாகச் சிறையில் அடையுங்கள். இவன் விதியை நான் நாளை நிர்ணயிக்கிறேன்.'

வீரர்கள் ராணாவை இழுத்துச் சென்றதும் மாலிக் உள்ளூரப் புகையத் தொடங்கினான். என்னைப் போல் எத்தனை பேர் இவன் கைகளில் சிக்கிச் சின்னாபின்னமாகி இருப்பார்கள்? எங்களைப் போல அவனும் சீரழிய வேண்டும். மாலிக்கின் உலகம் இந்தக் கொடுங்கோலனால் சிதைக்கப்பட்டுவிட்டது. அவனால் சீரழிந்த அனைவருக்கும் அவனைப் பழி வாங்கும் சந்தர்ப்பம் கிட்டாது. அவர்களின் சார்பாக அவனைப் பழி வாங்க நல்ல சந்தர்ப்பம் அவனுக்குக் கிடைத்துள்ளது. ஆனால் இன்னொன்றையும் பார்க்க வேண்டியிருக்கிறது. ராணா இல்லையென்றால் அவன் இன்றுவரை ஒரு வியாபாரியாக அரண்மனைப் பெண்களுக்குச் சேலைகளும், வாசனைத் திரவியங்களும் விற்கும் வியாபாரியாகவே காலத்தைத் தள்ளியிருக்க வேண்டும். இன்றோ அவன் சுல்தானின் தளபதிகளில் ஒருவன். பேசாமல் அவனைப் போகவிட்டுவிடலாமா?

காலை சூரிய உதயத்தின் போது மாலிக் அந்தக் கொடுங்கோலனைச் சந்திக்க விரும்பி சிறைச் சாலை பிரிவு நோக்கிச் சென்றான்.

ஆ..! கூடாரம் திறந்து கிடந்தது. மாலிக் ஆத்திரத்துடன் அங்கும் இங்கும் பார்வையை ஓடவிட்டான். ஓர் ஓரத்தில் சிறைக் காவலாளி கழுத்தில் ரத்தக் காயத்துடன் சரிந்து கிடந்தான். அங்கே அவன் கண்ட காட்சியால் அவனது மன நிம்மதி உருக்குலைந்து போனது. அருகில் இருந்த மரத்தின் கிளை ஒன்றில் ஒரு பட்டுத் துணியில் தூக்குமாட்டிக் கொண்டு ராணா சடலமாகத் தொங்கிக் கொண்டிருந்தான்.

சௌலாவின் கண்ணீர்க் கோடுகள் கோலம் போட்ட முகம் இன்னமும் மாலிக்கின் மனத்திரையில் நிழலாடியது. அவளுக்கு என்ன நேர்ந்தது என்பதை அவனிடம் கேட்டுத் தெரிந்து கொள்ள வேண்டும் என்று எண்ணியிருந்தான். ஆனால் ராணா கடந்த காலத்திற்குச் சமாதி எழுப்பிவிட்டுத் தானும் காற்றில் கலந்துவிட்டான்.

‘இவனது உடலை மலை உச்சியிலிருந்து வீசி எறியுங்கள். வல்லூறுகளுக்கு இவன் உடல் இரையாகட்டும்’ என்று ஆணையிட்டான்.

ஒரு கடின அமைதி அவனைச் சூழ்ந்தது. வாழ்க்கை ஓர் ஆலவட்டம் அடித்து வந்து அவன் முன்னர் நின்றது போலிருந்தது. ராணாவின் துர்மரணம் அவனுடைய பழைய வாழ்க்கைக்கும் அவனுக்கும் இருந்த தொடர்புகளை முற்றிலும் துண்டித்துவிட்டது. இனி எதிர்காலத்தில்தான் கவனம் செலுத்த வேண்டும். முதலில் கேவல் தேவிக்குப் பாதுகாவலாக வந்தவர்களின் தலைகளை மண்ணில் உருட்ட வேண்டும். அந்தச் சிறுமியையும் அவர்கள் கைப்பற்றிவிட்ட தகவல் கிடைத்தது. ஐம்பது வீரர்கள் அடங்கிய படைப்பிரிவு தேவகிரி கோட்டைக்குள் நுழைய முடியுமென்றால் மற்றவர்களும் நுழையலாம். மாலிக் தேவகிரி கோட்டையைக் கைப்பற்ற உறுதி கொண்டான்.

அதற்கு முன்னர் தேவகிரி கோட்டையை ஏற்கெனவே ஒருமுறை முற்றுகையிட்டு ஆக்கிரமித்த வீரர்களை அழைத்துக் கோட்டையின் உட்புறத் தோற்றத்தைக் கேட்டறிந்தான். ஒருநாள் முழுவதும் கோட்டையின் பலவீனமான பகுதிகளைக் குறித்தே அலசினார்கள். அனைவரும் அதன் மதில்கள் அளப்பரியன என்பதைக் கோடிட்டுக் காட்டினர். கோட்டையுடன் இணைக்கும் பாலத்தைத் தாங்கும் சங்கிலிகள் மட்டுமே பலவீனமானவை என்று கூறினார்கள். ஒருநாள் முழுவதும் அந்த இணைப்புப் பாலத்தைச் செயலிழக்கச் செய்துவிட்டால் உள்ளே பெரும்படை எளிதில் நுழையலாம்.

மாலிக் முகத்தில் புன்னகை அரும்பியது. அவனுடைய திட்டம் தயாராகத் தொடங்கியது.

ஒருவருக்கும் குஜராத்திய மொழியில் ஆளுமை இல்லாததால் மாலிக் தானே முற்றுகைக்குச் செல்லத் தீர்மானித்தான். புழுதி படர்ந்த உடல், கந்தல் துணி இவற்றை அணிந்து ராணாவின் தப்பியோடிய உதவியாளனைப்போல வேடமிட்டுச் சென்றான்.

வேடம் என்றாலும் கூட அவனது தளபதிகள் அவன் உடைக்காக வருத்தப்பட்ட போது மாலிக், ‘இதைவிட மோசமான ஆடைகளை ஒரு காலத்தில் நான் அணிந்திருக்கிறேன்’ என்று புன்னகையுடன் பதிலளித்தான்.

ராணாவின் படை வீரர்கள் கொண்டு வந்த ஒரு தொத்தலான குதிரை ஒன்றின் மீதேறி தேவகிரி நோக்கிச் சென்றான். கோட்டையை

நெருங்கியதும் திரும்பிவிடலாமா என்ற அச்சம் அவனுக்கு மூண்டது. இத்தனை வலுவான கோட்டையைக் கட்டியவர்களை அத்தனை எளிதில் தந்திரத்தால் ஏமாற்ற இயலுமா?

மலை தூரத்தில் ஆடிக் கொண்டிருப்பது போலிருந்தது. ஒருவேளை தானும் சமாதியடைந்த படைத்தளபதி ஜபாரைப் போலத் தெரிந்தே மரணத்தை நோக்கி அடி எடுத்து வைக்கிறோமா என்ற ஐயம் அவனுக்கு ஏற்பட்டது. ஆதவன் இன்னும் மறையாததால் தனது வருகையை அவர்கள் ஒரு மைல் தூரத்தில் இருந்தே கோட்டையின் மேல் இருப்பவர்களால் கண்டுகொள்ள இயலும். அதன் அடையாளமாகத் துந்துபிகள் எழுப்பிய பலத்த ஒலி செவிகளில் விழுந்தது. அவன் நகர்ந்து சென்று மதிலின் இணைப்புப் பாலக் கதவுகளின் பக்கம் சென்று நின்றான். இணைப்புப் பாலத்தின் சாளரம் திறக்கப்பட்டது. நான்கடி துவாரத்திலிருந்து ஒரு முகம் எட்டிப் பார்த்தது.

‘வந்த சங்கதி என்னவென்று கூறு’ என்றது.

குஜராத்தி மொழியில், ‘ராஜா ராய் கரணை நான் சந்திக்க வேண்டும்’ என்றான்.

சிறிதுநேரம் சென்ற பின்னர், ஒரு தனி மனிதன் ராணாவை விபரீதமாகத் தாக்க முடியாது என்று தீர்மானித்த பின்னர், கோட்டை இணைப்புப் பாலத்தின் கதவு திறக்கப்பட்டது. கோட்டையின் முனையில் இரண்டு இரும்புச் சங்கிலிகள் தொங்கிக் கொண்டிருந்தன. கண்ணி கண்ணியாகச் சங்கிலிகள் விடுபட்டுப் பாலம் மெதுவாக இறங்கியது. இறுதியாக அது தடால் என்ற ஓசையுடன் கீழே இறங்கியதும் மாலிக் கணக்குப் போட்டான். ஒரே நேரத்தில் இருபது குதிரை வீரர்கள் ஒன்றாக உள்ளே நுழைய முடியும்.

நான்கு வீரர்கள் அவனை இழுத்து அவனிடம் ஆயுதங்கள் உள்ளனவா என்று சோதனை போட்டார்கள். ராஜாவுடன் மட்டுமே பேசுவதற்கு அனுமதி அளித்த அவர்கள் அவனை ஓர் அறைக்கு அழைத்துச் சென்றனர்.

மாலிக் அங்கே காத்திருந்தான். சிறிது நேரம் சென்ற பின்னர் ராஜா ராய் கரண் அங்கு தோன்றினார். மாலிக் தரையில் வீழ்ந்து வணங்கினான்.

‘மாட்சிமை பொருந்திய மன்னருக்கு எனது வந்தனங்கள். உங்கள் அவைக்கு ஒரு சேதியுடன் வந்துள்ளேன். இளவரசி இன்னும்

குகையில்தான் இருக்கிறார். இருப்பினும் அங்கு நிறைய சுல்தானின் வீரர்கள் சூழ்ந்திருப்பதால் நாம் இரவில் சென்றுதான் அவரை அழைத்து வர இயலும். ராணா அவர்களும் முகமதியரின் கரங்களில் பிடிபடுவதை விரும்பவில்லை. நாங்கள் கோட்டையை நாளை விடிகாலையில் அடைய உத்தேசித்திருக்கிறோம். இப்போது என்னை வெளியில் செல்ல அனுமதிக்க உத்தரவிட்டால் மட்டுமே அது சாத்தியப்படும்' என்றான் பணிவுடன்.

மாலிக்கின் தூய்மையான குஜாரத்திய மொழிப் பிரவாகமும், அப்பாவி போன்ற முகத் தோற்றமும் மன்னரை நம்ப வைத்தது. ராய் கரணுக்கு ஏற்கெனவே தனது மகளை முகமதியர்கள் சூழ்ந்துவிட்டனர் என்ற தகவல் கிடைத்தது.

அந்த நேரம் யாதவக் குல மன்னன் ராமச்சந்திர யாதவர் அங்கே வந்தார். அவருக்கு மாலிக்கைப் பார்த்ததும் சற்று ஐயம் தோன்றியது. மாலிக்கின் முகத் தோற்றத்தை உற்று நோக்கிய ராமச்சந்திர யாதவர், 'அது எவ்வாறு காடு மேடுகளில் அலைந்து திரியும் ஒருவன் தனது தாடையை மழுங்கச் சிரைத்துக் கொள்ள முடியும்?' என்று வினா எழுப்பினார்.

மாலிக் நாணிக் கொண்டு, 'மன்னிக்க வேண்டும் மகராஜா. நான் ராணாவின் அந்தப்புரத்தில் அவருக்கு நெருக்கமான ஓர் அலி. எனது சிறு வயதிலிருந்து ராணாவின் அருகில்தான் இருந்து வருகிறேன்' என்று கூறினான்.

அவன் கூறிய விடை ராஜாவின் ஐயத்தைத் தெளிவித்தது.

'நீங்கள் மொத்தம் எத்தனை பேர்கள் இருக்கிறீர்கள்?' என்று ராஜா கேட்டார்.

'ஐம்பது வீரர்கள் இளவரசியையும் சேர்த்து. ஒருநாள் இரவு முழுவதும் பயணம் செய்துதான் இங்கே வந்தடைய முடியும்..'

'நான் எனது படை வீரர்களுக்குக் கட்டளையிடுகிறேன். அவர்கள் உங்களது வருகையைப் பார்த்ததும் இணைப்புப் பாலத்தைத் திறந்துவிடுவார்கள். இனிமேலும் நான் மேலும் ஒரு சந்தர்ப்பத்திற்குக் காத்திருக்கும் நிலையில் இல்லை..'

இணைப்புப் பாலம் வழியாக வெளியில் சென்ற போது மாலிக் அதன் பொறி நுட்பத்தை ஆராய்ந்தபடியே சென்றான். பாலம் கீழ் இறங்கிய பின்னர் அதன் சங்கிலியைத் துண்டித்துவிட்டால் அதைச் சரிசெய்யக் குறைந்தது ஒருநாள் பொழுதாவது வேண்டியிருக்கும்.

மாலிக் தனது இருப்பிடம் அடைந்ததும் தயார் நிலையில் இருந்த படை வீரர்களுடன் ஆலோசித்தான். ஒரு பதின் பருவ அலி ஒருவனுக்குப் பெண் வேடமிட்டு கேவல் தேவியைப் போல அலங்கரித்துக் கூட்டிச் சென்றனர். மற்ற வீரர்கள் குஜராத்திய உடையில் சென்றனர். ஒரு மைல் தூரத்திற்கு முன்பே அவர்களைப் பார்த்ததும் துந்துபிகள் முழங்கத் தொடங்கின.

மாலிக் தனது முகத்திற்கு அருகிலும், 'இளவரசி'யின் முகத்திற்கு அருகிலும் விளக்கு வெளிச்சத்தைக் காட்டினான். இளவரசிதான் என்று சமாதானமடைந்த காவலாளிகள் இணைப்புப் பாலத்தை இறக்க ஆரம்பித்தனர். தொப் என்று கீழே இறங்கியதும் அவர்கள் குதிரைகளைக் கோட்டைக்கு வெளியே நிறுத்திவிட்டு உள்ளே மெதுவாக முன்னேறினர். என்ன நிகழப் போகிறது என்பதை அறியாத நூறு யாதவ வீரர்களை அவர்கள் எதிர் கொண்டனர்.

தங்களது வழமையான தாக்குதல் முறைகளைப் பின்பற்றாத துருக்கியர்கள் உள்ளே நுழைந்ததும் யாதவ வீரர்களை ஈவு இரக்கமின்றி வாளால் வெட்டிச் சாய்த்தனர். கலவர ஓசை எழுந்ததும் மீண்டும் துந்துபிகள் முழங்கின, இம்முறை சற்று நடுக்கத்துடன்.

இதற்குள் மாலிக் ஐந்து வீரர்களை இறங்கிய இணைப்புப் பாலத்தின் சங்கிலியை உடைத்து நாசம் செய்ய அனுப்பி வைத்தான். அவர்களில் இருவர் பெரிய சுத்தியல் கொண்டு கீழ்ப்பகுதிச் சங்கிலிக் கண்ணிகளை ஓங்கி ஓங்கி அடிக்கத் துவங்கினர்.

ராமச்சந்திர யாதவர் துந்துபி முழக்கத்தைச் செவியுற்றுத் தனது சயன அறையிலிருந்து வெளியில் வந்து பார்த்தார். எங்கோ தவறு நேர்ந்திருப்பது தெரிய வந்தது. குஜராத்திய வீரர்களுடன் முகமதிய வீரர்கள் ஊடுருவியிருப்பது தெரிந்தது. ராஜா ராய் கரணை மனதாரச் சபித்தார். ராய் கரணால் அவருக்கு எவ்விதத்திலும் நன்மை ஏற்படவில்லை.

'இணைப்புப் பாலத்தை மேலே தூக்குங்கள். அவரது மகள் உள்ளே இருந்தால் என்ன.. வெளியே இருந்தால் எனக்கென்ன? எனக்குக் கோட்டையின் பாதுகாப்புதான் முக்கியம்' என்று அலறினார்.

இதற்கு நடுவில் பாலத்தின் இணைப்புச் சங்கிலியை உடைக்கச் சென்ற சுல்தானின் படை வீரர்கள் தங்கள் பணி முழுமையடையும் முன்னரே ரத்த வெள்ளத்தில் மிதந்தனர். இணைப்புச் சங்கிலியின் கண்ணிகளை அவர்கள் முறித்துக் கொண்டிருந்த போது முதுகில் குத்துப்பட்டு இறந்தனர்.

மாலிக் குஜராத்திய வீரர்கள் நடுவில் நின்று போரிட்டுக் கொண்டிருந்த போது இணைப்புப் பாலம் பெருத்த ஓசையுடன் மேல் எழுப்பப்படுவதைச் செவியுற்றான். வசமாக மாட்டிக் கொண்டோம், அவர்கள் செய்த பிழையில் நான் இவர்களிடம் மாட்டிக் கொண்டுவிட்டேன் என்று எண்ணினான். ஒருவேளை அவனது எதிரிகள் அந்த வீரர்களை வாளால் கொன்றிருக்கலாம் என்று கருதினான்.

திடீரென்று பெருத்த ஓசை ஒன்று கேட்டது. அந்த இணைப்புப் பாலத்தின் எடையைத் தாங்க முடியாத பாலத்தின் இணைப்புச் சங்கிலி அறுந்து விழுந்த ஓசைதான் அது. இணைப்புப் பாலம் அந்தச் சங்கிலியில் தொக்கி நின்றது. இருந்தும் மெல்ல மெல்ல அந்தப் பாலம் மேலே சென்று கொண்டிருந்தது. மாலிக் அதனோடு மோத வேண்டி வருமோ என்று வியப்பெய்தினான். இன்னும் அவகாசம் இருக்கிறது. பசியுடன் கூடிய முதலைகள் மிதக்கும் அகழியில் குதித்து அதிர்ஷ்டமிருந்தால் நீந்தித் தப்பிக்கலாம். அதிர்ஷ்டம் இல்லாமல் போனால்?

இரண்டாவது சங்கிலியைத் தகர்த்துக் கொண்டிருந்த வீரன் சற்றுத் தடுமாறி பாலத்தின் மீது சாய்ந்தான். மாலிக்கின் கவனம் முழுவதும் அவன் வெட்டிக் கொண்டிருந்த இறுதி கண்ணியின் மீதுதான் இருந்தது.

‘வெட்டு.. வெட்டு..’ அவன் உரக்கக் கட்டளையிட்டான்.

மிக கனமான சுத்தியலைப் பெருமுயற்சியுடன் அந்த வீரன் அந்தக் கண்ணியின் இணைப்பில் ஓங்கி ஒரு போடு போட்டான். நல்லவேளை அந்தக் கண்ணி விட்டுக் கொண்டது. சங்கிலி நீண்டு தொங்கும் பாம்பைப் போலத் தொங்கிக் கொண்டிருக்க அதனை வெட்டி வீழ்த்திய வீரன் தடுமாறி அகழி நீரில் விழுந்தான். காத்துக் கொண்டிருந்ததைப் போல நீரில் இருந்த முதலைகள் அவனை நோக்கிப் பாய்ந்தன. சங்கிலி காற்றில் சுருண்டதும் அந்தப் பாலம் பெருத்த ஓசையுடன் கீழே தொம்மென்று விழுந்தது.

தூரத்தில் சுல்தானியப் படை வீரர்களின் குளம்பொலி கேட்டது. குதிரைப்படை விரைந்து வந்து கொண்டிருந்தது. இன்னும் அரை நாழிகை நேரத்தில் அங்கு வந்துவிடுவார்கள். மேலேயிருந்து பாறைகளை உருட்டுவதற்கோ, கொதிக்கும் எண்ணெய்க் கொப்பரைகளை மேலே கவிழ்ப்பதற்கோ தேவகிரி மக்களுக்கு அவகாசம் கிடையாது. தன் கண் எதிரிலேயே யாதவ வீரர்கள் வாளை உறையில் போட்டுக் கொண்டு தப்பி ஓடுவதைக் கண்டான். மாலிக் வெளியில் சென்று அவனது வீரர்களை வரவேற்கச் சென்றான்.

தேவகிரி மீண்டும் ஒருமுறை அதே சுல்தானால் தந்திரத்தில் வீழ்ந்தது.

*

அலாவுதீன் தேவகிரியிலிருந்து வந்த தூதுவனை மலங்க விழித்துப் பார்த்தான். தேவகிரி வீழ்த்தப்பட்டது என்பதே அவன் கொண்டு வந்த செய்தி.

'மாலிக் அந்தச் சிறுமியை மட்டும்தானே கவர்ந்து வரப்போவதாகக் கூறியிருந்தான்?' இவ்வாறு சுல்தான் எண்ணினான். 'ஆனால் அந்தப் பெண்தான் அழைத்து வரப்பட்டு அவள் தாயுடன் சேர்த்து வைக்கப்பட்டுவிட்டாளே? மாலிக் இந்த முற்றுகையை ஒரு வெள்ளோட்டமாகத்தான் செய்திருக்க வேண்டும். இதுதான் அவன் செய்தி சொல்லும் முறை. அதுதான் மாலிக்.'

தேவகிரி கோட்டை சுல்தான் கைவசம் ஆனது; யாதவ அரசனும் தேவகிரியிலிருந்து தில்லிக்கு இழுத்து வரப்படுகிறான். அந்தத் தருணத்தின் சாதகமான பலனைத் தானே பெற்றுக் கொள்ள வேண்டும் என்று சுல்தான் எண்ணினான். தானே மாலிக்கை அனுப்பித் தேவகிரி கோட்டையையும் கைப்பற்றுமாறு உத்தரவிட்டதாகக் கூறினான்.. மாலிக் அனுப்பிய மடலை முரசொலி மாடத்திலிருந்து வாசிக்கச் செய்தான். இதன் மூலம் மக்கள் சுல்தானின் வெற்றியை அறிந்து கொள்ளட்டும். சுல்தானுக்கு அப்படியொன்றும் வயதாகிவிடவில்லை, அவர் நினைத்தால் அந்த வயதில் கூட அவரால் போரில் வெற்றி பெற இயலும் என்பதை மக்கள் அறிந்து கொள்ளட்டும்.

மாலிக்கின் செயல் திட்டம் வேறு மாதிரியானது. அவன் தேவகிரி நகரைச் சூறையாடும் எண்ணத்தைக் கொண்டிருக்கவில்லை. தேவகிரியின் கோட்டை அவனுக்கு இன்றியமையாததாகப் பட்டது. தேவகிரியையும் தாண்டி தெற்கில் பல தேசங்கள் சுல்தானின் ஆளுமைக்குள் வராமல் உள்ளன. அவை தேவகிரியைவிடவும் வளம் கொழிக்கும் பிரதேசங்களாக இருக்கலாம். எனவே சுல்தானின் படையெடுப்பிற்கு தேவகிரி கோட்டையும், நகரமும் மிக இன்றியமையாதது என்பதால் அவன் தேவகிரி நகரைச் சீரழிக்காமல் விட்டுவிட்டான்.

தில்லிக்கு இழுத்துச் செல்லப்பட்ட ராமச்சந்திர யாதவர் எப்படியும் தனது தலை தில்லி மண்ணில் உருட்டப்படும் என்று எண்ணியிருந்தார். ஆனால் அலாவுதீன் அவருக்கு அவரது

ராஜ்ஜியத்தைத் திருப்பிக் கொடுத்ததோடு மட்டுமல்லாது ராய்-இ-ராயன் என்ற பட்டத்தையும் கொடுத்தான். மிக மரியாதையுடன் நடத்தினான். அவரை மீண்டும் அவரது ராஜ்ஜியத்தில் சிறு துரும்பு கூட மேலே படாது கொண்டுவிட உத்தரவிட்டான். இந்த புத்திசாதுர்யமான செயல் ராயரைக் காலம் முழுவதும் சுல்தானுக்குக் கட்டுப்பட்டவராக மாற்றியது. இனி வரும் காலங்களில் அவர் நிச்சயம் சுல்தானுக்கு எதிராகப் போர்க்கொடி தூக்கமாட்டார். ஆனால் ராய் கரண் பாவம் இன்னும் காடு மேடுகளில்தான் திரிந்து வந்தான்.

*

தனது படைப்பிரிவில் தனிப்பெரும் ஆளுமையை சுல்தான் மாலிக்கிற்கு வழங்க எண்ணினான். மற்ற தளபதிகள் சற்று சலசலப்பு காட்டுவார்களோ என்ற ஐயமும் இருந்தது சுல்தானுக்கு. தனது படைப்பிரிவுகளில் இருக்கும் தகுதி வாய்ந்த வீரர்களுக்கு உயர்பதவி அளிப்பதன் மூலம் அவர்களை மேலும் மேலும் முன்னுக்குக் கொண்டு வந்து இறுதியில் படைத்தளபதிகளாக நியமிப்பது வழக்கம். இருப்பினும் அவர்கள் எவரும் அவன் எண்ணிய அளவிற்குச் சாகசங்கள் புரிந்ததில்லை. மாறாக ஜாபர் போன்ற தளபதிகள் எடுக்கும் தவறான முடிவுகளால் விபரீதங்களே நேர்ந்துள்ளன. ஆனால் மாலிக் ஒரு வீரன்; ஒரு ஹிந்து; இஸ்லாத்தைத் தழுவியவன்; இத்தனைக்கும் மேலாக அவன் ஓர் அலி. அவனைப் போன்றவர்களுக்கு நிபந்தனைகளற்ற தலைமைப் பொறுப்பு என்பது முகமதியர்களின் படைப்பிரிவுகளில் வாய்ப்பது மிக மிகக் கடினம். சுல்தானிய அரசவை இதுபோன்ற அலிகளுக்குப் பெரிய பொறுப்பு அளிப்பதை அங்கீகரிக்காது. தனது அரசவை உள்ள மேட்டுக்குடி கனவான்கள் எத்தகைய தடைகள் ஏற்படுத்தினாலும் அவற்றை மீற அலாவுதீன் முடிவெடுத்தான். சர்வ அதிகாரங்களும், சுதந்திரமான முடிவுகளை எடுக்கக்கூடிய ஒரு தலைமை தளபதியாக மாலிக்கிற்குப் பதவியளிக்க அவன் முடிவெடுத்தான்.

தலைமைத் தளபதி பதவிக்கு ஓர் அலியின் பெயர் முன்மொழியப்பட்டதும் கீழ் உள்ள தளபதிகள் முணுமுணுத்தனர். வாளில்லாத வீரன் என்று புறணி பேசினார்கள். ஆனால் விரைவில் மாலிக்கைக் கேலி பேசுவதை நிறுத்திக் கொண்டனர். ஏன் எனில் அவனது அடுத்த தாக்குதல் அவர்கள் மீதுதான் இருந்தது.

மாலிக்கின் அறிவுறுத்தலின் பெயரில் அலாவுதீன் உயர் படை அதிகாரிகளுக்குக் கடுமையான நடத்தை நெறி கோட்பாடு ஒன்றை வகுத்தான். ஓர் அதிகாரி இன்னோர் அதிகாரியின் இல்லத்தில் சென்று களியாட்டங்கள் போடத் தடை விதிக்கப்பட்டது. திருமண ஏற்பாடுகள் அரசவை ஒப்புதலுடன் இனி நடைபெறும் என்று அறிவிக்கப்பட்டது. திருமணம் மூலமோ ரத்தச் சம்பந்தமாகவோ சுல்தானுடன் தொடர்பு வைத்துக் கொண்டிருந்த அனைத்துக் குடும்பங்களின் பட்டியல் ஒன்று தயாரானது. இதன் மூலம் சுல்தானை எதிர்த்து தில்லி அரியணைக்குப் போட்டியிட நினைக்கும் நபர்களின் எண்ணிக்கை கண்டறியப்பட்டது.

நிகழும் மாற்றங்களைக் கண்ணுற்று அலாவுதீன் மாலிக்கைத் தனது சொந்த மகனைப் போல ஆசையுடன் பார்த்தான். ஒரு குயவன் தான் செய்த மட்பாண்டங்களில் மிக நேர்த்தியான மண்பாண்டத்தைப் பார்ப்பது போல அந்தப் பார்வை இருந்தது. சுல்தானுக்கு மாலிக்கைப் போர்முனைக்கு அனுப்ப ஆவல் மிகுந்தது. தனது வாழ்வின் இறுதிக் கட்டத்தில் நின்று கொண்டிருந்த சுல்தானுக்கு மாலிக்கின் யோசனைகள் மூலம் மேலும் வெற்றிகள் குவியலாம், எவர் கண்டார்கள்? மாலிக் படையெடுத்து தக்ஷிணப் பிரதேசங்களைக் கூட சுல்தானியப் பேரரசுடன் இணைக்கலாம்.

தனது யோசனையை நடைமுறைப்படுத்த அவனுக்கு ஒரு சந்தர்ப்பம் வாய்த்தது. மரணத்திற்கு அஞ்சாத மங்கோலியர் என்று பெயர் எடுத்த மங்கோலியப் படை அலி பெக், தாரக் என்ற இரண்டு தளபதிகளின் தலைமையில் பஞ்சாப் தேசத்தில் புகுந்து நகரங்களையும், நாட்டுப்புறங்களையும் சூறையாடித் தீயிட்டுக் கொளுத்தின. அவர்களது காலடித் தடம் தில்லி வரை நீண்டது.

அலாவுதீன் இப்படி ஒரு சந்தர்ப்பத்திற்காகக் காத்திருந்தான். மாலிக்கிற்கு தன்னிச்சைத் தலைமைப் பொறுப்பைக் ஒப்படைக்க இதுதான் சரியான வாய்ப்பு என்று கருதினான். ஏனைய படைக்கு மகிழ்ச்சிதான், ஆனால் வேறு காரணங்களுக்காக. அவர்கள் அனைவர் மனத்திலும் ஒரே எண்ணம் இதுதான். மங்கோலியப் படைகள் நமக்குப் பதிலாக மாலிக்கை அழித்துவிடும்.

தனது தளபதிகளில் மிகக் கடுமையான இரண்டு தளபதிகளான காஜி மாலிக் மற்றும் மாலிக்கபூர் ஆகியோர் தலைமையில் ஒரு வலிமையானப் படையை மங்கோலியர்களுக்கு எதிராக சுல்தான் ஏவினான். மற்றவர் வியப்பெய்தும் வகையில் இருவரும் தில்லையை நோக்கி வந்து கொண்டிருந்த மங்கோலியப் படையை

முறியடித்து மாபெரும் வெற்றியைத் தேடித் தந்தனர். படை எடுக்கும் எதிரிகளுக்குத் தான் எமன் என்பதை நிறுவுவதற்காக அலாவுதீன் போர் யானைகளை வரவழைத்து மங்கோலியப் படைத்தளபதிகளின் தலைகளை நசுக்குவதற்கும், படைப்பிரிவின் ஏனைய அதிகாரிகளின் தலைகளைக் கொய்து கோட்டைச் சுவரில் குத்தி வைக்கவும் ஆணையிட்டான்.

ஆனால் மாலிக்கிடம் வேறு ஒருவகையான திட்டம் உதித்தது. தனது முதல் போர் வெற்றிக்குப் பின்னர் மாலிக்கிடம் மறைந்திருந்த போர் நிபுணன் மெல்ல எட்டிப் பார்த்தான். தில்லியின் இரண்டு முக்கிய நகரங்களான கிலா ராய் பித்தோரா மற்றும் மெஹ்ரௌலி ஆகியவை அடிக்கடி பகைவர்களின் தாக்குதல்களுக்கு ஆளாகின. எனவே அலாவுதீன் ஒரு மாற்றுத் தலைநகரம் குறித்த சிந்தனையில் இருந்தான்.

மாலிக்கிடம் ஒரு நல்ல இடத்தைத் தேர்வு செய்யுமாறு சுல்தான் கேட்டுக் கொண்ட போது மாலிக், 'நாம் மங்கோலியர்களுக்குப் பயந்தவர்கள் இல்லை என்பதை மக்களுக்கு அறிவிக்க வேண்டியது நமது கடமை. எனவே மங்கோலியர் படையெடுத்து வரும் பகுதிக்கு நமது தலைநகரைக் கொண்டு செல்ல வேண்டும்' என்றான்.

அவ்வாறு அவன் தேர்வு செய்த பகுதி சிரி சமவெளிப் பகுதியாகும். அப்பகுதி தில்லியில் இருந்த குதூப்மினாரிலிருந்து மூன்றரைக் கல் தொலைவில் அமைந்திருந்தது. அங்குதான் படையெடுத்து வரும் மங்கோலியர்கள் முகாம் அமைத்துத் தில்லியைத் தாக்குவது வழக்கம்.

அலாவுதீனுக்கு அந்த யோசனை உடனடியாகப் பிடித்துவிட்டது. அதனையும்விட அவன் 'சிரி' என்பதற்கு உள்ளூர் கொச்சை மொழியில் 'தலை' என்று பொருள் என்பதை அறிந்ததும் மேலும் உற்சாகமானான்.

மக்களின் நம்பிக்கையைப் பெற மேலும் ஓர் உற்சாக வழி. சிரி என்ற அதன் பெயருக்கு ஏற்றது போல அந்த மண்ணில் மங்கோலியப் படை அதிகாரிகளின் தலைகளைப் புதைத்து அதன் மீது நகரின் அடித்தளம் எழுப்ப ஆணையிட்டான்.

வட்ட வடிவான கற்களால் எழுப்பட்டக் கோட்டை மதிற்சுவர்கள் மத்தியில் சிரி நகரம் எழுப்பப்படத் தீர்மானிக்கப்பட்டது. சிரி, கிலோ ராய் பிதொரா ஆகிய இரு நகரங்களுடன் ஒரு பெரிய கற்சுவரால் இணைப்பதற்கு ஏற்பாடுகள் தொடங்கின. கோட்டை

மதில்களால் சூழப்பட்ட சிரி நகரின் மையத்தில் ஐம்பது மா அளவிற்குப் பரந்த நிலத்தில் மிகப்பெரிய ஏரி ஒன்றை நிறுவுவதற்கு சுல்தான் ஏற்பாடு செய்தான். அதற்கு ஹாசி அலை என்று பெயரிட்டான். எண்ணாயிரம் மங்கோலிய வீரர்களின் தலைகள் சீவப்பட்டு எதிரிகளை எச்சரிக்கும் விதமாக அந்த நகரின் பூமியில் புதைக்கப்பட்டன. இந்தச் செய்கையின் மூலம் சுல்தான் மீதும், மாலிக்கின் மீதும் மக்களுக்கு மாறாத நம்பிக்கை ஏற்பட்டது.

இறுதியில் ஜாபரின் கொலைக்குத் தகுந்த முறையில் பழிவாங்கப்பட்டது. தனது உயர்ந்த போர்ப்படை தளபதியின் மரணத்திற்குக் காரணமான எதிரிகளை மாலிக் பழி தீர்த்துக் கொண்டது அலாவுதீனின் கவனத்தை ஈர்த்தது. தேவகிரி, மங்கோலியப் படையெடுப்பு ஆகிய இரு வெற்றிகளுக்குப் பின்னர் மாலிக் சற்று ஓய்வெடுக்க எண்ணியிருந்தான். ஆனால் அலாவுதீன் உடனுக்குடன் வேறு ஒரு பணியை ஒப்படைத்தான். ஆனால் இம்முறை போர் தொடுக்கும் பணியை ஒப்படைக்கவில்லை.

சுல்தானின் உளவுப் பிரிவிற்கு, மறைஞானி சூபி நிஜாமுதீன் நிகழ்த்தும் வாராந்திரப் பிரார்த்தனைக்குக் கூடும் கூட்டங்கள் குறித்துத் தகவல்கள் வந்து குவிந்த வண்ணம் இருந்தன. நிஜாமுதீன் ஓர் ஆசான். அவர் தனது சிறு வயதிலேயே சொந்த ஊரான பதாயூனைவிட்டு இங்கு குடியேறினார். அப்போது தலைநகருக்கு ஒதுக்குப்புறத்தில் இருந்த கயாஸ்பூர் என்ற ஊரில் குடியிருந்தார். அவரது பக்தர்களால் ஷேக் நிஜாமுதீன் ஔலியா என்று அன்புடன் அழைக்கப்பட்டார். தில்லி தர்பாருக்குச் சவால் விடுவதைப் போலத் தனக்கென்று பெரிய தர்பார் ஒன்றை அமைத்துக் கொண்டிருந்தார்.

சமூகத்தின் மேன்மக்கள் அவரது பிரார்த்தனைக் கூட்டம் தொடங்குவதற்கு முன்னரே அவர் அருகில் அமர வேண்டும் என்ற ஆவலில் பெருந்திரளாகக் கூடுவர். அவர்களுக்கு அவரது உரைகளைச் செவிமடுப்பது மட்டும் விருப்பமன்று. சமூகத்தின் பல்வேறு அடுக்குகளிலிருந்தும் வந்த மக்கள் அவரது சமையற்கூடத்தில் நிரம்பியிருந்தனர். மேன்மக்கள் அவரது சமையற்கூடத்தில் எச்சில் பாத்திரங்களைக் கழுவுவதற்குத் தயங்கவில்லை. அடுப்புகளின் கீழ்ப் பணி செய்யும் போது கவி அமீர் குஸ்ரோவின் பாடல்களைப் பாடியபடி பணியாற்றுவர்.

எதற்கெடுத்தாலும் சந்தேகம் கொள்வதை வாடிக்கையாகக் கொண்ட கில்ஜி அரசிற்கு அங்கு கூடும் கணக்கற்ற பக்தர்களின் கூட்டம் பெருத்த சந்தேகத்தை ஏற்படுத்தியது. ஒரு நொடிப்

பொழுது போதும் அங்கு கூடும் கனவான்களும், அதிகாரிகளும் மனம் மாறி அரசுக்கு எதிராகச் செயல்படுவதற்கு. இதைத் தவிர இருக்கும் கோயில்களும் தரைமட்டமாக்கப்பட்டு வேறு கோயில்கள் கட்டிக் கொள்ள அனுமதி மறுக்கப்பட்ட ஹிந்துக்களும் அந்தப் பிரார்த்தனைக் கூடத்தில் கூடியது சந்தேகத்தை அதிகப்படுத்தியது.

அங்கு கூடும் நபர்களின் எண்ணிக்கை மிகைப்படுத்துவதாகக் கருதி அலாவுதீன் அவற்றில் ஒரு கழிவை ஏற்படுத்திப் பார்த்தான். கணக்கு தவறாகவே இருந்தது. அடுத்தடுத்து வந்த உளவு அறிக்கைகள் அவனது கருத்தைப் பொய் என்று நிரூபித்தன. தனது தர்பாருக்கு நிகரான தர்பார் அமைத்துப் பிரார்த்தனைக் கூடங்கள் நடத்தும் அந்தப் புனிதத் துறவியை அப்போதே வெட்டிச் சாய்க்க சுல்தான் திட்டமிட்டான். அதன் பிறகாவது எவரிடம் விசுவாசமாக இருக்க வேண்டும் என்ற முடிவிற்கு மக்கள் வருவார்கள். அதற்கு முன்பு அவனுக்குச் சில நம்பகத் தகவல்கள் வேண்டியிருந்தது. இது குறித்து மாலிக்கிடம் நீண்ட நேரம் விவாதம் புரிந்தான்.

‘இந்த விஷயத்தில் ஒற்றர்கள் ஒத்துவரமாட்டார்கள். இப்போது நமது அவசரத் தேவை அவரை நேருக்கு நேர் சென்று பார்ப்பதுதான்’ என்று மாலிக் சுல்தானுக்கு வலை விரித்தான்.

‘அப்படியானால் அதற்கு நீதான் உகந்தவன்’ என்று மாலிக் விரித்த வலையில் அலாவுதீன் காலை வைத்தான்.

மெய்யாகவே அது ஒரு வலைதான். ஏன் எனில் அப்படி ஒரு பணியை மேற்கொள்ள எவராக இருப்பினும் அச்சத்தில் நடுங்குவர். அலாவுதீன் அந்தப் புனிதத் துறவி மீது மாலிக்கை ஒரு கண் வைக்குமாறு பணித்தார். அலாவுதீனுக்கு முன்பிருந்த சுல்தான்கள் இது போல அரசுக்கு எதிராகக் கிளர்ச்சி செய்த ஒரு மத போதகரைக் காலால் மிதித்துக் கொன்ற சம்பவம் இன்னும் அவன் மனதில் பசுமையாக நிழலாடிக் கொண்டிருந்தது. அதே போன்று அன்றைய இரவு வெட்டுக்கிளிகளின் பெருவாரி ஒன்று தில்லி நகரில் வந்து இறங்கியது.

‘மாலிக், நீ அங்கு சென்று அந்தச் சூபி ஏதாவது அறைகூவல் விடுக்கிறானா என்பதைப் பார். மறந்துவிடாதே, அந்தச் சூபிக்கு நமது ராஜ சபையின் கவி அமீர் குஸ்ரோ ஒரு சீடன்’ என்று தனது வார்த்தைகளைச் சூசகமாகக் கூறினார்.

அமீர் குஸ்ரோ ஒரு கவி மட்டுமல்லர், சிறந்த சிதார் இசைக்கருவியில் வல்லமை பெற்றவரும் கூட. ‘ஹிந்துஸ்தானின்

வானம்பாடி' என்ற சிறப்புப் பெயர் பெற்றவர். அவர் எப்போதும் மேட்டுக்குடிமக்கள் உயர் ராஜ சபை அங்கத்தினர் நடுவில் வலம் வருவது வழக்கம். அப்துல் ஹாசன் என்பது அவரது உண்மையான பெயர். இவரது தந்தை ஒரு முகமதியர், தாய் ஒரு ஹிந்துப் பெண்மணி.

மாலிக் அவரது கவிதைகளை ஹிந்தாவியிலும் பெர்ஷிய மொழியிலும் கேள்விப்பட்டிருக்கிறான். அவை டாம்பீகமும் சொற்புரட்டும் நிறைந்தவை என்பது அவனது கருத்து. ஆனால் குஸ்ரோ ஒரு மக்கள் கவிஞன். அவரது சில வரிகள் அரசரைப் போற்றிப் பிழைப்பு நடத்துவதற்கும், சில பாடல்கள் மக்களுக்காகவும் எழுதப்பட்டிருப்பதைப் போலவும் தோன்றின. அனைவருக்கும் பிடித்தமான அவரது சிறந்த இரட்டை வரிக் கவிதைகளில் இதுவும் ஒன்று.

'இரவில் ஏற்படும் தனிமைப் பிரிவு

என் காதலியின் கூந்தலைவிட நீளமானது.'

நிஜாமுதீனின் காலத்தில் பல மன்னர்களின் எழுச்சியும், வீழ்ச்சியும் ஏற்பட்ட காலம். சிலர் சூபியின் அடிபணியும் பக்தர்கள். சிலர் பரம வைரிகள். சில செல்வாக்கு மிக்க மன்னர்கள் அவருக்கு வழிபாடு செய்யக் காத்திருந்தும் சூபி நிஜாமுதீன் அனைவரையும் நிராகரித்தார்.

'என் மாளிகைக்கு இரண்டு வாசல். சுல்தான் ஒரு வாசலில் நுழையும் போது நான் மற்றொரு வாசல் வழியாக வெளியேறிவிடுவேன்' என்பது அவருடைய பிரசித்தி பெற்ற சொல்லாடல்.

தன்னைப் பார்க்க அந்தத் துறவி சம்மதிப்பாரா என்று மாலிக்கிற்கு ஐயம் ஏற்பட்டது. அதனைச் செய்யப் போவது அந்தக் கவிதான்.

*

குஸ்ரோ அரசவைக் கவிஞராகத் தொடர்ந்து நான்கு சுல்தான்களின் சபைகளை அலங்கரித்தவர். மாத்னாவி என்ற அவரது கவிதைத் தொகுப்பு பிந்தைய சுல்தான்களால் வெட்டுண்டு மாண்ட சுல்தான்களின் புகழைப் பாடும் நூலாகும். கவியின் கபட வேடம் மாலிக்கின் முகத்தில் அறைந்தது. அலாவுதீனின் ஆணையின் பெயரில் குஸ்ரோ, கிசிர் மீதும், கேவல் மீதும் காதல் நெடுங்கவிதை எழுதும் பணியில் ஈடுபட்டார்.

கேவல் அவருடைய நாடோடித் தந்தையிடமிருந்து பறித்து வரப்பட்டு ஓரினச் சேர்க்கையாளனாகக் கருதப்படும் சுல்தானின் மகன் கிசிரின் அந்தப்புரத்தில் நட்டு வைக்கப்பட்டாள். இருவர் இடையினில் காதல் மலர்வதற்கான வாய்ப்பே இல்லை. எனினும் குஸ்ரோ அவர்கள் மீது எழுதிய 'மானவி தூவல்' என்ற கவிதை இகப் பிரசித்தி பெற்றது. மாலிக்கைப் பொறுத்த வரை குஸ்ரோ வெறும் சந்தர்ப்பவாதக் கவி மட்டுமே.

மாலிக், கவியை அழைத்துத் தனக்கும் நிஜாமுதீன் ஔலியாவிற்கும் நடுவில் ஒரு சந்திப்பை ஏற்படுத்திக் கொடுக்குமாறு பணித்த போது குஸ்ரோ தயங்கினார். அதிகாரத்தில் இருப்பவர்களுக்கு ஏற்றமாதிரி நடந்து கொள்வதால் அவர் மரியாதைக்குரியவராகப் போற்றப்படுகிறார். பல மன்னர்கள் சபையில் கவியாக விளங்கிய ஒருவரால் அவ்வாறுதான் இருக்க இயலும்.

'நீங்கள் ஏன் தயங்குகிறீர்கள் என்பது தெரியும். உங்கள் கில்ஜி பின்வாசல் வழியாகப் போய்விடுவார் என்ற அச்சம்தானே காரணம்? அவரிடம் அனுமதி பெறுவதற்கு உங்களுக்கு உரிமை இருக்கிறது. கேட்டுப் பாருங்கள். அனுமதித்தால் வருகிறேன், மறுத்தால் விலகிக் கொள்கிறேன். அவரிடம் கூறுங்கள் நான் ஓர் உயர்குடியைச் சேர்ந்தவன் இல்லை. இஸ்லாம் நெறிமுறைக்கு மாறியவன். நெடுங்காலம் அடிமையாகத் திரிந்தவன். ஆட்சியாளர் களை உபசரிக்கக் கூடாது என்ற அவருடைய கொள்கையில் எனக்கு இடம் இருக்காது என்று சொல்லுங்கள்..'

'இதை அவரிடம் விளக்க வேண்டிய அவசியமே இல்லை. அவர் உங்களைப் பார்க்க விரும்பி அழைத்தால் அவருக்கே தெரிந்துவிடப் போகிறது நீங்கள் யார் என்று!' என்ற கவிஞரின் பதிலில் நகை மட்டுமில்லை, குதர்க்கமும் வெளிப்பட்டது. ஆனால் ஆச்சரியமான முறையில் துறவியிடமிருந்து மாலிக்கிற்கு அழைப்பு வந்தது.

அவர்கள் இருவரும் அந்தத் துறவியின் மடத்திற்கு ஒரு குளிர்ந்த காலைப் பொழுதில் சென்றனர். உஷ்ணம் உணரப்படாத தில்லி நகரின் காலைவேளைகளில் குதிரைச் சவாரி ஒரு சுகமான அனுபவம். சூபியின் மாளிகை நெருங்க நெருங்கக் கவியின் முகத்தில் ஒரு பரவச எழுச்சி தோன்றியது.

'ஒவ்வொரு வாரமும் நீங்கள் சூபியைச் சந்தித்தாலும் இப்போது அவரைச் சந்திக்கும் முன் புதிதாகப் பார்க்கப் போகின்றவரைப் போன்ற பரவச நிலையை அடைந்திருப்பதைப் பார்க்கும் போது

உங்களுக்குத் தலைவர் சுல்தானா துறவியா என்பது தெரியவில்லை' என்றான் மாலிக்.

அமீர், மாலிக்கை மினுங்கும் கண்களுடன் பார்த்து, 'தளபதி மாலிக் அவர்களே! என் அன்னையுடன் இந்தத் துறவியின் மடத்திற்கு வந்த போது எனக்கு வயது வெறும் எட்டுதான். இப்போது உங்களுக்கு ஏற்படும் அதே சந்தேகங்கள் என் மனதிலும் அப்போது வந்து குவிந்தன. அவரைப் பரிசோதிக்க எண்ணினேன். பாருங்கள் ஒரு மாணவனுக்கு ஆசிரியரைச் சோதிக்கும் ஆவல். இதோ நான் கூறப்போகும் வரிகளை மடத்தின் வாயிலில் அமர்ந்து எழுதினேன்.

'எவருடைய இல்லத்தின் வாசலில் புறாவின்

வேடமிட்ட வல்லூறுகள் எளிதில் உள்ளே நுழையுமோ

அவருடைய வாசலில் இந்தப் பரதேசி காத்திருக்கிறேன்

கடக்க முடியுமா வாயிலை? திரும்புவதே உசிதமா?'

இந்த வரிகளைக் கண்ணுற்றதும் நிஜாமுதீன் ஒளலியா அவசர அவசரமாக ஆள் அனுப்பி வாயிலில் சந்தேகத்தோடு அமர்ந்திருக்கும் சிறுவனிடம் அவர் எழுதிய கவிதை வரிகளுக்கு விளக்கமளித்தனர்.

'மெய்ப்பொருளின் தோற்றமே வருக வருக

நானே சிலகாலம் உனது வழிகாட்டி

எங்கிருந்து வந்தோமோ அங்குதான் திரும்ப வேண்டும்

நுழைய நினைக்கும் மனிதன் ஒரு முட்டாள்.'

அன்று எனது அகக்கண் திறந்தது. எத்தனையோ மன்னர்களை நான் சந்தித்து இருக்கிறேன். எனது தலைவர் இந்தத் துறவிதான்' என்றார் கவி.

மாலிக்கால் தனது நாவை அடக்க முடியவில்லை. 'உங்களை எப்படி நம்புவது குஸ்ரோ? அடிக்கடி பொய் கூறுபவர் நீங்கள். என்னால் அந்தப்புரத்தின் அனைத்து வாயில்கள் வழியாகவும் உள்ளே புக முடியும். அங்கே நடக்கும் ஒவ்வொரு அசைவும் எனக்கு அத்துப்படி. ஆனால் உள்ளே அனுமதி மறுக்கப்பட்ட உங்களுக்கு கிசிர், கேவலின் காதல் குறித்து என்ன தெரியும் என்று கவிதை எழுதியிருக்கிறீர்கள்? கிசிர் ஒருமுறை கூடக் கேவலுடன் படுக்கையில் காதல் புரிந்ததில்லை. படுக்கையை அலங்கரிக்க

அவனுக்குத் தேவையெல்லாம் அழகிய பெண்கள் இல்லை, அழகிய ஆண்கள். அப்படி என்றால் நீங்கள் எழுதிய காதல் எந்த வகையைச் சேர்ந்தது?'

அமீர் உடனுக்குடன் ஒரு கவிதையை இயற்றினான்.

'மெய்யான ஒரு வார்த்தை உன் மன்னன் மீது

கூரான வாளின் முத்தம் உன் நாவின் மீது.

மன்னருக்கு எதிராக எழுதப்படும் உண்மை வரிகள்

உன் சாவிற்கு நீயே எழுதும் சாசன வரிகள்.'

மாலிக்கிற்கு இன்னும் ஐயம் தீர்ந்தபாடில்லை. அவனுக்குத் தெரியும் அடுத்த சுல்தான் தில்லி அரியணையை அலங்கரித்தாலும் அவர் மீதும் குஸ்ரோ பாமாலைச் சூடத் தவறமாட்டார்.

துறவியின் மாடத்தை அடைந்ததும் அவரது ஒழுக்க விதிகள் குறித்த விவரங்களைக் கவி குஸ்ரோ மாலிக்கிடம் தெரிவித்தார். தாங்கள் செல்லும் இடங்களுக்கு ஏற்ப சூபிக்கள் தங்களை மாற்றிக் கொள்வது வழக்கம். சூபிகளின் மிக உயரிய நற்பண்புகளுக்கு ஏற்ற வண்ணமே அவர்களது அறிவுரைகள் அமையப் பெற்றிருக்கும். செல்வ மழை பொழியும் இடம்தான் அவரது ஆசிரமம். ஆனால் மழை விழுந்த சுவடே தெரியா வண்ணம் வந்த செல்வம் முழுவதும் ஏழைகளுக்கு அளிக்கப்பட்டுவிடும். நிஜாமுதீனின் ஆடையில் என்றும் கிழிசல் ஒட்டுதான் அடையாளம். தினம் விருந்து தயாரிக்கப்பட்டாலும் சூபி நிஜாமுதீனின் உணவு ஒரு கவளம் மட்டும்தான்.

துறவு மடங்களில் அன்னம் ஒரு முக்கிய விஷயமாகக் கருதப்பட்டது. 'முதலில் முகமன், பிறகு உணவு, இறுதியில்தான் உரையாடல்' என்பது மடத்தின் கொள்கையாக இருந்து வந்தது. எவருக்கு உணவு அவசியமோ அவர்களுக்கு உணவளித்தது அந்த மடம். பரதேசிகளிடம் பசிக்கிறதா இல்லையா என்ற கேள்விக்கே இடமின்றி உணவளிக்கப்பட்டது.

மடத்தில் பக்தர்களின் கூட்டம் மொய்த்த வண்ணம் இருந்தது. நகக்கண் அளவிற்குக் கூட இடம் இருக்குமா என்று சந்தேகமாக இருந்தது. நிஜாமுதீன் அந்தக் கூட்டத்தின் நடுவில் அமர்ந்திருந்தார். அவர்கள் உள்ளே நுழைந்ததும் மாலிக்கிற்கு அந்தத் துறவியின் அபிமானி எவர் என்பது தெளிவாக விளங்கியது. குர்சோவைக் கண்டதும் அவர் முகத்தில் விவரிக்க இயலாத வாத்சல்யமும் புன்னகையும் தவழ்ந்தன. அதன் பிறகு அவரது பார்வையும்

மாலிக்கின் பார்வையும் நேருக்கு நேர் சந்தித்தன. தழலுடன் கனியும் இரண்டு கரித்துண்டின் கங்குகளைப் போல அவரது இரு விழிகள் ஜொலித்தன. அந்த ஜோதியின் பிரகாசத்தைத் தாங்க இயலாத மாலிக் தனது பார்வையைத் தாழ்த்திக் கொண்டான்.

குஸ்ரோ, துறவியிடம் மாலிக்கை அறிமுகப்படுத்தினான். ஆசீர்வதிப்பது போல அந்தத் துறவி அவனது தலையின் மீது தனது கரங்களை வைத்ததும் மாலிக்கின் உடலில் ஒரு நடுக்கம் உச்சி முதல் பாதம் வரை பாய்ந்து சென்றது. நி

ஜாமுதீன் குஸ்ரோவைப் பார்த்து 'கவிஞரே, விருந்தாளிக்கு நமது மடத்தைச் சுற்றிக் காட்டிவிட்டு வாருங்கள். உணவு உண்ட பின்னர் நாம் உரையாடலாம்' என்று கூறினார்.

மாலிக் மடத்தை வலம் வந்தான். ஒருவருக்கும் மாலிக்கை அடையாளம் தெரியவில்லை. ஆனால் அனைவரும் குஸ்ரோவைப் பார்த்துப் பரிச்சயப் புன்னகை புரிந்தனர். ஓர் இடத்தில் சிதார் என்று அழைக்கப்பட்ட நரம்பினால் இசைக்கப்படும் இசைக்கருவி ஒன்றை அருகில் இருந்த தபேலா என்ற முழவு இசைக் கருவியின் தாளத்திற்கு ஏற்ப இசைத்துக் கொண்டிருந்தனர்.

அதைக் கண்ணுற்ற கவிஞர் நிஜாமுதீன் குஸ்ரோ முகத்தில் பெருமிதம் மினுங்கியது. ஏன் என்றால் அந்த இரண்டு இசைக்கருவிகளையும் அவர்தான் கண்டு பிடித்தவர். அங்கிருந்த ஒருவர் அவர் கைகளில் சிதாரைக் கொடுத்து அருகில் இருந்த தபேலாவின் தாளத்திற்கு ஏற்ப பாடல் பாடச் சொன்னார்கள்.

'அன்பே எனது தெய்வம்
நான் சமயம் சாராதவனாக இருக்கலாம்
இஸ்லாமியக் கோட்பாடு எனக்குத் தேவையில்லை
எனது நாளங்கள் அனைத்தும் முறுக்கேறிய நரம்பின் கூட்டம்
என்னைக் கட்டுவதற்கு ஹிந்துக்களின் புனித நூல் தேவையில்லை
அன்பே எனது தெய்வம்.'

அவர் பாடி முடித்ததும் நீண்ட நேரம் கரவொலி எழும்பியது. அவர் மாலிக்கை அவசர அவசரமாக அங்கிருந்து அழைத்துச் சென்றார். 'இன்று மாலையானாலும் கூட இவர்கள் என்னைவிடமாட்டார்கள்.'

மதியம் விருந்து பரிமாறப்பட்டது. அற்புதமான விருந்து. மற்ற அனைவருக்கும் மாலிக் அங்கே விசாரணை நடத்த வந்த உளவாளி என்ற நினைப்புதான் இருந்தது. மாலிக் அங்கிருந்த இஸ்லாமியத்

துறவிகளை அழைத்து அவனுக்குரிய உணவுப் பட்டியலைக் கொடுத்தான். அந்தப் பட்டியலில் நாலூறும் இனிப்பு வகைகளும், கார வகைகளும் அடங்கியிருந்தன. மதிய உணவைத் தங்களுடன் சேர்ந்து உண்ண வரும்படி சூபியையும் அழைத்தான். மற்றவர்களுக்கும் இதே விருந்துதான் வழங்கப்படுமெனில் சூபிக்கு இதையும்விட ஆடம்பரமான விருந்து அளிக்கப்படும் என்று தப்புக் கணக்குப் போட்டான்.

குஸ்ரோ அவனது கோரிக்கைக்குப் பின்னர் வருத்தப்பட வேண்டியிருக்கும் என்று அச்சுறுத்தும் தொனியில் அவனது கோரிக்கையை நிராகரித்தான்.

அனைவருக்கும் பொதுவான விருந்து பரிமாறப்பட்டது என்றாலும் சூபி நிஜாமுதீன் அவற்றில் எதையும் எடுத்து உண்ணவில்லை. துறவிகளும் பக்தர்களும் உணவு உண்ட பின்னர் சூபி, மாலிக்கை தன்னுடன் அமர்ந்து உணவு உண்ணுமாறு கேட்டுக் கொண்டார். அவர்கள் முன்னால் கசப்பான சுவையுடைய கீரை வகைகள் பரிமாறப்பட்டன. சூபி தனக்கென்று கடினமான தண்டுகளையும் வேர்களையும் எடுத்துக் கொண்டு சுவையான இலைப் பகுதிகளை மற்றவர்களுக்கு அளித்தார்.

அதிர்ச்சி அடைந்த மாலிக், 'இவ்வளவுதானா? வேறு உணவு பரிமாறப்படுமா?' என்று கேட்டான்.

'எனக்குப் பரிமாறப்படும் உணவு இதுதான். என்னுடன் நீயும் அமர்ந்து சாப்பிட அழைத்ததற்கு உன் பிடிவாதம்தான் காரணம்' என்று அந்தத் துறவி கூறினார்.

மாலிக் அந்த உணவை உண்பதற்கு முயற்சித்தான். அவனால் ஒரு வாய் கூட உண்ண முடியவில்லை.

நிஜாமுதீன் சிரித்தார்.

'என் மகனே! இதுதான் நான் தினமும் உண்ணும் உணவு' என்று கூறிவிட்டுச் சிரித்தார்.

கிளம்புவதற்கு முன்பு மாலிக் அவரை வணங்கினான்.

ஆசீர்வாதம் அளிப்பதோ, நல்வாக்கு வழங்குவதோ ஒரு துறவியின் கடமை. அவர் அவன் தலையைப் பரிவுடன் தொட்டுத் தடவி, 'வருந்தாதே. திரும்பிப் பார்க்காதே. உனது சரித்திரம் உனது எதிரிகளால் எழுதப்படும் மகனே' என்று கூறினார்.

*

அத்தியாயம் 19

எதிரியின் மகன்

பாண்டிய சக்கரவர்த்தி வீரபாண்டியன் தனது அந்தரங்க மாடத்தின் மேல்தளத்தில் இலக்கின்றி அலைந்து கொண்டிருந்தான். மேற்குத் தொடர் மலைகளின் முகடுகள் சூரியனை விழுங்கிக் கொண்டிருந்ததால் பாண்டிய தேசத்தின் மீது இருள் சூழத் தொடங்கியது. மூன்று உருவங்கள் அவனது தோட்டம் நோக்கி வந்து கொண்டிருந்தன. அவர்களது நிழல்கள் அவர்கள் பின்னால் நீண்டு காணப்பட்டன. மூவரும் அருகில் இருந்த கோயிலை நோக்கிச் செல்வதை வீரபாண்டியன் பார்த்தான்.

மூன்று ஆண்டுகளுக்கு முன்னர் அவன் முத்து மகுடம் சூட்டிக் கொண்ட நாள் முதல் ராஜமாதா, சுனந்தா, அவளுடைய புதல்வன் மூவரும் எங்கு சென்றாலும் ஒன்றாகச் செல்வதும் வருவதுமாக இருந்தனர். எந்த விழாவாக இருப்பினும் மூவரும் ஒன்றாகத் தென்படுவார்கள். அந்தப் பேரரசில் அவர்கள் மூவரும் ஒதுக்கி வைக்கப்பட்டவர்களைப் போன்று தோற்றமளித்தனர். கொலை பாதகம் செய்த ஒருவனுக்கு நெருக்கமான உறவினர்களுக்கு அடுத்து நிகழும் நிகழ்வுகளே அவர்களுக்கும் ஏற்பட்டுள்ளது.

என்ன ஒரு முரண்! சரித்திரம் வேறு மாதிரி தனது தூரிகையைத் தீட்டியிருந்தால் பாண்டியப் பேரரசின் மூன்று முக்கியத்துவம் பெற்ற மாந்தர்களாக அவர்கள் மாறியிருக்க வாய்ப்புகள் கிடைத்திருக்கும். ஆனால் இப்போது சொந்த மண்ணில் அகதிகளைப் போல வாழ்கின்றனர்.

ராஜமாதாவிற்கு வேறு கதியில்லை. அவரது மகனுடன் அவரையும் நாடு கடத்தியிருந்தால் அவருக்கும் சதியில் பங்குடையவர் என்ற அவப்பெயர் எஞ்சி நிற்கும். அதனை எந்தக் கற்புள்ள மங்கையும்

விரும்பமாட்டாள். சுனந்தாவிற்கு ஒருவிதத்தில் ஆறுதல்தான், தினம் தினம் சுந்தரனுடன் போராட வேண்டிய நிர்ப்பந்தம் இனியில்லை. எனினும் தினமும் சுனந்தாவையும் அவளது புதல்வனையும் காணும் தோறும் வேதனைப்படுவதைத் தவிர்க்க முடியவில்லை.

வீரபாண்டியனின் மணிமுடி வைபவங்கள் முடிந்த பிறகு ஒருமுறை சுனந்தாவின் புதல்வன் மரியாதை நிமித்தம் வீராவைப் பார்க்க வந்த போது அவன் மனதில் கட்டுப்படுத்த முடியாத உணர்ச்சி வெள்ளம் அலையெனக் கிளம்பியது. எங்கே அதன் சாயல் மற்றவர்கள் அறிய நேரிடுமோ என்ற அச்சத்தில் அவன் தனது உணர்ச்சிகளைக் கட்டுப்படுத்திக் கொண்டான். அவனது சொந்த ரத்தம் எதிரியின் மகன் என்ற போர்வையில் எதிரில். அந்தச் சிறுவன் அதிகம் வாய் திறக்கவில்லை, தான் மன்னரின் பரம வைரியின் மகன் என்பது கூட அவனது மௌனத்திற்குக் காரணமாக இருக்கும்.

வீரா இப்போது சற்றுக் கடினமான முடிவுகளை எடுக்கும் தருணத்தில் வந்து நின்றான். வழக்கம் போல ராதிகாவிடம் இது குறித்து ஆலோசனை எடுக்க எண்ணினான். அன்றைய இரவு சயன அறையில் ராதிகா உறங்கச் சென்ற போது அவளை நெருங்கினான். ராதிகா ஓர் அரசிக்குரிய அலங்கார ஆபரணங்களை ஒவ்வொன்றாகக் கழற்றி, தந்தத்தால் இழைத்துச் செய்யப்பட்ட ஆபரணப் பெட்டி ஒன்றில் அடுக்க ஆரம்பித்துக் கொண்டிருந்தாள்.

'ராஜமாதாவும், சுனந்தாவும், அவள் மைந்தனும் சொந்த மண்ணில் அந்நியர்கள் போல வாழ்வது உனக்கு வருத்தமளிக்கவில்லையா?'

'முற்பகல் செயின் பிற்பகல் விளையும்' என்றாள் பட்டுக் கொள்ளாமல்.

'ஞாபகம் இருக்கட்டும் ராதிகா' தனது குரலை உயர்த்திய வீரா தொடர்ந்தான். 'சுந்தரன் மன்னனாக மணிமுடிசூட்டிக் கொண்ட போது ராஜமாதா மதுரையில் இல்லை. சுந்தரன் தப்பிச் செல்லும் போது சுனந்தா அவனுடன் செல்லவில்லை. அந்தப் புதல்வன்..' என்று கூறிக் கொண்டு வந்தவன் அப்படியே நிறுத்தினான்.

சிறிய ஓசையுடன் அந்த ஆபரணப் பெட்டியை மூடியபடி ராதிகா, 'தொடருங்கள் என் அருமை மன்னவா, அந்த மைந்தனுக்கு என்ன?' என்றாள்.

வீராவிற்கு வார்த்தைகள் தடுமாறின.

ராதிகா அவனுக்கு உதவி புரிந்தாள். ‘அவன் எதற்கு நாடு கடத்தப்பட வேண்டும்; அவன் தந்தை இங்கே இருக்கும் போது? சரிதானே?’ என்று முடித்தாள்.

வீரா, திகிலுடன் அவள் முகத்தை ஏறிட்டான்.

‘எவ்வளவு காலமாக இந்த விஷயம் உனக்குத் தெரியும் ராதிகா?’ கரகரத்த குரலில் அவன் கேட்டான். ‘எப்படி?’

‘அந்தச் சிறுவன் உங்களை அச்சில் வார்த்தது போல இருக்கிறான். என்ன, உங்கள் நிறத்தைவிட அவன் சற்று சிவந்த வண்ணத்தில் இருக்கிறான் அவ்வளவுதான்!’

அதற்கு மேலும் அவள் எதுவும் கூறப் பிரியப்படவில்லை, அக்ஷயனின் புதல்வனை நழுவவிட்ட அந்தத் தாய். அவளுக்குத் தெரியும் அக்ஷயனின் மகவைத் தான் ஈன்றிருந்தால் வீரா நிச்சயம் அதைத் தங்கள் மகவாகவே ஏற்றுக் கொண்டிருப்பான். சேடிப்பெண் வாணியின் புதல்வன் குறித்தும் ராதிகா அறிவாள். இரண்டு பிள்ளைகளும் ஒரே நாள் இரவில் பிறந்ததை அவள் அறிவாள். எவர் கண்டது இரண்டு வித்துக்களும் ஒரே நாளில்தான் ஊன்றப்பட்டதோ என்னவோ? இரு பிள்ளைகளும் ஒரே மருத்துவச்சியின் உதவியுடன் தான் பிறந்தன. இரண்டிற்கும் ஒரே தந்தை என்பதையும் அவள் அறிவாள்.

‘நாம் ஏதாவது செய்தாக வேண்டும் ராதிகா. உன் உணர்வுகளுக்குப் பங்கம் விளைவிக்கும் எந்தச் செயலையும் செய்வதற்கு எனக்கு உடன்பாடில்லை. நீயே இதற்கு அனைவரும் ஒப்புக்கொள்ளும் படியான தீர்வு ஒன்றைக் கூறு’ என்றான்.

‘சுனந்தா நீங்கள் மன்னர் ஆகவேண்டும் என்பதற்காகத் தனது காதலைத் துறந்தவள். இல்லையென்றால் சதிகாரர்கள் உங்களைக் கொன்றிருப்பார்கள். ராஜமாதாவும் அரியணைக்கு உங்கள் பெயரைத்தான் முன்மொழிந்தார். இல்லை என்றால் பாண்டிய மண்ணின் மன்னர் என்ற எண்ணம் கூட உங்களுக்கு இருந்திருக்காது. அவன் உங்கள் புதல்வன். ஒரு மலடி உங்கள் மனைவி. வேறு என்ன காரணங்கள் உங்களுக்கு வேண்டும்?’ என்று கேட்டாள்.

தனது மன்னவனுக்குத் தன்னால் ஒரு புதல்வனை ஈன்றெடுக்க முடியவில்லை என்ற ஆதங்கம் அவள் கண்களில் கண்ணீராக வழிந்தது. சூல் கொண்ட நாட்களை அவளும் கடந்து வந்தவள்தான். இருப்பினும் இதோ அவர்களுக்குத் திருமணம்

முடிந்து ஆயிரம் இரவுகள் கடந்த பின்னும் ஓர் இரவிற்குக் கூடவா அவள் மேல் கருணை பிறக்கவில்லை?

ராதிகா இனி ஆகவேண்டிய காரியங்கள் குறித்து ஆய்ந்து எடுத்துரைத்த போது வியப்புடன் அவளை நோக்கிக் கொண்டிருந்தான். அவனால் கூடப் பிரச்னைகளை இந்த அளவிற்கு அலசி ஆராய்ந்து அணுக முடியாது. அவள் தனது சேலை முந்தானையில் விழி நீரைத் துடைத்துக் கொண்டாள்.

ராஜமாதாவையும், சுனந்தாவையும் மன்னரும் அரசியும் அன்று மாலை வந்து சந்திக்கப் போவதாகத் தகவல் அனுப்பினார்கள்.

'எதற்காக மாலை வரை?' என்று ராதிகா கேட்டாள்.

'அதற்குள் நமது கண்ணீரும் அச்சமும் விலகிவிடும் என்பதால்..'

தகவல் ராஜமாதாவையும், சுனந்தாவையும் சென்றடைந்ததும் இருவரும் பீதியடைந்தனர். சொந்த மண்ணில் அந்நியர்களாக வாழும் அவர்கள் இதுவரை எங்கும் எப்போதும் விதிகளை மீறியதில்லை. முதன்முறையாக மன்னரும் அரசியும் அவர்களை அவர்கள் மாளிகையில் சந்திக்க உள்ளனர். ஆரம்பநிலைச் சங்கடங்கள் அவர்கள் முகத்தில் தெளிவாகத் தெரிந்தாலும் ராஜமாதா தனது சேவகர்களை ஏவி அவர்கள் வசித்த மாளிகையைத் துப்புரவு செய்யுமாறு ஏவினார். பல ஆண்டுக் காலம் ராஜமாதாவாக அவர் விளங்கியதால் இயல்பில் சாந்தமும், அமைதியும் அவரிடம் குடிகொண்டிருந்தன. சுனந்தாவிற்கு காலங்கள் செல்லச் செல்ல வீரா மீது வெறுப்புதான் எஞ்சியிருந்தது.

மாலைச் சூரியன் மேலைத் திசையில் போய் மறைவதற்கு ஓர் ஓரை நேரத்திற்கு முன்பே ராஜமாதாவின் மாளிகையை அரசனும், அரசியும் வந்தடைந்தனர். ராஜமாதாவும், சுனந்தாவும் அரச சம்பிரதாயங்களுக்கு ஏற்ப மாளிகையின் வாசலில் அவர்கள் இருவரையும் எதிர்கொண்டு உள்ளே அழைத்துச் சென்றனர்.

வீரா அப்போதுதான் சுனந்தாவை முழுமையாகப் பார்த்தான். சுனந்தாவிற்கு வயதாகிக் கொண்டிருந்ததால் அவளிடம் முன்பிருந்த இளமையும் உறுதியும் வடியத் தொடங்கியிருந்தன. அவர்கள் ஒரு பெரிய கூடத்திற்கு அழைத்துச் செல்லப்பட்டனர். அவனுக்குக் கடந்தகால நினைவுகள் மனதில் வந்து மோதின. பட்டத்து அரசனாக மன்னரால் அறிவிக்கப்பட்ட அன்றைய இரவு இங்குதான் வந்து நின்றான். அரசியாருடன் இங்குதான்

வழக்காடியிருந்தான். அவனை மகுடபதியாக மாற்றியிருப்பதற்கு அதுதான் முதற் காரணம். நேற்று முறைதவறிப் பிறந்த மைந்தன், இன்று மன்னர்குலத் திலகம்..

அவர்கள் மூவரும் அமர்ந்த போது சுனந்தாவின் மைந்தன் தாயின் அருகில் நின்று கொண்டிருந்தான். அவன் முகத்தைக் கண்ணுற்ற போது ராதிகா சரியாகத்தான் கூறினாள் என்று எண்ணினான். அவர்கள் இருவருக்கும் உருவ ஒற்றுமை பளிச்சென்று தெரிந்தது. பராக்கிரமன் சிறுவன் பருவத்தைக் கடந்து யுவ பருவத்தை எய்திக் கொண்டிருந்தான். தீர்க்கமான அவயங்கள், நல்ல உயரம், சிவந்த மேனி, விற்களைப் போல வளைந்த அடர்த்தியான புருவங்கள் என்று அவனது தோற்றத்திற்கு மீறிய பொலிவுடன் காணப்பட்டான். அரசகுல அம்சங்கள் அனைத்தும் அமையப் பெற்றவனாகக் காணப்பட்ட அவன் நிறத்தில் மட்டுமே தனது தாயாரைக் கொண்டிருந்தான்.

ஆரம்ப நலவிசாரிப்புகள் முடிந்த பின்னர் ஒரு நீண்ட மௌனம் நிலவியது. வீரா அர்த்தத்துடன் தனது தொண்டையைச் செருமிக் கொண்டான். எதற்காக இந்தச் சந்திப்பு என்பது அவர்கள் இருவரின் சிந்தைக்கு எட்டாத விஷயமாகவே இருந்தது.

'ராஜமாதாவைச் சந்திக்க வந்ததன் நிமித்தம் தங்களது பேரச் செல்வனின் எதிர்காலம் குறித்துப் பேசுவதற்கு..' என்று உரையாடலை வீரா துவங்கினான்.

அது குறித்து அவன் பேசுவான் என்று அவர்கள் சிந்தித்திருக்கவில்லை. ராஜமாதாவின் கவலை சுந்தரனைப் பற்றித் தீங்கான செய்தி எதுவும் வரக் கூடாது என்றிருந்தது.

'அவனுக்கு இப்போது என்ன நேர்ந்தது?' என்று கேட்டாள்.

'அவனுக்குப் போர்ப்பயிற்சி அளிக்க வேண்டும். ராஜாங்க நடைமுறைகளைக் கற்றுத் தரவேண்டும். அவன் தனது பெரும்பகுதிப் பொழுதை அந்தப்புர மகளிர் நடுவில் செலவிடுவதாகக் கருதுகிறேன். அவன் பெரிய அரண்மனையில் வளர வேண்டிய சிறுவன். அவன் என்னுடன் வரட்டும், அரசாங்க நடவடிக்கைகளில் கவனம் செலுத்தட்டும். நான்கு சுவர்களுக்குள் அவன் முடங்கிக் கிடக்க வேண்டாம்..'

மன்னரின் மறைவிற்கு சம்பிரதாய வருத்தம் எதுவும் கூறாமல் இனி நடக்க வேண்டிய வேண்டிய விஷயங்கள் குறித்துப் பேசினான். அவனுடைய பேச்சின் தொனி ஏதோ பாண்டிய ராஜ்ஜியத்திற்குச்

சொத்து வாங்குவது குறித்துப் பேசுவது போலிருந்தது. அவர்கள் இருவரின் முகமும் சிவந்து போனது. இருவரும் ராஜ குடியில் பிறந்திருந்ததால் இது போன்று நாலாபுறத்திலிருந்தும் தள்ளப்படுவதை வெறுத்தனர்.

இருவர் உடல் மொழியிலும் ஓர் எதிர்ப்பு இருப்பதை அவன் கண்ணுற்றான். சுனந்தாவிடம் அந்த எதிர்ப்புக் கூடுதலாக இருந்தது. அவள் முகத்தில் ஐயம் குடிகொண்டிருந்தது. ஒருவேளை வீரா தனது மகனைத் தன்னிடமிருந்து பிரிக்க முயல்கிறானோ என்ற ஐயம். எதிர்காலத்தில் தான் தனிமையில் தள்ளப்பட்டு விடுவோமோ என்ற அச்சம் கலந்த ஐயம். கடந்த பதினாறு ஆண்டுகளாக அவள் ஒரு தாயாக இருப்பதால்தான் இத்தனை காலம் அவள் உயிருடன் இருக்கிறாள். வீரா அவளது இந்தத் தாய்மையைப் பழிப்பது போல ஒரு செயலைப் புரிவான் என்று அவள் சிறிதும் நினைக்கவில்லை. கண்களில் திரண்ட கண்ணீர் எந்நேரமும் கரையை உடைத்து வெளியில் வரக் காத்திருந்தது.

வீரா பொறுமையுடன் காத்திருந்தான்.

'என் மகன் ஒரு பிணைக் கைதியா மாட்சிமை பொருந்திய மன்னவரே?' என்று கேட்டாள்.

'அவன் என் மகன் மட்டுமல்ல உன் மகன் என்பது உங்களுக்குத் தெரியாதா?' அவள் மனம் புலம்பியது. தன் மகனைப் பற்றி வீரா இப்போதுதான் பதினைந்து வருடங்கள் கழித்து அக்கறை கொள்கிறான்.

*

'சுனந்தாவின் எதிர்வினை எப்படி இருந்தது?' திரும்பும் போது வீரா, ராதிகாவிடம் கேட்டான்.

ராதிகா ஒரு நடுநிலைப் பார்வையாளர் போல சுனந்தாவின் முக பாவங்களை மட்டும் பார்த்துக் கொண்டிருந்தாள். வீராவின் நுழைவைக் கண்டதும் ஒருவிதப் படபடப்பும், உடன் வந்த தன்னைப் பார்த்ததும் ஒருவித வெறுப்பும் அந்த முகபாவங்களில் மாறி மாறி ஏற்பட்டதை அவள் காணத் தவறவில்லை. தனது மகனை வீரா கவர்ந்து சென்றுவிடுவான் என்பதைக் கேட்டதும் ஒருவித அச்சம், அதற்கான காரணத்தைக் கூறியதும் ஒருவித மகிழ்ச்சி அவள் முகத்தில் தோன்றியதையும் அவள் காணத் தவறவில்லை. தூண்டப்பட்டதால் கோபமும், வேண்டப்பட்டதால் நன்றியும்

அவள் முகத்தில் மாறி மாறித் தோன்றியதை ராதிகா கவனிக்கத் தவறவில்லை. மாறி மாறி அவள் தோற்றுவித்த மிகை பாவங்களுக்காக ராதிகா அவளைச் சிறந்த நாடக அரங்கத்துப் பெண் என்று பாராட்ட எண்ணினாள்.

அடுத்த ஒரே வாரத்தில் பராக்கிரமன் அந்தப்புரத்திலிருந்து வீராவின் மாளிகைக்குக் குடி பெயர்ந்தான். அதன் பிறகு ஒவ்வொரு வெள்ளிக்கிழமை மட்டும் தனது தாயைச் சந்திக்க அனுமதிக்கப் பட்டான். வீராவின் அதீத அக்கறை அந்த யுவனை அயர்ச்சியடைய வைத்தது. பயிற்சியளிக்க வரும்பொழுதெல்லாம் தனது பெரியப்பன் வீரா அதிகம் அலட்டிக் கொள்வதாக சலித்துக் கொண்டான்.

'உன் பெரியப்பனிடம் நீ சிறிது கூட மரியாதைக் குறைவாக நடந்து கொள்ளக் கூடாது. அவர் உன்னை விரட்டிக் கொண்டே இருக்கிறார் என்றால் அவருக்கு உன் மீது உள்ள அக்கறைதான் என்பதைப் புரிந்து கொள்' என்று பாட்டி அவனுக்குப் புத்திமதி கூறினாள். பராக்கிரமன் கூறிய புகார்கள் தான் கூறிய வண்ணம் வீரா, சுனந்தாவின் புதல்வன் மீது அவனுக்கிருந்த அக்கறையை உறுதி செய்தது.

யுவராஜனை வழிக்குக் கொண்டு வருவது வீராவிற்கு மிகுந்த உற்சாகத்தையளித்தது. போர்க்கலைகள் பலவற்றை அவனே கற்றுக் கொடுத்தான். சில நுட்பமான பயிற்சிகளுக்கு மேம்பட்ட வீரர்களைக் கொண்டு பயிற்சி அளித்தான். போர்த்தந்திரங்களைப் பராக்கிரமன் குறுகிய காலத்தில் மிகச் சுலபமாகக் கற்றுக் கொண்டு வருவதைக் கண்டு வீரா மகிழ்ச்சியுற்றான். முதன் முறையாக வாளின் கூரிய முனை பட்டதும் வலியில் அழுதாலும், காயத்தில் வழிந்த செங்குருதியையும், காயத்தையும் தனது பாட்டியிடமும், அன்னையிடம் காட்டிப் பெருமை பீற்றிக் கொண்டான். நாட்கள் செல்லச் செல்ல பராக்கிரமன் வலியையும் வேதனையையும் தாங்கிக் கொள்ளும் பக்குவத்தைப் பெற்று வருவதாகப் பயிற்சியளிப்பவர்கள் கூறினார்கள். போர் நுட்பங்களைக் கற்றுக் கொள்வதிலும் அவன் சிறந்து விளங்கினான்.

ஒருநாள் பராக்கிரமன் கேட்டான்.

'பெரியப்பா! எதற்காக நீங்கள் என் மீது இவ்வளவு அக்கறை எடுத்துக் கொள்கிறீர்கள்?'

வீரா சட்டென்று அதிர்ந்து பின் வாங்கினான். சிறிது நேரத்தில் சுதாரித்துக் கொண்டு, 'யுவராஜன் என்றுமே அறுபத்து நான்கு கலைகளிலும் தேர்ச்சி பெற்றவனாக இருக்க வேண்டும்.

குறிப்பாகப் போர்க்கலையில் வல்லவனாக விளங்க வேண்டும். எனக்கு குருகுலம் சென்று போர்க்கலையைக் கற்றுக் கொள்ளும் வாய்ப்பு இருந்தது. ஆசான் ராஜாதித்தியன் இறந்த பின்னர் அவர் நடத்தி வந்த குருகுலத்தைத் தொடர்ந்து நடத்த முடியாமல் போய்விட்டது. அதனால்தான் உனக்கு நான் சிறந்த போர்க்கலையைக் கற்றுத் தருகிறேன். உன் வயதிற்கு நீ சற்று மென்மையாகவும், மிருதுவாகவும் இருக்கிறாய். உன் வயதில் நானும் உன் தந்தையும் அரண்மனையில் ஒரு பொருளைவிட்டு வைக்காமல் அடித்துத் துவம்சம் செய்து கொண்டிருந்தோம்.'

பராக்கிரமன் சிரித்தான். அவன் தாயார் அது குறித்து நிறையக் கதைகள் கூறியிருக்கிறாள்.

'பெரியப்பா! காலங்கள் மாறி வருகின்றன. இங்கே குளத்தில் தள்ளிவிட்டு அமிழ்த்த எந்த சோழக்குலப் பெண்ணும் இல்லை, நினைவிருக்கட்டும்' என்று கூறினான்.

வீராவிற்கு ஒரே வியப்பு. பரவாயில்லையே! இந்தச் சிறுவனுக்கு இத்தனை தெரிந்திருக்கிறதே..!

அடுத்த ஒரு சில மாதங்களில் பராக்கிரமன் ஒரு தேர்ந்த போர் வீரனுக்குரிய இலக்கணங்கள் முழுவதையும் கற்றுத் தேர்ந்தான். இரண்டு வருடங்களுக்கு அவன் நாசிகள் இரண்டும் வெறும் வியர்வை நாற்றத்தை மட்டுமே முகர்ந்தான். அங்கும் இங்கும் திரும்புவதற்குக் கூட அவனுக்குப் பொழுது கிடைக்கவில்லை. ஒரு சாதாரணக் குடிமகனால் இத்தனை பயிற்சிகளைத் தாங்க இயலாது. பராக்கிரமனின் உடலில் ஓடிய ராஜ வம்சத்தின் குருதி அத்தனை சோதனைகளையும் தாக்குப் பிடித்தது. ஆரம்பத்தில் பயிற்சி எடுப்பதற்கு அவன் சிரமப்படவில்லை, தனது மாளிகையை–விட்டுப் பிரிந்திருக்க வேண்டியிருக்கிறதே என்பதற்கு வருந்தினான். ராதிகா இருந்த அதே மாளிகையில் அவன் வசிப்பதற்கு அஞ்சினான். ஆரம்பத்தில் அவனுக்கும் அரசிக்கும் இடையில் சம்பாஷணை எதுவும் நிகழவில்லை. அவளது கீர்த்திகளில் அவளுடைய கூர்மையான நாவும் ஒன்று என்பதை அறிந்ததும் அவன் சற்று விலகியே இருந்தான்.

அரண்மனையில் எடுக்கப்படும் எந்த முடிவும் ராதிகாவின் அனுமதியின்றி எடுக்கப்படுவதில்லை என்பது சுனந்தாவிற்கு நன்கு தெரியும். தனது உள்ளக்கிடக்கையை வார்த்தைகளில் மூடி சுனந்தா தனது மகனை எச்சரித்து அனுப்பியிருந்தாள்.

‘அரசியார் உனக்குப் பெரியன்னையாக இருப்பினும் எக்காரணம் கொண்டும் நீ அவருடன் நெருங்கிப் பழக வேண்டாம். அவர் நம்மைப் போல ராஜ குலத்திலிருந்து வந்தவர் இல்லை என்ற நினைவு உன் மனதில் எப்போதும் இருக்க வேண்டும்.’

அவன் நினைத்த அளவிற்குப் பெரியன்னை ராதிகா அவ்வளவு கெடுமதி கொண்டவளாகத் தெரியவில்லை.

பராக்கிரமன் இதுவரையில் தன் வாழ்வில் இந்த அளவிற்கு வியப்பெய்தியதில்லை. அரசியார் அடுத்தவர்களைத் தனது பேச்சின் மூலம் இலகுவாக்கும் கலையைக் கற்று வைத்திருக்க வேண்டும், இல்லையென்றால் அவன் ஏன் அவருடன் இருக்கும் போது மட்டும் எவ்விதச் சங்கடத்தையும் உணர்வதில்லை? மன்னரைவிட அரசியாரிடம்தான் அவனுக்கு நெருக்கம் அதிகமானது.

பெரியன்னையான ராதிகா அவன் மீது எடுத்துக் கொண்ட அக்கறை சொந்தத் தாயைவிட மேலாகத் தோன்றவே வந்த ஒரு வருடத்தில் அவன் ராதிகாவை ‘அம்மா’ என்றே அழைக்க ஆரம்பித்தான். ஆனால் வார இறுதியில் தனது மாளிகைக்குச் சென்று சுனந்தாவிடம் பெரியன்னையைப் பற்றிக் கூறும் போது அவளது முகம் மாறுவதைக் கண்டு வியப்பெய்தினான்.

அரண்மனைப் பெண்டிர் புன்னகைக்கும் போது பற்கள் வெளியில் தெரியக் கூடாது. சிரிக்கும் போது ஓசை எழுப்பாமல் சிரிக்க வேண்டும். தேவையின்றி அளவளாவக் கூடாது. இது அரண்மனைப் பெண்டிருக்கான குணங்கள். அவற்றில் ஒன்றுகூட ராதிகாவிடம் தெரியவில்லை. சிரித்தால் அதிரடியாகச் சிரிப்பாள். தேவைக்கு அதிகமாகப் பேசுவாள். இருப்பினும் பராக்கிரமனுக்குப் பெரியன்னையைப் பிடித்திருந்தது. அவரிடம் அரண்மனைப் பெண்டிரிடம் சரளமாகக் காணப்படும் போலித்தனம் எதுவும் இல்லை.

அரசியாருக்கும் அவன் மேல் கொள்ளைப் பிரியமிருந்தது. பராக்கிரமன் என்ற வாலிபனை முதன் முதலில் பார்த்த போது அவளுக்கு இளவயது வீராவைப் பார்ப்பது போல இருந்தது. அக்ஷயன் இறந்த போது ஈமக் காரியங்கள் ஆற்றும் போது வீரா இப்படித்தான் சிகையை வாரிக் கொள்ளாமல், மழிக்கப்படாத தாடியுடன் அவள் முன்னர் நின்று தன்னை மணந்து கொள்ளும்படி மன்றாடினான். பராக்கிரமன் பல்வேறு துறைகளில் அவனுக்கு அளித்து வந்த பயிற்சிகளை விரைவாகவும், சரியாகவும் முடித்துவிட்டு அவசர அவசரமாக அரண்மனை மாளிகைக்கு

வந்துவிடுவான். அதன் பிறகு நாழிகை நகர்வது தெரியாமல் ராதிகாவுடன் அளவளாவி இன்புறுவான்.

அரசருக்கும் இதில் மகிழ்ச்சிதான். உண்மையைச் சொல்வ தென்றால் அரசன் முன்பாகவே, பராக்கிரமன் அரண்மனைப் பெண்டிருடன் வம்பு பேசுவதில் ஆவலுடன் இருப்பதாகப் புகார் கூறினார்கள்.

'போதும். அவன் அரண்மனைப் பெண்டிருடன் அதிக நேரம் செலவழித்தது போதும். இனி அவன் ஆடவர்களுடன் பழகட்டும்.' இதுவே வீராவின் தீர்ப்பாக இருந்தது.

அசிங்கப்பட்டுப் போன பராக்கிரமன் ராதிகாவை நோக்கினான். அவள் அவனைப் பார்த்துக் கண் சிமிட்டினாள். அரசர் கைகளைக் கழுவி சுத்தி செய்யச் சென்ற போது அவன் பெரியன்னையிடம், 'பெரியப்பாவிற்கு நான் அரண்மனையில் அதிக நேரம் செலவிடுவது பிடிக்கவில்லை' என்றான்.

ராதிகா கிசுகிசுத்தாள். 'அரசருக்கு உன்னைப் போல அந்தப்புரம் வந்து அதிக நேரம் செலவழித்துச் சிரித்துக் கும்மாளம் அடிக்க முடியவில்லையே என்று பொறாமை' என்று கண்களை உருட்டி உருட்டிக் கூறினாள்.

இருப்பது போதும் என்ற மனநிறைவுடன் அரசன் காலத்தைக் கழித்து வந்தான். அக்ஷயன் இறந்த பின்னர் அவனுக்கு நெருக்கமானவர்கள் அவனுடன் பழகினாலும் ஒரு விளிம்பு நிலையில் இருந்தே பழகினார்கள். எனவேதான் அவனையும் அறியாமல் அவன் பராக்கிரமனுடன் ஒருவித நெருக்கத்தையும், பிணைப்பையும் அதிகமாக்கிக் கொண்டு வந்தான்.

பராக்கிரமனுக்குப் பயிற்சி அளித்த பயிற்சியாளர்கள் அவனிடம் மிகுந்த கண்டிப்புடன் நடந்து கொள்ள உத்தரவிடப்பட்டிருந்தனர். ராஜாங்க விதிமுறைகளுக்கு எதிராக அவன் சற்று விலகினால் கூடக் கடுமையாகத் தண்டிக்கப்பட்டான். இந்த வயதில்தான் தானும், சுந்தரனும் இளம்பெண்கள் பின்னர் சுற்றித் திரிந்தது நினைவில் வந்தது நல்லவேளை இந்தச் சிறுவனிடம் அவை போன்ற துர்சிந்தனைகள் எதுவுமில்லை. பராக்கிரமனும் அப்பழுக்கற்ற குணத்துடன் வளர்ந்து வந்தான். தனது தந்தை சுந்தரப் பாண்டியனின் ஒழுக்கமற்ற நடவடிக்கைகளைக் கண்டு வளர்ந்தவன். அவன் பாட்டியாரும் தன் மகன் தீய வழிகளில் செல்லும் போது தடுத்து எந்தக் கேள்வியும் கேளாமல்

இருந்ததையும் கண்ணுற்றவன். இதற்கு முந்தைய மன்னரும் தனது பாட்டனாருமான பாண்டியன் குலசேகரனைத் தனது தந்தைதான் கொன்றிருக்கக் கூடும் என்றொரு மோசமான வதந்தி வேறு அரண்மனையில் உலாவியது. குற்றம் சாட்டப்பட்ட மனிதரின் மகனாகப் பிறந்ததற்கு உள்ளுக்குள் புழுங்கிய அவன், தனது தந்தையைப் போல அவப்பெயர் எடுக்கக் கூடாது என்பதில் உறுதியாக இருந்தான்.

*

இலக்காக நிர்ணயிக்கப்பட்ட பாடம் செய்யப்பட்ட காளையின் கண்ணைக் குறி தவறாமல் பராக்கிரமன் அம்பினால் தாக்கினான். கண்ணில் புதைந்த அம்பைப் பிடுங்கிக் கொண்டு வருமாறு பராக்கிரமன் உதவியாளனை ஏவினான். அடுத்த அம்பு முந்தைய அம்பு ஏற்படுத்திய துளையை இலக்காகச் சென்று தாக்கியது.

உயரே மாடத்திலிருந்து வீரா, பராக்கிரமன் விற்பயிற்சி எடுத்துக் கொண்டிருப்பதைப் பார்த்துக் கொண்டிருந்தான். அவரைப் பார்த்துக் கையசைத்த பராக்கிரமன், ‘பெரியப்பா! கீழே வந்து நீங்களும் உங்கள் வில்வித்தையைக் காட்டுங்கள்’ என்றான்.

வீராவிற்கு தான் எவ்வளவு முயன்றாலும் அவனுடன் போட்டிப் போட்டு வெற்றிபெற முடியாது என்பது தெரியும். பராக்கிரமனின் வாயைக் கிண்டும் விதமாக, ‘இளவரசர் வில்வித்தை பயில்வதில் மட்டும் கவனம் செலுத்துவதை விடுத்து அரண்மனைக் கருவூலம் சென்று கணக்கு வழக்குகளிலும் கவனம் செலுத்த வரலாமே?’ என்று எதிர்க் கேள்வி தொடுத்தான்.

பராக்கிரமன் அசட்டுத்தனமாக இளித்தான். பராக்கிரமனுக்குக் கருவூல அலுவல்கள் என்றால் எட்டிக் காயாகக் கசந்தது. கணக்கு வழக்குகளைத் தலைக்குள் போட்டுக் கொள்ள அவன் சிறிதும் விரும்பவில்லை. வில் வித்தையும் ஏனைய போர்க்கலைகளும் அவனை ஈர்த்த அளவிற்குக் கணக்கு வழக்குகள் அவனை ஈர்க்கவில்லை. தனது அரசுப் பணிகளை விரைந்து முடித்து, கிடைக்கும் நேரத்தை இந்தச் சிறுவனுடன் செலவிடுவதில் வீரா பேரானந்தம் அடைந்தான். ராதிகாவும் தனது மாலைவேளை பூஜைகளை விரைவாக முடித்துக் கொண்டு அவர்களுடன் கலந்து கொள்வாள்.

அவையில் ஒரு தீர்ப்பு வழங்கும் முன்னர் முதல் நாள் இரவு அந்த வழக்குக் குறித்து வீரா, பராக்கிரமனுடன் விவாதிப்பது வழக்கம். விதானமற்ற மேல்மாடத்தின் மீது அமர்ந்து அவர்கள் ஒரு வழக்கின்

சாதக பாதகங்களை விவாதிக்கும் போது ராதிகாவும் உடன் கலந்து கொள்வாள்.

அப்படி உரையாடிக் கொண்டிருந்த ஓர் இரவில் அவன் தனது தோளில் ஏற்பட்ட காயத்தைப் பராக்கிரமனிடம் காட்டி, ‘நஞ்சில் தோய்த்த அம்பு ஒன்றினால் ஏற்பட்ட காயம் இது’ என்றான்.

‘நஞ்சு இல்லை மன்னா, ஊமத்தை விழுது’ என்று திருத்தினான் பராக்கிரமன்.

‘நீங்கள் புத்த மாடத்திற்குள் காவலை மீறி நுழைந்தீர்கள். உங்கள் கனவில் வந்த புத்தபிரான் அங்கு பாதுகாத்து வைத்திருந்த புனிதப் பல்லைக் களவாடச் சொன்னார். களவும் கற்று மற என்ற ஔவையின் வாக்கைப் பொய்யாக்க விரும்பாத நீங்கள் புனிதப் பல்லைக் களவாடிக் கொண்டு வந்துவிட்டீர்கள். இலங்கை மன்னன் உங்கள் பின்னால் ஓடி வர வேண்டியதாயிற்று. சரிதானே?’ என்று முடித்தான்.

ராதிகா வாய்விட்டுச் சிரித்தாள்.

‘இவையெல்லாம் கட்டுக் கதைகள். நீயும் இவற்றை நம்புகிறாயா பராக்கிரமா?’ என்று மேலுக்கு வீரா கூறினாலும் தனது பராக்கிரமத்தை அந்தச் சிறுவன் வாயிலிருந்து கேட்டதில் பெருமிதம் கொண்டான். அவன் வாழ்க்கை முழுவதும் இது போன்ற சாகசங்கள் நிறைந்தது என்றாலும் அவன் அந்தச் சாகசக் கதைகளில் காலம் கழிக்க விரும்பவில்லை.

‘அடுத்தமுறை அவர்கள் சேதுக் கரையிலிருந்து கடல் மீது நடந்து சென்று இலங்கை நாட்டை நானே தனியாக வென்றதாகக் கதை கட்டுவார்கள்’ என்றான்.

‘அது எப்படிப் பெரிய தந்தையே சாத்தியம்? உங்களுடன்தான் அக்ஷயனும் உடன் வந்திருப்பாரே?’ என்றான் திடும் என்று.

அந்த இடமே மௌனத்தில் உறைந்தது போலானது. அக்ஷயன் குறித்த நினைவுகள் வீராவைச் சூழ்ந்தது. அரசனும், அரசியும் பழைய நினைவுகளில் மூழ்கிக் கிடக்கும் போது காற்று கூட அசையாமல் நின்று போனது. ராதிகாவிற்கு அவளது முந்தைய காதலன் பற்றிய நினைவுகளும், வீராவிற்குத் தனது முதல் வித்து சுனந்தாவின் வயிற்றில் விதிக்கப்பட்ட போது அக்ஷயன் தள்ளி நின்று காவல் காத்த நினைவுகளும் ஒருசேர எழுந்தன.

தான் என்ன கூறிவிட்டோம் என்று அவர்கள் இருவரும் அப்படி மௌனமானார்கள் என்று அந்த யுவன் அவர்களை வியந்து நோக்கினான்.

*

சுந்தரனுடன் பராக்கிரமன் அந்த அளவிற்கு நெருக்கமாக இருந்ததில்லை. வீராதான் அவனுடைய லட்சியப் புருஷன். அவர்கள் இடையில் இருந்த பெரும் இடைவெளிக்கு அன்பு பாலம் போட்டது. சரிக்குச் சரியாகப் பராக்கிரமன் தனது பெரிய தந்தையுடன் பழகினான். சற்றும் எதிர்பாராத தருணங்களில் அவன் கேள்விக் கணைகளைத் தொடுப்பான்.

'எதற்காக இந்த நாடகத்தைத் தொடர்கிறீர்கள் பெரியப்பா? நான் உங்கள் எதிரியின் புதல்வன் என்பது அறிந்தும் எதற்காக என் மீது இத்தனை அக்கறை?' என்று கேட்பான்.

வீராவின் மனம் வாய்விட்டு அலறத் துடிக்கும். 'நீ என் புதல்வனடா பராக்கிரமா. ஆனால் வெளியில்..'

'நான் நாடகம் எதுவும் போடவில்லை பராக்கிரமா. எனக்கும் உன் தந்தைக்கும் நடுவில் சொந்தப் பகைமை எதுவும் இல்லை. இதற்குக் காரணமான அரண்மனையின் மீதுதான் பழி போட வேண்டும். அரியணையைத் தவிர எங்கள் நடுவில் வேறு எதற்கும் பகைமை கிடையாது. நமது வாழ்க்கை பாண்டிய மண்ணில் உள்ள மக்களுக்காக இருக்க வேண்டுமே அன்றி நமது சொந்த விருப்பு வெறுப்புகளுக்கு இருக்கக் கூடாது. எனக்குப் பிறகு அரியணைக்குரியவன் நீ. உன் மீது எனக்கு ஏன் விரோதம் இருக்கப் போகிறது? ஒவ்வொரு அரசனும் தனக்குப் பின்னால் பட்டத்திற்கு வருபவர்களுக்குச் சில பாடங்களை விட்டுச் செல்வது அவசியம்..'

அந்தச் சம்பிரதாயமான விடை பராக்கிரமனுக்குச் சமாதானம் அளிக்கவில்லை. இதற்கு அடியில் ஓர் உக்கிரமான உண்மை ஒளிந்திருக்க வேண்டும். அதனைத் தேடிக் கண்டுபிடிக்க அவனுக்கு வயதும் போதாது, அனுபவமும் பற்றாது. அந்த அரச தம்பதிகள் எதற்காகத் தன்னிடம் எவ்விதப் பிரதி உபகாரத்தையும் எதிர்பாராது அவ்வளவு அன்பைப் பொழிகிறார்கள்? அவனுக்கு அரசர் மீதும், அரசியார் மீதும் அளவுக்கதிகமான அன்பு ஏற்பட்டது. அவர்கள் மட்டும் அவனது பெற்றோராக இருந்திருப்பின் அவனது

வாழ்க்கைதான் எத்தனை மகிழ்ச்சி நிறைந்ததாக ஆகியிருக்கும்? இந்தக் கேள்வி அவன் மனதில் அடிக்கடி வந்து போனது.

*

பராக்கிரமனுக்கு அளிக்கப்பட்ட ஐந்து வருடப் போர்ப் பயிற்சி ஒரு முடிவிற்கு வந்தது. மகளிர் அந்தப்புரங்களை வளைய வந்து கொண்டிருந்த அந்தப் பாலகன் வாட்டசாட்டமான போர் வீரனாக உருமாறி நின்றான். மென்மையான அவனது தேகம் பாறை போல இறுகிவிட்டது. அகன்ற தோள்களும், திரண்ட மார்புகளும் அவனை ஒரு வீரனாக அடையாளம் காட்டின. அவனது வனப்பு அரண்மனைப் பெண்களின் துயிலைக் கெடுத்தது. அவன் உடற்திண்மை மற்ற வீரர்களின் நம்பிக்கையைக் குலைத்தது.

சுனந்தா வியப்பெய்தினாள். பரம சாதுவாக இருந்த தனது மகன் இப்போது பெயருக்கேற்றபடி பராக்கிரமசாலியாகக் கண் முன் நிற்பதைக் கண்டு பூரிப்படைந்தாள். அவன் குரலில் ஆண்மை மிடுக்கும், மேனியில் போர் எந்திரங்களின் வலிமையும் இருப்பதைக் கண்டு ஆனந்தமடைந்தாள்.

அவனை ஒரு சிறிய சமஸ்தானத்திற்கு அதிபதியாக்கி அவனது நிர்வாகத் திறமையைக் காண வீரா விரும்பினான். அவனுக்கு யுவராஜா பட்டாபிஷேகம் செய்த பின்னர் பொறுப்புகளை ஒப்படைத்தால் அவனும் அக்கறையுடன் செயல்படுவான், இல்லையெனில் மன்னர் மேற்பார்வையில் என்பதால் அத்தனை சிறப்புடன் செயல்பட வாய்ப்பில்லை என்பது ராதிகாவின் பரிந்துரையாக இருந்தது. வீராவிற்கு தான் கண்ணனூரில் தனிப் பெரும் அரசனாக ஆட்சி புரிந்தது நினைவிற்கு வந்தது.

பராக்கிரமனின் ஜென்ம நட்சத்திரத்தை வைத்து நாள் கணிக்கப்பட்டது. வழக்கம் போல யுவராஜா பட்டாபிஷேகம் மதுரையில் உள்ள மீனாட்சியம்மன் ஆலயத்தில் நடைபெற ஏற்பாடானது. ராஜமாதாவும், சுனந்தாவும் அடிக்கடி பெரிய அரண்மனைக்கு வந்து யுவராஜ பட்டாபிஷேக வேலைகளை மேற்பார்வையிட்டனர்.

சுனந்தாவிற்கும், ராதிகாவிற்கும் அந்த நேரம் வரையில் சுமுகமான உறவு இருக்கவில்லை. முதலில் அரண்மனையில் உள்ளவர்கள் ராதிகாவிற்கும், வீராவிற்கும் நடுவிலிருந்த திருமணப் பந்தம் பூசல் முறிந்துவிடும் என்று கருதினார்கள். ஆனால் அதற்கு நேர்மாறாக வீரா ராதிகாவுடன் அதிக நெருக்கத்தை ஏற்படுத்திக் கொண்டான்.

பராக்கிரமன் பேசும் நான்கு வார்த்தைகளில் ஒரு வார்த்தை நிச்சயமாக ராதிகாவைக் குறித்துத்தான் இருக்கும். ராதிகா மட்டும் எதிர்ப்புத் தெரிவித்திருந்தால் அவனுக்கு இப்படி ஒரு யுவராஜ பட்டாபிஷேகம் நடக்க வாய்ப்பே இருந்திருக்காது. ராதிகாதான் இதற்கு முழு முதற் காரணம் என்பது ஆரம்பத்தில் சுனந்தாவின் சந்தேகமாக இருந்தது. தனது வாழ்க்கை சீரானதாக இருந்ததில்லை, பெரும் புயலில் சிக்கிய கப்பலைப் போல அவளது வாழ்க்கை ஏற்றமும், இறக்கமும் கொண்டது என்பதை அறிவாள். இல்லற இன்பம் என்பது கூட அவளுக்குத் திருமணத்திற்கு முன்பு இருந்ததே தவிர அதன் பின்னர் ஒருமுறை கூட நேரிட்டதில்லை, அரசக் குடும்பத்தில் பிறந்து, அரசகுமாரனை மணந்தும் அவளுக்கு அரசியாகும் வாய்ப்பு ஏற்படவே இல்லை. முதலில் மன்னரின் மருமகள் என்ற பட்டம், அதன் பின்னர் துரோகியின் மனைவி என்ற பட்டம். இதோ பராக்கிரமனின் மூலம் அவள் ராஜமாதாவாக ஆவதற்கு வாய்ப்பு உள்ளது. கடந்த ஆறு வருடங்களாக அரண்மனைக்குள் அவளை வெறுத்து ஒதுக்கிய மக்கள் எல்லோரும் இப்போது மீண்டும் அவளிடம் நட்பு பாராட்ட முன் வந்தனர். ஆனால் அரண்மனைக்குள் நட்பு பாராட்டியவர்கள் ஒதுங்கிச் செல்லத் தொடங்கினர். அரண்மனை முழுவதும் ராதிகாவின் கட்டுப்பாட்டில் இருந்ததால் இதனை அவள் தடுத்திருக்கலாம், ஆனால் அப்படிச் செய்யவில்லை.

மீண்டும் மதுரை நகரம் யுவராஜ பட்டாபிஷேக அழைப்பைக் கேட்டதும் விழாக் கோலம் பூண்டது. நாட்டின் பல்வேறு பகுதிகளில் இருந்தும் பெருந்திரளாக மக்கள் மதுரையை அடைந்து தங்களது வருங்கால மன்னனின் முகத்தைக் காண ஒன்று கூடினர். அவர்களில் ஓர் ஏகாந்தியும் மெதுவாகக் கோட்டை வாயிலை நோக்கி வந்து கொண்டிருந்தார். அவர் நடையில் சோர்வு தெரிந்தது. மெலிந்திருந்தாரே அன்றி அவர் கண்களில் ஒளி காணப்பட்டது.

வாயிற்காப்போன் அவரைக் கண்டதும் முன்பு பாண்டிய மண்ணில் அடிக்கடி நிகழ்ந்த போர்களில் கலந்து கொண்ட வீரன் என்று அவரை எண்ணினான். அவர் முகத்தில் காணப்பட்ட தழும்புகள் அவன் எண்ணத்தை உறுதி செய்தன. அந்த ஏகாந்தி வாயிற்காப்போனை நெருங்கி, தான் மன்னரைச் சந்திக்க வேண்டும் என்று அனுமதி கேட்ட போது அங்கிருந்த காவலர்கள் கேலியாகச் சிரித்தார்கள்.

‘மன்னரை எதற்குச் சந்திக்க வேண்டும்? ராஜாங்க விஷயம் குறித்து சம்பாஷிக்கவா?’ என்ற அவர்கள் கேள்வியில் குதர்க்கம் காணப்பட்டது.

மக்கள் மன்னரைப் பார்த்துப் பேசுவதற்கு இதுபோன்று வருவதுண்டு. ஆனால் கேலிக்கு ஆளாக்கப்பட்டால் அவர்கள் குறுகிப் போய்த் திரும்பிவிடுவார்கள். அவமானப்படுத்தியும் அந்த மனிதன் அகலவில்லை. அதற்குப் பதிலாக, 'போ.. போய் உன் மன்னரிடம் சொல்லு. ராஜாதித்தியன்தான் என்னை அனுப்பி மன்னரைப் பார்த்து வரச் சொன்னார் என்று' என்று கூறினார். அந்தக் குரலில் பணிவு இருந்தாலும் அதில் ஒரு வருத்தம் தோய்ந்திருந்தது.

காவலாளி உள்ளே சென்று தகவல் அளித்து அனுமதி பெற்று வரும் வரையில் அந்த மனிதர் காத்திருந்தார். குலசேகரனுக்குப் பின்னர் அந்த மனிதர் மதுரை நகருக்குள் வந்ததில்லை. உள்ளே இருந்த பூங்காவில் மன்னரின் மார்பளவுச் சிலை ஒரு தாமரைப் பீடத்தின் மீது வைக்கப்பட்டிருந்தது. ஏகாந்தி அந்தச் சிலை அருகில் சென்று அதன் அழகை ரசித்தார். அந்தச் சிலையின் மீதிருந்த நூலாம்படைகளைப் பிய்த்து எறிந்து, மேலே ஓடிய சிலந்திப் பூச்சியை விரட்டினார். அவரைப் பார்த்தால் அறிவிப்பின்றி மன்னரைப் பார்க்க வரும் மற்ற பார்வையாளர்களைப் போல அந்தக் காவலாளிகளுக்குத் தோன்றவில்லை.

தூதுவன் மன்னரிடம் சென்ற போது வீரா ஒரு முக்கிய ஆலோசனைக் கூட்டத்தில் விவாதித்துக் கொண்டிருந்தான்.

'மாட்சிமை பொருந்திய மன்னருக்கு கோட்டை காவலனின் பணிவான வணக்கம். கோட்டை வாயிலில் ஒரு முதியவர் உங்களைக் காண வேண்டும் என்று கூறுகிறார். தன்னை ராஜாதித்தியன் என்பவர் அனுப்பி வந்திருப்பதாகக் கூறுகிறார்..'

வீரா அந்தத் தகவலை ஒதுக்கியிருப்பான், ஆனால் அவனிடம் ஓர் ஆர்வம் மேலோங்கியது. ராஜாதித்தியன் இயற்கை எய்தி ஆறு வருடங்கள் சென்றுவிட்டன. அவனுக்கு சில கெட்ட நிமித்தங்கள் உண்டாகின. இவர் எவரோ முக்கிய மனிதராக இருக்க வேண்டும்.

புகார் மண்டபத்திற்கு மன்னர் வந்த போது அங்கே அந்த வேற்று மனிதர் தனியாக நின்று கொண்டிருந்தார். இருவரின் மூச்சுக் காற்றின் ஒலியைத் தவிர அந்த மண்டபத்தில் வேறு ஓசை எதுவும் கேட்கவில்லை. தன்னை அடையாளம் கண்டு பிடிக்கும் வரை அந்த ஏகாந்தி காத்திருந்தார். அவரை அடையாளம் கண்டு கொள்ள வீராவிற்கு ஒருகணத்திற்கும் மேலானது.

வீரா உறைந்து நின்றான். பேரதிர்ச்சி அவன் முகத்தில் தெளிவாகத் தெரிந்தது. அவர் வேறு எவருமில்லை அவனது சிற்றப்பன்

விக்கிரமன். விக்கிரம பாண்டியர். இவரா, இந்தப் பேரரசு உருவாக முதுகெலும்பாகச் செயல்பட்டவர்? அவர் முகம் முழுவதும் புதர் போல மண்டிக் கிடந்த தாடிதான் காவலர்களுக்கு அடையாளம் சொல்லாமல் இருந்திருக்கும். இலங்கைப் போரிலிருந்து அவன் திரும்பி வந்த போது அவரைத் தேடிய தனது அந்தநாள் நினைவுகளில் அவன் மூழ்கினான். காலம் எத்தனை விரைவாக மனிதர்களை மாற்றி விடுகிறது?

'மாட்சிமை பொருந்திய மன்னவரே!' என்று விக்கிரமன், வீரபாண்டியனை அழைத்தார். அவர் வாயிலிருந்து அப்படி அழைத்ததும் அவன் கூசிப் போனான். ஒருமுறை விக்கிரமன் அவனிடம் அவர் நடத்திய கலவரம் வெற்றி பெற்றால் அடுத்த பட்டத்து வாரிசு வீராதான் என்று கூறியிருந்தார். ஆனால் வீரா தான் மன்னராகப் பொறுப்பேற்றுக் கொண்ட பின்னர் ஒருமுறை கூட அவரைத் தேடுவதற்கு முயற்சி எதுவும் எடுக்கவில்லை.

'நீங்கள் மகுடாதிபதியான தகவல் எனக்குக் கிடைத்தது மாண்பு மிகு மன்னா. என்னைத் தேடி வருவீர்கள் என்று காத்திருந்தேன்..'

'அமளி சற்று அடங்கட்டும். அழைத்து வரலாம் சிற்றப்பனை என்று எண்ணியிருந்தேன்.' அவன் குரல் அவனுக்கே கேட்கவில்லை. இப்போது மதுரை அரியாசனத்தைச் சிற்றப்பன் கேட்டால் என்ன செய்வது? நடுக்குறும் ஐயம் அவன் மனதை அசைத்தது.

'எட்டு வருடங்கள் போதாதா வீரா, நாடு கடத்தப்பட்டவனைக் காட்டில் தேடிக் கண்டு பிடிக்க?' என்றார் விக்கிரமன். 'கவலைப்படாதே, நான் விரும்பாத வரையில் மற்றவர் கண்களுக்குத் தென்படமாட்டேன்..'

வீரா தனது சிற்றப்பனைப் போட்டி அரசராக எண்ணியதற்குக் கூனிக் குறுகினான். உரையாடலின் திசையை மாற்றினான்.

'அந்தச் சோமசுந்தரக் கடவுளுக்கும், மீனாட்சியம்மைக்கும்தான் நன்றி கூற வேண்டும், நாளை இளவரசன் பராக்கிரமனுக்கு யுவராஜ பட்டாபிஷேகம் நடைபெறும் நிலையில் உங்களை இங்கே அனுப்பி வைத்ததற்கு..'

விக்கிரமன் கேலியாகச் சிரித்தது போலிருந்தது.

ஒரு பணிப்பெண் வெள்ளி உருளி ஒன்றில் ஆவி பறக்கும் கஞ்சியைக் கொண்டு வந்து இருவருக்கும் நடுவில் இருந்த அலங்கார மேசை மீது வைத்தாள்.

‘நான் விழாவில் கலந்து கொள்ள வரவில்லை வீரா, மாறாக உன்னை எச்சரிக்க வந்தேன். இன்னும் இரண்டரை நாழிகை நேரம்தான் உள்ளது, பிரச்னை உன் வாயில் கதவைத் தட்டுவதற்கு. ஆயத்தமாக இரு. தொல்லை வெகுதூரத்தில் இல்லை. மாபெரும் இன்னல் மதுரையைச் சூழப் போகிறது. சத்தியமான வார்த்தை. உதவி தேவையென்றால் எனக்குச் சொல்லி அனுப்பு. நான் பசுமலை அடிவாரத்தில்தான் இருப்பேன்.’

அவரது வார்த்தைகள் அவனுக்கு வியப்பூட்டின. வரப்போகும் இன்னலைத் தெரிந்து கொண்டதனால்தான் அவர் அரண்மனைக்கு ஓடோடி வந்து எச்சரிப்பது அவனுக்குப் புரியாமல் இல்லை. ஒருவேளை சிற்றப்பனின் முதுமை காரணமாக எதையும் பெரிதுபடுத்தும் நிலையில் இருக்கின்றாரோ என்று மாற்றி யோசித்தான். பாண்டியப் பேரரசை எவ்வாறு இன்னல் சூழும்? இந்த மண்டலத்தின் தனிப்பெரும் பேரரசாக விளங்கும் பாண்டிய தேசத்திற்கு எதிராக இன்னல் விளைவிப்பது எவனாக இருப்பினும் அவன் தலை நசுக்கப்படமாட்டாதா என்ன?

‘உங்கள் வார்த்தைகள் அச்சம் மூட்டுவதற்குப் பதில் வியப்பூட்டுகிறது சிறிய தந்தையே. சற்றுப் பொறுத்தால் நாம் இது குறித்து நீண்ட சம்பாஷணையில் ஈடுபடலாம். அதற்குள் நானும் நமது அரண்மனை ராஜ குடும்பத்தின் அங்கத்தினர்களை இங்கு அழைத்து வரச்சொல்லுவேன்.’ என்றான்.

சிற்றப்பனை அங்கேயே நிறுத்திவிட்டு அரண்மனைக்குள் விரைந்த வீரா, ராதிகாவிடம் தகவலைக் கூறி அவளை அழைத்து வந்தான்.

விக்கிரமனுக்கு தான் கூறியதற்கு வீரபாண்டியன் அத்தனை முக்கியத்துவம் கொடுக்கவில்லை என்பது வருத்தமளித்தது. விக்கிரமன் வீரபாண்டியனைத் தடுக்க எண்ணினார். தனது குரலைக் கடுமையாக்கிக் கொண்டு சூழும் அபாயத்தைக் கூற முற்பட்டார். தனது குரலின் வேகம் அவனது கால்களைக் கட்டிப்போடும் என்று கருதினார். பேரரசை ஆள்பவனின் எண்ணத்திற்கும் யதார்த்தத்திற்கும் அதிகத் தூரம் என்பது வீராவின் செய்கையைப் பார்த்துத்தான் புரிந்து கொண்டார். இணைக்க முடியாத பிளவு. இனி தனது சகோதரனின் புதல்வனை எச்சரித்துப் பலனில்லை. விதிக்குத் தூபம் போடும் குணம் அவருக்கில்லை. ஒருகாலத்தில் தனக்கு தொடர்பிருந்த பேரரசிற்கு நேரப் போகும் ஆபத்து குறித்து எச்சரிக்க வேண்டியது அவரது கடமை. அதனை அவர் தவறாமல் செய்துவிட்டார். நடப்பது நடந்துதானே தீரும்? அதனைத் தடுக்க, தான் யார்?

விக்கிரமன் அங்கிருந்து எழுந்தார். கிளம்புவதற்குத் தயாரானார். ஆதவன் விண்ணின் உச்சியின் நெருங்கிக் கொண்டிருந்ததால் மண்டலம் முழுவதும் வெப்பம் மிகுந்திருந்தது. ஆனால் அவர் நடையில் வேகம் மிகுந்து காணப்பட்டது.

காவலாளிகளுக்கு மீண்டும் புதிரானது. அந்த ஏகாங்கி அவர்களை நெருங்கி விடை எதுவும் பெற்றுக் கொள்ளாமல் கோட்டை வாயிலின் வழியே விடுவிடு என்று பயணித்ததைக் கண்டு வியந்து நின்றனர். ஒரே ஒரு காவலனுக்கு மட்டும் அவர் முகத்தை உற்று நோக்கியதில் சந்தேகத்தின் சாயல் நிழலாடியது. அவரது தோற்றமும் மன்னரின் தோற்றமும் ஒன்றாக இருப்பதைப் போல எண்ணியவன், தங்கள் மன்னர் வயதானால் இப்படி ஒரு மூப்படைந்த தோற்றம் கொண்டிருக்கமாட்டார் என்று நம்பினான். ஜனக்கூட்டத்தில் கலந்த அந்த மர்ம மனிதர் அவர்கள் கண் பார்வையிலிருந்து மறைந்தார்.

சிறிது நேரத்தில் தங்கள் மன்னரே வாசல் வரை விரைந்து வருவதைக் கண்ணுற்றுக் காவலர்கள் விறைப்பாக நின்றனர். அந்த மனிதர் சென்றதை அரசர் விசாரித்ததும்தான் அவர்களுக்கு அந்த மனிதரின் முக்கியத்துவம் மண்டையில் உறைத்தது. வீராவால் அவர் சென்ற தடத்தைத்தான் பார்க்க இயன்றதே தவிரத் தொடர்ந்து சென்று தேட முடியவில்லை, அவன் மன்னனல்லவா? வீரா புன்னகைத்தான். தனது சிற்றப்பனின் மிடுக்கு சற்றும் குறையவில்லை. முதுமை அவரது மூளையைத்தான் மழுங்கச் செய்திருந்தது கால்களை அல்ல. விக்கிரமனின் வார்த்தைகள் அவனது விருப்பத்தைத் துளைப்பது போலிருந்தது. இந்தப் பேரரசு குறித்து இன்னமும் விக்கிரமனுக்குத் தகவல் வந்து கொண்டிருக்கிறதா? அவன் வியப்பெய்தினான்.

மறுநாள் நடந்த விழாக் கொண்டாட்டங்களில் வீராவிற்கு அவன் சிற்றப்பனின் எச்சரிக்கை வார்த்தைகள் மறந்து போய்விட்டன. ஏற்பாடு செய்த வண்ணம் யுவராஜ பட்டாபிஷேக நிகழ்ச்சிகள் சிறப்பாக நடந்தேறின. அந்த விழாவிற்கு யுவராஜனின் தந்தை சுந்தரன் மட்டும் கலந்து கொள்ளவில்லை. அவனது இன்மையை எவரும் பெரிதாக எடுத்துக் கொள்ளவில்லை.

*

தனது மைந்தனுக்கு யுவராஜ பட்டாபிஷேகம் நடப்பது குறித்து எதுவும் அறியாத சுந்தரன் விரக்தியில் உலவிக் கொண்டிருந்தான்.

தனது செயலற்ற திறனுக்கு ஆத்திரமடைந்தான். ஒரு சில நாட்கள்தான் என்றாலும் மதுரைப் பாண்டிய பேரரசின் அரியணையில் அமர்ந்தது எத்தனை உவப்பாக இருந்தது? தனக்கே தனக்கான அரியணை விதி எழுதிய துன்பியல் நாடகத்தால் தன் கண் எதிரிலேயே தனது சகோதரனுக்கு அளிக்கப்பட்டுவிட்டது.

அகதி வாழ்வை வாழ்வதற்கு அவன் மதுரை நகரைவிட்டு நாடு கடத்தப்பட்ட போது அவனுடன் ஆயிரம் எண்ணிக்கையில் கூட வீரர்கள் அவனைத் தொடரவில்லை. இப்போதோ அவர்கள் ஐம்பதாக அருகிவிட்டனர். அவனுடன் சேர்ந்து வாழ்வின் சுகபோகங்களை அனுபவித்தவர்கள் அவனுக்கு வறிய நிலை ஏற்பட்டதும் அவனுக்கு உறுதுணையாக இல்லை. வறுமையில் உழலும் நாடோடி வாழ்க்கை அவனுக்குப் பழக்கமானதல்ல. ராஜபோக வாழ்க்கை வாழ்ந்தவனுக்கு இப்போது மலையிலும் குகையிலும் வாசம். நான்கு வேலையும் விருந்துண்டு வயிறு வளர்த்தவன் இப்போது ஒரு பிடிச் சோற்றுக்கு அல்லாடினான்.

அவன் கொண்டு வந்த பொக்கிஷங்கள் கரையத் தொடங்கின. அவனது மனைவி வழி உறவினர்கள் மூலம் பெற்று வந்த உதவியும் படிப்படியாகக் குறையத் தொடங்கிவிட்டது. தன்னுடன் தனது அன்னையையோ அல்லது சுனந்தாவையோ அழைத்து வந்திருந்தால் சோழர்களின் உதவியை நாடியிருக்கலாம். அவர்கள் இருவருமே அரண்மனையில் தங்குவதென்று முடிவு எடுத்ததால் அவனது நிலைமை மோசமானது. சோழ அரசிடம் அவர்கள் மறைமுகமாகவோ நேரடியாகவோ சுந்தரனுக்கு உறுதுணையாகச் செயல்பட எண்ணினால் அவர்களது ஊர்களையும், நகரங்களையும் தீக்கிரையாக்கி விடுவதாக வீரா எச்சரித்திருந்ததால் அவர்களது உதவியும் அவனுக்குக் கிட்டாமல் போனது.

அந்த நாடோடி வாழ்க்கை அவனுக்கு உவப்பளிப்பதாக இல்லை என்றாலும் அவனது வாழ்க்கைப் பாதையை மாற்றும் வழிமுறை எதுவும் அவன் கண்களுக்குப் புலப்படவில்லை. மீண்டும் மதுரை அரியணையைக் கைப்பற்ற எண்ணி உதவி நாடி அவன் குரல் எழுப்பும் பொழுதெல்லாம் அவன் நண்பர்கள் அவனுக்கு ஆதரவுக் குரல் கொடுக்காததோடு எதிர்மறையாகப் பேசி அவனது தன்னம்பிக்கையைத் தளர்வடையச் செய்தனர்.

'வீராவைத் தனியே விட்டுவிடுங்கள் மகராஜா. வீராவின் சினத்திற்கு ஆளாக வேண்டாம்.'

சுந்தரனைத் தொடர்ந்து சென்ற படையின் எண்ணிக்கை விரல்விட்டு எண்ணக் கூடிய வகையில்தான் இருந்தது. மதுரைப் பேரரசின்

படையுடன் ஒப்பிட்டால் மலைக்கும் மடுவிற்கும் உள்ள பேதம்தான்.

வீரா சுந்தரனின் படையின் அளவு ஒரே அளவிலேயே இருக்கிறதா என்பதை அவ்வப்போது உளவுப்பிரிவின் மூலம் அறிந்து வந்தான். தொடக்கத்தில் வீரா அவர்கள் படை முழுவதையும் அழித்துவிடுவான் என்றே நம்பினார்கள். ஆனால் அவர்களுக்குப் பெருத்த அவமானம் ஏற்படுத்தும் வண்ணம் அவன் அவர்களை ஒரு பொருட்டாகவே மதிக்கவில்லை. அந்த அவமதிப்புதான் சுந்தரனை ஆத்திரமடையச் செய்தது. தரைவிரிப்பின் அடியில் மாட்டிக் கொண்ட பூச்சியைப் போல அவன் தன்னை நசுக்கிவிட்டதாக ஆத்திரமடைந்தான். பொறுமையாக இருப்பது போல வீரா நடிப்பது ஒரு வகைச் சூழ்ச்சி. தன்னைச் சுற்றித் திரிந்த விழிகளில் ஒரு ஜோடி விழிகள் அரண்மனைக்குத் தகவல் அளிப்பதாகச் சுந்தரன் ஐயம் கொண்டான். சினம் கொண்ட வீராவிற்குத் தக்க பாடம் புகட்ட சுந்தரன் காத்திருந்தான். ஆனால் அவனுக்குப் பின்புலம் எதுவுமின்றி வீராவைச் சிறிய அளவில் கூடச் சீண்ட முடியாது என்பதைச் சுந்தரன் நன்கு அறிந்து வைத்திருந்தான்.

அவன் காடு மேடுகளில் சொந்த மண்ணில் அகதியைப் போல அலைந்து திரிந்து கொண்டிருந்த போது பெரும் அளவில் மக்கள் குழுக்களாக இணைந்து வடக்கு திசையிலிருந்தும் வட மேற்கு திசையிலிருந்தும் சாரி சாரியாக வந்து கொண்டிருப்பதைக் கண்டான். அவர்களில் ஒரு சில குழுக்கள் தாங்கள் கொண்டு வந்த உணவைச் சுந்தரனுக்கும் அவன் படை வீரர்களுக்கும் கொடுத்துப் பகிர்ந்து உண்டனர். அவர்கள் தூர தேசப் பிரதேசங்களிலிருந்து புலம் பெயர்ந்து வந்தவர்கள் என்பதைத் தெரிந்து கொண்டான்.

அவர்களை விசாரித்த போது அவர்கள் வடக்குப் பிரதேசங்களிலிருந்து வருவதாகவும், தங்கள் நாடுகளை வடக்கிலிருந்து படையெடுத்து வந்த கொடுங்கோலன் ஒருவன் பறித்துக் கொண்டதாகவும் கூறினார்கள். அந்தக் கொடுங்கோலனும் அவனைச் சார்ந்தவர்களும் வேறு ஒரு சமய நெறியைப் பின்பற்றுவதாகவும், வேறு ஒரு கடவுளை வணங்குவதாகவும் கூறினார்கள். ஓரங்கல்லையும் தேவகிரியையும் கைப்பற்றிய அந்தக் கொடுங்கோலன் இப்போது துவார சமுத்திரத்தை முற்றுகையிட்டிருப்பதாகவும் கூறினார்கள். அந்தந்த சமஸ்தானங்களைச் சேர்ந்த மன்னர்கள் அந்தக் கொடுங்கோலனை எதிர்ப்பதால் எவ்விதப் பயனுமில்லை என்பதை உணர்ந்து

அங்கிருந்து தப்பித்துத் தொலைதூரப் பிரதேசங்களுக்கு அகதிகளாகப் புகல் அடைவதாகவும் கூறினார்கள்.

சுந்தரனின் விழிகள் வியப்பில் விரிந்தன. நம்பிக்கைக் கீற்று இருண்ட வானில் தோன்றியதைக் கண்டான். காட்டாற்று வெள்ளத்தில் அடித்துச் சென்றவனுக்கு ஒரு மரக்கிளை கையில் சிக்கியது போல உணர்ந்தான். அந்த மரக்கிளையை அவன் உறுதியாகப் பற்றிக் கொண்டான். இவர்கள் கூறும் அந்தக் கொடுங்கோலனின் படைத்தளபதியைச் சந்தித்தாக வேண்டும். அவன் மனதில் உறுதி செய்து கொண்டான்.

மேலும் தகவல்கள் வந்து குவிந்தன. துவார சமுத்திரத்தைக் கைப்பற்றிய பின்னர் படையெடுத்தவர்கள் ஓய்வெடுத்துக் கொண்டிருக்கும் தகவலும் கிடைத்தது. அவர்கள் ஏற்கெனவே காக்கதீய தேசத்தைக் கைப்பற்றிவிட்டதால் அந்தத் தேசத்து அரசாங்கம் அந்த மிலேச்சர்களுக்குக் கப்பம் கட்டிக் கொண்டிருந்தது. இறுதியாக வந்து சேர்ந்த அகதிகளில் ஒருவன் இந்தத் தகவலைக் கூறினான்.

‘அந்த மிலேச்சர்களின் நோக்கம் நாடுகளைக் கைப்பற்றி அவர்களைச் சீரழிப்பதோ சூறையாடுவதோ அல்ல. அவர்களுக்குத் தேவை அந்தந்த நாடுகளில் உள்ள பொன்னும், பொருளும்தான். நாங்கள் எங்கள் வளங்களை அள்ளிக் கொண்டு மதுரை நோக்கிப் பயணித்துக் கொண்டிருக்கிறோம். எங்களுக்குக் கிடைத்த தகவலின்படி நாங்கள் கொண்டு வரும் காஞ்சனத்திற்குச் சிறந்த பாதுகாப்பு பாண்டி தேசமும் அதன் மன்னரும்தான் என்று கேள்விப்பட்டு வருகிறோம்.’

அந்த அகதிக்கு, தான் பேசிக் கொண்டிருப்பது தாங்கள் அடைக்கலம் கேட்டுச் செல்லும் பாண்டிய மன்னரால் விரட்டியடிக்கப்பட்ட சகோதரன் என்பது தெரியாமல் பேசிக் கொண்டிருந்தான். சுந்தரனுக்கும் அந்த மிலேச்சர்களைப் பற்றி மேலும் விவரங்களைப் பெற ஆவலானது. அவர்கள் படை பலம் குறித்து விசாரித்தான்.

‘அவர்களை முகமதியர் என்று அழைப்பார்கள். தில்லி நகரத்தில் ஆட்சி செய்பவர்கள். அவர்களது தலைவனுக்கு அளவுக்கதிகமான ஆற்றல் உள்ளது என்று கூறுகிறார்கள். மேலும் சிலர் அவனிடம் அமானுஷ்யச் சக்தி உண்டு என்று கூறுகின்றனர்..

‘வடக்குப் பிரதேசத்திலிருந்து வந்துள்ள அவர்கள் தக்ஷிணப் பூமியில் ஹொய்சாள தேசம் வரை வந்துவிட்டனர். ஹொய்சாள மன்னர்கள்

வீழ்ந்துவிட்டார்கள் என்றால் அவர்களது அடுத்த இலக்கு மதுரை நகரம்தான். உலகில் காஞ்சனத்தின் மிகப் பெரிய பொக்கிஷ அறையைக் கொண்ட நகரம் மதுரை நகரம் என்பது உலகம் முழுவதும் அறிந்த செய்தி.. அவர்கள் படைத்தளபதி மாலிக்கபூர் என்ற பெயரை உடையவனுக்குக் காஞ்சனத்தையன்றி வேறு எதன் மீதும் ஆசையில்லை.' - என்றும் கூறினார்கள்.

சுந்தரன் அவனைப் புதிருடன் பார்த்தான். அதன் அர்த்தத்தை உணர்ந்து கொண்டு அந்த மனிதன், 'பிறகு எதற்காக நாங்கள் இப்படித் தப்பித்து வரவேண்டும் என்றுதானே நினைக்கின்றீர்கள்? எனக்குக் காஞ்சனம் பெரிதாக இல்லாமல் இருக்கலாம், ஆனால் என் பிள்ளை பெண்டுகளுக்கு உயிர் வாழ வேண்டுமன்றோ..'

'உங்கள் பகைவன் எங்கு முகாமிட்டிருக்கிறான்?'

மலை போல இதுவரையில் தோன்றிய சிக்கல் சின்னஞ்சிறு புள்ளியாகச் சுருங்கியது போலத் தெரிந்தது.

*

சுழற்காற்று ஒன்று குணதிசையின் மேல் எழுந்து செம்மண்ணை வாரி எடுத்து வானுக்கும் மண்ணிற்கும் நடுவில் செந்தூணாய்க் கொண்டு நிறுத்தியது. மதுரைக்குக் குணதிசை முழுவதும் செம்மண் பூமி. பிறகு சமுத்திரம். இது போன்ற சுழற்காற்று எழுந்து மதுரை நகர் மீது செம்மண் பொடியை வாரி இறைக்கும். மதுரை மாநகரம் தன்னைத் தூய்மைப்படுத்திக் கொள்ள அடுத்த மழைக்காலம் வரை காத்திருக்கும்.

வீராவிற்கு அமைதியில்லை. சொல்ல முடியாத ஏதோ ஒன்று அவன் மனதின் சஞ்சல அலைகளை ஏற்படுத்தின. அதிகாலையில் உஷத்காலப் பூஜைகளில் கலந்து கொள்ள அவன் மீனாட்சியம்மன் ஆலயம் நோக்கிச் செல்ல எண்ணினான். விக்கிரமனின் வார்த்தைகள் அவன் செவிகளில் வந்து வந்து மோதிக் கொண்டிருந்தன. அவனது படை வீரர்கள் இதுவரை எந்தச் சிறிய போரையும் நேருக்கு நேர் சந்தித்ததில்லை. உள்நாட்டுப் பூசல்களை அடக்கும் நடவடிக்கைகளோடு சரி. வெறும் பேச்சில் மட்டுமே போர் புரியும் அவர்கள் சிறிய யுத்தம் வந்தால் கூடத் தாக்குப் பிடிப்பார்களா என்பது தெரியாது.

அவன் சிந்தையை வாட்டும் எண்ணங்களை ஒதுக்கி வைத்தான். என்னதான் அவற்றை நினைக்கவில்லை என்றாலும் மனதின் ஏதோ

ஒரு மூலையில் இருந்து கொண்டு அவை அவனை வாட்டிக் கொண்டிருந்தன. உடலில் தோன்றும் சொறி சிரங்கு போல அவை உள்ளத்தை அரித்துக் கொண்டிருந்தன. வளை விலங்குகள் பூமியைப் பிறாண்டுவது போல அவன் மனதை அந்த எண்ணங்கள் அவன் மனதைப் பிறாண்டின. தணற் புழுவெனத் துடிக்க வைத்தன. அவனது உள்ளுணர்வு அவர்களை நோக்கி நகர்ந்து வந்து கொண்டிருக்கும் பேரிடர் குறித்து எச்சரிக்கை விடுக்கிறதா?

*

சுல்தானியப் படை வீரர்கள் ஈவு இரக்கமின்றி ஹொய்சாள மண்ணைக் கால்களால் மிதித்துத் துவம்சம் செய்து கொண்டிருந்தனர். எதற்கும் அஞ்சாத ஹொய்சாள நாட்டு மன்னன் வீரவல்லாளன் அவர்கள் முன்பு மண்டியிட்டுச் சமாதானம் பேசினான். சுல்தானியப் படைகள் தனது நாட்டைச் சூறையாட வேண்டாம் எனவும், தான் ஒரு ஹிந்து மன்னனாகவே நீடிக்க விரும்புவதாகவும் கெஞ்சிக் கொண்டிருந்தான். அவன் தனது நாட்டில் உள்ள வளங்கள் அனைத்தையும் மாலிக்கபூரும் அவன் படைகளும் கொண்டு செல்ல வசதியாகப் பெட்டிகளில் நிரப்பித் தருவதாகவும், தன் மார்பில் உள்ள பூணூலை மட்டும் விட்டுவிடுமாறு மன்றாடினான்.

துருக்கியப் படை குஜராத்தைக் கடந்து, தேவகிரி, துவார சமுத்திரப் பிரதேசங்களைக் கைப்பற்றி இப்போது மதுரையின் வட எல்லையை நெருங்கிக் கொண்டிருந்தனர். சொந்த மண்ணைவிட்டு வெகு தொலைவு வந்துவிட்ட அவர்களால் தொடர்ந்து போரிட முடியுமா?

சுந்தரனுக்கு அவர்களது படைபலம் மிகுந்த வியப்பை அளித்தது. நாலாபுறமிருந்தும் விரட்டப்பட்டவனைப் போல அவன் தன்னை உணர்ந்தான். வெகுதூரம் அஞ்சி ஓடியவன் ஒரு முடிவிற்கு வந்தான். கைக்கு எட்டும் தொலைவில் தெரிந்த வாய்ப்பை நழுவவிட அவனுக்கு மனமில்லை. துருக்கியர்களை மதுரைக்குள் நுழைவதற்கு வழி வகை செய்வதன் மூலம் மதுரையின் அரியணையைக் கைப்பற்றலாம் என்று தப்புக் கணக்கு ஒன்றைப் போட்டான்.

வீராவிற்குக் கடற்படையும், உளவுப் பிரிவின் பக்கபலமும் இருந்தது. சுந்தரனின் ஒவ்வொரு அசைவும் வீராவிற்குத் தினமும் தெரிவிக்கப்பட வேண்டும் என்பது அவனது ஆணை.

வீராவுடன் எத்தகைய யுத்தம் புரிந்தாலும் அதில் தான் வெற்றியடைய வேண்டும் என்ற நிர்ப்பந்தத்தில் சுந்தரன் இருந்ததால் அவன் துருக்கியர்களுடன் உடன்பாடு வைத்துக் கொள்ள முன் வந்தான். தனது திட்டம் மதுரை நகரின் செல்வ வளத்தின் அளவை சற்றே குறைக்கக் கூடும், ஆனால் தனது சகோதரனின் தலைக்கனத்தை முற்றிலும் இறக்கிவிடும் என்று அவன் எண்ணினான். துருக்கியர்களுக்குத் தனது ஒற்றன் மூலம் சுந்தரன் சேதி அனுப்பினான். மாலிக் தூதுவனுடன் கலந்து பேசினான். பிறகு இருபது துருக்கிய வீரர்களை உடன் அனுப்பி சுந்தரனைத் தகுந்த காவலுடன் அழைத்து வரச்செய்தான்..

அந்திமாலை நேரத்தில் ஆதவன் மேலை வானில் சென்று மறையும் வேளையில் சுந்தரன் துருக்கியர் படை தங்கியிருந்த கூடாரம் நோக்கிச் சென்றான். தொலை தூரத்திலிருந்து பார்க்கும் போதே துருக்கியர்களின் படைபலம் மிரட்டுவதாக இருந்தது. எண்ணிலடங்கா படை வீரர்கள் புரவிகளிலும், ஒட்டகங்களிலும் அரண்மனை மாளிகைகளைவிடப் பெரிய பெரிய கூடாரங்களை அமைத்துத் தங்கியிருந்தனர். குதிரைப்படையின் எண்ணிக்கை ஆயிரம் இருக்கலாம். இல்லை.. இல்லை.. பதினாயிரம் இருக்கும்.

வேறு எந்தத் தக்ஷிணத் தேசத்திலும் காண இயலாத அளவிற்கு அவர்களின் காலாட்படையும் ஆயுதப்படையும் எண்ணிக்கையில் மிகுந்து காணப்பட்டன. துருக்கியர் போருக்கு வரவில்லை, வியாபாரம் பேச வந்திருக்கின்றனர். மதுரை அவன் கைகளில் வரவேண்டும் என்றால் அது மாலிக்கபூரால் மட்டும் முடியும். துருக்கியப் படைத்தளபதி மாலிக்கபூர் குறித்து ஏராளமான கதைகள் அவன் செவிகளுக்கு எட்டியிருந்தன. அந்த முறை தவறிப் பிறந்த கிராதகனைத் துரத்துவதற்குத் துருக்கியர்களுக்குக் கப்பம் கட்டிக் கொண்டு அவர்களுக்கு அடங்கிய சிற்றரசாக இருக்கவும் சம்மதம். தனது தவற்றுக்கு சுந்தரன் நியாயம் கற்பித்துக் கொண்டான்.

சுந்தரனும், அவனது வீரர்களும் துருக்கியர் முகாமை நெருங்க நெருங்க மாமிசத்தின் நாற்றம் அடிக்க வருவதாக இருந்தது. முகாமின் நடுவில் ஒரு பெரிய கூடாரமும் அதன் நடுவில் நீண்ட கம்பத்தின் உச்சியில் பச்சை நிறக் கொடி ஒன்றும் பறந்து கொண்டிருந்தது. அந்தக் கொடியில் வேற்று மொழி எழுத்துகளை ஜரிகை வேலைப்பாடுகளுடன் அமைத்திருந்தனர். மாலைச் சூரியனின் கிரணங்கள் பட்டு அந்தத் தங்க எழுத்துகள் தகதகத்து அவனை வரவேற்பது போலிருந்தது.

*

அத்தியாயம் 20

ஆளப் பிறந்த அடிமை

பல ஆண்டுக் காலமாக உறுதியான கற்களால் அமையப்பட்டிருந்த ஓரங்கல்லின் நெடிய கோட்டை, கீழே முற்றுகையுடன் சூழ்ந்திருந்த துருக்கியர்களின் படைகளுக்குப் பெரிய பொக்கிஷ நிலவறையாகக் கண்களுக்குத் தோன்றியது. காக்கதீயப் பேரரசைச் சார்ந்தவர்களுக்கு எதிர்த்து வேட்டையாடும் மனோபாவம் குறைந்து போயிருந்ததால் அவர்கள் கோட்டைக்குள் அடைந்து கிடந்தபடி எதிரிகள் சோர்வடையக் காத்திருந்தனர்.

அபரிமிதமான வளம் கொழிக்கும் செல்வத்தையுடைய ஓரங்கல்லைச் சேர்ந்த காக்கதீய தேசத்தைச் சேர்ந்தவர்கள் வைதீக மதம் வகுத்த நான்கு வர்ணப் பிரிவுகளில் நான்காவது பிரிவான சூத்திரர் பிரிவைச் சேர்ந்தவர்கள். அந்த சமஸ்தானத்தை நிறுவிய விக்கிரமாதித்தியன் சாளுக்கியப் பேரரசின் படையில் வெறும் போர் வீரனாக இருந்தவன். காக்கதீய சமஸ்தானத்தின் முதல் அரசன் தனது சக்கரவர்த்தியை எதிர்த்து நின்ற போது பேரரசர் பெரும்படையை அனுப்பி அவனது சமஸ்தானத்தை அடக்க நினைத்தார். முழுமையான வளர்ச்சி பெற்றிராத அந்தச் சமஸ்தானம் கிட்டத்தட்ட நிர்மூலம் ஆனது என்றுதான் சொல்ல வேண்டும். விதி செய்த கண்ணாமூச்சியால் காக்கதீய சிற்றரசு சாளுக்கியப் பேரரசை வெற்றி கொண்டதோடு அதன் மன்னரையும் சிறை பிடித்து வைத்தது. அதன் பிறகு பின் வாங்குவதற்கான பேச்சு வார்த்தைகள் தொடங்கின.

இரண்டு தலைமுறைகளாக அந்தச் சிற்றரசைப் பெண்வழி அரசிகளே ஆண்டு வந்தனர். இரண்டாவது அரசியான ருத்திராம்பா தனக்குப் பிறந்த பெண்மக்களை ஆட்சிபீடத்தில் அமர்த்தப் பிரியப்படாது தனது பெண் வயிற்றுப் பெயரன் பிரதாப ருத்திரனை

அடுத்த வாரிசாகப் பட்டம் சூட்டினார். மாலிக்கின் கொள்ளைக் கண்கள் காக்கதீய தேசத்தின் மீது விழும் போது பிரதாப ருத்திரன் ஆட்சிப் பொறுப்பைக் ஏற்று பத்து ஆண்டுகள் சென்றிருந்தன. பிரதாப ருத்திரன் தனது ஆற்றலால் சுற்றியுள்ள நாடுகளுடன் போரிட்டு அந்தப் பகுதிகளைத் தனது அரசுடன் இணைத்து அதனைப் பேரரசாக மாற்றி வந்தான். மாலிக்கபூர் படையெடுக்கும் முன்னர் பிரதாப ருத்திரன் தெற்கில் இருந்த பாண்டிய தேசத்தின் மீது படையெடுக்க வேண்டும் என்ற எண்ணத்தில் இருந்தான்.

காக்கதீயர்கள் சுல்தானியப் படை உட்புகுந்ததைக் கேள்விப்பட்டதும் அனைவரும் கோட்டைக்குள் அடைந்து கொண்டனர். அது எவ்விதத்திலும் வெற்றியைத் தராத முற்றுகை என்பதை அவர்கள் அறிவார்கள். முற்றுகையிட்டவன் கோட்டைக்குள் குடிநீர், உணவுப் போக்குவரத்தைத் துண்டித்தான். கோட்டைக்கு வெளியில் இருந்த போர் வீரர்கள் முற்றுகையிடும் வீரர்களைத் தாக்கினார்கள். நகரத்திலிருந்த சாதாரணக் குடிமக்கள் நிலங்களில் விளைந்தவற்றைப் பதுக்கியும், நிலங்களுக்கு நெருப்பு வைத்துப் பயிர்களை எரித்தும் முற்றுகையாளர்களுக்கு உணவு கிடைக்காமல் செய்தனர்.

ஓரங்கல் செல்லும் வழியில் பூமியின் தன்மை மாறுவதை மாலிக்கபூர் கவனித்தான். எங்கும் வறண்ட நிலமும் கருகிய பயிருமே கண்ணில் தட்டுப்பட்டன. எதிராளி முந்திக் கொண்டுவிட்டான். முற்றுகையில் உணவுத் தட்டுப்பாடும், தண்ணீர்த் தட்டுப்பாடும் ஏற்படும். ஓர் அசுரக் கை மொத்த விளைநிலங்களையும் அழித்து எரிந்தது போல அந்தப் பிரதேசம் விளங்கியது. எவரும் எதிர்பாராத சம்பவங்கள் மூலம் எதிரியை வீழ்த்தும் தந்திரத்தை மாலிக் தனது தாக்குதல்களின் போது கையாள்வது வழக்கம். இந்தமுறை எதிரி முந்திக் கொண்டுவிட்டான்.

பிரதாப ருத்திரனின் வீரர்கள் கோட்டைக்குள் தங்களை மறைத்துக் கொள்ளும் முன்னர் உணவுப் பொருள்களையும், குடிநீரையும் தேவையான அளவிற்குக் கடந்த இரண்டு வார காலத்தில் தேக்கி வைத்திருந்தனர். ஈரமான பயிரை அவசர அவசரமாக அறுத்து உள்ளே எடுத்துச் சென்று காயவைத்து தானியங்களை எடுத்துக் கொண்டனர். கோட்டைக்குள் எலி வேட்டை மும்முரமாக நடைபெற்றது, கொண்டு சேர்க்கும் தானியங்களுக்கு வேறு ஏது பாதுகாப்பு? கட்டட வல்லுனர்கள் மேலும் ஓர் அடி முன்னே சென்று சிந்தித்தனர்.

ஓரங்கல் கோட்டையைச் சுற்றி அமைக்கப்பட்ட மதில்களில் இரண்டு அடுக்கு இருந்தன, ஒன்று மண்ணால் ஆனது, மற்றொன்று பாறைக் கற்களால் ஆனது. அந்த இரண்டு அடுக்குகளின் இடையில் இருந்த பகுதிகளில் நெற்பயிர் விளைவிக்க ஏற்பாடானது. கோட்டைக்குள் மூன்று மழைநீர்ப் பிடிப்புப் பகுதிகள் அமைந்திருந்தன. அவற்றில் சேமிக்கப்படும் நீர் அந்த நெற்பயிர்களுக்குப் போதுமானதாக இருந்தது. ஒரு சதாப்தத்திற்குப் பின்னர் ஓரங்கல் மீண்டும் இப்போதுதான் முற்றுகைக்கு ஆளாகியிருந்தாலும் இப்படி ஓர் இரட்டைப் பாதுகாப்புடன் கோட்டை எழுப்பிய அதன் முந்தைய மன்னர்களின் மதியூகத்தைப் பிரதாப ருத்திரனால் எண்ணி வியப்படையாமல் இருக்க முடியவில்லை.

மாலிக்கபூர் ஒரு குதிரைப்படைக்குத் தலைமை தாங்கி கோட்டையை நோக்கி விரைந்து சென்றான். அவனுடைய படை சுல்தானின் படையை முந்திச் சென்றது. இன்னும் ஓரிரு நாட்களில் அவர்கள் கோட்டையை எட்டிவிடுவார்கள். ஓரங்கல் கோட்டையின் புறத் தோற்றம் தொடுவானின் கீழே நீலவானப் பின்னணியில் மாலிக்கின் கண்களில் பட்டது. நெருங்க நெருங்க அதன் தோற்றம் பெரிதாகிக் கொண்டே போனது. அவன் எண்ணியதைவிட அந்தக் கோட்டை மிக வலிமையுடையதாகத் தோற்றமளித்தது. கோட்டையின் சுவர்கள் மண்ணால் எழுப்பப்பட்டிருந்தாலும் அதன் உயரம் மிரட்டுவதாக இருந்தது. அதே நேரத்தில் எதிரிகளைக் கீழிருந்து பார்ப்பது கடினம். அம்பு மழை பொழிந்தால் தடுப்பது அதைவிடக் கடினம்.

ஓரங்கல் கோட்டையின் வெளிப்புற மதிலுக்கு உட்புறம் வேறொரு மதில் இருக்க வேண்டும் என்று மாலிக் தீர்மானித்தான். அந்த உட்புற மதில் மிகவும் நேர்த்தியாகவும், கடினமாகவும் எழுப்பப்பட்டிருக்க வேண்டும். கோட்டைகளுக்கு அரண் அமைப்பார்கள் அவனும் பார்த்திருக்கிறான். ஆனால் இப்படி ஓர் இரட்டைப் பாதுகாப்பை அவன் சிறிதும் எண்ணிப் பார்க்கவில்லை. முதன்முறையாக அவன் சற்று நடுக்குற்றான். இந்த முற்றுகை தோல்வியடையுமேயானால் அவன் வாழ்வே அஸ்தமனமாகிவிடும். முன்னால் சென்ற படைத்தலைவனை அழைத்து விசாரிக்கச் சொன்னான். அவன் எண்ணியது சரிதான் கோட்டைக்கு இரண்டு மதில்கள். கண்களை அங்கும் இங்கும் ஓட்டியபடிக் குதிரையில் சென்றவனுக்குத் தூரத்தில் மலை ஒன்று கண்ணில் பட்டது.

தன்னுடன் வந்த குதிரை வீரனிடம், ‘அது என்ன மலை?’ என்று கேட்டான்

‘ஹனம்கொண்டா மலை’ என்றான் அந்தக் குதிரை வீரன்.

‘அந்த மலையின் மீதிருந்து கோட்டையைப் பார்வையிட முடியுமா?’ என்று கேட்டான்.

‘ஆம், அதன் மீதிருந்து கோட்டையின் உட்புறத்தைக் கூட நன்றாகப் பார்க்கலாம் ஐயா..’

மலையேறுவது மிகக் கடினமாக இருந்தது. ஆடு மாடு மேய்க்கும் இடையர்கள் மட்டும் செல்ல ஒரு குறுகலான பாதை இருந்தது. மேலே செல்லச் செல்ல காற்றின் வேகம் அதிகரித்து அவர்கள் ஆடைகள் பறக்கத் தொடங்கின. பாதி வழி சென்றதும் ஆயிரங்கால் மண்டபத்துடன் கூடிய நட்சத்திர வடிவிலான ஆலயம் ஒன்று கண்ணில் தென்பட்டது. ஹிந்துக் கடவுள்களான சிவன், விஷ்ணு, சூரிய நாராயணர் போன்றவர்களுக்கு எழுப்பப்பட்டுள்ள ஆலயம் அது. வெளிமண்டபத்தில் ஒரே கல்லினால் செதுக்கப்பட்டிருந்த காளைமாட்டின் பெரிய உருவம் ஒன்றும் இருந்தது. வட்டப் பாறைகளைப் பற்றியபடி மேலே ஏறத் தொடங்கினார்கள். பாறைகளின் கீழே கூடு கட்டி வசித்து வந்த வல்லூறுகள் தங்களது குஞ்சுகளுக்கு ஆபத்து ஏற்படுமோ என்ற அச்சத்தில் அவர்களை வட்டமிடத் தொடங்கின.

மலையின் உச்சியிலிருந்து கோட்டையின் மொத்த சுற்றளவும் கண்களுக்குத் தென்பட்டது. காக்கதீய சமஸ்தான வீரர்கள் எறும்புகள் போல சாரி சாரியாக ஊர்ந்து கொண்டிருந்தனர். மாலிக் அந்தக் காட்சி வியப்பூட்டியது.

காக்கதீயரின் கோட்டையின் மதில்கள் முப்பதடி உயரமும் பல மைல் நீளமும் கொண்டிருந்தன. ஒரு சதாப்தம் ஆகியிருக்கும் அந்தக் கோட்டை எழுப்ப என்று எண்ணினான். ஒவ்வொரு தலைமுறை மக்களும் அதன் மதில்களைக் களிமண்ணும், சுண்ணமும் கலந்த கலவையால் கெட்டிப்படுத்திக் கொண்டே அதனை ஒரு பாறையைவிட அதிக உறுதியுடன் மாற்றியிருக்க வேண்டும். மதிலின் நெடுந்தொடர் இடைவெளியின் நடுவில் அமையப்பெற்ற நிலப்பகுதியில் கோட்டைவாசிகள் நெற்பயிரை வளர்த்து வந்தனர். அகழி நீர் படிகம் போல மின்னி நீல வானைப் பிரதிபலித்துக் கொண்டிருந்தது. கரும் பாசியற்ற அகழி நீர் சமீபமாக நிரப்பப்பட்டிருக்க வேண்டும். அகழி நீர் உள்ளே இருக்கும்

கோட்டைவாசிகளுக்குக் குடிநீராகப் பயன்பட்டு வரும் போல. நெற்பயிர் அவர்களுக்கு ஒருவருட காலத்திற்கு வரும். முற்றுகையிட வந்தவர்களே இங்கே முற்றுகையிடப்பட்டு விடுவார்கள் போலத் தோன்றியது. மாலிக் காக்கதீயர்களின் கூர்மதியை எண்ணி வியந்தான். அத்தனை உறுதியான கோட்டை மதில்களுக்குக் காவலிருக்க சில ஆயிரம் வீரர்கள் இருந்தால் போதுமானது.

கோட்டைக்குள் ஆலயங்கள் தங்கள் கோபுரங்களின் உச்சியில் காவிக் கொடி பறக்கக் கம்பீரமாக வான் உயரம் வரை ஓங்கி நின்றன. உள்ளே தெரிந்த பிரம்மாண்டமான கட்டடமும் சுற்றித் தெரிந்த பூங்காக்களும் அரசனுடைய அரண்மனைப் பகுதியாக இருக்கலாம். மாலிக் வாய்க்குள் முணுமுணுத்துக் கொண்டான்.

'பார்க்கலாம்.. ஒரு மாதகால முற்றுகைக்குப் பின்னர் உங்கள் பூங்காக்களின் அழகை. உங்கள் படை வீரர்களுக்குப் பூங்கா தரைகளில் படர்ந்த புற்கள்தான் ஆகாரமாக இருக்கப் போகிறது.' மனதினுள் ஆர்ப்பரித்தான்.

கோட்டையைச் சுற்றி நீண்ட மதில் தொடர்ச்சியைப் பார்வையிட்டான். தூரத்தில் தெரிந்த புழுதிப்படலத்தின் தூண்கள் போன்ற தோற்றம் அவனுடைய படைகள் ஏற்படுத்தியவை. மதில் தொடர்ச்சியின் அந்தப் பக்கத்தில் மதுரைக்குச் செல்லும் வழி அமையப் பெற்றிருக்க வேண்டும். எவர் கண்டார் அந்த வழியின் மூலம் செரந்தீவுகளைக் கூட அடைய முடியும் போல. வெற்றிக் களிப்பில் மிதக்கும் ஒரு மன்னனைப் போல அந்தக் கோட்டை திகழ்ந்தது.

செயல்திட்டம் ஒன்று மாலிக்கிற்கு உடனடியாகத் தேவைப்பட்டது. துருக்கியப் படைகள் சோர்வுறும் முன்னர், குறிப்பாகப் பசியில் வாடும் முன்னர் அந்தச் செயல் திட்டம் வடிவமைக்கப்பட வேண்டும். நடைமுறை சாத்தியங்களை அவன் ஆராய்ந்தான்.

வெளிமதிலின் மேலே வீரர்கள் ஆயுதங்களுடன் காவல் காத்துக் கொண்டிருந்தனர். அரசனும், அவன் படைத்தளபதிகளும், ஏனைய வீரர்களும் நிச்சயமாக உட்புற மதிலினுள் தான் இருக்க வேண்டும். உட்புற மதிலுக்கும் அகழிக்கும் நடுவில் நிறைய வெற்றிடம் இருந்தது. அந்த இடைவெளியில் வீரர்கள் முகாமிட்டுக் கொண்டிருக்க வேண்டும். வெளிப்புற மதிலின் வாயில் அருகே இரண்டு ஆயுதம் தாங்கிய காவலர்கள் கைகளில் துந்துபிகளுடன் நின்று கொண்டிருந்தனர்.

‘போகட்டும், அபாய மணி ஒலிக்க இன்னும் சிறிது காலம் இருக்கிறது.’ மாலிக் எண்ணிக் கொண்டான்.

மாலிக்கின் படை வீரர்கள் அன்றைய இரவு வந்தடைந்தனர். மாலிக் முக்கிய முகாம்கள் அமைக்கப்பட வேண்டிய இடத்தையும், கிளை முகாம்களின் இடத்தையும் நிர்ணயித்தான். மரவேலிகள் கோட்டையைச் சுற்றி அமைக்கப்பட்டன. மரவேலிகளின் அருகில் பள்ளங்கள் தோண்டப்பட்டன. நடுவில் கூடாரங்கள் அமைக்கப்பட்டன. உல்லியர்களின் உதவி கொண்டு நீரூற்று இருக்கும் இடங்கள் மூன்று கண்டறியப்பட்டு அங்கே மூன்று கிணறுகள் தோண்டப்பட்டன.

மாலிக் கோட்டை மதிலைச் சுற்றி முழுவதும் ஒருமுறை வலம் வந்தான். பிரதாப ருத்திரன் தனது நடவடிக்கைகளில் துல்லியமாகச் செயல்பட்டிருப்பது தெரிந்தது. ஓர் இடத்திலும் அவன் பகைவர்களுக்குச் சிறிதளவு கூட வாய்ப்பளித்ததாகத் தெரியவில்லை. இருப்பினும் மாலிக் தனது நம்பிக்கையை இழக்கவில்லை.

‘தவறின்றி திட்டமிட நீ ஒன்றும் கடவுள் கிடையாது.’ மாலிக் உள்ளுக்குள் கொக்கரித்தான்.

முற்றுகை மேளதாளத்துடன் ஆரம்பமானது. முற்றுகையாளர்களின் பலம், சூழப்பட்டவர்களின் பலத்தைவிட சற்று அதிகமாகவே இருக்கும். உலகம் அவர்களின் கட்டுப்பாட்டில் என்றால், சூழப்பட்டவர்கள் அங்குமிங்கும் நகர முடியாத மூலைக்குத் தள்ளப்பட்டவர்கள் ஆகின்றனர்.

‘கோட்டை இன்னும் ஒரு வாரத்தில் வீழ்ந்துவிடும்’ என்று உலூக்கான், படைத்தளபதிகளின் ஆலோசனைக் கூட்டத்தில் தகவல் அளித்தான்.

*

ஒருமாத காலம் ஆனபின்தான் அவன் கூறியது வெற்று வார்த்தைகள் என்பது அவர்களுக்கு விளங்கியது. கோட்டைக்குள் மாட்டிக்கொண்ட காக்கதீயர்கள் எவ்விதச் சலனமும் இன்றி இருக்க, சுல்தானியப் படை வீரர்கள்தான் பெரும் அவதிக்கு ஆளானார்கள். வந்து சேர்ந்த அன்னியப் பூமியும் எதிராக மாறிவிடுமோ என்ற அச்சம் அவர்களைச் சூழ்ந்திருந்தது. வாக்குறுதியளித்துக் கூட்டிக்கொண்டு வந்த கொள்ளையும்,

சூறையாடலும் இன்னும் தொடங்கப்படவில்லை. சூறையாடப்பட வேண்டிய செல்வம் கைகளுக்கு எட்டும் பகுதியில்தான் இருக்கிறது, ஆனால் என்ன பயன்? உறுதியான புக முடியாத மதில்களின் பின்னே அல்லவா இருக்கிறது?

படை வீரர்கள் நடுவில் நிலவிய அன்பு கொஞ்சம் கொஞ்சமாகக் குறையத் தொடங்கியது. படை வீரர்களுக்குப் போரிடும் காலம்தான் உற்சாகமான காலம். உணவுப் பொருள்களின் சரிவு, கைகளுக்கு எட்டாத பொக்கிஷம், நீளும் காலம் போன்றவை வீரர்கள் நடுவில் எரிச்சலை ஏற்படுத்தின. நாளுக்கு நாள் குறைந்து வந்த உணவின் அளவும், கஞ்சியில் இருந்த நீரின் அளவும் நிலைமையின் விபரீதத்தை விளக்கியது. குதிரைகளுக்குக் கிடைக்க வேண்டிய தீவனத்தின் அளவும், புல்லின் அளவும் குறைக்கப்பட்டன.

படை வீரர்கள் உணவுத் தட்டுப்பாட்டில் திண்டாடிக் கொண்டிருக்கப் படைத்தளபதிகள் எவ்விதக் குறையுமின்றி உணவு பெறும் செய்தி மாலிக்கின் காதுகளை எட்டியது. எனவே அவன் உணவு வேளையில் வீரர்களுடன் உணவு உண்ண ஆரம்பித்தான். அவனது இந்தச் செய்கை அவர்கள் நடுவில் உற்சாகத்தை ஏற்படுத்தியது. உண்ணும் போது பாட்டுப் பாடி உற்சாகத்தை வெளிப்படுத்திய வீரர்கள் நாட்கள் செல்லச் செல்ல உணவுத் தட்டுப்பாடு அதிகரிக்கவே பசியின் வேதனையை வெளிப்படுத்தத் தொடங்கினார்கள்.

ஒரே இடத்தில் அடைத்து வைக்கப்பட்டதால் உண்டான ஆத்திரம் ஒருநாள் அவர்களுக்கு எதிராகவே மாறியது. ஒருநாள் உணவு உண்ணும் போது வீரர்கள் நடுவில் சச்சரவு ஏற்பட்டது. தினமும் உண்ணும் உணவில் அதிகமாக மாமிசம் சேர்த்துக் கொள்ளும் வீரர்கள் கறிகாய் கலந்து சமைத்த ரசத்தை உண்ணும்படி நிர்ப்பந்திக்கப்பட்டனர். இது பொறுக்காத படை வீரர்களில் சிலர் போர்க்குதிரை ஒன்றைக் கொன்று தீயில் வாட்டி உண்டுவிட்டனர். எந்தப் பிரிவு வீரர்கள் குதிரையை அடித்துத் தின்றனரோ அந்தக் குதிரை வேறொரு பிரிவைச் சேர்ந்ததாக இருந்தது. வாய்ச்சண்டையில் தொடங்கிய பூசல் கைகலப்பில் முடிந்தது. ஒருவருக்கொருவர் ஆயுதங்களைக் கொண்டு தாக்க ஆரம்பித்தனர்.

சண்டை பெரியதாகிக் குதிரை வீரர்கள் களத்தில் இறங்க அங்கே ரணமும் மரணமும் அதிகரிக்கத் தொடங்கியது. அந்தப் பித்துக்குளித்தனம் அடங்கிக் கலவரம் மறைந்த பின்னர் பசி அதிகரிக்கவே வீரர்கள் இறந்த மனிதர்களையும், குதிரைகளையும்

ஒதுக்கிவிட்டு அந்த இடத்திலேயே அமர்ந்து உண்ணத் தொடங்கினர். பிறகு அவர்கள் சகஜ நிலைக்குத் திரும்பினார்கள்

ஆனால் சகஜ நிலைக்குத் திரும்பிய பின்னரும் அவர்கள் மகிழ்ச்சியுடன் இருந்ததாகத் தெரியவில்லை. படை வீரர்கள் நடுவில் நேரிட்ட கைத் தகராறு குறித்து உலூக்கான் கேள்விப்பட்டதும் அது பெரிய கலவரமாக மாறும் என்று எண்ணியிருந்தான். கலவரம் குறித்துத் தகவல் கிடைத்த இரண்டு நாழிகை நேரத்திற்குள் உலூக்கான், மாலிக் இருந்த கூடாரத்திற்கு வந்துவிட்டான்.

அவன் வார்த்தை ஒவ்வொன்றும் இகழ்ச்சியுடன் கூறப்பட்டது. ‘தகராறு குறித்து உனக்கும் தகவல் வந்திருக்கும் என்று நம்புகிறேன்.’

மாலிக் தலையசைத்தான். ‘வேலை எதுவுமின்றிச் சும்மா இருப்பதால் திண்ணிய உடல் தினவெடுத்துப் போய் நமது வீரர்கள் ஒருவாய்க் கவளத்திற்காக அடித்துக் கொள்கிறார்கள்’ என்று கூறினான்.

‘நீ ஏன் பார்த்துக் கொண்டிருக்க வேண்டும்?’

‘பொம்மலாட்டக்காரனின் பொம்மைகளைப் போல அவர்கள் ஆட்டுவிக்கப்படுகின்றனர்’ என்றான் உலூக்கான்.

மாலிக் தோள்களைக் குலுக்கினான்.

வெளிப்படையாகத் தனது எரிச்சலை வெளிப்படுத்திய உலூக்கான், ‘இந்த வீரர்கள் தாக்குதலுக்கு ஆயத்தமாக இருக்கிறார்கள். நாம் நமது கோபத்தை எதிரிகள் மீது திருப்புவோம். தகுந்த நேரத்தில் இவர்கள் கோபத்தை எதிரிகள் மீது திசை திருப்பினால் அது ஒரு வெற்றியாக மாறும்.’

மாலிக் மேலும் விவாதத்தைத் தொடர விரும்பவில்லை. ‘மேலும் சில காலம் காத்திருப்போம். எதிரியும் நம்மைப் போலப் பசியில் வாடுகிறான் என்பதை மறக்க வேண்டாம்..’

மாலிக்கின் அலட்சியத்தைக் கண்டு வெகுண்ட உலூக்கான், ‘முற்றுகையிடப்பட்டவர்களின் மனநிலையைப் பற்றி உனக்கு எதுவும் தெரியாது மாலிக். மரணத்தை உதாசீனப்படுத்துபவர்கள் அவர்கள். இறுதிவரை பட்டினி கிடந்து செத்தாலும் சாவார்களே தவிர எதிரிகளுக்குக் கோட்டைக் கதவுகளைத் திறக்கமாட்டார்கள். முற்றுகையின் போது முதல் ஏழு நாட்களுக்குள் சரணடையா விட்டால் எப்போதும் சரணடையமாட்டார்கள். அடுத்த ஒருவாரத்திற்குள் நம்மிடம் கொதிப்படைந்த வீரர்களே எஞ்சி

இருப்பார்கள். மேலும் தாமதப்படுத்தினால் நம்மிடம் ஒருவரும் மிஞ்சமாட்டார்கள்' என்றான்.

மாலிக் அதனை ஏற்றுக்கொள்ளவில்லை. மாலிக்கின் மௌனத்திற்குப் பின்னர் தோள்களைக் குலுக்கித் தனது எதிர்ப்பை வெளியிட்டான் உலூக்கான்.

'ஏன் நீ நான் சொல்வதைக் காது கொடுத்துக் கேட்கமாட்டேன் என்கிறாய்? உன் தலைக்குள் கொஞ்சம் விவேகத்தைச் சேர்க்கலாம் என்றால் விடமாட்டேன் என்கிறாயே?' என்றான்.

சிறிது நேரம் அமைதி காத்த மாலிக் பேசத் தொடங்கினான்.

'சுல்தான் இந்தப் படையெடுப்பின் முழுப் பொறுப்பைக் என்னிடம் கொடுத்திருக்கிறார். அதனை நீக்கும் அதிகாரம் அவருக்கு மட்டும்தான் உண்டு. என் ஒவ்வொரு நடவடிக்கையும் சுல்தானின் நோக்கங்களுக்கு ஏற்பவே இருக்கும். இதற்கு மாறாக நீ நடந்து கொள்ள வேண்டும் என்றால் நீ இப்போதே தில்லி சபைக்கு மடல் ஒன்று அனுப்புவது நல்லது. பதில் வந்த பிறகு எனக்கு உத்தரவு போடு..'

சுல்தானைத் துணைக்கழைத்து மாலிக், உலூக்கானின் வாயை அடைத்தான்.

'அதற்கு ஒரு மாதக் காலம் எடுக்கும்..'

'தவறு ஒன்றரை மாதக் காலம்.' மாலிக் திருத்தினான்.

தனது தலைக்கு மேல் இரண்டு கரங்களையும் உயர்த்தித் தனது விருப்பமின்மையைக் காட்டிய உலூக்கான் விலகிக் கொண்டான்.

'உன்னையெல்லாம் அந்தப்புரத்திற்கு வெளியில் செல்ல அனுமதித்ததே தவறு..'

'எனக்கும் மீண்டும் அந்தப்புரத்திற்குள் செல்லும் எண்ணமே இல்லை..'

மாலிக் தனது திட்டத்துடன் காத்திருந்தான். இயற்கையின் துணையின்றி வெற்றி கிட்டாது என்பதால் அதனை சிறிது காலம் ஒத்திப் போட்டான்.

நினைத்துப் பார்க்காத நேரங்களில் சரியான திட்டமிடல் சில நேரங்களில் நிகழ்வதுண்டு. ஒரு வாரம் முன்னர்தான் மாலிக்கிற்குப் புதுவிதமான விருந்து அளிக்கப்பட்டது. தேனும் மாம்பழமும்

கலந்த உணவு பரிமாறப்பட்டது. தேன் எத்தனை நாள் சென்றாலும் தனது இனிமையை இழக்காது. ஓர் அடிமை மாம்பழங்களைத் தோல் சீவிவிட்டு, துண்டங்களாக்கி வழக்கம் போல அதில் நஞ்சு கலந்திருக்கிறதா என்பதைப் பரிசோதிக்க ஒரு துண்டத்தை எடுத்து வாயில் போட்டுக் கொள்ளப் போனான்.

மாலிக் அந்த அடிமையைத் தடுத்து, 'மாம்பழம் புதிதாக இருக்கிறது. நீ சோதனையிட வேண்டாம்' என்றான். அவனுக்கு அந்த மாம்பழத்தை அந்த அடிமையுடன் பகிர்ந்து கொள்ள விருப்பமில்லை.

'இந்தத் தேன் உனக்கு எங்கே கிடைத்தது?' என்று கேட்டான் அதைத் தருவித்த வீரனிடம்.

அவனது அடிமை அஸ்லாம் உடனே, 'மலையின் மீது ஒரு பெரிய தேன்கூட்டைப் பார்த்தோம். கடைசிச் சொட்டு தேன் வரை அதனைப் பிழிந்தெடுத்தோம்' என்று விடையளித்தான்.

தேனெடுப்பது அத்தனை சுலபமில்லை என்பது மாலிக்கிற்குத் தெரியும். 'தேனீக்கள் கொட்டும் என்பார்களே. அவைகளின் கொடுக்கு ஒரு மனிதனைக் கொல்லும் அளவிற்கு நஞ்சுடையவை என்று கேள்விப்பட்டிருக்கிறேன்..'

'ஆம் தலைவரே! ஆனால் நாங்கள் அவற்றைப் புகையிட்டு விரட்டிவிட்டோம்..'

அவன் சொன்னது சரிதான், அதனால்தான் தேனிலிருந்து லேசாக புகை நாற்றம் அடித்தது. தேன் எடுப்பது குறித்து அவர்கள் நீண்ட விளக்கம் கொடுக்க ஆரம்பித்த போது மாலிக்கின் முகத்தில் ஒரு மாற்றம் ஏற்பட்டது. முதலில் ஏற்பட்ட முகச்சுழிப்புப் புன்னகையாக மலர்ந்தது.

'நாங்கள் சிறிது விறகுகளையும், சுள்ளிகளையும் பொறுக்கிக் கொண்டு சென்று தேன் கூட்டின் கீழே வைத்துத் தீ மூட்டினோம். புகையைத் தேன்கூட்டை நோக்கித் திருப்பிவிட்டோம். தேனீக்கள் கலைந்து சென்றன. மீதமிருந்த தேனீக்கள் திகைப்பில் ஆழ்ந்திருந்தன. அவற்றின் கொடுக்குகளில் விஷமில்லை. தேன்கூட்டை நோக்கி மெதுவாக முன்னேறிச் சென்று கைப்பற்றினோம்..'

பார்வையிழந்தவன் மீண்டும் பார்வை பெற்றது போல மாலிக் ஆனந்தம் அடைந்தான்; கோட்டைக் கதவிற்குத் திறவுகோல் கிடைத்துவிட்டது.

மறுநாள் காலையில் அவன் ஹனம்கொண்டா மலையின் மீது மீண்டும் ஏறினான். மாலிக் உள்ளேயிருந்த பச்சை நெற்பயிர்கள் பழுப்பு நிறமடைந்திருப்பதைக் கண்டான்.

'இன்னும் ஒரே வாரம்தான் பார்த்துக் கொண்டே இருங்கள்; உங்களை, உங்கள் எலிவளையில் வைத்து வறுத்துவிடுவோம் வறுத்து.' மனதிற்குள் கறுவினான். முகாமைப் பாதுகாத்த வீரர்கள் மலையிலிருந்து திரும்பிய படைத்தளபதி முகத்தில் திருப்தி நிலவியதைக் கண்டனர்.

மாலிக் கோட்டையைச் சுற்றி வந்தான். சில காக்கதீயப் படை வீரர்கள் அவனை நோக்கி வில் வளைத்துக் கணைகளுக்குக் குறி வைத்துக் கொண்டிருந்தனர். அந்த அம்புகள் அவனைத் தாக்காது என்பது மாலிக்கிற்குத் தெரியும். இதற்கு நடுவில் அவன் பத்து இடங்களில் சுண்ணத்தினால் குறி வைத்தான். வில்வித்தையில் திறமை மிக்க நூறு வீரர்களைத் தேர்ந்தெடுத்து அவர்களுக்குக் கட்டளைகள் இட்டான். ஜாபர்கானின் மரணத்திற்குப் பின்னர் சுல்தானின் படையில் வில்வித்தையில் சிறந்த வீரர்களைக் காண்பது அரிதாகி வந்தது.

அவனுக்கு அடுத்தபடியான பதவி வரிசையில் இருந்த ஓர் ஆப்கான் தேசத்து வீரன் ஒரு பிரச்னையுடன் வந்து நின்றான். 'தளபதியாரே! நூறடி தூரத்தில் எதிரியைக் குறி பார்த்துத் தாக்கும் வீரர்கள் நம்மிடம் குறைவு என்று சொல்வதைவிட இல்லை என்றே சொல்லலாம்..'

'துல்லியமாகக் குறி பார்த்து அம்பு எய்த வேண்டும் என்பது தேவையில்லை. தோள்வலிமை மிக்க ஓரளவு குறிபார்த்து அம்பெய்யக் கூடிய நூறு வீரர்களைத் தயார் செய்' என்று உத்தரவிட்டான். அந்த வீரன் அகன்றான்.

அவன் அழைத்துவரப்பட்ட வில்வித்தை வீரர்களுக்கு ஒரு சோதனை வைக்கப்பட்டது. அனைவரும் தங்களால் எத்தனை அடிதூரம் அம்பெய்த முடியுமோ அத்தனை தூரம் வரை எவ்வித இலக்குமின்றி அம்பெய்தப் பணித்தார்கள்.

உலூக்கான் அங்கு நடந்தவற்றை நகைப்புடன் வேடிக்கை பார்த்தான். மாலிக் தன்னை ஒரு முட்டாளாகக் காட்டிக் கொள்ள முயல்வதாக அவனுக்குத் தோன்றியது. போர்ப்பயிற்சி குறித்து மாலிக்கின் அறிக்கை சென்றடையும் முன்னர் உளவுப்பிரிவு மாலிக் அடிக்கும் கூத்துகளை சுல்தானுக்குத் அறிவித்துவிடும்.

தேர்ந்தெடுக்கப்பட்ட நூறு வில்வித்தை வீரர்களுக்கும் தீவிரப் பயிற்சியளிக்கப்பட்டது. எதற்கு என்ற கேள்வி அவர்களுக்குத் தோன்றினாலும் ஒருவரும் வாய் திறக்கவில்லை. எந்த அம்பு எவருடையது என்பதை எளிதில் கண்டுபிடிக்க வசதியாக ஒவ்வொரு வில்லாளியின் அம்பும் வெவ்வேறு வர்ணத்தில் சாயம் பூசப்பட்டன. விரைவில் அவர்கள் ஒருவித ஒழுங்குமுறையைக் கடைப்பிடித்தார்கள். அதன்படி ஒவ்வொரு வில்லாளியும் ஒரு வட்டப்பாதையை நிர்ணயித்துக் கொண்டு நான்கு வெவ்வேறு திசைகளில் தங்கள் கால்களில் ஒரு வளைவின் மூலம் அம்புகளைத் தங்களால் இயன்ற தூரம் செலுத்தினார்கள். ஒவ்வொரு திசைக்கும் இவ்வாறு ஐந்து அம்புகள் வெவ்வேறு கோணங்களில் செலுத்த வேண்டும். இருபது கோணங்கள் இருபது தனித் தனி இடங்களில் சென்று விழுந்தன. சுற்றியிருந்த மற்ற வீரர்களுக்கு அங்கு நடந்தது போர்ப்பயிற்சி போலத் தோன்றாமல் வெறும் விளையாட்டுப் பயிற்சி போலத் தெரிந்தது. மாலிக் மிக்க மகிழ்ச்சி அடைந்தான். அதேபோல அந்த வில்லாளிகளுக்கு அளிக்கும் உணவின் அளவை அதிகமாக்கினான்.

அந்தப் பயிற்சி ஒருவாரம் தொடர்ந்தது. இறுதி நாளன்று மாலிக் அவர்களிடம் எந்த விதமாக நடந்து கொள்ள வேண்டும் என்று விரிவாகக் கூறினான். தனது திட்டத்தை முழுமையாக விவரித்த பின்னர் அந்த வீரர்கள் அனைவரையும் ஒரு தனிக் கூட்டமாகத் தன் கண் பார்வையில் வைத்துக் கொண்டான். அவர்கள் வேறு எவருடனும் பேசுவதற்கு அனுமதிக்கப்படவில்லை. அவனிடமும் இப்போது ஒரு தாக்கும் படை தயாராக இருந்தது. தச்சர்களைக் கொண்டு இரவு நேரங்களில் எவருக்கும் தெரியாமல் மர ஏணிகளைச் செய்ய உத்தரவிட்டான். ஒரு பெரிய சமஸ்தானத்தின் படையை எதிர்க்க மாலிக் தனது படையில் பத்தில் ஒரு பகுதியை மட்டும்தான் பயன்படுத்தினான். ஒரு நெடிய மரத்தின் உச்சியில் பெரிய மேடை ஒன்று மரத்தால் அமைக்கப்பட்டது. மாலிக்கும் ஒரு துந்துபி முழங்குபவனும் அதன் மேல் ஏறி நின்றனர். படையினருக்கு ஒரு போர் துவங்க இருப்பது விளங்கினாலும் எப்படித் துவங்கும் என்பது விளங்கவில்லை.

தொடுவானில் சூரியன் சென்று விழுந்ததும் இறுதியாக ஒருமுறை போர் விளக்கம் அளிக்கப்பட்டது. முகாமில் இருந்த தீப்பந்தங்கள் அணைக்கப்பட்டன. இருளும் அவர்கள் போர்த்தந்திரங்களில் ஒன்று. அவர்கள் மேலே கீற்றினால் வேயப்பட்ட கூரை போன்ற அமைப்பானது மேலிருந்து எதிரிகளின் பார்வையிலிருந்து காத்தது.

கூரையின் பின்புறம் இருந்த விளக்குகளைத் தங்களது தீப்பயிற்சி மூலம் எரியவிட்டனர். அவர்கள் கீற்றுக் கூரையால் தங்களை முழுவதும் மறைத்துக் கொண்டு ஒவ்வொரு அங்குலம் அங்குலமாக நகர்ந்தனர். கோட்டையின் அருகே நெருப்புக் கணைகளை எறியும் தூரம் வரை சென்றனர்.

மாலிக்கின் கண்களுக்கு அந்த இருளில் விளக்குகளின் வெளிச்சப் புள்ளிகளைத் தவிர வேறு எதுவும் தென்படவில்லை. தான் எண்ணிய தருணம் வந்ததும் மாலிக் துந்துபி முழங்குபவனைத் துந்துபியை முழங்கச் செய்தான். அந்தக் காவலாளியும் தனது தோளில் சாய்ந்து கிடந்த துந்துபியை எடுத்துத் தனது மூச்சை நன்றாக உள்ளே வாங்கி இழுத்து ஊதினான்.

அந்த வினோதமான ஒலியைக் கேட்ட மறுகணம் அந்தப் போர் வீரர்கள் தங்கள் விற்களை வளைத்து அம்புகளைப் பூட்டினர். அவை சாதாரண அம்புகளா என்ன? மற்ற அம்புகளைப் போன்று அதன் முனையில் கூர்மையான இரும்புத் துண்டுகளுக்குப் பதில் சமையல் எண்ணெய்யில் தோய்த்த ஒட்டகச் சாணத்துண்டுகள் சேர்த்துக் கட்டப்பட்டிருந்தன. அம்பு முனையில் கட்டப்பட்டிருந்த சாணத் துண்டங்கள் ஒவ்வொன்றும் நன்றாக வெயிலில் காய வைக்கப்பட்டு, சமையல் எண்ணெய்யில் தோய்த்து எடுக்கப்பட்டிருந்தன. அந்த சாணத் துண்டுகள் எரியூட்டப்பட்டன. எரியூட்டப்பட்ட முதல் அம்பு ஆகாயத்தில் அக்னியின் நீண்ட விரலினைப் போலச் சீறிப் பாய்ந்தது. சீறிப் பாய்ந்த அந்த அம்பு நேரே அகழியில் சென்று விழுந்தது. அந்த அம்பு நீரில் நனைந்ததும் உஸ் என்ற ஒலியை அவன் சிந்தையில் கற்பனை செய்து பார்த்தான்.

அடுத்தடுத்துக் கொளுத்தப்பட்ட அம்புகள் வானில் சீறிப் பாய்ந்தன.

வில்லாளிகள் ஒவ்வொருவரும் தங்களது அம்புகளை ஒரே எறி பாதையில் செலுத்தக் கூடாது என்று எச்சரிக்கப்பட்டிருந்தனர். தாழ்ந்த உயரத்தில் செலுத்தப்பட்ட அம்புகள் கூடக் கோட்டை மதிலைத் தாண்டிச் சென்றன. உயரமாக எறியப்பட்ட அம்புகளைப் பற்றிச் சொல்ல வேண்டாம்.

கோட்டையைத் தாண்டிச் சென்ற அம்புகளில் ஓரிரண்டு காற்றில் அணைந்தோ அல்லது அகழியில் வீழ்ந்தோ பாழானாலும் மற்ற அம்புகள் இரண்டு மதில்களின் இடைப்பட்ட பகுதியில் பயிர் செய்த விளைநிலங்களில் சென்று விழுந்தன. காய்ந்து அறுவடைக்குக் காத்திருந்த நெற்பயிர்களில் நெருப்புப் பட்டதும் குப்பென்று அவை

பற்றி எரியத் தொடங்கின. பற்றிக் கொண்ட நெற்பயிர்களின் நெருப்பு வில்லாளிகளுக்கு அவர்கள் பாதையை மேலும் வெளிச்சம் போட்டுக் காட்ட அவர்கள் விடாது நெருப்புக் கணைகளைத் தொடுக்கத் தொடங்கினர்

நெருப்பு முழுவதும் பற்றிக் கொள்ளும் வரையில் மாலிக் காத்திருந்தான். துந்துபி ஊதுபவனை இன்னொரு முறை ஊதச் சொன்னான். தாக்கும் படைப்பிரிவைச் சேர்ந்தவர்கள் மர ஏணிகளைத் தூக்கிக் கொண்டு கோட்டை மதிலின் மேல் சாய்த்து வைத்தனர். மளமளவென்று மதிலின் மீது ஏறத் தொடங்கினார்கள். அவர்களைத் தடுப்பவர்கள் எவருமில்லை. காக்கதீயர்களின் கொடிகளைப் பிடுங்கி நெருப்பில் போட்டனர்.

காக்கதீய வீரர்கள் நெருப்பை அணைப்பதில் மும்முரமாக இருந்தனர். அவர்கள் முயற்சி பரிதாபமாக இருந்தது. சிலர் வெறும் கரங்களாலும், சிலர் கையிலிருந்த பாதுகாப்புக் கவசங்களாலும் நெருப்பை அணைக்க முயன்றனர். வெளிமதிலின் மீதிருந்த காவலர்களுக்கு ஆணையிட எவருமில்லை என்பதால் அவர்கள் பீதியில் உறைந்து நின்றனர். எந்தப் பகுதியில் நெருப்பு பற்றிக் கொள்ளவில்லையோ அந்த நெற்பயிர் இருக்கும் பகுதிகளின் வழியாகக் கோட்டையின் இரண்டாவது மதிலுக்குள் சென்று அவர்கள் தங்களது பாதுகாப்பைப் பலப்படுத்திக் கொண்டனர்.

பயிர்களுக்கு இட்ட நெருப்பு அணைவதற்கு ஒருநாள் பிடித்தது. நெருப்பின் பசி அடங்கினாலும் இரண்டு மதில்களுக்கு இடையில் இருந்த வெப்பம் தணியவில்லை. வெளிப்புறச் சுவரின் கட்டுப்பாடு முழுவதும் மாலிக்கின் கைகளுக்கு வந்த பின்பு நடுவில் இருந்த பகுதி எவர் வசமும் இல்லாமல் போனது.

காலையில் பொழுது விடிந்த போது வெளிப்புற மதிலின் மீது துருக்கியப் படையின் கொடி பறந்து கொண்டிருந்தது. முதல்நாள் இரவில் முழு மது மயக்கத்துடன் உறங்கச் சென்ற உலூக்கான் இரவில் நடந்தது எதுவும் அறியாமல் விடியலில் ஓரங்கல் கோட்டை வெளிமதிலின் மீது துருக்கியக் கொடி பறப்பதைக் கண்டதும் ஏற்பட்ட அதிர்ச்சிதான் மாலிக்கை அதிகமாக இன்புறச் செய்தது.

முதல் நாள் வரை வெளிப்புற மதிலின் மதிலின் மீது கம்பீரமாகப் பறந்த காக்கதீய அரசின் கொடி சுருட்டப்பட்டு மாலிக் வசம் ஒப்படைக்கப்பட்டது. மாலிக் தில்லி சுல்தானியத்திற்குத் தகவல் அனுப்பினான். இது குறிப்பிட்டுச் சொல்லும் வண்ணம் பெரிய வெற்றி இல்லைதான். ஏனெனில் உட்புற மதில் இன்னமும்

காக்கதீயர்களின் வசம்தான் இருந்தது. அவர்களும் அதனைப் பலமாகக் காவல்காத்து வந்தனர். பத்தடிக்கு ஓர் வில்லாளி வீதம் ஆயிரக்கணக்கில் வில்வித்தையில் தேர்ந்த வீரர்களை நிறுத்தி வைத்து ஆளரவமற்ற இடைப் பகுதியில் எவர் நுழைந்தாலும் அம்பெய்தக் கட்டளையிடப் பட்டிருந்தனர்.

மாலிக் இப்போது மூன்றாவது முறையாக ஹனம்கொண்டா மலை மீது ஏறினான். தனது அதிகாரத்திற்கு உட்பட்டு அவன் உள்ளிருக்கும் காக்கதீய தேசத்தவர்களை அச்சுறுத்தும் வண்ணம் செயல்பட்டான். விடாது எறியப்பட்ட நெருப்புக் கணைகளால் அகழியின் நீர் முழுவதும் வறண்டுவிட்டது. கவண்கள் மூலம் வயல் எலிகள் கட்டப்பட்ட சிறு மூட்டைகளைச் சரியான இடைவெளிகளில் உள்ளே எறிய ஏற்பாடு செய்தான். அவன் அனுமதிக்கப்பட்டிருந்தால் இறந்த வீரர்களின் சடலங்கள் சிலவற்றைக் கூட உள்ளே அனுப்பியிருப்பான். ஆனால் தில்லியிலிருந்து வந்த ரத்தினச் சுருக்கமான சேதி மங்கோலியர்களின் படையெடுப்பை முறியடிக்க அவனைப் படைகளுடன் தில்லிக்குத் திரும்பச் சொல்லியிருந்து.

இம்முறை அவன் தனியாகத்தான் மலை மீது ஏறினான். பனிமூட்டம் மெல்லிய திரை போலப் படர்ந்திருந்ததால் கோட்டைக்குள் இருந்த எதுவும் கண்களுக்குப் புலப்படவில்லை. பனியால் ஈரமாகிய ஒரு பாறையின் மீது அமர்ந்து அவன் பொறுமையாகக் காத்திருந்தான். சூரியன் வானில் எழும்ப எழும்ப பனி விலகத் தொடங்கியது. கோட்டையின் உட்புறத் தோற்றம் பார்வைக்கு நன்கு காட்சியளித்தது.

அதிகப்படியான நடமாட்டத்தைக் காணவில்லை. உட்புற மதிலை ஒட்டியிருந்த பகுதிகளில் வசித்த மக்கள் தங்கள் இல்லங்களை விட்டு வெளியில் வரவில்லை. அரண்மனை கூட ஜன சந்தடியற்றுக் காணப்பட்டது. அரண்மனையின் உச்சியில் காக்கதீய கொடி காற்றில் அசைய மறுத்தது. அவர்களது மனச்சோர்வை அவனால் அறிந்து கொள்ள முடிந்தது. நம்பிக்கை ஒளி ஒன்று அவனுக்குப் பிறந்தது என்றாலும் எத்தனை காலம் அது நீடித்திருக்கும் என்பது தெரியவில்லை. தாழ்ந்த வருணத்தினர் முட்டாள்தனமான செயல்களில் ஈடுபடுவார்கள் என்று அவன் கேள்விப் பட்டிருக்கிறான். இறுதியாக அவர்கள் சுல்தானியப் படைகளைத் தாக்க முற்பட்டால் அவனால் அதை எதிர்கொள்ள இயலுமா?

முற்றுகை இழுத்துக் கொண்டே சென்றது. உட்புற மதில் இருந்த துணிவில் உள்ளே இருந்தவர்கள் கவலையின்றி இருந்தனர்.

படையினருக்குத் தேவையான குடிநீரின் அளவும், உணவின் அளவும் மீண்டும் குறையத் தொடங்கவே வீரர்கள் நடுவில் சிறு சிறு பூசல்கள் ஏற்பட ஆரம்பித்தன. கண்ணில் தென்பட்ட எதையும் அவை உண்பதற்கு ஏற்ற வகையில் இருந்தால் தின்னத் தொடங்கினார்கள். வேலையில்லாச் சோம்பேறித்தனம் அவர்கள் நடுவில் பளிச்சென்று தெரிந்தது. இதன் காரணமாக அவர்கள் நடுவில் வாய்ச்சண்டையும், கைச்சண்டையும் குறைவின்றிக் காணப்பட்டன. அவனது படைப்பிரிவிலிருந்து நூற்றுக்கும் அதிகமான வீரர்கள் கைகலப்பில் ஈடுபட்டனர் என்றாலும் மாலிக் பொறுமையாகக் காத்திருந்தான்.

உண்மையில் மாலிக் தோற்றுக் கொண்டிருந்தான். காக்கதீய தேசத்தவர்கள் மேலும் தளரத் தொடங்கினர். துருக்கியர்களால் அதிகம் சென்றால் இரண்டு வாரங்கள் தாக்குப் பிடிக்க முடியும். அதற்கு மேல் முடியாது. பட்டினியின் விளம்பில் அவன் படை வீரர்கள் தடுமாறிக் கொண்டிருந்தனர். எவ்வாறு அவர்களது பசியைக் கட்டுப்படுத்துவது என்பது தெரியாமல் திண்டாடினான். தூக்குமாட்டுபவனுக்கே மூச்சு இரைக்கும் போது அவன் எங்கனம் தூக்குக் கயிற்றின் முடிச்சை இறுக்க இயலும்?

'இந்தக் கேலிக்கூத்தை நாம் தொடர வேண்டுமா?' என்று உலூக்கான் கேள்வி எழுப்பினான்.

மாலிக்கிடம் விடையில்லை.

'நல்லது. நடையைக் கட்டுவோம். தில்லி நகருக்குத் திரும்புவோம்.'

மாலிக் சம்மதமென்று தலையசைத்தான். 'என் படை வீரர்களுக்கு நான் தனிப்பட்ட முறையில் சில சேதி சொல்ல வேண்டியிருக்கிறது. எனவே நாளை மறுநாள் நாம் கிளம்ப ஆயத்தமாகலாம்' என்று மாலிக் கூறினான்.

கிடைத்த பாதி வெற்றியைப் போலியான கொண்டாட்டத்தின் மூலம் கொண்டாட ஏற்பாடு செய்தான். இடுப்பில் வெற்றியை மடித்துக் கட்டிக் கொண்டிருந்தால் பரவாயில்லை. சுல்தானிடம் தன்னை விமர்சிப்பவர்கள் எதைப் பற்றிக் கூறினாலும் கவலைப்பட வேண்டாம். ஆனால் ஒரு தோல்வியோ அல்லது அரைகுறை வெற்றியோ புறம்பேசுபவர்களின் வாயை அடைக்க முடியாது. சுல்தானிடமும் தனது நிலையை எடுத்துக் கூற இயலாமல் போய்விடும். துருக்கிய நாட்டில் ஒரு பழமொழி வழக்கில் உண்டு.

‘பண்பிலிருந்து விழுந்தால் பாடையில்தான் விழ வேண்டும்.’ காக்கதீயர்கள் எவ்வாறு உயிர் வாழ்கிறார்கள்?

*

கோட்டையின் உள்ளே அவநம்பிக்கை மெல்லத் தலை தூக்கிய விவரம் மாலிக்கின் செவிப் புலன்களுக்கு எட்டாமல் போனது. வெளிப்புற மதிலைக் கைப்பற்றியது துருக்கியப் படையினருக்கு ஓர் உற்சாகமாக இருந்தது என்றால் காக்கதீயர்களுக்கு அதுவே நேர்மாறாக இருந்தது.. உள்ளே உணவுப்பொருள்களின் கையிருப்பு கிட்டத்தட்ட பூஜ்யம் என்ற நிலையை எட்டியது. அகழியின் நீர் முழுவதும் வற்றியதால் கிணற்று நீரும் கீழே போனது. குடிநீர் பெரும் சுமையாக அவர்களை அழுத்தியது.

மலஜலம் அள்ளும் தோட்டிகள் நகரைவிட்டு அகன்றதை எவரும் கவனிக்கவில்லை. நகரின் கழிவு மற்றும் மலஜலங்களைச் சுத்தம் செய்து கழிவுகளைக் கூடையில் சுமந்து அகழிக்கு அப்புறத்தில் பன்றிகளுக்கு உணவாகப் போட்டு வருவது தோட்டிகளின் பணியாகும். ஆனால் கலவரம் மூண்ட பிறகு பொதுவாகவே கதவுகளுக்கு உட்புறம் அனுமதிக்கப்படாத தோட்டிகள் மெல்ல மெல்லக் கோட்டையைவிட்டு வெளியேறிச் சென்றதை எவரும் கவனிக்கவில்லை. மலம் அள்ள ஆட்கள் இல்லாமல் கோட்டைக்குள் துர்நாற்றம் வீசத் தொடங்கியதும்தான் தோட்டிகள் சொல்லாமல் சென்றது தெரிய வந்தது.

முற்றுகைக்கு ஆளானவர்களின் துர்நாற்றம் கோட்டையை நாறடித்துக் கொண்டிருந்தது. அகற்றப்படாத மலக்கழிவு, தேங்கி நின்ற சிறுநீர் குட்டைகள், உடலிலிருந்து கிளம்பிய முடை நாற்றம் போன்றவை ஒவ்வொரு காக்கதீயனின் நாசியையும் பதம் பார்த்துக் கொண்டிருந்தன. கோட்டைக்குள் துர்நாற்றத்துடன் வாழ முடியவில்லை. கோட்டை மதில்களும் காற்றை அனுமதிக்காததால் உள்ளே சுழன்ற துர்நாற்றம் வெளியில் செல்வதற்கு வழியின்றி உள்ளேயே சுற்றியது. இறந்த சடலங்களை அப்புறப்படுத்தாமல் வைத்திருந்தது, மலக்கழிவுகளின் தேக்கம், உணவுத் தட்டுப்பாடு, குடிநீர்ப் பற்றாக்குறை போன்ற சுகாதாரக் கேடுகள் மெல்ல மெல்ல மக்களை விரக்தியின் எல்லைக்குக் கொண்டு சென்றன. தங்களை எவராலும் அசைக்க முடியாது என்ற தவறான கற்பிதத்தினால் உள்ளே அடைபட்டுக் கிடந்த அவர்கள் அதற்காகத் தற்போது வருத்தப்பட்டுக் கிடந்தனர்.

பிறவி வீரனான பிரதாப ருத்திரன் சிறந்த அரணாக விளங்கிய கோட்டை மதில்களுக்குள் தன்னைப் புதைத்துக் கொண்டானே தவிர நடைமுறைகளைப் புத்தி கொண்டு யோசிக்கத் தவறிவிட்டான். முதன் முறையாக ஓர் அரசு மலஜல துர்நாற்றத்தின் காரணமாகப் பகைவர் கரங்களில் வீழப்போகிறது. கோட்டையைத் திறந்து எதிரிகளுடன் மோதி யுத்தம் புரிய வேண்டுமா? அல்லது இந்தத் துர்நாற்றத்தில் மூர்ச்சையாகிச் சாக வேண்டுமா? அவனால் எவ்வித முடிவிற்கும் வர முடியவில்லை. மாறாக அவன் இறைவனுடைய ஆலயத்திற்குள் நுழைந்தான். பரிவாரம் எதுவும் பின்தொடராமல் அவன் மட்டும் தனியாகச் சன்னதிக்குள் நுழைந்தான்.

அந்த ஆலயம் கணபதி என்ற பெயர் கொண்ட அவனது மூதாதையர் ஒருவரால் எழுப்பப்பட்ட ஆலயமாகும். நன்கு இழைத்து மெருகூட்டப்பட்ட கற்களால் அந்த ஆலயம் கட்டப்பட்டிருந்து. தரையில் உள்ள வழுவழுப்பான கற்கள் நடப்பவர்களின் உருவத்தைப் பிரதிபலித்தன. காக்கதீய மக்களின் செறிவான கற்பனைக்கும், பொறுமைக்கும், நுட்பமான சிற்பத் திறனுக்கும் எடுத்துக் காட்டாக அந்த ஆலயம் திகழ்ந்தது.

தன் கண்ணில் எதிர்ப்பட்ட அனைவரும் சொல்ல முடியாத ஊமைக் கோபத்துடன் உலவுவதாகத் தோன்றியது. அவர்களை நேருக்கு நேர் சந்திக்க முடியாமல் தன் கண்களைத் தாழ்த்திக் கொண்டான் பிரதாப ருத்திரன். பொறுமையுடன் கட்டப்பட்ட அவர்களது சமஸ்தானம் இப்போது ஆட்டம் கண்டுள்ளது. எதிரியுடன் போராடி அந்த யுத்தத்தில் இறந்திருந்தால் அவன் மேல் பரணி பாட பல கவிஞர்கள் முன் வந்திருப்பார். தற்போதைய நிலவரம் குறித்து அறிந்து கொள்ள அரசின் அறிக்கை எதற்கு? மன்னரின் முகக் குறிப்பு போதாதா அவர்கள் தோற்றுக் கொண்டிருப்பதைக் கூற? அவன் வருத்தத்தை முகத்தில் தோன்றிய சுருக்கங்கள் காட்டிக் கொடுத்தன.

பிரதாப் அம்பாள் சிலை முன்பு மனம் உருக வேண்டி நின்றான். ‘இன்னும் என்னை எதற்காக உயிருடன் வைத்திருக்கிறாய்?’

பல சதாப்தங்களுக்கு முன்பு அவனுடைய முன்னோர்கள் ஆலயங்களுக்குள் செல்வதற்கு மறுக்கப்பட்டனர். ஆனால் இப்போது அவனோ பூரணக் கும்ப மரியாதைகளுடன் உள்ளே அழைத்துச் செல்லப்பட்டான். அவனது முப்பாட்டன் ஒரு தீண்டத்தகாதவன். ஒரு சில கங்கை நீர்த்துளிகளும், போர்க்களத்தில் அவர்கள் காட்டிய தீரமும் அவர்களையும் சத்திரியர்களாகக் காலம்

மாற்றிவிட்டது. இனிவரும் காலங்களில் அவர்கள் சூரியக்குலத் தோன்றலான ஸ்ரீராமனுக்கு இணையாக வைத்துப் போற்றப்படுவார்கள்.

சுல்தானியப் படை வீரர்களுடன் தேவகிரி கோட்டை செய்து கொண்ட ஒப்பந்தம் குறித்த தகவல் அவன் காதுகளுக்கு ஏற்கெனவே எட்டியிருந்தது. அந்த நாட்டு மன்னர் தனது சுதந்திரத்திற்கு ஈடாகத் தனது கருவூலக் கதவுகளைத் துருக்கியர்களுக்குத் திறந்துவிட்டுவிட்டார். எதிரிக்கு அரியணையைக் கைப்பற்றும் எண்ணம் இல்லை என்பது தெரிந்தது. எதிரியை விலைக்கு வாங்கினான். கருவூலத்தில் உள்ள பொக்கிஷங்கள்தான் அவன் கொடுக்கப் போகும் விலை.

பிரதாப் கருவூலம் இருந்த இடத்திற்குச் சென்றான். தலைமுறை தலைமுறையாக அரசாண்ட அவனது முன்னோர்கள் சேர்த்து வைத்திருந்த பொன் குவியலைப் பார்வையிட்டான். காஞ்சனத்தைத் தின்று பசியாற முடியாது என்ற எண்ணம் எழுந்தது. கோயில் பெண் தெய்வத்திற்குச் சாற்றுவதற்காக வைத்திருந்த விலை மதிப்பற்ற அந்தப் பெரிய வைரக்கல்லைப் பார்வையிட்டான். மகாபாரதத்தில் வரும் கர்ணன் அணிந்திருந்த வைரக்கல் அது என்று ஒரு வதந்தி அங்கே உலாவியது. கர்ணனுக்கு அதனை சூரிய பகவானே நேரில் வந்து கொடுத்ததாக ஐதீகம். அதன் அளவையும், மதிப்பையும் வைத்துப் பார்க்கும் போது அந்த வதந்தி உண்மையாகக் கூட இருக்கலாம்.

வைரத்தில் மூன்று வகை உண்டு. ஆண், பெண், அலி. இந்த வைரத்தைப் பார்த்த ஜோதிட வல்லுனர்கள் அந்த வைரம் அரசர்களிடம் இருந்தால் பெரும் கலகங்கள் நேரிடும் என்பதால் அதனை அம்பாளுக்குக் காணிக்கையாகக் கொடுத்துவிடச் சொன்னார்கள். பெண்கள் அரசியராக அரசாண்ட வரையில் அந்த வைரக்கல் அவர்களுக்குப் பல நன்மைகளை விளைத்தது. இது போன்ற சக்தி வாய்ந்த வைரங்கள் பல ராஜ்ஜியங்களை நிர்மூலம் ஆக்கியிருக்கின்றன, இதோ இப்போது அவனுடைய ராஜ்ஜியமும் தரைமட்டம் ஆகப் போகிறது. இதோடு அனைத்தும் போகப் போகிறது.

ஒற்றர்கள் அளித்த தகவலின்படி மாலிக்கபூரின் பொன்னாசை அவனது ராஜ்ஜியம் தப்பிப் பிழைக்க ஒரு வாய்ப்பை ஏற்படுத்தும் என்பதாகும். இவனிடம் இப்போது தோற்பதால் ஒன்றும் நட்டமில்லை. தெற்கில் போர் தொடுத்து மேலும் சில

வெற்றிகளைக் குவித்து, இழந்த பெயரைத் தக்கவைத்துக் கொள்ளலாம். இருந்தாலும் நெஞ்சில் ஏற்பட்ட காயத்தின் வலி ஆறுவதற்கு நெடுங்காலம் பிடிக்கும்.

*

மாலிக் தனது சுபுஹ் தொழுகையை முடித்துவிட்டு அமர்ந்திருந்த போது அவனைத் தேடிச் சீருடை அணிந்த படை வீரன் ஒருவன் அவன் முன்னாள் வந்து நின்றான்.

‘என்ன விஷயம்?’ மாலிக் அவனிடம் விசாரித்தான்.

‘அதிகாரக் குழு ஒன்று உங்களைக் காண கோட்டையிலிருந்து வந்திருக்கிறது..’

அவன் பிரார்த்தனை வீண் போகவில்லை. எதிரிகளின் முகங்களைப் பார்ப்பதற்கு முன்னர் அவன் உலூக்கானின் முகத்தைப் பார்க்க விழைந்தான். அவனுக்குப் பகை, வெளியில் எதிரிகளிடம் இல்லை, உள்ளே அவன் படையிலேயே இருந்தது.

பேச்சு வார்த்தைகள் துரிதமாக நடந்தது. கோட்டைக்குள் இருக்கும் அனைத்து விலைமதிப்பற்றப் பொருள்களையும் துருக்கியர் வசம் ஒப்படைக்க வேண்டும். யானைகளையும் சேர்த்து அனுப்ப வேண்டும். மன்னர் கோட்டைக்கு வெளியில் வந்து மாலிக்கபூர் முன்பு மண்டியிட்டு மன்னிப்புக் கேட்க வேண்டும்.

அந்தக் குழுவினர் துருக்கியர்களின் இறுதி நிபந்தனைக்கு ஒப்புக்கொள்ளவில்லை.

இரவு வரை நீண்ட பேச்சு வார்த்தையின் முடிவில் மண்டியிடப் பட்ட நிலையில் இருந்த மன்னரின் தங்கத்தில் செய்யப்பட்ட உருவ பொம்மையைச் சங்கிலியால் கட்டி மாலிக் முன் கொண்டு வந்து நிறுத்துவதற்கு உடன்பாடு ஒன்று எட்டப்பட்டது.

‘எலும்பும் சதையும் உள்ள மன்னரால் என்ன பயன்? மன்னனின் தங்கப் பதுமை ஒன்று போதாதா?’ இவ்வாறு மாலிக் சிந்தித்தான். பொன் என்ற சொல்லைக் கேட்டாலே பித்துப் பிடிக்கும் அளவிற்கு அவன் மாறியிருந்தான். ஆறு நாட்கள் இரவு பகல் பாராது அரண்மனை ஸ்தபதி பொன்னில் தனது திறமை முழுவதையும் வெளிப்படுத்தி மன்னரைப் போலவே ஓர் உருவப் பொம்மையை வார்த்தெடுத்தார்.

சுல்தானியப் படை வீரர்கள் ஒரு குழுவாக உள்ளே சென்றனர். வெளியில் காக்கதீய அரசாங்க அதிகாரிகள் சிலரைத் துருக்கியர் பிணையமாகப் பிடித்து வைத்திருந்தனர். போர்ப்படையினரின் இறைத் தொழுகையின் போது மாலிக்கும் அவர்களுடன் அவர்கள் வணங்கும் புனிதத் தலமான மெக்கா இருக்கும் திசை நோக்கி அமர்ந்தான். அவன் மனம் முழுவதும் மகிழ்ச்சி அலைகள் தளும்பிக் கொண்டிருந்தன.

பிரதாப ருத்திரன் அளிக்க முன்வந்த செல்வத்தின் அளவு அளப்பரியது. ஒப்பந்தத்தின் படி ஒரு சிறிய கழஞ்சுப் பொன் கூட உள்ளே கருவூலத்தில் இருக்கக் கூடாது என்பதாகும். ஒப்பந்தத்தை மீறி சுல்தானிய அதிகாரிகளின் சோதனையின் போது பொக்கிஷங்கள் தென்படுமாயின் பெருமளவு உயிர்ச் சேதம் நிகழும் என்று மாலிக் எச்சரிக்கை விடுத்திருந்தான்.

திறைப் பணத்தின் மதிப்பை மாலிக் ஒருவாறு அனுமானம் செய்து வைத்திருந்தான். ஆனால் அங்கு குவித்து வைக்கப்பட்டிருந்த செல்வம் அவன் கற்பனையையும் விஞ்சியது. பொக்கிஷங்களின் விவரப் பட்டியல் நெடுநேரம் வாசிக்கப்பட்ட போது சுல்தானியப் படை வீரர்கள் எழுப்பிய கரவொலி விண்ணை மோதியது. மூட்டை மூட்டையாகவும், பெட்டி பெட்டியாகவும் கணக்கற்ற குதிரை, யானைகள் மீது பொக்கிஷங்கள் ஏற்றப்பட்டன.

பிரதாப ருத்திரன் அரண்மனை மாளிகைகளில் சுவர்களில் தொங்கிக் கொண்டிருந்த விலையுயர்ந்த பொருள்கள் அனைத்தையும் கழற்றிக் கொடுத்துவிட்டான். இன்னொரு சூறையாடலுக்கு அவனும் அவன் மக்களும் ஆயத்தமாக இல்லை என்பதுதான் அதற்குக் காரணம். பாழடைந்த கோட்டையை நோக்கி இனி வேறு எந்தக் கொள்ளைக்காரன் கொள்ளையடிக்க வரப்போகிறான்? கொள்ளையடிக்கப்பட்ட பொருள்களுடன் ஒரு தேக்கு மரத்தில் செய்த பெட்டி ஒன்றும் இருந்தது.

மாலிக் அதனைத் திறந்தான். சூரியனின் ஓர் ஒளிக்கீற்று அதன் மீது பட்டு அந்தப் பிரதேசத்தில் மின்னல் ஒன்று வெட்டியது போலிருந்தது. உள்ளிருந்த வஸ்துவிலிருந்து ஒளிவெள்ளம் கீற்றுகளாக நாலாபுறமும் சிதறின. புறா முட்டை அளவிற்கு ஒரு பெரிய வைரக்கல் உள்ளே மினுங்கிக் கொண்டிருந்தது. உலகில் உள்ள வைரங்களில் மிகப் பெரிய வைரம் அதுவாகத்தான் இருக்க வேண்டும். மாலிக் பெட்டியைப் பலத்த ஓசையுடன் மூடினான்.

மற்ற பகை மன்னர்களைப் போல மாலிக் நடந்து கொள்ளமாட்டான். கொள்ளையடிக்கப்பட்ட ராஜ்ஜியங்களில் ஒரு சுல்தானிய அதிகாரியை இருத்தி ஆட்சி அதிகாரத்தை அவனிடம் மற்ற துருக்கிய மன்னர்கள் ஒப்படைப்பது போல அவன் செய்யமாட்டான். பிடிக்கப்பட்ட பிரதேசங்களை அந்தந்த மன்னர்களிடமே ஆட்சியைத் தொடரவிட்டு வருடம் ஒருமுறை திறைப் பணம் வசூலிப்பான். பாறைகள் சூழ்ந்த இந்தப் பிரதேசத்தை ஆள்வதற்கு அவனுக்கு என்ன பித்தா பிடித்திருக்கிறது? இப்போது இருக்கும் நிலையில் அடுத்த வருடத்திற்கான வரி வசூலிக்கப்படுவது கூடச் சற்றுக் கடினம்தான்.

சிறுவயதில் அவன் தந்தையின் கிட்டங்கியில் அடுக்கி வைத்த தானியக் குவியலைக் கைகளால் அளந்தது போல அவன் அங்கிருந்த பொன்னையும், மணிகளையும், நவரத்தினங்களையும் கைகளால் அளைந்தான். தனது பழைய நினைவுகளில் அவன் மூழ்கி வெகுகாலமாயிற்று. தன்னுடைய முந்தைய பிறவியில் இவையெல்லாம் நடந்தது போல அவனுக்குத் தோற்ற மயக்கம் ஏற்பட்டது. விரைந்து அந்தச் சிந்தனைகளை ஒதுக்கித் தள்ளினான். இனி அவன் பழைய ராம் இல்லை. மாலிக்.. மாலிக்கபூர்!

‘பொக்கிஷங்களுக்கு ஒரு பட்டியல் தயார் செய்யுங்கள்’ என்று கருவூல அதிகாரிகளுக்குக் கட்டளை பிறப்பித்தான்.

*

மாலிக் தில்லி நகரத்திற்குத் திரும்பினான் என்றாலும் அதிக நாள் அங்கே இருக்கவில்லை. அவன் ஆண்மையகற்றப்பட்ட போது அவனுக்குள்ளிருந்து வேறு ஓர் ஆன்மா கிளம்பியது. அவன் உடலில்தான் இத்தனை நாள் மறைந்திருந்ததா என்று வியப்பூட்டும் ஆன்மா அது. மாலிக் போர்களில் ரத்த ருசி கண்டதும் அந்த ஆன்மா மெல்ல எட்டிப் பார்க்கத் தொடங்கியது.

படைத்தளபதியாக அறிவிக்கப்பட்டதும் மாலிக் தனது பதவியைத் தக்க வைத்துக் கொள்ளும் கலையைக் கற்றான். சிறிதும் கருணைக்கு இடம் கொடுக்காத பேராசையே அவனை சுல்தானின் படைத்தளபதியாக மாற்றியது. இவன் உடன் ஒத்த மற்ற அலிகள் இன்னமும் அந்தப்புரத்தில் தொண்டு புரிந்து வந்தார்கள். ஒரே ஒரு தோல்வி ஏற்பட்டாலும் போதும், இப்போது அவன் கட்டுப்பாட்டிற்குள் இருக்கும் ஏனைய தளபதிகள் பிறகு கூப்பிட்ட குரலுக்கு வரமாட்டார்கள் என்பதை மாலிக் நன்கு உணர்ந்து வைத்திருந்தான்.

‘இதுவரை கொள்ளையடித்ததை வைத்துக் கொண்டு வாழ்க்கையை ஓட்டலாமா அல்லது தீராத பேராசை பின்பிருந்து இயக்க மேலும் பல பேரரசுகளைச் சூறையாடலாமா?’ என்று யோசித்தான். வெற்றி பெறும் வரையில்தான் ஒரு தளபதி பாதிக் கடவுளாகக் காட்சி அளிப்பான். ஒரு தோல்வியைத் தழுவினால் போதும் அவனது சுய ரூபம் வெளியில் தெரியும். சாதனைகள் தோல்விகளாக மாறும் போது அவனது எதிரிகள் மற்றும் தூற்றுபவர்களின் கரங்கள் ஓங்கத் தொடங்கும்.

பாரதத்தின் தக்ஷிணப் பகுதியை மொத்தம் நான்கு முரட்டுப் பேரரசுகள் ஆண்டு வந்தன. யாதவர்கள், காக்கதீயர்கள், ஹொய்சாளர்கள் மற்றும் பாண்டியர்கள். தில்லி எவ்வளவுக் கெவ்வளவு தொலைவில் உள்ளதோ அந்த அளவுக்கு அவர்கள் வளம் கூடியவர்களாக இருந்து வந்தனர். இன்னும் வெல்லுவதற்கு இரண்டு பேரரசுகள் தெற்கில் உள்ளன. அதன் பிறகு கடல் தாண்ட வேண்டும்.

காக்கதீயர்களை வெற்றி கொண்ட பிறகும் மாலிக்கும் அவனது படைகளும் மீண்டும் தெற்கு நோக்கி நகரத் தொடங்கினர். அவர்கள் தேவகிரிக்குத் திரும்பி வந்து ஹொய்சாளர்களின் தலைநகரமான துவார சமுத்திரத்தைத் தாக்க முற்பட்டனர். மாலிக் தேர்ந்தெடுக்கப்பட்ட குதிரைப்படை வீரர்களைத் தன்னுடன் அழைத்துச் சென்றான். ஹொய்சாள மன்னன் வீரவல்லாள மன்னனுக்குத் தலைவலி கொடுக்க முடிவு செய்தான். ஹொய்சாள தேசத்தின் தலைநகர் துவார சமுத்திரத்தைக் காடு, மலை, நதிகளைக் கடந்து பன்னிரண்டு நாட்கள் தொடர் பயணத்திற்குப் பின்னர் சென்றடைந்தான். மலைகளும், முட்புதர்களும் இயற்கை அரண்களாகத் திகழ்ந்து ஹொய்சாள அரசைப் பாதுகாத்துக் கொண்டிருந்தது.

துவார சமுத்திரம் வரையிலான நீண்ட பாதையில் காய்ந்த முட்புதர்களைத் தவிர வேறு எதுவும் மனத்தைக் கவரும் வண்ணம் இல்லை. வழியெங்கும் வேறு எந்தத் தேசமோ, நாடுகளோ கண்களுக்குத் தென்படவில்லை. வழி நெடுகிலும் ஊர்கள் எதுவும் குறுக்கிடவில்லை. கண்ணில் பட்டதெல்லாம் மலைகளும் வறண்ட பூமியும், கணவாய்களும் மட்டுமே.

படையெடுக்கும் மாலிக்கின் வேகத்தை வீரவல்லாளனின் சரணாகதி வேகம் விஞ்சும் வண்ணம் அமைந்தது. மன்னனிடமிருந்து வந்த ஓலை, தான் மாலிக்கின் நீடித்த அன்பை

வேண்டி நின்றதால் மாலிக் யுத்தமில்லாமல் கிடைத்த மற்றொரு வெற்றிக்குப் பெருமிதம் கொண்டான். மாலிக் அனுப்பிய பதில் ஓலையில் அவன் ஹொய்சாள மன்னனை இஸ்லாம் மதத்தைத் தழுவச் சொல்லிக் கேட்டிருந்தான்.

வீரவல்லாளன் அந்த ஓலையைப் படித்துவிட்டு உறைந்து நின்றான். தனது தேசத்திலிருக்கும் அத்தனைக் கோயில்களும் இஸ்லாமியரின் பள்ளிவாசல்களாக மாற்றப்படும் என்பதை அறிந்ததும் அவசர அவசரமாகப் பதில் ஓலை அனுப்பினான். தனது தேசத்தின் வளங்கள் அனைத்தையும் அவன் துருக்கியர்களுக்குத் தாரை வார்ப்பதாகக் கூறிய வீரவல்லாளன் தனது மார்பில் துலங்கும் முப்பிரி நூலை விட்டுவிடுமாறு மன்றாடிக் கேட்டிருந்தான்.

நீண்ட தயக்கத்திற்குப் பின்னர் மாலிக் மன்னனின் நிபந்தனைக்கு ஒப்புக்கொண்டான். ஆண்டுக்கு எவ்வளவு கப்பம் கட்ட வேண்டும் என்பதை இரண்டு அணியினரும் கூடிப் பேசி முடிவு கட்டினார்கள்.

வீரவல்லாளன் கலக்கம் அடைந்தான். சற்றும் எதிர்பாராத இந்த ஊடுருவலை எதிர்த்துப் போராடும் நிலையில் அவனது அரசு இல்லை. ஆனால் படையெடுத்து வந்தவனின் கிடுக்குப் பிடியை அவனால் தாங்க முடியவில்லை. அவனுக்குத் தெரியாது, மாலிக் துவார சமுத்திரத்தைத் தெற்கு நோக்கித் தனது வீரர்களை அனுப்ப ஓர் ஏவுதளமாகப் பயன்படுத்தப் போகிறான் என்று. தனது வில்வித்தை வீரர்களின் அம்பு இதுவரை பாயாத ஹிந்துஸ்தானத்தின் தென்கோடி வரை செல்ல மாலிக் பேராசைப்பட்டான்.

ஹொய்சாள மன்னரின் விருந்தோம்பலில் திளைத்துப் போன மாலிக் தனது ஓய்விற்கு ஓய்வு அளித்துவிட்டுத் தெற்கு நோக்கிப் பயணப்படத் திட்டமிட்டான். வெற்றி கொள்ளப்பட்ட நாடுகளுடன் பொய்யாகப் போட்டுக் கொண்ட ஒப்பந்தங்கள் அவனை மேலும் மேலும் வெற்றியைக் குவிக்கச் சொல்லி நிர்ப்பந்தித்தன. அவனது படைப்பிரிவின் வீரர்களும், தளபதிகளும் அவனுக்கு ஏற்றவாறு தங்கள் பங்களிப்பை ஆற்றினர்.

மாலிக்கின் நோக்கம் சமயம் சார்ந்ததாக இல்லை. அவன் வெற்றிகளைக் குவித்தான் என்றால் சுல்தான் தனது கருவூலத்தை நிரப்பினான். எதையும் செய்வதற்கு இருவரும் துணிந்துவிட்டனர்.

*

திருவேகம்பராயன் ஹொய்சாள மன்னனின் உதவியாளன். ஒரு சமணன். மகாவீரரைத் தொழுபவன். அவன் மதுரையிலிருந்து தப்பித்து ஓடி வந்தவன். அவனது மூதாதையர்கள் மதுரையிலிருந்து ஒருகாலத்தில் தங்களை ஆதரித்த பாண்டிய மன்னனே தங்களுக்கு எதிராக மாறியதும் அவன் கையில் கொல்லப்படுவதற்கு அஞ்சி ஹொய்சாள தேசம் நோக்கி ஓடிவந்தனர். கூன் முதுகு கொண்ட அந்தப் பாண்டிய மன்னன் தொடக்கத்தில் சமண மதம் சார்ந்தவனாகவே இருந்தான். ஒருமுறை அவனுக்குக் காய்ச்சல் அதிகமாகி அவன் படுத்துக் கொண்டிருந்த பஞ்சணையின் பஞ்சு அவன் உடற்சூடு தாளாமல் பற்றிக் கொண்டது. அவனது காய்ச்சலைச் சமண மருத்துவர்களால் தீர்க்க முடியவில்லை. அவனது மனைவியின் ஏற்பாட்டின்படி சீர்காழியிலிருந்து வந்த பாலகன் ஒருவர் தனது பதினொரு பாடல்களாலும் வெண்ணிறத் திருநீற்றினாலும் கூன் பாண்டியனின் சுரத்தைத் தனித்து அவனைக் குணமாக்கினார்.

ஒரே நாள் இரவில் கூன்பாண்டியன் சமண மதத்தை விடுத்து சைவ நெறிக்கு மாறினான். இதன் காரணமாக அதுகாறும் ஒரு நூற்றாண்டிற்கும் மேலாகத் தாழ்ந்த நிலையில் இருந்த சைவ நெறியாளர்கள் மன்னன் தங்கள் நெறிக்குத் திரும்பியதைக் கண்டு சமணர்களுடன் புனல் வாதம், அனல் வாதம் போன்று பல வாதங்கள் புரிந்து வென்றனர். தோற்ற சமணர்கள் பலர் மன்னரால் துரத்தியடிக்கப்பட்டனர். சிலர் அவர்கள் கழுவேற்றப்பட்டனர் என்றும் கூறுவார். அதில் எந்த அளவிற்கு உண்மை இருக்கிறது என்பது எவரும் அறியமாட்டார்கள். அவ்வாறு மதுரையிலிருந்து தப்பி வந்த சமணர்கள் வட தேசத்தில் புலம் பெயர்ந்ததாகக் கூறுவார். இதுபோன்ற கட்டுக் கதைகள் பல காலமாகக் கூறப்பட்டு வருகின்றன. திருவேகம்பராயன் கூட அவற்றைக் கேள்விப்பட்ட துண்டு.

ராயன் பலமுறை மதுரை சென்று வந்திருக்கிறார். எனவே மதுரையைப் பற்றி நன்கு அறிந்தவர்களின் உதவி அவசியம் என்று மாலிக் கோரிய போது திருவேகம்பராயரின் பெயரே முன்மொழியப்பட்டது.

ராயன், மாலிக்கிற்கு மதுரை மாநகரின் தற்காப்பு முறைகளைச் சொல்லிக் கொடுத்தான். அதன் செல்வச் செழிப்பைக் கூறும் போது மாலிக்கின் விழிகள் விரிந்தன. மாலிக்கின் வாழ்க்கைத் தரம் அவனுக்குக் கீழே இருந்த படைத்தளபதிகளுடன் ஒப்பு நோக்கிய போது ஆடம்பரமாகவும், டாம்பீகமாகவும் இருந்ததை

மறுப்பதற்கில்லை. அப்படிப்பட்ட ஒருவனுக்கே மதுரை நகரின் வளங்களைப் பற்றிக் கேள்விப்பட்டதும் மாடப்புறாவைக் கண்ட வல்லூறுவின் விழிகளைப் போல விரிந்ததைப் பார்க்க ராயனுக்கு வியப்பானது.

மதுரையை எவ்வாறு தாக்கப் போகிறோம் என்ற மலைப்புடன் மாலிக் நின்றான். மதுரையின் வாயிலை அடைவதென்றால் எத்தனை சிற்றரசுகளை வெல்ல வேண்டியிருக்கும் என்பது அவனுக்கு அயர்ச்சியை ஏற்படுத்தியது. அவனுக்கு இப்போது ஓர் உதவிக்கரம் தேவை; அதனைப் பற்றிக் கொண்டு மதுரை நகருக்குள் விரைந்து நுழைந்துவிடலாம்.

ராயன் மதுரையின் தற்காப்புப் படையின் அமைப்புகளை விவரித்துக் கூறத் தொடங்கிய வேளை வாயிற்காப்போன் ஒரு தூதுவனை அழைத்து வந்தான்.

தூதுவன், ‘மாட்சிமை மிகுந்த தானைத் தளபதியாருக்கு எனது வணக்கம். உங்களுக்குத் துவார சமுத்திரத்திலிருந்து ஒரு ரகசியச் செய்தி வந்திருக்கிறது’ என்றான்.

மாலிக் சுற்றும் முற்றும் பார்த்து அங்கிருந்த சேவகர்களை எல்லாம் வெளியில் அனுப்பினான். அது என்ன ரகசியச் செய்தி என்பதை அறிய மாலிக் இனிப்பை எதிர்பார்க்கும் சிறுபிள்ளையின் மனநிலையில் இருந்தான். என்னவாக இருக்கும்? சேதி கொண்டு வந்தவன் உள்ளே நுழைந்தான். மாலிக் அவன் முகத்தை ஆவலுடன் பார்த்தான்.

‘ஐயா! மதுரை அரசர் தங்களைச் சந்திக்க விழைகிறார்’ என்றான் அவன்.

அந்தச் சேதியை மாலிக் கூட நம்பவில்லை. தான் கொண்டு வந்த செய்தியினால் தளபதியின் முகம் மாறுதலடையும் என்று நம்பி வந்த ஓலை தாங்கியை மாலிக் ஏமாற்றவில்லை.

மாலிக், ‘இது ஏதாவது தாக்குதலுக்காவா?’ என்று கேட்டான்.

‘இல்லை தளபதியாரே. அவர் தனது இருபது சேவகர்களுடன் வந்து கொண்டிருக்கிறார்..’

‘விரிவாகச் சொல்..’

ராயன் விளக்க முற்பட்டான். மதுரை அரியணைக்கும், முத்துமணி மகுடத்திற்கும் இரு சகோதரர்கள் நடுவில் நிகழ்ந்த

போராட்டத்தையும் அதனால் சகோதரர்களில் ஒருவன் நாடு கடத்தப்பட்டதையும் கூறினான்.

‘இவன் நாடு கடத்தப்பட்ட மன்னனாக இருக்க வேண்டும். இவன் இடத்தில் இருந்து கொண்டு இவனுடைய சகோதரன் மதுரையை அரசாட்சி செய்கிறான் இப்போது. சுந்தர பாண்டியன் தனது மகுடத்தை மீண்டும் பெறுவதற்குத் தங்கள் உதவி நாடி வந்திருக்கிறான் என்று நினைக்கிறேன்’ என்றான் ராயன்.

மாலிக் இளித்தான். தனது நல்லூழ் தன்னை ஒரு போதும் கைவிடாது என்ற நம்பிக்கை அவன் முகத்தில் புன்னகையாக மலர்ந்தது. மதுரைக் கோட்டையின் திறவுகோல், தானே வந்து அவன் மடியில் விழுந்தது.

*

பாகம் மூன்று

அத்தியாயம் 21

புதிய ஒப்பந்தம்

அந்த அடிமையையும் முடியிழந்த அந்த மன்னனையும் பார்த்தால் போர்முனையில் எதிரும் புதிருமாய் நிற்கும் இரண்டு பகை மன்னர்களைப் போலத் தோன்றினார்களே அன்றி ஒப்பந்தம் செய்து கொள்ள வந்தவர்கள் போலத் தோன்றவில்லை. இருவர் இடையில் இருந்த முரண் முகத்தில் அறைந்தது. சுந்தரனுக்கு அரசன் என்ற பெயர் இருந்தாலும் அவனுக்கென்று ராஜாங்கம் எதுவுமில்லை. மாலிக் ஒரு மண்டலத்தையே கட்டிக் காப்பாற்றினாலும் அவனுக்கு மன்னன் என்ற பட்டமில்லை. வெறும் தலைமைத் தளபதி என்ற பட்டம் மட்டும்.

சுந்தரனின் கந்தல் ஆடைகள் அவன் இதுவரை பட்ட இன்னல்களைப் பறைசாற்றின. ஆனால் மாலிக் அவன் தோற்றத்திற்காக இரங்கவும் இல்லை. வெறுக்கவும் இல்லை. தோற்றத்தை வைத்து ஒரு மனிதனை எடை போடக் கூடாது என்பதை அவன் அறியாதவன் அல்லன். இந்த மனிதனால் பெரும் ஆதாயங்கள் காத்திருக்கும் போல. அதை நினைக்க நினைக்க மாலிக்கின் ஆனந்தம் கூடியது- உரிமை கொண்டாட வந்த ஒருவன் மூலம் உரிமை பெறப் போகிறோம்.

அவர்கள் இருவர் நடுவில் மொழி பெயர்ப்பாளராகத் திருவேகம் பராயன் என்ற சமண மதத்தைச் சேர்ந்தவர் நியமிக்கப்பட்டார்.

சுந்தரன் அவனது கூடாரத்திற்குள் நுழைந்ததும் மாலிக், ‘வரவேண்டும் வரவேண்டும் மதுரை மகராஜா’ என்று வரவேற்றான்.

எள்ளி நகையாடுகின்றானோ என்ற சந்தேகம் சுந்தரனுக்கு எழுந்தது. ஆனால் அவன் நினைத்தது போல மாலிக் குதர்க்கமாக எதுவும் பேசவில்லை. மாலிக் தொடர்ந்தான்.

‘மாட்சிமை பொருந்திய மன்னர் அதிகமாகக் களைத்துக் காணப்படுவதால் இன்று ஒருநாள் நன்றாக ஓய்வெடுத்துக் கொள்ளட்டும். நாளை ராஜாங்க விஷயம் குறித்துப் பேசலாம்’ என்றான் பரிவுடன். அவ்வாறு சொன்னானே தவிர மதுரையம்பதி குறித்துத் தகவல்களை அறிந்து கொள்ள அவன் மிக ஆவலாக இருந்தான்.

சுந்தரன் அங்கிருந்து அகன்றதும் மாலிக் ஓர் உதவியாளனை அழைத்து, ‘போ! வெளியில் அவர்கள் மொத்தம் எத்தனை பேர் என்று எண்ணிவிட்டு வா’ என்றான்.

சுந்தரனுடன் வந்தவர்கள் களைப்பில் வாடி வதங்கி இருந்தனர். பனி விழும் கட்டாந்தரையில் நின்று கொண்டிருந்தனர். முகமதியர்களின் விருந்தோம்பல் எந்த அளவிற்கு இருக்கும் என்பதை அறிய ஆவலுடன் காத்திருந்தனர்.

‘மொத்தம் இருபது பேர்கள் மாட்சிமை பொருந்திய தளபதி அவர்களே’ என்றான் உதவியாளன்.

‘அவர்கள் தங்குவதற்கு ஏற்பாடு செய். குறைவின்றி உண்ண உணவும், உடுக்க உடையும் வழங்க ஏற்பாடு செய்.’ மாலிக் உத்தரவிட்டான்.

மாலிக், சுந்தரனை ஒருநாள் இரவிற்கு மேல் தங்க அனுமதிக்கமாட்டான் என்பது ராயனுக்குத் தெரியும். சுல்தானின் நுகத்தடியில் மதுரையைக் கட்டி இழுப்பதுதான் மாலிக்கின் நோக்கமே அன்றி விருந்தோம்பல் கிடையாது. அவனுடைய யுத்தங்களில் மதுரையைத் தாக்கும் யுத்தமே முக்கியமான யுத்தமாக அமையப் போகிறது.

சுந்தரனும் தனது அவசரத் தேவையின் நிமித்தம் மாலிக்கின் பேச்சிற்கு உடன்படத் தயாராக இருந்தான்.

மறுநாள் காலையில் சுந்தரனின் கூடாரத்திற்குச் சென்ற மாலிக் அங்கு அவனது தோற்றத்தைக் கண்டு வியப்பெய்தினான். ஒரு மனிதனால் ஒருநாள் இரவிற்குள் முற்றிலும் மாறிவிட முடியுமா? அவனது கிழிந்த கந்தல் ஆடைகள் எங்கு சென்றனவோ தெரியவில்லை. சுல்தானின் வீரர்கள் வழங்கிய புத்தம் புது ஆடைகளை அணிந்து புதிதாய்ப் பிறந்தவன் போலத் தோற்றமளித்தான். புதிய சூழலுக்கு மிகவும் பழக்கப்பட்டவனைப் போல சுந்தரன் தன்னைப் பொருத்திக் கொண்டுவிட்டான். அவனுக்கு அளிக்கப்பட ஆசனத்தில் அவன் அமர்ந்திருந்த

தோரணை நேற்று வரையில் இவன் நாடு கடத்தப்பட்டவன் என்று யார் சொன்னாலும் நம்ப முடியாத வண்ணம் இருந்தது. அவனுக்கு முன்னால் மேசையின் மீது பரிமாறப்பட்ட ஆடம்பரமான உணவை அவன் ஆவலுடன் பார்த்துக் கொண்டிருந்தான்.

ஒரு பெரிய கோழி இறைச்சித் துண்டை ஆர்வம் மேலிடக் கடித்தான். இதோ இப்போது ஒரு கோழி இறைச்சியை ஆவலுடன் உண்ணும் இவன், நேற்று வரை தக்ஷிண ஹிந்துஸ்தானத்தின் மாபெரும் பேரரசு ஒன்றின் யுவராஜன். மாலிக் புன்முறுவல் பூத்தான். ஒரு பேரரசின் யுவராஜனின் விசுவாசத்தைக் கேவலம் ஒரு கோழி இறைச்சித் துண்டினால் பெற முடியும் என்றால் அதனை என்னவென்று சொல்வது? மாலிக் வியப்பெய்தினான்.

உடுத்தியிருந்த உடையும், உண்ட சோறும் அவனது தன்னம்பிக்கையை அதிகப்படுத்தியிருந்தது. அவன் மாலிக்கை தனக்குச் சமதையாக நினைத்து வரவேற்றான். ஒரு மாதம் தான் அரியணையில் அமர்ந்திருந்தான் என்றாலும் அவனும் ஓர் அரசன்தானே? என்னதான் நாடு கடத்தப்பட்டிருந்தாலும் அவனுடைய பெயர் அவர்கள் நாட்டு வரலாற்றில் நிச்சயம் பொறிக்கப்படும். மாலிக் அவனுடன் ஒத்து ஊத ஆயத்தமானான்.

‘தங்களுக்கு நான் எந்த விதத்தில் உதவி புரிய வேண்டும் என்று நீங்கள் நினைக்கிறீர்கள்?’ என்று கேட்டான். ஒரு கோப்பை மதுவுடன் அந்தக் கோழி இறைச்சித் துண்டை சுந்தரன் விழுங்கும் வரை மாலிக் காத்திருந்தான்.

‘என் சகோதரன் எனக்குரிய நாட்டைப் பிடுங்கிக் கொண்டுவிட்டான்’ என்று சிறுபிள்ளை போலக் கூறினான். மொழி பெயர்ப்புச் சரியில்லாமல் போய், தான்தான் சரியாக வாங்கிக் கொள்ளவில்லையோ என்ற சந்தேகம் மாலிக்கிற்கு எழுந்தது. ஆனால் சுந்தரன் சொல்வது சரிதான் என்றால் தனக்குரிய நாட்டை அவன் ஒரு சாதாரண விளையாட்டுப் பொருளைப் போலப் பாவிப்பதாக மாலிக்கிற்குத் தோன்றியது.

‘எனக்கு அந்த முத்து மகுடம் வேண்டும்’ என்று விடாமல் கூறினான்.

அவனை சமாதானம் செய்யும் விதமாக என்ன மாதிரியான பதிலைக் கூறுவது என்று மாலிக் சிறிது நேரம் ஆலோசித்தான்.

‘எனக்கு நீங்கள் என்ன கைம்மாறு செய்வீர்கள்? சுல்தானியப் பேரரசின் கீழே சிற்றரசாக இருக்க முடியுமா?’ என்று கூறிவிட்டுத்

தொடர்ந்தான். ‘கேட்டுப்பாருங்கள்.. எங்கள் சாம்ராஜ்ஜியத்தில் இருக்கும் சிற்றரசுகளுடன் எங்களுக்கு இருக்கும் நல் உறவை!’

சுந்தரன் இருக்கையில் நெளிந்தான். இரண்டு சதாப்தங்களாகச் சிற்றரசர்களாக இருந்து பாண்டிய பேரரசு இப்போதுதான் பேரரசாக உருவாகி வருகிறது. மீண்டும் சிற்றரசாகச் செயல்பட இயலுமா? ஆனால் தற்போது எதைப் பற்றியும் யோசிக்கும் நிலையில் அவன் இல்லை. முத்துமணி மகுடமும் அதை அணியும் போது கட்டப்பட்ட முத்துப் பரல்களின் ஓசையும் மட்டும்தான் அவனது லட்சியம். இதற்கு அவன் எதையும் செய்வதற்குத் தயாராக இருந்தான்.

சம்மதம் என்று தலையசைத்தான். ஒரு தவறான சொல் கூட மாலிக்கின் உதவியைத் தடுத்து நிறுத்திவிடும். மேலும் அவனுடைய அப்போதய நிலை எதையும் ஆணையிட்டுப் பெறும் நிலையில் இல்லை. பதினைந்து நாட்கள் மட்டுமே அரியணையில் அமர்ந்த ஒருவனால் பலகாலம் சொந்த நாட்டிற்குள் நுழைய முடியாமல் போனது எதனால் என்ற கேள்வி மாலிக்கிடம் எழுந்தால் அவனால் என்ன பதில் கூற முடியும்? குடிமக்களைத் தனது பக்கம் திருப்பிவிடும் அளவிற்குத் தான் அத்தனை மதிப்புடையவன் இல்லை என்று மாலிக் எண்ணமாட்டான் என்பது என்ன நிச்சயம்?

ஆனால் சுந்தரன் அது குறித்து அதிகம் கவலைப்பட அவசியமில்லாமல் போனது. மாலிக் நடந்த அனைத்தையும் அறிந்து வைத்திருந்தான். சுந்தரன் என்றும் மாலிக்கை மதுரைக்குச் சுமந்து செல்லும் வாகனமாக இருக்கமாட்டான். மாலிக் மதுரைக்குள் நுழைய சுந்தரன் ஒரு ராஜமுத்திரை மட்டும்தான்.

மாலிக் பிடியை இறுக்கினான். ‘எங்களுக்காகும் செலவை நீங்கள்தான் திருப்பிச் செலுத்த வேண்டும். துவார சமுத்திரத்திலும், ஓரங்கல்லிலும் நாங்கள் பெற்ற திறையின் அளவு குறித்து நீங்கள் ஏற்கெனவே அறிந்திருப்பீர்கள் என்று நினைக்கிறேன்.’

சுந்தரன் எதிர்பார்த்ததுதான். துருக்கியர்கள் தங்கத்திற்கு ஆலாய்ப் பறப்பவர்கள் என்று ஏற்கெனவே கேள்விப்பட்டிருக்கிறான். போர் புரிந்து பெருவாரியான பிரதேசங்களை மாலிக் தில்லிப் பேரரசுடன் இணைத்துக் கொண்டது போல இந்தப் பூமண்டலத்தில் வேறு ஒரு மன்னன் செய்திருக்க வாய்ப்பில்லை. அப்படி இருப்பினும் அவன் ஒரு சக்கரவர்த்தியைப் போல நடந்து கொள்ளாமல் எதற்காக ஒரு சாதாரணத் தளபதியைப் போல நடந்து கொள்கிறான் என்பதுதான் புரியவில்லை. இவ்வாறு தொடர்ந்தால் தங்கச் சுரங்கம் ஒன்றைப்

போரில் வென்று துருக்கியர்கள் தங்களது ஆயுதங்களுக்குப் பதில் மண்வெட்டிகளையும், கடப்பாரைகளையும் வாங்கிக் கொள்வார்கள் போலத் தெரிகிறது.

சுந்தரன், சுல்தானுக்கு அரண்மனைப் பொக்கிஷத்தில் இருக்கும் தங்கத்தைக் கொடுக்கச் சம்மதிக்கலாம் என்றும் எக்காரணத்தைக் கொண்டும் அரண்மனைக்கு அடியில் இருந்த கருவூல நிலவறையைக் காட்டிக் கொடுக்கக் கூடாது என்றும் எண்ணிக் கொண்டான். பாண்டிய அரண்மனையின் கீழ் உள்ள ரகசிய நிலவறையில் பதுக்கி வைக்கப்பட்டிருக்கும் தங்கம் உலகத்தின் மொத்த தங்கத்தின் அளவைவிட அதிகமிருக்கும். மாலிக்கின் பார்வை அவனை ஊடுருவி அவன் மனதில் உள்ளவற்றைப் படிப்பது போல இருந்தது. சுந்தரன் மாலிக்கின் நிபந்தனைக்கு இறுதியில் ஒப்புக்கொண்டான்.

நாட்கள் நகர்ந்தன. மாலிக்கும் அவன் படை வீரர்களும் செயலில் இறங்கினர். மாலிக் மற்ற தளபதிகளைப் போல இல்லை. அவன் வாங்கிக் குவித்த வெற்றிகள் ஏராளம், அவனுடைய படை வீரர்கள் அவன் கூப்பிட்ட இடத்திற்கு மறுப்பின்றி செல்பவர்கள். அவனுடைய போர்முறையில் அச்சம் என்பதே கிடையாது. இவையெல்லாம் ராயன் மாலிக்கிற்கு வழங்கிய நற்சாட்சிப் பத்திரங்கள். அவற்றைச் செவியுற்ற சுந்தரன் மாலிக்கின் மீது நம்பிக்கை கொள்ளத் தொடங்கினான்.

*

துருக்கியர்கள் சுந்தரனை அழைத்துக் கொண்டு தெற்கு நோக்கிப் படையெடுக்கத் தொடங்கினர்

சுந்தரன் மாலிக்கைப் பார்த்துப் பிரமித்து நின்றான். இதுவரையில் சுந்தரன் சந்தித்த படைத்தளபதிகளிடமிருந்து இவன் முற்றிலும் வேறுபட்டவனாகத் தெரிகிறான். என்னவோ செய்து படை வீரர்களின் பிடியை அவன் தனது கைக்குள் வைத்துக் கொண்டிருக்கிறான். தான் கைப்பற்றிய தேசங்களில் அவன் என்றுமே அராஜகத்தைக் கட்டவிழ்த்துவிட்டதில்லை. இணக்கத்தைத்தான் அவன் இதுவரை ஆயுதமாகப் பயன்படுத்தி வெற்றிகளைக் குவித்து வருகிறான். பேசிப் பேசிப் பத்தில் ஒன்பது எதிரிகளை இணங்க வைத்து சமாதான உடன்படிக்கைகள் ஏற்படுத்தித் தனக்கு சாதகமானவற்றைப் பெற்றுக் கொள்வதில் சமர்த்தன். அவனுக்குப் பிரச்னை எல்லாம் அவனது அதிகாரிகள்

மூலம்தான். பெரும்பாலும் வாய் மூடிக் கிடக்கும் அவர்களால்தான் அவனுக்குக் கெடுதி நேரிடும். அந்த அதிகாரிகளுக்கு வேண்டப்பட்டவர்கள் சுல்தானிடம் மாலிக்கின் சட்டாம்பிள்ளைத்தனம் குறித்துப் புகார் கூறுவார்கள். அவனுக்கு அதைப் பற்றிக் கூடக் கவலை இல்லை. அவனுக்குத் தெரியும் தனது போர் வழிகளில் சுல்தான் என்றுமே குறுக்கிடமாட்டார் என்று.

சுந்தரன், ராயனிடம் மாலிக்கின் பொன்னாசை குறித்துக் கேள்வி எழுப்பினான். தில்லி நகரம் ஒரு பேராசை பிடித்த நாட்டியக்காரியைப் போலப் பொன் மீது அதிக மோகம் கொள்ளக் காரணம் தனது தேவைகளுக்கும், அவ்வப்போது மங்கோலியர்கள் நகரத்தின் மீது தொடுக்கும் படையெடுப்பைச் சமாளிக்கவும்தான் என்று ராயன் விடையளித்தான்.

மாலிக் தலைமைத் தளபதியாகப் பதவி ஏற்பதற்கு முன்பு சுல்தானின் படையை ஒரு துருக்கியனோ அல்லது ஆப்கானிஸ்தான் தேசத்தைச் சேர்ந்தவனோதான் தலைமை ஏற்றார்களாம். குடிமக்களுக்கு சுல்தான் மாலிக் மீது கொண்டுள்ள அபரிமித நம்பிக்கை வியப்பை ஏற்படுத்தினாலும் அவனது ஒவ்வொரு வெற்றியும் அவனது அனுபவத்தைப் பிரதிபலிப்பதாகவே இருந்ததாம். மக்கள் உற்சாகத்துடன் சாரி சாரியாக அவன் பின்னல் போகத் தொடங்கிவிட்டனர். அது ஒன்று போதும் அவனுக்கு அளிக்கப்பட அதீதமான பதவிக்கும், அதிகாரத்திற்குமான காரணம்.

சுந்தரன் மதுரையிலிருந்து நாடு கடத்தப்பட்ட போது அவனுடன் வெறும் நூறு வீரர்கள் மட்டுமே பின்னால் வந்தனர்.

மாலிக் ஆண்மை நீக்கப்பட்ட அலி என்ற வதந்தி ஒன்று உலவியது. சுந்தரனின் செவிகளிலும் அந்த வதந்தி விழுந்தது. அவனது செயற்கரிய சாதனைகளை மோக வலையில் மாட்டிக் கொண்டு உழலும் ஓர் அற்ப மானுடனால் சாதிக்க இயலாது. சுல்தான் அலாவுதீன் கில்ஜி கூட ஒரு நேரத்தில் அவனது படைத்தளபதி தன்னைவிட அதிக அளவு நாடுகளைக் கைப்பற்றியவன் என்ற உண்மையை ஒப்புக்கொள்ளத்தான் வேண்டியிருக்கும்.

அந்த அடிமைத் தளபதி மாலிக் குறித்த விவரங்களைச் சுந்தரன் சிந்தித்துக் கொண்டிருந்த அதே நேரத்தில் அடுத்த அடியை எவ்வாறு எடுத்து வைப்பது என்று மாலிக் தடுமாறிக் கொண்டிருந்தான். தான்தான் மதுரை சிங்காதனத்தின் நேரடி வாரிசு என்றும் குடும்பத் தகராறு காரணமாகவே தான் நாடு கடத்தப்பட்டதாகவும் சுந்தரன் மாலிக்கிடம் அடித்துக் கூறிக்

கொண்டிருந்தான். அவர்கள் நடுவில் நிகழ்ந்த சம்பாஷணையில் மாலிக் விருப்பம் காட்டாதவன் போல நடித்தான். உண்மையில் அவன் நோக்கம் சுந்தரனை விரக்தியின் எல்லைக்குத் தள்ளி அவன் வாயிலிருந்தே எல்லாத் தகவல்களையும் கிரகித்துக் கொள்வதாகும். தனது சொந்த நாட்டையே காட்டிக் கொடுக்கும் ஒருவனிடம் நற்பண்புகளை எங்ஙனம் எதிர்பார்க்க முடியும்? தேடிச் சென்ற மூலிகை காலில் வந்து சிக்கியிருக்கிறது. விட்டுவிட மாலிக் என்ன முட்டாளா?

துவார சமுத்திரத்திலிருந்து கூடுதலாக ஒரு படைப்பிரிவு முன்னேற்பாடாக நிறுத்தி வைக்கப்பட்டது. எதிரிக்கும் மாலிக் படைக்கும் இடையில் யுத்தம் சூடு பிடிக்கத் தொடங்கினால் இந்தக் கூடுதல் படை முட்டுக் கொடுப்பதற்குத் தோதாக இருக்கும். வீரவல்லாளனுக்கு மாலிக் சிறிது படைகளையும் அவற்றைப் பராமரிக்கத் தேவையானவற்றையும் கேட்டு மடல் எழுதினான்.

வீரவல்லாளன் தனது பதிலில் 'நமது ஒப்பந்தத்தை நாம் மரியாதையுடன் அணுகுவது நல்லது' என்று கைவிரித்துவிட்டான்.

மாலிக் பற்களை நெறித்தான். 'கௌரவமாம்.. கௌரவம், கூர்வாளைச் சுழற்றினால் இந்தக் கௌரவம் எங்கே ஓடி ஒளியும் என்று தெரியாதா?'

மாலிக் மறக்காமல் தனது படைத்தளபதிகளுடன் நடத்தும் போர் சம்பந்தப்பட்ட ஆலோசனைக் கூட்டங்களில் சுந்தரனையும் சேர்த்துக் கொண்டான். மதுரையைக் குறித்தும் அதன் சுற்றியுள்ள இடங்கள் குறித்தும் உள்ளங்கையில் எழுதி வைத்துக் கொண்டிருந்ததைப் போல மாலிக் பேசியதைக் கேட்டுச் சுந்தரன் நிஜமாகவே அதிர்ந்து போய்விட்டான். தன்னையும் மாலிக்கையும் மதுரை நகரில் அடையாளம் தெரியாத இடத்தில் கொண்டுவிட்டால் கூட அந்த இடத்தைப் பற்றி மாலிக் அறிந்து வைத்துள்ள அளவு தனக்குத் தெரியுமா என்பது சந்தேகம்தான்.

மாலிக்கைப் பொறுத்தவரை சுந்தரன் சதுரங்கப் பலகையில் உள்ள போர் வீரன் மட்டும்தான். மதுரைக்குள் நுழைய அவனுக்கு சுந்தரன் ஒரு பகடைக் காய் அவ்வளவுதான்.

*

தெற்கே உள்ள மலைத்தொடரிலிருந்து கிளம்பும் தென்பெண்ணையாறு அமைதியாக ஓடிக் கொண்டிருந்தது. அதன்

வழியில் ஒரு பெரிய பாறாங்கல்லைத் தழுவி வளைந்து செல்வதைப் பார்க்கும் போது என்னவோ அந்தப் பாறாங்கல்லிலிருந்து அந்த நதி உற்பத்தியாவதைப் போன்ற தோற்றத்தை அளித்தது. அந்த மலை, நதியின் ஓட்டத்தை மறைத்துக் கொண்டு நின்றது.

மாலிக் பரபரப்படைந்தான். அந்த மலைத்தொடரின் பின்புதான் இதுவரை துருக்கியரின் கால்தடம் பதியாத பாண்டியப் பேரரசு உள்ளது. வடக்கிலிருந்து எந்த மன்னனும் இங்கே வந்து தனது உடைவாளை உறையிலிருந்து அகற்றியதில்லை. இதோ இவன் தனது பெயரைச் சரித்திரத்தின் பொன்னேடுகளில் பொறிக்க இருக்கிறான்.

மதுரையில் உள்ள பொற்குவியல் குறித்த வதந்தி காட்டுத் தீயெனப் பரவியதால் படை வீரர்கள் படு உற்சாகத்துடன் முன்னேறிச் சென்றனர். சுந்தரனுக்கும் பரம திருப்தி. அவர்கள் செல்லும் வழியில்தான் பொன்கூரை வேயப்பட்ட சிதம்பரம் கோயில் உள்ளது. சைவ சமயத்தினரை மட்டுமின்றி அனைத்து ஹிந்துக்களின் முக்கிய வழிபாட்டுத் தலமாக சிதம்பரம் விளங்கியது. சைவர்களின் கடவுளான ஆதி சிவன் அங்கே ஆகாய சொரூபமாகக் காட்சியளிப்பதோடு தனது பிரபஞ்ச நடனத்தை ஆடலரசன் தினமும் அரங்கேற்றிக் கொண்டிருந்தான். அந்தக் கோயிலில்தான் அவனது தாய்வழி மூதாதையர்களான சோழப் பரம்பரையின் அரசர்கள் மணிமகுடம் சூட்டிக் கொள்வது வழக்கம். கடவுளின் சித்தமிருந்தால் மாலிக்கிடம் தனது மணிமுடிசூட்டும் விழாவை இங்கேயே நடத்துவதற்குக் கேட்க வேண்டும். சிதம்பரம் நடராஜரின் கோயிலின் கோபுரம் மிக உயர்ந்தது. ஊர் எல்லையில் நுழைந்ததும் கண்களில் தட்டுப்படும். சுந்தரன் கோபுரத்தைத் தேடினான்.

மாலிக்கும் சிதம்பரம் கோயில் கோபுரம் தட்டுப்படுகிறதா என்று பார்வையை ஓடவிட்டான். அவனுக்கு அளிக்கப்பட அறிக்கை உண்மையானது என்றால் சிதம்பரம் கோயிலில் உள்ள பொன்னின் அளவு ஓரங்கல்லில் கிடைத்த மொத்தத் தங்கத்தின் அளவையும்விட மிகவும் அதிகம்.

*

அத்தியாயம் 22

பரீட்சார்த்தமும் இன்னல்களும்

பராக்கிரமனின் யுவராஜ பட்டாபிஷேகக் கொண்டாட்டங்கள் மறக்க முடியாத அளவிற்கு வெகு விமரிசையாகக் கொண்டாடப்பட்டன. ராதிகா அதற்கான முழு முயற்சிகளையும் எடுத்துக் கொண்டதைப் பார்த்தவர்கள் பராக்கிரமன் அவள் பெற்ற பிள்ளை என்றே கருதுமளவிற்கு இருந்தது. பராக்கிரமன் முடிசூட்டிக் கொண்ட பிறகு தனது போர்ப்பயிற்சியைப் பரிசோதனை செய்து பார்க்க இலங்கை நாட்டிற்குச் செல்லவிருந்ததால் ஆட்டம் பாட்டங்கள் அதிகமாக இருக்கும்படி ஏற்பாடாகியிருந்தது.

பராக்கிரமனை இலங்கை தேசத்திற்கு அனுப்பத்தான் வேண்டுமா என்ற கேள்வி ராதிகாவால் எழுப்பப்பட்ட போது வீராவின் பதில் இப்படி இருந்தது.

'என் வாழ்வின் மறுமலர்ச்சிக்கு இலங்கையின் பங்களிப்பு முக்கியமானது. அதுவே பராக்கிரமனுக்கும் இருக்கட்டும்..'

அந்தப் படைப்பிரிவில் ஓய்வெடுக்கும் வயதில் இருந்த வீரர்களின் எண்ணிக்கை புதிதாகச் சேர்த்துக் கொள்ளப்பட்ட இளவயது வீரர்களின் எண்ணிக்கையைவிடக் கூடுதலாக இருந்தாலும் அந்தப் படை நன்றாக உற்சாகமளிக்கப்பட்ட படையாக இருந்தது. அந்த மொத்தப் படைப்பிரிவும் பராக்கிரமனின் தலைமையின் கீழ் இலங்கைக்குப் படையெடுத்துச் செல்லவிருந்தது. பாண்டிய படைப்பிரிவின் மூன்றில் ஒரு பகுதி தெற்குச் சீமையில் உள்ள கடற்கரைத் துறைமுகங்கள் அருகே பாதுகாவலுக்கென்று நிறுத்தி வைக்கப்படவிருந்தது.

பராக்கிரமனின் படைத்தலைமை வீரர்களுக்கு அவசியம் என்ற வீராவின் எண்ணத்தை அவன் மெய்யாக்கிக் கொண்டிருந்தான்.

இளைஞர்கள் சாரி சாரியாக அவனது படைப்பிரிவில் சேர்வதற்கு ஆர்வம் காட்டினார்கள். அவனது படையில் சேர்ந்தால் வருங்காலப் பாண்டிய மன்னனின் அருகில் நிற்கும் வாய்ப்பு கிட்டும் அல்லவா?

இந்தச் சிந்தனைகளில் மூழ்கிக் கிடந்த வீராவை ராதிகாவின் குரல் எழுப்பியது.

'பராக்கிரமன் இலங்கையிலிருந்து வந்ததும் உடனே அவனுக்குத் திருமண ஏற்பாடுகளைக் கவனிக்க வேண்டும்..'

'பாவம் பராக்கிரமன்..'

'எதற்காக அப்படிச் சொல்கிறீர்கள்?'

'இதுகாறும் அவன் இரண்டு பெண்களைச் சமாளித்து வந்தான். நீயும் சுனந்தாவும்தான். திருமணம் ஆனால் மூன்றாவது பெண்ணையும் சமாளிக்க வேண்டியிருக்குமே என்பதால் பரிதாபப்பட்டேன்.' வீராவின் கண்களில் குறும்பு களிநடனம் புரிந்தது.

'க்கும்..' என்று ராதிகா தலையைத் தோள்பட்டையில் இடித்துக் கொண்டாள்.

பராக்கிரமனின் ஆடைகள் தேர்ந்தெடுத்த பட்டுத் துணியில் வடிவமைக்கப்பட்டிருந்தன. வெண்புரவி ஒன்றின் மீது ஏறி கன கம்பீரமாக வீதியில் சென்று கொண்டிருந்தான். சுனந்தாவும் ராஜமாதாவும் கோயில் வளாகத்தில் காத்திருந்தனர். மற்றவர்கள் அவன் பின்னால் அணிவகுத்துச் சென்றனர். அரண்மனை மாடத்திலிருந்து ராதிகா அந்த ஊர்வலத்தைப் பார்க்கும் போது அவளுக்கு இரண்டாவது முறையாக அதனைப் பார்ப்பது போலத் தோன்றியது. பராக்கிரமன் அப்படியே வீராவை உரித்து வைத்தது போல இருந்ததே அதற்குக் காரணம்.

மீனாட்சியம்மன் கோயில் கோபுர வாசல்கள் குலை தள்ளிய வாழை மரங்கள், கமுகு, தென்னம்பாளைகளால் அலங்கரிக்கப்பட்டிருந்தன. எங்கும் கட்டப்பட்டிருந்த மாவிலைத் தோரணங்கள் காற்றில் அசைந்து அசைந்து பராக்கிரமனை வரவேற்பது போலத் தோன்றின. கன்னிப் பெண்கள் வெயில் என்றும் கருதாமல் உற்சாகமாக மாக்கோலம் போட்டுக் கொண்டிருந்தனர். கோயிலின் மணிமண்டபத்திற்குள் பராக்கிரமன் நுழைவதற்கு முன்னர் அவனை வரவேற்க மஞ்சள் நீர் கரைத்த ஆலத்தி வெள்ளித் தட்டு தயாராக இருந்தது.

இருப்பினும் வீராவின் சஞ்சலம் குறையவில்லை. பராக்கிரமனின் முடிசூட்டு வைபவம் தொடர்பான நிகழ்ச்சிகளில் பங்கு கொள்வதற்காகப் போன இரண்டு நாட்கள் வரையில் சுனந்தா அவன் கண்ணில் தட்டுப்பட்டுக் கொண்டே இருந்தாள். அவளது அண்மை அவனுக்குப் பழைய நினைவுகளை ஞாபகப்படுத்தியது. கொல்லன் பட்டறையின் சம்மட்டியில் அடி வாங்கியது போல வலித்தது. கண்களுக்குத் தெரியாமல் நிகழும் போரில் ராதிகாவிற்கும் சுனந்தாவிற்கும் பகை அதிகரிக்கும் என்று வீரா அச்சம் கொண்டான். ஆனால் அவர்கள் அவனைவிடப் புத்திசாலிகள். இதை அவன் யோசிக்கும் முன்னரே அவர்கள் உணர்ந்துவிட்டனர்.

யுவராஜனுக்கு மணிமுடிசூட்டுவதற்கு இரண்டு நாட்கள் முன்பு தன்னைச் சந்திக்க சுனந்தா அனுமதி கேட்ட போது ராதிகாவிற்கு வியப்பானது. 'ஒருவேளை தனக்குக் கிடைத்துள்ள புதிய பதவியின் பெருமையைப் பீற்றிக் கொள்ள வருகிறாளோ?' ராதிகாவின் எண்ணம் இப்படித்தான் இருந்தது. ஆனால் உள்ளே நுழையும் போதே சுனந்தா தனது இரண்டு கரங்களையும் குவித்து ராதிகாவை வணங்கியபடி நுழைந்தாள்.

சுனந்தா ஏற்கெனவே ஆடியின் முன் நின்று ஒத்திகை பார்த்து வந்ததைப் போல அத்தனை பணிவுடன் பேசியதைக் கேட்டதும் ராதிகாவின் விழிகள் இரண்டும் ஆச்சரியத்தில் விரிந்தேவிட்டன.

'மாட்சிமை மிக்க அரசியாருக்கு வணக்கம். நீங்கள் முதலில் என் காதலனைக் களவாடினீர்கள். ஆனால் அவரைப் பட்டத்து அரசனாக மாற்றிவிட்டீர்கள். அடுத்து என் மகனையும் என்னிடமிருந்து பறித்துக் கொண்டீர்கள். அவனையும் பட்டத்து இளவரசனாக மாற்றிவிட்டீர்கள். உங்கள் மீது எனக்கு வெறுப்பாக இருக்கிறது ராதிகா. இங்கு எல்லாமே நீங்கள்தான். நான் ஒன்றுமில்லை பூஜ்யம். உங்களிடம் நான் பட்டுள்ள கடன்களைத் திருப்பிச் செலுத்த எனக்கு இன்னும் பத்து ஜென்மம் கூடப் போதாது என்று கருதுகிறேன்.'

ராதிகா நெகிழ்ந்து போனாள். கலங்கிப் போயிருந்த அந்தப் பேதையைத் தனது இதயத்தில் பூட்டி வைத்துக் கொள்ள விழைந்தாள்.

கடந்த இரண்டு நாட்களாகவே சுனந்தா உறக்கமின்றி அவதிப்பட்டாள். இதுதான் சரியான சந்தர்ப்பம். தனது நன்றியை இப்போது காட்டாவிட்டால் எப்போதும் காட்ட இயலாது என்று

அவளுக்குத் தோன்றியது. நடந்தவை வேறு விதமாகப் போயிருந்தால் அவர்கள் இருவரும் உற்ற தோழிகளாக, ஏன் சகோதரிகள் போலக் கூட உறவு கொண்டாடியிருக்கலாம். அவர்கள் ரசனைகள் ஒரே மாதிரி இருந்தன. இருவரும் ஒரே ஆண்மகனைக் காதலித்தனர்.

ஆனால் முடிசூட்டு விழாவில் அவர்கள் நடந்து கொண்டதைப் பார்த்தவர்களுக்கு அவர்கள் நடுவில் ஒரு தன்னிலை விளக்கம் நடைபெற்றதற்கான சுவடு கூடத் தென்படவில்லை. இருவரும் தனித்தனியாக முகத்தைத் திருப்பி நின்றனர். பல ஆண்டுக் கால மௌனம் மீண்டும் தொடர்ந்தது.

சுனந்தா மிகுந்த உற்சாகத்தில் இருந்தாள். இந்த நாள் அவள் வாழ்வில் மிக முக்கியமான நாள். இரண்டு பேரரசர்களுடன் அவளுக்கு நெருங்கிய பழக்கமிருந்தாலும் பட்டமகிஷி ஆகும் வாய்ப்பு கிட்டவில்லை. இருவரில் ஒருவன் காதலன், ஒருவன் கணவன். இதோ இப்போது அவள் வயிற்றில் வந்துதித்த மைந்தன் நாளை மண்டலத்தை ஆளப்போகும் முடியரசன்.

கோயிலின் உள்ளே கன்னிப் பெண்களின் கூட்டம் அலை மோதியது. பாண்டிய பேரரசின் கீழ் ஆட்சி செய்யும் பல சிற்றரசர்கள் தங்களுடன் தங்களுடைய திருமணமாகாத கன்னிப் பெண்களை அழைத்து வந்ததுதான் அதற்குக் காரணம்.

வீரா புன்னகைத்தான். அக்ஷயன் இருந்திருக்க வேண்டும். பள்ளியறை, போர்க்களம் என்று கிண்டலாக எதையாவது சொல்லியிருப்பான்.

அமைதி காக்கும்படி தலைமை பட்டர் தனது கரங்களைத் தலைக்கு மேல் உயர்த்திக் காட்டினார். பராக்கிரமன் மெதுவாக அரியணை நோக்கி நடந்தான். இன்னும் சிறிது நேரத்தில் பாண்டிய அரசர்களின் பரம்பரை கிரீடமான முத்து மகுடம் அவன் தலையை அலங்கரிக்கும். முத்து மகுடத்தை அனைவரும் பார்க்கும் வண்ணம் தலைமைப் பட்டர் உயரத் தூக்கிக் காட்டினார். பின்னால் பல வேத விற்பன்னர்கள் ஓம குண்டம் வளர்த்து வேத மந்திரங்களை முழங்கிக் கொண்டிருந்தனர். வீரா அந்த முத்து மகுடத்தை வாங்கிக் கொண்டான். மகுடத்தைச் சுற்றி வெள்ளி நரம்புகளில் கோர்க்கப்பட்டிருந்த முத்துப் பரல்கள் ஒன்றோடு ஒன்று உரசி இனிமையான ஓசையை எழுப்பின. சட்டென்று அவனுக்கு விக்கிரமன் எச்சரித்தது நினைவில் எழுந்தது.

வீரா எத்தனை முயன்றாலும் அவருடைய குரலில் தெறித்த எச்சரிக்கையை ஒதுக்கித் தள்ள முடியவில்லை. பாண்டிய அரசின் உளவுப் பிரிவு மிகப் பெரியது. அந்த உளவுப் பிரிவிற்குத் தென்படாத பேராபத்து குறித்த தகவலா காட்டில் அலைந்து திரியும் தனது சிற்றப்பனுக்குத் தெரிந்துவிடப் போகிறது?

*

இரண்டு நிகழ்வுகள் ஒரு சேர நடந்து முடிந்தன. ஒன்று பராக்கிரமனுக்கு முடிசூட்டு வைபவம்; மற்றொன்று அவனைப் பாண்டியர்களின் படையுடன் இலங்கைக்கு வழியனுப்பியது. இரண்டு நிகழ்வுகளும் சிறப்பாக நடந்தேறியதும் வீராவின் மனதில் மீண்டும் அந்தச் சஞ்சலம் குடியேறத் தொடங்கியது.

அரசவையில் மற்ற ராஜ சபை அங்கத்தினர்களிடம் 'சுந்தரன் இப்போது எங்கே இருக்கிறான்?' என்ற கேள்வியை எழுப்பினான். சுந்தரன் தனது அரியணைக்குப் போட்டியாக இருப்பான் என்ற எண்ணம் அவன் மனதில் இப்போது இல்லை என்றாலும் ஒற்றர்கள் மூலம் அவன் நடவடிக்கைகளை அவ்வப்போது அவன் அறிந்து கொள்ளவே செய்தான். போகப் போக அவனைப் பற்றிய தகவல்கள் வருவது குறைந்து கொண்டே வந்தது; ஒரு சமயம் அறவே நின்றுவிட்டது.

முதலில் சுந்தரன் மதுரை எல்லைக்கு அப்பால் உலாவி வருவதை உடனுக்குடன் தகவல் அளித்த வண்ணம் இருந்தனர். மழையிலும் வெயிலிலும் சுந்தரன் காடு மேடுகளில் ஓர் இழி விலங்கைப் போலச் சுற்றி வரும் சேதிகள் வீராவின் செவிகளை எட்டும். இந்தத் தகவல்களைக் கேட்டதும் வீராவிற்கு ஒருவித வினோத திருப்தி எழும். சுந்தரன் தனது தந்தையைக் கொன்ற கொலை பாவத்திற்குக் குற்ற உணர்ச்சியுடன் அலைவதாக எண்ணினான். அவன் இன்னும் உயிருடன் இருப்பதன் காரணம் அரண்மனையில் ராஜமாதாவாக வலம் வரும் அவனுடைய அன்னைக்காக மட்டும்தான் இருக்க முடியும் என்று நம்பினான்.

ராஜ சபை ஒற்றர் பிரிவிலிருந்து மன்னன் வீராவிற்கு வந்த செய்தி வியப்பை அளித்தது. சுந்தரன் இப்போது மதுரையைச் சுற்றியிருந்த பகுதிகளில் அலைந்து கொண்டிருந்ததை விடுத்து வடதிசை நோக்கிப் பாண்டிய மண்டல எல்லையைத் தாண்டி நகர்ந்து விட்டான் என்பதாகும்.

பழைய நடவடிக்கைகளைப் போல அவன் வடதிசை நோக்கி நகர்வதும், சிற்றரசர்களின் உதவியை நாடுவதுமாக இல்லாமல் வட எல்லையைக் கடந்து சென்றிருக்கிறான் என்பது கவலையை அளித்தது. வட தேசத்தவருடன் அவனுக்கு அப்படி என்ன தொடர்பு? வீராவிற்கு வியப்பானது. வடக்கிலிருந்து அடுத்தடுத்த செய்திகள் உடனுக்குடன் அவனை வந்தடைந்தன. வேண்டாத செயல்களின் நிகழ் களமாக வடதேசம் மாறி வருகிறதோ? வீரா யோசனையில் ஆழ்ந்தான்.

வடதிசையில் உள்ள துவார சமுத்திரத்திலிருந்து பாண்டிய மண்டலத்திற்குள் அலை அலையாக அடைக்கலம் புகுவோரின் எண்ணிக்கை அதிகரிக்கத் தொடங்கியது குறித்து அந்த அறிக்கை கவலை தெரிவித்தது. வீராவிற்குக் கலக்கமானது. வடதிசையில் ஏதோ நடக்கக் கூடாதது நடந்து கொண்டிருக்கிறது. அது குறித்து ஒற்றர்களுக்கு முழுதாக ஒன்றும் தெரியவில்லை. அவ்வாறு அடைக்கலம் புகுபவர்களிடம் எல்லையோரக் காவல் அதிகாரிகள் அழைத்து விசாரித்ததில் வடபகுதிகளில் துருக்கியர்கள் படை எடுத்துள்ள செய்தி கிடைத்தது. துருக்கியக் கொலைகாரக் கும்பலின் அட்டகாசங்களின் கதைகளை மூட்டை மூட்டையாக இறக்கி வைத்தனர். துவார சமுத்திரத்தின் மன்னன் சுல்தானுடன் சமாதானமாகப் போனதால் தாங்கள் தப்பித்ததாகவும் ஆனால் அந்த மிலேச்சனின் கோபம் ஹொய்சாள தேச ஆட்சி எல்லைக்கு வெளியில் இருப்பவர்கள் மீது திரும்பிவிட்டதைக் கூறினார்கள்.

மதுரைக்குள் ஊடுருவிய அகதிகள் மிகுந்த வேதனைக்கும், சுய பச்சாதாபத்திற்கும் ஆளானார்கள். வாழ்வில் அதுகாறும் அவர்கள் தேடிய செல்வங்கள் அனைத்தையும் இழந்து பிச்சைக்காரர்களைப் போலப் பாண்டிய தேசத்தில் வந்து விழுந்து கிடக்கின்றனர். வந்து சேர்ந்த பெண்கள் உடலில் குந்துமணி அளவுகூடத் தங்கம் கிடையாது. பெண்கள் தங்கள் உடலை விற்றால்தான் சோறு என்ற நிலைக்குத் தள்ளப்பட்டிருந்தனர்.

சிற்றரசர்கள் ஒன்றும் புரியாத நிலையில் கலங்கிப் போய்த் தங்கள் தரப்பிலிருந்து வீராவிற்குத் தகவல் அனுப்பினார்கள். பகைவன் வடதேசங்களையும் தாண்டித் தொலை தூரத்திலிருந்து வந்துள்ளான்; அவன் முற்றிலும் சனாதன தர்மங்களுக்கு எதிராக இருப்பவன்; பாரதத் தேசத்தில் உள்ள கடவுள்களை முற்றிலும் நிராகரிப்பவன்; பேராசைப் பிடித்தவன் என்பது போன்ற தகவல்களை அவனுக்குத் தெரிவித்தனர்.

இதுவரை எந்த வட தேசத்தவரும் மதுரைப் பேரரசின் வட எல்லையைத் தாண்டியதில்லை. எனவே பாண்டிய மன்னன் வீராவின் கொதிப்பு அதிகமானது. பங்காளி, தாயாதிப் பகைமையில் உள்ளூர்க் கலகங்களும், மூவேந்தர்கள் நடுவில் பகைமையும்தான் அவன் கேள்விப்பட்டிருக்கிறானே தவிர இதுபோன்ற தொலைதூர மிலேச்சர்களின் படையெடுப்பை அவன் கேள்விப்பட்டதில்லை. ஒருவேளை அவன் படையெடுப்பதில் மிகச் சிறந்தவனோ? அல்லது ஒரு தேசத்தில் பகை மன்னர்கள் நடுவில் பிளவை அதிகப்படுத்தி அதனைத் தனக்குச் சாதகமாக்கிக் கொள்பவனோ?

தூக்கிவாரிப் போட நடு இரவில் வீரா சட்டென்று விழிப்பு தட்டவே படுக்கையில் எழுந்து உட்கார்ந்தான். உடலெல்லாம் வியர்வை வழிந்து கொண்டிருந்தது. ஒன்றுக்கொன்று தொடர்பே இல்லாத பல நூறு யோசனைகளில் அவன் மனதில் இரண்டு உருவங்கள் மேல் எழும்பி நின்றன. ஒன்று அவனது சிற்றப்பன் விக்கிரமன். விக்கிரமன் தன்னை எச்சரித்து ஒரு மாதக் காலம் கூட ஆகியிருக்கவில்லை. இதோ இப்போது வடதிசை நோக்கி நகரும் சுந்தரன் அந்தப் பகை மன்னனைச் சந்திக்கமாட்டான் என்பதற்கு என்ன உத்தரவாதம்? தேவகிரி மன்னன் அந்த மிலேச்சனுடன் ஏற்படுத்திக் கொண்டுள்ள நாசகரமான ஒப்பந்தம் அவனுக்கு மதுரை வாசலைத் திறந்துவிட்டது போல் ஆயிற்று. புதிய அரசுகளிடமிருந்து கைப்பற்றப்பட்ட பொருள்களும், மனிதர்களும் அந்தப் பகைவனை மதுரையை நோக்கி முன்னேறச் சொல்லியிருக்கும்.

ஆனால் ஒன்று நிச்சயம், அந்த மிலேச்சனுக்குப் பாண்டிய மண்ணைக் கைப்பற்றுவது அத்தனை எளிதான செயலன்று என்பது தெரிந்திருக்கும்.

ஆனால் முதல் நாள் அவனுக்கிருந்த உறுதி மறுநாளும் தொடர்ந்ததா என்றால் இல்லை என்றுதான் சொல்ல வேண்டும். ஒற்றர்ப் பிரிவிலிருந்து அவனுக்கு வந்த தகவல் அவனை அதிர்ச்சியடைய வைத்தது. சுந்தரன், அந்த மிலேச்சப் பகை மன்னனுடன் பேசிக் கொண்டிருந்தான் என்பதே அந்தத் தகவல்.

‘அவர்கள் மதுரையை நோக்கி வர இருக்கின்றனர். பெரும்பாலும் சுந்தரனே அவர்களை அழைத்து வரலாம்.’

ஒரே நாளில் தனது நிலைமை தனது கைக்குள் அடங்காமல் விஸ்வரூபம் எடுத்தது போலிருந்தது. பகைவனின் முற்றுகையும்

உடன்பிறந்தவனின் துரோகமும் ஒரே நேர் கோட்டில் சந்தித்ததும் வீரா பதற்றமடைந்துவிட்டான். மீண்டும் சொந்த மண்ணில் ரத்தம் சிந்த நேரிடும் என்பதை எண்ணியதும் அவனுக்குத் திகிலானது. இது பற்றிய சிந்தனை மேலும் மேலும் அவனுள் ஏற்படும் போதெல்லாம் தான் சுந்தரனின் தலையை அன்றே கொய்யாததற்கு வருத்தப்பட்டான்.

சுந்தரனின் இந்த விடாப்பிடியான பிடிவாதம் வீராவிற்கு வியப்பளித்தது. அவன் நாடு கடத்தப்பட்டுப் பத்து வருடங்களுக்கு மேலாகிறது, நாட்டைக் கைப்பற்றும் எண்ணம் அவனிடம் மங்கியிருக்கும் என வீரா தப்புக் கணக்குப் போட்டுவிட்டான். இதோ அவனுக்கு மதுரை அரசைக் கைப்பற்ற மேலும் ஒரு வாய்ப்பு. மதுரை நகருக்குள் நுழைய பகையரசன் சரியான சாரதியைத்தான் தேர்ந்தெடுத்திருக்கிறான்.

மதுரை மாநகரின் பலவீனமான பகுதிகள் சுந்தரனுக்கு அத்துப்படியாகத் தெரியும். முற்றுகைத் தற்காப்பு ஏற்பாடுகள் இன்னமும் பலப்படுத்தப்படாத நிலையிலேயே உள்ளன. கோட்டையில் உள்ள பலவீனமான பகுதிகள் வழியாக உள்ளே வருவது எப்படி என்று அவனுக்கு நன்கு தெரியும். சுந்தரனின் துணையின்றி அந்த மிலேச்சன் படையெடுத்து வந்திருந்தால் வீரா போராடி வென்றிருப்பான்.. சுந்தரனின் சதிவேலை தற்காப்புக் கவசத்தில் இருக்கும் பிளவைக் காட்டிக் கொடுப்பதுதான். எதிரி அதனை மேலும் பிளந்து நகருக்குள் புகுந்துவிட்டால் அதற்கு ஈடாக முத்து மகுடத்தைப் பெறுவான். சுந்தரனைப் பொறுத்தவரை அவனது ஒரே எதிரி அவனது சகோதரன் வீரா மட்டும்தான்.

*

அத்தியாயம் 23

மதாபிமானிகளின் படை

கொள்ளையடிக்கப்பட்ட நாடுகளின் உட்புகுந்து வேட்டையாடுவதில் சுல்தானின் வீரர்கள் உறுதியும், தீவிரமும் அளப்பரியதாக இருந்தன. ஒவ்வொரு கோயிலும் இடித்துத் தரைமட்டமாக்கப்பட்டன. ஒவ்வொரு மனிதனும் வாள் முனையில் மதமாற்றம் செய்யப்பட்டான். சமயம் சார்ந்த ஆர்வத்தை மாலிக் தனது படை வீரர்களிடமிருந்து அகற்றி வெகு காலம் ஆகிறது.

மதப்பற்று என்பது அவனது போர் நிகழ்ச்சி நிரலில் ஒன்றாக இருக்கும் தகுதியை இழந்து வந்தது. இப்போது அவனது படையெடுப்பினால் ஹிந்து மன்னர்களும் நட்பு மன்னர்கள் பட்டியலில் இருந்தனர். ஏராளமான ஹிந்து வீரர்கள் கூட அவன் படையில் இருந்தனர். எனவே மதம் சார்ந்த படையெடுப்பு அவனுக்குக் கவலையை அளித்தது.

துவார சமுத்திரத்திலிருந்து கிளம்பும் போது தனது தளபதிகளை அழைத்து வழியில் குறுக்கிடும் ஹிந்து ஆலயங்கள் எவற்றையும் இடிக்கக் கூடாது என்று கண்டிப்பாகக் கூறிவிட்டான். மாலிக்கின் ஆணை பத்து நாட்கள் மட்டுமே செல்லுபடியானது. பேராசை பிடித்த மாலிக்கின் படை வீரர்கள் பெரும் கட்டுப்பாட்டுடன்தான் அந்தக் கோயில்களை விட்டு வைத்தனர். உடன் சென்ற ஹிந்து வீரர்களுக்கு அந்த நடவடிக்கை நிம்மதிப் பெருமூச்சை வரவழைத்தது. ஆனால் அது நெடுநாட்கள் நீடித்து இருக்கவில்லை.

சுல்தானின் படையில் தினம் பத்து வீரர்களாவது மூப்பினாலும், நோயினாலும் சோர்வடைந்து உயிரிழந்தனர். இறந்த வீரர்களுக்கு இறுதிச் சடங்குகளைச் செய்வதற்குப் படையெடுப்பின் போது ஒரு

முல்லாவையும் அவர்கள் அழைத்துச் செல்வது வழக்கம். மாலிக்கின் நடவடிக்கையினால் வீர மரணத்திற்குப் பின்னர் கிடைக்கும் சொர்க்கப் பதவி இஸ்லாமிய வீரர்களுக்குத் தடுக்கப்படுவதாக முல்லா கருதினார்.

அமீர் முல்லா சற்றுக் குள்ளமானவர். வழுக்கைத் தலை. அதனை ஈடு செய்யத் தாடையில் கருகருவென்று நீண்ட தாடி. அவர் இஸ்லாமியப் படையுடன் செல்லக் காரணம், செல்லும் இடமெங்கும் இஸ்லாமிய மார்க்கமின்றி வேறு மார்க்கம் இருந்தால் அதன் கலாச்சாரத்தைக் கூர்வாளால் பிளப்பதற்கு வீரர்களைத் தூண்டவும், செல்லும் இடமெங்கும் காலிஃபின் ஆட்சியமைக்கப்பட வேண்டும் என்று வீரர்களுக்கு உற்சாகம் ஊட்டுவதற்கும்தான். ஆனால் அப்படி எதுவும் நிகழாமல் ஹிந்துக் கோயில்கள் சிதையாமல் கம்பீரமாக நிற்பதைக் கண்ணுற்ற அவரது பொறுமை எல்லையை மீறியது. முகத்தைத் திருப்பிக் கொண்டார். அடிமைத் தளபதி சொல்லிய வண்ணம் செயல்படவில்லை. அவரைப் பொறுத்தவரை பொன்னும் வேண்டாம்; மண்ணும் வேண்டாம். இஸ்லாமிய மதத்தை நிறுவி அந்நிய மதத்தைக் களைவதன் மூலம் சொர்க்கத்தில் ஒரு நிரந்தர இடம் கிடைத்தால் போதும். அமீர் அப்துல்லா என்று அழைக்கப்பட்ட அந்த முல்லா தனது மூக்கை நுழைக்க அதுவே சரியான தருணம் என்று கருதினார்.

*

ஓங்கிய பனைமரங்களின் ஊடே ஓர் உயர்ந்த கோபுரம் அவர்கள் கண்ணில் பட்டது. மதுரையை நெருங்க இன்னும் சில மைல் தூரமே இருந்தது. அந்தக் கோயிலைச் சுற்றியிருந்தவர்களின் இல்லங்கள் எல்லாம் பராமரிப்பின்றிச் சிதிலமடைந்திருப்பதைப் பார்த்தால் அவர்கள் நொடித்துப் போனவர்கள் என்பது நன்கு விளங்கும். ஆனால் அவர்களது கோயில் நன்றாக இழைக்கப்பட்ட கருங்கற்களால் கம்பீரமாக நிமிர்ந்து நின்றது. செம்புத் தகட்டால் மூடப்பட்டிருந்த அந்த துவஜ ஸ்தம்பத்தின் மேல் காவிக் கொடி கனஜோராகப் பறந்து கொண்டிருந்தது. வியக்கத்தகும் வகையில் கோயில் கதவுகள் திறந்தே இருந்தன.

அமீர் அப்துல்லாவின் உற்சாகம் கரைபுரண்டோடியது. அருகில் இருந்த ஒரு பாறையின் மேல் ஏறி நின்றார். தனது இரண்டு கரங்களையும் வானில் இருக்கும் சொர்க்கத்தை நோக்கி நீட்டுவது போல விரித்து வைத்து முழங்கினார்.

‘இஸ்லாமியப் படை வீரர்களே! உங்கள் கடமையாற்ற மறந்தது எதனால்? அல்லாவின் விருப்பத்தைப் பூர்த்தி செய்யுங்கள். அந்நிய மதத்தின் கோயில் நம்மை எள்ளி நகையாடுவது போல நம் முன் நிற்கின்றது. அதனை நாம் இடிக்க மறுத்தால் அல்லாவின் ஆணையை மீறியவர்கள் ஆவோம்’ என்றார்.

அவரை ஒருவரும் மறுத்துப் பேசவில்லை.

தன் பேச்சிற்கு மதிப்பு இருப்பதைக் கவனித்த அவர் பேச்சைத் தொடர்ந்தார்.

‘அந்தக் கோயிலை இடித்துத் தள்ளுங்கள் முசல்மான்களே, அதனைத் தரைமட்டம் ஆக்குவதன் மூலம் அல்லாவின் ஆணையை நிறைவேற்றுங்கள். கோயிலைத் தரைமட்டம் ஆக்குவதன் மூலம் சொர்க்கத்தில் உங்களுக்கான இடத்தை உறுதி செய்து கொள்ளுங்கள்’ என்று முழங்கினார்.

துவார சமுத்திரத்திலிருந்து அழைத்துவரப்பட்ட ஹிந்து வீரர்கள் அந்த முழக்கத்தைக் கேட்டு எதுவும் செய்யாமல் அப்படியே நின்றனர். அவர்கள் அதனை ஏற்றுக்கொள்ளாமல் அமைதியாக நின்றனர். சக ஹிந்துவைக் கொல்வதில் கூட அவர்களுக்கு வருத்தமிருக்காது; கோயிலை இடிப்பதன் மூலம் சொந்த சாதியிலிருந்து தள்ளி வைக்கப்படுவோம் என்ற அச்சம் அவர்கள் கைகளைக் கட்டிப் போட்டது.

படையின் முன்னேற்றத்தில் சிறிய சுணக்கம் ஏற்பட்டது. எதற்காக அணிகள் ஸ்தம்பித்து நிற்கின்றன என்பது சுந்தரனுக்குப் புரியவில்லை. ஒரு வீரனை அனுப்பிக் காரணம் கேட்டு வரச்சொன்னான். பேய் அறைந்தது போலத் திரும்பி வந்த அந்த வீரன், ஹிந்துக் கோயில் ஒன்று இடித்துத் தரைமட்டமாக்கப்பட்ட செய்தியைக் கூறினான். சுந்தரனின் தலை சுழன்றது.

சூறையாடல் இரவு வரை தொடர்ந்தது. வாளால் வெட்டப்படும் மனிதர்களின் ஓலங்களும், தூக்கி வரப்பட்டப் பெண்களின் அலறலும் இரவின் அமைதியைக் கலைத்துக் கொண்டிருந்தன.

சுந்தரனுக்குக் குமட்டிக் கொண்டு வந்தது. தான் நம்பிச் சேர்ந்த அந்த மிலேச்சர்கள் போரில் வெற்றி பெறுவதை மட்டும் நோக்கமாகக் கொண்டவர்கள் அல்லர் என்பது சுந்தரனுக்கு விளங்கியது. அவர்கள் விஷ ஒட்டுண்ணிகள். எந்த மண்ணைக் கைப்பற்றுவார்களோ அதன் கலாச்சாரத்தைக் காலில் தேய்த்து மிதிக்கும் அரக்கர்கள். தனக்குச் சொந்தமான நகரத்திற்குள் அவன்

முற்றுகையிடும் மன்னனாக நுழையவே விருப்பப்பட்டான், கோயிலைக் கொள்ளையடிக்கும் கும்பலில் ஒருவனாக நுழைய விருப்பப்படவில்லை. இது குறித்து மாலிக்கிடம் பேசுவதற்கு அனுமதி கேட்டுக் காத்திருந்தான். ஒருமணி நேரம் வரை காத்திருந்த பின்னரே மாலிக்கின் பேட்டி அவனுக்குக் கிடைத்தது.

மாலிக், சுந்தரனைத் தூண்டிவிடும் வண்ணம் கூறினான். 'இது சின்னஞ் சிறிய விஷயம். மாட்சிமை மிக்கவர் இதற்கெல்லாம் எதற்காகச் சஞ்சலப்பட வேண்டும்? உங்களுடைய ஆலோசகர்கள் உங்கள் தலையில் தேவையில்லாதவற்றைப் போட்டு உங்களைத் திசை திருப்ப முயல்கிறார்கள். தங்களைப் போன்ற நிலையில் இருப்பவர்களுக்கு இதுவெல்லாம் ஒரு பொருட்டாகவே இருக்கக் கூடாது!'

சுந்தரன் குழம்பினான். தனது நிலை என்று எதனைக் கூறுகிறான்? மன்னர் பதவியையா? அல்லது மாலிக்கிடம் கை ஏந்தி நிற்கும் தற்போதைய நிலையையா?

மாலிக் இறுதியாக, 'நல்லது, நான் இந்த விவகாரத்தைக் கவனிக்கிறேன். ஆனால் எனது சகப் படை வீரர்களை என்னால் தடுக்க இயலாது. அவர்கள் சமய நியாயங்களில் நான் குறுக்கிட விரும்பமாட்டேன்' என்றான்.

சுந்தரனுடன் அவன் ஏற்படுத்திக் கொண்ட போர் உடன்படிக்கை நடுவில் முறிந்து போகும் என்று மாலிக் எண்ணினான். ஆனால் அதற்குள் அவர்களை மதுரையை நெருங்குவது நல்லது. சுந்தரனின் கோபத்தைத் தணிக்கும் விதமாக ஏதாவது நடவடிக்கை எடுக்கப் போய் அதன் மூலம் தனது சக படை வீரர்கள் தங்கள் ஆவேசத்தை இழந்துவிடக் கூடாதே என்ற கவலையும் அவனுக்கிருந்தது. மதுரைக்குள் நுழையும் வரை அவர்கள் ஆவேசம் குறைவதில் அவனுக்கு விருப்பமில்லை.

*

சிதம்பரம் கோயிலைச் சுற்றி வாழ்ந்த மக்கள் கோயில் சார்ந்த சாத்வீகமான வாழ்க்கையை வாழ்ந்ததால் எதிரிகள் வந்தால் தங்களது எதிர்ப்பைக் கூடக் காட்ட இயலாத அளவிற்கு அப்பாவிகளாக இருந்தனர். கோயில் கோயிலாகச் சூறையாடப்பட்டது. எந்தக் கடவுளும் ஆகாயத்திலிருந்து இறங்கி வந்து அவர்களைத் தடுக்கவில்லை. தானே முன்னின்று அந்த மிருகத்தை வெற்றிலை பாக்கு வைத்து அழைத்து வந்ததை

நினைத்து சுந்தரன் பெரிதும் வருந்தினான். ஒவ்வொரு முறை படை அதிகாரிகளுடன் மாலிக் கூட்டிய ஆலோசனைக் கூட்டங்களில் தான் மதுரை கோட்டையின் பலவீனங்களைப் பற்றியும், மதுரை நகருக்குள் சுலபமாக நுழையும் வழிகளையும் வெளிச்சம் போட்டுக் காட்டியதற்கு வருந்தினான். கண் கெட்ட பிறகு அவன் சூரிய நமஸ்காரம் செய்ய ஆசைப்பட்டான். அவனது நெடும் பயணத்தில் மரத்தின் அடியில் தங்கும் போது மரக்கிளைகளில் தொங்கும் நெற்றுக்கள் காற்றில் அசையும் போது ஏற்படும் ஒலி முத்து மகுடத்தில் அலங்கரிக்கப்பட்ட முத்துப் பரல்கள் உராய்ந்து ஒலி எழுப்புவதைப் போலத் தோன்றும். அப்போதெல்லாம் திடுக்கிட்டு விழித்துக் கொள்வான். இதயம் சூனியமாக இருக்கும்.

துருக்கியப் படைகளுக்குப் பாண்டியர் தேசத்துக் கோயில்களைத் தரை மட்டமாக்குவது அத்தனை சிரமமாகத் தெரியவில்லை. மாலிக் கோயில் கதவுகளை உடைத்துத் திறக்க வேண்டியது, அங்கிருக்கும் தங்கத்தை அள்ளிக் கொண்டு வரவேண்டியது, அவனது வீரர்கள் அவற்றை இடித்துத் தரைமட்டம் ஆக்கவேண்டியது. இவ்வாறுதான் கோயில் கோயிலாக நடந்தேறியது.

மாலிக்கைப் பின்தொடர்ந்து செல்லும் சுந்தரனின் அபிப்பிராயம் கொஞ்சம் கொஞ்சமாகத் தளரத் தொடங்கியது. சற்று யோசித்துப் பார்த்தால் அவர்கள் அவனது சொந்தப் பூமியை நாசம் செய்கிறார்கள், அதற்கு அவன் துணை போகிறான். மாலிக் நினைத்தால் அவர்களது இந்த வெறிச்செயலைத் தடுத்து நிறுத்தியிருக்க முடியும். சிதம்பரம் கோயிலை மாலிக் கொள்ளையடிக்கத் திட்டமிட்ட போது இருவர் இடையில் இருந்த நட்பு முறிவிற்கு வந்தது. மதுரைக்குச் செல்லும் பாதையில் சிதம்பரம் குறுக்கிடவில்லை என்றாலும் அந்தக் கோயிலில் குவிந்து கிடக்கும் செல்வ வளங்கள் குறித்து மாலிக் ஏற்கெனவே அறிந்து வைத்திருந்ததால் அவன் தனது படையைச் சிதம்பரம் நோக்கித் திருப்பிவிட்டான்.

தொலைவில் சிதம்பரம் கோயிலின் கோபுரத்தைக் கண்ணுற்றதும் சுல்தானியப் படை வீரர்கள் இடையே உற்சாகம் கரை கடந்தது.

காலம் கடந்தாலும் சுந்தரன் மாலிக்கை அழைத்துப் பேச்சு வார்த்தை நடத்தினான். தான் சிதம்பரம் ஊர்த் தலையாரிகளை அழைத்துப் பேசிக் கணிசமான பொன் பொருள்களைத் துருக்கியருக்கு வழங்குவதாகவும், கோயிலை மட்டும் அவர்கள் நிர்மூலம் ஆக்க வேண்டாம் என்று மன்றாடினான்.

அவன் பேசியதையே காதில் வாங்கிக் கொள்ளாமல் மாலிக் மௌனம் சாதித்தான். நீண்ட மௌனத்திற்குப் பிறகு அவன் அந்த மௌனத்தைக் கலைத்தான். 'எனக்குச் சத்தியங்களை மீறுவது எளிது; அவற்றைக் காப்பதுதான் கடினம்' என்று கூறியபடி கைவிரல்களைச் சொடுக்கினான். உடனே ஒரு வீரன் வந்து நின்றான்.

'நீ இந்த மன்னனுக்குக் காவலாக இருந்து அவருடைய கூடாரத்தில் கொண்டு விடு' என்றான். அதோடு சந்திப்பு நிறைவுக்கு வந்தது.

சுந்தரன் அங்கிருந்து அகன்றதும் மாலிக் சற்றுக் குழப்பமடைந்தான். பத்து வருடங்கள் கடந்த பின்னும் சுந்தரன் உடலில் ஓடும் ராஜரத்தம் புத்துணர்வுடன்தான் இருக்கிறது. அவனைக் கவனிப்பதும் அவசியம்; கண்காணிப்பதும் அவசியம்.

*

துருக்கியப் படைகள் நேரே சிதம்பரம் கோபுரங்களை நோக்கிப் படையெடுத்தன. சுந்தரனின் மனதில் கரு மேகங்கள் சூழ்ந்திருந்தன. சிதம்பரம் அவன் தாய் வழி மூதாதையர்களான சோழர்களின் பிறந்த மண். இங்குதான் சோழர்கள் முடிசூட்டிக் கொள்வது வழக்கம். மாலிக், சிதம்பரத்தில் எதற்குத் தனது படையை நிறுத்தினான் என்பது அவனுக்கு இறுதியாகப் புரிந்தது. அதன் அபரிமிதமான செல்வத்தைக் கொள்ளையடிப்பதன் மூலம் தனது படையினரை உற்சாகப்படுத்த அவன் துணிந்துவிட்டான். எவராலும் தடுக்கப்படாத சூறையாடலாக அது திகழப் போகிறது.

நாளெல்லாம் முள்ளின் மீது நடப்பது போல சுந்தரனுக்குத் தோன்றியது. குலப்பெருமையை அவன் அழித்துக் கொண்டிருந்தான். அரக்கனுடன் போர் ஒப்பந்தம் செய்து கொண்டுள்ளான். இதை எண்ணும் போதெல்லாம் அவன் கண்களில் கண்ணீர் மல்கியது. அரியணையில் அமரும் வாய்ப்பைத்தான் இழந்தானே தவிர நல்ல குடிமகனாக மாறும் வாய்ப்பை அவன் இன்னும் இழக்கவில்லை. கடவுள் அவனை மன்னிக்கக் காத்திருந்தார்.

அவன் தனது எண்ணங்களில் ஆழ்ந்திருந்த போது தான் செய்த தவற்றைத் திருத்திக் கொள்ளலாம் என்ற நினைப்பு வந்தது. மாலிக்கின் படையெடுப்பு குறித்து வீராவிற்கு முன்னமே எச்சரிக்கை அறிவிக்கலாம். காலம் இன்னும் இருக்கிறது. அவனது மனத் துணிவு வலுப்படத் தொடங்கியது. அவனைச் சுணக்கத்துடன் இதுவரை தொடர்ந்து வந்தவர்களுக்குத் தங்கள் சுந்தரன் இழந்த

சமநிலையை மீண்டும் பெற்றுவிட்டதைப் பார்த்ததும் ஆனந்தமானது. மேற்கொண்டு என்ன செய்ய வேண்டும் என்பதில் அவன் தெளிவுடன் இருந்தான்.

சுந்தரன் இரவோடு இரவாக அங்கிருந்து அகன்றான். சிதம்பரம் கோயில் தரை மட்டமாக்கப்படுவதைக் காண அவனுக்குச் சகிக்கவில்லை. தனது படை அதிகாரி ஒருவரைத் தேர்ந்தெடுத்துக் கோயில் தீட்சிதர்களிடம் அனுப்பினான். தில்லை வாழ் அந்தணர் என்ற சிறப்புப் பெயருடன் வாழையடி வாழையாகச் சிதம்பரம் கோயிலை அவர்கள்தான் பராமரித்து வந்தார்கள். அவர்கள் தூல உடலுடனும் நடராசன் என்ற சூட்சும உயிருடன் வாழ்பவர்கள். அவன் எச்சரிக்கைத் தகவல் அனுப்பும் முன்னரே தீட்சிதர்கள் நடராஜனின் விக்கிரகத்தை எடுத்துக் கொண்டு தப்பித்துவிட்ட சேதி அவனுக்குப் பின்னர் கிடைத்தது. துருக்கியப் படைகளின் தளைகளை உடைத்துக் கொண்டு தப்பிச் சென்ற சுந்தரன் மேலும் தெற்கு நோக்கி முன்னேறினான்.

சுந்தரனைக் காணவில்லை என்று துருக்கியப் படை வீரர்கள் அளித்த செய்தி மாலிக்கின் உறக்கத்தைக் கலைத்தது. சுந்தரன் தப்பித்துவிட்டான். மாலிக் முகத்தைச் சுழித்தான். விரைந்து செயல்பட்டால்தான் அவனைப் பிடிக்க முடியும் என்பதால் தனது படையை முடுக்கிவிட்டான். செல்லும் வழியில் தென்படும் ஊரில் உள்ளவர்களை எல்லாம் எச்சரித்தபடி அவன் செல்வான் என்பது அவனுக்கு விளங்கியது. அப்படியே இருந்தாலும் அவர்களது புயலைப் போன்ற படையெடுப்பின் முன்னால் அது ஒரு பெரிய விஷயமே இல்லை. சுந்தரன் தப்பி ஓடியது மாலிக்கை மிகவும் அலைக்கழித்தது. சுந்தரன் மாலிக்கிடம் நிறைய வாக்குறுதிகள் அளித்திருந்தான். வாக்குறுதிகள் வெறும் சிலந்தி வலையைப் போல. அவற்றால் ஒரு மனிதனைக் கட்ட முடியாது என்பதை மாலிக் அனுபவப்பூர்வமாக உணர்ந்தவன்.

நிச்சயமற்ற அந்த ஒருகணத்தைக் கடந்த பின்னர் மாலிக் ‘இனி அவனால் ஒரு பயனும் இல்லை. இப்படி ஒரு ராஜபாட்டையில் செல்ல நமக்கு இனிமேல் துணை எதற்கு? கண்ணில் தென்படும் கோபுரங்கள் நமக்கு மதுரை நகரை அடையாளம் காட்டாதா என்ன?’ என்றான்.

*

அத்தியாயம் 24

ஆருடம் பலித்தது!

துருக்கியர் ஏற்படுத்திய நாசம் குறித்த செய்திகள் எல்லையில் இருப்போரை அடைந்து மதுரை சாம்ராஜ்ஜியத்தின் தலைநகர் வரை சென்றது.. காஞ்சி நகரையும் அதைச் சுற்றியுள்ள பிரதேசங்களிலும் உள்ள தலையாரிகளிடமிருந்து துருக்கியர் ஏற்படுத்திய நாசங்கள் குறித்த தகவல்கள் வந்து குவிந்த வண்ணம் இருந்தன. ஒருகாலத்தில் காஞ்சி நகரம் பாண்டியர்களின் எதிரி தேசமாக இருந்தது. துருக்கியரிடம் தோல்வியை ஒப்புக்கொண்ட சிற்றரசர்கள் தங்கள் படைப்பிரிவில் அதிகபட்சமாக ஆயிரம் வீரர்களை மட்டுமே வைத்துக் கொள்ள அனுமதிக்கப்பட்டனர். மேலும் துருக்கிய வீரர்களை யுத்தங்களுக்குப் பயன்படுத்தக் கூடாது. எனவே அவர்கள் ஆயுதங்கள் ஏந்துவதிலிருந்து விளக்கு அளிக்கப்பட்டனர்.

வீராவிற்கு ஆபத்தின் ஆழம் புரிந்தது. வடக்கு எல்லைப் பகுதிகளை மட்டுமல்ல அதற்கு மேலும் தான் அதிகம் இழக்க வேண்டிவரும் என்பது புரிந்தது. துருக்கியரின் படை புயலெனக் கிளம்பி மதுரை நோக்கி வந்து கொண்டிருக்கிறது. எந்தச் சிற்றரசர்களும் அதன் வேகத்தைக் கட்டுப்படுத்தும் விதத்தில் இல்லை. அவர்களது அமானுஷ்ய ஆற்றல்கள் குறித்த தகவல்கள் அவர்கள் மதுரையை நெருங்க நெருங்க அதிகரித்த வண்ணம் இருந்தன. பராக்கிரமனின் முடிசூட்டு வைபவம் அவர்களது கொண்டாட்டங்களின் முன்பு ஒன்றுமே இல்லாமல் போனது. மன்னரின் பீடம் வெறும் மண்ணில் எழுப்பப்பட்டுள்ளது என்பதும் ஒரு பலத்த சூறாவளி வீசும் போது அந்தப் பீடம் பொல பொலவென்று உதிர்ந்துவிடும் என்பதும் நம்புவதற்குக் கடினமாகவும், விருப்பமில்லாமலும் இருந்தாலும் மதுரை மக்கள் நம்ப வேண்டிய கட்டாயத்தில் இருந்தனர்.

வந்த தகவல்களின் உண்மையை ஆராய வீரா ஒரு குழுவை வடபகுதிகளுக்கு அனுப்ப எண்ணினான். ஆனால் அதற்குப் போதிய அவகாசம் இருக்குமா என்பது தெரியவில்லை. வேறு வழியில்லை, அவர்கள் தங்களைத் தாங்களே ஆயத்தப்படுத்திக் கொள்ளும் நிலையில்தான் இருந்தனர். வீரா ஓர் அவசரப் போர் ஆலோசனைக் கூட்டத்தைக் கூட்டினான். எவ்வித எச்சரிக்கையும் அளிக்கப்படாமல் ஒரு பெரும் சரிவைச் சந்திக்கும் நிலைக்கு ஒரு தேசம் ஆளாகியிருக்கிறது. தனது படையில் ஒரு பகுதியை இலங்கைக்கு அனுப்பியுள்ளதால் எஞ்சியிருக்கும் படை எதிரிகளை எதிர்கொள்ளும் அளவிற்கு இல்லை.

பராக்கிரமன் இருந்தாலும் இல்லையென்றாலும் மதுரையின் பாதுகாப்பு நிலை சொல்லிக் கொள்ளும் வண்ணம் இல்லை. வீரா அதிகாரிகளைக் கொண்டு கோட்டை கொத்தளங்களின் குறைபாடு களைக் கண்டறியச் சொன்னான். கோட்டைச் சுவர்களில் காணப்பட்ட பிளவுகளும், சுண்ணாம்புக் கலவையின் விரிசல்களும், பராமரிக்கப்படாத அகழிகளும் கோட்டையின் பலவீனத்தைப் பறைசாற்றின.

'தற்காப்பிற்கு அப்பாற்பட்டது' என்று விக்கிரமன் கூறியதன் உண்மையான பொருள் விளங்கியது. விக்கிரமன் கூறிய ஒவ்வொரு வார்த்தையும் கோயில் மணியின் ஓசையைப் போலச் செவிகளில் ஒலித்துக் கொண்டிருந்தது. மதுரைக் கோட்டையின் பாதுகாப்பு அரண்கள் எதிரியை வெற்றிலை பாக்கு வைத்து அழைப்பது போலிருந்தது. எதிர்ப்பவர் எவரும் இல்லை என்ற அசட்டையால் கோட்டை கொத்தளங்கள் செப்பனிடப்படாமல் பலவீனமாக இருந்தன. வீராவும் இதுகாறும் நாட்டின் நிர்வாகத்தில் கவனம் செலுத்திய அளவிற்குத் தனது படைப்பிரிவின் மீது கவனம் செலுத்தவில்லை. கடந்த இரண்டு வருடங்களாகப் போர்ப் பயிற்சி என்பது படை வீரர்களுக்கு அறவே அளிக்கப்படவில்லை.

மதுரை நகரம் அகதிகளால் வீங்கத் தொடங்கியது. வாழ்வின்றி வருந்தி அலைவோருக்கு வா என்று அழைக்கும் கலங்கரை விளக்கம் போல மதுரை விளங்கியது. மூக்கைச் சுற்றித் தலையைத் தொடுவது போல வைகை நதியின் அக்கரையில் குடிசைகளை எழுப்பிக் கொண்டு வாழ்வதற்குப் பதிலாகக் கோட்டையைச் சுற்றிய பகுதிகளில் இருப்பிடங்களை அமைத்துக் கொண்டனர். வீடு கட்டிக் கொள்ளும் போது அஸ்திவாரம் போட கோட்டையிலிருந்து பாறாங்கல்லைப் பெயர்ப்பது அவர்களுக்கு வசதியான செயலாக இருந்தது. எவருக்கும் எவர் மீதும் அக்கறையில்லை. அகழி என்பது

முறையாகப் பராமரிக்கப்படாமல் பழைய நகரத்திற்குக் கொண்டு செல்லும் வீதி போல மாறிவிட்டிருந்தது.

பல்லாண்டுகளாக யுத்தத்தைச் சந்தித்திராத பூமியாகப் பாண்டிய மண்டலம் திகழ்ந்தது கூட வீராவிற்கு ஒரு பின்னடைவுதான். அவன் ஆயுதக் கிட்டங்கியில் இருந்த ஆயுதங்கள் துருப்பிடித்துப் போகும் அளவிற்குச் சண்டையில்லாத சமாதானம் நீண்டிருந்தது. வீராவிற்கு தற்போதைய நிலைமை தனது காலடியிலிருந்து பூமி நழுவுவதைப் போலிருந்தது. கண் கெட்ட பிறகு சூரிய நமஸ்காரம். துருக்கியர்கள் மதுரை நகருக்குள் நுழையக் கூடாது என்பது அவன் விருப்பம். ஆனால் அதனைச் சாத்தியப்படுத்துவது எங்ஙனம்?

ஒவ்வொரு நகரமாகத் துருக்கியரின் படையெடுப்பால் வீழ்ந்து கொண்டிருந்தன. துருக்கியர்களின் படை ஒப்புமைக்கு அப்பாற்பட்ட பிரம்மாண்டமான படை என்பதில் எள்ளளவும் ஐயமில்லை. தென்பகுதியில் உள்ள தேசங்கள் எல்லாம் தங்களது கடுமையான படைகளுடன் ஒன்று திரண்டு நின்றால் கூட அவர்களை எதிர்க்க முடியாது.

அவர்களைப் பாதி வழியில் மறிப்பதும் நடவாத செயல். பாதிப் படையினர் பராக்கிரமனுடன் இலங்கையில் இருக்கும் போது எஞ்சிய படைகளுடன் துருக்கியரை எதிர்த்துத் தோல்வியுற்றால் இலங்கையிலிருந்து திரும்ப அழைக்கப்படும் படைகளால் பயன் எதுவும் இருக்காது. 'ஒற்றுமை என்றும் பலமாம்' என்ற ஔவையின் பாடல் பாலர்களுக்கான அரிச்சுவடிப் பாடம் மட்டும் இல்லை என்பது வீராவிற்கு விளங்கியது.

படைத்தளபதிகள் மன்னருடன் ஒரு நீண்ட போர் ஆலோசனை செய்தனர். ஒரு முற்றுகையை எதிர்ப்பது என்பது இயலாத செயல், ஏன் என்றால் மதுரைப் படைகள் முற்றுகையை எதிர்க்கும் நிலையில் இல்லை என்பது நிதர்சனம். ஒரு சிறிய ஆலோசனைக்குப் பின்னர் அந்தக் கொடுங்கோலன் மதுரைக்குள் காலடி எடுத்து வைக்கும் முன்னர் வீரா அவனுக்குக் கீழ் சிற்றரசனாக இருப்பதற்குப் பதில் தலைநகரைவிட்டுத் துருக்கியர்கள் கண்ணில் படாமல் மறைந்திருக்கலாம் என்ற யோசனை முன்வைக்கப்பட்டது.

'அரச குடும்பத்தினர் முற்றிலும் தப்பி ஓடிய பின்னர் நாங்கள் பகைவர்களை எதிர்த்து நிற்கிறோம்' என்றனர்.

துருக்கியர்களின் படையெடுப்பு என்பது ஒரு தனிமனிதனின் தலைமையின் கீழ் இயங்கும் படையெடுப்பாக இருந்தது. அவன்

ஒருவனின் திமிரும், மமதையுமே லட்சக்கணக்கான வீரர்களை முன்னின்று நடத்திக் கொண்டிருந்தது. புகலிடம் வந்த பலரிடம் தாங்கள் சேகரித்த தகவல்களை ஒற்றர் பிரிவு சுருக்கமாக மன்னருக்கு விளக்கிக் கூறியது. அவர்கள் அளித்த தகவலின்படி வீரா எண்ணியது போலவே அந்த மாபெரும் படையைத் தனி ஓர் ஆளாக முன்னின்று நடத்தியவனின் பெயர் மாலிக்கபூர்.

'அந்த மனிதனைப் பற்றிச் சற்று விளக்கமாகக் கூறுங்கள்' என்று அப்போதுதான் வடதேசத்திலிருந்து வந்த ஒற்றனை அவன் கேட்டான்.

'அவன் பிறவியில் ஒரு முகமதியனில்லை, ஆனால் அவன் தோற்றம் அவ்வாறுதான் உள்ளது மன்னரே. துருக்கியரின் கண்களைப் போல அவன் கண்கள் பளிங்கு போல மின்னவில்லை. அவர்களைப் போலச் சிவந்த நிறம் உடையவனும் இல்லை..' என்று கூறிக் கொண்டு வந்தவன் ஒரு சிறிய இடைவெளிவிட்டு 'அவன்' ஓர் ஆண்மகனே இல்லை என்று கூறுகிறார்கள்!' என்றான்.

'ஒருவேளை அவனைத் தெய்வமாகத் தொழுகின்றனரோ?' என்றான் வீரா.

ஒற்றன் குறுக்கிட்டு, 'அடைக்கலம் புகுந்தவர்கள் கூறுவதன்படி அவன் ஓர் ஆண்மை நீக்கப்பட்டவன். அலி என்று கூறுகிறார்கள்..'

ஆயிரம் கோடி மின்னல் ஒன்றாக அவனைத் தாக்கியது போலிருந்தது. அரியணையில் சாய்ந்து உட்கார்ந்தான். கானகத்தின் குகை ஒன்றுக்கு சுனந்தாவுடன் சென்ற போது தெய்வ வாக்கு போல அந்த மந்திரக்காரக் கிழவி முன்பொருமுறை அவன் செவிகளில் ஓதியது நினைவில் எழுந்தது.

'வீரா! உன்னை வெல்வதற்கு ஆண்களாலும் முடியாது, பெண்களாலும் முடியாது. ஆனால் நீ வீழ்த்தப்படுவாய்' என்று கூறியிருக்கிறாள்.

கடவுளோ விதியோதான் தன்னை அழிக்கும் என்று அப்போது வீரா எண்ணினான். ஆனால் அவள் ஒரு சிகண்டிகையைக் கூறியிருப்பது இப்போதுதான் விளங்கியது. வீராவைப் பயத்தின் கரங்கள் பற்றியது. முதன் முதலாக அவன் மதுரையைவிட்டு அகல்வது குறித்து யோசிக்கத் தொடங்கினான்.

*

நினைத்ததைவிடத் துருக்கியப் படை வேகமாக முன்னேறிக் கொண்டிருந்தது. ஒருவாரத்தில் மதுரையை நோக்கி அடைக்கலம் புகுவோரின் எண்ணிக்கை இரட்டிப்பானது. பாதுகாப்பின்மையின் சுமை அவர்கள் மேல் கவிந்தது. மதுரை ஒன்றுதான் அவர்களுக்குச் சிறந்த அரணாக விளங்கும் என்று நம்பி மதுரையை நோக்கித் தஞ்சமடைந்தனர்.

அவர்கள் கண்ணில் கண்ட கொடூரக் காட்சிகள் உறையாமல் இருக்கக் கோட்டை வாசலில் கூட்டம் கூட்டமாக நின்று மன்னனைக் காணக் காத்திருந்தனர். அவர்களது பதிவுகள் இங்கே மிக முக்கியமாகும். ஒவ்வொருவரும் தாங்கள் துருக்கியரிடம் பட்ட இன்னல்களைப் பட்டியலிட்டனர். அவர்கள் கனவுகளில் அச்சுறுத்தும் அந்த அரக்கனின் உருவப்படத்தை அவர்கள் கூறிய தகவல்களில் இருந்து கணிக்க முடிந்தது. அவர்கள் அவனுடைய அமானுஷ்யக் கொடுமைகளைப் பொறுக்காமல் ஓடி வந்தவர்கள்தானே?

நகரங்களை அவர்கள் எவ்வாறு கொள்ளையடித்துப் பின் தீக்கிரையாக்கினார்கள் என்பனவற்றைக் கதை கதையாகச் சொன்னார்கள். எதிர்ப்படும் மன்னர்களை எல்லாம் ஒருவர் பின் ஒருவராக அடிமைப்படுத்தி வருகின்றனர். சரணடைந்துவிட்டால் அவர்களது மதம் தப்பிப் பிழைக்கும். அவர்கள் கோயில்கள் தப்பிப் பிழைப்பதோடு அவர்களும் மிகுந்த இன்னல்களைச் சந்திக்க நேரிடாது. ஆனால் அவர்கள் சரணடைய மறுத்தால் விளைவுகள் நம்ப முடியாத அளவிற்கு இருக்கும். துவார சமுத்திரத்தின் மன்னனும், ஓரங்கல் மன்னனும் இவ்வாறுதான் துருக்கியர்களின் நுகத்தடியைக் கழுத்தில் சுமந்து தப்பிப் பிழைத்தனர்.

வீராவைப் பொறுத்தவரை துருக்கியர்களுடன் சமாதானம் என்ற பேச்சிற்கே இடமில்லை. ஒரு நம்பிக்கைத் துரோகி மதுரை நகரின் கதவுகளைப் பகையரசனுக்குத் திறந்துவிட்டிருக்கிறான். சுந்தரனுக்கு மதுரையின் முத்து மகுடம் மட்டுமே இலக்காக இருக்கும். அவனுக்கும் மாலிக்கபூருக்கும் இடையில் பேச்சுவார்த்தை நிகழ்ந்தால் சுந்தரன் அதனை முட்டுக்கட்டைப் போட்டு நிறுத்தமாட்டான் என்பதற்கு என்ன உத்தரவாதம்? சூழல் இருண்டு கிடந்தது. சுந்தரன் அறிவுறுத்தலின்படி அவர்கள் வசம் மதுரை நகரம் போகப் போகிறது. மதுரை இம்முறை தப்பிப் பிழைக்கலாம். ஆனால், துருக்கியரின் பேராசை பிடித்த விழிகளில் விழுந்துவிட்ட மதுரையில் இனி வரும் காலங்களில் மக்கள் நிம்மதியாக இருக்க இயலுமா?

இனி என்ன நடக்கும் என்பது அவன் மனத்திரையில் சித்திரமாக எழுந்தது. அந்த மந்திரக்காரக் கிழவியின் வாக்குப் பலிக்கப் போகிறது. அவன் ஆணாலும் இன்றிப் பெண்ணாலும் இன்றித் தோல்வியைச் சந்திக்கப் போவதில்லை என்றாலும் தோல்வி என்னவோ நிச்சயம்.

வடக்கு எல்லையில் உள்ள சிற்றரசர்களால் துருக்கியரை எதிர்க்க முடியாது. அவர்களிடம் அத்தனை படை பலம் இல்லை. பாண்டிய தேசத்தவர்கள் அனைவரும் சுற்றிலும் மண்கோட்டை கட்டிக் கொண்டு வாழ்ந்து வந்திருக்கின்றனர். எங்கே சிற்றரசர்கள் வளர்ந்துவிட்டால் தங்களுக்கு எதிராகக் கொடி பிடிப்பார்களோ என்ற அச்சத்தில் அவர்களைப் பலவீனமானவர்களாகவே வைத்திருந்தார்கள். தங்களைச் சுற்றியுள்ள அனைவரையும் பலமற்றவர்களாகவே அவர்களது மூதாதையர்கள் ஆக்கி வைத்திருந்தனர். அப்படி இருந்தால்தான் பாண்டிய பேரரசு வலுவுள்ளதாக இருக்கும் என்பது அவர்களது நினைவு. அதனால் இதோ இப்போது வீராவிற்கு உதவிக்கு அழைக்கப் பலமான சிற்றரசோ நட்பு நாடுகளோ இல்லாமலே போனது.

பாண்டிய மண்டலத்தின் மந்திர ஆலோசனையின் போது அனுபவம் மிக்க மந்திரிகள் அனைவரும் இரண்டு சகோதரர்கள் நடுவில் இருக்கும் உட்பகை முற்றிலும் களையப்பட வேண்டும் என்ற கோரிக்கையை முன் வைத்தனர். மொத்தப் படையினரும் ஒருநாள் முன்னதாகக் கிளம்பி மதுரையின் தென்கோடியில் உள்ள பரங்குன்றம் என்ற இடத்தில் தங்கியிருக்க வேண்டும் என்று அறிவுறுத்தப்பட்டது. வீரா அங்கே பாதுகாப்புடன் இருக்கலாம், அதே நேரம் மதுரையிலிருந்து அதிகம் விலகியும் இருக்க வேண்டாம். எதிர்ப்பவர்கள் அருகிலேயே இருந்தால் துருக்கியர்களும் தங்கள் நாச வேலையை உடனே துவங்கச் சற்றுத் தயங்குவார்கள் என்பது அவர்களது போர்த்தந்திரம். அங்கே இருந்தால் இலங்கையிலிருந்து வரும் படையையும் சேர்த்துக் கொண்டுவிடலாம்.

வீரா வியப்பூட்டும் அறிவிப்பை வெளியிட்டான்.

‘நாம் பொக்கிஷக் கருவூலத்தில் கை வைக்க வேண்டாம். நான் சுந்தரனிடமிருந்து அரியணையைக் கைப்பற்றிய போது அவன் கருவூலத்தை அப்படியே வைத்திருந்தான். நானும் அதைத்தான் செய்யப் போகிறேன். கருவூலத்தில் உள்ள பொக்கிஷம் பாண்டிய மன்னர்களுக்கானது இல்லை. பாண்டிய மக்களுக்கானது’ என்றான்.

வீரா ஆலோசனைச் சபையில் இதன் பின்னால் இருந்த உண்மையான நோக்கத்தைத் தெரிவிக்கவில்லை. பொக்கிஷங்களுக்காக தான் துரத்தப்படுவதை வீரா விரும்பவில்லை. பகைவனை எதிர்க்கும் வன்மத்தைத் தனிமையில் அமர்ந்து திட்டமிடவே அப்படிச் சொன்னான்.

முதல் அடியாக மன்னனின் நகர்வு மிக ரகசியமாக நிகழ்த்தப்பட உத்தேசிக்கப்பட்டது. பொது ஜனங்களுக்கு வட எல்லையில் நிகழும் கொடூரங்கள் தெரிய வருமேயானால் தங்கள் மன்னன் தலைநகரிலிருந்து விலகிச் செல்வதைத் தடுத்துவிடுவார்கள். வீரா மறுநாள் பொழுது புலர்வதற்கு முன்னர் அங்கிருந்து நகர உத்தேசித்தான். மந்திரிமார்களிடம் மதுரையின் ராஜாங்கத்தை ஒப்படைத்த வீரா எப்படித் திறமையாக ஆளவேண்டும் என்பதற்கு ஆலோசனைகளை வழங்கினான்.

தனது குடும்பத்தினருடன் வீரா மறுநாள் அதிகாலையில் மதுரையைவிட்டு நீங்கினான். மன்னர் அரண்மனையைவிட்டுத் தனது பரிவாரங்களுடன் நீங்கிவிட்டார் என்று மக்களிடம் வதந்தி பரவுவதை அவர்களால் தடுக்க முடியவில்லை. அடுத்த ஒருமணி நேரத்திற்குள் அரண்மனை அரசரில்லாமல் இருக்கும் சேதி அனைவரையும் சென்றடைந்தது.

மதுரையிலிருந்து முப்பது கல் தொலைவில் வீராவின் பரிவாரம் தூதுக் குழு ஒன்றால் நிறுத்தப்பட்டது. வடக்கு எல்லையிலிருந்து புதிய செய்தி ஒன்றுடன் அவர்கள் வந்திருந்தனர்.

‘மன்னவரே, சுந்தரன் பத்து ஆட்கள் கொண்ட குழுவுடன் மதுரை நோக்கி வந்து கொண்டிருக்கிறார்’ என்பதுதான் அந்தப் புதிய தகவல்.

‘சுந்தரன் எதற்காக மதுரையை நோக்கி வரவேண்டும்? வலை விரிக்க வருகிறானா?’ என்று கேட்டான் வீரா.

‘அவரது வார்த்தைகளைக் கேட்டால் தான் செய்த தவற்றை உணர்ந்தவர் போலவும், மதுரையை நோக்கி வரும் மாலிக்கபூர் படைகளை எதிர்த்துப் போரிட முன்வந்தவர் போலவுமே தெரிகிறது மன்னா!’

சுந்தரன் தனக்கு சாதகமாக மாலிக்கபூரைப் பயன்படுத்திக் கொள்ள நினைத்தான். ஆனால் அது அப்படியே திரும்பி அவனால் மாலிக்கபூர் பயன்பெறும் மார்க்கத்தை ஏற்படுத்திவிட்டது. இது

வீராவிற்குப் புரிந்தது. சுந்தரனின் எதிர்காலம் அவர்களது கடைசிப் படியில் தொக்கி நின்றது. அவனுடைய எதிர்காலமும். சுந்தரன் இது குறித்து மூன்று நாட்களுக்கு முன்பாகத் திட்டமிட்டிருந்தால் இருவரும் ஒன்றாக இணைந்து மாலிக்கபூரை எதிர்த்திருக்கலாம். ஆனால் அவனுடைய படைத்தளபதிகளின் யோசனையின்படி சுந்தரன் மாலிக்கபூரின் படைகளுடன் வருவதற்கும் முன்பாகவே பின்வாங்குவது உசிதமானது என்று அவனை நிர்ப்பந்தப் படுத்தியதால் வீரா இந்த முடிவை மேற்கொண்டான். ஆனால் குழப்பத்தில் இருந்த மன்னன் வீரா, சுந்தரனுடன்தான் தனது பகை என்று எண்ணி நகரத்தைவிட்டு நீங்கி வேறிடம் சென்றுவிட்டான்.

எவற்றின் மீதெல்லாம் அவன் பற்று வைத்திருந்தானோ அவை எல்லாமே இப்போது அந்த அலியின் கைகளுக்குப் போகப் போகிறது. இதுகாறும் அவர்கள் கட்டிக் காப்பாற்றிய கருவூலம், அவன் மிகவும் நேசித்த மதுரை நகரம் இரண்டும் அவன் கரங்களிலிருந்து நழுவி மிலேச்சன் கரங்களில் விழப் போகின்றன.

தனது தோள்களை மட்டும் குலுக்கியபடி தெற்கு நோக்கி அவன் பயணத்தைத் தொடர்ந்தான். வீராவால் செய்யக் கூடியது எதுவுமில்லை.

*

அத்தியாயம் 25

மதுரை வாயில்கள்

சுந்தரன் இவ்வாறு பாதியில் தப்பியோடியது மாலிக்கிற்குப் பெரும் சிக்கலை ஏற்படுத்தியது. மதுரை மாநகரைக் கொள்ளையடிப்பது ஒன்றுதான் மாலிக்கின் உன்னதமான நோக்கம். எதிர்பாராத விதத்தில் அதிர்ச்சிக்குள்ளாக்கி தாக்குதல் நிகழ்த்தலாம் என்று தான் எண்ணியிருந்தது முடியாமல் போகும் போலிருந்தது.

சுந்தரன் தப்பிச் சென்ற ஏமாற்றத்தைச் சிதம்பரம் கோயில் சற்றே தணிந்தது. தீட்சிதர்கள் சன்னதியில் இருந்த நடராஜனின் விலை மதிப்பற்ற சிலையை எடுத்துக் கொண்டு போனாலும் மீதமிருந்த கோயில் பொக்கிஷங்கள் துருக்கியரின் கொள்ளையடிக்கும் மனோபாவத்திற்கு உற்சாகம் அளித்தது.

சுந்தரனின் தப்பியோடிய செயல் மன்னிக்கவே முடியாது. ஆரம்பத்தில் தனது சகோதரனின் மீது சுந்தரன் கொண்ட சினம் தன்னுடைய மதுரைக் கோயிலின் கொள்ளைக்குத் தேவையான சின்னஞ்சிறு தகவல்களைக் கொண்டு சேர்க்கும் என்று எண்ணியிருந்தான். ஆனால் நடந்ததோ நேர் எதிர் செயல். இதில் முரண் என்னவென்றால் மாலிக்கின் பொன்னின் மீதான பேராசைதான் இப்போது சுந்தரனைத் தப்பியோடச் செய்துவிட்டது. சுந்தரன் அருகில் இருந்திருந்தால் மதுரையை இதற்கு முன்பே சூறையாடியிருக்கலாம். இப்போது மட்டும் என்ன, பாறை மலையிலிருந்து உருளத் தொடங்கிவிட்டது. இனிமேல் எவர் நினைத்தாலும் அதனைத் தடுத்து நிறுத்த முடியாது.

சுந்தரனின் விலகல் மாலிக்கின் உறுதியைக் குலைக்கவில்லை. அவன் சென்றதும் ஒருவிதத்தில் நன்மை பயக்கும் விஷயம்தான். சுந்தரன் சென்று தனது சகோதரனிடம் புலம்பப் போகும் புலம்பலில்

அவன் சகோதரனே தன்னுடன் பேச்சு வார்த்தைக்கு வரப்போகிறான். அப்படி எதுவும் நேர வேண்டாம் என்பது மாலிக்கின் விருப்பம். அவன் விரும்பியதெல்லாம் யுத்தம் ஒன்றுதான்.

படையெடுப்பு தனது கடைசி அடியை எடுத்து வைத்ததாகவே மாலிக் எண்ணினான். படை வீரர்கள் நடுவில் சலிப்பும், கோபமும் அதிகமானது. இதுவரையில் கொள்ளையடிக்கப்பட்ட பொக்கிஷங் களைப் பெரும்பாலும் உயர் அதிகாரிகள் தங்களுக்கு நடுவில் பிரித்துக் கொண்டுவிட்டார்கள். கீழ்மட்டத்தில் இருந்த ஒரு சாதாரண வீரனுக்கு ஒரு பயனும் கிட்டவில்லை. மேலும் ஒரு பெரிய கொள்ளைதான் அவர்கள் தேவையைப் பூர்த்தி செய்யும் போலிருந்தது.

மாலிக் பெருமூச்செறிந்தான். செல்லும் இடங்களில் இருந்த சிற்றரசர்கள் அனைவரும் அவன் முன் மண்டியிட்டு வெகுமதிகளை அள்ளி வழங்கினர். சுந்தரனும் வெகுமதிக்குப் பதில் வாக்குறுதி ஒன்றை அளித்தான். ஒன்றுக்கும் பயன்படாத வாக்குறுதி.

இவற்றின் உச்சமாக அவனுடைய திட்டங்கள் அனைத்தும் தவிடு பொடியாகிக் கொண்டிருந்தன. தென் பாரதத்தின் தகிக்கும் வெப்பத்தை அவனது படை வீரர்களால் தாங்க முடியவில்லை. இதன் காரணமாக ஒரு படையெடுப்பின் போது நெடுநேரம் பகலில் போரிட முடியாமல் தேவைக்கு அதிகமான பொழுதுகள் கூடாரத்தில் கழிந்தன. தாகம் அவர்களை வாட்டியது.

அவர்கள் கடந்து சென்ற பாண்டிய ராஜ்ஜியத்தின் பெரும்பாலான பகுதிகள் ஆளே இல்லாமல் வெறிச்சோடிக் கிடந்தன. ஜன நடமாட்டம் என்றால் வயதான மூத்தவர்கள் சிலரும், தெரு நாய்கள் மட்டும்தான். மொத்த ஜனமும் இதுவரை எவ்வித அச்சுறுத்தல் களுமின்றி இரண்டு மூன்று சதாப்தங்களாக நிம்மதியான வாழ்க்கையை வாழ்ந்து வந்தவர்கள். இப்படி ஒரு படையெடுப்பு குறித்த சிறு வதந்தி கூடத் தெரியாமல் இருந்தனர். நடுநடுங்க வைக்கும் ஒரு மிலேச்சக் கும்பல் அவர்கள் நகரங்களில் நுழைந்து அவர்களது செல்வ வளங்களைக் கொள்ளையடித்து, தங்கள் பிள்ளை பெண்டுகளை அடிமைகளாக்கி அழைத்துக் கொண்டு செல்கின்றனர் என்ற விஷயத்தை அவர்களால் சிந்தித்துக்கூடப் பார்க்க முடியவில்லை.

அதன் பிறகு வந்த செய்தியோ மேலும் திகிலை ஏற்படுத்தியது. மதுரை மன்னர் நகரத்தை விடுத்து வேறு எங்கோ சென்று

ஒளிந்திருக்கிறார் என்ற செய்தி அவர்களை அச்சத்தில் ஆழ்த்தியது. இந்த வதந்தி அவர்களைக் கிட்டத்தட்ட பித்துப் பிடிக்க வைத்தது. அங்குமிங்கும் அவசர அவசரமாகக் கையில் கிடைத்தவற்றை எல்லாம் அள்ளிக் கொண்டு ஓடத் துவங்கினார்கள்.

*

திருவரங்கம் காவேரிக்கரையில் அமைந்த அழகான சின்னஞ்சிறு தீவு நகரம். கடந்து செல்லும் ஒவ்வொரு ஊரும் ஒரே மாதிரியான தோற்றம் கொண்டவைகளாகவே இருந்தன. செங்கல் சுண்ணாம்புக் கலவையில் உருவான அந்தக் கட்டடங்கள் மாலிக்கபூர் என்ற சூறாவளியை எதிர்த்து நிற்கும் திறனற்றவையாக இருந்தன. அவர்கள் கடந்து சென்ற சேதியை அவர்கள் விட்டுச் சென்ற தீயின் செந்நாக்குகளும் வான் நோக்கி எழும்பிய கரும்புகையும் அடையாளம் கூறின. கோயில்களின் மீது அவன் கரம் பட்டதும் ஆகாயத்திலிருந்து அவனை அழிக்கும் தெய்வம் எவரும் வராததால் அவனிடம் அமானுஷ்ய சக்தி ஒன்று இருப்பதாக மக்கள் நம்பினார்கள்.

மாலிக்கின் தளபதி ஒருவன் திருவரங்கன் கோயிலில் அழகிய மணவாளன் என்று வைணவ பக்தர்களால் அழைக்கப்படும் பாம்பணையின் மேல் பள்ளிகொண்ட பெருமானின் ஐம்பொன்னால் ஆன சிலை ஒன்றைப் பொன்னால் ஆன சிலை என்று எண்ணிக் கொள்ளையடித்தான்.

கொள்ளையடித்த பொருள்களை அள்ளி எடுத்துவர ஒரு சிறு பிரிவினரை மட்டும் அங்கே நிறுத்திவிட்டு மாலிக்கபூர் திருவரங்கத்திலிருந்து மதுரையை நோக்கிப் புறப்பட்டான். தாமதிக்கும் ஒவ்வொரு கணமும் அவர்களுக்குப் பாதகத்தை ஏற்படுத்தும். ஒன்று பொக்கிஷங்கள் மறைத்து வைக்கப்படும்; அல்லது தங்களது படை பலத்தை அதிகரிக்கச் செலவு செய்யப்படும்.

மாலிக் விரைவாகச் செல்ல எண்ணினாலும் வழியில் எதிர்ப்படும் கோயில்களை எல்லாம் சூறையாடக் கிளம்பிய அவனது படை வீரர்களின் கொள்ளையடிக்கும் ஆர்வம் வேகத்தை மட்டுப்படுத்தியது. காலதாமதத்தைக் காரணம் காட்டி அவர்களைக் கொள்ளையடிப்பதிலிருந்து மாலிக் தடுக்க எண்ணினான்.

உலூக்கான் தடுத்தான். ‘ஒவ்வொரு படை வீரனும் போருக்குக் கிளம்பி வந்ததன் நோக்கமே கொள்ளையடிக்கத்தான். அவனுக்குத்

தனது ஆயுதத்தின் மேல் வெறுப்பு. கொள்ளையடிக்கப்பட்ட செல்வத்தில் ஒரு சின்னஞ்சிறு பகுதி கூட அவனுக்குப் போய்ச் சேராத போதும் அவன் கொதித்து எழாத காரணம் அவன் தன்னை கோயில்களை உடைக்கும் மிக உயர்ந்த செயலில் ஈடுபடுத்திக் கொண்டிருப்பதாகக் கருதுவதனால்தான்' என்று கூறினான்.

மாலிக், 'செல்லும் வழியில் தென்படும் கோயில்களில் அங்கொன்றும் இங்கொன்றுமாகச் சிலவற்றை நான் உடைத்துத் தரைமட்டம் ஆக்குகின்றேன். ஆனால் கண்ணில் தென்படும் கோயில்களை எல்லாம் உடைத்து நாசம் செய்வது என்று படை வீரர்கள் கிளம்பினால் எனக்கு இந்த ஒரு பிறவி போதாது. நான் ஒரு வெற்றி வேந்தன்; வெறும் கல் தச்சன் இல்லை' என்று பதில் கொடுத்தான்.

'அந்நியர்களின் வாழ்க்கை முறையின் மீது எழும் வெறுப்புதான் துருக்கியர்களின் ஆயுதம். சக்கரவர்த்திகளின் மண்ணாசையோ, பொன்னாசையோ காரணமில்லை. வேற்று மதத்தினர் மீது துருக்கியர் கொண்டுள்ள வெறுப்பே துருக்கிய மன்னர்களின் வெற்றிக்கு அடிப்படை.' -மாலிக் இதனைப் பின்னால் ஒரு சமயம் உணர்ந்தான்.

பன்னிரண்டு தினங்கள் வறண்ட சாலைகளில் பயணம் செய்து முடிவில் பூமி செந்நிறமாக மாறி கடும் தண்ணீர்த் தட்டுப்பாடு ஏற்பட்ட வேளையில் ஒரு படை வீரன் கண்களில் மதுரை மீனாட்சியம்மன் கோயிலின் கோபுரங்கள் தட்டுப்பட்டன. அதனைக் கண்ணுற்ற வீரர்கள் உற்சாகமும், உத்வேகமும் அடைந்தனர். அவர்கள் மத்தியில் ஆனந்தக் கூப்பாடு எழுந்தது. படையெடுத்துச் செல்லும் வேகம் அதிகரித்தது.

மாலிக் குதிரையிலிருந்து கீழே குதித்து இறங்கினான். மதுரை கோபுரங்களை அண்ணாந்து பார்த்தான். இந்த நகரம்தான்.. இதுதான்.. அவனது சிந்தையைக் கொள்ளை கொண்ட நகரம். தனதாக்கிக் கொள்ள நினைத்த நகரம். அவன் கனவுகளில் தோன்றி அவனைச் சஞ்சலப்படுத்திய நகரம். இங்குதான் அவன் அழிக்க முடியாத வரலாற்று முத்திரையைப் பதிக்க இருக்கிறான்.

*

வைகை நதி ஓர் ஆழமான நதியாகத் தோன்றவில்லை. பொதுவாக நகரைச் சுற்றி ஓடும் நதிகள் தற்காப்பிற்காகப் பகை மன்னர்களிடமிருந்து தப்பிக்க இயற்கை அரணாக அமைவதுண்டு.

ஆனால் வைகை நதி அவ்வாறு இல்லை. வெறும் மணல் திட்டுக்களும் ஆங்காங்கே வெறும் முழங்கால் அளவிற்கு மட்டுமே நீர் ஓடிக் கொண்டிருந்தது.

மாலிக் வைகை நதிக்கரையில் நின்று அருகில் நின்ற கோட்டை அமைப்பைப் பார்வையிட்டான். மதுரை பலமான கோட்டை கொத்தளங்களுடன் பாதுகாப்புடன் இருக்கும் நகரம் என்று கருதி வந்தவனுக்கு ஏமாற்றமே எஞ்சியது. ஒருகணம்தான்- என்ன நேர்ந்திருக்கும் என்பதை அவனால் புரிந்து கொள்ள முடிந்தது. ஒரு காலத்தில் மங்கோலியர்களின் தொடர் தாக்குதலால் தில்லி நகரம் தனது கோட்டை கொத்தளங்களைப் பலப்படுத்திக் கொண்டதைப் போல மதுரை நகரம் தன்னை ஆயத்தப்படுத்திக் கொள்ளவில்லை. இதற்கு ஒரே ஒரு காரணம்தான் இருக்க இயலும். மதுரை நகரம் பல ஆண்டுகளாகப் பகை மன்னர்களால் முற்றுகையிடப்படாமல் அமைதியான நகரமாக இருந்து வந்திருக்க வேண்டும். கோட்டைச் சுவர்கள் ஆங்காங்கே நொறுங்கிக் கிடந்தது. கோட்டையின் உதிர்ந்த பாகங்கள் அகழியில் விழுந்து கிடந்தது. அகழியைச் சுற்றி மரத்தினாலும் கூரைகளாலும் வேயப்பட்ட குடிசைகள் மிகுந்து காணப்பட்டன.

மாலிக்கின் மனதில் ஓர் எண்ணம் மின்னி மறைந்தது. தங்களது சொந்த மண்ணைக் கைப்பற்ற நினைக்கும் பகைவனை மதுரை நகரில் வாழ்ந்த ஒவ்வொரு குடிமகனும் தடுக்க நினைத்தால் என்ன ஆகும்? சுந்தரன் முன்னால் சென்று எச்சரித்திருப்பான். மக்கள் ஆயுதங்கள் ஏந்தித் தற்காப்பில் இறங்கியிருப்பார்கள். தூரத்தில் இருக்கும் படைகள் கூடக் கொண்டு வரப்பட்டுத் தலைநகரைப் பாதுகாப்பதற்கு நிறுத்தப்பட்டிருக்கும். ஏற்கெனவே நன்கு எச்சரிக்கப்பட்ட பகைவனை எதிர்ப்பது என்பது முட்டாள்தனம் மட்டுமில்லை நேர விரயமும் கூட.

கோட்டையின் மீது தனது பார்வையை ஓடவிட்டு, தற்காப்பில் இருக்கும் வீரர்கள் கண்ணிற்குத் தட்டுப்படுகின்றனரா என்று நோட்டமிட்டான். அவனுக்கு முதலில் தோன்றியது பகை வீரர்கள் அனைவரும் மறைந்திருக்க வேண்டும் என்பதாகும். அவர்கள் விரித்த வலையில் தான் விழுவதற்கு வாய்ப்புகள் அதிகம் இருப்பதாக அவனுக்குத் தோன்றியது.

அந்த நகரம் ஒரு போருக்கு ஆயத்தமாக உள்ளது என்ற நினைப்புடன் நோக்கினான். ‘இதுவா, தனது கற்பனையில் இருக்கும் பழம்பெரும் நகரம்? உள்ளே இருக்கும் பொக்கிஷங்கள் எப்படி இருக்கும்?

மதுரையைப் பற்றிக் கேள்விப்பட்டது அனைத்தும் வெறும் கட்டுக்கதைகளாகிவிடுமோ?' நெற்றியைச் சுருக்கிக் கொண்டான்.

எங்கோ மிகப் பெரிய தவறு நடந்திருக்கிறது. பரத கண்டத்தில் செல்வ வளம் கொழிக்கும் நகரங்களில் மதுரை நகரம் முதன்மையானது என்று தான் கேட்ட தகவல்கள் வெறும் கற்பனைக் கதைகளா? பழம் பெருமையைத் தாங்கி நிற்கும் அந்த நகரத்தின் கோட்டைச் சுவர்களில் எங்கும் தெரிந்த விரிசல்கள் அவனுக்கு ஏமாற்றத்தை அளிக்கப் போகிறதோ?

உயர்ந்து நின்ற கோபுரங்களைப் பார்த்தான். மொத்தம் பதினாறு கோபுரங்கள் வானைத் தொட்ட வண்ணம் உயர்ந்து நின்றன. கட்டடக் கலையின் கம்பீரத்தைக் காட்டுவதற்கும், மன்னர்களின் பெருமைகளைப் பறைசாற்றவும் இந்தக் கோபுரங்களை எழுப்பியிருக்க வேண்டும். அந்தக் கோபுரங்களை எழுப்பப் பயன்படுத்திய கருங்கற்களைக் கொண்டு மதுரைக் கோட்டையைச் சுற்றி பலமான ஒரு மதிலை எழுப்பியிருக்கலாம். மாலிக் குதர்க்கமாக யோசித்தான்.

படை வீரர்கள் தங்கள் புனிதத் தலமான மெக்கா இருக்கும் திசையைப் பார்த்து தங்களுடைய கடவுளிடம் மறுநாள் நிகழ்த்தவிருக்கும் முற்றுகை வெற்றியடைய வேண்டிக் கொண்டனர். அமீர் முல்லா அவர்களை உற்சாகமாக வழி நடத்தினார். சூறையாடுவதற்கும், கொள்ளையடிப்பதற்கும் தனது வீரர்களுக்கு நியாயம் கற்பித்தார். ஒரு வீரன் போர்க்களத்திற்கு உயிரைப் பணயம் வைத்துப் போரிட வருகிறான் என்றால் அவனுக்குப் பொன் மட்டும் ஒரு காரணமாக இருக்க முடியாது என்பது அப்போது தெளிவாகப் புரிந்தது.

இப்பொழுதெல்லாம் மாலிக் பிழையின்றி துருக்கிய மொழியை உச்சரிக்கப் பழகிவிட்டான். திருத்தமான உச்சரிப்பு வருவதற்குச் சில காலம் பிடித்தது. அவன் நெடுங்காலம் குஜராத்திய மொழியையும், அரபு மொழியையுமே பேசி வந்தான். இப்போதும் அவன் உச்சரிப்பில் அந்த இரு மொழிகளின் தாக்கம் இருப்பதை அவனுடன் பேசுபவர்கள் கவனிக்கலாம். மற்ற மொழிகளுடன் ஒப்பு நோக்கினால் துருக்கிய மொழி கடுமையாகத் தோன்றும். உச்சரிக்கும் போது ஒழுங்காக உச்சரிக்காமல் போனால் பேசுபவன் கேலிக்கு உள்ளாவது நிச்சயம். அவனுக்குத் துருக்கிய உச்சரிப்புச் சரியாக வராது என்பதெல்லாம் நேற்றைய கதை. இன்று அவன் தெளிவான துருக்கிய உச்சரிப்பில் தனது வீரர்களுக்கு ஆணைகளைப் பிறப்பித்துக் கொண்டிருந்தான்.

ஜிஹாத் கொடியை உயரே தூக்கிப் பிடிக்க ஆணையிட்டான். மதுரை நகரின் மீது படையெடுக்கும் காரணத்தை மாலிக் வீரர்களிடம் துருக்கிய மொழியில் பிரகடனப்படுத்திக் கொண்டிருந்தான். வேற்று சமயத்தினரை இஸ்லாம் மார்க்கத்திற்கு வாள் முனையில் மாற்றத் தயங்கக் கூடாது என்று முழங்கினான். ஒரு போர் வீரன் போரில் மடிந்தாலும் அவனுக்காகச் சொர்க்கத்தின் கதவுகள் திறந்தபடிக் காத்திருக்கும் என்று நம்பிக்கையூட்டினான். அப்பாவி மக்களைக் கொல்லும் போது எந்த வீரனுக்காவது மனசாட்சி தடுக்குமேயானால் அவன் அது குறித்துக் குற்றவுணர்ச்சி கொள்ள வேண்டாம் என்றும், ஒவ்வொரு ஹிந்துவைக் கொல்வதும் அவர்களது பெண்டு பிள்ளைகளைக் கவர்ந்து செல்வதும் முற்றிலும் சரியான செய்கையாகும் என்று முழங்கினான். சிறந்த முறையில் போர் புரியும் ஒவ்வொருவனுக்கும் அவனது போர்த்திறனுக்கு ஏற்ப வெகுமதி வழங்கப்படும் என்று அறிவித்தான்.

அவனது நீண்ட உரைக்கு நல்ல பலன் கிட்டியது. அங்கிருந்த ஒவ்வொருவனும் தனது வாழ்வே தங்கள் மார்க்கத்தைக் கடைப்பிடிக்காத அந்நிய மார்க்கத்தினர் ஒவ்வொருவரையும் நரகத்திற்கு அனுப்புவதற்குப் படைக்கப்பட்டிருப்பதாக நம்பத் தொடங்கினான்.

தனது உரையை முடித்துக் கொண்டு மாலிக் ஒரு நீண்ட பெருமூச்சுவிட்டான். தனது கடைக்கண் பார்வையில் அவன் முல்லாவின் முகத்தைப் பார்த்தான். அவர் முகத்தில் அவனால் எப்படி இப்படி ஒரு மதப் பிரசங்கம் செய்ய முடிந்தது என்ற வியப்பு மேலிட்டதைக் கவனித்தான். ஆஹா! அடுத்த யுத்தத்திலும் தனக்கு வெற்றிதான்.

வேவு பார்க்க மாலிக் தனது படையிலிருந்து சிலரைக் கோட்டைக்குள் அனுப்பினான். அவர்கள் ஹொய்சாள தேசத்தைச் சேர்ந்தவர்கள். அப்போது அங்கு நிலவிய குழப்பத்தைத் தங்களுக்குச் சாதகமாக்கிக் கொண்ட அவர்கள் உள்ளூர்க்காரர்கள் என்று நம்பப்பட்டு உள்ளே சென்றனர். அப்படிச் சென்று வேவு பார்த்துத் திரும்பிய அவர்கள் தங்களது தலைமைத் தளபதியிடம் உள்ளே கண்டவற்றை எடுத்துரைத்தனர்.

அவர்கள் கூறியதைக் கண்மூடிக் கேட்டுக் கொண்டிருந்த மாலிக் சிறிது நேரம் கழித்து, 'அப்படியென்றால் தங்கள் கூற்றுப்படி மதுரை மன்னன் மதுரையைவிட்டு வெளியேறிவிட்டான். இல்லையா?' என்று கேட்டான். வேவு பார்த்து வந்தவர்களால் தலையை மட்டுமே அசைக்க முடிந்தது.

மாலிக்கிற்கு அவன் செவிகளை நம்ப முடியவில்லை. மதுரையின் அரசர்கள் அதன் வாயிலைத் திறந்து போட்டுவிட்டுத் தப்பியோடிவிட்டனர். தான் நினைத்தது ஒன்று. இங்கு நடந்திருப்பதோ வேறொன்று. பாண்டிய தேசத்தின் குடிமக்களிடமிருந்து எதிர்ப்பு என்பதே இல்லை. மிகப்பெரிய யுத்தம் காத்திருக்கிறது என்று எண்ணிக் கொண்டிருந்தவனுக்கு அப்போது நடந்த விஷயம் உப்புசப்பு இல்லாத ஒன்றானது.

மாலிக், ராயன் பக்கம் திரும்பினான். ராயன் சிரித்துக் கொண்டிருந்தான். தனது அந்தரங்க வஞ்சம் ஈடேறும் காலம் நெருங்கியதனால் அவன் முகத்தில் புன்னகை மலர்ந்தது. எதிர்ப்பார் எவருமில்லாத கோட்டைக்குள் நுழையவிருக்கும் துருக்கியப் படையினர் இதுவரை அந்தக் கோட்டை கொத்தளங்கள் கட்டிக் காப்பாற்றி வந்த சனாதன தர்மத்தையும், சைவ நெறியையும், ஹிந்துக்களின் கலாச்சாரத்தையும் மண்ணோடு மண்ணாக அழிக்கப் போகிறார்கள். மதுரை சொர்க்கத்தின் சாபத்திற்கும், நரகத்தின் அக்னி சீற்றத்திற்கும் ஒருசேர ஆளாகவிருப்பதற்குத் தானே மூல காரணம் என்று பெருமிதமடைந்தான்.

*

அத்தியாயம் 26

அமளி

பரங்குன்றம் நோக்கி அரசப் பரிவாரங்கள் விரைந்து சென்றன. இதுவரை கேள்விப்பட்டிராத ஒரு பகைவனின் பெருந்திரள் கூட்டம் ஒன்று புயலின் வேகத்துடன் நெருங்கி வருவதைக் கண்டு அவர்கள் கையில் சிக்காமல் இருக்க அரசவை அங்கத்தினரின் குழுமம், மன்னன் வீராவை விரைந்து பரங்குன்றம் நோக்கிப் போகுமாறு கேட்டுக் கொண்டது. படை இருக்கும் நிலையில் எவ்வாறு போர் புரிவது என்று தவித்துக் கொண்டிருந்த வீராவின் செவிகளில் அரசவை அங்கத்தினர்களின் விண்ணப்பம் தேன் போலப் பாய்ந்தது. ஆரம்பத்தில் மதுரையை எதிரிகள் கைப்பற்றி சுந்தரனை மன்னனாக முடிசூட்டிய பின்னர் தாக்குதலைத் தொடுக்கலாம் என்று வீரா எண்ணியிருந்தான். ஆனால் கதை வேறு விதமாகப் போய்விட்டது. உரியவனுக்கும் இன்றி உரிமை கோரியவனுக்கும் இன்றி மதுரையம்பதி மன்னர் எவருமின்றித் தன் வாசலைப் பகைவனுக்குத் திறந்து வைத்துள்ளது.

சுந்தரனின் திடீர் மனமாற்றத்தை வீராவால் விழுங்கவே முடியவில்லை. குறிக்கோள் எதுவுமில்லாத புரட்சி வீரனா அவன்? அல்லது அவன் மனசாட்சி அவனை மாற்றிவிட்டதா? அவனது ஆலோசகர்கள் சுந்தரனை ஒருமுறை சந்தித்துப் பேசுவதன் மூலம் எதிரியைக் குறித்து ஒரு தோற்றத்தைப் பெறலாம் என்று ஆலோசனை வழங்கினர்.

'சுந்தரனைப் பார்ப்பதற்கு நான் அந்த துருக்கியப் படைத்தளபதியைச் சந்திப்பேன்' என்று வீரா சீறினான்.

பரங்குன்றம் இன்னும் ஒருநாள் பயணத் தொலைவில் இருந்தது. கைக்கெட்டும் தொலைவில் எதிரி இருப்பது ஆபத்தானதுதான்,

இருப்பினும் பரங்குன்றத்துக் கோட்டை இருப்பதிலேயே ஓரளவு பாதுகாப்பான இடமாகக் கருதியதால்தான் வீரா இந்த முடிவிற்கு வந்தான். அது உண்மையாகவே மலையை அரணாகக் கொண்ட கோட்டைதான் என்றாலும் அதன் சுற்றுச் சுவர் அத்தனை பெரியது இல்லை. கோட்டைக்குள் அவசியமில்லாத மக்களை முற்றுகைக்கு முன்னர் வெளியேற்றிவிட வேண்டும். அது வழக்கம்தான் என்ற போதிலும்.

அவர்கள் குதிரைகளில் பயணித்தாலும் பெரும்பாலான வீரர்கள் வெறும் காலில்தான் நடந்து சென்றனர். சீரான பாதைகள் முடிவடைந்ததும் கரடு முரடான காட்டு வழியில் பயணத்தைத் தொடர்ந்தனர். அரண்மனை மகளிர் வெளியில் செல்லும் போது மூடிய பல்லக்குகளில் சென்றே பழக்கப்பட்டவர்கள். அவர்களும் இப்போது வேறு வழியின்றி வெறும் காலில் முட்களின் மீதும் கற்களின் மீதும் நடந்து சென்றனர். வெயிலில் வாடியபடி நடந்தனர். வியர்வை ஆறாகப் பெருகி நெற்றியில் வழிந்து புருவங்களில் குளம் கட்டி நின்றன. அடிக்கடி தங்கள் முந்தியால் வியர்வையைத் துடைத்தபடி பயணத்தைத் தொடர்ந்தனர். அவர்கள் காலணிகள் அரண்மனைப் பளிங்குத் தரையில் நடப்பதற்கேற்ப வடிவமைக்கப்பட்டவை. காட்டுப் பகுதியின் கல்லிலும் முள்ளிலும் நடந்து அவை கிழிந்து காயம் கொண்டன. இருப்பினும் அவர்கள் வெறும் காலுடன்தான் தங்கள் பயணத்தைத் தொடர்ந்தனர்.

ஆரம்பத்தில் சிறு தொகுதியாக விளங்கிய பரிவாரம் போகப் போக அளவில் பெரிதாகிக் கொண்டே சென்றது. தப்பிச் செல்ல நினைத்த குழுவினர் பிரத்தியேக வழிகளில் ஆள் நடமாட்டம் இல்லாத சாலைகளில் விரைந்து சென்றுவிடலாம் என்றுதான் திட்டம் தீட்டியிருந்தனர். காய்ந்த சருகுகளில் பற்றிக் கொண்ட தீயானது வேகமாகப் பரவுவது போலச் சுற்றியுள்ள மக்களிடம் விஷயம் வெகு வேகமாகப் பரவியதால் அவர்களைப் பின்தொடர்ந்து வரும் அபிமானிகளின் எண்ணிக்கை கூடிக் கொண்டே சென்றது.

வீரா தன்னம்பிக்கையை இழக்கவில்லை. பராக்கிரமனுக்குத் தகவல் போயிருக்கிறது. அவன் தனது படையுடன் மதுரைக்குப் பக்கபலமாக வந்து நிற்பான். பகை மன்னன் வழியில் ஒரு செல்வச் செழிப்பான கோயிலைக் கண்டு வாயைப் பிளந்தோ அல்லது காட்டாற்று வெள்ளம் ஓடும் நதியைக் கண்டோ தயங்கி நின்றால் ஒருவேளை பாண்டியர்களின் படை அவர்களுடன் பொருதி அவர்களைப் பின்வாங்கச் செய்யலாம். அவ்வாறின்றி அவர்கள் பாண்டியப் பேரரசின் அரியணையைக் கைப்பற்றும் நோக்கத்துடன்

மதுரைக்குள் நுழைந்துவிட்டால் அவனுக்குப் பரங்குன்றத்தில் மறைவாகப் பதுங்கியிருந்து பராக்கிரமனின் படைகள் வரும்வரையில் காத்திருப்பதைத் தவிர வேறு வழியில்லை. பரங்குன்றம் அவனுக்கு யோசிக்க அவகாசம் அளிக்கும். சென்றவற்றில் இருந்து பெற வேண்டிய பாடமும், வருபவற்றை எதிர்கொள்ளும் திட்டமும் தீட்டவும் போதுமான அவகாசம் கிட்டும். இருப்பினும் அவனுக்கு ஓர் ஐயம் மட்டும் தீரவே இல்லை. வருங்காலத்தில் இருந்து அவன் பெயர் அழித்து எறியப்படுமா? அல்லது படையெடுப்பைச் சந்திக்கத் துணிச்சலற்ற அரசன் என்று வரலாற்றில் பொறித்து வைக்கப்படுமா?

*

சுந்தரன் மதுரைக்கு அருகில் உள்ள பகுதிகளில் கால் பதித்து வெகுகாலமாயிற்று. அவன் ஆவலுடன் முன்னேறினான். தனது சொந்தப் பூமியை எச்சரிப்பதற்குத் தனக்கு ஒரு சந்தர்ப்பமாவது கிடைத்திருக்கிறதே. மாலிக்கை அவனுக்கு நன்கு அடையாளம் தெரிந்ததால், அவனும் அவனது படை வீரர்களும் திருவரங்கனுடைய கோயிலைக் கண்டால் விடமாட்டார்கள். அதன் செல்வமும் பொன்னும் பொருளும் தேன் ஜாடியைக் கண்ட கரடியைப் போலக் கையை நுழைக்காமல் இருக்கமாட்டார்கள். அதனால் சிறிது காலத் தாமதம் நேரிடும். ஒருவாரம் சுணங்கினால் கூட அந்தக் கால அவகாசம் வீராவிற்குத் தனது படைகளை ஆயத்தப்படுத்த போதும். வடக்கு வாசல் வழியாக அவன் நள்ளிரவில் மதுரை நகருக்குள் நுழைவதற்கு நெருங்கினான். விபரீதமாக எதுவும் தென்படவில்லை. மதுரை நகரம் உறக்கத்தில் ஆழ்ந்திருந்தது.

‘அமைதியாக உறங்கு தாயே’ என்றவன் தொடர்ந்தான். ‘எதிர்கொள்ளப் போவதை நீ அறியாமல் இருப்பதே நல்லது. இப்போது நிம்மதியாக உறங்கு’ என்றான்.

விந்தையிலும் விந்தையாக வடக்கு வாயில் மூடிக் கிடந்தது. அகழியின் வழியாகப் பயணம் செய்து கிழக்கு வாயிலை அடைந்தான். அது முழுவதும் திறவாமல் பாதி மட்டுமே திறந்திருந்தது. கோட்டைக் காவலாளிகளால் அவனை அடையாளம் கண்டு கொள்ள முடியவில்லை. பத்து வருடங்கள் சென்ற பின்னர் இதோ இப்போதுதான் சுந்தரன் மதுரைக் கோட்டைக்குள் காலை வைக்கிறான். உள்ளே எல்லாமே தலைகீழாகத் தெரிந்தது. குடிமக்கள் தத்தம் உடைமைகளை

அள்ளிக் கொண்டு பகைவனின் கையில் சிக்காமல் தப்பியோடும் ஆயத்தத்தில் இருந்தனர்.

இரவின் பின் யாமம் என்றாலும் கூடக் கோட்டைக்குள் நகரம் விழித்தபடி இருந்தது. எதிரில் தென்பட்ட ஒரு முதியவரை நிறுத்தி அங்கு நேர்ந்துள்ள குழப்பங்களின் காரணத்தைக் கேட்டான்.

'ஒரு கொடுங்கோலன் வடக்கிலிருந்து மதுரை நகரைக் கொள்ளையடிக்க வந்து கொண்டிருக்கிறான். மன்னரின் சகோதரன் அதற்கு உடந்தையாக இருப்பதாகத் தகவல். மன்னர் தனது பரிவாரங்களுடன் தப்பி ஓடிவிட்டார். மக்கள் தங்கள் உடைமைகளைக் காப்பாற்றிக் கொண்டு தப்பிக்க நினைக்கிறோம்' என்றார் அந்த முதியவர்.

சுந்தரன் திடுக்கிட்டான். அப்படியெனில் வீராவை ஏற்கெனவே எச்சரித்துவிட்டார்கள். மதுரை இப்படி ஒரு பாழ்நிலைக்குத் தள்ளப்படும் என்று ஒருவரும் எண்ணியிருக்கவில்லை. அரசகுல மரியாதைகள் காற்றில் பறந்தன. முன்பெல்லாம் போர் என்றால் அது எல்லைப் பகுதியோடு நின்றுவிடும். ஆனால் இம்முறை போர் ஒவ்வொரு குடிமகனின் வாசலிலும் வந்து நிற்கிறது. மொத்த நகரத்தையும் மண்ணோடு மண்ணாக்கத் துருக்கியர்கள் முடிவு செய்துவிட்டனர். பாண்டிய ராஜ்ஜியத்தில் பரவிய கலவரம் இப்போது கோட்டைக்குள்ளும் நுழைந்து ஒவ்வொரு வீட்டுக் கதவையும் தட்டத் துவங்கிவிட்டது. முதல் நபராக மன்னன் எவரிடமும் சொல்லாமல் தனது பரிவாரங்களை அழைத்துக் கொண்டு தப்பி ஓடிவிட்டான். தனது சொந்த மக்களைக் கூட எச்சரிக்காமல் அவன் தப்பி ஓடிவிட்டான். அவன் மீது அவர்கள் வைத்த நம்பிக்கையைக் குலைக்கும் விதமாக அவன் கோழைத்தனமாகத் தப்பிச் சென்றுவிட்டான். தங்களுக்கு நேர்ந்ததை உணர்ந்த மக்கள் இனி தாமதிக்கும் ஒவ்வொரு நொடியும் தங்களுக்கு ஆபத்தானது என்பதால் தப்பிக்க விரைந்து கொண்டிருந்தனர்.

ஒரு காலத்தில் படை எடுப்பிற்குப் பெயர் பெற்ற பாண்டியர்கள், பகைவனின் வாள் முனையின் கூர்மையைச் சந்திக்கத் தயாராக இருந்தனர். இன்றோ..

*

வாணி, அந்த அரண்மனைச் சேடிப்பெண், பகைவரிடமிருந்து தப்பிச் செல்லும் குழுவிலிருந்து பிரிந்து கைவிடப்பட்ட நகரமான மதுரையை நோக்கித் திரும்பிக் கொண்டிருந்தாள்.

வீரா, தப்பிச் செல்லும் பரிவாரங்களுடன் வாணியையும் வரச்சொல்லி உத்தரவிட்டான். அவன் மறக்காமல் தன்னையும் தனது பரிவாரங்களுடன் அழைத்துச் செல்ல எண்ணியதில் அவளுக்கு முதலில் பெருமையாக இருந்தது. சில நாழிகைகள்தான் அவர்களுடன் சென்றிருப்பாள், அதன் பிறகு ஒரு தீர்மானத்திற்கு வந்தாள். அவளும் அவளுடைய புதல்வன் சந்திரனும் ஓய்விற்காக ஒதுங்குவது போல ஒரு மரத்தடியில் அமர்ந்தனர். பரிவாரம் அனைத்தும் அவர்களைக் கடந்த பின்னர் அவள் ஒருமுறை மதுரை நகரைத் திரும்பிப் பார்த்தாள்.

மதுரை கோபுரங்களைக் கண்ணுற்றதும் அவளுக்குள் ஓர் ஆவேசம் எழுந்தது. மதுரை நகரம் காவலின்றி இருப்பது போலத் தெரிந்தது. இந்தச் சூறையாடலுக்குப் பின்னர் மேலும் இருபது ஆண்டுகள் சென்றால்தான் அதன் கோட்டை கொத்தளங்களைப் பலப்படுத்த இயலும். எந்தப் பகை மன்னனுக்கும் மதுரையைத் தாக்கும் முன்னர் முதலில் ஓர் அச்சம் தோன்றும். பகை மன்னர்களைச் சவாலுக்கு அழைப்பது போலப் போர்க் கலாச்சாரத்தில் திளைத்த ஒரு மாபெரும் நகரம் இன்று பகைவரின் கையில் விழப்போகிறது. பளபளக்கும் ஆயுதங்கள் ஏந்தி, உறுதியான இரும்புக் கவசங்கள் அணிந்து பாண்டியனின் பெரும்படை தங்களை எதிர்க்கக் காத்திருக்கும் என்ற எண்ணத்துடன் எதிரி முகாமிட்டிருப்பான். முறுக்கேறிய தோள்களையும் திண்ணிய மார்புகளையும் வெட்டிச் சாய்க்கும் எண்ணத்துடன் பகையரசன் காலடி எடுத்து வைத்திருப்பான். அவனுக்கு வெறிச்சோடிய மதுரை நகரம் தனது செல்வ வளங்களை எல்லாம் திரட்டி எடுத்துத் தப்பித்துவிட்டச் செய்தி பேரதிர்ச்சியை அளிக்கப் போகிறது.

மதுரை நகரை அடைவதற்கு வாணிக்கு ஒரு மணி நேரம் ஆனது. கூட்டம் கூட்டமாக மதுரையைவிட்டுக் குடிமக்கள் வெளியேறிக் கொண்டிருந்தனர். காவல் வீரர்கள் இருவர் ஓங்கி அடித்த கோயில் மணியின் ஓசைக் காதைப் பிளப்பதாக இருந்தது. அது எச்சரிக்கை மணி. பகைவர்களிடமிருந்து தங்களைக் காத்துக் கொள்ள மதுரை நகர மக்களுக்கு எழுப்பப்படும் அபாய எச்சரிக்கை. இதுபோன்று எச்சரிக்கை மணி வைகை நதியில் வெள்ளம் வரும் போதுதான் அடிக்கப்படும். கயிற்றைப் பற்றி இழுத்து ஆவேசத்துடன் அடித்ததால் காவல் வீரர்களின் கைகளில் காயம் ஏற்பட்டு ரத்தம் வழியத் தொடங்கியது. இருப்பினும் அந்த மணியோசை எழுப்பும் பணியாளர்கள் சிறிதும் சளைக்காமல் மணியோசையை விடாது எழுப்பிய வண்ணம் இருந்தனர்.

கோயிலில் சென்று கோழைத்தனமாக ஒளிந்து கொண்டிருந்த குடிமக்களுக்குத் தைரியத்தையும் நம்பிக்கையையும் வளர்த்து பகைவனை எதிர்த்துக் கோட்டையைக் காவல் காக்க அவர்களுக்கு அழைப்பு விடுத்தனர். ஆனால் பகைவர் கையில் வெட்டுப்பட்டுச் சாவோம் என்பதை முன்பே அறிந்திருந்த மக்கள் வெளியில் வர மறுத்தனர். நடுவில் வாணியின் மனதில் ஓர் எண்ணம் நினைவில் எழத் திடுக்கிட்டாள். அந்தக் களேபரத்தில் அவர்கள் அனைவரும் சுந்தரேசக் கடவுளை மறந்துவிட்டனர். சுற்றும் முற்றும் பார்த்தாள். சிவபெருமான் தலைமையேற்று வழி நடத்திச் செல்லமாட்டாரா என்று ஒரு கூட்டம் காத்திருந்தது. அந்தக் கூட்டத்தை இனம் கண்டு அதனருகில் சென்றாள். அத்தனை வருடங்கள் அவளுக்கு அரண்மனை மக்களுடன் இருந்த நெருங்கிய பழக்கம் காரணமாக அவர்கள் வாணி அழைப்பு விடுத்ததும் அதனை மன்னர்குல அழைப்பாகவே ஏற்றுக் கொண்டு அவளுக்கு உதவ முன்வந்தனர்.

கோயில் பட்டர் ஒருவரைத் தேடிக் கண்டுபிடித்துக் கூட்டிக் கொண்டு வந்தனர். வாணி அவரிடம் பூஜை ஒன்று செய்ய வேண்டுகோள் விடுத்தாள். கருங்கற் பாலங்கள் சிலவற்றை எடுத்துக் கொண்டு வர உத்தரவிட்டாள். வேறு சிலர் பொற்றாமரைக் குளத்திலிருந்து கொண்டு வந்த நீரை சுண்ணாம்பு மண் கலவையில் கொட்டிக் குழைக்கத் தொடங்கினர்.

அவள் சன்னதிக்கு முன்பு இலக்கின்றி அங்குமிங்கும் அலைந்தாள். சன்னதிக்குள்ளிருந்து பட்டர் வெளியில் வந்ததும் விளக்குகள் ஏற்றப்பட்டுக் குங்கிலியம் புகையவிடப்பட்டது.

வாணி உள்ளே லிங்க ஸ்வரூபியாக நின்ற பரம்பொருளை நோக்கி வணங்கினாள். ‘இறைவா! நாளை உனது மதுரையம்பதி என்ன நிலையை அடையப் போகிறதோ? நாங்கள் உன்னைக் காக்கத் தவறிவிட்டோமா?’ அவள் பிரார்த்தனை இறைவனாரின் செவிகளில் விழுந்ததா என்பது தெரியவில்லை.

தன்னருகில் கற்குவியலைக் கண்ணுற்ற வாணி தனது குழப்பத்திலிருந்து விழித்தாள். கொத்தனார் ஒருவர் அந்தக் கற்களை அடுக்கி சன்னதிக்கும் கருவறைக்கும் நடுவில் சுவர் ஒன்றை எழுப்பத் தொடங்கினார். மற்றுமுள்ள பக்தர்கள் அங்கிருந்து நகர்ந்து மீனாட்சியம்மன் சன்னதிக்குள் புகுந்து அங்கும் கருவறைக்கு முன்னால் ஒரு சுவரை எழுப்பினார்கள். சுவர்தான் இறுதி என்பது போன்ற மாயத் தோற்றத்தை அவர்கள் ஏற்படுத்தினார்கள். தங்களது புனிதம் மிகுந்த சன்னதிக்குள் துருக்கியரின் பாவம் மிகுந்த காலடித் தடம் பதிய வேண்டாம்.

சுவர்கள் எழுப்பப்பட்டதும் ஒரு பிரஜை முன்னால் வந்து, ‘ஒரு முட்டாள்தனமான பொறி ஒன்றை வைப்போம்’ என்றான்.

‘அந்தப் பொறியில் எதிரிகள் அத்தனை பேரும் மாட்டிக் கொள்வார்களா?’ என்றாள் வாணி குதர்க்கமாக.

அவன் அவளுடைய குத்தல் பேச்சைக் காதில் வாங்கிக் கொள்ளவில்லை.

‘இல்லை, நமக்கு அதிர்ஷ்டம் இருந்தால் அந்தப் பொறி அவர்கள் அடிமைத் தளபதியின் உயிருக்கு உலை வைக்கும் பொறி’ என்றான். கூறிவிட்டுப் பொறியின் அமைப்பை விளக்கினான்.

அவன் சொன்னது பலிக்கும் என்றுதான் தோன்றியது. முறைப்பிரகாரம் துருக்கியத் தலைமைத் தளபதி மாலிக்தான் சன்னதிக்குள் முதலில் உள்ளே நுழைவான்.

அவள் தலையசைத்து, ‘ம்.. சீக்கிரம் ஆகட்டும்’ என்றாள்.

இரண்டு கருங்கற் தூண்களை இடைவெளியிட்டு நிறுத்தினார்கள். அதன் மேல் நீண்ட கருங்கற் பாளத்தை மேலே சிரமப்பட்டுத் தூக்கி வைத்தனர். மேலே இருந்த கருங்கற் பாலம் கூரை போலச் செயல்பட்டது. உறுதியில்லாத இரண்டு செங்குத்துக் கல் தூண்களில் ஒன்றைத் தொட்டாலும் மொத்தக் கருங்கற்களும் நடுவில் இருப்பவர் மீது சரிந்துவிடும். ஒரு சன்னமான நரம்பு ஒன்று நட்டக் குத்தலாக நின்ற கற்களில் ஒன்றின் கீழ் பகுதியில் கட்டப்பட்டிருந்தது. அந்த நரம்பைச் சுண்டிவிட்டால் மொத்தக் கற்குவியலும் அதன் நடுவில் நிற்பவர் மேலே சரிந்து விழும். இந்த அசட்டுத்தனமான திட்டம் ஒரு தற்கால ஏற்பாடு என்றாலும் முழுமையாக நிறைவேற்றப்பட்டால் மாலிக் மிரள்வது உறுதி. அதன் காரணமாக அவன் சன்னதிக்குள் கால் எடுத்து வைக்கத் தயங்குவான்.

இதற்கு நடுவில் வடக்கு கோபுரத்தின் மேலே ஏறி நின்று கொண்டிருந்த வாணியின் புதல்வன் சந்திரன் கோபுரத்தின் உயரத்தின் அமைப்பையும் அழகையும் கண்டு அவன் ரசித்து நின்றான். அதன் தோற்றம் எப்போதும் போலக் கம்பீரமாக இருந்தது. கோபுரத்தின் அழகை ரசிப்பதற்குத் தான் அங்கே வரவில்லை என்று தனக்குள் சொல்லிக் கொண்டான். தனது குதிகாலில் நின்று தூரத்தில் கீழ் வானில் ஏதாவது தென்படுகின்றதா என்று நோட்டமிட்டான்.

தொடுவானில் இருந்து கிளம்பிய புழுதிப் படலம் அளவில் பெரிதாகிப் பெரிதாகி அவர்களை நோக்கி துருக்கியரின் படைகள் வருவது கண்களுக்குப் புலப்பட்டது. அவன் காலடியில் இருந்த கோபுரம் சரிந்து விழுவதைப் போலத் தோன்றியது. அவர்கள் வருகை அண்மையில் வந்து கொண்டிருந்தது. எதிர்பார்த்த ஒன்றுதான் என்றாலும் அந்தக் கொள்ளைக்காரக் கும்பல் தனது நாட்டைச் சூறையாட வருவதைப் பார்ப்பது அவனுக்கு மறக்க முடியாத வேதனையாக இருந்தது. இரண்டு கலாச்சாரங்கள் ஒன்றோடு ஒன்று மோதவிருக்கின்றன.

தடுமாறாமல் இருக்கப் பின்னங் கைகளை கோபுரச் சுவரின் விளிம்புகளில் முட்டக் கொடுத்து நின்றான். அவன் பின்னங் கைகள் இரண்டும் கோபுர விளிம்பில் உராய்ந்து சிவந்தன. தொலை தூரத்தில் நிலைகுத்தி நின்ற பார்வையில் தோன்றிய காட்சியை இனிமேலும் கண்ணுற இயலாது என்ற வேதனையுடன் வேறு பக்கம் திருப்பிக் கொண்டான்.

அவர்கள் வருகையை அலறியபடி எச்சரித்துக் கொண்டு மடமடவென்று தன் தாய் இருக்கும் திசை நோக்கி ஓடினான். அவர்கள் அங்கிருந்து உடனே அகல வேண்டும். வாணி கோயில் கதவுகள் அனைத்தையும் பூட்ட உத்தரவிட்டாள். அது ஒரு சம்பிரதாயத்திற்குத் தான் என்பது வாணிக்குத் தெரியும். படையெடுத்து வருபவர்கள் ஓங்கி உதைத்தால் அவை தானாகத் திறந்து கொண்டுவிடும்.

அவர்கள் அங்கிருந்து கிளம்பிச் சென்ற போது ஒரு வயதானவர் சுவாமி சன்னதியின் வெளிப் பிரகாரத்தில் சன்னதியைச் சுற்றியிருந்த கல் யானையின் அருகில் அமர்ந்திருந்தார்.

‘பாட்டையா! இங்கே எதற்காகத் தனியாக உட்கார்ந்து இருக்கிறீர்கள்? அவர்கள் கையில் சிக்கினால் துவம்சம் செய்துவிடுவார்கள்..’

‘மகளே! மீனாட்சியின் ஆக்ஞைப்படி அவளுக்குச் செய்ய வேண்டியவற்றை நீ செய்துவிட்டாய். நான் எனக்கு விதிக்கப்பட்டதைச் செய்ய வேண்டும். அமைதியாகத் திரும்பிச் செல். நீ வென்றுவிட்டாய்.’ - எஃகு போல அவர் முகத்தில் தெரிந்த திடம் அவரை எவரும் அச்சப்படுத்த முடியாது என்று தோன்றியது.

*

அத்தியாயம் 27

மீனாட்சியம்மன் ஆலயம்

உலோகப் பூணிட்ட தூலங்களைக் கொண்டு கோட்டைக் கதவுகளின் இதயத்தைத் தாக்கும் வண்டிகளை மாலிக் முதல் வரிசையில் நிறுத்தியிருந்தான். கோட்டையைக் குறி பார்த்து இடிக்கும் வண்டிகள் கோட்டைக்கு எதிரில் இருந்த மணல்மேட்டில் நிறுத்தி வைக்கப்பட்டிருந்தன. அந்த வண்டிகளை இயக்கும் படை வீரர்கள் ஒருவிதப் பரவச மயக்கத்தில் இருந்தனர். இதுவரையில் நடைபெற்ற தாக்குதல்களில் அவர்கள் கோட்டைக் கதவுகளுக்கு இத்தனை அருகாமையில் நின்று தாக்கியதில்லை. கோட்டை மேலிருந்து அம்புகள் பாயவில்லை. கற்கள் உருண்டு வரவில்லை. கீழிருக்கும் வீரர்களைப் பித்துப் பிடிக்க வைக்கும் அளவிற்கு வீசப்படும் கொதிக்கும் எண்ணெய் மேலே வீசப்படவில்லை. கோட்டை மதிலை அளப்பதற்காக வீரர்கள் அதன் மீது ஏணிகளைச் சாய்த்து நிறுத்தினர். முதல் தாக்குதலை நிகழ்த்திய தூல இடிப்பான்கள் ஓரளவு பலத்த தாக்குதலை நிகழ்த்தியிருந்தன. பலவீனமான மதில் சுவர் விரிசல்விட்டது. சில நிமிடங்களில் பத்து வீரர்கள் உள்ளே நுழையும் வண்ணம் பெரிய துவாரம் ஏற்பட்டது.

முற்றுகையாளர்களின் சரித்திரத்தில் மிக மிக எளிதாக முடிந்த முற்றுகை அதுவாகத்தான் இருக்கும்.

கோயிலைச் சுற்றியிருந்த கடைகளில் புகுந்து மாலிக்கின் துருக்கிய வீரர்கள் கொள்ளையடிக்கத் துவங்கினர். சென்ற ஒருசில தினங்களுக்கு முன்பு கடையில் கையாடல் புரிந்த ஒருவனைக் கம்பத்தில் கட்டி வைத்து வெளு வெளு என்று வெளுத்தவர்கள், துருக்கியர் நுழைந்ததும் கதவைக் கூடப் பூட்டாமல் எழுந்து ஓடிவிட்டனர்.

ராயனுக்கு வருத்தமானது. சென்ற முறை மீனாட்சியம்மன் ஆலயத்திற்கு வந்திருந்த போது பொது வீதிகளில் மக்கள் வெள்ளம். இப்போது மனிதத் தலைகளை விரல்விட்டு எண்ணலாம் போலிருந்தது. மூலைக்கு மூலை நின்று யாசகம் பெறும் வறியவர்களைக் கூடக் கண்ணில் பார்க்க முடியவில்லை. வீதிகள் எல்லாம் வெறிச்சோடிக் கிடந்தன.

அனைத்துக் குடிமக்களும் கோட்டைக்குள்ளிருந்து தப்பித்து வெளியேறினர் என்று கூற முடியாது. எஞ்சிய பதினைந்தாயிரத்திற்கும் அதிகமான மக்கள் சிறைபிடித்துச் செல்லப்பட்டனர். அவர்களில் மூவாயிரம் பெண்கள் அடங்குவார்கள்.

மாலிக் கோயில்களையும் அவற்றில் இருந்த பொக்கிஷத்தின் மதிப்பையும் அறிந்து கொள்ள விரும்பினான். கோயிலை நெருங்கியதும் மாலிக் மிரண்டு போய் நின்றான். கோயில் மிக பிரம்மாண்டமாய் நகரின் பாதி இடத்தை அடைத்துக் கொண்டிருப்பது போல நின்று கொண்டிருந்தது. ஒவ்வொரு கோபுரமும் ஹிந்து கலாச்சாரத்தின் பண்பாட்டில் முக்கியமான சுதைச் சிற்பங்களின் அற்புதத்துடன் வடிவமைக்கப்பட்டிருந்தது. ஒவ்வொரு கோபுரமும் குறைந்தது நாற்பதடி உயரம் இருக்கும். ஹிந்துக்களின் ஒவ்வொரு கோயிலும் விலைமதிப்பற்ற தங்கச் சுரங்கம். இருப்பினும் அதன் சான்னித்தியமே மக்கள் மனங்களைத் திரியவிடாமல் காத்தது.

கோயில் வளாகம் ஒரு பெரிய சதுர நிலப்பரப்பில் அமைந்திருந்தது. அந்தச் சதுரத்தைச் சுற்றி நான்கு பிரம்மாண்ட வீதிகள். அடுத்தடுத்த வீதிகள். அந்த நான்கு வீதிகளுக்கு இணையாக அமையப் பெற்றிருந்தன. அந்த வீதிகள் விரிந்து விரிந்து இறுதியில் அகழி வரை கொண்டு சென்றன. ஒரு சதுர நிலப்பரப்பை உடைய நகரத்தை எதிரிகளிடமிருந்து காப்பது கடினமானது. அந்த நகரம் வட்ட வடிவில் இருந்திருக்குமானால் அதன் பரப்பளவுக் குறைந்து பாதுகாப்பது எளிதாகியிருக்கும். பாதுகாப்பு இல்லாததால்தான் மக்கள் அங்கிருந்து ஓடிவிட்டனர். எதிரிகளைத் தடுத்து நிறுத்த கோயிலில் காவல் படை எதுவும் நிறுத்தி வைக்கப்பட்டிருக்க வில்லை. மதுரை மக்கள் காலம் காலமாக உருவாக்கிய அந்த அற்புதமான கோயிலுக்கு சரியான காவலை ஏற்படுத்தாமல் போய்விட்டனர்.

காவலுக்கு உடன் வந்த படைப்பிரிவை அங்கேயே நிறுத்திவிட்டு மாலிக் தான் மட்டும் தனியாகக் கோயிலுக்குள் நுழைந்தான். உடன்

இரண்டே இரண்டு படை வீரர்களும், ராயனும் மட்டும்தான் வந்தனர். உடன் வந்தவர்களிடம் இருந்த தயக்கம் அவர்கள் நடையில் தெரிந்தது.. கோயில் மிகப் பிரமாண்டமாகக் கண் முன் விரிந்திருந்தது. அதனைக் குறித்து உலவிய கதைகள் அவன் நினைவிற்கு வந்தன. இந்தக் கோயிலில் இருக்கும் செல்வ வளம் தில்லி கஜானாவில் இருப்பதைவிடப் பல மடங்கு அதிகம்.

மாலிக் கோயிலுக்குள் நுழைந்ததும் அவனை மூழ்கடிக்கும்படியாக ஓர் எண்ணம் எழுந்தது. இந்த ஆலயம்தான் தான் இறுதியாகக் கொள்ளையடிக்கப் போகும் ஆலயமாக இருக்கப் போகிறது. மீண்டும் அதே பழைய நினைப்பு வந்தது. தில்லி நகரைவிடச் செல்வம் கொழிக்கும் நகரம் இதோ இன்று தனியாக நிற்கிறது. அவன் படை வீரர்கள் அவனிடம் விசுவாசமாக இருந்தனர். மற்றத் தளபதிகளும், அதிகாரிகளும் தங்களது பெண்டு, பிள்ளைகள் தில்லியில் வசிப்பதால் சுல்தான் அலாவுதீன் கில்ஜியிடம்தான் விசுவாசமாக இருந்தனர். தற்சமயம் அவனுக்கும் தலைநகர் தில்லிக்கும் தொடர்பில்லாமல் இருந்தது. அவன் நினைத்தால் தனது விடுதலையை அவன் பிரகடனப்படுத்திக் கொள்ள முடியும். எட்டிப் பிடிக்கும் அளவிற்கு மதுரை வரை அலாவுதீனின் கரங்கள் நீளாது என்று அவனுக்குத் தெரியும்.

பழைய நினைப்பு ஒன்று நெஞ்சில் எழத் தலையைச் சிலிர்த்துக் கொண்டான். இருக்கும் வரை அனுபவிப்போம், அதை விடுத்து விதியை நிர்ப்பந்திக்க வேண்டாம்.

மாலிக் பதினான்கு கோபுரங்களில் ஒன்றின் வழியாக ஆலயப் பிரவேசம் செய்தான். கோபுரத்தின் வேலைப்பாடுகள் அவனைப் பிரமிப்பில் ஆழ்த்தின. எங்கிருந்தோ ஒரு மாருதம் ஒரு சுழற்று சுழற்றி உள்ளே நுழைந்த அவர்கள் மேல் வைகையாற்று மணலை வாரியடித்தது.

‘ஆற்று மணலாவது நம்மை எதிர்க்கிறதே’ என்று மாலிக் குதர்க்கமாகச் சிரித்தான். ராயன் எதுவும் சொல்லவில்லை. கோயிலின் புனிதத் தன்மை மாசுபடுவதைக் காணச் சகிக்கவில்லை.

வௌவால்களின் புழுக்கை நாற்றமடிக்கும் இடைகழியின் வழியாக அவர்கள் ஒரு பிரகாரத்திற்குள் நுழைந்தனர். ராயன் மறைந்திருந்து தாக்குதல் ஒன்று நிகழப் போகிறது என்று அஞ்சினான். ஆனால் மாலிக்கின் உள்ளுணர்வு கோயிலில் எவருமில்லை என்று அறிவித்தது. அவன் தனக்குத் தானே கூறிக் கொண்டான். நண்பகல் பொழுதில் வெளியெங்கும் பகலவன்

சுட்டெரிக்க உள்ளே வெளிச்சம் புகா வண்ணம் சுவர்கள் எழுப்பப்பட்டுள்ளன. சன்னதியிலிருந்து வந்த குங்கிலியத்தின் மணம் அவன் நாசியைத் துளைத்தது.

ஜன சந்தடியற்ற அந்தக் கோயில் இருளில் மூழ்கிக் கிடந்தது. திகில் மூட்டும் மௌனத்தை வௌவால்களின் சிறகுகள் படபடத்துக் கலைத்தாலும் உறைந்த திகில் குறையவில்லை, கூடியது.

‘மனிதர்கள் இந்தக் கோயிலைவிட்டு அச்சத்தில் அகன்றதால் வௌவால்கள் தங்கள் இருப்பிடமாகக் கொண்டுவிட்டன. இருப்பினும் சாகாவரம் ஒன்றுதான் மனித லட்சியமாக இருக்கிறது..’

இரண்டு தேவர்களின் பெரிய சிலைகள் இரண்டு சன்னதியின் வாசலில் கைகளில் ஆயுதங்கள் ஏந்தி அச்சுறுத்தும் வண்ணம் நின்று கொண்டிருந்தன. ராயனுக்கு அவை துவாரபாலகர்களின் சிலைகள் என்பது தெரியும். அவர்கள் கைகளில் கொண்டு வந்த தீவட்டிகளின் வெளிச்சத்தில் அவற்றின் நிழல் நீண்டு வளர்ந்து மேலும் அச்சுறுத்தின.

‘நல்லவேளை, இந்த இருவர் மட்டுமாவது தப்பி ஓடாமல் நிற்கிறார்களே’ என்றான் மாலிக் அங்கதச் சுவையுடன்.

அவனுக்குப் பதிலுக்குப் பதில் கொடுக்க ராயனுக்கு நாக்குத் துடித்தது. இது கேலிக்கும் கிண்டலுக்கும் உரிய இடமில்லை. சன்னதியின் கதவை உதைத்துத் திறந்தபடி மாலிக்கும் அவன் வீரர்களும் உள்ளே நுழைந்தனர். கருங்கற்களால் அமைக்கப்பட்டிருந்த இடைகழியில் ராயன் ஒவ்வொரு அடியையும் ஜாக்கிரதையாக எடுத்து வைத்தான். எந்த நேரமும் ஆபத்துச் சூழலாம் என்று நம்பினான்.

ஆளரவமற்று இருந்த சன்னதி ராயனை வியப்பில் ஆழ்த்தியது. நான்கைந்து பட்டர்களாவது இறுதியாக ஒருமுறை துருக்கியர்களின் நுழைவைத் தடுப்பார்கள் என்று எண்ணினான். அப்படி எதுவும் நிகழவில்லை. ஒருவருமே சன்னதியில் இல்லை. ஓடிவிட்டார்கள். சந்நிதானத்தைக் கடந்து கருவறையின் அருகே சென்றனர்.

ராயன் கோயிலில் உள்ள தெய்வங்களின் பெயர்களைக் கூறினான். ஆண் கடவுளான சிவபெருமான் அந்தக் கோயிலில் சுந்தரேசுவரர் என்ற பெயரிலும், பெண் தெய்வமான பராசக்தி அங்கே மீனாட்சியம்மை என்ற பெயருடன் விளங்குவதாகக் கூறினான். சிதம்பரம், மதுரை வெள்ளியம்பலத்தைவிடத் தத்துவ நோக்கில்

உயர்ந்தது என்றாலும் செல்வச் செழிப்பில் மீனாட்சி கோயிலை விஞ்சத் தமிழ் மண்ணில் வேறு ஒரு கோயில் இல்லை என்றான்.

மாலிக் புன்னகைத்தான். அவன் ஒன்றும் பக்திமான் இல்லைதான், ஆனால் அவனுக்குத் தங்கத்தின் மீது மாறாத பக்தி உண்டென்பது அனைவரும் அறிந்த விஷயம்.

கருவறையின் குறுகலான வழியில் முன்னேறிச் சென்றனர். அங்கே வாணி உத்தரவிட்டு எழுப்பிய சுவர் கண்களுக்குத் தென்பட்டது.

'என்ன ஒரு மட்டமான வேலைப்பாடு..' மாலிக் உள்ளுக்குள் முனகினான். இப்படி நடுவில் சுவர் எழுப்பினால் உள்ளே நுழைபவன் கடவுளை வேறு எவரோ எடுத்துச் சென்றுவிட்டதாக நம்ப இப்படி ஓர் ஏற்பாடு போல. இத்தனைத் திறமையாகச் செயல்பட்டவர்கள் மண் சுண்ணாம்புக் கலவை காற்றில் விரைவாகக் காய்வதற்கு ஏதாவது செய்துவிட்டுப் போயிருக்கலாம். சுவரில் கசிந்த ஈரம் அதன் ஆயுளைப் பளிச்சென்று காட்டியது.

சிரித்தபடி ஒரு வீரன் தனது ஒற்றைக் கரத்தால் அந்தச் சுவரை ஓங்கிக் குத்துவதற்குச் சென்றான். மற்றவன் இரண்டு தீப்பந்தங்களையும் ஏந்தி நின்றான். என்ன நடந்ததென்று தெளிவாகத் தெரியவில்லை.

மாலிக்கிற்கு ஏதோ தவறாகப் பட்டது. வீரர்களில் ஒருவன் ராயனின் தோள்களைத் தனது இரண்டு கரங்களால் கட்டிக் கொண்டு வலியில் துடித்து அலறிக் கொண்டிருந்தான். மாலிக் அந்த வீரர்களைத் தடுக்கப் போனான். அப்போது அந்த வீரன் கால் தடுக்கி விழுந்தான். உடனே அவன் மேல் ஒரு கருங்கற்பாறை சடசடவென்று சரிந்து இரண்டு வீரர்கள் தலையின் மேலும் விழுந்து அவர்களை நசுக்கியது.

*

என்ன நடந்தது என்பதை அறிந்து கொண்ட ராயன் அச்சத்தில் அலறினான். மாலிக் உயிர்க்குலை நடுங்க துள்ளியபடி பின்னால் நகர்ந்தான்.

என்ன ஓர் அபாரமான திட்டம்! ஒரு சின்னஞ்சிறு நரம்புக்கயிறு தலைக்கு மேல் உள்ள கல்லை அகற்ற முடியும் வண்ணம் அந்த அமைப்பு அவனைப் பிரமிக்க வைத்தது. 'கயவர்கள், என்ன ஒரு துர்மதி! இப்படியா ஒரு மூடத்தனமான கண்ணியை வைப்பார்கள்;

அதுவும் தன்னைப் பிடிக்க. இன்னுமெத்தனை பொறிகள் கோயிலுக்குள் வைக்கப்பட்டிருக்கிறதோ தெரியவில்லை. எத்தனைப் பேர்களை அவை கொல்லும் என்பதைவிட அந்தக் கோயிலில் உறையும் தெய்வம் அளப்பரிய ஆற்றல் கொண்டது என்பதை ராயனைப் போல இன்னும் எத்தனை பேர் நெஞ்சில் ஆழமாகப் பதிய வைக்கப் போகிறதோ தெரியவில்லை.'

நிமிடங்கள் பல சென்ற பின்னரும் ராயனின் நடுக்கம் குறைந்தபாடில்லை. அவனை ஆற்றுப்படுத்தும் விதமாக அவன் கரங்களை மாலிக் ஆதரவுடன் பற்றினாலும் மாலிக்கின் நோக்கம் ராயன் தப்பி ஓடிவிடக் கூடாது என்பதுதான். சுற்றிப் பிரகாரத்தில் படர்ந்திருந்த இருள் அவனை மேலும் அச்சப்படுத்தியது. உடலில் சிறிய தள்ளாட்டம் ஏற்பட்டு அவன் சிறிய மேடை ஒன்றின் மீது அமர்ந்தான்.

தனது நாட்டிற்குச் சென்று தனது மக்களிடம் அவர்கள் மூதாதையர்கள் அனுபவித்த கொடுமைகளுக்கு மதுரை மண்ணில் பழி தீர்த்துக் கொண்டதைச் சொல்வதற்கு உயிர் பிழைத்தால் போதும் என்ற பீதி அவனைச் சூழ்ந்தது. அவன் அழ ஆரம்பித்தான். வியர்வையில் நடுங்கிக் கொண்டிருக்கும் தன்னுடன் வந்தவனின் அச்சத்தை மாலிக்கால் புரிந்து கொள்ள முடிந்தது. சற்று நிதானமாகச் சிந்தித்தால் இறுதி நேரத்தில் திடும் என்று நிகழ்ந்தவை நிச்சயமாக எந்த உறுதியான மனிதனையும் நிலைகுலையச் செய்து பித்துப் பிடிக்க வைத்துவிடும். ஆனால் மாலிக் அந்தக் கணத்தை அனுபவித்தான். இதுபோன்ற தருணங்கள் சாதாரண மானிடர்களுக்குக் கிட்டாதவை.

'நாம் சென்றுவிட்டு அதிக ஆட்களுடன் வருவோம்' என்று முனகினான்.

மாலிக் அவனை மறுத்தான். 'சற்றுச் சிந்தியுங்கள் ராயரே. இந்தத் தகவல் மற்ற வீரர்களைப் போய்ச் சேருமாயின் அவர்களும் நடுங்கமாட்டார்களா? ஏதோ பில்லி சூனிய வேலை என்று பதறமாட்டார்களா? அது ஒரு பெரிய கலகத்திற்கு வழி வகுக்காதா?'

பகைவன் திட்டமிட்டுச் செயல்பட்டிருக்கிறான். பகை மன்னனின் படை வீரர்களை அச்சுறுத்தும் விதமாகக் கொள்ளையடிப்பது பாவம். அதன் பலன் ஆகாயத்திலிருந்து கடவுள் நேரடியாக அனுப்பும் கருங்கற்கள் என்ற மாயத் தோற்றத்தையல்லவா ஏற்படுத்தி இருக்கிறான்?

கண்கள் இருளுக்குப் பழகியவுடன் அவர்கள் இருவரும் ஒரு மண்டபத்தின் முனையில் இருப்பதை அறிந்து கொண்டார்கள். மாலிக்கும் அந்த மண்டபத்தில் சிறிது நேரம் ஆழ்ந்த சிந்தனையுடன் அமர்ந்தான். அவன் அப்படி ஒன்றும் நிலைகுலைந்து போகவில்லை. அந்தக் கண்ணி ஒரு சிறந்த போர்த்தந்திரத்தின் எடுத்துக் காட்டாகத் தோன்றவில்லை. இது அவர்களுக்கு வைத்த குறி இல்லை. தலைமைத் தளபதி வருவான்; முதலில் சன்னதிக்குள் நுழைய முற்படுவான்; அப்போது அவனைக் கொல்லும் முயற்சியாக அந்த வலையை அவர்கள் விரித்திருக்க வேண்டும்.

மாலிக் எழுந்தான். திகிலின் ருசி நாக்கின் மேல். இன்னும் எத்தனை எத்தனை மர்மங்கள் மறைந்து இருக்கின்றனவோ? ராயன் எழுந்து மாலிக்கைப் பின்தொடர்ந்தான். மாலிக் மறைந்திருக்கும் ஆபத்தை உணர்ந்தான். ராயனைப் போல ஒரு துணைவன் அதனை மேலும் அதிகப்படுத்தலாம்.

வளைந்து வளைந்து செல்லும் அதன் இடைகழிகள் சன்னதிக்குள் எங்கெங்கோ கொண்டு சென்றன. பலப் பல சன்னதிகள், ஆயிரக்கணக்கில் தெய்வங்களின் விக்கிரகங்கள். மாலிக் தன்னிச்சையாகத் தனது உதடுகளை நாவால் நக்கிக் கொண்டான். கடவுள் மீது கொண்ட ஆழ்ந்த காதலே இந்தக் கோயிலை இத்தனை அழகுள்ளதாக மாற்றியிருக்கும். மற்றக் கோயில்கள் இதன் அழகின் முன்னர் ஒன்றுமே இல்லை என்றுதான் கூற வேண்டும். அவன் மனத்திரையில் தங்க ஆபரணங்களைச் சொரிந்து கொண்டு காட்சியளிக்கும் தெய்வங்களின் சிலைகள் நிழலாடின.

கருவறையிலிருந்து சற்று விலகியபடி அவர்கள் வெளிப்பிரகாரத்தில் நடந்தனர். கோயிலுக்கு வெளியில் இருக்கும் வரையில் ராயன் மதுரையின் எந்தப் பகுதிக்கும் துணை வருவான். ஆனால் கோயிலுக்குள் நுழைந்ததும் அங்கு சூழ்ந்திருந்த இருள் அவன் பார்வையை மறைத்தது. சுற்றிலும் தடுமாறாமல் நடக்க ஓரிரு அடையாளங்களை மனதில் நிறுத்திக் கொண்டான். ஏற்கெனவே பல வருடங்களுக்கு முன்னர் அவன் அந்தக் கோயிலில் வலம் வந்திருக்கிறான் என்றாலும் அப்போதெல்லாம் ஆயிரம் விளக்கு வெளிச்சத்தில் கோயில் பிரகாசமாக மின்னிக் கொண்டிருக்கும். அவனது சமயத்தைக் காலில் போட்டு அழித்ததற்கு அந்தக் கோயில் மூல காரணம் என்றாலும் அதன் மீது அவனுக்குத் தனி மரியாதை இருக்கத்தான் செய்தது.

கோயில் பிரகாரங்களில் பக்க வாத்திய மேளங்களுடன் இசைக்கப்படும் நாதஸ்வர இசையின் இனிமையான ரீங்காரம்;

பிரம்மாண்டமாக எடுக்கப்படும் கோயில் திருவிழாக்கள்; ஓங்கார நாதம் எழுப்பும் கோயில் மணியோசை; மந்திர கோஷங்கள்; கடவுள் சிலைகளின் முன் ஏற்றப்படும் கற்பூர ஆரத்திகள்; வண்ணமிகு மாலைகளை அணிந்து அருள்பாலிக்கும் கடவுள் விக்கிரகங்கள்.

ஆனால் இப்போதோ நடப்பது நேர் மாறல். செல்லும் இடம் தோறும் விளக்குகள் அணைக்கப்பட்டிருந்ததால் பாதை எங்கும் இருள் மூடிக் கிடந்தது. அவர்கள் வைத்த பொறியைக் கண்ணுற்ற பின்பு சிந்தையும் தெளிவாக இல்லை. இரண்டு வரிசைத் தூண்களின் நடுவில் அவர்கள் இருவரும் அங்குலம் அங்குலமாக முன்னேறினார்கள். கூரை இடுக்குகளிலிருந்து வந்த கிரணங்கள் ஓரளவு பாதையை வெளிச்சமாக்கிக் காட்டின. ஒவ்வொரு இடுக்கின் கீழும் நின்று வெளிச்சத்தில் அந்தப் பகுதியைப் பார்வையிட்டு முன்னேறிச் சென்றனர். தனது மூச்சின் ஒலியைத் தவிர வேறு ஓசை அவன் செவிகளுக்குப் புலனாகவில்லை.

கோயில் முழுதும் வெறிச்சோடிக் கிடந்தது. ஓர் ஈ காகத்தைக் காணவில்லை. நூற்றுக் கணக்கில் வெளவால்கள் மட்டும் படபடத்துக் கொண்டிருந்தன.

ராயனின் கண்கள் ஒவ்வொரு மூலையாகத் துழாவிச் சென்றன. திடீரென்று ராயன் துள்ளிக் குதித்தான். தீக்காயம்பட்டவனைப் போலத் தனது கைகளை உதறினான். இடைகழியின் முனையில் அவன் பார்வை நிலை குத்தி நின்றது.

தனது பார்வை சென்ற திசையின் இடது கோடியில் ஓர் அசைவை உணர்ந்தான். ‘தளபதியாரே..!’ என்று மெதுவாக அழைத்தான்.

ராயன் கை நீட்டிய இடத்தின் சிறு பகுதியில் இருள் எதுவுமன்றி வெளிச்சமாக இருந்தது. அந்த இடத்தின் மேற்கூரையிலிருந்து சூரியக் கதிர்கள் கீழே விழுந்து அந்தச் சின்னஞ்சிறிய பகுதியைத் தங்கப்பாளம் போல தகதகக்கச் செய்து கொண்டிருந்தது.

ஒளிவட்டத்தின் நடுவில் ஒரு முதியவர் அமர்ந்திருப்பதைக் கண்டான். அந்த முதியவர் வெண் சிகையும் நீண்ட தாடியும் நேர்கோட்டில் முதுகுத் தண்டு நிமிர்ந்த வண்ணம் நேராக அமர்ந்திருந்தார். சுவரை ஒட்டி அசையாமல் அமர்ந்திருந்ததால் சிலையா நிஜமா என்ற ஐயம் எழுந்தது. அவர் அமர்ந்திருந்த உயர்ந்த பீடம் சுவாமி சன்னதியின் வெளிப்பிரகாரத்தில் அமைந்திருந்தது. அந்தப் பீடத்திலிருந்து அவர் அவர்கள் இருவரையும் உற்று நோக்கிக் கொண்டிருந்தார்.

மாலிக் உண்மையில் அவரைப் பார்த்து வியப்பெய்தினான். மிகவும் வயது முதிர்ந்தவர். அவர்களுடைய மனிதர்கள் அவரை விட்டுவிட்டுப் போன போது ஓடமுடியாமல் அங்கேயே தங்கியிருப்பார் போலும்.

*

அத்தியாயம் 28

வெளியேற்றம்

அவர்கள் எடுத்து வைத்த ஒவ்வொரு அடியும் அவர்களை அவர்கள் வீட்டிலிருந்து மேலும் மேலும் துரத்திக் கொண்டிருந்தன. அவர்கள் பரங்குன்றத்தை அடைந்த போது மாலைப் பொழுதாகிவிட்டது. பரங்குன்றத்தின் மலைக் கோட்டை சுற்றியிருந்த நிலப்பரப்பி லிருந்து பார்க்கும் போது தனித்து கம்பீரமாகத் தோன்றியது. பரங்குன்றை நெருங்க நெருங்க உடன் வந்த கூட்டம் சிறுத்துக் கொண்டே வந்தது. பரங்குன்றை அடைந்த போது அவர்கள் பரதேசிகளைப் போலத் தோற்றமளித்தனர். வியர்த்திருந்தனர்; களைத்திருந்தனர்; இருப்பினும் பிழைத்திருந்தனர். மன்னர் எந்த நோக்கத்திற்காகப் பகை அரசனை எதிர்த்துப் போரிடாமல் இவ்வாறு ஒரு கோழையைப் போல ஓடி ஒளிகிறார் என்பது புரியவில்லை. இதுவரை கடந்த முன்னூறு சதாப்தங்களாக இது போலப் பாண்டிய மண்டலத்தின் அரசர்களில் எவரும் ஓடி ஒளிந்ததில்லை.

எவ்வித இலக்குமின்றி அங்குமிங்கும் அலைந்து கொண்டிருந்த ஆயிரக்கணக்கானப் பாவப்பட்ட ஆத்மாக்களின் அலறல் வீராவை அச்சுறுத்தியது. பரங்குன்றத்தைக் கைப்பற்றுவது அவ்வளவு எளிதில்லை. கோட்டையில் வசிப்பவர்களைக் கொலைப் பட்டினி போட்டால் மட்டுமே அது சாத்தியமாகும். அது மிகப் பெரிய கோட்டையில்லை. அவனுடன் வந்த குடிமக்கள் அனைவரும் அந்தக் கோட்டையை ஆக்கிரமித்தால் இரண்டே மாதங்களில் உள்ளே சேமித்து வைத்திருக்கும் உணவுப் பொருள்கள் செலவழிந்துவிடும்.

தற்போது அவர்கள் சந்திக்கும் இன்னல்கள் எல்லாம் ஒன்றுமே இல்லை என்பதனை அவனது குடிமக்கள் அறிவார்கள். திரட்டி வைத்திருந்த நம்பிக்கை வடிந்து நாளாகிறது. இது எதைப் பற்றியும்

கவலைப்படாத சின்னஞ்சிறுவர்கள் தங்கள் எதிர்காலம் முற்றிலும் அழியப் போவது தெரியாமல் களிப்புடன் விளையாடிக் கொண்டிருந்தார்கள்.

அரச குடும்பத்தினர் முதலில் கோட்டைக்குள் செல்ல அனுமதிக்கப் பட்டார்கள். இடவசதியைப் பொறுத்து மற்றவர்களும் உள்ளே அனுமதிக்கப்பட இருந்ததால் அவர்கள் இரவில் வானமே குறையாகத் தங்குவதற்கு நிர்ப்பந்திக்கப்பட்டனர். ஓடிப்போனாலும் அரச குடும்பம்தான் முதல் இடம் பிடிக்க வேண்டும் போல.

இயற்கை அவர்களுக்குக் கை கொடுக்கவில்லை. பகலில் சுட்டெரிக்கும் வெப்பமும், இரவில் எலும்பைத் துளைக்கும் குளிரும் அவர்களை வாட்டின. பாதிப்பேர் இதுகாறும் வெயிலில் நடந்து வந்ததால் உடல் தளர்வுற்றுக் கிடந்தனர். வேறு சிலர் ஒன்றும் செய்ய இயலாமல் மரத்தடிகளில் சுருண்டு கிடந்தனர்,

பரங்குன்றத்துக் கோட்டை அரணில் நின்று கொண்டிருந்த ராதிகா வடதிசை நோக்கி தனது கரத்தை நீட்டிக் காட்டினாள். அவள் காட்டிய திசையில் இளஞ்சிவப்பு ஒளி மினுங்கிக் கொண்டிருந்தது. வானம் மேகங்களால் மூடிக் கிடந்தது.

‘மதுரையில் மழை பொழிகிறது போல’ என்றாள்.

அவள் காட்டிய திசையை வீரா பார்த்தான். இளஞ்சிவப்புப் பிழம்பு அமிழ்வதற்குப் பதிலாக விஸ்வரூபம் எடுத்துக் கொண்டிருந்தது. அது என்னவாக இருக்கும் என்பதை உணர்ந்த பாண்டிய மன்னன் வீரா நெஞ்சம் இடிந்து போனான். விழிகளைத் தாழ்த்தபடி நின்ற அவனைக் கண்ணுற்ற ராதிகா அவன் விசும்பிக் கொண்டிருந்ததைப் பார்த்தாள்.

‘அவை கருமேகங்கள் இல்லை ராதிகா. மதுரை நகரைத் துருக்கியர்கள் தீக்கிரையாக்குவதால் எழும் அக்னியும், புகை மண்டலமுமே அவ்வாறு தோன்றுகின்றன.’ அவன் விம்மினான். ராதிகா பார்த்துக் கொண்டிருந்தாள்.

நகர வெளியேற்றம் நிகழ்ந்து இரண்டு நாட்கள் சென்ற பின்னரும் சொல்லிக் கொள்ளும் வண்ணம் எந்த நிகழ்ச்சியும் நடைபெறவில்லை. வெவ்வேறு சூழ்நிலைகளில் வனாந்தரமாகத் தங்கியிருந்த எல்லோருமே இயற்கை அவர்கள் முன் வைக்கும் காட்சிகளைக் கண்டு ரசித்தார்கள். வண்ண வண்ணப் பூக்களில் அமர்ந்து தும்பியால் தேன் அருந்தும் பட்டாம்பூச்சிகள்; வயல் ஓரங்களில் தோகை விரித்தாடும் நீல மயில்கள்.

இயற்கை எந்த அளவிற்குக் களிப்பூட்டுமோ அந்தளவுக்குச் சில நேரங்களில் வெறுப்பூட்டுவதும் உண்டு. அட்டைப் பூச்சிகள் மிகுந்து தென்பட்டன. தேள்களும், பூரான்களும் எங்கும் நெளிந்து கொண்டிருந்தன. இது போதாதென்று சாரி சாரியாகக் கடிக்கும் சிவந்த எறும்புகள் வேறு மிகுந்து காணப்பட்டன. மனித நடமாட்டத்தை விரும்பாத பாம்புகளும், வேறு சில விஷ ஜந்துக்களும் அலைந்து கொண்டிருந்தன. விஷக்கடிக்கு மருந்தின்றிச் சிலர் வாயில் நுரை தள்ள மடிந்தனர்.

அடைக்கலம் புகுந்தவர்களில் பாதிப் பேருக்கும் மேல் காட்டில் மரங்களின் நிழலில் படுத்துறங்கினர். இரவில் வெளிச்சம் என்றால் மரக்கிளைகளின் ஊடே புகுந்து வரும் நிலவின் கிரணங்கள் உண்டாக்கிய வெளிச்சமும், அங்குமிங்கும் அலைந்து திரியும் மின்மினிப் பூச்சிகள் ஏற்படுத்திய வெளிச்சமும்தான். சிள்வண்டுகளின் காதைத் துளைக்கும் ஓசையும், கொசுக்களின் தோலைத் துளைக்கும் கடிகளையும் தவிர அவர்களுக்கு வேறு தொந்தரவுகள் இல்லை.

புகலிடம் தேடிப் பயணித்துத் தொடர்ந்து வந்தவர்களிடம் அந்தக் காத்திருப்பு மேலும் சில தினங்கள் தொடரும் என்றும், தெற்கு நோக்கிப் பாண்டிய ராஜ்ஜியம் விரிந்திருக்கும் பகுதிகளுக்குச் செல்ல விழைபவர்கள் செல்லலாம் என்றும் தெரிவிக்கப்பட்டது. அதற்குச் சம்மதம் தெரிவித்து நகர்ந்தவர்கள் ஒரு சிலரே. பாதிப் பேருக்கும் மேல் அங்கேயே தங்கிவிட முடிவு செய்தனர்.

பரங்குன்றத்தில் இருந்த அரசாங்க சேமிப்புக் கிடங்கு திறக்கப்பட்டுத் தஞ்சம் புகுந்தவர்களுக்கு உணவு தானியங்கள் வழங்கப்பட்டன. வயிறு நிரம்பிய அரிசிச்சோறு சாப்பிட்ட மக்கள் அரை வயிற்றுக் கஞ்சியுடன் காலத்தை ஓட்டினார்கள். இன்னும் ஒருவாரம் போனால் அதற்கும் தட்டுப்பாடு வரும் போலிருந்தது. பாரதத் தேசத்தில் மிக வளம் கொழிக்கும் தேசத்தைச் சேர்ந்த அந்தப் பாண்டியர்கள் ஒருவேளைக் கஞ்சியுடன் தங்கள் பசியாற்றிக் கொண்டனர்.

அபயம் தேடி மேலும் ஒரு பெருங்குழு மறுநாள் மதுரையிலிருந்து வந்தது. வீரா அவர்களை அழைத்து மதுரையில் நிகழ்ந்தவற்றைக் கேட்டான். அங்கு வந்த பலரும் தொலைவில் நின்றபடி அங்கு நடக்கும் கொடுமைகளை வெறும் சாட்சி பூதங்களாக நின்று பார்த்தவற்றைக் கூறினர். வேறு எதுவும் செய்ய முடியவில்லை. கொடுங்கோலர்களின் அக்கிரமங்களைப் பட்டியல் இட்டனர்.

ஒவ்வொருவர் கூறிய கொடூரங்களில் பெண்களும் இளவயதுக்காரர்களும் அடிமைகள் ஆக்கப்படுவதும், ஆண்கள் கொடூரமாகக் கொல்லப்படுவதும் கட்டாயம் இடம்பெற்றன. மதுரை பற்றி எரிவதை விவரித்தனர்.

அவன் செவிமடுத்த கொடூரங்களைக் கேட்டதும் கணநேர அச்சம் அவனைச் சூழ்ந்தது. ஒருகணம்தான், பிறகு பகுத்தறிவைப் பெற்றான். அந்தத் துருக்கியனும் மனிதன்தான் தேவனல்லன். அவனால் மதுரையில் அதிக நாட்கள் தாக்குப் பிடிக்க இயலாது. பாண்டியர்களுக்கு மூச்சுவிடுவதற்கு மட்டுமே காலம் வேண்டியிருந்தது. அவர்கள் நிச்சயமாகப் பதிலடி கொடுப்பார்கள்.

இதற்கு நடுவில் மதுரையிலிருந்து தப்பித்த சுந்தரன் தனது பரிவாரங்களுடன் பரங்குன்றம் வந்தடைந்தான். அரச குடும்பத்தினர் எவருக்கும் பரங்குன்றத்தைத் தவிரப் பாண்டிய ராஜ்ஜியத்தில் வேறு எந்த ஓர் இடமும் பாதுகாப்பின்றி இருந்தது. சகோதரர்கள் இருவரும் ஒருவருக்கொருவர் நேருக்கு நேராகச் சந்தித்துக் கொண்டனர். மிகவும் வேதனையளிக்கும் சங்கமமாக அது திகழ்ந்தது. பகை மன்னர்களாகப் பிரிந்தவர் இன்று புகல் மன்னர்களாக ஒன்று சேர்ந்துள்ளனர்.

அவன் மாறிவிட்டானா? இலங்கையிலிருந்து திரும்பி வரும் பராக்கிரமன் தனது ராஜ விசுவாசத்தை இடம் மாற்றிக் கொள்வானா? வீரா வியப்பெய்தினான்.

‘பாண்டிய மன்னர் நீடூழி வாழ்க. எனது வந்தனங்கள்’ என்று சுந்தரன் முதலில் முகமன் கூறினான். அவன் பணிவில் ஓர் எள்ளல் இழையோடியது.

வீரா பொருட்படுத்தவில்லை. வீரா தனது அமைச்சரை அழைத்துப் புதிதாக சுந்தரனுடன் வந்தவர்களுக்கு இருக்க இடம் அளிக்க உத்தரவிட்டான். நடக்கவிருக்கும் மந்திர ஆலோசனைக் கூட்டத்தில் தம்பியை ஆர்வத்துடன் கலந்து கொள்ள அழைத்தான். அமைச்சரைக் கூட்டத்தில் ஏற்கெனவே சுந்தரனின் கூற்று முக்கியம் வாய்ந்ததாக இருக்கும் என்று கூறியிருந்தார்கள்.

*

மேகம் சூழ்ந்த வானம் தஞ்சம் புகுந்தவர் நெஞ்சில் மேலும் அச்சம் என்னும் இருளை மூட்டியது. இருண்ட வானை அவர்கள் அச்சத்துடன் பார்த்தனர். சொர்க்கமும் அடிக்கடி வானில் தோன்றிய

மின்னல்கள் வழியாக நழுவிக் கொண்டிருந்தது. இயற்கையை நம்பிக் கொண்டிருந்த வேளையில் அதுவும் சேர்ந்து கொண்டு சதி செய்யவே ஆதரவற்ற அவர்கள் கலங்கிப் போயிருந்தனர். இனி ஒதுங்க இடமோ கூரையோ இல்லை. இயற்கை கூட அவர்களைப் பார்த்துக் கைகொட்டிச் சிரிக்கிறது.

வீரா தனது மக்கள் அமர்ந்திருந்த இடங்களின் ஊடே இருந்த மணல் திட்டின் வழியாக நடந்து சென்றான். மழை தொடங்கியதும் கோட்டைக்குள் ஒதுங்க இடம் கிடைக்காதா என்று கோட்டை வாயிலின் அருகில் வந்த போது கோட்டைக் கதவுகள் இழுத்து மூடப்பட்டன. மக்கள் கூட்டம் ஏறெடுத்து மன்னர் முகத்தில் தங்கள் சமூகத்தின் மீது அக்கறை ஏதாவது தென்படுகின்றதா என்று தேடிப் பார்த்தது வீராவிற்கு நினைவில் நின்றது. அந்த உறுத்தலே அவனை அவர்கள் நலம் விசாரிக்க வைத்தது.

நேற்றைய மழை இரவில் ஒரு மகவை ஈன்றெடுத்திருந்த தாயின் அருகில் சென்றான். அந்தக் குழந்தையின் விதி அகதி முகாமில் பிறந்து மழையிலும் குளிரிலும் வாடவேண்டும் என்று இருப்பதை அவனால் வருத்தத்துடன் பார்க்க மட்டும்தான் முடிந்தது. வீராவிற்குத் துக்கம் வெடித்து அழுகையாகத் தெறித்துவிடுமோ என்று அச்சமானது. அந்தக் கடினமான சூழலில் அந்தத் தாய் தனது மகவைக் காப்பாற்றப் பெரும் அவதிக்குள்ளாகியிருந்தாள். வீரா தனது கழுத்தில் தொங்கிக் கொண்டிருந்த காஞ்சன மாலை ஒன்றைக் கழற்றி அந்தத் தாயிடம் அளித்தான்.

அந்த மகவின் அப்போதய நிலை அவலமானதுதான். ஆனால் அது அவனுக்கு ஒரு பாடத்தைப் புகட்டிக் கொண்டிருந்தது. என்ன நிகழ்ந்தாலும் பிரபஞ்சத்தின் படைப்புத் தொழில் நிற்காது. வாழ்க்கை எந்த ஒரு சம்பவத்தாலும், எந்த ஒரு கொடுமையினாலும் நின்று போய்விடாது. எந்த ஒரு சமுதாயம் காலில் விலங்கிட்டுக் கொள்ள விரும்புவதில்லை. சுதந்திரக் காற்றிற்காக அவை எதிர்த்துப் போராடவே செய்கின்றன. போன வாரம் வரை எதைப் பற்றியும் கவலைப்படாத செயல்கள் அனைத்தும் இன்று பொய்யாய்ப் பழங்கதையாய்ப் போய்விட்டன. தங்களது அரசகுலம் நிர்மூலம் ஆனது; சமய நம்பிக்கைகள் நாசவேலையால் பாழ்படுத்தப்பட்டன; கோயில்கள் கொள்ளையடிக்கப்பட்டன. இவை வெறும் ஆரம்பம் மட்டுமே. இவற்றை ஜீரணித்துக் கொள்வதைத் தவிர வேறு மார்க்கமில்லை. துருக்கியர்கள் தென்திசை நோக்கி முன்னேறத் தொடங்கினால் நிலைமை மேலும் விபரீதமாகும். தெற்கில் உள்ள பகுதிகள் அனைத்தும் பாண்டிய

சாம்ராஜ்ஜியத்திற்குள் அடங்கும் என்பது உண்மையானாலும் எந்தச் சிற்றரசு உதவிக்கு வரும் என்று தெரியவில்லை. பாண்டியர்களின் மேலாண்மையின் அடித்தளம் ஒரே வாரத்தில் ஆட்டம் காணத் தொடங்கியிருந்தது.

ராஜ விசுவாசம் மெல்ல மெல்ல அதன் சாயத்தை இழக்கத் தொடங்கியது. இதுவரையில் மன்னன் மீது வாய்மூடி விசுவாசம் காட்டிய மக்கள் கேள்வி கேட்கவும், சிந்திக்கவும் தொடங்கிவிட்டனர். மக்கள் நடுவில் வீரா எதற்காக மதுரை நகரத்தை அப்படியே விட்டுவிட்டு ஓடி வந்துவிட்டான் என்ற கேள்வி எழுந்தது. மன்னவனின் பின்வாங்குதல் விவாதப் பொருளானது. அரசரிடம் அவர்கள் குற்றம் காணத் தொடங்கினர். அவனது ஆணைகள் செல்லாமல் போகும் தருணத்திற்கு வீரா அச்சத்துடன் காத்திருந்தான்.

மக்கள் மத்தியில் ஏராளமான வதந்திகள் உலாவத் தொடங்கின. அவற்றில் உண்மையில்லை என்று எடுத்துக் கூறி அவர்களைத் தேற்றுவதற்கே அவனுக்குப் பொழுது சரியாக இருந்தது. துருக்கியர்களைத் துரத்தியடிக்கும் வரையில் மக்கள் பொறுமை காக்க வேண்டும் என்று வீரா விரும்பினான். புயலெனப் பாயும் துருக்கியரின் குதிரைப் படையைத் தடுத்து நிறுத்தாவிடில் பாண்டிய சாம்ராஜ்ஜியமே மண்ணோடு மண்ணாகிவிடும்.

சற்று பகுத்தாய்ந்து சிந்தித்தால் மதுரை நகரத்தால் ஒரு முற்றுகையைச் சமாளிப்பது இயலாத செயல் என்பது விளங்கும். மற்ற தேசங்களில் மலைப் பகுதிகளைத் தங்களுக்கு இயற்கை அரணாகக் கருதி அதன் மேல் கோட்டைகளை எழுப்பிக் கொண்ட மன்னர்களைப் போலன்றி மதுரையில் கோட்டைகள் சமதரை பூமியில் எழுப்பப்பட்டிருந்தன. மற்ற பிரதேசங்களில் அவற்றைச் சுற்றி ஓடும் ஆறுகள் அவற்றின் இயற்கை அரண்களாக விளங்கின. வைகை ஒரு மெலிந்த நதி. அரணாகப் பயன்படாது. இதில் விந்தை என்னவென்றால் இதுகாறும் மதுரை எப்படித் தப்பிப் பிழைத்து வந்தது என்பதுதான்.

எத்தனையோ தேசங்கள் சரிவதற்கு அந்தத் துருக்கியனே மூல காரணம். தொடர் மரணத்தையும் நோய்களையும் தன்னுடன் அழைத்து வரும் துருக்கியன் பல தேசங்களின் வீழ்ச்சிக்கு முக்கியக் காரணி என்பது மறுப்பதற்கில்லை. பல தலைமுறைகள் ஒரு தேசத்தைப் பஞ்சத்தில் கொண்டு தள்ளிவிடுகிறார்கள். எதிர்காலம் என்பது ஊழி இருளில் மறைத்து வைக்கப்பட்டுள்ளது. அவனது செயல் திட்டம் அதுதான்.

வீராவின் மொத்த உலகமும் முழங்கால்களில் மண்டியிட்டு நின்றது.

துருக்கியர்களுக்கு எதிராக உள்ளீடற்ற வெற்றுப் பேச்சுகளில் சில நாட்கள் கழிந்தன. எவ்விதச் சாதனையுமின்றி நாட்கள் நகர்வதாக வீரா வருத்தப்பட்டான். நேர்த்தியான தலைமைப் பொறுப்பைக் வழங்க முடியாததால் அவன் தேவைகள் பூர்த்தியடையாமல் போய்விடும் போலிருந்தன.

வீரா சிறுவனாக இருக்கும் போது யானைகளைப் பராமரிக்கும் செயலில் ஈடுபடுத்தப்பட்டான். யானைகளைக் கன்றாக இருக்கும் பருவத்திலேயே அங்குசத்தைக் காட்டி அச்சுறுத்திப் பழக்க வேண்டும். அப்போதுதான் அவை எவ்வளவு பெரியதாக வளர்ந்த போதும் மிகச் சிறிய அங்குசத்தைக் கண்டதும் மிரண்டு சொல் பேச்சு கேட்டு நடக்கும். அதேதான் இப்போது வீராவிற்கு நேர்ந்து கொண்டிருந்தது.

பராக்கிரமன் வரும் வரையில் காத்திருக்க முடியாது என்பதை உணர்ந்தான். அவனிடம் திறமையான வீரர்கள் இருந்தனர். அவர்களுக்குத் தேவையெல்லாம் வழி நடத்திச் செல்ல செல்வாக்குள்ள ஒரு தலைவன். அப்படி ஒரு தலைவன் கிடைத்துவிட்டால் அவர்கள் வீராவேசத்துடன் துருக்கியரை எதிர்கொள்வார்கள். அமைதியான காலங்களில் தலைமையேற்று நடத்தத்தான் அவனும் சுந்தரனும் லாயக்கு. இது போன்ற நெருக்கடியில் கோழைகள் போலத் தப்பியோடிய இரண்டு மன்னர்களின் குரலை எந்தக் குடிமக்கள் செவிமடுப்பர்?

வீரா தனது பாதங்களில் இடைவிடாது அரிப்பு ஏற்படவே என்னவென்று குனிந்து பார்த்தான். நடந்து களைத்திருந்த பாதங்கள். ஆனால் அரிப்பிற்கு அது காரணமாக இருக்கவில்லை. மூன்று மினுங்கும் கருப்பு நிற அட்டைப் பூச்சிகள் அவன் காலில் ஒரு பகுதியாகவே மாறி அவனது உடலில் ஓடும் ரத்தத்தை விருந்தாக எண்ணி அருந்திக் கொண்டிருந்தன. அவனுடைய காவல் வீரர்கள் அந்தப் பூச்சிகளின் கால்களைக் கூரியக் கத்தியால் அறுத்து அவற்றை மன்னரின் கால்களிலிருந்து அகற்றினர்.

வீராவிற்குத் தனது சிற்றப்பன் விக்கிரமன் காட்டிலும் மேட்டிலும் இது போன்று எத்தனை இன்னல்களைச் சந்தித்திருப்பார் என்ற நினைப்பு வந்தது. பெற்றோர்கள் செய்யும் பாவம் பிள்ளைகள் தலையில் விடியும் என்பார்கள், உண்மைதான் போலும். எதற்காக இப்போது விக்கிரமனின் நினைப்பு அவனுக்கு வர வேண்டும்? மின்னல் போல அவனது கேள்விக்கு விடை தெரிந்தது. தன்னால்

இந்தத் துருக்கியப் பேரலையைத் தடுத்து நிறுத்த முடியாது. அதனைத் தடுத்து நிறுத்த ஒரே ஒரு மனிதரால் மட்டுமே முடியும். தனக்கு இப்படி நேர இருந்த இன்னலை முன்கூட்டியே எச்சரித்தவர் அந்த மனிதர். அன்று அவன் அவரிடம் சற்று அக்கறை காட்டியிருந்தால் அவர் அதற்கான வழியையும் சொல்லியிருப்பார். ஆனால் அவற்றை நலிந்த உள்ளத்தின் புலம்பல் என்று ஒதுக்கியது தனது பேதைமையை அல்லவா வெளிச்சம் போட்டுக் காட்டிவிட்டது?

ஆம்! அவர்களுக்குத் தலைமைப் பொறுப்பேற்று நடத்த ஓர் உன்னதத் தலைவர் வேண்டும். ராஜ்ஜியத்தைவிட்டு வெளியேற்றப்பட்டு ஊர் ஊராக அலைவதைவிட அவரது துணியை நாடுவது உசிதம்.

'யாரங்கே..? விரைந்து பசுமலைக்கு ஒரு தூதுவரை அனுப்புங்கள்.'

*

அத்தியாயம் 29

கல் யானைக்குக் கரும்பூட்டி...

கோயில் சுவரில் பதிந்த நிலையில் செதுக்கப்பட்டிருந்த இரண்டு பெரிய யானைச் சிலைகளின் நடுவில், ஈசனின் திருவிளையாடல்கள் சுதைச் சிற்பங்களாக வடித்துவைக்கப்பட்டிருந்தன. அந்தத் தொடர் சிற்பங்கள் மேலே உள்ள கூரை வரை உயரும் இடத்திற்கு அருகில் ஒரு பீடத்தில் அந்த முதியவர் ஒரு யோகியின் முத்திரையுடன் நேராக நிமிர்ந்து அமர்ந்திருந்தார். அவரைக் கடந்து செல்பவர்கள் அவரும் ஒரு சிலையோ என்று கருதுவர். அந்த அளவிற்கு அவர் அசையாமல் இருந்தார். அவரது முக அமைப்பு கூட உளியால் செதுக்கியது போல இருந்ததும் ஒரு காரணம். ஆனால் அந்த ஊடாடும் பார்வை வேறு எங்கும் காண முடியாத பார்வையாக இருந்தது. அவர் தலையில் அரைகுறையாகத் தூக்கிக் கட்டிய ஜடாமுடி இருந்தது. அதன்மீது சூரியனின் கதிர்கள் பட்டதால் அவர் தலையைச் சுற்றி ஒளிவட்டம் ஒன்று தோன்றியது. ஒன்றிரண்டு முடிக்கற்றைகள் சிலந்தியின் வலையைப் போலக் காற்றில் அசைந்தன.

அவர் மடியில் இருந்த கைத்தடியைத் தவிர அவரிடம் பெரிதாக வேறு எதுவுமில்லை. ஆனால் ஆச்சரியமூட்டும் விதத்தில் அவர் அருகில் ஒரு கட்டுக் கரும்புகள் இருந்தன.

இந்தத் தள்ளாத வயதில் அவரால் அத்தனை கரும்பையும் உண்ண முடியுமா என்று மாலிக் ஆச்சரியப்பட்டான். தனது நாட்டின் தற்போதைய நிலைகண்டும் கலங்காமல் அவர் இருந்தது வியப்பை ஏற்படுத்தியது. தனது தேசத்தின் கொடிய நிலைக்கு அவர் மகிழ்ச்சி கொண்டவர் போலத் தெரிந்தார். தனது தனிமை அவருக்குச் சலிப்பை ஏற்படுத்தியிருக்க வேண்டும். மாலிக்கின் சமூகத்தால் வரவிருக்கும் நன்மை குறித்து ஆனந்தம் அடைந்தவர் போலக் காணப்பட்டார்.

மாலிக் சூழ்நிலையின் முரணை உணர்ந்தான். மற்ற அனைவரும் அந்த முதியவருக்கு முன்னமே மாலிக்கின் படை வருவதற்கு முன்பே ஓடிவிட்டனர். இந்த மனிதர் அவன் வருகைக்குக் காத்திருந்தவரைப் போல முகத்தில் புன்னகையுடன் இருந்தார்.

அவரது சாம்பல் பூத்த விழிகளைக் கண்டதும் மாலிக் மகிழ்வுற்றான். ஆனால் ராயனால் அந்தப் பார்வையின் தீட்சணியத்தைத் தாங்க முடியாமல் தனது பார்வையைத் தாழ்த்திக் கொண்டான். மாலிக் அவரை எழுந்து நிற்கும்படி தனது கைகளால் ஜாடை காட்டினான். அவர் அதனைப் புரிந்து கொள்ளாதவர் போல முன்னால் வந்து வினவுவது போன்ற பாவத்தைக் காட்டினார். தன்னையும் தனது படையினரையும் கண்டு அவருக்குச் சிறிதும் அச்சமில்லை என்பது புரிந்தது. மாலிக் தான் அவமரியாதை செய்யப்படுவதைப் போல எண்ணிக் கொண்டான். அந்தப் பரதேசி ஓர் அரசனைப் போல நடந்து கொள்வதைப் போலத் தோன்றியது. அவரது தோற்றம் செருக்குடன் இருந்தது. அவருடைய கண்களில் கேலி மினுங்கியது. மாலிக் தனது பற்களைக் கடித்தபடிக் காத்திருந்தான். 'கிழவா, உனக்குப் பாடம் புகட்டினால்தான் சரி.'

எல்லைக்கோடு நிர்ணயிக்கப்பட்டுவிட்டது. அவர் தனது கைகளில் இறுக்கிப் பிடித்திருந்த நீண்ட கழியின் மற்றொரு முனை மாலிக்கின் அருகில் இருந்தது. மாலிக் அவருக்குப் பாடம் எடுக்க ஆர்வமானான். பாய்ந்து சென்று அவர் அருகில் இருந்த தடியின் நுனியைப் பற்றி இழுத்தான்.

கழியின் பிடி இளகவில்லை. மாலிக் தடுமாறினான். ஒரு துள்ளல் துள்ளியதில் அவன் கைப்பிடி நழுவியது. மாலிக் நிலை தடுமாறினான். ஆனால் அந்த முதியவர் தன் நிலை மாறாது மாலிக்கின் கையில் இருந்த கழியைத் தன் பக்கம் இழுத்துக் கொண்டார். இருமுறை அதனை ஒரு சுழற்றுச் சுழற்றி மாலிக்கை எச்சரித்துவிட்டு தன் அருகில் வைத்துக் கொண்டார். இப்போது அந்தக் கழி மாலிக் தொட முடியாத இடத்தில் இருந்தது. அவர் ஒரு சாதுவைப் போலத் தோன்றவில்லை. வயதிற்கு மீறிய வலிமை உடையவராக விளங்கினார்.

அவரடைந்த களிப்பு அவர் கண்களில் குறும்பாகக் கொப்பளித்தது. போட்டியில் வெற்றி பெற்றுவிட்டதற்குத்தான் அப்படி ஒரு களிப்பு. மாலிக் கோபம் கொண்டான். அதே நேரம் அவன் மனம் குழம்பியது. அவன் இதுவரை எத்தனையோ தடைகளை மீறிப் போர்களில் வெற்றி பெற்றிருக்கிறான். ஆனால் அந்தக் கோயில்

முழுவதையும் உள்ளும் புறமும் அறிந்த நல்ல வழிகாட்டி தேவை. ஏன் அது இந்த முதியவராக இருக்கக் கூடாது?

மாலிக் இறுதியாக அந்தப் பெரியவரைப் பார்த்து, 'இங்கே என்ன செய்து கொண்டிருக்கிறாய்க் கிழவா?' என்றான்.

ராயன், மாலிக் துருக்கியில் கூறியதை அந்தப் பெரியவருக்கு மொழிமாற்றம் செய்தான். மெல்லிய கிசுகிசுப்பான குரலில்தான் அவர் பதில் கூறினார். ஆனால் அவர் கூறிய விதமும், அவர் தொனியில் தெரிந்த உறுதியும் கேட்பவர்கள் ஆன்மாவில் உட்புகுவதைப் போலிருந்தது.

'நான் இங்கிருந்து போய்விட்டால் இவர்களை யார் பார்த்துக் கொள்வது?' என்றார். கூறிவிட்டுக் கோயில் சுவரில் வடித்த யானைச் சிற்பங்களைக் காட்டினார்.

அவர் கூறியது துருக்கியில் மொழி பெயர்க்கப்பட்டு மாலிக்கிற்குத் தெரிவிக்கப்பட்டதும் மாலிக் வாய்விட்டுச் சிரித்தான்.

அந்த மனிதனின் குரலை எங்கோ கேட்டிருக்கிறான். எங்கு என்று நினைவில் எழவில்லை. எங்கே சந்தித்து இருக்கிறோம் இந்தக் கிழவனை? மாலிக் வியந்தான்.

'உன் பழையவற்றை நீ எண்ணிப் பார்க்க வேண்டும்' என்றார் அந்தப் பெரியவர். அதன் தாத்பரியம் தெரியாமல் ராயனும் அதனை அப்படியே மாலிக்கிற்கு மொழி பெயர்த்துக் கூறினான்.

மாலிக் அந்தப் பரதேசியின் முகத்தை அளந்தான்.

'எதற்காகப் பெரியவரே இங்கே தனியாக இருக்க வேண்டும்? உன் முதுமை காரணமா? என்னிடம் மன்னிப்பு கேள். நான் உன்னை உன் மன்னரிடம் சேர்ப்பித்து விடுகிறேன்' என்றான்.

அந்த முதியவரின் முகம் கோபத்தில் சிவந்தது. கண்ணிமைகள் படபடத்தன.

'சொல்.. நீ எதற்கு இங்கே வந்தாய்?' என்று திருப்பிக் கேட்டார்.

அவனிடம் பாதுகாக்கும் ரகசியங்கள் எதுவுமில்லை. அவருக்குப் பதில் சொல்ல அவன் ஒன்றும் கட்டுப்பட்டிருக்கவில்லை என்றாலும் அவரிடம், 'செல்வமும், யானைகளும் காரணம்' என்றான்.

சுவரில் செதுக்கப்பட்டிருந்த இருபது யானைகளை அவர் காட்டினார். அத்தனையும் ஆள் உயரத்திற்குச் செதுக்கப்பட்டு நிஜ யானைகளைப் போலக் காட்சியளித்தன.

‘என்னிடம் மொத்தம் இருபது யானைகள் உள்ளன. எடுத்துக் கொண்டு செல்கிறாயா?’ என்று அவனிடம் ஆவலுடன் வினவினார்.

மாலிக் அவரது அங்கத நகைச்சுவையைத் தொடர விரும்பினான்.

‘எனக்குச் சம்மதம். ஆமாம் அவர்களுக்கு உணவாக என்ன கொடுப்பீர்கள்?’ என்று கேட்டான். தான் போகக் கூடாத பாதையில் அடியெடுத்து வைப்பதாக மாலிக் மிரட்சியடைந்தான்.

‘இவற்றுக்கு ஆகாரமாக வேறு எதைக் கொடுக்க முடியும்? இந்தக் கரும்புகளைத்தான்’ என்றார் பெரியவர். தன் அருகில் இருந்த ஒரு கட்டுக் கரும்பைச் சுட்டிக் காட்டினார்.

‘எங்கே அந்த யானைகளுக்குக் கரும்புக் கட்டைக் கொடுத்துப் பாருங்கள். அவற்றை அவை உண்டால் நான் இவற்றை இங்கேயே விட்டுவிட்டுச் சென்றுவிடுகிறேன்’ என்றான் மாலிக்.

‘ஏன் நீயே அந்தக் கரும்புகளைக் கொடுக்கக் கூடாது?’ என்று தோகையுடன் கூடிய நீண்ட நான்கைந்து கரும்புகளை அவனிடம் எடுத்துக் கொடுத்தார்.

மாலிக் அந்த விளையாட்டை நிறுத்த முடியாதவன் போல் ஆனான். தன்னைப் பைத்தியமாக்கும் அவரை ஒரேயடியாக முட்டாள் ஆக்க நினைத்தான்.

‘சொல் பெரியவரே! அந்த யானைகள் இந்தக் கரும்புகளைத் தின்னாவிட்டால் என்ன செய்யலாம்?’ என்று கேட்டான்.

‘அப்போது பார்க்கலாம்’ என்றார் பெரியவர் அலட்டிக் கொள்ளாமல்.

மாலிக் மெதுவாக ஒரு கரும்பை எடுத்து யானைச் சிலை ஒன்றின் முன்பு நீட்டினான். சட்டென்று அந்தக் கல் யானை தனது துதிக்கையை வீசி மாலிக் நீட்டிய கரும்பைப் பற்றி இழுத்துக் கொண்டது. கரும்பைச் சுழற்றி தனது வாயைப் பிளந்து உள்ளே தள்ளியது. அப்போது மாலிக் இளஞ்சிவப்பான அதன் வாயின் உட்புறத்தைப் பார்த்தான். இரண்டு தாடைகளின் நடுவில் அந்தக் கரும்பை வைத்துத் தனது கடைவாய்ப் பற்களால் நன்றாகக் கடித்து அந்த யானை கரும்பை அலட்சியமாகத் தின்னத் தொடங்கியது.

*

மாலிக் திகைத்து நின்றான். 'இது கண்களுக்குத் தோன்றிய மாயமா? அல்லது அந்தக் கிழவன் தன்னைக் கண்கட்டு வித்தை காட்டி ஏமாற்றுகிறானா? இது போன்ற செப்பிடுவித்தைகளுக்கு நிறையக் காலம் பயிற்சி அவசியம்.'

மாலிக் உறைந்துவிட்டான். அவன் முகத்தில் திகில் குடிகொண்டிருந்தது. அவன் ஒருவன்தான் இந்தக் காட்சியைப் பார்த்தானா? ராயன் பக்கம் பார்வையைத் திருப்பினான். ராயனின் பார்வையிலும் மிரட்சி தெரிந்தது. எனவே அவனும் அதனைப் பார்த்திருக்கிறான்.

சுவரில் இருந்த மற்ற யானைச் சிற்பங்களும் உயிர் பெற்று எழுந்ததைப் போலத் தங்களது தும்பிக்கைகளை வீசி வீசி தங்கள் பங்கு கரும்பினைக் கேட்பது போல அந்த மண்டபமே எதிரொலிக்கும் வண்ணம் பிளிறின. மாலிக் உணர்வு இழந்த நிலையை எய்தினான். உயிர் பெற்ற அந்தத் தும்பிக்கைகளின் மீதிருந்து பார்வையை விலக்கினான். அவன் மனதில் நீண்ட போராட்டம் நிகழ்ந்தது. பகுத்தறிவு மூலம் துணிவுற்று என்ன நிகழ்ந்திருக்கும் என்பதை அறிய முற்பட்டான்.

அந்தப் பெரியவர் அந்த யானைகளை நோக்கிக் கை நீட்டியபடி, 'பேராசை பிடித்து அலையாதீர்கள்' என்றார். அதைக் கேட்டதும் அந்த யானைகள் மீண்டும் கல்லாய்ச் சமைந்தன. அந்த முதியவரின் கண்களில் மின்னல் ஒன்று வெட்டியது. 'யானைகளுக்குத் தீனி போடுவதைவிடக் குதிரைகளுக்குத் தீனி போடுவது கடினமில்லையா?' என்று கேட்டார்.

மாலிக் சட்டென்று தான் ஒரு கனவிலிருந்து விழித்துக் கொண்டதைப் போலத் திடுக்கிட்டான். தனது சாதனைகளின் அடுக்குகளின் அடியில் அடியில் புதைந்து கிடந்த நினைவு ஒன்றை மிக எளிதில் அந்தப் பெரியவர் மேலே கொண்டு வந்ததைப் போல அவன் உணர்ந்தான்.

முதியவர் திடீரென்று மௌனியானர். சுவரை உற்று நோக்கினார். நேரம் போய்க் கொண்டிருந்தது. மாலிக்கின் பொறுமை கடந்து கொண்டிருந்தது. அவன் மேலும் இது போன்ற மாயா லீலைகளைக் கண்ணுற ஆயத்தமாக இல்லை. அவனுக்குத் தேவை மதுரைக் கோயிலின் பொக்கிஷம்.

'பொற்குவியல் எங்கே இருக்கிறது?' மாலிக் அலறினான்.

'அஞ்சன மைக் கருப்பு யானைகளைப் பார்த்தாயிற்று. இனி மஞ்சள் நிறக் காஞ்சனம் பார்க்க வேண்டுமா உனக்கு? வா என்னுடன்' என்று சிரித்தார்.

மாலிக் தனது கரத்தால் அவரது மணிக்கட்டைப் பற்றி அவரைக் கீழே இறக்கிவிட்டான். முதியவர் கிழக்கு திசையில் இருந்த அறைகளை நோக்கிச் சென்றார். மாலிக்கும் ராயனும் மந்திரக் கயிற்றால் கட்டப்பட்டவர்கள் போல் அவர் பின்னால் சென்றனர்.

தாழ்வாரத்தின் ஒரு முனையில் நின்று திரும்பிப் பார்த்தார். 'அதோ அங்கே!' கீழ்த்திசையில் இருந்த ஓர் அறையை நோக்கி அவரது மெலிந்த விரல் சுட்டி நின்றது. 'அதோ அங்கேதான் உலகின் மிகப் பெரியளவில் பொக்கிஷம் இருக்கிறது. என்னைப் பார்த்துக் கொள்ளச் சொல்லிச் சென்றிருக்கிறார்கள். உனக்கு விருப்பம் என்றால் திறந்து எடுத்துக் கொள்' என்று கூறினார்.

மாலிக் கதவுகளை உதைத்துத் திறந்தான். கீல்களுக்கு எண்ணெய்ப் பூசப்பட்டிருந்ததால் கதவுகள் இரண்டும் ஓசையின்றித் திறந்தன. அறையின் நடுவில் ஒரு பீடத்தில் அன்னை மீனாட்சியின் ஐம்பொன் சிலை ஒன்று இருந்தது.

'ஓ..! இந்தச் சிலையைத்தான் மதுரை திருவிழா காலங்களில் நகர வீதிகளில் தேரில் எடுத்துச் செல்வார்கள்.' ராயன் நினைத்துக் கொண்டான். 'இது பொற்சிலை அன்று' என்று ராயன் கிசுகிசுத்தான். பஞ்ச உலோகங்களால் ஆனது. தங்கச் சிலை அளவிற்கு மதிப்புடையதன்று.

மாலிக்கின் விழிகள் அந்தப் பெண் கடவுள் சிலையைவிட்டு அகலவில்லை. அவன் மனதில் ஒரு வெப்பம் பரவி 'சிலையைக் கொண்டு செல், கொண்டு செல்' என்றது. அந்தச் சிலையை எடுத்துக் கொள்ள வேண்டும் என்ற அவா அலை போல எழுந்தது.

என்ன அற்புதமான சிலை! அதனைக் கவர்ந்து செல்லக் கிடைத்திருக்கும் வாய்ப்பை நழுவவிட்டால் அவனைவிட முட்டாள் யாரும் இருக்க முடியாது. அந்தச் சிலையைப் பார்த்த பின்னர் ஆசை என்பதன் அர்த்தம் அவனுக்கு மறந்து போனது. முற்றுகைகளின் போது அவன் முன்னர் வேற்று நாட்டு அரசர்கள் மண்டியிட்டுத்தான் பார்த்திருக்கிறான்.. முதன்முறையாக இதோ இப்போது அந்தச் சிலையின் முன் அவன் மண்டியிட்டு நின்றான். அதன் மீது கொண்ட ஏக்கம் நெருப்பெனப் பற்றிக் கொண்டு அதன் முன் இருந்த அத்தனையையும் பொசுக்கிவிடும் போலிருந்தது.

‘இதனை எடுத்துச் செல்லலாம் என்று நினைக்கிறேன்’ என்றவன் பீடத்திலிருந்து அந்தச் சிலையை எடுத்தான். பெரியவர் அவனைப் பார்த்துக் கொண்டிருந்தார். மிலேச்சனின் கரம் பட்டதும் அந்தச் சிலையின் ஆற்றல் வெளிப்பட்டுத் தண்டனை கொடுப்பது போல அந்தச் சிலை தனது கைகளில் காயங்களை ஏற்படுத்துமென்று மாலிக் எண்ணினான். அப்படி எதுவும் நிகழவில்லை.

‘மற்றப் பொக்கிஷங்கள் அதோ அங்கிருக்கும் அறைகளில் உள்ளன’ என்று முதியவர் சுட்டினார்.

‘உன் நோக்கம் தங்கம் ஒன்றுதான். வேண்டுமென்ற அளவிற்கு அவற்றை எடுத்துச் செல். இந்தக் கோயிலை எதுவும் செய்யாதே. இங்கே சுவர்களுக்குக் கூட உயிர் இருக்கிறது’ என்றார் அவர்.

ஒரு சிறு பிள்ளையைப் போல மாலிக் ஆர்வத்துடன் தலையை ஆட்டினான். அவனது அகந்தையை அவர் ஓங்கி அடித்தது போல் அவன் உணர்ந்தான். அவன் வேண்டுமென்ற அளவிற்குத் தங்கத்தை அள்ளிப் போனாலும் அவன் வெற்றிகளில் இது ஒன்றுதான் முழுமையடையாத வெற்றியாக இருக்கப் போகிறது.

‘உன்னைப் பிறகு சந்திக்கிறேன்’ என்று ஒரு தீர்க்கதரிசியைப் போலக் கூறிவிட்டு அவர் நொண்டி நொண்டி நடந்து மறைந்தார்.

ராயனும் மாலிக்கும் அந்தப் பெரியவர் ஒரு தூணின் பின்னால் சென்று அருகி மறைந்ததைப் போல உணர்ந்தனர். அவர் செல்வதையே அவர்கள் நம்ப முடியாமல் பார்த்துக் கொண்டிருந்தனர். அவர் ஒரு செய்தியைவிட்டுச் சென்றிருக்கிறார். அதன் பொருளை மாலிக்கின் உள்ளுணர்வு முழுவதும் முயன்றாலும் அவ்வளவு எளிதில் கண்டு பிடிக்க முடியாது. ராயனும் அங்கிருந்த சிலைகளைப் போல வாய்மூடிச் சமைந்து நின்றான்.

சில நிமிடங்கள் அவர்கள் காத்திருந்தனர். மீண்டும் அவர்களைப் பழைய அச்சம் சூழ்ந்தது. மாலிக் தயங்கி நின்ற ராயனை இழுத்துக் கொண்டு பொக்கிஷ அறைக்குச் சென்றான். தனது கைகளில் ஏந்திய மீனாட்சியம்மையின் சிலையுடன் அந்த அறையைத் தனது கால்களால் உதைத்துத் திறந்தான். அதன் கதவுகள் பிளந்து கொண்டதும் மாலிக் உள்ளே இருந்தவற்றைப் பார்த்துவிட்டுத் திறந்த வாயை மூடாமல் நின்றான். எந்த நாகரிகமும் இதுவரை பார்த்திராத பொக்கிஷம் அந்த அறையில் நிரம்பி வழிந்து கொண்டிருந்தது.

மன்னர்கள் கொண்டு குவித்த செல்வங்களின் மீது கால் படாமல் அந்த அறையினுள் மாலிக்கினால் நடக்க முடியவில்லை. தங்கம்

மூட்டை மூட்டையாக அடுக்கி வைக்கப்பட்டிருந்தது. நவரத்தினங்கள் இரும்பு வாளிகளில் வாரி வைக்கப்பட்டிருந்தன. அடுக்கடுக்காக அடுக்கி வைக்கப்பட்டிருந்த கிரீடங்களும், உற்சவ மூர்த்திகளுக்கு அணியப்படும் ஆபரணங்களும் அறையின் கூரையைத் தொட்டன. இப்படி ஓர் அபரிமிதமான செல்வக் குவியலை இதுவரையில் மாலிக் கண்டதில்லை, இனி வேறு எவனும் மாலிக்கைப் போலக் காணப்போவதுமில்லை.

அத்தனை தங்கத்தை ஒருசேரப் பார்த்ததும் ராயன் மந்திரத்தால் கட்டுண்டவன் போலானான். அவன் மாலிக்கை அந்த இடத்திலிருந்து அகன்று விடுமாறு துளைத்து எடுத்தான்.

'வேண்டாம் தளபதியாரே, போய்விடுவோம்' என்று அழாத குறையாகக் கெஞ்சினான்.

மாலிக் கலங்கிவிட்டான். ஆனால் அதனை அவன் வெளிக்காட்டிக் கொள்ளவில்லை. அவன் மனதில் பல கேள்விகள் எழுந்தன. சட்டென்று நோய்வாய்ப்பட்டவன் போலச் சுருங்கினான். சுவாசிக்க நல்ல காற்று தேவைப்பட்டது.

'வா, இங்கிருந்து சென்றுவிடுவோம்.' தனது தீர்மானத்தால் நன்றி பெருக்குடன் காணப்பட்ட ராயனின் கரங்களைப் பற்றியபடி வெளிவாசல் வரை சென்றான். மீண்டும் மீண்டும் ஒரே கேள்வி அவனை வெருட்டியது. இத்தனை பொற்குவியலும் ஒரே இடத்திலா?

வாயிலில் பிரம்மாண்டமாக நின்று கொண்டிருந்த துவாரபாலகர்களின் சிலைகளைக் கண்டதும் தனது அச்சத்தை அடக்கிக் கொண்டான். இதற்கு முன்னர் அவர்கள் அப்படி ஒரு திகிலான விஷயத்தைச் சந்தித்ததில்லை. மாலிக் ஒருமாதிரி துணிச்சலை வரவழைத்துக் கொண்டு தனது அச்சத்தை விரட்ட முயன்றான். அவர்கள் வெளிவாயிலை அடைந்த போது அவர்கள் மேல் குளிர்ந்த காற்று கோயிலுக்கு வெளியிலிருந்து வீசியது. உள்ளே இருந்து முழுதாக வந்ததற்கு இருவரும் மகிழ்ச்சி அடைந்தனர். இடியும் மின்னலும் அவர்களை வரவேற்றன.

இந்தக் கோயில்கள் நாசமாகப் போகட்டும். அவை என்னைப் பைத்தியமாக்கிவிடும் போலிருக்கிறது. இதற்குத்தானா நான் ஆசைப்பட்டேன்?

ராயனின் நடுக்கமும் அவன் தோள்களில் சாய்ந்திருந்த மீனாட்சியம்மையின் சிலையும் இல்லை என்று கூறுவது போல இருந்தன.

*

அத்தியாயம் 30

புனர் ஜென்மம்

விக்கிரமனைப் போன்ற செல்வாக்கு மிக்க மனிதர்கள் எளிதில் மக்கள் கண்களிலிருந்து தப்ப முடியாது. பசுமலைப் பகுதியில் காட்டில் மலை சாதி மக்கள் நடுவில் அலைந்து கொண்டிருந்த விக்கிரமனைத் தூதுவர்கள் எளிதில் கண்டுபிடித்தனர். மன்னர் வீரா அழைக்கிறார் என்றதும் சற்றுத் தயங்கிய விக்கிரமன் 'உங்கள் மன்னர் என்னை எதற்காக அழைக்கிறார்?' என்று கேட்டார்.

'சக்கரவர்த்தித் தற்சமயம் பரங்குன்றத்தில் முகாமிட்டிருக்கிறார். அவருடன் இளைய மன்னர் சுந்தரனும் இருக்கிறார்' என்பதுதான் அவர்களது பதிலாக இருந்தது.

'இரண்டு பிறவிப் பகையாளிகள் ஒரே இடத்தில் இருக்கிறார்களா? அப்படி என்றால் ஏதோ நடக்கக் கூடாதது நடந்திருக்கிறது.' விக்கிரமன் யோசித்தார்.

தூதுவர்களிடம் விரிவாக அவர்கள் தேச பிரஷ்டம் குறித்து அறிந்து கொண்டார். விக்கிரமன் அதிகமாகக் கலங்கிவிட்டார். சோகமான சிரிப்பு அவர் இதழ்களில் நெளிந்தது. யோசித்துப் பார்த்தால் நான் அவர்களுக்குச் சிறந்த பயிற்சியைத்தானே அளித்தேன்? ஆனால் இப்போது நடப்பதை யாராலும் தடுக்க இயலாது. சாம்ராஜ்ஜியங்கள் உள்நாட்டுக் குழப்பங்களால்தான் பெரிதும் வீழ்ச்சியடைந்திருக்கின்றன. இதனால்தானே சோழர்கள் வழிவிட்டு நின்றனர்? அவர்களுக்கு முன்பாகப் பல்லவர்கள்..

தனக்குக் கிடைத்த இரண்டாவது வாய்ப்பு விக்கிரமனுக்கு அவ்வளவு மகிழ்ச்சியை அளிக்கவில்லை. அவர் பேசாமல் இந்த மலை சாதி மக்களுடன் காட்டில் ஒருவராக இருந்துவிட்டுப்

போகவே ஆசைப்பட்டார். இந்த மக்களின் விதியை மாற்றி எழுத, தான் யார்? என்னை அநியாயமாக நாடு கடத்திய இவர்கள் வாழ்ந்தால் என்ன? வீழ்ந்தால் என்ன? அவ்வளவு தூரம் மதுரை கோட்டைக்குள் நுழைந்து வீராவை எச்சரிக்கப் போன போது, அவன் மதுரைக்கு ஆபத்து எதுவும் நேராது என்று இறுமாப்புடன் தன்னை அலட்சியப்படுத்தி அனுப்பினானே. அவனுக்கா மீண்டும் உதவி புரிவது? அன்றே தான் சொன்னதை வீரா செவிமடுத்திருந்தால் இன்று மதுரைக்கு நேர்ந்ததைத் தடுத்திருக்கலாம். மானமில்லாதவன். தனது பரிவாரங்களுடன் எங்கோ மலைக் கோட்டையில் ஓடி ஒளிந்து கொண்டிருக்கிறான்.

விக்கிரமன் அரைமனத்துடன் வரச் சம்மதித்தார்.

நாட்டை விட்டு ஓடிவந்தவர்கள் தஞ்சமடைந்த கோட்டைக்குள் நுழைந்த போது ஒரு பெரிய சாம்ராஜ்ஜியத்தின் வீழ்ச்சியை வெறும் பார்வையாளனைப் போல, தான் பார்ப்பது அவருக்கு மிகுந்த வருத்தத்தை அளித்தது. அவர்களது வேதனைக் கூப்பாடுகள் அவர் நெஞ்சைத் துளைத்தன. சாதாரணக் காவலாளியைப் போல அவர்கள் இருவரும் விக்கிரமனின் வரவை வழிமேல் விழி வைத்துப் பார்த்திருந்தனர்.. முகமன் எதுவும் கிடையாது. இழவு வீட்டிற்குள் நுழைந்தது போல உணர்ந்தார். அங்கேதான் வருபவர்களுக்கு முகமன் எதுவும் கூறமாட்டார்கள்.

விக்கிரமன் முதலமைச்சரை அழைத்து அவர் தோள்மீது கரங்களைப் படரவிட்டு அன்னியோன்னியமாகப் பேசினார். அவருக்கு இதுவரை நடந்த நிகழ்வுகளின் மேல்பூச்சு இல்லாத தொகுப்பு வேண்டியிருந்தது. அதற்குத்தான் அந்த அன்னியோன்னியம். தில்லியிலிருந்து படையெடுத்து வந்த முகமதியர்கள் மதுரை மன்னனை அரியணையிலிருந்து துரத்திய கதையை வேதனையுடன் கேட்டார். அங்கொன்றும் இங்கொன்றுமாகக் கிடைத்த தகவல்களை எல்லாம் ஒட்ட வைத்து இதுவரை பாண்டிய மன்னர்கள் சந்தித்திராத மிகக் கேவலமான தோல்வியின் முழு வடிவத்தையும் அறிந்து கொண்டார்.

மாலிக்கபூர், சுந்தரன் வேண்டுகோளை ஏற்றுக் கொண்டு அவ்வண்ணமே நடந்தான். வீரா பின்விளைவுகளைப் பற்றிச் சற்றும் சிந்திக்கவே இல்லை. பாண்டியர்களுடன் பலமான நட்பு நாடுகள் இருந்திருக்குமேயானால் இப்படி ஒரு தாக்குதலைத் துருக்கியர் நிகழ்த்தியிருக்க முடியாது. பாண்டிய எல்லையின் வட எல்லைக்கு அப்பால் உள்ள அனைத்துத் தேசங்களும் துருக்கியப் படைகளுக்கு

அடிபணிந்து மாலிக்கபூரிடம் கை ஏத்தி நின்றதுதான் துருக்கியனுக்கு வசதியாகப் போனது. பாண்டிய தேசத்திற்கான பாதை சீராக இருந்தது. மேலும் பாண்டியர்களின் மூன்றில் ஒரு பங்கு சேனை இலங்கையில் மையம் கொண்டிருந்தது. இதற்கெல்லாம் முத்தாய்ப்பாக வீரா பகைவனை எதிர்க்காமல் ஓடி ஒளிந்தது படை வீரர்களின் நம்பிக்கையைக் குலைத்தது. குடிமக்கள் ஒருவருமே இல்லாத ஒரு நகருக்குள் அன்னியர் படை மிக எளிதாக நுழைந்துவிட்டனர். மற்ற தேசங்களில் உள்ள குடிமக்கள் துருக்கியப் படைக்கு ஓரளவு எதிர்ப்பைக் காட்டிய போது மற்ற தேசங்களையும்விட வலுவான சேனைகளை உடைய பாண்டிய ராஜ்ஜியம் எதுவும் செய்யாதது பகைவனுக்கு வாயிற் கதவைத் திறந்துவிட்டது போலானது.

சுந்தரனுக்குத் தனது எதிர்காலம் குறித்த கவலை. வீராவிற்குப் பகைவனை எதிர்க்கத் தயக்கம். இரண்டும் சேர்ந்து மதுரை மக்களை நடுத்தெருவில் இல்லை.. இல்லை நடுக்காட்டில் கொண்டு வந்துவிட்டிருக்கிறது.

விக்கிரமனின் மனதில் துருக்கியரின் மதுரை அட்டகாசங்கள் சித்திரம் போல அசைந்தன. கோட்டைக் கதவுகள் பிளக்கப்பட்டிருக்கும். கோட்டைச் சுவர்கள் தகர்க்கப்பட்டிருக்கும். கொலைவெறியுடன் உட்புகுந்த பாதகர்கள் மதுரை வீரர்களின் தலையைப் பனங்குலைகளைப் போலச் சீவி வீதிகளில் குருதி அபிஷேகம் செய்திருப்பர். ஆயிரம் ஆயிரம் ஆண்டுகளாகத் தனக்கு நிகர் இல்லையென்று வானுயர்ந்த கோயில்கள் எல்லாம் பகைவர்களின் வெறியாட்டத்தால் மண்ணோடு மண்ணாகச் சாய்க்கப்பட்டிருக்கும். கோயிலின் விலை மதிப்பே இல்லாத செல்வங்கள் கயவர்களால் களவாடப்பட்டிருக்கும். மதுரை மாநகர் தனது அடையாளங்களை முற்றிலும் இழந்திருக்கும்.

அறச்சீற்றம் கொண்டு விக்கிரமன் எழுந்தார். வார்த்தைகள் தடுமாற அவர் சுந்தரனைப் பார்த்து, 'இழி மகனே! ஈனப்பிறவியே! உன்னுடைய சொந்த விருப்பு வெறுப்புகளுக்குப் பகைவனுக்குச் சிவப்புக் கம்பளம் விரித்துவிட்டாயே! உனக்கு மன்னன் என்ற பட்டம் வேறு. பாண்டியனா நீ? உன்னுடைய பொறுப்பற்ற தன்மை உனது பகுத்தறிவை மறைத்து உன்னை மட்டுமல்லாது மதுரைக் குடிமக்களையும் படுகுழியில் தள்ளிவிட்டதே பாவி! நீங்கள் இருவரும் சேர்ந்து, பல நூற்றாண்டுகளாகப் பார்த்துப் பார்த்துக் கட்டிய ஒரு சாம்ராஜ்ஜியத்தை, மண்ணோடு மண்ணாகச் சாய்த்துவிட்டீர்களே..' விக்கிரமன் தாள முடியாது சீறினார்.

அவர்கள் பெயரை உச்சரிக்கவே விக்கிரமன் கூசினார். சொந்த நலனைக் கருதியே அவர்களின் ராஜதந்திரம் இருப்பதைக் கண்டு அவமானப்பட்டார். இரு சகோதரர்களும் வாய்மூடி மௌனமாக அமர்ந்திருந்தனர். அவமானத்தில் கூனிக் குறுகிப் போயிருந்தனர். ஒரு சில கணங்கள் அவர்கள் இருவரும் வாய் மூடி எந்த விதமான வியூகம் அமைத்தால் பகைவனைப் பாண்டிய மண்ணிலிருந்து விரட்டலாம் என்பதற்கான உதவியை விக்கிரமனிடம் கேட்க எண்ணினார்கள்.

*

துருக்கியச் சேனைத் தலைவன் விக்கிரமனின் ஆவலைத் தூண்டிவிட்டான். சிறு வயதில் தில்லியில் ஆட்சி புரியும் முகமதியர்கள் பற்றி விக்கிரமன் அரசல் புரசலாகக் கேள்விப்பட்டிருக்கிறான். அவர்கள் அனைவரும் பதவிக்கும் அதிகாரத்திற்கும் ஆசைப்படுபவர்கள். சரித்திரத்தில் இடம் பெற மோகம் கொண்டவர்கள். ஆனால் இந்த மூன்றும் தற்போதைய துருக்கியச் சேனாதிபதிக்குச் சிறிதும் பொருந்தி வரவில்லை. அவனுக்குப் பொன்னின் மீதுதான் தீராத மோகம். எனவேதான் அவன் தனது வழித்தடத்தை ஹிந்துக்களின் கோயில்கள் இருக்கும் வண்ணம் அமைத்துக் கொண்டிருக்கிறான். அவன் பெற்ற வெற்றிகளில் பாதி முற்றுகையின் மூலம் வந்தவை. போர்க்களத்தில் எதிரியை அவன் வென்றதாகத் தகவல்கள் இல்லை.

விக்கிரமன் கடந்த கால நிகழ்வுகளை ஒவ்வொன்றாக அலசி ஆராய்ந்தான். இறுதியாக ஒருமுறை பகைவனை வீரா எதிர்த்திருந்திருக்கலாம். எவர் கண்டது.. ஒருவேளை அவன் போரில் வெற்றி கூட அடைந்திருக்கலாம். ஒரு கடுமையான யுத்தத்திற்குப் பின் அவன் தோல்வியைத் தழுவித் தனித்துவிடப் பட்டிருந்தால் குடிமக்கள் அவனைப் பார்க்கும் பார்வை வேறு மாதிரி இருந்திருக்கும். யுத்தத்தில் தோற்றுப் போன மன்னன் வேறிடத்தில் தஞ்சம் அடைந்ததாகப் பேசிக் கொண்டிருப்பார்கள். இது போன்ற அவமானம் நேர்ந்திருக்காது.

அப்போது கூட அவர்கள் அவனிடம் குற்றம் கண்டு பிடித்திருக்க மாட்டார்கள். பேராற்றல் மிக்க சேனை ஒன்று எவ்விதப் போர் அறிவிப்பும் இன்றி அவன் கோட்டைக் கதவுகளைத் தட்டியது. எதிரிகளின் முன்னறிவிப்பற்ற முற்றுகையினால்தான் மன்னன் தோல்வியைத் தழுவினான் என்று சமாதானமடைந்திருப்பார்கள். தோல்விக்குக் காரணம் எதிரிகளின் கணக்கிலடங்கா சேனையன்று.

இளவல் சுந்தரன் அணிமாறி நின்றதே காரணம் என்று அவச்சொல் சுந்தரனைச் சென்றடைந்திருக்கும்.

பாண்டியர்கள் நெடுங்காலமாகக் கற்பனை உலகில் வாழ்ந்தவர்கள். அவர்களை எவராலும் வெல்ல முடியாது என்று கற்பிக்கப்பட்டிருந்தனர். காலம் காலமாகப் புலவர்களின் போற்றிப் பாடும் பாடல்களில் அகமகிழ்ந்தும் சிற்றரசர்கள் கட்டிய திறையில் மேனி கொழுத்தும் வாழ்ந்து வந்தவர்கள். ஒரு சுகபோக வாழ்வைக் கடந்த இரண்டு சதாப்தங்களாக வாழ்ந்து லட்சோப லட்சம் குடிமக்களிடம் ஆட்சி அதிகாரம் செலுத்திய சாம்ராஜ்ஜியம் ஒன்று இப்போது ஆற்றல் இழந்து கிடக்கிறது.

*

விக்கிரமன் நிதானமாக அமர்ந்து எடுக்க வேண்டிய நடவடிக்கைகள் குறித்துப் பட்டியல் இட அமர்ந்த போது சில வேதனையான உண்மைகளைச் சந்திக்க நேர்ந்தது. துருக்கியர் படை மதுரை நகருக்குள் நுழைந்து ஒரு வாரத்திற்கு மேலாகிறது. புதியவர்கள் நகருக்குள் இப்போது நன்றாகக் கால் ஊன்றியிருக்க வேண்டும். துருக்கியர்கள் கோட்டைக் கொத்தளங்களில் தங்கள் பாதுகாப்பிற்கு வீரர்களைக் கொண்டு நிறுத்தியிருப்பார்கள்.

இந்த இரண்டு மன்னர்களும் ஆற்றலின் உற்பத்தி பீடம் என்று கொள்ள முடியாது. இருவரின் பகைமைதான் பெரிய சாம்ராஜ்ஜியத்தின் தலையெழுத்தை மாற்றியது. வந்த முதல் நாளிலேயே இருவரிடமும் பாசமோ, இணக்கமோ இல்லை என்பதை விக்கிரமன் கண்டு கொண்டார். எரியும் சிதைகளுக்கு மத்தியில் இடுகாட்டில் அரியணை வைக்கப்பட்டாலும் இருவரும் அதற்குக் கூடப் போட்டி போடுவார்கள். அவர்கள் வளர்ப்பு அப்படி. இவர்கள்தான் தனது துணையை நாடி அவர்களது நாட்டை மீட்டுக் கொடுத்து அரியணையில் அமர்த்துமாறு மன்றாடுகின்றனர்.

எந்த இரண்டு இளவரசர்களுக்குப் போர்ப் பயிற்சி அளிக்கத் தான் சிரமம் மேற்கொண்டு முயற்சி எடுத்தாரோ அந்த இருவரிடமிருந்து அவர் கற்றுக் கொள்ள வேண்டிய பாடம் ஒன்று இருந்தது. ஒவ்வொரு ஆசானும் தனது மாணவர்களுக்குச் சிறந்த கல்வியை வழங்கலாம். ஆனால் அந்தக் கல்வியின்படி ஒழுகுமாறு கேட்டுக் கொள்ளலாமே தவிர வற்புறுத்த முடியாது. அதனால்தான் வள்ளுவப் பெருந்தகையும்,

‘கற்கக் கசடற கற்பவை கற்றபின்

நிற்க அதற்குத் தக.’

என்று வேண்டுகோள் விடுக்கிறாரேயன்றி கட்டளையிடவில்லை. விக்கிரமன் எதுவும் கூறவில்லை. படைக் குழுவினர் விக்கிரமனின் முகத்தில் தோன்றிய கடுமையான கோபத்தைப் பார்த்தனர். சினத்தில் அவரது வார்த்தைகள் தடுமாறின. உலைக்கலனின் துருத்தியைப் போலக் கோபத்தில் அவர் நாசிகள் விரிந்து பெருமூச்சை வெளியேற்றிக் கொண்டிருந்தது.

‘நீங்கள் இருவரும் சேர்ந்து பாண்டிய நாட்டிற்குப் பேரிழப்பை ஏற்படுத்திவிட்டீர்கள்..’ உறுமியபடி விக்கிரமன் தரையில் ஓங்கி அடித்தார். ‘மகமதியர்கள் காரணம் இல்லாமலா உள்ளே நுழைந்தார்கள்? நீங்கள் இருவரும் அங்காடி நாய்களைப் போலச் சண்டையிட்டுப் பிறந்த பொன்னாட்டைச் சுடுகாடாக மாற்றிவிட்டீர்கள் அற்பப் பதர்களே!’ என்று சீறினார். தெருவில் போகின்றவர்களை வசை பாடுவதைப் போன்று கடுமையாக ஏசினார்.

சுந்தரன், தான் மாலிக்கைச் சந்தித்தற்குக் காரணம் சொன்னான். ‘அவர்கள் பெரும் ஆற்றல் படைத்தவர்கள் என்பது தெரியும். மாலிக்கிடம் நான் நட்புக்கரம்தான் கேட்டேன். அவன் தேவகிரியையும், துவார சமுத்திரத்தையும் மதுரையைக் கொளுத்தியதைப் போலத் தீயிட்டுக் கொளுத்தவில்லை. அவன் அங்கேயே தடுக்கப்பட்டிருந்தாலும் அவர்களை யுத்தத்தில் வென்று இங்கே நிச்சயம் வந்திருப்பான். அவனை எப்படியாவது நிறுத்தி ஒப்பந்தம் செய்து கொள்ளலாம் என்றுதான் எண்ணினேன்.’

சுந்தரன் சொன்ன நியாயம் விக்கிரமனுக்கு அவமானத்தைக் கொடுத்தது. அவன் அப்படிக் கூறியதற்கு அவனை மதுரை கோட்டைப் பகுதியிலிருந்து முற்றிலும் வெளியில் அனுப்பியிருக்க வேண்டும். இப்போது வேண்டாம். மாலிக்கபூர் பற்றியும் அவனது போர்த்தந்திரங்கள் பற்றியும் இப்போதைக்கு அறிந்து வைத்திருப்பது அவன் ஒருவன் மட்டும்தான். போர்த்தந்திரத்தில் சிலநேரங்களில் யானைகள் சாதிக்க முடியாததைச் சிறு துரும்பு சாதித்து விடுவதுண்டு.

இதில் வீராவிற்கு சிறிதும் விருப்பமில்லை. சுந்தரனுக்கு அளிக்கப்பட்ட தற்காலிக முக்கியத்துவத்திற்கு வீரா அரை மனதுடன்தான் ஆதரவு காட்டினான். சுந்தரனின் பிதிர் ஜாதகத்தையும், எதிரியுடன் அவன் ஏற்படுத்திக் கொண்ட

உறவையும் கண்டு விக்கிரமன் அதிகம் கலங்கியதாகத் தெரியவில்லை. இப்போது என்னவென்றால் சுந்தரனின் இருப்பு அவருக்கு முக்கியமாகப் போய்விட்டது. எதிரிகளுடன் அவர்கள் மேற்கொள்ளப் போகும் எந்த நடவடிக்கையிலிருந்தும் விலகிச் செல்லும் எண்ணம் சுந்தரனுக்கு இருப்பதாகத் தெரியவில்லை..

வீரா அதிர்ச்சியடைந்தான். முன்பு சுந்தரன் எதிரியுடன் சேர்ந்து கொண்டு செய்ய எண்ணிய கூட்டுச் சதியைவிட இப்போது அவன் பின் வாங்குவது கேவலமாக இருந்தது. ஆனால் அவன் இப்படி ஓடி ஒளிந்திருப்பதன் காரணம் தனது தம்பி பகைவனுக்குக் கோட்டை கதவுகளைத் திறந்துவிட்டதனால்தான். மேலும் அரசவை அங்கத்தினர் அவனைப் பகைவனுடன் போர் புரிய வேண்டாம் என்று தடுத்ததும் ஒரு காரணம். இந்த உண்மைகளையெல்லாம் சுலபமாக மறந்துவிட்டு விக்கிரமன் சுந்தரன் பக்கம் பேசுகிறார். மீண்டும் பழைய பாதுகாப்பற்ற உணர்வுகள் அவன் வயிற்றைக் கலக்கத் தொடங்கின.

மதுரையில் அமர்த்தப்பட்டிருந்த படைப்பிரிவில் எவ்வித ஒழுங்கு முறையோ, சிறந்த போர்ப் பயிற்சியோ இன்றி இருந்தது. இது குறித்து விக்கிரமனுக்குப் பெரிதும் மன வருத்தம் உண்டானது. பராக்கிரமனின் படைகள் ஒன்றுதான் ஆறுதலை அளிக்கும் போலத் தெரிந்தது.

மதுரையில் அவன் வந்து இறங்கியதும் வதந்திகள் வந்து குவிந்தன. உடனே அவன் மதுரையை நோக்கிக் கிளம்பினான். விக்கிரமன் முன் யோசனையுடன் அவனை நேராகப் பரங்குன்றம் வருமாறு பணித்தார்.

பராக்கிரமன் தனது பெரியப்பன் வீராவைப் பார்த்து வியப்பெய்தினான். ஒரு சில மாதங்களில் அவர் ஏழெட்டு ஆண்டுகள் வயதானவர் போலக் காட்சியளித்தார். தந்தையைப் பார்த்தான். சிறு வயதில் அவன் பார்த்த தகப்பனா அவர்? அவனால் சிறிதும் நம்ப முடியவில்லை. அவர்கள் இருவரின் நடுவில் ஆசனம் போட்டு அமர்ந்திருக்கும் அந்த உயரமான மனிதர் யார்? நிச்சயம் அவர் விக்கிரமனாக இருக்க வேண்டும். தனது சிறிய பாட்டனார். நாடு கடத்தப்பட்டவர். இவரைப் பற்றிய வம்புகளை அரண்மனைத் தாழ்வாரங்களில் அவன் கேட்டிருக்கிறான்.

வரும் வழியில், மதுரைக்குள் நுழைந்த பகைவர்கள் குறித்த விவரங்களைத் தெரிந்து கொண்டான். அவன் பொறுமையை இழந்து கொண்டிருந்தான்.

‘பெரியப்பா! நமது படைகள் இன்னும் ஓரிரு நாட்களில் மதுரையை வந்தடையும். உடனே நாம் தாக்குதலை ஆரம்பிப்போம்’ என்றான்.

விக்கிரமன் புன்னகைத்து, ‘பலே! பதினாறு அடி பாயும் குட்டி. பராக்கிரமா, உன் பேச்சு எனக்கு மிகுந்த உவப்பை அளிக்கிறது. மதில்கள் அற்ற நகருக்குள் நுழைவது சுலபம். ஒற்றைக்கு ஒற்றை என்று வரும் போது நாம் ஒருவரும் எஞ்சியிருக்கமாட்டோம். எதிரி எங்கு அதிகம் பிரபலம் அடையவில்லையோ எங்கு அவனைத் தாக்கினால் ஓடி ஒளிவதற்குத் தடுமாறுவானோ அங்கே அவனைத் தாக்க வேண்டும்’ என்றார்.

பராக்கிரமன் தன்னைச் சுற்றியிருந்த மனிதர்களை எடை போட்டான். மனிதர்கள் நெருக்கடி நேரங்களில்தான் மனிதர்களாகச் செயல்படுகிறார்கள். மற்ற நேரங்களில் வெறும் களிமண்ணைப் போலவே தோற்றம் அளிக்கின்றனர். சுந்தரன் உதவியுடன் மாலிக் ஒரு சில நாட்கள் தேடுதல் வேட்டையின் கால அளவைக் குறைத்திருக்கலாம், ஆனால் வீரா இவ்வாறு நடுக்கூடத்தின் கதவுகளைத் திறந்துவிட்டதுதான் அவன் மதுரைக்குள் நுழையத் தோதாகிப் போனது. வீரா பிடிவாதமாகத் தனது தேசத்தைப் பாதுகாத்திருக்க வேண்டும். இரண்டு சகோதரர்களும் நிலை தடுமாறி முன் யோசனையின்றி நடந்து கொண்டனர்.

பல காலம் யுத்தம் குறித்து எவ்விதப் பிராப்தியும் இல்லாத விக்கிரமனின் செயல்பாடு போற்றுதல்களையும் தாண்டி இருந்தன. அவரிடம் கொடுப்பதற்குத் துணிச்சலைத் தவிர எதுவுமில்லை. அவர்களிடமிருந்து பெறுவதற்கு எதுவுமில்லை. அவரது விசுவாசத்தை அவர்கள் புரிந்து கொண்டால் வேறு என்ன வேண்டும் அந்த மனிதருக்கு? விக்கிரமனின் வரவு பாண்டியர்களின் நல்லூழ் என்றே கொள்ள வேண்டும். இவரைவிட்டால் மாலிக்கபூரின் போர்த்தந்திரங்களை வேறு எவரால் முறியடிக்க முடியும்?

விக்கிரமன் ஒரு பார்வையில் பராக்கிரமன் அவன் தந்தையைப் போலவோ, பெரியப்பனைப் போலவோ இல்லை என்பதை அறிந்து கொண்டார். இரு மன்னர்களையும் இனி எவரும் பின் பற்றமாட்டார்கள். நல்லவேளை இந்த யுவராஜன் இங்கில்லை என்பதால் தப்பித்தான். அந்தத் துடிப்பான ராஜ குடும்பத்திலிருந்து பராக்கிரமன் தப்பிப் பிறந்தவன் போலத் தோன்றினான். துடிப்பு இல்லாமலா விக்கிரமன் உள்நாட்டில் கலகம் விளைவித்தார்? துடிப்பு இல்லாமலா சுந்தரன் சொந்த மண்ணிற்குப் பகைவனை வெற்றிலை பாக்கு வைத்து அழைத்து வந்தான்? துடிப்பு

இல்லாமலா வீரா பகைவனுக்குப் பயந்து மலைக் கோட்டையில் ஒளிந்து கொண்டிருப்பான்? அனைவரும் துடிப்புடன் செயல்பட்டவர்கள்தான்.

தனது அரச குடும்பம் அங்கத்தினர் புரிந்த குற்றங்களிலிருந்து பராக்கிரமன் பாடம் கற்றுக் கொண்டால் அவன் சில உன்னத உயரங்களைத் தொடுவது நிச்சயம்.

*

அத்தியாயம் 31

அரைகுறைப் பின்னடைவு

வானில் கருமேகங்கள் கோயிலிலிருந்து வெளியேறிய மாலிக்கையும் ராயனையும் வரவேற்றன. கசப்பான உணர்வால் மாலிக்கின் மனம் கனத்திருந்தது.

இதுபோல் இதற்கு முன் நேர்ந்ததில்லை. தன் வாழ்நாளில் இதுவரை கண்டிராத பொற்குவியலைப் பார்த்தான். 'ஆனால் யார் அந்தக் கிழவர்? கம்பாயத் நகரில் குதிரைகளுடன் நடந்த விஷயம் அவருக்கு எவ்வாறு தெரிய வந்தது? கல் யானைகள் உண்மையில் உருக்கொண்டு வந்தனவா?' இதுபோன்ற வினாக்கள் விடை எதுவும் கிடைக்காமல் அவன் மனதில் எழுந்தன.

கோயிலைச் சுற்றிய நான்கு வீதிகளில் நடந்து கொண்டிருக்கும் போது வானம் ஊழி முதல்வன் போல மெய் கறுத்து மின்னல்கள் மூலம் வெளிச்சம் தந்து கொண்டிருந்தது. ஒவ்வொரு இடியும் தனது தலையில் இறங்குவதைப் போல ராயன் உணர்ந்தான். அவன் முற்றிலும் தன் வசம் இழந்திருந்தான். மாலிக் அவன் கரங்களைக் கெட்டியாகப் பிடித்துக் கொண்டான், இல்லையென்றால் ராயன் தப்பி ஓடிவிடுவதைப் போலத் தோன்றினான்.

ராயனின் கரங்கள் நடுங்கிய வண்ணம் இருந்தன. இயற்கைதான். சிலரின் மூடநம்பிக்கைகளுக்கு வானில் தோன்றும் மின்னல் கூட ஆண்டவன் அனுப்பும் நெருப்புப் பிழம்பு என்று நம்பத் தோன்றும்.

ராயனின் உள்ளக் கொதிப்பை அவனால் புரிந்து கொள்ள முடிந்தது. ஆனால் அவன் சிறிது நேரத்திற்கு முன் கோயில் அறையில் கண்ட தங்க ஆபரணங்களை எண்ணிக் குதூகலமடைந்தான். வடிவுடன் கூடிய எழில் சிற்பங்கள், அவற்றின் மேனியை அலங்கரித்த

பளபளக்கும் பொன்னாபரணங்கள், விலைமதிப்பற்ற நவரத்தின மணிகள் என்று எத்தனை வகையான ஆபரணங்கள்? இருந்தாலும் மனதிற்குள் அவனுக்கு ஒரு சஞ்சலம் குடிகொண்டிருந்தது. ஒருவேளை அந்தக் கல் யானைகளைப் போல அந்த ஆபரணங்களும் மாயத் தோற்றம்தானா? ஒரே நாளிலே எத்தனை கண்கட்டு வித்தைகள்! அந்தப் பொக்கிஷங்கள் ஒரே நாளில் மறைந்துவிடக் கூடாது என்று விரும்பினான்.

கோயிலைச் சுற்றியிருந்த சதுர வீதிகளில் துருக்கியர்கள் முகாமிட்டிருந்தனர். மழைக்காலம் என்பதால் வானம் இருட்டிக் கிடந்தது. புயல் வருவதைப் போலத் தெரிகிறது. புயல் என்றால் இரவு முழுவதும் நிச்சயம் மழை நீடிக்கும். விளக்குகளையும், தீப்பந்தங்களையும் ஏற்றுவதற்குப் பெருமுயற்சி எடுத்து முடியாமல் போய் வீரர்கள் இருளில் அமர்ந்தனர். சாலை எங்கும் மழைநீர், வடிகால்கள் நோக்கி வெள்ளத்தைப் போல ஓடிக்கொண்டிருந்தன. மாலிக்கின் மனதில் ஓடிக்கொண்டிருந்த எண்ண ஓட்டம் ராயனின் புலம்பல்களால் தடைப்பட்டது. தெளிவில்லாத பேச்சு. மாலிக் அவனை முறைத்துவிட்டுக் கோயிலில் நடந்த விஷயங்களை எவரிடமும் உளற வேண்டாம் என்று எச்சரித்தான். செப்பிடுவித்தை போல நடந்தவைகள் வெளியில் கசிந்தால் கட்டுக்கடங்காத புரளி கிளம்பும். மாலிக் தன் மனதில் இதுகாறும் அவன் வாழ்வில் நிகழ்ந்தவற்றை ஆவேசமாக நினைவு கூர்ந்தான். எதனை அவன் இழந்தான்?

ஒரு வயதான புரோகிதரின் முகம் அவன் மனத்திரையில் நிழலாடியது. முதியவர், தனது சிகையை வான் நோக்கி இறுக்கிக் கட்டிக் கொண்டை போட்டுக் கொண்டிருந்தார். காற்றில்லாத இரவில் சூடத் தட்டில் கற்பூரம் எரிந்து கொண்டிருந்தது. ஒவ்வொருவரிடமும் சென்ற அந்தக் கற்பூரத்தட்டு இறுதியில் அவனிடம் வந்தது. அந்தப் புரோகிதர் அவனை ஏமாற்றிவிட்டார். அவன் கோயில்களைத் தரைமட்டம் ஆக்கப் பிறந்தவன் என்பது அவரது ஞானதீட்சையில் தெரிந்து வைத்திருந்தார். ராணாவிடம் அவனைக் காட்டிக் கொடுத்தது பொற்கழஞ்சுகளைப் பெறுவதற்கு மட்டும் அல்ல என்பது இப்போது தெரிந்தது. ஹிந்துக் கோயில்களைத் தரைமட்டம் செய்யப் பிறந்தவன் என்ற அவர் உள்ளுணர்வில் தெரிந்து கொண்டதாலேயே அவர் அவனையும் சௌலாவையும் காட்டிக் கொடுத்திருக்க வேண்டும். நினைவுகள் அவன் மனதில் சுழன்று கொண்டிருந்தது. பிரபஞ்சச் சதுரங்க விளையாட்டில் அவன் வெறும் சிப்பாய் மட்டும்தான்.

மாலிக் மழையில் நனைந்தான். அவன் தோள்களில் இருந்த சிலை சில்லென்று இருந்தது. மழை அதிர்ஷ்டவசமாக ஒரு திரை போல அவனை மூடி அவன் உள்ளக் கொந்தளிப்பை முகத்தின் வழியாகத் துருக்கிய வீரர்களுக்குக் காட்டாமல் தடுத்துக் கொண்டிருந்தது.

அவன் பெரிய சத்திரம் ஒன்றிற்குள் நுழைந்தான். இங்கு முகாமிட்டதிலிருந்து அந்தச் சத்திரத்தைத் தனது தங்குமிடமாக ஆக்கிக் கொண்டுவிட்டான். வெளியில் மழை கொட்டித் தீர்த்துக் கொண்டிருந்தது. கடும் காற்று இரவு முழுவதும் வீசியது. வைகறையில் வானம் நிர்மலமாக விளங்கியது. மேகங்களை ஊடுருவி சூரியனின் கதிர்கள் பூமியைப் பளிச்சென்று ஒளிரச் செய்தது. மாலிக் சாளரம் வழியாக வெளியில் பார்த்தான். மரக்கிளைகள் முறிந்து விழுந்திருந்தன. பல கூடாரங்கள் சுழற்றியடிக்கப்பட்டு மரங்களின் உச்சியில் தொங்கிக் கொண்டிருந்தன.

விடிந்து இரண்டு யாமம் சென்ற பின்னர் சில வீரர்களைப் பொக்கிஷம் இருந்த இடத்திற்கு அனுப்பி வைத்தான். பொக்கிஷ அறையின் கதவுகள் உறுதியில்லாமல் ஓர் உதையில் அதன் இருப்புத் தாழ்ப்பாள்கள்விட்டுக் கொண்டன. சிவன் சொத்துக் குலநாசம் என்ற நம்பிக்கைதான் அந்த அறையின் பாதுகாப்பாக இருந்திருக்கும், அந்த உளுத்துப் போன மரக்கதவுகள் பாதுகாப்பாக இருந்திருக்காது.

இரவோடு இரவாக அந்தத் தங்கக் குவியல் ஆவியாகியிருக்கும் என்று எண்ணிக் கொண்டிருந்தான். ஆகவில்லை. வைரம், புஷ்பராகம், மரகதம், மாணிக்கம், பவழம், முத்துக்கள் எதுவும் போகவில்லை. அங்கேயே இருந்தன. மற்ற நவரத்தினங்களின் ஜ்வலிப்பில் தங்கம் ஒளிமங்கி, பொலிவிழந்து காணப்பட்டது. கடவுள் சிலைகளுக்குக் கூடக் கிரீடங்கள், கவசங்கள் இருந்தன. விதவிதமான மாலைகள். அவற்றில் பதிக்கப்பட்டிருந்த நவரத்தினக் கற்கள் பல வண்ணங்களில் வெளிச்சத்தில் மின்னிக் கொண்டிருந்தன.

நகைகள் எல்லாம் பெரிய பெரிய மூங்கில் கூடைகளில் அள்ளிப் போடப்பட்டன. கோயிலிலிருந்து பதினாறு பல்லக்குகளில் ஆபரணங்களின் ஊர்வலம் மாலிக்கின் இருப்பிடம் நோக்கிச் சென்றது. உள்ளே அனுமதிக்கப்படாத மற்ற வீரர்கள் அந்த ஊர்வலத்திற்குக் காவலாக இருபுறமும் நின்று கொண்டிருந்தனர். மேலும் மேலும் இரண்டு மூன்று நடைக்குப் பின்னர் உள்ளே எதுவும்

இல்லை என்ற சமாதானத்திற்கு மாலிக் வந்ததும் கோயிலில் கொள்ளையடித்தது முடிவிற்கு வந்தது.

அடுத்து அவர்களது இலக்கு அரண்மனை நோக்கித் திரும்பியது. கோயிலில் எவ்வளவு தங்கக் குவியல் சிக்கியதோ அதே அளவிற்குத் தங்கம் அரண்மனையிலும் கிடைத்தது. அங்கிருந்த இருபது பாண்டிய வீரர்கள் அந்தப் பொக்கிஷ அறையைச் சுற்றிக் காவல் இருந்தபடித் துருக்கிய வீரர்களை இறுதியாக ஒரு முறை எதிர்த்து நின்றனர். முதலில் நுழைந்த துருக்கியப் படை வீரர்கள் எதிர்த்து நின்ற பாண்டிய வீரர்களின் துணிவிற்கு அவர்களது உயிரையே பரிசாக அளித்தனர். ஒரே மணி நேரத்தில் பாண்டிய வீரர்களின் உடல்கள் துருக்கிய வாளுக்கு இரையாகிக் கீழே சரிந்தன. துருக்கிய வீரர்கள் அந்த உடல்களின் மீது ஏறி பொக்கிஷ அறைக்குள் நுழைந்தனர்.

மதுரை படையெடுப்பு அவர்களுக்குக் கொட்டிக் கொடுத்தது.

*

மாலிக்கபூர் தன் வாழ்நாளில் இந்த அளவிற்குச் சோர்வடைந்ததில்லை. அளவுக்கதிகமான செல்வ வளத்தைக் கண்ட ஆனந்த அதிர்ச்சியாகக் கூட இருக்கலாம். இன்னும் அதிக தனத்தை அள்ளிக் கொண்டு போக ஆசைப்பட்டாலும் எவ்வித மதிப்பும், உன்னதமுமில்லாத, தில்லியிலிருந்து எங்கோ ஒரு மூலையில் இருந்த அந்த நகரத்தில் அதிகக் காலம் தங்குவதற்குத் தயங்கினான்.

கிட்டத்தட்ட அனைத்துக் கோயில்களும் கொள்ளையடிக்கப்பட்டு விட்டதாக அவனது உள்ளுணர்வு கூறியது. இன்னும் ஒரு சில நாட்கள் தாக்குதலைத் தொடர்ந்திருந்தால் மேலும் பல பொற்குவியலை அள்ளி வந்திருக்கலாம். எங்கெல்லாம் கோயில்களின் கோபுரங்கள் கண்ணில் தென்பட்டதோ உள்ளே சென்று அதன் அமானுஷ்யத் தன்மையைப் போக்க வேண்டும் என்று நினைப்பான். ஆனால் உடல் ஒத்துழைக்க மறுத்தது. ஆசை நெஞ்சம் ‘செல்.. செல்..’ என்றாலும், சோர்வில் நொந்த கால்கள் ‘நில்.. நில்..’ என்றன.

இரண்டு மூன்று தினங்களாக அவனுடன் நிழல் போல ஒட்டிக் கொண்டு வந்த ராயனைக் காணவில்லை.

‘ராயன் எங்கே?’ என்று அடுத்திருந்தவர்களைக் கேட்டான்.

ராயனுக்கு உடல்நிலை சரியில்லை என்ற தகவலை அளித்தனர். உடனே ராயன் தங்கியிருந்த கூடாரத்திற்குள் சென்றான்.

அவனுக்குச் சிகிச்சையளித்துக் கொண்டிருந்த மருத்துவர் மாலிக்கைக் கண்டதும் சடாரென்று எழுந்து நின்றார். கண்களை அகலமாகத் திறந்து வைத்து சுர வேகத்தில் ராயன் படுக்கையில் புரண்டு கொண்டிருந்தான். உடல் அனலெனக் கொதித்தது. கண்கள் சிவந்திருந்தன. அப்போது ராயன் மாலிக்கை நோக்கி ஏதோ புலம்பினான். சரியாகச் செவியில் அவன் சொன்னவை விழவில்லை என்பதால் மாலிக் அவன் படுக்கையருகே குனிந்தான்.

'நண்பா! நண்பா! நான் அவரைப் பார்த்தேன்!'

அவன் கன்னங்களில் கண்ணீர் வழிந்தது.

'நீ எவ்வளவு பெரிய அதிர்ஷ்டக்காரன் என்பது உனக்குத் தெரியாது மாலிக். நீயும் அவனைத் தரிசித்தாய்!'

மாலிக் முதலில் மரியாதை குறைந்ததற்கு அதிர்ச்சியடைந்தான். ராயன் எப்போதும் மாலிக்கை ஒரு மன்னனுக்குரிய மரியாதையுடனே விளிப்பான். பெயர் சொல்லிக் கூப்பிட்டதே இல்லை. இன்று தன்னைப் பெயர் சொல்லிக் கூப்பிடும் அளவிற்கு அந்த முட்டாளுக்கு என்ன நேர்ந்தது?

ராயன் முணுமுணுத்தான். 'இறைவா! நீ எனக்காகக் காத்திருந்தாய்..' இதையே அவன் மீண்டும் மீண்டும் முணுமுணுக்க ஆரம்பித்தான். அதிக சுரம் காரணமாக அவனுக்குச் சித்தம் தடுமாறியிருக்கும் என்று மாலிக் எண்ணினான்.

'சரியாகிவிடும் ராயா. நீ நன்கு தேறிவிடுவாய். வருந்தாதே' என்று அவனைத் தட்டிக் கொடுத்தான். ராயனின் உடல் நெருப்பாகக் கொதித்தது. மாலிக் விரைப்புடன் எழுந்தான். அங்கிருந்து புறப்பட்டான்

அவனுக்குப் பின்னாலிருந்து ராயன் கூக்குரலிட்டுக் கொண்டிருந்தான். 'நீயும் அவனைப் பார்த்தாய் மாலிக். நீயும் அவனைப் பார்த்தாய்.'

துருக்கியரின் மனநிலை சற்றுத் தொய்ந்து காணப்பட்டது. மேலும் தெற்கு நோக்கி நகர்ந்து அங்கிருக்கும் கோயில்களில் கொள்ளையடிக்க ஆவலுடன் காத்திருந்தனர். அவர்களது ஆற்றல் தாக்குதல்களாக மாற்றப்பட வேண்டும் என்று உலூக்கான் விரும்பினான். சென்ற வாரம் வரையில் சோர்வில் ஓய்வெடுத்த வீரர்கள் இப்போது போர் புரியும் உற்சாகத்தில் காணப்பட்டனர். ஆனால் மாலிக்கின் மனநிலையில் மாற்றம் தெரிவதை உலூக்கான் கண்ணுற்றான். மேலும் சில சூறையாடல்களுக்கு அவன் விருப்பம்

காட்டவில்லை. கொள்ளையடித்த பொக்கிஷங்களைக் கட்டிக் காப்பாற்றித் தில்லி நகரம் கொண்டு செல்லும் மனநிலையில் இருந்தான்.

திரும்பிச் செல்வதற்கு மாலிக் தீர்மானித்ததும் உலூக்கான் திகைத்து நின்றான். எது சேனாதிபதியை இப்படி அச்சுறுத்துகிறது? அவர்கள் நகர்ந்து கொண்டே இருக்கும் படை. பல நூறு மன்னர்களின் மனதில் அச்சத்தை விளைவித்த படை.

அந்தத் தகவல் பரவத் தொடங்கியதும் அதனைச் செவியுற்ற துருக்கியர்கள் முதலில் அதனை நம்ப மறுத்தனர். இதற்கு முன்னால் மாலிக்கின் தீர்மானங்களும், உத்தரவுகளும்தான் அவர்களை வழி நடத்திச் சென்றிருக்கின்றன. எல்லாம் ஒரு நிலைக்கு வந்துவிட்டது. கொள்ளையடிப்பது அப்படியே நிறுத்தப்பட்டது என்ற சேதியை அவர்களால் ஏற்றுக்கொள்ள முடியவில்லை. சமாதான உடன்படிக்கை ஒன்று மேற்கொள்ளப் போவதாக ஒரு வதந்தி வேகமாகப் பரவத் தொடங்கியது.

மாலிக் இந்த உலகின் வளமான பிரதேசம் அனைத்தையும் தில்லி சுல்தானியம் என்ற நுகத்தடியில் பூட்டுவதாக ஒரு காலத்தில் சூளுரைத்திருந்தான். அந்த நோக்கத்தை இப்போது அவனே பாழ்படுத்திக் கொண்டிருந்தான். இதன் மூலம் தில்லி சுல்தானியத்திற்கு அவன் தீங்கு விளைக்கின்றான்.

இருப்பினும் அவன் துருக்கியப் படைகளைத் திரும்பிச் செல்ல உத்தரவிட்டான். வீரர்கள் சுணங்கினார்கள். இதுவரை தக்ஷிணத் தேசத்தில் மதுரையில் அவர்கள் எதிர்ப்பவர்கள் ஒருவரையும் சந்திக்கவில்லை. இது மேலும் தொடர்ந்தால் இன்னும் பல நகரங்களில் பல கொள்ளைகளை மேற்கொள்ளலாம். ஆனால் அதற்கெல்லாம் வாய்ப்பில்லாமல் போனது.

கிளம்புவதற்கான ஆயத்தங்கள் பெருத்த ஆரவாரத்துடன் தொடங்கிய போது அதற்கும் தனக்குத் தொடர்பில்லாதது போன்ற வினோத எண்ணம் எழுந்தது. எங்கோ தவறு நேர்ந்திருக்கிறது. அவன் தலைக்குள் அபாய மணி ஒலிக்கத் தொடங்கியது அந்த மணியின் ஓசையைத் தவிர மற்ற ஓசைகள் அடங்கத் தொடங்கின. உடற்குறை உள்ளவர்களுக்குப் பொதுவாக ஆறாம் அறிவு அபாரமாக வேலை செய்யும். ஒரு பார்வையற்றவனால் வெகு தூரத்தில் ரீங்காரமிடும் வண்டின் ஓசையைக் கூடத் தெளிவாகக் கேட்க முடியும். இதுவரையில் மாலிக்கின் கூர்மையான உள்ளுணர்வே அவனுக்கு அரச சபையில் உயர்ந்த பதவிகளை

வாங்கித் தந்திருக்கிறது. எதிரியின் அடுத்த அடியைத் தனது அடியைப் போல அவனால் உணர முடியும். உள்ளுணர்வு என்பது அவனுக்கு மூளையைப் பிறாண்டும் ஒருவகை அரிப்பு. எங்கேயோ ஓர் இடறல், அனைத்தும் பாழானது.

இப்போது அவனது உள்ளுணர்வு பாண்டியர்கள் விழித்துக் கொண்டு படை கொண்டு தாக்க வருவார்கள் என்று கூறியது. சிதறிய படைகள் ஒன்று திரண்டு வந்து தாக்குவதற்கு அனுமதிக்கவே கூடாது என்பது அவனது போர் விதி. பெண்டு பிள்ளைகளையும், ஆஸ்தி பாஸ்திகளையும் இழந்தவர்களுக்கு உயிர் என்றும் வெல்லக் கட்டியாக இருந்ததில்லை. மாலிக்கின் உள்ளுணர்வு அவனையும் அவர்கள் படையையும் அங்கிருந்து விரைவில் கிளம்பி வேற்று தேசத்திற்குச் செல்ல ஆணையிட்டது.

பொக்கிஷங்களை எவ்வளவுக்கு எவ்வளவு பாதுகாப்பாகக் கொண்டு போக முடியுமோ அவ்வளவு விரைந்து கொண்டு செல்ல வேண்டும். பொக்கிஷங்கள் நிரம்பிய பெட்டிகளைச் சுமந்து சென்ற யானை, குதிரை, ஒட்டகங்களின் பயணம் தில்லி நோக்கி முதலில் கிளம்பட்டும் என்று ஆணையிட்டான். அவர்களிடம் உண்மையை மறைப்பதற்குப் பதிலாக தில்லி நகருக்குச் செல்வங்கள் கொண்டு செல்லப்படுவதாகக் கூறினான். தங்கம் என்று கூறிவிட்டால் போதும் அவனது வீரர்கள் கட்டுப்பாட்டுடன் அவற்றைத் தொட்டுக் கூடப் பார்க்கமாட்டார்கள். ஏன் எனில் அவர்களது மனைவிமார்களும், பிள்ளைகளும் தில்லியில் பாதுகாப்புடன் இருக்க வேண்டும் என்று விரும்பினார்கள். சுல்தானின் ஆயுதங்கள் அவர்கள் இல்லங்கள் வரை நீளக் கூடியவை.

*

அத்தியாயம் 32

தோல்வியில் முடிந்தது

மதுரை நகரம் எதிரியின் கைகளில் வீழ்ந்து மூன்று வாரங்கள் ஆகியிருந்தன. அதனை மீட்பதற்கான பேச்சு வார்த்தை நடந்த வண்ணம் இருந்தது. விக்கிரமன் மிக எளிதாகத் தலைமைப் பொறுப்பைக் ஏற்றுக் கொண்டு உத்தரவுகளைப் பிறப்பிக்க, வீராவும் சுந்தரனும் வாய் மூடி ஒப்புதல்களை மட்டும் வழங்கினர். தற்காலிகமோ, நிரந்தரமோ சகோதரர் இருவர் மனதிலும் ஒற்றுமை விதை ஊன்றப்பட்டுவிட்டது. இருவரும் ஒன்றாக இணைந்து பகைவனை மதுரையிலிருந்து விரட்ட ஆயத்தமானார்கள். இருவரின் இணைந்த ஆற்றலே பகைவனைத் துரத்தும். இவர்களின் கூட்டு முயற்சியே காலில் குத்தியுள்ள முள்ளை அகற்ற உதவும். துருக்கியர்களை விரட்டி அடிக்கவில்லை என்றால் அவர்கள் அனைவரும் நாடோடிகளைப் போலக் காட்டிலும், மேட்டிலும், பனங்காடுகளிலும் அலைந்து திரிவதைத் தவிர வேறு வழியில்லை.

போர்ப் படையை நோக்கி விக்கிரமன் தனது உரையை ஆற்றினான்.

‘வல்லூறுகளின் கூரிய நகம் போன்று ஆயுதங்கள் ஏந்தியிருக்கும் பகைவர்களின் பிடியில் நமது மதுரை நகரம் சிக்கிக் கொண்டிருக்கிறது. மதுரை மற்ற நகரங்களைப் போலச் சாதாரண நகரமில்லை. தமிழ் இனத்தின் தொட்டில் மதுரை. நாம் அளவில் குறைந்து காணப்படுகிறோம். நமது படைகள் சின்னாபின்னமாகிக் கிடக்கிறது. ஆண்டாண்டு காலமாக அமைதியை விரும்பியதால் நமது படைக்கலங்கள் துருவேறிக் கிடக்கின்றன. பன்னெடுங்காலமாகப் போற்றப்பட்டு வந்த ஓர் உன்னதக் கலாச்சாரம் இன்று ஒரு மிலேச்சனால் மூலைக்குத் தள்ளப்பட்டிருக்கிறது. நாம் பாண்டியர்கள், நமக்கு விட்டுக்

கொடுப்பது என்றாலே என்னவென்று தெரியாது. நாம் யுத்தகளத்தில் உலா வருவோம். இந்தத் தான்தோன்றிகளுக்குப் போர் என்றால் என்னவென்று பாடம் எடுப்போம். நமது கோயிலையும், நகரத்தையும் நாசம் செய்தவர்களுக்கு அவர்கள் கொடுத்ததைவிட இருமடங்காகத் திருப்பிக் கொடுப்போம். வஞ்சத்திற்குச் சூளுரைப்போம். இன்று பாண்டியர்களின் தினம். இரண்டு மீன்களின் கொடி உயரே பறக்கப் போவது உறுதி..'

மதுரையின் மீது பன்முனைத் தாக்குதல் தொடுக்க அவர்கள் திட்டமிட்டனர். கடந்த கால அனுபவங்களில் இருந்து அவர்கள் கற்றது மதுரை பாதுகாவலற்ற நகரம் என்பதுதான்.

வீரா, 'துருக்கியர்களுக்குப் போருக்கு அழைத்துத்தான் பழக்கம். பதிலடியை அவர்களால் தடுக்க இயலாது. எங்கு அவனுக்குப் பாதுகாப்பு இருக்கிறது என்று எண்ணிக் கொண்டிருக்கிறானோ அந்த இடத்திற்கே சென்று அவனைத் தாக்குவோம்' என்றான்.

அவன் கூறியது ஓர் இரண்டுங்கெட்டான் திட்டம், அதிலிருந்த பிழைகள் வெள்ளிடை மலையாக அவன் கூறும் போதே தென்பட்டன.

'துருக்கியர்களை மதுரையில் சென்று தாக்கினால் அவர்களை ஒவ்வொரு வீதியிலும் நேருக்கு நேர் மோத வேண்டியிருக்கும். நமது மக்கள் ஏற்கெனவே நிறைய இழந்துவிட்டனர். போதும். அவர்களுக்கு மீண்டும் நல்வாழ்வை ஏற்படுத்த நமக்கு இந்த ஒரு ஜென்மம் போதாது..'

பராக்கிரமன், விக்கிரமன் உரையைக் குறுக்கிட்டான். 'மதுரையை மீட்பது முக்கியம்தான் பாட்டனாரே, அதேநேரம் துருக்கியரைத் தாக்குவதும் முக்கியம் அன்றோ?' என்று வினவினான்.

பராக்கிரமன் குரலில் வீராவின் குரலை விக்கிரமன் கேட்டார். அந்த வீராவின் குரல். முன்பொரு காலத்தில் பதவிக்கும், புகழுக்கும் ஆசைப்படாத போது இருந்த குரல். கோழைத்தனம் என்றால் என்னவென்று தெரியாது எழுப்பிய அடலேறின் குரல்.

விக்கிரமன் புன்னகைத்தார். பராக்கிரமன் பார்ப்பதற்கும் இளவயது வீராவைப் போல இருந்தான். ஒரு விசித்திர எண்ணம் அவரைத் திக்குமுக்காடச் செய்தது. அதுவாக இருக்குமோ? வியந்து போன அவர் பழைய ஞாபகங்களில் மூழ்கினார். தற்போது புரிந்தது, மதுரை ஏன் வீழ்ந்தது என்று. இரண்டு சகோதரர்களின் ஒரு பெண்

மீதான மோகத்தால் எழுந்த ஊமைக் கோபமே இதற்குக் காரணம். இருவரையும் கையும் களவுமாகப் பிடித்து மிகக் கீழ்த்தரமான வசைச் சொல்லால் திட்ட வேண்டும் என்று துடித்தார். மிகக் கடினத்துடன் தன்னைச் சமாதானம் செய்து கொண்ட அவர் பழைய தொனியில் தனது உரையைத் தொடர்ந்தார்.

'மதுரைக்குப் பாதுகாப்பு வளையம் அமைக்க வேண்டும் என்ற உன்னுடைய ஆசை நியாயமானது பராக்கிரமா. ஆனால் அதற்கு ஆள் பலம் வேண்டியிருக்குமே? அவர்களுக்கு எங்கே செல்வாய்? வெறும் ஆட்களை நிறுத்தி வைத்தால் போதுமா? அவர்களுக்குக் கூலி, ஆயுதங்கள் விநியோகம், பராமரிப்பு, இதற்கெல்லாம் எங்கே போவது சொல்?' என்றார்.

'நமது சிற்றரசுகளிடம் விண்ணப்பம் சமர்ப்பிப்போம். அவர்களால் அனுப்பித் தர இயலும் அல்லவா?'

விக்கிரமன் தனது தலையைச் சிலிர்த்துக் கொண்டார். 'நமது சாம்ராஜ்ஜியம் எதுவரையில் விரிந்திருக்கிறது என்பது நமக்கே தெரியாது. நாமும் சிற்றரசர்களுக்கு உதவி கேட்டு ஓலை அனுப்பியிருக்கிறோம். எத்தனை சிற்றரசர்கள் சம்மதம் தெரிவிப்பார்கள் என்பது தெரியவில்லை. இப்போது நாம் ஒளிமங்கிப் போயிருக்கிறோம். திறை வசூல் செய்ய அனுப்பும் அதிகாரிகளை அவர்கள் விரட்டியடித்தாலும் வியப்பதற்கில்லை. இதைத்தானே நாம் சோழர்கள் பலவீனமாக இருந்த போது செய்தோம்? முப்பது தினங்கள் ஆகிவிட்டது. அவர்கள் எவ்வித எதிர்ப்புமின்றி மதுரையைத் தங்கள் வசம் கொண்டு வந்துவிட்டார்கள். மடிமையும், பேராசையும் அவர்களிடம் குடிகொண்டிருக்கும். மேலும் பல நகரங்களுக்குப் படை எடுக்கவே விரும்புவார்கள். மாலிக்கபூரின் வெற்றி மோகம் தணியப் போவதில்லை. சூறையாடல் தொடரும்' என்று நிறுத்தினார்.

யாரேனும் கேள்வி கேட்பார்கள் என்று இடைவெளிவிட்டவர், அனைவரும் வாய் மூடிக் கிடக்கவே மேலும் தொடர்ந்தார்.

'அவர்களுக்குச் சாத்தியமான வழித்தடம் தெற்கு நோக்கி ராமேஸ்வரமும் இலங்கையும்தான். மதுரைக்குத் தெற்கில் உள்ள மலைப்பகுதியை அவன் கடக்கும் போது எதிர்த்தாக்குதல் நிகழ்த்தமாட்டான். சின்ன மலைக்கணவாய் வழியாகத்தான் அவன் மலையின் அடுத்த பக்கம் செல்ல வேண்டும். அது மிகச் சிறிய கணவாய். ஒரே நேரத்தில் நாற்பது நபர்களுக்கு மேல் நுழைந்து செல்ல முடியாது. அவர்கள் அனைவரும் அந்தக் கணவாயைக்

கடந்துவிட்டனர் என்பதை உறுதி செய்து கொண்டு நாம் களத்தில் இறங்க வேண்டும். பெரிய பெரிய பாறாங்கற்களைக் கொண்டு நாம் அந்தக் கணவாயின் வாயை மூட வேண்டும். அவர்கள் தப்பிக்கவும் முடியாது. உதவிக்குப் படை கேட்கவும் முடியாது..'

அந்தத் தருணத்திற்கு அழுத்தம் சேர்க்க வேண்டி அவர் சிறிது இடைவெளி விடுத்துத் தொடர்ந்தார். 'பாண்டியர்களின் மொத்த சேனையும் மலையடிவாரத்தில் கொண்டு நிறுத்தப்பட வேண்டும். தப்பி ஓடும் துருக்கியப் படை வீரர்களை வளைத்துப் பிடிப்பதுதான் அவர்களது வேலையாக இருக்கும். மலைப்பயணம் சுலபமானது இல்லை. எனவே துருக்கியர்கள் விரைவில் சோர்வடைவார்கள். அவர்களது பயணம் இயற்கையாக அமைந்த சிறிய தடைகளால் நிறுத்தப்படும். அந்த நேரம் பார்த்து நமது வீரர்கள் அவர்களைத் தேனீக்கள் மொய்ப்பது போல மொய்த்துக் கதையை முடிக்க வேண்டும். மொத்த சேனையும் சூழப்படும் முன்னர் நடுவில் சில சேனாதிபதிகள் யுத்தத்தில் இறங்குவார்கள். அவர்களது அந்த அவநம்பிக்கை ஒன்று போதும் அவர்களை வீழ்த்த.'

வாய் பிளந்து கேட்டுக் கொண்டிருந்த வீரர்களின் மனத்திரையில் அடுத்து என்ன நிகழும் என்பது சித்திரக் காட்சிகளாகத் தோன்றின. பாண்டியர்களின் தாக்குதலிலிருந்து தப்பிக்க அவர்கள் வந்த வழியில் ஓடுவார்கள். மலைக் கணவாய் மூடியிருப்பதைக் கண்டு மிரண்டு நிற்பார்கள். அந்த ஒரு நேரத்திற்காகக் காத்திருந்த விக்கிரமன் அங்கு வந்து திருமண விருந்திற்கு மான்களைக் கொல்வதுபோல அவர்களைக் கொன்று போடுவார்.

பராக்கிரமன் சேர்ந்து கொண்டான். 'இது எதுவும் தெரியாமல் துருக்கியர்கள் ஒரு கப்பல் கரை நோக்கிச் செல்வதைப் போலத் தென்திசை நோக்கிப் பயணிப்பார்கள். நாம் அவர்களை அலையைப் போலப் பின்தொடர்வோம். இதற்கு நடுவில் நமது வீரர்களில் ஒரு பிரிவு மதுரையைக் கைப்பற்றட்டும். மதுரையைத் துருக்கியர்கள் சொற்ப வீரர்களின் பாதுகாப்பில்விட்டுச் சென்றிருப்பார்கள். எனவே அவர்களை வெல்வது எளிது. மீண்டும் அவர்கள் சொந்த மண்ணிற்குத் திரும்பும் வழியை அடைப்போம். அவர்கள் மேலும் மேலும் தங்கள் சொந்த மண்ணிலிருந்து தள்ளியே இருப்பார்கள். அப்போது அவர்களைத் தாக்கினால் ஒருவர் கூட எஞ்சமாட்டார்கள்' என்றான்.

மதுரை நகருக்குள் தங்கியிருந்த பாண்டிய ஒற்றர்கள் ஒரு கடுவன் பூனை தனது இரையை எவ்வாறு கவனமாகப் பின்தொடருமோ

அவ்வாறு அவர்கள் துருக்கியரைப் பின்தொடர்ந்தனர். அவர்கள் அவசர அவசரமாக எல்லாவற்றையும் மூட்டைக் கட்டிக் கொண்டிருந்தது அவர்கள் விரைவில் கிளம்பப் போவதை உறுதி செய்தது. உடனுக்குடன் பாண்டியப் பெருந்தலைகளுக்குச் சேதி தெரிவிக்கப்பட்டது.

உளவறிக்கை வந்ததும் விக்கிரமன் செயலில் இறங்கினார். திட்டங்கள் வகுக்கப்பட்டன. எந்தெந்தப் படைப்பிரிவு எங்கெங்கு நிற்க வேண்டும் என்று வியூகங்கள் அமைக்கப்பட்டன.

துருக்கியர்களுக்குப் பாடம் புகட்ட வேண்டியது அவசியம். இதனை தில்லி சுல்தானிடம் தலையில் அடித்துச் சொல்வதற்கு விக்கிரமன் ஒரு திட்டம் வைத்திருந்தார். துருக்கிய வீரர்களின் கண்களை எல்லாம் பிடுங்கிவிட்டு அவர்களைக் குருடர்களாக்கி ஒற்றைக்கண் பிடுங்கப்பட்ட துருக்கியன் ஒருவன் தலைமையில் ஒரு நீண்ட அணிவகுப்பை தில்லிக்கு அனுப்ப எண்ணினார். அதன் பிறகு ஒவ்வொரு துருக்கியனுக்கும் அங்கே தங்கி இருக்கும் எண்ணமே வராது.

மாலிக்கபூரை வெறும் கையால் தாக்கிக் கீழே வீழ்த்தும் போதுதான் அவரது திட்டம் முழுமை பெறும்.

*

நித்தமும் செய்தி கொண்டு வரும் ஒற்றன் நேரத்திற்கு வரவில்லை என்பதால் விக்கிரமன், பொறுமையிழந்தவராக வாயிலைப் பார்த்தபடி இருந்தார். ஒற்றனைப் பார்த்ததும் அவனிடம் விரைவில் ஒற்றறிக்கையைத் தாக்கல் செய்ய வற்புறுத்தினார்.

வந்தவன் வணங்கியபடி, ‘துருக்கியப் படை கிளம்புவதற்கு ஆயத்தமாகிவிட்டன தலைவா’ என்றான்.

‘எப்போது?’ விக்கிரமன் ஆவல் தாங்காமல் கேட்டார். அவரது திட்டம் நடைமுறைக்கு வரவிருக்கிறது.

ஒற்றன், ‘நாளை ஐயா. ஆனால் அவர்கள் வடதிசை நோக்கி நகர்கின்றனர். வைகை நதியைக் கடக்க இருக்கின்றனர்’ என்றான்.

விக்கிரமன் முதலில், ஒற்றன் துருக்கியர்களின் நடவடிக்கையைத் தவறாகப் புரிந்து கொண்டிருப்பதாகவே எண்ணினார். அவன் இரண்டாவது முறையும் முதலில் கூறியதையே மீண்டும் தடுமாறாமல் கூறவே நடப்பவற்றை அவரால் கணிக்க

முடியவில்லை. அவர் அடிவயிற்றில் திருகியது போலிருந்தது. அவர் வேட்டை நாயின் குணமுடையவர். ஒரு நரியைப் போல யோசித்தது தவறாகிவிட்டது. தாக்குதலில் வெற்றி பெற்றவர்கள் எதற்காகத் திரும்புவதற்குத் தீர்மானித்தனர்?

அந்தச் சேதி பாண்டியர்கள் நடுவில் ஒரு கலக்கத்தை ஏற்படுத்தியது. அவர்கள் அனைவரின் நினைப்பும் பகைவர்கள் மதுரையிலேயே தங்கி இருப்பார்கள் எனவும், அல்லது தெற்கு நோக்கி நகர்வார்கள் என்றும் எண்ணியிருந்தனர். அவர்கள் தீட்டிய திட்டம் வெற்றிக்குப் பதில் குழப்பத்திற்கு வழி வகுத்தது.

விக்கிரமன் நடுங்கினான். எதிரிப் படையின் சேனாதிபதி அவர்கள் முற்றிலும் எதிர்பார்க்காத ஒன்றைச் செய்திருக்கிறான். அவனது அண்ணன் மக்களும் தடுமாறிப் போயிருந்தனர். கண்களை மூடிக்கொண்டு தவிக்கும் மனதை அடக்க முயன்றார். மாலிக்கபூரைத் தனது கைகளால் முடிப்பதற்கு அவர் மனதில் பல சாத்திய கூறுகளை ஆராய்ந்து வைத்திருந்தார். அவரும் கூட வெற்றிவாகை சூடிய ஒருவன் இவ்வாறு பின் வாங்குவான் என்று எண்ணிப் பார்க்கவில்லை. பேராசை மனிதனின் குணாதிசயங்களில் ஒன்றுதான். நிலையில் சற்றுக் கீழிறங்கிச் சிதறிக் கிடக்கும் பாண்டியர்களின் படை, அவர்களை எப்படி வெல்லக் கூடும் என்று அவன் அறிந்து கொண்டான்?

விக்கிரமன் கவலைப்பட்டான். போட்டு வைத்திருக்கும் திட்டங்கள் எல்லாமே மாலிக்கபூரும் அவனது படைகளும் தெற்கு நோக்கி நகர்வதை முன் நிறுத்தித்தான். இனி எவ்வளவு விரைவாக யோசித்துத் திட்டமிட வேண்டுமோ அவ்வளவு விரைவாகத் திட்டமிட்டு வியூகங்களை அமைக்க வேண்டும். அவர்கள் தாமதிக்கும் ஒவ்வொரு நொடியும் அவர்கள் தில்லி நோக்கி ஓர் அடியை எடுத்து வைத்துவிடுவார்கள். இரண்டு அணிகளும் ஒரே திசையில் நகர்ந்து அதிலும் வடதிசை நோக்கி என்னும் போது இரண்டு அணிகளுக்குமே அதனால் சிரமங்கள்தான் அதிகம்.

அவர்களுடைய திட்டமிடல் குறித்த தகவல் முன்பே அவர்களிடம் கசியவிடப்பட்டுவிட்டதா? அத்தனை பெரிய படை ஒரே நாளில் மதுரையைவிட்டு அகல முடியுமா? அவர்கள் யோசிக்கும் முன்னரே அந்த அடிமைத் தளபதி முதலில் யோசித்திருக்கிறான். கணக்கிலடங்காத தூரத்திலிருந்து அவன் இங்கே எப்படி வந்தான் என்பது இப்போது புரிகிறது. விருப்பமின்றி அவர் உடல் நடுங்கியது.

அந்த அலி லேசுப்பட்டவனாக இருக்க முடியாது. இப்படி ஒரு முன்யோசனையும், தீர்க்க தரிசனமும் சாதாரண மானுடப் பிறவிகளுக்கு இராது. ஒருவேளை விக்கிரமன் தனக்கு சமதையான இணையைச் சந்திக்க இருக்கிறாரோ? அவனை வென்று அடக்கவும் முடியாது. தந்திரத்தில் வெல்லவும் முடியாது. இதுவரை தனது பகைவனின் ஆற்றல்களின் மீது விக்கிரமன் ஐயம் கொண்டிருந்தார். இப்போது நல்ல தெளிவு பிறந்தது. தனது படையின் மீது அந்த அலிக்கு இருந்த கட்டுப்பாடும், அதிகாரமும் அளப்பரியன. வேறு ஒரு தளபதி இவ்வாறு முற்றிலும் வெற்றி வாகையில் திளைத்துக் கொண்டிருந்த ஒரு படையைப் பின்வாங்கச் சொல்லியிருந்தால் வீரர்கள் மத்தியில் பெரும் கலகம் நேர்ந்திருக்கும்.

அவர்கள் தெற்கு நோக்கி வருவார்கள் என்பதற்கு ஒரு சின்ன நூலிழைச் சந்தேகம் கூட இல்லை. துருக்கியர்கள் நடுவில் கலகம் ஏற்பட்டால்தான் அவ்வாறு நிகழும். அதற்கு இப்போது வாய்ப்பில்லை. சந்தேகத்தின் நிழல் கூட இல்லை. அவர்களது பேராசையையும், தளபதியின் தரத்தையும் அவர் குறைத்து மதிப்பிட்டுவிட்டார். விரக்தி சூழ்ந்தது. மார்பில் குறுவாள் பாய்ந்தது போல வலித்தது. சாயம் வெளுக்கத் தொடங்கிவிட்டது. மாறாத சீற்றத்துடன் தனது எண்ணங்களை ஒருமுனைப் படுத்த முயன்றார்.

ஒன்றுக்கும் பயன்படாத ஒரு திட்டத்தின் மீது விடாப்பிடியாகத் தொங்கிக் கிடக்கும் மனிதன் அவர் இல்லை. அந்த நேரத்தின் கட்டாயம் எதிரியை எப்படியாவது துரத்திச் சென்று தாக்குவது ஒன்றே. துருக்கியர்களை அவர்கள் நாட்டிற்குத் திருப்பியனுப்புவது ஒன்றுதான் அவரது நோக்கம்.

'என்னிடமிருந்து அவன் தந்திரமாகத் தப்பித்திருக்கலாம், ஆனால் என் வாளிடமிருந்து தப்பிக்க முடியாது.' அவர் முணுமுணுத்தார்.

அவர்களை மீண்டும் தாக்குதலுக்கு உள்ளாக்குவது என்பது காவேரி நதிக்கரையில்தான் முடியும். நீர் நெகிழ்ந்த நெல் வயல்களில் பழக்கப்படாத துருக்கிய வீரர்களால் விரைந்து ஓடுவது இயலாது. அவர் போர்ப்படையை ஆயத்தமாக இருக்க உத்தரவுகளைப் பிறப்பித்தார். பாண்டியர்கள் தங்களுக்குப் பழக்கப்பட்ட போர்த் தாக்குதலுக்கு ஆயத்தமானார்கள்.

*

பூஜ்யத்திலிருந்து மேல் எழுந்து வந்த விக்கிரமன் பாண்டியர்களின் படைகளை மீண்டும் முன்னின்று நடத்தும் தலைமைப் பொறுப்பை

ஏற்றார். அவரது அதிகாரத்தை அவர்களால் மீற முடியாது. பாண்டிய படைகள் யுத்தத்தில் வென்றாலும் தங்கள் இருவராலும் குடிமக்களின் மனதை வெல்ல முடியாது என்பதை இரண்டு மன்னர்களும் உணர்ந்தே இருந்தனர். தேச பிரஷ்டம் செய்யப்பட்ட ஒருவன் பாண்டிய படைகளுக்குத் தலைமைப் பொறுப்பேற்றால் எவரால் ஏற்றுக்கொள்ளப்படும்? ஆனால் இப்போது மக்கள் ஏற்றுக் கொண்டிருக்கின்றனர் என்றால் அதற்கு விக்கிரமனின் தலைமை மாண்புகளும், ஆற்றலும்தான் காரணங்களாக அமைந்தன.

இந்தப் போர் ஒரு பெரும் மாற்றத்தைக் கொண்டுவரும் என்று அனைவருக்கும் தெரிந்திருந்தது. விக்கிரமனும் பராக்கிரமனும் படையின் சேனாதிபதி பொறுப்புகளை ஏற்றனர். அதுகாறும் நிகழ்ந்த நிகழ்வுகள் பராக்கிரமனின் ஆன்மாவை உலுக்கியது. தனது தந்தையும், பெரியப்பனும் நடந்து கொண்ட விதம் அவனை வெட்கித் தலை குனிய வைத்தது. விக்கிரமனின் அப்பழுக்கற்ற விழுமியம் அவனைத் தலை வணங்கச் செய்தது. ஈடு இணையற்ற பாண்டிய மண்ணின் தலைவர் அவர்.

பாண்டியப் படையை வலுப்படுத்தும் சேதி தெற்குப் பிரதேசங்களிலிருந்து வந்தது. மிலேச்ச ஊடுருவிகளை அறவே வெறுத்த சிற்றரசர்களும், நட்பு மன்னர்களும் எவ்விதத் தயக்கமுமின்றிப் பாண்டியர் பின் நிற்கச் சம்மதித்தனர். சிறுகச் சிறுக ஆங்காங்கே படைப்பிரிவுகள் பாண்டியர் படையுடன் இணைந்தன. வீடும், வாசலும் இழந்த குடிமக்கள் கூட அந்தப் போராட்டத்தில் தங்களை இணைத்துக் கொள்ள முன் வந்தது பெரும் எழுச்சியை ஏற்படுத்தியது. அவர்களது துணிச்சல் விக்கிரமனுக்குப் பெரும் மகிழ்ச்சியை ஏற்படுத்தியது. இந்த வேளையில் பலம் கொண்டு துருக்கியரை எதிர்த்தால் தள்ளாடிக் கொண்டிருக்கும் ஒரு சாம்ராஜ்ஜியத்தின் அஸ்திவாரத்தைப் பலப்படுத்திவிட முடியும்.

எட்டுக் குதிரைப் படைப்பிரிவு, பதினான்கு காலாட்படைப்பிரிவு போருக்குப் புறப்பட்டன. அதிக அளவில் சிறைப்படுத்திய மக்களையும், பொக்கிஷங்களையும் பற்றிக் கொண்ட துருக்கியர்கள் மந்த கதியில் சென்று கொண்டிருப்பார்கள். அதிகம் போனால் ஒருநாள் பொழுது தொலைவில்தான் அவர்கள் சென்று கொண்டிருக்க முடியும் என்று விக்கிரமன் தீர்மானித்தார்.

இறுதியில் போர்ப்படை கிளம்பும் நேரத்தில் போர்ப் பூசைகள் போடப்பட்டு விக்கிரமன் இறைவனைத் துதித்தார். தனது துதியில்

அவர் ஆண்டவனிடம் ஆதரவை இறைஞ்சிக் கேட்டதும் போர் வீரர்கள் பரவசத்தில் ஆழ்ந்தனர்.

நிலவொளியில் அத்தனை படை வீரர்களும் உறுதிமொழிப் பிரமாணம் எடுத்துக் கொண்டனர். 'துருக்கியரைத் துரத்துவோம்.. இல்லையெனில் உயிர்களைத் துறப்போம்' என்பதே அவர்கள் நெகிழ்வுடன் எடுத்துக் கொண்ட பிரமாணமாகும்.

அது ஒரு பந்தயம். நாட்டிற்காகத் தங்கள் உயிரைப் பணயமாக வைத்து ஆடப்படும் பந்தயம். வெற்றி பெற்றால் மதுரை மண்ணின் மானம் காப்பாற்றப்படும்.

*

அத்தியாயம் 33

கணக்கிடும் தருணம்

இருபதினாயிரம் குதிரைகள், ஐந்நூறு யானைகள் இவற்றின் மீது கொள்ளையடிக்கப்பட்ட பொக்கிஷங்கள் தில்லி நோக்கிப் பயணமானது. துணையாக மாலிக்கபூர் அனுப்பிய படைப்பிரிவு ஒன்றும் காவலுக்குச் சென்றது. சிறைபிடிக்கப்பட்டவர்களில் இன்னும் பன்னிரண்டாயிரம் கைதிகள் காத்திருந்தனர். ஒரு நெடும் பயணத்தின் ஆரம்பத்தில் துருக்கியர் இருந்தனர். திரும்பும் விருப்பமே இல்லாத வீரர்களை அழைத்துச் செல்வது பெரும் பிரயத்தனமாக இருக்கப் போகிறது. தலைமைப் பதவியில் மாலிக்கிற்கு பதில் வேறு ஒருவர் இருந்திருந்தால் நிச்சயம் படை வீரர்களின் கட்டுக்கோப்புக் கலைந்திருக்கும்.

இதற்கு நடுவில் படை வீரர்கள் நடுவில் ஒரு வதந்தி காட்டுத் தீ போலப் பரவிக் கொண்டிருந்தது. பாண்டிய மன்னர்களிடம் வெகுமதி பெற்றுக் கொண்டு துருக்கியர் படைத்தலைவன் பின்வாங்கச் சம்மதித்துவிட்டார் என்பதுதான் அந்த வதந்தி. வீரர்கள் ஆத்திரம் கொண்டார்கள்.

'நாம் எதற்கு மாலிக் பேச்சைக் கேட்க வேண்டும்?' என்று உலூக்கான், படை வீரர்களைத் தூண்டிவிட்டான். அவனுக்குப் பொம்மையைப் பறிகொடுத்த சிறுவனின் மனநிலைதான் இருந்தது.

மாலிக்கும் மகிழ்ச்சியாக இருந்தான் என்று சொல்ல முடியாது. அவனும் தயங்கியபடிதான் வீட்டிற்குச் செல்ல அடி எடுத்து வைத்தான். அவன் தந்திரமும், துணிவும், தீரமும் அவர்கள் அறியாதது இல்லைதான். ஆனால் அவற்றில் ஒன்று கூட மதுரைக் கொள்ளையில் பிரகாசிக்கவில்லை. மதுரையைப் பாலைவனமாக மாற்றியதுடன் தனது தாக்குதலை முடித்துக் கொண்டான். முற்றிலும் நிர்மூலமான அந்த நகரத்தை ஆள்வதால் ஒரு பயனுமில்லை. மக்களை இஸ்லாமிய மார்க்கத்திற்கு மாற்றுவதாலோ,

அல்லது பொம்மை அரசன் ஒருவனை அரியணையில் அமர்த்தி வருடா வருடம் திறைப்பணம் பெறுவதாலோ என்ன பயன் இருக்கப் போகிறது? சொந்த மண்ணிலிருந்து வெகு தொலைவில் இருந்து கொண்டு தனது விருப்பத்தை நிறைவேற்றுவது என்பது இயலாத செயல் என்பது அந்த அடிமைக்குத் தெரிந்திருந்தது.

அவனது போர் வாழ்வின் உச்சத்தில் இருக்கும் போது இதற்கு மேலும் வாழ்வைப் பணயம் வைத்துச் சூதாட அவன் தயாராக இல்லை. அந்தப் பயணத்தில் அவனது வாழ்வு, இதுவரை அவன் பெற்ற நல்ல பெயர் எல்லாமே அடித்துச் செல்வதை அவன் விரும்பவில்லை. தனது படையை எங்கும் ஓய்வெடுக்கச் சம்மதிக்காமல் தொடர்ந்து பயணிக்க உத்தரவிட்டான். அப்படி ஓய்வெடுப்பது என்றால் துவார சமுத்திரத்தில் இளைப்பாற ஆணையிட்டிருந்தான். அப்படி அவர்கள் அணி வகுத்தால்தான் தில்லி நகரை மூன்று மாதங்களுக்குள்ளாவது சென்றடைய முடியும்.

இரண்டு அடிமைகள் அவனது உடைமைகளைச் சேகரித்து எடுத்துச் செல்ல உதவினர். அவனது உடைமைகள் என்பன அதிகமில்லை. அவனிடம் இருப்பவையெல்லாம் அவன் வாங்கி வைத்தவைதாம். இதுதான் எப்போதும். இம்முறை அவன் புதிதாக எதையும் சேர்த்துக் கொள்ளவில்லை. மீனாட்சியம்மையின் சிலை வைக்கோலிலும், துணியிலும் பத்திரமாகச் சுற்றப்பட்டு ஒரு பெட்டியில் வைக்கப்பட்டிருந்தது.

அந்தச் சிலை முதலில் அவனை நடுங்க வைத்தது. அதனுடைய மரகதப் பச்சை விழிகள் இனம் புரியாத அச்சத்தை ஏற்படுத்தின. அவை தன்னையே எப்போதும் கண்காணிப்பது போன்ற அச்சம் இருந்தது. அந்த அச்சம் மெல்ல மெல்ல மறைந்து அந்தச் சிலையுடன் தனியாகப் பேசும் நிலைக்கு வந்துவிட்டான். தனது போர்த் தாக்குதல்கள் குறித்து அந்தச் சிலையுடன் பேசுவான். அவனுக்கிருந்த அப்போதைய ஒரே பேச்சுத் துணை அந்தச் சிலைதான். மாலிக்கிடம் இரண்டே இரண்டு ஆடைகள் மட்டுமிருந்தன. பச்சை நிறத்தில் சுல்தான் ராணுவத்தினர் அணியும் மேலங்கிகள். அந்த ஆடையை அணியும் போது ஒரு வீரனைப் போலவே இருந்தது, கொஞ்சம் பெண்மையின் சாயலுடன்.

பாதி எடுத்து வைத்துக் கொண்டிருந்த போதுதான் ராயனைப் பற்றிய நினைவு வந்தது? எங்கே அவனைக் கண்ணில் காணவில்லை? இரண்டு அடிமைகளை அனுப்பி நோயுற்ற அவனைத் தேடி வரச்சொன்னான்.

'அவரது கூடாரத்தினுள் சென்று பார்த்தோம். உள்ளே அவரைக் காணவில்லை' என்பது விடையாக வந்தது.

‘இன்னும் ஒருநாள்தான் பயணத்திற்கு இருக்கிறது? இவ்வளவு காய்ச்சலுடன் ராயன் எங்கே போயிருப்பான்?’ மாலிக் ஆச்சரியப்பட்டான். ராயன் இல்லாமல் கிளம்பத் தீர்மானித்தான்.

*

போர்ப்படை வைகை நதியைக் கடக்கும் போது இரவு வந்துவிட்டது. மறுநாள் பகல் வேளையில் போர்ப் படைகள் இளைப்பாற ஏதாவது முன்னேற்பாடுகள் செய்யப்பட்டிருக்கின்றனவா என்று உலூக்கான் கேட்டான்.

கடும் கோடைக் காலத்தில் இரவில் பயணம் செல்வதே சாலச் சிறந்தது என்பது உலூக்கானின் அபிப்பிராயமாக இருந்தது.

‘நாம் வெயிலின் வெப்பத்தில் உருகிவிடமாட்டோம். நமது பயணம் பகல் என்றும் இரவென்றும் நிற்காமல் தொடரும்.’ இதுதான் மாலிக்கின் பதிலாக இருந்தது. அந்த ஏற்பாடுகள் மாலிக்கிற்கும் உவப்புடையதாக இல்லை. அவனது வீரர்களும் விலங்குகளும் பாவம் கடும் வெப்பத்திலும், காற்றின் இறுக்கத்திலும், தூசிகளிலும் பெரும் அவதிக்குள்ளாகினர். இது போன்ற தட்பவெப்பம் அவர்கள் இதுவரை சந்தித்திராத ஒன்று. இருந்தபோதும் மாலிக் அவர்களை ஓய்வெடுக்க அனுமதிக்கவில்லை. காலாட்படை வீரர்களே பயணத்தின் வேகத்தைத் தீர்மானித்தனர். சற்று அவர்களது நடைப் பயணம் தொய்வடையும் போது அவன் சில அதிகாரிகளுக்கு உத்தரவு பிறப்பிப்பான், பிறகு அவர்கள் பயணத்தின் வேகத்தைக் கட்டுப்படுத்துவார்கள்.

இரவுப் பொழுதைப் பயணம் கடந்து கொண்டிருந்தது. அனைத்துக் குதிரை வீரர்களும் தங்கள் குதிரைகளின் மீதே உறங்கினர். ஒரு மாதமாகக் கொள்ளையடித்ததன் களிப்பின் மிதப்பு அவர்களுக்கு.. ஆனால் அதற்கு நேர்மாறாகப் போர்ப்படை அணிவகுப்பு மிக அமைதியாகப் போய்க் கொண்டிருந்தது.

மாலிக் கலங்கியிருந்தான். ஏதோ ஒன்று அவனை ஆவேசப்படுத்தியது. இதுதான் என்று தீர்மானமாக அவனால் சுட்ட முடியவில்லை. ஆனால் விபரீதமாக எதுவோ நடப்பதை அவன் உணர்ந்தான். அவனுடன் துணை வந்தவர்களுக்கும் அவ்வாறு தோன்றினாலும் எதுவென்று குறிப்பாக அடையாளம் காட்ட முடியவில்லை. மாலிக் முன்யோசனையுடன் துவார சமுத்திரத்தில் பிடித்து வந்த வீரர்களைப் படை அணிவகுப்பின் இறுதிப் பகுதியில் நிறுத்தியிருந்தான். அவர்கள்தான் பாண்டியர்களின் தாக்குதலைச் சந்தித்தனர்.

இருட்போர்வையில் பாண்டிய நாட்டு வீரர்கள் தங்களது முதற் தாக்குதலை நிகழ்த்தினர். முதலில் துருக்கியப் படையினர் தங்கள்

வீரர்களின் அலறலையோ கூப்பாட்டையோ கேட்கவில்லை. சொல்லப் போனால் என்ன நிகழ்கிறது என்பது இரவில் கண்களுக்குச் சரியாகத் தென்படவில்லை. கட்டாந்தரையில் பாம்பின் அசைவுகளைப் போல வேக வேகமாக அந்தத் தாக்குதல் குறித்த விவரங்கள் மற்ற துருக்கியப் படை வீரர்களையும் சென்றடைந்தது.

ஒரு வாளின் மின்னல் வேக அசைவைத்தான் அனைத்து வீரர்களும் ஒரு முறை பார்த்தனர். அதன் பின்னர் தொடர்ந்து தாக்குதல் தொடங்கியது.

நேரம் கடந்து கொண்டிருந்ததே தவிரப் பாண்டிய வீரர்களிடம் தளர்வு என்பதே தெரியவில்லை. துருக்கியர்கள் கண்களுக்குத் தெரியாத பகைவனுடன் போராடிக் கொண்டிருப்பதைப் போல உணர்ந்தனர். பாண்டியர்கள் விடாது துரத்தினார்கள். தப்பித்தால் போதும் என்ற துருக்கிய வீரர்களின் மனோபாவம் பாண்டிய வீரர்களுக்குப் பெரும் வியப்பை ஏற்படுத்தின. சிம்ம சொப்பனம் போல இருந்திருக்க வேண்டும். பாண்டியரின் முதற் தாக்குதலிலிருந்து துருக்கிய வீரர்கள் எழவே இல்லை.

துருக்கிய வீரர்களுக்கு இணையாகத் துரத்திச் சென்ற பாண்டிய வீரர்கள் நடுவில் சற்று பலவீனமான பிரிவைக் கண்ணுற்றால் துணிவுடன் அந்த இடத்தை நோக்கிச் சென்று தாக்கினர். கருப்பு முகமூடி அணிந்திருந்த அந்த வீரர்கள் நீண்ட துருக்கிய வீரர்களின் அணிவகுப்பை ஆங்காங்கே பிளவு படுத்தித் துண்டு துண்டாக மாற்றினார்கள். சில பாண்டிய வீரர்கள் சிறைபிடித்துச் செல்பவர்களுக்கும் சிறைபிடிக்கப்பட்டுச் செல்லும் தங்கள் நாட்டு மக்களுக்கும் நடுவில் புகுந்தனர். வேறொரு பிரிவினர் சிறைபிடித்துச் செல்லப்படும் தங்கள் குதிரைகளை மீட்கச் சென்றனர்.

போகப் போகப் பாண்டியர்களின் படை வலுக்கத் தொடங்கியது. சுல்தான் பிரிவிலிருந்து சிறை பிடிக்கப்பட்ட வீரர்கள் பாண்டியர்கள் படையைப் பலப்படுத்தியதோடு தேவையான பொருள்களையும் கொண்டு வந்தனர். மனக்கசப்பில் இருந்த, பிடிபட்ட வீரர்களும், வீடிழந்து வாசலிழந்து உடைமைகளையிழந்து சிறைப்படுத்தப் பட்ட மக்களும் இப்போது தாங்களே முன்வந்து துருக்கியப் படைகளைத் தாக்க முன்வந்தனர். தங்களது உறவினர்களும், நண்பர்களும் துருக்கியப் படையினருக்கு இரையாகத் தாங்கள் மட்டும் தப்பி வந்துவிட்டோம் என்ற குற்ற உணர்வு அவர்களை வாட்டிக் கொண்டிருந்தது. இப்போது பாண்டியனின் படைகள் துருக்கியப் படைகளைத் தாக்க வந்த போது தன் எழுச்சியுடன் அவர்களும் சேர்ந்து எதிர்க்கத் தொடங்கினர்.

தங்களது அனைத்து இயலாமைகளையும் மூட்டைக் கட்டி வைத்துவிட்டு அவர்கள் சொந்த மண்ணிற்காக எதையும் செய்வதற்குச் சித்தமானார்கள். அவர்கள் கூர்மையான ஆயுதங்கள் எது கையில் கிடைத்தாலும் அவற்றைக் கொண்டு போரிடத் தொடங்கினர். அது ஒரு ஈட்டியாகவோ, வாளாகவோ, எதுவும் கிடைக்கவில்லை என்றால் பதில் தாக்குதல் நடத்திய துருக்கியப் படையினர் கீழே போட்ட ஆயுதங்களைக் கூட எடுத்துக் கொண்டு போரிடத் தொடங்கினர். சிலர் நீண்ட கழிகளைப் பயன்படுத்திக் குதிரைகளின் நான்கு கால்களுக்கு நடுவில் நுழைத்து அவற்றைக் குப்புற வீழ்த்தினார்கள். அவர்களை அனைவரும் தேர்ந்த வீரர்கள் என்று கூற முடியாது. ஆனால் அவர்களின் வெற்றி பெற வேண்டும் என்ற முனைப்பு அவர்கள் முகத்தில் வெற்றிக் களிப்பை ஏற்படுத்தியது.

மாலிக்கின் முகம் கோணலானது. துருக்கியப் படைக்கு ஏற்பட்ட இழப்பு மறுநாள் காலையில்தான் அவனுக்குத் தெரிய வந்தது. கோழி கூவுவதற்கு முன்பு எதிரி மறைந்துவிட்டானா? மாட்டார்கள்! மாலிக் மனதுக்குள் நினைத்தான். அவர்களுக்குத் தெரியாது தாங்கள் எதிர்கொள்ளும் பகைவன் முன்பொரு காலத்தில் அவனிடம் இருந்த கோழைத்தனம் முழுவதையும் தொலைத்தவன்; அச்சத்தைப் பாவம் என்று தனது ரத்தத்தில் கரைக்க நினைத்தவன். மாலிக் பதறினான்.

அவன் ஒரு வெற்றி வீரன் என்றாலும் அவன் ஒரு துணிச்சலான வீரன் என்று கூற முடியாது, ஆனால் மதிநுட்பம் நிறைந்தவன். வீரர்கள் அனைவரும் முன்னால் சென்றுவிட்டனர். இந்த வேளையில் ஒரு தாக்குதலை ஏற்படுத்தி அதில் தோற்றுவிட்டால் கொண்டு செல்லும் செல்வங்களை வழியில் இருக்கும் சிற்றரசுகள் பங்கு போட்டுக் கொண்டுவிடுவர். பாண்டிய வீரர்களை எதிர்த்து தனது மனோவலிமை, உடல் வலிமை இரண்டையும் பரிசோதிக்க மாலிக் விரும்பினாலும் அது தக்க தருணம் இல்லை என்பதை அவனை எப்போதும் வழி நடத்தும் உள்ளுணர்வு சொல்ல அவன் படைகளை விரைந்து வடதிசை நோக்கி நகரச் சொன்னான். இதனால் ஏற்படும் இழப்புப் பாதியாகக் குறையும்.

ஊக்கத்துடன் தனது குதிரையின் மீது தாவி ஏறிய மாலிக்கபூர் வடதிசை நோக்கித் தனது குதிரையை விரைவாகச் செலுத்தினான். மதுரையிலிருந்து தப்பிச் செல்லும் ஒரு திருடனைப் போல மாலிக்கபூர் தப்பி ஓடினான்.

*

அத்தியாயம் 34

துரத்திப் பிடி!

முந்தைய திட்டமிடல் முளையிலேயே கருகியதால் விக்கிரமன் இம்முறை சற்று முன்னதாகவே தனது திட்டத்தைச் செயல் படுத்தினான். இன்னும் அவனிடம் எட்டு குதிரைப் படைப் பிரிவுகளும், பதினான்கு காலாட்படை பிரிவுகளும் இருந்தன. ஏகப்பட்ட பொன்பொருள் மூட்டைகளையும், சிறைபிடிக்கப்பட்ட மனிதர்களையும் இழுத்துக் கொண்டு பொதி சுமக்கும் கழுதையைப் போல மாலிக் மெதுவாகத்தான் முன்னேற முடியும்.

பாண்டியர்கள் துருக்கியப் படை வீரர்களை ஒரே வேகத்தில் துரத்தினர். ஒவ்வொரு அடியிலும் பாண்டியர்களுக்கு ஓர் அங்குல நீள வெற்றி உறுதியாகிக் கொண்டே போனது. விக்கிரமன் அவர்களை எங்கு நேருக்கு நேர் சந்திக்கலாம் என்பதையும் கணித்தார். காவேரி நதி தீரத்திற்கு நாற்பது மைல் கல் தொலைவிற்கு எட்டிவிடலாம்.

இரண்டு நாட்கள் பயணித்த பின்னர் அவர்கள் தங்கள் வேட்டைப் பொருளை நெருங்கிவிட்டனர். இழந்த மரியாதையைப் பெற வேண்டுமென்றால் இறுதியாக வீராவேசமாக ஒரு தாக்குதலை நிகழ்த்துவதைத் தவிரப் பாண்டியர்களுக்கு வேறு மார்க்கமில்லை. முன்னால் சென்ற சுற்றுக் காவல் பிரிவினர் இரவு முழுவதும் துருக்கிய வீரர்கள் நிறுத்தாமல் பயணத்தைத் தொடர்ந்ததாகக் கூறினார்கள். ஆனால் ஊர்ந்து செல்வதாகவும் கூறினார்கள். பின்னால் தாக்க வந்து கொண்டிருந்த பகைவர்களைக் குறித்து அவர்களிடம் முன் யோசனை எதுவும் இல்லாமல் இருந்தது.

விக்கிரமன் ஆகாயத்தில் இருக்கும் ஆண்டவனை மனதினில் பிரார்த்தித்துத் தனது வாளை வான் நோக்கி, ‘படை வெல்லட்டும்’

என்று முழங்கியதும் படைகள் தாக்குதலைத் தொடங்கின. இந்தத் தாக்குதல் மிகவும் ரகசியமாகத் தொடுக்கப்பட்டதால் அதிர்ஷ்டம் செய்யாத முதல் துருக்கிய வீரனின் மார்பில் அம்பு பாய்ந்த பின்னர்தான் அவர்களுக்குத் தாக்குதலைப் பற்றி அறிய நேர்ந்தது.

அவர்கள் மத்தியில் நிகழ்ந்த குழப்பம் விக்கிரமனை உற்சாகப்படுத்தியது. விக்கிரமன் துருக்கியத் தளபதிகளை அவர்கள் அறியும் முன்னரே சிறைபிடித்துவிட்டான். மாலிக்கபூர் ஒன்றும் வெல்லவே முடியாதவன் கிடையாது. அந்த அலிக்குத் தனது அதிதீரத்திலும், போர்த்தந்திரங்களிலும் அளவுக்கதிகமான நம்பிக்கை இருக்கலாம்.

பாண்டியனின் வீரர்கள் அந்தப் போர்ப் படையின் அணிவகுப்பின் மத்தியப் பகுதியைப் பக்கவாட்டிலிருந்து தாக்கினார்கள். அதனால் உண்டான குழப்பத்திலும், கலவரத்திலும் அணிவகுப்பு இரண்டாகச் சிதைந்தது. பின்னால் இருந்த பகுதியை அதன் கட்டுக்கோப்பிலிருந்து பெரும் சிதைவிற்கு உள்ளாக்கினார்கள். அதன் பிறகு துருக்கிய வேட்டையைத் தொடங்கினர். அந்தத் துருக்கிய வீரர்களில் பல்லாயிரக் கணக்கானோர் பாண்டிய வீரர்களின் வாளினால் சீவி எறியப்பட்டனர். அந்த இடமே ரத்தப் பூமியாக மாறியது. துருக்கிய வீரர்கள் பாண்டியர்களின் வாளினாலும், குதிரைகளின் குளம்புகளிலும் சிக்கி உயிர் மாண்டனர்.

துருக்கியர்களால் எதிர்த்தாக்குதல் நிகழ்த்தவே இயலவில்லை. துருக்கிய வீரர்கள் தப்பிச் செல்ல எண்ணினார்கள். ஆனால் பாண்டிய வீரர்களின் அச்சுறுத்தல், விடாது பின்தொடர்ந்து தாக்கிய தாக்குதலும் அவர்கள் நோக்கத்தைச் சிதற அடித்ததோடு படையையும் பின்னப்படுத்தியது. காயமடைந்தவர்களின் வேதனைக் கூக்குரல் அவர்களது அச்சத்தை அதிகப்படுத்தியது. எதிர்த்து நின்று தனியாக யுத்தம் புரியாமல் பக்கவாட்டில் வந்து தாக்கிய பாண்டிய வீரர்களை அவர்களும் விடாமல் எதிர்த்தாக்குதலை நிகழ்த்தினர். அருகில் இருந்த கிராமங்களுக்குத் தப்பியோடிய துருக்கிய வீரர்களை அந்த ஊர் மக்களே வெட்டிச் சாய்த்தனர்.

மூச்சு விடுவதற்குக் கூட நேரமளிக்காத பாண்டியப் படையினர், இந்தப் பூமண்டலத்தில் மிக ஆற்றல் மிக்கப் படையென்று பெயர் எடுத்திருந்த துருக்கியப் படையினரை துண்டைக் காணோம்; துணியைக் காணோம் என்று அலறிப் புடைத்து ஓடும்படி விரட்டினார்கள். அவர்களை விரட்டியடித்தது பாண்டியர்களிடம் உற்சாகத்தை ஏற்படுத்தியது.

‘பகைவனுக்கும் இந்த உலகிற்கும் பாண்டியர்களின் சீற்றம் எத்தகையது என்பது இனி தெரியவரும்.’ விக்கிரமன் உறுமினார். ஆனால் வருத்தம் குறையவில்லை. அவர்களை மதுரையிலேயே எதிர்த்திருந்தால் ஒரே நாளில் அனைத்தும் முடிந்திருக்கும். துருக்கியரின் அமானுஷ்யமான விடா முயற்சி மிரட்டுவதாக இருந்தது. அவர்கள் தலைவன் சொல்லொண்ணா அளவிற்கு அதிர்ஷ்டம் வாய்க்கப் பெற்றவனாக இருக்க வேண்டும். இல்லையெனில் அவன் தலைமையில் துருக்கியப் படை வரும் போது எதிர்ப்புகளற்ற கோட்டையும், ஓடிப்போன மன்னனும் இப்படிக் கதவுகளைத் திறந்து வைப்பார்களா? இரண்டு சகோதரர்களின் போட்டியும், பொறாமையும், ஒற்றுமை யின்மையும் ஒரு தேசத்திற்கு மாபெரும் களங்கத்தையல்லவா ஏற்படுத்திவிட்டது? காலம் காலமாக அவர்கள் மூதாதையர் சேர்த்து வைத்த பொக்கிஷங்களை அவர்கள் இருவரும் எதிரிகளின் கைகளில் தூக்கிக் கொடுத்துவிட்டனர். இப்போது விக்கிரமனின் நோக்கமெல்லாம் அவர்களைத் தனது தேசத்தைவிட்டு முழுவதும் விரட்டுவதாகும்.

வீராவும் தான் செய்த பெரும் பிழையை எண்ணி வெம்பினான். எதிரிகளைத் தடுத்திருக்க வேண்டும். மகுடம் ஒன்றே முக்கிய நோக்கமாகப் போனது. மணிமுடியைக் காப்பாற்றிக் கொள்ள எடுத்த முயற்சிகளைக் காட்டிலும் முன்பொரு காலத்தில் பெரும் வீரனாகப் புரிந்த சாகசங்களை மனதில் நினைத்திருந்தால் கூட அவனால் அவர்களை எதிர்த்திருக்க முடியும். இலங்கையில் பிரகாசித்த அந்த வீராவின் துணிச்சல் மிக்க ஆன்மா எங்கோ ஒரு மூலையில் ஒளிந்து கொண்டுவிட்டது. இறுதி வரையில் அது வெளியில் வரவே இல்லை. அவன் தனது முத்துமணி மகுடத்திற்கு ஒரு காவல் அதிகாரி மட்டுமே.

வீரா கொள்ளையடிக்கப்பட்ட செல்வத்தை மீட்பதில் விடாப்பிடியாக இருந்தான். துருக்கியர்களால் சிறைபிடிக்கப்பட்ட சிலர் விடுவிக்கப்பட்டனர். குதிரைகளும் மீட்கப்பட்டன. இருப்பினும் கொள்ளையடிக்கப்பட்டத் தங்க ஆபரணங்களும், சிலைகளும் மீட்கப்படவில்லை.

*

பாண்டியப் படை இறுதிவரைத் துணிவுடன் துரத்திச் சென்றனர். துருக்கியரின் குடுமி கிட்டதட்ட அவர்கள் கைகளில் சிக்கும்

தூரத்திற்குச் சென்றுவிட்டனர். விடாது துருக்கியப் படையினர் தாக்கப்பட்டனர். எதிரியின் வீரர்களும், தனது வீரர்களும் செத்து மடிவதை விக்கிரமன் கண்ணுற்றார். இது ஒரு சதுரங்க விளையாட்டு. இங்கு சிப்பாய்கள் வீழ்வதற்கு வருத்தம் கொள்ளக் கூடாது.

பராக்கிரமனும் அவனது வீரர்களும் துருக்கியப் படையினர் மீது பாய்ந்து சீராக அணிவகுத்துச் சென்ற அவர்கள் படையைச் சின்னாபின்னப்படுத்தினார்கள். விக்கிரமன் அவர்கள் படைப்பிரிவின் முன்னே சென்று அவர்களைச் சுற்றி வளைத்துத் தாக்கினார். சுந்தரனும், வீராவும் படையை முன்னின்று நடத்திச் சென்றனர்.

அது யுத்தம் இல்லை.. வதம், மானுட வதம். கீழே விழுந்த வீரர்களால் தப்பிக்க இயலவில்லை. தங்களது சொந்த மண்ணையும் மனைவி மக்களையும் விட்டுவிட்டு வேறு ஒரு தேசத்தில், வேறு ஒரு மண்ணில் உயிர் இழந்தனர். பின்னப்படுத்தப்பட்டப் பிரிவுகள் ஒன்றிணையவும், காலாட்படை வீரர்கள் அவர்களது உதவிக்கு வருவதும் ஓரிரு இடங்களில் நிகழ்ந்தாலும் துருக்கியர்களால் பாண்டியர்களில் ஆவேசத்தைத் தாங்க இயலவில்லை.

மூன்று நாட்கள் இந்தத் துரத்திப் பிடித்தல் மிக வேகமாகத் தொடர்ந்தது. விரட்டியடித்தால் மட்டுமே அப்படி ஒரு பெரும் வேகத்தை அளிக்க முடியும். ஆதலால் பாண்டியர்கள் படை தங்கள் வேட்டைப் பொருளை விரட்டிக் கொண்டே சென்றனர். துருக்கியப் படையும் அவர்கள் கைகளுக்குச் சிக்காமல் தப்பி ஓடினர்.

துருக்கியப் படையினர் விடாமல் தாக்கும் பாண்டிய படையினரால் வாட்டி வதைக்கப்பட்டனர். தங்களது சொந்தப் பூமி அந்த எதிரிகளின் கைகளில் வீழ்ந்த ஆதங்கம் ஆவேசமாகி பாண்டிய வீரர்கள் துருக்கியப் படையை விடாது துரத்தினர். இப்படி ஒரு தாக்குதல் எவ்வித முன்னறிவிப்போ அல்லது எச்சரிக்கையோ இன்றி நிகழும் என்று துருக்கியர்கள் கற்பனை செய்து கூடப் பார்க்கவில்லை. துருக்கியப் படை பின்னடையத் தொடங்கியதும் மேலும் உற்சாகமான பாண்டிய வீரர்கள் துரத்தும் வேகத்தை அதிகப்படுத்தினர்.

காவேரி நதிக்கும், கொள்ளிட நதிக்கும் இடைப்பட்டிருந்த நெல்வயல்கள் நீர் நிறைந்து நெகிழ்ந்திருந்தன. அவற்றின் மீது துருக்கிய வீரர்களால் விரைவாகச் செல்ல முடியாது. முற்றிலும் தப்பி ஓடுவது நின்று போனதும் சோழர் மண்ணில் அவர்களை

எளிதில் பிடித்துவிடலாம் என்று விக்கிரமன் எண்ணியிருந்தார். மாலிக்கபூரை நேருக்கு நேர் சந்திக்கும் அந்தத் தருணத்தை மனக்கண்ணில் கொண்டு வந்து நோக்கினார் விக்கிரமன்.

இந்தப் பூலோகத்தில் தலை சிறந்த எதிரியை நேருக்கு நேராகச் சந்திக்கவிருந்தது அவருடைய கர்வத்தை அதிகப்படுத்தியது. அவனை நேருக்கு நேர் சந்தித்து தனது முஷ்டியை உயர்த்தி அவர் கொடுக்கப் போகும் ஒரு பலம் வாய்ந்த குத்தில் மாலிக்கபூர் அந்த இடத்திலேயே மாள வேண்டும்.

திடீரென்று சற்றுத் தொலைவில் ஒரு சிறிய மணற்குன்றின் மேல் வெள்ளை வெளேர் என்ற குதிரை மீது ஒரு வீரன் நின்று கொண்டு புறமுதுகிட்டோர் நடுவில் நின்று நடப்பவற்றைக் கவனித்துக் கொண்டிருந்தான்.

ஓ..! அவன் வேறு யாருமில்லை, மாலிக்கபூர்தான்.

*

அத்தியாயம் 35

முடிவிற்கு வந்த வேட்டை

மாலிக் தனது குதிரையைத் திருப்பித் தனது படை எந்த அளவிற்கு முன்னேறிக் கொண்டிருக்கிறது என்பதைப் பார்வையிட்டான். அப்போது வீரர் ஒருவர் பாண்டிய படை வீரர்களை வழி நடத்திக் கொண்டிருப்பதைக் கண்ணுற்றான். சுற்றியிருந்த பாண்டிய வீரர்கள் அவரை ஒரு தேவதா விசுவாசத்துடன் பார்த்துக் கொண்டிருந்தனர். அவர்கள் அவருடைய ஆணைகளுக்குக் காத்திருக்க அந்த மனிதன் தனது குதிரையின் மீது கம்பீரமாக அமர்ந்து மாலிக்கைப் பார்த்துக் கொண்டிருந்தார். அவருடைய பார்வையின் தீவிரம் அவனது ஆன்மா வரை ஊடுருவியதால் மாலிக் தனது விழிகளைத் தாழ்த்திக் கொண்டான்.

மாலிக்கிற்கு அவரைப் பார்க்கும் போது சுந்தரனுக்கு வயதானால் இப்படித்தான் இருக்கும் என்ற எண்ணம் ஏற்பட்டது. அவர் தலையில் குல்லாவோ பாகையோ இன்றிக் காணப்பட்டார். கதிரவனின் கிரணம் பட்டு அவரது வழுக்கைத் தலை மினுங்கிக் கொண்டிருந்தது. காலம் உறைந்தது போலத் தோன்றியது. உடனுக்குடன் ஒருவருக்கு ஒருவரை அடையாளம் தெரிந்தது. மீண்டும் அவர்கள் நடுவில் இப்படி ஒரு சந்திப்பு இனி நிகழப் போவதில்லை என்பதும் இருவருக்கும் தெரிந்திருந்தது.

ஒருகணம் மாலிக் அச்சமுற்றான். மாலிக் கிட்டத்தட்ட அந்த மனிதரின் மனதைப் படிக்கத் தொடங்கினான். அவர் தன்னை அழிக்க வந்திருக்கிறார். அவர் தனது குதிரையின் வயிற்றில் கால்களால் ஸ்பரிசம் ஏற்படுத்திக் குதிரையை விரைவாகச் செலுத்த முற்பட்டார். மாலிக் ஒருகணம் செயலற்று நின்றான். மறுகணம் தான் அங்கு ஒரு தாக்குதலை நிகழ்த்த வேண்டும் என்பதை

உணர்ந்தான். அவன் உயிருக்கு ஆபத்து. எதிரியின் சீற்றத்தைப் பார்த்து மாலிக் நடுங்கத் தொடங்கினான்.

*

தொடர்ந்து மூன்று பகல் பொழுதுகள் மூன்று இரவுப் பொழுதுகளில் துருக்கிய வீரர்கள் பாண்டிய வீரர்களுடன் மோதினார்கள். நிலத்தின் எந்த விதமான பகுதிகளும் பகைவர்களின் தாக்குதலைத் தடுத்து நிறுத்தவில்லை. தங்களது தாய்த் திருநாட்டைக் காப்பதற்குப் பாண்டிய வீரர்கள் முன்வந்திருந்ததால் அவர்களுக்கு இணையாகத் தங்களால் போரிட்டிருக்க இயலாது என்பதை மாலிக்கின் வீரர்கள் உணர்ந்தனர். அவர்களிடம் விடை தெரியாத வினா ஒன்று இருந்தது. பின் எதற்காகப் பாண்டிய படையினர் ஓடி ஒளிந்தனர்?

ஆரம்பத்தில் மாலிக்கிற்கும் இதற்கு விடை கிடைக்கவில்லை. எல்லாம் முடிந்த பின்னர் அவர்களிடம் எழுந்துள்ள வீராவேசம் அவனுக்கு ஆச்சரியம் அளித்தது. பாண்டியர்களின் மீண்ட வீரம் குறித்து யோசித்தான். அவர்களுக்கு ஒரு நல்ல படைத்தலைவன் கிடைத்திருக்க வேண்டும். அதோ அந்த முதியவர்தான் அவர்கள் தலைவனாக இருக்கக் கூடும்.

அவரைக் கண்டதும் மாலிக்கிற்குக் குளிர் காய்ச்சல் கண்டதைப் போல மேனி நடுங்கியது. இவர் இதுநாள் வரையில் எங்கு சென்றிருந்தார்? தில்லியில் ஓர் அடிமை பெரும் சைன்யத்தின் தலைவனாக இயலும். ஆனால் பாண்டிய மண்ணில் ஒரு மாபெரும் வீரர் இத்தனை காலம் மறைத்து வைக்கப்பட்டிருக்கிறார்! இவருடைய முதிய தோற்றம் அவரது வீரர்களுக்கு ஓர் உத்வேகத்தைக் கற்றுக் கொடுத்து இறுதிவரை போரிட வைக்கும்.

இரவு பகல் என்ற பேதத்தைப் பாண்டியர்கள் கணக்கில் கொள்ளவில்லை என்றாலும் பகல் நேரங்களில்தான் அவர்கள் எதிரிகளின் முகங்களைப் பார்த்தனர். வேட்டை விடாமல் தொடர்ந்தது. களைத்துப் போன குதிரைகள் கால் மடங்கிச் சரிந்தன. வீரர்கள் ஈவு இரக்கமின்றிக் கொன்று குவிக்கப்பட்டனர்.

பாண்டியர்களின் வியூகமே மாலிக்கின் படையின் நடுவில் பிளவு ஒன்றை ஏற்படுத்திப் பின்தங்கிய படை வீரர்களைச் சுற்றி வளைத்து வாளால் தாக்குவதாகும். பாண்டிய வீரர்களுக்குத் துருக்கியப் படையின் சிறு பிரிவுகளைப் பிளந்து பிறகு அவற்றை

நிர்மூலமாக்குவது எளிதாக இருந்தது. இடைக்கால ஓய்வைப் பயன்படுத்தித் துருக்கிய வீரர்கள் சக வீரர்களின் கூக்குரலைக் கேளச் சகியாமல் முன்னேறிச் சென்றனர்.

*

துரத்திச் சென்ற மூன்றாம் நாளில் பாண்டிய வீரர்கள் காவேரி நதிக்கரையை அடைந்தனர். காவேரியின் சதுப்பு நிலப்பகுதியில் நிலமானது ஒரு வாளின் வடிவத்தைப் போல வளைந்து காணப்பட்டது. ஆயிரக்கணக்கான துருக்கிய வீரர்கள் சேறும் சகதியும் நிறைந்த கரை ஓரங்களில் ஓட முடியாமல் ஆற்றோடு அடித்துச் செல்லப்பட்டனர். உயிரை இழந்தனர், அல்லது கொண்டு சென்ற செல்வங்களை இழந்தனர்.

காவேரி நதிக்கரையோடு தங்களது தாக்குதலை முடித்துக் கொள்ளப் பாண்டியர்கள் முடிவு செய்தனர். சொல்லி வைத்தது மாதிரி கடுந்தாக்குதல் முடிவுக்கு வந்தது. அமைதி அங்கு நீண்ட நேரம் நிலவியது. மூன்று தினங்களே கடந்திருந்தன.

மாலிக்கிற்கு என்னவோ பாதி ஆயுள் சென்றதைப் போலத் தோன்றியது. பாண்டியர்கள் நீங்கிவிட்டனரா? போர் நிறுத்தத்தைக் கொண்டு வந்த நதிக்கு அவர்கள் நன்றி பாராட்டினார்கள். கடும் தாக்குதல் மேலும் தொடர்ந்திருந்தால் அவர்கள் நிச்சயம் துருக்கியப் படைத்தலைவனின் தலையை மண்ணில் உருளச் செய்திருப்பார்கள். தன்னைச் சுற்றியிருந்த வீரர்கள் முகத்தில் நிம்மதிப் பெருமூச்சுத் தவழ்ந்ததை மாலிக் கண்ணுற்றான். அவர்களது நிம்மதிக்குக் காரணம் தங்கள் தலைவனின் உயிர் தப்பியது என்பதற்காக இருக்கும்.

மாலிக் சிரித்தான். அவன் சிரிப்பிற்கு வேறு காரணம் இருந்தது. அவன் எண்ணியதைப் போலவே மனித வேட்டை முடிவுக்கு வந்துவிட்டது. பாண்டியர்கள் தங்கள் இழப்புகளுக்குக் கர்மப் பலன் மீதோ, விதி மீதோ பழி போட்டதால் இந்தத் தாக்குதல் நிறுத்தப்படவில்லை. இரண்டு மூன்று பிரிவுகளாக வேறுபட்டுக் கிடந்த பாண்டிய மன்னர்கள் ஒன்றிணைந்து மதுரையை மீட்டு அரசாள்வதில் தங்கள் கவனத்தைச் செலுத்தியதால்தான் இந்த வேட்டை முடிவிற்கு வந்துள்ளது. ஒருவர் பின் ஒருவராகச் சிதைக்கப்பட்ட அந்த நகரில் தங்கள் உரிமையைக் கோருவார்கள். மதுரை மானபங்கப்படுத்தப்பட்ட கன்னிப் பெண்ணைப் போலக் காட்சியளித்தாலும் ஆட்சியாளர்கள் அதற்காக

வருத்தமடையவில்லை. மதுரையை அவர்கள் அப்படியே ஏற்றுக்கொள்ளத் தயாராக இருந்தனர். பாண்டியர்களுக்குப் பழிவாங்கும் உணர்வைவிடத் தங்களது சுயநலனைப் பாதுகாப்பதில்தான் கவனம் இருந்தது. வேட்டையில் துரத்திச் சென்றது முடிவிற்கு வந்ததும் பழைய உட்பகை மெல்ல எட்டிப் பார்க்கத் தொடங்கியது.

கடந்த மூன்று நாட்களாகத் தங்கள் தலைவன் முகத்தில் புன்னகையைக் காணாத துருக்கியப் படை வீரர்கள் மாலிக் இப்போது சிரிப்பதைக் கண்ணுற்று மனம் மகிழ்ந்தனர். மீண்டும் அவர்கள் அவனது உள்ளுணர்வின் ஆற்றலை நம்பத் தொடங்கினர். சுற்றியிருந்த பாதி வீரர்கள் முகத்தில் சேறும் ரத்தமும் தீற்றுக்களாக ஒட்டிக் கொண்டிருந்தன. இருப்பினும் அவர்களும் சிரித்தனர். இன்னும் எத்தனையோ தேசங்கள் கொள்ளையடிக்கப்படக் காத்துக் கொண்டிருந்த போது மதுரையில் பெரிய வெற்றிக்குப் பின்னர் படையினரைப் பின்வாங்க உத்தரவிட்டதும் அவர்களுக்கு வருத்தமானது. தங்கள் சேனாதிபதியின் மூளை கலங்கிவிட்டதோ என்று ஐயமுற்றனர். ஆனால் அவரது புத்திசாலித்தனமான பின்னடைவு எத்தனை உயிர்களையும், எத்தனை எத்தனை பொக்கிஷங்களையும் காப்பாற்றிவிட்டது.

*

விக்கிரமன் அந்தத் துருக்கியப் படை சேனாதிபதியைத் தனியாகத் துரத்திச் செல்வது அத்தனை தீரமான செயலாக இராது என்பதை அறிந்து கொண்டார். தனது கடிவாளங்களை இழுத்துப் பிடித்தார்.

ஒவ்வொரு தசையின் வேதனையும் துருக்கியப் படையினரை ஓடு ஓடு என்று விரட்ட, பாண்டியர்கள் முன்னங்கால்களை அழுத்தி ஊன்றி ஓடியபடி துரத்துத் துரத்து என்று சென்று கொண்டிருந்தனர். காவேரி இன்னும் அரைப் பகல் பொழுதில் எட்டிவிடும். உடனே கொள்ளிடம் ஆறும் குறுக்கிடும். இரண்டு மணி நேரத்திற்குள் அந்தப் படையை அழித்துவிட முடியும். விக்கிரமன் வீராவை ஒரு சிறிய படையுடன் காவேரியின் வடக்குக் கரையில் காத்திருக்கச் சொன்னான். அப்போதுதான் அந்தப் பக்கம் வரும் துருக்கியர்களை அவனால் தாக்கி அழிக்க இயலும். காவேரியின் இரு கரைகளிலும் பாண்டியப் படையினர் நிற்பதைத் துருக்கியர் கண்ணுற்றால் திகிலில் உறைந்துவிடுவார்கள். விக்கிரமன் புன்னகைத்தார். அவரது தந்திரம் நன்கு வேலை செய்யும்.

பாண்டியர்களின் படை நான்கு பிரிவுகளாகப் பிரிக்கப்பட்டு ஒவ்வொரு பிரிவையும் விக்கிரமன், வீரா, சுந்தரன், பராக்கிரமன் ஆகியோர் தலைமையேற்றனர். அதுகாறும் அவருடைய போர்த்தந்திரம் எவ்விதப் பங்கமும் நேராமல் வெற்றி பெற்று வந்தது. திடீரென்று படையில் நான்கில் ஒரு பிரிவைக் காணவில்லை. காணாமல் போயிருந்தது சுந்தரனின் படை. சின்னாபின்னமாகியிருந்த மதுரையின் எஞ்சிய பகுதியை மீட்டு மகுடம் சூட்டிக் கொள்ள அவன் அவசரப்பட்டிருக்க வேண்டும். அவனைத் துரத்திப் பின் சென்ற வீராவும் தனது எதிர்காலத்தைக் காப்பாற்றிக் கொள்ளச் சென்றிருக்க வேண்டும்.

'அவர்கள் திரும்புவார்களா மாட்டார்களா?' என்று பராக்கிரமன் வினவினார். இரண்டு மணித் துளிக்குள் பாண்டியப் படை பாதியாகக் குறைந்ததும் அவன் முகத்தில் அச்சம் குடிகொண்டது. போர் முடிவிற்கு வந்துவிட்டது. விக்கிரமன் தனது தலையைச் சிலிர்த்துக் கொண்டார். இருக்கும் சொற்பப் படையுடன் துருக்கியப் படையைத் தொடர்வது முட்டாள்தனம். துருக்கியர் திரும்பித் தாக்கத் தொடங்கினால் என்ன நேரும் என்பதை நினைத்துக் கூடப் பார்க்க முடியவில்லை. மாலிக்கபூரின் அதிர்ஷ்டத் தேவதை தூங்காமல் அவனுக்கு ஒத்துழைப்பதாக விக்கிரமன் எண்ணினார்.

சென்ற மூன்று நாட்களாகப் பாண்டியர்கள் தக்க வைத்துக் கொண்ட வெற்றியை மறந்துவிட்டு மீண்டும் ஆரம்பப் புள்ளிக்கே வந்து நின்றனர். மீட்பதற்கான சிறிய வாய்ப்பு, அடிக்கடி நிலை மாறும் இரு சகோதரர்களின் பேராசையால் முடிவுக்கு வந்தது. அவர்கள் இருவரைப் பொறுத்த வரை மதுரை நகரம் அவர்கள் உரிமைக்காகப் போராடும் களம் அவ்வளவுதான். ஒரு விளையாட்டு மைதானம். பகைவர்களைப் பின்தொடர்ந்து சென்ற வேட்டை வெற்றி பெறும் நிலைக்கு வந்தது. ஆனால் இரண்டு சகோதரர்களின் சுய விருப்பத்தினால் அது பாதியில் முழுமையடையாமல் போனது. சிங்கத்தால் துரத்திச் சென்ற இரண்டு மனிதர்களின் கதை ஒன்று விக்கிரமனுக்கு நினைவில் தோன்றியது.

ஒரு மனிதன் மற்றவனிடம், 'சிங்கத்திடமிருந்து எப்படித் தப்பிப்பது?' என்று கேட்டதற்கு மற்றவன், 'நான் உன்னிடமிருந்து தப்பிக்க அல்லவா ஓடுகிறேன்? நான் எதற்கு சிங்கத்திடமிருந்து தப்பிக்க வேண்டும்?' என்று கேட்டானாம்.

பதவிக்கும், பட்டத்திற்கும் ஆலாய்ப் பறக்கும் இரண்டு சகோதரர்கள் மீது பாண்டியக் குடிமக்கள் தங்கள் நம்பிக்கையை

இழந்தனர். அவர்கள் மீதிருந்த மரியாதை காற்றோடு போனது. ஒருவன் எவ்வாறு தனது நாட்டு மக்களை வஞ்சித்தான் என்பதையும், இன்னொருவன் எவ்வாறு தனது நாட்டு மக்களைக் கொடுங்கோலனான மிலேச்சன் ஒருவனின் வாள்முனையில் நிறுத்திச் சென்றான் என்பதையும் அந்நாட்டு மக்கள் அத்தனை சுலபத்தில் மறந்துவிடமாட்டார்கள். பாண்டிய நாட்டின் பொக்கிஷம் கொள்ளையடிக்கப்பட்டுவிட்டது. மேலும் அவர்கள் கடுமையான வரி விதிப்புகளுக்கு ஆளாகத் தயாராக இல்லை. இனி மதுரையை ஆள்வது என்பது அத்தனை எளிய செயலன்று. இருப்பினும் இரண்டு சகோதரர்களும் முத்துமணி மகுடத்திற்குப் போட்டியிடுகிறார்கள். இதற்கு என்ன சொல்வது?

அவர்கள் காவேரி நதிப்படுகையை அடைந்த வேளையில் சிறைப்படுத்தப்பட்ட துருக்கிய வீரன் தங்களது சேனாபதி துருக்கியப் படை பாண்டியர்களால் தாக்கப்படும் என்று முன்கூட்டியே அறிந்து வைத்திருந்ததால்தான் அவன் தனது படைகளைப் பின்வாங்கச் செய்தான் என்ற உண்மையை ஒப்புக்கொண்டான். களவாடிய அத்தனைச் செல்வத்தையும் ஆரம்பத்திலேயே தில்லிக்குக் கொண்டு செல்ல ஏற்பாடு செய்ததையும் கூறினான்.

இதனைக் கேள்வியுற்ற விக்கிரமன் இனிமேல் துருக்கியரைத் துரத்திச் செல்வதில் பலன் ஒன்றுமில்லை என்ற முடிவிற்கு வந்தான். தனது கரங்களை உயர்த்திப் பின்தொடர்வதை நிறுத்தச் சொன்னான். மதுரை கணவனை இழந்த கைம்பெண்ணைப் போலப் பாழ்பட்டுக் கிடந்தது. அவர்களது உறுதுணை மதுரா தேவிக்கு மிகவும் தேவையாக இருந்தது.

*

அத்தியாயம் 36

அதிகாரப் பீடங்கள்

பதினைந்து நாட்கள் பயணத்திற்குப் பின்னர் மாலிக்கின் படைகள் இறுதியாக ஓரளவு பாதுகாப்பான துவார சமுத்திரத்தை அடைந்தனர். படை முழுவதும் பாண்டியர்களின் துரத்தல் வேட்டையில் முற்றிலும் ஆற்றலிழந்து, களைப்புற்று, பசி தாகத்துடன் வாடிக் கிடந்தனர். தனக்கும் தனது படைகளுக்கும் பாதுகாப்பு உறுதி செய்யப்பட்ட பின்னரே மாலிக் அணிவகுப்பை நிறுத்தி ஓய்வெடுக்க அனுமதித்தான். இதுவரை எவற்றையெல்லாம் இழந்திருந்தனர் என்பதைக் கணக்கெடுக்கும் நேரம் அது.

ஹொய்சாள தேசத்தினர் அவர்களை மேலும் சோதிக்க விரும்பவில்லை. காயங்கள் ஒரு துணிச்சலான போரின் அடையாளங்களாக இருக்கும் என்று விட்டுவிட்டார்கள். இழிவான பின்வாங்குதல் காரணமாகவே அந்தக் காயங்கள் என்பதனை ஹொய்சாளர்கள் வெகு காலம் சென்ற பின்னரே அறிந்தனர். அதற்குள் மாலிக்கின் படைகள் அங்கிருந்து வெகுதூரம் அகன்று கிட்டத்தட்ட தில்லி நகரை அடைந்துவிட்டன.

முதலில் யானைகளில் பொக்கிஷப் பெட்டிகள் ஏற்றப்பட்டு அனுப்பப்பட்டன. தடித்த தோலினை உடைய யானைகளைப் பார்த்ததும் அவனுக்கு மீனாட்சியம்மன் கோயிலில் ஏற்பட்ட அந்த வினோத அனுபவம் நினைவில் எழுந்தது. அதனைத் தனது மனதிலிருந்து அகற்றவே இயலாது என்று தோன்றியது. அவற்றின் கண்களில் ஒரு மினுக்கம் இருந்ததை அவன் கவனிக்கத் தவறவில்லை. எங்களுக்கு அனைத்தும் தெரியும் என்னும் மினுக்கம். ஏன் இந்த மிருகங்களை அதிகமாகப் போரில் பயன்படுத்துவதில்லை? அவன் வியந்தான். 'ஒருநாள் கூட எனக்கு இவைகளை எதிர்த்து நிற்க இயலாது..'

அவன் ஆளுமைக்குக் கீழ் இருக்கும் சிற்றரசர்கள் யானைகள்தான் ஒரு போருக்கு முக்கிய வாய்ந்தவை என்று கூறினாலும் மாலிக் இதுவரை யானைகளைப் போரில் பயன்படுத்தியதே கிடையாது. விரைவான ஒரு யுத்தத்தில் இந்தச் சோம்பேறி யானைகளால் ஒரு பயனுமில்லை என்பதோடு அவற்றைக் கட்டிக் காப்பாற்றிச் சோறு போட அதிகச் செலவாகும் என்பது அவன் எண்ணம்.

அவனுக்குக் கீழே பணியாற்றும் தளபதி ஒருவன், 'நமது எதிரிகளை அச்சப்படுத்த நமக்கு யானைகள் தேவை' என்றான்.

மாலிக் உடனே பதில் அளித்தான். 'தெற்கில் இருக்கும் ராஜ்ஜியங்களை நாம் யானைகளின்றிக் கைப்பற்றினோம்' என்றான்.

அந்த அதிகாரியும் விடாமல், 'அதற்குப் பதில்தான் நீங்கள் இருந்தீர்களே தளபதி அவர்களே' என்றான்.

தனது வாழ்விற்கு அர்த்தமும், மதிப்பும் உள்ளது என்பதனை மாலிக் உணர்ந்தான்.

அவன் தான் கொள்ளையடித்துக் கொண்டு வந்த செல்வக் குவியல்கள் பத்திரமாக வந்து சேர்ந்தனவா என்று ஒருமுறை பார்வையிட்டான். அவனால் பிடித்து வரப்பட்ட யானைகளின் கணக்கெடுப்பு அவை மொத்தம் 512 என்று கூறின. மூன்று பரசங்க தூரம் இருந்ததும் கணக்கிடப்பட்டது. அவர்களுக்கு ஜோடியாக மூவாயிரம் குதிரைகள் பிடித்து வரப்பட்டன. அரேபிய மற்றும் பாரசீகக் குதிரைகள். கிட்டத்தட்ட ஐம்பதினாயிரம் தூலம் நிறை ஆபரணங்கள் கொண்டு வரப்பட்டிருந்தன அதுவுமில்லாமல் நவரத்தினங்கள்.

அந்த நீண்ட அணிவகுப்பு மொத்தம் எண்பது நாட்கள் எடுத்துக் கொண்டது. யானைகள் ஓய்வின்றி இரவு பகல் நடத்திக் கொண்டு வரப்பட்டன. சுல்தானின் மற்ற பரிவாரங்களும் அதே நேரத்தில் வந்து சேர்ந்தது. ஆகாய நீலத்தைத் தன்னிடம் பிரதிபலித்த யமுனையாற்றின் கரையோரமாக அந்த அணிவகுப்புத் தொடர்ந்தது. யமுனை ஆற்றின் நீரைப் பார்த்ததும் யானைகள் மகிழ்ச்சியில் பிளிறின. அந்த அணிவகுப்பில் ஒரு யானைக் கன்று தண்ணீரைப் பார்த்ததும் தனது வரிசையிலிருந்து வெளியில் வந்து ஆனந்தத்துடன் நீரில் இறங்கிக் களித்தது.

யமுனை ஆற்றின் மறுபக்கத்தில் கூடாரமிட்டிருந்த மாலிக் சித்திரம் போலக் காட்சியளித்த தில்லி நகரத்தின் தோற்றத்தைத்

தொலைவிலிருந்து பார்த்தபடி புன்னகைத்தான். இன்னும் ஒரே நாளில் அவன் அந்த நகரத்திற்குள் ஒரு மாபெரும் வெற்றி வீரனாக நுழையப் போகிறான். தில்லி நகரின் கோட்டை கொத்தளங்கள் நகரின் தோற்றத்தை முழுமையாக வெளிப்படுத்தாமல் மறைத்து நின்றன. மசூதிகளில் ஏற்றப்பட்ட விளக்கிலிருந்து வெளிவந்த பிரகாசமான ஒளி அவனைச் சிலிர்க்க வைத்தது.

ஒரு பிரமாண்ட வரவேற்பு நிகழ்ச்சி நாளை தனக்கு நிகழ்த்தப்படும். இதற்கு முன்னர் அவன் அனுப்பிய செய்திகளில் அவன் அளவற்ற பொக்கிஷங்களுடன் வருவதாகத் தெரிவிக்கப்பட்டிருந்தது. தில்லி நகரில் பொழிய இருக்கும் செல்வ மழை காரணமாக அரசின் வரித் திட்டங்களில் மாறுதல் இருக்கும் என்ற ஆனந்தத்தில் மக்கள் இருந்தனர். இப்படி ஒரு செல்வ வளத்தைக் கண்டதும் இனி அடுத்தடுத்து திருமணக் கொண்டாட்டங்கள் தொடரும்.

தனக்குத் தில்லி நகரம் அளிக்கவிருக்கும் ஆடம்பரமான வரவேற்பைக் கற்பனை செய்து பார்த்தான். அங்கு கூடவிருந்த கூட்டத்தின் எண்ணிக்கையின் மீது அவனுக்கு அக்கறை இல்லை, நாளை கூடுபவர்களில் எத்தனை பேர் அவனுடைய நல்லடக்கத்திற்கு வருவார்கள்? இப்போது எதற்கு இறப்பதைப் பற்றிய சிந்தனை? இதுவரையில் அவனுடைய அச்சங்களுக்குச் சரியான விடை கிடைத்திருக்கின்றன. இப்போது மிகவும் விழிப்புணர்வுடன் இருக்க வேண்டிய காலம். அவனுக்குத் தெரியும், விதி ஒரு மனிதனை வாழ்வின் உச்சத்திற்குக் கொண்டு செல்வதன் காரணம் அவனை அதலபாதாளத்தில் தள்ளுவதற்குத்தான்.

மாலிக்கின் இந்த உயரம் எளிதில் எட்டப்பட்டது அல்ல. உழைப்பின் வாயிலாகக் கிட்டிய உயர்வு; அவனது திண்ணிய சிந்தை அளித்த உயர்வு; நுட்பமான அரசியல் அறிவு கொடுத்த உயர்வு. எவருக்குத் தெரிந்திருக்கும் சனாதானத் தர்மத்தில் பிறந்த ஒருவன், ஆண்மையகற்றப்பட்டு, இஸ்லாம் மதத்தைத் தழுவி தில்லி சுல்தானியத்தைத் தனது கைப்பிடிக்குள் கொண்டு வருவான் என்று? சுலபமாகச் சொல்லலாம், ஆனால் அவனது வெற்றியைக் குறித்துப் பட்டியலிடத் தொடங்கினால் அது முடிவின்றி நீண்டு கொண்டே செல்லும்.

யுத்தத்தில் அவனுக்கு மிக நெருக்கமானவர்கள் மரணத்தைத் தழுவினர். ஆனால் பலவீனமான மனிதர்களுக்கு அவன் இரக்கப்படுவதை வெகுகாலம் முன்பே நிறுத்திக் கொண்டுவிட்டான். யுத்த முகாம் நிறைவடைந்துவிட்டது. வீரர்கள்

சோம்பித் திரியாமல் இருக்க அவர்களைச் சொந்த ஊர்களுக்கு அனுப்பித் தானிய நிலங்களை உழுது பயிரிட அனுப்புவது வழக்கம். நிச்சயம் பல வீரர்கள் மரணத்தைத் தழுவியிருப்பர் என்று எண்ணிக் கொண்டான்.

இரவு இன்னும் விலகவில்லை. அதற்குள் சேவல்கள் கூவத் தொடங்கிவிட்டன. குடிமக்கள் பலரும் எழுந்து கொண்டு விட்டனர். புல்தரை மீது எங்கும் பனி படர்ந்திருந்தது. செல்வந்தர்கள் உப்பரிகையிலிருந்து இந்த ஆரவார அணிவகுப்பைப் பார்வையிடுவார்கள். ஆனால் சாதாரணக் குடிமக்கள் பனி பொழிவதையும் பொருட்படுத்தாமல் தடுப்புகளையும் மீறி அந்த அணிவகுப்பைக் காண ஆவலுடன் கூடுவார்கள்.

யமுனையின் குறுக்கே கட்டப்பட்டிருந்த கற்பாலத்தின் குறுக்கே போர்ப் படையின் அணிவகுப்பு தில்லி நகருக்குள் நுழைந்தது. கிளம்பும் போது இருந்த வீரர்களில் பாதிப்பேர் மதுரைப் போரில் இறந்துவிட்டாலும் மீதியிருந்த வீரர்களின் கட்டுப்பாடு காண்போரை வியக்க வைத்தது. தங்களது இல்லங்கள் நெருங்க நெருங்க வீரர்கள் மதுரையில் நிகழ்ந்த பின்னடைதலில் எந்த வீரன் விரைவாக ஓடினான் என்பதைத் தங்களுக்குள் சொல்லிச் சிரித்தபடி வந்தனர். ஆர்ப்பரிக்கும் அந்த வீரர்களுக்குச் செல்வ வளத்துடன் வாழ்வதற்கு அவா இருந்தது எனினும் மீண்டும் தெற்கு நோக்கி ஒரு படையெடுப்பிற்குச் செல்ல அவர்கள் விரும்பவில்லை.

வெற்றி வீரர்களின் அணிவகுப்பு தில்லி நகர வீதிகளின் வழியே சென்றது. மாலிக்கபூர் ஒரு கம்பீரமான வெண்புரவியின் மீது அமர்ந்திருந்தான். போர் வீரர்கள் கைகளில் கருஞ்சிவப்பு நிறத் துணிகளில் தங்கள் மதத்தின் அடையாளமான பிறைநிலா நெய்யப்பட்ட பதாகைகளை உயர்த்திப் பிடித்தபடிச் சென்றனர். கொள்ளையடிக்கப்பட்ட பொக்கிஷங்கள் வீரர்களின் பாதுகாப்பில் சென்றன. அடிமைகளும், சிறை பிடிக்கப்பட்டவர்களும் தலைகளைத் தொங்கவிட்டபடி வந்தனர். போருக்குச் செல்லாமல் தில்லியிலேயே தங்கியிருந்த படை அதிகாரிகள் வெளியில் உப்பரிகைகளில் தலையைக் காட்டாமல் இல்லங்களில் மறைந்திருந்தனர். ஆனால் அவர்களுடைய அந்தப்புரப் பெண்களும், அடிமைகளும் உப்பரிகையில் நெருக்கி நின்றபடி ஊர்வலத்தைப் பார்வையிட்டனர்.

ஊர்வலத்தின் மையப்புள்ளி தான்தான் என்று எண்ணியிருந்த மாலிக்கின் கர்வத்திற்குப் பங்கம் நேரிட்டது. பார்வையாளர்களை

அதிகம் கவர்ந்தது கம்பீரமான யானைகள்தாம். பிரம்மாண்டமான அந்தக் கரிய விலங்குகளைத் துவார சமுத்திரத்திலிருந்து அழைத்து வரப்பட்ட மாவுத்தர்கள் வழி நடத்தி வந்தனர். யானைகளின் அணிவகுப்பில் சுற்றியிருந்த பூமி அதிர்ந்தது. அவை செல்லும் வழியெல்லாம் இட்ட சாணிக் குவியல்கள் சிறு குன்றுகள் என விழுந்து கிடந்தன. அவை கிளப்பிய துர்நாற்றத்தைத் தில்லி நகர மக்களால் சுவாசிக்க இயலவில்லை. அடுத்தடுத்து ஒவ்வொன்றாக அவை பிளிறிய ஓசையைக் கேட்டுச் சுற்றியிருந்த தில்லி நகர மக்கள் மிரண்டனர். கண்ணுக்குத் தெரியாத தோற்பாவைக் கலைஞனின் கை வண்ணம் போல ஆயிரக்கணக்கில் புறாக்கள் வானில் பறந்து அவை ஏற்படுத்திய தோற்றங்களை மாற்றிய வண்ணமிருந்தன.

குடிமக்கள் கூட்டம் கண்மூடித்தனமான வியப்புடன் அணிவகுப்பைப் பார்வையிட்டது. அவர்களைப் பொறுத்த வரையில் அந்தக் கம்பீரமான ஒவ்வொரு விலங்கையும் தங்களது தளபதி யுத்தம் செய்து அடக்கிக் கூட்டிக் கொண்டு வந்திருப்பதாகவே நம்பினர். ஆனால் அவன் அந்த விலங்குகளை அவற்றின் கொட்டில்களிலிருந்து விடுவித்து வெறுமனே கொண்டு வருவதை அவர்கள் அறியவில்லை. மாலிக்கின் செயல்கள் மீது ஏற்கெனவே மூடநம்பிக்கை கொண்டிருந்த மக்கள் யானை அணிவகுப்பைக் கண்ணுற்றதும் மானுடர்களில் இவன் ஒருவனே ஆற்றல் மிக்கவன் என்று நம்பத் தொடங்கினர்.

முப்பதினாயிரம் வீரர்களும் தத்தமது இல்லங்கள் வந்ததும் ஒதுங்கிவிட்டதால் அணிவகுப்பு மெலிந்துவிட்டது. மக்கள் தெற்கு திசையிலிருந்து அழைத்து வரப்பட்ட அந்தப்புரப் பெண்களை ஆவலுடன் பார்த்தனர். இதுகாறும் ஆதரவின்றித் தவித்த போர் வீரர்களின் குடும்பங்கள் கொள்ளையில் பங்கு பெறுவார்கள். மக்களுக்கும் இனிமேலும் ஒரு மங்கோலியப் படையெடுப்பு நிகழ்ந்தால் தங்கள் வீரர்கள் சிறப்பாகப் போரிட்டு அவர்களை வெல்வார்கள் என்ற நம்பிக்கை வந்துவிடும்.

ஆனால் நிதர்சனம் என்னவென்றால் படை வீரர்களில் அநேகம் பேர் ஓர் ஆண்டிற்குள் கையில் தம்பிடி காசு கூட இல்லாமல் அல்லலுறப் போகிறார்கள். அவர்கள் கொள்ளையடித்து வந்த செல்வத்தைக் குடிக்கும், சூதுக்கும், பெண்களுக்கும் வாரியிறைத்து விடுவார்கள். பிறகு கையில் எங்கே செல்வம் தங்கும்?

*

மாலிக் ஒரு சிறந்த விளம்பரப் பிரியன். கறுப்பின அடிமைகளைப் பெட்டிகளைத் தூக்கிச் செல்லும் போது சற்று முன்னோக்கி வளைந்து செல்ல உத்தரவிட்டான். அப்போதுதான் வேடிக்கை பார்ப்பவர்கள் பெட்டியில் அதிக அளவு பொக்கிஷங்கள் இருப்பதாக உணர்வார்கள். தங்க ஆபரணங்களைக் குவித்து வந்த மூட்டைகள் சாளரங்கள் வழியாகச் செல்லும் போது ஒவ்வொரு இல்லங்களிலிருந்தும் வெளிவந்த விளக்கின் ஒளி பட்டு தகதக என்று மின்னின. தான் கொண்டு வந்தவற்றை உரிய முறையில் காட்சிப் பொருள்களாகக் கொண்டு செல்வதில் மாலிக் உறுதியாக இருந்தான். இனி இதுபோலச் சூறையாடலையும், கொள்ளைப் பொருள்களின் அணிவகுப்பையும் இவர்கள் காணப் போவதில்லை. ஒரு மாபெரும் சமுதாயத்தை ஒரு மாதம் பேராசைத் தீயில் தகிக்கவிட்டான்.

வைகறையிலிருந்து அலாவுதீன் கண்களில் வெட்டும் மின்னலுடன் காத்திருந்தான். மேளங்களும், துந்துபிகளும் முழங்க அரண்மனைக்குள் பிரவேசித்த அந்த அணிவகுப்பு சுல்தானை வெருளச் செய்தது. மாலிக் தான் கொள்ளையடித்துக் கொண்டு வந்த பொற்குவியலையும், நவரத்தினக் குவியலையும் அரண்மனையில் சுல்தானின் பார்வைக்கு அடுக்கி வைத்தான்.

தனது தாடியை நீவிவிட்டுக் கொண்ட சுல்தான் எவ்வித சஞ்சலமுமின்றி அவற்றைப் பார்வையிட்டான். எதையும் வெளிப்படையாகக் காட்டிக் கொள்ளாதவன்தான் சுல்தான். அவனிடமிருந்து அவ்வளவு சீக்கிரத்தில் பாராட்டுக் கிடைத்து விடாது. ஆனால் இப்போது அவனது அங்கீகாரம் அவன் உடல் மொழியில் பிரதிபலித்தது. இப்படி வெளிப்படையாக சுல்தான் தனது மனநிறைவைக் காட்டிக் கொண்டது இல்லை என்பதால் அந்த அரிய தருணத்தைக் கண்டு மாலிக் வியந்து நின்றான்.

மாலிக்கை வரவேற்க அரசவை அங்குத் திரண்டிருந்தது. கொள்ளையடித்துக் கொண்டு வந்த பொருள்களைக் கண்ணுற்ற அரசவையினர் மாலிக் மீது மாறாக் காதல் கொண்டனர். அனைவரும் அவனது இந்த அரிய செயலினைக் கண்டு வாய் பிளந்து நின்றனர். அவன் ஒரு புரியாத புதிர் என்ற எண்ணமும் கூடவே அவர்களுக்கு எழுந்தது. மாலிக்கின் கெடுபிடிகளைக் கண்டு வெறுப்பவர்கள் கூட அவனது எளிமையைக் கண்டு வியந்தனர். மாலிக்கின் இடத்தில் தாங்கள் இருந்தால் என்ன நேர்ந்திருக்கும் என்ற வினா ஒவ்வொருவர் இதயத்திலும் எழுந்தது- என்ன நேர்ந்திருக்கும்? அலாவுதீனின் தலை மண்ணில்

உருண்டிருக்கும், சுல்தானின் அரியணையில் மாலிக்கபூர் அமர்ந்திருப்பான்.

*

மாலிக்கபூர் தனது படைகளையும் கொள்ளையடித்த பொருள்களையும் தில்லி நகருக்குக் கொண்டு வந்துவிட்டான். அவன் ஜமால் அத்துர் ஆகிர் (அ) தானி என்ற இஸ்லாமிய மாதத்தின் நான்காம் நாளில் வந்து சேர்ந்தான். சுல்தான் அலாவுதீன் கில்ஜி பொன்னால் இழைக்கப்பட்டிருந்த அரண்மனையில் அரசவையைக் கூட்டினான். அதிகாரிகள், அமைச்சர்கள், கனவான்கள் எனப் பலரும் அந்தக் கூட்டத்தில் பங்கேற்றனர். மாலிக்கபூர் தான் அழைத்து வந்த அதிகாரிகளின் மூலம் அங்கிருந்த அவையினரின் முன்பு கொண்டு வந்த பொருள்களைப் பார்வைக்கு வைத்தான். சுல்தானுக்கு நன்றிப் பெருக்கெடுத்தது. மாலிக்கை உரிய முறையில் கௌரவித்தான்.

அரசவைக் கவிஞன் அமீர் குஸ்ரோ தனது கவிதையில் இந்த நிகழ்ச்சியை இவ்வாறு குறிப்பிடுகிறார்.

‘இஸ்லாமிய சமூகமே நீ வருத்தம் கொள்ளாதே

ஜாபர் இறக்கவில்லை மீண்டும் பிறந்துவிட்டான்.’

மாலிக், குஸ்ரோவின் கவிதைப் பாராட்டுக்களை முகத்தில் புன்னகையுடன் ஏற்றுக் கொண்டான். அரசவை அவனது வியத்தகு சாதனைகளைக் கரவொலி எழுப்பி வரவேற்றது. மாலிக்கிற்கு மீனாட்சியம்மன் கோயிலில் சந்தித்த அந்த முதியவரின் நினைப்பும் கல் யானைகளின் நினைப்பும் வந்தன. எந்த சரித்திரக் குறிப்புகளிலும் காணக் கிடைக்காத ஓர் அற்புதக் கதை மாலிக்கிடம் இருந்தது. ராயன் மட்டுமே அந்தக் கதையின் சாட்சி, அவனும் இப்போது அங்கில்லை. இந்த அவையில் அதனைக் கூறுவதால் பயன் எதுவும் இருக்காது. அவையினரால் அதனைப் புரிந்து கொள்வது கூடக் கடினமாக இருக்கும்.

அலாவுதீனைப் பொறுத்தவரை அது அவனது வெற்றி. தனது திறமை மிக்க அடிமையை சுல்தான் வாஞ்சையுடன் பார்த்தார். மாவீரன் அலெக்சாந்தருக்கு இணையான வெற்றிகளைக் கொண்டு வந்திருக்கிறான் மாலிக். மங்கோலியர்களைப் புறமுதுகிடச் செய்தது, ஆகாத்கானின் கலகத்தை அடக்கியது இவையெல்லாமே அவனது அபார மூளையில் உதித்தவைதாம். அலாவுதீனின்

புதல்வர்களின் படைத் திறமை இன்னும் முளைவிடும் பருவத்திலேயே இருந்தன. அலாவுதீன் வேர் ஊன்றி விழுதுகளுடன் விரிந்து பறந்து நின்ற ஓர் ஆலமரத்தைப் போல விளங்கினான். அவனது புதல்வர்களால் அந்தப் பிரம்மாண்ட ஆலமரத்தின் நிழலில் முளைத்து வளர்வது கடினமாக இருந்தது. அவன் புதல்வர்களில் பலர் இதற்காக முயன்று தோற்று நின்றனர். விரக்தியின் விளிம்பில் தத்தளிக்கும் தனது புதல்வர்கள் மேல் இரக்கம் கொண்டு மாலிக்கின் வெற்றியின் மீது தனது குடும்பத்தின் எதிர்காலத்தைப் பணயம் வைக்க முடிவு செய்தான் அலாவுதீன்.

விழாக்களும், கொண்டாட்டங்களும் அடுத்தடுத்து நிகழ்ந்தன. சுல்தானும் மாலிக் இனி மேற்கொண்டு இது போன்ற மனித வேட்டைக்கும், பொருள் வேட்டைக்கும் செல்ல வேண்டாம் என்று தடுத்தான், அதற்காக மாலிக் மேலும் ஒரு கொள்ளையடிப்பிற்கு ஆயத்தமாக இருந்தான் என்று சொல்ல முடியாது. மாலிக்கின் எழுச்சியைக் கண்டு பொறாமைப் பட்டவர்கள் இப்போது கலவரம் அடையத் தொடங்கினர். பாரத தேசத்தின் தென்கோடி முனையைத் தொட்டுவிட்டு வந்திருக்கும் தளபதி தனது கவனத்தை வேறு எங்கும் செலுத்தாமல் சாம்ராஜ்ஜியத்தின் மீது திருப்பியது அவர்களுக்குத் திகில் மூட்டியது.

மாலிக்கிற்கும் இனி தனது யுத்தம் அரண்மனைக்கு வெளியில் இராது, அரசவைக்குள்தான் இருக்கும் என்பது தெரியும். தனது கரம் பலம் பொருந்தியதாக இருப்பினும் அரசவையில் அவனது திறமை செல்லாது என்பதனை அவன் அறிவான். மாலிக் மிகக் கவனமாக நடந்து கொள்ள முடிவெடுத்தான். எல்லாம் வல்ல ஆண்டவனிடம் விசுவாசமுள்ள ஓர் இனத்திற்குத் தலைமை தாங்க அவனுக்குத் தகுதியில்லை என்றவர்கள் அவனது பிறப்பைக் காரணம் காட்டினார்கள். அவன் பிறப்பில் ஒரு ஹிந்து தர்மத்தில் பிறந்தவன். இரண்டாவது வலுக்கட்டாயமாக ஆண்மை அகற்றப்பட்ட ஓர் அலி அவன். இனி மாலிக் தனியாகத்தான் தில்லி சுல்தானியத்தின் சிகரத்திற்குப் பாதை போட்டுக் கொள்ள வேண்டும். குறுகிக் கிடந்த சுல்தானின் சாம்ராஜ்ஜிய எல்லைகளை அவர்கள் நம்பமுடியாத அளவிற்கு மாலிக் விரிவுபடுத்தியிருந்தான். இப்போது புதிய யுத்தங்கள் மூள இருக்கின்றன. அரண்மனை அரசியல் என்ற ஓடையில் அவன் நீந்திக் கரையேற வேண்டும். அதற்கு சிறிதும் இரக்கமற்ற வழிமுறைதான் வேண்டியிருந்தது. எதிர்ப்படுபவர்கள் நண்பர்களாக இருப்பினும் சரி, ஏன் தனது எஜமான் தில்லி சுல்தானாக இருந்தாலும் சரி. அரசியல் என்பது போரை ஒப்பிடும்

போது கேவலமான ஒழுகமைவு அற்ற செயலாகும். வஞ்சமே அங்கு மலிந்திருக்கும். கபடதாரிகள் நிறைந்திருப்பர்.

*

முதல் விசாரணை விரைவில் வந்து சேர்ந்தது. கொள்ளையடிக்கப்பட்டுக் கொண்டு வந்த பொருள்களில் மிக விலையுயர்ந்த பொருள்களை மாலிக் தானே வைத்துக் கொண்டுவிட்டான் என்ற வம்பு அரண்மனை முழுவதும் தீயாகப் பரவியது. அடுத்த புரளி மாலிக் இப்போது தன் வசம் ஒரு ஹிந்துக் கடவுளின் உருவச் சிலையை வைத்துக் கொண்டு தினமும் அதனுடன் பேசுகிறான் என்பதாகும். இந்த வதந்திகளைப் பரப்பியவர்கள் மாலிக்கை இரண்டு வழிகளில் வீழ்த்திவிடலாம் என்று கருதினார்கள். அவனது செய்கை, சுல்தான் மீது அவனுக்கு இருக்கும் விசுவாசத்தைக் குறைத்துக் காட்டும் செயலாக இருந்தது. இரண்டு அவன் பூரணமாக இஸ்லாத்தைத் தழுவினாலும் அவன் தனது மதத்திற்கு விசுவாசமானவனாக இல்லை..

கொண்டு வந்த பொருள் பட்டியல் சோதனைக்கு எடுத்துச் செல்லப்பட்ட போது மாலிக் அந்தப் பட்டியலில் தான் கொண்டு வந்த மீனாட்சியம்மன் சிலையைக் குறிப்பிடவில்லை. சிலையையும் எவருக்கும் காட்டவில்லை. கொள்ளையடித்ததில் பத்தில் ஒரு பங்கு அவனைச் சேர்ந்தது என்பதால் அவனே கூட அந்தச் சிலை தனக்கு வேண்டும் என்று உரிமை கொண்டாடியிருக்கலாம். மாலிக் சம்பிரதாயங்களுக்குக் கட்டுப்படுபவன் கிடையாது.

அலாவுதீனும் ஆரம்பத்தில் வதந்திகளை நம்பவில்லை. தனது பற்களை நெரித்தான். அவ்வளவுதான். போகப் போக மாலிக் ஒருவன்தான் கடுமையான கண்காணிப்பிற்கு ஆட்படுத்தப் பட்டான். தனது சுய செல்வாக்கை அதிகரிக்க மாலிக் கொள்ளையடித்துக் கொண்டு வந்த உடைமைகளைப் பதுக்கி வைத்திருக்கிறானா என்பதை அறிய அவன் இரவு பகலாகக் கண்காணிக்கப்பட்டு வந்தான். இதற்கென்று தனியாக ஓர் அடிமை அமர்த்தப்பட்டான். சில பொருள்களின் மதிப்பீடுகள் அதன் அளவைவிட அதிகமாகப் பார்க்கப்பட்டது. மாலிக்கின் கொள்ளை யடிக்கும் ஆர்வம் வேறு ஒரு கோணத்தில் தவறாகச் சித்தரிக்கப் பட்டது. அவன் சிந்தை எதன் பின்னால் சென்றிருக்கிறது? அவனிடம் கொள்ளையடிக்கப்பட்ட பொருள்கள் பதுக்கி வைக்கப்பட்டுள்ளதா? சுல்தானுக்கும் ஆச்சரியமானது.

ஒற்றன் சுல்தானிடம் வந்து மாலிக் தான் கணக்குக் காட்டிய அதே அளவு செல்வத்தையே வைத்துக் கொண்டிருப்பதாகக் கூறினான். அதன் ஒரு பகுதியை தானத்திற்கும், ஏழைகளுக்கும், பள்ளிவாசலுக்கும் அளித்துவிட்டதாகவும் கூறினான். ஆனால் சிலையின் மர்மம் மட்டும் நீடித்தது. தனது அளவுக்கதிகமான வேலைப் பளுவில் கூட அவன் அந்த ஹிந்துக் கடவுளின் மீது கொண்ட அக்கறையைக் குறைத்துக் கொள்ளவில்லை என்று கூறினான்.

'நேரில் ஒரு பெண்ணிடம் பேசுவது போல அவன் அந்த ஹிந்துப் பெண் கடவுளின் சிலையுடன் பேசுகிறார்..'

சொல்லிக் கொள்ளும் அளவிற்கு நண்பர்களோ, உறவினர்களோ அற்ற மாலிக்கிற்கு அந்தச் சிலை உற்ற துணையானது. மற்றவர்களின் கண்ணிற்கு அந்தச் சிலை காது கேளாத வாய் பேசாத ஓர் உலோகத் துண்டு. அவனுக்கு அப்படியன்று. பலமுறை அதன் இமைகள் அசைவதைப் பார்த்திருக்கிறான். பல இரவுகளின் நடுவில் விழித்து உயிர்ப்புடன் இருப்பது போலத் தோன்றும் அந்தக் கண்கள் தன்னையே உற்று நோக்குவதாக எண்ணிக் கொள்வான். இவையெல்லாம் அன்று கோயிலில் சந்தித்த அதிசய மனிதரால் உண்டாகும் அச்சம் கலந்த எண்ணங்களின் விளைவு என்று எண்ணி அவற்றை ஒதுக்கித் தள்ளுவான்.

அலாவுதீன் இறுதியாக இவற்றிற்கு ஒரு முடிவு கட்ட எண்ணினான். அவன் மாலிக்கை அழைத்து அந்தச் சிலையைத் தன்னிடம் அளிக்குமாறு கட்டளையிட்டான். சிலையைக் கண்டதும் அவன் இரு புருவங்களையும் உயர்த்தி, 'மாலிக், அப்படி என்ன இருக்கிறதென்று இந்தச் சிலையின் மீது பித்துப் பிடித்துக் கிடக்கிறாய்?' என்று கேட்டான்.

மாலிக் வாய் மூடிக் கிடந்தான்.

அவன் சிறுபிள்ளைத் தனங்களில் அதுவும் ஒன்று என்ற முடிவிற்கு சுல்தான் வந்தான். இதுபோன்ற பித்துக்குளித் தனங்களை அவன் மாலிக்கிடம் ஏற்கெனவே பார்த்திருப்பதால் அதை ஒரு பொருட்டாக எடுத்துக் கொள்ளவில்லை. சுல்தான் புன்னகை புரிந்தான். இது ஒன்றுதான் அந்தப்புரத்தில் இருப்பவர்களால் அவன் மீது சுமத்தப்பட்ட அதிகபட்ச பழி. வேறில்லை. அவன் அந்தப் புகாரை நிராகரித்ததோடு அதனைக் கொண்டு வந்தவர்களை மங்கோலியப் படையை எதிர்க்கும் பிரிவிற்கு மாற்றியும் உத்தரவிட்டான்.

அதன் பிறகு வம்பு பேசுபவர்களின் வாய்கள் அடைக்கப்பட்டன. புகார் செய்ய நினைத்தவர்களின் கரங்கள் முடக்கப்பட்டன.

*

தனது பயணத்தைத் தெற்கிலிருந்து முடித்துக் கொண்டு வந்த நாளிலிருந்து மாலிக் அந்த சூபி நிஜாமுதீனைச் சந்திக்க எண்ணியிருந்தான். ஒரே ஒருமுறைதான் அவரை அவன் சந்தித்தான். ஆனால் விரக்தியான நேரத்தில் அவரைப் பார்க்க வேண்டும் என்ற எண்ணம் எழாமல் இருந்ததில்லை.

சுல்தானிடம் அனுமதி பெற்றுக் கொண்டு மாலிக்கும் அமீர் குர்ஸோவும் அந்தச் சூபி வசித்த மாளிகையை நோக்கிச் சென்றனர். சென்ற முறை போலன்றி இம்முறை அவன் ஆடம்பரமான அணிவகுப்புடன் நான்கு பல்லக்குகள் நிறையக் கொள்ளையடித்த பொற்குவியலில் தனது பங்கில் நான்கில் ஒரு பகுதியை எடுத்துச் சென்று அவருக்குக் காணிக்கையாக அளிக்க எண்ணினான்.

அவனது ஆடம்பரமான பரிவாரத்தின் அணிவகுப்பை மக்கள் வீதி ஓரங்களில் நின்று வேடிக்கை பார்த்தனர். அவர்கள் மாலிக் இஸ்லாமிய மார்க்கத்தைத் தழுவாத தேசங்களுக்கு விளைத்த இன்னல்களை ஒவ்வொருவரும் தங்களுக்குத் தெரிந்தவற்றைப் பேசி நின்றனர்.

துறவியின் மாளிகையில் இருந்த பலரும் அவனைக் கண்ணுற்றதும் சிரம் தாழ்த்தி வணங்கினர். வேற்றுடையில் இருந்த படை வீரர்கள் கூட மாலிக்கைக் கண்டதும் மண்டியிட்டு வணங்கினர். மாலிக்கிற்கு மகிழ்ச்சி பொங்கியது.

'நினைவிருக்கிறதா அமீர்? சென்றமுறை நாம் இங்கே வந்த போது இங்கிருந்தவர்களில் பலர் உங்களைப் பார்த்து வணங்கினார்கள். ஆனால் இன்று நிலைமை தலைகீழ். இன்று நான் அவர்களின் தலைவன்' என்று இறுமாப்புடன் கூறினான். வெளியில் புன்னகைத்தாலும் கவி அமீர் குஸ்ரோ உள்ளே புழுங்கினார்.

அந்தச் சூபி இருகரம் நீட்டி மாலிக்கை வரவேற்றார். 'ஹரே! இதோ எனது தளபதி. என்னுடைய கீரைகளை ஒளித்து வையுங்கள், பின்னர் அவற்றிற்கு ஆபத்து வந்துவிடப் போகிறது' என்று கேலிப் பேச்சுடன் வரவேற்றார்.

'வா, வந்து என் அருகில் அமர்' என்று அழைத்து ஜாடை காட்டினார். அவன் அருகில் அமர்ந்ததும் சூபி தனது இரு விழிகளையும் மெல்ல

மூடி தியானத்தில் ஆழ்ந்தார். சற்று நேரம் சென்ற பின்னர் அவனுடைய இரண்டு கரங்களையும் பற்றி வாய்க்குள் சில மந்திரங்களை உச்சரித்தார். அவர் கண்கள் கடந்த கால நிகழ்ச்சிகளின் வழியாகப் பயணித்துக் கொண்டிருந்தது போல. அவர் கருமணிகள் மூடிய இமைகளுக்கு அங்குமிங்கும் அலைந்த போது அவர் போர்க் காட்சிகளைக் கண் முன் காண்கிறார் போலும் என்று மாலிக் எண்ணினான்.

அவர் உடல் நடுங்கியது. ஒருவேளை மனத்திரையில் அவர் தியானத்தின் மூலம் கண்ட குருதி வழியும் போர்க் காட்சிகள் அவரை நடுங்க வைக்கின்றன போலும். போர்க்களத்தின் கூப்பாடுகளை அவர் கேளாமல் இருக்க மாலிக் எழுந்து தனது இரு கரங்களினால் அவர் செவிகளை மூடுவதற்கு நீட்டினான். அவருடைய மௌனம் தான் அங்கே பேரிரைச்சலாகக் கேட்டது. அப்படி ஒரு மௌனத்தை மாலிக் உணர்ந்ததில்லை. அத்தனைக் கொடூரங்களையும், ரத்த வெள்ளத்தையும் மாலிக் அந்தப் பொக்கிஷங்கள் மூலம் திருப்பிக் கொடுக்க வந்திருக்கிறான். அவர் அவனை ஊடுருவது போல விழித்துப் பார்த்தார். அவர் பார்வை அவனை உள்ளூர நெளிய வைத்தது.

நிஜாமுதீன் தனது தலையைக் கண்டிக்கும் விதமாக அசைத்தார். 'பாவிகள் தங்கள் பாவங்களைக் கழுவிக் கொள்ள என்னை நாடி வருகின்றனர். என் பாவங்களை நான் என்று கழுவிக் கொள்வது?' என்று கேட்டார். பிறகு தொடர்ந்தார். 'தேவையற்ற கொலைகளும், வேதனையும் மிகும் காலத்தில் நாம் வசிக்கிறோம். மிகச் சிறிய காலமே உள்ள இந்த வாழ்க்கை கொடூரமானது, வருத்தம் தரக் கூடியது. இருந்த போதிலும் நாம் அடுத்தவர்கள் படும் இன்னல்களை ஒரு பொருட்டாக மதிப்பதில்லை. மனித உயிருக்கு இங்கு மிகக் குறைந்த மரியாதைதான் அளிக்கப்படுகிறது' என்றார்.

அது கிட்டத்தட்ட கண்டனக் குரலில் இருந்தது.

மாலிக் தான் கொண்டு வந்த பொருள்களைத் துறவியின் கண்களில் படுமாறு பக்கத்தில் இருந்த அறை ஒன்றில் வைத்திருந்தான். குஸ்ரோ அவர் காதுகளில் கிசுகிசுக்க அவர் எழுந்து அந்தக் கொள்ளையிடப்பட்ட பொருள்களைப் பார்வையிட்டார். மாலிக்கின் கைகளை மெதுவாகப் பற்றியபடி அவர் அந்தப் பொக்கிஷங்கள் வைக்கப்பட்டிருந்த அறைக்குச் சென்றார். அவர் தள்ளாடிச் சென்று அந்தப் பொற்குவியல்கள் நிறைந்த மூட்டைகளையும், கூடைகளையும் ஆவலுடன் தொட்டுப் பார்த்தார்.

‘இவை எல்லாம் என்னுடைய இறைத் தொண்டர்களுக்கு உணவிடப் போதுமானது. எனக்கு என்ன கொண்டு வந்தாய்? கல் யானைக்குக் கரும்பு கொடுத்த உனக்கு இந்தக் கிழவனுக்கு ஏதாவது கொண்டு செல்ல வேண்டும் என்று தோன்றவில்லையா?’ என்று கேட்டார்.

*

யுத்தங்களுக்கு நடுவில் அமைதியின் அசையிடை ஒன்று எப்போதும் அவனுக்கு ஏற்படும். மாலிக் அந்த இடைவெளியில் தனது ஆதரவாளர்களைப் பெருக்கிக் கொள்வது வழக்கம். யுத்தக்களங்களில் சாகசங்கள் பெயர் வாங்கித் தருவதைப் போல அரசவை அது போன்ற சந்தர்ப்பங்களை நல்காது. மிக விரைவில் அவன் பின்பாட்டுப் பாடுபவர்களை இனம் கண்டு கொண்டான். அவன் இல்லாத போது அவையில் நடப்பதைக் கூறுவதும், அவன் அவையில் கூறும் ஒவ்வொரு வார்த்தையின் மீதும் கவனமாக இருப்பதுமாகச் செயல்பட்டனர்.

மாலிக்கை மகிழ்ச்சியில் ஆழ்த்துவதில் ஒருவருக்கொருவர் போட்டி போட்டனர். ஒரு மதிப்பும், மரியாதையும் மிக்கச் செல்வந்தரின் மகளை மாலிக்கிற்குத் திருமணம் முடிக்க நிச்சயம் பேசுவது வரை அது சென்றது. பதவியின் மதிப்பு அப்போதுதான் மாலிக்கிற்கு நன்றாக விளங்கியது. அதன் பிறகு பல திருமண வாய்ப்புகள் கதவைத் தட்டத் தொடங்கின. ஆனால் மாலிக் பிடிவாதமாக அவற்றை மறுத்துவிட்டான். அவன் தனக்குத் தானே முட்டாள் ஆக விரும்பவில்லை.

அரசாங்க நீரோட்டத்தில் அவனது பயணம் அவனது வெற்றிகள் காரணமாக எளிதாகச் சென்றது. எல்லாக் காலங்களிலும் மிகச் சிறந்த போர்த்தந்திரசாலியாக அவன் பெயர் பெற்றான். பல வெற்றிகளை மாலிக் பெற்றுத் தந்ததால் அலாவுதீன் முற்றிலும் அவனை நம்பியே இருக்க வேண்டியதாயிற்று.. மாலிக்கின் படையைத் தனது பிரதான படையாக சுல்தான் அறிவித்தான். அப்படைத்தளபதிகளை மாலிக்கிற்கு அடுத்த நிலையில் வைத்திருந்தான்.

மாலிக் நாட்டு மக்கள் தனக்கு எதிராகத் திரும்பாமல் இருக்கப் பல தந்திரங்களை மேற்கொள்ள வேண்டியிருந்தது. எவராவது மாலிக்கைச் சற்றுத் தரக்குறைவாகப் பேசுவதைக் கேள்விப்பட்டால் அப்படிக் கூறியவர்கள் அவமானப்படுத்தப்பட்டு அவர்கள் உடைமைகள் பறிக்கப்பட்டன. அனைத்து

மாகாணங்களிலும் அனைத்துத் துறைகளிலும் அவன் இதற்கு உளவாளிகளை வைத்திருந்தான்.

அரண்மனை இப்போது அவன் ஒருவனுக்கு மட்டும் தனிப்பட்ட ஒன்றாக மாறியது. மாலிக் மொத்த தேசத்தையும் ஒரே ஒரு நபரைக் கட்டுப்படுத்துவதன் மூலம் தனது கட்டுக்குள் கொண்டுவர முடியும் என்பதைத் தெரிந்து வைத்திருந்தான். அந்த நபர் வேறு யாருமல்ல- அலாவுதீன் கில்ஜி. தில்லி சாம்ராஜ்ஜியத்தின் சக்கரவர்த்தி. காமம் என்ற நூலில் ஒரு மனிதனைக் கட்டிவிட்டால் அவனை அதிகாரத்தின் மூலம் எப்படி வேண்டுமானாலும் ஆட்டி வைக்கலாம் என்பதனை மாலிக் உணர்ந்து கொண்டான். நகரத்தில் நடக்கும் விஷயங்களைக் கவனத்துடன் சுல்தானின் பார்வைக்குக் கொண்டு வராமல் பார்த்துக் கொண்டான். மாலிக்கின் வசிப்பிடம் அந்த முழு அரண்மனையில் ஒரு பகுதியோடு நின்றுவிட்டது, அது சுல்தானின் வசிப்பிடப் பகுதி. அவன் சுல்தானை தனது கைப்பிடிக்குள் வைத்திருக்க முடிவு செய்தான். சுல்தான் இப்போது அடிக்கடி அந்தப்புரம் செல்வதைத் தவிர்க்கத் தொடங்கினான். கமலாதேவி அவன் தெற்கு நோக்கிய முற்றுகை பயணத்தின் போது மடிந்துவிட்டாள். இரண்டு முடிமன்னர்களின் மனைவி இதயம் உடைந்து இறந்துவிட்டாள். பாவம். அவனுக்கு அவள் மீது அவ்வளவு ராஜ விசுவாசம் எதுவுமில்லை. மாலிக்கின் இந்த குணம் கமலாதேவியின் மருமகனும் சுல்தானின் மகனுமாகிய கிசிருக்குச் சற்றும் பிடிக்காமல் போனது.

பதவி, பொறாமையையும் சேர்த்தே வளர்க்கிறது. தனது எதிரிகளைக் கருணையின்றி வெட்டி வீழ்த்திய ஓர் அலியின் இயற்கைக்கு மாறான எழுச்சி அவனுடைய மதிப்பைக் கூட்டுவதாக இல்லை.

மாலிக்கும் இதனை அறிந்திருந்தான். தனது தருணத்திற்குக் காத்திருந்தான். அவன் எதிரிகளும் காத்திருந்தனர். யார் முதலில் வெற்றி பெறுவார்கள் என்பது காலத்தின் கைகளில் இருந்தது.

*

அத்தியாயம் 37

துண்டாடல்

மதுரைக்குத் திரும்புதல் திகில் ஊட்டுவதாக இருந்தது. சுழன்றும் புகைந்தும் கொண்டிருந்த சாம்பல் புகை மூட்டமே மதுரைக்கு வழிகாட்டியாக அமைந்தது. சின்னாபின்னமாகிக் கிடக்கும் மதுரை நகரத்திற்குள் இறுதியாக நுழைந்தவர்கள் பாராக்கிரமனும் விக்கிரமனும்தான். அகழியைக் கடந்து செல்லும் போது அனைத்து வீரர்களும் தடுமாறினார்கள். இறந்து அழுகிய பிணங்களின் துர்நாற்றம் காற்றில் பரவியிருந்ததைக் கண்டு அவர்கள் கால்கள் தளர்ந்தன.. விக்கிரமன் இரண்டு நாட்கள் வெறும் வயிற்றுடன் இருந்தாரோ பிழைத்தார். இல்லையென்றால் அவர் வயிற்றில் இருந்த அனைத்தும் வெளியில் வந்திருக்கும்.

மெதுவாக ஊர்ந்து வந்த குதிரைகளின் குளம்படியோசை அங்கு நிலவிய மரண மௌனத்தைக் கலைத்தது. பாழ்பட்டுக் கிடந்த மதுரை அதன் கடைசிப் பரிவாரங்களை வரவேற்றது. குடிமக்கள் ஏற்கெனவே செத்து விழுந்திருந்த மனித உடல்களையும், விலங்கின் கழிவுகளையும் அகழியில் வீசி எறிந்துவிட்டனர். எரியூட்ட விறகுகள் கிடைப்பது அரிதாகிப் போனதால் பிணங்கள் தூக்கி வீசப்பட்டு அழுகித் துர்நாற்றமடித்தன.

விக்கிரமன் அனுப்பிய ஒற்றன் அவருக்காகக் காத்திருந்தான். காத்திருந்த சலிப்பும் வேதனையும் முதிய தோற்றம் கொண்ட விக்கிரமன் முகத்தில் தெரிந்தது. மதுரை அடுத்த யுத்தத்திற்குத் தயாரானது. படைகளின் இரு பெரும் பிரிவுகள் மதுரை நகருக்குள் வந்து நின்றன. யுத்தத்தில் தோளோடு தோள் சேர்த்து நின்ற வீரர்கள் ஊருக்குள் இட நெருக்கடியில் அவதிப்பட்டனர்.. சுந்தரனின் படை சற்றுப் பெரியதாக இருந்ததும், வீரா தப்பி ஓடியதும் அவன் இறந்திருப்பான் என்று அனைவரும் கருதியதால்தான் இந்த

நெருக்கடிக்குக் காரணம். ஒருவருக்கொருவர் உதவியாக இருக்க வேண்டி வந்தது. ராஜவிசுவாசம் என்பது அடிக்கடி மாறக் கூடியதுதானே?

இடிபாடுகள் நடுவில் அவர்கள் இருவரும் குதிரையில் சென்ற போது ஒரு சிலர் மட்டுமே எழுந்து மரியாதை செலுத்தினர். இந்த நெகிழ்திறன் கொண்ட மக்களே மதுரையை மீண்டும் உருவாக்கும் வல்லமை கொண்டவர்கள். மதுரை அவர்களது முன்னோர்கள் வாழ்ந்த ஊர்; இன்னும் வருங்காலச் சந்ததியினர் வாழப்போகும் ஊர். இவர்களுக்கு ஆட்சியில் இருக்கும் மன்னர்கள் மீது இகழ்ச்சியே எஞ்சி இருக்கும்.

சிறிது சிறிதாக வெளியேறிய மக்கள் நகருக்குள் புகத்தொடங்கினர் இருப்பினும் அவர்களிடம் ஒரு கடும் வருத்தம் நிலவியது. அவர்களது அழகிய நகரம் சீர்குலைந்து கிடந்தது.

துருக்கியர்கள் கொடுத்தது சாதாரண அடியன்று. இடி போல இறங்கிய கடுமையான அடி. ஒரு மாபெரும் நகரம் எதிர்த்து நிற்பதற்குக் கூட வலிமை இன்றி வீழ்ந்துவிட்டது. கரும்புகை மதுரையைச் சுற்றி ஒரு பெரிய போர்வையாகப் போர்த்தியிருந்தது. ஓநாய்கள் நகரமெங்கும் அலைந்து ஒவ்வொரு வீட்டின் முன்பும் நின்று ஓலமிட்டன. வல்லூறுகள் பறந்து வந்து மீனாட்சியம்மன் ஆலயத்தின் மீது அமர்ந்தன. முற்றிலும் சிதைக்கப்பட்டிருந்த பூமி மானபங்கப்படுத்தப்பட்ட பெண்ணைப் போலக் கிடந்தது.

அரண்மனைச் சேதிகள் இதனைவிடக் கொடூரமாக இருந்தன. மூன்று சதாப்தங்களாகச் சேர்த்து வைத்திருந்த செல்வம் மொத்தமாக வழித்து எடுக்கப்பட்டுவிட்டது. கருவூல அறையின் காவலர்களால் கூடக் கொள்ளையர்களை எதிர்க்க முடியவில்லை. அவர்களது இருபது பிணங்கள் அறை வாசலில் அழுகிய நிலையில் கிடந்தன. மூன்று சதாப்தங்களின் செல்வத்தை இழந்துவிட்டு மதுரை வறிய நகரமானது.

மதுரையின் மரகத ஹாரமாகத் திகழ்ந்த மீனாட்சியம்மன் கோயில், மோசமாகச் சிதிலமடைந்திருந்தது. கோயிலுக்குள் அத்துமீறிப் பிரவேசித்தவர்கள் ஒவ்வொரு இடத்திலும் தங்கள் தடங்களைப் பதித்துவிட்டுச் சென்றிருந்தனர். சுற்றுச் சுவர்களை உடைத்து நாசம் செய்திருந்தனர். உள்ளே கொள்ளையர்கள் எரியூட்டியதால் உட்புறச் சுவர்கள் மீது கரும்புகை படிந்து, பூசப்பட்டிருந்த செங்கற்கள் எட்டிப் பார்த்தன. அங்கிருந்த சிலைகள் அனைத்தும் அடித்து நொறுக்கப்பட்டிருந்தன.

கடவுள் சன்னிதானத்தின் முன்பாக இரண்டு துருக்கியர்களின் உடல்கள் இரண்டு பெரிய பாறாங்கற்களின் கீழே நசுங்கிக் கிடந்தன. நல்லவேளையாக இரண்டு கருவறைகளுக்கும் எதுவும் நேரவில்லை. கோயில் கருவூலம் முற்றிலும் களவாடப்பட்டிருந்தது. ஐம்பொன்னில் செய்த மீனாட்சியின் சிலையைக் காணவில்லை. கருவறை நாசமடையாததற்குத் தாங்கள் நித்தியம் செய்த பூசனைகளின் பலன் என்று மக்கள் எண்ணினர். ஆனால் மீனாட்சி சிலைக்கு என்ன நேர்ந்தது?

*

பாண்டியர்களின் அரண்மனை முற்றிலும் நிர்மூலம் ஆக்கப் பட்டிருந்ததை வீரா கண்ணுற்றான். எஞ்சியவற்றைக் கொண்டு அரண்மனை மகளிர் அந்த இடத்திற்கு ஓர் இல்லம் போன்ற சாயலை ஏற்படுத்தியிருந்தனர். எல்லாம் முடிந்துவிட்டது. அரண்மனையில் நுழைந்ததும் அவன் அனைத்துத் திரைச்சீலைகளையும் விலக்கி விட்டான். வெளியில் பார்த்த போது அதிர்ச்சியில் உறைந்து நின்றான். துருக்கியர்கள் அரண்மனையில் இருந்த மொத்த பொருள் களையும் தீயிட்டுக் கொளுத்தியிருந்தனர். மதுரையில் எஞ்சியிருந்தவை புகையும் கங்குகளும், சாம்பல்களும், பிணக் குவியல்களும்தான். அந்தக் கோரமான காட்சி அவனது ஆவியைத் தளர்த்தியது. தளர்வடைந்த நிலையில் பின்னால் சென்று ஓர் ஆசனத்தில் அமர்ந்தான்.

இரவு முழுவதும் போர்வையை இழுத்து மூடிக்கொண்டு உறங்க முயன்றான். நித்திராதேவி அவன் பக்கம் திரும்பக் கூட இல்லை. எந்த மக்கள் தங்கள் மன்னர் தங்களைக் காப்பாற்றுவார் என்று எண்ணியிருந்தார்களோ அவர்களை அந்தக் கொடியவர்களின் கரங்களில் கொடுத்த அவனது கோழைத்தனமான செய்கையைப் பற்றிய நினைப்பு அவனை அலைக்கழித்துத் தூங்கவிடாமல் செய்தது. தனது தப்பியோடிய செயலைப் பற்றிய எண்ணங்களே அவன் மனதில் நிறைந்திருந்தன. எதிரிகள் நகருக்குள் புகுந்து செய்த அட்டூழியங்கள் எல்லாம் பின்னுக்குத் தள்ளப்பட்டுத் தனது நேர்மை தவறிய செயல் அவனை அலைக்கழித்தது.

சேர நாட்டிலிருந்து போர் வீரர்களின் பெரும் பிரிவு ஒன்று மறுநாள் காலையில் வந்து சேர்ந்தது. உடன் மீனாவும் அவளது மைந்தன் குலசேகரனும் வந்தனர். போருக்குத் துணையாக வருவதற்குப் பதில் மதுரை மாநகரைப் புனரமைக்க முக்கியமாக அவர்கள் அனுப்பப்பட்டிருந்தனர். நகரமெங்கும் வீதிகள் தோறும்

அடுப்புகள் எரியூட்டப்பட்டுக் கஞ்சி தயாரிக்கப்பட்டுப் பட்டினியில் வாடும் மக்களுக்கு வழங்கப்பட்டது. வீராவின் மருமகன் ஒருவன்தான் தெற்குப் பகுதியில் மாலிக்கபூரின் படைகளால் வெல்லப்படாதவன். அவன் இதுகாறும் தான் சந்தித்திராத பாட்டனார் விக்கிரமனை முதன்முதலாகச் சந்தித்தான். தன்னைத் தேசப் பிரஷ்டம் செய்த ஒரு நாட்டிற்காக அவர் தனது உடல் பொருள் ஆவி அனைத்தையும் கொடுத்து உழைப்பதைக் கண்டு மகிழ்வுற்றான். அவர்கள் இருவரும் நெடுநேரம் அளவளாவிக் கொண்டிருந்தனர்.

மக்கள் மனதில் வெளிப்படுத்த இயலாத கோபம் ஒன்று கொந்தளித்துக் கொண்டிருந்தது. அரச குடும்பத்தினரை நிந்திப்பது சாதாரணச் செயலாகிவிட்டது. ஓடிப்போனவர்கள் என்று அரண்மனை வாசிகளை அழைப்பது மிகச் சாதாரணமாகிப் போனது. வீதி உலா வரும் அரண்மனை மகளிரைத் தூற்றுவது அதிகரிக்கத் தொடங்கியதால் அவர்கள் அரண்மனையைவிட்டு வெளியில் வருவதைக் குறைத்துக் கொண்டனர்.

மக்களின் எதிர்ப்பை வீராவும் அறிந்து கொண்டிருந்தாலும் பகைவன் ஏற்படுத்திச் சென்ற அழிவின் அளவைக் கணக்கிட அவன் மதுரை நகர வீதிகளில் வலம் வந்தான். ஒரு கடுகடுப்புடன் கூடிய மௌனத்தை அவன் சென்ற இடங்களில் எல்லாம் சந்திக்க நேர்ந்தது. முடி மன்னரை வணங்கும் மரியாதையைக் கூட அவர்கள் செய்யவில்லை. மன்னர் செல்லும் பாதையில் இருந்த குப்பைக் கூளங்களை ஒதுக்கித் தள்ளியபடி அரண்மனை ஊழியர்கள் முன்னால் செல்லப் பின்னால் வீரா நகர வீதி வலம் வந்தான். உலாவின் போது வீதியின் நடுவில் மனிதன் ஒருவன் படுத்துக் கிடந்ததை வீரா கண்ணுற்றான். உடன் வந்த வீரன் ஒருவன் அந்த மனிதனின் தோள்களைப் பற்றித் தூக்கினான். அந்த மனிதன் மன்னரை அடையாளம் கண்டு கொண்டு வணங்கினான். அவன் வாழ்வதற்குச் சிறிதும் ஆசையற்றவனைப் போலிருந்தான்.

'விரைவாகத் தப்பியோடும் உங்கள் கால்களுக்கு இருந்த வலிமை என் மகளின் கால்களுக்கு இல்லையே மகாராஜா. மெதுவாக ஓடிய பாவத்திற்கு அவள் எதிரிகள் முகாமில் ஒரு தாசியாக வலம் வருகிறாள். நான் என்ன பாவம் செய்தேன் மன்னா? உங்கள் மனைவிமார்களும், பெண்களுமாவது நலமா மன்னா?' என்று ஆற்றாமைச் சீற்றத்துடன் கேட்டான் அந்தக் கிழவன். வார்த்தையில் வதைத்தது போதாமல் அந்தக் கிழவன் வீரா நின்ற இடத்தைப் பார்த்துக் காறி உமிழ்ந்தான்..

ஆவேசம் கொண்ட வீரர்கள் அவனைத் தடுக்கச் சென்ற போது வீரா அவர்களைத் தடுத்து, ‘வேண்டாம்.. விட்டுவிடுங்கள்’ என்றான். அது ஏதோ தீச்சகுனம் போல வீராவிற்குத் தோன்றியது. வீரா துக்கம் தாளாது நீர் திரண்ட கண்களைத் துடைத்துக் கொண்டான். தனது கையை உயர்த்தித் தன்னை எவரும் பின்தொடர வேண்டாம் என்று உத்தர விட்டுவிட்டு முன்னேறிச் சென்றான்.

வீரா வடக்கு நோக்கி நகர்ந்து வைகைக்கரையை அடைந்தான். வைகையில் குதித்து நீரில் தலை மூழ்கிக் குளித்தான். வெளியில் வந்த போது குளிர் காற்று அவன் உடலை வருடியது. ஆற்று நீரில் தலை முழுகுதல் இறந்தவர்களுக்குச் செய்யும் மரியாதை. ஒரு தந்தை இறந்த புதல்வர்களுக்காக வருந்துவதைப் போல வீரா தனது மக்களுக்காக வருந்தினான்.

அரண்மனைக்குத் திரும்பிய போது சற்று இலகுவானது போல இருந்தது. அவனது எதிர்காலம் பெரிய சூனியம் என்பது அவனுக்கு நன்கு தெரியும். ராதிகா அவன் வருகையை வழிமேல் விழி வைத்துப் பார்த்திருந்தாள். அவன் விபரீதமான முடிவு எதையும் எடுத்துவிடக் கூடாது என்பது அவளது அச்சம்.

மதுரை மாநகரின் மக்களின் புண்பட்ட ஆத்மாக்களைத் தேற்றுவோர் எவருமில்லை. தங்களது உற்ற பந்துக்களைத் துருக்கியர் கரங்களில் வாரிக் கொடுத்த அப்பாவிக் குடிமக்களின் தீனக் குரல் இரவு முழுவதும் ஒலித்துக் கொண்டிருந்தது. வாழ்வின் ஆதாரம் சிதையக் கண்ட குடிமக்கள் ஆத்மஹத்தி செய்து கொள்வது அதிகரிக்கத் தொடங்கியது. துருக்கியர் கரங்களில் சீரழிக்கப்பட்ட பெண் ஒருத்தியை மீட்டு அவர்கள் குடும்பத்தில் ஒப்படைத்த போது, அந்தப் பெண்ணை அவர்கள் இல்லத்தில் ஏற்றுக்கொள்ள மறுத்ததால் அவள் தனது உயிரை மாய்த்துக் கொண்டாள்.

ஒருமுறை வீரா வீதியில் நகர்வலம் வந்த போது ஓர் இடத்திலிருந்து கூப்பாடு எழவே அந்தத் திசையை நோக்கித் தனது புரவியைத் திருப்பினான். அங்கே அவன் கண்ட காட்சி ரத்தத்தை உறைய வைத்தது. ஒரு மரக்கிளையில் இரண்டு பெண்களின் பிணங்கள் தூக்குமாட்டப்பட்டுத் தொங்கிக் கொண்டிருந்தன. அல்லலுறும் பெண்களுக்குத் தற்கொலை ஒன்றுதான் தீர்வு என்பது போன்ற தகவல் காட்டுத் தீ போலப் பரவ ஆங்காங்கே பெண்கள் தங்கள் உயிரைத் தாங்களே மாய்த்துக் கொள்ள ஆரம்பித்தார்கள். இடுப்பில் பாறாங்கற்களைக் கட்டிக் கொண்டு ஆற்றிலும் குளத்திலும் விழுந்து உயிரை மாய்த்துக் கொள்ளத் தொடங்கினர்.

பழைய குடியுரிமைப் போட்டிகள் மீண்டும் முளைக்கத் தொடங்கின. தங்கள் பெண்டு பிள்ளைகளைக் காணாமல் நகர மக்கள் அளித்த புகார்களின் எண்ணிக்கை உயர்ந்து கொண்டே போனது. வீரர்கள் நாட்டுப்புறங்களுக்குச் சென்று மக்களைக் கொள்ளையடிப்பது வாடிக்கையானது. உடனுக்குடன் விக்கிரமன் ஒழுங்கு நடவடிக்கைகளை எடுத்தார். குற்றம் புரிந்த வீரர்கள் விசாரிக்கப்பட்டுப் பொது இடங்களில் தூக்கில் தொங்கவிடப் பட்டனர். மூன்று நாட்களுக்கு அந்தப் பிணங்கள் மற்றவர்களுக்கு ஒரு பாடமாக அகற்றப்படாமல் இருந்தன. ராஜாங்க விவகாரங்களில் இப்போது விக்கிரமன் பராக்கிரமனையும் தன்னுடன் அழைத்து வைத்துக் கொண்டார்.

நெடுநாட்கள் வீராவிற்கும் பராக்கிரமனுக்கும் நடுவில் இணக்கமான பேச்சு வார்த்தைகள் நிலவவில்லை. பராக்கிரமனைப் போன்ற உத்வேகம் மிக்க யுவராஜனுக்கு வீராவின் தலைமறைவு கர்வ பங்கமாகப் பார்க்கப்பட்டது. தனது தந்தை மற்றும் பெரியப்பாவின் பலவீனத்தைக் காணக் காண பராக்கிரமனுக்குப் பொறுமை அதன் எல்லையை மீறியது.

பாண்டிய மண் தன் மீது வைத்திருந்த நம்பிக்கை படிப் படியாகக் குறைந்து வருகிறது. வாள் முனையில்தான் இனிமேல் நாட்டின் வளத்தைப் பெருக்க இயலும். இலங்கையின் மீது போர் தொடுத்து அதனைக் கைப்பற்றி அங்கு பாண்டியர்களின் அரசை நிறுவப் பராக்கிரமன் திட்டமிட்டான். சுய முன்னேற்றம் என்பதே இன்னும் நிறைவேறாத நிலையில் வேறு ஒரு நாட்டில் தங்கள் கொடியை நடுவது உசிதமாக இராது என்று கூறி விக்கிரமன் தடுத்துவிட்டார்.

கருவூல நிதியிழப்பு என்பது அரசாங்க விவகாரம் என்றாலும் அதன் வலியை அவர்கள் கூடிய விரைவில் உணர நேரிடும். கடும் நிதிப் பற்றாக்குறையைப் பாண்டிய தேசம் சந்திக்க இருந்தது. நட்பு நாடுகளுக்குத் தங்கள் நிதிச் சுமை குறித்துத் தெரிய வரும். முதலில் அவர்கள் தாங்கள் செலுத்த வேண்டிய திறைப்பணத்தைச் செலுத்த மறுப்பார்கள். ஆயுதங்களையும், நிதியையும் திருப்பிக் கேட்டதும் இலங்கையில் அந்தக் கொழுத்த ஆரியன் சக்கரவர்த்தி, தானே தனது சுதந்திரத்தைப் பிரகடனப்படுத்திவிட்டார். மற்ற சிற்றரசுகளிட மிருந்தும் இதே போன்ற சுய விடுதலை அறிவிப்புகள் வரலாம். போர்ப்படை கைவிடப்படலாம். இரண்டே மாதங்களில், தேன்கூடு கட்டியதைப் போலக் கடந்த மூன்று சதாப்தங்களாக அவர்களது முன்னோர்கள் கட்டிய ராஜ்ஜியத்தைச் சின்னாபின்னமாக்கி விட்டனர்.

விக்கிரமனின் கவனம் பாதி சமயம் இரண்டு சகோதரர்கள் நடுவில் பகைமை தலை தூக்குகிறதா என்பதைக் கண்காணிக்கவே சரியாக இருந்தது. துருக்கியர்களின் அட்டகாசங்களிலிருந்து மதுரை சிறிது சிறிதாக மீண்டு வரும் வேளையில் மீண்டும் அரியணை குறித்து இரண்டு சகோதரர்கள் நடுவில் போட்டி ஆரம்பமானது. பாண்டியர்களின் அரச மரபில் பகைவர் சூழ்ச்சியைவிடப் பங்காளிகள் சூழ்ச்சிதான் கேடு விளைவிக்கும் விவகாரமாகப் போய்விட்டது.

அந்த இருவரும் விக்கிரமனிடம் அத்தனை அபிமானம் கொண்டவர்களாகத் தோன்றவில்லை. ராஜாங்க விவகாரங்களில் விக்கிரமனின் தலையீடு மற்றவர்கள் மத்தியில் மிக நல்ல பெயரைச் சம்பாதித்துக் கொடுத்தது. குள்ளர்கள் நடுவில் விஸ்வரூபம் எடுத்தவரைப் போலக் காட்சியளித்தார். வருங்காலத்திற்குச் சிறந்த மத்தியஸ்தர் என்ற பெயரைப் பெற்றார்.

விக்கிரமன் அனைத்து விவகாரங்களையும் தனது கரங்களில் எடுத்துக் கொண்டார். அவர் ஒருவரால்தான் ராஜதந்திரங்களின் மூலம் பாண்டிய ராஜ்ஜியத்திற்கு எதிராக வரக்கூடிய பேரழிவுகளைக் கணித்துக் கூற முடிந்தது. இரண்டு மணிநேரம் நீண்ட ஆலோசனைக்குப் பின்னர் அவர் இரண்டு விவகாரங்களை முக்கியம் என்று அடிக்கோடிட்டுக் கூறினார். ஒன்று சகோதரர்கள் இருவருக்கும் நடுவில் பல மைல் தொலைவு இடைவெளி இருத்தல் முக்கியமானது. மதுரை விவகாரங்களில் தலையிடாமல் இருப்பதே அவர்கள் பாண்டிய ராஜ்ஜியத்திற்குச் செய்யும் பேருதவியாக அமையும். ராஜ்ஜியப் பொறுப்புகளின் தலைமைகளை மாற்றி அமைக்கும் தருணம் வந்துவிட்டதாக அவர் கருதினார். விரைவில் ஒரு மந்திர ஆலோசனைக் கூட்டத்திற்கு ஏற்பாடு செய்தார்.

*

பாண்டிய ராஜ்ஜியத்தில் மதுரையின் தற்போதைய நிலை மிகவும் மோசமானது. எனினும் அதன் எதிர்காலம் குறித்து முடிவெடுப்பது அதனினும் முக்கியத்துவம் வாய்ந்தது. மந்திராலோசனைக் கூட்டத்தில் முதலில் படைத்தளபதிகள் பேச அனுமதிக்கப் பட்டனர். அவர்கள் பேசியவற்றை விக்கிரமன் தொகுத்து வழங்குவது என்றும் அதன் மேல் மன்னர் தனது ஆணைகளை இடுவார் என்றும் தீர்மானிக்கப்பட்டது.

மந்திராலோசனையின் குரல் சூடு பிடிக்கத் தொடங்கியது. மதுரையிலிருந்து வெளியேறிய விவகாரத்தைக் கையில் எடுத்துக்

கொண்டு விவாதித்தனர். அதில் இருந்த பிழைகளைச் சுட்டிக் காட்டினர். நேரடியாக அரசாளும் மன்னரைக் குற்றம் சாட்ட முடியாது என்பதால் சுற்றி வளைத்துத் தங்கள் குற்றச்சாட்டுக்களை முன் வைத்தனர்.

அப்படி ஒரு மந்திராலோசனைக் கூட்டம் கூட்டப்படுவதில் வீராவிற்கு முதலில் உடன்பாடு இல்லை. விக்கிரமன் வீணில் தன்னைத் தானே மன்னராகப் பிரகடனப்படுத்திக் கொள்ளப் போகிறாரா? வீரா கலவரமானான். விக்கிரமனிடம் தந்திரங்களும், நிர்வாகத் திறமையும் மிகுந்து இருப்பினும் தனது முதுமையை அவர் கணக்கில் எடுத்துக் கொள்ள வேண்டும். ஆனால் அதற்குப் பிறகு அந்தத் தேசத்தை மீண்டும் வடிவமைக்க அவருடைய கம்பீரமான வழி காட்டுதலுக்காக அந்த மந்திராலோசனையைக் கூட்ட வேண்டியிருந்தது.

மந்திராலோசனை முடியும் வரை வீரா தூக்கி வைத்த முகத்துடன் இருந்தான். கூட்டம் முழுவதிலும் அவன் தலையைத்தான் உருட்டினார்கள். துருக்கியர்களின் படையெடுப்பிற்கு பின்னர் வீரா ஆட்சி செய்யத் தகுதியுடையவன்தானா என்ற கேள்வி கேளாமல் கேட்கப்பட்டது.

சுந்தரனுக்குத் தனது இருப்பைப் பிரகடனப்படுத்த வேண்டிய கட்டாயம் ஏற்பட்டது. வீரா பலவீனமடைந்து வருவதை உணர்ந்தான். ராஜ தீபத்தை விக்கிரமன் கரத்திலிருந்து தான் பெற்றுக் கொள்ளத் துடித்தான்.

'போதும்.. நாம் பட்ட அவதிகள் போதும். மற்ற நாடுகளின் மீது போர் தொடுக்க இதுவே தருணம். அப்போதுதான் நமது கஜானா நிரம்பும். முற்றுகையின் போது மக்கள் இறப்பதை எந்தத் தேசத்தாலும் தடுத்து நிறுத்த முடியாது. நாம் அனைவரையும் அள்ளிக் கொண்டு ஓடி ஒளிவதும் சாத்தியப்படாத விஷயம்.' இதனைக் கூறிவிட்டு தனது கருத்திற்கு ஆதரவு இருக்கிறதா என்று சுற்றும் முற்றும் பார்த்தான். ஓரிரண்டு தலைகள் அசைவதைக் கண்ணுற்றான்.

விக்கிரமன் தனக்குள் பற்றியெரிந்த கோபக்கனலை வெளிக்காட்டாமல் இருந்தார். 'சுந்தரா! என்ன பேசுகிறோம் என்பதைப் புரிந்து கொண்டுதான் பேசுகிறாயா? நீங்கள் இருவரும் பகைமை பூண்டதால்தான் இத்தனை அனர்த்தமும் வந்து சேர்ந்திருக்கிறது. மக்களுக்குத் தொண்டாற்றுவதை விடுத்து அவர்களை அடக்கி ஆள்வது என்னவோ இறைவன் உங்களுக்கு

அளித்த சலுகை போல நடந்து கொண்டதன் விளைவு இது’ என்று அவனைப் பார்த்துச் சீறினார்.

அவன் மீண்டும் ஒருமுறை தனது சிற்றப்பனை முறைத்துக் கொண்டு அமர்ந்தான்.

மந்திராலோசனை மந்தகதியில் தொடர்ந்தது. அரச குடும்பத்தினர் ஆட்சி அதிகாரத்திற்குப் போட்டி போட்டனர். ஒருவர் மீது மற்றவருக்குப் பற்பல ஐயங்கள்; ஒத்துப் போதல் என்பது எவரிடமும் தென்படவில்லை. சுந்தரனின் விருப்பம் தனக்கென ஒரு சமஸ்தானத்தைக் கைப்பற்றுவதாகவே இருந்தது. வீராவிடம் ஒருவிதப் பகைமை உணர்வே குடிகொண்டிருந்தது.

முத்தாய்ப்பாக விக்கிரமன் பேசினார். வீராவை நோக்கி, ‘வீரா, நீ விரைவில் மதுரையைவிட்டு அகல்வது உனக்கு நல்லது. மதுரையின் தெற்குப் பகுதியை உன் ஆட்சியின் கீழ் கொண்டு வந்து சிறப்பாக ஆட்சி நடத்தினால் அது ஒன்றுதான் நீ மதுரை நகருக்கும் அதன் மக்களுக்கும் ஆற்றும் தொண்டாகும்’ என்றார்.

விக்கிரமன் குரலின் தொனியைக் கண்டு வீரா ஆத்திரமடைந்தான். வீரா கூடியிருந்த அவையினரின் முகங்களை ஏறிட்டு நோக்கினான். இந்தத் தீர்மானம் ஏற்கெனவே விக்கிரமனால் கொண்டுவரப்பட்டு அவர்களின் ஒப்புதல் பெறப்பட்டிருப்பது தெரிந்தது. அவனது ஆதரவு அரசவை அங்கத்தினரில் சிலர் அவன் சார்பாகக் குரல் எழுப்பினாலும் வீராவிற்கு அவர்கள் தங்கள் நலன் கருதியே குரல் எழுப்புவது போலிருந்தது. அவனைத் தேர்வு செய்யாவிட்டால் அவர்கள் பாடு வாழ்வா சாவா என்றாகிவிடும். வீராவின் ஆதரவாளர்கள் அவனை மீண்டும் தலைமைப் பொறுப்பைக் ஏற்கும்படி நிர்ப்பந்தித்தனர். அல்லது சுந்தரனுக்கு அதிக வாய்ப்பு அளிக்க வேண்டாம் என்று கேட்டுக் கொண்டனர். விக்கிரமன் அப்படி ஒரு வாய்ப்பை வீராவிற்கு வழங்க மறுத்தார், ஏன் எனில் அது மீண்டும் ஓர் உள்நாட்டுக் கலகத்தில் கொண்டு விட்டுவிடும்.

அனைவரது கவனமும் இப்போது வீராவின் மீது விழுந்தது. தனது அரசவை அங்கத்தினரின் சூழ்ச்சியை முறியடிக்கும் எண்ணமே அவனுக்கு இல்லை. வீரா இதுகாறும் தான் காத்து வந்த மௌனத்தை உடைக்கும் விதமாக, ‘ நல்லது நான் கிளம்புகிறேன்’ என்றான். அவன் குரல் அடங்கி ஒலித்தது. ‘நான் அரசனாகத் தொடர்ந்தால் எனக்கு எதிரானவர்களின் கடுமையான எதிர்ப்பைச் சந்திக்க நேரிடும்; இன்றில்லை என்றாலும் என்றாவது ஒருநாள் உள்நாட்டுக் கலகங்களுக்கு இது வித்திடும். எனவே நான் தெற்கு நோக்கிச் செல்லச் சம்மதிக்கிறேன்..’

தனது அறிவிப்பை வெளியிட்டதும் வீரா மிக எளிதாக உணர்ந்தான். அவனுக்கு மனதில் எவ்வித வருத்தமும் கிடையாது. எந்தக் களத்தில் தனது படுவீழ்ச்சி அரங்கேறியதோ அந்தக் களத்தைவிட்டு விலகுவதால் தனது பழைய நினைவுகளிலிருந்து தன்னைக் காப்பாற்றிக் கொள்ள முடியும் என்பதை உணர்ந்துதான் அவன் விலகச் சம்மதித்தான். மக்களும் விரைவில் ஒரு மாற்றத்தை விரும்புபவர்கள் போலவே காணப்பட்டனர்.

அரசவை வீராவை ஆச்சரியத்துடன் திரும்பிப் பார்த்தது. கடந்த நான்கைந்து வாரங்களில் வீரா வயோதிகம் அடைந்தவனைப் போலத் தோன்றினான். சிகையின் ஊடே கொத்துக் கொத்தாக வெள்ளிக்கம்பிகள் போல நரைமுடி தோன்றத் தொடங்கியது. அவனது நரை அவனது வீரர்களுக்குப் புதிதில்லைதான். இதே நரையுடன் அவன் போர்க்களத்தில் தனது வீரத்தைக் காட்டியவன்தான். அவையில் தனது எதிர்ப்பைத் தெரிவிப்பான் என்று எண்ணியிருந்தவர்களுக்கு அவன் நடந்து கொண்ட விதம் பெரும் சங்கடத்தை அளித்தது

அவையினர் வீராவைக் குற்றம் சாட்டினார்கள். ஆனால் வீரா அவற்றை வாழ்த்துக்களாகவே எடுத்துக் கொண்டான். அவனுக்குள் எழுந்த சில அச்சங்கள் உண்மையானதாகவே தோன்றின. அதாவது முதலில் பாண்டிய ராஜ்ஜியம் ஒரு முடிவிற்கு வரும் நிலையில் இருந்தது என்ற அச்சம். மேலும் வீராவும் முன்பைப் போல இல்லை. மூப்பு அவன் மனம், உடல் இரண்டையும் தாக்கத் துவங்கிவிட்டது. ஒரு புதிய வாழ்வைத் துவங்க எண்ணினான். தன்னைப் பற்றிய வரலாற்றுச் சித்திரத்தில் வீரப் பிரதாபங்கள் என்ற வர்ணத்தை அதிகம் குழைக்கத் தவறிவிட்டான். எனவே மதுரை நகரை அபகீர்த்தியிலிருந்து மீட்டுக் கொண்டு வரவேண்டும் என்ற எண்ணமோ அன்றி மதுரையில் மீண்டும் ஒரு வீர வரலாற்றைத் தோற்றுவிக்க வேண்டும் என்ற எண்ணமோ அவனுக்கு எழவில்லை. எனவே அவன் நிம்மதியுடன் மதுரையிலிருந்து விலகினான்.

தொலைவில் தெரியும் கரையைப் பார்த்துப் படகு ஒதுங்கச் செல்வதைப் போல அவன் ஒதுங்கத் தீர்மானித்தான். அதற்கு அவர்கள் அவனுக்கு வழியை ஏற்படுத்திக் கொடுத்தனர். தெற்கில் இருந்த பாதுகாப்பு அரண் அவனுக்குப் போதுமானதாக இருந்தது. துருக்கியர் தொடாத தெற்குப் பகுதியின் அரண் அது. அங்கிருக்கும் செல்வ வளத்தை அவனும் அவன் குடியும் அனுபவிக்கலாம். அவனது மனதுக்குகந்த மதுரை நகரைவிட்டு விலகி இருப்பது

மதுரை நகருக்குள் அவன் இருந்து செய்ததைவிட அதிக நன்மைகளையே விளைவிக்கும் என்பது அவனுக்கும் தெரிந்திருந்தது.

வீராவின் முடிவு தெரிந்த பின்னர் அவையினர் மனதில் வேறு ஒரு வினா எழுந்தது. 'சுந்தரனின் கதி என்னவாகும்?' என்பதே அது. சுந்தரனுக்கு எதுவும் கிட்டப் போவதில்லை என்பதை அவையில் உறுதிப்படுத்தியிருக்கலாம். அவனுக்குக் கிடைக்கப் போவது குறித்து அறிய வீரா ஆவலுடன் காத்திருந்தான்.

விக்கிரமன் அந்தக் கேள்வியை எதிர்பார்த்திருந்தார். சுந்தரனை சற்றுத் தாழ்வான நிலையில் வைத்திருந்தால்தான் அவரால் வீராவை மதுரையிலிருந்து கிளப்ப இயலும் என்பதை அறிந்து வைத்திருந்தார். வடதிசையில் இருந்த ஒரு சமஸ்தானத்தைச் சுந்தரனிடம் கொடுத்து அதனை அவன் ஆளும்படி கேட்டுக் கொள்ள எண்ணினார். வட எல்லையைத்தான் பகை அரசர்கள் தாண்டுவதற்கு ஆயத்தமாக இருப்பார்கள். மேலும் மதுரையின் தற்போதைய நிலைமைக்குச் சுந்தரன் பங்கே பிரதானமானது. இருப்பினும் அந்தத் தீர்மானம் அவன் வாழ்வில் ஒரு புதிய அத்தியாயத்தைத் துவங்கியது என்றுதான் சொல்ல வேண்டும். தோற்றச் சாயலில் தனது சகோதரனை ஒத்திருந்த அவனுக்கும் ஆள்வதற்கு ஒரு சமஸ்தானத்தை அளித்தல் முறைமை என்று விக்கிரமன் கருதியதால் இந்த முடிவு எடுக்கப்பட்டது. நேற்று வரை ஆள்வதற்கு எதுவுமின்றி நாடோடியாக அலைந்து கொண்டிருந்த சுந்தரனுக்கும் அந்த முடிவு உவப்பை அளிப்பதாக இருந்தது.

பாண்டியர்கள் பரந்த சாம்ராஜ்ஜியம் இப்போது மூன்று பெரும் பிரிவுகளாகப் பிரிக்கப்பட்டது. பொதுவான ஒத்துழைப்பு என்பது அந்தந்த சமஸ்தானத்து மன்னனைப் பொருத்தது. சோழர் வசம் இருந்த வடக்குப் பகுதியை அவர்களது குலக்கொழுந்தான சுந்தரன் ஆட்சி செய்வான். வீரா ஒரு பாண்டியனாகவே தெற்கில் தனது ராஜ்ஜியப் பரிபாலனத்தைத் தொடர்வான். மூன்றாவது பகுதி யாருக்கு என்ற ஆர்வம் அவனிடம் அடக்க முடியாமல் இருந்தது.

'மதுரையின் நிலை என்ன?'

மதுரை பாண்டிய ராஜ்ஜியத்தின் இதயமாக விளங்கியது. மதுரையை ஆள்பவனே பாண்டிய தேசத்தின் அதிபதியாகக் கருதப்படுவது வழக்கம். ஏனைய சமஸ்தானங்களை ஆட்சி செய்பவர்கள் எல்லாம் பெயரளவிற்கு மட்டுமே மன்னர்களாகக் கருதப்படுவர். மதுரையை விக்கிரமன் தனக்காக எடுத்துக் கொள்வாரோ?

விக்கிரமன் தனது உத்தரவை அறிவிக்கத் தனது இருக்கையிலிருந்து எழுந்து நின்றார். 'பாண்டியப் பேரரசின் மையப் புள்ளியாக இலங்கும் மதுரை நகரின் அதிபதியாக நான்..' கூறிவிட்டு அவையினரை ஒருமுறை பார்வையிட்டுவிட்டு, 'பராக்கிரமனை நியமிக்கிறேன்' என்று முடித்தார்.

அந்த உத்தரவு வரும் வரையில் வீரா தான் முற்றிலும் தோற்றுவிட்டதாகவே எண்ணியிருந்தான். இல்லை அவன் தோற்கவில்லை. பேரமைதிக்கு நடுவில் அந்த அறிக்கை வாசிக்கப்பட்ட போது விக்கிரமன் வீராவின் முகத்தை நோட்டமிட்டபடி இருந்தான். பராக்கிரமனின் பிறப்பின் மூலம் குறித்த தனது உள்ளுணர்வு மெய்தானா?

கவலையின் சிறிய கனல் ஒன்று வீராவின் நெஞ்சத்தைச் சுட்டது. ஒருவேளை விக்கிரமனுக்குப் பராக்கிரமன் தன் மூலம் பிறந்த மைந்தன் என்பது தெரிந்திருந்து அதனைப் பகடையாக வைத்து அவனுக்கு முடிசூட்டுகிறாரோ என்ற கவலை.

அரசவை அங்கத்தினர் அனைவரும் பராக்கிரமனை மதுரைக்கு அரசனாக முடிசூட்டுவதால் பாண்டிய ராஜ்ஜியத்தைப் பேராபத்துகளிலிருந்து காப்பாற்ற இயலும் என்பதால் விக்கிரமனின் உத்தரவிற்குக் கட்டுப்பட்டனர். இதனையும்விட ஒரு சிறந்த தேர்வை எவராலும் அளிக்க முடியாது. அவையினர் நிம்மதிப் பெருமூச்செறிந்தனர்.

தனதும் பெரியப்பனையும், தந்தையும்விட பராக்கிரமன் திறமையானவன் என்பது அவர்களின் கணிப்பு. விக்கிரமனின் முடிவு அவர்களது எதிர்பார்ப்புகளுக்கு எல்லாம் அப்பாற்பட்டதாக இருந்தது. இதற்கு அவர் பல நாட்கள் விடாது சிந்தித்து வந்தார். மன்னன் என்ற பதவி இனி வருங்காலங்களில் அவ்வளவு எளிதான ஒன்றாக இராது. மதுரையைப் பெயருக்கு மன்னன் ஒருவன் ஆள்வது என்பது இயலாத செயல். தெய்வச் சங்கல்பம்தான் ராஜ்ஜியங்களில் சிறந்ததாக விளங்கிய பாண்டியப் பேரரசைப் பலவீனப்படுத்தியுள்ளது. குடிமக்கள் தேவைக்கு அதிகமான இன்னல்களைச் சந்தித்துவிட்டனர். அரசாங்கம் விதித்த வரிகளைச் செலுத்த அல்லலுறுவர். எனவே வரி வசூலிப்பவர்கள் பொது மக்களிடம் மிகவும் சாந்தமாக நடந்து கொள்ளப் பணிக்கப்பட்டனர்.

'துருக்கியர்கள் கொள்ளையிட்டுச் சென்றுவிட்டனர்' என்பதே இனிவரும் ஓராண்டிற்கான பதிலாக இருக்கும். மதுரை இனி

வருங்காலங்களில் புதிய புதிய கொள்ளையர்களைச் சந்திக்க நேரிடும்.

அவையினரின் கூட்டத்தைக் கலைத்துவிடுவதற்கு ஆயத்தமாக வீரா வெளியில் செல்ல எத்தனித்தான். அவனுக்குச் சபையின் முடிவு குறித்துச் சொல்வதற்கு கருத்துகள் எதுவும் அதிகமில்லை. பற்றின்மையும், குற்ற உணர்வும் சேர்ந்து கொண்டதால் அவன் அந்த உத்தரவிற்கு சிறிய சலசலப்பைக் கூட ஏற்படுத்தவில்லை. அரசவையில் அவனைச் சுற்றி இருந்த அங்கத்தினர்களே மதுரையின் எதிர்காலத்தை நிர்ணயிக்கட்டும் என்று ஒதுங்கிவிட்டான். மதுரையின் எதிர்காலத்தில்தான் அவனது எதிர்காலமும் அடங்கியிருந்தது.

வீரா தனது தோல்வியை மறுப்பின்றி சமநிலையுடன் ஏற்றுக் கொண்டதைக் கண்டு எல்லோரும் வியப்புற்றனர். வீரா ஒரு ராஜ கம்பீரத்துடன் விலகிக் கொண்டது விக்கிரமன் மனதில் சின்ன வருத்தத்தை ஏற்படுத்தினாலும் அதனை வெளிக்காட்டாமல் அவன் செய்கையைப் பாராட்டினார். அவையினர் அனைவரும் வீரா செல்லத் தயாரானதும் ஒரு மதிப்பின் மிகுதியால் எழுந்து நின்றனர். அவர்கள் அளித்த மரியாதையை முழு மனதுடன் ஏற்காமல் அரைகுறையாக அவர்களை நோக்கிக் கையசைத்துவிட்டு அகன்றான். பேசுவதற்கு சிறிய இடைவெளியை ஏற்படுத்தினான். இறுதியாக அவன் அவர்களைப் புண்படுத்தும் விதமாகவே பேசுவான் என்று எண்ணியிருந்தனர். ஆனால் அவர்கள் நினைத்தது முற்றிலும் தவறு.

‘இனிவரும் காலங்களிலாவது நமது தலைமுறை ஒரு யுத்தத்தைக் காண வேண்டாம்’ என்று கூறிவிட்டுக் கிளம்பினான்.

*

ராதிகா அவனுக்காக ஆவலுடன் காத்திருந்தாள். அவனிடம் கேட்பதற்கு அவளிடம் ஆயிரம் கேள்விகள் தயாராக இருந்தன. அவளுடைய பண்பு மெச்சத்தகுந்ததாக இருந்தது. ஏற்கெனவே அவள் சபையில் நடந்தவற்றைக் கேட்டு அறிந்து கொண்டாள். தெற்குச்சீமை நோக்கிச் செல்வதற்கு அவன் சம்மதம் அளித்துவிட்டான்.

வீரா ஆழ்ந்த யோசனையில் மூழ்கினான். அவன் மதுரையில் இருந்து பகைவரை எதிர்த்து நின்றிருந்தால்.. சுந்தரன் ஒருநாள்

முன்னதாகவே மதுரையை அடைந்திருந்தால்.. துருக்கியர் மேலும் ஒருவாரம் தங்கள் முகாமை மதுரையில் நீட்டித்திருந்தால்.. இவற்றில் ஒன்றாவது நடந்தேறியிருந்தால் அவர்கள் நிச்சயமாகத் துருக்கியரை ஆலையில் இட்டக் கரும்பினைப் போல நசுக்கிப் பிழிந்திருப்பர். ஆனால் துருக்கியர்கள் எதற்காக அவசரப்பட்டுக் கொண்டு கிளம்பினார்கள்? கொள்ளையடித்த செல்வங்களை அவர்களுக்கு முன்பாக தில்லி கொண்டு செல்ல வேண்டும் என்று எவ்வாறு எண்ணினார்கள்? ஒருவேளை இவை அனைத்துமே இவனது விதியில் எழுதப்பட்டிருக்கும். வீரா நொந்து கொண்டான். பாண்டியர்கள் அளவிற்கு அதிகமாகச் செல்வ வளத்தில் வீங்கிக் கிடந்ததால் கடவுள் அவர்களைத் தட்டி எழுப்புவதற்காக இப்படி ஒரு படையெடுப்பை நிகழ்த்தியிருக்கலாம். பிரிந்து கிடந்த அந்தப் பாண்டிய சகோதரர்களை ஒன்றிணைக்க இறைவன் பழிவாங்கு வதற்காகக் கூட அந்தத் துருக்கியப் படையை அனுப்பியிருக்கலாம்.

நிலங்கள் பிரிக்கப்பட்டு ஒவ்வொரு மன்னனும் தங்களது தலைமை இடங்களில் இருந்து ராஜ்ஜியப் பரிபாலனம் செய்ய வேண்டும் என்று முடிவானது. பராக்கிரமனுக்கு முடிசூட்டிய பின்னர் வீரா தனது புதிய தலைநகரான தென்காசிப் பட்டணத்திற்குச் செல்ல முடிவெடுத்தான். வேற்றூர் செல்வதற்கான அனைத்து ஏற்பாடுகளையும் ராதிகா ஏற்கெனவே செய்து வைத்திருந்தாள். அரச சபையினரில் ஒரு பகுதியினர் அவனுடன் தென்காசிக்கு அனுப்பி வைக்கப்பட்டனர். அவர்கள் தென்காசியில் ஓர் அரசு அமைவதற்கான பூர்வாங்க வேலைகளைப் பார்ப்பதற்குச் சென்றுவிட்டனர்.

சுந்தரனும் வடக்கு நோக்கிக் கிளம்பத் தயாரானான்.

எவ்வித ஆடம்பரமும் ஆரவாரமுமின்றி ஒரு மன்னனுக்குப் பட்டாபிஷேகம் நடந்தது என்றால் அது பராக்கிரம பாண்டியனுக்கு நடந்த பட்டாபிஷேகமாகத்தான் இருக்கும். வீதிகளின் இருமருங்கிலிருந்தும் ஆடவரும், மகளிரும் சாரிசாரியாக நின்று புதிதாக நியமிக்கப்படவிருந்த அரசனை வாழ்த்தினார்கள். எவ்வித முரசறைதலும் இல்லை. வாய்வழிச் செய்தி மட்டுமே மக்களிடம் கொண்டு செல்லப்பட்டது. இறந்தகால வலியும், எதிர்கால அச்சமும் இணைந்து அந்த மகுடம் சூட்டும் விழா அமைதியாக நடந்தேறியது.

வீரா மறுநாள் காலையில் தென்காசிப்பட்டினம் நோக்கிச் செல்வதாக முடிவெடுத்திருந்தான். கிளம்புவதற்கு முதல்நாள்

மாலை விக்கிரமனைச் சந்திக்க விழைந்தான். தனது இளவலிடம் விடை பெற்றுச் செல்லும் அளவிற்கு இருவர் நடுவிலும் இன்னும் இணக்கம் ஏற்படவில்லை. தனது சிற்றப்பனிடம் விடை பெறலாம் என்று வீரா கருதினான்.

பராக்கிரமன் வயதில் இளையவன் என்பதால் அரசாங்க விவகாரங்களில் தானும் உடனிருந்து நீக்குப் போக்குகளைச் சொல்லிக் கொடுத்த பின்னர்தான் விக்கிரமன் கிளம்பிச் செல்வார் என்று வீராவைப் போலப் பலரும் எண்ணியிருந்தார்கள். ஆனால் விக்கிரமன் அரண்மனையில் கண்களுக்குப் புலப்படவில்லை. அவர் தங்கியிருந்த மாளிகை திறந்து கிடந்தது. அவர் அங்கிருந்த அகன்றதைக் கண்ணுற்றவர்கள் எவருமில்லை. வாயிற்காவலர் களை ஏமாற்றிவிட்டு இந்த முறையும் அரண்மனையைவிட்டு வெளியேறிவிட்டார்.

ஆயிரம் ஆண்டுகள் பாரம்பரியம் மிக்க மதுரை சாம்ராஜ்ஜியம் இப்போது மூன்று ஆற்றல் மிக்க மன்னவர்களின் கைகளில் தவழ்ந்தது. ஆனால் அவர்கள் மூவரும் தனித் தனியாகப் பிரிந்து முன்பு ஒன்றாக இருந்த பேரரசை மூன்று கூறுகளாக்கி ஆட்சி புரிந்தனர்.

*

அத்தியாயம் 38

மகா சக்கரவர்த்தி

வெற்றியின் உச்சத்தை அடைந்த மன்னர்கள் அனைவரும் தங்களது இறந்த காலத்தையும் எதிர்காலத்தையும் எண்ணிப் பாராமல் இருப்பதில்லை. அலாவுதீனும் இதற்கு விதிவிலக்கல்ல. தனது புதல்வர்களில் ஒருவனுக்குப் பட்டமளிக்க வேண்டும் என்பது அவரது விருப்பம் என்றாலும் ஒரு மைந்தனுக்கும் அரசாள்வதற்கு சுல்தானின் தகுதியில் பாதிக் கூட இல்லை. நிலையற்ற சிந்தனை கொண்ட ஒரு மைந்தன் போதும் சாம்ராஜ்ஜியத்தின் எதிர்காலத்திற்கு உலை வைப்பதற்கு. இது தில்லி சுல்தானியத்திற்கு மட்டுமல்ல, அனைத்து சாம்ராஜ்ஜியங்களுக்கும் பொருந்தும். தூரதேசங்களில் நிகழும் யுத்தங்களில் சுல்தான்கள் குருதி சிந்தி தேச எல்லைகளை விரிவுபடுத்துவார்கள். ஆனால் சுல்தான்களின் புதல்வர்களுக்குக் குடிக்கவும் கும்மாளம் போடவுமே பொழுது போதாமல் இருக்கும்.

இது போன்ற ஒரு சூழலில்தான் அலாவுதீன் தனது அடிமை மாலிக்கை அழைத்து, 'எனது மைந்தர்களில் எவனும் அரசாளத் தகுதியுடையவன் அல்லன். அவர்கள் காரணமில்லை. ஆலமரத்தின் அடியில் புல் முளைக்காது என்பார்கள். சுல்தான் அலாவுதீனுக்குக் கீழ் அவர்களுக்கும் அதுதான் நிகழ்ந்தது!' என்றான்.

மாலிக் வாய்விட்டுச் சிரித்தான். 'நல்லதுதான் என்றெண்ணி மகிழ்ச்சியடையுங்கள் சுல்தான். உங்களைப் போலவே அவர்களும் தீரர்களாக இருந்திருந்தால் உங்கள் கதையை வாள் முனையில் எழுதியிருப்பார்கள்..'

அலாவுதீன் அதனைச் செவியுற்றுக் கொக்கரித்தான். முன்பு அவனுடைய சிந்தையில், உலகில் நான்கில் ஒரு பாகத்தை தான்

ஆளவேண்டும் என்று எண்ணிய எண்ணங்கள் நினைவில் எழுந்தன. அவை இப்போது நிறைவேறிவிட்டன. இவ்வளவு ஆனந்தத்துடன் அவன் இதற்கு முன்னால் இருந்ததில்லை. தனது முன்னோடி பாக்தாதின் காலிஃபுடன் ஒப்பிட்டால் இவனது ராஜ்ஜியம் பரப்பளவில் மிகப் பெரியது.

தளபதிகளிடம் குற்றம் கண்டுபிடித்து அவர்களைக் கொடுந்தண்டனைக்கு ஆளாக்குவது சுல்தான்களின் வழக்கம்தான். ஆனால் இவன் கொண்டு சேர்ப்பித்த வெற்றிகள் எண்ணிப் பார்க்க இயலாத வெற்றிகள். அவனுக்கு உறுதுணையாக இருந்த தளபதிகள் இறந்த பின்னர் சுல்தான் நம்பிக்கை எதுவுமின்றி இருந்தான். மாலிக் எங்கிருந்தோ வந்தான். அவன், இறைவன் சுல்தானுக்கு அளித்த கொடை. அந்த ஆகாயம் வழங்கிய வெகுமதி, வரம் எல்லாம். சுல்தானின் நான்கு ‘கான்’களை ஒன்றாக்கினாலும் மாலிக் அதனைக் காட்டிலும் அதிக ஆற்றல் மிக்கவன். மற்ற தளபதிகளுக்கு வேண்டாத தீய பழக்கங்களான குடியும், பெண்களும், இறைச்சி உணவும் இருக்க மாலிக் ஒரு வேசிக் குடியில் வசிக்கும் முல்லாவைப் போலத் தூய்மையாக இருந்தான்.

சரித்திரத்தில் தடம் பதிக்க ஊரெங்கும் பிரம்மாண்டமான நினைவுச் சின்னங்களை நிறுவலாம். அலாவுதீன் குதுப்மினாரின் படிக்கட்டுகளின் மீதேறி அதன் உச்சத்தை அடைந்து தில்லி நகரைச் சுற்றிப் பார்ப்பது வழக்கம். சுல்தான், மாலிக்கிடம் ‘அடிக்கடி இதன் மீதேறி தில்லி நகரை எதற்காகப் பார்க்கிறேன் என்றால் இங்கிருந்து பார்க்கும் போதுதான் இந்த குதுப்மினார் என் கண்களில் எங்கும் தென்படுவதில்லை’ என்பான்.

மாலிக்கிற்கு அந்த வார்த்தைகள் மெய்யாகவே சுல்தானின் எண்ணத்தைப் பிரதிபலிப்பதாகவே நம்பினான்.

முதுமையை எட்டியதும் ஆடவர்கள் மூளையில் சிலந்தி வலை பின்னத் தொடங்கி விடுகிறது. சாம்ராஜ்ஜியம் பரந்து விரிந்திருந்ததால் சுல்தானுக்குக் குத்புதீன் ஐபக் நிறுவிய குதுப்மினாரைவிட உயர்ந்த தூண் ஒன்றை நிறுவ வேண்டும் என்ற எண்ணம் தோன்றியது. குதுப்மினாரைச் சிறியதாக்கும் தூண். அதைவிட இரண்டு மடங்கு சுற்றளவில் இரண்டு மடங்கு உயரத்தில் ஒரு மாபெரும் தூண். அலாய் மினார் என்று அதனை அழைக்க எண்ணினான். குவ்வத்-உல் மசூதியின் அருகில் அதனை அமைக்கத் திட்டமிட்டான்.

புதிதாக எழுப்பப்பட்ட மினாரின் உயரம் அறுபது அடிகளாகும். அதனைக் கட்டி முடித்ததும் அந்தக் கட்டடம் நிலையாக நிற்பது கடினம் என்பதைக் கட்டடத்தை எழுப்பிய கட்டடக்கலை நிபுணர் கருதினார். சில மணித்துளிகளில் அது கட்டிய வேகத்தைவிடக் கூடுதலாக மளமளவென்று சரிந்து வீழ்ந்தது. ஏற்கெனவே கோபத்தில் இருந்த சுல்தான் கட்டடம் விழுந்த சேதி கேட்டு மேலும் கொதிப்பாகி அந்தக் கட்டடக்கலை வல்லுனரை வாய்க்கு வந்தபடி தகாத வசவுச் சொற்களால் ஏசினான். தனது காவலர்களை அழைத்து அவரைச் சவுக்கால் விளாசச் சொன்னான். கடைசிச் சவுக்கடி விழுந்ததும் வானமே பிளப்பது போல ஓசை கேட்டது. அந்த உயர்ந்த கட்டடம் தனது மிச்சம் மீதிப் பகுதிகளுடன் மொத்தமாகச் சரிந்து விழுந்தது. இப்போது அதன் அடிப்பகுதியின் உருளை வடிவம் மட்டும் எஞ்சியிருந்தது. இப்படியாகத்தான் அலாவுதீனின் நினைவுச் சின்ன ஆசை முடிவிற்கு வந்தது.

இடைக்கூடத்தில் அமர்ந்தபடிதான் மாலிக் தனது முடிவுகளை எல்லாம் எடுத்தான். அலாவுதீன் தனது மாளிகையின் சாளரங்கள் வழியாகத் தொலைதூரத் தேசங்களில் உள்ளவர்கள் எல்லாம் அவனது சமஸ்தானத்தில் வந்து அடிபணிந்து கப்பம் கட்டிவிட்டுச் செல்வதைப் பார்த்துக் கொண்டிருந்தான். உண்மையில் சுல்தான் ஒரு வெற்றி வீரன் என்று உலகிற்கு நம்ப வைத்துக் கொண்டிருந்தான். அதற்கு சுல்தான் மாலிக்கிடம் நன்றி மிக்கவனாக இருந்தான். தனது இத்தனைச் சாதனைகளையும் இந்த அடிமை மாலிக் இல்லாமல் பெற்றிருக்க இயலாது என்பது சுல்தானுக்கு நன்கு தெரிந்திருந்தது. மாலிக் எத்தகைய ஓர் அப்பாவி என்று சுல்தான் எண்ணிப் பார்த்தான். அதிகார பீடத்தின் மையம் அவனிடம் சென்றுவிட்டது என்பது தெரிந்தும் தில்லி அரியணை மீது அவன் இச்சை கொள்ளாமல் இருக்கிறான்.

*

மாலிக்கின் வாள் உறையில் இருந்த நேரம் மிகக் குறைவுதான். அவனால் வாளாதிருக்க இயலாது. சிற்றரசர்கள் அனைவரும் தீவிரச் சோதனைகளுக்கு ஆட்படுத்தப்படுவர். மாலிக்கும் அந்தந்த சமஸ்தானங்களுக்குச் சென்று சோதனை செய்வதை வழக்கமாகக் கொண்டிருந்தான். தேவகிரி சமஸ்தானத்து அரசன் இரண்டு ஆண்டுகளாகத் திறைப்பணம் செலுத்தவில்லை என்பதனை அறிந்து மறுமுறை அவனே நேரில் சென்று தாக்குதல் நிகழ்த்தி அதன் மன்னனைத் தனது காலில் மண்டியிட வைத்தான்.

எந்த எல்லையும் புனிதமானது இல்லை. சமஸ்தானங்கள் துண்டு துண்டாகப் பிரிந்திருந்தன. அதே போலத்தான் அதனை ஆள்பவர்களும். ஒரு சமஸ்தானம் அடிபணிந்தால் மாலிக் கண்டுகொள்ளமாட்டான். ஆனால் எதாவது ஒரு மன்னன் முரண்டு பிடித்தாலோ, எதிர்ப்புக் காட்டினாலோ மாலிக்கின் வாள்தான் பேசும். கில்ஜிக்களின் இந்தச் சீற்றம் உலகம் முழுவதும் பரவத் தொடங்கியது. சமஸ்தானங்கள் முறைத்துக் கொள்வதற்குப் பதில் அடிபணிவது சாலச் சிறந்தது என்ற முடிவிற்கு வந்தன.

மாலிக்கின் மீது சுல்தானின் தற்சார்பு நிலை, மற்றவர்கள் மத்தியில் பெரும் பொறாமைத் தீயை வளர்த்தது. திரைமறைவில் அவனுக்கு எதிராகப் பல சூழ்ச்சிகள் அரங்கேறின. அலாவுதீனுக்கும், மாலிக்கிற்கும் இடையில் ஏதாவது கள்ளத் தொடர்பு உள்ளதா என்பதைத் துப்பறியத் தனித் தனியே உளவாளிகள் அமைக்கப் பட்டனர். ஆனால் அந்த முயற்சிகள் ஒன்றுமில்லாமல் போயின. ஒன்று அந்த அலியின் நோக்கம் தெளிவாக இருந்திருக்கும் அல்லது அவன் அவர்களைவிடப் புத்திசாலியாக இருந்திருக்க வேண்டும்.

கையாலாகாத சுல்தானும் அதி திறமைசாலியான அலியும் ஒரு பெரிய சுல்தானியத்தின் நன்மைக்கு ஒன்றிணைந்தனர். மாலிக் விடாமல் அவன் ஒருவனே பேசிக் கொண்டிருக்கும் போது சுல்தான் எதுவுமே பேசாது முகத்தை உம்மென்று வைத்துக் கொண்டிருப்பான். சிற்றரசர்களிடமிருந்து வந்த அறிக்கைகளை மாலிக் படிக்கும் போது ஆர்வத்துடன் கேட்பான். மாலிக் நகர் மேம்பாட்டுத் திட்டங்களை விவரிக்கும் போதோ, நிர்வாக அறிக்கைகளைப் படிக்கும் போதோ சற்றும் அக்கறை யில்லாதவராக சுல்தான் முகத்தை வைத்துக் கொள்வான்.

*

தெற்கு திசை படையெடுப்புகளில் கொண்டு வந்த நிதி ஆதாரங்களைக் கொண்டு மாலிக் சிரி கோட்டையைச் செப்பனிட ஆரம்பித்தான். அதன் மதில்கள் சீரமைக்கப்பட்டன; அரண்களும் அகழிகளும் செப்பனிடப்பட்டன; அரண்களின் பொறிகளான கவண்களும், கற்களும் பழுது பார்க்கப்பட்டன. சமனாவிலும், திபல்பூரிலும் சுங்கச்சாவடிகளைப் பலப்படுத்தி மங்கோலியர்களின் அத்துமீறலைத் தடுக்க முற்பட்டான். பஞ்சாப் மாகாணத்தின் ஆளுநராகக் காஜி-ஐ-மாலிக் என்பவனை நியமித்தான். அது ஒன்றும் பெருமைப்பட்டுக் கொள்ளும் பணி இல்லை எனினும் அந்தப் புதிய ஆளுநர் அதனைத் திறம்படச் செய்தான். மங்கோலியர்களின்

மீதிருந்த அச்சம் முற்றிலும் அகன்றதும் மக்கள் விவசாயத்தின் பக்கம் தங்கள் கவனத்தைத் திருப்பினார்கள்.

மாலிக், தான் அதிகாரத்தில் தொடர்ந்து நிலைக்க வேண்டுமென்றால் அவன் இஸ்லாமிய மதகுருமார்களின் ஆதரவைப் பெற வேண்டும் என்ற முடிவிற்கு வந்தான். மதகுருமார்களில் பாதிக்கும் மேல் சுல்தானுடன் இணக்கமான உறவில் இல்லை என்பது தெரிய வந்தது. சுல்தான்கள் சரியான குடிகாரர்களாக இருந்தனர். அவர்கள் ஹிந்துப் பெண்களைத் திருமணம் புரிந்து கொண்டு வருவதால் அந்தப் பெண்கள் மெல்ல மெல்லத் தங்கள் கலாச்சாரங்களை அந்தப்புரத்தில் தேவை யில்லாமல் நுழைத்து விடுகின்றனர். இவற்றைத் தடுக்க மதகுருமார்களுக்கு ஒரு தாயத்து வேண்டியிருந்தது. எனவே அவர்கள் மாலிக்கைத் தங்கள் தாயத்தாகத் தேர்ந்தெடுத்தனர். ஏன் எனில் அவன்தான் வேறு எந்த இஸ்லாமிய மன்னனைவிடவும் அதிக அளவில் ஹிந்துக்களின் கோயில்களைத் தரைமட்டமாக்கியவன்.

வரைமுறையற்ற ஆதரவை நல்க அவர்கள் முன்வந்தனர். அதற்கு பதிலாக மாலிக் தனது சமய நடவடிக்கைகளைத் தீவிரப்படுத்தினான். மதம் மாற விரும்பாத ஹிந்துக்களுக்கு இரண்டே இரண்டு வாய்ப்புகளே வழங்கப்பட்டன. ஒன்று கொத்தடிமைத்தனம், மற்றொன்று மரணம். வாள் முனையில் பெரிய எண்ணிக்கையில் மதமாற்றம் அரங்கேறின. இதில் ஒரு முரண் நகை அரண்மனையில் உலவியது. அதாவது மாலிக் ஓர் அரண்மனை ஜோதிடரிடம் ஆருடம் கேட்டதற்கு அவர் அவனுடைய மரணம் ஓர் ஹிந்துக்களின் பண்டிகையின் போது நிகழும் என்று கூறினாராம். மாலிக் எந்தப் பண்டிகை என்று அவரிடம் வினவ, அதற்கு அந்த ஜோதிடர், 'எந்தப் பண்டிகையாக இருந்தால் என்ன? உன்னுடைய மரண தினம் நிச்சயமாக ஹிந்துக்களின் பண்டிகை தினமாகத்தான் இருக்கும்' என்றாராம் கேலியாக.

ஹிந்துக்களின் மீதான தாக்குதல்களுக்கு எதிர் விளைவுகள் ஏற்படாமல் இல்லை. இஸ்லாமியர்கள் இயல்பில் வீரர்கள் என்பதால் விவசாயம், நிர்வாகம், வணிகம் போன்ற பலவற்றையும் ஹிந்துக்களே மேற்கொண்டு வந்தனர். அதில் அவர்களது ஏகாதிபத்தியமே ஓங்கியிருந்தது. எனவே அவனுடைய சமய நடவடிக்கைகளுக்குத் தக்க பதிலடி கிடைத்தது. விலை பொருள்கள் பதுக்கப்பட்டன, அல்லது சரியான முறையில் வரிப்பணம் கட்டப்படவில்லை. இது அரசு கஜானாவில் எதிரொலித்ததும் மாலிக் அடக்கி வாசிக்க முன்வந்தான்.

இப்போதைய நிலையிலிருந்து அவன் வழுவுவதோ நழுவுவதோ இல்லை என்று தீர்மானித்திருந்தான். அவன் நழுவி விழுந்தால் அறுநூறு அடியிலிருந்து விழுவதைப் போலத்தான். தலை நசுங்கி இறப்பதைத் தவிர வேறு கதியில்லை. இப்போது நழுவினால் அவன் இழப்பதற்கு ஏராளம் உள்ளன அவன் உயிரையும் சேர்த்து.

*

அதிகாரம் சில நேரங்களில் சித்தத்தைத் தடுமாற வைத்துவிடும். அலாவுதீனின் குடும்ப அங்கத்தினர் தன்னைக் குறித்து சுல்தானிடம் நஞ்சு கலந்து எதுவும் சொல்லிவிடக் கூடாது என்பதில் மாலிக் கவனமாக இருந்தான். எனவே சுல்தானைத் தனது கண்களில் வைத்துப் பார்த்துக் கண்டான். அவனது முன்னிலையில்தான் அலாவுதீனை அவனது குடும்பத்தினர் சந்திக்கும்படியான நிலையை உருவாக்கினான்.

தில்லி சுல்தானியத்தின் அடுத்த வாரிசாகத் திகழ்ந்த கிசிர்கான் அரசாங்க விவகாரங்களைத் தனது கட்டுப்பாட்டிற்குள் கொண்டு வர நினைத்தான். அவனுடைய தாயார் மல்லிகா ஜான் நெடுநாட்களாகத் தனது கணவர் அந்த அலியுடன் கொண்டுள்ள உறவைத் துண்டிக்க வேண்டும் என்று எண்ணியிருந்தாள். ஆனால் அதற்கு அலாவுதீன் அனுமதிக்காததோடு அவளை இது குறித்துப் பேசவும் அனுமதி மறுத்தான். அவள் மறுத்துக் கூச்சலிட்ட போது அவன் அவளது கன்னத்தில் அந்த அலியின் கண்ணெதிரில் ஓங்கி அறைந்தான். இதுகுறித்து சுல்தானிடம் விவாதிக்க நினைத்தான் கிசிர். ஆனால் அதற்கு அந்த அலியின் அனுமதி வேண்டியிருந்தது. தந்தையின் அறைக்கதவைத் திறந்து கொண்டு நுழைய முற்பட்ட போது அலியின் அனுமதியின்றி வாயிற்காப்போன் அனுமதி மறுக்கக் கிசிர் கதவைத் தள்ளிக் கொண்டு செல்ல முற்பட்டான்.

சுல்தானுக்குத் தனது அருமைப் புதல்வனைச் சந்தித்ததும் அதிக ஆனந்தமானது. அவனுக்கும் தனது குடும்ப அங்கத்தினர்களுடன் மனம்விட்டுப் பேச வேண்டும் என்பது நெடுநாள் அவா. திரும்பிப் பார்த்தான். மாலிக் உறங்கிக் கொண்டிருந்தான். ஒருவருக்கு ஒருவர் முகமன் கூறிக் கொண்டு பேசத் தொடங்கினர். என்னதான் கிசிர் தனது குரலைத் தாழ்வாகிக் கொண்டு பேசினாலும் மாலிக் திடுக்கிட்டு விழித்தான். கிசிரை அங்கே பார்த்ததும் அவன் சுல்தானின் மகனாகத் தோன்றாமல் தில்லி அரியணையின் அடுத்த வாரிசாகவே தோன்றினான். தனது உள்ளுணர்வு காரணமாகக் கண்களில் மின்னல் வெட்டியது.

‘இங்கே எதற்காக வந்தாய் கிசிர்?’ என்று அதட்டினான் மாலிக்.

‘என் தந்தையைச் சந்திக்க நான் எவரிடமும் அனுமதி கேட்க வேண்டிய அவசியம் இல்லை’ என்று கிசிர் ஆவேசமாக விடையளித்தான். ‘நான் அரச வாரிசு. நீ ஒரு சாதாரண அலி. உங்கள் சமூகத்தின் உதவி இல்லாமல் இருப்பதே எங்களுக்குப் பெரும் மகிழ்ச்சியை அளிக்கும்’ என்றான்.

அவன் குரலில் புதிதாக ஓர் அதிகாரத் தொனி வெளிப்பட்டது. மாலிக் புருவங்களை நெறித்தான். ‘இவன் தானாகப் பேசவில்லை. இவனை யாரோ முடுக்கிவிட்டிருக்க வேண்டும். ஓ..! சுல்தானின் அறிவுகெட்ட குடும்பத்தினர் அனைவரும் தனக்கு எதிராகக் கிளம்பிவிட்டனரா?’ மாலிக் சீற்றமடைந்தான்.

கிசிர் சொல்லி முடித்திருக்கமாட்டான். மாலிக் அதிவேகமாகச் சுழன்று அவனுடைய கழுத்துப் பகுதியைத் தனது கரங்களால் பற்றினான். மாலிக் அவன் கன்னங்களில் விடாது மாறி மாறி அறையத் தொடங்கினான். கிசிர் விழுந்த அடிகளைத் தடுக்க முற்பட்டான். அவன் சிகை கலைந்தது. அவன் கீழே புரண்டு அடிகளிலிருந்து தப்பிக்க முயன்றான்.

சுல்தானுக்குப் பெருத்த அவமானமாக இருந்தது. ஆனால் அந்தத் தாக்குதலை நிறுத்தச் சொல்லிக் கூப்பாடு போட அவன் குரல் எழும்பவில்லை. கிசிர் மாலிக்கின் பிடியில் தத்தளித்தான்.

‘இன்னொருமுறை உன்னை இங்கு பார்த்தால் நான் என்ன செய்வேனென்று எனக்கே தெரியாது.’ மாலிக் அவனை மிரட்டினான். ‘இரண்டு தாமிரக் கம்பிகளை நெருப்பில் காட்டி நன்றாகச் சிவக்கும் வரை பழுக்கக் காய்ச்சி அவை இரண்டையும் உன் விழிகளில் செருகிவிடுவேன். ஜாக்கிரதை. அதன் பிறகு வெள்ளிக்கிழமைகளில் உனக்குப் பள்ளிவாசல் முன்பு அமர்ந்து பிச்சை எடுப்பதைத் தவிர வேறு கதி கிடையாது’ என்றான்.

கிசிர் அவன் கைகளிலிருந்து தப்பித்து ஒரு பறவையைப் போலச் சிட்டாய்ப் பறந்துவிட்டான்.

சுல்தான், மாலிக்கை திகிலுடன் பார்த்தான். மாலிக் தனது நெருங்கிய பந்துவைத் தாக்குவான் என்று சுல்தான் கனவில் கூட நினைக்கவில்லை. தன் இஷ்டம் போல ஆட்டுவிக்கும் ஒரு சைத்தான் பிடியில் சிக்கிக் கொண்டுவிட்டேன். அந்த சைத்தான் மூலம்தான் எனது எதிர்காலக் கனவுகள் எல்லாம்

நிறைவேற்றப்படுகிறது என்பதனால் அதனிடமிருந்து தப்பிக்க வழியில்லை.

‘எதற்காக எனது புதல்வர்களைக் கொடுமைப் படுத்துகிறாய்’ என்று சுல்தான் கோபமாகக் கேட்டார்.

‘அப்படி என்ன கொடுமையை நான் அவர்களுக்குச் செய்துவிட்டேன்?’ என்று மாலிக் திருப்பிக் கேட்டான்.

அலாவுதீன் வாய் பேசவில்லை. நூற்றுக் கணக்கான வாதங்கள் அவர் மனதில் வந்து போனாலும் அவரால் அவற்றை வார்த்தைகளில் வடிக்க முடியவில்லை.

‘அவர்கள் உன்னுடைய கோபத்தைக் கிளறாமல் நான் பார்த்துக் கொள்கிறேன். அவர்களை இனிமேல் இவ்விதம் துன்பப்படுத்தாதே’ என்று சுல்தான் மாலிக்கிடம் கூறினான்.

மாலிக்கிடமிருந்து கசப்பான குறுநகை தோன்றியது. ‘உங்கள் மைந்தர்களைத் துன்புறுத்த வெளியாட்கள் தேவையில்லை. அபினி, மது, ஓரினச் சேர்க்கை இவை போதும், எதிரிகளுக்கு வாய்ப்பளிக்காமல் அவர்கள் கதையை முடிக்க. மாட்சிமை பொருந்திய சுல்தான் அவர்களே! நான் மிகவும் பாடுபட்டு உங்களது இந்த சுல்தானியத்தை விரிவுபடுத்தியுள்ளேன். அதுபோலவே தீரம் மிக்கப் பல தளபதிகள் இந்த சுல்தானியத்தைப் பலப்படுத்தத் தங்கள் இன்னுயிரைக் கொடுத்திருக்கின்றனர். ஒரு தலைமுறை காலவெளியில் நாங்கள் எழுப்பிய கோட்டையை உங்கள் புதல்வர்கள் ஒரு நொடியில் வீழ்த்திவிடுவார்கள் போலிருக்கிறது. இந்த மண்ணில் நாங்கள் இன்னமும் பகையரசர்கள் கையில் உள்ள காவலர்கள் போலத்தான் வாழ்ந்து வருகிறோம். சோம்பேறித்தனம் நம்மை முற்றிலும் அழிக்கப் போகிறது..’

‘ஆனால் என்னால் என்ன செய்ய இயலும்? அவர்கள் எனது புதல்வர்கள் அல்லவா?’ என்றான் சுல்தான்.

‘அந்த ஒரே காரணத்திற்காகத்தான் அவர்கள் எவ்விதச் சோதனைக்கும் ஆட்படுத்தப்படாமல் அரண்மனை முற்றிலும் அலைந்து திரிகிறார்கள்.’

சுல்தானுக்குக் கோபம் வந்தது. தான் அவ்வாறு கூறியதை மாலிக் வேறு விதமாகப் புரிந்து கொண்டுவிட்டான். மாலிக், சுல்தானை நேசிக்கிறான். தனது பதவியைத் தக்க வைத்துக் கொள்ள அவனுக்கு சுல்தானோ அல்லது அவனது குடும்பமோ தேவையாக இருந்தது. மாலிக்கை நோக்கி தராசு முள் மெல்ல சாயத் தொடங்கிவிட்டதா?

சுல்தான் பார்வையை வேறுபக்கம் திருப்பிக் கொண்டார். வேட்டையாடுவதற்கு வேறு பகைவர்கள் இல்லாததால் மாலிக் இப்போது தனது குடும்பத்தின் மேல் பாயத் தொடங்கியிருக்கிறான் என்று சுல்தான் எண்ணினார். சுருக்கம் விழுந்த தனது கரங்களைக் கசக்கியபடி சுல்தான் நடுங்கியபடி உரத்த குரலில் அழத் தொடங்கினார். அச்சம் அவரைச் சூழ்ந்தது. ஒரு திகில் மூட்டம் அவருக்குத் தோன்றியது. மாலிக்கின் ஆற்றல் அளப்பரியதாகி அப்போது அவனுக்கு சுல்தானின் குடும்ப ஆதரவும் வேண்டியிருந்தது.

*

கிசிர் வீறுகொண்டு எழுந்ததன் பின்னர் மல்லிகா ஜான் மற்றும் அவள் புதல்வர்களை மாலிக் சற்றேறக் குறைய வீட்டுக் காவலில் வைத்திருந்தான். ஹசார் துன் என்று அழைக்கப்பட்ட அலாவுதீனின் மாளிகைக்குள் நுழைய அவர்களுக்கு அனுமதி மறுக்கப்பட்டது.

அதிகார மாற்றம் தன்னை மிகவும் பாதித்ததை சுல்தான் உணரத் தொடங்கினார். அரசவையில் எவ்வித அசைவுமின்றி இருந்தார். உடம்பில் ஈயோ கொசுவோ அமர்ந்தால் மட்டும் அவற்றை விரட்ட கைகளை அசைத்தார். அவையில் யாராவது சுல்தானிடம் பிரத்தியேகமாகக் கேள்வி கேட்கும் போது வேறு உலகத்திற்குச் சென்றவரைப் போல உடலில் ஒரு துள்ளலுடன் இந்த உலகிற்குத் திரும்பி வருவார்.

பகல் பொழுதுகள் கொடுமையானவை என்றால் இரவுப் பொழுதுகள் அதி பயங்கரமானவை. சுல்தான் தூக்கத்தில் போடும் கூக்குரல்கள் அரண்மனை முழுவதையும் நடுக்குறச் செய்யும். அவரது மாமனார் ஜலாலுதீனின் ஆவிதான் அவரை அச்சமூட்டுவதாக மற்றவர்கள் கருதினார்கள். விசித்திரமான ஒலிகள் அவரை அலைக்கழிக்கத் தொடங்க அவர் பஞ்சணையில் சயனிக்க அச்சம் கொண்டு இரவு முழுவதும் திவானில் சாய்ந்து அமர்ந்திருக்க ஆரம்பித்தார். சுல்தானின் குற்ற உணர்வே அச்சமாக வெளிப்படத் தொடங்கியது. சுல்தானின் புத்தியை மழுங்கடித்து அவரைத் திகிலுறச் செய்வதற்கு யாராவது ஒருவர் ஜலாலுதீன் போல உடையணிந்து கொண்டு அவர் அறைக்குள் நுழைந்துவிட்டால் போதும், அலாவுதீன் பீதியில் அலற ஆரம்பித்துவிடுவார்.

மாலிக் ஒருவனால்தான் சுல்தானைக் கட்டுக்குள் கொண்டுவர முடிந்தது. ஒரு தந்தை தனது மகனுக்கு அறிவுரை கூறுவது போல

மாலிக், சுல்தானுக்கு அறிவுரை கூறுவான். சுல்தானும் அதனை அமைதியுடன் கேட்பார். அந்த உரையாடலைக் கேட்க நேரிடும் அரண்மனை வாசிகளுக்கு மாலிக் எந்த அளவிற்கு சுல்தானைத் தனது கட்டுப்பாட்டில் வைத்துக் கொண்டிருக்கிறான் என்பது விளங்கியது.

நெடுங்காலமாகவே, அதாவது தான் அடிமையானதிலிருந்து மாலிக்கிற்கு முதியவர்களைக் கண்டால் பிடிக்காது. முதியவன் என்றுமே நஞ்சுக்குச் சமம் என்பது அவனது எண்ணம். குடும்பத்தினரைப் பிரிந்திருந்த வேதனை சுல்தானை வாட்டியது. தனது மனைவி, மக்களை மாலிக் வீட்டுச் சிறையில் வைத்ததை எண்ணி வேதனைப்பட்ட அலாவுதீன், மாலிக்கிடம் அவர்களை விடுவிக்குமாறு கெஞ்சினார். மாலிக் சுல்தானின் கெஞ்சலுக்கும், மிரட்டலுக்கும் செவி சாய்க்கவில்லை.

ஒரு தேசம் ஒற்றைத் தலைவன் குரலையே பின்பற்ற வேண்டும் என்ற முடிவிற்கு மாலிக் வந்தான். எனவே அதற்கு சுல்தானின் பிம்பம் சிதைக்கப்பட வேண்டும் என்பதில் உறுதியாக இருந்தான். தன்னைத் தானே அவர் வெறுக்கத் தொடங்கியதைக் கண்ட மற்றவர்கள் சுல்தான் நோயில் விழுந்துவிட்டார் என்றே கருதினார்கள். மாலிக், சுல்தானின் அறையில் நறுமணத் திரவியங்களைத் தெளிக்க உத்தரவிட்டான். சுல்தானின் மலஜலம் அகற்றப்படாமல் அறை முழுவதும் துர்நாற்றம் வீசியது.

அனைத்து யுத்தப் படைகளுடனும் பேச்சுவார்த்தைகள் சுல்தான் முன்னிலையில் நிகழ்ந்தது. மாலிக்கிற்கு அரச விவகாரங்களில் இருக்கும் மேலான அதிகாரத்தை அவரிடம் காட்டுவதற்கு மாலிக் சுல்தான் முன்னிலையில் படைத்தளபதிகளின் ஆலோசனைக் கூட்டங்களை அவர் முன்பாக நடத்தினான். அலாவுதீன் எதற்கும் வாயே திறப்பதில்லை. மீறி மாலிக் அவரிடம் கேள்வி கேட்டால் ஒரு தலையசைப்பு மட்டுமே பதிலாக அளித்துவிட்டு தனது பார்வையைத் தாழ்த்திக் கொள்வார்.

மாலிக் தனது பிடியை சுல்தான் மீது இறுக்கினாலும் சுல்தான் அதனைத் தளர்த்திவிட்டுத் தப்பிச் செல்ல சந்தர்ப்பத்தைப் பார்த்துக் கொண்டிருந்தார்.

*

மாலிக் அரண்மனை அதிகாரிகளையும், படைத்தளபதிகளையும் அழைத்து ஓர் ஆலோசனைக் கூட்டம் கூட்டி முக்கிய

முடிவொன்றை எடுக்கத் திட்டமிட்டான். இந்தச் சேதியை சுல்தான் தனது சேவகன் மூலம் அறிந்து கொண்டார். அதைக் கேள்விப்பட்டதும் சுல்தான் தனது வலுவையும், துணிச்சலையும் ஒருசேரத் திரட்டிக் கொண்டார். அவரது சாம்ராஜ்ஜியத்தை அவரது வாரிசுகள்தான் ஆளவேண்டுமே தவிர மாலிக் ஆளக் கூடாது என்பதில் உறுதியாக இருந்தார். சுல்தான் அவர்களிடம் தனது மௌனத்தை உடைக்க எண்ணியிருந்தார். ஒருகாலத்தில் அவரும் அது போன்ற அதிகாரிகளை நோக்கி வீராவேச உரைகளை முழங்கியவர்தானே? அது போன்ற உரைகளைக் கேட்டு எத்தனை வீரர்கள் தங்கள் இன்னுயிரை ஈந்து வெற்றியைத் தேடித் தந்திருக்கின்றனர்? தனக்குள் உறங்கிக் கிடக்கும் அந்த வீரனைத் தட்டி எழுப்ப சுல்தான் முடிவு செய்தார்.

மாலிக் கூட்டிய ஆலோசனைக் கூட்டம் சுல்தானின் படுக்கைக்கு அருகே நடந்தது. அலாவுதீனின் வெற்றிகரமான நாட்களில் அவரது ஆடம்பரத்தையும், கம்பீரத்தையும் கண்ணுற்றிருந்த அதிகாரிகள் இப்போது அவர் முற்றிலும் தளர்ந்து சுருங்கிப் போயிருப்பதைக் கண்டு அதிர்ச்சியடைந்தனர். சுல்தான் ஒப்புக்குத்தான் ஆட்சிப் பீடத்தில் இருப்பதையும் முழு ஆட்சிப் பொறுப்பும் மாலிக்கின் வசம் இருப்பதையும் உணர்ந்து கொண்டனர். மற்ற அதிகார மையங்கள் அனைத்தும் தகர்க்கப்பட்டு சுல்தானின் நேரடிப் பார்வையில் மாலிக்தான் ஆட்சி புரிகிறான் என்பதைத் தெளிவாகப் புரிந்து கொண்டனர்.

மாலிக் தனது செயல்திட்டத்தைக் கூறி முடித்தான். அலாவுதீன் ஆவலுடன் காத்திருந்தார். இப்படி ஒரு தருணத்திற்குத்தான் சுல்தான் காத்திருந்தார். தனது தளர்ந்த நரம்புகளை முறுக்கேற்றிக் கொண்டு வலிமை சேர்த்துக் குரலை உயர்த்தி, ‘இந்தச் சாம்ராஜ்ஜியம் என் மைந்தனின் எதிர்காலத்தை உத்தேசித்து நான் எழுப்பியதாகும். இந்த அருவருக்கத்தக்க அடிமை அதனைக் கைப்பற்றுவதை நான் விரும்பவில்லை. கிசிர்கான், என் மைந்தன், எனக்குப் பிறகு சுல்தானாகப் பதவி ஏற்பான். அதன் பின்னர் இந்த அடிமையைச் சிறையில் தள்ளி அவன் தலையை வாங்கிவிடுங்கள்’ என்று உத்தரவிட்டார்.

மாலிக்கை அந்த வகையிலும் வெற்றிக் கொண்டுவிட்டதாக எண்ணி பெருமிதத்துடன் வெற்றிக் களிப்பில் சுல்தான் திரும்பினார். ஆனால் மாலிக் அவரை ஆச்சரியத்துடன் பார்த்தான். தளபதிகள் உடனே மாலிக் மீது பாய்ந்து அவனைக் கைது செய்து கொண்டு செல்வார்கள் என்று சுல்தான் காத்திருந்தார். ஆனால் அவ்வாறு எதுவும்

நிகழவில்லை. அவர்கள் சுல்தானை ஒரு பைத்தியக்காரனைப் பார்ப்பது போலப் பார்த்தார்கள். பிறகுதான் சுல்தானுக்கு விளங்கியது தான் கூறியவற்றில் ஓர் அட்சரம் கூட அங்கிருந்தவர் களுக்குப் புரியவில்லை என்பது. அச்சத்துடன் சுல்தான் மாலிக் மீது தனது பார்வையைத் திருப்பினார். மாலிக் முறைத்த முறைப்பில் அந்த அலிக்கு மட்டும் தான் பேசியது புரிந்திருக்கும் என்பது தெரிந்தது. அலாவுதீன் இப்போது திகிலுறத் தொடங்கினார்.

சுல்தான் இப்படித் தீயாக வெடித்துக் கக்குவார் என்று மாலிக் முன்னதாக உணர்ந்திருக்கவில்லை. தனது உள்ளுணர்வின் மூலமே அவன் சுல்தானின் உளறல்களுக்குப் பொருள் விளங்கிக் கொண்டான். தான் செயலாற்றத் தக்க தருணம் வந்ததை அறிந்தான். தளபதிகள் வெளியில் விரைந்த பின்னர் மாலிக் சுல்தானின் நல்லடக்கத்திற்குத் தேவையான குறிப்புகளைத் தயாரித்தான்.

மாலிக் தனது அறையின் மூலைக்குச் சென்றான். அங்கு பல்வேறு குப்பிகளில் பலவிதமான மூலிகைச் சாறுகள் அடைத்து வைக்கப்பட்டிருந்தன. சிற்றின்ப உணர்ச்சிகளைத் தூண்டிவிடும் மூலிகைச் சாற்றின் நச்சுத் தன்மை குறித்து அவன் ஏற்கெனவே கம்பாயத்தில் தெரிந்து வைத்திருந்தான்.

‘எந்தச் சிற்றின்ப மூலிகைச் சாற்றையும் அளவுக்கதிகமாகப் பயன்படுத்தினால் அது உயிர் குடிக்கும் நஞ்சாக மாறிவிடும் அபாயம் உண்டு’ என்று சலீம் என்ற வியாபாரி எச்சரித்தது நினைவில் எழுந்தது.

மாலிக் மூலிகைகளைக் கலந்து சாறு பிழிந்தெடுத்தான். சுல்தானுக்கு இறுதியாக ஒருமுறை பாலியல் உச்சம் தேவைதான். தனது கரங்களில் அந்த மூலிகைச் சாரை ஏந்தியபடி மாலிக், சுல்தானின் அறைக்குள் நுழைந்தான். சுல்தான் உறங்கிக் கொண்டிருந்தார். மாலிக் அவரைத் தட்டி எழுப்பினான். தனது மடியில் கிடத்திக் கொண்டு சுல்தானுக்கு அந்த மூலிகைச் சாற்றைப் புகட்டினான். சுல்தான் திமிறினார். மாலிக் அவரை அழுத்திப் பிடித்து வாயில் சாற்றை ஊற்றினான். போராடிய சுல்தான் முடிவாகப் பஞ்சணையில் சரிந்தார்.

மறுநாள் சுல்தானுக்குக் கடும் சுரம் கண்டது. மருத்துவர்களால் காரணத்தைக் கண்டுபிடிக்க முடியவில்லை. மூன்று நாட்கள் சுல்தானுக்குக் காய்ச்சல் நீடித்தது. மெலிந்து சோர்வுற்ற சுல்தானின் மேனி அந்தக் காய்ச்சலைத் தாங்கிக் கொண்டிருந்தது விந்தையான செயல்தான்.

சுல்தானின் நோயை அரண்மனையின் நான்கு சுவர்களுக்குள் அடக்கி வைக்க முடியவில்லை. அவரது நோய் குறித்த தகவல்கள் கசியத் தொடங்க, மரணப்படுக்கையில் சுல்தான் இருப்பதாக எண்ணியபடி மொத்த அரண்மனை ஜனங்களும் அவரைப் பார்க்க ஒன்று திரண்டனர். அங்கிருக்கும் பலரும் வேறு ஒரு முடிசூட்டும் விழாவைப் பார்த்ததில்லை. அலாவுதீனின் ஆயுள் அத்தனை கெட்டியாக இருந்ததே காரணம். சுல்தானின் மரணத்திற்குப் பின்னர் பெரும் குழப்பம் நேரிடும் என்பதை உணர்ந்த அரண்மனை வாசிகளும், அதிகாரிகளும் சூபி நிஜாமுதீனைப் போய்ப் பார்த்தனர். ஆனால் அவர் நீண்ட தியானத்தில் இருந்தார்.

சுல்தான் துயர்மிக்க மரணத்தைத் தழுவ இருந்தார். கரையே இல்லாத பெருங்கடலில் அவர் மூழ்கிக் கொண்டிருந்தார். மாலிக் அவரைத் தோற்கடித்துவிட்டான். ஓர் அதிகார மையத்தின் முரட்டுப் பிடியில் இப்போது அவர் சிக்கிக் கொண்டிருக்கிறார். ஒரு நம்பிக்கைத் துரோகியை சுல்தான் நண்பராக்கிக் கொண்டிருந்தார்.

தான் மரணமடைவதற்கு சில கணங்களுக்கு முன்னர் அவர் மாலிக்கை நோக்கி, ‘என் புதல்வர்களுக்கு ஊறு விளைவிக்காதே மாலிக்’ என்று கேட்டுக் கொண்டார். அவர் குரலில் வேகமில்லை. மாலிக் ஏதும் புரியாதவன் போல நின்றிருந்தான்.

‘அடேய் துரோகியே, உன்னை நரகம் இருகரம் நீட்டி வரவேற்கட்டும். அங்கு உன்னை வறுத்தெடுக்க எண்ணெய்க் கொப்பரைகள் தயாராக இருக்கும்’ என்று சாபமிட்டார்.

நேரம் ஊர்ந்து கொண்டிருந்தது. சுல்தானின் மூச்சு திணறத் தொடங்கியது. உடல் தூக்கித் தூக்கிப் போடத் தொடங்கியது. கருவிழிகள் அங்குமிங்கும் அலையத் தொடங்கின. ஒரே ஒருமுறை அலாவுதீன் இவ்வுலகைப் பார்த்தார். அதன் பிறகு அவர் பார்வை அரண்மனைக் கூரையில் குத்திட்டு நின்றுவிட்டது. மாலிக்கும், மருத்துவரும் ஒரு விரிப்பை விரித்து மேற்கு திசை நோக்கித் தொழுவதற்கு தொடங்கினர்.

*

சுல்தான் அவரது இறுதிப் பயணத்தைத் தொடங்குவதற்கு முன்னர் அவரது உடலை அடிமைகள் பன்னீரால் நீராட்டினார்கள். அவரது இறந்த உடலுக்குப் புதிய உடுப்பு அணிவிக்கப்பட்டது. மாலிக் பிணத்தைச் சுத்தம் செய்யும் போது உடனிருந்தான். அலாவுதீனின் உதடுகள் கோணலாகத் திருகிக் கிடந்தன. ஏதோ ஒரு சொல்லக்

கூடாத வருத்தத்தை மறைத்துக் கொண்டிருந்தது போலிருந்தது. அலாவுதீன் பலகாலம் முன்பு கூறியது மாலிக்கின் நினைவில் எழுந்தது.

'நாம் இருவரும் ஒரே போர்க்களத்தில் மடிய வேண்டும். நமது இருவரின் உடல்களை ஒன்றாக அடக்கம் செய்ய வேண்டும்.'

மாலிக் அவருடன் இறக்கப் பிரியப்படவில்லை.

சுல்தானின் இறுதிச் சடங்கின் போது தில்லி சுல்தானியமே சோகத்தில் மூழ்கியிருந்தது. நல்லடக்கப் பெட்டியைப் பச்சை வண்ண உயர்தரச் சீனப் பட்டுத்துணியால் மூடியிருந்தனர். அதன் மீது இஸ்லாமியரின் புனித நூலான குரான் வசனங்கள் நூலிழையில் பின்னப்பட்டிருந்தன. நான்கு தளபதிகள் நல்லடக்கப் பெட்டியைத் தூக்கிச் சென்றனர். மாலிக்கும் சிறிது தூரம் அந்தப் பெட்டியைச் சுமந்து சென்றான். சிரி நகர வீதிகளின் அருகாமையில் அந்த நல்லடக்க ஊர்வலம் சென்றது. அரச வாரிசுகளின் முகத்தில் ஈயாடவில்லை; அடிநாதமாக ஓடிக் கொண்டிருக்கும் அரசியல் மாற்றங்களை அவர்கள் அறிவார்கள். நல்லடக்க ஊர்வலம் தில்லி வீதிகளில் செல்லும் போது வெயில் உருக்கி ஊற்றப்பட்டது போல இருந்தது.

மதகுருமார்கள் ஊர்வலம் வரும் வரையில் காத்திருந்தனர். தனது நல்லடக்க இடத்தை அலாவுதீன் ஏற்கெனவே குவ்வாட்-உல் மசூதி அருகில் தீர்மானித்து வைத்திருந்தார். சமாதி நன்கு வெள்ளை யடிக்கப்பட்டிருந்தது. சமாதியின் நடுவில் குழி பறிக்கப் பட்டிருந்தது. அங்கு குழுமியிருந்த முல்லாக்கள் மாலிக்கின் உத்தரவிற்குக் காத்திருந்தனர். அவன் தலையசைக்கவே அடக்க வேலைகள் ஆரம்பமாகின. குரானின் தூய வசனங்கள் ஓதப்பட்ட பின்னர் அந்த முல்லாக்கள் மாலிக்கின் முகத்தை நிமிர்ந்து பார்த்தனர்.

மாலிக் மீண்டுமொரு முறை தலையசைக்க சுல்தானின் ஜனாஸாவைச் சுமந்திருந்த சந்தூக்கு கீழே குழியில் இறக்கப்பட்டது. தட் என்ற ஒலியுடன் சந்தூக்கு ஜனாஸாவுடன் குழியில் இறங்கியது. மாலிக் முதல் கைப்பிடி மண்ணைக் குழியில் போட்டான். உள்ளே அவனுக்கு நல்ல வழிகாட்டியாக இருந்த அலாவுதீன் கில்ஜி படுத்திருந்தார். மாபெரும் வெற்றி வீரனாக அறியப்பட்ட சுல்தான் அலாவுதீன் கில்ஜி இப்போது வெறும் நினைவாகிப் போனார்.

அலாவுதீனின் மரணத்திற்குப் பிறகு அந்த முக்கியமான கேள்வி எழுந்தது. அடுத்த சுல்தானாகப் பதவி ஏற்கப் போவது யார்?

சுல்தானுக்கு வயது பேதத்தில் ஏகப்பட்ட புதல்வர்கள். ஆனால் சுல்தானுக்குப் பிறகு மைந்தர்கள் அரசுக் கட்டிலில் அமர்ந்ததில்லை. அலாவுதீன் கில்ஜியே அரசுப் பட்டத்தைத் தனது மாமனாரிடமிருந்துதான் பிடுங்கிக் கொண்டார். ஜலாலுதீனாவது அதை உரிய முறையில் பெற்றாரா என்றால் அதுவுமில்லை. அவரும் அதனை பால்பனின் மைந்தன் முகமது கைகுபாத்திடமிருந்து களவாடிப் பெற்றதுதான். பெண்கள் ஆட்சி புரிந்திருக்கிறார்கள்; சகோதரர்கள் ஆட்சி புரிந்திருக்கின்றனர்; அடிமைகள் ஆண்டிருக்கிறார்கள். இந்த வரிசையைத் தகர்த்து சுல்தானின் மகன் ஆட்சியைக் கைப்பற்றுவானா?

அதிகாரிகளுக்கு யாரைப் பின்தொடர்வது என்பதில் குழப்பம் ஏற்பட்டது. அரசுரிமைப் போர் வரும் போது அலாவுதீனின் திருமணமான மைந்தர்கள் தங்கள் மனைவி வழி உறவினர்களின் துணை கொண்டு அரச உரிமை கோரலாம். ஆனால் அடுத்து தில்லி சுல்தானாக யார் அமர்வது என்பது மாலிக்கபூரின் உள்ளக்கிடக்கையாகவே இருக்கும் என்பது அனைவருக்கும் தெரிந்திருந்தது. அரியணையைக் கைப்பற்றும் தனது எண்ணத்தை அவன் மறைக்கவில்லை.

இதற்கு நடுவில் கிசிர்கான்தான் அடுத்த சுல்தானாகத் தகுதியுடையவன் என்பது பரவலான பேச்சாக இருந்தது. கிசிரின் ஆதரவாளர்கள் அனைவரும் மாலிக்கபூர் கிசிரையே சுல்தானாக நியமிப்பான் என்று எண்ணினார்கள். ஆனால் தங்கள் எஜமானன் மாலிக்குடன் ஏற்கெனவே சண்டையிட்டது வேறு நினைவில் எழுந்து தடுமாற வைத்தது.

தனக்கு ஏற்றார் போல வளைந்து கொடுக்கும் ஒருவனையே மாலிக் தில்லி சுல்தான் ஆக்குவான் என்பது அவர்களது அபிப்பிராயமாக இருந்தது. அதுவுமன்றி மறைந்த சுல்தான் தனக்குப் பிறகு சுல்தானாக யார் வரவேண்டும் என்று ஓர் உயில் எழுதி வைத்திருப்பதாகக் கூறிக் கொண்டிருந்தார். அப்படி ஓர் உயில் வரையப்பட்டதா என்பது குறித்து ஆராய்ந்து பார்க்க எவருக்கும் துணிச்சல் இல்லை. மேலும் அப்படி ஓர் உயில் அவர் இறந்த பின்னர்தான் வரையப்பட்டிருக்க வேண்டும் என்பது அவர்களது முடிவான தீர்மானம்.

அலாவுதீன் மரணமடைந்து ஒரு வாரம் சென்றுவிட்டது. உணர்ச்சிகள் எல்லாம் அடங்கட்டும் என்று காத்திருந்து மாலிக் தில்லியின் அடுத்த சுல்தான் குறித்த அறிவிப்பைத் தள்ளிப்

போட்டான். வெள்ளிக்கிழமை காலைத் தொழுகைக்குப் பின்னர் அறிவிக்கப்படும் என்று கூறினான்.

சிரி நகரில் இருந்த மசூதியில் தனது பகல் நேர லுஹாத் தொழுகையை முடித்துவிட்டு அரண்மனை அரசவைக்குள் நுழைந்தான். தில்லி அரசவையில் தான் ஓர் அடிமையாக இருந்த மாலிக், சுல்தான் அலாவுதீனைச் சந்தித்தான். அதே மாலிக் மீண்டும் அதே தில்லி அரசவையில் அடுத்த சுல்தான் யார் என்பதை அறிவிக்க இருக்கிறான்.

அரசவையின் சுழற் படிக்கட்டில் ஏறி மாலிக் உப்பரிகையை அடைந்தான். உப்பரிகையில் அமர்ந்தபடிதான் அவன் அரசவையினருக்குக் கட்டளைகளை இடுவது வழக்கம். ராஜாங்க முத்திரையிடப்பட்ட ஒரு மூடிய சீலைச் சுருளையை எடுத்தான். போலியான பாவத்துடன் அதனை உடைப்பதற்குச் சிரமப்படுபவனைப் போலப் பாவித்து சீலைச் சுருளைப் பிரித்தான். உள்ளே இருந்த வாசகங்களைப் படிக்க ஆரம்பித்தான்.

'கில்ஜி இனத்தைச் சேர்ந்த அலாவுதீனாகிய நான், நபிகள் நாயகத்தின் மீது நம்பிக்கை உடையவனாகி அவர்களின் மரபு வழியில் வந்த பாக்தாத்தின் காலிஃப் வழியில் என்னுடைய இறுதி மரண சாசனத்தை எழுதுகிறேன். என்னால் எழுப்பப்பட்ட இந்தச் சாம்ராஜ்ஜியம் எல்லாம் வல்ல அல்லாவின் கருணையினால் எனக்குப் பிறகு எனது மைந்தன் உமரின் பொறுப்பில் ஒப்படைக்கிறேன்..'

ஒரு நீண்ட பெருமூச்சு மக்களிடமிருந்து எழுந்தது. காரணம் இல்லாமல் இல்லை. உமர் சுல்தானின் கடைசி மைந்தன். இன்னும் மூன்று வயதுப் பிராயம் முடியாத பாலகன். மற்ற வாரிசுகளின் வயது கூட சுல்தானின் கடைசி மனைவிக்கு ஆகியிருக்கவில்லை.

என்ன நுட்பமான காய் நகர்த்தல்! இன்னும் பதினைந்து ஆண்டுகளுக்குத் தில்லி சுல்தானியத்தின் முடிசூட்டிக் கொள்ளாத சுல்தானாக மாலிக் திகழ்வான். அதன் பிறகு கில்ஜி வம்சத்து மன்னர்கள் அவனது சேவகராவர்.

உப்பரிகை மேடையிலிருந்து கீழே இறங்கும் போது தான் ஒரு தகவலைக் கூற மறந்தது நினைவிற்கு வந்தது. 'புதிய சுல்தானிற்கு முடிசூட்டும் வைபவ தினத்தைக் கூற மறந்துவிட்டேன். நாளை அந்த வைபவம் நிகழ உள்ளது..'

கண் முன் தெரிந்த பல விவகாரங்கள் குறித்து அவையினர் கிசுகிசுவென்று பேசிக் கொண்ட இரைச்சல் ஒரு கடலோசை போல எழுந்தது. அந்தப் பால மன்னன் முடிசூட்டு வைபவத்தில் அரியணையை ஒரு சிறுவனுக்குண்டான அச்சத்தில் சிறுநீரால் நனைத்துவிட்டான். இந்த மதிப்பீடுகளின் அறிக்கை மாலிக்கிற்கு ஒப்பிக்கப்பட்டது. அந்தப் பால சுல்தானைத் தவிர வேறு ஒருவரும் சிறப்பாகச் செயல்பட முடியாது.

எப்படி முடியும்.. அவர்கள் அனைவரது கண் பார்வையையும் முதல்நாள் இரவே பறித்துவிட்டால்?

மற்ற இளவரசர்களில் ஒருவன் கூட மறுநாள் சூரியோதயத்தைப் பார்க்கக் கூடாது என்பதில் மாலிக் தீர்மானமாக இருந்தான். ஒரே ஒருவனை மட்டும் மாலிக் விட்டு வைத்தான். அனைத்து விதமான தீய பழக்கங்களுக்கு உறைவிடமாய், அரியணையைப் பெறுவதற்கு ஆர்வமற்றவனாய் விளங்கிய சுல்தான் அலாவுதீன் கில்ஜியின் மைந்தர்களில் ஒருவனான முபாரக்தான் அவன். அவன் கூட மாலிக்கின் பாதையில் நெடுநாட்கள் குறுக்கே வரமாட்டான். ஒரு கில்ஜி வம்சத்தவனை முன்னிலைப்படுத்தியே தனது காரியங்களை மாலிக் சாதிக்க நினைத்தான். மற்றவர்கள் கையில் அகப்பட்டுக் கொள்ளாமல் இருக்கக் கில்ஜி வம்சத்தவன் ஒரு தற்காப்பு.

*

அத்தியாயம் 39

வீராவின் புலம்பல்

மாலிக்கபூர் படையெடுத்துச் சென்று மூன்று ஆண்டுகள் சென்ற பின்னரும் மதுரை நகர வீதிகளில் வளைய வந்த மக்கள் ஒவ்வொருவர் மனதிலும் அந்தச் சூறையாடலின் காரணமாக ஏற்பட்ட காயத்தின் வடு மாறாமல் பசுமையாக இருந்தது. துருக்கியப் படையெடுப்பிற்கு ஆளான ஒவ்வொரு மக்களும் தங்கள் வாழ்க்கை நிலை முற்றிலும் மாற்றியமைக்கப் பட்டதை உணர்ந்தனர். அனைவருக்கும் ஏதோவொரு விதத்தில் இழப்பு இருந்தது. வீடாகவோ, பொருளாகவோ, பொன்னாகவோ, மனைவியாகவோ, புத்திரிகளாகவோ ஏதோ ஒரு மாபெரும் இழப்பின் வலி அவர்கள் நிழல் எனத் தொடர்ந்தது. மதுரையை விட்டு அகன்றவர்களில் ஒரு சிலர் மட்டுமே மீண்டும் மதுரை நகருக்குள் நுழைந்து புதிய அத்தியாயம் துவங்க எண்ணினர். துருக்கியப் படையினர் கஜானாவை வழிய வழிய நிரப்பிக் கொண்டு போய்விட்டனர் என்றாலும் மதுரை மக்களுக்கு அவர்கள் மீண்டும் எந்நேரம் வேண்டுமானாலும் படையெடுக்கலாம் என்ற எண்ணம் இருந்து கொண்டே இருந்தது.

மூன்று நாள் பயணத் தொலைவில் உள்ள தென்காசிப் பட்டணத்தைத் தலைநகராகக் கொண்டு வீரா ஆட்சி புரிந்து வந்தான். அவனுடன் சேர்ந்தவர்களில் பாதிப்பேர் வீடு வாசலையிழந்து வாழ வழியின்றி அவனுடன் தென்காசி வந்தவர்கள் ஆவர். அனைத்தையும் இழந்தாலும் தங்கள் விசுவாசத்தை வேறு ஒருவர் மீது செலுத்த அவர்களுக்கு மனம் ஒப்பவில்லை. மற்றும் சிலர் நடந்த அனைத்தையும் மொத்தமாக அழித்துவிட்டுப் புதிய சித்திரங்களைத் தீட்ட எண்ணினர்.

மக்களுக்கு ஒவ்வொரு சமஸ்தானத்திலிருந்து மற்றொன்றிற்கு செல்லப் பூரண சுதந்திரம் இருந்தாலும் மூன்று பாண்டிய மன்னர்களுக்கும் அவரவர் சமஸ்தானத்திலிருந்து ராஜ்ஜியப் பரிபாலனம் செய்யத்தான் உத்தரவு பிறப்பிக்கப்பட்டிருந்தது. ஒரு மன்னனால் தனது சமஸ்தானத்திலிருந்து மற்றொன்றிற்குள் நுழைய அனுமதி அளிக்கப்படவில்லை. இந்த நிபந்தனைகளை வரையறுத்துச் சென்ற விக்கிரமன் அதனைச் சட்டமாக்கவும் மறக்கவில்லை.

பராக்கிரமன் தனது மூதாதையர் அமர்ந்த அரியாசனத்தில் அமர்ந்து மதுரையில் ஆட்சி புரிந்து வந்தான். சுந்தரன் இதுகாறும் தான் செய்த மறக்க முடியாத கொடுமைகளையும் மீறி அவனுக்குப் பகிர்ந்து அளிக்கப்பட்ட பாண்டிய ராஜ்ஜியத்தின் வடபகுதியைப் பரிபாலனம் செய்து வந்தான். வீராவிற்கு மட்டும் மதுரையின் நினைவுகள் அழியாமல் சிந்தையில் இருந்து வந்தன. முத்துமணி மகுடமில்லாத தலை வெறுமையாக இருப்பது போலத் தோன்றியது. மதுரை கை நழுவிப் போன பின்னர் வாழ்வே சூனியமாகத் தோன்றியது.

நாள்தோறும் அவன் மீனாட்சியம்மன் கோயிலைக் குறித்துச் சிந்திக்காமல் இருந்ததில்லை. மதுரையில் மீண்டும் பாண்டியர்கள் கால் ஊன்றிய பின்னர் சாந்தி பூஜைகள் நிகழ்த்தப்பட்டு, புண்யாஹனம் செய்து அனைத்துச் சிலைகளுக்கும் அபிஷேக ஆரத்திகள் எடுக்கப்பட்டுக் கோயிலின் பவித்திரம் புதுப்பிக்கப் பட்டது. மற்ற அனைத்துச் சிலைகளும் சீர் செய்யப்பட்டு அந்தந்த சன்னதிகளின் கர்ப்பக்கிருகத்தில் பிரதிஷ்டை செய்யப்பட்டாலும் மீனாட்சி சன்னதியில் அம்மன் சிலையைக் காணாத பக்தர்களின் சோகத்திற்கு அளவே இல்லை.

நாடு கடத்தப்பட்டதைப் போல அவன் தென்காசிப் பகுதிக்கு வந்து சேர்ந்த போது வீரா தன்னைப் பற்றி அதிகம் தெரிந்திராத மக்கள் வாழும் பகுதிக்கு மன்னனாக இருப்பதற்கு ஆரம்பத்தில் சலித்துக் கொண்டான். உறவினர்கள் வரும் போது வீட்டிற்கு ஆகாத பிள்ளையைக் குடும்பத்தினர் கண்களிலிருந்து மறைத்து வைப்பதைப் போல தென்காசி இதுவரையில் வீராவின் கண்களுக்குத் தப்பியே இருந்தது.

ஆனால் சென்ற மூன்று வருடங்களில் வீரா அந்த மக்களின் மனதில் நல்லதொரு இடத்தைப் பிடித்துவிட்டான். மதுரையில் படை பட்டாளங்களுடன் ஆரவாரமாக ஆட்சி புரிந்ததைப் போலில்லாமல்

எளிமையாக ஆனால் சற்று மக்களுடன் நெருங்கிப் பழகி ஆட்சி புரிந்தான். இருப்பினும் ஒவ்வொரு நாளும் அவன் துயில் எழும் போது மீண்டும் மதுரையைச் சேரும் நாள் எந்த நாளோ என்றே எண்ணி ஏங்கினான். காலையில் விடிந்து எழுந்து சாளரத் திரைச் சீலைகளை விலக்கியதும் மீனாட்சியம்மன் கோயிலின் கோபுரத்தைக் காண நேரிடும் நன்னாள் என்னாள் என்று காத்திருந்தான்.

*

பூசல் என்பது மக்கள் நடுவில் நிழலைப் போல மறைந்திருக்கும். பாண்டியர்கள் ஒரு பெரிய சரிவிலிருந்து மீண்டு எழுந்து செல்வாக்குடன் இருந்து வந்தாலும் அவர்கள் நடுவில் ஒரு பொறாமைத் தீ எறிந்த வண்ணம் இருந்தது.

சேர நாட்டை இப்போது மீனாவின் மைந்தன் ரவிவர்ம குலசேகரன் ஆட்சி செய்து வந்தான். இதுநாள் வரையில் மதுரையில் நிகழ்ந்தவற்றைக் கண்காணித்து வந்த அவன், ஒருநாள் தனது பெரும் படையின் ஒரு பகுதியைப் பாண்டிய ராஜ்ஜியத்தின் தென்மேற்கு எல்லையில் கொண்டு வந்து நிறுத்தினான். பராக்கிரமன் மற்ற இரண்டு மன்னர்களிடமும் படை உதவி கேட்டு ஓலை அனுப்பினான். ஏன் எனில் துருக்கியர்கள் தாக்கியதில் பாண்டியர்களின் போர் வீரர்கள் எண்ணிக்கை கணிசமாகக் குறைந்து போனதுதான் காரணம்.

கடும் தொல்லையில் அகப்பட்டுக் கொண்டிருக்கும் பராக்கிரமன் தன்னிடம் உதவி கேட்கத் தயங்குவான் என்பது வீராவிற்குத் தெரியும். தன் மீது கொண்டிருந்த அளப்பரிய நம்பிக்கையை வீரா தகர்த்துவிட்டான். தனது மகனுடன் மதுரையில் தங்கிவிட்ட சுனந்தாவும் தனது மகனுக்கும் வீராவிற்கும் இடையில் ஏற்பட்ட விரிசலைச் சரி செய்ய முயற்சிக்கவில்லை. பாண்டிய மண்ணின் விவகாரங்களில் தலையிட வீராவும் எந்த முயற்சியும் எடுக்கவில்லை. ஆனால் ராதிகாதான் தொடர்ந்து அவனை மதுரைக்குப் படையுடன் சென்று மதுரையின் காவலைப் பலப்படுத்தச் சொன்னாள்.

மதுரைக்குப் போர்ப் படைகளுடன் சென்ற போது வீரா தான் விக்கிரமனால் ஏமாற்றப்பட்டுவிட்டதாகக் கருதினான். விக்கிரமன் இன்னமும் கட்டிக் காப்பாற்றி வரும் அரசியல் விவகாரங்களை வீரா நினைத்துப் பார்த்தான். அந்த முதியவர் சேர தேசம் சென்றிருக்கக் கூடும் என்பது வீராவின் நெடுநாளைய சந்தேகமாகும். துருக்கியர்களின் காலடித் தடம் விழாத சேர ராஜ்ஜியம்தான் அப்போது மூவேந்தர்களில் பலம் வாய்ந்த பேரரசாக விளங்கியது.

அவர்களது அரசன் பாண்டியர்களின் குலக்கொழுந்து. எனவே அவனுக்குப் பாண்டிய மண்ணில் பங்கு கேட்கப் போதிய உரிமை உள்ளது. சேரர்களைத் தோற்கடிப்பது முக்கியம்தான் என்றாலும் யார் வெற்றி பெற்றாலும் மதுரை மேலும் பலவீனமடையும் என்பது உறுதி.

ரவிவர்மன் எல்லைப் பகுதியில் இருந்த பாண்டிய பிரதேசங்களைத் தங்களுக்கு விட்டுக் கொடுக்க வேண்டும் என்றும், ஏன் எனில் அவை சேர தேசத்தைச் சேர்ந்தவை என்றும் நிர்ப்பந்தித்தான். அவனது கோரிக்கை வெறும் ஒப்புக்குத்தான். பேச்சுவார்த்தை தொடர்ந்தபடி இருந்த நிலையில் வார்த்தைகள் இல்லாத போது நேரடியாகத் தாக்குவதற்கு முனைந்தான். இதற்குப் பின்புலமாகச் செயல்படுவது விக்கிரமன்தான் என்பது அனைவரும் அறிந்ததாக இருந்தது. வடக்கில் காஞ்சியைக் கைப்பற்றினான். தெற்கில் தென்பெண்ணையாற்றில் தொடங்கி வடக்கில் பூவிருந்தவல்லி வரையில் பாண்டியர்களுக்கு சொந்தமான பெரும்பகுதியைக் கைப்பற்றினான். இதில் மேலும் வியப்பான சேதி என்னவென்றால் அவன் வேகவதி ஆற்றின் கரையில் தன்னைப் பாண்டிய மன்னனாக அறிவித்துக் கொண்டு முடிசூட்டிக் கொண்டதுதான்.

மூன்று தினங்கள் சென்ற பின்னர் வீரா படையுடன் மதுரையை அடைந்த போது மதுரை ஒரு போருக்கு ஆயத்தமாகிக் கொண்டிருப்பதைக் கண்டான். சுந்தரனின் படை ஏற்கெனவே மதுரையை வந்தடைந்திருந்தது. சகோதரர்கள் இருவரும் நேருக்கு நேர் சந்தித்துக் கொண்ட போது இருவர் நடுவிலும் பேச்சு வார்த்தை எதுவுமின்றி வெறும் தலையசைப்பே முகமனானது. சுந்தரன் அவன் வயதை மீறி முதிர்ந்து காணப்பட்டான். சோம்பேறிகளும், குடிகாரர்களும் சூழ விபச்சாரத்திலும், சூதிலும் பொழுதைக் கழிப்பவன் விரைவில் மூப்படைவது இயற்கை என்பதே வீராவின் தீர்மானம்.

வீராவைக் கண்ணுற்ற பராக்கிரமன் நிம்மதிப் பெருமூச்செறிந்தான். ஒருங்கிணைந்த போர்ப் படையின் தலைமைப் பொறுப்பை பராக்கிரமன் வீராவை ஏற்றுக்கொள்ளும்படி கேட்டுக் கொண்டான். அவர்கள் மூவரில் போர்முனையில் அதிக அனுபவம் வாய்ந்தவன் வீரா ஒருவன்தான். அவன் கீழ் பணியாற்றப் பராக்கிரமனும், சுந்தரனும் மறுப்புத் தெரிவிக்கவில்லை. மேலும் வீரா ஒருவனால்தான் ஒரு பெரும்படையை நடத்திச் செல்ல முடியும் என்று அவர்கள் இருவரும் உறுதியாக நம்பினர்.

இது வீராவின் உள்மனதை உற்சாகப்படுத்தியது. தன் மீது குத்தப்பட்டிருந்த கோழை என்ற முத்திரையையும் மறந்துவிட்டு

அவர்கள் அவனைத் தலைமை ஏற்க அழைத்தது அவனுக்கு ஆனந்தத்தை அளித்தது.

முற்றுகையிடும் சேரப் படைகள் பாண்டிய நாட்டின் எல்லையை நெருங்காமல் தடுக்கப்பட வேண்டும் என்பதே மூவரின் நோக்கமாக இருந்தது. மதுரையின் மேல்திசைப் பகுதி வழியாகக் காவேரி நதியின் கரையை அடைந்தார்கள். அங்குதான் சேரர்களுக்கும், பாண்டியர்களுக்கும் நடுவில் யுத்தம் தொடங்கியது.

சேரர்களின் அணி வில்லும் அம்பும் தாங்கிய கொடியின் கீழ் திரண்டிருந்தன. பாண்டியர்களின் ஒன்றிணைந்த அணிகள் மீன் கொடியின் கீழ் ஒன்று திரண்டிருந்தன. ஒருமணி நேரக் கடும் யுத்தத்தின் முடிவு எப்படி அமையும் என்பது தெளிவாகப் புரிந்தது. பாண்டியர்களின் ஒன்றிணைந்த படைகள் சேரர்களின் படைகளை ஓட ஓடத் துரத்தின. உள்ளேயே கனன்று கொண்டிருந்த வீரர்களின் போர்க்கனல் கொழுந்துவிட்டு எரிந்து பகைவர்களை உக்கிரமாகத் தாக்கியது. ஆரம்பத்திலேயே மிரண்டு போன சேரர் படை பின்வாங்கத் தொடங்கியது. பாண்டியர்களின் இந்த ஒற்றுமை அவர்களுக்குப் பெரும் வியப்பை அளித்தது.

வீரா, சேரப் படைகளுடன் விக்கிரமனும் பின்வாங்கியதைக் கவனித்தான். அவர்களது ஒற்றுமை அவருக்கு அதிர்ச்சியை அளித்திருக்கும். அவர்கள் மூவர் நடுவில் விளைந்த பிணக்குத் தனது பேரனுக்கு எளிதில் வெற்றியைப் பெற்றுத் தரும் என்று அவர் தப்புக் கணக்கு போட்டுவிட்டார்.

*

சேரர்களை வீழ்த்தியது குடிமக்களுக்குப் பாண்டிய மன்னர்களிடம் ஒரு திடமான நம்பிக்கையைப் பெற்றுத் தந்தது. வீரா தனது படை வீரர்களிடமிருந்து உற்சாக வரவேற்பைப் பெற்றான். அந்த உற்சாகம் சில ஆண்டுகளுக்கு முன்னர் கோழைத்தனமாக அவன் பின்வாங்கிய அவலத்தை நேர் செய்யுமாறு அமைந்தது.

ஓர் அரசனுக்குரிய பொறுப்புகள் பராக்கிரமனிடம் வந்து சேர்ந்ததை வீரா அறிந்து கொண்டான். அவன் தனது உற்சாகத்தையும் இளமைத் துடிப்பையும் இழந்துவிட்டதைப் போலத் தோன்றியது. தனது பெரியப்பனின் கரங்களை நன்றியுடன் பற்றிக் கொண்டு அவரை மதுரைக்கு வந்து முத்துமணி மகுடத்தை ஏற்றுக்கொள்ளுமாறு கேட்டான்.

இப்படி ஒரு விண்ணப்பம் வரும் போது தனது மறுப்பைத் தெரிவித்துவிட வேண்டும் என்று வீரா ஏற்கெனவே முடிவு செய்து வைத்திருந்தான். அவனுக்குத் தெற்கு திசையையும் தாண்டி கடமைகள் இருந்தன. பராக்கிரமன் அனைவரையும் மதுரை கோட்டைக்குள் வருமாறு அழைத்த போது மதுரை கோட்டை அவனை வசீகரப்படுத்தினாலும் வீரா மறுத்துவிட்டான். அவன் கோட்டைக்குள் நுழைவதற்கோ அதன் ராஜபாட்டையில் நடப்பதற்கோ மறுத்துவிட்டான். இப்போது வேண்டாம். அவன் நெஞ்சம் தாங்காது.

சேரர்களை எதிர்த்துப் பெற்ற வெற்றிக்குப் பின்னர் வீரா ஒரு வெறியுடன் தனது கடமைகளைத் தெற்குப் பகுதியில் காட்டினான். நதிகளுக்கு அதன் படுகைகளில் தூர்வார உத்தரவு பிறப்பித்தான். வெள்ளம் பெருக்கெடுக்கும் காலங்களில் நதி நீரைப் பல்வேறு குளங்கள் ஏரிகளில் விடுவதற்குப் பல கால்வாய்களை வெட்டினான். ஒருசில வருடங்களிலேயே குடிமக்கள் நெல் வயல்களில் முப்போகம் விளைவித்தனர். அதேநேரம் முத்துக் குளிக்கும் தொழிலை மேம்படுத்தி முத்து வணிகம் மூலம் மிலேச்ச வணிகர்கள் பலரைப் பாண்டிய தேசத்தை நோக்கி வரவழைத்தான்.

துருக்கியர் படையெடுத்து எட்டு வருடங்கள் சென்ற நிலையில் தில்லி சுல்தானியம் மீண்டும் ஒருமுறை படையெடுக்க எண்ணியது. புதிதாகப் படையெடுத்தவர்கள் மாலிக்கபூரைவிட வேகமாகவும், உயிர் வேட்டையாடுவதில் கோரமாகவும் விளங்கினர். ஒரு சூறாவளிக் காற்றைப் போல மொத்த நகரத்தையும் துடைத்துச் சென்றனர். தெற்குப் பிரதேச அரசுகள் இனிமேல் சமாதானம் என்பது ஏற்பட வாய்ப்பே இல்லை என்று ஆவேசமானார்கள். சென்ற காலங்களில் துருக்கியர் படையெடுப்பைப் போல இம்முறை பேச்சுவார்த்தைக்கே இடமின்றிப் போனது.

ஓரங்கல்லின் மன்னன், பிராதாப ருத்திரன் சிறைப்பிடிக்கப்பட்டு தில்லி நகரத்திற்கு ஒரு விலங்கினைப் போலக் கூண்டு ஒன்றில் அடைக்கப்பட்டு இழுத்துச் செல்லப்பட்டான். இழுத்துச் செல்லும் பாதி வழியிலேயே அவன் அவமானம் தாங்காது தன்னைத் தானே மாய்த்துக் கொண்டான். தெற்குப் பிரதேசத்தில் துருக்கியர்கள் சமாதானம் செய்து கொண்ட ஒரே ராஜ்ஜியம் வீரவல்லாளனுடையது. வீரவல்லாலன் துருக்கியர்களின் போக்குவரத்தைத் தெற்கு திசையில் தானே ஏற்றுக்கொள்வதாகச் சொன்னதால் இந்த சமாதான ஏற்பாடு.

பராக்கிரமன் சுனந்தாவை வீரா இருக்கும் இடத்திற்கு ஏராளமான பரிவாரங்களுடன் அவை எவ்வளவு சுமந்து செல்ல முடியுமோ அவ்வளவு செல்வங்களுடன் அனுப்பி வைத்தான். சுனந்தாவை ஒரு தசாப்தத்திற்குப் பிறகு சந்திக்கும் ஆனந்தம் வீராவிற்கு ஏற்பட்டாலும் பராக்கிரமன் போரின் முடிவு என்னவாக இருக்கும் என்பது தெரியாததால் சுனந்தாவை அனுப்பியிருக்க வேண்டும் என்று எண்ணினான். துருக்கியரை எதிர்த்துப் பராக்கிரமன் போரிடப் போவதாக நிலவிய பொதுக் கருத்தையே சுனந்தாவும் வீராவிடம் கூறினாள்.

அவள் வருகைக்குப் பின்னர் ஒருநாள் குதிரை வீரன் ஒருவன் ஓலை ஒன்று கொண்டு வந்திருந்தான். இம்முறையும் வீராவிடம் உதவி கேட்டுப் பராக்கிரமன் ஆள் அனுப்பியிருந்தான். வீராவை மீண்டும் ஒரு குற்ற உணர்ச்சி அலையெனத் தாக்கியது. தொடுவானில் போர் மேகங்கள் திரள்வதைத் தனது தீர்க்க தரிசனத்தில் கண்டுகொண்ட பராக்கிரமன் மீண்டும் மூவரையும் இணைக்க முடிவு செய்தாலும் வீரா மீண்டும் அந்தப் பொறுப்பைக் ஏற்காமல் உதறித் தள்ளினான்.

அப்போதைய காலகட்டத்தில் வீராவின் படை பாண்டிய ராஜ்ஜியத்தில் பெரிய படைப்பிரிவாக விளங்கியது. முத்து வாணிபத்தில் கிடைத்த நிதி, அரேபியாவிலிருந்து உயர்சாதிக் குதிரைகளைக் கொண்டு வந்தது. மிகச் சிறந்த ஆயுதங்களை அவனுடைய கொல்லர்கள் வடித்துக் கொடுத்தனர். அறுபதினாயிரம் காலாட்படை வீரர்கள் அவன் படைப்பிரிவில் இருந்தனர். குதிரைப்படையில் பதினாயிரம் வீரர்கள். நூறு யானைப்படை கூட இருந்தது. வீராவிற்கு இரண்டு வெவ்வேறு மனநிலை. ஒன்று அவன் தலைமையேற்றுத் துருக்கியப் படைகளை வேரோடு களைந்து இதற்கு முன்பு தான் பெற்ற அப்பெயரை மறையச் செய்யலாம். ஆனால் அவன் தனது ராஜ்ஜியத்தை இழக்க விரும்பவில்லை. இம்முறையும் துருக்கியப் படையை மாலிக்கபூர் தலைமையேற்று வந்தால் அவனைத் தவிர வேறு யாரையும் அதிர்ஷ்ட தேவதை தழுவமாட்டாள்.

ராதிகா அவன் கருத்துக்களைக் கடுமையாக மறுத்துப் பேசினாள். ‘நீங்கள் இப்படிச் சிந்திப்பதற்கு வெட்கப்பட வேண்டும். விரைந்து சென்று பராக்கிரமனுக்கு உதவிக் கரம் நீட்டுங்கள். ம்.. கிளம்புங்கள்’ என்று விரட்டினாள். ‘போங்கள்.. போய் மதுரையை முன்பு காத்தது போலக் காத்துவிட்டு வாருங்கள்..’

ராதிகா இடித்துரைத்ததும் தனது உணர்வு நிலை திரும்பிய வீரா நான்கில் ஒரு பகுதி படையை ஆயத்தப்படுத்தி வடக்குத் திசை

நோக்கி முன்னேறினான். மதுரையை நெருங்குவதற்குப் பாதித் தொலைவு இருக்கும் போது ஒரு பிரிவு படையினரை அனுப்பி வீதியெங்கும் தெற்குப் பகுதியை நோக்கி வந்து சேர்ந்திருந்த அகதிகளைச் சாலையிலிருந்து அகற்றுவதற்கு உத்தரவிட்டான். துருக்கியரின் சமீபத்திய படையெடுப்பு மதுரை நகர மக்களிடம் ஒரு பயங்கரச் சரிவை ஏற்படுத்தியிருந்தது. அவர்கள் தப்பித்து ஓடுவதற்குக் கூட அவகாசம் அளிக்கப்படவில்லை. மதுரை நகரம் பெருங்குழப்பத்தில் ஆழ்ந்தது. படையெடுப்பு தொடங்கிய ஒரு வாரக் காலத்திற்குள் எஞ்சியிருந்த ஜனக்கூட்டம் சென்ற முறையைப் போலவே மீனாட்சியம்மன் ஆலயத்தை நிர்க்கதியாக விட்டுவிட்டுச் சென்றன. வீராவின் தலைமையில் அனைத்துச் சிலைகளும் நிலவறைக்குக் கொண்டு செல்லப்பட்டன.

புகலிடம் நாடி வந்தவர்களை விசாரித்ததில் பெயருக்கு ஒரு படை மதுரை நகரில் பாதுகாவலுக்கு நிறுத்தி வைக்கப்பட்டிருப்பதாகக் கூறினார்கள். பராக்கிரமனின் கணிசமான படைகள் துருக்கியரை எதிர் சென்று பொருதுவதற்கு மதுரைக்கு வடக்குத் திசையில் சென்றிருப்பதாகத் தகவல் கிடைத்தது. சடுதியில் சென்றாலும் வழமையான பகுதிகளையெல்லாம் தாண்டிச் சென்றதால் போக்குவரத்தில் தடுமாற்றம் ஏற்பட்டது. தடைகளைத் தகர்த்து துருக்கியப் படையைத் தாக்க வேண்டும் என்ற ஆர்வத்தில் இருந்த பராக்கிரமன் ஓர் இரண்டுங்கெட்டான் தனமான தவற்றைக் கண்ணனூர் அருகில் செய்தான். ஆனால் துருக்கியர் ஆயத்த நிலையில்தான் இருந்தனர்.

துருக்கியர் படை, முன்னணிப் படைத்தலைவர்கள் கீழ் பிரிந்து மற்ற பகுதியிலிருந்து தன்னைத் துண்டித்துக் கொண்டது. பராக்கிரமனின் படைகள் காவேரிக்கரையைச் சுற்றிக் காலூன்றி நின்றன. இறுதிவரை அரசனின் படை வீரர்கள் போராடினாலும் மன்னனின் தலைமை மாண்பு மெச்சத் தகுந்ததாக இல்லாமல் போனதால் துருக்கியர் படையை முற்றிலும் தகர்க்க முடியவில்லை.

வீரா சற்றுக் கால தாமதமாக வந்து சேர்ந்தான்.. அவன் வந்து சேர்ந்த போது போர்க்களத்தில் பாண்டிய வீரர்களின் சடலங்கள் நிறைந்து காணப்பட்டது. யுத்தம் கிட்டத்தட்ட முடிவுக்கு வந்திருந்தது. கிழித்துப் போடப்பட்டிருந்த மீன்கொடி வெற்றி யாருக்கு என்பதைச் சொல்லாமல் சொல்லியது. அவன் சற்று முன்னதாகக் கிளம்பி வந்திருந்தால் துருக்கியப் படையை ஓட ஓட விரட்டியிருக்கலாம். இழப்பு ஒருபக்கம் இருப்பினும் பராக்கிரமனின் தீரம் மெச்சத் தகுந்த வகையில் அமைந்திருந்தது.

நாளைய வானின் விடிவெள்ளி இவன், இனி தமிழக மக்கள் அச்சம் கொள்ளத் தேவையிராது. வீரா எண்ணிக் கொண்டான்.

ஒற்றர்கள் போரில் காயம் பட்ட பராக்கிரமனைப் பாதுகாப்பாக அருகிலிருந்த காட்டுப் பகுதிக்குக் கொண்டு சென்ற தகவலைத் தெரிவித்தனர். துருக்கியர்கள் காயம் பட்ட மன்னனுக்குக் கவலைப்படாமல் தங்கள் படையை நேரடியாக மதுரையை நோக்கிச் செலுத்தினார்கள். வீரா துருக்கியப் படையைப் பின்தொடர்ந்து செல்ல நினைத்தாலும் அவனது படைத்தளபதிகள் அவனைத் தடுத்தனர். வீரா போரில் தோற்றால் இதுவரை பாதுகாப்பில் இருக்கும் தெற்குப் பகுதியும் துருக்கியர் வசம் சென்றுவிடும்.

வீரா அடர்ந்த காடுகளுக்குள் நுழைந்தான். தோற்றுப் போன வீரர்கள் அவனுக்காகக் காத்திருந்தனர். காற்று மரணச் செய்தியுடன் சலனமின்றி கனத்துக் கிடந்தது. அந்தச் சூழலைக் கண்ணுற்றதும் வீரா, தான் பராக்கிரமனை உயிருடன் பார்க்கப் போவதில்லை என்ற முடிவிற்கு வந்தான்.

பராக்கிரமனின் உடலைச் சுற்றியிருந்த வீரர்கள் வெட்கத்தை மறந்து வாய்விட்டுக் கதறி அழுது கொண்டிருந்தனர். அவனது தலையற்ற முண்டத்தில் நூற்றுக் கணக்கான வாள் தடங்கள் குறுக்குக் கோடுகள் போட்டிருந்தன. பராக்கிரமனின் தலையைக் கைகளில் ஏந்தி பின்னர் அதனை அந்த முண்டத்தின் மடியில் வைத்த போது வீரா தளர்ந்து போயிருந்தான். ஒரே நொடியில் பத்து வயது ஏறிப்போனது போல ஒரு தள்ளாமை அவனை வந்து சேர்ந்தது. எந்தத் தருணத்தில் பராக்கிரமனின் உறுதுணை மதுரை நகருக்கு வேண்டியிருந்ததோ அந்தத் தருணத்தில் மதுரை அவனை இழந்து நின்றது. பராக்கிரமனுக்கு இன்னும் திருமணம் கூட ஆகியிருக்க வில்லை. அதன் பிறகுதானே வாரிசுகள் பற்றி யோசிக்க? தனக்குப் பிறகு பாண்டிய வம்சம் நொடிக்கப் போவதை எண்ணி வீரா கலங்கி நின்றான். தனது மனைவிக்குப் பிறக்கவில்லை, தனது பெயரைத் தரிக்கவும் இல்லை இருப்பினும் பராக்கிரமன் அவனது மகன். அவன் பிறந்த போது அதன் முதற் குரலைக் கேட்க வீரா அப்போது அங்கு இல்லை. இப்போது அந்தப் புதல்வனின் இறுதிக் குரலையும் அவன் கேட்க முடியவில்லை. தனது தந்தை எவர் என்பது தெரியாமல் அவன் இறந்து போயிருக்கிறான்.

காவேரி தீரத்திலேயே பராக்கிரமனின் இறுதிச் சடங்குகளை நடத்த வீரா உத்தரவிட்டான். சந்தனக் கட்டைகளில் சிதை

அமைக்கப்பட்டு எரிக்கப்பட வேண்டிய ஒரு மன்னனின் உடல் அந்தக் காட்டில் வேறு வழியின்றி வெறும் கருங்காலி மரக்கட்டைகளைக் கொண்டு நடந்தேறியது. திருமணமாகாமல் தனக்குப் பிறந்தவனும், தனது வாழ்வின் உச்சத்தை எட்டாதவனுமான அவனது மகனை அரச மரியாதை எதுவுமின்றி ஒரு சாதாரணப் பாடையில் கொண்டு சென்றனர். சிதையின் மீது அவன் உடல் கிடத்தப்பட்ட போது அவன் குலுங்கிக் குலுங்கி அழுதான். 'இந்தத் தகவலை நான் ராதிகாவிற்கு எங்ஙனம் சொல்வேன்?'

வீராதான் சிதைக்கு நெருப்பு மூட்டினான். பொட்டல்வெளி என்பதால் வீசியடித்த காற்றில் அவர்களது ஆடைகள் பறந்தன. காற்று அக்னியை விசிறி வானுயரத்திற்குக் கொண்டு சென்றது. நெருப்பு அவனது உடலின் எஞ்சிய பாகங்களை விழுங்கி விட்டுத்தான் தணிந்தது. அவன் மறுநாள் வரையில் காத்திருந்து வைகைக்கரையில் கரைப்பதற்கு அஸ்தியை வாங்கிக் கொண்டு கிளம்பினான். அவன் வீரர்கள் முதல் நாளே கிளம்பி மதுரை நகரம் சென்றுவிட்டனர். வீரா அந்த சபிக்கப்பட்ட நகரத்திற்குள் நுழைய விருப்பப்படவில்லை.

சுனந்தாவிடமும், ராதிகாவிடமும் பராக்கிரமனின் மரணச் செய்தியை அறிவித்ததும் ராட்சஸ சம்மட்டியால் அடித்தது போல இருவரும் துடித்தனர். அந்த மரணச் செய்தி தந்த அதிர்ச்சியில் தங்களது துன்பத்தை அழுது தீர்ப்பதைத் தவிர வேறு கதியில்லை என்பது போல மூவரும் கதறினர்.

நாட்கள் செல்லச் செல்லப் பராக்கிரமனின் இழப்பு சுனந்தாவைவிட ராதிகாவையே அதிகம் தாக்கியது. இனி மகவு ஒன்றிற்குத் தாயாகும் பாக்கியம் இல்லை என்றதால் ராதிகா அவனை அருமை மகனாகவே சீராட்டிப் பாராட்டி வளர்த்து வந்தாள். சுனந்தா தனது துரதிர்ஷ்டத்தை எண்ணி எண்ணி மருகினாள். இனி தனது வாழ்வில் நற்செய்திகளைக் கேட்கும் வாய்ப்பே இராது என்ற நிலைக்குத் தள்ளப்பட்டிருந்தாள்.

*

துருக்கியர்களுக்குப் பேராச்சரியம் மதுரையில் காத்திருந்தது. அங்கு செல்வ வளமும் இல்லை; மக்களும் இல்லை. அவர்கள் மதுரையை ஆள்வதற்கு ஒரு நிரந்தர ஆளுனரை ஏற்பாடு செய்துவிட்டுச் செல்ல எண்ணினார்கள். அன்னியப் பகை மண்ணில் மதுரை அவர்களுக்குச்

சிறந்த அரணாக விளங்கும். முந்தைய அரசுகள் செய்த பிழைகளை மாற்றும் விதமாகக் கோட்டை மதில்களை உறுதியாக்கினார்கள். கோட்டை வாயில்களை வலுப்படுத்தினார்; கொத்தளங்களை வலுப்படுத்தினர்.

துருக்கியர்கள் தங்களை மதுரையில் நிலைநிறுத்தி வரும் தகவல் தென்காசியை அடைந்ததும், வீரா பாண்டிய ராஜ்ஜியத்தின் தெற்குப் பகுதியைப் பாதுகாக்கும் முயற்சியில் ஈடுபட்டான். நல்லவேளையாக தென்காசியை அடையும் பாதை மலைப்பாதையாக இருந்ததால் வீரா மலைப்பகுதிகளில் இருந்த அனைத்துக் கணவாய்களிலும் காவல் வீரர்களை நிறுத்தினான். துருக்கியர் அத்தனை எளிதில் கடந்து வர இயலாது.

தென்காசி, குடிமக்களின் நெருக்கடியில் திணறத் தொடங்கியது. தஞ்சம் நாடி வந்தவர்கள் அங்கேயே வசிக்கத் தொடங்கினர். இவ்வாறு சென்றால் ஒரு வருடத்தில் அந்தப் பகுதி சனாதன தர்மத்தின் உறைவிடமாக மாறுவதற்கு வாய்ப்புகள் இருந்தன. துருக்கியர்கள் கைகளில் சிக்காமல் கொண்டு வரப்பட்ட பல தெய்வ மூர்த்தங்கள் ஆங்காங்கே நிறுவப்பட்டுக் கோயில்கள் பல எழும்பின.

மதுரையிலிருந்து தகவல்கள் மழையெனத் தென்காசி அரண்மனையில் வந்து கொட்டின. துருக்கியர் மிகப் பலமாக மதுரைக் கோட்டைக்குள் கால் ஊன்றிவிட்டனர். ஆளுநராக முதலில் நியமிக்கப்பட்ட துருக்கியன் ஒருவன் மெல்ல மெல்லத் தானே மதுரையின் சுல்தான் என்று அறிவித்துக் கொண்டு ஆட்சி புரியத் தொடங்கினான். அவனுடைய ஆட்சி ஒரு கொடுங்கோலனின் ஆட்சியாகவே இருந்தது. தில்லி சுல்தானியத்தின் அரண் அவனுக்கு இல்லை என்பதால் அவன் நடவடிக்கைகள் அனைத்தும் அத்துமீறியதாக, ரத்தம் சிந்த வைப்பதாக, இரக்கமற்றதாக, காட்டுமிராண்டித்தனமாக இருந்தன. கோயில்கள் உடைத்தெறியப்பட்டன; செல்வ வளங்கள் சூறையாடப்பட்டன; இளம்பெண்கள் அந்தப்புரத்திற்குத் தூக்கிச் செல்லப்பட்டுச் சீரழிக்கப்பட்டனர். கோட்டையை நெருங்குபவர்கள் எவராக இருந்தாலும் துருக்கியரின் வாளுக்கு இரையாக்கப்பட்டனர்.

இதற்கு நேர்மாறாகத் தென்காசி நகரம் அமைதியுடனும் வற்றாத மழை வளத்துடனும் இருந்தது. ஆனால் வீராவால் நிம்மதியாக இருக்க முடியவில்லை. உடல் நலிவுற்ற ராதிகா மூப்படைந்து

இறந்துவிட்டாள். அவள் பராக்கிரமனின் மரணத்திலிருந்து மீளவே இல்லை. ஒருநாள் இரவில் பேசிக் கொண்டே இருந்தவள் கண்கள் மூடி நித்திரையில் ஆழ்ந்தாள். ஆனால் அது திரும்பி எழ முடியாத மீளா உறக்கம் என்பது வீராவிற்குத் தெரிய வந்தது..

வீரா மாளாத்துயர் எய்தினான். தனது துன்புறு நிலைகளில் அவள் ஒரு தோழியாக, மந்திரியாக இருந்து எத்தனை ஆறுதல் கூறியிருப்பாள். அவளது இழப்பின் சூனியம் நிரப்ப முடியாத ஒன்று என்பது அவன் முன்பு நிதர்சனமாக நின்றது.

வீராவின் தினப்படித் தேவைகளைக் கவனித்துக் கொள்ள ஒருவரும் இல்லை என்பதால் சுனந்தா அவனுடைய முதுமையில் ஓர் உற்ற துணையாக அவனது அரண்மனைக்குள் காலடி எடுத்து வைத்தாள். சுந்தரனும் மூப்பிலும், நோயிலும் தளர்வுற்று இறந்துவிட்டான். தனிமைப்படுத்தப்பட்ட அந்த முதுமக்கள் இருவரும் தங்களது முதுமையில் ஒருவருக்கு ஒருவர் உறுதுணையாகினர். அந்த மந்திரக் கிழவி கூறியது போல அவர்கள் முதுமையில் இணைந்தனர்.

சுந்தரன் இறந்த பின்னர் அவனுடைய பாண்டிய மண்ணின் பகுதிகளை அவனது தாய்வழி உறவினர்கள் பிரித்துக் கொண்டனர். வீராவின் மதுரை அரியணை வெறும் கனவாகவே போனது.

வாணிக்குப் பிறந்த தனது புதல்வன் சந்திரன் மூலம் சிறிது ஆறுதல் கிட்டியது. துருக்கியர் படையெடுப்பின் போது வாணி எங்கு தப்பிச் சென்றாள் என்பது தெரியவில்லை, ஆனால் சந்திரன் மட்டும் தப்பிவிட்டான். அந்த யுவன் துடிப்பு மிக்கவனாக, திறனுடன் விளங்கியதால் வீரா அவன் சொல்லுக்கு மட்டும் கட்டுப்பட்டான். தனது இறுதிக் காலத்தில் வீராவின் பிடிவாத குணம் அனைவரிடமும் ஒரு வெறுப்பை ஏற்படுத்தியிருந்தது, ஆனால் சந்திரன்தான் இருவர் நடுவிலும் ஓர் இணைப்புப் பாலமாக விளங்கினான்.

இதற்கு நடுவில் ஹொய்சாள மன்னரிடமிருந்து ஓலை வந்தது. அதில் அவர் நாலாபுறமிருந்தும் மதுரையைத் தாக்கும் கருத்தை வெளியிட்டிருந்தார். மதுரையின் தெற்குப் பகுதியில் பாண்டியர்கள் இருந்ததால் அந்தத் தாக்குதலின் போது அவர்களும் ஹொய்சாள நாட்டுப் படைக்கு ஆதரவாக இருக்கும்படி அந்த மன்னன் கேட்டிருந்தார்.

வீராவிற்கு முதலில் எழுந்தது நாட்டுப்பற்று ஒன்றுதான். அவர்களை எதிர்ப்பதால் மதுரையை மீண்டும் மீட்க முடியுமா என்று எழுந்த கேள்வியை ஒதுக்கித் தள்ளினான். இருந்தாலும் அவன் ஹொய்சாள மன்னர்களுக்கு ஆதரவு அளிக்கவில்லை. ஆனால் ஹொய்சாள

மன்னர் இப்போது சனாதன தர்மத்தையும் ஹிந்து மதத்தையும் காப்பதற்கு என்பது தெரிய வந்தபோது அவனுடைய அறச்சீற்றம் அவனை இடித்துரைத்தது. இந்த ஹொய்சாளர்கள் ஒருகாலத்தில் மிக எளிதில் துருக்கியர் ஊடுருவ வழிவகுத்துக் கொடுத்தவர்கள் என்ற நினைப்பும் எழுந்தது. ஹொய்சாள மன்னன்தான் மதுரை வீழ்வதற்கும், பராக்கிரமன் மடிவதற்கும் மூல காரணம் என்று எண்ணியிருந்தான். இவற்றையெல்லாம்விட துருக்கியர் அடித்து விரட்டப்பட்டாலும் மதுரை அரியணையை ஹொய்சாளர்கள் தன்னிடம் திருப்பிக் கொடுப்பார்களா என்பது ஐயமாகவே இருந்தது. எனவே அவன் தென்காசியைவிட்டு நகரவில்லை. ஹொய்சாள மன்னன் தனது மூப்பில் கூடத் தனி ஒருவனாகத் துருக்கியர்களை விரட்டியடித்து அதன் மூலம் கிடைக்கும் வெற்றியை அட்டகாசமாக அறுவடை செய்யலாம் என்று கருதினான்.

ஒருமாதம் சென்ற பின்னர் ஹொய்சாளர்கள் திறமையுடன் படையெடுத்துத் துருக்கியர்களின் தடைகளைத் தகர்த்தெறிந்து மதுரையை முற்றுகையிடத் தொடங்கிவிட்டனர் என்ற சேதி வீராவை எட்டியது. துருக்கியப் படை காத்திருந்து ஒருநாள் இரவு தங்கள் படைகளைத் திரட்டி முற்றுகையிட்ட ஹொய்சாளர்கள் மேல் தாக்குதலை நடத்தியது. ஹொய்சாளர் படையைத் துருக்கியர்கள் தகர்த்தெறிந்தனர். ஹொய்சாள மன்னரை உயிருடன் பிடித்தனர். அவர் தோலை உரித்து அதற்குள் வைக்கோலை அடைத்து பாடம் செய்யப்பட்ட உருவ பொம்மையைக் கோட்டைக் கொத்தளத்தின் மீது தொங்கவிட்டனர்.

மதுரை வீழ்வதற்குக் காரணமாக இருந்த ஹொய்சாள மன்னரின் இந்தக் கொடூர முடிவு வீராவிற்கு உள்ளூர மகிழ்ச்சியைக் கொடுத்தது. துருக்கியர்கள் என்னை ஏமாற்றவில்லை. அவர்கள் நான் செய்ய வேண்டிய செயலைத்தான் செய்திருக்கிறார்கள். அவன் உள்ளூர மகிழ்ந்தான். மன்னனைச் சுற்றியிருந்தவர்கள், எவர் மீது எதிர்ப்பைக் காட்ட வேண்டுமோ அதை விடுத்து மன்னர் இப்படித் தனது எதிரி யார் என்பது கூடத் தெரியாமல் இருந்ததற்கு வருத்தப்பட்டனர்.

ஹொய்சாள மன்னர் இறந்த பின்னரும் மதுரையின் மீது அவனுக்கிருந்த பற்று மறையவில்லை. அந்த நகரம் அவனுக்குக் கிட்டாதா? அந்த நகரை ஒரு மன்னனாக மட்டுமல்லாமல் ஒரு சாதாரணக் குடிமகனாகக் கூட இனிமேல் பார்க்க முடியாதா?

*

அத்தியாயம் 40

இறுதி முடிவு

சுல்தான் இறந்த பின்பு தோன்றிய தற்காலிக இடைவெளி காலத்தில் ஒருவராலும் மாலிக்கைப் பகைத்துக் கொள்ள முடியவில்லை. மாலிக் மிக மிகக் கவனத்துடன் செயல்பட்டதே காரணம். விசுவாசம் என்ற பெயரில் அரசவையினர் அவன் முன்னால் மண்டியிட்டு நின்றது நிழற்தோற்றம் எனில், நிஜத்தில் அவர்கள் தங்கள் விசுவாசத்தை சுல்தான் குடும்பத்தினர் மீதே காட்டினர். இருப்பினும் அவனது வெற்றிக் கனி கைக்கெட்டும் தொலைவில் இருந்தது. விவகாரங்கள் கைமீறிப் போய்விட்டதாக ராஜ சபையினர் எண்ணினர். அரசவையினர் மாலிக்கின் கொடூர நடவடிக்கைகளைக் கண்டு அஞ்சினர் என்றால் அந்தப் பால சுல்தான் மாலிக் அருகில் வந்தால் அச்சத்தில் உடை மீது சிறுநீர் கழிக்கத் தொடங்கிவிடுவான்.

அந்தப் பால சுல்தானைப் போலன்றி மற்ற யுவ பருவத்துப் பட்டத்து இளவரசர்கள் அவன் ரத்தத்தைக் குடித்துவிடுவார்கள் என்று எண்ணித்தான் மாலிக் அவர்களை ஏற்கெனவே குருடர்களாக்கியிருந்தான். அவர்கள் அவனை அதிகம் எதிர்க்காமல் விதியின் தண்டனை என்று அவன் கொடுமைகளை ஏற்றுக் கொண்டனர். தனது பயன்பாட்டிற்குத் தக்கவாறே மாலிக், பால சுல்தானை உயிருடன் வைத்திருப்பான் என்று அரண்மனையில் இருந்தவர்கள் நம்பினார்கள். இது எதுவும் அறியாத குடிமக்கள் அடிக்கடி இடைக்கச்சையை மாற்றிய வண்ணம் இருந்த அந்த அறியாப் பாலகன் புதிய சுல்தானுக்கு வரவேற்பு அளித்தனர். உயர் அதிகாரிகள் பதவி ஏற்கும் நிகழ்ச்சியின் போது அந்தச் சின்னஞ்சிறு சுல்தான் அழைத்து வரப்பட்டு அரியணையில் அமர்த்தப்பட்டான். உயர் அதிகாரிகள் தத்தம் பதவிப் பிரமாணத்தை அந்தப் பால சுல்தானிடம் எடுத்துக் கொண்டனர்.

இதற்கு நடுவில் தில்லி சுல்தானியத்திலிருந்து பாக்தாத்தில் இருந்த துருக்கியப் பேரரசர் காலிஃபிற்குத் தில்லியின் தலைமைப் பொறுப்பைக் மாற்றியமைக்க ஒரு நபரை அனுப்பச் சொல்லி தகவல் போனது. மாலிக் அனைத்துத் தற்காப்பு நடவடிக்கைகளையும் எடுத்தான். பால சுல்தானையோ அல்லது அவனது தாயாரையோ அவர்களது நெருங்கிய சுற்றம் தூண்டிவிடக் கூடாது என்பதற்காக மாலிக் தனது பாதுகாப்பில் தான் தங்கியிருந்த மாளிகையில் அவர்களைத் தங்க வைத்தான். இந்தச் சம்பவம் வேறு விதமான சந்தேகங்களுக்கு இடம் அளித்து மாலிக், பால சுல்தானின் அன்னையுடன் ஒன்றாகப் பஞ்சணையில் படுத்துக் கொள்வதாகப் புரளி கிளம்பியது. நல்லவேளை அந்தப் புரளி அதிகமான கலகத்தை விளைவிக்கவில்லை என்று மாலிக் மகிழ்ந்தான்.

எதிரிகள் சூழ்ந்த உலகில் ஓர் அலியால் தாக்குப் பிடிப்பது கடினம். என்னதான் அவன் திறம்படச் செயல்பட்டாலும் இரவில் மாலிக் உறங்குவதே இல்லை. நாய்களை நாய்கள் விழுங்கும் அந்தக் கொடூரமான அரசியலில் அவனுக்குச் சற்று மனநிம்மதி வேண்டியிருந்தது. எனவே அவன் சூபி நிஜாமுதீனைச் சென்று பார்த்து வர முடிவு செய்தான்.

மாலிக், துறவியின் குடிலை நெருங்கும் போது அங்கிருந்தவர்கள் சூபி அங்கிருந்து சென்றுவிட்டதாகக் கூறினார்கள். தனது தீர்க்க தரிசனத்தின் மூலம் அனைத்தையும் அறியும் திறன் பெற்ற அந்தச் சூபி, மாலிக் ஒரு கதவைத் திறந்து உள்ளே நுழையும் போது அவர் இன்னொரு கதவைத் திறந்து வெளியேறிவிட்டார். மன்னன் நுழையும் போது மட்டும் தான் இன்னொரு கதவின் வழியாக வெளியேறிவிடுவதாக சூபி ஏற்கெனவே கூறியிருந்தது நினைவில் எழுந்தது. ஒருவிதத்தில் அவரைச் சந்திக்க இயலவில்லை என்பது அவனுக்கு மன வருத்தத்தை ஏற்படுத்தினாலும் மாலிக் ஒருவிதத்தில் பெருமிதம் கொண்டான்.

மாலிக் சுல்தானின் குடும்பத்திற்குக் கடிவாளத்தை இருக்கியே பிடித்திருந்தான். பால சுல்தானை தில்லி அரியணையில் அமர்த்தி ஐந்து வாரங்கள் ஆன பின்னும் சுல்தான் குடும்பத்திலிருந்து சின்ன எதிர்ப்பு கூடக் கிளம்பவில்லை. உயர் குடிமக்கள் கொதித்து எழுந்தனர். ஆனால் அவர்களது மனோதிடம் மாலிக்கைக் கட்டிப்போடும் அளவிற்குத் திடமாக இல்லை. மக்கள் அவனது முடிவை ஏற்றுக் கொண்டனர். ஏனைய சதாப்தங்களில் ஆண்ட மன்னர்களின் மோசமான ஆட்சியைவிடத் தனது ஆட்சி திறமையாக இருந்ததாக அவன் எண்ணினான். எவரும் பட்டினி கிடக்கவில்லை.

வரி செலுத்தாதவர்கள் கடுமையாகத் தண்டிக்கப்பட்டனர். தில்லியின் செல்வவளம் பெருகியது.

*

அரியணை பீடமிருந்த அறையில் மாலிக் அங்குமிங்கும் உலாத்தினான். திரைச்சீலைகளின் ஊடே பரவிய சூரியனின் மஞ்சள் நிற கதிர்கள் அந்தப் பொன்னால் இழைக்கப்பட்டிருந்த அரியணையின் மீது பட்டு அந்த அரியணையைத் தகதக என்று மின்ன வைத்தது. அந்த அரியணை விதானங்களில் தொங்கும் ஓர் அலங்கார விளக்கைப் போல மினுங்கிக் கொண்டிருந்தது. அந்த அரியணைதான் அந்த அறையின் கம்பீரத்தைக் கூட்டிக் கொண்டிருந்தது. மாலிக் சட்டென்று அந்த அரியணையில் அமர்ந்தான். ஹிந்துஸ்தானத்தின் அரசு கட்டில் எங்கனம் இருக்கும் என்று எண்ணிய ஆர்வத்தைப் பூர்த்தி செய்து கொண்டான்.

அரியணை அமர்வதற்கு வசதியாக இருந்தது. ஜோதிடர் சொன்னது சரிதான். அதன் மீது நன்றாகச் சாய்ந்து அமர்ந்து கொண்ட மாலிக் எண்ணினான். அதன் பிறகுதான் அவனுக்கு அரண்மனையைத் துப்புரவு செய்ய வரும் ஒரு சாதாரணப் பணியாளன் கூட இதன் மீது எவரும் பாராத போது அமர இயலும் என்பது நினைவிற்கு வந்தது.

'அரங்கத்தில் மக்கள் கூட்டம் நிரம்பியிருக்கும் வேளையில் அந்த அரியணையில் அமர முடிந்தால் வேண்டுமானால் அந்த ஜோதிடர் கூறியது உண்மையாகலாம். என்ன செய்ய வேண்டுமென்பது அவனுக்கு நன்கு தெரிந்திருந்தது. ஒரு வேளை இளவரசன் முபாரக்கின் மீது நடவடிக்கை எடுக்கும் பருவம் வந்துவிட்டது போல! அவன் இன்னமும் பார்க்கும் திறனுடன் அல்லவா இருக்கிறான்?

கண்களைக் குருடாக்குவது மக்களை முடமாக்குவதைப் போல. மரணத்தைவிடக் கொடுமையானது. ஏதாவது ஒரு காரணத்திற்காக உமர் இறந்துவிட்டால் முபாரக்தான் அரியணையைக் கைப்பற்ற இருக்கும் இறுதி வாரிசு. சுல்தானிய விசுவாசிகள் அவனுடைய சிற்றின்ப மோகத்தை ஒதுக்கிவிட்டு அவன் பின்னால் அணிதிரள மறுக்கமாட்டார்கள். எனவே அவனும் தனது பார்வையை இழக்கத் தகுந்தவனே.

மாலிக் அப்பாஸ் என்ற ஹிந்து இனக்கலப்பில் பிறந்த ஒரு வீரனை அழைத்து முபாரக்கின் கண்களைக் குருடாக்கும் பொறுப்பைக் ஒப்படைத்தான். அப்பாஸிற்கு சுல்தானியம், சுல்தானின் குடும்பம்

போன்ற விசுவாசம் எதுவுமில்லை. ஏற்கெனவே நிகழ்ந்த கண்களைக் குருடாக்கும் வன்கொடுமைகளை அப்பாஸ் எவ்வித வினாவும் எழுப்பாமல் மாலிக்கின் உத்தரவிற்கு அடிபணிந்து செய்துள்ளான். மாலிக் அப்பாஸை தனது அலுவல் அறைக்கு அழைத்து உத்தரவு பிறப்பித்தான்.

'முபாரக் நாளை காலை சூரிய உதயத்தைப் பார்க்கக் கூடாது. அவன் கண்களைப் பிடுங்கி விடு!'

அப்பாஸ், இளவரசன் முபாரக் சிறை வைக்கப்பட்டிருந்த அந்த அறைக்குள் தன்னுடன் ஐந்து காவலர்களை அழைத்துக் கொண்டு உள்ளே நுழைந்தான். குடிபோதையில் மூழ்கிக் கிடந்த இளவரசன் முபாரக் எந்நேரமும் மாலிக்கின் வருகையை எதிர்பார்த்து நடுங்கிக் கொண்டிருந்தான். அச்சத்தில் பின்னிக் கிடந்த அவன் உறங்கி நான்கைந்து நாட்களாகிவிட்டன. அந்தக் காவலாளிகள் உள்ளே நுழைந்ததும் முபாரக் தன்னிச்சையாக எழுந்து நின்றான். ஒரு மாதத்திற்கு முன்பென்றால் எவ்வித அரசு அனுமதியும் பெறாமல் உள்ளே நுழைந்த அவர்களுக்கு அவன் தக்க தண்டனை வழங்கியிருப்பான். ஆனால் இப்போது சுல்தானும் தனது தந்தையுமான அலாவுதீன் இறந்த பின்னர் அவன் கிட்டத்தட்ட ஓர் அனாதை போல ஆகிவிட்டான்.

தனது சகோதரர்களுக்கு நேர்ந்தது நினைவில் எழுந்ததும் அச்சம் அவனைச் சூழ்ந்தது. பார்வையின்மையின் நிழலை அவன் பார்த்தான். தனது விழிப் பாலங்களில் பழுக்கக் காய்ச்சிய நெருப்புக் கம்பிகள் இறங்குவதைப் போன்ற காட்சியைக் கற்பனை செய்து பார்த்தான். பழுக்கக் காய்ச்சிய இரும்புக் கம்பியின் செக்கச் சிவந்த முனைதான் அவன் இறுதியாகப் பார்க்கவிருக்கும் காட்சியாக இருக்கப் போகிறது.

'எ.. எ.. எதற்கு வந்திருக்கிறீர்கள்?' அவனது வார்த்தைகள் தடுமாறின.

'நைப் சுல்தானின் உத்தரவின் பெயரில் வந்திருக்கிறோம்' என்றார்கள்.

அவனுடன் வந்த இருவர் கைகளைப் பின்னால் மறைத்து நின்றனர். அவர்கள் கைகளில் பழுக்கக் காய்ச்சிய இரும்புக் கோல் இருக்கலாம். இன்னொருவன் கைகளில் மூட்டை ஒன்று இருந்தது. அதனுள் கரித்துண்டுகள் இருக்கலாம்.

அங்கிருந்த அனைவருக்கும் முபாரக்கைப் பற்றி நன்கு தெரியும். அவன் ஒரு மிருகம். அரண்மனையில் தென்படும் நேரமெல்லாம்

சதா குடிபோதையில் உலவுபவன். இன்னொரு ஆண் மகனை அவன் கூடிய விரைவில் பார்க்காமல் போகட்டும். அவர்கள் அவன் மேல் பரிதாபப்பட்டார்கள். தனது வாழ்நாளை அந்தப்புரத்தில் பெண்களிடமும், குடியிலும் சீரழித்துக் கொண்டதற்கு நாட்டு விவகாரங்களில் தனது அறிவைச் செலுத்தியிருந்தால் இந்த நிலைக்கு ஆளாகியிருக்க வேண்டாம். இளவயதில் ஆடிய ஆட்டங்களுக்குப் பதில் சொல்லும் காலம் அவனை நெருங்கியது.

மற்ற இளவரசர்கள் அச்சத்தில் உறைந்து நின்ற போது அப்பாஸ் சிரித்துக் கொண்டே தனது கடமையைச் செய்தான். ஆனால் முபாரக் முற்றிலும் வேறாக நடந்து கொண்டான். சர்வ கோழையாக விளங்கினான். தான் ஓர் இளவரசன் என்பதையும் மறந்து ஒரு சாதாரணக் குடிமகனைப் போல அப்பாஸின் முன்பு மண்டியிட்டு தனது சிகை மயிர் அவன் பாதங்களில் புரளும் வண்ணம் அப்பாஸின் கருணையை வேண்டி மன்றாடினான். ஒன்றுக்கொன்று விளங்கா வண்ணம் புலம்பித் தீர்த்தான்.

'அப்பாஸ், என்னை விட்டுவிடு. நான் புறக்கடை வாயில் வழியாகத் தப்பித்துப் போய்விடுகிறேன். நான் இங்கே இல்லை என்று நைப் சுல்தானிடம் கூறிவிடு.'

அப்பாஸிற்கும் அவனுடன் வந்த காவலர்களுக்கும் அவன் செய்கை பேரதிர்ச்சியாக இருந்தது. கீழ்நிலையில் உள்ள ஊழியர்களிடம் பேசுவதற்கே அனுமதி மறுக்கப்பட்ட ஓர் இளவரசன் அப்பாஸின் கால்களில் விழுந்து மண்டியிட்டு உயிர்ப் பிச்சை கேட்கிறான்.

முபாரக் கண்களை இறுக்கமாக மூடியபடி மண்டியிட்ட வண்ணம் கிடந்தான். அந்தக் கீழ்மகனுக்குப் பரிந்துரைக்கப்பட்ட விதி அதுதான்.

அப்பாஸிற்கு கோபம் பொங்கியது. சினம் மிகுந்தது. அதோ அந்த யுவன் மீதும், அடிமை மாலிக் மீதும். அவன் ஒருவனால்தானே தில்லி சுல்தானியத்தின் இளவரசன் சாதாரணக் குடிமகன் கால்களில் வீழ்ந்து மண்டியிட நேர்ந்தது?

தங்கள் தலைவனின் கையறுநிலை உடன் வந்த காவலாளிகளுக்குப் புரியாமல் இல்லை. அவர்கள் மாலிக்கின் கைப்பாவைகள் என்பதால் எதுவும் செய்ய முடியாமல் நின்றனர். தன்னைச் சார்ந்தவர்களுக்கு மாலிக் இன்னும் வேறு என்ன பெரிய வெகுமதிகளை அளிக்க உள்ளானோ? தங்கள் சுல்தானியத்தின் இளவரசன் அபயக்குரல் எழுப்பி அரற்றுவதை அவர்களுக்குக்

காணச் சகிக்கவில்லை. வரலாற்றில் ஒப்புவமை சொல்ல இயலாத, துணிச்சலுக்கு ஈடு இணை இல்லாத, தில்லி சுல்தானியம் இதுவரை சந்தித்திராத சுல்தான் அலாவுதீன் கில்ஜியின் மைந்தன் மண்டியிட்டுக் கதறுகிறான். இன்னும் மாலிக்கின் திட்டங்கள் எந்தவிதமானக் கொடூரங்களை அரங்கேற்றப் போகின்றதோ?

காவலர்கள் தங்களது மனத் துணிபு மெல்ல மெல்ல இறங்கிய வண்ணம் இருப்பதைக் கண்ணுற்றனர். சுல்தானியத்தின் மீது அவர்கள் காட்டும் விசுவாசத்தின் கடைசிக் கொழுந்து அவன்.

எத்தகைய முயற்சி எடுத்தாவது மாலிக்கின் முயற்சியை முறியடிக்க வேண்டும் என்று அப்பாஸ் முடிவு கட்டினான். மாலிக் தனது பேராசையால் தங்கள் நாட்டைச் செயலிழக்க வைத்துவிட்டான். ஒரு கில்ஜியை மண்டியிட வைத்துவிட்டான்.

அப்பாஸ் இந்தப் பைத்தியக்காரத்தனத்தை நிறுத்த முயன்றான். இளவரசர்கள் கண்களைக் குருடாக்கும் செயலில் தான் ஈடுபட்டு அவற்றை நிறைவேற்றிய பின்னர் மாலிக் தூக்கியெறியும் பிச்சைக் காசுகளைப் பொறுக்கிச் செல்வதுதான் இதுவரை நிகழ்ந்து வந்திருக்கிறது. மாலிக்கின் மீது அவனுக்கிருந்த கடப்பாடு இதுபோன்று அரச குடும்பத்தினர் மீது வெறுக்கத்தக்க வன்மத்தைக் காட்டுவதுதான் ராஜவிசுவாசம் என்றால் அப்படி ஒரு விசுவாசத்தை மாலிக்கிடம் செலுத்துவதில் இனி பொருளில்லை.

யுவராஜன் எந்த அளவிற்கு மண்டியிட்டானோ அந்த அளவிற்கு அவன்பால் அவர்களுக்குக் கருணை உண்டானது. இந்த யுவராஜன்தான் அவர்கள் அனைவரையும் காப்பாற்றப் போகின்றவன். இந்த யுவராஜனின் கண்களைக் குருடாக்கி விட்டால் அந்த அலியின் தடைகள் அனைத்தும் விலகிவிடும் என்பதை எண்ணிப் பார்க்கவே நடுக்குற்றது.

‘இல்லை இளவரசரே! நாங்கள் அந்த அலியைக் கொன்றாலும் கொல்வோமே தவிரத் தங்களுக்கு ஊறு விளைவிக்கமாட்டோம்’ என்று அப்பாஸ் உறுதியுடன் கூறினான்.

அவன் செய்த சத்தியத்தை மற்றவர்கள் ஆமோதித்தனர். அதே உறுதியான குரலில் அப்பாஸ் தொடர்ந்தான். ‘நாங்கள் உங்களைத் தில்லி அரியணையில் அமர்த்தும் வரை ஓயமாட்டோம்’ என்று சத்தியம் செய்தான்.

முபாரக் தரையில் சரிந்து விழுந்தான். இந்தக் காவலர்கள் அரண்மனைக்குள் சென்று தங்களது சுல்தானிய விசுவாசத்தை வெளிப்படையாகக் காட்டாது இருக்க வேண்டும்.

தளர்வுற்ற ஐவரும் வெளியேறினார்கள். கால்கள் அவர்களை அரண்மனைக்குள் இழுத்துச் சென்றன. வேறு எங்கு அவர்களுக்குப் போக்கிடம் உள்ளது? அபாயத்திற்கு முத்தம் கொடுக்கும் அளவிற்கு அவர்கள் சாகசக்காரர்கள் கிடையாதே? அவர்களது நொடிப் பொழுது இரக்கம் தில்லி அரியணையின் தலை எழுத்தை மாற்றுமா என்ற வினா எழுந்த அதேநேரம் வேறொரு சிந்தனையும் உடன் எழுந்தது. மாலிக்கின் கொடூரச் செயல்கள் அவர்களுக்குப் புதியன அல்ல. அவன் அவர்களை உயிருடன் எரிப்பானோ? அல்லது கள் குடித்த யானையின் கால்களில் தலைகளை இடறச் செய்வானோ? எவன் முன்னால் தங்களது இமைகளைக் கூட அசைக்க முடியாதோ அந்த மாலிக்கிடமிருந்து எங்ஙனம் தப்பிக்க இயலும்?

அவர்கள் அந்தச் செயலில் வெற்றி பெற்றால் சுல்தானாகப் போகும் யுவராஜனின் கருணையைப் பெறலாம். கடுமையான தண்டனைகளுக்கு அச்சப்பட்டு உயர் அதிகாரிகளும், கனவான்களும் வாய் மூடிக் கிடக்க, சாதாரண ஐந்து காவல் வீரர்கள் தங்கள் கழுத்திற்குக் கத்தி வரும் என்பது தெரிந்திருந்தும் தில்லி அரியணைக்கு அடுத்த வாரிசு யார் என்பதனைத் தீர்மானித்த விஷயம் முபாரக்கிற்கும் தெரிய வரும். பொற்கிழிகளோடு பதவிகளும் வந்து சேரும் என்று அவர்கள் காத்திருந்தனர்.

மாலிக்கபூரின் அறைக்குள் நுழைந்த போது அப்பாஸ் மனதில் ஒரு திட்டம் உருவாகியிருந்தது.

*

அடுத்த அறையிலிருந்து கடும் வாக்குவாதம் காதைக் கிழிக்கும் வண்ணம் இருக்கவே மாலிக் தனது உறக்கம் கலைந்தான். சற்று நேரத்தில் ஓங்கி அறையும் ஒலி கேட்டது. கதவு வேகமாகத் திறந்து கொள்ள அப்பாஸும் அவனது காவலர்களும் உள்ளே நுழைந்தனர். அவர்கள் வந்துவிட்டனர். மாலிக் அப்பாஸை உள்ளே வருமாறு சைகை செய்தான்.

‘நான் உனக்கு அளித்த வேலையைச் செவ்வனே செய்து முடித்தாயா?’ என்று கேட்டான்.

மற்ற நால்வரும் அவன் முன்னால் மண்டியிட்டு வணங்கினர்.

‘மன்னிக்க வேண்டும் நைப் சுல்தான் அவர்களே! தங்களது கட்டளையை எங்களால் நிறைவேற்ற இயலவில்லை’ என்றான்.

‘முட்டாள்! என்ன சொல்கிறாய்?’ சீறினான் மாலிக்.

‘நாங்கள் எவ்வளவோ முயன்றும் எங்கள் பிடியிலிருந்து இளவரசர் தப்பி ஓடிவிட்டார்.’

அவர்களில் ஒருவன் மாலிக் பார்வையில் படாமல் பதுங்கியபடி அவன் அருகில் சென்றான். முதலில் அவர்களின் திட்டத்தின்படி அப்பாஸ், மாலிக்கிடம் பேச்சுக் கொடுத்துக் கொண்டு அவன் கவனத்தைத் தன் பால் ஈர்க்கும் போது அந்தக் காவலாளி மெதுவாக மாலிக்கின் அருகில் முன்னேறிச் சென்று அவனைத் தனது இரு கரங்களால் நெரித்துக் கொன்றுவிடத் திட்டம் தீட்டியிருந்தனர். ஆனால் அருகில் சென்ற பின்னர்தான் அந்தக் காவலாளிக்கு மாலிக் என்ற மிருகத்தைத் தன் ஒருவனால் மட்டும் கொல்ல முடியாது என்பது விளங்கியது. வாயிற்காப்போன் தனது ஆயுதங்களைப் பிடுங்கி வைக்காமல் இருந்திருந்தால் இந்நேரம் கதை வேறுமாதிரியாகப் போயிருக்கும். அப்போது அவன் மாலிக்கின் பஞ்சணைக்கு மிக அருகில் இரண்டடியில் சிலை ஒன்று மேசை மீது வைக்கப்பட்டிருந்ததைக் கண்டான்.

மாலிக் சினம் கொள்ளத் தொடங்கினான். அப்பாஸ் வாய்க்குள் முணுமுணுப்பதைப் போலப் பேசினான். மாலிக் பெரிதும் எரிச்சலுக்கு உள்ளானான். அப்பாஸின் குரலில் இருந்த நடுக்கம் குற்ற உணர்விலோ, அச்சத்திலோ எழுந்ததாகத் தெரியவில்லை. இது ஏதோ ஒருவகைச் சதி. தனது ஆண்மை நீக்கத்தால் மாலிக் அடைந்திருந்த அவனது சிறப்புத் திறனான உள்ளுணர்வு அவனை எச்சரித்தது. அவனது உள்ளுணர்வு எச்சரிக்கையாக மாறுவதற்கு ஒரு நொடிப் பொழுதானது. அவர்களைக் கடிந்து கொள்வதில் கவனத்தைத் திருப்பியதால் அவனால் தனக்குப் பின்னால் என்ன நிகழ்கிறது என்பதைக் கணிக்க முடியவில்லை. இறுதியாக அவன் திரும்பிப் பார்க்கும் போது அப்பாஸின் கீழ் பணிபுரியும் காவலாளி கையில் ஒரு சிலையை ஓங்கியபடி நிற்பதைக் கவனித்தான்.

அந்த திகிலூட்டும் உண்மை அவன் முகத்தில் அறைந்தது. அவர்கள் அவனைக் கொல்ல வந்திருக்கின்றனர். இனி தப்பிச் செல்ல ஒரு நொடிப் பொழுது கூடக் கிடையாது. சரித்திரம் அவன் பெயரை ஒரு முட்டாள் அலி என்றே குறிப்பிடும். மாலிக் தப்பி ஓடத் தாவினான்.

மாலிக் தாவியதைக் கண்டு அந்தக் காவலாளி பெருத்த ஓசையுடன் அவன் மேல் பாய்ந்தான். கையிலிருந்த சிலையை அவன் தலையின் மீது வீசினான். தன்னைத் தாக்க வந்தவன் கரங்களில் இருந்த ஆயுதத்தைப் பார்த்து மாலிக்கின் விழிகள் வியப்பில் விரிந்தன. அந்த ஆயுதம் வேறு எதுவுமல்ல, அவன் மதுரைக் கோயிலிலிருந்து கொண்டு வந்த மீனாட்சியின் திருவுருவச் சிலை.

மாலிக்கின் பார்வையில் வேதனை தெரிந்தது. அவன் கையில் வேறு ஆயுதம் இருந்திருந்தால் அவன் நிச்சயமாகக் கடும் போர் புரிந்திருப்பான். அந்தச் சிலையின் சுழற்சியில் கோடி சூரியப் பிரகாசம் அறை முழுவதும் பரவுவதை மாலிக் கண்ணுற்றான். முன்பிருந்தது போன்ற காருண்யம் அந்தச் சிலையின் கண்களில் இல்லை. தீப்பிழம்பு ஒன்று பற்றி எறிவது போல இருந்தது.

இறுதியாக அம்மன் தனது வன்மத்தைத் தீர்த்துக் கொள்ளத் தீர்மானித்துவிட்டாள். அவன் தலையின் மீது ஊழிக்காலப் பேரிடி போல இறங்கினாள். அவன் விழிகளில் கோடி மின்னல் வெட்டியது போலிருந்தது. தலையில் இறங்கிய இடி செவியில் தீராத வேதனையுடன் மரண ஓலம் ஒன்றை ஒலிக்கச் செய்தது. தனது ஆண்மை உறுப்பு அகற்றப்பட்ட போது ஏற்பட்டதே ஓர் அதிவேதனை மிகு வலி, அவ்வலி மீண்டும் ஏற்பட்டது. அவன் சுவாசம் திணறலுடன் வெளிவந்தது. அவன் முழங்கால் ஊன்றி நிற்கும் வலுவை இழந்தன. அதன் பிறகு மாலிக் சரிந்து தரையின் மீதிருந்த விரிப்பில் சரிந்தவுடன் எதுவும் நினைவில் இல்லாமல் போனது.

உள்ளே ஏற்பட்ட கலவரத்தைக் கேட்டு வெளியிலிருந்த காவலாளி உள்ளே ஓடி வந்தான். அப்பாஸ் கதவைத் திறந்து கொண்டு உடன் வந்த இருவரை அழைத்துக் கொண்டு தப்பிச் சென்றான். அவர்கள் உள்ளே நுழைந்த காவலாளியின் தொண்டையைக் கத்தியால் கிழித்துவிட்டுத் தப்பிச் சென்றனர். காவலாளி எச்சரிக்கைக் குரல் எழுப்பும் முன்னர் கீழே சரிந்து விழுந்தான். அவர்களது ஆதியில் தீட்டியிருந்த திட்டத்தின்படி, முபாரக் ஒரு நேரடித் தாக்குதலில் மாலிக்கை வென்றதாக அறிவித்துப் பிறகு தில்லி சுல்தானியத்தின் அரியணையைக் கைப்பற்றுமாறு கூறியிருந்தனர். ஆனால் அதற்கு இப்போது நேரம் வாய்த்திருக்கவில்லை. அவர்கள் உடனடியாக உடலை அப்புறப்படுத்தும் மும்முரத்தில் இருந்தனர். அவர்கள் மாலிக்கின் அசைவற்ற உடலைச் சுமந்து கொண்டு சென்றனர். அப்பாஸின் ஒரு கையில் அந்தச் சிலை ஓர் ஆயுதம் போல அமர்ந்திருந்தது.

அவர்கள் இருளைப் போர்வையாகக் கொண்டு தில்லி நகருக்குள் பிரவேசித்தனர். அவர்களுக்குத் துணையாக வான் நிலா உடன் வந்தது. அவர்கள் கோட்டை மதிலின் மேல் ஏறி நின்று மாலிக்கின் உடலை அகழிக்குள் தள்ளிவிட்டனர். அந்தச் சிலையும் அவன் உடலைத் தொடர்ந்து சென்றது.

தூக்கிவாரிப் போட அந்தச் சூபி உறக்கத்திலிருந்து கண் விழித்தார். குஸ்ரோ தனது குருநாதர் விழித்துக் கொண்டதைக் கண்ணுற்று அவனும் எழுந்தான். விளக்கின் ஒளியில் அவர் கருவிழிகளில் அசைந்த நிழல்களைக் கண்டு குஸ்ரோ ‘என்ன குருவே?’ என்று வினவினான்.

நிஜாமுதீன் தனது விழிகளை இறுக்கமாக மூடியபடி, ‘ஒன்றுமில்லை.. எது நடக்க வேண்டுமோ அது நடந்துவிட்டது’ என்று கூறிவிட்டு மீண்டும் உறக்கத்தில் ஆழ்ந்தார். ஆனால் குஸ்ரோவிற்குத்தான் தூக்கம் பறிபோனது.

*

இரண்டு வருட வறட்சிக்குப் பிறகு வளர்ந்திருந்த புல்வெளியின் மீது மாலிக்கின் உடல் விழுந்தது. அவன் இறந்துவிட்டதாகவே அவர்கள் எண்ணியிருந்தனர். அதீத உயரத்திலிருந்து விழுந்ததனால் அவனுக்கு இயக்கமில்லாமல் போனது. அத்தனை உயரத்திலிருந்து கீழே விழுந்த அதிர்ச்சியில் அவனுக்குக் கடுமையான தலை நோவு கண்டது. அவன் தலையிலிருந்து பிசுபிசுவென்று கெட்டியான திரவம் ஒழுகிக் கொண்டிருந்தது. அது வேறு ஒன்றுமில்லை, மாலிக்கின் ரத்தம். உணர்வு திரும்பியதும் மாலிக் தனது கைகால்களை அசைக்க முடியாமல் இருப்பதை அறிந்து கொண்டான்.

மங்கிய ஒளிக்குக் கண்கள் பழகவே மாலிக் சுற்றியிருந்தவற்றைப் பார்வையிட்டான். தனது இறுதி மணித்துளிகளைத் தானே மாற்றியமைத்துக் கொள்ள அவன் கடுமையாகப் பிரயத்தனப் பட்டான். அவனால் செய்யக் கூடியது எதுவுமில்லை. பெருமூச்செறிந்தான். அவன் நாடகத்தில் திரை விழத் தொடங்கிவிட்டது. ஓர் ஆட்சியாளன் என்ற பாத்திரம் திடீரென்று ஒரு முடிவிற்கு வந்தது.

மூச்சை இழுத்து உள்வாங்கினான். அகழியிலிருந்து முடை நாற்றம் கிளர்ந்தெழுந்து கொண்டிருந்தது. குடிமக்கள் அதனைக் குப்பைகளைக் கொட்டும் இடமாகவே மாற்றிவிட்டிருந்தனர். ஆட்சியாளர்களுக்கும், குடிமக்களுக்கும் மாலிக் துர்நாற்றம் வீசும் அகழியில் இறந்து கிடந்தான் என்பது மறுநாள் காலையில் தெரிய வரும் போது பெரும் தர்மசங்கடத்தை ஏற்படுத்தும். அவனுக்கு மதுரையின் வறண்டிருந்த அகழியின் நினைவு வந்தது. ஏன் அவனுக்கு மற்ற எல்லா நகரங்களையும்விட மதுரையின் நினைவு மட்டும் அகல மறுக்கின்றது?

தனது கழுத்தை சற்றுத் திருப்பி அவன் தில்லி நகரத்தை ஏறிட்டான். தில்லி நகரின் மதில் சுவர்கள் கண்ணில் பட்டது. ஒற்றைக் கல்லில் எழுந்த தில்லி நகரக் கோட்டை வான் அளவிற்கு உயர்ந்து நின்றது. இருள் விலகும் விடிகாலை வேளையில் அதன் அஸ்திவாரம் கண்ணுக்குப் புலப்பட்டது. அலாவுதீன் கில்ஜியிடம் தான் அப்போது கூறியது நினைவிற்கு வந்தது. கொலை செய்யப்பட்ட ஆயிரம் மங்கோலியர்களின் தலைகளை அந்த அஸ்திவாரத்திற்கு அடியில் புதைக்கச் சொல்லியிருந்தான். அவர்கள் என்னுடைய உடலையும் அந்தக் கோட்டைக்குள் புதைப்பதற்கு உத்தரவிடலாம், எனக்குப் பின்பு தோன்றப் போகும் அலிகளுக்கு அது ஒரு பாடமாக அமையும்.

தங்களையும் தங்கள் சுல்தானையும் ஆதிக்கம் செலுத்த அனுமதித்த ஒரு சாம்ராஜ்ஜியமும் அதன் குடிமக்களும் அவன் இப்போது தேவையற்றவன் என்று முடிவு கட்டி வீசியெறிந்துவிட்டனர். எனக்கு உறுதியளிக்கப்பட்ட உச்சங்களைத் தொட நான் அருகதையற்றவனா? அவனால் எழுந்து நிற்க இயலுமென்றால் அப்போதே உள்ளே சென்று அப்பாஸிற்கு தக்க பாடம் புகட்ட முடியும். நிற்பதற்குப் பிடிமானம் தேடி எழ முயற்சித்தவன் முடியாமல் இடிந்த கட்டடத்தின் அடியில் மாட்டிக் கொண்டவனைப் போலச் சரிந்தான்.

சிறிது நேரத்தில் அகழியைச் சுற்றிப் பார்வையிட வரும் அவனது ஆதரவாளர்களான அவனது காவல் வீரர்கள் தான் வீழ்ந்து கிடப்பதைக் கண்ணுற்றுத் தன்னைக் காப்பாற்ற வருவார்கள் என்று மாலிக் காத்திருந்தான். பாவம், கொத்தளத்திற்குள் அவனைத் தேடுபவர்கள் எவருமில்லை என்ற விஷயம் அவனுக்குப் புரிய சிறிது நேரமாயிற்று.

இப்படி ஒரு வீழ்ச்சி.. ஆகக் கொடுமையான வீழ்ச்சி. இதையும்விடக் கூடுதலாக இனி ஏதாவது நேருமோ? ஆடவர்கள் நிறைந்த உலகில் ஆட்சியைக் கைப்பற்ற நினைத்த அலி அவன். லோகாதய விவகாரங்களில் அவன் மனம் கிடந்து உழன்றது. தாகம் அவன் நாவை வறட்டியது. குடிக்க ஒரு வாய் தண்ணீர் இருந்தால் பரவாயில்லை போலிருந்தது. எவருமே அவனைத் தேடி வரவில்லை என்றால்..? ஓ, அது எத்தனை கொடூர முடிவாக இருக்கும்.

தனது அருகில் எதுவோ தட்டுப் படவே என்னவென்று பார்த்தான். அதிகாலை விடியும் வேளையில் அந்த மீனாட்சியின் சிலை உயிர்

பெற்றது போலத் தோன்றியது. அந்த விழிகள் அவனையே பார்த்துக் கொண்டிருந்தன. எத்தனை முறை அந்த விழிகள் அவன் மேல் அம்பு போலப் பாய்ந்திருக்கின்றன? அப்பாஸின் கூட்டாளி அவனை நோக்கி இந்தச் சிலையை ஓர் ஆயுதமாகத் தூக்கிக் கொண்டு வந்த போது இதே விழிகளில் என்ன ஓர் ஆவேசம்! இறுதியில் இந்தப் பெண்தெய்வம் தன் வஞ்சத்தைத் தீர்த்துக் கொண்டுவிட்டது.

அந்த அகழிக்கு அருகாமையில் நூற்றுக்கணக்கான மரங்கள் பூத்துக் குலுங்கிக் கொண்டிருந்தன. அவற்றின் ஊடே சென்ற காற்றின் ஒலி மாலிக்கின் வீழ்ச்சிக்கு ஒப்பாரி வைப்பது போல இருந்தது. காயம் ஏற்பட்டு வீங்கிய விழிகளின் வழியாகத் தன் மீது ஒரு நிழல் கடந்து போனதை மாலிக் பார்த்தான். அருகில் இறகுகள் காற்றில் படபடக்கும் ஓசையைக் கேட்டான். கொழுத்த வல்லூறு ஒன்று அவன் மீது அமர்வதற்கான காலத்தை எதிர்நோக்கி அவன் மீது வட்டமடித்துக் கொண்டிருந்தது. சிறிது நேரத்தில் அதனுடன் வேறு ஒரு வல்லூறுவும் சேர்ந்து கொண்டது. அதன் ஜோடியாக இருக்கும். சிறிது நேரத்தில் ஒன்று, இரண்டு, நான்கு என வல்லூறுகள் அவன் மேலே சுற்றத் தொடங்கின. எனது மரணம் வல்லூறுகளின் தலைமையில் நிகழப் போகிறது.

சட்டென்று பறவைகள் அவன் மேல் பறப்பதை விட்டுவிட்டு மரக்கிளைகளில் சென்று அமர்ந்தன. யாரோ வருகிறார்கள். இல்லையென்றால் பறவைகள் அச்சத்தில் மரக்கிளைகளில் சென்று அமருமா என்ன? கொத்தளத்தின் உள்ளே யானைகளின் பிளிறல் காலை நேர அமைதியைக் கிழித்துக் கொண்டிருந்தது கோட்டைக்குள் எங்கும் எதிரொலித்தது. அந்த ஓசையானது அவன் செவிகளைப் பிளந்து கொண்டிருக்க அவன் மேல் ஒரு நிழல் அசைவதைக் கண்டான்.

மாலிக் தலையைத் திருப்பிப் பார்த்தான். ஓர் அலறல் அவன் தொண்டைக்குள்ளேயே புதைந்தது. முதலில் அவனுக்குத் தோன்றிய உள்ளுணர்வு அவனுடைய துரோகிகளில் ஒருவன் அவனைக் கொல்ல வந்திருக்க வேண்டும் என்பதுதான். ஆனால் காத்திருந்தது ஒரு வயதான முதியவர். அவர் முகம் மிகவும் பரிச்சயப்பட்ட முகமாகத் தோன்றியது. எத்தனை முதியவர்கள் அவன் வாழ்க்கைப் பயணத்தில்?

முதல் முதியவர் ஒரு ஜோதிடர். மண்ணாளப் பிறந்தவன் என்று கணித்துக் கூறியவர். இன்னொரு முதியவர் அவனுக்கும், சௌதாலாவிற்கும் அடைக்கலம் கொடுத்துவிட்டு அவன்

அறியாமல் முதுகில் குத்தியவர். மற்றொருவர் சூஃபி நிஜாமுதீன். இறுதியாக சந்தித்த முதியவர் கண்களில் தீக்கங்குகள் மின்ன மீனாட்சி கோயிலில் அமர்ந்திருந்த முதியவர். கல் யானைக்குக் கரும்பு கொடுத்தவர். அந்த மனிதரின் முகம் மாலிக்கின் மனத் திரையிலிருந்து மறைந்து போனாலும் தீக்கங்குகள் போலப் பற்றி எரிந்த விழிகள் இன்னும் நினைவைவிட்டு அகலவில்லை.

உள்ளே யானைகளின் பிளிறல் கேட்டுக் கொண்டே இருந்தது. அந்த முதியவர் நொண்டி நொண்டி அவன் அருகில் கிடந்த பாறாங்கல்லில் அமர்ந்தார். அந்த முதியவர் அகழியில் நெடுஞ்சாண்கிடையாக விழுந்து கிடக்கும் மாலிக்கைப் பார்த்தார். அந்தப் பெரியவருக்கு அவனுடன் பேச்சுக் கொடுக்க விருப்பம் இருப்பினும் அவரிடமிருந்து சீரற்ற நெடுமூச்சுகள் மட்டும் வெளிவந்தன.

மதுரையில் வளைத்து வளைத்துப் பேசிய அந்த முதியவர் இன்று மௌனமாக இருப்பது அவனுக்கு விந்தையாக இருந்தது. இந்த முதியவர் தன்னை மதுரையிலிருந்தே பின்தொடர்ந்து வருகிறாரோ?

அந்த முதியவரின் அண்மை அச்சத்தையும் சஞ்சலத்தையும் ஒருசேர ஏற்படுத்தியது. அந்த மனிதர் என்ன வேண்டுமானாலும் செய்து கொள்ளட்டும்; அந்த நேரத்தில் அவரது துணை அவனுக்கு வேண்டியிருந்தது. ஒருவேளை தனது வறண்டு போன தொண்டைக்கு இதமாக அந்த முதியவர் ஒருவாய் தண்ணீர் கொடுக்க வந்திருக்கலாம். அப்படி என்றால் நல்லதுதான். இன்னும் சிறிது நேரத்தில் தலைநகருக்குள் சென்று நடந்தவற்றை நேர் செய்துவிடலாம்.

ஆனால் அப்படி நேரவில்லை. மாலிக்கின் உடலில் முறுக்குவது போல ஒரு வேதனை ஏற்பட்டது, திடீர் என்று ஒரு வலிப்பு ஏற்பட்டது. முதியவர் அப்போது கூட நகராமல் இருந்தார். அவரைச் சுற்றியிருந்த பனிமூட்டம் அவரை அவனது பார்வையிலிருந்து மறைத்தது.. மாலிக்கிற்கு அப்போதுதான் புரிந்தது அவர் எதற்காக வந்திருந்தார் என்று. அந்தச் சிலைக்காக வந்திருக்க வேண்டும். அது அவருடைய சிலை. தனக்குச் சொந்தமான மீனாட்சியின் சிலையை எடுத்துக் கொண்டு போக வந்திருக்கிறார்.

மாலிக் அவரை அழைத்துப் பேச எண்ணினான். மீண்டும் ஓர் உரையாடல் அவருடன் நிகழ்த்த ஆசைப்பட்டான். ஆனால் அவன் உதடுகள் ஒத்துழைக்க மறுத்தன.

அந்த முதியவர் மாலிக்கைப் பார்த்து முறுவலித்தார். அவர் மீது பரவியிருந்த ஒளி அவனைப் பரவசப்படுத்தியது. கடந்த காலத்திற்குள் நுழைந்ததைப் போல இருந்தது. ஒரு நொடிதான். அவனது மொத்த வாழ்க்கையும் அவன் கண்களில் தட்டாமாலையாகச் சுழன்றது. ஆண்மையகற்றப்படுவதற்கு முன் பாலகனாக அவன் இருந்த போது அவனுக்குச் சந்தாராம் என்று பெயரிட்டனர். ஆனால் அவனை மற்றவர்கள் ராம் என்றே அழைத்தனர். அவனுக்குச் சட்டென்று வந்தது யார் என்பது விளங்கியது. ஆனால் அவன் எதிர்வினை ஆற்றுவதற்குள் அவன் கண்களில் இருள் சூழ்ந்தது. அதன் பிறகு அவனுக்கு எந்த வேதனையும் இல்லை.

அந்தப் பெரியவர் இறுதியாக மாலிக்கின் முகத்தை ஏறிட்டுப் பார்த்தார். அவன் வாழ்நாள் முழுவதும் அவனைவிட்டு விலகியிருந்த அமைதி அவன் உடலைத் தழுவிக் கிடந்தது. சிதைந்து போன முகமூடியின் பின்னால் இருந்த மாலிக்கின் முகத்தை எவருமே, அவன் நண்பர்களாகட்டும், எதிரிகளாகட்டும், எவருமே அடையாளம் கண்டுகொள்ள விரும்பவில்லை. தனது நண்பர்களுக்கும், எதிரிகளுக்கும் அவன் ஒரு கொடிய மிருகமாகவே தோன்றினான்.

பெரியவர் எழுந்தார். அவனைச் சுற்றி வந்து அவன் அருகில் கிடந்த சிலையைப் பற்றினார். அதன் மீது படிந்திருந்த குருதிக் கறையைத் தனது தோள்களில் இருந்த சால்வையால் அழுத்தித் துடைத்தார். அந்தச் சிலைக்குப் பல அபிஷேகங்கள் செய்யப்பட்டுள்ளன. பால், தேன், சந்தனம், குங்குமம், பன்னீர் என்று பல அபிஷேகங்கள் நடந்துள்ளன, ஆனால் இப்போது நடந்திருப்பது இதுவரையில் நடக்காத அபிஷேகம், ரத்த அபிஷேகம்.

பெரியவர் இறுதியாக ஒரு நெடுமூச்செறிந்து, ‘மகனே! இனி நிம்மதியாக உறங்கு’ என்று கூறினார். சுற்றும் முற்றும் பார்த்துவிட்டு நடக்கத் தொடங்கினார்.

அவர் செல்வதற்கு இன்னும் நெடுந்தூரம் உள்ளது.

*

அத்தியாயம் 41

விடிவெள்ளி

நெடுங்காலம் சென்று வீராவின் பொழுது நற்செய்தியுடன் விடிந்தது.

ஒரு முதியவர் வெகுநாட்களாகத் தேடிக் கொண்டிருந்த மீனாட்சியம்மனின் சிலையைத் தென்காசி கோயிலில் கொண்டு வைத்திருக்கிறார். தொலை தூரத்திலிருந்து வந்தவரைப் போலத் தோற்றமளித்த அந்த முதியவர் கோயில் பட்டரிடம் பருகுவதற்கு ஒரு குவளை நீர் கேட்டிருக்கிறார். கோயில் பட்டர் குடிநீரை முகர்ந்து கொண்டு வருவதற்குள் சன்னதியில் நின்று கொண்டிருந்த பெரியவரைக் காணாமல் பட்டர் விந்தையடைந்திருக்கிறார்.

இந்தத் தகவல் காட்டுத் தீயைப் போல மக்களிடம் பரவியது. அம்மா மீனாட்சி எங்கு வரவேண்டுமோ அங்கு வந்துவிட்டாள். நித்திய பூஜை செய்து வந்த தலைமை பட்டர் மதுரையிலிருந்து வரவழைக்கப்பட்டார். அவர்தான் சிலையை அடையாளம் காட்டினார். நெற்றியில் மட்டும் பழுப்பு நிறத்தில் ஒரு மரு ஒன்று இருந்தது. எத்தனை முறை கைகளால் தேய்த்தும் அந்த மரு மறையவில்லை.

வீரா, சிவாலயம் நோக்கி விரைந்தான். சிவாலயத்தில்தான் துருக்கியர்கள் கண்களிலிருந்து காப்பாற்றிக் கொண்டு வந்த சிலைகளைப் பாதுகாத்து வைத்திருக்கின்றனர். துருக்கியர்களை அடித்து விரட்டிய பின்னர் அந்தந்தச் சிலைகள் யதாஸ்தானத்திற்குச் செல்லக் காத்திருக்கின்றன. ஒரு பெருந்திரளான மக்கள் கூட்டம் அவனுக்காகக் காத்திருந்தது.

பட்டர் கற்பூரத் தட்டில் கற்பூரம் ஏற்றி விக்கிரகத்தைச் சுற்றிக் காட்டினார். கற்பூரத்தை ஒற்றிக் கொண்ட வீரா கூடியிருந்த

மக்களைப் பார்த்தான். அவர்கள் முகங்களில் என்றுமில்லாத அமைதியும் ஆனந்தமும் குடிகொண்டிருந்தன. அந்த விக்கிரகம் திரும்பி வந்தது மதுரை நகருக்கு இனி ஏற்படப் போகும் நன்மைகளுக்குக் கட்டியம் கூறுவது போலத் தெரிந்தது. விக்கிரமன் அங்கிருந்தால் இந்நேரம் அந்தக் கற்பூர நெருப்பைப் பெரிதாக்கி பற்றியெரியும் தீப்பிழம்புகளாக மாற்றி மதுரையைக் கைப்பற்றியிருப்பார். ஆனால் அவர் அவன் சிற்றப்பன் அல்லர். சேர நாட்டு அரசி மீனாவின் தந்தை.

வீராவின் மனதில் நெடுநாட்களாகத் தேக்கி வைத்திருந்த அவா ஒன்றை அந்தச் சிலை கிளறிவிட்டது. தன் வாழ்நாள் முடிவதற்குள் முகமதியர்களுக்கு எதிராகப் போர் தொடுத்து மதுரை மக்களுக்கு அவர்களது நிலத்தையும், கடவுளையும் மீட்டுக் கொடுக்க வேண்டும் என்பது அவனது நெடுநாள் கனவு. ஆனால் இப்போதெல்லாம் அப்படி ஒரு நினைப்பு அவனுக்குத் தோன்றுவதில்லை. வயதும் ஆகிறது. மதுரை நகரம் சென்று மீனாட்சி கோயிலை ஒரே ஒரு முறை தரிசித்தால் போதும் என்பதே அவனது விருப்பமாக உள்ளது.

அவனது வாழ்க்கை முரண்பாடுகளின் கலவை. சொந்த மண்ணில் மாவீரனாக அறியப்பட்ட ஒருவன் சொந்த மண்ணைவிட்டு ஒரு கோழையைப் போலத் தப்பிச் சென்றவன். பெரும் சாம்ராஜ்ஜியத்தை ஆண்டு வந்தவன் ஒரு மூலைக்குத் தள்ளப்பட்டான். அவனது வாழ்வின் இறுதிக் கட்டத்தில் அவன் தனது வாழ்விற்குப் பொருள் தேடக் கிளம்பியிருந்தான்.

மதுரைக்குத் திரும்ப வேண்டும் என்ற அவா நாளுக்கு நாள் அதிகரிக்கத் தொடங்கியது. ஒவ்வொரு கணம் நகரும் போதும் காலம் குறுகி வருவதை உணர்ந்தான். இறுதியில் அவனை அவனது ஆவல் வென்றது.

வீரா தனது போர்ப் படை அதிகாரிகளுடன் ஓர் ஆலோசனைக் கூட்டத்திற்கு ஏற்பாடு செய்தான். ‘நான் இன்னும் எத்தனை காலம் உயிருடன் இருப்பேன் என்று தெரியவில்லை. இறப்பதற்கு முன்னால் ஒருமுறை நகரத்திற்குச் சென்று கோபுர தரிசனம் செய்துவிட்டு வரலாம் என்றிருக்கிறேன்’ என்றான். எந்த நகரம் என்று குறிப்பிடவில்லை என்றாலும் மன்னரைப் பொறுத்தவரை நகரம் என்றால் அது மதுரை ஒன்றுதான் என்பது அவர்களுக்குத் தெரியும்.

ஒருகணம் அவனது படைத்தளபதிகள் மன்னர் யுத்தம் செய்வது குறித்து யோசனையில் இருக்கிறாரோ என்று எண்ணினார்கள். எந்த

இனத்திற்குத்தான் கால்களில் விலங்குடன் திரியப் பிடிக்கும்? மதுரையை மீட்பதே மக்களின் லட்சியமாக இருந்தது. ஆனால் அதற்கான நேரம் இன்னும் கனியவில்லை. ஒரு வல்லூறு தனது இரையை எவ்வாறு தனது கால் நகங்களில் கவ்விச் செல்லுமோ அவ்வாறு துருக்கியர்களின் பிடியில் மதுரை நகரம் இருந்தது.

வீராவிடம் சிந்திக்கும் திறன் இன்னும் செயலிழக்கவில்லை. தனக்குள் ஏற்பட்ட உணர்ச்சியுடன் போராடும் பருவத்தை அவன் தாண்டிவிட்டான்.

'எனக்கு அந்த நகரத்தைக் கூடிய விரைவில் சென்று பார்க்க வேண்டும்' என்றான் மீண்டும்.

அவனுடைய தீராத ஆவல் தளபதிகளை ஒரு தீர்மானத்திற்கு இட்டுச் சென்றது. அனுமதி மறுக்கப்பட்ட ஒரு மன்னர் எதிரிகள் கைப்பற்றிய ஒரு நகருக்குள் எவ்வாறு உள்ளே நுழைவது? மாறுவேடமிட்டுக் கொண்டு சென்றாலும் அகப்பட்டுக் கொண்டால் அவர் உயிர் தப்பாது. மன்னரின் யோசனை அவர்களுக்கு அபத்தமாகப் பட்டது.

வீரா தன்னைச் சுற்றியிருந்த அதிகாரிகளின் முகத்தில் தெரிந்த ஆச்சரிய பாவனைகளைக் கண்டு வியந்து நின்றான். இருந்தாலும் தனது அவாவில் அவன் பிடிவாதமாக நின்றான்.

தளபதிகள் ஒன்று கூடி தங்கள் மன்னரின் இறுதி விருப்பம் குறித்து ஆலோசித்தார்கள். உள்ளூர் மக்களிடம் துருக்கியர் வர்த்தகப் பரிமாற்றங்களைத் துவங்கியிருந்ததால் மதுரை நகருக்குள் பொருள்களின் போக்குவரத்துத் தொடங்கியது. மதுரை நகரைவிட்டு விலகிச் சென்ற பல கை வினைஞர்கள் மீண்டும் மதுரை நகருக்குத் திரும்பத் தொடங்கிவிட்டனர். கட்டுமானத் தொழில்கள் கோட்டைக்குள் ஆரம்பமாகின. உளவுப் பிரிவும் தனது செயல் திறன்களைப் பல தூரம் வரை கொண்டு சென்றன.

வீரா, குதிரை மீது ஏறி மதுரை நகருக்கு ஒரு மைல் அல்லது இரு மைல் முன்பு வரை செல்ல வேண்டியது; அதன் பிறகு அவர் கால்நடையாக ஒரு வணிகனைப் போல வேடம் தரித்து நகருக்குள் பிரவேசிக்க வேண்டியது. இதுதான் தளபதிகள் வகுத்த திட்டம்.

மதுரை நகரின் கோட்டைக் கதவுகள் அந்தியிலிருந்து வைகறை வரை மூடியிருக்கும். அந்திசாய்வதற்கு அரை நாழிகை முன்பு வீரா தன்னுடன் ஒரு காவல் வீரனைச் சேர்த்துக் கொண்டு மதுரை நகருக்குள் வணிகனைப் போலப் பிரவேசிக்க வேண்டும். அன்றைய

இரவுப் பொழுதை அங்கே கழிக்க வேண்டும். கோயிலுக்குச் சென்று இறைவனை வழிபடும் தனது ஆவலைப் பூர்த்தி செய்து கொண்டு மறுநாள் வைகறையில் நகரைவிட்டு வெளியேறிவிட வேண்டும். மதுரை மக்கள் வீராவைச் சந்தித்து நெடுங்காலமாகிறது என்பதால் அவனை அத்தனை எளிதில் எவருக்கும் அடையாளம் தெரியாது.

சுனந்தா எவ்வளவோ சொல்லித் தடுக்க முயன்றாள்.

'தடுக்காதே சுனந்தா. நான் வந்துவிடுவேன். என்னை அங்கே பிடித்து நிறுத்த எவருமில்லை' என்றான்.

சுனந்தா, சந்திரனை அழைத்துவர ஆள் அனுப்பினாள். சந்திரன் வந்து நின்றான்.

'மன்னரை உன் பொறுப்பில் விடுகிறேன். கண் இமை போல, ஏன் அவருடைய சொந்த மகனைப் போல நீ பாதுகாத்து இங்கே கூட்டி வரவேண்டும். சரியா?' என்று கூறினாள்.

சந்திரனுக்கும் அதில் விருப்பம்தான். சந்தர்ப்பம் நேருமானால் தனது இன்னுயிரை ஈந்தாவது மன்னவரைக் காப்பதாகச் சபதம் செய்தான்.

மறுநாள் அந்திசாய்ந்த பின்னர் தென்காசியிலிருந்து இருபது குதிரைகள் வடக்கு நோக்கிப் பயணத்தை மேற்கொண்டன. நட்சத்திரங்களற்ற ஆகாயம் அவர்களுக்குத் துணையாக இருந்தது. வீரா ஒருவனைத் தவிர நீண்டு செல்லும் பாதையின் ஊடே பயணம் செய்த மற்றவர்களுக்கு அந்தப் பயணம் திகில் நிறைந்ததாகவே தோன்றியது. இரண்டு நாள் பயணம் முடிந்ததும் மதுரை கோட்டையின் மதில்கள் தொலைவில் தொடுவானத்தில் தோன்ற ஆரம்பித்தன. இருள் விலகாமல் இருந்ததால் கொத்தளத்தில் இருந்த பாதுகாவலர்கள் கண்களில் அவர்கள் சிக்கவில்லை.

வீரா, ஒரு வாத்து வியாபாரியைப் போல வேடமணிந்து தனது சேவகனுடன் வாத்துக்களைக் கோட்டைக்குள் விற்பதற்காக நுழைந்தான். சந்திரனின் தலை மீது சும்மாடு ஒன்றும் அதன் மீது ஒரு கூடையில் குவாக் குவாக் என்று கத்தும் வாத்துகளும், வாத்துக் குஞ்சுகளும் இருந்தன. வீரா தனது தந்தையாருடன் இது போலப் பல்வேறு மாறுவேடங்களில் குடிமக்களின் நலன் பற்றி அறிய நகருக்குள் உலா வந்ததை நினைத்துக் கொண்டான். தனது தந்தை தான் இப்படி ஒரு மாறுவேடத்துடன் சொந்த நகருக்குள் பிரவேசிக்க நேரிடும் என்று கனவிலும் எண்ணியிருக்கமாட்டார்.

கோட்டைக்கு வெளியில் தங்கிவிட்ட பாண்டிய வீரர்கள் தொலைவிலிருந்து வீரா நகருக்குள் பிரவேசிப்பதைக் கண்டனர். செக்கர் வானம் மட்டும் தழல் போலச் சிவந்திருக்கவில்லை, அவர்களது நெஞ்சங்களும் தழல் போலப் பற்றி எரிந்தன. தங்களது மன்னரை எதிரியின் கோட்டைக்குள் அனுப்புவதால் மூண்ட தழல். இதில் நகைமுரண் என்னவென்றால் மதுரைக் கோட்டை ஒருகாலத்தில் பாண்டியர்களின் அடையாளம்.

கோட்டை வாயில்களுக்கு அருகில் கொத்தளத்திலிருந்து ஓர் உருவம் ஊசலாடிக் கொண்டிருப்பதை வீரா கண்ணுற்றான். வைக்கோலால் பாடம் செய்யப்பட்டிருந்த அந்த உடல் கொத்தளத்து மதிலில் நீட்டிக் கொண்டிருந்த நீண்ட இரும்புக் கம்பியில் கட்டித் தொங்கவிடப்பட்டிருந்தது. அதைப் பற்றி அவனது உளவாளிகள் ஏற்கெனவே கூறியிருந்தனர். அந்த உடல் ஹொய்சாள மன்னர் வீரவல்லாளனுடையது. வீரவல்லாலன் மதுரையைக் கைப்பற்றும் முயற்சிக்குக் கிடைத்த பரிசு. அந்தப் பாடம் செய்யப்பட்ட உடல் காலங்களைக் கடந்தாலும் துருக்கியர் அதற்கு அடிக்கடி புதிய உடுப்பைமாட்டத் தவறவில்லை. அந்த உடல் மக்களை அச்சமூட்டப் பயன்படுத்தும் கருவி. எவருக்கும் மதுரையைக் கைப்பற்றும் எண்ணம் எழக் கூடாது என்பதை எடுத்துக் கூறும் எச்சரிக்கை.

வீரா விழித்தான். இது துருக்கியரின் கோரச் செயல்களுக்கு ஓர் உதாரணம். மதுரை நகருக்குள் நுழையும் வேற்று மன்னர்கள் மனதினால் கூட மதுரை நகரைக் கைப்பற்ற எண்ணக் கூடாது என்பதை நினைவூட்டும் செயல். அதே எண்ணத்துடன் தான் நுழைந்தால் தனக்கும் அதே கதிதான் என்பதனை அது கூறாமல் கூறியது. வீரா அச்சத்தில் தோள்களைக் குலுக்கிக் கொண்டான்.

கொத்தளத்தின் உள்ளே நின்ற காவலர்கள் அவனை அதிகம் சோதிக்காமல் உள்ளே அனுப்பிவிட்டனர். ஒரு வாத்து வியாபாரியைச் சோதிக்க என்ன இருக்கிறது என்ற எண்ணமாக இருக்கலாம், அல்லது பதினைந்து தினங்களாக மழிக்கப்படாத தாடி மயிர் கற்றை அவனை நிஜமாகவே ஒரு வாத்து வியாபாரியாக அடையாளப் படுத்தியிருக்கலாம். சந்திரனின் தலையிலிருந்த கூடையிலிருந்து ஓசையிட்ட வாத்துக்கள் அவர்களை அடிக்கடி வந்து செல்லும் வாத்து வியாபாரிகள் என்று கூறுவது போலவே இருந்தது.

நகருக்குள் பிரவேசித்ததும் பாண்டிய மன்னன் வீராவின் உடல் நடுக்குற்றது. எந்த நகருக்குள் அவன் கம்பீரமாகப் பிரவேசிக்க

எண்ணியிருந்தானோ அந்த நகருக்குள் ஒரு திருடனைப் போல ஏவராவது அடையாளம் கண்டுகொண்டு விடுவார்களோ என்ற அச்சத்துடன் பிரவேசித்திருந்தான்.

*

இருபது வருடங்களில் அந்த நகரம் எவ்வளவு மாறிவிட்டது! அவன் கண்ட காட்சிகள் மாய விநோதங்களாகத் தோன்றின. கனவில் காணும் தெளிவற்ற தோற்றங்களாகத் தெரிந்தன.

கோட்டையின் நடுவில் துருக்கியர் தாங்கள் வழிபாடு நடத்துவதற்கு இஸ்லாமிய ஆலயம் ஒன்றைக் கட்டியிருந்தார்கள். வெளியிலிருந்து வரும் சரக்குகளைத் துருக்கியர் அதிகம் நம்பியிருந்ததால் கோட்டைக் கதவுகளின் மிக அருகில் சந்தை ஒன்று உருவாகியிருந்தது. அங்கு மக்களின் பேச்சு சப்தம் செவிகளைப் பிளப்பதாக இருந்தது. தனது சொந்த மண்ணில் தனக்கு முற்றிலும் புரியாத மொழியை அங்குள்ள மக்கள் சரளமாகப் பேசுவதைக் கேட்டு வீரா மிகவும் மனம் வருந்தினான். இது பாண்டியர்களின் மதுரையன்று.

மாற்றம் அந்த நகரத்தில் பளிச்சென்று கண்களுக்குத் தெரிந்தது. ஆயிரம் ஆண்டுகள் பழமை வாய்ந்த ஒரு கலாச்சாரம் பின்னுக்குத் தள்ளப்பட்டிருக்கிறது. மகளிரும் சிறுமியரும் தலை முதல் கால்வரை நீண்ட கறுப்பு நிற அங்கி ஒன்றை அணிந்திருந்தனர். ஆண்கள் தங்கள் தலையின் மேல் பாகை போன்ற ஒன்றை அணிந்திருந்தனர். அதற்கு தர்பன் என்று பெயர்.

ஆகாயம் கூடத் தனது சாயலை மாற்றிக் கொண்டுவிட்டது. வானுயர்ந்த ஸ்தூபிகள் மெல்லிய நீண்ட கூம்புகளுடன் வானைத் தொட்டுக் கொண்டிருந்தன. தணலில் வாட்டப்படும் இறைச்சியின் கவிச்சி நாற்றம் நகரமெங்கும் பரவியிருந்தது. துருக்கியர்கள் மதுரை நகருக்குள் மக்களை அடிமைப்படுத்தி வைத்திருந்தனர்; அதன் கலாச்சாரத்தின் மென்னியைப் பிடித்து வைத்திருந்தனர்; அதன் கோயில்களில் எழும் பிரார்த்தனை ஒலியின் அளவைக் குறைத்து விட்டனர். இதனைவிட ஒரு புனிதம் மிக்க நகரைக் கேவலப்படுத்த முடியாது. வீரா நினைப்பதற்கே அஞ்சினான். தனது பயணத்தை முடித்துக் கொண்டு தான் தஞ்சம் புகுந்த தென்காசிப் பட்டினத்திற்குத் திரும்ப முடிவு செய்தான்.

ஓர் இடத்தில் வீரா நின்றான். அங்கிருந்து அவன் அரண்மனை தெளிவாகத் தெரிந்தது. கூம்பு வடிவிலான மேல் பகுதிகளைக்

கொண்ட நீண்ட மெல்லிய ஸ்தூபிகள் அவன் அரண்மனையின் மூலைகளில் நிறுவப்பட்டிருந்தன. அரண்மனை முழுவதற்கும் பச்சை நிற வர்ணம் அடிக்கப்பட்டிருந்தது. எந்த அரண்மனையின் உச்சியில் இரண்டு அழகான கயல்கள் கொடி மீது தவழ்ந்தனவோ அந்தக் கொடிக் கம்பத்தில் பிறைநிலாவைத் தாங்கிய பச்சை வர்ணக் கொடி ஒன்று பறந்து கொண்டிருந்தது.

மதுரை சுல்தான் தொடக்கத்தில் தில்லி சுல்தானியத்திற்குக் கட்டுப்பட்டுத்தான் ஆட்சி புரிந்து வந்தான். இடையில் தானே தனிப்பெரும் சுல்தானாக அறிவித்துக் கொண்டு ஆட்சியைத் தொடர்ந்தான். தனது நிதித் தேவைக்கு அவனே காசுகளை அச்சுக்கூடங்களில் அடித்துக் கொள்ளத் தொடங்கினான். சுல்தான் கியாசுதீன் என்று அழைக்கப்பட்ட அந்த முடியரசன் இதுவரையில் ஆண்ட சுல்தான்களிலேயே மிகவும் வன்கொடுமைக்காரனாகத் திகழ்ந்தான். ஹிந்துக்களை வாள் முனையில் மதம் மாற்றும் சுல்தான்களின் தாக்குதல் குறையாமல் அதிகரித்தது. சுல்தானின் கொடுங்கோல் ஆட்சியைச் சமாளிக்கத் திணறிய மக்கள் தங்கள் உடைமைகளை விட்டுவிட்டு வேறு ஊர்களுக்குத் தப்பிச் சென்றனர்.

வீரா சந்தடியும் இரைச்சலும் மிகுந்த நகர வீதிகளிலிருந்து தனித்து இருந்த கோயில் பகுதிக்குச் சென்றான். அவன் இதயம் அச்சத்தில் அடித்துக் கொண்டது. என்ன ஒரு பேரிழப்பை அவர்கள் இங்கே செய்திருக்கிறார்கள்!

அவர்கள் இருவரும் மீனாட்சியம்மன் கோயிலை நெருங்கிய போது இரவு நகரின் மீது ஒரு போர்வையைப் போல மூடியிருந்தது. உருக்குலைக்கப்பட்ட ஹிந்துக் கடவுள் சிலைகளின் முகங்களைப் பார்க்க விடாது செய்த இரவிற்கு அவன் நன்றி தெரிவித்துக் கொண்டான். அவனுக்குப் புதிராக இருந்தது. கோயிலில் உள்ள நிதிக்குவையைத் தேடி வந்து எதுவும் கிடைக்காத ஏமாற்றத்தில் அதனைத் தரைமட்டம் ஆக்கியிருப்பார்கள் என்று நினைத்துத்தான் அவன் கோயிலுக்கு வந்தான். இரண்டு முகமதியப் படையெடுப்புகள் நிகழ்ந்தும் கோயில் சிறிதும் சிதையாமல் நிற்கிறது. கோபுரத்தின் பிளவுகளில் மழைக்கு முன்னால் பறவைகளின் எச்சங்கள் மூலம் தூவப்பட்ட ஆல விதைகள் சின்னஞ்சிறு செடிகளாக முளைத்து நின்றன. அந்த விதைகளின் மூலம் கிளம்பிய செடிகள் துருக்கியர்களுக்குப் போட்டியாகக் கோபுரத்தின் அஸ்திவாரத்தைப் பிளந்து கொண்டு வெளிவந்திருந்தன.

களங்கமில்லாத பேரமைதி கோயிலைச் சூழ்ந்திருந்தது. பௌர்ணமி நிலவின் பால் வெண்கதிர்கள் தரையை வெண்ணிறமாக மாற்றியிருந்தன. இருவரும் எவர் கண்களிலும் அகப்பட்டுக் கொள்ளாமல் இருக்கக் கோயில் மதில்களை ஒட்டிச் சென்றனர். சந்திரன் சட்டென்று மன்னரின் கரங்களை இறுகப் பற்றினான். வீரா திரும்பிப் பார்த்தான். சந்திரனின் பார்வை சென்ற இடத்தில் ஓர் இடைகழி மீனாட்சி கோயிலுக்குக் கொண்டு சென்றது. இருள் போர்த்தியிருந்ததால் அந்த இடைகழி மற்றவர் கண்களுக்கு எளிதில் புலப்பட வாய்ப்பில்லை.

வீரா சந்திரனைப் பின்தொடர்ந்தான். சந்திரன் கோயில் கதவுகளை பலம் கொண்ட மட்டும் ஓங்கித் தள்ளினான். தான் உள்ளே போனதும் கதவின் அருகில் நின்று காவல் காக்க சந்திரனுக்கு உத்தரவிட்டான். வீராவின் பாதுகாப்பு கருதி முதலில் சந்திரன் மறுத்தான், அதன் பிறகு கோயில் கதவின் அருகில் காவல் காப்பது கோயிலில் மற்றவர் நுழைவதைத் தடுக்கும் என்பதை உணர்ந்து காவல் காப்பதற்கு ஒப்புக்கொண்டான்.

கோயிலின் உட்புறம் முன்பு இருந்ததைப் போலத் தோற்றமளிக்க வில்லை. அவன் ஒவ்வொரு தூணாகச் சென்று சேதங்களைப் பார்வையிட்டான். உள்ளே துருக்கியரின் கரங்கள் படாத இடமே இல்லை என்பது போல எல்லா இடங்களும் சிதைக்கப் பட்டிருந்தன. எத்தனை சதாப்தங்கள் ஒவ்வொரு ஹிந்து மன்னனும் தன் வாழ்நாள் முழுவதும் கோயில் திருப்பணிகளுக்கு அர்ப்பணித்து வந்திருப்பார். அந்தக் கோயில்களின் மதில்களிலும், கோபுரங்களிலும், தூண்களிலும் சிற்ப சாத்திரங்களுக்கு ஏற்பப் பல திறமையான கை வினைஞர்களைக் கொண்டு தெய்வீகச் சிற்பங்களை வடித்துத் தங்கள் நன்றி கடனை அந்த இறைவனுக்குச் செலுத்தியிருப்பர். இதோ இந்த மீனாட்சி கோயிலில் எத்தனை தூண்கள், எத்தனை மண்டபங்கள், எத்தனை விதானங்கள், அத்தனையிலும் அற்புத தெய்வச் சிற்பங்கள் எத்தனை.. எத்தனை! எத்தனை மன்னர்கள் இந்தக் கோயிலைத் தனிச் சிறப்பு மிக்கதாகத் தங்கள் ஆட்சிக் காலத்தில் திருப்பணி மூலம் மேம்படுத்தி யிருப்பார்கள். ஒவ்வொரு மன்னரும் தன் பெயர் நிலைபெற்று விளங்கத் தனித் தனி மண்டபங்கள், தனித் தனிக் கோபுரங்கள் என்று கோயிலை விரிவுபடுத்திக் கொண்டே சென்று அந்தக் கோயிலையே ஒரு சிறிய நகரமாக மாற்றிவிட்டனர்.

ஆம், நகரத்திற்குள் அந்தக் கோயில் ஒரு சிறிய நகரம்தான். இத்தனைச் சிறப்புச் செய்து அந்தக் கோயிலைத் துருக்கியர் கைகளில்

சீர்குலைப்பதற்குக் கொடுத்தனர். குடிமக்கள் நடுவில் ஒரு பழமொழி உலாவுமே அது போல, ‘கிளியை வளர்த்துக் கடுவன் கையில் கொடுப்பது போல.’

எங்கும் சிதறிக் கிடந்த கருங்கற்குவியல் துருக்கியரின் அட்டூழியத்திற்குச் சாட்சி சொல்லிக் கொண்டிருந்தன. சன்னிதானத்தின் முன்பு இருந்த மண்டபத்தில்தான் பொது ஜனங்கள் நெடுஞ்சாண்கிடையாக விழுந்து அம்மையை வணங்குவர். அங்குதான் ஆகுதி வளர்க்கப்பட்டு வேள்விப் புகை வானை முட்டிச் செல்லும். அந்தத் தரையில் ஏற்பட்ட பிளவுகளின் வழியாகப் புல் முளைத்திருந்தது அவன் பார்க்கும் போது. ஆயுதங்களைத் தாங்கிய தெய்வச் சிற்பங்களின் மீது சிலந்திகள் கூடு கட்டியிருந்தன. என்ன செய்ய முடிந்தது அந்தத் துவார பாலகர்களால். கொடூரம் இழைக்கும் துருக்கியர்களை அவைகளால் தடுத்து நிறுத்த முடியவில்லையே? ஒருவேளை தடுத்து நிறுத்தியிருக்குமோ? துருக்கியர்கள் கோயிலின் பிற பகுதிகளில் இருந்த ஹிந்து அடையாளங்களைச் சிதைத்துவிட்ட போது எதற்காக அவர்கள் இரண்டு கருவறைகளையும்விட்டு வைத்தனர் என்பது பெரும் விந்தையாகத் தோன்றியது. மற்ற எத்தனையோ கோயில்கள் தரைமட்டம் ஆக்கப்பட்ட போது எதற்காக இந்தக் கோயிலைவிட்டு வைத்தார்கள்? உளவுத்துறை அவனுக்குக் கொடுத்த அறிக்கையின் படி துருக்கியர் கொள்ளை நோய் வந்த பகுதியைப் போல அதனை நெருங்காமல் விட்டுவிட்டனர் என்று கேள்விப்பட்டான்.

உள்ளூரில் ஒரு கதை உலவுகிறது. அதாவது மாலிக்கபூர் கோயிலுக்குள் நுழைந்த போது சித்தர் ஒருவர் கல் யானைக்குக் கரும்பு கொடுத்ததை நேரில் பார்த்ததால் இந்தக் கோயிலை எதுவும் செய்யாமல் சென்றுவிட்டான்.

வீரா மங்கிய வெளிச்சத்தில் பல இடங்களைத் தேடிச் சென்றான். சில பகுதிகள் உருத்தெரியாமல் சிதைக்கப்பட்டிருந்தன. பல ஆண்டுகளுக்கு முன்னர்ப் பாண்டியர்கள் இந்த நகரை ஆட்சி புரிந்த காலங்களில் இந்தக் கோயில் ஆயிரம் விளக்குகளின் பிரகாசத்தில் ஜொலித்த நாட்களை நினைவு கூர்ந்தான். எல்லாமே பொய்யாய்ப் பழங்கதையாகப் போய்விட்டது. பரிவாரங்கள், வெண்புரவிகள், பல்லக்கு, யானை என்று ஒவ்வொன்றாக அவன் நினைவில் எழுந்து அவனை அலைக்கழித்தன. அவன் தொண்டை கமறியது. விசும்பலுடன் அவன் தளர்ந்தான்.

வியப்பூட்டும் வகையில் பெரிய கோபுரத்திலிருந்து அம்மன் சன்னதியை அடையும் நீண்ட பாதையானது துப்புரவாகக்

காணப்பட்டது. நூறு காத தூரம் இருக்கும் அந்தப் பாதையில், செடி கொடிகள் அகற்றப்பட்டு நடப்பதற்கு வசதி செய்யப்பட்டிருந்தது. அவனுக்குச் சட்டென்று ஓர் எண்ணம் வந்து போனது. அப்படியென்றால் இந்தப் பாதையை எவரோ பயன்படுத்துகிறார்கள். ஒரு கொள்ளையனோ அல்லது கள் குடியனோ எவனோ ஒருவன் மதுவைத் தொட்டுக் கூடப் பாராத துருக்கியர்களின் கண் மறைவில் வருபவனாக இருக்கும். பூரண இருளில் அவன் அந்தப் பாதையில் நடந்து சென்றான். இருளைத் துழாவியபடி சென்ற அவனது பார்வை இறுதியில் ஒரு மினுங்கும் ஒளிப்புள்ளியில் சென்று நின்றது. அவனது இதயம் புறாவின் சிறகுகளைப் போல அடித்துக் கொண்டது.

அவன் நேர் எதிரில் ஒரு மனித உருவம் நின்று கொண்டிருந்தது. வீரா அந்த உருவத்தைக் கூர்ந்து கவனித்தான். அது ஒரு மனிதரின் உருவம். அந்த மனிதரின் கண்கள் தீக்கங்குகளைப் போலச் செக்கச் சிவந்து தெரிந்தன. கோயிலுக்குள் நுழைந்ததிலிருந்து அவனை யாரோ கூர்ந்து நோக்கும் உணர்வு அவனுக்கு இருந்து கொண்டே இருந்தது. ஆனால் உருக்குலைந்து போன கோயிலுக்குள் யார் இருக்கப் போகிறார்கள் என்ற நினைப்பு அவனைச் சமாதானம் செய்தது. தனது அச்சம் கொண்ட மனதின் பிரமை என்று விட்டுவிட்டான். மீண்டும் அந்த மனித உருவத்தை அவன் பார்க்க விரும்பவில்லை, அது ஓர் ஆவியாகக் கூட இருக்கலாம்.

ஒரு கரம் அவனது வாயைப் பொத்தியதும் அவனது உடல் அச்சத்தில் குலுங்கியது. அந்த மனித உருவத்தின் விரல்களில் இருந்த நகங்கள் நீண்டு கூர்மையுடன் கழுகின் நகங்களைப் போலத் தோன்றின. அந்த மனிதனின் கரங்கள் வீராவைப் பற்றி ஒரு சுழற்சியில் அவனைச் சட்டென்று வீசி மறுபக்கம் வைத்தது. மங்கிய நிலவொளியில் அது பிசாசு இல்லை மனிதன்தான் என்பதனை வீரா ஊர்ஜிதப்படுத்திக் கொண்டான். இருப்பினும் கொத்தளத்தின் மதிலில் தொங்கிய ஹொய்சாள மன்னனின் உடல் நினைவில் ஆடியது.

அந்த மனிதனின் வாடை கெட்ட இறைச்சியிலிருந்து கிளம்பும் துர்நாற்றம் போல இருந்தது. உளியால் செதுக்கியது போலக் கண்ணும் மூக்கும் அமைந்திருந்தன. அவனுடைய சிற்பம் போன்ற முகத்தை வெண்தாடி பாதியும் மறைத்திருந்தது. அவர் சாதாரணப் பரதேசியைப் போலத் தெரியவில்லை. அதற்கும் மேலாக ஓர் அமானுஷ்யம் அவரிடம் ஒட்டிக் கொண்டிருந்தது. அவர் கண்களில் ஏதோ ஒன்று- இதுவரை எந்தக் கண்களிலும் சந்தித்திராத ஒன்று-

மினுங்கிக் கொண்டிருந்தது. தெய்வீக ஒளி, சனாதன தர்மத்தின் நெருப்பு.

அந்த மனிதர் அவனைப் பார்த்து தூய தமிழில், 'அரவம் எழுப்பாதே' என்றார்.

வீராவின் இதயம் விம்மியது. கந்தல் ஆடையில் தோன்றிய அந்த உருவம் செந்தமிழில் பேசியது அவனுக்கு வியப்பூட்டியது அந்த மனிதரும் அவனை இழுத்துக் கொண்டு கர்ப்ப கிருஹத்திற்குள் நுழைந்தார். அந்த வழி தனக்கு மிகவும் பழக்கப்பட்ட வழி என்பதைப் போல அவர் நடை விரைந்து சென்றது. அவர் நிச்சயமாக ஒரு வழிப்பறிக்காரனாக இருக்க வாய்ப்பில்லை.

கருவறையில் கடவுளின் வாசனை அடித்தது. வீராவின் முகத்தை நிலவொளியில் அந்த முதியவர் பார்வையிட்டார். அவர் பார்த்தது அவன் முகத்தில் சின்னம்மை முத்துக்களைத் தேடுவது போலிருந்தது.

'உன்னை யாம் அறிவோம்' என்றார் அவன் முகத்தைப் பார்த்துவிட்டு.

அவர் தனது குரலைத் தாழ்த்திக் கொண்டு மிக மெதுவாக அதனைக் கூறியதும், வீராவின் உடல் அச்சத்தில் வெடவெடக்கத் தொடங்கியது.

'நீ சுந்தரனின் மூத்த சகோதரன் அன்றோ? அந்தத் துரோகி எப்படி இருக்கிறான்? இவ்வேளையில் அவன் உயிர் துறந்திருக்க வேண்டுமே?' என்று கேட்டார்.

அவனைத் துரோகி என்று அவர் குறிப்பிட்டதும் வீரா உற்சாகமானான். ஏன் என்றால் அவன்தான் சுந்தரனை அடிக்கடி துரோகி என்று அழைப்பது வழக்கம்.

ஆனால் அந்த மனிதர் உற்சாகம் அடையாமல் பெருமூச்செறிந்தார். 'ஒருவன் துரோகி, மற்றவன் கோழை. உங்கள் இருவரையும் பெறுவதற்கு உமது தந்தையார் என்ன பாவம் புரிந்தாரோ?' என்று கூறினார்.

நிலவின் ஒளியில், அந்த மனிதர் நடந்து கொண்டே சென்றார். மேல் எழும் ஆர்வத்தில் வீரா அந்தப் பெரியவரைப் பின்தொடர்ந்து சென்றான். முதன்மைக் கருவறையை அடையும் முன்னர் வழியில் ஓய்வெடுப்பது போல அந்த முதியவர் கீழே சிதைந்து விழுந்து கிடந்த ஒரு நீண்ட கருங்கல் தூணின் மேல் அமர்ந்தார். அந்தத்

தூணில், தேவர்களின் உருவங்கள் அற்புதமாகச் செதுக்கப் பட்டிருந்தன. வீரா அந்தத் தூணைக் கைகளால் தொட்டுப் பார்த்தான்.

'இந்தத் தூண் ஒரு பெரும்புயலில் வீழ்ந்துவிட்டது. துருக்கியர்கள் இனி உள்ளே பிரவேசிக்கமாட்டார்கள். முதல் நான்கைந்து ஆண்டுகள் சில வீணர்கள் உட்புகுந்து நிதிக்குவைக்கு அலைந்தனர். யாம் அவர்களை ஆந்தையைப் போலவும், கூகையைப் போலவும் அலறி அச்சமூட்டி விரட்டிவிட்டேன். பாழ்பட்ட கோயில் என்று அவர்களே ஒரு தீர்மானத்திற்கு வந்துவிட்டனர்..'

'தாங்கள் யார்?' என்று வீரா வினவினான்.

'நான் இங்கிருக்கும் யானைகளைப் பராமரிப்பவன்' என்றார்.

'ஆயின் இங்கு யானைகள் எதுவும் இருப்பதாகத் தெரியவில்லையே' என்றான் வீரா கண்ணியமாக. அந்த மனிதர் பாவம் அந்த சித்தரின் யானைக் கதையில் மூளைக் குழம்பியிருக்க வேண்டும்.

'அல்ல, அவை உண்பதை யாம் கண்ணுற்றிருக்கிறோம்' என்றார் அவரும் விடாது.

'தாங்கள் யார்?' என்றான் வீராவும் விடாது.

'நான் ராயன். மாலிக்கபூரின் படை அதிகாரி. மாலிக் கொடுத்த கரும்புகளை அந்த யானைகள் தின்றதை நான் என் இரு கண்களினாலும் கண்டேன். அதனால்தான் அவன் என்னைத் தனியாக விட்டுவிட்டு இங்கிருந்து அகன்றான். அவருக்கு அவன் சத்தியம் செய்து கொடுத்தான். எனக்கு விலகிச் செல்ல விருப்பமின்றி இங்கேயே தங்கிவிட்டேன். இறைவன் ஒரு பரதேசியைப் போல வேடமணிந்து வந்து பகைவனின் கரங்களாலேயே யானைகளுக்குக் கரும்பு கொடுத்தார்..'

'எம்பெருமான், கோயிலை நிர்மூலப்படுத்த எண்ணி வந்த ஒருவனுக்கு எதற்காகக் காட்சியளிக்க வேண்டும்?' என்று கேட்டான்.

'எம்பெருமானின் திருவிளையாடலை நாம் எங்ஙனம் வகைப்படுத்த இயலும்? தனது கோயில்களுக்கு அதிக அளவிற்குச் சேதாரம் செய்த ஒருவனுக்குத் தான் தரிசனம் கொடுக்க எண்ணிவிட்டால் ஏன் என்று கேள்வி கேட்க நாம் யார்?' என்று ராயன் எதிர்கேள்வி கேட்டார்.

ஒரு பித்தனைப் போல அவரைப் பார்த்துவிட்டு வீரா தனக்கு மகுடம் சூட்டிய இடத்திற்குச் சென்றான். அந்த மண்டபத்தில்

ஒலித்த கரவொலி மீண்டும் அவன் செவிகளில் ஒலித்தது. வீரா நெடுமூச்செறிந்தான். அவன் மனதில் ஓடியதை அறிந்து கொண்டவன் போல ராயன் பேசினார்.

'மாட்சிமை மிக்கவரே, இளம்பிராயத்தில் எங்களைப் பொறுத்தவரையில் நீங்கள் காவிய நாயகனாகத் திகழ்ந்தவர். எங்கள் துவார சமுத்திரம் முழுமையும் உங்களை ஈடு இணையற்ற மண்ணாகப் போற்றியது. ஒரே கணத்தில் நீங்கள் அத்தனையையும் உதறித் தள்ளிவிட்டு ஓடிவிட்டீர்கள்..'

ஒரு பித்தனுடன் விவாதத்தில் இறங்க அவன் தயாராக இல்லை. இன்னும் ஓரிரு நாழிகையில் கதிரவன் கிழக்கில் உதித்துவிடுவான். வீராவிற்கு அவரிடமிருந்து மேலும் தெரிந்து கொள்ள ஆவல் அதிகமானது.

'அந்த மீனாட்சி சிலை என்னவாயிற்று?' என்று கேட்டான்.

'ஆண்டவன்தான் மாலிக்கிடம் அந்தச் சிலையைக் கொண்டு போகச் சொன்னது. மாலிக் அந்தச் சிலை மீது உயிரையே வைத்திருந்தான். இப்போது அந்தச் சிலை அவனிடம்தான் இருக்க வேண்டும்' என்றார் ராயன்.

'ஒரு முதியவர் அந்த அம்மன் சிலையைப் போன திங்களில் தென்காசியில் கொண்டு வந்து கொடுத்தார்.'

'அப்படி என்றால் மாலிக் இறந்திருப்பான்' என்றார் ராயன் மிகச் சாதாரணமாக.

'ஸ்வாமி கர்ப்பக்கிருகத்தில் இருபது ஆண்டுகளாக விளக்கு ஒன்று எரிவது உங்களுக்குத் தெரியுமா? சன்னதி வாயிலை அவர்கள் அடைத்துவிட்டாலும் அது இன்னும் எரிந்து கொண்டிருக்கிறது. உங்கள் ஜனங்கள் துருக்கியரிடமிருந்து கர்ப்பக்கிருகச் சிலையைப் பாதுகாக்க ஒரு தடுப்புச் சுவர் எழுப்பினர். எதிர்த்து நிற்பதற்கு அஞ்சி அவர்கள் செய்த மாற்று முயற்சி அது. நான் அந்தச் சுவரின் பிளவிலிருந்து பார்த்தேன். உள்ளே ஓர் ஒளி காற்றில் படபடக்கிறது.'

இருவரும் மௌனத்தில் ஆழ்ந்திருந்தனர். இருவரின் உச்சியையும் நிலாவின் ஒளி வட்டமிட்டபடி படர்ந்திருந்தது. அவர் கடந்த இருபது வருடங்களாக எவருடன் பேசியிருக்கமாட்டார் போலும். வீரா அங்கிருந்து அகன்றுவிட்டால் இனி எவருடனும் அவர் பேசப் போவதில்லை. தனது மௌனத்தைத் தொடர்வார்.

சந்திரன் மன்னரைத் தேடி உள்ளே வந்தான். உள்ளே வீராவிற்கு ஒரு துணை இருப்பதைக் கண்டு வியப்புற்றான். அவர்கள் இருவரும் அமைதியைப் போர்த்திக் கொண்டிருந்ததால் அவன் அவர்களைத் தொந்தரவு செய்யவில்லை. வைகறையில் வானம் சாம்பல் பூக்கத் தொடங்கியதும் மெதுவாக மன்னர் அருகில் சென்று அவரது தோளைத் தொட்டான். அந்த ஸ்பரிசம் பட்டதும் வீராவின் உடல் சிலிர்த்தது.

'மன்னா, நாம் திரும்பும் நேரம் நெருங்கிவிட்டது. இன்னும் சற்று நேரத்தில் சூரியன் தோன்றிவிடுவான்' என்று கூறினான்.

வீரா சட்டென்று எழுந்து கொண்டான். இறுதியாக வீரா, ராயனின் கரங்களை ஆதுரத்துடன் பற்றினான். 'ஏன் தாங்கள் என்னுடன் வரக்கூடாது?' என்று வினவினான்.

'வந்து என்ன செய்வது?' ராயன் சிரித்தார். 'அந்த ஒளிபொருந்திய கண்களை நீங்கள் பார்த்திருக்க வேண்டும் வீரா! இங்கிருந்து கிளம்ப உங்களுக்கு மனமின்றிப் போய்விடும். நான் இங்கேயே இருக்கிறேன். எனது மக்கள் இந்தக் கோயிலுக்கு ஒருநாள் வருவார்கள்..'

'துவார சமுத்திரத்தின் வரலாறு முடிந்துவிட்டது. உங்கள் மன்னரின் பாடம் செய்யப்பட்ட உடல் மதுரை கொத்தளத்தில் ஊசலாடுகிறது..'

'இல்லை, நான் அவர்களைச் சொல்லவில்லை. என் காலம் முடிவதற்குள் என் நாட்டில் ஓர் அரசகுலம் தோன்றும். தெலுங்கைப் பேச்சு மொழியாகக் கொண்ட மன்னன் ஒருவன் தோன்றுவான், இந்தக் கோயில் காப்பாற்றப்படும்..'

அந்த மனிதரின் நம்பிக்கையில் வீரா சற்று ஆறுதல் அடைந்தான். அவரிடம் விடைபெற்றுக் கொண்டு சன்னதிக்கு வெளியில் வந்து இடைகழியின் முனையில் தெரிந்த கோபுர வாசலை நோக்கி சந்திரனுடன் சென்றான். ஒரே ஒரு முறை அவன் அந்த அம்மையின் சன்னதியையும், அதற்குக் காவலாக அமர்ந்திருந்த முதியவரையும் திரும்பிப் பார்த்தான்.

அன்றைய பகல் பொழுதிற்கு கோட்டைக் கதவுகள் திறக்கப்படும் ஓசையைத் தூரத்திலிருந்து கேட்டனர்.

*

குதிரை வீரர்கள் தங்களது மன்னர் விரைந்து வந்துவிட வேண்டும் என்று வேண்டிக் கொண்டு நின்றனர். மன்னர் வரத் தாமதமானதும் அவர்கள் நெஞ்சினில் அச்சம் ஏற்பட்டது. இனி செய்வதற்கு அதிகமில்லை, தென்காசி சென்று படை ஒன்றைத் திரட்டி வருவதைத் தவிர வேறு மார்க்கமில்லை. ஆனால் கோட்டைக் கதவுகள் திறக்கப்பட்டதும் உள்ளும் புறமுமாக வணிகர்களின் போக்குவரத்து நெரிசல் மிகுந்து காணப்பட்டது. அவர்கள் நடுவில் அந்த இருவரையும் பார்த்ததும் காவல் வீரர்களிடம் நிம்மதிப் பெருமூச்சு வெளிப்பட்டது.

வீரா இறுதியாக ஒருமுறை தனது மதுரை நகரைத் திரும்பிப் பார்த்தான். துருக்கியர்கள் பாண்டியர்களின் தவறுகளிலிருந்து பாடம் கற்றுக் கொண்டிருக்க வேண்டும். கொத்தளத்தின் பிளவுகள் பூசப்பட்டிருந்தன. அகழியின் இணைப்புப் பாலம் செப்பனிடப் பட்டிருந்தது. அகழி மொத்தமாகத் தூர்வாரப்பட்டிருந்தது. வைகையின் கால்வாய் திறந்துவிடப்பட்டு அகழியில் நீர் பளிங்கு போல ஓடிக் கொண்டிருந்தது. இறுதியாகப் பார்த்த பார்வையில் கூட ஒரு மன்னனாகத் தான் எவற்றையெல்லாம் செய்வதற்கு மறந்தோம் என்பது புரிந்தது.

குதிரைகள் மெதுவாகத் தெற்கு திசை நோக்கி முன்னேறின. இன்னும் சிறிது காலத்தில் தங்கள் சொந்த மண்ணை மிதித்து விடுவார்கள். அதன் பிறகே அவன் நிம்மதியாக ஓய்வெடுக்க முடியும். பாண்டியச் சக்கரவர்த்தி மௌனமாகப் பழைய நினைவுகளில் மூழ்கியபடி வந்தார். மதுரைப் பயணம் அவரைத் தனிமைப்படுத்தியது மெய்யென்றாலும் அந்தப் பயணம் ஒரு முற்றான உணர்வைக் கொண்டு வந்ததை மறுப்பதற்கில்லை. ஒரு நிறைவு. தனது தலையிலிருந்து பெரிய பாரம் ஒன்று இறங்கியது போல அவர் நிம்மதியடைந்தார்.

தென்காசியை எட்டும் போது இருட்டிவிட்டது. அவர் வருகையை ஒட்டி சுனந்தா ஓர் ஆடம்பர விருந்திற்கு ஏற்பாடு செய்திருந்தாள். அவரிடம் கேட்பதற்கு அவளிடம் ஆயிரம் வினாக்கள் இருந்தன. ஆனால் அதனால் ஒரு பயனுமில்லை, வீரா வாய் மூடியே கிடந்தார். அவரது அப்போதைய நிலையை அவர் வாயை எப்படிப் பிடுங்கினால் ஒரு வார்த்தையாவது வாங்க முடியுமென்று அவள் யோசித்தாள்.

பஞ்சணையில் புரண்டு படுத்தார். நெஞ்சின் மீது எவரோ ஏறி அழுத்துவது போல இருந்தது. புரண்டு படுத்தார். வலி

நிற்கவில்லை. நெற்றியில் வியர்வை முத்துக்கள் கோர்த்தன. அவர் விழிகளை மூடிக்கொண்டதும் எதிர்கால நிகழ்வுகள் அவர் மனத்திரையில் சித்திரக் காட்சிகளாகத் தோன்றின.

மீனாட்சி அம்மன் ஆலயம் மீண்டும் புதுப்பிக்கப்பட்டுப் புனித நீராட்டுக்கு ஆட்படுத்தப்படுகிறது. முகமதியர்கள் துரத்தி அடிக்கப்படுகின்றனர். கோட்டை வாயிலில் போர் முரசம் ஒலிக்கிறது. முகமதியரை யார் துரத்தியடிப்பார்கள் என்று தெரியவில்லை, பாண்டியர்களா? தெலுங்கு தேசத்து மன்னர்களா? யாராக இருப்பினும் அவர்கள் ஹிந்துக்களாகத்தான் இருப்பார்கள்.

மதுரைப் பயணம் அவரது குடிமக்களின் கனவுகள் நனவாகும் தினம் வெகு தொலைவில் இல்லை என்பதனைக் கூறுவது போல அமைந்தது. அவர் தேசம் மீண்டும் உத்தாரணம் செய்விக்கப்படும். அவர் தேசத்தில் ஹிந்துக்கள் தங்கள் ஆட்சியைத் தொடர்வார்கள். தூங்காநகரம் என்று அழைக்கப்படும் மதுரை நகரம் மீண்டும் ஒருமுறை விழித்தெழும். அதன் எதிர்காலத்தை நிர்மாணிக்கப் போகும் கரங்கள் அவர் கரங்களாக இல்லாமல் போகலாம். அதனைப் பார்ப்பதற்கு அவர் உயிருடன் இல்லாமல் கூடப் போகலாம். அவர் அனைவரையும் அழைத்துத் தனது பார்வையை எடுத்துச் சொல்லி அவர்களுக்கு நம்பிக்கை ஒளியை ஏற்ற வேண்டும் என்று தோன்றியது. தன் மனதில் தோன்றிய எண்ண வெளிப்பாட்டினை ஒரே ஒரு நபருக்குத் தெரிவித்தால் கூடப் போதுமானதாகத் தெரிந்தது. அந்த ஒரு நபர் தனது உள்ளக்கிடக்கையை வேறு ஒருவருக்கு முரசறிவிப்பார். நெஞ்சம் நினைத்ததை வெளியில் சொல்ல முடியாமல் வாய் தடுமாறியது; கோணியது.

ஒவ்வொருவரும் தமது இறுதிக் கணத்தில் வாழ்நாள் முழுவதும் விடை கிடைக்காத வினாக்களுக்கான விடைகளைப் பெறுகிறார்கள். தெய்வங்கள் அந்த ரகசியத்தை அவர்கள் இறக்கும் தறுவாயில் சொல்வதால் கேட்பவர்கள் அதனை வெளியில் சொல்ல இயலாதல்லவா? கண்டவர் விண்டதில்லை.

பேச முற்படுவது கூட வீராவிற்குப் பயனற்றதாகத் தோன்றியது. ஏக்கப் பெருமூச்சுவிட்டபடி உறங்கப் போனார். மீண்டும் எழுவதற்கு அவருக்கு விருப்பமில்லை. விடுதலையின் தரிசனத்தைக் கண்ணுற்ற விழிகள் அற்ப வாழ்வைப் பார்க்க விருப்பப்படவில்லை.

அவர் செல்வதற்கான காலம் நெருங்கியது.

*

பின்கதை

வீரபாண்டியன் மரணமடைந்த முப்பது வருடங்கள் சென்ற பின்னர் சாம்பல் மேட்டிலிருந்து மேல் எழுந்ததைப் போல புதிய ஹிந்து சாம்ராஜ்ஜியம் ஒன்று விஜயநகரிலிருந்து தோன்றி தனது படைகளுடன் மதுரை நகரத்தின் உள்ளே புகுந்தது. விஜயநகர சாம்ராஜ்ஜியத்தின் மன்னர் புக்கராயரின் மகனும் தலைமை படைத்தளபதியுமான கம்பண்ணன் தலைமையில் பெரும்படை ஒன்று தெற்கு தீபகற்பத்தில் முகமதியர்கள் கைப்பற்றி வைத்திருந்த அனைத்து இடங்களையும் மீட்டது, மதுரையையும் சேர்த்து. மூன்று சதாப்தங்கள் தொடர்ந்த விஜயநகரப் பேரரசு மதுரையில் இருந்த அனைத்துக் கோயில்களையும் மீண்டும் புதுப்பித்துக் கோபுரங்களை எழுப்பிச் சன்னதிகளை மீண்டும் திறந்து வைத்தனர்.

மீனாட்சியம்மன் சன்னதியில் கருவறையின் முன்பு சிலைகள் களவாடப்படக்கூடாது என்பதற்காகப் பாண்டிய தேசத்தவர் எழுப்பிய சுவர்களை உடைத்து எறிந்தனர். கம்பண்ணன் தனது அறிக்கையில் சன்னதியின் உள்ளே இருந்த கருவறைகளில் விளக்குகள் அணையாமல் எரிந்து கொண்டிருந்தன என்று குறிப்பிட்டுள்ளார்.

வெளிப்பிரகாரத்தில் கம்பண்ணன் கூன் முதுகுடனும், முகத்தில் சுருக்கங்களுடனும் ஒருகாலத்தில் நல்ல திடகாத்திர மேனியுடைய முதியவர் ஒருவரைப் பார்த்ததாகக் கூறியுள்ளார். நூறு வயதைக் கடந்தவராக இருக்கக் கூடும் என்று கூறியுள்ளார். அவர் தங்களது மொழியைப் பேசியதாகக் கூறும் கம்பண்ணன் வயதின் காரணமாக மொழியிலும், உச்சரிப்பிலும் தெளிவில்லாமல் பேசியதாகக் கூறியுள்ளார். அந்த முதியவர் கம்பண்ணன் மடியில் படுத்தபடி உயிர் துறந்ததாகவும், தான் மதுரையம்பதியின் தலைவரைப் பார்த்ததாகவும், அவர் கல் யானைகளுக்குத் தனது கையால் கரும்பு கொடுத்ததைப் பார்த்ததைக் கூறியதாகக் குறிப்பில் உள்ளது.

அந்தக் கரும்புகளைக் கல் யானைகள் சுவைத்து உண்டிருக்க வேண்டும்.

*

பின்னுரை

1900களின் தொடக்கத்தில் சமஸ்கிருத மொழியில் விற்பன்னரான பண்டிட் என். ராமஸ்வாமி சாஸ்திரிகள் திருவாங்கூர் சமஸ்தானத்திற்கு உட்பட்ட, தனியாருக்குச் சொந்தமான ஒரு நூலகத்தில் ஓலைச்சுவடிகளின் தொகுப்பு ஒன்றைக் கண்டார். வடமொழியில் இயற்றப்பட்ட கவிதை நூலின் தொகுப்பு அது. ஒன்றுக்கொன்று தொடர்பில்லாத இரண்டு நூல்களின் மத்தியில் அந்தச் சுவடித் தொகுப்பு ஒளிந்து கொண்டிருந்தது. அரிய பாடல்களின் தொகுப்பாக அது விளங்கியது. அந்தத் தொகுப்பில் மொத்தம் ஒன்பது அத்தியாயங்கள் இருந்தன. சில பகுதிகளைக் காணவில்லை. ஆதி தொட்டே அது அவ்வாறுதான் இருந்திருக்க வேண்டும். அந்தக் கவிதை நூலை இயற்றியவர் கங்காதேவி. இந்தக் கங்காதேவி தனது கணவர் குமார கம்பண்ணரின் வீரப் பிரதாபங்களைக் கவிதைகளாகத் தொகுத்திருந்தார். 'மதுரா விஜயம்' என்பது கவிதைத் தொகுப்பின் பெயர்.

மதுரா விஜயம் நூல் தெற்கு நோக்கிப் படையெடுத்து வந்த முகமதியர்களின் அட்டகாசங்களையும், அவர்களை எதிர்த்து நின்று வெற்றி பெற்ற கம்பண்ணரின் சாகசங்களைக் கூறும் நூலாகும். ஆயிரம் ஆண்டுகளாக ஆண்டு வந்த தமிழ்ப் பேரரசு எவ்வாறு மாற்றான் கைகளுக்குச் சென்றது என்பதனை அந்த நூல் விவரிக்கிறது. இந்தக் கவிதைத் தொகுப்பு தமிழகத்தின் வரலாற்றை வெளியுலகத்திற்கு எடுத்துக் காட்டும் சாளரமாக விளங்குகிறது.

மாலிக்கபூர் 1311-ம் (பொ.ச) ஆண்டு மதுரையை நோக்கிப் படையெடுத்து வந்தான். அதன் பிறகு தில்லி சுல்தானியத்திலிருந்து மேலும் இரண்டு படையெடுப்புகள் 1314-ம் (பொ.ச) ஆண்டிலும், 1323-ம் (பொ.ச) ஆண்டிலும் நிகழ்த்தப்பட்டன. இந்தப் படையெடுப்புகள் மீட்சிக்கு வழியின்றிப் பாண்டிய பேரரசை முற்றிலும் சிதைத்துவிட்டன.

கில்ஜி படையெடுப்புகள் மக்களை முற்றிலும் முடக்கிப் போடவே வரலாற்றுப் பதிவுகள் என்பதே இல்லாமல் போயின. அடுத்த மூன்று சதாப்தங்களின் வரலாற்றைக் கோயில் சுவர்களில் அங்கொன்றும் இங்கொன்றுமாகப் பொறித்து வைத்தனர். மதுரை நசிந்த வரலாற்றின் சாயலை இந்தக் கல்வெட்டுக்கள் மூலமே அறிய முடிகிறது. வரலாற்று ஆசிரியரான வாஸாஃப், யாத்ரீகரான இபுன் பதூதா போன்றோர் அளிக்கும் குறிப்புகளையும், விஜயநகரப் பேரரசின் குறிப்புகளையுமே நம்ப வேண்டியிருக்கிறது.

அலாவுதீனின் மரணத்திற்குப் பிறகு மதுரையின் பல சமஸ்தானங்களை ஆண்ட புதிய ஆட்சியாளர்கள் தில்லி சுல்தானியத்திற்கு எதிராகக் கிளர்ந்து எழுந்தனர். மதுரையை ஆண்ட சுல்தான் ஜலாலுதீன் அஹ்சான் கான் 1335-ம் (பொ.ச) ஆண்டு மதுரைப் பேரரசைத் தனி சுல்தானியமாக அறிவித்தான். மதுரையைக் கியாசுதீன் முகமது தம்கானி என்ற சுல்தான் ஆண்ட காலத்தில் இபுன் பதூதா மதுரைக்கு யாத்திரை நிமித்தமாக வந்தார். தனது நூற்குறிப்பில் அவனது கொடூரங்களைப் பதிவு செய்தார். ஹொய்சாள மன்னர்களின் மதுரையை மீட்கும் முயற்சி பெருத்த தோல்வியில் முடிந்தது. தம்கானி ஹொய்சாள மன்னர் வீரவல்லாளத் தேவனை 1343-ம் (பொ.ச) ஆண்டில் தோற்கடித்து தனது வாளுக்கு இரையாக்கி அவரது பாடம் செய்யப்பட்ட உடலைக் கொத்தளத்தின் மதிலில் கட்டித் தொங்கவிட்டான்.

சுந்தரப் பாண்டியன் 1327 ஆம் (பொ.ச) ஆண்டு வரையிலும், வீரபாண்டியன் 1345ஆம் (பொ.ச) ஆண்டு வரையிலும் தங்கள் சமஸ்தானங்களை ஆண்டு வந்தனர். இருவருமே மதுரை சுல்தானியம் வீழ்ந்ததையோ விஜயநகரப் பேரரசு எழுந்ததையோ பார்க்க உயிருடன் இல்லை. செவி வழிக் கதைகளின் படி ஹரிஹரராயனும், புக்கராயனும் ஹொய்சாள தேசத்தில் படைத்தளபதிகளாக இருந்து வந்ததாகவும், முகமதியரின் படையெடுப்பில் சர்வ நாசமான ஹொய்சாள தேசத்தின் சாம்பல் மேட்டிலிருந்து மேல் எழுந்து விஜயநகரப் பேரரசை நிறுவியதாகவும் அறியப்படுகிறது. தற்போதைய கன்னட நாட்டில் அவர்கள் தங்களது விஜயநகரப் பேரரசை நிறுவி ஆண்டு வந்தனர். அவர்களது தலைநகரான ஹம்பி கோட்டைகளின் எச்சங்கள் இன்னமும் கர்நாடக மாநிலத்தில் உள்ளன. சுல்தான்களுக்கு இடையில் நிகழ்ந்த பூசல்கள் காரணமாக மதுரையில் ஒரு வெற்றிடம் உருவானதை அறிந்து குமார கம்பண்ண உடையார்- இவர் புக்கராயரின் குமாரர் ஆவார்- தான் தலைமையேற்ற

விஜயநகரப் படையுடன் 1372 ஆம் (பொ.ச) ஆண்டு மதுரைக்குள் நுழைந்து சுல்தானிய ஆளுநர்களை விரட்டியடித்தார்.

ராணி கங்காதேவி தனது கவிதை நூலான ‘மதுரா விஜயம்’ நூலில் கம்பண்ண உடையாரின் மதுரை வெற்றிகளை வடமொழியில் அறுபத்தியொரு ஓலைகளில் தொகுத்திருக்கிறார். காஞ்சியைக் கைப்பற்றிய பின்னர் ஒரு பெண்மணி கம்பண்ண உடையாரை அணுகி மதுரையையும் மீட்கச் சொன்னாளாம். அந்தப் பெண்மணி வேறு எவருமல்லள்.. மதுரை மீனாட்சியம்மையேதான் பெண் வேடத்தில் வந்து கேட்டுக் கொண்டாளாம்.

> ‘வல்லமை பொருந்திய மன்னவனே! கடத்திட வேண்டாம் இனி சமயம்
> அல்லவை களைந்து நல்லவை திகழ துருக்கியர் அழித்தல் உன் உபயம்
> மூவுலகம் கலங்கடித்த துருக்கியர் வேதனை சொல்லிட வார்த்தையில்லை
> தேவர்களும் மகிழ்ந்திடவே மன்னா சென்று மதுரையை மீட்பாய் தோல்வியில்லை
> வேதனைகள் மடியவே வெற்றி வாகை சூடியே பவனிவரும் போதிலே
> வெற்றிச் சின்னம் நூறென ராம சேது நடுவிலே தூண்கள் அமைப்பாய் வழியிலே
> அவளது ஆணையின்படி கம்பண்ண உடையார் தெற்கு நோக்கிப் படையெடுத்தார்.’

கவிதைத் தொகுப்பின் இறுதிப் பகுதியில் கம்பண்ணரின் மதுரைத் தாக்குதல் குறித்துக் கூறப்பட்டுள்ளது. துருக்கியப் படையைத் தோற்கடித்து ஒரே யுத்தத்தில் இரண்டாம் அலாவுதீன் ஷாவை அழித்து விஜயநகரப் பேரரசை ஸ்தாபித்தார் கம்பண்ணர். அடுத்த மூன்று சதாப்தங்களுக்கு விஜயநகர மன்னர்களின் ஆட்சியே தொடர்ந்தது. இதனால் முகமதியர்கள் வேறு வழியின்றி ஆற்காட்டில் தங்கள் ஆளுநர்களை நியமிக்க வேண்டியதாயிற்று. அதே நேரம் தங்களது முன்னோர்கள் அரசாண்ட ஒரு மிகப் பெரிய ராஜ்ஜியத்தில் பாண்டியர்கள், விஜயநகரப் பேரரசுக்குக் கீழே ஒரு சிற்றரசாகச் சிறு நிலப்பரப்பில் ஆட்சி புரிய வேண்டி வந்தது.

தில்லியில் அலாவுதீனின் மறைவிற்குப் பின்னர் கில்ஜி சமூகம் மீண்டும் எழவே இல்லை. பால சுல்தானாக உமர்கான் வெறும் மூன்றே மாதங்கள் அரசாட்சி செய்தான். முபாரக் அந்தச் சிறுவனின் கண்களைக் குருடாக்கித் தான் ராஜ்ஜியத்தைக் கைப்பற்றிக் குத்புதீன் கில்ஜி என்ற பெயரில் அரியணையில் அமர்ந்தான். இவன் தனது காதலன் குஸ்ரோகானுக்கு தில்லி அரசவையில் இடமளித்தான். அதற்கு நன்றி செலுத்துவது போலக் குஸ்ரோகான் சுல்தானைக்

கொன்றுவிட்டு அரியணையில் தானே அமர்கிறான். குஸ்ரோ அசல் இஸ்லாமிய ரத்தமில்லை, ஹிந்து மதத்திலிருந்து இஸ்லாத்தைத் தழுவியவன் என்பதால் துருக்கியர்கள் அவன் ஆட்சியை ஏற்றுக்கொள்ளவில்லை. ஜியாவுதீன் பரணி என்ற வரலாற்று ஆசிரியர் குஸ்ரோகானின் ஆட்சியைப் பற்றித் தனது குறிப்பில் இவ்வாறு கூறியிருக்கிறார்.

'ஹிந்து சனாதன தர்மங்கள் அச்சுறுத்தலுக்கு ஆளாகியிருந்த திகில் நிறைந்த அந்த நாட்களில் அவர்களது மதத்திற்குப் பாதுகாவல் ஏற்படுத்தப்பட்டது. இஸ்லாமியர்கள் இருக்கும் அனைத்துப் பிரதேசங்களிலும் ஹிந்துக்கள் மகிழ்வுடன் வாழ்ந்தனர். தில்லி சுல்தானியம் ஹிந்துக்களின் ராஜ்ஜியமாக மாறிவிட்டதோ என்று ஹிந்துக்கள் அக மகிழ்ந்தனர். தில்லியிலிருந்து இஸ்லாமியர்கள் விரட்டி அடிக்கப்பட்டதைப் போல மகிழ்ந்தனர்.'

குஸ்ரோகானின் அமைச்சர்கள் பஞ்சாப் மாநிலத்தின் ஆளுநர் காஜி மாலிக் என்பவனை அழைத்துக் குஸ்ரோகானின் ஆட்சியைக் கலைத்து காஜி மாலிக்கையே ஆட்சி பொறுப்பை ஏற்றுக்கொள்ளச் சொல்லவே காஜி, கியாத்-அல்-தின்-துக்ளக் என்ற பெயருடன் தில்லி சுல்தானாக முடிசூட்டிக் கொண்டான். இத்துடன் கில்ஜி வம்சத்தினரின் ஆட்சி நிறைவுக்கு வந்தது.

மதுரை இன்று ஒரு வளமான நகரம். மீனாட்சியம்மன் கோயில் இன்றும் உலகப் புகழ் பெற்ற கோயிலாகும். கம்பண்ண உடையாருக்குப் பின் வந்த பல மன்னர்களும், புரவலர்களும் அதனைப் புதுப்பித்த வண்ணம் இருந்தனர். கோயிலின் உள்ளே எங்கும் துருக்கியர் படையெடுப்பிற்குத் தடயங்கள் எதுவுமில்லை. சித்தர் சன்னதியின் அருகில் உள்ள உற்சவ லிங்கம் மட்டும் பின்னப்பட்டுப் போயுள்ளது. அந்த லிங்கம் இருக்கும் சுவர்களில்தான் பிரசித்தி பெற்ற கல் யானைகளின் சிற்பங்கள் உள்ளன.

உண்மையோ புனைவோ எவருக்கும் எங்கு மெய்மையைத் தொன்மம் உள்வாங்கிக் கொள்கிறது என்பது தெரிவதில்லை. கடவுள், சைத்தான், ஹிந்துக்கள், துருக்கியர் என்று ஏராளமான புராணக் கதைகள் மீனாட்சியம்மன் கோயிலைச் சுற்றி உள்ளன. நானும் முயற்சித்திருக்கிறேன்.

*

www.ingramcontent.com/pod-product-compliance
Ingram Content Group UK Ltd.
Pitfield, Milton Keynes, MK11 3LW, UK
UKHW042059021026
15589UKWH00001B/68

9 789386 737922